# ஜெயகாந்தன் சிறுகதைகள்

## 2

தோற்றம் 1976

**கவிதா பப்ளிகேஷன்**

8, மாசிலாமணி தெரு,
பாண்டி பஜார்,
தியாகராய நகர்,
சென்னை – 600 017.

044-42161657
+91-7402222787
kavitha_publication@yahoo.com
kavithapublication@gmail.com
www.kavithapublication.com

**JAYAKANTHAN SIRUKATHAIGAL**
**(THE COMPLETE SHORT STORIES) PART 2**
©By **JAYAKANTHAN**

| | |
|---|---|
| First Edition | : August, 2001 |
| Second Edition | : August, 2005 |
| Third Edition | : February, 2009 |
| Fourth Edition | : July, 2010 |
| Fifth Edition | : September, 2013 |
| Sixth Edition | : December, 2016 |
| Seventh Edition | : August, 2019 |
| Eighth Edition | : August, 2022 |

Inner Cover Design: Aadhimoolam
Pages : 864
Published By :

**KAVITHA PUBLICATION**

No : 8, Masilamani Street, Pondy Bazaar,

T. Nagar, Chennai - 600 017.

℃ 044 - 42161657 Whats App : +91 - 7402222787

E-mail : kavitha_publication@yahoo.com
kavithapublication@gmail.com
website : www.kavithapublication.com

ISBN : 978-81-8345-354-7

**Price : Rs.1700/- (For 2 Volumes)**

| | |
|---|---|
| D.T.P | : Laser Link System, Chennai. |
| Printed at | : Sree Durga Printers, Chennai. |

## பொருளடக்கம்

1. முன் நிலவும் பின் பனியும் ... 5
2. மௌனம் ஒரு பாஷை ... 23
3. ஒரே நண்பன் ... 37
4. பிம்பம் ... 55
5. பூ உதிரும் ... 66
6. தரக் குறைவு ... 81
7. கிழக்கும் மேற்கும் ... 91
8. யுகசந்தி ... 107
9. உண்மை சுடும் ... 123
10. சாத்தானும் வேதம் ஓதட்டும்! ... 140
11. பொய் வெல்லும் ... 154
12. அன்புக்கு நன்றி ... 170
13. ஆளுகை ... 176
14. இருளைத் தேடி... ... 185
15. ஹீரோவுக்கு ஒரு ஹீரோயின் ... 204
16. விளக்கு எரிகிறது ... 226
17. அந்தக் கோழைகள்!... ... 240
18. புதிய வார்ப்புகள் ... 255
19. ஒரு பகல் நேரப் பாசஞ்சர் வண்டியில் ... 277
20. எத்தனை கோணம்! எத்தனை பார்வை! ... 294
21. சுய தரிசனம் ... 315
22. சட்டை ... 334
23. முற்றுகை ... 345
24. இருளில் ஒரு துணை ... 356
25. லட்சாதிபதிகள் ... 371
26. அக்கினிப் பிரவேசம் ... 383
27. இறந்த காலங்கள் ... 405

| | | |
|---|---|---|
| 28. பாவம், பக்தர்தானே! | ... | 439 |
| 29. அக்ரஹாரத்துப் பூனை! | ... | 447 |
| 30. கோடுகளைத் தாண்டாத கோலங்கள் | ... | 460 |
| 31. நான் ஜன்னலருகே உட்கார்ந்திருக்கிறேன் | ... | 474 |
| 32. கண்ணாமூச்சி | ... | 488 |
| 33. நான் என்ன செய்யட்டும் சொல்லுங்கோ? | ... | 502 |
| 34. அந்தரங்கம் புனிதமானது | ... | 515 |
| 35. டிக்கடைச் சாமியாரும் டிராக்டர் சாமியாரும் | ... | 539 |
| 36. ஒரு வீடு பூட்டிக் கிடக்கிறது | ... | 553 |
| 37. தவறுகள், குற்றங்கள் அல்ல! | ... | 571 |
| 38. அந்த உயிலின் மரணம் | ... | 587 |
| 39. விதியும் விபத்தும் | ... | 604 |
| 40. குருபீடம் | ... | 609 |
| 41. நிக்கி | ... | 619 |
| 42. எங்கோ—யாரோ—யாருக்காகவோ... | ... | 628 |
| 43. புதுச் செருப்புக் கடிக்கும் | ... | 661 |
| 44. சீசர் | ... | 675 |
| 45. அரைகுறைகள் | ... | 689 |
| 46. குருக்கள் ஆத்துப் பையன் | ... | 702 |
| 47. இந்த இடத்தில் இருந்து | ... | 715 |
| 48. சக்கரம் நிற்பதில்லை | ... | 741 |
| 49. புகை நடுவினிலே... | ... | 777 |
| 50. பாவம் அந்தப் பசு | ... | 804 |
| 51. பால் வடியும் முகம் | ... | 812 |
| 52. ரிஷிபத்தினி | ... | 818 |
| 53. ரிஷி குமாரன் | ... | 824 |
| 54. இன்னும் ஒரு வரம் | ... | 828 |
| 55. இப்படித்தான் நடக்கிறது... | ... | 832 |

# முன் நிலவும் பின் பனியும்

கிராமத்துக்கே அவர்களின் பெயர் மறந்துவிட்டது. பெரிய கோனார் என்பதும் சின்னக் கோனார் என்பதுமே அவர்களின் பெயராகி நிலவுகிறது.

சின்னக் கோனாரின் அண்ணன் என்பதனால் பெரியவருக்கு மதிப்பு. பெரிய கோனார் மதிப்போடு வாழ்ந்திருந்த கால மெல்லாம் எப்பொழுதோ முடிந்துவிட்டது. அந்த வாழ்வின் எஞ்சிய பகுதியை வீட்டுக்குப் பின்னாலுள்ள முந்திரித் தோப்பின் நடுவே அமைந்த தனிக்குடிசையில் வாழ்ந்து கழித்துவிடுவது என்ற தீர்மானத்தில் ஏகாந்த வாசம் புரிகிறார் பெரியவர்.

சாப்பாட்டு நேரத்துக்கு மட்டும், கைத்தடியின் 'டக்டக்' கென்ற சப்தம் ஒலிக்க, கல் வீட்டிற்குள், தோட்டத்து வாசல் வழியே பிரவேசிப்பார் பெரிய கோனார். தம்பியின் குடும்பத் தோடு அவருக்குள்ள உறவு அவ்வளவே.

சின்னக் கோனாரைப்போல் சொத்துக்கள் என்ற விலங்கு களோ, சொந்தங்களினால் விளைந்த குடும்பம் என்ற சுமையோ இல்லாத பெரியவரை அந்தக் குடும்பம் அதிகம் மதித்து மரியாதை காட்டுவதற்குக் காரணம், குடும்பத் தலைவராய் விளங்கும் சின்னக் கோனார் அண்ணன் என்ற உறவுக்காக, அந்தக் குடும்பத்தின் தலைமைப் பதவியைக் 'கௌரவப் பதவி'யாய்ப் பெரியவருக்குத் தந்து எல்லாக் காரியத்துக்கும் அவர் அங்கீகாரம் பெறப் பணிந்து நிற்பது தான்.

முப்பது வருஷங்களுக்கு முன் மனைவி இறந்த அன்றே சொந்தம் என்ற சுமை பெரியவரின் தோளிலிருந்து இறங்கிவிட்டது. அவள் விட்டுச் சென்ற ஐந்து வயதுச் சிறுவன் சபாபதியைத் தனக்கொரு சுமை என்று கருதாமலும் சுமக்காமலும் இருந்து விட்டார் பெரியவர். அதற்குக் காரணம், நாலோடு ஐந்தாக இருக்கட்டும் என்ற நினைப்பில் தனது 'புத்திரச் சுமை'யோடு சபா பதியையும் சின்னக் கோனார் ஏற்றுக் கொண்டது தான்!

ஆனால் சபாபதி, தன் பொறுப்பைத் தான் சுமக்கும் வயது தனக்கு வந்துவிட்டதாக நினைத்துக் கொண்ட வயதில், பெரிய

வரின் எஞ்சி நின்ற சொத்துக்கள் என்ற விலங்குகளையும் அவன் கழற்றிவிட்டான். யாரையும் மதியாத அவன் போக்கும், இரண்டாவது உலக யுத்த காலத்தில் அவன் செய்ய முயன்ற வியாபாரங்களினால் விளைந்த நஷ்டமும், கை நிறையப் பணமிருக்கிறது என்று அகம்பாவத்தில் ஆடிய ஆட்டங்களும் பெரியவரைப் பாப்பராக்கின.

பிறகு ஒருநாள்– தனது ஏக புதல்வன் பட்டாளத்துக்கு ஓடிப்போனான் என்று செய்தி கேட்டுப் பெரிய கோனார் தனது குடிசையில் ஓர் இரவு முழுவதும் அழுது கொண்டிருந்தார்.

தன் பிள்ளையின் செயலாலும், அவன் பிரிவாலும் மன முடைந்த பெரிய கோனார் பண்டரிபுரம் போகும் கோஷ்டியுடன் சேர்ந்து கொண்டு ஊர் ஊராய்த் திரிந்து யாசகம் புரிந்து, இறுதியில் யாருமற்ற அனாதையாய் பக்தர்களின் உறவோடு பகவானை அடைந்து விடுவது என்ற முடிவுடன் தேசாந்தரம் புறப்பட்டுக் கிராமத்தின் எல்லையைக் கடக்கும் போது–

பக்கத்து ஊர் சந்தைக்குப் போய்த் திரும்பி வந்து கொண்டிருந்த சின்னக் கோனார்– தலையில் வைத்திருந்த பெரிய பலாப்பழத்தை அப்படியே போட்டுவிட்டு அவிழ்ந்த குடுமியைக்கூட முடியாமல் ஓடிவந்து பரதேசிக் கூட்டத்தின் நடுவே இருந்த அண்ணனின் கால்களில் சாஷ்டாங்கமாய் வீழ்ந்து கதறினார். அவரது பொன் காப்பிட்ட கரங்கள் அண்ணனின் புழுதி படிந்த பாதங்களை நகர விடாமல் இறுகப் பற்றி இருந்தன.

"அண்ணே... நான் உனக்கு என்ன தப்பிதம் பண்ணிணேன்? நான் செத்துப் போயிட்டேன்னு நெனச்சுட்டியா..." என்று அலறினார் சின்னக் கோனார். அந்தக் காட்சி, மனிதனுக்கு 'வந்து வாய்த்ததும்' 'வயிற்றில் பிறந்ததும்' மட்டும்தான் சொந்தம் என்பதில்லை என்று ஊராருக்கே உணர்த்தியது.

"என்னவோ அழியணும்னு இருந்த சொத்து அவன் மூலமா அழிஞ்சு போச்சு... அந்த வருத்தத்திலே அவன் போயிட்டான்... அவன் ஓடிட்டான்னு உனக்கு ஏன் வருத்தம்?... நான் தானே என் மவனா வளர்த்தேன், அவனை? வளர்த்தவனே அன்னியமாய்ப் போய்ட்டான் அவனுக்கு... நான் தானே உன் பிள்ளை... நீயும் அண்ணியுமாத்தானே அப்பனும் ஆத்தாளுமா இருந்து என்னை வளத்தீங்க?... என்னை வளத்தவனுமா எனக்கு அந்நியமாகணும்? என் சொத்து உன் சொத்து இல்லியா? என் சொந்தம் உன் சொந்த மில்லியா?..." என்றெல்லாம் ஊரைக் கூட்டி நியாயம் கேட்டார் சின்னக் கோனார்.

அன்று வேறு வழியின்றி விரக்தியுடன் 'மனசு மரத்துப் போனப்பறம் எங்கே இருந்தால் என்ன' என்று திரும்பி வந்து வீட்டுக்குப் பின்னால் முந்திரித் தோட்டத்தின் நடுவேயுள்ள குடிசைக்கு ஜாகை மாற்றிக் கொண்டு 'கிருஷ்ணா கோவிந்தா' என்று இருபது வருஷமாய் வாழ்ந்து வரும் பெரிய கோனாருக்கு, பதினைந்து வருஷங்களுக்கு முன்பாகவே வாழ்க்கையின் மீது பற்றும் பாசமும் ஏகமாய் மிகுந்து வர ஆரம்பித்துவிட்டது.

ஆமாம்; சபாபதி மனம் மாறி அப்பனைப் பார்க்க பட்டாளத்திலிருந்து ஒருமுறை திரும்பி வந்திருந்தான்... பிறகு அடிக்கடி வந்து பார்த்துக் கொண்டிருந்தான்.

கண் பார்வை மங்கிப் போன பெரிய கோனார் மகனைத் தடவிப் பார்த்து உச்சி மோந்து கண்ணீர் உகுத்தார். அப்போது தகப்பனின் கையை அன்புடன் பற்றிக் கொண்டு ஆதரவான குரலில் சொன்னான் சபாபதி: "நீ ஒண்ணும் பயப்படாதே நைனா... இப்ப தான் சண்டையெல்லாம் தீர்ந்து போயிட்டுதே... எனக்கு உசிருக்கு ஒண்ணும் ஆபத்து வராது."

"அது சரிதான்டா தம்பி... ஒனக்குக் கண்ணாலம் கட்டி வைச்சுப் பார்க்கணும்னு இருந்தேன்..." என்று தன் ஆசையைத் தயங்கித் தயங்கிக் கூறினார் கிழவர். அதற்குச் சபாபதி சிரித்தவாறு பதிலளித்தான்: "அதுக்கென்னா, கட்டிக்கிட்டாப் போச்சு... அங்கேயே 'கோட்டர்ஸ்' தர்ராங்க.... குடும்பத்தோட போயிருக்க லாம்...பொண்ணு பார்த்து வெச்சிருக்கியா?"

"அட போடா... பொண்ணுக்குத் தானா பஞ்சம் வந்திடுச்சி? உன் சின்ன நைனாகிட்டே சொன்னா எத்தினி பொண்ணு வேணும்னு கேட்பானே!" என்று பெரியவர் பொக்கை வாய்ச் சிரிப்புடன் ஒரு குஷியில் பேசினார்.

'இவ்வளவு ஆசையை வைத்துக் கொண்டு பண்டரிபுரம் போகும் பரதேசிக் கூட்டத்தோடு போகக் கிளம்பினாரே மனுஷன்!' என்று நினைத்த சின்னக் கோனார் வந்த சிரிப்பை அடக்கிக் கொண்டார்.

அந்த வருஷமே தஞ்சாவூரில் பெண் பார்த்து, சபாபதிக்குக் கல்யாணம் நடந்தது. அதன் பிறகு சபாபதி வருஷத்திற்கு ஒரு முறை தன் மனைவியுடன் வந்து கிழவரைக் கண்டு செல்வது வழக்கமாகிவிட்டது.

●●●

இந்தப் பத்து வருஷமாய்க் கொஞ்சம் கொஞ்சமாய் மங்க ஆரம்பித்த கண் பார்வை முற்றிலும் இருண்டுவிட்ட போதிலும்

கிழவரின் மனசின் ஆசையும் பாசமும் மட்டும் பெருகிக் கொண்டு தான் இருந்தன; இப்போது அவர் தன் உடலில் உயிரைச் சிறை வைத்து வாழ்வது மகனுக்காகக் கூட அல்ல; நான்கு வருஷங் களாய் ஆண்டுக்கொரு முறை வந்து அவருடன் ஒரு மாதம் முழுக்கவும் தங்கி, பார்வையிழந்த அவரோடு கண்ணைக் கட்டி விளையாடிச் செல்வது போல் கொஞ்சிப் பிரியும், முகம் தெரியாத அவர் பேரன்... அந்தப் பயல் பாபுவுக்காகத்தான். அவனோடு கழிக்கப் போகும் அந்த முப்பது நாட்களுக்காகத்தான் வருஷம் முழுமைக்கும் வாழ்கிறார் கிழவர்.

'பாபு'... என்று நினைத்த மாத்திரத்தில் அவரது குருட்டுக் கண்கள் இடுங்கி கன்ன மூலங்களில் வரி வரியாய்ச் சுருக்கங்கள் விரிய பொக்கை வாய்ப் புன்னகையுடன் நீண்ட மோவாய் சற்றே வானை நோக்கி வாகாக நிமிரும்; இருளடித்த பார்வையில் ஒளி வீசும் புகைமண்டலமொன்று உருவாகி அதில் பாபுவின் தோற்றம் ... கொஞ்சும் மழலையுடன், குலுங்கும் சிரிப்புடன், குளிர்ந்த ஸ்பரிசத்துடன் தெரியும்... அந்த உருவம் கனவில் வருவது போல் அவரிடம் தாவிவரும்... எத்தனையோ முறை தன்னை மறந்த லயத்தில் கிழவர் கைகளை நீட்டிக் கொண்டு "பாபூ..." என்று துள்ளி நிமிர்ந்து விடுவார்... பிறகு அது உண்மையல்ல. கண்ணில் தெரியும் மாயத் தோற்றம் என்று உணர்கையில் இமை விளிம்பில் பனித்த நீரும், இதழ்களில் வளைந்து துடிக்கும் புன் முறுவலுமாய்த் தலைகுனிந்து விடுவார். தனிமையில் குடிசையில் யதார்த்த உண்மையாய் பாபுவோடு கழிக்கும் ஒரு மாதம் தவிர... அதற்கு முன்னும் பின்னுமான மாதங்கள் அவருக்கு இப்படித்தான்... இந்த லயத்தில் தான் கழிகின்றன.

அது சரி, அவர் தான் பாபுவைப் பார்த்ததே இல்லையே? அவர் கண்களில் அவன் உருவம் தெரிவதெப்படி?

தன் குழந்தை என்று பந்தம் பிறக்கவும், சொந்தம் கொண் டாடவும்தான் குழந்தையின் முகம் தெரிய வேண்டும். குழந்தை மீது கொண்ட பாசத்தைக் கொண்டாட, அந்தப் பக்தியை வழி பட குறிப்பிட்ட ஒருமுகம்தான் வேண்டுமா, என்ன?...

வானத்தில் திரிந்து கொண்டிருந்த கடவுளை மண்ணுக்கிறக்கி மழலை சிந்தும் குழந்தையாக்கி ஓடவிட்டு, ஓடித் துரத்திக் கையைப் பிடித்திழுத்து, நையப் புடைத்தெடுத்து, மடியில் கிடத்தி, மார்பில் அணைத்து முத்தம் கொடுத்து, முலைப்பால் அளித்து... ஆம், கடவுளைக் குழந்தையாகவும், குழந்தையைக் கடவுளாகவும் கொண்டாடும் கலையையே பக்தியாகக் கொண்ட வைஷ்ணவ

குலத்தில் பிறந்தவராயிற்றே பெரிய கோனார்!... அவர் கண்களிலே தெரியும் தோற்றம் கண்ணன் தோற்றமே... எனினும் அவர் வழி படுவது பாபுவின் நினைவைத்தான்!

போன வருஷம் பாபு வந்திருந்தபோது நன்றாக வளர்ந்திருந் தான். 'என்ன பேச்சுப் பேசுகிறான்?'.. ஆனால் ஒரு வார்த்தை யாவது கிழவருக்குப் புரிய வேண்டுமே! அவன் ஹிந்தியிலல்லவா பேசுகிறான்! ஒரு வார்த்தை கூடத் தமிழ் தெரியாமல் என்ன பிள்ளை வளர்ப்பு என்று கிழவர் சில சமயம் மனம் சலிப்பார். இருந்தாலும் தன் பேரன் பேசுகிறான் என்பது முக்கியமே தவிர, என்ன பாஷையாக இருந்தால் என்ன?– என்ற குதூகலத்துடன் அவனைப் பேச வைத்து ரசித்துக் கொண்டிருப்பார்.

பாபுவைப் போல் சுத்தமாய் உடை உடுத்தி, காலில் ஜோடு அணிந்து ஒரு பக்கம் அழகாய் அமைதியாய் உட்கார்ந்திருக்க இங்கே இருக்கும் இந்தப் பிள்ளைகளுக்குத் தெரியுமா? ஊஹூம், தெரியவே தெரியாதாம். கிழவர் அப்படித்தான் சொல்லுவார். தன் குடிசைக்கு அவனை மட்டும் தனியே அழைத்து வருவார். பின்னால் வரும் மற்றக் குழந்தைகளைப் 'போபோ'வென்று விரட்டிவிட்டு, பாபுவை நாற்காலியில் உட்கார வைத்து, அவன் காலடியில் அமர்ந்து, வாதுமை, கல்கண்டு, முந்திரிப் பருப்பு போன்றவற்றை– ஒரு டப்பியில் அவனுக்காகச் சேர்த்து வைத் திருக்கும் தின்பண்டங்களைத் தந்து, பாஷை தெரியாத அவனிடம் பேசி, அவன் பேசுவதையும் ரசிப்பார் கிழவர்.

'அவன் அவரைத் 'தாதா' என்று தான் அழைப்பான். அவரும் அவனுக்குத் 'தாத்தய்யா' என்று அவர்கள் வழக்கப்படி உச்சரிக்கப் பலமுறை சொல்லித் தந்தார். அவன் அதை மறுத்து "நை...நை...தாதா" என்று அவருக்குக் கற்றுத் தந்தான். அப்போது அங்கே வந்த அவன் தாய் மீனா கிழவரிடம் விளக்கினாள்: "அவனுக்குத் தமிழே பேச வரமாட்டேங்குது மாமா... இன்னும் ரெண்டு வயசு போனா கத்துக்குவான். அங்கே யாரும் தமிழிலே பேசறவங்க இல்லை... அங்க பக்கத்து வீட்டிலே ஒரு சர்தார் 'தாதா' இருக்காரு... நாளு பூரா அவருகிட்டேதான் இருப்பான். உங்க கிட்டே வரமாட்டேங்கறானே... அவருக்கிட்டே மேலே ஏறி அவரு தாடியைப் புடிச்சு இழுப்பான். அவரைத்தான் 'தாதா' 'தாதா'ன்னு கூப்பிட்டுப் பழகிப்போயிட்டான்... அவருக்கு பாபுவைப பார்க்காமே இருக்க முடியாது, ஊருக்குப் புறப்படும்போது, 'சீக்கிரம் வந்துடுங்க'ன்னு ஒரு பத்துத் தடவைக்கு மேலே சொல்லிட்டாரு அந்த சர்தார் தாத்தா" என்று அவள் சொல்லிக்

கொண்டிருக்கும்போது, கிழவருக்குத் தனக்குச் சொந்தமான பேரக் குழந்தையை எவனோ வைத்துக் கொண்டு, நாளெல்லாம் கொஞ்சி விளையாடி, தன்னையும்விட அதிக நெருக்கமாகி, அவன் பாஷையைக் கற்றுக் கொடுத்து, தன்னால் தன் பேரனுடன் பேச முடியாமல் ஆக்கிவிட்ட அந்த முகமறியா சர்தார் கிழவன் மீது எரிச்சல் எரிச்சலாய் வந்தது. ஒரு ஏக்கப் பெருமூச்சுவிட்டார்...

அத்தப் பெருமூச்சில்– வருஷத்தில் பதினோரு மாதம் பாபுவோடு கொஞ்சுவதற்கு சர்தார் கிழவனுக்கு வழி இருந்த போதிலும், வருஷத்துக்குகொருமுறை ஒரு மாதம் அவனோடு கழிக்கத் தனக்கு வாய்ப்பிருக்கிறதே, இதுவே போதும் என்ற திருப்தி உணர்வும் இருந்தது.

ஒவ்வொரு தடவை பாபு வந்து செல்லும்போதும், அவனுக்கு ஒரு வயது கூடுகிறது என்ற மகிழ்ச்சியும், தனக்கு ஒரு வயது கழிந்து போகிறது என்ற வருத்தமும் கிழவருக்கு நெஞ்சை அடைக்கும்.

'அடுத்த தடவை அவன் வரும்போது நான் இருக்கிறேனோ செத்துப் போகிறேனோ' என்ற உணர்வில் அவர் கண்கள் கலங்கும்.

இந்தக் தடவை மீனாவுக்குப் பேறு காலம். சபாபதி மனைவியைப் பிரசவத்திற்காக அவள் தாய்வீடான தஞ்சாவூருக்கு நேரே அழைத்துப்போய் விட்டான் என்று கடிதம் வந்த போது கிழவர் தவியாய்த் தவித்தார். ஜபல்பூரில் இருந்து தஞ்சா வூருக்கு இந்த வழியாகத் தானே அவர்கள் போயிருக்க வேண்டும். முன்கூட்டியே ஒரு கடிதம் போட்டிருந்தால், மூன்று மைலுக்கு அப்பாலிருக்கும் ரயிலடிக்குப் போய், தன் பேரனை ரயிலில் பார்த்து வந்திருப்பாரல்லவா கிழவர்! அந்த வருத்தத்தைத் தெரிவித்துச் சபாபதிக்குக் கடிதம் கூட எழுதச் சொன்னார் சின்னக் கோனார் மூலம். அவரும் எழுதினார்.

மனைவியை அழைத்துக் கொண்டு திரும்பி வருகையில். வழக்கம்போல் கிராமத்துக்கு வந்து ஒரு மாதம் தங்கிச் செல்வதாகச் சமாதானம் கூறிப் பதில் எழுதியிருந்தான் சபாபதி.

'பாபு வருவான், பாபு வருவான்' என்று வீட்டுக் குழந்தை களும், பெரிய கோனாரும் நாட்களை எண்ணிக் கொண்டு காத்திருந்தனர்.

•••

**கோ**னார் வீட்டுக்கு எதிரில் ஒரு ராந்தல் கம்பம் உண்டு.

ராந்தல் கம்பம் என்றால், சீமை எண்ணெயைக் குடித்த போதையில் சிவந்த கண்களுடன் இரவெல்லாம் தெருவைக் காவல் புரியும் அசல் பட்டிக்காட்டு ராந்தல் கம்பம்தான். சிக்கனம் கருதியோ, நிலாவை ரசிக்க எண்ணியோ, அந்த ராந்தல் கம்பம் நிலாக் காலங்களில் உபயோகப்படுத்தப் படாமல் வெற்றுடலாய் நிற்கும். இந்த ஓய்வு நாட்களில் தான் தெருக் குழந்தைகள் நிலாவைக் கருதி அங்கே விளையாட வருவார்கள். அவர்களின் கண்ணாம்பூச்சி விளையாட்டில் ராந்தல் கம்பமும் 'தாச்சி'யாகக் கலந்து கொள்ளும்.

அறுபது வருஷங்களுக்கு முன் பெரிய கோனாரும் அவருக்குப்பின் சின்னக் கோனாரும் இந்த ராந்தல் கம்பத்தைச் சுற்றி விளையாடியிருக்கிறார்கள். அதன் பிறகு முப்பது வருஷங் களில் அவர்களின் பிள்ளைகள், இப்பொழுது பன்னிரண்டு வயதிலிருந்து ஐந்து வயது வரையிலுள்ள சின்னக்கோனாரின் பேரக் குழந்தைகள் பதினோரு பேர் ராந்தல் கம்பத்தைச் சுற்றி ஓடி வருகின்றனர். ஒரே ஆரவாரம்; சிரிப்பு; கூச்சல்.

அப்போது தான் திண்ணையில் படுக்கை விரித்தார் சின்னக் கோனார்.

எதிர் வீட்டுக் கூரைகளின் மீது லேசான பனி மூட்டமும் நிலா வெளிச்சமும் குழம்பிக் கொண்டிருக்கிறது. பின் பனிக் கால மானதால் பனிப்படலம் இருந்தபோதிலும், குளிரின் கொடுமை இன்னும் ஆரம்பமாகவில்லை. தெருவில் அங்கொன்றும் இங்கொன்றுமாக ஆள் நடமாட்டம் காண்கிறது.

தெருவில் குழந்தைகள் எல்லாம் விளையாடிக் கொண்டிருக் கின்ற நேரத்தில், சாப்பிட்ட கையைத் துடைத்துக் கொண்டு அவரருகே திண்ணையின் மேல் வந்து ஏறினான் ஓர் ஏழு வயதுச் சிறுவன்.

"ஆர்ரா அவன்? அடடே தம்பையாவா?... ஏன்டா கண்ணு, நீ போயி விளையாடலியா?"

"ம்ஹூம்... நா வெளையாடலே, கதை சொல்லு– தாத்தா!"

"கதை இருக்கட்டும்... பெரிய தாத்தா தோட்டத்துக்குப் போயிட்டாரா, பாரு..." என்று சொல்லிக் கொண்டே, தலை மாட்டிலிருந்து சுருட்டையும் நெருப்புப் பெட்டியையும் எடுத்தார் சின்னக்கோனார்.

"அவுரு எப்பவோ போயிட்டாரே" என்று திண்ணையிலிருந்த படியே வீட்டிற்குள் தன் குடுமித் தலையை நீட்டி, புழக்கடை

வாசல் வழியே நிலா வெளிச்சத்தில் தெரியும் தோட்டத்துக் குடிசையைப் பார்த்தான் தம்பையா.

தம்பையா– சின்னக் கோனாரின் செத்துப்போன ஒரே மகள், அவர் வசம் ஒப்புவித்து விட்டுப்போன சோகமும் ஆறுதலும் கலந்த 'அவள் நினைவு!'– தாயில்லாக் குழந்தை என்பதனால், குடும்பத்திலுள்ள எல்லோரின் அன்புக்கும் பாத்திரமாயிருந்தான் தம்பையா. அவனும் மற்றக் குழந்தைகள் போல் அல்லாமல் அறிவும் அடக்கமும் கொண்டு விளங்கினான். ஆனால் பெரிய கோனாருக்கோ, சின்னக் கோனாரின் பேரப் பிள்ளைகளில் ஒருவனாய்த்தான் அவனும் தோன்றினான். அவருக்கு அவருடைய பாபுதான் ஓசத்தி!

பெரிய கோனார் தோட்டத்துக்குப் போய்விட்டார் என்று தம்பையாவின் மூலம் அறிந்த சின்னவர் சுருட்டைக் கொளுத்த லானார்.

"தாத்தா... உனக்கு பெரிய தாத்தாகிட்டே பயமா?"

"பயமில்லேடா... மரியாதை!"

"ம்... அவருக்குத்தான் கண்ணு தெரியலியே... நீ சுருட்டுக் குடிக்கிறேனு அவரு எப்படிப் பாப்பாரு?"

"அவருக்கு கண்ணு தெரியலேன்னா என்ன?... எனக்குக் கண்ணு தெரியுதே... அவுரு எதிரே சுருட்டுக் குடிச்சி எனக்குப் பழக்கம் இல்லை. சரி, நீ போய் விளையாடு!"

"ம்ஹூம்... நாளைக்கித்தான் விளையாடுவேன். இன்னக்கிக் கதைதான் வேணும்."

"நாளைக்கு என்ன, விளையாட நாள் பார்த்திருக்கே?"

"நாளைக்குத்தானே சபாபதி மாமா வாராங்க. அவங்க வந்தப்புறம் பாபுவோட வெளையாடுவேன்" என்று உற்சாகமாய்ச் சொன்னான் தம்பையா.

"அடடே, உனக்கு விசயமே தெரியாதா?... அந்த இந்திக் காரப் பயலும், அவ அப்பனும் நம்பளையெல்லாம் ஏமாத்திப் பிட்டானுவ... அவுங்க வரலே... அதான் பெரிய தாத்தாவுக்கு ரொம்ப வருத்தம்..." என்று சின்னக் கோனார் சொன்னதை நம்ப மறுத்து, தம்பையா குறுக்கிட்டுக் கத்தினான்.

"ஐயோ... பொய்யி, பொய்யி... நீ சும்மானாச்சுக்கும் சொல்றே... நாளைக்கு அவுங்க வருவாங்க!"

“பொய்யி இல்லேடா, நெசம்தான். சாயங்காலம் கடுதாசி வந்திச்சே... திடீர்னு வரச் சொல்லிக் கடுதாசி வந்திச்சாம் பட்டாளத்திலிருந்து... அதனாலே இன்னிக்கு ராத்திரியே பொறப் பட்டு, தஞ்சாவூர்லேருந்து நேராப் போறாங்களாம்.. அடுத்த தடவை சீக்கிரமா வர்ராங்களாம், உங்க சபாபதி மாமா எழுதி யிருக்கான்...”

“கடுதாசி எங்கே? காட்டு” என்று கேட்கும்போது தம்பையா வின் குரலில் ஏமாற்றமும் அவநம்பிக்கையும் இழைந்தன.

“கடுதாசி பெரியவர்கிட்டே இருக்கு!”

“நான் போயி பார்க்கப் போறேன்” என்று சொல்லிக் கொண்டே திண்ணையிலிருந்து குதித்தான் தம்பையா.

“இந்த நேரத்திலேயா தோட்டத்துக்குப் போறே? விடிஞ்சி பாத்துக்கலாம்” என்று தடுத்தார் சின்னவர்.

“அதுதான் நெலா வெளிச்சமிருக்குதே” என்று பதில் சொல்லிவிட்டு, தோட்டத்துக் குடிசையை நோக்கி ஓட்டமாய் ஓடினான் தம்பையா.

தம்பையா பெரிய கோனாரைத் தேடித் தோட்டத்துக் குடிசையருகே வந்த போது, குடிசையின் முன் சருகுகளை எரித்துத் தீயில் குளிர் காய்ந்தவாறு நெருப்பில் சுட்ட முந்திரி கொட்டை களைச் சிறிய இரும்புலக்கையால தட்டிக் கொண்டிருந்தார் கிழவர்.

கிழவரின் எதிரில் வந்து இடுப்பில் கையூன்றிக் கொண்டு தன்னை அவர் கவனிக்கிறாரா என்று பார்ப்பவன்போல் மௌனமாய் நின்றான் தம்பையா.

கிழவர் முகம் நிமிர்த்தித் தம்பையாவுக்கு நேரே விழி திறந்து பார்த்தார். அவர் அணிந்திருந்த அலுமினிய பிரேமில் பதித்திருந்த தடித்த கண்ணாடியினூடே அவரது கண்களும், இமை ரோமங் களும் மிகப் பெரியதாய்த் தெரிந்தன தம்பையாவுக்கு. அந்தக் கண்ணாடியின் பலனே அவ்வளவு தான் என்று சொல்லிவிட முடியாது. அந்தக் கண்ணாடியும் இல்லாவிட்டால், இருளில் எரியும் நெருப்பையோ, வெளிச்சத்தில் நிழலுருவாய்த் தெரியும் உருவங்களையோ கூட அவரால் காண இயலாது போய் விடும்.

அவர் பார்வை எதிரில் நிற்கும் தம்பையாவை ஊடுருவி, அவனுக்குப் பின்னால் எதையோ கவனிப்பது போல் இருந்தது. அவன் திரும்பிப் பார்த்துக் கொண்டான். அவன் பின்னால் வானத்தில் வட்டமுமில்லாத, பிறையுமில்லாத நசுங்கிப் போன

முன் நிலவின் ஒளித் தோற்றம் தெரிந்தது. அந்த ஒளியைப் பின்னணி போலக் கொண்டு, நிழலுருவாய்த் தெரியும் தம்பையா வின் உருவில் எங்கோ தூரத்தில் இருக்கும் பாபுவைத்தான் கண்டார் கிழவர். இது வெறும் பிரமை என்றே அவர் மனத்திற்குத் தோன்றியது... அவரது இமைகள் படபடத்து மூடித் திறந்தன. மீண்டும் தெரிந்த அந்த உருவத்தைக் கண்டு அவர் வியந்தார்.

குருடரான பக்க சேதா தம்பூரை மீட்டிக் கொண்டு பாடும் போது அவரது இசையில் கட்டுண்ட பரந்தாமன் பாலகிருஷ்ணன் வடிவமாய் அவர் அறியாமல் அவரெதிரே அமர்ந்து கேட்பா னாமே? அந்த மாய லீலைக் கதை அவர் நினைவுக்கு வர, கிழவரின் உதடுகளில் மந்தஹாஸமான ஒரு புன்னகை தவழ்ந்தது. “பாபூ!”

“பாபு இல்லே தாத்தா, நான்தான் தம்பையா.”

“தம்பையாவா?... நீ எங்கே வந்தே இந்த இருட்டிலே?”

“பாபு நாளைக்கி வருவானில்லே தாத்தா?... நீ அதுக்குத் தானே முந்திரிக் கொட்டை சுடறே?... சின்னத் தாத்தா சொல் றாரு, அவன் வரமாட்டானாம்...” என்று புகார் கூறுவது போல் சொன்னான் தம்பையா.

பாபுவின் வருகைக்காகத் தன்னைப் போல் அவனும் ஆவலுடன் காத்திருப்பவன் என்று தோன்றவே கிழவருக்குத் தம்பையாவின் மீது ஒரு விசேஷ வாஞ்சை பிறந்தது. “ஆமாண்டா பயலே, அவன் அப்பன் அவசரமாகத் திரும்பிப் போறானாம்... அதனாலே வரல்லே...” என்று கூறியதும் தம்பையாவின் முகம் வாடிப் போயிற்று. அவன் பதில் பேசாமல் மௌனமாய் நிற்பதி லுள்ள சோகத்தைக் கிழவர் உணர்ந்தார்.

“பின்னே ஏன் தாத்தா நீ இந்த நேரத்திலே முந்திரிக் கொட்டை சுடறே?” என்று வதங்கிய குரலில் கேட்டான் தம்பையா.

முகமெல்லாம் மலர விளைந்த சிரிப்புடன் தலையாட்டிக் கொண்டு சொன்னார் கிழவர்: “அவன் நம்பளை ஏமாத்தப் பார்த்தாலும் நான் விடுவேனா?... டேசன்லே போயி பார்த்துட்டு வரப் போறேனே... அதுக்காகத்தான் இது. அந்தப் பாபுப் பயலுக்கு முந்திரிப் பருப்புன்னா உசிரு... ரயிலு நம்ப ஊருக்கு விடியக் காலையிலே வருது... அதனாலே தான் இப்பவே சுடறேன்... உக்காரு. நீயும் உரி...” என்று சுட்டு மேலோடு தீய்ந்த முந்திரிக் கொட்டைகளைத் தம்பையாவின் முன் தள்ளினார் கிழவர்.

தம்பையாவும் அவர் எதிரே உட்கார்ந்து முந்திரிக் கொட்டை களைத் தட்டி உரிக்க ஆரம்பித்தான். திடீரென்று கிழவர் என்ன நினைத்தாரோ? தம்பையாவின் கையைப் பிடித்தார். அவன் கைகள் உரித்துக் கொண்டு தான் இருந்தன என்று நிச்சயமானதும் சொன்னார்; "நீ நல்ல பையனாச்சே?... கொட்டை கொஞ்சமாத் தான் இருக்கு, நீ திங்காதே... நாம்பதான் இங்கே நெறையத் திங்கறோமே; பாபுவுக்குத்தான் அந்த ஊர்லே இது கெடைக்கவே கெடைக்காது. நீ தான் நல்லவனாச்சே. இந்தக் கண்ணுசாமிதான் திருட்டுப் பய... உரிக்கிறேன்னு வந்து திருடித் திம்பான்..." என்று தம்பையாவை தாஜா செய்வதற்காக, சின்னக் கோனாரின் பேரன்களில் ஒருவனைத் திட்டினார்.

"எனக்கு வேண்டாம் தாத்தா. கண்ணுசாமி என்னைப் பாக்க வெச்சி நெறையத் தின்னான். அதனாலேதான் அவனுக்கு வயித்து வலி வந்து வயிறே சரியாயில்லே... சாயங்காலம் கூடப் பாட்டி அவனுக்குக் கஷாயம் குடுத்திச்சே..." என்று சொல்லிக் கொண்டே இருந்தவன், உரித்து வைத்த பருப்புக்கள் வெள்ளை வெளேரென்று விக்கினம் இல்லாமல் முழுசாகவும் பெரிசாகவும் இருப்பதைக் கண்டு திடீரென்று கேட்டான்.

"ஏந் தாத்தா! இதையெல்லாம் நீ பாபுக்காகன்னு பாத்துப் பாத்துப் பொறுக்கி வெச்சியா? எல்லாம் பெரிசு பெரிசா இருக்கே?"

"ஆமா... நெறையா வெச்சிருந்தேன்... கண்ணுசாமி வந்து நான் இல்லாத சமயத்திலே திருடிக்கிட்டுப் போயிட்டான்..." என்று சொல்லும்போதே, தான் ரொம்ப அல்பத் தனமாய்த் தம்பை யாவும் திருடுவானோ என்று சந்தேகப்பட்டதற்காக வருத்தமுற்ற கிழவர் குழைவுடன் சொன்னார்:

"பரவாயில்லே, நீ ரெண்டு எடுத்துக்கடா... பாபுவுக்கு தான் இவ்வளவு இருக்கே. அப்பிடியே உள்ளே போயி மாடத்திலே ஒரு டப்பா இருக்கு. அதெக் கொண்ணாந்து இந்தப் பருப்பை யெல்லாம் அதுக்குள்ளே அள்ளிப்போடு" என்றார்.

தம்பையாவுக்கு ஒன்றும் புரியவில்லை. முதலில் அவர் அதைத் தின்னக் கூடாது என்று எச்சரித்துவிட்டு இப்பொழுது தின்னச் சொல்லி வற்புறுத்துவது ஏன் என்று ஒரு வினாடி யோசித்தான். யோசித்துக் கொண்டே உள்ளே போனான். அந்த டப்பாவைக் கொண்டு வந்து எல்லாவற்றையும் அள்ளி வைத் தான். பிறகு கையிலொரு முந்திரிப் பருப்பை எடுத்து வைத்துக் கொண்டு கேட்டான்.

“ஏந் தாத்தா என்னைத் திங்கச் சொல்றே? இல்லாட்டி பாபுவுக்கு... நாளைக்கி வயித்தெ வலிக்கும் இல்லே?” என்று பாபுவுக்கு வயிற்றுவலி வராமல் இருப்பதற்காகத் தின்பவன் மாதிரி ஒன்றை எடுத்து வாயில் போட்டுக் கொண்டான் தம்பையா. கிழவர் தம்பையாவைத் தலை நிமிர்த்திப் பார்த்தார்.

இவ்வளவு அறிவும் நல்ல குணமும் அமைந்த தம்பையா தாயில்லாக் குழந்தை என்ற எண்ணமும், செத்துப்போன— அவனைப்போலவே அறிவும் குணமும் மிகுந்த— அவனது தாயின் முகமும், இத்தனை காலம் இவனைப் பற்றிய சிந்தனையே இல்லாமல் மற்றக் குழந்தைகளில் ஒன்றாகவே கருதி, இவனையும் தான் விரட்டியடித்த பாவனையும், தாயற்ற குழந்தையை விரட்டி விட்டுத் தன் பேரன் என்பதால் பாபுவை இழுத்து வைத்துச் சீராட்டிய குற்ற உணர்வும் அவரது நினைவில் கவிந்து கிழவரின் குருட்டு விழிகள் கலங்கின.

எதிரில் நின்ற தம்பையாவை இழுத்துத் தோளோடு அணைத்துக் கொண்டார். அவர் உதடுகள் அழுகையால் துடித்தன. அவன் முதுகுக்குப் பின்னால் கண்ணாடியின் இடை வெளியினூடே விரல் நுழைத்து, இமை விளிம்பில் துளிர்த்த கண்ணீரைத் துடைத்துக் கொண்டு, பாசம் நெஞ்சில் அடைக்க “உங்கம்மா மாதிரி நீயும் ரொம்ப புத்திசாலியாயிருக்கே... பாவம், அவதான் இருந்து அனுபவிக்கக் குடுத்து வைக்கல்லே... நீ நல்லா படிக்கிறியா?... நல்லா படிச்சிக் கெட்டிக்காரனா ஆகணும்” என்று தொடர்பில்லாத வாக்கியங்களைச் சிந்தினார்.

அவர் கழுத்தை நெருடியவாறு வாயிலிருந்த முந்திரிப் பருப்பைக் கன்னத்தில் ஒதுக்கிக்கொண்டு “தாத்தா, தாத்தா...” என்று கொஞ்சுகின்ற குரலில் அழைத்தான் தம்பையா.

“என்னாடா வேணும்?”

“நானும் உன்கூட டேசனுக்கு வர்ரேன் தாத்தா... பாபுவைப் பாக்கறத்துக்கு...” என்று கெஞ்சினான்.

“விடியக் காலம்பர வண்டிக்கு நான் இருட்டோட எந்திரிச்சுப் போவேனே... நீ எந்திரிப்பியா? இருட்டிலே எனக்குப் பழக்கம், தடவிக்கிட்டே போயிடுவேன்... உன்னே எப்படி கூட்டிக்கிட்டு போறது?...” என்று தயங்கினார் கிழவர்.

“நீ கூட எதுக்கு தாத்தா இருட்டிலே போவணும்? ராந்தல் வெளக்கே கொளுத்தி என் கையிலே குடு. நான் வெளக்கே எடுத்துக்கிட்டு முன்னாலே நடக்கிறேன்... நீ என் கையெப்

பிடிச்சிக்கிட்டு வந்துடு..." என்று மாற்று யோசனை கூறினான் தம்பையா.

"ஆ! கெட்டிக்காரன்தான்டா நீ... சரி, அப்ப நேரத்தோட போய்ப் பாடு! விடியக் காலையிலே வந்து எழுப்பறேன்."

"நான் இங்கேதான் படுத்துக்குவேன்."

"அங்கே தேடுவாங்களே."

"சின்னத் தாத்தா கிட்டே சொல்லிட்டுத்தான் வந்தேன்..."

"சரி... கயித்துக் கட்டிலு மேலே படுக்கை இருக்கு. அதிலேருந்து ஒரு சமுக்காளத்தையும் வெத்திலைப் பெட்டியையும் எடுத்துக் குடுத்திட்டுக் கட்டில்லே படுக்கையை விரிச்சி நீ படுத்துக்க..." என்று கிழவர் சொன்னதும் ஜமுக்காளத்தை எடுத்து அவருக்குப் படுக்கை விரித்தபின், கயிற்றுக் கட்டிலில் ஏறிப் படுத்துக் கொண்டான் தம்பையா.

கிழவர் இரும்புரலில் 'டொக் டொக்'கென்று வெற்றிலை இடிக்க ஆரம்பித்தார்.

●●●

**ந**டுச் சாமம் கழிந்து, முதல் கோழி கூவியவுடனே பெரிய கோனார் ரயிலடிக்குப் புறப்பட ஆயத்தமாகித் தம்பையாவையும் எழுப்பினார். தம்பையா குதூகலத்துடன் கண் விழித்துக் கயிற்றுக் கட்டிலிலிருந்து துள்ளி எழுந்து, "ஏந் தாத்தா, நாழியாயிடுச்சா?" என்று கண்களைக் கசக்கிக் கொண்டான்.

"இப்பவே பொறப்பட்டாத்தான் நேரம் சரியா இருக்கும். வெளியிலே தொட்டிலே தண்ணி வெச்சிருக்கேன். போயி மொகத்தைக் கழுவிக்க..." என்றதும் தம்பையா குடிசைக் கதவைத் திறந்து கொண்டு வெளியே வந்தான். 'அப்பா...!' என்று பற்களைக் கடித்து மார்பின் மீது சட்டையை இழுத்து மூடிக்கொண்டு நடுங்கினான் தம்பையா. வெளியே எதிரிலிருந்து மரங்கள்கூடத் தெரியாமல் பனிப்படலம் கனத்துப் பரவிப் பார்வையை மறைத்தது...

"தாத்தா... ஒரே பனி... குளிருது" என்று குரல் நடுங்கக் கூறினான் தம்பையா.

தாத்தா குடிசைக்குள் விளக்கு வெளிச்சத்தில் கிருஷ்ணன் படத்திற்கு எதிரே அமர்ந்து உள்ளங்கையில் திருமண்ணைக் குழைத்து நாமமிட்டுக் கொண்டே சிரித்தார். "பயலே உனக்கு

வயசு ஏழு, எனக்கு எழுவது... பச்சைத் தண்ணியிலே குளிச்சிட்டு வந்திருக்கேன். நீ மொகம் கழுவுறதுக்கே நடுங்குறியா? மொதல்லே அப்பிடித்தான் நடுங்கும்; அப்புறம் சொகமா இருக்கும். தொட்டி யிலேதான் தண்ணி நெறைய இருக்கே... ரெண்டு சொம்பு மேலுக்கும் ஊத்திக் குளிச்சுடு... தலையிலே ஊத்திக்காதே; உன் குடுமி காய நேரமாகும்... சீக்கிரம், நாழியாவுது" என்று அவசரப் படுத்தவே, தம்பையா சட்டையையும் நிஜாரையும் அவிழ்த் தெறிந்துவிட்டு ஒரே பாய்ச்சலாய்த் தொட்டியருகே ஓடினான்.

சற்று நேரத்திற்கெல்லாம் தபதபவென தண்ணீர் இரைகின்ற சப்தத்தோடு அடிவயிற்றில் மூண்ட கிளுகிளுப்புணர்வாலும் குளிராலும் தம்பையா போடும் கூக்குரலைக் கேட்டுக் கிழவர் வாய்க்குள் சிரித்துக் கொண்டார்.

ராந்தல் விளக்கையும் கொளுத்தி வைத்துக் கொண்டு முந்திரிப் பருப்பு டப்பாவுடன், தம்பையா குளித்து முடித்து வரும் வரை காத்திருந்தார் கிழவர்.

"நான் ரெடி தாத்தா போகலாமா?" என்று குதூகலத்துடன் அழுந்த வாரிச் சுற்றியிருந்த குடுமித் தலையைக் கலைக்காமல் சரி செய்து கொண்டு வந்தான் தம்பையா. ராந்தலைத் தம்பையா விடம் கொடுத்துவிட்டு ஒரு கையில் முந்திரிப் பருப்பு டப்பாவும், இன்னொரு கையில் தடியுமாகப் புறப்பட்டு, குடிசைக் கதவைச் சாத்தும் போது, என்னவோ நினைத்து, "தம்பையா, இதெக் கொஞ்சம் புடி... வர்றேன்" என்று சொல்லி விட்டுப் போனார். பிறகு வெளியில் வந்து போது தம்பையாவிடம் ஒரு நாணயத்தைத் தந்து, இது ஒரு ரூபா தானே?" என்று கேட்டார். தம்பையா அந்த முழு ரூபாய் நாணயத்தைப் பார்த்து "ஆமாம்" என்றான். பிறகு "பாபுவைப் பார்த்து வெறுங்கையோடவா அனுப்புறது?" என்று சொல்லிக் கொண்டே அந்த ரூபாயைப் பாபுவுக்காக இடுப்பில் செருகிக் கொண்டார்.

மெயின் ரோடுக்கும் கிராமத்துக்கும் நடுவேயுள்ள ஒத்தை யடிப் பாதையின் வழியே அவர்கள் நடந்தனர்.

அவர்கள் இருவரும் ஒற்றையடிப் பாதையில் ஒரு மைல் நடந்தபின் பிரதான சாலையான கப்பிக்கல் ராஸ்தாவில் ஏறிய போது, பனி மூட்டத்தின் கனத்தை அவர்கள் உணர முடிந்தது. எதிரே சாலையே தெரியாமல் வழியடைத்ததுபோல் இருந்தது. தரையெல்லாம் பனி, ஈரம். மரங்களோ காடுகளோ இல்லாத தாலும், சாலை உயர்ந்து இருப்பதாலும் ஊதல் காற்று வீசுவ தாலும் குளிர் அதிகமாயிற்று. கிழவர் தன் தோள்மீது கிடந்த

துண்டை எடுத்து நான்காய் மடித்துத் தம்பையாவின் தலையில் போர்த்தி, முகவாய்க்குக் கீழே துண்டின் இரண்டு முனைகளையும் சேர்த்து முடிந்து கட்டிவிட்டார்.

'தனது பேரனைப் பார்க்க இந்தக் குளிரில் தான் போவது சரி, இவனும் ஏன் இத்தனை சிரமத்துடன் தன்னோடு வருகிறான்' என்று நினைத்தார் கிழவர். அதை அவர் அவனிடம் கேட்ட போது அவன் உண்மையை ஒளிக்காமல் கூறினான்; "எனக்கும் பாபுவைத்தான் பார்க்கணும்... ஆனா, நான் ரெயிலைப் பார்த்ததே இல்லை தாத்தா... அதுக்காகத்தான் வர்ரேன். அதோட கண்ணு தெரியாத நீ இருட்டிலே கஷ்டப்படுவியே, உனக்கும் தொணையா இருக்கலாம்னுதான் வர்ரேன்..."

– தம்பையா பேசும் ஒவ்வொரு சமயமும் கிழவருக்கு அவன் மீது உண்டான அன்பின் பிடிப்பு வலுவுற்றது...

●●●

**அ**ந்த நெடிய சாலையில் இரண்டு மைல்தூரம் நடந்த பின், ரயில் வருவதற்கு ஒரு மணி நேரத்திற்கு முன்பாகவே, இருள் விலகுவதற்குள்ளாக அவர்கள் இருவரும் அந்தச் சிறிய ரயில்வே ஸ்டேஷனை வந்தடைந்தனர்.

அவர்கள் வந்த நேரத்தில் ரயில்வே ஸ்டேஷனில் ஒரு ஜீவன் இல்லை! 'ஹோ'வென்ற தனிமையும் பனி கவிந்த விடியற்காலை இருளும், இதுவரை பார்த்திராத அந்தப் பிரதேசமும் தம்பையாவுக்கு மனத்துள் ஒரு திகிலைக் கிளப்பிற்று. அவன் தாத்தாவின் கைகளை இறுகப் பற்றிக் கொண்டான். அவர்கள் இருவரும் ஸ்டேஷனுக்குள் கிடந்த ஒரு பெஞ்சின் மீது முழங்கால்களைக் கட்டிக் கொண்டு அமர்ந்தனர். கிழவர் குளிருக்கு இதமாய் இடுப்பு வேட்டியை அவிழ்த்து உடல் முழுவதும் போர்த்திக் கொண்டார். சட்டையில்லாத உடம்பு எவ்வளவு நேரம் குளிரைத் தாங்கும்?

வெகு நேரத்திக்குப் பின் போர்ட்டர் வந்து மணியடித்தான்.

திடீரென்று மணியோசை கேட்டுத் திடுக்கிட்டான் தம்பையா. கிழவர் சிரித்துக் கொண்டே, "அடுத்த டேசன்லேருந்து வண்டி பொறப்பட்டுடுத்து. வா, அங்கே போகலாம்" என்று தம்பையாவை அழைத்துக் கொண்டு பிளாட் பாரத்துக்கு வந்தார். அவர்களுக்கு முன்பாக, அங்கே மூன்று நான்கு கிராமத்துப் பிரயாணிகள் நின்றிருந்தனர்.

இப்போது பனியைத் தவிர, இருள் முற்றாகவே விலகி விட்டது. கிழவர் பக்கத்திலிருக்கும் மனிதர்களின் முகத்தை உற்றுக்

கவனித்து போர்ட்டரிடம் "வண்டி இங்கே எம்மா நாழி நிற்கும்?" என்று கேட்டார்.

"இன்னா, ஒரு நிமிசம், இல்லாட்டி ஒன்னரை நிமிசம்" என்று பதிலளித்தான் போர்ட்டர்.

'ஹூம்... இந்தத் தடவை நமக்குக் கெடைச்சிது ஒன்னரை நிமிசம்தான்' என்று எண்ணிய பெரிய கோனாருக்கு வருஷம் பூராவும் பாபுவோடு கொஞ்சப் போகும் அந்த முகம் தெரியாத சர்தார் கிழவனின் ஞாபகம் வந்தது. 'சீ! இதுக்குப் போயி பொறாமைப் படலாமா?... பாவம், அந்த சர்தார் கிழவன்- நம்மை மாதிரி எந்த ஊரிலே தன் பேரனை விட்டுட்டு வந்து நம்ப பாபுவைக் கொஞ்சி திருப்திப்படறானோ" என்று முதல் முறையாகச் சிந்தித்துப் பார்த்தார் பெரிய கோனார்.

-அப்போது பனிப் படலத்தை ஊடுருவிக் கொண்டு தூரத்திலிருந்து ஒளிக் கதிர்கள் கிழவரின் கண்களில் வீசின.

"டே... தம்பையா! வண்டி வந்துட்டுது... நீ அந்தக் கடைசி யிலே போயி நில்லு. வண்டி வந்தவுடனே ஒவ்வொரு பொட்டியா பார்த்துக்கிட்டே ஓடியா... நா இங்கேருந்து இஞ்சின் வரைக்கும் ஓடிப் பார்க்கிறேன் அங்கேயே அவுங்க இருந்தா என்னைக் கூப்பிடு..." என்று சொல்லிக் கொண்டிருக்கும் போதே, பேரிரைச் சலோடு ரயில் வந்து நின்றது.

கிழவர் "பாபூ... பாபூ..."வென்று ஒவ்வொரு பெட்டியருகிலும் நின்று கூவியவாறு இஞ்சின்வரை ஓடினார். தம்பையா இன்னொரு கோடியில் "சவாதி மாமாவ்... மீனா மாமீ... பாபூ" என்று கூவிக் கொண்டே ஓடி வந்தான். எல்லாப் பெட்டிகளின் ஜன்னல் கதவுகளும் குளிருக்காக அடைக்கப் பட்டிருந்தன...

"பாபூ... பாபூ" என்று தவிப்புக் குரலுடன் கிழவர் இஞ்சின் வரை ஓடி வந்துவிட்டார். அவருடைய பாபுவை அவர் காணவில்லை. அவன் எந்தப் பெட்டியில் சுகமாகத் தூங்கிக் கொண்டிருக்கிறானோ?

- இந்தப் பனியிலும் குளிரிலும், பாசம் என்ற நெருப்பில் குளிர் காய்ந்து கொண்டு ஒரு குருட்டுக் கிழவன் தனக்காக வந்து நிற்பான் என்று அவனுக்குத் தெரியுமா?

வண்டி புறப்படுவதற்காக முதல்மணி அடித்துவிட்டது.

ஒரு நிமிஷம் தனது குருட்டு விழிகளால் தன் பாபுவைக் காணவும், ஒரு தடவை அந்தப் பிஞ்சு விரல்களை ஸ்பரிசித்து இன்பமடையவும் இந்தத் தடவை தனக்குக் கொடுத்து வைக்க

வில்லை என்று நினைத்த மாத்திரத்தில், அந்த ஏமாற்றத்தைத் தாங்க முடியாமல் கிழவரின் கண்கள் கலங்கின. ரயில் முழுவதும் கத்திப் பார்த்துவிட்டு ஓடிவந்து தம்பையா ரயிலைப் பார்த்த மகிழ்ச்சியையும் துறந்து கிழவரின் கையைப் பிடித்துக் கொண்டு பரிதாபமாய் நின்றான்.

கிழவர் வானத்தைப் பார்த்தவாறு "பாபூ" வென்று சற்று உரத்த குரலில் உணர்ச்சி வசப்பட்டுக் கூவிவிட்டார். அப்போது இஞ்சினுக்குப் பக்கத்திலிருந்து ஓர் இரண்டாம் வகுப்புப் பெட்டி யின் திறந்த ஜன்னலிலிருந்து ஓர் அழகிய குழந்தை முகம் எட்டிப் பார்த்துப் பெரிய கோனாரைத் "தாதா"வென்று அழைத்தது.

அந்தப் பெட்டி பிளாட்பாரத்தைத் தாண்டி இருந்ததால், கிழவர் ஆனந்தம் மேலிட்டவராய்க் கீழே இறங்கி ஓடி அந்தக் குழந்தையிடம் முந்திரிப் பருப்பு டப்பியை நீட்டினார்.

"நை ஹோனா, நை" என்று குழந்தை அதைப் பெற மறுத்துக் கைகளை ஆட்டினான். கிழவரோடு ஓடி வந்த தம்பையா, பெட்டி மிகவும் உயரத்தில் இருந்தபடியால் குழந்தையின் முகத்தைப் பார்க்க முடியாமல் "பாபு பாபு" என்று அழைத்து எம்பி எம்பிக் குதித்தான்.

கிழவர் டப்பியைத் திறந்து "உனக்குப் பிடிக்குமே முந்திரிப் பருப்பு" என்று திறந்து காட்டினார். குழந்தை முந்திரிப் பருப்பைக் கண்டதும் டப்பியில் கை விட்டு அள்ளினான்.

"எல்லாம் உனக்குத்தான்" என்று டப்பியை அவனிடம் கொடுத்தார் கிழவர்.

அப்பொழுது, வண்டிக்குள்ளிருந்து முக்காடிட்ட, ஸ்தூல சரீரமான ஒரு வடநாட்டுப் பெண்ணின் முகம் "கோன்ஹை" என்றவாறே வெளிப்பட்டது. கிழவனையும் குழந்தையையும் பார்த்தபோது யாரோ கிழவன் தன் குழந்தைக்கு அன்புடன் தந்திருக்கிறான் என்ற நன்றி உணர்வில் அவள் புன்முறுவல் பூத்தாள்.

இரண்டாவது மணியும் ஒலித்தது. இஞ்சின் கூவென்று கூவிப் புறப்பட ஆயத்தப் படுகையில்– அந்த வடநாட்டுத் தாய் தன் குழந்தையிடம் சொன்னாள்: "தாதாகோ நமஸ்தே கரோ பேட்டா."

குழந்தை கிழவரைப் பார்த்து "நமஸ்தே தாதாஜி" என்று வணங்கினான். கிழவரும் பாசத்தால், பிரிவுணர்வால் நடுங்கும் கைகளைக் குவித்து அவனுக்குப் புரியும்படி "நமஸ்தே பாபு" என்று வணங்கினார்.

அப்போது வண்டி நகர்ந்தது. வண்டி நகர்ந்தபோதுதான், அவருக்குத் திடீரென்று நினைவு வர இடுப்பிலிருந்த ஒரு ரூபாய் நாணயத்தை அவசர அவசரமாய் எடுத்துக்கொண்டோடி, குழந்தையிடம் நீட்டினார்...

அதைக் கண்டு அந்த வடநாட்டுப் பெண்மணிக்கு எங்கோ தூரத்தில் பிரிந்திருக்கும் தன் கிழத் தந்தையின் நினைவு வந்ததோ? ....அவளது கண்கள் கலங்கின. கலங்கிய கண்களுடன் தன் மகனிடம் கிழவர் தரும் ரூபாயை வாங்கிக் கொள்ளும்படி ஹிந்தியில் கூறினாள். சிறுவனும் அதைப் பெற்றுக் கொண்டு, கிழவரை நோக்கிக் கரம் அசைத்தான்.

வண்டி விரைந்தது.

"சபாபதி தூங்கறானா மீனா? எழுந்ததும் சொல்லு" என்று கிழவர் கூவியது அவர்கள் காதில் விழுந்திருக்காது.

வண்டி மறையும் வரை தம்பையாவும் கிழவரும் பிளாட்பாரத்தில் நின்றிருந்தனர். கிழவர் கண்களில் வழிந்த கண்ணீரைத் துடைத்து விட்டுக் கொண்டு, ஒரு நிம்மதி உணர்வில் சிரித்தார். 'அடுத்த தடவை பாபு வரும் போது நான் இருக்கேனோ, செத்துப் போயிடறேனோ' என்று வழக்கம் போல் நினைத்துக் கொண்டார்; தம்பையா தும்மினான்.

'இதென்ன, அபசகுனம் மாதிரித் தும்முகிறானே' என்று கிழவர் அவனைப் பார்த்தபோது, தம்பையா இரண்டாவது முறையும் தும்மி சுப சகுனமாக்கினான்...

தம்பையாவைக் கிழவர் மார்புறத் தழுவிக் கொண்டார். இனிமேல் பதினோரு மாதங்களுக்கு அவன்தானே அவருக்குத் துணை!...

ஆனந்த விகடன், 1962

# மௌனம் ஒரு பாஷை

நல்லவேளை, அவன் தனியாகத்தான் வந்திருந்தான்.

ஐந்து வருடங்களுக்கு முன், "எனக்கு ஏழு பிள்ளைகள்தான் பிறந்தன என்று நினைத்துக் கொண்டு உன்னைத் தலை முழுகி விட்டேன். எங்கள் முகத்தில் நீ விழிக்காமல் இருந்தால் அதுவே பிறந்த குடும்பத்துக்கும், உன்னைப் பெற்ற பாவிகளுக்கும் நீ செய்யும் கைம்மாறாக இருக்கும்" என்று எழுதிவிட்ட சிங்காரம் பிள்ளையின் கடிதத்தைப் பார்த்து ஒரு பதிலும் எழுதாமல், 'சரி, அப்படியே ஆகட்டும்' என்பது போல் மௌனமாய் இருந்து விட்ட ரவிக்கு அவன் அம்மா செய்த அக்ரமத்தால், உடனே புறப்பட்டு வரக் கடிதம் எழுதிவிட்டு, நேற்றிலிருந்து 'அவன் தனியாய் வருவானா அல்லது அந்தச் சீமைக்காரியையும் இழுத்துக் கொண்டு வந்து மானத்தை வாங்குவானா' என்று தவித்துக் கொண்டிருந்த சிங்காரம் பிள்ளை வண்டியிலிருந்து ரவி மட்டும் இறங்குவதைக் கண்டு பெருத்த மன நிம்மதி பெற்றார்.

'ரவி சாதாரண தூய வேட்டியும் சட்டையும் அணிந்த பழைய ரவியாகவே வந்திருக்கிறான்... ஐந்து வருஷங்களில், இருபத்தெட்டு வயதுக்குள், ரொம்பப் பெரிய மனிதன் மாதிரி மாறி விட்டான். தலையின் முன் பக்கம் வழுக்கை விழுந்திருக்கிறது. பார்ப்பதற்கு அவன் அண்ணன் சுந்தரத்தைவிட வயதானவன் மாதிரித் தோன்றினாலும் ரவியின் அழகு குறைந்துவிடவில்லை. நிறம் இன்னும் கூடியிருக்கிறது; சதை போட்டிருக்கிறான்; அழகுக்கோ, புத்திக்கோ என்ன குறைச்சல்? சின்ன வயதிலேயே தெரியும்... சுந்தரம் காட்டையும் களத்தையும் சுத்தி வரத்தான் லாயக்குன்னு; இவன் புத்தியை நம்பித்தான் பட்டணத்துக்கு அனுப்பினேன்; படிக்கறதுக்கு. படிக்கப் போன பிள்ளைக்குப் புத்தி போச்சே அந்த வெள்ளைக்காரி பின்னாலே...!"

"அப்பா!"

கையிலே சூட்கேஸுடன்– தன்னைப் பார்த்து முகத்தைத் திருப்பிக் கொண்டவர் பின்னால் வந்து நின்று அவன் மெல்ல அழைத்தான். அவர் திரும்பிப் பார்க்கவில்லை. அவர் கண்கள் மட்டும் கலங்கினது அவனுக்குத் தெரியாது. அவன் அவர்

பின்னால் சப்தம் இல்லாமல் லேசாகச் சிரித்துக் கொண்டான். பிறகு கவலை தோய்ந்த குரலில் கேட்டான்: "அம்மாவுக்கு எப்படி இருக்கு? ஏன் இப்படிப் பண்ணினாங்க? இந்த வயசிலே தற்கொலை பண்ணிக்கும் படியாக என்ன நடந்துச்சு?" என்று அவன் ஒன்றன் பின் ஒன்றாகக் கேட்ட மூன்று கேள்விகளுக்கும் அவன் முகத்தைப் பார்க்காமல் "கூடத்து அறையிலே படுத் திருக்கா; உள்ளே போய்ப் பார்த்து, அவளையே கேளு, இந்த வீட்டிலே ஒவ்வொருத்தருக்கும் புத்தி போவுதே... ம் கர்மம்" என்று சலிப்புடன் ஒரே பதிலைச் சொல்லிவிட்டு திண்ணையின்மீது துண்டை விரித்து உட்கார்ந்த சிங்காரம், உள்ளே போகும் மகனைப் பின்னாலிருந்து பார்த்தார்.

'பிள்ளைங்கற பாசமே எனக்கு அத்துப் போச்சு; இல்லே, அத்துப் போச்சுன்னு நெனைச்சுக்கிறேன். பெத்தவளாலே அப்படி இருக்க முடியுமோ? அதுசரி, என்ன இருந்தாலும் அதுக்காக இப்படி ஒரு காரியம் செய்வாளோ....' என்று மனைவியைப் பற்றி எண்ணிய சிங்காரம் இரண்டு நாட்களுக்குமுன் அவள் அரளி வேரை அரைத்துக் குடித்துத் தற்கொலை செய்து கொள்ள யத்தனித்ததன் காரணங்களை எத்தனையோ தடவைக்குப் பின் இப்போதும் ஒருமுறை சிந்தித்துப் பார்த்தார்.

●●●

சிங்காரம் பிள்ளையின் மனைவி அலமு ஆச்சிக்கு எத்தனையோ குறைகள்... மூத்த மகன் சுந்தரத்துக்குக் கலியாணம் ஆகிப் பத்து வருஷமாகியும் குழந்தையில்லை. தன் ஆசைக்குரிய இரண்டாவது மகன் பட்டணத்தில் படிப்பை முடித்துக் கொண்டு வந்து கல்யாணம் செய்து கொண்டு வீட்டோடு பெருமையாய் இருப்பான் என்றுதான் நினைத்தாள். அந்த எண்ணமும் ஈடேற வில்லை. ரவியோ தன்னோடு தனக்கு ஸீனியராக வேலை பார்த்து வந்த டாக்டரான ஓர் ஐரோப்பியப் பெண்ணைக் காதலித்து, அவளைத்தான் மணந்து கொள்வேன் என்று வீட்டில் வந்து தெரிவித்து, சிங்காரம் பிள்ளைக்கும் அவனுக்கும் பலத்த வாக்கு வாதம் நிகழ்ந்த போதெல்லாம்... அலமு ஆச்சி மௌனமாக இருந்தாள்.

அவளது மௌனத்தை இருவரும் தங்களுக்குச் சாதகமான பாஷை என்று நினைத்துக் கொண்டு அவரவர் நோக்கத்தில் உறுதியாகவே நின்று உறவை முறித்துக் கொண்டார்கள். இப்பொழுது அந்த வெள்ளைக்காரியும் ரவியும் சேர்ந்து நர்ஸிங் ஹோம் ஒன்று நடத்திக் கொண்டிருக்கிறார்கள் சென்னையில்.

ரவி பட்டணத்துக்குச் சென்று, அவளைத் தான் மணந்து கொண்ட செய்தியைத் தெரியப்படுத்தியபோது அலமு ஆச்சி சந்தோஷமடைந்தாளா என்ற விஷயம் யாருக்கும் தெரியாது, ஆனால் சிங்காரம்பிள்ளை, "அவன் உன் மகன் இல்லை. நான் தலை முழுகிவிட்டேன். நீயும் மறந்து விடு" என்று சொன்னதற்கு வருத்தப்பட்டாளா என்ற விஷயமும் யாருக்கும் தெரியாது. அலமு ஆச்சிக்கு அதிகம் தெரிந்த பாஷை மௌனம்தான்.

●●●

இந்த ஐந்து வருஷங்களில் ரவிக்குத் தெரியப்படுத்தப் படாமல் எவ்வளவு காரியங்கள் நடந்தேறின! அவனது தம்பி களான முத்துவுக்கும் சோமுவுக்கும் இரண்டு வருஷங்களுக்கு முன் கல்யாணம் நடந்தது; அவனுக்கு மூத்த சகோதரி காமாட்சி புருஷன் இறந்து மாமியார் வீட்டோடு இருந்தவள்– புருஷன் சொத்தைப் பாகம் பிரித்துக் கொண்டு கைக்குழந்தையையும் தூக்கிக் கொண்டு தாய் வீட்டோடு வந்துவிட்டாள்; பக்கத்து நகரத்தில் வாழ்க்கைப்பட்டிருக்கும் தங்கைகள் பங்கஜமும் இந்திராவும் இரண்டு வருஷத்திற்கு ஒருமுறை தாய் வீட்டுக்கு வந்து இரண்டு குழந்தைகளைப் பெற்றுப் போனார்கள்! ரவி தன் முதுகில் தூக்கிக் கொண்டு திரிந்த ஆசைத் தங்கை சுசீலா, தாவணி யணிந்த பெரிய மனுஷியாகிக் கல்யாணத்திற்குக் காத்திருக்கிறாள்...

இரண்டு மாதங்களுக்கு முன்பு சிங்காரம் பிள்ளைக்கு சஷ்டியப்த பூர்த்தி நடந்தேறியது. அப்பொழுதுதான் மௌனம் கலைந்தது போல், அழைப்புப் பத்திரிகைகளில் விலாசம் எழுதிக் கொண்டிருந்த புருஷனிடம் வந்து கேட்டாள்: "அவனுக்கு... ரவிக்கு... கடுதாசி போட்டிருக்கீங்களா?"

சிங்காரம் அவளை முறைத்துப் பார்த்தார்; அவள் 'இல்லை' என்று புரிந்துகொண்டாள். அவர் பார்வைக்குப் பயந்து அவள் மௌனமாய்ப் போகும் போதுதான் அவரும் அவள் மனத்தைப் புரிந்து கொண்டார்; அவள் தன் பக்கம் இல்லை, ரவியின் பக்கம்தான் இருக்கிறாள் என்று. ஆனாலும், அவர் ரவியைப் பற்றித் தீர்க்கமாய் ஒரு முடிவுக்கு வந்து விட்ட படியால் அவனை அழைப்பதில்லை என்று உறுதியாக இருந்தார். சஷ்டியப்த பூர்த்தியும் நடந்தேறி இரண்டு மாதங்களாகிவிட்டன. அப்பொழு தெல்லாம் அவள் சந்தோஷமாகத்தான் இருந்தாள். ரவி இல்லாத குறையை ஏதோ ஒரு சமயத்தில் யாரோ ஒருவர் உணர்ந்த போது நடந்த சம்பாஷணையைத் தவிர யாரும் பெரியதாகக் கருத

வில்லை. அலமு ஆச்சி கூடத்தான்... அவள் மௌனத்தைக் கண்டு சிங்காரம் பிள்ளை அப்படித்தான் நினைத்தார்.

இந்நிலையில், ஐம்பது வயதைக் கூட நெருங்காத அலமு ஆச்சி எல்லாவற்றையும் வெறுத்து அரளி வேரை அரைத்துக் குடித்து உயிரை மாய்த்துக் கொள்ள இரண்டு நாட்களுக்கு முன் எப்படித் துணிந்தாள்?... ரவியை இழந்த கவலைதானோ? அல்லது காமாட்சி இளம் வயதிலேயே புருஷனை இழந்து வீட்டோடு வந்து விட்ட சோகத்தினாலா?... மூத்த மகனுக்குப் பிள்ளை இல்லையே என்ற ஏக்கமா? அல்லது இவையெல்லாம் சேர்ந்த ஒரு விரக்தி நிலையினாலா?...

எதுவாயினும் இப்படித் திடீரென்று செய்து கொள்ள வேண்டிய காரணம்?

சிங்காரம் பிள்ளைக்கோ வீட்டில் உள்ள மற்றவர்களுக்கோ எதுவும் புரியவில்லை. தெய்வாதீனமாய் உடனேயே அலமுவின் காரியத்தைக் கண்டு வைத்தியரை வரவழைத்து முறிவு மருந்து கொடுத்தார்கள்.

“மாமியார் மருமகள் சண்டை ஏதாவது உண்டோ?” என்று வைத்தியர் ரகசியமாகக் கேட்டார்.

“அவள் வாயைத் திறந்து பேசினால்தானே சண்டையும் வம்பும் வரும்?... அதெல்லாம் இல்லாத குடும்பம் ஐயா இது...” என்றார் சிங்காரம் பிள்ளை.

“அப்ப வேறே காரணமில்லே. உங்கள் இரண்டாவது பையன் ஏக்கமாகத்தான் இருக்கும்... எதுக்கும் பிள்ளைங்களுக்கு எல்லாம் ஒருவரி எழுதிப்போடுங்க, வந்து பார்த்தா அம்மா மனசு கொஞ்சம் மாறும்...” என்று சொல்லிப் போனார் நாட்டு வைத்தியார்.

சிங்காரம் பிள்ளை மனைவியின் மௌனத்துக்கெல்லாம் அர்த்தங்கள் கற்பித்துப் பார்த்து தான் அவள் மனசைப் புரிந்து கொள்ளாததற்காக மிகவும் வருந்தினார். அவளது இந்தச் செயலுக்குக் காரணம், பூரணமாகத் தான் ரவியை அவளிட மிருந்து பிரித்துவிட்டதே என்று கருதி, ‘அவளுக்காக’ என்ற முடிவில் ரவிக்குக் கடிதம் ஒன்று எழுதிப் போட்டுவிட்டுப் பக்கத்து ஊரில் இருந்த பெண்களைத் தானே போய் அழைத்து வந்திருந்தார். இப்பொழுதோ வீடு நிறையப் பெண்களும் பேரன் பேத்திகளும் மருமகன்களும் நிறைந்திருக்கின்றனர்.

பிரக்ஞை வந்ததும் அலமுஆச்சி ‘ஓ’வென்று முகத்தில் அறைந்து கொண்டு அழுதாள் “இதெல்லாம் என்ன...?”

எல்லோரையும் கூட்டிக்கிட்டு வந்து என் மானத்தை ஏன் வாங்கணும்!... ஐயோ என் ஜென்மமே...'' என்று புலம்பினாள். சிங்காரம் பிள்ளை கூறிய சமாதானம் எதையும் அவள் ஏற்றுக் கொள்ளாமல், அவரைத் திட்டித் தீர்ப்பது போல் தன்னைச் சபித்துக் கொண்டாள்.

●●●

இப்போது ரவி வந்திருக்கிறான். அவனுக்கு அவர் கடிதம் எழுதிப் போட்டது அவளுக்குத் தெரியாது. அவன் வருகை ஒரு வேளை அவளது துயரத்தை மாற்றலாம் என்று சமாதானமுற்றார் சிங்காரம் பிள்ளை.

ரவி வீட்டிற்குள் நுழைந்தபோது உள் முற்றத்தில் விளையாடிக் கொண்டு இருந்த– அவனால் அடையாளம் கண்டுகொள்ள முடியாத– பெரிய குழந்தைகளும், அவன் பார்த்தே இல்லாத சிறு குழந்தைகளும் ரவியைப் பார்த்து ஆச்சரியமும் பயமும்கொண்டு, "அம்மா, யாரோ வந்திருக்காங்க'' என்று கூறியவாறு உள்ளே ஓடின.

ரவி நின்று, தன்னைக் கண்டு ஓடுகின்ற அந்தக் குழந்தை களை மெல்லிய புன்னகையுடன் பார்த்தான். அப்போது கூடத்து அறையில் தூங்கிக் கொண்டிருந்த தாயின் காலடியிலேயே இரண்டு நாட்களாய் உட்கார்ந்திருக்கும் சுசீலா மெள்ளக் கதவருகே வந்து உடம்பை மறைத்துக் கொண்டு ஒரு கண்ணை மட்டும் வெளியே தள்ளி எட்டிப் பார்த்து... "ரவியண்ணா'' என்ற குரல் வெளியே வராமல் உதடுகள் அசைய ஓடி வந்தாள். அவன் கையிலிருந்த ஸூட்கேஸை வாங்கியவாறு "வா, அண்ணா'' என்று அழைத்தபோது, அவள் உதடுகள் துடித்ததற்கும் கண்கள் கலங்கியதற்கும் பிரிவு ஒன்றுதானா காரணம்?...

"சுசீ! அடேயம்மா, அடையாளமே தெரியலியே... அம்மா வுக்கு எப்படி இருக்கு?'' என்று கேட்டுக் கொண்டே கூடத்து அறையை நோக்கி நடக்கவும் "இப்பதான் தூங்கினாங்க அண்ணா... எழுப்ப வேணாம், எழுந்தா ஒரே புலம்பலும் அழுகையும் தான். உள்ளே வா, நம்ம தோட்டத்திலே பம்பு செட்டு போட்டிருக்கே... வந்து பாரேன், தடதடன்னு தண்ணி கொட்டும் அதிலே குளிச்சா ரயில்லே வந்த அலுப்பெல்லாம் தீர்ந்து போகும்...'' என்று அவன் கையைப் பிடித்து இழுத்துக் கொண்டு, ஒரு கையில் ஸூட் கேஸுடன் முன்னால் நடந்தாள் சுசீலா. அவளுடன் பின் கட்டுக்குப் போகும்போது ஒரு விநாடி கூடத்தறை வாசலில் நின்று, தூங்கிக் கொண்டிருக்கும் தாயின் முகத்தைப் பார்த்தான் ரவி.

அவன் பின்கட்டுக்குப் போகும்போது அண்ணன் சுந்தரத்தின் மனைவி ராஜம் மலர்ந்த முகத்தோடு "வாங்க தம்பி வழி தெரிஞ்சுதா?" என்று வரவேற்றாள். "குழந்தையே பெறாத தனாலோ. வேறு ஏதாவது உடற் கோளாறினாலோ இப்படிப் பருத்துப் போய் விட்டாள்!" என்று எண்ணிய ரவி "என்ன அண்ணி. உடம்புக்கு ஒண்ணுமில்லியே" என்று கேலியாகச் சிரித்துக்கொண்டே கேட்டான். "உடம்புக்கென்ன குறைச்சல்" என்று புன்னகையோடு சொன்னாள் அண்ணி.

"அப்படிச் சொன்னால் போதுமா? டாக்டராக்கும், கேக் கறேன்!"

"ஆமாம், ஒரு தடவை பட்டணத்துக்கு வந்து உங்க ஆசு பத்திரியிலே காட்டணும்'னு உங்க அண்ணா சொல்லிக்கிட்டே இருக்காரு...ம்."

"இப்ப, நான் போகும்போது என்னோட வாங்களேன்..." என்று சொல்லிக் கொண்டிருக்கும்போதே தோட்டத்திலிருந்து குழந்தைகள் புடைசூழ வந்தனர் இந்திராவும் பங்கஜமும். "ரவி அண்ணாவா? யாரோ வந்திருக்காங்கன்னு கத்துதுங்க குழந்தைங்க ... உங்க மாமாடா" என்று பெரிய பையனை அவன் அருகே இழுத்தாள் பங்கஜம்... அவன் பயந்து திமிறிக்கொண்டு தாயின் பின்னால் ஒளிந்து நின்றான்.

"ஏன் அண்ணா அண்ணியைக் கூட்டுக்கிட்டு வரல்லே?" என்று குறும்பாய் கேட்டாள் இந்திரா. இந்திராவின் கேள்விக்கு நாக்கைக் கடித்துக் கொண்டாள் சுசீலா.

"கூட்டிக்கிட்டு வரலாம்; அப்பா அடிச்சு விரட்டினார்னா?" என்று முகவாயைச் சொறிந்தவாறே சிரித்தான் ரவி.

"ஆ! வெரட்டுவாரு, நாங்க கேட்க மாட்டோமா? அவ மட்டும் இந்த வீட்டு மருமக இல்லியா?" என்று ஜம்பம் கொட்டி னாள் அண்ணி.

"ம்... என்னை வெரட்டினதுக்கே கேக்கல்லே; அவளுக்குத் தான் கேக்கப்போறீங்க" என்று அண்ணியை மட்டம் தட்டினான் ரவி.

அப்போது அடுக்களை ஜன்னலில் ஒரு புது முகம் தெரியவே, "சரி சரி, வீட்டுக்கு வராத மருமகள் இருக்கட்டும்; வந்தவர்களைக் காட்டவில்லையே" என்றான் ரவி. அப்போது முத்துவின் மனைவி காப்பி கொண்டு வந்தாள்.

"இது மீனா, முத்துவின் சம்சாரம்" என்று அறிமுகப்படுத்தி வைத்தாள் ராஜம். ஜன்னலிலிருந்து அடுக்களை வாசலில் வந்து

நின்ற பெண்ணைக் காட்டி, "இது நளினி, சோமுவின் சம்சாரம்" என்று சொல்லிவிட்டு, ரவிக்கு அவர்களை அறிமுகப்படுத்தி வைக்க வேண்டிய நிலைக்கு வருந்தியவள் போல் பெருமூச்செறிந் தாள்.

மீனாவின் கையிலிருந்து காப்பியை வாங்கிக்கொண்டு அவளைப் பார்த்த ரவி, அவள் கர்ப்பிணி என்பதைப் புரிந்து கொண்டு, "சீமந்தம் எப்போ?" என்று கேட்கவே மீனா வாயைப் பொத்திச் சிரித்துக் கொண்டு திரும்பினாள்.

"ஏன்? வெள்ளைக்காரங்க எல்லாம் புள்ளைக்குப் புள்ளை சீமந்தம் செய்வாங்களா? இது இரண்டாவது... கண்ணன் எங்கே?" என்று பங்கஜம் திரும்பிய போது மார்பில் ஒட்டிக் கிடந்த சோற்றுப் பருக்கைகளைத் துடைத்து ஒன்றரை வயதுக் குழந்தை ஒன்றைத் தூக்கிக் கொண்டு வந்தாள் மீனா.

காப்பியைக் குடித்த பின், ஷர்ட்டைக் கழற்றிக் கொடியில் போட்டுவிட்டு, முற்றத்து மேடையில் உட்கார்ந்தான் ரவி. அவனைச் சுற்றி எல்லோரும் உட்கார்ந்து கொண்டார்கள்.

"ஆமாம்... அக்கா, அண்ணா, முத்து, சோமு எல்லாம் எங்கே? மாப்பிள்ளைகளையும் காணோம்!" என்று கேட்டுக் கொண் டிருக்கும் போதே, தோட்டத்திலிருந்து ரவியின் விதவைத் தமக்கை காமாட்சி வந்தாள்.

"அடேய்... ரவியா? வாடாப்பா... எங்களை எல்லாம் மறந் துட்டியா?..." என்று அவன் அருகே வந்து உட்கார்ந்தாள். அவனைப் பரிவுடன் விசாரித்தாள். அவளைப் பார்க்கும்போது தன்னுள் ஏற்பட்ட சங்கட உணர்ச்சியை மறைத்துக் கொண்டு புன்னகையோடு பேசினான் ரவி.

ஒரு மணி நேரத்துக்கு மேல் அவர்கள் எல்லோரும் தங்கள் குறைகளையும் துயரங்களையும் கொட்டித் தீர்த்துக் கொண் டார்கள். ரவி எல்லோருக்கும் தகுந்த விதத்தில் சமாதானம் சொன்னான். எப்போதுமே, அதிகம் படித்தவன் என்று வீட்டில் எல்லோருக்கும் அவன்மீது அன்பும் மதிப்பும் உண்டு. அண்ண னும் அப்பாவும் கூட அவன் பேச்சுக்கு மதிப்புத் தருவார்கள். அவ்வித மதிப்புக்குகந்த ரவி, பெற்றோரை எதிர்த்துக் கொண்டு. அந்த வெள்ளைக்காரியைக் கண் மறைவாகப் போய்க் கல்யாணம் செய்து கொண்டதில் எல்லோருக்கும் அவன் மீது வருத்தம் இருந்த போதிலும், வீட்டுப் பெண்களைப் பொறுத்தவரை அது ஒரு மிகப்பெரிய குற்றமாக இல்லை. 'என்னமோ ஆசைப்பட்டான் கல்யாணம் செய்து கொண்டான்; யாருக்கு யார்னு கடவுள்

விதிச்சிருக்கானோ அப்படித்தானே நடக்கும்' என்ற லகுவான 'தத்துவம்' அவர்கள் மனத்தைத் தேற்றி விடாதா என்ன?

"ஆமா, நான் தெரியாமல் கேக்கறேன்; தப்பா நெனச்சுக் காதே... நம்ப தேசத்துப் பொண்ணு மாதிரி அடக்க ஒடுக்கமா, மனசுக்குத் தகுந்த மாதிரி நடந்துக்கத் தெரியுமா அவளுக்கு?" என்று காமாட்சி கேட்ட போது– அங்கிருந்த மற்றவர்களுக்கு இதே சந்தேகம் மனசில் இருந்த போதிலும் அவள் என்னவோ அசட்டுத் தனமாய்க் கேட்டு விட்ட மாதிரி சிரித்தார்கள்.

"எதுக்குச் சிரிக்கிறீங்க? அக்கா கேட்டதிலே ஒண்ணும் தப் பில்லையே. எனக்கு என்னமோ அவள் நெறத்திலேயும் பாஷை யிலேயும் நம்ப நாட்டுக்காரி இல்லேன்னு தோணுதே ஒழிய, குணத்திலே அவ நம்ப பெண்கள் மாதிரிதான். இன்னும் சொல்லப் போனால், நம்ம பெண்கள் மாதிரி மொணமொணக் கறதும், மூக்கைச் சிந்தறதும், தப்புக் கண்டுபிடிக்கறதும் மாதிரி குணமெல்லாம் கிடையாது. அக்கா! நீ என்னோட வந்துதான் பாரேன்..."— அவன் வெட்கப்படாமல் தன் மனைவியைப் பற்றிப் புகழ்ந்து பேசுவது, அந்தக் கிராமத்துப் பெண்களுக்கு ஆச்சரியமாக இருந்தது.

"கொழந்தை கிழந்தை..." என்று காமாட்சி அடுத்த கேள்வியை முடிக்கு முன்பே "இல்லை" என்று பதில் சொன்னான் ரவி.

"ஏன்டா?"

"இதுக்குள்ளே வேண்டாம்னுதான்..." என்று அவன் சொன்ன போது, அவர்கள் ரகசியமாகச் சிரித்துக் கொண்டார்கள்.

அவனையே பார்த்து மகிழ்ந்து கொண்டிருந்த காமாட்சி சொன்னாள்: "அம்மா அரளி வேரைக் கரைச்சுக் குடிக்கப் போயி, உன்னைப் பார்க்கற பாக்கியம் கெடைச்சுது எங்களுக்கு... இல்லேன்னா, இந்த அப்பாதான் உன்னை வரச் சொல்லி எழுதப் போறாரா... நீ தான் எங்களைப் பார்க்கணும்னு வரப்போறியா?"

"ஆமா... என்ன விஷயம்? அம்மாவுக்கு என்ன குறை? ஏன் இப்படிப் பண்ணிணாங்க?" என்றான் ரவி.

"குறை என்ன குறை. உன் குறையும் என் குறையும் போதாதா? அம்மா குணம்தான் உனக்குத் தெரியுமே! ஊமைக் கோட்டான் மாதிரி எல்லாத்தையும் மனசிலே வைச்சுக்கிட்டு குமுறிக்கிட்டிருக்கும்; அஞ்சு வருஷமாப் பார்க்காத உன்னை அப்பா சஷ்டியப்த பூர்த்திக்காவது பார்க்கலாம், அதுக்கப்புறம் அவர் கோபமும் தணிஞ்சு போயிடும்னு நெனைச்சிருக்கு. அந்த

நம்பிக்கையும் போயிடுச்சி... இப்படி ஏதாவது பண்ணினாலாவது அப்பா குணம் மாறாதான்னு செய்திருக்கும்... அப்பா மேலே அம்மாவுக்கு மனசு ரொம்ப வெறுத்துப் போச்சு... இப்பக்கூட அவரைக் கண்டாத்தான் அழுகையும் புலம்பலும் அதிகமாகுது. பாவம், அப்பா என்னதான் வீம்பு பேசினாலும் அம்மா உசிருக்கு ஆபத்துன்னு தெரிஞ்சி பதறிப் போனாரு... இப்ப திண்ணையை விட்டு உள்ளே வர்ரதே இல்லை. கூடத்து அறைக்குள்ளே போற துக்கே பயப் படறாங்க அப்பா. என்ன இருந்தாலும் இந்த அம்மா இப்படி ஒரு அக்கிரமம் பண்ணி இருக்கவே வேணாம். ஊரார் என்ன பேசிக்கிறாங்க தெரியுமா? 'மருமகள் கொடுமை'ன்னு கதை கட்டிவிடறாங்க. பாவம்; நம்ம வீட்டு மருமகளுங்க யாருக்குப் பொல்லாதவங்களா இருந்தாலும், மாமியார் மாமனார் விஷயத் தில் எவ்வளவு பக்குவமா நடந்துக்கிறாங்கங்கறது ஊருக்குத் தெரியுமா? என்னவோ கடவுள் புண்ணியத்திலே அம்மா பழி ஏற்படுத்தாம பொழைச்சிடுத்து..." என்று காமாட்சி சொல்லும் போது 'இதற்கெல்லாம் நானா காரணம்?' என்று குழம்பி உட்கார்ந்தான் ரவி.

"சரி சரி, நீங்க வெயிலுக்கு முன்னே போய்க் குளிச்சிட்டு வாங்க" என்று அவனைத் துரிதப்படுத்தினாள் அண்ணி. சுசீலா தயாராக எடுத்து வைத்திருந்த சோப்புப் பெட்டியையும் டவலையும் எடுத்துக் கொண்டு தோட்டத்துப் பக்கம் போன ரவி, ஐந்து வருஷங்களில் தோட்டத்தில் ஏற்பட்டிருக்கும் மாறுதல்களை ஆச்சரியத்துடன் பார்த்தான். அவன் மனசை மிகவும் கவர்ந்தது அந்தப் பலா மரம்தான்.

ஐந்து வருஷங்களுக்கு முன் வெறும் மரமாக நின்றிருந்த அந்தப் பலா இப்பொழுது அடி மரமெல்லாம் திணடுமுண்டான காய்கள் காய்த்துத் தொங்கக் கிளை பரப்பிப் பிரம்மாண்டமாய் நின்றது. கிளைகளைவிட அடி மரத்தில் தான் காய்கள் அதிகமாக இருந்தன. அந்தக் காய்களின் சொறசொறப்பைத் தடவிப் பார்த்தே சுளையின் இனிப்பைக் கற்பனை செய்து கொண்டான் ரவி.

'போகும்போது கொண்டு போகலாம்... அவளுக்குப் பலாப் பழம் ரொம்பப் பிடிக்கும்..." என்று தன் மனைவியைப் பற்றி நினைத்துக் கொண்டான்.

தன் அண்ணனுக்கோ, தம்பிமார்களுக்கோ, மாப்பிள்ளை களுக்கோ தன்மீது வருத்தம் ஏதுமில்லை என்று எல்லோரும் உட்கார்ந்து சாப்பிடும் போதே உணர்ந்து கொண்டான் ரவி. அவனோடு பேசவும் சாப்பிடவும் மறுத்துவிட்ட தந்தையின் வீம்பு இன்னும் தளரவில்லை என்றும் புரிந்து கொண்டான்.

மத்தியானச் சாப்பாட்டுக்குப் பின் கூடம் நிறைய எல்லோரும் உட்கார்ந்திருந்தார்கள். இரண்டு மாப்பிள்ளைகளுடன் சிங்காரம் பிள்ளை திண்ணையில் உட்கார்ந்திருந்தார்.

"அந்தப் பாவி மனுஷன் உன்னையும் வரவழைச்சிட்டாரா?... அட தெய்வமே! என்னை ஏன் இப்படி எல்லோருமா சேர்ந்து அணு அணுவா வதைச்சிக் கொல்றீங்க?" என்று அழுகைக் குரலில் அலறும் அலமு ஆச்சியின் குரல் உள்ளேயிருந்து ஒலித்தது கேட்டு, சிங்காரம்பிள்ளையும் மாப்பிள்ளைகளும் திடுக்கிட்டு எழுந்தார்கள். சிங்காரம் உள்ளே ஓடினார்.

ரவி வந்தால், அவன் மறுபடியும் தன் குடும்பத்தில் ஒருவனாக விளங்குவதைக் கண்டால், அலமு ஆச்சியின் மனம் மாறும் என்று நினைத்தவர்கள் எல்லாம் வியர்த்து விதிர்த்து நிற்க, அவனைக் கண்டதும் அலமு ஆச்சி முகத்தில் அறைந்து கொண்டு குமுறியழுதவாறு படுக்கையில் புரள்வதைச் சிங்காரம் பிள்ளை ஓடிவந்து பார்த்து ஒன்றும் புரியாமல் பதைத்தார்.

"அம்மா... நான் எங்கே இருந்தாலும் உன் அன்பு என்மேலே குறைவில்லாமல் இருக்கும்'கிற தைரியத்திலேதான் உன்னைப் பிரிஞ்சு இருக்கேன்... அப்போவெல்லாம் நீ பேசாம மௌனமா இருந்துட்டு, இப்ப இந்த மாதிரி– உன் உயிரையே போக்கிக்க நீ ஏம்மா முயற்சி பண்ணினே...? அம்மா, நான் வந்தது உனக்குப் பிடிக்கல்லியா? என்னைப் பார்க்கவே உனக்கு மனசில்லையா?" என்று அவள் படுக்கையில் அமர்ந்து அவள் கைகளை பற்றிக் கொண்டு கெஞ்சினான் ரவி.

அவன் வார்த்தைகள் அவள் புலம்பலையும் அழுகையையும் குறைத்தன... அவள் குழந்தை போல் விம்மினாள்... கண்கள் கலங்கி நீரைக் கொட்ட, இவனைப் பார்த்து மௌனமாய், சிறு குரல் பாய்ச்சி அழுதாள். "உங்க யார் மேலேயும் எனக்கு வருத்தமோ கோபமோ இல்லேடா கண்ணா, நான்தான் பாவி..." என்று அவன் கையைப் பிடித்துக் கொண்டு புலம்பினாள் அலமு ஆச்சி.

அவள் புலம்பி அழுது ஓயும்வரை மௌனமாய் அவளருகே உட்கார்ந்திருந்தான் ரவி. அவள் மனத்தை மாற்றிக் குடும்பத்தில் இப்பொழுது சில நாட்களாய் ஏற்பட்டிருக்கும் இறுக்க உணர்வை அவன் தளர்த்தி வைப்பான் என்ற நம்பிக்கையில் எல்லோரும்– சிங்காரம் பிள்ளை உள்பட– கூடத்தில் காத்திருந்தனர்.

"அம்மா... இப்ப உன் மகன் வந்திருக்காங்கறதை மறந்துட்டு, டாக்டர் என்கிற முறையிலே பேசணும். எங்கே கையை நீட்டு" என்று அவள் நாடியைப் பரிசோதிக்க ரவி முனையும்போது

33 ● மௌனம் ஒரு பாஷை

“வேண்டாண்டா ரவி” என்று அழுதாள் அலமு. “ஸ்.. அலட்டப் படாது” என்று அவளை எச்சரித்து விட்டு, ஆழ்ந்த சிந்தனை யோடு அவள் நாடியைப் பரிசோதித்தான். பின், அவள் இமை களை விலக்கிக் கண்களைப் பார்த்தான். லேசாகப் புன்முறு வலுடன் வாசற்படியில் நின்றிருந்த சுசீலாவைப் போகச் சொல்லிச் சைகை காண்பித்தபின் அறைக் கதவைச் சற்று மூடிவிட்டுத் தாயிடம் என்னமோ அந்தரங்கமாய் விசாரித்தான்.

அறைக்குள்ளிருந்து ஆத்திரமும், புலம்பலும், ரவியின் சமாதானக் குரலும் வெளியே கேட்டன.

“ரவி, என் மானத்தைக் காப்பாத்துடா... கடவுள்தான் உன்னை இங்கே அனுப்பியிருக்கார்...”

“சும்மா இரு அம்மா; கண்டபடி உளறப்படாது... இப்ப என்ன மானம் போயிடுத்து, பைத்தியம் மாதிரி இதுக்காகப் போயி உயிரை மாய்ச்சுக்கிறதாவது! ஓ! இதுவே வேற நாட்டிலேன்னா எவ்வளவு கௌரவத்துக்கும், பெருமைக்கும் உரிய விஷயம் தெரியுமா? நீ ரொம்பப் புண்ணியம் பண்ணித்தான் இருக்கனும். பொறாமையிலே யாராவது கேலி பண்ணினாக்கா பண்ணிட்டுப் போகட்டுமே, அம்மா... இந்தத் தாய்மைதான் ரொம்பச் சிறப்பானது. ஐயோ அம்மா, இதுக்காவா நீ இப்படி ஒரு காரியம் பண்ணினே?... அம்மா அம்மா...” என்று சிரித்துக் கொண்டே ரவி வெளியே வருமுன், கூடத்தில் மற்றவர்களோடு நின்றிருந்த சிங்காரம்பிள்ளை தோட்டத்துப் பக்கம் நழுவிவிட்டார்.

விஷயம் எல்லோருக்கும் புரிந்திருக்குமோ என்ற சம்சயத் துடன் உள்ளங்கைகளைச் சேர்த்து இறுக்கியவாறு, “ஒரு குட் நியூஸ்... நம்ப அம்மா நமக்கு ஒரு தம்பியோ, தங்கச்சியோ தரப் போறாங்க...” என்று சொன்னதும், அங்கிருந்தோரிடையே ஓர் அசங்கியமான மௌனம் நிலவியது. கூடத்துப் பெஞ்சில் அமர்ந்திருந்த மாப்பிள்ளைகள் இருவரும் சிரித்தனர். அந்தச் சிரிப்பு அலமு ஆச்சியின் உடல் முழுதும் ஊசியாக வந்து தைத்தது. அதில் ஒருவன் சொன்னான். “சரிதான், கல்யாணமாகி ரெண்டு மாசமாச்சு. 'இன்னும் கொஞ்ச நாள்லே வளைகாப்பு நடக்கும்...”

“இதில் கேலிக்கோ சிரிப்புக்கோ ஒண்ணுமில்லே... எத் தனையோ குடும்பத்திலே தாயும் மகளும் ஒரே சமயத்தில் பிரசவிக்கிறதில்லையா? அம்மா பதினாறு வருஷமா, சுசீலாவுக்கு அப்புறம் குழந்தையே இல்லாமே இருந்துட்டு, இப்ப இருக்கற தனாலே உங்களுக்கெல்லாம் ஆச்சரியமாகவும் அவமானமாகவும்

இருக்கு. அவங்களும் நீங்களும் 'இனிமே இல்லே'ன்னு முடிவு பண்ணிட்டதுதான் இது ஒரு அதிசயமா தோன்றதுக்குக் காரணம். 'உண்டு'ங்கறதை 'இல்லே'ன்னு முடிவு பண்ணறத்துக்கு நாம் யார்? நம்ம முடிவு தப்பா போனா அதுக்காக நாம் தான் வெட்கப் படணும். என்னைப் பெற்றவள் இந்த வயசிலும் பெண்மையின் பிறவிக்கே அர்த்தமாய், ஒரு தாயாய் விளங்குவதில் எனக்குச் சொல்ல முடியாத பெருமை உண்டாகுது." என்று ஆனந்த உணர்வில் சொல்லிக் கொண்டிருக்கும் போது, தன் அண்ணி முகத்தை முறுக்கிக் கொண்டு உள்ளே போவதைக் கவனித்தான் ரவி...

– 'அவளுக்கு அவள் குறை...'

"டேய், எங்கிட்டே வந்து விளையாடினீங்கன்னா கம்பு முறிஞ்சுபோகும்" என்று தோட்டத்தில் சோமுவையும் அவனுட னிருந்த பேரக் குழந்தைகளையும் கைத்தடியால் விரட்டிக் கொண்டிருக்கிறார் அப்பா.

'சோமு எப்போதுமே அப்பாவிடத்தில் தாராளமாய்ப் பழகி விளையாடுவான். என்ன இருந்தாலும்...'

"டேய் சோமு, என்ன அங்கே அப்பாகிட்டே...?" என்று ரவி சப்தம் போட்டான். "ஒண்ணுமில்லே..." என்று சோமு அப்பாவிட மிருந்து பின் வாங்கினான்.

●●●

இரண்டு நாட்கள் ஆயின.

வீட்டிற்குள் திடீரென்று ஒருவித சங்கடமான மௌனம் கொலுவிருந்தது. யாரும் ஒருவருக்கொருவர் பேசிக் கொள்ள வில்லை. அந்த மௌனத்தில் ஒவ்வொருவர் கண்களில் ஓராயிரம் குத்தல் பேச்சுகளும் குதர்க்க மொழிகளும் பிரதிபலித்தன. வாய்க் குள் சிரித்துக் கொண்ட இளைய மருமகள்மாரையும் ரவி கவனித்தான். அலமு ஆச்சியைவிட அதிகம் பாதிக்கப்பட்டவர் களாய் வெட்கி நாணிக் கிடந்தனர், காமாட்சியும் சுசீலாவும்.

மௌனம்... மௌனம்... மௌனம்... அப்பா! அது இவ்வளவு கொடிய பாஷையா?

'ஊரும்– ஊரை மட்டும் சொன்னால் போதுமா; உற்றார் உறவினரும்– அவர்களை மட்டுமா?– பெற்ற பிள்ளைகளும்... சீ! இவர்களின் கீழ்த்தரம் சொல்லி முடியாது. தாயைப் பார்த்துக் கேலி செய்ய ஒரு பிறவியா?'... என்று மனசுக்குள் கொதித்தான் ரவி.

இதற்கெல்லாம் அஞ்சியே அம்மா சாகத் துணிந்தாள் என்ற உண்மை அவன் கண்களைக் கலக்கிற்று. வீட்டிலுள்ள சகல பேரும் அவளை மௌனத்தால் கொல்லுவதை அவனால் சகிக்க முடிய வில்லை. அப்பாவிடம் வந்தான்.

"அப்பா! என்னை மன்னிக்கணும்... அம்மாவோட மனக் கஷ்டம் எனக்குப் புரியுது... நம்ப ஜனங்கள் இன்னும் வளரலே. தாய்மையைக்கூட மதிக்கத் தெரியாத பேதைமை நிலையிலே இருக்காங்க... இங்கே அவங்க இருக்கிறது ரொம்பக் கஷ்டம்... அவங்க என்னோட வந்துடட்டும்..." என்று அந்தத் துரத்தப்பட்ட மகன் தந்தையிடம் போய்க் கேட்கும்போது, அவன் பால் அவர் மனம் பாசத்திலும், பெருமையிலும் குழைந்தபோதும், பழைய வீம்புடன் முகம் திரும்பிக் கொண்டு, "உன்னைப் பெத்தவதானே... என் உத்தரவு என்ன? வந்தால் கூட்டுக்கிட்டு போ" என்றார்.

ரவி ஒருநாள் முழுவதும் தாயிடம் உட்கார்ந்து நிலைமை களை விளக்கினான்: "அவ ரொம்ப நல்லவ அம்மா. நீ... தனி யாகவே இருக்கலாம்... அவங்க நாட்டிலே இதெல்லாம் ரொம்ப சகஜம்... பெருமைக்குரிய விஷயம்... நீ அவளோட பழகினா அப்புறம் பிரியவே மாட்டே..."

"ஏன்டா" பாஷை தெரியாத அவள் கிட்டேயும் வந்து அவமானப்படச் சொல்றியா?" என்று அழுதாள் அலமு ஆச்சி.

"ஏம்மா, இப்ப– இங்கே உன்னை அவமானப்படுத்தறவங்க எல்லாம் எந்த பாஷையிலே பேசறாங்க?... வாயைத் திறக்காம தானே எல்லாம் நடக்குது? அந்த மாதிரி அன்பையும் மரியாதை யும் காட்ட முடியாதா? ஒருத்தரை நிந்திக்கறதுக்கும், நேசிக் கறதுக்கும் பாஷை வேணுமா அம்மா?..." என்று அவன் சொன் னது அவளுக்குப் புரிந்தது. அவள் அவனையே பார்த்தாள். பிறகு அவன் கைகளைப் பிடித்துக் கொண்டு அழுதாள்.

●●●

தெருவில் வண்டி வந்து நிற்கிறது.

எல்லோரிடமும் சொல்லிக் கொண்டதற்குப் பின் வீட்டு அங்கத்தினர்கள் அனைவரும் தெருவில் வந்து நிற்க உள்ளிருந்து வந்த அலமு ஆச்சி வண்டியில் வந்து ஏறினாள். அவள் பின்னால் வந்த ரவி ஸூட்கேஸை வண்டியில் வைத்து விட்டுத் திரும்பி வந்து அண்ணி ராஜத்தின் எதிரே நின்றான்.

அப்பொழுது பால் ஒழுக ஒழுக இரண்டு பலாப் பழங்களை வெட்டி எடுத்துக் கொண்டு "என்ன அண்ணா, கேட்டுட்டு

எடுத்துக்காம போறியே" என்று ஓடி வந்தான் சோமு. ரவியின் மனசில் அடிமரமெல்லாம் காய்த்துக் கிளைகளை வெறுமே பரப்பிக் கொண்டு நிற்கும் பலா மரம் பிரம்மாண்டமாய் நின்றது.

"அண்ணி, நம்ப தோட்டத்துப் பலாமரம் பாத்திருக்கிங்களா? அதில் இருந்து வளர்ந்த கிளைகளில் காய்க்காமல் அடி மரத்தில் தானே காய்ச்சிருக்கு? அடிமரத்துக்கும் கிளைக்கும் அதனாலே விரோதமா? காய்த்ததனாலே கிளைக்கு ஆதாரம் அடிமரம்கறது மாறிடுமா?" என்று ஏதோ சொல்ல வந்தவன் நெற்றியைத் தேய்த்துக் கொண்டு ஒரு விநாடி நின்றான். "சரி நீ சீக்கிரம் அண்ணாவைக் கூட்டிக்கிட்டு பட்டணத்துக்கு வா. அடுத்த வருஷம் உன்னை நான் வந்து கூட்டிக்கிட்டுப் போகணும். ஆமா அண்ணி, நீ நினைக்கிற மாதிரி– இல்லே, அம்மா நினைச்ச மாதிரி– தாய்மை ஒரு குற்றமில்லே" என்று சிரித்தான் ரவி.

அப்பொழுது வண்டியிலிருந்த அலமு ஆச்சியிடம் சென்று என்ன சொல்லி அனுப்புவது என்று தெரியாமல் மௌனமாய் நின்றிருந்தார் சிங்காரம் பிள்ளை. அலமுவும் சிங்காரம் பிள்ளையும் ஒருவரை ஒருவர் மௌனமாய்ப் பார்த்துக் கொண்டனர்.

"அப்பா! நான் போயிட்டு வரட்டுமா? அம்மாவைப் பத்தி நீங்க ஒண்ணும் கவலைப்பட வேண்டாம். நான் கவனிச்சுக்கிறேன் வரட்டுமா?" என்று கை கூப்பியவாறு வண்டியில் ஏறி அமர்ந்தான் ரவி. சிங்காரம் பிள்ளை அப்பொழுதும் அவனிடம் பேசவில்லை. பேச வாயோ வார்த்தைகளோ இல்லை. ஹிருதயம் மட்டும் கண்களில் தெரிந்தது. வண்டி தெரு முனையில் திரும்பும்வரை ரவியையும் அலமு ஆச்சியையும் பார்த்துக் கொண்டே தெருவில் நின்றிருந்தார் சிங்காரம் பிள்ளை.

ஆனந்த விகடன், 1962

# ஒரே நண்பன்

"ஸார், உங்களுக்கு போன் வந்திருக்கு" என்ற ஆபீஸ் பையனின் குரல் கேட்டு பிரஸ்ஸில் புரூப் திருத்திக் கொண்டிருந்த சந்திரன் தலை நிமிர்ந்து பார்த்தான்.

"எனக்கா? கொஞ்சம் யாருன்னு கேளேன்."

"யாரோ வேணுவாம் ஸார்" என்று சொல்லிக் கொண்டே திரும்பி வந்தான் பையன். 'வேணு' என்ற பெயரைக் கேட்டதும் தலை நிமிர்ந்த சந்திரன் ஒரு விநாடி ஆபீஸ் பையனின் முகத்தை வெறித்துப் பார்த்தான். அவன் பையிலிருந்த பேனாக் கட்டை, விரல்களின் பிடி தளர்ந்ததால் புரூப் 'காலி'களின் மேல் உருண்டு ஈரக் காகிதங்களின் மீது மை படர்ந்தது.

"யாரோ வேணு... ஆமாம்; அவன் யாரோதான்" என்று அசாதாரண அழுத்தத்துடன் கூறிக் கொண்டான்.

"சரி, நான் இல்லேன்னு சொல்லிடு."

ஆபீஸ் பையன் போனில் பேசிய பொய், அச்சு இயந்திரங்கள் பல கடகடத்து ஓடிக் கொண்டிருக்கும் அந்தப் பத்திரிகை ஆபீஸின் இரைச்சலைக் கடந்து வந்து சந்திரனின் காதுகளில் ஒலித்தது.

"அவர் வெளியே போயிருக்கார் ஸார்... தெரியாது... ஸீட்டிலே காணோம்... எப்ப வருவாரோ? சரி, மதுரையிலேருந்தா?... சொல்றேன்... ஜோதி ஓட்டல்தானே!... ஏழாம் நம்பர் ரூமா?... சொல்றேன் ஸார்..."

•••

தன் அறைக்கு வந்தபின் நெற்றியைத் தேய்த்துக் கொண்டு நாற்காலியில் சாய்ந்து உட்கார்ந்தான் சந்திரன்.

'வேணுவுக்கு நான் மறுபடியும் இங்கே வந்து, மானம் மரியாதை எல்லாம் விட்டு வேலைக்குச் சேர்ந்த விஷயம் எப்படித் தெரியும்?...

'இந்த வேணுவை நம்பி மதுரைக்குச் சென்று, கையில் ஒரு காசுமின்றி, பட்டினியும் துயரமும் வயிற்றில் பற்றி எரிய, மதுரை

நகரத் தெருவில் திரிந்து அலைந்து விட்டுத் திரும்பி வந்து மூன்று மாதம்கூட ஆகவில்லையே–

'அதற்குள் மறந்துவிடுமா? என்ன தைரியமிருந்தால் எனக்குப் போன் பண்ணி ஓட்டலுக்கு அழைப்பான்? திமிர்! பணத்திமிர். இந்தப் பணக்காரனின் தயவு வேணும் என்பதற்காக, கூப்பிட்ட வுடன் நான் ஓடி வந்து நிற்பேன் என்ற நினைப்பா?' என்று நினைத்தபோது கோபத்தால் சந்திரனின் மனம் பதறியது. இப்பொழுதே போனில் அவனைக் கூப்பிட்டு, கண்ணில் ரத்தம் தெறிப்பதுபோல் நறுக் நறுக்கென்று நாலு வார்த்தை கேட்கத் துடித்தது அவன் நெஞ்சு. டெலிபோன் ரிஸீவரைக் கையிலெடுத் தான்.

ஆத்திரத்தாலும், வருத்தத்தாலும் அவன் கையில் பிடித்திருந்த டெலிபோன் ரிஸீவர் காதருகே நடுங்கியது.

"எஸ்... ஜோதி ஹோட்டல்..."

"ரூம் நெம்பர் ஸெவனுக்குப் போடுங்க..."

"ஏழாம் நெம்பர் ரூம்தானே?... வேணு இருக்காரா? என்று கேட்கும்போது சந்திரனின் குரல் அடைத்தது.

"வேணுதான் பேசறேன்" என்ற பதில் குரலைக் கேட்டு அவன் முகம் சுருங்கிற்று. சற்று நேரத்துக்குமுன் முறுக்கிக்கொண்டு நின்ற மனம், அந்த குரலைக் கேட்டதும், எதிர்ப்புறம் சுழன்று, உறுதிகள் தளரலாயின...

'இன்று இவன் எனக்கு நண்பனில்லை. ஆனால் எனக்கு எவ்வளவு அன்பான நண்பனாக இவன் ஒரு காலத்தில் இருந் திருக்கிறான்! அதெல்லாம் பொய்யாகப் போனவைதான். இருந் தாலும் அந்தப் பொய்யான அன்பு எத்தனை தடவை எனக்கு காலேஜ் பீஸ் கட்டியிருக்கிறது! அந்த லட்சாதிபதி உடுத்துவது போல் எல்லாம் எனக்கும் உடை உடுத்தியிருக்கிறது! இதோ இப்பொழுது போட்டிருக்கிறேனே இந்த "டெக்கரான் ஸ்லாக்...' இதுகூட அவன் வாங்கித் தந்ததுதானே? அவன் ஏனோ திடீரென்று மாறிப்போனான். மதுரையிலிருந்து திரும்பி வருவதற் காக அவன் தந்த பணத்தை அவன் முகத்தில் விட்டெறிந்துவிட்டு நான் வந்தபோதிலும், அவன் எப்போதோ எனக்கு வாங்கித் தந்த கைக்கடிகாரத்தை விற்றுத்தானே வந்தேன்...! என்ன தான் எனது சுதந்திரமும் மரியாதையும் பறிபோவதாக நான் நினைத்துக் கொண்டாலும் இருநூறு ரூபாய் சம்பளம் தரும் இந்தப் பத்திரிகை ஆபீசில் வேலை கிடைத்ததும் அவன் தயவில்தானே? அவன்தான்

இருதயமில்லாமல் அன்று நடந்து கொண்டிருந்தாலும் நானும் நன்றி இல்லாமல் அவனைப் புண்படுத்துவதா?'–

ஒரு சில விநாடிகளில் இவ்வித சிந்தனைகள் பலவும் அவன் நெஞ்சில் குவிந்து கனக்கவே, சந்திரனின் முகம் சிவந்து கண்கள் கலங்கின.

இவனது இந்த மௌனத்தால் ரிஸீவரிலிருந்து வரும் வேணு வின் குரல் "ஹலோ... ஹலோ..." என்று அலறியது. சந்திரனின் கை நடுக்கம் குறைந்தது. மௌனமாக ரிஸீவரை டெலிபோன் மீது வைக்கும்போது, தன் கண்களில் கண்ணீர் வருவதைத் தடுக்கும் பொருட்டுப் புறங்கையால் முகத்தை அழுத்தித் தேய்த்துக் கொண்டான்.

●●●

சந்திரனும் வேணுவும் கல்லூரியில் படிக்கின்ற காலத்தில் நண்பர்களானவர்கள்.

தாய்மாமன் ஒருவரைத் தவிர வேறு அன்பு செலுத்தும் அளவுக்கு உறவினர்கள் யாரும் இல்லாத சந்திரன், கல்லூரியில் சேர்ந்த முதலாண்டிலேயே அவனது படிப்புக்கும் வளர்ப்புக்கும் பொறுப்பாயிருந்த மாமாவையும் இழந்துவிட்டு, கல்லூரிப் படிப்பையே நிறுத்தி விடுவதாக இருந்தான்.

மதுரைக்கு அருகே ஒரு கிராமத்தில், சுற்று வட்டாரத்திலேயே தங்களுக்கு நிகரில்லாத பணக்காரக் குடும்பத்தில் பிறந்த வேணு பட்டணத்துக்கு வந்து படிக்க வேண்டும் என்ற ஒரே ஆசையினால் ஹாஸ்டலில் தங்கியிருந்தான். சந்திரனும் அவனும் ஒரே வகுப்பு, ஒரே ரூம்.

மாணவர் சங்கத்தில் நடக்கும் சொற்பொழிவுகளினாலேயே சந்திரன் பலரைக் கவர்ந்திருந்தான். கல்லூரி சஞ்சிகைகளில் அவன் எழுதும் கட்டுரைகள் மாணவர்களை மட்டுமல்லாமல், ஆசிரியர் களையும் கவர்ந்திருந்தன. சந்திரனின் கல்லூரி வாழ்க்கை யின் போது, சதா நேரமும் அவனைச் சுற்றி ஒரு நண்பர் குழு கூடி அவனோடு விவாதித்துக் கொண்டே இருக்கும். அரசியல், சமூகம், பொருளாதாரம், கலை எது பற்றி வேண்டுமானாலும் திறமையாக விவாதித்து தீர்க்கமாய்ப் பதில் சொல்லும் ஆற்றல் மிகுந்த சந்திரனின்பால் விளையாட்டுப் பந்தயங்களில் மட்டுமே மிகுந்த ஈடுபாடு உடைய வேணு வெகுவாக ஆகர்ஷிக்கப்பட்டிருப்பான் என்று சந்திரன் நினைத்ததே இல்லை.

மாமாவின் மரணத்துக்குப்பின், தான் கல்லூரியிலிருந்து நின்றுவிடப் போவதாகவும், தன்னை ஆதரிக்க யாருமில்லாத,

தனக்கென்று ஒரு குடும்பமும் இல்லாத சென்னையை விட்டுத் தான் எங்கேயாவது போய்விடப் போவதாகவும் தனக்கு நெருங்கிய நண்பர்களிடம் எல்லாம் சோர்வும் சோகமும் நிறைந்த குரலில் சொல்லிக் கொண்டிருந்த சந்திரனின் வார்த்தைகள் அவனது அறையிலேயிருந்த வேணுவுக்கு முதலில் தெரியாது. அப்பொழு தெல்லாம் அவர்கள் நண்பர்கள் அல்லர். எல்லோரிடமும் விடை பெற்றுக் கொண்ட பின் ரூம் நண்பனிடம் சொல்லிக் கொள்ள வேண்டுமே என்ற கடமையுணர்ச்சியில் தன் நிலைமையைச் சந்திரன் தெரிவித்தபோது வேணு பதறிப் போனான்.

"சந்துரு! நீ என்னோடு இந்த ரூம்லே இருக்கிறதிலே எனக்கு எவ்வளவு சந்தோஷம்... பெருமை தெரியுமா? காலேஜிலே விளை யாட்டு வீரர்களுக்குத்தான் ரொம்ப மதிப்பு. ஆனா எனக்கு நீ பேசறதைக் கேக்கறதிலே எவ்வளவு சிந்தனை வளர்ச்சி ஏற்படுது தெரியுமா? நீ எவ்வளவு படிக்கிறே, எவ்வளவு சிந்திக்கிறேன்னு உன் பக்கத்திலே இருந்து பார்க்கறவன் நான்தானே? அதனாலே யாரையும்விட நான்தான் உன்னை ரொம்பப் புரிஞ்சுக்கிட்டவன். நீ படிப்பை விட்டுட்டுப் போறது எனக்கு ரொம்ப வருத்தமா இருக்கும். நீ இங்கேயே தொடர்ந்து படிக்கறதுக்காக ஏதாவது நான் செய்ய முடியும்'னா நிச்சயம் சந்தோஷமா அந்த உதவியைச் செய்வேன்" என்று வேணு கூறுகையில் சந்திரன் முதலில் வியந்தே போனான்.

"வேணு, உன் அன்பைத் தெரிஞ்சுக்காம இவ்வளவு நாள் இருந்துட்டேன்; உன் அன்புக்கு ரொம்ப நன்றி. என்ன உதவி கேக்கறதுன்னு எனக்குப் புரியல்லே... இவ்வளவு நாள் எங்க மாமாவுக்கு ஒரு சுமையாக இருந்தேன்... அவரும் போய் விட்டார். ஒருவர் கை கொடுத்தா எழுந்திருக்கலாம்ங்கிற நெலைமையிலே நான் இல்லே. இன்னொருத்தர் சுமக்க வேண்டிய சுமை நான். நட்புங்கிறது சுமையில்லே வேணு..." என்று கண் கலங்கினான் சந்திரன்.

"சந்துரு... உதவ சக்தியுள்ளவனுக்கு உதவி செய்யறது சுமை யாகாது. நீ என் உதவியை ஏத்துக்கத்தான் வேணும். உன் மாமா உனக்கு என்னென்ன செய்தாரோ அதில் ஒரு குறையுமில்லாம உன் படிப்பு முடியறவரைக்கும் கவனிச்சுக்க வேண்டியது என் பொறுப்பு. வகுப்பிலே நான் கத்துக்கறதைவிட அதிகமா, நீ ரூம்லே பேசும் போது கத்துக்கறேன். அந்த வாய்ப்பை இழந்துடாம இருக்க இது கூட நான் செய்யக் கூடாதா?" என்று வேணு சொல்லும் போது, சந்திரனுக்கு என்ன சொல்வதென்றே தெரியவில்லை.

"எனக்குக் கூடக் கடவுள் நம்பிக்கையும், கடவுளுக்கு நன்றி செலுத்த வேணும்கிற உணர்ச்சியும் உண்டாகுதே!" என்று உணர்ச்சி நிரம்பிய குரலில் சொன்னான் சந்திரன்.

"எனக்குக் கூட... என்றால் உனக்குக் கடவுள் நம்பிக்கை யில்லையா?"... என்று சிரித்துக் கொண்டே கேட்டான் வேணு.

"இல்லை!" என்று பேச ஆரம்பித்த சந்திரன், அன்றிரவு வெகு நேரம் வரை 'நாஸ்திக வாதம்' பேசிக் கொண்டிருந்தான். ஆனால் இந்த விஷயத்தில் மட்டும் வேணுவும் சந்திரனும் ஒன்றுபட முடிய வில்லை.

இறுதியில் வேணு சொன்னான்: "அதுவும் சரிதான் நண்பர்கள் என்றால், எல்லா விஷயத்திலும் 'ஆமாம்' போடற வனா இருக்கக் கூடாது. இல்லையா? அதனாலே தான் உன் னுடைய வாதங்களுக்கு என்னாலே பதில் சொல்ல முடியாட் டியும் உன் தீர்மானம் சரியில்லை என்கிறேன்..."

"அப்படி இல்லை, வேணு நாமெல்லாம் ஸயன்ஸ் படிக் கிறவர்கள். உயிரியல் வாழ்க்கை என்பதே ஒரு போராட்டம்; அந்தப் போராட்டம் பரிணாம நியதிப்படி வளர்ச்சியடைகிறது... அந்தப் பரிணாமகதிப் பிரகாரம் முன்னும் பின்னும் ஆராய்வதே விஞ்ஞான முறை. இதில் எந்த இடத்திலும் கடவுளை மனிதன் சந்தித்ததில்லை. முன்னேயும் சரி, பின்னேயும் சரி..." என்று சொல்லிக் கொண்டிருக்கையில், வேறு சில நண்பர்களும் வந்தார்கள். அவர்கள் விவாதிக்க ஆரம்பித்தார்கள். வேணு கவனிக்க ஆரம்பித்தான்...

அதன் பிறகு வேணுவும் சந்திரனும் சக வகுப்பினர் என்பது மட்டுமில்லாமல் எல்லா விதங்களிலும் சமமான ஒத்த தரத்தவர் ஆயினர். தனக்கு என்னென்ன வசதிகள் உண்டோ, அவை அனைத்தையும் சந்திரனுக்குச் செய்து தந்தான் வேணு. உடை யிலும் உணவிலும் உல்லாசத்திலும் அவர்களுக்கு இடையே பேத மில்லை.

ஒருமுறை கைக் கடிகாரத்துக்காக வேணுவுக்கு ஊரிலிருந்து நானூறு ரூபாய் அனுப்பியிருந்தார்கள். ஆனால் இருநூறு ரூபாய் விலையில் இரண்டு கடிகாரங்கள் வாங்கினான் வேணு. அதில் ஒன்றைச் சந்திரனுக்கு அவன் தந்த போது 'இதெல்லாம் அதிகம்' என்று தயங்கினான் அவன். எனினும் வேணுவின் 'அன்புக் கண்டிப்பை' அவனால் மீற முடியவில்லை.

சந்திரன் — வேணு நட்பு ஏற்பட்ட நான்கு ஆண்டுகளுக்குப் பின் படிப்பு முடிந்து கல்லூரியைவிட்டு வெளியே வந்தபோது—

வேணுவை, அவனது தகப்பனார் மதுரையில், புதிதாக ஏற்படுத்தி யிருந்த தொழிற்சாலை, மானேஜிங் டைரக்டராக வரவேண்டும் என வரவேற்றது.

சந்திரன்?... அவன் என்ன படித்திருந்தும், என்ன அறிவு பெற்றிருந்தும் என்ன பயன்? உலகம் எப்படி இருக்கிறது என்று சொல்லத்தான் அவனுக்குத் தெரியுமே அல்லாது உலகத்தில் எப்படி வாழ்வது என்று அவனுக்குத் தெரியாது. அப்போதும் வேறு கதியின்றி வேணுவின் உதவியையே எதிர்பார்த்திருந்தான். அவன் தயக்கத்தைப் புரிந்து கொண்ட வேணு, "உதவி கேட்பது நட்பின் உரிமை. இதில் கேவலம் என்று நினைக்கவோ, வெட்கப் படவோ நியாயமில்லை. அப்படியிருந்தால் அந்த நட்பு முழுமை யாய் இன்னும் வளரவில்லை என்றுதான் அர்த்தம்" என்றான்.

'வேணு பேசுவது குறைவாக இருந்தாலும் எவ்வளவு சாரம் மிகுந்த வார்த்தைகளாய் அளவறிந்து சொல்கிறான்' என்று எத்தனையோ தடவைகள் போன்று அப்பொழுதும் வியந்த சந்திரன், "ஒண்ணுமில்லே வேணு, எதிர்காலம் ஒரே இருட்டா இருக்கு. உன்னோட நானும் மதுரைக்கு வந்துடட்டுமா?..." என்று பரிதாபமாய்க் கேட்கும் போது வேணு மௌனமாக வெகு நேரம் யோசித்தான். பிறகு சொன்னான்: "அது அவ்வளவு நல்லா யிருக்காது... சந்துரு, அதுவும் இல்லாமல் நீ குமாஸ்தா வேலை செய்யறதுக்குப் பொறந்தவனல்ல" என்று சொல்லி மேலும் சில வினாடிகள் யோசித்த பின், சந்திரனின் கைகளைப் பிடித்து நம்பிக்கையுணர்வுடன் அழுத்தியவாறு "கவலைப்படாதே... உனக்குத் தகுந்த மாதிரி ஒரு வழி பார்த்துக் கொண்டு தானிருக் கிறேன்" என்று புன்னகையுடன் கூறினான் வேணு.

சில நாட்களுக்குப் பிறகு, வேணு உற்சாகத்தோடு சந்திரனிடம் சொன்னான்: "உனக்குத் தகுந்த நல்ல வேலை ஒண்ணு கெடைச் சிருக்கு சந்துரு... எங்கப்பாவுக்கு சிநேகிதர் ஒருத்தரை இன்னக்கி தற்செயலாகப் பார்த்தேன். அவர் ஒரு பத்திரிகை ஆரம்பிக்க லாம்னு பெரிய அளவிலே முயற்சிகள் பண்ணிக்கிட்டிருக்கார். உனக்குத் தகுந்த வேலை பத்திரிகை ஆசிரியன் தொழில்தான்னு எனக்குத் தோணிச்சு. கேட்டு வெச்சேன். அந்த மனுசன் உடனே சரின்னு சொல்லிட்டாரு. இந்த மாசமே உனக்கு வேலை கிடைச்சுடும்" என்று வேணு தன் முயற்சியின் வெற்றியைத் குதூ கலத்துடன் தெரிவித்ததைக் கேட்கும் போது சந்திரனுக்கு முதலில் ஒருவித பயமும், அதே சமயத்தில் தான் ஓர் எழுத்தாளனாகவும் பத்திரிகையாசிரியனாகவும் மாறப் போகும் மகிழ்ச்சியும் பிறந்தது. அதன் பிறகு இந்த ஐந்து வருஷ காலத்தில் நண்பர்கள் இருவரும்

மாதத்திற்கு ஓரிருமுறை கடிதம் எழுதிக் கொள்வார்கள். வேணு சந்திரனின் கதை கட்டுரைகளைப் படித்து மகிழ்ந்து பாராட்டி எழுதுவான். தொழில் விஷயமாக மூன்று மாதத்திற்கு ஒருமுறை சென்னைக்கு வரும்போதெல்லாம் சந்திரனைத் தன்னோடு அழைத்துக் கொண்டு சுற்றுவான். துணிகளும் பொருள்களும் தான் வாங்கும் போது, சந்திரனுக்கும் தேவைக்கு அதிகமாய் வாங்கித் தருவான். சந்திரன் வேண்டாமென்றாலும் கேட்காமல் நூறும் இருநூறும் செலவுக்குத் தந்து செல்வான். இதற்கெல்லாம் காரணம் அவன் பொறுப்பேற்றிருக்கும் அந்தத் தொழிற்சாலை அமோகமாக வளர்ச்சியுற்றிருப்பது மட்டுமல்ல... அவன் கை, கொடுத்துப் பழகிய கை; மனம், கொடுப்பதில் நிறைவு பெறும் மனம் என்பது தான்.

மொத்தத்தில் எவ்வளவோ பொறுப்புக்களைச் சுமந்து பணக்காரனாய் இருந்து, பல சிரமங்களுக்கு இடையே வேணு அநுபவிக்கும் வசதிகளையெல்லாம் அவ்விதப் பொறுப்பும், சிரமங்களும் இல்லாமல், அவனது நண்பனாய் இருப்பதால் மட்டும் தான் அநுபவித்துக் கொண்டிருப்பதாய்ப் பலமுறை எண்ணி இருக்கிறான் சந்திரன்.

ஆறு மாதங்களுக்கு முன் வேணு கல்யாணம் செய்து கொண்டான்.

கல்யாண சந்தோஷத்திலும் வேணுவுக்கு ஒரு குறை வந்து விட்டது. விலையுயர்ந்த வெளிநாட்டுத் துணியில் தான் அணிந்திருக்கும் 'ஸூட்' ஒன்று சந்திரனுக்கும் தைக்கவில்லையே என்ற குறை தோன்றுவதற்குக் காரணம், சந்திரன் அந்த 'ஸூட்' மிகவும் நன்றாக இருக்கிறது என்று சிலாகித்தது தான்.

"சந்துரு... உன் கல்யாணத்துக்கு இதே மாதிரி 'ஸூட்' தச்சிடுவோம்..." என்று கிண்டல் பண்ணினாலும், 'அடுத்த தடவை வரும்போது 'ஸூட் நிச்சயம்' என்று வாக்குத் தந்தான் வேணு.

'நல்ல வேளை, அவனை நம்பிக் கல்யாணம் செய்து கொண்டிருந்தால்?... போன மாசம் வேலையை ராஜிநாமா செய்து தெருவில் நின்றபோது அவனும் கைவிட்ட நிலைமைக்கு நான் என்னவாகியிருப்பேன்!...' என்று எண்ணமிட்ட சந்திரனுக்கு, 'வேணு ஒரேயடியாக மாறிப் போனதற்குக் காரணம் ஒருவேளை அவன் மனைவியாக இருக்கலாமோ என்ற யோசனையும் இப்போது பிறந்தது.

●●●

**போ**ன மாதம் முதலாளிக்கும் சந்திரனுக்கும் கடுமையான அபிப்ராய பேதம் பிறந்தது.

புதிதாகப் பிறந்துள்ள– சந்திரனின் கருத்துப்படி– ஒரு பிற் போக்குக் கட்சியின் ஜனனத்தை வரவேற்றுத் தலையங்கம் எழுதச் சொன்னார் முதலாளி.

'நான் எழுத முடியாது' என்று மறுத்து விட்டான் சந்திரன்.

"இல்லை தம்பி, பத்திரிகை என்னுடையது. நான் சொல்வதை எழுதுவதற்குத்தான் நீ இருக்கிறாய்" என்றார் முதலாளி.

"எனது கருத்துக்குப் புறம்பாக நான் எதுவும் எழுத முடியாது. எழுத்தாளனுக்கு மட்டும் சிந்தனைச் சுதந்திரம் இல்லையா?" என்று முரண்டு பிடித்தான் சந்திரன்.

"மிஸ்டர் சந்திரன்... சிந்தனைச் சுதந்திரம், லட்சிய எழுத்து கள்னு எல்லாம் இந்தக் கதை எழுதி அனுப்பற கிறுக்கன்கள் பேசிக்கட்டும்... நீங்க ஓர்க்கிங் ஜர்னலிஸ்ட்..."

"ஸார் போதும்! எழுத்தாளர்களைப் பற்றியும் எழுத்தைப் பற்றியும் உங்க மேலான அபிப்பிராயத்தைத் தெரிஞ்சிக்கிட்டேன். இந்தாங்க, என் ராஜினாமா" என்று மனக் கொதிப்புடன் கிறுக்கிய ராஜினாமாக் கடிதத்தை அவர் கையில் திணித்துவிட்டு வெளி யேறினான் சந்திரன்.

– அதெல்லாம் எந்த தைரியத்தில்? ஒரு பணக்காரன் நம் பக்கம் இருக்கிறான் என்ற தைரியத்தில் இன்னொரு பணக் காரனை விரோதித்துக் கொள்ளலாமா? அந்த முட்டாள்தனத் திற்குச் சரியான படிப்பினை கிடைத்தது என்று தன்னைத் தானே நொந்து கொண்டான் சந்திரன்.

வேலையை விட்டபின் இரண்டு கடிதங்கள் எழுதினான் வேணுவுக்கு. அந்த இரண்டு கடிதங்களுக்கும் அவன் பதில் பெறாதது ஓர் அதிசயந்தான். பிறகு கையிலிருந்த பதினைந்து ரூபாயுடன் மதுரைக்குப் புறப்பட்டான். வேணுவிடம் ஏதாவது உதவி பெற்றுக்கொண்டு திரும்பி வந்த பின்தான் ரூம் வாடகை தர முடியும் என்ற நிலை. அப்புறம் ஒரு மாதத்திற்கு ஹோட்டலில் பணம் கொடுத்துவிட்டு கையில் ஒரு நூறு ரூபாயும் இருந்தால் அது தீரும் முன் நிச்சயம் வேறெங்காவது ஓர் உத்தியோகம் தேடிக் கொள்ள முடியும் என்ற நம்பிக்கை...

●●●

**கை**யில் ஒரு பையுடன் மதுரை ஜங்ஷனை விட்டு வெளியேறும்போது, காலை மணி பதினொன்றரையாகிவிட்டதால் வேணுவின் வீட்டிற்குப் போகாமல், நேரே அவனது ஆபீசுக்கே போனான் சந்திரன்.

வரவேற்பறை சோபாவில் அங்கு இருந்த பத்திரிகையைப் புரட்டிக்கொண்டு வெகுநேரம் உட்கார்ந்திருந்தான். பிறகு ஒரு பியூன் வந்து அழைத்தான். அவனைப் பின் தொடர்ந்து வேணு வின் 'ஏர்கண்டிஷன்ட்' அறைக்குள் சென்றான் சந்திரன். போன வுடன் மனசில் ஏற்பட்ட சலனங்களை மறைத்துக் கொண்டு நட்பு முறையில், "என்னப்பா வேணு. என் ரெண்டு லெட்டருக்கும் நீ பதிலே போடலியே? அதான் நேரிலேயே வந்து உன்னைத் திகைக்க அடிக்கணும்னு வந்துட்டேன்" என்று செயற்கையாய் வரவழைத்துக் கொண்ட உற்சாகத்துடன் கூறினான் சந்திரன்.

"ஓ! எனக்கு நேரமே இல்லை; இப்பக்கூட, மத்தியானத்துக்கு மேலே... கொடைக்கானல் போறதுக்காக ஏற்பாடு பண்ணிக் கிட்டிருக்கேன். ஒரு பதினைந்து நாளைக்கு அங்கே காம்ப். ஒரு மாசமா என் மிஸஸ் சொல்லிக்கிட்டிருக்கா. இன்னிக்குத்தான் எனக்கு 'டைம்' கெடைச்சுது" என்று மிடுக்குடன் தோளைக் குலுக்கி 'டை'யைச் சரிசெய்து கொண்டான் வேணு. பேசும்போது கூட அவன் சந்திரனின் முகத்தைப் பார்க்கவில்லை. இந்தப் புதிய மாற்றத்தைச் சந்திரனால் புரிந்து கொள்ளக்கூட முடியவில்லை. ஆனால் ஒன்று மட்டும் புரிந்தது. 'தான் அந்த முதலாளியை விரோதித்துக் கொண்டது, இந்த முதலாளிக்குப் பிடிக்கவில்லை' என்பதே அது.

இருவரும் மௌனமாய் அமர்ந்திருந்தனர். சந்திரன் வேணுவைப் பற்றியே யோசித்தான். 'மனித குணங்கள் தான் எத்தனை ஆச்சரியமாகத் திடீர் மாற்றமுறுகின்றன! வேணுவா பேசுகிறான்? என்னிடமா?... இப்படியும் ஒரு தோரணை காட்ட இவனுக்குத் தெரியுமா?... வந்தவனைப் பார்த்துப் புன்னகைகூடக் காட்டாமல் பசையற்ற பேச்சும் பார்வையற்ற பேச்சும்... அவன் ஏன் என்னைப் பார்க்கக்கூட இல்லை! இது ஒரு தோரணை... பணக்காரர்களுக்கே உரிய தோரணை! அவன் நிலைக்கும் தகுதிக்கும் அவன் நடந்து கொள்ளும் முறை சரிதான். ம்... போனது போகட்டும். பழகிய நட்பின் உரிமையால் கடைசியாக இந்த உதவியை இவனிடம் பெற்றுக் கொண்டு கௌரவமாகவும் சுமுகமாகவும் நட்பைத் தளர்த்திக் கொள்வது தான் விவேகம். எனக்கும் வேறு வழியில்லை, இந்த நிமிஷத்தில்' என்ற முடிவுடன் மௌனத்தைக் கலைத்துப் பேச ஆரம்பித்தான் சந்திரன்.

"வேணு... நான் அந்த வேலையை விட்டுவிட்டது உனக்குத் தெரிஞ்சிருக்கும்..."

"உம்... எழுதியிருந்தியே..." சிகரெட்டைக் கொளுத்திப் புகைச் சுருள்களை ஊதியவாறே சொன்னான் வேணு-

"எனக்கு, நீ வேலையை விட்டது, சரின்னு தோணலே..."

"என் லட்சியத்துக்கும் மனச்சாட்சிக்கும் விரோதமாக நான் எழுதி, எழுத்தையும் மனச்சாட்சியையும் விற்றுப் பிழைக்க வேண்டும் என்கிறாயா?" என்று ஆக்ரோஷமாகக் கேட்டான் சந்திரன்.

"ம்... லட்சியம்! மனச்சாட்சி!... கொள்கை!... 'பிராக்டிகலா பேச நீ இன்னும் கத்துக்கலியா?" என்று வேணு சிரித்தான்.

"புத்தியைக் கொண்டு வேலை செய்கிறவன் யந்திரமாகி விட முடியுமா?" என்று படபடத்தான் சந்திரன்.

"ஓ!" என்று உதட்டைப் பிதுக்கினான் வேணு. "சரி சந்துரு, இது உன் சொந்த விஷயம். உன் உசிதப்படியே நடக்கலாம்... மை குட்னஸ்! மணி ஒண்ணாயிடுத்து... ஒண்ணரை மணிக்குள் நான் வீட்டிலிருந்து புறப்படணும். வந்த காரியத்தைச் சொல்" என்று கைக் கடிகாரத்தைப் பார்த்தான் வேணு.

அவன் உதட்டைப் பிதுக்கித் தன்னை அலட்சியப் படுத்துவதும், 'சொந்த விஷயம்' என்று ஒதுக்கி வைத்து, ஒதுங்கிப் போவதும் தனது ஒரே நண்பன் தனது வருகையையே உதாசீனம் செய்வதும் சந்திரனின் மனத்தை உறுத்திற்று.

எனினும் அவன் சொன்னது போல் 'பிராக்டிகலா'– நடைமுறை உலகுக்கு ஒத்தபடி– நடந்து கொள்வது என்ற முடிவில், "உன்னிடம் ஒரு உதவி நாடி வந்தேன். இதுவே நான் உனக்குத் தரும் கடைசித் தொல்லையாக இருக்கட்டும். நான் வேலையை விட்டு விட்டு மிகவும் சிரமப்படுகிறேன். ஒரு மாதத்தில் நான் எங்காவது வேலை தேடிக் கொள்வேன். அது வரையில்..." என்று திக்கித் திக்கி ஆங்கிலத்தில் கூறினான். தனது கெஞ்சுதலில் உள்ள பிச்சைக்காரத்தனத்தைப் பாஷை மாற்றம் ஓரளவு மறைக்கும் என்ற நினைப்பில் கூசிக் கூசிப் பேசினான். வேணு தலையைக் குனிந்து ஒரு கையால்– கட்டை விரலையும் நடு விரலையும் கூட்டிக் கூட்டி விலக்கி– இரண்டு புருவங்களையும் தேய்த்தவாறு யோசித்தான்.

"நீ சொல்வாயே... நட்பின் பேரால் உதவி கேட்பது உரிமை. இதில் கேவலம்னு நினைக்கவோ, வெட்கப்படவோ நியாயமில்லைன்னு... அதை மனசிலே வெச்சக்கிட்டுத்தான் கேக்கறேன்... எனக்கு ஒரு இருநூறு ரூபாய் பணம் வேணும். நீ எனக்கு 'ஸூட்' தச்சித் தர்ரதாகச் சொன்னியே, அந்தப் பணத்தில் பாதி... எனக்கு 'ஸூட்' வேண்டாம்..." என்று பாதிப் புன்னகையோடும், பாதி முகம் சிவந்தும் கேட்டுவிட்டான் சந்திரன்.

'இது பொய்' என்று சொல்லத் தகுந்த குரலில் அமுத்தலான கரகரப்போடு தொண்டை அடைக்க, யாரோ ஒருவனுக்குச் சொல்லத் தகுந்த பதிலை, எவனுக்கோ சொல்லுகின்ற அலட்சிய பாவனையுடன் இந்த நண்பனுக்குக் கூறினான் வேணு:

"என்கிட்டே இப்ப பணம் இல்லை. இன்னொரு சமயம் பார்க்கலாம்" என்று கூறி, தனது இருக்கையினின்றும் எழுந்தான் வேணு. அவனைத் தொடர்ந்து நொறுங்கிப்போன ஹ்ருதயத்தை வாரிக் கட்டிக் கொண்டு சந்திரனும் எழுந்தான். அப்போது எஜமானன் வெளியேறுவதற்காகக் கதவைத் திறந்து கொண்டு நின்றான் வேலையாள். இருவரும் வெளியே வந்தனர். வெளியே பெரிய கார் நின்றிருந்தது. அதன் கதவைத் திறந்து கொண்டு ஒரு டவாலிச் சேவகன் நின்றிருந்தான். கம்பீரமாய் நடந்து செல்லும் வேணுவைத் தொடர்ந்து கையில் ஒரு காக்கிப் பையுடன் வந்து கொண்டிருந்த சந்திரனுக்கு உலகமே ஒரு வெளி மயக்காய்த் தோன்றியது.

"அப்போ நீ ஊருக்குப் போ! பிறகு பார்க்கலாம்..." என்று காரில் ஏறிக்கொண்ட வேணு, காரைக் கிளப்பும் போது, "சந்துரு..." என்று அழைத்தான். கண்கள் இரண்டும் ரத்தமாய்க் கலங்க அவனைப் பார்த்தான் சந்துரு. வேணு சந்திரனின் முகத்தைப் பார்க்காமலேயே உதட்டில் புகையும் சிகரெட் நெடியில் முகத்தைச் சுளித்தவாறு, பர்ஸிலிருந்து இரண்டு பத்து ரூபாய் நோட்டுகளை எடுத்துக் காருக்கு வெளியே நிற்கும் சந்திரனிடம் "ஊருக்குப் போகப் பணமிருக்கா?" என்று கேட்டவாறு நீட்டினான். சந்திரனின் கையும் வாங்குவதற்காக நீண்டது. தன் கை கொடுக்கவும் அவன் கை வாங்கவும் பழக்கப்பட்டு விட்டதால் தன்னியல்பாக அந்தச் செயல் நிகழ்ந்துவிட்டதோ என்று வேணு நினைத்து முடிப்பதற்குள்ளாக, அந்த இரண்டு நோட்டுக்களும் வேணுவின் முகத்தின் மீது வந்து விழுந்தன.

"ரொம்ப தாங்க்ஸ்" என்று உறுமிவிட்டு அங்கிருந்து வேகமாக நடந்தான் சந்திரன்.

வேணுவின் இந்த மாற்றத்துக்கு ஒரே ஒரு காரணம்தான் தோன்றியது சந்திரனுக்கு. 'இந்தப் புதிய பிற்போக்குக் கட்சியில் இந்தப் பணக்காரனும் சேர்ந்திருக்கக்கூடும். அதை எதிர்க்கும் என்னை அரசியல் காரணத்துக்காகவே இவன் நிராகரிக்கிறான்' என்ற முடிவுடன்– என்றோ அவன் வாங்கித் தந்த கைக் கடிகாரத்தை விற்றுவிட்டுச் சென்னை வந்து சேர்ந்தான். அவன் நினைத்ததுபோல் 'ஒரு வேலை' என்பது அவ்வளவு சுலபமானதாக

இல்லை. ஒரு மாதம் ரொம்பவும் சிரமப்பட்டான். ஒன்றும் நடக்கவில்லை.

அவனது சிரமத்தைக் கேள்விப்பட்ட மாஜி முதலாளி– அவனைத் தேடிவரத் தன் கௌரவம் இடம் கொடுக்காமற் போகவே, பொது விருந்து ஒன்றில் தற்செயலாகச் சந்திப்பது போல் அவனைக் கண்டு பேசினார்.

"உழைக்கும் பத்திரிகையாளர்கள் தங்களுக்கென்று வேறுபட்ட கொள்கைகளும், சிந்தனைகளும் கொண்டிருப்பதில் முதலாளி களாகிய எங்களுக்கு எவ்வித ஆட்சேபணையும் இல்லை. ஏனெனில் இது ஒரு ஜனநாயக நாடு. நாங்கள் ஒரு ஜனநாயக நாட்டின் முதலாளிகள். நீங்கள் வேலை செய்யும் பத்திரிகை ஒரு லட்சியத்துக்காக வெளிவரும்போது உங்கள் சொந்த லட்சியங் களை இங்கு புகுத்த விரும்புவது எங்கள் சுதந்திரத்தில் தலை யிடுவதாகாதா? பத்திரிகையின் கொள்கையைப் புரிந்து கொண்டு நீங்கள் அதற்கு உட்பட்டுத்தான்... எழுத வேணும். வங்காளத்திலே அப்படித்தான்... உழைக்கும் பத்திரிகையாளர்கள் தங்களுக்கு ஒரு தனிப் பத்திரிகை நடத்தறாங்க. தாங்கள் வேலை செய்யும் பத்திரிகையில் எழுதிய நிர்ப்பந்தங்களைத் தவிர்த்தும் அதே விஷயங்களை மறுத்தும்கூட அதில் எழுதுவார்கள். உழைக்கும் பத்திரிகையாளர்களின் கருத்துக்களை அதில் தெரிந்துகொள்ள லாம். இங்கே இருக்கும் நீங்களும் அப்படிச் செய்யலாமே! ஆனால், இங்கே அப்படிச் செய்ய முடியுமா? உன்னைத் தவிர வேறு எவனுக்குச் சொந்தக் கருத்துக்களும், லட்சியங்களும் இருக்கு? கூலிக்கு மாரடிக்கிறவங்கதானே? சொல்றதைச் செய்யாத வன், செய்யறதையே சரின்னு வாதிக்கறவன் தானே எல்லாரும்... உன்னை மாதிரி பத்துப்பேர் கூடத் தேற மாட்டாங்களே..." என்று இவனது தனித்த போக்குக்கு அவர் அநுதாபம் தெரிவிக்கும் போதே, மற்றவர்களைப் பற்றி அவர் குறிப்பிட்டது, 'சுருக்'கென்று தைத்தது அவனுக்கு.

இப்போது அவன் மீண்டும் அவர் காலில் விழாத குறையாய்த் தோல்வி மனப்பான்மையோடு– பழைய இடத்தில் வேலைக்கு அமர்ந்த பின், தன்னைப் போன்ற பலரையும் சந்தித் துப் பேசி, வங்காளத்தில் இருப்பது போலத் தங்களுக்கும் ஒரு பத்திரிகைக்கான முயற்சிகள் பல செய்து வருகிறான்.

– ஆ! லட்சியங்கள்தான் பேசும்போது எவ்வளவு சுலபமாக இருக்கின்றன...

●●●

மாலை ஆறு மணிக்கு மேல் ரூமுக்கு வந்தான் சந்திரன். மாடிப்படி ஏறிவந்ததும், பூட்டியிருக்கும் அறைக்கதவின் முன்னே ஒரு ஸ்டூலில் அமர்ந்திருந்த வேணு "நீ ஆபீஸை விட்டுப் புறப் பட்டிருப்பேன்னு அரைமணி நேரமா இங்கேயே காத்திருக்கேன்..." என்று எழுந்து நின்று புன்னகை புரிந்தான்.

சந்திரனால் அவனைப் பார்க்கக்கூட முடியவில்லை. குனிந்த தலையுடன் அறைக் கதவைத் திறந்தான்.

"ஏய், நீ ரொம்ப இளைச்சுப் போயிட்டேப்பா... என்று அவன் தோள் மீது கை வைத்தான் வேணு. மௌனமாய் அவன் கையை விலக்கிவிட்டு உள்ளே நுழைந்தான் சந்திரன். உள்ளே வந்து சட்டையைக் கழற்றிய பின்தான், தன் அழைப்பை எதிர்பார்த்து வாசற்படியருகேயே காத்து நிற்கும் வேணுவைக் கண்ட சந்திரனின் மனசு உள்ளூற நொந்தது...

"கம் இன்..." என்று ஒப்புக்கு அழைத்தான்.

வெளிச் சன்னலருகே வைத்திருந்த ஒரு அட்டைப் பெட்டியைக் கையிலெடுத்துக் கொண்டு உள்ளே வந்த வேணு, அதைக் கட்டிலின் மீது வைத்துவிட்டு, விளக்கின் ஸ்விட்சைப் போட்ட பின் அங்கிருந்த நாற்காலியில் உட்கார்ந்தான்.

'உஸ்' என்ற பெருமூச்சுடன் கோட்டைக் கழற்றி கட்டிலின் மீது போட்டுவிட்டுப் புழுக்கம் தாளாமல் 'டை'யைத் தளர்த்தி விட்டுக் கொள்ளும் வேணுவைப் பார்த்த சந்திரன், அவனுக்காக மின்சார விசிறியைச் சுழலவிட்டான். எனினும் இருவருக்கும் ஒன்றும் பேச முடியவில்லை.

வேணு தன் கோட்டுப் பாக்கெட்டில் சிகரெட் இருந்தும் அவனிடம் பேசவேண்டும் என்பதற்காகச் "சிகரெட் இருக்கா சந்துரு?" என்று கேட்டான். சந்திரன் மௌனமாக சிகரெட் பாக் கெட்டைத் திறந்து அவன் முன் நீட்டினான். சிகரெட்டை எடுத்துக் கொண்டபின் வேணு 'தாங்க்ஸ்' என்று சொல்லும் போது, சந்திரனுக்குக் கண்கள் கலங்கின. அவன் மனம் மான சீகமாய் அலறியது. 'அடே வேணு– நாம் எவ்வளவு மாறி விட்டோம்... எவ்வளவு தூரம் விலகி, ஒப்புக்கு உறவாடும் ஆசாரக் கள்ளர்களாகி விட்டோமடா வேணு' என்று புலம்பியது.

"சந்துரு, உனக்கு என் மேலே ரொம்பக் கோபம், இல்லை?" என்று புன்னகையோடு கேட்டான் வேணு.

"உன் மீது கோபப்பட நான் யார்? என் கோபம் உன்னை என்ன செய்து விடும்...!" என்று தலையைக் குனிந்து கொண்டு சொன்னான் சந்திரன்.

"பொய் சொல்லாதே, உனக்கு என்மீது ரொம்ப ரொம்பக் கோபம்! உதவி நாடி வந்த ஒரு நண்பனை உதாசீனப்படுத்திய குற்றவாளியல்லவா நான்?"

வேணுவை எரித்து விடுவது போல் முகம் நிமிர்த்திப் பார்த்தான் சந்திரன்: "நட்பு! நமக்குள்ளே அது செத்துப் போய் ஒன்றரை மாசமாச்சு!"

"சந்துரு... இப்பத்தான் ஞாபகம் வருது. 'நட்பு'ன்னு எழுதி யிருந்தியே ஒரு கதை, ரொம்ப நல்லா இருந்தது. என்னை நினைச்சு நீ எழுதியிருந்தாலும் அந்தப் பணக்கார நண்பனின் பாத்திரம் ரொம்ப நல்லா இருந்தது... ஒருத்தனைத் தப்பாய்ப் புரிஞ்சிக் கிறதிலே கூட ஒரு எழுத்தாளனுக்கு நன்மையிருக்கு. இல்லாட்டி அப்படி ஒரு பாத்திரம் பிறந்திருக்குமா...?"

"வாழ்க்கையில் நாம் சந்திக்கிற பாத்திரங்கள் தானே இலக்கியங்களிலேயும் உண்டாகுது. என்ன தான் நீயும் நானும் நட்புக் கொண்டாடினாலும், நீயும் நானும் வெவ்வேறு வர்க்கங்கள் தானே? உன் வர்க்கத்தின் நலன்களைப் பாதுகாக்கற கட்சியை நான் எதிர்க்கிறவனென்கிற காரணத்துக்குத் தானே அன்னிக்கி நீ என்னை உதாசீனப்படுத்தினே?" என்று சந்திரன் சொன்னபோது, வேணு சிரித்தான். அவன் சிரிப்பதைக் கண்டு சந்திரன் பேச்சை நிறுத்தினான்.

"ம்... பேசப்பா, பேசு. நீ பேசிக் கேட்டு ரொம்ப நாளாச்சு! உன் பேச்சைக் கேக்கணும்னுதான் இன்னிக்கு ஊருக்குப் போக வேண்டியதைக் 'கான்ஸல்' பண்ணிட்டு வந்திருக்கேன். ஆனா, நீயா எதுக்கு என்னை ஒரு கட்சியிலே சேத்து விடறே? மதுரையிலே, நீ சொல்ற அந்தக் கட்சியை தீவிரமா எதிர்க்கிற பணக்காரன் நான் ஒருத்தன் தான். அதெத் தெரிஞ்சுகிட்டுப் பேசு..." என்று சொன்ன வாறே, எழுந்து ஷர்ட்டைக் கழற்றி 'ஹாங்க'ரில் மாட்டிவிட்டு, 'கோட் ஸ்டாண்டி'ல் கிடந்த சந்திரனின் டவலை எடுத்து பனியனுக்கு மேல் போர்த்திக் கொண்டான் வேணு.

'பின், ஏன் அன்று இவன் என்னிடம் அப்படி நடந்து கொண்டான். பணமா? பணத்தை ஒரு பொருட்டாக நினைப் பவனல்லவே வேணு...' என்று குழம்பியபடி கட்டிலின் ஓரத்தில் தலையணையை நிறுத்தி, சாய்ந்து உட்கார்ந்தான் சந்திரன்.

வேணு அவன் அருகே நாற்காலியை இழுத்துப் போட்டுக் கொண்டு, 'எப்படி ஆரம்பிப்பது? இவன் தப்பபிப்ராயத்தை எவ்விதம் மாற்றுவது' என்ற நினைப்பில், மீண்டும் ஒரு சிகரெட்டை எடுத்துக் கொண்டு சந்திரனிடம் பாக்கெட்டை

நீட்டினான். இருவரும் தத்தம் நெருப்புப் பெட்டியில் கொளுத்திக் கொள்ளும் போது வேணு வேண்டுமென்றே தன் குச்சியை அணைத்துவிட்டு, அவனருகே வந்து அவனிடம் சிகரெட்டில் நெருப்பைப் பொருத்திக் கொண்டான். பாதி சிகரெட் தீரும் வரை யாரும் பேசவில்லை, இப்படியே மௌனமாய் இருப்பது சமாதானத்துக்கு உகந்த வழியல்ல என்று நினைத்த வேணு தொண்டையைக் கனைத்துக் கொண்டு பேச ஆரம்பித்தான்.

“சந்துரு, என் மனசில் இருக்கறதைச் சொல்லிடறேன், எனக்கு உன்னை மாதிரிப் பேசத் தெரியாது. இருந்தாலும் நீ என் மனசைப் புரிஞ்சிக்குவேன்னு நினைக்கிறேன்...” என்று கூறிவிட்டு ஒரு நிமிஷம் மௌனமாயிருந்து யோசித்தான் வேணு. பிறகு திடீரென்று சொன்னான்; “நீ சொல்லுவியே அடிக்கடி– வாழ்க்கை ஒரு போராட்டம்னு. அந்தப் போராட்டத்திலே இருந்து நீ தப்பிச்சுக்கக் கூடாதுன்னுதான் அன்னிக்கி நான் உனக்கு உதவி செய்யலே... உன் கதையிலே நீ எழுதியிருக்கியே, பணக்காரங்க நட்பு நிரந்தர நட்பு இல்லேன்னு... அந்த மாதிரி நம்ப சிநேகிதமும் ஆயிடக்கூடாதுன்னு உனக்கு முன்னேயே நான் யோசிச்சு இருந்ததனாலே தான் அன்னக்கி நான் அப்படி நடந்துக் கிட்டேன்...” என்று கூறவும் சந்திரன் அதை நம்ப முடியாதவன் போல் கட்டிலிலிருந்து எழுந்து வேணுவின் கண்களைப் பார்த்தான்.

“இப்படி உட்கார், விளக்கமா சொல்றேன்” என்று தன் அருகிலிருந்த நாற்காலியை அவன் பக்கம் இழுத்து போட்டான் வேணு.

“எனக்குத் தொழில் முறையிலேயும், அந்தஸ்து ரீதியிலேயும் பலபேர் இருக்காங்க, நண்பர்கள்ங்கிற பேரிலே... அதெல்லாம பயன் கருதி போடற வேஷம். வாழ்க்கையிலே நட்புங்கற ஒரு பயன் மட்டும் கருதி நட்புக் கொள்கிற நண்பன் ஒரு மனிதனுக்கு ஒருத்தன் கெடைக்கிறது கூடப் பெரிய விஷயம். அப்படிப்பட்ட நண்பன் யாராக வேண்டுமானாலும் இருக்கலாம். அறிவும், ஆத்மாவும் ஒரு தரத்தில் இருந்தால் போதும். அப்படி நான் பலரை நெனைச்சிருக்கேன். துரதிருஷ்டவசமா நான் வசதி படைச்சவனா பிறந்துட்டேன். நீ அன்னிக்கு வந்தியே அதே நிலைமையிலே அவங்க ‘உதவி’ன்னு வர்ர போதெல்லாம் நான் கடமை’ன்னு நெனச்சி உதவி செஞ்சேன்... ஆனா அந்த நண்பர்கள் மறுபடியும் மறுபடியும் பல புதிய புதிய காரணங்களைச் சொல்லிக்கிட்டுத் தொடர்ந்து உதவி கேட்டாங்க. எனக்கு உதவி செஞ்சுக்கிட்டே இருக்கிறதிலே பெரிய நஷ்டம் ஒண்ணுமில்லே. ஆனா, அவர்களின் சொந்த முயற்சிக்கும் பொறுப்புக்கும் என்

நட்பு தடையா இருக்கிறதாகத் தோணித்து எனக்கு; என்னோடு அவர்கள் கொண்டிருந்த நட்பே, பயன் கருதி கொண்ட நட்பாத் தோணித்து... புதிய புதிய பிரச்னைகள் தோணிக்கிட்டே இருக்கிறது தானே வாழ்க்கை? அந்த நியதி எனக்கும் உண்டுன்னு அவங்களுக்குத் தோணவே இல்லை; கடைசியிலே என் நட்பு ஏதோ ஒரு சமயம் அவங்களுக்குப் பயன்படாத போது, அந்த நல்ல நண்பர்கள் எல்லாரும் என்னைத் திட்டி வெறுக்கிறவங்களா மாறிப் போனாங்க. என் பணக்காரப் புத்தியை நான் காட்டி விட்டேனாம்... ம்! இப்படி, எல்லாரும் போக இறுதியில் எனக்கு மிஞ்சிய நண்பன், ஒரே நண்பன், நீதான்...

"நீயும் ஒரு உதவின்னு வந்து நின்னவுடனே, எனக்கு அதெல்லாம் நினைவுக்கு வந்தது. என்னுடைய நட்புதான், உன்னை அவசரப்பட்டு உன் வேலையை ராஜினாமா செய்ய வெச்சிருக்குன்னு நான் நினைச்சா, அது தப்பில்லையே..." என்று வேணு கேட்கும் போது, தன்னை அவன் கூண்டில் நிறுத்திக் கேட்பது போலிருந்தது சந்திரனுக்கு. 'அது உண்மைதான்' என்பது போல் உதட்டைக் கடித்தவாறு தலை குனிந்தான் சந்திரன்.

"உன்னைப்பத்தி– ஒரு உயர்ந்த மனிதனின் உயிருக்குயிரான நட்பைப்பத்திப் பொறுப்போட யோசிச்சேன். சந்துரு! உன் னுடைய பிரச்னைகளை நீயேதான் சமாளிக்கணும்னு எனக்குத் தோணுச்சு. என்னுடைய நட்பு உன்னை மேம்போக்கா லட்சியம் பேசித் திரியும் அசட்டு மனிதனா ஆக்கிடக் கூடாது அப்படிச் செய்தால் என்னைக்காவது ஒருநாள் நம்ப நட்பும் முறிஞ்சு போகுமேன்னு நான் பயந்தேன். சந்துரு... யோசிச்சுப் பாரு. அன்னிக்கு நீ கேட்ட பணத்தை நான் கொடுந்திருந்தா, உன் பொறுப்பற்ற செயலுக்கு நான் ஆதரவு தந்து தைரியமளிச்சதா ஆகும். நிச்சயம் நீ மறுபடியும் இந்த வேலையில் சேர்ந்திருக்க மாட்டே... நீ பேசும் லட்சியங்களுக்கு உகந்த வேலை இந்தச் சமூகத்தில் உனக்குக் கிடைக்க முடியாது... பெரிய விஷயங்களைப் பற்றிச் சமத்காரமாகவும் ஆவேசமாகவும் பேசறதிலேயே சுகமடை கிற இன்றைய தமிழ்நாட்டுச் சராசரி மனிதர்களில் நீயும் ஒருவனா யிடுவே... ஒரு கடமையும் பொறுப்புமில்லாதவன் உலகத்திலே எதையுமே சாதிக்க முடியாது. நாளடைவிலே நட்புக்குக்கூட லாயக்கில்லாதவனா அவன் மாறிடுவான். இல்லையா!"

இருவரும் சில விநாடிகள் மௌனமாயிருந்தனர். தன் மனசிலிருப்பதைத் தெளிவாகத் தான் இன்னும் சொல்லிவிட வில்லை என்ற குழப்பத்தில் சிகரெட்டைப் புகைத்தவாறு பேசு வதற்கு வார்த்தைகளைத் தேடிக் கொண்டிருந்தான் வேணு. அவன்

சொன்ன விஷயங்கள், பல உண்மைகளைத் தன்னுள் செலுத்தி யிருப்பது போல் உணர்ந்த சந்திரன் ஒரு மூச்சு பலமாக சிகரெட்டை இழுத்து விட்டுத் தலையைச் சொரிந்தவாறு சிந்தனை வயப்பட்டான்.

"இப்போ, நீ அதே பத்திரிகையிலே வேலை செய்யறதனாலே உன் உரிமையை நீ இழந்துடலே; உங்க உரிமைகளை ஸ்தாபிக்க ஒரு பத்திரிகையே கொண்டு வரப்போறே இல்லையா? நீ வேலையெ விட்டுடறது தப்பிச்சுக்கிற முயற்சி தானே?... அதுக்குத் தான் சொன்னேன்; 'ப்ராக்டிகலா' இருன்னு. வாழ்க்கை ஒரு போராட்டம்னு சொன்னால் போதுமா? வாழ்க்கை ஏன் போராட்டமா இருக்கு?... உன் லட்சியங்கள் உன்னோட இருக் கட்டும். அந்த லட்சியங்கள் வாழ்க்கையில் நிறைவேற முடியாமல் இருக்கறதும், கொஞ்சம் கொஞ்சமா இந்த உலகத்திலே அதை நிறைவேத்திக்கிட்டும் நிறைவேத்தப் போராடிக்கிட்டும் நீ வாழற தனாலேயும் தானே வாழ்க்கை ஒரு போராட்டமா இருக்கு? நீ போராடிச் சாதிக்க வேண்டிய காரியத்துக்கு நீ உன்னை நம்பாம, என்னை நம்பி ஓடி வந்தா அது சரியாகுமா? தன்னம்பிக்கை இருந்தால் என்னை நம்பலாமா? நீ இருக்கிற இடத்தில் நிலையாய் நிற்கணும். நிற்கப் பிரயத்தனப் படணும். அதுக்கு மேலே தான் நட்பு! நட்பு ஒரு சுமையில்லேன்னு நீதான் சொல்லுவே!" என்று சிரித்தான் வேணு. சந்திரனின் மனமும் லேசாகி இருந்தது... வேணுவைப் பார்த்துப் புன்னகை புரிய வேண்டும் போலிருந்த போதிலும் வேறு ஏதோ ஓர் உணர்ச்சியில் சந்திரனின் உதடுகள் துடித்தன.

"எல்லா நண்பர்கள் கிட்டேயும் செய்த தப்பை உன் கிட்டே யும் நான் செய்ய விரும்பலே... எடுக்கிற கெட்ட பேரை முன்னாடியே எடுத்துட்டா, திருத்திக்க சந்தர்ப்பம் இருக்குங்கற தெம்பிலே தான் அன்னக்கி நான் அப்படி நடந்துக்கிட்டேன். நான் அன்னிக்கு எப்படி நடந்திருந்தாலும் அதுக்காக இப்ப உன்கிட்டே மன்னிப்பு கேட்கப் போறதில்லே" என்று சிரித்தான் வேணு.

'ஆ! இந்த வேணு. இவ்வளவு தூரம் சிந்திக்கவும் பேசவும் தயாராகி விட்டானே' என்று மனம் பாராட்ட, "நானும் உன் கிட்டே மன்னிப்பு கேட்கப் போறதில்லே... ஏன்னா நீ என்னை மன்னிச்சுட்டே... எனக்குத் தெரியும்!" என்று சிரித்தான் சந்திரன்.

"அப்பாடா! என் பெண்டாட்டி கூடத் தேவலை போல் இருக்கே... ரெண்டு வார்த்தையிலே சிரிச்சுடுவா. உன் முகத்திலே இந்தச் சிரிப்பை வரவழைக்கறதுக்குள்ளே என்ன பாடு!" என்று

சொல்லிக்கொண்டே "நீ ரொம்பப் பிரியமா கேட்டியே அந்த ஸூட்" என்று அட்டைப் பெட்டியைத் திறந்து அவன் முன் வைத்தான் வேணு. இதைத் தைக்கிற பணத்திலே பாதி குடுத்தால் போதும்னு அன்னிக்கு அழுதியே, இப்ப இதோடுகூட உனக்கு எவ்வளவு பணம் வேணும்? சொல்லு" என்று பர்ஸைத் திறந்தான்.

"எனக்கு ஒண்ணும் வேண்டாம்" என்று சந்திரன் தயங்குவது கண்டு வேணு சிரித்தான்.

"ஏ! சந்துரு... நம்ப நட்புக்கு இதெல்லாம் ஆதாரம் இல்லை... ஒரு அடையாளம்தான். பணமும் பொருளும் ரொம்ப அல்பமான விஷயம்! அது வேணும்னோ வேண்டாம்னோ சொல்லி அதைப் பெரிசு படுத்திடாதே" என்று வேணு கூறும் போது தன்னை மீறிய சந்தோஷத்துடன் அவனைப் பார்த்த சந்திரன், அவனை நோக்கிக் கை நீட்டினான்.

வேணு தன் கையிலிருந்த பர்ஸைக் கீழே போட்டு விட்டுச் சந்திரனின் கரத்தைப் பற்றிக் குலுக்கினான்.

அப்போது– இருவரும் தங்கள் நட்பு நிரந்தரமாகிவிட்ட மகிழ்ச்சியில் கை குலுக்கிக் கொண்டபோது– நட்புக்கு இவை யெல்லாம் அடையாளமே தவிர ஆதாரம் அல்ல என்று வேணு கூறியதற்கொப்ப அந்த விலையுயர்ந்த ஸூட்டும், பணம் நிறைந்த பர்ஸும் அவர்கள் காலடியில் விழுந்து கிடந்தன.

ஆனந்த விகடன், 1962

# பிம்பம்

"மது!"

அந்தக் குரலின் அழைப்பில் என்ன கனிவு! என்ன காதல்! அழைப்பது அவர்தான்.

பத்து வருஷங்களுக்கு முன் பௌருஷத்தின் சொரூபமாய் என் முன் தோன்றி, வெறும் புன்னகையால் என்னைக் கன்னி யழித்து, பின் மாலையிட்டு, ஆறு மாதங்கள் ஊன் பொதிந்த உடலின் அதிர்ச்சியிலும் உருவமற்ற உள்ளத்தின் சிலிர்ப்பிலும் எனக்கும் அவருக்கும் விளைந்த உறவின் நித்யத்வத்தை என் ஹிருதயத்தில் முத்திரையிட்டு விட்டு பின்னொருநாள் பத்து நாள் கொள்ளையில் உடல் செயலற்று, உள்ளம் சீரழிந்து, படுக்கையில் கிடந்த போது, உள்ளம் நலுங்காமல், உணர்ச்சியைத் தேனாய்த் தேக்கிய ஆண்மையின் நாதக் கரகரப்புடன் அவர் என்னை அழைத்த அந்தக் குரல்...

"மது..." என்று ஒலித்த அவர் குரலில் கலக்கம் இல்லை. ஒலிக்காத என் குரலில், நெஞ்சுக் குழியில் சுழித்து அழிந்து போன அந்த விம்மலில் எதிர்காலத்தில் இன்று வரை நான் அனுபவிக்கும் தனிமைத் துயரின் தவிப்பும், இனி இறுதிக் காலம் வரை படவிருக்கும் அவஸ்தைகளும் அவருக்குப் புரிந்துவிட்டனவா?

கட்டிலின் மீது பஞ்சு மெத்தையில் உடல் தளர்ந்து புதைந்து கிடக்க, கழுத்துவரை வெண்ணிறப் போர்வை மறைந்திருக்க— ஐயோ ஒரு வாரத்துக்குள் அவர் எப்படி உருவழிந்து போனார்! படுக்கைக்குத் தலை முளைத்திருப்பதுபோல் இருந்த அந்தக் கோலத்தைக் கண்டு பொருமி, கண்ணீர் பெருக்கியவாறு உட்கார்ந்திருந்த என்னை அவர் அன்போடு அழைத்து, வற்றி உலர்ந்து, குச்சுக் குச்சாய் நீண்டிருந்த விரல்களால் என் கன்னத்தை வருடியவாறு சொன்னார்; "மது...! நான் செத்துப்போனால், நீ வேற... வேற கல்யாணம்... பண்ணிக்கொள், வாழ்வை வீணாக்கி விடாதே..."

நான் குமுறி அழுதேன்.

அவர் மறுபடியும் அமைதியாகக் கண்களை மூடிக் கொண்டு உலர்ந்த உதடுகள் ஒட்டி ஒட்டிப் பிரிய, கரகரத்த குரலில் மிகவும் சிரமத்துக்கிடையே பேசினார்:

"அழாதே, மது... அழறதனாலே சாவு திரும்பிப் போயிடாது. இன்னும் ஒரு மணி நேரத்துக்கு அப்புறமோ, இன்னக்கி ராத்திரியோ, இல்லாட்டி நாளைக்குக் காத்தாலையோ நான் செத்துப் போறது நிச்சயம். நேத்து ராத்திரியே பயங்கரமா விக்கல் வந்து படுத்திச்சே ஒரு மணிநேரம், டாக்டர் ஒரு ஊசி போட்டு விக்கலை நிறுத்தினாரே, அதுக்கப்புறம் நான் உயிரோடு இருந் தாலும் கொஞ்சம் கொஞ்சமாகச் செத்துக்கிட்டே இருக்கேன்னு நல்லாத் தெரியுது. அழாதே மது... சாவை– செத்துப் போகிறதை நினைச்சு நான் எத்தனை தடவை பயந்திருக்கிறேன்... உனக்குத் தெரியுமே... நீ தூங்கிக் கொண்டிருக்கிறபோது திடீர்னு உன்னை எழுப்பறப்போ, நீ திடுக்கின்னு எழுந்து 'என்ன என்ன?'ன்னு கேக்கிறப்போ முகமெல்லாம் வேர்க்கும்... பயந்துபோய்க் குழந்தை மாதிரி உன்னை இறுகக் கட்டிக்கிட்டு. 'நான் செத்துப் போற மாதிரி கனவு கண்டேன்'னு சொல்றப்போ, என்னென்னவோ பேசிச் சிரிச்சி விளையாடி என்னை வதைக்கும் அந்த உணர்ச்சியைப் போக்கித் தூங்கவைப்பியே. உண்மையிலேயே மது... சாவு அப்படி ஒண்ணும் இப்போ பயமா இல்லே. அது சுகமாகவே இருக்கு. உடம்பு லேசாப் பஞ்சு மாதிரி தோணுது... ஒவ்வொரு அங்குலமா பூமிக்கும் எனக்கும் இருக்கிற உறவு 'பட் பட்'னு விட்டு விலகிக்கிட்டே இருக்கு... அழாதே, மது... நான் செத்துப் போனப்புறம் நீ அழலாம், இப்போ நீ என்னோட பேசு. ஆறமாசம் நீ என்னோட வாழ்ந்திருக்கே... என்னோட உன் வாழ்க்கையே அஸ்தமிக்க வேண்டாம். எனக்குப் பிறகு நீ வேற..."

நான் குமுறி அழுதபோது அவர் வார்த்தைகள் என் காதில் விழவில்லையோ? அல்லது அவரே அதற்கு மேல் சொல்லாமல் நிறுத்திக கொண்டு விட்டாரோ...?

சற்று நேரத்துக்குப்பின் நான் அழுது ஓய்ந்து அழுகையின் தொடர்ச்சியாய் விட்டு விட்டு விம்மிக் கொண்டிருக்கையில் அவர் மீண்டும் என்னை அழைத்தார்.

"மது– இதோ கால் பக்கமிருக்கே அந்தத் தலையணையை எடுத்துக் கழுத்துக்குக் கீழே வெச்சிக் கொஞ்சம் நிமிர்த்தின மாதிரி என்னைச் சாத்தி வையேன்."

உடம்பு வெறும் எலும்புக் கனமாயிருந்தது. அவரைத் தூக்கிக் கட்டிலின் தலைப்பாகத்தில் தலையணையை நிறுத்தி அவர் சொன்னது போல் உட்கார வைப்பதற்குள் எவ்வளவு சிரமம்! அவருக்குச் சிரமம் தெரியவில்லையோ? கழுத்தைத் திருப்பிக் கொண்டு எக்கச் சக்கமாய் முகவாய்க் கட்டை நெஞ்சுக் குழியில்

புதைந்து... நான் பதறிப் போய் அவர் முகத்தை நிமிர்த்துகையில் அவஸ்தையோ, அவசரமோ இல்லாத ஒரு புன்னகையே அவர் முகத்தில் தவழக் கண்டேன்!

வரண்டிருந்த அவர் முகத்தில், வளர்ந்திருந்த ரோமங்களில் நான் முகத்தைப் புதைத்துக் கொண்ட போது உலர்ந்து தோலுரிந்த உதடுகள் என் கன்னத்தை ஸ்பரிசிக்க, அவர் குரல் என் செவி அருகே கரகரத்தது: "மது... உணர்ச்சிகள் பொய்யென்று நான் சொல்லல்லே; ஆனா உண்மையை அது மறைக்கிற அளவு பெருகிடக் கூடாது. செத்துப் போகிறவன் கிட்டே பேசாமல் அவன் சாவை நினைச்சு அழறது அசட்டுத் தனமில்லையா? சொல்லு மது..."

"நீங்க என்னென்னமோ சொல்றதைக் கேட்டா எனக்குப் பயமாயிருக்கு... நீங்க நல்லபடி பிழைச்சு எழுந்திடுவீங்க. என்னை வருத்தப்படுத்தும்படியா ஒண்ணும் சொல்ல வேண்டாம்" என்று நான் விம்மினேன்.

"சரி, மது... எனக்கு மட்டும் இல்லையா அந்த ஆசை? இனிமே அந்த ஆசைக்கு அர்த்தமில்லை. நான் பிழைச்சி எழுந்தால் சரி; இல்லைன்னா, நான் செத்துப் போனப்புறம் நீ என்ன பண்ணுவே?..."

எனக்குக் கொஞ்சம் கோபம்கூட வந்தது.

"என்ன பண்ணுவேன்? என் அம்மாவும் பாட்டியும், இன்னும் ஒவ்வொரு ஹிந்து ஸ்திரீயும் என்ன செய்தாளோ அதையேதான் நானும் செய்வேன். இது என்ன துக்கிரிப் பேச்சு..." என்று சொல்லி அவரிடமிருந்து சற்று விலகி அவர் முகத்தைக் கோபமாகவே வெறித்து நோக்கினேன்.

அப்போது அவர் கண்கள் மூடியிருந்தன. நெற்றியில் இரண்டொரு சுருக்கங்கள் நெளிந்தன. பிறகு இலேசான குறட்டை ஒலியுடன் அவர் கழுத்துச் சற்று ஒருக்களித்த போது, 'அப்படியே படுத்துக் கொள்ளுங்கள்' என்று சொல்ல நினைத்து, அவர் மீது கைவைத்தபோது உசுப்பி விட்டபோல் அவர் விழித்துக்கொண்டு, "மது"–

"மனசைக் குழப்பிக்காமல் படுங்க..."

"மருந்து சாப்பிட இன்னும் ஒரு மணி நேரம் இருக்கு. அதுவரையில் நீங்க கொஞ்சம் தூங்கினால் நல்லது..."

"இல்லை மது... நான் தூங்கக்கூடாது. இப்பக்கூடத் தூக்கம் வருதுன்னு தெரிஞ்சுதான் முழிச்சேன்... சாவும் அப்படித்தான்

வரும். நான் உன்னோடு பேசிக்கிட்டே... இல்லை மது... அதை நான் சொல்லலை" என்று என் முகமாறுதலைக் கண்டு தம் பார்வையை வேறு பக்கம் திரும்பிக்கொண்டார். பார்வை மாறியதுபோல் பேச்சும் மாறிற்று.

"உன் அம்மாவும், பாட்டியும் ஒவ்வொரு ஹிந்துப் பெண்ணும் உன்னைப்போலவா தங்கள் இஷ்டப்படி கலியாணம் செய்து கொண்டாங்க? ஒரு கிறிஸ்தவனையா மணந்து கொண்டாங்க? யாருமில்லாமல் தனியா எங்கோ ஒரு ஸ்கூல்லே டீச்சரா இருந்த உன்னை ஒரு ஹிந்துப் பெண்ணுன்னு தெரிஞ்சோ அல்லது அதையே காரணமாகக் கொண்டோ நான் காதலிச்சேனா? ஹிந்து மதத்தினர் சொல்றது போலவோ எங்கள் மத வழக்கப்படியோ நாம் கலியாணம் செய்து கொள்ளவில்லையே! யோசிச்சுப்பார், மது. எனக்கும் பெற்றோர்கள் இல்லாததால், நான் ஒரு கிறிஸ்தவனாகப் பிறந்திருந்தும், நீ ஒரு ஹிந்துப் பெண்ணாக இருந்தும் சட்டத்தின் முன்னே கல்யாணம் செய்து கொண்டோம். அந்தச் சட்டம் உன்னை எனக்கப்புறம் ஒரு கல்யாணத்துக்கு அனுமதிக்கும்; என் மதமும் அனுமதிக்கும்..."

அவர் மட்டும்தான் பேசிக் கொண்டிருக்க வேண்டுமா? நானும் பேசினேன். அவர் விருப்பம் அதுதானே?

"எந்தச் சட்டப்படி எந்த மதத்தினனை நான் கலியாணம் செய்து கொண்டாலும் நான் உங்களை விரும்ப, காதலிக்க எந்தச் சட்டத்தின் உத்தரவையும் எந்த மதத்தின் அனுமதியையும் எதிர் பார்த்ததில்லை. நான் ஒரு பெண்! என்னை இதற்கு நீங்கள் வற்புறுத்துவது அழகில்லை!" என்று பேசினேன்...

அவர் என் முகத்தைக் கூர்ந்து பார்த்தார். அவர் கண்களின் இமை ஓரத்தில் பாதரஸம்போல் கண்ணீர் பளபளத்து முகத்தில் ஒட்டாமல் உதிரும்போது உதடுகள் சோகத்தாலோ உணர்ச்சி மிகுதியினாலோ நெளிந்தன. நான் அவர் கைகளைப் பிடித்து முகத்தில் வைத்துக் கொண்டு அழுதேன்.

"நாம் என்னவெல்லாம் பேசுகிறோம்... இப்படிப் பேசலாமா?..." என்று அழுகையினூடே நான் கெஞ்சினேன். அவர் விரல்கள் என் கன்னத்தை வருடின.

"மது, என்னை மன்னிச்சுக்கோ..." என்று சொல்லிவிட்டு அவர் கண்களை மூடி மௌனமானார். பிறகு சில நிமிஷங்கள் கழித்து நெஞ்சில் கலகலக்கும் ஒரு இலேசான சிரிப்புடன் கண்களைத் திறந்து என்னைப் பார்தார்: "மது... மனுசன் ரொம்பச் சுயநலக்காரன். எந்த மதத்தைச் சேர்ந்திருந்தாலும் என்ன என்ன

சட்டத்தை உண்டாக்கியிருந்தாலும் ஒரு ஆண் ஒரு பெண் என்ற உறவில் ரொம்ப அசிங்கமான சுயநலக்காரன் மனுசன். தனக்குப் பின்னும்– தன்னை அவன் இழந்த பின்னும் தனதை இழக்க மனசில்லாமல்– இல்லாத 'தனக்கு' இருக்கின்ற 'தனதாக' அது இருக்க வேண்டும் என்று பேராசைப்படும் சுயநலக்காரன்... அது தான்! வைதவ்யம்! இப்படித்தான் மது நான் நினைச்சிருந்தேன்; நினைச்சிருக்கேன்;... அதனாலே தான்... உன்னை இவ்வளவு தூரம் வற்புறுத்தினேன். நீ இவ்வளவு நிச்சயமா, தீர்க்கமா, சாகக் கிடக்கும் என்னிடம் கோபப்படும் அளவுக்கு உறுதியாக– நான் இல்லாமல் போனப்புறம், இல்லாத எனதாக இருப்பேன்னு சொல்றப்போ– அதைக் கேக்கறப்போ ஒரு சந்தோஷம், ஒரு ஆத்ம நிறைவு ஏன் ஏற்படுதுன்னே புரியலை மது! மது!... நானும் சுய நலக்காரன்தானா? அந்தக் கேவலமான, அல்பமான, அர்த்த மில்லாத சுயநலத்துக்கு நானும் ஆளாகிவிட்டேனா?

"இல்லை... என் மனைவி எனக்கே, என்னுடையவளாகவே இருக்கணும் என்று ஒருத்தர் நினைக்கிறது சுயநலமில்லே. அப்படிப் பார்த்தா, எனக்கு ஒரு மனைவி வேணும்னு கலியாணம் பண்ணி ஒருத்தியைத் தனக்கே தனக்குன்னு ஆக்கிக்கிறது கூடத்தான் சுயநலம்..."

அவர் கண்கள் கூரை முகட்டை வெறித்தவாறிருக்க கண்ணீர் பெருகி வழிந்துகொண்டே இருந்தது.

"நீங்க வீணா எதுக்கு வருத்தப்படுறீங்க?" என்று அவர் முகத்தைத் துடைத்தேன்.

"மது... சாவு இப்பத்தான் ரொம்பப் பயங்கரமா இருக்கு மது, என்னை நம்பியே என்னைக் கல்யாணம் பண்ணிக்கிட்டு வாழ்க்கை முழுதும் ஆனந்தமாகக் கழிச்சுடலாம்னு எவ்வளவு கற்பனைக் கனவுகளோடு எனக்கு நீ மாலையிட்டிருப்பே? அதை யெல்லாம் பொய்யாக்கிட்டு மறுபடியும் உன்னை அனாதையாக விதவையாக்கிட்டு நான் போயிடப் போறேனே மது..."

"நீங்க நிச்சயம் நல்லாயிடுவீங்க... இவ்வளவு தெளிவா எல்லாத்தைப் பத்தியும் பேசற நீங்க செத்துப் போவோம்னு நினைச்சு வருத்தப்படலாமா?"

"மது! 'நீ சாக மாட்டேன்னு' நம்பிக்கை தரும் சொல் சாவுக்கு மருந்தாகாது. நான் இவ்வளவு தெளிவாகப் பேசறதுக்குக் காரணமே நான் செத்துப் போவேங்கிறதைத் தீர்க்கமா தெரிஞ்சிக் கிட்டதனாலேதான். நீ உன் மத வழக்கப்படி விதவையாகிவிடக் கூடாதுங்கிற நினைப்பிலேதான் இவ்வளவு பேசினேன்..." என்று

சொல்லும்போது அவர் முகம் வேர்த்திருந்தது. நான் சேலைத் தலைப்பால் முகத்தைத் துடைக்கும்போது, சாதாரணமாகவே சற்று மேலெடுத்த அவரது கூரிய மூக்கு மரத்தாலானது போலக் கடினமாய்த் தட்டுப்பட்டது.

"என்ன, மூக்கு இப்படிக் கனத்திருக்கு? வலிக்கிறதா?" என்று அவர் நெற்றியிலிருந்து மூக்கின் நுனிவரை ஒரு விரலால் இலேசாக வருடினேன். எப்போதும் அப்படி வருடுவது எனக்குப் பிடிக்கும். எங்களுக்குள் அது ஒரு விளையாட்டு. அவருக்கு ரொம்ப அகலமான நெற்றி. ரொம்ப நீளமான கூரான மூக்கு!"

"வலியா? என் மூக்கையும் நெற்றியையும் நீ தொடறேன்னு நினைக்கிறேன்... யூகிக்கத்தான் முடியுது... அப்பிடி மரத்துப் போச்சு!" அவர் குரலும் கம்மியிருந்தது.

நான் மறுபடியும் விலகி நின்று அவர் முகத்தைக் கவனித்தேன். சவக்களை என்பார்களே அது தெரிந்தது. என் நெஞ்சு வெடித்துவிடுவதை என்னால் கட்டுப்படுத்திக் கொள்ள முடியாததுபோல் தவித்தேன். அழுதால் அவர் மிகவும் வருந்து வார்.

நீங்கள் பிழைத்து விடுவீர்கள் என்று சொல்ல இப்போது எனக்கு வாய் வரவில்லை.

'நீ உன் மத வழக்கப்படி விதவையாகி விடக் கூடாது.' என்று சொன்ன அவர் வார்த்தைகள் மனசில் தோன்றின. சாகப் போகிறோம் என்று தெரிந்து இவ்வளவு வியவகார ஞானத்தோடு பேசுபவரிடம் அழுவது தவறு என்ற நினைப்புடன் பதில் கூறினேன்.

"கட்டாய வைதவ்யம்தான் மத வழக்கம். அது கொடுமை யும்கூட.... இப்போது கட்டாய வைதவ்ய மறுப்பு என்பது சமூக வழக்கமாகிவிட்டதும்கூட உண்மையில் பெண்களுக்கு ஒரு வரப் பிரசாதம்தான். இந்த நிலையில் ஒருத்தி, வாழ்ந்த வாழ்வின் இனிப்பான நிகழ்ச்சிகளை எண்ணி வாழ்வைக் கழிச்சுடலாம்னு முடிவு பண்ணி வைதவ்யத்தைத் தானே வலிய ஏத்துக்கறதிலே யாருக்கும் நஷ்டமில்லே. அதிலே வாழ்க்கை முழுவதும் யாருக்கும் கேட்காத ஒரு தூரத்து இசையை– ஒரு நிமிஷம் கூர்ந்து கேட்டால் 'இசையே இல்லை இது உன் நினைப்பு' என்று அறிவு உணர்த்தும் ஒரு பொய்யான– உணர்ச்சிக்கு இதமான ஒரு பிரமையில்– பிரமைக்குட்பட்டிருக்கும்போது உலகமே ஒரு பிரமையாகத் தோன்ற வைக்கும் அந்தப் பிரமையில் லயித்து, – அந்த இனிய மெல்லிய, அரூபமான இசைக்கு அடிமையாகி வாழ்வதில் ஒரு

தனிப்பட்ட பெண்ணுக்கு ஆத்ம நிறைவும் வாழ்வின் நிம்மதியும் கிட்டும். அதனால் நீங்கள் இறந்தாலும் இறந்து விட்டீர்கள் என்ற நினைப்பைத் தவிர, என்னோடு வாழ்பவராவீர்கள்!"

நான் பேசப் பேச அவர் கேட்டுக் கொண்டே இருந்தார். அவர் முகத்தில், இவ்வளவு ஆழ்ந்த அன்பும் தனியான குண நலனும் கொண்டவளை மனைவியாகப் பெற்ற பெருமிதம் குடிகொண்டிருந்தது...

நான் கடிகாரத்தைப் பார்த்தேன். மருந்து கொடுக்க வேண்டிய நேரம் வந்துவிட்டதை அறிந்து அவுன்ஸ் கிண்ணத்தில் மருந்துடன் வந்து அவரை எழுப்பிய போதும் அவர் தூங்கிக் கொண்டே யிருந்தார்.

அவரது வெற்றுடலை நான் வெறித்து நோக்கியவாறு நின்றிருந்தேன்...

"மது!"

அந்தக் குரலுக்கு உரியவர் ஒரு கிறிஸ்தவர்.

அந்தக் கிறிஸ்தவரின் அன்பு மனைவியாய் வாழ்ந்து அவருக்கு ஒரு ஹிந்து விதவையானதில் எனது வாழ்வு நிறைவுற்றது.

●●●

ஆண்டுகள்தான் பத்து ஆகிவிட்டனவே தவிர என் வயது இன்னும் முப்பதைக்கூடத் தாண்டவில்லை. இதோ என் படுக் கைக்கு நேரே நான் உறங்கப் போகும் முன்னும், உறங்கி விழித்த பின்னும் பார்க்கும் போதெல்லாம், உள்ளம் நலுங்காமல் உணர்ச்சியைத் தேனாய்த் தேக்கிய குரலில், ஆண்மையின் நாதக் கரகரப்புடன் "மது!" என்று அழைக்கும் அவர் பிம்பம்– அந்தப் புகைப்படத்தில் இருக்கும் அவருக்கு இருபத்தியேழு வயதுதான்– அவரை விடவும் மூத்தவளாகிவிட்டேன் நான். இப்போது நான் அவருடைய விதவை. விதவையாகிவிட்டவள் வயதால் மூத்த தமக்கையாகி, தாயாகி, பாட்டியானாலும் இளைஞனாய் இறந்து போன ஒருவருக்கு மனைவியாகத்தான் இருக்க வேண்டும்.

ஆம்! தன்னிலும் இளையவனைக் காதலிக்கும் உரிமை விதவைக்கு உண்டு! கணவனோடு வாழ்கிறவள்தான் தன்னோடு வாழ்ந்துவரும் கிழவனையும்கூடக் கிழவியாகக் காதலிக்க வேண்டும். எனக்கு எவ்வளவு வயதானாலும் நான் காதலிக்கும் எனது அன்பருக்கு இருபத்தியேழு வயதுதான்.

அந்த இளமைக் காதலை, வாலிபக் குரலை, ஒவ்வொரு நிமிஷமும் நான் அனுபவித்துக் கொண்டிருக்கிறேன்.

படுக்கையிலிருந்து அன்று நான் கண்விழித்தபோது அறையில் ஒரே இருள். அவர் பிம்பம் கண்களுக்குத் தெரியவில்லை. பொழுது விடியவில்லையோ என்ற எண்ணம் எழும்போது கடிகாரத்தின் மணியோசையும், தெருவில் ஏற்பட்ட சந்தடியும் செவிக்கு எட்ட, இரவு மழை பெய்ததால் சன்னல் கதவுகளையெல்லாம் மூடி விட்டுத் தூங்கிய நினைவு வந்தது. நான் படுக்கையில் படுத்தவாறே ஜன்னலைத் திறந்தபோது...

எதிர்வீட்டு மாடியில், பத்து வருஷங்களுக்கு முன் பௌருஷத் தின் சொரூபமாய் என் முன் தோன்றிய அவரது இன்னொரு பிம்பமாய்...

அகன்ற நெற்றியும், ரொம்ப நீளமான, கூரான மூக்கும் அவரைப் போலவே இருந்த அந்தப் பிம்பத்தைப் பார்த்துக் கொண்டே இரு என்று அந்தக் கண்கள் இடும் கட்டளையை என்னால் மீறிப்போக முடியவில்லை...

“மது” என்ற அந்தத் தூரத்து இசையில் என் நெஞ்சு குழைகிறது.

வெறும் புன்னகையால் என்னைக் கற்பழிப்பதுபோல், அதே சிரிப்பு...

அவரேதான்...

நானும் புன்முறுவலித்தேனோ?...

என் உடல் பயத்தாலோ, மகிழ்ச்சியாலோ, திகைப்பாலோ பதறியது...

வீட்டின் எந்த மூலையில் நான் நின்றாலும் ஏதோ ஒரு கோணத்தில் நின்று என் உடலெல்லாம் தேன் பொழிந்து சிலிர்க்க வைக்கும் அந்தக் கண்களின் தாக்குதலிலிருந்து என்னால் தப்ப முடியவில்லை. தப்புவதற்கு நான் விரும்பவும் இல்லை.

வீட்டுக்குள் ஊடுருவி என்னைப் பிடிக்கும் அந்தக் கண்கள் வீதியில் என்னை விட்டுவிடுமா?

நான் பள்ளிக்கூடம் போகும்போது அந்தக் கண்கள் என்னைத் தொடர்ந்தன. வகுப்பில் பாடம் நடத்த இயலாமல் என்னை வருத்தியது எது?...

இது என்ன தவிப்பு? இவ்வளவு நாட்கள் இல்லாத இன்பமும் துன்பமும் கலந்த, அல்லது இரண்டுமே அற்ற இந்த உணர்ச்சி களுக்கு நான் எப்படி இரையாகிப் போனேன்?

எனக்கு இப்போது பயம் பிறந்துவிட்டது.

நான் என்னவாகிக் கொண்டிருக்கிறேன் என்று எனக்குப் புரிய ஆரம்பித்தது...

வகுப்பு முடிந்து மணியடித்ததும் நேரே வீட்டுக்குப் போய், வீட்டின் எந்த மூலையில் நான் நின்றாலும் என்னைப் பற்றிப் பிடிக்கும் அந்தக் கண்களிலிருந்து தப்பித்துக் கொள்ளத்தான் வேண்டும் என்று என் உணர்வு மீறிய அறிவு உரைத்தது.

எங்கோ, எங்கோ போய்க் கொண்டிருந்தேன். அங்கே அந்த யாருமற்ற தனிமையில் பாறைகளும் செடி கொடிகளும் மண்டிக் கிடந்த, ஊருக்கு ஒதுக்கமாய் இருக்கும் அந்த இடத்தில் நின்று அருகில் தெரியும் கோயிலின் சிகரக் கும்பத்தை அர்த்தமற்று நான் வெறித்து நிற்கையில் என் அருகே யாரோ வந்து... யாரோவா?...

"யார் நீ?"

அவன் இலேசாகச் சிரித்தான்.

"ஐயோ, அப்படிச் சிரிக்காதீர்கள்! வேண்டாம் வேண்டாம். நான் பார்க்க மாட்டேன்" என்று மனம் அலறியது. நான் முகத்தை மூடிக்கொண்டேன்.

"என்னைத் தப்பா நெனைக்கவேண்டாம்... நான் உங்கள் வீட்டுக்கு எதிரில் இருந்து எப்பவும் உங்களைப் பார்த்து... பார்த்து..." வெட்கத்தாலும் பயத்தாலும் அந்த இளைஞன் தவிப்பதைக் கண்டபோது எனக்கு அவர் நினைவு வந்தது.

"நான் செத்துப்போனா நீ உன் வாழ்வை வீணாக்கிடாதே" என்ற அவர் வார்த்தைகள் இவ்வளவு நாட்களுக்குப் பிறகு எனக்கு ஏன் நினைவு வரவேண்டும்?

"உங்கள் பெயர்?" அவன் என்னைப் புரிந்து கொண்டு விட்ட தைரியத்துடன் இனிமையாய்க் கேட்டான்.

"மதுரம்"

"மது..." என்று உள்ளம் நலுங்காமல் உணர்ச்சியைத் தேனாய்த் தேக்கிய குரலில் ஆண்மையின் நாதக் கரகரப்புடன் அவன் அழைத்தான்: "மது!"

அந்தத் தூரத்து இசை அருகே ஒலிக்கும்போது நாராசமாய் ஒலித்தது, நான் காதுகளைப் பொத்திக்கொண்டு விலகி ஓடினேன்.

"மது!" என்று மீண்டும் அவன் அழைத்தபோது நான் நின்று திரும்பினேன். அவன் கண்கள் கலங்கி என் உள்ளத்தைக் கலக்கின.

"நான் விதவை!" என்றேன்.

"தெரியும்!" என்றான்.

"தெரிந்துமா?..." என்று ஏதோ நான் கேட்கையில்...

"தெரிந்துதான்" என்று சொல்லமுடியாமல் சொல்லி முடித்தான்.

நாங்கள் பேசவில்லை; ஆனால் புரிந்து கொண்டோம்.

இந்தத் தனிமையில் நான் இந்த இடத்தில் இருப்பதை எண்ணி அச்சமுற்றேன். அவனைப் பார்த்துக் கொண்டே நிற்கத் தான் மனம் விரும்பியது.

"தயவு செய்து மன்னித்து விடுங்கள்... நான் வருகிறேன்... நாளைக் காலை வீட்டுக்கு வாருங்கள். தவறாக நினைக்கக் கூடாது!" அந்தத் திவ்ய முகத்தைப் பயமற்றுப் பார்க்கவேண்டும் என்ற ஆசையால் என்னை அறியாமல் கூப்பிட்டதற்காகத் தலை குனிந்தவாறு திரும்பினேன். அப்போது அந்த இளைஞன் சொன்ன வார்த்தைகள் என்னைப் பிடரியில் அடித்துத் துரத்தின.

"மது... நாளை உங்கள் வீட்டுக்கு வருவதை ஒரு பாக்கியமாகக் கருதுவேன்... ஆனால், உங்களது அழகான நெற்றியில் குங்குமம் வைத்த கோலத்துடன் உங்கள் வாழ்க்கையின் விருந்தாளியை வரவேற்க வேண்டும்!"

அந்த வார்த்தைகளின் மூலம் அவன் அவரைப் போலவே எவ்வளவு உயர்ந்த பண்பும், ஞானமும், நயத்தக்க நாகரிகமும் கொண்டவன் என்பதை நான் புரிந்து கொண்டேன்.

ஆனால் அவன் என்னை எவ்விதம் புரிந்துகொண்டானோ?

●●●

உறங்கும்போதும் விழிக்கும்போதும் நான் தரிசிக்கும்– அந்தத் தூரத்து இசையையே மெய்யாக்கி, உலகத்தையே ஒரு பிரமையாக்கி என்னுள் ஒலிக்கும்– அந்தத் திருவுருவத்தின் முன் கையில் குங்குமச்சிமிழுடன் நின்றிருக்கிறேன்.

'இது நீங்கள் எனக்குச் சிபாரிசு செய்ததும் நான் நிராகரித்தது மான முடிவு' என்று– எனக்குத் தகுந்தபடி– கொடுத்த வாக்கை மனசால் அழிக்க முயலுகிறேன்.

அன்று அவரது தீர்க்கமான யோசனையை நிராகரித்ததன் மூலம் தன்னை ஒரு ஹிந்துப்பெண் என்று பிரகடனப் படுத்திக் கொண்டேனே... இன்று?

நான் அன்று அவருக்குக் கூறியதெல்லாம் ஏமாற்றா? செத்து, தெய்வமாகக் கிடந்த அவர் முகத்தில் ஒளி வீசிய நம்பிக்கையும் பெருமிதமும்... இறந்தவருக்குத் துரோகம் செய்கிறேனா?

"இல்லை, நான் பெண்! ஹிந்துப் பெண்!" என்று உறுதியாகத் தலையை உலுப்பிக்கொள்ளும்போது என் கையிலிருந்த குங்குமச் சிமிழ் கீழே விழுகிறது...

அப்பொழுது வாழ்க்கையின் விருந்தாளி வந்துவிட்டதைக் கதவை இடிக்கும் மெல்லிய ஓசையில் உணர்ந்த நான் போகிறேன், விருந்தாளியை வரவேற்கவா?...

நான் கதவைத் திறந்ததும் புன்முறுவலோடு எதிரில் நிற்கும் அவன் முகம் வதங்கிப் போகிறது. அந்தப் புன்முறுவல் என்னை ஒன்றும் செய்யவில்லை இப்போது. அது வெறும் பிம்பம். உண்மை யல்ல!

அவன் திரும்பிச் செல்கிறான்.

"உள்ளே வரலாம், விருந்தாளியாக அல்ல. ஒரு விஷயத்தைப் புரிந்துகொண்டால் இருவருக்கும் நல்லது."

அவன் மௌனமாய் உள்ளே வருகிறான்.

"இதைப் பாருங்கள்!" என்று நான் அவர் படத்தைக் காட்டும் போது அவன் கண்கள் திறக்கின்றன.

"என்னைப் போலே..."

"ஆமாம், உங்களைப் போலவேதான்; நீங்கள் அல்ல. தயவு செய்து என்னைத் தவறாக நினைக்க வேண்டாம். என் விதவைக் கோலத்துக்கு யாரும் பொறுப்பல்ல. நானே மனப்பூர்வமாய் விரும்பி ஏற்றுக்கொண்டது. நான் உங்களைப் பார்த்துச் சலன முற்றது உண்மை; இதன் பிம்பமாய் நீங்கள் இருந்ததனால் தான். என் கணவருக்கு நான் துரோகம் நினைத்ததால் விளைந்தது அல்ல, அந்தச் சலனம். அவரை நான் இன்னும் அதிகமாக நேசிப்பதன் விளைவே இந்தச் சலனம்."

அவன் போய்விட்டான், பிம்பம் மறைந்தது. மூல புருஷனின் உருவம் என் நெஞ்சில் நிலைத்தது.

"மது!" மதுரமிக்க அந்தக் குரல் என் செவிப் புலன்களைக் கடந்து, என் இதயத்தில் ஒலிக்கிறது. நான் என்னை, உலகை, அந்தப் பிம்பத்தை– எதையும் மறக்காமல் என் நினைவு என்ற மெய்யில் லயிக்கிறேன்!

கல்கி, 1962

# பூ உதிரும்

பெரியசாமிப் பிள்ளை வாயைத் திறந்து பேச ஆரம்பித்தால்– அதுவும் அந்த நரைத்துப்போன, சுருட்டுப் புகையால் பழுப்பேறிய பெரிய மீசையை முறுக்கிக் கொண்டு பேச ஆரம்பித்துவிட்டால்– நிச்சயம், அவர் பேசுகின்ற விஷயம், இந்த நூற்றாண்டில் நிகழ்ந்த இரண்டு உலக மகா யுத்தங்களிலும் நேச தேச ராணுவத்தினர் புரிந்த வீர தீரச் சாகசங்கள் பற்றியதாகத்தான் இருக்கும்.

அவரது வலது புருவத்துக்கு மேல் இருக்கும் ஒரு நீண்ட தழும்பு; முன் பற்களில் ஒன்றுக்குத் தங்க முலாம் பூசிக் கொண்டது; அதற்குக் காரணமாயிருந்த ஒரு சீனாக்கார நண்பன் தன் நினைவாய் அவருக்குத் தந்த... இப்பொழுதும் கையி லிருக்கும் ஒரு பழைய மாடல் கைக் கடிகாரம்; இடுப்பில் சாவிக் கொத்துடன் தொங்கும் நீண்ட பேனாக் கத்தி; அதன் உதவியால் இரண்டு எதிரிகளைச் சாய்த்தது... இவ்விதம் அவரோடு சம்பந்தப் பட்ட சகலமும் யுத்தத்தின் முத்திரை பெற்று விட்டபின் அவரால் வேறு எவ்விதம் பேச இயலும்?

அரும்பு மீசைப் பிராயத்தில் முதல் மகாயுத்தத்திலும், கரு கருவென முறுக்கு மீசை வளர்த்த நடுத்தர வயதில் இரண்டாவது மகாயுத்தத்திலும் சமராடி வந்தவர் அவர். சுதந்திரமும் அமைதியும் நிலவும் ஒரு நாட்டின் பிரஜையாய் நரைத்த மீசையுடன் தளர்ந்த உடலுடன் இப்போது வாழ்ந்த போதிலும், அவரது பட்டாளத்துக் கார மனத்துக்கு அடிக்கடி பழைய நிகழ்ச்சிகளை ஞாபகப்படுத்திக் கொள்வதில் ஒரு போதை இருந்தது. அதில் ஒரு புத்துணர்ச்சியும் பிறந்தது.

அவர் தான் சந்திக்க நேருகின்ற ஒவ்வொரு வாலிபனிடமும் முதல் தடவையாகவும், பின்னால் சந்திக்கும் சமயங்களில் அடிக் கடியும் ஒரு விஷயத்தை வற்புறுத்துவார்; "இந்த தேசத்திலே பொறந்த ஒவ்வொரு வாலிபப் பிள்ளையும் இருபது வயசுக்கு மேலே ஒரு பத்து வருஷம்– கொறஞ்சது அஞ்சு வருஷமாவது கட்டாயமா பட்டாளத்து அநுபவம் பெத்து வரணும்... ஆமா, மாட்டேன்னா– சட்டம் போடணும்..."

தன் மகனை ஒரு ராணுவ வீரனாக்க வேண்டும் என்ற அவரது ஆசை பற்றிக்கொண்டு எரிய ஆரம்பித்ததும், அவரது பேச்சையும் தீர்மானத்தையும் கண்டு பயந்த அவர் மனைவி மரகதம் உறவினர்கள் மூலம் கிழவரின் முடிவை மாற்ற முயன்றாள்...

"எதுக்குங்க பட்டாளமும் கிட்டாளமும்? பையன் பத்து படிச்சி பாஸ் பண்ணி இருக்கு. ஏதாவது கெவுருமெண்டு உத்தி யோகம் ஒண்ணு பாத்துவெச்சி, கல்யாணம் காட்சி நடத்தி, பேரன் பேத்தியைக் கொஞ்சிக்கிட்டிருக்காம பையனைப் பட்டாளத்துக்கு அனுப்பறது சரியில்லிங்க; அவ்வளவு தான்..." என்று கூறிய அந்த உறவினர்களையும், அவர்கள் அவ்விதம் வந்து யோசனை கூறக் காரணமாயிருந்த மனைவியையும் பார்த்து மீசையை முறுக்கிக் கொண்டு லேசாகச் சிரித்தார் பெரியசாமி. பிறகு அவர்கள் சொல்வதைச் சற்று ஆழ்ந்து சிந்தித்தார். அதில் பொருளிருப்ப தாகத் தோன்றவில்லை அவருக்கு. குறுகிய பாசம் என்பதைத் தவிர வேறு காரணமில்லை என்றே தோன்றியது.

அவர்களுக்கு அவர் சொன்னார்: "உங்களுக்குத் தெரியாது... ம்... நான் வாழ்நாள் பூராவும் வெள்ளைக்காரங்க கிட்டே அடிமைச் சிப்பாயாவே காலங் கழிச்சவன். அப்பல்லாம் ஒரு சாதாரண வெள்ளைக்கார சோல்ஜருக்கு இருந்த மதிப்பு கூட ஒரு கறுப்பு மேஜருக்குக் கிடையாது. ஒரு சுதந்திர நாட்டு ராணுவத்திலே ஒரு சாதாரணச் சிப்பாயாக இருக்க மாட்டோ மான்னு ஏங்கினது எனக்கில்லே தெரியும்? இப்ப எம் மகனுக்கு அந்தச் சான்ஸ் கெடைக்கிறதுன்னா அதெ விடலாமா? பட் டாளத்துக்குப் போனா, சாகறதுதான் தலைவிதின்னு நெனச்சிக் காதீங்க; பட்டாளத்துக்குப் போகாதவங்களுக்கும் சாவு உண்டு... வாழ்க்கையிலே ஒரு பொறுப்பு, அநுபவம்... தேசம்ங்கிற உணர்வு ...ம், ஒரு 'டிஸிப்ளின்' எல்லாம் உண்டாகும் பட்டாளத்திலே. இதெல்லாமில்லாம சும்மா வெந்ததைத் தின்னுட்டு வேளை வந்தா சாகறதிலே என்னா பிரயோசனம்?... சொல்லுங்க" என்று அவர் கேட்கும் போது தந்தையின் அருகே நின்றிருந்த சோம நாதன், தந்தையின் இதயத்தையும் எண்ணத்தையும் சரியாகவும் முழுமையாகவும் புரிந்து கொண்டான். அவர் உடலில் ஒரு துடிப்பும், அவர் கண்களில் 'தனக்கு வயதில்லையே' என்றொரு ஏக்கமும் பிறந்ததை அவன் மட்டுமே கண்டான்.

"அப்படிச் செத்துப் போனாத்தான் என்னாப்பா? பட் டாளத்துக்குப் போறவன் அரசாங்கத்துப் பணத்திலே உடம்பை வளத்துக்கிட்டு, ஊருக்கு லீவில் வந்து உடுப்பைக் காமிச்சுப்பிட்டு

போனாப் போதுமா? சண்டைன்னு வந்தா சாகவும் தான் தயாராப் போகணும்" என்று ஒரு வீரனின் மகனுக்குரிய துணிச்சலுடன் சோமநாதன் கூறிய வார்த்தைகளைக் கேட்டு, கிழவரின் சுருட்டுக் கறையேறிய கரிய உதடுகள் உணர்ச்சி மிகுந்து துடித்தன.

"சபாஷ்!" என்று பெருமிதத்தோடு அவனைப் பாராட்டுகையில் அவர் கண்களில் அதீதமானதோர் ஒளி சுடர்விட்டது. இடது கை ஆள்காட்டி விரலால் முறுக்கேறி உயர்ந்திருந்த மீசையின் வளைவை லேசாக ஒதுக்கி விட்டுக்கொண்டே மகனின் தோள் மீது கை வைத்து, அவனுக்கு நேரே நின்று மகனின் கண்களைப் பார்த்துக் கேட்டார் பெரியசாமி:

"டேய் தம்பி... இவங்களுக்கு ஒண்ணும் புரியாது; நீ சொல்லு பார்ப்போம்; இந்தியா மேலே சண்டைக்கி வர்ரவன் இனிமே இந்த உலகத்திலே எவனாவது இருக்கானா! ம்... தள்ளு! பட்டாளத்துக்குப் போறதுன்னா காக்கி உடுப்பை மாட்டிக்கினவுடனே கையிலே துப்பாக்கியைத் தூக்கிக்கிட்டு கண்ட பக்கமெல்லாம் 'படபட'ன்னு சுட்டுக்கினு நிக்கறதில்லே. பட்டாளத்து வாழ்க்கையைச் சரியாப் பயன்படுத்திக்கிட்டா அறிவும் அனுபவமும் வளரும். எழுதப் படிக்கத் தெரியாதவனாகத்தான் நான் மிலிட்டரிக்குப் போனேன். நானே இவ்வளவு கத்துக்கிட்டு வளர்ந்திருக்கேன்னா யாரு காரணம்? பட்டாளம் தான். இல்லாட்டி 'எங்கம்மாவை விட்டுப்பிட்டு எப்பிடிப் போவேன்'னு ஊரிலேயே குந்திக்கினு இருந்தா. வெறவு பொறுக்கிக்கினு, மாடு மேய்க்கத்தான் போயிருப்பேன். நீ என்னை மாதிரி தற்குறியில்லே. படிச்சிருக்கே... போனியானா ரொம்ப விசயம் கத்துக்கலாம். ஆபீசராகூட ஆகலாம். இங்கியே இருந்தியானா சினிமா பார்க்கலாம்; சீட்டி அடிக்கலாம்; அதான் உங்கம்மாவுக்குத் திருப்தியாயிருக்கும்... ஊர்க்காரனுவ எப்பவும் ஏதாவது சொல்லிக்கிட்டு இருப்பானுவ... துப்பாக்கின்னா அது போலீஸுக்காரனுக்கு மட்டும்தான் சொந்தம்னு நெனச்சிக்கிட்டிருக்காங்க ...ம், இந்த நாட்டிலே பொறந்த ஒவ்வொருத்தனும் துப்பாக்கி பிடிக்கக் கத்துக்க வேணாமா? அப்பத்தான் இன்னக்கி இல்லாட்டியும் என்னைக்காவது ஒரு நாளு தேசத்துக்கு ஒரு ஆபத்துன்னா நாடே துப்பாக்கி ஏந்தி நிக்கும்..."

–தந்தை தன் சொல்வலியாலும், தாயின் ஆசீர்வாதத்துடனும் பத்து வருஷங்களுக்கு முன் பட்டாளத்தில் சேர்ந்தான் சோமநாதன்.

●●●

முதன் முறையாக, பட்டாளத்தில் சேர்ந்து அடுத்த ஆண்டில் அவன் லீவில் ஊருக்கு வந்திருந்தபோது... ஒரு வருஷத்தில் அவன் அதிகமாய் வளர்ந்திருப்பது கண்டு அவன் தாய் பூரித்துப் போனாள். அவனிடம் வெறும் உடல் வளர்ச்சி மட்டுமல்லாமல், உள வளர்ச்சியும் அறிவு விசாலமும் மிகுந்திருக்கிறதா என் பதையே சிரத்தையுடன் ஆழ்ந்து பரிசீலித்தார் பெரியசாமி. சதா நேரம் அவனோடு பேசிக் கொண்டிருப்பதிலும், தனது அனுபவங் களைச் சொல்வதை அவன் எவ்விதம் கிரகித்துக் கொள்கிறான் என்று கவனிப்பதிலும் அவனை அளந்தார் அவர்.

லீவில் வீட்டுக்கு வந்திருக்கும்போதுகூட, காலையில் ஐந்தரை மணிக்கு மேல் அவனால் படுக்கையில் படுத்திருக்க முடியாது. எங்கோ நூற்றுக்கணக்கான மைல்களுக்கு அப்பால் இருக்கும் தனது ராணுவ முகாமில் முழங்குகின்ற காலை நேர எக்காளத்தின் ஓசையைக் கேட்டவன் போன்று, அந்தப் பழக்கத்தால்– படுக்கை யிலிருந்து துள்ளி எழுந்துவிடுவான் சோமநாதன். பின்னர், காலை நேர உலாப் போய்விட்டு, தேகப்பயிற்சி செய்து முடித்தபின் என்ன செய்வதென்று புரியாமல் நாள் முழுவதும் பேப்பர் படித்துக் கொண்டு உட்கார்ந்திருப்பது அவனுக்கு மிகவும் சிரமமாக இருந்தது.

இரண்டாவது முறை அவன் லீவில் வந்தபோது அதற்கொரு பரிகாரம் காண்பதுபோல் தோட்ட வேலை செய்ய ஆரம்பித் தான். அதன் விளைவாய் அவர்கள் வீட்டைச் சுற்றிலும் கட்டாந் தரையாகக் கிடந்த ‘தோட்டம்’ செண்பகமும், ரோஜாவும், மல்லிகையும் சொரியும் நந்தவனமாக மாறி, அவனது நினைவாய் இன்றும் மலர்களை உதிர்த்துக் கொண்டிருக்கிறது.

இந்தப் பத்து வருஷ காலமாய் மகன் நினைவு வரும் போதெல்லாம் பெரியசாமிப் பிள்ளை தோட்டத்தில் போய் நின்று, அந்த மலர்ச் செடிகளை வெகுநேரம் பார்த்துக் கொண்டிருப்பார். மலர்ந்த புஷ்பங்களைக் கண்டு அவர் மனம் மகிழ்ந்து கொண் டிருக்கும். அதே போழ்தில் அங்கு உதிர்ந்த பூக்களைக் கண்டு பெருமூச்செறிந்து கொண்டிருப்பாள் அவர் மனைவி.

“ம்... சும்மா கெடந்த தோட்டமெல்லாம் செண்பகமும் ரோஜாவும் வெச்சிப் பூமண்டிப் போவுது... ஊரிலே இருக்கிற பொண்ணுங்க எல்லாம் வந்து அள்ளிக்கிட்டு போவுதுங்க... போறதுங்க சும்மா போவுதா? ‘பூ இருக்கிற வீட்டிலே பொண்ணு இல்லியா’ன்னு பரியாசம் பண்றா ஒரு குட்டி...”

"அதாரு அந்த வாயாடி?... பொண்ணு இல்லே, நீ தான் வந்து இருவேன்னு சொல்றதுதானே?..." என்று நரைத்த மீசையில் வழக்கம் போல் கை போட்டார் பெரியசாமி.

"அப்பிடித்தான் நானும் நெனச்சிக்கிட்டேன். அதை அவ கிட்டே எதுக்குச் சொல்வானேன்... நேத்து கோயில்லே அவ ஆயியைப் பார்த்துச் சொன்னேன்... அவளுக்கு வாயெல்லாம் பல்லாப் போச்சு... நம்ப பயலுக்குப் பொண்ணு கொடுக்கக் கசக்குமா, பின்னே?" என்று மலர்களின் நடுவே மலர்ந்த முகத்தோடு, பல இரவுகளாய்த் தூங்காமல் கட்டிய மனக் கனவுகளைக் கணவனிடம் உதிர்க்கும் மனைவியின் உணர்ச்சி களைப் புரிந்து கொண்டார் பெரியசாமி.

"சரி சரி! இந்தத் தடவை நம்ப வீட்டிலே கலியாணம்தான்... நீ போயி மசிக்கூடும் காகிதமும் எடுத்து வையி... பையனுக்குக் கடுதாசி எழுதணும்" என்று உற்சாகமாய்க் கூவினார் பிள்ளை.

வாழ்க்கையில் இளம்பிராயத்தில் பெரியசாமிப் பிள்ளையின் மனைவியாகிப், பல வருஷங்கள் அவரைப் பிரிந்து, ஒவ்வொரு நாளும் தாலிச் சரட்டை இறுக்கிப் பிடித்துக் கொண்டே காலம் கழித்து, ஒருவாறு அந்தக் கவலை தீர்ந்து புருஷன் திரும்பி வந்தபின் தனக்கு ஒரு குழந்தை பிறக்காதா என்று பல காலம் ஏங்கி, பின்னொரு நாள் சோமநாதனைப் பெற்றபோது என்ன பேருவகை கொண்டாளோ, அந்த அளவு தாங்கொணா இன்ப உணர்ச்சியினால் மெய் சிலிர்த்து ஆனந்தத்தில் கண்களிரண்டும் நீர்க்குளமாக உள்ளே சென்றாள் மரகதம்...

வழக்கமாய், தந்தையின் கடிதம் கண்ட ஓரிரு வாரங்களுக் குள்ளாகவே ஊருக்கு வந்துவிடும் சோமநாதன் அந்தத் தடவை இரண்டு மாதங்களுக்குப் பிறகே வர முடிந்தது. ஆம்; போன தடவை அவன் வந்தபோது, கோவாவில் போரிட்டு வெற்றி பெற்ற– யுத்த அனுபவம் பெற்ற– வீரனாய்த் திரும்பி இருந்தான்.

அப்பனும் மகனும் பேசிக்கொண்டிருக்கையில் இடையில் வந்து கலந்து கொள்ளத் தைரியம் இல்லாத மரகதம் தூரத்திலோ, அறை வாயிலிலோ நின்று அவர்களைக் கவனித்துக் கொண் டிருப்பாள்.

மகனது வார்த்தைகளைச் செவிகள் கிரகித்த போதிலும் அவரது பார்வை மரகதம் நிற்கும் திசைக்கு ஓடி அவள் கண் களையும் அடிக்கடி சந்திக்கும். அந்த ஒவ்வொரு நிமிஷமும், பேசிக் கொண்டிருக்கும் மகனின் வார்த்தைகள் காதில் விழாமல் ஒலி யிழந்து போகும்; பேசாது தூரத்தே நிற்கும் மனைவியின் மௌன

வார்த்தைகள்– அவளது இதயத் துடிப்பு– அவர் செவியையும் இதயத்தையும் வந்து மோதும். "தோட்டம் பூரா செம்பகமும் ரோசாவும் வெச்சுப் பூமண்டிப் போவுது..."

–அவன் பேசிக் கொண்டிருந்ததைக் கேட்டுக் கொண்டிருந்த நேரம் போக, தான் பேச நேர்ந்தபோதெல்லாம் மகனின் கலியாண விஷயமாகவே பேசினார் பெரியசாமிப் பிள்ளை.

சோமநாதன் தனக்கொரு கலியாணம் என்பது பற்றி அதுவரை யோசித்ததில்லை. ஆனால் தகப்பனார் பேசுகிற தோரணையைப் பார்த்தால் தனக்கு யோசிக்க அவகாசமே தரமாட்டார் போலிருந்தது. இதில் யோசிக்கத்தான் அப்படி என்ன இருக்கிறது? சமாதானச் சூழ்நிலையில் வாழும் ஒரு தேசத்தின் ராணுவ உத்தியோகஸ்தன் கல்யாணம் செய்து கொள்ளலாம்... அவ்விதம் திருமணம் புரிந்துகொண்டு எத்தனையோ பேர் குடும்பத்தோடு அங்கேயே வந்து வாழ்கிறார்களே என்பதை யெல்லாம் நினைவு கூர்ந்து 'சரி' என்று ஒப்புக் கொண்டான்.

– அந்தத் தடவை லீவிலேயே அவனுக்கும் அவளுக்கும் கலியாணம் நடந்தது.

●●●

பூப்பறிக்க வந்த கௌரி பூந்தோட்டத்தின் சொந்தக்காரி யானாள். ஒரு பலனும் கருதாமல் சோமநாதன் தன் கையால் நட்டுத் தண்ணீர் பாய்ச்சியதற்குப் பிரதியாக மலர்களை மட்டு மில்லாமல், அவனுக்கொரு மனைவியையும் கொண்டு வரத் தூதாகியிருக்கும் மகிழ்ச்சியில் சண்பகமும் ரோஜாவும் பூத்துக் குலுங்கிச் சிரித்தன. அந்த மலர்ச் செடிகளின் சிரிப்பால் ஆகர் ஷிக்கப்பட்டோ, தனக்கும் அவனுக்கும் உறவு விளையக் காரணம் இந்தச் செடிகள் தான் என்ற நினைப்பாலோ கௌரி பொழுதை யெல்லாம் தோட்டத்திலேயே கழித்தாள். கல்யாணத்திற்குப் பிறகு சரியாக இரண்டு மாதங்களையும் சோமநாதன் அவளுடனேயே– ஒரு மணி நேரம் கூடப் பிரிந்திராமல்– கழித்தான்.

எத்தனை காலைகள், எத்தனை மாலைகள், எத்தனை இரவுகள் அவர்கள் இருவரும் அங்கேயே கழித்து, என்னென்ன பேசி, என்னென்ன கனவுகளை வளர்த்தார்கள் என்று அந்தச் சண்பகத்துக்குத் தெரியும்; அந்த ரோஜாவும் மல்லிகையும் அறியும்.

கடைசியில் ஒரு நாள்...

இரண்டு மாதங்கள் அவள் உடலோடும், இதயத்தோடும் இணைந்திருந்து, கனவோடும் கற்பனையோடும் கலந்து உடலால்

மட்டும் விலகும்போது 'அடுத்த தடவை லீவுக்கு வந்து திரும்பும் போது உன்னை என்னோட அழைச்சிக்கிட்டுப் போவேன்' என்று வாக்குறுதி தந்து அவன் அவளைப் பிரிந்து சென்றான்.

கௌரியைப் பிரிந்து சென்ற பதினைந்தாம் நாள் அவளுக்கு அவனிடமிருந்து ஒரு கடிதம் வந்தது.

அவனிடமிருந்து மறு கடிதம் வரும்வரை தனது தனியறையின் ஏகாந்தத்தில்... அவனே... வந்து எட்டிப் பார்ப்பதுபோல், ஜன்னலருகே வளைந்திருக்கும் சண்பக மரக்கிளையில் பூத்துச் சிரிக்கும் மலர்களுக்கு அந்தக் கடிதத்தில் இருந்த ரகசியங்களைப் படித்துக் காட்டிக் கொண்டிருந்தாள் கௌரி.

சண்பகத்துக்குப் பக்கத்தில், மலர்ச்சியின் ரகசியத்தை மறைத்துக் கொண்டு முற்றாக மறைக்க முடியாமல்... தாங் கொணாத் தவிப்புடன் கனத்துக் கிடக்கும் மொட்டுகளைத் தாங்கி நிற்கும் ரோஜாவைப் பார்த்து அவள் சிரிக்கும் போது "உன் கதை இன்னும் ஒரு மாதத்தில் தெரியும்?" என்று பளீரெனச் சிரித்துச் சிதறிய முல்லைக் கொடியிலிருந்து பூக்கள் உதிர்ந்த ரகசியம் அவளுக்கு அப்போது புரியவில்லை.

இரண்டு மாதங்களுக்குப் பின், சண்பகத்தையும் ரோஜாவை யும் மடி கனக்கக் கட்டிக்கொண்டிருக்கும் உணர்வுடன் மனமும் உடலும் கூசிச் சிலிர்க்க அந்த விஷயத்தை அவனுக்கு அவள் எழுதும்போது... அவனுக்கும் அவளுக்கும் விளைந்த உறவுக்குப் பின் சில இரவுகளே சேர்ந்து கிடந்து சிலிர்த்த அந்தப் படுக்கையின் தலைமாட்டில், சுவரில் தொங்கும் சோமுவின் படம் அவளைப் பார்த்துச் சிரிக்கும் போது அவன் படத்தைக் கூடப் பார்க்க முடியாமல் அவள் முகத்தை மூடிக் கொண்டாள். முகத்தை மூடிய கரங்களையும் மீறி வழிந்த நாணம் அவள் காதோரத்தில் சிவந்து விளிம்பு கட்டி நின்றது.

அவள் கடிதம் எழுதுவதை நிறுத்திவிட்டு, அந்தப் படத்தைக் கையிலெடுத்தாள். அருகே இருத்திப் பார்க்கப் பார்க்க விகசிப்பது போல் வடிவாயமைந்த உதட்டில் ஊர்ந்த அவனது மாயப் புன்னகை, அவள் இதயத்தை ஊடுருவியது.

திடீரென்று அவளுக்கு உடல் சிலிர்த்தது. நெஞ்சில் நிலைத்த அவன் நினைவு வயிற்றுள் புரண்டது போலிருந்தது...

"நீங்க... எப்ப வருவீங்க?" என்று அந்தப் படத்தை முகத் தோடு அணைத்துக் கொண்டு அமைதியாய், சப்தமில்லாமல் தொண்டை அடைத்துக் கரகரக்க அவள் கேட்டபோது, தன் விழிகளில் சுரந்த கண்ணீரை அவளால் அடக்க முடியவில்லை.

“எப்ப வருவீங்க... எப்ப வருவீங்க?” என்று துடித்துக் கொண்டிருந்த அவள் இதயத்திற்கு அவனிடமிருந்து பதில் வந்தது.

இதயம் என்று ஒன்றிருந்தால் துடிப்பு என்ற ஒன்றும் உண்டு. அந்த இதயம் அவனுக்கும் இருந்ததால் அவன் கடிதமே அவனது இதயமாய் அவள் கரத்தில் விரிந்து துடித்தது.

“... ஏழாம் மாதம் பூச் சூட்டலுக்கு வருவேன். மூன்று மாதம் லீவு கிடைக்கும். உன்னோடயே இருந்து குழந்தை பிறந்த பிறகு. என் மகனின் பூ மாதிரி இருக்கிற பாதத்திலே முத்தமிடணும்னு என் உதடுகள் துடிக்கிற துடிப்பு...” என்று தன் கணவன் தனக் கெழுதிய கடிதத்தைப் பெரியசாமிப் பிள்ளைக்கும் மரகதத் துக்கும் படித்துக் காட்டிக் கொண்டிருந்த கௌரி, “அவ்வளவு தான் முக்கிய விஷயம்” என்று கடிதத்தை மடித்துக் கொண்டு தன் அறைக்குள் ஓடி விட்டாள்.

அறைக்குள் வந்ததும் அந்தக் கடிதத்தை நெஞ்சோடு அணைத்தவாறு கட்டிலில் கிடந்தும் இருந்தும் அந்தக் கடிதத்தின் வாசகங்களை அவனை அனுபவித்ததே போன்று ரகசியமாகவும் தன்னிச்சையாகவும் அனுபவித்து மகிழ்ந்தாள் கௌரி.

அதில்தான் அவன் என்னவெல்லாம் எழுதியிருந்தான்!

புரிந்து கொள்ள முடியாத பல விஷயங்கள், உணர்ந்து கொள்ளத்தக்க அந்தரங்கமாய் அக்கடிதத்தில் பதிந்திருந்தன. அந்தக் கடிதத்தை எத்தனையோ முறை படித்து இன்னும் எத்தனையோ முறை படிக்கப் போகும் கௌரி இப்போதும் படித்துக் கொண்டிருக்கிறாள்...

‘... மகன்தான் என்று அவ்வளவு நிச்சயமாக எப்படித் தெரியும் என்று என்னைக் கேட்கிறாயா?– எனக்குத் தெரியாமல் வேறு யாருக்குத் தெரியும்? நீ கர்ப்பமுற்றிருப்பதாக எழுதியிருந்ததைப் படித்தபின், நேற்றுத்தான் நான் வேடிக்கையான கனவு ஒன்று கண்டேன்– அந்தக் கனவில் திடீரென்று எங்கள் ‘கேம்ப்’பில் என்னைக் காணோம். எல்லோரும் என்னைத் தேடுகிறார்கள்... எனக்கே தெரியவில்லை நான் எங்கிருக்கிறேன் என்று. உடம்புக்குச் சுகமான வெதுவெதுப்பும், உளத்திற்கு இதமான குளிர்ச்சியும் உள்ள ஓரிடத்தில் மிருதுவான பூக்கள் குவிந்திருக்க அதன் மத்தியில் முழங்காலைக் கட்டிக்கொண்டு உட்கார்ந்திருக்கும் என்னைக் கண்டு பிடிக்கமுடியாமல் அவர்கள் தேடுவதைக் கண்டு எனக்கு ஆச்சரியமாக இருக்கிறது. “இதோ இங்கே இருக்கிறேன்... தெரியலையா?” என்று கத்தினாலும் அவர்களுக்கு என் குரல் கேட்கவில்லை. அப்போ, என் முகத்தின் மேலே... இல்லை–

என்னைச் சுற்றிலும் தான் கண்ணாடிக் கூட்டால் மூடியிருப்பது போல் இருக்கே– அதன் மேலே அழகான ஒரு கை பதிந்து தெரியுது... எனக்குத் தெரிந்த அழகான கை. தங்கவளையல்களும் 'அன்னிக்கி ராத்திரி' நான் போட்ட மோதிரம் அணிந்த விரலோடு கூடிய உன் கை தெரியுது– இவ்வளவு தான் அந்தக் கனவிலே எனக்கு நினைவு இருக்கு. என்கூட ஒரு சர்தார் இருக்காரு; வயசானவரு; அவருகிட்டே இந்தக் கனவைச் சொன்னேன்... 'ஒனக்கு ஆம்பளைக் குழந்தை பொறக்கப் போகுது'ன்னு சொல்லி என்னைத் தூக்கிக்கிட்டுக் குதிச்சாரு அவர்... ஆமா, கௌரி... கௌரி! ரொம்ப ஆச்சரியமா இல்லே? நமக்கு ஒரு குழந்தை பொறக்கப் போவுது...! இப்பவே உன்கிட்டே ஓடி வரணும்னு மனசு துடிக்குது கௌரி, வந்து... வந்து– இப்ப நான் எழுதறதை 'அசிங்கம்'னு நெனச்சிக்காதே.... ஓர் உயிரைத் தரப்போற, ஒரு பிறவியைத் தாங்கி இருக்கிற தாய்மைக் கோயிலான உன் அழகான வயித்தைத் தடவிப் பார்க்கணும்னு எனக்கு ஆசையா இருக்கு... உள்ளே குழந்தை ஓடுமாமே... அதுக்கு நூறு முத்தம் குடுக்கணும்... இது தாய்மைக்குச் செய்கிற மரியாதைன்னு நான் நினைக்கிறேன்– சரி சரி. ஏழாம் மாதம்தான் நான் வரப் போறேனே; தாய்மைக் குரிய காணிக்கைகளைத் தராமலா விடுவேன்?..."

ஒவ்வொரு வரியும் இரண்டு உடல்களை, இரண்டு ஹிருதயங் களைச் சிலிர்க்க வைக்கும் சக்தியின்– சிலிர்த்ததின் விளைவு அல்லவா?

ஏழாம் மாதம் வந்துவிட்டது, பெரியசாமிப்பிள்ளை எதிர் பார்த்தது போல் அந்தக் கடிதம் வந்தது.

"...எல்லையில் ஏற்பட்டிருக்கும் யுத்தமும் தேசத்திற்கு ஏற்பட் டிருக்கும் நெருக்கடியும் பற்றிப் பத்திரிகை மூலம் அறிந்திருப்பீர்கள். போர் வீரனுக்குரிய கடமையை ஆற்ற வேண்டிய சந்தர்ப்பத்தில் நான் வரமுடியாது. வர விரும்புவது சரியுமில்லை, அதனா லென்ன? நம் வீட்டில்தான் கொள்ளை கொள்ளையாய்ப் பூ இருக்கின்றது. பூ முடித்துக் கொள்ளப் பெண்ணும் இருக்கிறாள். மகிழ்ச்சியுடன் சுப காரியங்களைச் சிறப்பாகச் செய்யவும். நான் வராததற்காக வருந்தாதீர்கள். அங்கு நீங்கள் எவ்வளவுக்கெவ்வளவு மகிழ்ச்சியுடனிருக்கிறீர்களோ, அவ்வளவுக்கவ்வளவு இங்கு நான் உற்சாகமாக இருப்பேன் என்று எண்ணிக் குதூகலமாய் இருக்கவும்..."

தந்தைக்கு எழுதிய கடிதத்தோடுகூட மனைவிக்குத் தனியாய் இன்னொரு கடிதம் எழுதியிருந்தான் அவன். அந்தக் கடிதம்

பொய்ம்மை கலந்த குதூகலத்தோடும், தன்னைத்தானே ஏமாற்றிக் கொள்ளும் விதத்தில் உற்சாகம் மிகுந்திருப்பதுபோல் காட்டிக் கொள்ளும் வகையிலும் எழுதப்பட்டிருந்ததால்– சிற்சில இடங் களில் 'விரசம்' போலும், வெறியுற்றது போலும் அமைந்திருந்தது.

சில மாத பந்தத்திலேயே அவனை நன்கு புரிந்து கொண்டவ ளாகையால், எந்தச் சூழ்நிலையில், எவ்வித மனோ நிலையில் இக்கடிதம் எழுதப்பட்டிருக்கும் என்பதை கௌரி உணர்ந்தாள். இதன் மூலம் அவள் மனம் ஆறுதலடையும் என்று நம்பி அவனால் எழுதப்பட்ட அந்தக் கடிதத்தை நெஞ்சோடு அணைத்துக் கொண்டு– அவனது சிறுபிள்ளைத்தனமான வார்த்தைப் பிரயோகங்களுக்காகச் சிரிக்க முயன்று அதில் மறைந்திருக்கும் துயரக் கனத்தைத் தாங்க மாட்டாதவளாய்– மனம் பொருமி அழுதாள் கௌரி...

சில நாட்களுக்குப் பின் அவனுடைய வேண்டுகோளின்படி அவர்கள் குதூகலமாகவே இருக்க முயன்று அப்படி இருந்தும் வந்தார்கள்.

பெரியசாமிப்பிள்ளை 'யுத்தம்' என்று தெரிவித்த அன்றி லிருந்தே மிகவும் துடிப்புடன் காணப்பட்டார். பக்கத்திலிருப்போ ரிடம் காலையிலும் மாலையிலும் பத்திரிகையைப் பார்த்துக் கொண்டு ஒரு கையால் மீசையை முறுக்கியவாறே செய்தி விளக்கம் கூற ஆரம்பித்து, இரண்டாவது அல்லது முதல் மகா யுத்த காலத்தில் நடந்த ஒரு நிகழ்ச்சியைக் கதையாகச் சொல்லத் தான் அவரால் முடிந்தது.

அவர் கொஞ்சங்கூடக் கவலை இல்லாமல் இப்படி இருப்பது கண்டு முணுமுணுத்துக் கொண்ட மரகதத்தின் குரல் அவர் காதில் விழுந்தது.

அவர் மனைவியைப் பார்த்துச் சிரித்தார்: "போடி... போ! போர் வீரனின் சங்கீதமே பீரங்கி முழக்கம்தான்! உனக்கெங்கே அது தெரியும்? உன் வம்சமே தொடை நடுங்கிக் கும்பல்; உன் பையன் வருவான் சிங்கம் மாதிரி! அவனைக்கேளு, சொல்லு வான்..." என்று அவர் சொன்னதைக் கேட்டுச் சிரித்தவாறு அங்கு வந்த கௌரி "அவங்க மகன் சிங்கமா இருந்தா, அந்தப் பெருமை அவங்களுக்கு இல்லையா?" என்றாள்.

"ம் ம்... பெருமை இல்லேன்னு யாரு சொன்னா? அந்தப் பெருமைக்குக் காரணம் எங்க வம்சம்னேன்?... நீ நாளைக்குப் பெத்துக்கப் போறியே அந்தப் பயலுக்காகவும் தான் சொல்றேன். வீரன் மகன் வீரனாகத்தான் இருப்பான்" என்று அவர் சொன்ன

போது, அவளுக்கு வயிற்றில் என்னவோ செய்தது... அந்த இன்பக் கிளுகிளுப்பில் தலை குனிந்தவாறு தன் அறைக்குப் போனாள் கௌரி...

•••

நேற்று கௌரிக்குப் பூச்சூட்டல். பூச்சூட்டல் என்றால் பிள்ளைச் சுமை போதாதென்று பூச்சுமையும் ஏற்றுவது தானோ?"

அடர்ந்து நீண்ட கூந்தலில் சண்பகத்தை அடுக்கடுக்காக வைத்துத் தைத்து, இடையிடையே மல்லிகையை விரவி ரோஜாவைப் பதித்து– 'இந்த அலங்காரத்தில் கௌரியைப் பார்க்க அவன் இல்லையே' என்ற குறை, ஒவ்வொருவர் மனத்திலும் ஏதோ ஒரு விநாடியில் நெருடி மறைந்து கொண்டுதானிருந்தது.

பூவுக்கும் வாழ்க்கை ஒருநாள் தானே? நேற்று மலர்ந்து குலுங்கி ஜொலித்தவையெல்லாம்... இதோ வாடி வதங்கிக் கசங்கி, மணமிழந்து தலைக்குக் கனமாகி விட்டன.

...தனியறையில் அமர்ந்து, தலையில் கசங்கிப் போன மலர் களைக் களைந்து கொண்டிருக்கிறாள் கௌரி.

அப்பொழுது ஜன்னலுக்கு வெளியே அவனே வந்து எட்டிப் பார்ப்பது போல் சண்பக மரக்கிளையின் பூ அடர்ந்த கொப் பொன்று அவளுக்கு எதிரே தெரிந்து கொண்டு தானிருந்தது...

"நேற்று இந்நேரம் இதே போல் செடியிலும் மரத்திலும் மலர்ந்திருந்த பூக்கள் தானே இவையும்?" என்ற எண்ணம் தொடர்பின்றி அவள் மனத்தில் முகிழ்த்த போதிலும், அந்த எண்ணத்தைத் தொடர்ந்து பிறந்த அடுத்த விநாடியே– சில மாதங்களுக்கு முன்பு சோமநாதன் தோட்டத்தில் அவளிடம் சொன்ன வார்த்தைகளின் தொடர்ச்சியே இது என்று அவளுக்கு விளங்கியது.

அன்று...

சோமநாதன் கோவாவில் நடந்த யுத்த நிகழ்ச்சிகளை அவளிடம் வீரரசம் மிகுந்த கதையாகச் சொல்லிக் கொண்டிருந் தான். அந்தக் கதைக்குப் பின்னால் உள்ள எத்தனையோ தாய்மார்களின் கண்ணீரும், இளம் பெண்களின் சோகங்களும் அவளுக்குப் புலனாயின. அவள் கெஞ்சுகின்ற குரலில் அவனிடம் கேட்டாள்: "இந்தப் பட்டாளத்து உத்தியோகத்தை நீங்க விட்டுட்டா என்ன? கோரமான சண்டையிலே பொன்னான உயிரையும், இன்பமான வாழ்க்கையையும் எதுக்குப் பலியிடணும்?

ஜெயிக்கறது ஒரு பக்கம் இருந்தாலும் துப்பாக்கிக்குப் பலியாகிச் செத்தவனும் ஒரு மனுசனில்லியா?... சண்டை போட்டுச் சாகறது தானா மனுசனுக்கு அழகு?..."

அவள்சொல்லிக் கொண்டிருந்ததை எல்லாம் மௌனமான யோசனையுடன் அவன் கேட்டுக் கொண்டிருந்தான். பிறகு பக்கத்திலிருந்த ரோஜாச் செடியிலிருந்து ஒரு பெரிய பூவைப் பறித்தவாறே அவன் சொன்னான்: "சண்டை வேண்டாம்கிறது தான் நம்மோட கொள்கை, ஆனால் சண்டைன்னு வந்துட்டா, சண்டை போடாமே உயிருக்குப் பயந்து சமாதானம் பேசறது கோழைத்தனம். சண்டைக்கு எப்படி ரெண்டு பேரும் காரணமோ, ரெண்டு பேரும் அவசியமோ... அதே மாதிரி சமாதானத்துக்கும் ரெண்டு பேருமே காரணமாகவும், அவசியமாகவும் இருக்கணும். ஆனா நீ கேக்கறது இந்தச் சண்டையிலே எதுக்குப் பொன்னான உயிரை இழக்கணும்கறதுதானே?" என்று கேட்டுவிட்டுக் கையி லிருந்த ரோஜாவை அவள் கூந்தலில் சூட்டியபின், ஒரு விநாடி அமைதியாக அவள் முகத்தையும், மலர் சூடிய கூந்தலின் அழகையும் பார்த்தான். தொடர்ந்து சொன்னான் அவன்: "இதோ இந்தப் பூ, செடியிலே இருக்கறப்போ நல்லாத்தான் இருந்தது. இது நல்லா இருக்கே, பறிக்காம இருப்போம்னு விட்டுட்டா, அது உதிராம இருக்கப் போகுதா? இப்ப நான் அதைப் பறிச்சு உன் தலையிலே வச்சிருக்கேன்... நீ அதைப் பறிச்சு உனக்கு இஷ்டமான ஒரு தெய்வத்துக்கு மாலை கட்டிப் போடறே... அதிலேதான் அந்தப் பூவுக்கு... உதிர்ந்து போகிற சாதாரணப் பூவுக்கு ஒரு மகத்தான அர்த்தம் இருக்கு இல்லியா... அது மாதிரிதான், மனுஷன்னு பொறந்தா... பூத்திருக்கிற மலர் உதிர்ந்து போகிற மாதிரி மனுஷனும் ஒரு நாளைக்கு செத்துத்தான் போவான்... அப்படி விதி முடிஞ்சி, வியாதி வந்து சாகிற மனுஷன் அந்த உயிரை, தான் நேசிக்கிற தேசத்துக்காக, தான் விரும்பும் ஒரு லட்சியத்துக்காக அர்ப்பணம் பண்ணினா, அவன் வாழ்க்கைக்கு ஒரு அர்த்தம் இருக்கு இல்லியா? பெண்ணின் கூந்தலை அலங் கரிக்கும் பூவைப்போல், புனிதமான தெய்வத்துக்கு அர்ச்சிக்கப் பட்ட மலரைப் போல... கௌரி! பூ... உதிரும்... மனுசனும் சாவான்..." என்று அவன் சொல்லிக் கொண்டே இருக்கையில் தானும் தன் எதிரே நிற்கும் கணவனும், தங்களைச் சுற்றிலும் பூத்துச் சிரிக்கும் மலர்களும்... எல்லாமே ஒவ்வொரு சோகமாய் அவள் நெஞ்சில் கனத்தன...

கௌரியின் கண்கள் கலங்குவதையும் உதடுகள் சிவந்து துடிப்பதையும் கண்ட சோமநாதன், "பூ உதிரும் என்பது

மட்டுமல்ல; புதிய புதிய பூக்கள் மலரும் என்பதும் உண்மை" என்று கூறிவிட்டுப் பேச்சை வேறு விஷயங்களில் திருப்பினான்.

'ஐயோ, இதை ஏன் இப்போது நான் நினைக்கிறேன்... அவர் போர் முனையில் இருக்கும் இந்த நேரத்திலா எனக்கு அந்த நினைவு வர வேண்டும்' என்று ஒரு விநாடி துணுக்குற்று, கட்டிலின் தலைமாட்டில் தொங்கும் கணவனின் படத்தை' பார்க்கப் பார்க்க விகஸிக்கும் அந்த மாயப் புன்னகையைப் பார்ப்பதற்காகப் படத்தருகே போய் நின்றாள் கௌரி.

அப்போது அறைக்கு வெளியே...

"சொல்லுங்க, கடுதாசியிலே என்ன சேதி?... பேச மாட் டீங்களா? ஐயோ தெய்வமே!... கௌரி... ஈ..." என்று தாய்மையின் சோகம் வெடித்துக் கிளம்பிய பேரோசை கேட்டுக் கௌரி அறைக் கதவைத் திறந்தாள்... அப்படியே விழி பிதுங்கிச் சிலையாய் நின்றாள்...

வராந்தா ஈஸிசேரில் கையில் பிரித்த கடிதத்துடன் நிமிர்ந்து உட்கார்ந்து கண்களை இறுக மூடிக்கொண்டிருக்கும் பெரியசாமிப் பிள்ளையின் காலடியில், தரையில் நெற்றியை 'மடார் மடா'ரென முட்டிக்கொண்டு கதறுகிறாளே மரகதம்!

செப்பில் வார்த்துவிட்ட சிலை மாதிரி உணர்ச்சி மிகுதியால் உப்பிக் கனத்து இறுகிச் சிவந்த அவர் முகத்தில் சருமம் துடித்தது. மூடிய இமைகளின் வழியே கோடாய் வழிந்த கண்ணீர் நரைத்துப் போன மீசையின் மேல் வடிந்து நின்றது...

"மகனே, சோமு– " என்று வானத்தை நோக்கி இரண்டு கைகளையும் நீட்டிக்கொண்டு எழுந்தார். வராந்தாவில் சுவரில் தொங்கும் மகனின் போட்டோவை நோக்கி நடந்தார்.

"ஐயா, நீ வீரனய்யா!..." என்று ஒற்றைமரமாய் மகனின் படத்தின் முன் நிமிர்ந்து நின்று ராணுவ முறையில் 'சல்யூட்' வைத்தார்.

விறைத்து நின்று வீர வணக்கம் செய்த கரத்தைக் கீழிறக்கிய போது முதுமையின் தளர்ச்சி முழுவதையும் திடீரென அநுபவித்த உணர்வுடன் தளர்ந்து உட்கார்ந்தார் பெரியசாமி.

"எனக்கு வேறொரு மகன் கூட இல்லையே..." என்று வாய் விட்டுப் புலம்பினார்... அந்த வார்த்தைகளைக் கேட்டு எரித்து விடுவதுபோல் பெரியசாமியைப் பார்த்த மரகதம் அவரைச் சபிப்பதுபோல் ஆங்காரத்துடன் இரண்டு கைகளையும் அவரை நோக்கி நீட்டியவாறு விரித்த கூந்தலும் வெறித்த விழிகளுமாய்

அலறினாள்: "பாவி!... வேறே மகன் நமக்குக் கெடையாது-வேண்டாம் பட்டாளத்துக்குன்னு அடிச்சிக்கிட்டேனே, கேட்டீங்களா? பட்டாளம் பட்டாளம்னு நின்னு என் அருமைப் புள்ளையெக் கொன்னுட்டீங்களே. ஐயோ! உங்க பாவத்துக்கு வேறே ஒரு மகன் வேணுமா? பட்டாளத்துக்கு அனுப்பி வாரிக் குடுக்கறத்துக்குத்தானே இன்னொரு மகன் இல்லேன்னு அழறீங்க?" என்று பல்லைக் கடித்துக் கொண்டு அவர் இதயத்தில் குத்துவது போல் கேட்டாள்.

"ஆமாம்! அதற்குத்தான்…" என்று பெரியசாமி, சுருட்டுப் புகையால் பழுப்பேறிய மீசையை முறுக்கிக் கொண்டே மரகதத்தின் கண்களுக்குள் பார்த்தவாறு சொன்னார். அவர் கண்களில் சுரந்த கண்ணீர் இமை விளிம்பில் பாதரசம்போல் ஜொலித்தது.

அப்போது அறை வாசலில் 'தடா'லெனச் சப்தம் கேட்கவே திரும்பிப் பார்த்து, மயங்கி விழுந்த கௌரியைத் தூக்குவதற்காக ஓடினார் பெரியசாமி.

மரகதத்தின் அலறல் தெருவையே திரட்டியது!

பூவின்மேல் ஆசைப்பட்டுப் பூப்பறிக்க வந்த கௌரி, பூவிழந்து விட்டாள்…

ஆனால் சோமுவின் கைகளால் நட்டு வளர்க்கப்பட்ட அந்தச் செடிகளும் மரங்களும் அவன் நினைவாய் இப்போதும் மலர்களைச் சொரிந்து கொண்டு நிற்கின்றன.

அவற்றைப் பறித்து ஆரமாய்த் தொடுக்கவும், சோமுவின் படத்திற்கு அழகாய்ச் சூட்டவும், அவனது நினைவையே வழிபட்டு நிற்கவும் அவளிருக்கிறாள்.

சோமுவின் படத்துக்கு மாலையிட்டு விளக்கேற்றி வணங்கிக் கொண்டிருந்தாள் கௌரி… மாலை மாலையாய்க் கண்ணீர் வழிந்து அவள் உடலை நனைக்கிறது.

'நான் வழிபடும் உங்கள் நினைவுக்கு அஞ்சலியாய் சமர்ப்பித்த இந்தப் பூக்களுக்கு ஒரு அர்த்தமிருப்பதுபோல், உங்கள் மரணத்திற்கு ஒரு அர்த்தமிருப்பதுபோல், இரண்டு மாதங்களேயானாலும் ஒரு வீர புருஷனோடு வாழ்ந்த எனது சாதாரண வாழ்க்கைக்கும் ஒரு மகத்தான அர்த்தம் காண்கிறேன் நான்… நாளை பிறக்கப் போகும் நம் மகன் வாழ்க்கையும் அர்த்தம் நிறைந்திருக்கும்- அவன் ஒரு வீரனின் மகன்! உங்கள் தகப்பனார் இன்னொரு மகன் இல்லியே என்று வருந்துகிறார். அந்தச் சிங்கம் குகைக்குள் இருந்து இன்னும் வெளி வரவில்லை… இந்த நாட்டின் பெண்

குலம் உள்ளவரை வீரருக்கா பஞ்சம்!... உங்கள் அம்மாவின் கண்ணீருக்குத்தான் மாற்றே இல்லை... அவர்கள் எவ்வளவு பாக்கியசாலி..." என்று எவ்வளவு விஷயங்களை அவனோடு அவள் மௌனமாய்ப் பேசுகிறாள்...

திடீரென்று அடிவயிற்றில் விலாப்புறத்தில் சுருக்கெனக் குத்தி வலிக்க கணவனின் படத்தின் முன் கைகூப்பி நின்றிருந்த கௌரி கட்டிலின் மீது சாய்ந்து படுத்தாள்.

அவள் கண் முன்னே நூறு வண்ணங்களில் ஆயிரக் கணக்கான பூக்கள் மலர்ந்து ஜொலிக்கின்றன.

– வெளியே திண்ணையிலிருந்து மீசையை முறுக்கியவாறு பெரியசாமிப்பிள்ளை, தன் மகன் யுத்த களத்தில் மறைந்திருந்த குழியிலிருந்து மேலேறி வந்து, முன்னேறி வந்து கொண்டிருக்கும் எதிரிகளில் ஆறு பேரை ஒரே கணத்தில் சுட்டுக் கொன்றதையும், அப்போது தூரத்திலிருந்து வந்த குண்டொன்று அவன் உயிரைப் பறித்துச் சென்றதையும் பத்திரிகையில் படித்து யாருக்கோ விளக்கிக் கொண்டிருக்கிறார்.

ஆம்; ஒரு வீரனின் மரணத்தில் உள்ள சோகம் பனிப் படலம்போல் மறைந்துபோகும். அவன் வாழ்ந்தபோது புரிந்த வீர சாகசமே, காலம் காலமாய்ச் சுடர்விட்டுப் பிரகாசிக்கும்.

'பூ– உதிரும் என்பது மட்டுமல்ல; புதிய புதிய பூக்களும் மலரும் என்பதும் உண்மை' என்ற அந்தக் கம்பீரமான குரல், சங்கீதம்போல், மணிநாதம்போல், இதயத்துடிப்பு போல், கட்டிலில் கிடந்து புரளும் கௌரியைச் சூழ்ந்து ஒலிக்கிறது.

ஆனந்த விகடன், 1963

# தரக் குறைவு

“இதுக்கோசரமாம்மே இருட்லே தனியா வந்து ரயில் ரோட் மேலே குந்திக்கினு அய்வுறே... ‘சீ!... அவங்கெடக்கறான் ஜாட்டான்’னு நென்சிகினு எந்திரிம்மே...’

– ஐந்தாறு பிரிவு தண்டவாளங்கள் நிறைந்த அந்த அகல மான ரயில்வே லைன் மீது இருட்டில், கப்பிக்கல் குவியலின் மீது அமர்ந்து அழுது கொண்டிருந்த அவள், இந்தக் குரலையும் இதற்குரியவனையும் எதிர்பாராதவளாய், இவனைக் கண்டு திகைத்தவள் போன்றும், அஞ்சியவள் போன்றும் பதைத்தெழுந்து நின்றாள்.

அப்போது கனைப்புக் குரலை முழக்கியவாறு சடசடத்து ஓடிவந்த மின்சார ரயிலின் வெளிச்சத்தில், அடிபட்டு உதடுகள் வீங்கிய அவளது முகமும் அழுது கலங்கிய பெரிய கண்களும் அவனுக்குப் பிரகாசமாய்த் தெரிந்தன. அவன் தனது கோலத்தைப் பார்க்கின்ற கூச்சத்தாலும், தன் கண்களை நோக்கிப் பாய்கின்ற வெளிச்சத்தின் கூச்சத்தாலும் முகத்தை மூடிக்கொண்டாள் அவள். ரயில் போன பிறகும் முகத்தை மூடியிருந்த கரங்களை எடுக்காமல் இன்னும் அழுந்தப் புதைத்துக் கொண்டு குமுறிக் குமுறி அழுதாள். அழுகையினூடே அவள் புலம்பினாள்.

“போ! நீ இன்னாத்துக்கு வந்தே? நானு இப்படியே போறேன் ... இல்லாகாட்டி ரயில்லே தலையெக் குடுத்து சாவறேன்... உனக்குப் பண்ண துரோகத்துக்கு எனக்கு இதுவும் ஒணும், இன்னமும் ஒணும்...” என்று அழுது புலம்பிய பொழுது அவள் தனக்கிழைத்த துரோகத்தை எண்ணியோ, அதை உணர்ந்து அவள் கதறுவதைக் கண்ட சோகத்தாலோ அவனும் தன் கண்களைத் துடைத்துக் கொண்டான். குமுறி வரும் அழுகையை அடக்கிக் கொள்வதற்காக வானத்தை நோக்கித் தலை நிமிர்ந்து பெருமூச்சு விட்டான்.

– அவள் அழுது கொண்டே நின்றாள்; அவன் அழுகையை அடக்கிக் கொண்டே நின்றான்.

“இப்படியெல்லாம் வரும்னு எனக்குத் தெரியும்... ஆமாம்மே! எனக்குத் தெரியும்...ம்... இன்னா செய்யலாம்; போனது போவட்டும்.

அதுக்கோசரம் நீ ஒண்ணும் ரயில்லே தலையெ வுடவேணாம். எங்கே போவணும்னு பிரியப் படறியோ அந்த எடத்தைச் சொல்லு... உன்னே இஸ்தாந்த தோசத்துக்கு, ரெண்டு வருசம் உன்னோட வாய்ந்ததுக்கு பர்த்தியா, அங்கேயே இட்டுக்கினு போயி உட்டுட்றேன். உனக்கு பட்டணம் ஆவாதும்மே; இந்தப் பொயப்பு ஒணாம்மே; இங்கேயே இருந்தா இன்னம் நீ பாயாப்பூடுவே... ஆமாம்மே; நீ ஊருக்கே பூடும்மே..."

இப்போது அவனுக்கு எதிர்ப்புறத்திலிருந்து கனைப்புக் குரலை முழக்கியவாறு சடசடத்து ஓடிவரும் மின்சார ரயிலின் கண் கூச வைக்கும் வெளிச்சத்தில், அவள் அவன் முகத்தைத் தீர்க்கமாகப் பார்த்தாள்.

தன்னைக் கண்டு அருவருத்து அவன் முகம் சுளிப்பது போல் அவள் அவனது முகத் தோற்றத்தை, வெளிச்சத்தைக் கண்டு கூசும் அவன் விழிகளைக் கற்பனை செய்து கொண்டாள்.

அவன் தன்னை அருவருத்து ஒதுக்கவும் வெறுத்து விலக்கவும் நியாயம் இருக்கிறது என்ற உணர்வில் அவள் தலை குனிந்து நின்றாள். ஆனால் தனக்கு ஆறுதல் கூறவும் தன் விஷயத்தில் இன்னும் சிரத்தை காட்டித் தனது நிராதரவான நிலையில் துணை யாய் வந்து நிற்கவும் என்ன நியாயம் இருக்கிறது அவனுக்கு? தனக்குத் தான் அதை ஏற்றுக்கொள்ள என்ன நியாயம் இருக்கிறது என்று யோசித்தபடி, மண் தரையில் வலது காலின் முன் பாகத்தைத் தேய்த்தவாறு நின்றிருந்தாள் அவள்.

கணவன் மனைவி என்ற நியாயத்தின் பாற்பட்டோ, வஞ்சிக்கப் பட்டவனும் வஞ்சித்தவளும் என்கிற முறையிலோ அல்லாமல் வெறும் மனித நியாயத்தினால் உந்தப்பட்டு, அவள் நிலையை மனித இதயத்தால் மட்டுமே உணர்ந்து அங்கு வந்து நின்றிருக்கும் அவன் அவளிடம் சொன்னான்:

"நீ நெசத்துக்குத்தான் சொல்றியோ? சும்மனாச்சியும்தான் சொல்றியோ? ரயில்லே தலையை வுட்டுக்குவேன்னு... செத்த மின்னே நீ தலையெ விரிச்சுப் போட்டுக்கினு அயுதுக்கினே ஓடி யாந்தியே, அத்தெப் பாத்தப்ப அப்பிடித்தான் நீ என்னமோ செய்துக்கப் போறேன்னு நெனச்சிக்கினேம்மே... ஆமாம்மே... எனக்கு 'பக்'குனு வயித்திலே என்னமோ ஆயிடுச்சிம்மே. உம் பின்னாலேயே நா ஓடியாந்தா கும்பலு வந்துடும்னு வண்டியெ மெறிச்சிக்கினு கெங்கு ரெட்டி ரோடு கைக்கா ஓடியாறேன்... நல்ல வேளை... கேட்டு சாத்தலே... அப்பக்கூட இன்னா?... கேட்டாண்டே வரும் போது 'லெப்டு'க்காத்தான் பார்த்துக்கறேன்... பாத்தா, நீ

ஒம்பாட்டுக்கு ரயில் ரோட்டு மேலே போயிக்கினே கீறே... சேத்துப் பட்டு டேசனாண்டயாவது புடிச்சிட மாட்டமான்னு வேகமா ரெண்டு மெறிமெறிச்சனா– இது ஒரு தெண்ட கருமாந்தர வண்டி– பூந்தமல்லி ஐரோட்டாண்ட வரும் போது 'மடார்'னு செயின் கயண்டுக்கிச்சு... அத்தெ ஒரு இஸ்ப்பு இஸ்து மாட்டிக்கினு வந்தா... நேரு பார்க்காண்டே வரும்போதே இங்கே நீ நின்னுக்கினு இருக்கறதெப் பாத்தெனா? அப்பிடியே வண்டியெப் போட்டுட்டு ஓடியாறேன்... 'இவன் எதுக்கோசரம் வரான்'னு நீ நெனச்சிக்கு வேனு எனக்கு தெரியும். நீ இன்னா நெனச்சா இன்னாம்மே எனக்கு? நாட்டுப் பொறத்திலேருந்து உன்னெய தாலிகட்டி பட்ணத்துக்கு இஸ்த்தாந்தவன் நானு... உனக்கு இன்னா நடந் தாலும் அதுக்குக் காரணம் நாந்தான்னு எனக்குப் படுது... அதானேம்மே நாயம்.

"அது இன்னாடா நாயம், நீ இஸ்த்தாந்தே... நாந்தான் உன்னெ உட்டுட்டு இன்னொருத்தங் கூடப் பூட்டேனே; அப்பாலே இன்னாடா உனக்கு ரைட்டுன்னு நீ நெனப்பே... ஊர்லே உள்ளவனுங்க அதாம்மே கேக்கறானுவ. அவனுங்களுக்கு இன்னாமே தெரியும் என்னெப் பத்தி... உனக்காவது தெரியும். தெரியலேன்னாலும் இப்ப சொல்றேன்... கேளும்மே... நீ எவங் கூடப் போனாதான் இன்னாம்மே– இப்ப இங்கே வந்து உன்னெ இஸ்த்துக்கினு போயி இன்னொரு தடவை வாயணும்னா ஓடியாறேன்?... அப்படி நெனச்சிக்கினு 'போ போ'ன்னு நீ வெரட் டாதே... நீ என்னோட வாய்ந்தாலும் வாயாட்டியும் உங் கய்த்திலே தொங்கற தாலி நான் கட்னதுதானே? அது உங் கய்த்திலே இருக்கற வரைக்கும் எனக்கு ரைட்டு இருக்கும்மே... அநியாயமா எங்கனாச்சும் உய்ந்து எங்கண்ணு மின்னாடி நீ சாவறதெப் பாத்துக்கினு இருந்தா நாளைக்கு எவனும் வந்து என்னெ ஒண்ணும் கேக்கப் போறதில்லே... ஆனா எம் மனசு கேக்கு மேம்மே... 'அவதான் பட்டிக்காட்டுப் பொண்ணு; அறிவு கெட்டுப் போயி– இஸ்டத்துக்கும் போயி– கெட்டுப் போனா... அந்தப் பாவத்துக்கு நல்லா கஸ்ட்டமும் பட்டா... அதுக்கெல்லாம் நீ தான்டா காரணம்– அநியாயமா இப்ப பூட்டாளே... எல்லாம் உன்னாலேதானே'ன்னு நாளைக்கி எம் மனசே என்னெக் கேக்காதாம்மே... அப்போ இன்னா பதில் சொல்லுவேன்? அதுக்கோசரம் தாம்மே ஓடியாந்தேன்.

"இந்த ரெண்டரை வருசத்திலே... இப்ப ஆறு மாசமா தானேம்மே நீ எங்கூட இல்லே... ரெண்டு வருசம் வாய்ந்தமே... அப்ப ஒரு சண்டை போட்டு இருப்பனா; சாடி போட்டு

இருப்பனாம்மே? நீ தான் ஒரு நாளு சோத்துக்குப் பணம் தரலேன்னு கூவியிருப்பியா? அங்கே போயி குடிச்சியே, இங்கே போயி சுத்துனியேன்னு எங்கிட்டே வந்து கேட்டிருப்பியாம்மே? சந்தோசமாத் தானேம்மே வாய்ந்தோம்… பிரியமாத்தானேம்மே இருந்தோம், எந்தப் பாவி கண்ணு பட்டுச்சோ? திடீர்னு என் னான்னமோ ஆயிடிச்சி, சரித்தான்! ம்… இப்போ பேசி இன்னா பண்றது? நடந்தது நடந்து போச்சு…

"கய்த்திலே கட்டின ஒரு கய்த்தெ வெச்சுக்கினு, பிரிய மில்லாத ரெண்டு பேரும் கய்த்திலே சுருக்கிக்கினு சாவற தாம்மே? என்னமோ புடிக்கலே, அவ பூட்டா… நாம்பளும் இன்னொருத்தியெ பாத்துக்குவோம்– அப்டீன்னு கூட நான் யோசிச்சேன்…?

"ஆனா இன்னா?… எனக்கு உன்னியுந் தெரியும்… நீ போனியே அவன் பின்னாலே… அந்த சோமாறியெயும் தெரியும். உனக்கு இன்னாம்மே தெரியும் ஒலகம்?…ம், நீ கொய்ந்தெம்மே. பட்ணம் பளபளப்பா இருக்குது உங் கண்ணுக்கு; அத்தெப் பாத்து நீ பல்லெக்காட்டிக்கினு நின்னுக்கினே… நீ என்னெ ஒண்ணும் ஏமாத்தலேம்மே… உன்னியே நீ ஏமாத்திக்கினேம்மே… ஆமாம்மே!"

அவன் இடையிலேயே பேச்சை நிறுத்திப் பெருமூச் செறிந்து, சூள் கொட்டியும், 'ம்ம்' என்று உணர்ச்சி மேலிட்டு உள்ளூறக் குமுறிக் குமுறிக் கூறிய அந்த வார்த்தைகள், அவள் நெஞ்சைக் குத்திக் குழைத்து, உடம்பை நாணிச் சிலிர்க்க வைத்து, அவன் பாதங்களில் அவளது ஆத்மாவை வீழ்ந்து பணிய வைத்தது.

"ஐயோ…நா இன்னாத்துக்கு இன்னும் உசிரெ வெச்சிக்கினு இருக்கணும்?" என்று– தனக்குக் கிடைக்க ஒண்ணாததைப் பெற்றிழந்த பேரிழப்பை எண்ணிக் குமுறியவாறே தலையில் கை வைத்தவாறு தரையில் உட்கார்ந்தாள்.

"அய்வாதேம்மே…" என்று சொல்லிக்கொண்டே அவனும் சற்று நகர்ந்து பக்கத்தில் குவிந்திருந்த கப்பிக்கல் குவியலின் மேல் ஏறிக் குத்துக்காலிட்டு உட்கார்ந்து சட்டைப் பையிலிருந்து ஒரு பீடியை எடுத்தான். பிறகு வியர்வையில் நனைந்து மார்பின் மேல் நீளமாய்க் கிழிந்திருந்த சட்டையின் மறுபுறப் பையில் தீப் பெட்டியைத் தேடி, அது கிடைக்காமல் கப்பிக் கற்குவியலின் மேல் உயரமாய் எழுந்து நின்று, அரைக்கால் சட்டைப் பாக்கெட்டி லிருந்து தீப்பெட்டியை எடுத்துப் பீடியைப் பற்ற வைத்துக் கொண்டான். பீடிப் புகையை நெஞ்சுக்கு இதமாக ஆழ்ந்து ஒரு

மூச்சு இழுத்து, வாயிலும் மூக்கிலும் புகை பறக்க, கூரிய சிந்தனை யோடு அவளைப் பார்த்தான். அவள் பூமியில் குத்துக்காலிட்டுக் குறுகி உட்கார்ந்து முழங்கால் மூட்டுகளின் மேல் முகம் புதைத்துச் சிறு குரல் பாய்ச்சி அழுது கொண்டிருந்தாள்.

அவளைப் பார்க்கும்போது இந்த ஆறு மாதமாக அவளுக் காகப் பட்ட வேதனைகளைப் போலவே– இப்பொழுது சற்று அதிகமாக அவன் மனம் வேதனையுற்றது. அழுகையையும் உணர்ச்சி மேலீட்டையும் அடக்கி அடக்கி அவனுக்கு நெஞ் செல்லாம் புண்ணாகிப் போனது போன்ற உணர்வு தொண்டைக் குழிவரை பெருகி வந்து நொந்தது.

அவன் கரகத்த குரலில் பேசினான்:

“நானு உனக்குத் தாலி கட்ன புருசன்றெதெ மறந்துட்டு தாம்மே பேசறேன்; இந்த ஒறவு இப்பத்தானேம்மே. ரெண்டு வருச மாத்தானேம்மே? அதுக்கு மின்னே உன்னெ தெம்மாங் கொயந்தேலேருந்து எனக்குத் தெரியுமேம்மே. ‘மாமெ, மாமெ’ன்னு கூப்புட்டுக்கினு கம்பங் கொல்லியிலியும், மல்லாக் கொட்டெ காட்லியும் ஓடியாருவியே... அப்ப இன்னாம்மே ஒறவு நமக்கு? நானு பட்ணத்திலேருந்து வந்தேன்னா, நீயும் உன் தங்கச்சியும் ஓடியாந்து காசி வாங்கிக்கினு, கதெ சொல்லணும்னு ரோதனை பண்ணுவீங்களே... அப்ப நானு உங்கிட்டே காட்டின பிரிய மெல்லாம் இன்னா ஒறவுலேம்மே? உன்னெக் கண்ணாலங் கட்டிக்கணும்னு நானு நெனச்சது கூட இல்லேம்மே. அப்போ ஏதோ, கூடப் பொறந்தது இல்லாத கொறையிலே வெச்ச பாசந்தானம்மே? அப்புறம் ஊர்லே பெரியவங்களாப் பாத்து இன்னாரே நீ கட்டிக்கணும்னு சொல்றப்ப நானு இன்னா சொல்றது?... பட்ணத்திலே கெடக்கற கய்திங்களெப் பாக்கும் போது ‘சீசீ இந்த மாதிரி நமக்கு வோணாம்... நம்ப பக்கத்திலே நல்ல மாதிரி ஒரு பொண்ணைப் பாத்துக் கட்டிக்கணும்’னு நானு எண்ணம் வெச்சிருந்தது மெய்தான்... ஆனா சொல்றேன்... அய்யனாரப்பன் மேலே ஆணையாச் சொல்றேன்... ஊர்லே வந்து மித்தவங்க சொல்றதுக்கு மின்னாடி நானு உன்னெ நெனக்கவே இல்லேம்மே... அப்பாலே யோசிச்சேன்; நம்பகிட்டே ரொம்ப பிரியமா இருக்குமே அந்தப் பொண்ணு. கட்டிகினாத்தான் இன்னா... அத்தெங்காட்டியும் நல்லபொண்ணு, எங்கே கெடைக் கும்னு யோசிச்சி, உன்னெ கட்டிக்கினேன்... அவ்வளவு தானேம்மே? கட்டிக்கினு வாய இஸ்டம் இல்லேன்னா போ... அதுக்கு மின்னாடி இருந்த பிரியம் எங்கேம்மே பூடும்? ஒண்ணா

வாய்ந்தப்போ காட்ன ஆசையெல்லாம் பொய்யா வாம்மே பூடும்?... அந்த மாதிரி ஒறவுலதாம்மே இப்ப இங்க வந்து நிக்கறேன்...

"இன்னாத்துக்குமே இப்ப நீ சாவறது? இன்னாம்மே நடந்துடிச்சி இப்ப... பூலோகத்தில் நடக்காதது? போனதுதான் போனியே, ஒரு ஒயுங்கானவெனப் பாத்து அவனோட போனியா? சரி, எங்கனாச்சும் நல்லா இருக்கட்டும்னு நானு நிம்மதியா இருப்பேன்... அவன் ஒரு எச்சப் பொறுக்கி! நல்லா வாயறவங்களே இஸ்த்துக்கினு வந்து, ரெண்டு மாசம் மூணு மாசம் வெச்சிருந்து அப்பாலே தெருவுல வுடறதே அவனுக்குத் தொயிலு... தன் வவுத்துக்குத் தன் கையெ நம்பாத சோமாறி; ஒடம்பு வளைஞ்சு வேலை செய்யாத பொறுக்கி; அவன் உன்னெ வச்சு காப்பாத்து வான்னு நெனச்சிப் போனியேம்மே நீ? எனக்கு அய்வுறதா, சிரிக்கிறதானு தெரியல்லேம்மே...

"அதுக்கோசரந்தாம்மே நானும் ஆறு மாசமா ஒரே கொயப் பத்திலே இருக்கேன். இன்னா கொயப்பம்னு கேளு... இப்ப நீ அறிவு கெட்டுப் போயி, மின்னே பின்னே யோசிக்காம அந்த சோமாறி கூட பூட்டே... எனக்குத் தெரியுது... நாளைக்கி நீ தெருவுலே நிக்கப் போறேன்னு... உன்னெ வச்சுக்கினு நானு வாயப் போறதில்லேன்னாலும் உன்னெப் பத்தி ஒரு முடிவு தெரியாம இன்னொருத்தியைக் கொண்ணாந்து வெச்சிக்கினு நானு எப்படிம்மே வாயறது? அப்படி வாய்ந்தா இப்ப இங்கே வருவனாம்மே? வர்லேன்னா? நீ ரயில்லே வுய்ந்து சாவறேன்னு வெச்சிக்கோ... அந்தப் பாவம் யாருக்கும்மே? அந்த சோமாறிக்கா? அவனெத் தெரிஞ்சிருந்தும் உன்னெ இங்கே கொண்ணாந்து அவங்கையிலே உட்டுட்ட எனக்கா? நல்லா யோசிச்சுப் பாரும்மே..."

அவன் பேசப் பேச அவனது வார்த்தைகள் அவளது மன இருளில் எத்தனையோ முறை ஒளி மழை சொரிந்து தன்னைத் தான் உணரத் தன்மை தந்து கொண்டிருந்தன அவளுக்கு. அப்பொழுது புற இருளைக் கிழிக்கும் ஈட்டிகள் போன்று ஒளிக் கதிர்களை எறிந்தவாறு எதிர் எதிரே ஓடிக் கொண்டிருந்த ரயில் வண்டிகளின் சப்தத்தால் மட்டுமே அவன் பேச்சு பல முறை நின்று நின்று தொடர்ந்தது.

அவன் மௌனமாக, அவளுக்குத் தெரியாமல் தனது நிலைக்கு இரங்கி, தன் மீது கொண்ட சுய அனுதாபத்தில் அழுதான். இருளில் அவன் கன்னங்களில் வழிந்த கண்ணீரை

அவள் காணாவிடினும், பீடியைப் புகைக்கும் போது அந்த வெளிச்சத்தில் அவள் கண்டு கொள்வாளோ என்ற நினைவில் முகத்தை அழுத்தித் துடைத்து, இடது பக்கம் சற்று சாய்ந்து மூக்கைச் சிந்தி விட்டுக் கொண்டான் அவன். சில விநாடிகள் அமைதியாய்ப் பீடியைப் புகைத்தவாறே, தூரத்தில் பூந்தமல்லி ஐரோட்டில் நிற்கும் தனது சைக்கிள் ரிக்ஷாவையே வெறித்துப் பார்த்திருந்து விட்டு, ஒரு பெருமூச்சுடன் பேசினான்.

"இந்த ஆறு மாசமா நானு ஒண்ணும் சம்பாரிக்கல்லேம்மே. இன்னாத்தே சம்பாரிக்கறது? இன்னாத்துக்குச் சம்பாரிக்கறது? வண்டியெ ரிப்பேருக்கு உடணும். மூணு மாசத்துக்கு மிந்தியே... சர்த்தான் போ! பசி தாங்கல்லேன்னா ஒரு சவாரி... சவாரி போறதுக்கு மனசு இல்லேன்னா பட்டினி! ம்... இப்படியாம்மே நா இருந்தேன் இதுக்கு மிந்தி?... இந்த மாதிரிக் கியிஞ்ச சட்டெ போட்டுகினு இருப்பேனாம்மே?" என்று அவன் நிமிர்ந்தபோது, ஒரு விநாடி அவன் மீது விசிய தூரத்து ரயிலின் வெளிச்சத்தில் அவள் அவனை நன்றாகப் பார்த்தாள்.

பரட்டைத் தலையும், முகமெல்லாம் கட்டை பாய்ச்சி நின்ற தாடியும், வியர்வையில் ஊறிக் கிழிந்த சட்டையும் கிழிசலினூடே தெரிந்த எலும்பெடுத்த மார்பும்...

அவள் ஒரு விம்மலையே தனது பதிலாகச் சொல்லித் தலையைப் பிடித்துக் கொண்டு சற்றுக் குரலை உயர்த்தி அழுதாள்.

"இதுக்கோசரம், இன்னும் கொஞ்சம் அயுவாதேம்மே... என்னமோ, போனது போச்சு... நெதம் ராவும் பகலும் அந்தப் பொறுக்கி குடிச்சிட்டு வந்து, ஒன்னே மாட்டே அடிக்கிற மாதிரி அடிக்கிறப்போ 'அடப்பாவி, உன் தலை எயுத்தா'ன்னு உனக் கோசரம் எத்தினி நாளு நா அய்திருக்கேன் தெரியுமா? 'எவ்வளவு சீரா வாய்ந்தா, இப்படி மவ சீரழியிறாளே'ன்னு ஒரு அப்பங்கார மாதிரி, ஒரு அண்ணங்கார மாதிரி, ஆரோ ஒரு பரதேசி மாதிரி ஓனக்காக அய்து இருக்கேன், தெரியுமாம்மே?

"அந்த மாதிரிதான் இப்பவும் வந்திருக்கேன்... உனக்குத் தாலி கட்னவன்ற மொறையிலே வரலே... உன் நல்ல காலம், இவ்வளவு சீக்கிரமே உன்னெ அவன் ஒதைச்சி வெரட்டிப் பிட்டான். உன்னெ ஊர்லே கொண்டு போயி உட்டுடறேன்... நம்ப சாதி வயக்கப்படி பஞ்சாயத்துக் கூடிப் பேசி ரத்துப் பண்ணிட்டு வந்துடறேன்... அப்பாலே உம்பாடு, நானும் வேற யாரையாவது பாத்துக்கினு நிம்மதியா வாய்ந்துடுவேன். ரெண்டு பேரும் வாய்நாளெ வீணாக்கிக்க வேணாம்... இன்னா சொல்றே?

சொல்றது இன்னா, எந்திரி போவலாம்; பத்தரை மணிக்கு இருக்கு ரயிலு... அதுதான் நல்லது. இல்லேன்னா உன்னே எனக்கு நல்லாத் தெரியும். உம் மனசுக்கு... நீ இன்னிக்கு இல்லேன்னா இன்னொரு நாளு வந்து இந்த ரயில்லே தலையெவுட்டுக்குவே... ஆமாம், உனக்கு ஒலகம் தெரியாதும்மே... நீ கொயந்தேம்மே... அதனாலே தான் எனக்கு ஒம்மேலே கோவம் வரலேம்மே."

"வேணாம்... நான் ஊருக்குப் போகமாட்டேன்... உன் கையாலியே என்னெ ரயில் முன்னே புடிச்சுத் தள்ளிடு... சத்தியமா, சந்தோசமா சாவேன்... ஆமா... உன் கையாலே" என்று அவன் எதிரே எழுந்து நின்று கதறி அழுதவாறு கை கூப்பிக் கெஞ்சினாள் அவள்.

"இன்னாம்மே, சுத்தப் பைத்தியமா இருக்கே! உன்னெ ரயில்லே தள்றத்துக்கா, ஒங்க ஆத்தாளும் அப்பனும் எனக்கு கட்டி வெச்சாங்க?" என்று அவளைக் கண்டிப்பது போல் சற்றுக் குரலை உயர்த்திக் கத்தினான் அவன்.

"இல்லே, எம் பாவத்துக்கு அதான் சரி... நான் சொல்றேன்... என்னெத் தள்ளிடு..."

"சீ சீ! கம்னுகெட! நீ சொன்னேன்னு தள்னேன்னா உடுவானாம்மே போலீசுலே... பொறப்படு பொறப்படு... போவலாம்" என்று கப்பிக்கல் குவியலின் மீதிருந்த அவன், இன்னும் இங்கேயே நின்றிருந்தால் அவளது தற்கொலை எண்ணமே வலுக்கும் என்ற உணர்வில், அவசரப்பட்டுக் கீழே இறங்கினான்.

அவன் தன்னருகே வந்தவுடன் எழுந்து நின்ற அவள், முகத்தைத் தாங்கொணாத் துயரத்தோடும், ஏக்கத்தோடும் பார்த்தாள். அந்தப் பார்வையில் விளைந்த சோகம் கண்ணீராய்ப் பெருகிப் பார்வையை மறைத்தது. அவளால் தனது தவிப்பைத் தாங்கிக்கொள்ள முடியவில்லை. திடீரென அவன் கரங்களைப் பிடித்துக் கொண்டு 'ஓ'வென்று கதறினாள்.

"என்னெக் கொண்டு போயி நீ ஊர்லே விட்டாலும்... இங்கேயே ரயிலு முன்னாலே தள்ளினாலும் ஒண்ணுதான். நானு பாயாபூட்டவ" என்று அழுது கொண்டே அவள் புலம்பினாள்.

"இன்னாம்மே இதுக்கோசரமா அய்வுறே! இப்ப இன்னா நீ மட்டும் பெஸலா பாயாபூட்டே? மனுசாள்னா தப்பே பண்ற தில்லியா? அப்படிப் பாத்தா இது தப்பே இல்லியே... புடிக்காத ஒருத்தனோட வாய முடியலேனு ஒருத்தி பூட்டா அது தப்பா? போன எடமும் சரியில்லேன்றது தான் நீ செஞ்ச தப்பு. சர்தான்... ஊருக்கே போயி உனக்குப் புடிச்சவனாகப் பார்த்துக் கட்டிக்கறது."

"ஐயோ! என்னெக் கொல்லாதியேன்... நானு உன்னெப் புடிக்காம ஒண்ணும் ஓடிப் போவலே... ஏன்... ஓடிப்போனேன்னு எனக்கே புரியலே... அல்பத்தனமா இன்னா இன்னாத்துக்கோ ஆசைப்பட்டேன். நீ இன்னா ரிக்ஸாக்காரன் தானே, என்னைக் கும் அதே கதிதான் உனக்குன்னு, யார் யாரோ சொன்னதெக் கேட்டு... நீ சொன்னது மாதிரி பளபளப்புக்கு ஆசெப்பட்டுப் பல்லைக் காட்டி நானு பாயாப்பூட்டேன்... நான் பாவி பாவி..."

அப்போது சிக்னல் இல்லாததால் மெதுவாக வந்து நின்ற மின்சார ரயிலின் வெளிச்சத்தில் இருவருமே பரஸ்பரம் ஒருவரை ஒருவர் முழுமையாகக் கண்டனர்.

கண்கள் சிறுத்து, முகமெல்லாம் அழுகையில் சுருங்கித் துடிக்க, வறண்ட உதடுகள் அசைய அவன் கேட்டான்:

"அப்டியா?... நெசம்மாவா?... என்னெப் புடிக்காம, என் னோட வாயப் பிரியமில்லாம நீ என்னெ வுட்டுப் புட்டுப் போவலியா? நெசம்மாவா? சொல்லும்மே! இன்னம் உனுக்கு என்மேலே பிரியந்தானா? என்னோட வாய இஸ்டந்தானா" என்று ஒவ்வொரு கேள்வியையும் குரலைத் தாழ்த்தித் தாழ்த்திக் கடைசியில் ரகசியமாக அவள் முகத்தருகே குனிந்து 'இஸ்டந் தானா?' என்று அவளது தோளை இறுகப் பற்றினான்.

அந்தக் கேள்விக்கும் அந்த ஸ்பரிசத்துக்கும் காத்திருந்தவள் போன்று மெய் சிலிர்த்து, இதயங்கனிந்து ஆர்வமும் ஆவேசமும் கொண்டு அவன் மீது சாய்ந்து அவனைத் தழுவிக் கொண்டு அவள் அழுதபோது...

சிக்னலுக்காகக் காத்திருந்த ரயிலுக்கு சிக்னல் கிடைத்து நகர...

அங்கே இரண்டு இதயங்கள் மிக நெருக்கமாய் இணைந்து ஒன்றை ஒன்று புரிந்து கொண்டு, ஒன்றில் ஒன்று கலந்து, ஒன்றை மற்றொன்று ஆதரவாக்கி, ஆதாரமாக்கி ஒன்றிய போது–

ரயில் நகர்ந்தபின் விளைந்த இருளில் இருந்து வார்த்தைகள் ரகசியமாக இதயங்களுக்குள்ளாக ஒலித்தன.

"மாமா... என்னெ நீ மன்னிப்பியா? நானு உனக்கு துரோகம் பண்ணிட்டுப் பாயாப் பூட்டவளில்லியா?"

"இன்னா கய்தே! பெரிசா கண்டுப்பிட்டே... மனசு தங்க மா யிருந்தாப் போதும்மே... நானு கூட.த்தான் எவ்வளவோ பாயாப் போனவன், உன்னைக் கட்டிக்கிறத்துக்கு மிந்தி..."

"மாமா!... ம்..."

"அட கய்தே... அய்வாதேம்மே..."

"அப்பிடி கூப்புடு மாமா! நீ கய்தேன்னு மின்ன மாதிரி கூப்பிட்டப்புறம் தான் எனக்கு மின்னமாதிரி நெனப்பும் ஆசையும் வருது. நடுப்புற நடந்ததெல்லாம் மறந்தே போவுது."

"அட கய்தே... இதுக்குத்தான் கய்தே சொன்னேன் நீ கொய்ந்தேன்னு."

"மாமா..."

"அட, கய்தே!..."

அவளை அவன் காதல் மொழி பேசிக் கொஞ்சுகிறான்.

அந்த பாஷை மிகவும் தரம் குறைந்திருக்கிறதா?

ஆமாம்; பாஷை மட்டுமே மட்டமாக இருக்கிறது.

தரம் என்பது பேசுகின்ற பாஷையை மட்டும் வைத்துக் கணிக்கப்படுவதா என்ன?

ஆனந்த விகடன், 1963

# கிழக்கும் மேற்கும்

நேற்று மாலை ரயிலேறும்போது இருந்ததைவிட இப்போது அலமு ஆச்சியின் மனநிலை சமாதானமடைந்திருந்தது. எனினும் தெளிவுற்றிருந்தது என்று சொல்லிவிட முடியாது!

இரவெல்லாம் கடகடத்து ஓடிய அந்த மெயில் வண்டியின் முதல் வகுப்புப் பெட்டியில் அவளையும் அவளது மகன் ரவியையும் தவிர வேறு யாருமே இல்லாத தனிமையில்– எதிர்ப்புற 'பெர்த்'தில் நிம்மதியாய் உறங்கிக் கொண்டிருந்த– ஐந்து வருஷ மாய்த் தான் காணாது கண் பூத்துக் கிடந்த– மகனைப் பல தடவை உறக்கம் கொள்ளாது புரண்டு கொண்டிருந்த போதும், திடீரென ஒரு குலுக்கலில் கண் விழித்த போதும் பார்த்துப் பார்த்து மகிழ்ந்து கொண்டிருந்தாள் அலமு அச்சி.

'நல்ல வேளை... என்னையும் என் மானத்தையும் காப்பாத்த தெய்வம் மாதிரி வந்து நின்னியேடா, மகனே!...' என்று இதயம் விம்ம நினைத்து, நிம்மதியும், கவலையும் சிந்தனையும் நிறைந்த பெருமூச்சுடன் இனிமேல் என்ன நடக்கும்?... இவனோட வெள்ளைக்கார மனைவி எப்படிப் பட்டவளாய் இருப்பாள்? அந்த பாஷை தெரியாதவள் என்னைப் பார்த்து 'இந்தப் பட்டிக் காடா இவனுக்கு அம்மா'ன்னு நெனச்சி மொகம் சுளிப்பாளோ? என்னதான் ஆனாலும் அவளோட பழக்க வழக்கங்களுக்கும் நம்ம ஆசாரத்துக்கும் ஒத்து வருமா?... அவளை ஒரு வார்த்தை கேக்காம என்னெ அழைச்சிக்கிட்டுப் போறானே... நம்ப வீட்டிலே இருக்கிற நம்ம ஜாதி மருமகள்களே இதுக்கு ஆடுவாள்களே! சரி எப்படியோ, நடக்கட்டும்... பொறப்பட்டாச்சு. வர்ரதை அனு பவிக்க வேண்டியதுதான்' என்று பல்வேறு மனக் குழப்பங்களில் சிக்கியே இரவைக் கழித்தாள் அலமு.

விடியச் சற்று நேரம் இருக்கையில், ரவி உறக்கம் கலைந்து எழுந்து நீளக் கோடுகள் நிறைந்த இரவு நேர உடுப்புடன் படுக்கை யில் உட்கார்ந்து, எந்த ஸ்டேஷனில் வண்டி நிற்கும் என்று எதிர் பார்த்துக் கொண்டிருந்தான்.

நன்றாக விடிந்த பிறகு, அலமு ஆச்சியும் தன் ஆயிரம் கவலை களுக்கு மத்தியிலும் அரைமணி நேரம் தன்னை மறந்து உறங்கி

விழித்த பிறகு, ஒரு பெரிய ஸ்டேஷனில் வண்டி வந்து நின்றபோது எழுந்தாள்.

காற்றில் தலை கலைந்திருந்தது. இரவெல்லாம் தூங்கா திருந்த அயர்வு அவள் கண்களிலும் முகத்திலும் தெரிந்தது. அவள் முகத்தைத் துடைத்துக் கொண்ட போதும், உறங்கிய போதும்கூட அழியாமல் நடு நெற்றியில் பெரிதாக வட்டமாய் இருந்த குங்குமப் பொட்டை ரவி ஓர் ஆச்சரியமாய்ப் பார்த்தான். அந்தக் குங்குமத் திலகம் அழகாய் இருக்கிறது என்று ரசித்த ரவியின் மனத்தில், தன் மனைவியான அந்த ஐரோப்பிய மாது "ஸெலினாக்ராஸின் வெண்ணிற நெற்றியில்– அந்த மிருதுவான ஒளி வீசும் சருமத்தில், இப்படி ஒரு செக்கச் சிவந்த திலகத்தை இட்டுப் பார்த்தால்..." என்றும் ஒரு கற்பனை தோன்றியது...

"ராத்திரி நீ தூங்கலியா அம்மா?" என்று கேட்டான் ரவி.

"உம்" என்பதைத் தவிர வேறொன்றும் அவள் சொல்ல வில்லை.

முதல் நாள் இரவில் பலமுறை அவன் பேச்சுக் கொடுத்த போதெல்லாம், 'காரியமாக'ப் பேசியதல்லாமல் கலகலப்பாக அவளால் பேச முடியவில்லை.

தான் இந்த வயதில் ஒரு குழந்தைக்குத் தாயாகப் போவது குறித்துத் தனது மாப்பிள்ளைகளைப் போலவோ பெண்களைப் போலவோ அதற்காக அசூயைப் படாதது மட்டுமல்ல; அதற் காகத் தன்மீது விசேஷ அன்பு காட்டவும் ஆதரிக்கவும் முன் வந்த அவனது பெருந்தன்மையைப் புரிந்து இருந்தும்கூட, தன் மனமே உள்ளூரத் தன் நிலைகுறித்து நாணிச் சாம்புவதால் அவளால் அவனிடம் முகம் கொடுத்துப் பேச இயலவில்லை என்பதை ரவியும் உணர்ந்தான். அவளது அந்தச் சுய அவமதிப்புப் போக்கை மாற்றுவதற்காகவும், இந்த ஐந்து வருடங்களாய்த் தன் குடும்பத்தில் ஏற்பட்டுள்ள மாற்றங்களையும், நிகழ்ச்சிகளையும் அறிந்து கொள்ளும் பொருட்டும் அவன் பலமுறை அவனிடம் பேச்சுக் கொடுத்தான்.

'குலப் பெருமைகளை யெல்லாம் மீறி, தன்னோடு, சீனியர் டாக்டராய்ப் பணி புரிந்த ஒரு வெள்ளைக்காரியைக் கல் யாணம் செய்து கொண்ட குற்றத்துக்காக ஏழு பிள்ளைகள் மட்டுமே எனக்குப் பிறந்தன என்று நினைத்து 'உன்னைத் தலை முழுகிவிட்டேன்' என்று கூறித் தன்னை வெறுத்திருந்த தந்தையைப் பற்றியும்– திடீரென இத்தனை வயதுக்குமேல் கருவுற்ற அவமானத்துக்கு அஞ்சி அரளி விதையை அரைத்துக் குடித்து

விட்டுத் தற்கொலை செய்து கொள்ள முயன்ற தாயின் காரியத்துக்குக் காரணம், அவளது இரண்டாவது பிள்ளை ரவியை இழந்துவிட்ட சோகம்தான் என்று அவராகவே நினைத்துக் கொண்டு, தன்னை வரச் சொல்லிக் கடிதம் எழுதி, தான் சென்ற பிறகு முகம் கொடுத்துப் பேசாத வைராக்கியத்துடன் இருந்த– எல்லோராலும் மௌனமாகத் துன்புறுத்தப்பட்ட அலமு ஆச்சியை அன்பு காட்டி அழைத்துச் செல்லும் தன்னை– நன்றி கலங்கும் கண்களுடன் பேசுவதற்கு வாயோ வார்த்தைகளோ இல்லாது தனித்து நின்று விடை கொடுத்தனுப்பிய தந்தையின் சஷ்டியப்த பூர்த்தியின்போது, தனக்கு அழைப்போ கடிதமோ வரும் என்று தான் எதிர்பார்த்திருந்த ஏக்கங்களைப் பற்றியும் அவன் பேசினான்.

தனக்குத் தெரிவிக்காமலே நடந்தேறிய தன் இரண்டு தம்பி மார்களின் கல்யாணத்தைப் பற்றியும், அவர்களின் மனைவி யரைப் பற்றியும், குழந்தைகளைப் பற்றியும் பேசினான்.

தனது மூத்த சகோதரி காமாட்சி— பார்த்தவுடன் வயிறு குழம்பி வெடிக்கும்– துயரமிகுந்த விதவைக்கோலம் பூண்டு வீட்டோடு வந்து சேர்ந்துவிட்ட வேதனையைப் பற்றிப் பேசினான்.

தான் தோளில் தூக்கித் திரிந்த குழந்தை சுசீலா தாவணி அணிந்து அடையாளம் தெரியாத யுவதியாய் வளர்ந்திருக்கும் அதிசயத்தில் மகிழ்ந்து அவளுக்குக் கல்யாண ஏற்பாடுகள் பற்றி அப்பா என்ன முடிவு செய்திருக்கிறார் என்று அறிந்து கொள்ள குடும்பத்தின் பொறுப்புணர்ந்தும் பேசினான்.

அலமு ஆச்சியோ, ரவியின் இவ்வளவு பேச்சுக்கும் அரை மனத்தோடு சிரத்தை இல்லாதவள் போன்று ஏதோ பதில் சொல்லிக் கொண்டு வந்தவள்– 'இவ்வளவு பெரிய குடும்பத்தின் தாயான தான்... இவ்வளவு பொறுப்புகளும் ஏற்பட்டுவிட்ட பின்... இத்தனை வயதுக்குமேல் அறிவற்ற மிருகம்போல் இப்படி ஒரு நிலைமைக்கு ஆளாகி விட்டோமே' என்ற உணர்வில் தலைகுனிந்து கண் கலங்கினாள்.

ரவி, அவளது இந்தத் துயர உணர்ச்சிகளைப் புரிந்து கொண்டாலும், 'இது அவசியமுமில்லை; சரியும் இல்லை' என்று அறிவுபூர்வமாக உணர்ந்தான். தனது கண்ணோட்டத்தை அவளுக்குப் புரிய வைத்து அவளையும் ஏற்றுக் கொள்ளச் செய்து, 'தாய்மை ஒரு குற்றமல்ல' என்று தன் தாய்க்கு எவ்விதம் உணர்த்துவது என்ற சிந்தனையிலேயே இரவெல்லாம் அவ ளுடன் மேற்கொண்டு பேசாது, மௌனத்திலும் உறக்கத்திலும் கழித்தான்.

காலையில் சற்று முன் அவன் கண் விழிக்கையில் அலமு ஆச்சி உறங்கிக் கொண்டிருந்தாள். இப்போது வண்டி வந்து இந்தப் பெரிய ஸ்டேஷனில் நிற்கும்போது அவளும் விழித்தெழுந்து விட்டாள்.

வெள்ளையுடையும் குல்லாயும் தரித்த ரயில்வே பணியாள் ஒருவன் டிரேயில் காபி செட்டுடன் உள்ளே வந்து ரவியின் முன்னே டிரேயை வைத்துவிட்டுப் போனான்.

ரவி டிரேயில் தனித் தனியாய் இருந்த டிகாக்ஷன், பால், சர்க்கரை ஆகியவற்றை அளவறிந்து இரண்டு கப் கலக்கி சாஸரில் ஏந்திய ஒரு கப்பைத் தாயிடம் நீட்டினான்–

கிராமத்துக்கு வரும்போது வேட்டியும், சட்டையும் அணிந்து வந்த ரவி, ரயில்வே ஸ்டேஷனுக்கு வந்ததும் வெய்ட்டிங் ரூமிலேயே முழுக்கால் சட்டையும் டையும் கோட்டும் அணிந்து கொண்டு உருமாறியதையும், ரயிலில் வரும்போது படுக்கை விரித்தபின் இவற்றையும் அவிழ்த்து வைத்து விட்டுப் பெருமாள் கோவில் சுவரில் அடித்த சாயக்கோடுகள் மாதிரி ஒரு வகைத் துணியில் 'தொள தொளத்த' சட்டையும் பைஜாமாவும் அணிந்து கொண்டு, படுப்பதற்கு முன் பிரஷில் பேஸ்ட் வைத்துக் கொண்டு, பல் விளக்கி விட்டு வந்ததையும் இப்போது படுக்கையிலிருந்து எழுந்ததும் பல் விளக்காமல் காப்பி கலக்கிக் குடிப்பதையும் ஒரு வேடிக்கையாயும், வேண்டாத விவகாரமாயும் பார்த்துக் கொண் டிருந்த அலமு ஆச்சிக்கு, ரவியின் இந்தக் காரியங்கள் சிறிது பிடிபடாமலும் சிறிது பிடிக்காமலும் இருந்தன. ஆனால், ஸ்நானம் செய்யாமல் பச்சைத் தண்ணீர் கூடப் பல்லில் படும் பழக்கம் இல்லாத தனக்கு அவன் காப்பியைத் தருவது கண்டு திகைத்த அலமு ஆச்சி, "ஐயோ... இன்னும் நான் பல்லே விளக்கலே... காப்பி யாவது... ம்ஹம்" என்று முகம் சுளித்தாள்: "நீயும் பல் விளக்கலியே, இதுதான் வெள்ளைக்காரங்க பழக்கமா?" என்று அசூயையுடன் கேட்டாள்.

தன் தவற்றை அடுத்த விநாடி உணர்ந்த ரவி, அவளிடம் நீட்டிய காப்பியைத் தான் பருகியவாறே 'எப்படியோ அம்மா இந்த அளவுக்குப் பேசினாங்களே' என்ற திருப்தியுடன் "வெள்ளைக் காரங்க பழக்கம்தான்; ராத்திரியே நான் பல் விளக்கினேனே நீ கவனிக்கலே?" என்று பதில் கூறினான்.

"சரிதான்... எல்லாமே தலை கீழா இருக்குடா அப்பா!" என்று வாய்க்குள் சிரித்தவாறே சொன்னாள் அலமு.

"இல்லேம்மா, வெள்ளைக்காரங்க கிட்ட நல்ல பழக்கமும் இருக்கு; கெட்ட பழக்கமும் இருக்கு. அது போலத்தான் நம்ம

கிட்டேயும்... ராத்திரியிலே படுக்கப்போறதுக்கு முன்னே பல் விளக்கறதுதான் நல்லது. அதனாலே இரவில் வாயில் கெட்ட அமிலங்கள் உண்டாகறது இல்லே. காலையிலே பல் விளக்கறதை விட ராத்திரியிலே விளக்கறது அவசியம்" என்று ஒரு சாதாரண விஷயத்தை, ரொம்ப விஸ்தாரமாக முக்கியத்துவம் கொடுத்து விளக்கினான் ரவி.

அப்புறம் சிறிதே மௌனமாய் இருந்துவிட்டு, அந்த மௌனத்தில் எதையோ ஆழமாகச் சிந்தித்திருந்தவன் போன்று அவன் திடீரெனப் பேசினான். "ஆனா அம்மா!... இந்த நூற்றாண்டிலே, அதாவது இந்தக் காலத்திலே ஐரோப்பாங்கறதும் இந்தியாங்கறதும் உடுத்திக்கற உடையிலேயோ, தினசரி பழக்க வழக்கங்களிலேயோ இல்லே; ம்... கும்பிடற தெய்வத்தில் கூட இல்லே... பாரதத்தின் ஆத்மாங்கறது, வாழ்க்கையைப் பத்தி நாம்ப வெச்சிருக்கிற கண்ணோட்டத்தைப் பொறுத்துதான் இருக்கு" என்று சொல்லிக் கொண்டே வந்த ரவி, தான் அந்தக் கிராமத்துத் தாய்க்குப் புரியாத விஷயம் குறித்துப் பேசிக் கொண்டிருப்பதாய் எண்ணிப் பேச்சை நிறுத்தி அவள் கண்களுக்குள் உற்றுப் பார்த்தான்.

அலமு ஏதோ சத் விஷயங்களைக் கிரகிக்கும் உணர்வில் மிகவும் கவனமாக அவன் சொல்வதைக் கேட்டாள்.

அவன் சொல்வது அவளுக்குப் புரிந்தது. எப்படிப் புரிந்தது என்று சொல்லுமாறு கேட்டால் அவளால் சொல்ல முடியாது. எனினும் அவளுக்கு மிகத் தெளிவாக அவன் சொல்லுகின்ற விஷயத்தின் முழு வீச்சும் புரிந்தது.

இந்த வெள்ளைக்காரியைக் கல்யாணம் பண்ணிக் கொள்வதற்கு முன்னால், அது விஷயமாகத் தகப்பனிடமும், உடன் பிறந்தவர்களிடமும் அவன் விவாதித்த போதும், தனது கொள்கைகளைப் பிரகடனம் செய்வது போன்ற உறுதியான குரலில் அடித்துப் பேசிக் கொண்டிருந்த போதெல்லாமும் மௌனமாக அவற்றையெல்லாம் கேட்டு, அதன் நியாயங்களை இவள் உணர்ந்திருக்கிறாள்! அவன் முன் பேசும் திறனிழந்து மற்றவர்கள் வாயை மூடிக் கொள்வதற்கு அவனிடம் சத்தியமும் நேர்மையும் இருந்தன என்றும் உணர்ந்திருக்கிறாள்.

இப்போது அவன் பேசுகின்ற தோரணையும் அது போலிருந்தது. அவள் ஆர்வமுடன் தன் பேச்சைக் கேட்பதைக் கண்டு ஒரு புன்னகையுடன் மேலே பேசினான் ரவி. அப்போது அவர்கள் பெட்டி அருகே வந்து நின்ற பத்திரிகைக்காரனிடமிருந்து ரவி

தினசரிப் பத்திரிகை வாங்கும்போது அலமுதான் வழக்கமாய் படிக்கும் அந்த வாரப் பத்திரிகையைக் கண்டு "இங்கெல்லாம் வெள்ளிக் கிழமையே வந்துடுமா?" என்று கேட்டவாறு அடுக்கி வைத்திருந்த அந்தப் பத்திரிகைக்காகக் கை நீட்டினாள். அவள் அந்தப் பத்திரிகையைப் புரட்டிக் கொண்டிருந்த போது, ரவி தினசரிப் பத்திரிகையின் தலைப்புகளைப் பார்த்தான். வண்டி புறப்படும்போது மீண்டும் பேச ஆரம்பித்தான் ரவி.

"ஆமாம்மா... வெளியிலேருந்து வர்ர உடை மாற்றத்திலேயோ, பொருள்களினாலேயோ. கருத்துகளினாலேயோ கூடப் பாரதம் கெட்டுப் போகலே... இன்னும் சொல்லப் போனா லௌகீகத் துறையிலே நமக்கிருந்த பலம் அதனாலே கூடித்தான் இருக்கு. நாம் கெட்டுப் போனதுக்கும் கெட்டுப் போகறதுக்கும் காரணம், நம்பகிட்டே சேந்து போன அழுக்குத்தான்... வெயிலுக்கும் குளிருக்கும் பயந்து சுகம் தேடறத்துக்குத் தான் மனுசன் வீடு கட்டினான். அதே வீடு அவனுக்குச் சிறையானா, அதைத் தகர்த்துக்கிட்டு வெளியே போகத் துடிக்கிறான் இல்லையா! அதனாலே அவன் வெயிலையும் குளிரையும் விரும்பி வீட்டை வெறுக்கறான்னு அர்த்தமா? அது மாதிரிதான்... சடங்கும் சாஸ்திரமும், ஹிந்துக்களின் வாழ்க்கையை வளப்படுத்தவும், சுகம் உண்டாக்கவும், வாழ்க்கையை ரசிக்கவும்தான் ஏற்பட்டது... ஆனா அது அத்தனையும் வறண்ட கட்டுப்பாடாகவும், அர்த்தமில்லாத விலங்காகவும் மாறிப்போனா தப்பு நம்பமேலேதானே?..." என்று, மிகவும் தாழ்ந்த குரலில், மெதுவாக நிறுத்தி நிறுத்தி அவன் பேசுவதை, முகவாயில் கையூன்றிக் கேட்டுக் கொண்டிருந்தாள் அலமு. குறிப்பிட்ட ஒரு விஷயத்தைப் பற்றியல்லாமல் பொது வாகப் பேசியது போன்ற தன் வார்த்தைகளை அத்துடன் நிறுத்திக்கொண்டு சற்று மௌனமாக உட்கார்ந்திருந்தான் ரவி.

ரயில் மட்டும் அவன் மனதைப்போல் கடகடத்து ஓடிக் கொண்டிருந்தது தன் போக்கில்.

●●●

இந்தியாவின் பெருமைகளைப் பற்றியும், ஐரோப்பாவின் புதிய சக்திகளைப் பற்றியும் தானும் ஸெலினாவும் பல சமயங் களில் பல மணி நேரங்கள் விவாதித்த விஷயங்கள் பலவும் அவன் சிந்தனையில் குவிந்தன.

ஒரு முறை ஸெலினா கூறினாள்:

"ஐரோப்பியனைவிட இந்தியன் வயசில் மூத்தவன். நீங்கள் பழைய மனிதர்கள். உங்கள் நாகரிகங்களும் கலாசாரங்களும்

தொன்மையானவை. இதுவே உங்கள் பலமும் உங்கள் பலவீனமும் ஆகும். ஆத்மாவைப் பற்றிய கொள்கைகள் வளர்ந்தது அறிவு முதிர்ச்சியின் விளைவுதான். புலனின்ப வாழ்வைப் புரிந்து கொண்டு அதைவிடவும் மகத்தான ஒன்றை நாடி அறிவு ரீதியாய் அப்யசிக்கும் 'துறவு' முறையை வாழ்க்கையில் ஏற்றுக் கொண்டவர்களை எண்ணிப்பார்க்கும்போது இந்தியாவின் ஞானச் செருக்கின்முன், ஆத்ம பலத்தின் முன், உலகமே மண்டியிடத்தான் வேண்டும். ஆனால், இங்கே வாழ்க்கையில் கட்டுண்ட குடும்பஸ்தனும், புலன் உணர்வில் மூழ்கி மூழ்கி கண்கண்ட வாழ்வின் இன்பத்தைக் கணுவுக்குக் கணு ருசிக்கும் போகியும் கூட மனைவியின் பக்கத்தில் அமர்ந்துகொண்டு, அவள் மயக்கத்தில் கிறங்கிப் பெற்றெடுத்த பிள்ளைகளும் சாட்சியாக இருப்பதை மறந்து போலித்தனமாய், வஞ்சகமாய், மனச்சாட்சியற்று 'சந்நியாசம்' பேசினானே- அதில்தான் இந்தியாவின் ஆத்மாவே நொறுங்கிப் போயிற்று. கோடியில் ஒருவனுக்கு உரிய அந்தத் துறவறப் பீடத்தின் மேல் தகுதியோ அவசியமோ இல்லாமல் ஒவ்வொருவனும் உரிமை கொண்டாடினான் இந்த நாட்டில். பாரதத்தின் வாழ்வே பொய்ம்மையின் நிழலாகப் போயிற்று. அனுபவிக்கும் இன்பங்களையும் வாழ்வையும், சபித்துக்கொண்டே வாழ்வது இந்தியனின் போலிப் பண்பு! இந்தியா, ஆண்டதெல்லாம் போதுமென்று மாண்டுவிட்ட பெருமைகளுக்கு மாரடித்துக் கொண்டே மற்றவர்க்கு அடிமையாயிற்று. இங்கே பெண் தன் உடம்பைப் பார்த்து அவமானம் அடைபவளாக வளர்க்கப்பட்டாள். ஆண், தனக்கு இன்றியமையாத துணையான பெண்ணைக் கௌரவிப்பது அவமானம் என்ற உணர்வில் வெறும் பெருமைக்காரனாக வளர்க்கப்பட்டான். உணர்ச்சிகளை வென்றுவிட்டவர்களாக வெளிக் காட்டிக் கொள்ள ஒவ்வொரு விதவையும் நிர்ப்பந்திக்கப்பட்டாள். உள்ளூரப் பெண்மையே செல்லரித்துப் போயிற்று. வெளியே வேஷம் போட்டவர்களே கௌரவிக்கப்பட்டார்கள். உண்மையானவர்கள் தூற்றப்பட்டார்கள். இங்கே உங்கள் பெருமையை நீங்களே மறைத்துவிட்டீர்கள்; எனினும் ஐரோப்பா உங்களிடமிருந்து கற்றுக் கொள்ள வேண்டியதும் இருக்கிறது; கற்றுக் கொள்ளவும் போகிறது. ஐரோப்பிய நாகரிகம் இங்கு திணிக்கப்பட்டதால் ஏற்பட்ட விளைவு இது. கொடுப்பவன் வாங்கியும் தீர வேண்டும். ஆகையால் கிழக்கும் மேற்கும் கலந்த ஒரு புதிய மனிதன், ஒரு புதிய பண்பு, ஒரு புதிய வாழ்க்கை- இது தான் எதிர்கால உலகம் என்பதை இன்றைய அறிவாளிகள் மறுக்கமாட்டார்கள்..." என்று கூறிய ஸெலினாவின் வார்த்தைகளை நினைவு கூர்ந்த ரவி, தன் எதிரே

உட்கார்ந்திருந்த தாயின்– ஒரு இந்தியத் தாயின்– நிலைமையைப் பற்றி எண்ணினான்.

ஐம்பது வயதுக்குமேல் கருவுற்ற தன் தாய் தற்கொலை செய்து கொள்ள முயன்றதற்குக் காரணம் மற்றவர்களின் கேலிப் பேச்சை அஞ்சி மட்டுமல்ல; இல்லற இன்பத்தையே துறந்து விட்டதாகப் போட்ட இவர்களின் தாம்பத்ய வேஷம் கலைந்து போனதால், தனக்கே தன்மீது ஏற்பட்ட சுய வெறுப்பின் விளைவாகவுந்தான் அந்தக் காரியத்தைச் செய்யத் துணிந்தாள் என்றும் புரிந்து கொண்டான் ரவி. ஆகையால், அது பற்றி ஏதும் மேற்கொண்டு பேசாமல் தன்னைப் பற்றிப் பேசினான் ரவி.

“அம்மா! தேசங்கள் இணைந்து, ஒரே உலகமாக மாற வேண்டிய காலம் இது. மனிதர்களும் வாழ்க்கை முறைகளும் நெருங்கி நெருங்கி வர்ர காலம் இது. அதனாலேதான் அவளும் நானும் கல்யாணம் செய்து கொண்டு– ஒரு ‘ஆங்கிலோ இந்தியனை அல்ல– ஒரு புதிய இந்தியப் பிரஜையைப் பெற்றெடுக் கணும்’னு ஆசைப்பட்டோம்” என்று சொல்லிப் பெருமூச்செறிந் தான் ரவி.

அவன் ஏங்குவதன் காரணம் புரியாமல், அலமு நிமிர்ந்து உட்கார்ந்து அவன் முகத்தை ஆதரவோடு உற்றுப் பார்த்தாள்.

“நாங்க ரெண்டு பேருமே டாக்டர்தானம்மா... ஆனா அவளுக்கு ஒரு குழந்தை பிறக்க இதுவரைக்கும் கொடுத்து வைக்கலே... அவளுக்கு ஹிருதய நோய். அவள் ஹிருதயம் பலம் பெறுகிறவரைக்கும் அவள் கருத்தரிக்கக் கூடாது...” என்று அவன் சொல்லி முடிப்பதற்குள், “ம், இதுதான் விதி” என்று கூறிக் கண் கலங்கினாள் அலமு. அவள் மேலும் என்னவோ சொன்ன போது, அந்த வார்த்தைகள் ரவியின் காதில் விழாதபடி, அவர்கள் இருந்த ரயிலை நெருங்கிப் பெரும் சத்தத்துடன் குறுக்கிட்ட மின்சார ரயிலின் ஓசை தடுத்தது. அந்த மின்சார வண்டி அவர்களைக் கடந்துபோன பிறகு ரவி அலமுவிடம் சொன்னான்: “குழந்தை பிறக்காதுன்னும் ஒண்ணும் முடிவாயிடலே! நான் வைத்திய சாஸ்திரத்தைத் தான் நம்பறேன். விதியை இல்லை– ”

●●●

எழும்பூர் ரயில்வே ஸ்டேஷனில் ரவியின் வரவுக்காகக் காருடன் காத்து நின்றிருக்கும் ஸெலினா, சாம்பல் நிறத்தில் ‘ஸ்கர்ட்டும்’ கோடை காலமானதால் முழுக் கைகளும் தோள் பட்டையிலிருந்து வெளித் தெரிய தூய வெள்ளையில் ‘பிளவ்சும்’ அணிந்திருந்தாள். அவளருகே உயரமான கம்பத்தில் பொருத்தப்

பட்டிருந்த மின்சார விசிறியின் சுழற்சியினால் அவளது பொன்னிறச் சிகை காற்றில் அலைந்து, முகத்தில் விழுந்து, கண்களை மறைத்தது. நெற்றியில் விழுந்த சிகையை ஒதுக்கி விட்டுக் கொண்டே, 'ஹேய்' என்ற குரலுடன் கையை ஆட்டிக் கொண்டு, வண்டியிலிருந்து இறங்கும் ரவியின் அருகே ஓடிவந்து அவன் கைகளைப் பிடித்துக் கொண்டு, "டார்லிங்... உன் தாயார் நலமா?" என்று ஆங்கிலத்தில் கேட்டாள்.

தன் தாயின் எதிரில், பொது இடத்தில் தனது கைகளைப் பற்றிக் கொண்டு தன் உடம்போடு ஒட்டிக் கொண்டிருக்கும் ஸெலினாவை மெல்ல விலக்கியவாறு ரவி சொன்னான்: "அவள் என்னோடு வந்திருக்கிறாள் டார்லிங்... நான் உனக்கு என் தாயை அறிமுகம் செய்து வைக்கட்டும்!" என்று ஆங்கிலத்தில் கூறியவாறே திரும்புகையில், அலமு ஆச்சி வண்டியிலிருந்து அந்த வெள்ளைக் காரியை ஒரு வினோதமாய் வெறித்துப் பார்த்தவாறே இறங்கிக் கொண்டிருந்தாள். ரவி தாயினருகே ஸெலினாவை அழைத்து வந்து, "அம்மா" இவள்தான், அவள்– ஸெலினா உன் மருமகள்" என்று புன்முறுவலுடன் சொல்லிவிட்டு, ஸெலினாவிடம் திரும்பி "இவள்தான் என் தாயார்" என்று சொல்லி முடிப்பதற்குள்ளாக, ஆர்வமும் பாசமும் மிகுந்தவளாய் ஸெலினா அலமு ஆச்சியின் கைகளைப் பிடித்துக் கொண்டு தன் வாய்க்குள்ளாகவே "உங்களைச் சந்திக்கும் வாய்ப்புக் கிடைத்தமைக்குப் பெருமகிழ்ச்சி அடைகிறேன்" என்று கூறி, அலமு ஆச்சியிடம் கைகுலுக்கியது மல்லாமல், அவளை ஆரத் தழுவி முத்தமிட நெருங்கிய சமயம்– அலமு ஆச்சி உடம்பெல்லாம் கூனிக் குறுகி விலக முயன்ற போது, ரவி சமயமறிந்து ஸெலினாவை ஒரு புன்முறுவலுடன் தடுத்து நிறுத்தி விட்டுப் போர்ட்டரிடம் சாமான்களைக் கொண்டு போய்க் காரில் வைக்குமாறு பணித்தான்.

ஸெலினா, அந்த ஒரு வினாடியில் நிலை குலைந்து முகம் சிவந்து தனது தவற்றை நினைத்தவள் போல் சமாளித்தவளாய் ஒரு புன்னகையோடு அலமுவை நோக்கிக் கரங்களைக் கூப்பி நமஸ்கரித்தாள். அலமுவும் பதிலுக்கு– முறையல்லவென்று உணர்ந்தும் வேறு வழியின்றி– ஒரு அரைக் கும்பிடு போட்டாள்.

போர்ட்டர் பலாப்பழம் உட்பட எல்லாச் சாமான்களையும் சுமந்து சென்று அந்தச் சிறிய காரின் பின்புறத்தில் அடுக்கினான். அவர்கள் மூவரும் ரயில்வே ஸ்டேஷனிலிருந்து அடையாறில் இருக்கும் தங்கள் வீடு நோக்கி வருகையில் ஸெலினாதான் காரை ஓட்டினாள். அவள் பக்கத்தில் ரவியும் பின்புற சீட்டில் அலமு ஆச்சியும் அமர்ந்திருந்தனர்.

அலமு ஆச்சி, இந்த வெள்ளைக்காரியுடன் தன் மகன் எப்படி வாழ்க்கை நடத்துகிறான் என்ற வியப்போடும் அந்தக் கற்பனையில் உள்ளூற ஒரு சிரிப்போடும் ஸெலினாவின் மேல் வைத்த விழியை மாற்றாமலிருந்தாள்.

காரை ஓட்டிக் கொண்டே ஸெலினா ரவியிடம் கேட்டாள்:

"என்ன நேர்ந்தது உன் தாய்க்கு? எதற்காக உயிரை மாய்த்துக் கொள்ள முயன்றாளாம்?"

"பதினாறு வருஷத்துக்கப்புறம் ஐம்பது வயசில் என் தாய் கர்ப்பமுற்றிருக்கிறாள்..." என்று ரவி சொன்னதைக் கேட்டதும் ஸெலினாவின் விழிகள் ஆனந்தத்தாலும் பாராட்டுணர்வாலும் மின்னிப் பளபளக்க, 'ஸ்டியரிங்'குக்கு மேல் இருந்த சிறிய கண்ணாடியைத் திருப்பி அதனூடே பின் சீட்டிலிருக்கும் அலமுவை ஒரு புன்னகையுடன் பார்த்தவாறே ரவியிடம், "ஓ! விரைவில் நீ சிறிய தங்கையையோ தம்பியையோ அடையப் போகின்றாய்! எனது வாழ்த்துகள். இத்தகைய இனிய செய்தியை அறிவித்தமைக்கு நன்றி!" என்றாள்.

ரவி தோள்களைக் குலுக்கியவாறே சொன்னான்: "நீ பெரி தாக இதற்குப் பாராட்டுகின்றாய். கிராமத்தில் இந்தத் தாயின் பெண்களும், பிள்ளைகளும், மருமகன், மருமகள் யாவரும் ரொம்பவும் கேவலமாக அசிங்கமாக இவளைத் தங்கள் கேலிப் புன்னகையால் துன்புறுத்துகிறார்கள். அதற்கு அஞ்சித்தான் தனது கருவுற்ற செய்தியை மறைப்பதற்காகத் தற்கொலை செய்து கொள்ள முயன்றிருக்கிறாள்... அந்தச் சூழ்நிலையில் இருக்க வேண்டாம் என்றுதான் அழைத்து வந்துவிட்டேன்" என்று அவன் சொல்லி முடிப்பதற்குள்ளாக அதிர்ச்சியுற்ற ஸெலினா, கன்னங் களும் கண்களும் சிவக்க, சிவந்த அதரங்கள் உணர்ச்சி மயமாகித் துடிக்க, "கொண்டாடி மகிழத்தக்க ஒரு புனிதமான காரியத்துக்குக் கண்டனமா? இதற்காக அவமானப்படுத்துவதா? ஓ! என்னால் புரிந்து கொள்ளவே முடியவில்லை! இந்த அளவுக்கா குடும்ப வாழ்க்கை பொய்யாய் மாறி இருக்கிறது?" என்று பதறினாள்.

பாஷை புரியாவிட்டாலும், அவர்கள் இருவரும் தன்னைக் குறித்துத்தான் பேசிக் கொள்கிறார்கள் என்பதை உணர்ந்து கொண்டாள் அலமு ஆச்சி.

"இந்த இனிய செய்தியை மட்டுமல்ல டார்லிங்... உனக்கு மிகவும் பிடித்த இனிப்பு மிக்க பலாப்பழமும் கொண்டு வந்திருக் கிறேன்..." என்று சொல்லுகையில், திடீரெனப் பலாப் பழத்திற்

கான ஆங்கில வார்த்தை சமயத்தில் நினைவுக்கு வராமல் "பலாப் பழம்?" என்றே சற்றுத் தயக்கத்துடன் கூறினான் ரவி.

"வாட்... பலாப்பஸம்" என்று புருவத்தை நெரித்துப் புன்முறு வலுடன் அவனைப் பார்த்தாள் ஸெலினா.

"ம்... ஜாக் ப்ரூட்..." என்று கைகளைப் பெரிதாகக் காட்டி அவளிடம் "நீ பிரியமாகச் சாப்பிடுவாயே?" என்று நினை வூட்டினான்.

அலமு வாய்க்குள் சிரித்துக்கொண்டே கையிலிருந்த வாரப் பத்திரிகையைப் பிரித்தாள்.

அவள் விழிகள் பத்திரிகையின் எழுத்துக்களை வெறிக்க விரல்கள் பக்கங்களைப் புரட்டினவல்லாது மனமோ முதல் நாள் புறப்படும்போது தன் மூத்த மருமகளிடம் ரவி கூறிய வார்த்தை களிலும் அந்தக் காட்சியிலுமே லயித்தது.

"கிளைகளில் காய்க்காமல் அடி மரத்தில் தானே காய்ச் சிருக்கு. அடி மரத்துக்கும் கிளைக்கும் அதனாலே விரோதமா?" என்ற அந்த வார்த்தைகளின் நினைவைத் தொடர்ந்து வண்டி யருகே வந்து நின்று, 'போய் வா' என்று சொல்ல முடியாமல் விழிகளில் ஒரு குழந்தையின் ஏக்கத்துடன் மௌனமாய் வந்து நின்ற கணவரின் நினைவும் வந்தது அலமுவுக்கு.

'இன்னும் முழுக்க ஒரு நாள் ஆகவில்லை. அதற்குள் எவ்வளவு அதிக நாள் பிரிவு போலிருக்கிறது' என்று எண்ணிய அலமுவுக்கு தன்னைப் பிரிந்து அவர் தவிப்பாரே என்ற கவலை யில் கண்களிரண்டும் குளமாய்க் கலங்கின.

முன் சீட்டிலிருக்கும் ரவியோ அவளோ பார்த்து விடப் போகிறார்களே என்ற பதைப்பில், கையிலிருந்த பத்திரிகையை முகத்துக்கு நேரே உயர்த்தி மறைத்துக் கொண்டாள் அலமு ஆச்சி.

அந்தச் சிறிய கார் ஓர் அழகிய பங்களாவின் காம்பவுண் டுக்குள் மெதுவாக வளைந்து திரும்பி நுழைந்தது!

●●●

**அ**லமு ஆச்சி தனது ஆசாரங்களுக்கோ பழக்க வழக்கங் களுக்கோ எவ்விதக் குறுக்கீடுமில்லாமல், 'அவுட் ஹவுஸில்' எல்லா சௌகரியங்களுடன் ஒரு வேலைக்காரியும் உதவிக்கு அமர்த்தப் பட்டு, வந்தவுடனே குடித்தனம் அமைத்துக் கொண்டாள்.

ஸெலினாவுக்கு அந்த ஏற்பாடு பிடிக்கவில்லை; எனினும் 'அது அவமதிப்பது இல்லை; அதுதான் மரியாதை என்று இங்கு

கருதப்படும்' என்று ரவி வலியுறுத்திச் சொன்னதால் அலமு ஆச்சியைத் தனித்திருக்க அவளும் அனுமதித்தாள்.

அலமுவுக்கு இந்த ஏற்பாடு பரம திருப்தி அளித்தது.

அன்று மத்தியானம் ஹாலில் அமர்ந்து ஸ்வெட்டர் பின்னிக் கொண்டிருந்த ஸெலினா, ரவியிடம் மூக்கு நுனியும் கன்னங்களும் சிவப்பேறி ஜொலிக்கக் காலையிலிருந்து தன் மனத்தில் உறுத்திக் கொண்டிருந்த விஷயத்தைக் கேட்டாள்.

"உங்கள் வழக்கத்திற்கு மாறாக நான் உன் தாயாரை முத்த மிட முயன்றதில் உன் தாய் என்னைப் பற்றித் தவறாக நினைத்துக் கொண்டிருப்பார்களோ? ஓ... நான் அப்படி நடந்து கொண் டிருக்கக் கூடாது!"

"நீ ஏன் அதையே நினைத்துக் கொண்டிருக்கிறாய்? இதில் தவறாக நினைக்க ஒன்றுமில்லை. அவர்களுக்கு அது வேடிக்கை யாக இருந்திருக்கும்" என்று விஷயத்தை லேசாக்கிச் சிரித்தான் ரவி.

"ஒரு மாமியாரை ஒரு மருமகள் உங்கள் மரபுப்படி எவ்விதம் வரவேற்க வேண்டும்? ப்ளீஸ் டார்லிங்... ப்ளீஸ்! நீ எனக்குக் கற்றுத் தர வேண்டும்... அது உன் கடமை" என்றாள் ஸெலினா.

ரவி நெற்றியைத் தேய்த்துக் கொண்டு சற்றுப் பலமான சிரிப்புடன் சொன்னான்: "மாமியாரை மருமகள் வரவேற்பதா? அப்படி ஒரு காரியமே எங்கள் வழக்கத்தில் இல்லை. மரு மகளைத்தான் மாமியார் வரவேற்பாள் இங்கே..." என்று ரவியின் வார்த்தைகளைக் கேட்டு யோசித்து ஒரு விநாடியில் அதைப் புரிந்துகொண்ட ஸெலினா "அது சரி... மாமியார் எப்படி மரு மகளை வரவேற்பாள்? மருமகள் எப்படிப் பதிலுக்கு நடந்து கொள்வாள்? என்று தொடர்ந்து கேட்டாள்.

"ஓ! அதுக்கெல்லாம் என்ன இப்போ!" என்று அலுத்துக் கொண்டான் ரவி.

"தெரிந்து வைத்துக்கொள்ள வேண்டாமா? இந்தியாவைப் பற்றி எனக்கு எவ்வளவு விஷயங்கள் தெரிந்திருந்தும் இந்தச் சாதாரண நடைமுறைகள் தெரியவில்லையே...ம்... எனக்குத் தெளி வாகச் சொல்லவேண்டும். ஒரு முழு வர்ணனை... ம்... ஆரம்பி" என்று நாடக ஒத்திகைக்குத் தயாராகிறவள் மாதிரி தனது இருக்கையினின்றும் எழுந்து வந்தாள் அவள்.

ஒரு பேராசிரியர் வகுப்பறையில் மாணவர்களுக்கு ஒரு பாடத்தை விளக்கும் தோரணையுடன் ரவி எழுந்தான். ஒரு முறை

ஆழ்ந்த சிந்தனையுடன் தலை குனிந்து இரண்டு அடிகள் உலவி நடந்த பிறகு அவள் எதிரே நேராய் நிமிர்ந்து நின்றவாறு இரண்டு உள்ளங் கைகளையும் குவிப்பது போல் நெருக்கமாய்க் குவிக்கா மல்- வைத்துக் கொண்டு "மருமகளை வீட்டுக்கு அழைப்பது என்பது ஒரு திருமணச் சடங்கு. மருமகள் என்பவள், அந்தக் குடும்பத்தை வாழ வைக்கப்போகிற, சகல செல்வங்களும் நாடிவரச் செய்யும் அதிர்ஷ்டக்காரியாகி அந்த வம்சத்தைப் பெருக்கித் தரப் போகிற லட்சுமியாகக் கருதப்படுகிறாள். இங்கே அவள் வீட்டு வாசலை நெருங்கி வரும்போதே மாமியார் மற்ற சுமங்கலிப் பெண்களுடன் தயாராக இருப்பாள் அவளை வரவேற்க. அவளை வாசற்படியில் நிறுத்தி ஆரத்தி எடுத்து உள்ளே அழைப்பார்கள். மருமகள் வலது காலை எடுத்து முதலில் வைத்து உள்ளே வந்ததும் தன்னை வரவேற்ற மாமியாரின் பாதங்களில் நமஸ்கரிப்பாள்... மாமியார் அவளை ஆசீர்வதித்து நெற்றியில் திலகமிடுவாள்" என்று ரவி கூறுகையில், அரைமணி நேரத்துக்கு மேல் ஆரத்தி என்றால் என்னவென்றும், பாதங்களில் நமஸ் கரிப்பது எவ்விதம் என்றும், ஆசீர்வதிக்கும் போது என்ன கூறுவார்கள் பெரியவர்கள் என்றும் அவளுக்கு எழுந்த சந்தேகங் களையும் அவன் விளக்க வேண்டியிருந்தது.

'இந்த மருமகள் அதற்கெல்லாம் கடைசியா நன்றி தெரிவிக்க மாட்டாளா?" என்று ஸெலினா கேட்டதும், காலில் நமஸ்கரித்து எழுந்து மருமகள் ஆசீர்வதிக்கப்பட்டதும் அவள் மாமியாரிடம் "தாங்க்யூ வெரி மச்" என்று நன்றி தெரிவிக்கும் ஒரு காட்சியைக் கற்பனை செய்து கொண்டு ரவி சிரித்தான்.

●●●

**அ**ன்று மாலை நர்சிங் ஹோமிலிருந்து திரும்பிய ரவி, காரில் காம்பவுண்டுக்குள் நுழைந்தபோது, தன் வீட்டு வரவேற்பறையில் ஓர் அதிசயம் அமர்ந்திருப்பதைக் கண்டான்...

நேற்று இரவு ரயிலில் வரும்போது, அவன் வேடிக்கையாகக் கற்பனை செய்து ரசித்ததற்கொப்ப, அந்த ஐரோப்பிய மாது, ஸெலினாகிராஸ் ஒளி விசும் மிருதுவான வெண்ணிற நெற்றியில், வட்டவடிவமாகச் செக்கச் சிவந்த திலகமிட்டு, ரோஜா நிற மேனியில் இயல்பாக உடுத்துகிறவளே போன்ற லாகவத்துடன் கண்களைப் பறிக்கும் பச்சை நிறப் பட்டுப் புடவையும், அதற் கேற்ற இளஞ் சிவப்பு நிற ஜாக்கெட்டும் அணிந்த கோலமாய் சோபாவிலிருந்து எழுந்து நின்று நமஸ்கரித்து அவனை வரவேற்றாள்.

அப்போது அந்தக் கம்பீரம் கலந்த பெண்மையின் தோற்றத்தில் அவர்களின் தாம்பத்திய லட்சியமாகிய 'கிழக்கும் மேற்கும்' சம்மேளனமாக ஒரு உன்னதக் கலாசாரமே சன்னதம் கொண்டிருப்பதைத் தரிசித்தான் ரவி!

"ஆ! இதுதான் கீழ்த்திசை..." என ஷேக்ஸ்பியரின் ரோமியோ–ஜூலியத்தில் வருகின்ற வசனத்தை, இரண்டு பொருள்பட ஆங்கிலத்தில் உச்சரித்தவாறே, அவளருகே நெருங்கி வந்த ரவி, ஸெலினாவின் நமஸ்கரித்த கரங்களில் ஒன்றைப் பற்றி முத்தமிட்டான்: "ஓ! டார்லிங்... நீ ஒரு தேவதை போல் இருக்கிறாய்...! அற்புதம்... அற்புதம்! சௌந்தரியம்!" என்று ஐரோப்பிய மரபுப்படி முன்புறம் வளைந்து வந்தனை செய்து புகழ்ந்துரைத்தான்.

அவளும் அதற்கு நன்றி தெரிவித்த பின் அவனிடம் கூறினாள்: "ம்... சீக்கிரம் புறப்பட வேண்டும். உன் வருகைக்காகத்தான் நான் காத்திருக்கிறேன். அங்கே என் மாமியார் என்னை வரவேற்கக் காத்திருக்கிறார்கள்! ஆமாம். நான் ஆயாமூலம் சொல்லி அனுப்பித் தயார் செய்து விட்டேன். நான் முறைப்படி உன் தாயாரைச் சந்திக்க வேண்டாமா என்ன?" என்று அவள் உண்மையான சிரத்தையுடன் கூறவே, ரவி ஆச்சரியமும் ஆனந்தமும் கொண்டு அவளுடன் புறப்படத் தயாரானான்.

●●●

அலமு ஆச்சி அந்த 'அவுட் ஹவு'ஸில் தனக்கு வேண்டிய எல்லா வசதிகளையும் தேடிக்கொண்டு கிராமத்திலிருந்தது போன்ற வாழ்க்கையை ஒரே நாளில் ஏற்படுத்திக் கொண்டாள்.

மத்தியானம் வேலைக்காரி வந்து, "மிஸியம்மா சாயங்காலம் இங்கே வரப் போறாங்களாம். நம்ப ஜாதி வழக்கப்படி இன்னா இன்னா செய்யணுமோ அதெல்லாம் செய்யணுமாம்" என்று தெரிவித்தபோது, அலமு ஆச்சி இன்று காலை ரயிலடியில் அவள் தன் கையைப் பிடித்துக் குலுக்கிய பின் முத்தமிட வந்ததையும், தான் உடல் கூசிப் பின்வாங்கியதையும், அதை உணர்ந்து நிலை குலைந்து போன ஸெலினாவின் தர்ம சங்கடத்தையும் நினைவு கூர்ந்தாள்.

'பழக்க வழக்கம் எப்படியாயினும் எவ்வளவு பாசத்தோடு ஒரு குழந்தை மாதிரி பேதமில்லாமல் என் அருகே வந்தாள்!... என் மகளானா நான் அப்படி விலகி இருப்பேனா? என்ன இருந்தாலும் நான் இப்படி அவள் மனசைப் புண்படுத்தி இருக்க கூடாது" என்றும் அலமு ஆச்சி வருந்தி மனம் நொந்தாள்.

இரண்டு ஸ்வாமி படங்கள் வாங்கி வரச் செய்து பூஜை மாடம் தயாரித்து வீட்டைக் கழுவிக் கோலமிட்டு பூஜை முடித்து, குதது விளக்கும் ஏற்றி வைத்து ஒவ்வொரு காரியமாகச் செய்து கொண்டிருக்கையில் அடிக்கொரு தரம் அந்த வேலைக்காரி ஓடி வந்து "அம்மா, அம்மா பொடவை கட்டிக்கினு இருக்காங்கம்மா, மிஸியம்மா பொட்டுக் கூட வெச்சுக்கிட்டிருக்காங்க, அவங்க மொகத்துக்கு நல்லாருக்கும்மா பொட்டு. ஆனா, முடிதான் இல்லே... பின்னாலே ரிப்பன் போட்டு இறுக்கி அரைக்கீரைக் கட்டு மாதிரி உட்டுக்கினாங்க... காதிலே, பிரஸ்பட்டன் மாதிரி இருக்குதே ஒரு கம்மலு அதைப் போட்டுக் கினுருக்காங்க... என்று சொல்லிக்கொண்டே இருந்ததால், ரவியும் ஸெலினாவும் அவுட் ஹவுஸை நோக்கி வருகையில், கையில் ஆரத்தியுடன் எதிர் கொண்டு நின்றிருந்த அலமுவுக்கு ஸெலினாவின் தோற்றம் ரொம்பவும் பழக்கமுற்றது போலிருந்தது.

அலமு ஆச்சி ஆரத்தி எடுத்து இருவர் நெற்றியிலும் 'ஆரத்தி' இடும்போது, ஸெலினாவுக்கு வினோதமாயும் ரசிக்கத் தக்கதாகவு மிருக்கவே, பொங்கிக் கொண்டு வரும் சிரிப்பை அடக்கிக் கொண்டு ரவியைப் பார்த்தாள்.

ரவிக்கு இதெல்லாம் குழந்தை விளையாட்டாய்த் தோன்றி யது. அலமு ஸெலினாவைக் கைபிடித்து உள்ளே அழைத்துச் சென்றபோது, ஸெலினா ஞாபகமாகக் கேட்டாள்.

"எந்தக் கால்? வலதுதானே?"

"ஓ தேவலாமே!" என்று அலமு சிரித்துக் கொண்டாள், தனது மருமகளைப் பார்த்து.

உள்ளே நுழைந்ததும் அலமுவை நிறுத்தி, 'நில்லுங்கள், நமஸ்கரிக்கிறேன்' என்று சொல்லத் தெரியாத புன்னகையோடு ஒரு பாரதப் பெண்ணின் பண்புடன் அவள் நமஸ்கரித்ததும், அலமு ஆச்சியின் கண்கள் கலங்கிப் போயின.

"தீர்க்க சுமங்கலியாய், தங்க விக்கிரகங்கள் மாதிரி புத்திர பாக்கியம் பெற்று, தீர்க்காயுசாய் வாழணும்" என்று வாழ்த்தி தன் பாதத்தடியிலிருந்து இரண்டு கைகளாலும் ஸெலினாவை வாரி யெடுத்தபோது, அலமு ஆச்சியின் மனத்தில் ஸெலினாவின் குறை நினைவுக்கு வரவே, ஆதரவோடு அவளைத் தேற்ற வாய்மொழி யற்று ஸெலினாவை மார்புறத் தழுவிக் கொண்டாள்.

ஆதரவுமிக்க அந்தத் தழுவலில், அலமுவின் உணர்ச்சி களைப் புரிந்துகொண்ட ஸெலினாவும் முகம் சிவந்து இதயம் விம்மினாள்.

"என் கண்ணே... ஆண்டவன் உன் தங்கமான குணத்துக்கு ஒரு குறையும் வைக்க மாட்டான்" என்று சொல்லிக் கொண்டே ஸெலினாவின் கன்னத்தில் முத்தமிட்டாள் அலமு.

அலமுவின் வார்த்தைகள் பாஷை தெரியாத ஸெலினாவுக்கு முழுக்கவும் புரிந்தது. கிழக்கு மேற்கை வரவேற்கும் போது பாஷை ஒரு தடையாகுமா?

"ஓ! இது என்ன பாஷை!" என்று வியந்து மனமும் உடலும் சிலிர்த்து நின்றான் ரவி.

கிழக்கானால் என்ன, மேற்கானால் என்ன? பெண்மையும், தாய்மையும் பேதங்களைக் கடந்தவை என்ற பேருண்மை அவன் கண்ணெதிரே நிதர்சனமாகிக் கொண்டிருக்கிறதே!

ஆனந்த விகடன், 1963

# யுகசந்தி

கௌரிப் பாட்டி பொறுமையாய் வெகு நேரம் பஸ்ஸிற்குள் நின்றிருந்தாள். எல்லோரும் இறங்கிய பின், தனது காக்கி நிறப்பையின் கனத்தை இடுப்பில் ஏற்றிக் கொண்டு கடைசியாக வந்தாள்.

'பாட்டி... பாட்டி! பையைத் தூக்கியாரட்டா? ஓரணா குடு பாட்டி.'

'வண்டி வேணுங்களா அம்மா?'

'புதுப்பாளையம் வக்கீல் குமாஸ்தா ஐயர்வீடுதானுங்களே... வாங்க, போவோம்'– என்று பல்வேறு வரவேற்புக் குரல்களுடன் அவளை இறங்கவிடாமல் தடுத்து நின்ற வண்டிக்காரர்களையும், கூலிக்காரச் சிறுவர்களையும் பார்த்துக் கனிவோடு சிரித்து விட்டுப் பாட்டி சொன்னாள்:

'எனக்கு ஒண்ணும் வேண்டாம்பா... சித்தே வழியை விட்டேன்னா நான் மெள்ள நடந்தே போயிடுவேன்... ஏன்டாப்பா, வீட்டெக்கூடத் தெரிஞ்சு வெச்சிருக்கே... நான்தான் மாசம் ஒரு தடவை வர்றேனே, என்னிக்கு வண்டியிலே போனேன்?' என்று ஒவ்வொருவருக்கும் ஒவ்வொரு பதிலைச் சொல்லி, அவர்களை விலக்கி வழியமைத்துக் கொண்டு தணலாய்த் தகிக்கும் வெயிலில், முக்காட்டை இழுத்துவிட்டுக் கொண்டு, இடுப்பில் ஏற்றிய சுமையுடன் வறுத்துக் கொட்டிய புழுதி மண்ணை அழுந்த அழுந்த மிதித்தவாறு ஒரு பக்கமாய்ச் சாய்ந்து நடந்தாள் பாட்டி.

பாட்டிக்கு வயது எழுபது என்றாலும் சரீரம் திடமாய்த் தான் இருக்கிறது. மூப்பினால் ஏற்பட்ட ஸ்தூலமும், அதனால் விளையும் இளைப்பும் வீட்டுக்குப் போன பின்தானே தெரியும்?...

அவள் கணிப்பில் நேற்றுப் பிறந்த குழந்தைகளெல்லாம் அதோ ரிக்ஷாவிலும், ஜட்காவிலும், சைக்கிளிலும் பரந்து பரந்து ஓடுகிறார்கள்.

மழையும் வெயிலும் மனிதனை விரட்டுகின்ற கோலத்தை எண்ணிப் பாட்டி சிரித்துக் கொண்டாள்.

அவளுக்கு இதெல்லாம் ஒரு பொருட்டா? வெள்ளமாய்ப் பெருகி வந்த வாழ்வின் சுழிப்பிலும், பின் திடீரென வறண்ட

பாலையாய் மாறிப்போன வாழ்க்கை நெருப்பிலும் பொறுமை யாய் நடந்து பழகியவளை இந்த வெயிலும் மழையும் என்ன செய்யும்? என்ன செய்தால்தான் என்ன?

தகிக்கின்ற புழுதியில் பாதங்கள் அழுந்தி அழுந்திப் புதைய, அசைந்து அசைந்து நடந்து கொண்டிருந்தாள் பாட்டி.

வழியில் சாலையோரத்தில்– நான்கைந்து மனிதர்கள் நின்று சுகம் காண வாகாய் முளைத்த பெருங்குடை போல் நிழல் பரப்பிக் கொண்டிருந்தது ஒரு சிறிய வேப்பமரம்.

அந்த நிழலில் ஒற்றையாய்ச் சற்றே நின்றாள் பாட்டி.

எரிந்து தகிக்கும் அவ்வெம்மையின் நடுவே சுகம் தரப் படர்ந்த அந்த நிழல் போலும், யந்திரங்களைத் தவிர எதையுமே நம்பாத இவ்விருபதாம் நூற்றாண்டில்... சென்ற நூற்றாண்டின் சின்னமாய்த் தன் சொந்தக் கால்களையே நம்பி நிற்கும்– காண்பதற்கரிதான அந்தக் கிழவியின் பிரசன்னம் போன்றும் மெல்லென வீசிய குளிர்காற்றில் வேப்பங்குழைகள் சிலிர்த்தன.

'என்னப்பனே மகாதேவா!' என்று கடவுளுக்கு நன்றி தெரிவித்துக்கொண்டு அந்தக் குளுமையை அனுபவித்தாள் பாட்டி.

பாட்டியின் முக்காடிட்ட வட்டமான முகத்தில் ஒரு குழந்தைக் களை குடிகொண்டிருந்தது. இந்த வயதிலும் அவள் சிரிக்கும்போது வரிசைப் பற்கள் வடிவாய் அமைந்திருந்தது ஓர் ஆச்சரியமே! அவள் மோவாயின் வலது புறத்தில் ஒரு மிளகை விடவும் சற்றுப் பருத்த அழகிய கறுப்பு மச்சம்; அதன் மீது மட்டும் கருகருவென முடி... இவ்வளவையும் ஒரு சேரப் பார்த்தவர்கள் இவள் இளவயதில் எப்படி இருந்திருப்பாள் என்று எண்ணாமல் இருக்க முடியாது.

பாட்டியின் பொன்னிறமான மேனியில் அதிக நிறபேதம் காட்டாத நார்ப்பட்டுப் புடவை காற்றில் படபடத்தது; புடவை யிலிட்ட முக்காட்டின் விளிம்பெல்லாம் குத்துக் குத்தாய் லேசாகத் தலைகாட்டும்– மழித்து நாளாகி விட்டதால் வளர்ந்திருக்கும்– வெள்ளி முடி. கழுத்தில் ஸ்படிக மாலை. நெற்றியில் வியர்வையால் கலைந்த விபூதிப் பூச்சு. புடவைத் தலைப்பால் முகத்தையும், கைகளையும், மார்புக் குவட்டின் மடிப்புகளையும் அழுந்தத் துடைத்து விட்டுக் கொண்டாள். அப்போது வலது விலாப்புறத்தில் இருந்த சிறிய பவழம் போன்ற மச்சம் வெளித் தெரிந்தது.

– மீண்டும் நிழலிலிருந்து வெயிலுக்கு வந்து புழுதி மண்ணி லிருந்து, பழுக்கக் காய்ந்த கெடிலநதிப் பாலத்தின் கான்கிரீட் தள

வரிசையில் பாதங்களை அமைதியாகப் படிய வைத்து, அசைந்து அசைந்து அவள் வரும் போது...

பாலத்தின்மீது கிராதியின் ஓரமாக, பாட்டியம்மாள்மீது பட்டுவிடக் கூடாதே என்ற பய உணர்வோடு ஒதுங்கி நின்று கையிலுள்ள சிறு தகரப் பெட்டியுடன் கும்பிட்டான் ஒரு பழைய, பழகிய– நாவிதன்.

“பாட்டியம்மா... எங்கே, நெய்வேலியிலிருந்தா?' என்று அன்புடன் விசாரித்தான்.

“யாரு வேலாயுதமா? ஆமா!... உன் பெண்டாட்டி குளி குளிச்சுட்டாளா?' என்று ஆத்மார்த்தமாய் விசாரித்தாள் கிழவி.

“ஆச்சுங்க... ஆம்பளைப் பையன் தான்.”

“நல்லாயிருக்கட்டும்... பகவான் செயல்...! இது மூணாவது பையனா?”

‘ஆமாமுங்க' என்று பூரித்துச் சிரித்தான் வேலாயுதம்.

“நீ அதிர்ஷ்டக்காரன்... எந்தப் பாடாவது பட்டுப் படிக்க வச்சுடு, கேட்டியா?” என்றதும் வேலாயுதம் குடுமியைச் சொறிந்த வாறு சிரித்தான்.

“அட அசடே, என்ன சிரிக்கிறே? காலம் வெகுவாய் மாறிண்டு வரதுடா; உன் அப்பன் காலமும் உன் காலமும் தான் இப்படிப் பொட்டி தூக்கியே போயிடுத்து... இனிமே இதொண் ணும் நடக்காது... புருஷாள் எல்லாம் ஷாப்புக்குப் போறா... பொம் மனாட்டிகள்லேயும் என்னை மாதிரி இனிமே கெடையா துங்கறது தான் இப்பவே தெரியறதே...ம்... எல்லாம் சரிதான்; காலம் மாறும்போது மனுஷாளும் மாறணும்... என்ன நான் சொல்றது?” என்று கூறி ஏதோ ஹாஸ்யம் பேசிவிட்ட மாதிரி பாட்டி சிரித்தாள். பதிலுக்கு அவனும் சிரித்தான்.

“இந்தா, வெயிலுக்கு ரெண்டைக் கடிச்சுண்டு போ” என்று இடுப்பிலிருந்த பையில் பிதுங்கி நின்ற இரண்டு வெள்ளரிப் பிஞ்சு களை எடுத்து அவனது ஏந்திய கைகளில் போட்டாள்.

“பஸ்லே வரச்சே அணாவுக்கு நாலுன்னு வித்தான்... கொழந்தைகளுக்கு ஆகுமேன்னு ஒரு நாலணாவுக்கு வாங்கினேன்” என்று அவள் சொன்னதும், வேலாயுதம் ஒரு கும்பிடு போட்டு விட்டுத் தன்னை அவள் கடக்கும் வரை நின்று பின்னர் தன் வழியே நடந்தான்.

●●●

சிதம்பரத்தில் பிறந்து வளர்ந்த கௌரியம்மாள், தனது பத்து வயதில் இந்தக் கடலூரில் நன்கு செயலில் இருந்த ஒரு குடும்பத்தில் வாழ்க்கைப்பட்டாள். பதினாறு வயதில் கையி லொரு குழந்தையுடன் கைம்மைக் கோலம் பூண்ட பின் இத்தனை காலமாய்த் தன் மகனையும், தன் புருஷன் பங்கில் கிடைத்த வீட்டையும் விட்டு எந்த ஊருக்கும் சென்றதில்லை.

எனினும் தன் மகன் வயிற்றில் பிறந்த மூத்தமகள் கீதா மணக்கோலம் பூண்டு பத்தே மாதங்களில், தரித்திருந்த சுமங்கலி வேடத்தை, நாடகப் பூச்சைக் கலைப்பது போல் கலைத்து விட்டுக் குடும்பத்தை அழுத்தும் பெருஞ் சோகமாய்க் கதறிக் கொண்டு தன் மடியில் வந்து வீழ்ந்து குமுறியழுத நாள் முதல், தனது வாழ்க்கையில் நிகழ்ந்த கடைசி சோகமாய் அவளைத் தாங்கிக் கொண்டாள் கௌரிப் பாட்டி. தன் அரவணைப்பில், தன் அன்பில், தனது கண்ணீரில், தனது ஒட்டுதலில் அவளை இருத்திக் கொள்வதையே தன் கடமையாக ஏற்றுக் கொண்டாள். அது வரை கீதாவின் மீது, மகன் பெற்ற குழந்தை என்ற பாசம் மட்டுமே கொண்டிருந்த பாட்டி– கணவன் இறந்த நாள் முதல் தன் உயிரையே மகன் மீது வைத்திருந்த அந்தத் தாய் அதை மாற்றிக் கொண்டது கீதாவுக்கு வெறும் ஆறுதல் தரும் பொருட்டன்று.

கௌரிப்பாட்டி தனது இறந்த காலத்தின் நிகழ்காலப் பிரதி நிதியெனத் தன்னையே அவளில் கண்டாள்.

பாட்டியின் மகன் கணேசய்யர் தந்தையின் மரணத்தையும் அதனால் விளைந்த அத்யந்த சோகத்தையும் உணராதவர். அவரது மனைவி பார்வதி அடிக்கடி ரகசியமாகக் கடிந்து கொள்வதற்கு ஏற்ப அவர் ஒரு ‘அம்மா பிள்ளை’தான்.

விதவையாகிவிட்ட கீதாவைப் பற்றிப் பலவாறு குழம்பிக் குழம்பிப் பின்னொரு நாள் ஹைஸ்கூல் படிப்போடு நின்றிருந்த அவளை, உபாத்திமைப் பயிற்சிக்கு அனுப்ப யோசித்து, தயங்கித் தயங்கி தன் தாயிடம் அபிப்பிராயம் கேட்ட போது, அவரது முடிவை வெகுவாகப் பாராட்டி அவள் ஏற்றுக் கொண்டதும், கௌரிப் பாட்டியை அவரால் அளக்கவே முடியவில்லை.

– பாட்டியம்மாள், மாறிய காலத்தில் பிறந்த கீதாவின் பாக்கியத்தை எண்ணி மனத்துள் பூரித்தாள்...

பயிற்சி முடிந்து பல காலம் உள்ளூரிலே பணியாற்றி வந்த கீதாவுக்குப் போன வருஷம்– புதிதாகப் பிறந்து வேகமாக வளர்ந்து வரும் தொழில் நகரமாகிய நெய்வேலிக்கு உத்தியோக மாற்றல் வந்த போதும் கணேசய்யர் குழம்பினார்.

"அதற்கென்ன? நான் போகிறேன் துணைக்கு..." என்று பாட்டியம்மாள் இந்தத் தள்ளாத காலத்தில் மகனையும் குடும்பத்தையும் துறந்து தனிமைப்பட, தானே வலிய முன் வந்ததற்குக் காரணம், எங்கே முப்பது வயதைக் கூட எட்டாத கீதா வைதவ்ய இருட்கிடங்கில் அடைபட்டுப் போவாளோ என்ற அச்சம்தான்.

இந்த ஒரு வருஷ காலத்தில், நீண்ட விடுமுறைகளின் போது இருவரும் தங்கிச் செல்வது தவிர, சனி- ஞாயிறுகளில் நினைத்த போது புறப்பட்டு வந்து விடுவாள் பாட்டி. அதற்கு முக்கியமான காரணங்களில் ஒன்று அவளது வாடிக்கையான நாவிதன் வேலாயுதத்தையும், அதற்கு முன் அவன் அப்பனையும் தவிர, வேறு எவரிடமும், பாட்டியம்மாள் தலை மழித்துக் கொள்ளப் பழக்கப் படாததுமாகும்.

இப்போது வழியில் எதிர்ப்பட்ட வேலாயுதம் நாளைக் காலை அவள் வீட்டில் வந்து நிற்பான் என்று பாட்டிக்குத் தெரியும்; வர வேண்டும் என்பது அவனுக்குத் தெரியும். அது வாடிக்கை.

ஒரு மைலுக்குக் குறைவான அந்த தூரத்தை அரை மணி நேரமாய் நடந்து அவள் வீட்டருகே வந்தபோது கணேசய்யர் முகத்தில் தினசரிப் பத்திரிகையைப் போட்டுக் கொண்டு முன் கூடத்து ஈஸிச்சேரில் சாய்ந்து உறங்கிக் கொண்டிருந்தார். பக்கத்தில் திறந்து வைத்த தகர டின்னும் முறத்தில் கொட்டிய உளுத்தம் பருப்புமாய், மூக்குத் தண்டில் கண்ணாடியை இறக்கி விட்டுக் கொண்டு கல் பொறுக்கிக் கொண்டிருந்தாள் மருமகள் பார்வதி அம்மாள். கம்பி அழிவைத்து அடைத்த முன்புறக் குறட்டின் ஒரு மூலையில், வெயிலுக்கு மறைவாய்த் தொங்கிய தட்டியோரமாய்ச் செப்புகள் இறைந்து கிடக்க, வாய்க்குள் ஏதேதோ பொருளற்ற சம்பாஷணைகளைத் தான் மட்டும் ராகமிழுத்து முனகியவாறு குடும்ப விளையாட்டு நடத்திக் கொண்டிருந்தாள் கடைசிப் பேத்தியான ஆறு வயது ஜானா.

– பாட்டி வந்து நின்றதை யாருமே கவனிக்காதபோது, கம்பிக் கதவின் நாதாங்கியை லேசாக ஓசைப்படுத்த வேண்டியிருந்தது. அந்தச் சிறு ஒலியில் விளையாட்டு சுவாரஸ்யத்தோடு திரும்பிப் பார்த்த ஜானா, அன்பில் விளைந்த ஆர்வத்தோடு 'பாட்டி' என்ற முனகலுடன் விழிகளை அகலத் திறந்து முகம் விகஸித்தாள்.

"கதவெத் தெறடி" என்று பாட்டி சொல்வது காதில் விழுமுன், "அம்மா அம்மா... பாட்டி வந்துட்டாம்மா, பாட்டி வந்துட்டா!..." என்று கூவியவாறு உள்ளே ஓடினாள் ஜானா.

கதவைத் திறக்காமல் தன் வரவை அறிவித்தவாறு உள்ளே ஓடும் குழந்தையைக் கண்டு பாட்டி சிரித்தாள்.

கணேசய்யர் முகத்தின் மேல் கிடந்த பத்திரிகையை இழுத்துக் கண் திறந்து பார்த்தார். குழந்தையின் உற்சாகக் கூப்பாட்டால் திடீரென்று எழுந்து, சிவந்த விழிகள் மிரண்டு மிரண்டு வெறிக்க ஒரு விநாடி ஒன்றும் புரியாமல் விழித்தார் அவர். அதற்குள் "ஏண்டி சனியனே இப்படி அலறிண்டு ஓடிவரே?" என்று குழந்தையை வைது விட்டு "வாங்கோ... வெயில்லே நடந்தா வந்தேள். ஒரு வண்டி வெச்சுக்கப் படாதோ?" என்று அங்க லாய்த்தவாறே மரியாதையோடு எழுந்தோடி வந்து கதவைத் திறந்தாள் பார்வதி.

"இதோ இருக்கிற இடத்துக்கு என்ன வண்டியும் வாகனமும் வேண்டிக் கெடக்கு? அவனானா பத்தணா குடு, எட்டணா குடும்பான்..." என்று சலித்துக் கொண்டே படியேறி உள்ளே வந்த தாயைக் கண்டதும் "நல்ல வெயில்லே வந்திருக்கியே அம்மா, பார்வதி!... அம்மாவுக்கு மோர் கொண்டு வந்து கொடு" என்று உபசரித்தவாறே ஈஸிசேரிலிருந்து எழுந்தார் கணேசய்யர்.

"பாவம், அசந்து தூங்கிண்டிருந்தே... இன்னும் சித்தே படுத்திறேன்..." என்று அவரைக் கையமர்த்தியவாறே, ஈஸிசேரின் அருகே கிடந்த ஸ்டூல்மீது பையை வைத்து விட்டு முற்றத்தி லிறங்கித் தொட்டித் தண்ணீரை அள்ளிக் கை கால் முகம் அலம்பி தலையிலும் ஒரு கை வாரித் தெளித்துக் கொண்டாள் பாட்டி. பிறகு முந்தானையால் முகத்தைத் துடைத்துக் கொண்டு கூடத்து ஸ்டாண்டிலிருந்த சம்புடத்தை எடுத்து "என்னப்பனே... மகா தேவா" என்று திருநீற்றை அணிந்து கொண்டு திரும்பி வரும் வரை, கணேசய்யர் ஈஸிசேரின் அருகே நின்று கொண்டிருந்தார்.

அந்த ஈஸிசேர் பாட்டிக்கு மட்டுமே உரிய சிம்மாசனம். அவள் வீட்டிலில்லாதபோதுதான் மற்ற யாரும் அதில் உட்காருவது வழக்கம். அவள் ஈஸிசேரில் வந்து அமர்ந்தபின் பக்கத்தில் ஒரு நாற்காலியை இழுத்துப் போட்டு உட்கார்ந்து கொண்டு விசிறினார் கணேசய்யர். அதற்காகவே காத்துக் கொண்டிருந்தவள் போல் பாட்டி உட்கார்ந்ததும் அவள் மடியில் வந்து ஏறினாள் ஜானா.

"பாட்டி வெயில்லே வந்திருக்கா... சித்தே நகந்துக்கோ... வந்ததும் மேலே ஏறிண்டு..."என்று விசிறிக்கொண்டிருந்த விசிறியால் ஜானாவைத் தட்டினார் கணேசய்யர்.

"இருக்கட்டும்டா... கொழந்தை! நீ உக்காந்துக்கோடி" என்று குழந்தையை மடிமீது இழுத்து இருத்திக் கொண்டாள் பாட்டி.

'இப்ப என்ன பண்ணுவியாம்' என்று நாக்கைக் கடித்து விழித்துத் தந்தைக்கு அழகு காட்டினாள் ஜானா.

ஜானாவை மடியில் வைத்துக் கொண்டே பக்கத்தில் ஸ்டூலின் மேலிருந்த பையை எடுத்து அதனுள்ளிருந்த வெள்ளரிப் பிஞ்சு களை வரிசையாகத் தரையில் வைத்து ஜானாவின் கையில் ஒன்றைத் தந்தாள். முறுக்கிச் சுருட்டி வைத்திருந்த மாற்றுப் புடவையைக் கொடியில் போடுவதற்காகப் பக்கத்தில் சற்றுத் தள்ளி வைத்தாள். பிறகு பையைத் தலைகீழாகப் பிடித்து அதனுள் ளிருந்த மூன்று படி பச்சை வேர்க்கடலையைக் கொட்டியபோது அதனூடே ஒரு கவர் விழுந்தது.

"ஆமா மீனாவும், அம்பியும் எங்கே, காணோம்" என்று சுற்றும் முற்றும் பார்த்தவாறு "இதெ உங்கிட்டே குடுக்கச் சொன்னா கீதா" என்று கவரை நீட்டினாள் பாட்டி.

இருபது வயது நிறைந்த பெண்ணை அம்பியின் துணையோடு மாட்டினிஷோ பார்க்க என்னதான் பக்கத்திலிருந்தாலும்– எப்படிச் சினிமாவுக்கு அனுப்பலாம் என்று தாய் கோபித்துக் கொள்வாளோ என்ற அச்சத்தோடு கவரை வாங்கியவாறே, "ஏதோ அவள் படிச்ச நல்ல நாவலாம். படமா வந்திருக்குன்னு காலை யிலேருந்து உசிரை வாங்கித்து ரெண்டு சனியன்களும். மாட்டினி ஷோதானே... போகட்டும்னு அனுப்பி வெச்சேன்" என்றார் கணேசய்யர்.

"ஓ! தொடர் கதையா வந்ததே... அந்தக் கதைதானா அது?... பேரைப் பார்த்தேன்..." என்று ஒரு பத்திரிகையின் பெயர், ஓர் எழுத்தாளரின் பெயர் முதலியவற்றைக் குறிப்பாகக் கேட்டாள் பாட்டி. "இதுக்காகப் போய் ஏன் கொழந்தைகளைச் சனியன்னு திட்டறே?... நோக்கும் நேக்கும் சினிமான்னா என்னென்னே தெரியாது... இந்தக் காலத்துப் பிள்ளைகளுக்கு சினிமாவைத் தவிர வேற ஒண்ணும் தெரியாது. நம்ம கொழந்தைகள் எவ்வளவோ பரவாயில்லைன்னு நெனைச்சிக்கோ..." என்று மகனுக்குப் புத்தி சொல்லிவிட்டு, "கவர்லே என்ன சொல்லு– அவளைக் கேட்டப்போ, 'அப்பா சொல்லுவா'ன்னு பூடகமாக் குடுத்து அனுப்பிச்சாளே" என விளக்கினாள் பாட்டி.

கண்ணாடியை எடுத்து மாட்டிக் கொண்டு கவரை உடைத்து, அதனுள்ளிருந்த ஒரே காகிதத்தில் சுருக்கமாக எழுதியிருந்த

வாசகங்களைப் படிக்க ஆரம்பித்ததும்– கணேசய்யரின் கைகள் நடுங்கின. முகமெல்லாம் 'குப்'பென வியர்த்து உதடுகள் துடித்தன. படித்து முடித்ததும் தலை நிமிர்ந்து எதிர்ச் சுவரில் தொங்கிய கீதாவின் மணக்கோல போட்டோவை வெறித்துப் பார்த்தார்.

தாயினருகே அமர்ந்து இனிமையான சூழ்நிலையில் மகிழ்ச்சியுடனிருந்த கணேசய்யரின் முகம் திடீரென இருளடைந்தது. நாற்காலியின் கைப்பிடியை இறுகப் பற்றிக் கொண்டு தாயின் முகத்தை வெறித்துப் பார்த்தார். தன் கையிலிருந்த கடிதம் கீழே நழுவியதைக்கூட அவர் கவனிக்கவில்லை.

"என்ன விபரீதம்" என்று துணுக்குற்ற பாட்டியம்மாள் தரையில் விழுந்த அந்தக் கடிதத்தை வெளிச்சத்தில் பிடித்துக் கொண்டு படிக்க ஆரம்பித்தாள்; அவளால் கண்ணாடியில்லாமலே படிக்க முடியும்.

"என் அன்பிற்குரிய அப்பா, அம்மா, பாட்டி ஆகியோருக்கு...

இந்தக் கடிதத்தை எழுதுகையில் ஆறு மாதங்கள் தீர்க்கமாய் யோசித்துத் தீர்மானமான ஒரு முடிவுக்கு வந்த பின் தெளிந்த மனத்தோடுதான் எழுதுகிறேன். இந்தக் கடிதத்திற்குப் பிறகு உங்களுக்கும் எனக்கும் கடிதப் போக்குவரத்தோ, முகலோபனமோ கூட அற்றுப் போகலாம் என்பதும் தெரிந்தே எழுதுகிறேன்.

என்னோடு பணி புரியும் ஹிந்தி பண்டிட் திரு. ராமச்சந்திரன் என்பவரை வருகின்ற ஞாயிறன்று நான் பதிவுத் திருமணம் செய்து கொள்ள நிச்சயித்து விட்டேன். நான் விதவை என்பது அவருக்குத் தெரிந்ததுதான். ஆறு மாத காலமாய் நான் எனது உணர்ச்சியோடு– இது பாபகரமான காரியம் என்ற ஓர் அர்த்தமற்ற உணர்ச்சியோடு– போராடித்தான் இம் முடிவுக்கு வந்தேன். உணர்வு பூர்வமான வைதவ்ய விரதத்துக்கு ஆட்பட முடியாமல் வேஷங்கட்டித் திரிந்து, பிறகு அவப் பேருக்கு ஆளாகிக் குடும்பத்தையும் அவமானப்படுத்தாமல் இருப்பதே சிறந்த ஒழுக்கம் என்று உணர்ந்திருக்கிறேன். இந்த முப்பது வயதில்– இந்த அளவு சோதனைகளையே தாங்காமல்– இன்னும் ஐந்தாண்டுகளுக்குப் பின் இதே முடிவுக்கு வர நேரிடுமோ என்ற அச்சமும் பிறந்தே– இப்போதே செய்தல் சரி என்ற முடிவுக்கு வந்து விட்டேன்...

என் காரியம் என் வரைக்கும் சரியானதே!

நான் தவறு செய்வதாகவோ இதற்காக வருந்த வேண்டுமென்றோ கூட எனக்குத் தோன்றவில்லை. எனினும் உங்கள் உறவை, அன்பை இழந்து விடுகிறேனே என்ற வருத்தம் சில

சமயங்களில் அதிகம் வாட்டுகின்றது... இருப்பினும் ஒரு புதிய வாழ்க்கையை, புதிய வெளிச்சத்தைப் பெற்று, ஒரு புது யுகப் பிரஜையாகச் சஞ்சரிக்கப் போகிறேன் என்ற லட்சிய நிறை வேற்றத்தில் நான் ஆறுதலும் மட்டற்ற ஆனந்தமும் கொள் கிறேன்.

இந்தக் காலத்தில் யார் மனம் எப்படி மாறும் என்று சொல்ல முடியாது. ஒரு வேளை நீங்கள் என் முடிவை ஆதரித்தால்... இன்னும் ஒரு வாரமிருக்கிறது... உங்களை உங்கள் அன்பான வாழ்த்தை எதிர்பார்க்கிறேன். இல்லையெனில் உங்களைப் பொறுத்தவரை 'கீதா செத்து விட்டாள்' என்று தலை முழுகி விடுங்கள்.

ஆமாம், ரொம்ப சுய நலத்தோடு செய்த முடிவுதான். எனக்காகப் பாட்டியைத் தவிர வேறு யார் தான் தங்கள் நலனைத் துறந்து 'தியாகம்' செய்துவிட்டார்கள்? ஏன் செய்ய வேண்டும்?

உங்கள்மீது என்றும்
மாறா அன்பு கொண்டுள்ள
கீதா."

"என்னடா... இப்படி ஆயிடுத்தே?" என்பதைத் தவிர வேறு ஒன்றும் சொல்லவோ செய்யவோ சக்தியிழந்தவளாய் ஏக்கம் பிடித்து வெறித்து விழித்தாள் பாட்டி.

"அவ செத்துட்டா... தலையெ முழுகிட வேண்டியதுதான்" என்று நிர்த்தாட்சண்யமான குரலில் உறுதியாகச் சொன்னார் கணேசய்யர்.

பாட்டி திகைத்தாள்!

– தாயின் யோசனைக்கோ, பதிலுக்கோ, கட்டளைக்கோ, உத்தரவுக்கோ காத்திராமல் அந்த 'அம்மாப் பிள்ளை' முதன் முதலில் தானே ஒரு தீர்மானத்துக்கு வந்தது இது தான் முதல் தடவை.

"அப்படியாடா சொல்றே?" என்று கண்களிரண்டும் நீர்க் குளமாக, வயோதிக நெஞ்சு பாசத்தால் துடிக்க, நெஞ்சில் கை வைத்துக் கேட்டாள் பாட்டி.

"வேறெ எப்படியம்மா சொல்லச் சொல்றே?... நீ பிறந்த வம்சத்திலே, இந்தக் குடும்பத்திலே, ஐயோ...!" என்று இந்த அவ லத்தைக் கற்பனை செய்ய முடியாமல் பதறினார் கணேசய்யர்.

'நான் பிறந்த யுகமே வேறேடா' என்ற வார்த்தை பாட்டிக்கு வாயில் வந்து நின்றது. அப்பொழுது தான் பாட்டிக்கு ஓர் அரிய உண்மை இவ்வளவு காலத்திற்குப் பின் புரிந்தது.

'என் மகன் எனது சொல்லுக்கும் எனது உத்தரவுக்கும் காத்திருந்தது வெறும் தாயன்பால் மட்டுமல்ல; நான் ஒரு யுகத்தின் பிரதிநிதி; அது ஆசாரமான யுகம். நான் பிறந்தது சாஸ்திரத்துக்கு அஞ்சி நடந்த குடும்பத்தில். அதுபோல் தன் குடும்பமும் நடக்க-நடத்தி வைக்கத் தன்னால் ஆகாவிடினும் என்னால் ஆகும் என்ற நம்பிக்கையில்– அந்த யுகத்தை அந்த ஆசார ஜீவிதத்தைக் கௌரவிப்பதன் பொருட்டே என் சொல்லை, என் வார்த்தையை அவன் எதிர்பார்த்திருந்தான்!' என்று தன்னைப் பற்றியும் தன் மகனின் மூர்க்கமான தீர்மானம் பற்றியும் தனித்துப் போன அன்பிற்குரிய கீதாவைப் பற்றியும் எண்ணி மௌனமாய் வாயடைத்து உட்கார்ந்திருந்தாள் பாட்டி.

அப்போது அங்கு வந்து அவர்களை விபரீதச் சூழ்நிலைக்கு ஆட்படுத்தியிருக்கும் அந்தக் கடிதத்தை எடுத்துப் படித்த பார்வதி, "அடி, பாவிப் பெண்ணே... என் தலையிலே தீயை வச்சுட்டியேடி!" என்று தலையிலடித்துக் கொண்டு அழுதாள்.

பாட்டி தன் இயல்புக்கேற்ற நிதான புத்தியுடன் அந்தக் கடிதத்தை மீண்டும் கையிலெடுத்து அந்தக் கடைசி வரிகளைப் படித்தாள்...

'ரொம்ப சுயநலத்தோடு செய்த முடிவுதான். எனக்காகப் பாட்டியைத் தவிர வேறு யார்தான் தங்கள் நலனைத் துறந்து, 'தியாகம்' செய்துவிட்டார்கள்?'– பாட்டிக்குச் 'சுருக்'கென்றது; உதட்டைக் கடித்துக் கொண்டாள்.

இந்த வார்த்தைகளின் அர்த்தம் மற்றவர்களுக்குப் புரியாது. பாட்டிக்குப் புரியும்.

கீதா பதினெட்டு வயதில் நெற்றியிலிடும் திலகத்தை மறந்தது போல், கூந்தலில் சூடும் பூவைத் துறந்ததுபோல்– 'அது அவள் விதி'யென்று சொல்லி அவள் சோகத்தையே மறந்துவிட வில்லையா அவளைப் பெற்ற தாயும் தந்தையும்? கீதா இப்படி யாகி வந்த பிறகுதானே பார்வதி அம்பியையும் ஜானாவையும் பெற்றெடுத்தாள்?

– அதற்கென்ன? அதுதான் வாழ்கின்றவர்களின் வாழ்க்கை இயல்பு.

வாழாத கீதாவின் உள்ளில் வளர்ந்து, சிதைந்து, மக்கி, மண்ணாகி, பூச்சி அரிப்பதுபோல் அரித்து அரித்துப் புற்றாய்க் குவிந்திருக்கும் உணர்ச்சிகளை, நினைவுகளை, ஆசைகளை, கனவுகளை அவர்கள் அறிவார்களா?

ஆனால்...

கீதாவைப் போல், அவளைவிடவும் இளவயதில் அரை நூற்றாண்டுக்கு முன் நிலவிய ஹிந்து சமூகத்தின் வைதவ்யக் கொடுந்தீயில் வடுப்பட்டு, வாழ்விழந்து, அந்த நினைவுகளையெல்லாம் கொண்டிருந்த, அந்தக் கனவுகளையெல்லாம் கண்டிருந்த, அந்த ஆசைகளையெல்லாம் கொண்டிருந்த கௌரிப் பாட்டி, அவற்றையெல்லாம் கீதாவிடம் காணாமலா, கண்டுணராமலா இருந்திருப்பாள்?

அதனால்தான் கணேசய்யரைப் போலவோ பார்வதி அம்மாளைப் போலவோ கீதா இப்படி நடந்து கொள்ளப் போவதை அறிந்து... அவளை வெறுத்து உதறவோ, தூஷித்துச் சபிக்கவோ முடியாமல் 'ஐயோ! என்ன இப்படி ஆய்விட்டதே!... என்ன இப்படியாய்விட்டதே' என்று கையையும் மனசையும் நெரித்துக் கொண்டு தவியாய்த் தவிக்கிறாள் பாட்டி.

பொழுது சாய்ந்து விளக்கு வைக்கும் நேரத்தில் மாட்டினி ஷோவுக்குப் போயிருந்த மீனாவும் அம்பியும் வீடு திரும்பினார்கள். வாசற்படியில் கால் எடுத்து வைத்த அம்பி, கூடத்து ஈஸிசேரில் சாய்ந்து படுத்து ஆழ்ந்த யோசனையில் அமிழ்ந்திருக்கும் பாட்டியைக் கண்டதும் சட்டென்று நின்று திரும்பிப் பின்னால் வரும் மீனாவிடம்,

"பாட்டிடீ..." என்று ரகசியமாக எச்சரித்தான்.

"எங்கே? உள்ளே இருக்காளா? கூடத்தில் இருக்காளா?" என்று பின் வாங்கி நின்றாள் மீனா.

"சிம்மாசனத்தில்தான் சாஞ்சிண்டு தூங்கறா..." என்றான் அம்பி.

மீனா தோள் வழியே 'ஸ்டைலாக' கொசுவித் தொங்க விட்டிருந்த தாவணியை ஒழுங்காய்ப் பிரித்து இழுத்து இடுப்பில் செருகிக் கொண்டு மேலாடை ஒழுங்காக இருக்கிறதா என்று ஒருமுறை கவனித்தபின் தலையைக் குனிந்து சாதுவாய் உள்ளே நுழைந்தாள்.

உள்ளே வந்த பின்தான் பாட்டி தூங்கவில்லை என்று தெரிந்தது. அப்பா ஒரு பக்கம் நாற்காலியிலும் அம்மா ஒரு பக்கம் முகத்தில் முந்தானையைப் போட்டுக்கொண்டு விம்மியவாறு ஒரு மூலையிலும் விழுந்து கிடப்பதும் என்ன விபரீதம் என்று புரியாமல் இருவரும் திகைத்து நின்றனர்.

அப்போது ஜானா சிரித்துக் கொண்டே அம்பியிடம் ஓடி வந்தாள். "பாட்டி வெள்ளரிப் பிஞ்சு வாங்கிண்டு வந்தாளே" என்ற ஜானாவின் குரல் கேட்டுப் பாட்டி திரும்பிப் பார்த்தாள் மீனாவை.

"எப்ப வந்தேள் பாட்டி?" என்று கேட்டு விட்டு, "என்ன விஷயம்? இதெல்லாம் என்ன?" என்று சைகையால் கேட்டாள் மீனா.

பாட்டியின் கண்கள் குளமாயின.

மீனாவைப் பார்க்கும் போதுதான் அவளுக்கு இன்னொரு விஷயமும்– கணேசய்யர் கீதாவைத் தலை முழுகச் சொல்வதன் காரணம், பார்வதியம்மாள் கீதாவைச் சபிப்பதன் நியாயம், ஆவேசம் இரண்டும்– புரிந்தது பாட்டிக்கு.

அங்கே கிடந்த அந்தக் கடிதத்தை மீனா எடுத்துப் படித்தாள்.

'அதை நீ படிக்க வேண்டாம்' என்று தடுக்க நினைத்த பாட்டி, பிறகு ஏனோ 'படிக்கட்டுமே' என்று எண்ணி மீனாவின் முகத்தையே உற்றுக் கவனித்தாள்.

மீனாவின் முகம் அருவருப்பால் சுளித்தது.

"அடி, நீ நாசமாப் போக" என்று அங்கலாய்த்தவாறே தொடர்ந்து கடிதத்தைப் படித்தாள். அவள் தோள் வழியே எக்கி நின்று கடிதத்தைப் படித்த அம்பிகூட விளக்கெண்ணெய் குடிப்பது போல் முகத்தை மாற்றிக் கொண்டான்.

வீடே சூன்யப்பட்டது. ஊரெல்லாம் பிளேக் நோய் பரவிக் கிடக்கும் போது வீட்டில் ஒரு எலி செத்து விழக் கண்டவர்கள் போல ஒவ்வொருவரும் மிகுந்த சங்கடத்தோடு இன்னொருவர் முகத்தைப் பார்த்தனர்.

இரவு முழுதும் கௌரிப் பாட்டி தூங்கவில்லை. சாப்பிட வில்லை; கூடத்து ஈஸிசேரைவிட்டு எழுந்திருக்கவும் இல்லை.

மகனைப் பார்த்தும், மருமகளைப் பார்த்தும் மற்றப் பேரக் குழந்தைகளைப் பார்த்தும், கீதாவை நினைத்தும் பெரு மூச்செறிந்து கொண்டிருந்தாள்.

'வழக்கத்துக்கு விரோதமாய் என்னை வழியனுப்ப பஸ் ஸ்டாண்டுக்கு வந்து, பஸ் புறப்படும்போது முந்தானையால் கண்களைக் கசக்கிக் கொண்டாயேடி, கீதா? இப்போதல்லவா தெரிகிறது... பாட்டியை நிரந்தரமாய்ப் பிரியறமேன்னுட்டு, பாவம் கொழந்தே கண்கலங்கி நின்னிருக்கேன்னு... இப்பன்னா புரியறது... கண்ணிலே தூசு விழுந்திருக்கும்னு நினைச்சேனே பாவி'–

'என்னடி, இப்படிப் பண்ணிட்டியே!' என்று அடிக்கடி தன்னுள் குமுறிக் குமுறிக் கேட்டுக் கொண்டாள் பாட்டி.

விடிகின்ற நேரத்துக்குச் சற்று முன்பு தன்னையறியாமல் கண்ணயர்ந்தாள். கண்மூடிக் கண் விழித்த போது மாயம் போல் விடிவு கண்டிருந்தது.

தெரு வாசற்படியின் கம்பிக் கதவோரமாகக் கைப்பெட்டியுடன் வந்து காத்திருந்தான் வேலாயுதம்.

கண் விழித்த பாட்டி... நடந்ததெல்லாம் கனவாகிவிடக் கூடாதா என்று நினைத்து முடிக்கு முன் 'இது உண்மை' என்பது போல் அந்தக் கடிதம் ஸ்டூலின் மீது கிடந்தது.

அந்தக் கடிதத்தை எடுத்து மீண்டும் படித்தாள் பாட்டி. அப்போது அறைக்குள்ளிருந்து வந்த கணேசய்யர் இரவெல்லாம் இதே நினைவாய் கிடந்து மருகும் தாயைக் கண்டு தேற்ற எண்ணி "அம்மா! வேலாயுதம் வந்திருக்கான்... அவள் செத்துட்டானு நெனைச்சித் தலையைச் செரைச்சி தண்ணிலே போயி முழுகு..." என்றார்.

"வாயை மூடுடா..." என்று குமுறி எழுந்தாள் பாட்டி. "காலங் கார்த்தாலே அச்சான்யம் பிடிச்ச மாதிரி என்ன பேச்சு!... இப்ப என்ன நடந்துட்டுதுன்னு அவளை சாகச் சொல்றே?..." என்று கேட்டுவிட்டு, தாங்க முடியாத சோகத்துடன் முகமெல்லாம் சிவந்து குழம்பக் குமுறியழுதாள் பாட்டி. பிறகு சிவந்த கண்களைத் திறந்து ஆத்திரத்துடன் கேட்டாள்.

"என்னடா தப்புப் பண்ணிட்டா அவ?... என்ன தப்புப் பண்ணிட்டா, சொல்லு" என்று தன் தாய் கேட்பதைக் கண்டு, கணேசய்யருக்கு ஒரு விநாடி ஒன்றுமே புரியவில்லை.

"என்ன தப்பா?... என்னம்மா பேசறே நீ? உனக்குப் பைத்தியம் புடிச்சுடுத்தா?" என்று கத்தினார் கணேசய்யர்.

அடுத்த விநாடி தன் சுபாவப்படி நிதானமாக மகனின் முகத்தைப் பார்த்தவாறு, அமைதியாக யோசித்தாள் பாட்டி. தன் மகன் தன்னிடம் இப்படிப் பேசுவது இதுவே முதல் தடவை.

பாட்டி மெல்லிய குரலில் நிதானமாய்ச் சொன்னாள்:

"ஆமாம்டா... எனக்குப் பைத்தியந்தான்... இப்ப பிடிக் கலைடா... இது பழைய பைத்தியம்! தீர முடியாத பைத்தியம். ஆனால் என்னோட பைத்தியம்... என்னோட போகட்டும். அந்தப் பைத்தியம் அவளுக்குப் 'படீர்'னு தெளிஞ்சிருக்குன்னா அதுக்கு யார் என்ன பண்றது?... அவதான் சொல்லிட்டாளே– என் காரியம் என் வரைக்கும் சரி, வேஷம் போட்டு ஆடி அவப் பேரு வாங்காம விதரணையா செஞ்சிருக்கேன்னு..."

"அதனாலே சரியாயிடுமா அவ காரியம்?" என்று வெட்டிப் பேசினார் கணேசய்யர்.

"அவ காரியம் அவ வரைக்கும் சரிங்கறாளே அவதான்... அதுக்கென்ன சொல்றே?" என்று உள்ளங்கையில் குத்திக் கொண்டாள் பாட்டி.

"சாஸ்திரம் கெட்ட மூதேவி. ஆசாரமான குடும்பத்துப் பேரைக் கெடுத்த சனி– செத்துத் தொலைஞ்சுட்டானு தலையை முழுகித் தொலைன்னு சொல்றேன்" என்று பல்லைக் கடித்துக் கொண்டு கத்தினார் கணேசய்யர். பாட்டியம்மாள் ஒரு விநாடி தன்னையும் தன் எதிரே நிற்கும் மகனையும் வேறு யாரோ போல் விலகி நின்று பார்த்துவிட்டு, ஒரு கைத்த சிரிப்புடன் கூறினாள்:

"நம்ப சாஸ்திரம்... ஆசாரம்! அப்படின்னா நீ என்ன பண்ணி யிருக்கணும் தெரியுமா? என்னை என்ன பண்ணித்து தெரியுமா அந்த சாஸ்திரம்?... அப்போ நீ பால் குடிக்கிற கொழந்தைடா... எனக்குப் பதினைஞ்சு வயசுடா! என் கொழந்தை, என் மொகத் தெப் பார்த்துப் பேயைப் பார்த்ததுபோல் அலறித்தேடா...! பெத்த தாய்கிட்டே பால் குடிக்க முடியாம, குழந்தை கத்துவே, கிட்டே வந்தா மொட்டையடிச்ச என்னைப் பார்த்து பயத்துலே அலறுவே... அப்படி என்னை, என் விதிக்கு மூலையிலே உட்காத்தி வெச்சாளே! அந்தக் கோரத்தை நீ ஏன்டா பண்ணலே கீதாவுக்கு?... ஏன் பண்ணலே சொல்லு?" என்று கண்களில் கண்ணீர் வழியக் கேட்கும்போது, கணேசய்யரும் கண்களைப் பிழிந்துவிட்டுக் கொண்டார்! அவள் தொடர்ந்து பேசினாள்:

"ஏன்டாப்பா உன் சாஸ்திரம் அவளைக் கலர்புடவை கட்டிக்கச் சொல்லித்தோ? தலையைப் பின்னிச் சுத்திண்டு பள்ளிக் கூடம் போய்வரச் சொல்லித்தோ? தன் வயித்துக்குத்தானே சம்பாதிச்சுச் சாப்பிடச் சொல்லித்தோ? இதுக்கெல்லாம் நீ உத்தரவு கேட்டப்போ நான் சரின்னேன், ஏன்?... காலம் மாறிண்டு வரது; மனுஷாளும் மாறணும்னுதான்! நான் பொறந்த குடும்பத்தி

லேன்னு சொல்றயே... எனக்கு நீ இருந்தே! வீடும் நெலமும் இருந்தது. அந்தக் காலமும் அப்படி இருந்தது. கீதா பண்ணின் காரியத்தை மனசாலே கூட நெனைக்க முடியாத யுகம் அது. அப்போ அது சாத்தியமாவும் இருந்தது. இப்போ முடியலியேடா... எனக்கு உன் நிலைமையும் புரியறது. நீ பிள்ளையும் குட்டியுமா வாழறவன்... அதுகளுக்கு நாளைக்கு நல்ல காரியங்கள் நடக்கணும்... எனக்குப் புரியறது– அவளும் புரிஞ்சுதானே எழுதி இருக்கா... உன் சாஸ்திரம் அவளை வாழ வைக்குமாடா? அவளுக்கு அது வேண்டாம்னுட்டா. ஆனா டேய் கணேசா... என்னே மன்னிச்சுக் கோடா... எனக்கு அவ வேணும்! அவதான்டா வேணும். எனக்கும் இனிமே என்ன வேண்டி இருக்கு! என் சாஸ்திரம் என்னோடேயே இருந்து இந்தக் கட்டையோடே எரியும். அதனாலே நீங்க நன்னா இருங்கோ– நான் போறேன். கீதாவோடேயே போயிடறேன்... அதுதான் நல்லது. அதுக்காக நீ உள்ளூறத் திருப்திப் படலாம்– யோசிச்சுப்பாரு, இல்லேன்னா அவளோட சேத்து எனக்கும் ஒரு முழுக்குப் போட்டுடு! நான் வரேன்" என்று கூறியவாறே மாற்றுப் புடவையைச் சுருட்டிக் காக்கிப் பைக்குள் திணித்தவாறு எழுந்தாள் பாட்டியம்மாள்.

"அம்மா! ஆ..." என்று கைகளைக் கூப்பிக்கொண்டு சப்த மில்லாமல் தாரை தாரையாய்க் கண்ணீர் வடித்தார் கணேசய்யர்.

"அசடே... எதுக்கு அழறே? நானும் ரொம்ப யோசிச்சுத் தான் இப்படி முடிவு பண்ணினேன்... என்ன பண்ணினாலும் அவ நம்ம கொழந்தைடா" என்று மெதுவாய்ச் சொல்லிவிட்டு உட்புறம் திரும்பிப் பார்த்தாள். "பார்வதி! நீ வீட்டைச் சமத்தாப் பார்த் துக்கோ..." என்று எல்லோரிடமும் விடை பெற்றுக்கொண்டு புறப் பட்டாள் பாட்டி.

"எனக்கு உடனே போயி கீதாவைப் பார்க்கணும்" என்று தானே சொல்லிக் கொண்டு திரும்பும்போது, வாசற்படியில் நின்றிருந்த வேலாயுதத்தைக் கண்டாள் பாட்டி.

"நீ போடாப்பா... நான் அவசரமாப் போறேன் நெய்வேலிக்கு" என்று அவனிடம் நாலணாவைத் தந்து அனுப்பினாள்.

'இனிமேல் இவனுக்கு இங்கு வேலை இல்லை– அதற்கென்ன? உலகத்தில் என்னென்னமோ மாறுகிறது! நான் ஒரு நாவிதனைக் கூட மாற்றிக் கொள்ளக் கூடாதா?' என்று எண்ணிச் சிரித்துக் கொண்டாள். இடுப்பில் பையை வைத்துக் கொண்டு வாசற் படியிலிறங்கிய பாட்டி, ஒரு முறை திரும்பி நின்று "நான் போயிட்டு வரேன்" என்று மீண்டும் விடை பெற்றுக் கொண்டாள்.

அதோ, காலை இளவெயிலில், சூடில்லாத புழுதி மண்ணில் பாதங்கள் அழுந்தி அழுந்திப் பதிய, ஒரு பக்கம் சாய்ந்து சாய்ந்து நடந்து கொண்டிருக்கும் பாட்டியின் தோற்றம்...

வேகமாய் ஆவேசமுற்று வருகின்ற புதிய யுகத்தை, அமைதியாய் அசைந்து அசைந்து நகரும் ஒரு பழைய யுகத்தின் பிரதிநிதி எதிர் கொண்டழைத்துத் தழுவிக் கொள்ளப் பயணப் படுவதென்றால்?...

ஓ! அதற்கு ஒரு பக்குவம் தேவை!

---

ஆனந்த விகடன், 1963

# உண்மை சுடும்

அது சோமநாதனின் கண்களை உறுத்திற்று. பரமஹம்சரும், விவேகானந்தரும் இருபுறமும் இருக்க, அந்த வரிசையில் தனது படத்தையும் வைத்திருக்கும் கோலத்தை முகம் சுளித்து யோசித்த வாறு மூக்குக் கண்ணாடியை நன்றாக உயர்த்திவிட்டுக் கொண்டு எழுந்து, சுவரருகே சென்று கூர்ந்து நோக்கினார் சோமநாதன்.

அப்போது ஹார்லிக்ஸ் கலக்கிக் கொண்டு வர உள்ளே சென்றிருந்த அவரது மருமகள் கோதை, கையிலேந்திய கப் அண்ட் ஸாஸருடன் ஹாலுக்குள் வந்தாள். சோமநாதன் அவளைத் திரும்பிப் பார்த்தார்.

"இதெல்லாம் யாருடைய வேலை?" என்று தன் படத்தை ஆள்காட்டி விரலால் சுட்டியவாறு கேட்டார்.

கையிலிருந்ததை டீபாயின் மீது வைத்துவிட்டு அவரருகே வந்து நின்று அந்தப் படங்களைப் பார்த்தவாறு கோதை சொன் னாள்: "நான் இந்த வீட்டுக்கு வர்ரத்துக்கு முன்னாலிருந்தே இந்தப் படம் இங்கே இருக்கு. தன் வணத்துக்குக்குரிய மேதைகளின் திருவுருவங்கள் இவைன்னு நண்பர்களுக்கு அறிமுகம் செய்து வைக்கிறார் அவர். என் கிட்டேயும் அப்படித்தான் சொன்னார்?..." அவள் அதைச் சொல்லி முடிக்குமுன், மூக்குக்கண்ணாடியைக் கழட்டி மேலே போர்த்தியிருந்த சால்வையில் துடைத்தவாறு கிளுகிளுத்த சிரிப்புடன் அவர் சொன்னார்: "என்ன விசித்திரமான இணைப்பு... ஆஸ்திகச் செம்மல்களான அவர்கள் நடுவே, நிரீச்வர வாதியான என் படமா?..." என்று முனகியவாறே, முழங்கையில் தொங்கிய கைத் தடியை வலது கையில் எடுத்து மெள்ள ஊன்றி நடந்து சோபாவில் வந்தமர்ந்தார் சோமநாதன்.

கோதை ஹார்லிக்ஸை எடுத்து அவர் கையில் தந்தாள். வயோதிகத்தால் தளர்ந்த கைகள் நடுங்க அவர் அதைப் பருகினார். சூடான பானத்தைப் பருகியவுடன் அவரது நெற்றி வேர்த்திருப் பதைக் கண்ட கோதை, மின்சார விசிறியைச் சுழல விட்டாள். காற்றில் அவரது நரைத்து அடர்ந்த கிராப்புச் சிகை நெற்றியில் விழுந்து கொத்தாய்ப் புரண்டது. சோமநாதனின் பார்வை ஹாலை நோட்டமிட்டு அங்கிருந்த ரேடியோ, அந்த மூலை ஸ்டாண்டில்

உள்ள புத்தர் சிலை, ஜன்னலுக்குப் போட்டிருந்த வெளிறிய நீல நிறத் திரைச் சீலை முதலிய பொருட்களைக் குறிப்பாகக் கவனித்த பின், கோதையின் மேல் வந்து நிலைபெற்றது. அவர் விழிகளில் அன்புணர்ச்சி மின்னிப் புரள ஒரு குழந்தைபோல் புன்னகை காட்டினார்.

அந்தப் புன்னகை, 'அடி, சமர்த்துப் பெண்ணே, வீட்டை ரொம்ப அழகா வெச்சிருக்கே' என்று பாராட்டுவது போலும், 'சந்தோஷமாயிருக்கிறாயா மகளே' என்று விசாரிப்பது போலும், 'உன்னைப் பார்க்க எனக்கு மிகத் திருப்தியாயிருக்கிறது' என்று பெருமிதத்தோடு குதூகலிப்பது போலும் அமைந்திருந்தது.

அத்தனை அர்த்தங்களுக்கும் பதில் உரைப்பதுபோல் அடக்க மாய், பெண்மை நலன் மிகுந்த அமைதியோடு பதில் புன்னகை சிந்தினாள் கோதை. அவர் தனது கைக்கடிகாரத்தைப் பார்த்து, "ஓ! மணி அஞ்சாகிறதே... காலேஜிலிருந்து வர இவ்வளவு நேரமா! எனக்கு ஏழு மணிக்கு ரயில்..." என்றவாறு வெளியே எட்டிப் பார்த்தார்.

அதே நேரத்தில் காம்பவுண்ட் கேட் திறக்கப்படும் ஓசை கேட்டுக் கோதை ஆவலுடன் வெளியே நடந்தாள். பரமேஸ் வரனை இரு கைகளிலும் அணைத்துக் கொள்ளப் பரபரத்த உடலுடன் எழுந்து நின்றார் சோமநாதன்.

"அவர் இல்லை... போஸ்ட்மேன்– அவருக்கு ஏதோ ஒரு கடிதம்" என்று கூறியவாறு, அந்தக் கவரைத் திருப்பித் திருப்பிப் பார்த்தவாறே உள்ளே போனாள் கோதை. சோமநாதன் அருகிலிருந்த போட்டோ ஆல்பத்தை எடுத்துப் புரட்டியவாறு பரமேஸ்வரனின் வருகைக்குக் காத்திருந்தார்.

●●●

**ப**ரமேஸ்வரன் தற்போது தமிழ்ப்பேராசிரியராய்ப் பணியாற் றும் அதே கல்லூரியில்தான் பத்தாண்டுகளுக்கு முன் ஆங்கிலப் புரபஸராகப் பணியாற்றினார் சோமநாதன். அவரிடம் ஒரு மாணவனாக இருந்து அவர் ஓய்வு பெறுவதற்குள் அதே கல்லூரி யில் பரமேஸ்வரன் விரிவுரையாளராகப் பணியேற்கும் அந்த இடைக்காலத்தில், வேறு எவரிடமும் ஏற்பட்ட உறவினும் வலு மிக்க பாந்தவ்யமும் நட்பும் அவர்களிடையே உருப்பெற்றது.

சோமநாதன் கல்லூரியிலிருந்து ஓய்வு பெற்றுச் சொந்தக் கிராமத்துக்குப் போய்விட்ட பிறகு பரமேஸ்வரனுக்கும் சோமநாத

னுக்குமிடையே ஏதோ சில சமயங்களில் கடிதப் போக்குவரத்து இருந்தது. இரண்டாண்டுகளுக்கு முன் சோமநாதன் ஏதோ காரியமாகச் சென்னைக்கு வந்தபோது பத்தாண்டுகளுக்குப் பிறகு சோமநாதனும் பரமேஸ்வரனும் சந்திக்க நேர்ந்தது. பரமேஸ்வரனைக் கண்ட சோமநாதன் ஒரு விநாடி திகைத்தே போனார். அதற்குக் காரணம் மாணவராய் இருந்து, விரிவுரையாளரான பரமேஸ்வரன் பேராசிரியராய் உயர்ந்திருப்பது மட்டுமல்ல; புஷ்கோட்டும், கண்ணாடியும் தரித்த, காதோரம் சிகை நரைத்த– சோமநாதன் எதிர்பாராத– பரமேஸ்வரனின் முதிர்ந்த தோற்றம்தான். அதனினும் முக்கிய காரணம் நாற்பது வயதாகியும் அவர் பிரம்மச்சாரியாய் வாழ்ந்து வருவது...

தன் அன்பிற்கும் மதிப்பிற்குமுரிய ஆசானைக் கண்டதும் அவரது கைகளைப் பற்றி அன்புடன் கண்களில் ஒற்றிக் கொண்டு நின்ற பரமேஸ்வரனைப் பாசத்துடன் முதுகில் தட்டிக் கொடுத்தவாறு, "நீங்கள் இன்னும் பிரம்மச்சாரியாக இருந்து வருவதைக் காண ஏதோ ஒரு குற்ற உணர்வு என் மனத்தை உறுத்துகிறது... இந்த உறுத்தல் அர்த்தமற்றது என்று நீங்கள் கருதுகிறீர்களா?" என்று ஆங்கிலத்தில் கேட்டார் சோமநாதன்.

சோமநாதன் எப்போதும் தனது அபிப்பிராயத்தை அழுத்தமாகக் கூறிவிடுவார். ஆனால் அத்துடன் நிறுத்திக் கொள்ள மாட்டார்; யாரிடம் தன் அபிப்பிராயத்தைக் கூறுகிறாரோ அவரிடமே ஒரு வகை ஆமோதிப்பை, அல்லது உடன்பாட்டை விரும்புகிற வகையில் மற்றவரின் அபிப்பிராயத்தையும் எதிர்பார்ப்பார். அது அவரது சிறப்பான பண்புகளில் ஒன்று என்பதைப் பரமேஸ்வரனும் அறிவார்.

பரமேஸ்வரனுக்குப் பெற்றோரோ மிக நெருங்கிய பந்துக்களோ யாரும் தற்போது இல்லை. அவர் தனியன். பரமேஸ்வரனைப் போன்ற அடக்கமான தனியர்களின் வாழ்க்கையில் 'திருமணம்' என்ற வாழ்வின் திருப்பம் நிகழ்வதெனின், நமது இன்றைய சமூகத்தில் நண்பர்களின்– பொறுப்பும் அந்தஸ்தும் மிகுந்த நண்பர்களின்– உதவியால்தானே நடந்தேற வேண்டும்! அப்படிப்பட்ட நண்பனாய், வழிகாட்டியாய், ஞானாசிரியனாய் இருந்து வந்த சோமநாதனின் கடமையல்லவா, அது?– என்பனவற்றையெல்லாம் நினைத்துத்தான் அவர் தன்னிடம் இவ்விதம் கேட்கிறார் என்பதைப் பரமேஸ்வரன் உணர்ந்தார்.

"ஏன்? பிரம்மச்சரியம் ஒரு குற்றமா?" என்று சிரித்த வண்ணம் கேட்டார் பரமேஸ்வரன்.

"அது குற்றமுமில்லை; சரியுமில்லை. குறையற்ற ஓர் ஆண் பிரம்மச்சாரிய விரதத்தை அனுஷ்டிக்க ஒரு லட்சியம் வேண்டும். இப்படி ஒரு காரியத்தோடு இருந்தால் அந்தப் பிரம்மச்சரியம் சரி யானது ஆகும். இல்லாமல் பிரம்மச்சரியத்துக்காகவே ஒருவன் பிரம்மச்சாரியாயிருந்தால் அது சரியற்றதும், பின்னால் ஒரு காலத்தில் குற்றமும் ஆகும். எதற்குமே ஓர் அர்த்தம் வேண்டும்; அர்த்தமே இல்லையென்றால் அதுக்குப் பெயரே அனர்த்தம்! உங்கள் பிரம்மச்சரிய விரதத்துக்கு ஓர் அர்த்தம் உண்டுன்னா, நான் என் அபிப்பிராயத்தை மாத்திக்கிறேன்" என்றார் சோமநாதன்.

பரமேஸ்வரன் ஒரு விநாடி யோசித்தார்; அது யோசனை யல்ல; அது ஒருவகை பிரமிப்பு. பிறகு புன்னகை புரிந்தார். அது புன்னகையல்ல; அது ஒருவகை சரணாகதி.

அந்தச் சந்திப்பின்போது அவர்கள் இருவரும் வெகு நேரம் சம்பாஷித்தனர். பத்து வருஷங்களுக்கு முன்பு சோமநாதனுடன் பழகியபோது அவரை எந்த அளவுக்குப் புரிந்து கொண்டு எந்த அளவுக்கு அவரிடம் மதிப்பு வைத்திருந்தாரோ, அதைவிடவும், பத்தாண்டு முதிர்ச்சியின் பிறகு தனது முதிர்ந்த அறிவோடு அவருடன் சம்பாஷிக்கையில் பன்மடங்கு அதிகம் புரிந்து கொண்டு சோமநாதனிடம் முதிர்ந்த மதிப்புடன் முழுமையான சரணும் அடைந்தார் பரமேஸ்வரன்.

பரமேஸ்வரனைப் பிரிந்து ஊர் திரும்பும்போது சோமநாதன் லீவில் தனது கிராமத்துக்கு வரவேண்டுமென்று அவரை அழைத் தார்.

"இந்த அழைப்பைக் கடமை உணர்ச்சியோடு விடுக்கிறேன்" என்று ஆங்கிலத்தில் கூறிப் பின் தமிழில் தொடர்ந்து சொன்னார். "சிறு வயதிலிருந்தே தாய் தகப்பனில்லாம என் தங்கை மகள் ஒருத்தி என்கிட்டே வளர்ப்புப் பெண்ணாய் இருக்கா... அவளும் கல்யாணமே வேணாம்னு இருந்தவ... இப்ப அவள் மனம் அதற்குப் பக்குவப்பட்டிருக்கிற மாதிரி தோணுது. எதுக்கும் நீங்க ஒரு தடவை வாங்க. பரஸ்பரம் சரின்னா நடத்தி வைக்கிறது என் கடமை..."– குலம் கோத்திரம் விசாரிக்காமல், மனிதனின் தரத்தை யும் நட்பையும் உத்தேசித்து நடக்கும் அவரது உயரிய பண்பை உள்ளூரப் போற்றினார் பரமேஸ்வரன்.

இரண்டு ஆண்டுகளுக்கு முன் அந்தத் திருமணம் நடந்தது. திருமணம் நிகழுமுன் பரமேஸ்வரனுக்கு ஒரே ஒரு விஷயம் மனத்தை உறுத்திக் கொண்டே இருந்தது. கோதைக்கு இருபது வயது. பரமேஸ்வரனுக்கு நாற்பது வயது.

பரமேஸ்வரனின் இந்தத் தயக்கத்தை உணர்ந்தபோது சோம நாதன் விளக்கினார். "வயதில் இவ்வளவு வித்தியாசம் வேணாம்னு நீங்கள் நெனைச்சா உங்கள் தனிப்பட்ட விருப்பம்ங்கற முறையில் அது சரிதான், அதற்கு வேறே காரணம் இல்லேன்னாலும் அப்படி ஒரு தனிப்பட்ட மனோபாவனை உங்களுக்கு இருக்குங்கற ஒரு காரணத்தை உத்தேசிச்சே இந்த யோசனையைக் கைவிட்டு விடலாம்; நீங்களே யோசிச்சு முடிவு செய்ய வேண்டியது இது."

கறாராக, முடிவாக என்ன கூறுவது என்று பரமேஸ் வரனுக்குப் புரியவில்லை. சோமநாதன் தனது அபிப்பிராயத்தை வற்புறத்துகிறவருமில்லை. அவரது யோசனையை மறுத்துவிட்டால் வருத்தப்படக் கூடியவருமில்லை என்று பரமேஸ்வரன் நன்கு உணர்ந்ததனாலேயே, இதில் என்ன முடிவெடுப்பது என்று புரியாமல் குழம்பினார்.

அவரது மேலோட்டமான குழப்பத்தையும் உள்ளார்ந்த சம்மதத்தையும் புரிந்துகொண்ட சோமநாதன் பரமேஸ்வரனிடம் தீர்மானமான தோரணையில் கேட்டார்: "ஆமாம், உங்கள் தயக்கத் திற்கான பிரச்னைதான் என்ன?"

பரமேஸ்வரன்– தனது நாற்பது வயதை மறந்து– ஒரு வாலி பனுக்கே உரிய சங்கோஜத்துடன் தலை குனிந்து மெல்ல இழுத்தவாறு கூறினார்: "வயது வித்தியாசம்தான்..."

"ஓ!" என்று கூறிச் சிரித்தார் சோமநாதன்: "நான்தான் சொன்னேனே, இந்த வித்தியாசம் அதிகம்னு நீங்க நெனைச்சா, இந்த முயற்சியைக் கைவிட்டுடலாம்னு... உங்க மனசிலே விருப்பம் இருந்து, பார்க்கறவங்க என்ன சொல்லுவாங்களோங்கற போலிக் கூச்சத்திற்காக ஒரு காரியத்திலே தயக்கம் காட்டறது அவசிய மில்லாதது; அர்த்தமில்லாதது..."

"உலகத்திற்காகவும் கொஞ்சம் யோசிக்க வேண்டியிருக்கு இல்லையா?" என்று உள்ளங்கையில் கோடு கீறினார் பரமேஸ் வரன்.

"ஆமாம் ஆமாம்; உலகத்திற்காகக் கொஞ்சம் என்ன, முழுக்க முழுக்க யோசிக்கணும். ஆனால், பரமேஸ்வரன்... உலகம்ங்கறது உங்களைச் சுத்தியுள்ள சிறு வட்டம் மட்டுமில்லை; அது எத்தனையோ கண்டங்களாய், நாடுகளாய்ப் பரந்து கிடக்கு.. யோசிச்சுப் பார்த்தா அங்கெல்லாம் இந்த வித்தியாசம் ஒரு பொருட்டில்லை; நியாயமானது கூட! உங்கள் வசதிக்கு உங்கள் உலகத்தைச் சுருக்கிக் கொள்ள நீங்கள் விரும்பினா– ஒரு சின்ன அரட்டைக் கூட்டமே உலகம்னு பார்க்காதீங்க– அந்த உலகத்தை

உங்களுக்குள்ளேயே உங்க ஹிருதயத்துக்குப் பக்கத்திலே எளிமையா ஒரு மனிதனின் உலகம்னாவது பாருங்களேன்! அதன்படி சுயமான முடிவு செய்யுங்களேன்...” என்று சொல்லி, மௌனமாய்ச் சற்றுக் கண்மூடி யோசனையில் ஆழ்ந்தார் சோமநாதன்.

‘இந்த மனிதர்தான் மனுஷனின் மனத்துக்குள் நுழைந்து எப்படி தீர்க்கமாய்ப் பார்க்கிறார்!’ என்று வியந்து நோக்கினார் பரமேஸ்வரன்.

கண்களைத் திறவாமலே தொடர்ந்து பேசினார் சோமநாதன்: “ஒரு ஆண் கல்யாணம் செய்து கொள்ளும்போது தனக்காகவே செய்து கொள்வதாக நினைக்கிறான்; பெண்ணும் அப்படியே நினைக்கிறாள். தனக்காகச் செய்து கொள்கிற எந்தச் காரியமும் அதிருப்தியாய்த்தான் முடியும். கல்யாணத்தின் உண்மைத் தாத் பரியம் அதுவல்ல; தனக்காக வாழ்ந்துகிட்டிருந்த ஒருவனோ ஒருத்தியோ இன்னொருவர்க்காக வாழறதின் ஆரம்பமே திருமணம். சமூக வாழ்வின் சிறு வட்டம்– அடிப்படை வட்டம்– தாம்பத்யம். இந்த அடிப்படைக் கூட்டுறவிலேயே இந்தத் தியாக உணர்வு ஏற்பட்டாத்தான், சமூக வாழ்வே சிறப்பாய் அமையும். ஆனால் ‘எனக்காக, என் சுகத்துக்காக’ங்கிற நோக்கிலேயே ஆணும் பெண்ணும் கல்யாணம் பண்ணிக்கிற ஒரு சுயநலப் போக்கினாலே தான், தனிமனுஷனின் குடும்ப வாழ்க்கையும் சரி, சமூக வாழ்க்கை யும் சரி –அதிருப்தியும் துன்பமுமா மாறிப்போகுது... நீங்க உங்களுக்காக அவளைக் கல்யாணம் செய்து கொள்வதாக நினைக்கக் கூடாது... அவளுக்காக...! இதையேதான் நான் அவளுக்கும் சொல்லியிருக்கேன்... உறவின் அடிப்படையே இந்தப் பரஸ்பர உணர்வுதான்னு நீங்க நினைக்கிறீங்களா?...”

பரமேஸ்வரன் ஒரு விநாடி யோசித்தார். அது யோசனை யல்ல...

இந்த இரண்டு வருட மணவாழ்க்கை, வாழ்க்கையின் அர்த் தத்தை அவருக்கு உணர்த்திற்று. கோதையில்லாமல் அவரால் இனி வாழ இயலாது என்ற உணர்வை, ஒரு பந்தத்தை– அவர் ஏற்படுத்திக்கொண்டு விட்டார்– அல்லது அவள் ஏற்படுத்தி விட்டாள். தன்னை ஒரு முழு மனிதனாகச் சோமநாதனும், தனது வாழ்க்கைக்கு ஒரு முழு அர்த்தத்தைக் கோதையும் உருவாக்கி விட்டதை உணர்ந்து அவரைத் தனது வணக்கத்திற்குரிய வழி காட்டியாகவும் அவளைத் தனது உயிருக்கிணையான துணை யாகவும் ஸ்வீகரித்தார் பரமேஸ்வரன்.

தங்களது தாம்பத்ய வாழ்க்கை ஆனந்தமாயிருப்பதை, பரஸ்பரத் திருப்தியும் நிறைவும் மிகுந்து விளங்குவதை ஒருநாள்,

இந்த வயது வித்தியாசம் குறித்துக் கோதையிடம் அவர் கேட்டு, அவளுரைத்த பதிலில் அவர் நன்கு உணர்ந்தார்.

மங்கிய ஒளி வீசும் சிறு விளக்கின் வெளிச்சத்தில் சயன அறையின் அந்தரங்கச் சூழ்நிலையில் அவரது மார்பில் சித்திரம் வரைந்தவாறு சாய்ந்து, செவியருகே இதழ்கள் நெருங்க ஆத்மார்த்தமான ரகசியக் குரலில் அவள் பேசியபோது அவருக்கு ரோமாஞ்சலி செய்தது...

"நீங்க கேட்டதுமாதிரி, ஆரம்பத்திலே எனக்கும் இப்படி ஒரு நெனைப்பு இருந்தது... ஆனா, ஆனா... இப்ப தோணுது; எல்லாருமே உலகத்திலே இந்த வித்தியாசத்தோட கல்யாணம பண்ணிக்கிட்டா எல்லாருடைய வாழ்க்கையும் சொர்க்கமா யிருக்கும்னு... ஒத்த வயசாயிருந்தா விட்டுக் குடுக்கற குணமோ இணக்கமாகிற குணமோ இருக்காதுன்னு தோணுது... இந்த வித்தியாசத்தினாலேயே ஒரு அந்நியோன்யமும், ஒரு... ஒரு... எனக்குச் சொல்லத் தெரியல்லே... நான் ரொம்ப சந்தோஷமா யிருக்கேன். அவ்வளவுதான் சொல்ல முடியுது'' என்று அவரது கேள்விக்குப் பதிலாக அவள் வெகுநேரம் சிரமப்பட்டு வார்த்தை களைத் தேடிப்பிடித்துத் தன் மனத்தைத் திறந்து அவர் மனத்துள் கொட்டியபோது, அவர் உள்ளமும் நிறைந்தே வழிந்தது.

●●●

**கா**ஷ்மீரத்து ஏரிகளிலிருந்து கன்னியாகுமரி முக்கடல் வரை பின்னணியாகக் கொண்டு அவர்கள் இணைந்து இணைந்து காட்சி தரும் போட்டோக்கள் நிறைந்த அந்த ஆல்பத்தின் மூலமே அவர்களின் ஆனந்த மயமான குடும்ப வாழ்க்கையை உணர்ந்தார் சோமநாதன்.

ஆல்பத்தின் கடைசி ஏட்டைப் புரட்டி அதை மூடிய போது, தன் எதிரே "எப்போ வந்தீங்க?'' என்று ஆர்வமாய்ப் புன்னகை பூத்து, கரம் குவித்து நிற்கும் பரமேஸ்வரனை ஹால் வாசற்படியில் கண்டு, இரண்டு கைகளையும் விரித்தவாறு எழுந்து நின்ற சோம நாதன் குழந்தை போல் சிரித்தார். பிறகு அருகில் வந்த பரமேஸ் வரனின் கையைக் குலுக்கித் தோளில் தட்டிக் கொடுத்தார்.

"திடீர்னு ஒரு அவசர வேலையா வந்தேன்; இப்ப ஏழு மணி ரயில்லே போகணும்'' என்று அவர் கூறியது கேட்டு பரமேஸ் வரனின் முகம் சுருங்கிற்று; "இப்பவே மணி அஞ்சரை ஆகுது. சரி, நான் உங்களோட ஸ்டேஷன் வரை வரேன்'' என்று கடிகாரத்தைப் பார்த்துக் கொண்டார்.

"ஆஹா! அதற்கென்ன அவசரம்? இன்னும் ஒண்ணரை மணி நேரம் இருக்கு. நீங்க உடை மாத்தி, காபி சாப்பிட்டுட்டுப் புறப்படலாம்."

அந்த நேரத்தைக்கூட வீணாக்க மனமில்லாமல் ஹாலில் நின்று சோமநாதனைப் பார்த்தவாறு கோட்டைக் கழற்றினார் பரமேஸ்வரன். பக்கத்தில் வந்து தயாராய்க் கை நீட்டி அதை வாங்கிக்கொண்டு உள்ளே போன கோதை திரும்பி வரும்போது டவலுடன் வந்தாள். டவலைத் தோள்மீது போட்டுக்கொண்டு சோபாவிலமர்ந்து பூட்ஸ்களைக் கழற்ற ஆரம்பித்த பரமேஸ்வரனிடம், ஹாலில் இருந்த அந்தப் படங்களைப் பார்த்தவாறு கூறினார் சோமநாதன், "இந்த வினோதமான இணைப்பைப் பார்க்க எனக்கு வேடிக்கையாக இருக்கு!"

பரமேஸ்வரனும் தலை நிமிர்ந்து பார்த்தார்: "இதில் என்ன வேடிக்கை?–ஒருத்தர் எனக்கு அசைக்க முடியாத இறை நம்பிக்கை தந்தவர். இன்னொருத்தர் பிரம்மச்சரியத்தின் மேன்மையை எனக்கு உணர்த்தியவர். நடுவில் இருக்கிறவர் பிரம்மச்சரியத்தின் அர்த்தத்தை உணர்த்தி வாழ்க்கைக்கு வழி காட்டியவர்... தாயும் தகப்பனும் இல்லாத எனக்கு இரண்டுமாகிய குருநாதர். என் பெற்றோரின் படம் என்கிட்டே இல்லாத குறையையும் இந்தப் படம் தீர்த்து வச்சிருக்கு... இந்த மூவரும் எனது வணக்கத்திற்குரிய ஞானிகள்..."

"ஓ! டூமச்! நீங்கள் என்னை அதிகமாய்ப் புகழறீங்க"– என்று தோளைக் குலுக்கிக்கொண்டு எளிமையுணர்வோடு சிரித்தார் சோமநாதன்.

"– இல்லை, நான் உங்களை எளிமையாய் வழிபடுகிறேன்" என்று புனித உணர்வுடன் எழுந்து நின்றார் பரமேஸ்வரன்.

"வழிபாடா?" என்று புருவங்களைச் சுளித்தார் சோமநாதன். "அதில் எனக்கு நம்பிக்கையில்லை" என்றார்.

"வழிபாட்டில் நம்பிக்கை, வழிபடுகிறவனுக்குத்தானே தேவை! அதன்மூலம் எனக்கொரு மனோபலம் உண்டாகுது... உங்களுக்கு அதில் ஆட்சேபணையா?" என்று கேட்டுக் கொண்டே உள்ளே போனார் பரமேஸ்வரன்.

"மிகவும் உணர்ச்சி வயப்பட்ட மனிதர்!" என்று முனகிக் கொண்டார் சோமநாதன்.

சற்று நேரத்திற்குப்பின் தூய வேட்டியும் முழுக்கைச் சட்டையும் அணிந்து, நெற்றியில் பளீரெனத் தீட்டிய விபூதியுமாய் வந்த

பரமேஸ்வரன் சோபாவில் வந்து அமர்ந்தார். கோதை ஹார்லிக்ஸ் 'கப்'புடன், சற்று முன் வந்த கடிதத்தையும் கொண்டுவந்து நீட்டினாள். பரமேஸ்வரன் அமைதியாய் ஹார்லிக்ஸைக் குடித்த பின் கவரைப் பிரித்துக் கடிதத்தைப் படித்தார்.

"பேராசிரியர் பரமேஸ்வரன் அவர்களுக்கு!

இது ஒரு மொட்டைக் கடிதம் என்று தூக்கி எறிந்துவிட முடிவு செய்வதற்குமுன், மொட்டைக் கடிதங்களும் உண்மை களைக் கூற முடியும் என்றறியவும்.

உமது வாழ்க்கையே ஒரு மகத்தான பொய்யை அடித் தளமாகக் கொண்டு எழுந்து நிற்கிறது. நீர் வணங்கத் தகுந்த தெய்வ மாகக் கருதியிருக்கிறீரே, அந்த சோமநாதன்– அவர் எத்தகைய பேர்வழி என்பதை நீர் அறியமாட்டீர்! கோதையைப் போன்ற குணவதி உமக்கு மனைவியாக வாய்த்தது குறித்துக் குதூகலப் படுகிறீரே, அந்தக் கோதையின் கடந்த காலம் பற்றியும் நீர் அறிய மாட்டீர்! திருமணமாவதற்கு முன் அவள் ஒருவனின் காதலியாய் இருந்து கர்ப்பமுற்றபின் கைவிடப்பட்டவள். தெய்வாதீனமாகவோ, அந்தப் பெரியவரின் ஆலோசனையின் விளைவாகவோ அது குறைப் பிரசவமாகப் போயிற்று. உம்மை ஏமாற்றி அவளைக் கட்டி வைத்துவிட்டார் உமது குருநாதர். நீர் அவளுடன் மகிழ்ச்சியாக வாழ்க்கை நடத்தலாம். உம்மை நீரே ஏமாற்றிக் கொள்வதன் விளைவே இந்த மகிழ்ச்சி."

கையெழுத்தில்லாத அந்தக் கடிதத்தைப் படித்து முடிந்த வுடன் அதைக் கிழித்தெறிந்துவிட அவரது விரல்கள் துடித்தன. ஒரு விநாடி தயக்கத்துக்குப் பின், ஏனோ அக் கடிதத்தை மடித்துச் சட்டைப் பைக்குள் வைத்துக் கொண்டார்.

"ஏதாவது விசேஷமான செய்தியா?" என்று கேட்டார் சோம நாதன்.

"ம்... அதில் ஒண்ணுமில்லை..." என்று பொய்யாகச் சிரித்தார் பரமேஸ்வரன். அந்தக் கடிதத்தை ஒரு பொருட்டாக்காமல் மனத்திலிருந்து ஒதுக்கிவிடவே முயன்றார் அவர். அவர் பார்வை ஹாலில் மாட்டியிருந்த அந்தப் படங்களின் மீதும், பிறகு சுவரோர மாகக் கையில் ஒரு பத்திரிகையுடன் தேவதை போல் நின்றிருக்கும் கோதையின் மீதும், இறுதியாகத் தனது மௌனத்தையும், தவிப்பை யும் எடை போடுவதுபோல் தன்னையே கவனித்துக் கொண் டிருக்கும் சோமநாதன் மீதும் மாறி மாறித் திரும்பியபோது, திடீரென அவருக்கு 'இந்த மனிதர் தனது உள்ளத்து உணர்வு களைக் கண்டுபிடித்து விடுவாரோ' என்ற அச்சம் பிறந்தது.

அவர் முகம் திடீரெனக் கலவரமுற்றிருப்பதைக் கோதை உணர்ந்து கொண்டாள். அருகில் வந்தாள். "ஏன் தலை வலிக்கிறதா?" என்றாள்.

"இல்லை..." என்று அவர் விழிகளை உயர்த்தி. அவளைப் பார்த்தபோது, அவரது கண்கள் சிவந்து பளபளத்தன.

"கண்ணெல்லாம் திடீர்னு செவந்து இருக்கே" என்று நெற்றியில் கை வைத்துப் பார்த்தாள். "லேசா சூடும் இருக்கு."

"எங்கே பார்ப்போம்" என்று எழுந்து வந்த சோமநாதன் பரமேஸ்வரனின் நெற்றியைத் தொட்டுப் பார்த்து, "ஒண்ணுமில்லே... களைச்சுப் போயிருக்கீங்க. நீங்க ரெஸ்ட் எடுத்துக்குங்க... நான் புறப்படறேன். அடுத்த வாரம் நான் வரும்போது ரெண்டு நாள் தங்குவேன்..." என்று தோளில் தட்டிக் கொடுத்தார்.

"எனக்கு ஒண்ணுமில்லே... கொஞ்சம் வெளியே போனாலும் நல்லாத்தானிருக்கும்... நான் உங்களுடன் ஸ்டேஷன் வரை வருவேன்... நேரம்தான் இன்னும் இருக்கே... இதோ வரேன்" என்று மிகுந்த சிரமத்தோடு புன்னகை காட்டி விட்டு எழுந்து சென்று, கண்ணாடியில் தானே தன்னை ஒருமுறை பார்த்துக் கொண்டார் பரமேஸ்வரன். பிறகு சற்று நேரம் தனியாக இருக்க வேண்டி, மாடியில் போய், வானத்தை வெறித்துப் பார்த்தவாறு நின்றிருந்தார். சட்டைப் பையிலிருந்த கடிதத்தை மீண்டும் எடுத்துப் பார்த்தார். 'மொட்டைக் கடிதங்களும் உண்மைகளைக் கூறமுடியும் என்றறியவும்... உமது வாழ்க்கையே ஒரு மகத்தான பொய்யை அடிப்படையாய்க் கொண்டு எழுந்து நிற்கிறது' என்ற இரண்டு வாக்கியங்களும், அந்தக் கடிதத்தை நம்பவும் முடியாமல் ஒதுக்கவும் முடியாமல் அவரை வதைத்தன.

திடீரென அவர் அந்தக் கடிதத்திடம் கேட்டார்.

'சரி, அப்படியே இருந்தால்தான் என்ன? கோதையின் கடந்த காலம் எத்தகையது என்பது பற்றி எனக்கென்ன கவலை? இன்று அவள் எனக்கு ஏற்ற மனைவி. அப்பழுக்கில்லாத தாம்பத்தியம் நடத்துகிறோம் நாங்கள்... ஒரு தவறே நடந்திருந்தாலும் அதனால் ஒருவருக்கு வாழவே உரிமை அற்றுப் போகுமா, என்ன?...' என்று வாழத் தெரிந்த தெம்புடன் கேட்டபோது, காற்றில் அக்கடிதம் படபடத்தது. அவர் தன் விரல்களைச் சற்று நெகிழ்த்தினால் அது பறந்தே போயிருக்கும்... ஆனால் அவர் விரல்கள் அதை இறுகப் பிடித்திருந்தன. அதைச் சுக்கல் சுக்கலாய்க் கிழித்தெறிய ஒரு வெறியும், அதைச் செய்ய முடியாமல் ஓர் உணர்வும் அவரைத் தடுத்தன.

'இந்தக் கடிதம் என் மனைவியைப் பற்றிப் பேசுகிறது... இது கூறுவது உண்மையாயினும் சரி, பொய்யாயினும் சரி, எங்கள் உறவு எவ்வகையிலும் ஊனமுறாது. ஆமாம், அவள் இல்லாமல் என்னால் வாழ இயலாது. நடந்தது பற்றிக் கவலையில்லை' என்று ஆன்ம உறுதியோடு தலை நிமிர்ந்து வானத்தைப் பார்த்தார். அடுத்த விநாடி அவர் நெற்றி சுருங்கிற்று... கண்கள் இடுங்கின... உள்ளில் ஒரு குரல் ரகசியமாகக் கேட்டது:

'எனினும் நடந்ததா என்று தெரியவேண்டுமே! உண்மை எனக்குத் தெரியவேண்டுமே!' என்ற ஓர் எண்ணம் பெருகி வந்து சித்தம் முழுவதும் கவிந்தது. 'சீ, இந்த அற்பத்தனமான கடிதம் என்னை இவ்வளவு நிலைகுலையச் செய்வதா?...' என்று எண்ணி அதை எடுத்துக் கிழிக்கையில், பாதியில் அவர் கைகள் தடைப் பட்டு நின்றன. கடிதம் சரிபாதியில் கால் பாதி கிழிக்கப் பட்டிருந்தது. அதில்...

'மொட்டைக் கடிதங்களும் உண்மைகளைக்கூற முடியும்!...' என்ற வரிகள்!

'ம்.. உண்மையா? நீ கூறுவது அனைத்தும் சில பொறாமைக் காரர்களின் விஷமத்தனம் என்று அறிந்த பின் நானும் கோதையும் சேர்ந்து உன்னைக் கிழித்தெறிவோம். அல்லது 'கடந்த காலத்தின் நினைவே, எங்கள் வாழ்விலிருந்து விலகிப் போ' என்று இருவரும் சேர்ந்து உன்னைக் கொளுத்துவோம்' என்று தீர்மானம் செய்து கொண்டார்.

'ஆனால், உண்மையை யார் மூலம் அறிவது? இந்தக் கடிதத்தை நிர்மூலமாக்கவே இன்று அவர் வந்திருக்கிறாரோ?' என்று எண்ணிய ஆர்வத்தில், வேகமாய் மாடியிலிருந்து இறங்கினார் பரமேஸ்வரன்.

●●●

ஒரு டாக்ஸியில் ஸ்டேஷனை நோக்கி இருவரும் போய்க் கொண்டிருக்கையில், மௌனம் கலைந்து பேசினார் பரமேஸ்வரன்.

"உங்களுக்கு என்னைத் தெரியும்... நாங்கள்– நானும் கோதை யும் உங்கள் ஆசீர்வாதத்தால் எவ்வளவு புனிதமான வாழ்க்கையை நடத்தறோம்னு தெரியும்" என்று சொல்லிவிட்டு, மேலே பேச முடியாமல் பாக்கெட்டுக்குள்ளிருந்து அந்தக் கவரை எடுத்தார்.

சோமநாதனுக்கு ஒரு விநாடி திகைப்பு.

பரமேஸ்வரன் டாக்ஸிக்குள்ளிருக்கும் சிறு விளக்கின் ஸ்விட்சைப்போட்டு, அந்த வெளிச்சத்தில் அக்கடிதத்தை நீட்டிய

வாறு சொன்னார்: 'சுத்தி வளைக்காமல் 'இது உண்மை அல்லது பொய்...' ரெண்டில் ஒண்ணு சுருக்கமாகச் சொன்னாப் போதும். நீங்க சொல்ற உண்மையான பதில்– எதுவாயிருந்தாலும்– யாரையும் எதையும் பாதிக்காதுங்கறது உறுதி" என்று கடி தத்தைத் தன்னிடம் நீட்டும் பரமேஸ்வரனின் கரம் நடுங்குவதைக் கவனித்தார் சோமநாதன். பின்னர் அமைதியாய் முகத்தில் எவ்விதச் சலனமுமில்லாமல், பாதி கிழிந்த அக்கடிதத்தைப் படித்தார். அவர் முகத்தையே வெறித்திருந்த பரமேஸ்வரன் "எனக்கு உண்மை தெரியவேணும். ஆமாம்!... அவ்வளவுதான்" என்று படபடத்தார்.

சோமநாதன் அவரைப் பார்த்துக் குழந்தைபோல் சிரித்தார். அந்தச் சிரிப்பு, 'உங்க பலஹீனம் இந்த உண்மையை அறியத் துடிக்கும் துடிப்பில் ஒளிந்து கிடக்கிறது' என்பதுபோல் இருந்தது.

பரமேஸ்வரனைத் தட்டிக் கொடுத்தவாறு சமாதானப் படுத்தினார் சோமநாதன்: "நீங்க இவ்வளவு உணர்ச்சி வயப் பட்டவரா இருப்பீங்கன்னு நான் நினைச்சதில்லே; இது கெடுதி... இப்படி இருந்தா உங்களுக்கு 'பிளட் பிரஷர்' வந்துடும்."

"நான் உண்மையைத் தேடித் தவிக்கிறேன்" என்று கெஞ்சினார் பரமேஸ்வரன்.

"உண்மையைத் தேடியா? அது எதுக்கு நமக்கு? அது சகலமும் துறந்த துறவிகளின் தொழிலாச்சே!" என்று சிரித்தார் சோமநாதன்.

பரமேஸ்வரனுக்கு சோமநாதனிடம் கொஞ்சம் கோபம்கூட வந்தது, அவரது விளையாட்டுப் பேச்சைக் கேட்க. எனினும் மௌனமாயிருந்தார்.

"மிஸ்டர் பரமேஸ்வரன்! முதல்லே இந்தக் கடிதத்தின் நோக்கம் கீழ்த்தரமானதுங்கறதெ நீங்க புரிஞ்சு கொள்ளணும்"– ஏதோ சொல்ல ஆரம்பித்தார் சோமநாதன். பரமேஸ்வரன் குறுக் கிட்டுப் பிடிவாதமான குரலில் சொன்னார்: "இது சம்பந்தமா எனக்கு ஒரு வார்த்தையில்தான் பதில் வேணும்– உண்மை அல்லது பொய்."

அந்தக் குரலின் கண்டிப்பையும், அந்தக் குரல் வழியே அவரது மன நிலையையும் உணர்ந்த சோமநாதன் "ஒரு வார்த்தை யிலா?" என்று கேட்டுவிட்டு அவர் முகத்தைப் பார்த்தார்.

"ஆமாம், ஒரே வார்த்தையில்– அதை நீங்க சொன்னா நான் நிச்சயம் நம்புவேன்."

ஒரு குழந்தையின் அல்லது ஒரு குடிகாரனின் வாக்குறுதியைக் கேட்டவர் போல் நம்பிக்கையற்றுச் சிரித்தார் சோமநாதன்.

"எனக்கு வருத்தமாக இருக்கிறது. இந்தக் கடிதம் உங்களை இவ்வளவு தூரம் மாற்றிவிட்டதைக் காண... சரி கேளுங்கள் எனது பதிலை! ஒரே வார்த்தையில் சொல்லுகிறேன். பொய்!" என்று உதடுகள் துடிக்கக் கூறி அந்தக் கடிதத்தை அவரிடமே தந்தார் சோமநாதன்.

அதன் பிறகு இருவருமே ஒரு வார்த்தை கூடப் பேசவில்லை.

சோமநாதனை ரயிலேற்றி விடை தந்து அனுப்பும் போது கூட, அவர் பரமேஸ்வரனிடம் அந்தக் கடிதம் குறித்துப் 'பொய்' என்ற அந்த வார்த்தைக்கு மேல் ஒரு வார்த்தைகூடப் பேசவில்லை.

ஆனால் பரமேஸ்வரனுக்கோ சோமநாதன் தன்னிடம் இது வரை பேசிய எவ்வளவோ பேச்சுக்களில் அவர் கூறிய அந்த ஒரு வார்த்தைதான்- 'பொய்' என்ற அந்த ஒருபதம் தான் பொய் யெனத் தோன்றியது. அடுத்த நிமிஷம் தன் மனத்தில் அவ்விதம் தோன்றுவதற்காகத் தன்னையே அவர் நொந்து கொண்டார்

'சீ! எவ்வளவு அற்பமாக, கேவலமாக இந்தக் கடிதம் என்னை மாற்றிவிட்டது! இதை நான் அவரிடம் காட்டி இது பற்றிக் கேட்டதே தப்பு... என்னைப் பற்றி அவர் எவ்வளவு மோசமான முடிவுக்கு வந்திருப்பார்...!' என்று தனது செய்கைக்காக வருந்திக் குழம்பியவாறு வீடு வந்து சேர்ந்தார் பரமேஸ்வரன்.

அவர் வீட்டுக்குள் நுழையும் போது கோதை மாடியிலிருந் தாள். அவ்விதம் இருக்க நேர்ந்தால் பரமேஸ்வரன் நேரே மாடிக்குப் போவதுதான் வழக்கம். ஆனால் இன்று ஹாலிலேயே சோபாவில் உட்கார்ந்து எதிரே இருந்த அந்தப் படங்களை வெறித்துப் பார்த்தவாறிருந்தார்.

அவரை மாடியில் எதிர்பார்த்து, அவர் வராததால் கோதை ஹாலுக்கு இறங்கி வந்தாள்.

"ஏன்? என்ன உடம்பு?" என்று அருகே வந்து நெற்றியைத் தொட்டாள். இப்போது சூடு இல்லை. தன் நெற்றியின் மீது வைத்த அவள் கரத்தை இறுகப் பற்றினார் பரமேஸ்வரன்; அவர் கை நடுங்கியது.

"என்ன... என்ன உங்களுக்கு?" என்று பதறியவாறு அவர் முகத்தை நிமிர்த்தியபோது, அவரது உதடுகளில் அழுகை துடித்தது. பார்வை பரிதாபமாய்க் கெஞ்சியது. அதே போழ்தில் அவர் மனத்துள் ஒரு குரல் ஒலித்தது: 'நான் ஒரு மூடன்; இதோ சத்தியத்

தின் சொரூபமாய் என் மனைவி நிற்கிறாள். இவளிடமே அந்தக் கடிதத்தைக் காட்டி உண்மையைக் கேட்பதை விடுத்து– நான் ஏன் இப்படித் தவிக்க வேண்டும்?'

அவர் முகத்தில் திடீரென ஒரு மலர்ச்சியும் புன்னகையும் ஒளிவிட "எனக்கு ஒண்ணுமில்லை, இப்படி உட்கார்... என் மனத்திலே ஒரு பிரச்னை... நீதான் தீர்க்க முடியும்... என்னை உனக்குத் தெரியும்... நீ இல்லாமல் என்னால் வாழ முடியாதுங்கறதும் உனக்குத் தெரியும்...' அவருக்குத் தொண்டையில் என்னவோ அடைத்தது... "இதைப்படி... சுத்தி வளைக்காமல் 'உண்மை'– அல்லது 'பொய்' இரண்டில் ஒரு பதில்– அவ்வளவு போதும். நீ சொல்ற பதில் எதுவாயிருந்தாலும் அது யாரையும், எதையும் பாதிக்காது... இது சத்தியம்... எனக்கு உண்மை தெரியணும்... என் வாழ்க்கையின் அடிப்படை ஒரு பொய் இல்லைன்னு எனக்கே தெரியணும்..." என்று கடிதத்தை அவளிடம் தந்து அவர் பேசிக் கொண்டேயிருக்கையில் அந்தக் கடிதத்தை அமைதியாய்ப் படித்து முடித்துவிட்டு, கண்களை மூடி மனத்தை இரும்பாக்கிக் கொண்டு, உறுதியான குரலில் அடக்கமாய் அவள் சொன்னாள்: "உண்மை."

அவர் அப்படியே ஸ்தம்பித்து நின்றிருந்தார். அவள் நிஷ்களங்கமான குரலில் தொடர்ந்து சொன்னாள்:

"அது என் வாழ்க்கையில் ஏற்பட்டுவிட்ட ஒரு தவறு. அதுக்காக நான் யாரையும் குற்றம் சொல்லத் தயாராக இல்லை... என் வாழ்க்கையே மூளியாகிப் போச்சுன்னு அப்படியே வாழ்ந்து விடத்தான் தீர்மானிச்சேன். அது சரியில்லேன்னு சந்தர்ப்பம் கிடைக்கும் போதெல்லாம் எனக்கு அறிவுறுத்தினார் மாமா. அப்படி ஒரு சந்தர்ப்பத்திலேதான் நான் உங்களை மணக்கச் சம்மதிச்சேன்.

"மாமா சொன்னார்: 'பொய்யாய்ப்போன ஒரு விஷயத்துக்கு நாம் உயிர் கொடுக்கிறது அவசியமில்லே... இறந்த காலம் இறந்து விட்ட காலமாகவே போகட்டும். உண்மைங்கறதின் பேராலே ஒரு பொய்க்கு உயிரூட்ட வேணாம். சில உண்மைகள் நெருப்பு மாதிரி, அதைத் தாங்க ஒரு பக்குவம் வேணும்; நெருப்போட தன்மையே சுடறதுதான். அதைத் தாங்கிக் கொள்ள எல்லா மனிதர்களுக்கும் மனோபலம் இருக்காது'ன்னார் மாமா. இதை மறைக்க வேணும்னோ, இந்தக் கடிதத்திலே இருக்கிற மாதிரி உங்களை ஏமாத்தணும்னோ யாருக்கும் எண்ணமில்லை. நான் உங்கள் மனைவி. இந்த உணர்வு வந்தப்பறம் உங்ககிட்டே எதையும் மறைக்கிறது சரியில்லைங்கிறதனாலேயே இந்தச் சந்தர்ப்பத்திலே

இவ்வளவும் சொல்லிவிட்டேன். இந்த உண்மை சுடலாம். எனக்குத் தெரியும். அதைத் தாங்கிக்கிற பக்குவம் உங்களுக்கு உண்டு" என்று அவள் சொல்லும்போது, பரமேஸ்வரனின் கண்களிலிருந்து கண்ணீர் வழிந்தது. அவர் உடல் பதறிற்று. சோமநாதன் தன்னிடம் பொய்யுரைத்த துரோகத்தை எண்ணியபோது, தன் இருதயத்தையே சுட்டதுபோல் அவர் அலறினார்: "நான் உன்னை மன்னிக்கிறேன்... கோதை!... ஆனால்... ஒரு மணி நேரத்துக்கு முன்னே கூட... இந்தக் கடிதத்தைக் காட்டினப்போ 'பொய்'ன்னு மனமாரப் பொய் சொன்னாரே, அந்தப் பெரிய மனுஷன்– அவரோட நயவஞ் சகத்தை என்னாலே மன்னிக்க முடியாது... முடியவே முடியாது!..." என்று கூறியவாறு சோபாவிலிருந்து துள்ளிக் குதித்து எழுந்து ஓடினார் பரமேஸ்வரன். சுவரிலிருந்த படங்களில்– அந்த வரிசை யின் நடுவே இருந்த, அவரது வணக்கத்திற்குரிய ஸ்தானத்திலிருந்த சோமநாதனின் படத்தை இழுத்து வீசி எறிந்தார்...

ஹாலின் மூலையில் விழுந்து நொறுங்கியது அந்தப் படம். "சீ! இவன் மேதையாம்... ஞானியாம்" என்று அவ்விதம் எண்ணி யிருந்த தன்னைத்தானே நொந்து கொண்டு மாடியை நோக்கி ஓடினார்.

அவர் தன் அறைக்குச் சென்று கதவை அறைந்து சாத்தித் தாழிடும் ஓசை ஹாலில் நின்றிருந்த கோதைக்குக் கேட்டது.

"ஓ! உண்மை சுட்டுவிட்டது" என்று முனகிக் கொண்டாள் கோதை.

ஒன்றும் புரியாத பிரமிப்பில், உலகத்தின் மாய்மாலத் தோற்றத்தில் கசப்பும் விரக்தியும் கொண்டு யாரையும் பார்க்க மனமின்றித் தனிமையில் குமுறிக் கொதித்து அடங்கிய மனநிலையோடு அறைக்குள் கட்டிலில் பிரேதம் போலக் கிடந்தார் பரமேஸ்வரன்.

அப்போது அறைக் கதவு லேசாகத் தட்டப்பட்டது.

அந்தச் சப்தத்தைக் கேட்டும் சலனமற்று முகட்டை வெறித்துப் பார்த்தவாறு படுத்துக்கிடந்தார். மீண்டும் தட்டப்படும் என்று எதிர்பார்த்தார். அடுத்தமுறை தட்டப்படாததால், மேலும் ஒரு நிமிஷம் காத்திருந்தார். பிறகு எழுந்து வந்து தானாகவே கதவைத் திறந்தார் பரமேஸ்வரன்.

அங்கே கையிலொரு சிறு பெட்டியுடன், விடை பெற்றுக் கொள்வதற்காகக் காத்து நின்றாள் கோதை. சில விநாடிகள் இருவரும் ஒருவரை ஒருவர் தீர்க்கமாகப் பார்த்துக் கொண்டனர்.

அவள் அவரிடம் தெளிவான குரலில் பேசினாள்: "மாமாவின் மேல் நீங்கள் அர்த்தமற்ற பக்தி வெச்சிருக்கறதா நானும் நெனைச்ச துண்டு. அந்தப் படத்தை நீங்க எடுத்து எறிஞ்சப்பறம்தான் அவர் உண்மையிலேயே பெரிய மேதை- மனுஷ மனத்தின் எல்லா இருண்ட மூலைகளையும் பார்க்கத் தெரிஞ்சவர்னு புரிஞ்சுக்க முடிஞ்சுது. உண்மை சுடும்னு சொன்ன அந்த மேதை- உங்களாலே அதைத் தாங்க முடியாதுன்னும் தெரிஞ்சு வைச்சிருந்தார்... நீங்க என்னெ மன்னிக்கிறதாகச் சொல்றதுதான் உங்களை நீங்களே ஏமாத்திக்கிறது. அந்தக் காரியம் என் குற்றம்னு நெனச்சா என்னைத் தண்டிக்க வேண்டியதுதானே நியாயம்?... உங்களாலே என்னைத் தண்டிக்க முடியாது... உங்க நெஞ்சுக்கு அவ்வளவு உரம் இல்லே. அந்தக் குற்றத்துக்கு யாரையாவது தண்டிக்காம இருக்கவும் உங்களாலே முடியாது. அதனாலேதான் நீங்க மாமாவைத் தண்டிக்கிறீங்க. தாய்கிட்டே அடி வாங்கின குழந்தை தம்பியைக் கிள்ளிவிடற மாதிரி. நீங்க என்னைத் தண்டிக்காதது உங்க பலவீனம்; சுயநலம். இல்லாவிட்டாலும் நாம் சேர்ந்து வாழற வாழ்க்கையே நம்ம ரெண்டு பேருக்குமே ஒரு தண்டனை தான் இனிமேலே... எனக்கு உங்க மேலே கொஞ்சமும் வருத்தமில்லே. உண்மை சுடும்னு சொன்னாரே, அந்தப் பெரியவர் கிட்டேப் போயி, 'உண்மை சுடுகிறது மட்டுமில்லே- சிலரைச் சுட்டுப் பொசுக்கிடும்'கிற உண்மை எனக்குத் தெரியாம ஒருத்தரைச் சுட்டு எரிச்சுட்டு வந்துட்டேன்னு மன்னிப்புக் கேட்டுக்க நான் போறேன்..." என்று சொல்லிவிட்டு, அவரது பதிலைக்கூட எதிர் பாராமல் மாடிப் படிகளில் அவள் இறங்கிச் செல்வதைப் பார்த்தவாறு மௌனமாக நின்றார் பரமேஸ்வரன்.

"உண்மையைத் தேடியா? அது எதுக்கு நமக்கு? அது சகலமும் துறந்த துறவிகளின் தொழிலாச்சே!" என்ற சோமநாதனின் விளை யாட்டான வார்த்தையை எண்ணிப் பார்த்து- அதன் அர்த்தங்களை யோசித்தார் பரமேஸ்வரன்.

அது யோசனையல்ல, அது ஒரு பிரமிப்பு, பிறகு தனக் குள்ளாக லேசாகப் புன்னகை செய்து கொண்டார். அது புன்னகையல்ல, அது ஒரு சரணாகதி.

தடதடவென மாடிப்படிகளில் இறங்கி ஹாலுக்குள் ஓடி வந்தார்.

அப்போது கோதை வெளிக் கதவருகே வந்து கம்பிக் கதவைத் திறந்து கொண்டிருந்தாள்.

"கோதை!" என்ற பரமேஸ்வரனின் தெளிவான குரல் கேட்டு அவள் திரும்பிப் பார்த்தாள்.

அங்கே...

சுவரில் மூளியாய் இருந்த அந்த இடத்தில் தனது வழி பாட்டுக்கும் மரியாதைக்கும் உரிய அந்தப் படத்தை எடுத்து மாட்டிக் கொண்டிருந்த பரமேஸ்வரன், அவளைத் திரும்பிப் பார்த்து மனம் திறந்த புன்னகை பூத்து நின்றார்.

தன் வாழ்க்கையின் அஸ்திவாரம் என்று அவர் கருதிய ஒரு பிரச்னையில், பொய்யுரைத்த சோமநாதனையே தன் வழி பாட்டிற்குரிய மேதையாக மீண்டும் அவரால் ஏற்றுக் கொள்ள முடியுமானால், அதே பிரச்னையில் உண்மையைக் கூறிய தன் அன்பு மனைவியை அவரால் துறந்துவிட முடியுமா என்ன?

✍ ஆனந்த விகடன், 1963

# சாத்தானும் வேதம் ஓதட்டும்!

மத்தியானம் மூன்று மணிக்குமேல் இரண்டு மணி நேரம் உறங்கி எழுந்து, குளித்து உடையணிந்து, வாரிய தலையின் ஈரம் உலருமுன் 'அது' அவருக்கு வேண்டும். ஒரு செவிலியைப் போல அவரைப் போஷித்து வரும் 'ஆடர்லி' அப்புக்குட்டனுக்குத்தான் அந்த 'அது' என்பது மது மட்டுமல்ல என்று தெரியும். மற்றவர்களுக்குத் தெரிந்ததெல்லாம் மதுசூதனராவ் ஒரு குடிகாரன் என்பது மட்டும்தான்!

பங்களா மாடியில் முன்புறமுள்ள திறந்த வெளியில் தூய விரிப்புடன் கூடிய அந்த வட்ட மேஜையைச் சுற்றிலும் மூன்று நாற்காலிகள் போடப்பட்டிருக்கும். ஆனால் அவர் அமரும் நாற்காலி தவிர மற்ற இரண்டும் எப்போதும் காலியாகத் தானிருக்கும். எனினும் அவை போடப்பட வேண்டும் என்பதை அப்புக்குட்டன் அறிந்திருந்தான்.

அந்த மேஜையின் மீது சீல் உடைக்காத மதுப்புட்டியும், மேல் அகன்று கீழ் சிறுத்து, பீடத்தோடு கூடிய கண்ணாடி மதுக் கிண்ணமும், பக்கத்தில் அவருக்கெனப் பிரத்தியேகமாய்த் தயாரிக்கப்பட்ட உறையூர் சுருட்டுகள் அடங்கிய பெட்டியும்– இவற்றுக்கு எதிரே தேர்ந்தெடுத்துக் கொணர்ந்த, உறைகளுடன் கூடிய மேற்கத்திய இசைத்தட்டுகளின் அடுக்கும் அழகுற வைக்கப் பட்டிருக்கும்.

'யூடி குலானின்' நெடி மணம் வீச, ஒரு கனத்த செருமலுடன் உள்ளறையினின்றும் அவர் வெளிப்பட்டு மாடியின் திறந்த வெளியில் அடிவைத்த மாத்திரத்தில் அங்குள்ள ஒற்றை 'டூம்லைட்' அவரை வரவேற்பது போல் எரிகிறது. அந்த நிகழ்ச்சியை ஆமோதிப்பதுபோல் சற்று நின்று, 'ம்...!' என்ற ஒரு நிறைவுடன், மேஜையருகில் உள்ள மூன்று நாற்காலிகளில் ஒன்றில், பங்களா கேட்டை நோக்கிப் போடப்பட்டுள்ள நாற்காலியில் அமர்கிறார் அவர். எப்போதும் அவர் அந்தத் திசை நோக்கித்தான் உட் காருவது வழக்கம். அங்கிருந்து பார்த்தால் கேட்டருகே ஆயுத பாணியாக சென்ட்ரி நிற்கும் காவலாளியையும், தன்னைத் தேடி வருவோரையும் மட்டுமல்லாமல்– நிலாக் காலங்களில் சந்திரோ தயத்தையும் காண முடியும்.

அவர் உட்கார்ந்த மாத்திரத்தில் ஸ்விட்ச் போர்டருகே நின்றுள்ள அப்புக்குட்டன் 'படபட'வென மற்ற ஸ்விட்சுகளையும் பொருத்துவான். பங்களாத் தோட்டத்தில் ஆங்காங்கேயுள்ள மங்கிய ஒளிவீசும் லைட்டுகள் எரிந்து, அந்தப் பிரதேசம் முழுமையிலும் ஒருவிதக் கனவின் லயத்தைத் தோற்றுவிக்கும்.

– இது நிலாக் காலமல்ல; அதனால்தான் இப்படி. நிலாக் காலத்தில் அவர் விருப்பம் எப்படி என்பதை அப்புக் குட்டன் அறிந்திருந்தான்.

அடுத்த விநாடி அவரது உத்தரவிற்காக அவர் பக்கத்தில் வந்து நிற்கிறான்.

மேசை மீது அடுக்கி வைக்கப்பட்டுள்ள இசைத் தட்டுகளை எடுத்து ஒவ்வொன்றாய், வெளிச்சத்தில் பார்த்து, அப்போதுள்ள தனது மனநிலைக்கு ஏற்ப, 'இதன் பின் இது' என ஒரு வரிசைப் படுத்தி வைக்கிறார் அவர். அந்தக் காரியம் முடிந்ததும் அவனைப் பார்த்து லேசாகப் புன்னகை காட்டுகிறார்.

மதுசூதனராவுக்குச் சிரிக்கவும் தெரியும் என்றறிய இந்தச் சமயம் மட்டும்தான் சாட்சி.

அந்தப் புன்னகை வெகுமதிக்கு நன்றி பாராட்டுபவனாக 'எஸ் ஸார்!' என்று ஒரு சல்யூட் அடித்துவிட்டு அந்த இசைத் தட்டு அடுக்கைக் கையில் ஏந்தியவாறு ஹாலுக்குள்– 'ரேடியோ கிராம்' இருக்குமிடத்தை நோக்கி அவன் போகிறான்.

மீண்டும் ஒரு கனத்த செருமலுடன் தனது பெரிய நரை மிகுந்த முறுக்கு மீசையை ஒதுக்கிவிட்டுக் கொண்ட பின், சுருட்டுப் பெட்டியைத் திறந்து ஒரு சுருட்டை எடுத்து லேபிளைப் பிய்த் தெறிந்துவிட்டு மூக்கருகே வைத்து ரசித்தபின், அதன் ஒரு முனையை முன் பல்லால் கடித்தெடுத்த துண்டை மென்று, சற்றுக் கழித்துப் பக்க வாட்டில் திரும்பித் துப்புகிறார். அதற்குள் அப்புக்குட்டன் திரும்பி வந்து பாட்டிலைத் திறந்து கிண்ணத்தை நிரப்பி வைக்கிறான்.

அப்போது ஆரம்பமாகிறது இசை.

மீண்டும் அவர் முகத்தில் ஒரு புன்னகையுடன் மதுவை அருந்துகிறார்.

அவருக்கு மது அருந்த லைசன்ஸ் உண்டு என்பதாலும், அடிக்கடி ரேஸுக்குப் போகிறார் என்பதனாலும் அனுமதிக்கப் பட்ட காரியங்களை மட்டுமே அவர் செய்கிறார் என்று அர்த்தம்

அல்ல. ரிடையராகப் போகும் வயதாகியும்கூட அவரது ஒழுக்க நடவடிக்கைகள் யாவும் ஓர் இளம் வயது விடனுக்கொத்தவை என்று ஊரே அபிப்பிராயம் கொண்டுள்ளது...

ஆனால் அவரோ இது பற்றிய கவலைகளே அற்றவர். அவரை யார் என்ன செய்துவிட முடியும்?... அவர் அதிகாரி– அதிகாரமும் பொறுப்பும் மிக்க சக்திவாய்ந்த ஓர் இலாகாவின் அதிகாரி. நூறு மைல் விஸ்தீரணத்திற்குட்பட்ட ஜில்லா வட்டத் தில் இவரே ஏகச் சக்ராதிபதி. அந்தப் பீடத்திற்கு எவ்வளவு கண்டிப்பு வேண்டுமோ அவ்வளவு கண்டிப்பும் கண்காணிப்பும் உடையவர்தான்.

அவர் தனி வாழ்வில் எப்படி இருந்தால்தான் என்ன? எனினும் அவரது கண்டிப்பை 'முரட்டுத்தனம்' என்றே அனை வரும் கருதினர். அவர்மீது எவருக்கும் நன்மதிப்பில்லாமற் போன தற்கும் காரணம் உண்டு. அவர் எவரிடத்தும் நன்மதிப்பை எதிர்பார்க்கவும் இல்லை. தன்னிடம் எல்லோரும் அஞ்சி, அடங்கி நடக்க வேண்டுமென்று மட்டுமே அவர் ஆசைப்பட்டார். அவர் களும் அவ்விதம் நடந்தார்கள். அவர்களை அவ்விதம் அவரால் நடத்தவும் முடிந்தது. அவ்வளவுதான்! அந்த இலாகா அவரிடம் எதிர்பார்ப்பதும் அவ்வளவுதான். அவர் எப்படி இருந்தாலும் யாருக்கென்ன? அந்த இலாகாவுக்கு அவர் பெயர் ஓர் எச்சரிக்கை; அவரது பிரசன்னம் ஒரு குலை நடுக்கம்.

இந்தச் சந்தர்ப்பத்தைத் தவிர மற்ற சமயங்களில் அவர் முகத்தில் ஒரு புன்னகையை எந்த மனிதனும் பார்த்திருக்க முடியாது.

இப்போது உள் ஹாலிலிருந்து அலைபோல எழுந்து வந்த இசை நாதம்– இதயக் கமலத்தின் அடிப்பாகத்தில் கெட்டி தட்டிப் போன இடத்தில், கூரிய இளநகத்தால் லேசாய் வருடி இளக்கிக் கரைப்பதுபோல் அவர் உடலைச் சிலிர்க்க வைக்கிறது. கண்கள் மின்னுகின்றன...

அவர் மனிதன்தான் என்றறிய இந்தச் சந்தர்ப்பம் மட்டுமே இன்னொரு சாட்சி...

அந்த இசையின் ஒரு கதிக்கும் மறு கதிக்கும் இடைவெளி யில் நிலவும் நிசப்தத்தில், அந்த மோன இசையின்– நிறைவைத் தாங்கொணாதவராய் உள்ளெல்லாம் கிளுகிளுத்து உணர்ச்சியின் குருத்தாகி வாய்விட்டுக் கலகலவெனச் சிரிக்கிறாரே– இப்போது அவர் ஒரு குழந்தை!

இந்த நேரத்தைத்தான் 'முகூர்த்த நேரம்' போல் பாராட்டி இதன் ரகசியமறிந்த சில பெரிய மனிதர்கள் மதுசூதனராவைப் பார்க்க வருவார்கள். அவரும், யார் பார்க்க வந்தாலும் 'வரச் சொல்' என்று அனுமதி வழங்கி விடுவார். வருபவர்களில் பெரும் பான்மையாய், லாரி, பஸ் சொந்தக்காரர்கள், பெரிய வியாபாரிகள், தொழிலதிபர்கள்– இந்த ரகத்தினராகத்தான் இருப்பார்கள்.

அவரால் அவர்களுக்கும், அவர்களால் அவருக்கும் பரஸ்பர ஒத்துழைப்பும் லாபமும் கிட்டும்.

மாதா மாதம் 'மாமூலை'ப் பணமாகவும், பொருளாகவும், அவருக்கு வெகுமதிகளைப் பிரார்த்தனை செலுத்துவதுபோல் செலுத்துபவர்களும் வருவார்கள்.

ஆமாம்; அதற்குப் பெயர் மக்கள் பாஷையில் லஞ்சம்தான்!

இல்லாவிட்டால் எப்படி இந்த வாழ்க்கை நடத்த அவரால் இயலும்?

ஆயிரம் ரூபாய் வாங்கும் அதிகாரியாகத்தான் இருக் கட்டுமே... இரண்டு பிள்ளைகளைக் காலேஜில் படிக்க வைத்துக் கொண்டிருக்கிறாரே! மனைவி இறந்த இருபது வருஷமாய் அவர்களை ஹாஸ்டலிலேதானே வளர்த்திருக்கிறார்... என்னதான் 'பர்மிட்' இருந்தாலும் அதனளவுக்கு மேல் எத்தனையோ மடங்கு குடித்துத் தீர்க்கிறாரே... அவர் மதுச் செலவுக்கு மட்டும் ஆயிரக்கணக்கில் ஆகுமே!...

லஞ்சம் வாங்காமல் முடியுமா?... மதுசூதனராவ் லஞ்சம் வாங்குகிறவர்தான்; குடிகாரர்தான்; ஒழுக்கமில்லாதவர் தான்; சூதாடிதான்.

ஆனால், அவரது இலாகாவில் அவருக்குக் கீழ்ப்பட்ட எவரும் லஞ்சம் வாங்குவதையோ இலாகாவின் கௌரவத்துக்கு இழுக்கு உண்டாக்கும் வகையில் நடந்து கொள்வதையோ அவர் அனுமதிக்க மாட்டார்.

மதுசூதனராவ் அடிக்கடி சொல்லிக் கொள்வார்! "நான் ஊழலுக்கு எதிரி" என்று.

அவ்விதம் சொல்லும் போதெல்லாம். அவர் மனத்தில் ஒரு குரல்– எதிரி மனத்தின் எதிரொலியே போல்– அமைதியாய் முனகும்: "சைத்தான் வேதம் ஓதுகிறது!"

எது எப்படியாகயிருப்பினும் ஒன்று மட்டும் நிச்சயம்; உண்மை. சகல விதமான அவப் பெயர்களுக்கும் அவர் ஆளாகி

இருந்தும், அவர் இலாகாவில் ஓர் ஊழியன்கூட ஒரு சிறு அவ தூறுக்கும் ஆளாகாமல், மதுசூதனராவின் கண்டிப்பும் கட்டுப் பாடும் அவர்களைக் காப்பாற்றித்தான் வந்திருக்கிறது சந்தேகமே யில்லை.

"சார்" என்று வாய்க்குள் முனகியவாறு அப்புக்குட்டன் அவர் எதிரே வந்து நிற்கிறான்.

மதுசூதனராவ் கண்களை மூடிக் கிறங்கியவாறு கையிலுள் ளதைப் பருகவும் மறந்து இருக்கிறார். தூரத்து இசையாய் மோனத்தில் பிறந்து மாயம்போல் விம்மி விகஸித்துத் தன்னுள்ளே வந்து புகுந்து பேரிசை மீட்டுவது போன்ற திரும்பத் திரும்ப ஒலிக்கும் ஒரே பல்லவியான... அந்த வயலின்களின் இசையில் தன்னைப் பறி கொடுத்திருக்கும் அவரது விழிகள் சற்றுமுன் காம்பவுண்டு கேட்டில் ஒளி வீசியவாறு நுழைந்த அந்தக் காரைக் கண்டன. இப்போது அப்புக்குட்டன் வந்து எதிரில் நிற்கிறான்... எல்லாம் அவருக்குத் தெரிந்துதானிருக்கிறது. இருப்பினும் அந்த நாதயோக உபாசனையைக் கலைத்துக் கொள்ளச் சம்மத மில்லாமல் அப்படியே சமைந்து போயிருந்தார் அவர்.

அவரைச் சலனப்படுத்தக் கூடாது என்ற உணர்வில், அப்புக்குட்டனும் சற்று நேரம் மௌனமாய் நின்றிருந்தான்.

தனது செக்கச் சிவந்த விழிகளை– அரைக்கண் திறந்து அவனை நோக்கினார் அவர். கைச்சாடையின் மூலம், 'வரச்சொல்' என்று காட்டிவிட்டு மீண்டும் கண்களை மூடிக் கொள்ளுமுன் கையிலிருந்ததைப் பருகியவாறே, இசையில் ஆழ்ந்திருந்தார்.

இப்போது அப்புக்குட்டன் நின்றிருந்த இடத்தில், விரல்களில் வைரமோதிரங்கள் மின்ன, மஸ்லின் வேட்டியும், ஸில்க் ஜிப்பாவும் அணிந்த ஒரு பெரும் புள்ளி நின்றிருக்கிறார்.

இசையில் லயித்திருந்த மதுசூதனராவின் மூடிய இமை விளிம்பில் ஒரு கோடு கண்ணீர் பளபளக்கிறது.

...அவர் கண் திறந்தபோது, எதிரில் நின்றவரைப் பார்த்துக் கண்களைச் சிமிட்டிப் புன்னகை காட்டியவாறு, கூறினார்: "இந்தச் சங்கீதம் இருக்கிறதே இது, ஜடத்தில் உயிரூட்டும்; உயிரில் ஆத்மாவைக் கலக்கும். ஆத்மாவில்... ஓ! நீங்கள் சரியான பிஸினஸ் மேன்... உங்களுக்கு ஏது ஆத்ம விசாரம்!" என்று கூறிச் சிரித்தார் மதுசூதனராவ். வந்தவர் இவர் கூறியது ஒன்றும் புரியாமல், 'ஹி...ஹி...ஹி' என்றவாறு கையைப் பிசைந்தவாறு நின்றார்.

மதுசூதனராவ் யாரையும் எப்போதும் உட்காரச் சொல்ல மாட்டார்; யாரும் உட்காரவும் மாட்டார்கள். இவர் மாமூலாய் வருபவர்தான். இவருக்குத் தெரியும். இந்தச் சமயத்தை எப்படிப் பயன்படுத்திக் கொள்வது என்று.

"ஐயா, ஒரு வாரமா ஊர்லேயில்லை" என்று கூறி எதற்கோ பீடிகை போட்டார் அந்த பிஸினஸ்மேன்.

"ஆமா..." என்று கூறிச் சற்று நிதானமாய் எதையோ யோசித்து, "பெங்களூர் ரேசுக்குப் போயிருந்தேன்..." என்று கூறும் போது, அவர் செவிகளில் பந்தயக் குதிரைகளின் குளம்படி ஓசை கேட்பது போல்... அவர் கண்களில்– முதற் குதிரையாகப் பறந்து வந்து, 'வின்னிங் பாயிண்ட்' அருகே நாலாவது குதிரையாகிவிட்ட 'கோல்டன் ஹெரால்'டைக் கண்டு, அன்போடு அனுதாபம் தெரிவிப்பது போல...

"ஹ்ஹோ! இட்டீஸ் ஆல்ரைட்... ரேஸ்னா அப்படித்தான்...!" என்று தன் முகத்துக்கு நேரே கை வீசி அந்தச் சிந்தனைகளைக் கலைத்துக் கொண்டார். "ஏன்... நான் இல்லாத போது நீர் தேடி வந்தீரோ?" என்றார் மதுசூதனராவ்.

"ஆமாம் ஸார், அந்த லைசன்ஸ் விஷயமா... நீங்க 'ஸைன்' பண்ணிட்டுப் போயிருக்கீங்க. ஹெட்கிளார்க்கும் பாஸ் பண்ணிட்டார்... ஆனா சாதாரண ஒரு க்ளார்க் இல்லே சார் கண்ணிலே விரல்விட்டு ஆட்டிட்டான்! அதுவும் உங்க டிபார்ட்மெண்டிலே, உங்க ஆபீசிலே... ஒரு க்ளார்க்– அந்த ஜோசப்... 'நூறு ரூபா வெச்சாத் தாண்டா ஆச்சு, இல்லே, ஒரு வாரம் கழிச்சி வா'ன்னிட்டானாம். நம்ம கணக்குப் பிள்ளை எம்பேரு– உங்க பேரு எல்லாம் சொல்லிப் பார்த்திருக்காரு. ம்ஹூம்... ஒண்ணும் நடக்கல்லே. நம்ம பிஸினஸ்லே, அதுவும் அந்தக் காரியத்திலே ஒரு வாரம் காத்திருக்கிறதுன்னா, அந்தச் சமயத்திலே பல ஆயிரம் அவுட் ஆயிடுமே... என்ன பண்றது? சரி, ஐயா வந்தப்புறம் கவனிச்சுக்குவோம்னு நூறு ரூபாயை அழுதுட்டு– உங்க ஹெட் க்ளார்க்குகிட்டே ஒரு ரிப்போர்ட்டும் எழுதிக்கொடுத்தேன் அவன் பேரிலேயே..."

மதுசூதனராவ் ஆள்காட்டி விரலால் தனது மோவாயை நெருடியவாறு அவர் கூறியதையெல்லாம் கேட்டுக் கொண்டிருந்துவிட்டு, ஒரு பெருமூச்சு விட்டார். "ம்... இப்படி நடந்திருக்க வேண்டாம்" என்று தனக்குள் முனகிக் கொண்டார்.

"நூறு ரூபா இல்லே ஸார் பெரிய விசயம். நீங்க இந்த மாதிரி காரியத்தை நிச்சயம் அனுமதிக்கமாட்டீங்க. வேற எப்படியாவது

உங்களுக்குத் தெரிய வந்ததுனா அப்புறம் எம்மேலே வருத்தப் படுவீங்களேன்னுதான் இந்த ரிப்போர்ட்டை எழுதிக்கொடுத்தேன். மத்தபடி ரூபா என்ன ஸார்... ரூபா?''

''இந்த விஷயம் என்கிட்டே வந்து ரெண்டு நாளாகுது, நாளைக்கு இதன் பேரிலே நான் நடவடிக்கை எடுக்க வேண்டும்'' என்று மதுசூதனராவ், தனக்குள் ஆங்கிலத்தில் சொல்லிக் கொண்டார். அது வந்தவருக்குப் புரிந்தது.

''அப்போ நான் உத்தரவு வாங்கிக்கிறேனுங்க'' என்று கும்பிட்டவாறு தன் கையிலிருந்த ஒரு கவரை அந்த மேஜையின் மீது வைத்துவிட்டுக் குழைந்த சிரிப்புடன் நகர்ந்தார் அந்த பிஸினஸ் மேன். மதுசூதனராவ் சங்கீதத்தில் ஆழ்ந்தார்.

அவர் சென்ற அரைமணி நேரத்திற்குப் பிறகு அந்தக் கவரைப் பிரித்துப் பார்த்தார் மதுசூதனராவ். அதில் ஐந்து நூறு ரூபாய் நோட்டுக்கள் இருந்தன. அது மாமூல், அதைப் பார்த்து விட்டு, அவர் சற்று வாய் விட்டுச் சிரித்தார். ''தி டெவில் ஈஸ் கோட்டிங் ஸ்கிரிப்ச்சர்ஸ் (சாத்தான் வேதம் ஓதுகிறது) என்று முனகிக் கொண்டார்.

அப்போது அவர் எதிரே அப்புக்குட்டன் வந்து நின்றான் ''ஸார்!''

தமது சிவந்த விழிகளால் அவனைப் பார்த்தார்.

''யாரோ ஜோசப்பாம் ஸார்– ஆபீஸ் க்ளார்க்– பார்க் கணும்னு வந்திருக்கிறார்.''

ராவ் சற்று நேரம் கண்களை மூடி யோசித்தார். அவர் முகம் சிந்தனையால் கறுத்தது. நெற்றிச் சருமத்தைச் சுருக்கிக் கொண்டு, ''ஆபீஸில் வந்து பார்க்கச் சொல்'' என்றார்.

அப்போது ஹாலிலிருந்து ஒலித்த சங்கீதத்தில் ஒரு ஒற்றை வயலின் அவலமாய் அழுது கொண்டிருந்தது!

அப்புக்குட்டன் வந்த ஆசாமியைத் திருப்பி அனுப்பு வதற்காக மாடிப்படிகளில் இறங்கிக் கொண்டிருக்கையில், அவரது கனத்த குரல் பின்னாலிருந்து கரகரத்து ஒலித்தது: ''அப்பூ...''

''ஸார்!'' என்று திரும்பி ஒரே ஓட்டத்தில் வந்து நின்றான் அப்பு.

அவர் கையிலிருந்த சுருட்டைக் கொளுத்திக் கொண்டி ருந்தார்... தீக்குச்சி முழுவதும் சுருண்டு எரிந்து தீரும்வரை சுருட்டைத் திருப்பித் திருப்பிக் கொளுத்திப் புகை பரப்பிய பின்,

புருவங்களை உயர்த்தி அப்புவைப் பார்த்து "அவனை வரச்சொல்" என்றார்.

அப்பு சென்ற பிறகு அந்த க்ளார்க்கைப் பற்றி யோசித்தார்; 'ஏதுக்கு வந்திருக்கிறான்? வேணும்னு கெட்ட எண்ணத்திலே தன்னைப்பத்திக் கதை கட்டி விட்டுட்டுடாங்கன்னு அழறதுக்கா? தெரியாம பண்ணிட்டேன்னு காலைப் பிடிப்பானோ? ஹூம்! பயல்களுக்குத் தெரிந்திருக்கும், காலிலே விழறதும், கண்ணீர் விடறதும் இந்த மதுசூதனராவிடம் பலிக்காதுன்னு...' என்று நினைத்துக் கொண்டே இருக்கையில், அந்த ஜோசப் வந்து சல்யூட் செய்தவாறு நின்றான்.

"நீ சர்வீசுக்கு வந்து எத்தனை வருஷமாச்சு?" என்று அவன் முகத்தைப் பார்க்காமல் கையிலிருந்த சுருட்டைத் திருப்பித் திருப்பிப் பார்த்தவாறு கேட்டார் ராவ்.

"எட்டு வருஷம் ஸார்..."

"உன் மேலே ஒரு லஞ்சப் புகார் வந்திருக்கே!"

"எஸ்...ஸார்!"

"என்ன எஸ் ஸார்?" என்றவாறே தலை நிமிர்ந்தார் மதுசூதனராவ். எரிச்சலாலும், கோபத்தாலும் அவர் கண்கள் மேலும் சிவந்திருந்தன. அவர் முகம் திடீரென மாற்றமுற்றிருந்தது.

"ஆமாம்... ஸார்... நான் லஞ்சம் வாங்கினேன்– அது உண்மைதான். எனக்குத் தெரியும். இதுக்கு அப்புறம் என்னென்ன நடக்கும்னு... அப்போ... வேற வழியில்லே... வாங்கிட்டேன். அந்தப் பிரச்னை தீர்ந்துட்டுது. அதுக்கு என்ன தண்டனை யானாலும் நீங்கள் விதிக்கலாம்." அவன் பேசிக் கொண்டிருக்கையில் அவர் அவன் முகத்தை கூர்ந்து நோக்கினார்.

"ம்... அப்படின்னா நீ என்னத்துக்கு இப்ப இங்கே வந்திருக்கே?" என்று தன் பார்வையை அவன் முகத்தில் கூர்மையாய்ப் பதித்தவாறு கேட்டார்.

அவனுக்கே தான் எதற்காக வந்தோம் என்று புரியவில்லையோ?– ஒரு நிமிஷம் மௌனமாய் வெறித்த விழிகளுடன் நின்றிருந்தான். அவன் கண்கள் கலங்கின. நெஞ்சில் பெருகி வந்த துயரத்தை அழுத்தி விழுங்கும்போது கண்டச் சங்கம் 'கடக்'கெனக் குழிந்து எழுந்தது. அடைத்துக் கம்மிய குரலில் அவன் சொன்னான்:

"ஸார்... நான் லஞ்சம் வாங்கினேன்! காசு மேல ஆசைப் பட்டோ, ஆடம்பரச் செலவுக்கோ நான் லஞ்சம் வாங்கல்லே

ஸார்... இது வரைக்கும் நான் வாங்கினதும் இல்லே. லஞ்சம் வாங்கிப் பழக்கப்பட்டுப் போனதனாலேயும் வாங்கல்லே, இனி மேல், ஒருவேளை தொடர்ந்து சர்வீசிலே இருந்தாலும், நான் வாங்கமாட்டேன். இது சத்தியம் சார்... அதைச் சொல்லிவிட்டுப் போகத்தான் வந்தேன். இதுக்கு மேலே நீங்க என்ன முடிவு பண்ணினாலும் நான் வருத்தப்பட மாட்டேன்... எந்தத் தண்டனைக்கும் உரியவன்தான் நான்."

அவனை அவர் மிகுந்த கவலையோடு உற்றுப் பார்த்தார். அவன் கூறிய வார்த்தைகளை மீண்டும் ஒருமுறை தனக்குள் யோசித்துப் பார்த்தார்.

'நான் லஞ்சம் வாங்கினேன். காசு மேலே ஆசைப்பட்டோ, ஆடம்பரச் செலவுக்கோ நான் லஞ்சம் வாங்கல்லே. லஞ்சம் வாங்கிப் பழக்கப்பட்டுப் போனதனாலேயும் வாங்கல்லே...'

அந்த வார்த்தைகளை ஆழ்ந்து யோசித்தவாறு மேஜை மீதுள்ள– சற்றுமுன் அந்த பிஸினஸ்- மேன் கொடுத்துவிட்டுப் போன கவரைப் பார்த்தார். ஒரு விநாடி தன்னைப்பற்றி நினைத்தார்.

"ம்... நான்சென்ஸ்" என்று தன்முகத்துக்கு நேரே கையை வீசித் தனது வேண்டாத சிந்தனையை விரட்டிக் கொண்டார்.

"நான் 'உன் பர்ஸெனல் பைலை' இன்னிக்குப் பார்த்தேன். ரொம்பவும் ஒழுங்கான ஆளா இருக்கிற நீ முன்னே பின்னே யோசிக்காம இப்படிச் செய்திருக்கே... என்ன இருந்தாலும் குற்றம்— குற்றம்தானே?" என்று தானே பேசிக் கொள்வதுபோல் கேட்டார்.

"எஸ்...ஸார்!"

"பின்னே ஏன் இந்தக் காரியம் செய்தே? என் பெயரைச் சொல்லியும்கூட, ஹெட் க்ளார்க் பாஸ் பண்ணின ஒரு காரியத்திலே நீ, அடமென்டா குறுக்கே நின்னு லஞ்சம் வாங்கியிருக் கிறதனாலே— அந்த ஆளும் உனக்கு எதிரா சாட்சி சொல்றானே... ம்..." என்று யோசித்தவாறு கண்ணாடித் தம்ளரிலிருந்ததைக் குடித்தார். யோசனை பலமானதால் அவர் நெற்றி வியர்த்திருந்தது. நெற்றியைத் துடைத்துவிட்டுக் கொண்டு சுருட்டைப் புகைத்தார். அப்பு தம்ளரில் மதுவை ஊற்றிச் சோடாவைக் கலக்கினான். குனிந்து நின்றிருந்த அப்புவின் முதுகுக்கு மேல் தலையை உயர்த்தி, அதட்டுகின்ற குரலில் ஜோசப்பைப் பார்த்து, ஆங்கிலத்தில் கேட்டார் ராவ்; "எது உன்னை அப்படிப்பட்ட திமிரான குற்றத்தைச் செய்ய வைத்தது?– வாட் இஸ் தட்?"

அவனும் ஆங்கிலத்திலேயே அழுகை கலந்த துயரக் குரலில் பதில் சொன்னான்: "அது... அது... என் குழந்தை! இன்று காலை செத்துப் போயிற்றே... அது சார்!

திடுக்கிட்ட ராவ், "ஜோசப்! ஐ...ஆம் சாரி..." என்று தலையைக் குனிந்தார். அவரால் சில விநாடிகள் தலையை நிமிர்த்தவே முடியவில்லை. அப்போது அவர் பின்னாலிருந்து இதுவரை மெல்லென ஒலித்தவாறிருந்த அந்த இசையில்கூட துயரம் மிக்க ஒரு மௌனம் கனத்தது.

ஒரு பெருமூச்சுடன் தலை நிமிர்ந்தார் ராவ். அப்போது ஜோசப் முகத்தைத் துடைத்துக் கொண்டிருந்தான்.

"ஜோசப், இப்படி உட்காரு, பரவாயில்லை..." என்று தன் எதிரே இருந்த நாற்காலிகளில் ஒன்றைச் சுட்டிக் கனிந்த குரலில் கூறினார் ராவ்.

"வேண்டாம் ஸார்... இப்படியே..." என்று சற்றுத் தள்ளி வந்து நின்று கொண்டான் ஜோசப். கரகரத்த குரலில் விசாரித்தார் ராவ்.

"எத்தனை வயசு, குழந்தைக்கு?"

"ஆறு வயசு ஸார்."

"என்ன உடம்புக்கு?"

"டிப்தீரியா... கவர்மெண்ட் ஆஸ்பத்திரிக்குக் கொண்டு போனேன்... ரொம்ப விலையுயர்ந்த ஊசியாம். வேற ஒரு கேசுக்குப் போட்டுட்டதினாலே, உடனே கைவசம் இல்லேன்னாங்க... பிரைவேட் டாக்டர் கிட்டே கொண்டு போயி, உடனே போடணும்னு சொன்னாங்க. என் கையிலே ஒரு சல்லி கூட இல்லே... ஓ! கேவலம் ஒரு குமாஸ்தாவின் குழந்தைக்கு வரக் கூடாத நோய்ன்னு அப்ப எனக்கு யோசிக்க நேரமில்லே. எங்கெங்கோ பார்த்தேன். இப்ப நான் லஞ்சம் வாங்கினேன்னு சாட்சி சொல்ல வந்த எல்லார்கிட்டேயும் கேட்டேன். அவங்க கிட்டேயும் இல்லே. ஆமா! அவுங்க என்ன லஞ்சமா வாங்கறாங்க?– எனக்கொரு நூறு ரூபாவைத் தூக்கிக் கொடுக்க? அப்பத்தான்– அவர் கிட்டே பிடிவாதமா முரட்டுத்தனமா– ஒரு தப்பான காரியம்– நாளைக்கு வேலையே போயிடலாம்னு தெரிஞ்சும்– எல்லாத்துக்கும் தயாராகி அந்த நூறு ரூபாயை வாங்கினேன். அப்படியும் அந்தக் கருணையுள்ள ஆண்டவன் 'லஞ்சம் வாங்கின ஒருத்தனின் மகனா இருக்க வேணாம்'னு...

அவன் சொல்லி முடிக்கவில்லை. "நோ... நோ... அப்படிச் சொல்லாதே" என்று அவனை அடக்கினார் ராவ்: "ஜோசப்"

என்று அவனை அழைத்துவிட்டுச் சற்று நேரம் மௌனமானார். அந்த மௌனமான விநாடிகளில்– தான் குடிகாரனாக மாறாத காலத்தில், நாணயமான மூன்றாம் தர அதிகாரியாய் இருந்த போது, தன்னோடு வாழ்ந்த அன்பு மனைவியைப் பற்றி ஏனோ எண்ணினார். அவளை இழந்த சோகத்தில்தான்– நான் குடிகாரனாய், ஸ்திரீ லோலனாய், லஞ்சப் பேயாய் மாறியபின் தன்னைப் பிரிந்து வளர்கின்ற இரண்டு பிள்ளைகளைப் பற்றியும் எண்ணினார். பிறகு ஒரு பலமான கனைப்பில் தன்னைச் சமாளித்துக் கொண்டார்: "ஜோசப், உனக்கேற்பட்ட சோகத்திற்காக நான் ரொம்பவும் துயரப்படுகிறேன்" என்று ஆங்கிலத்தில் கூறியபின் தொடர்ந்து சொன்னார்: "நான் உன்னைப் பாராட்டுகிறேன். எஸ்... உன் தைரியத்துக்காக; 'நான் லஞ்சம் வாங்கினேன்'னு சொல்ல முடிஞ்சுதே உன்னாலே– அந்த நேர்மைக்காக... நான் உன்னைப் பாராட்டுகிறேன். அதனாலேயே 'இனிமேல் ஒருவேளை சர்வீஸிலிருந்தாலும் நான் லஞ்சம் வாங்க மாட்டேன்'னு சொல்றியே– அதை மனப்பூர்வமா நம்பறேன்... உம்" என்று தன்வயமிழந்த குரலில் சற்றுப் பலத்த ஸ்தாயியில் பிரகடனம் செய்தார் ராவ்.

ஜோசப்புக்கு இப்பொழுதுதான் கையும் காலும் நடுங்க ஆரம்பித்தது.

மதுசூதனராவ் தன் மேஜையின் மீதிருந்த அந்தக் கவரைச் சற்று நேரம் வெறித்துப் பார்த்தார். பின்னர் கசந்த சிரிப்புடன் சொன்னார்: "நானும் கூட உன்னைப் போல லஞ்சத்தை– ஊழலை வெறுத்திருந்தவன்தான். இன்னும், இப்பவும்கூட நான் லஞ்சத்துக்கு எதிரிதான்" என்று கூறி, "இப்படி நான் சொல்றப்போ, என்ன இது 'சாத்தான் வேதம் ஓதுகிறதே'ன்னு உனக்குத் தோணுதில்லே" என்று கேட்டார். உடனே 'தான் அவ்விதம் சொல்லியிருக்கக்கூடாது' என்று நினைத்துக் கொண்டார்.

ஜோசப் பதில் சொல்ல இயலாமல் வாயடைத்து நின்றிருந்தான்.

அவர் அணைந்து போன சுருட்டைப் பற்ற வைத்துக் கொண்டபின் கூறினார்: "அநேகமாய், எவனும் லஞ்சம் வாங்க ஆசைப்பட்டு ஊழலை வளர்த்துக் கொள்ளணும்னு ஆசைப்பட்டு, வாங்கறதில்லை... ஒரு அவசரத் தேவையினாலேயே வாங்கலாம். ஆனால், எல்லோருக்கும் உன்னைப்போல அதை ஒத்துக்கிற ஆண்மையோ, இனிமே வாங்கறதில்லேன்னு முடிவு பண்ணிக்கிற உறுதியோ இருக்கிறதில்லை" என்ற கூறிவிட்டு அவர் பல

நிமிஷங்கள் மௌனமாய் யோசித்தார். ஆம்; தன்னைப்பற்றியே அவர் யோசித்தார்.

திடீரென ஒரு பெருமூச்சுடன் மௌனம் கலைந்து, "உம்... தேவைன்னு நெனச்சிட்டா அதுக்கு ஒரு எல்லையுண்டா? அதனாலேதான் இந்த டிபார்ட்மெண்டிலே எனக்குக் கீழே இருக்கிறவங்களை நான் கடுமையாகக் கண்டிக்கிறேன். என்னைப் பத்தி நீ எவ்வளவோ கேள்விப்பட்டிருக்கலாம். ஆனா... உங்களையெல்லாம் அந்தக் காரியத்தைச் செய்ய நான் அனுமதிக்கவே மாட்டேன்..." என்று அவர் ஆக்ரோஷமாக– சுருட்டுப் புகைந்து கொண்டிருக்கும் தனது கையை ஜோசப்பை நோக்கி நீட்டியவாறு கத்தினார்: "என்னால் அதைச் சகிக்க முடியாது."

திடீரென அவர் அமைதியடைந்தார்; கொஞ்சம் மதுவைப் பருகினார். சாந்தமான குரலில், ஆழ்ந்த சிந்தனை தேங்கிய கண்களால் ஜோசப்பை உற்றுக் கவனித்தவாறு மீண்டும் பேசினார் அவர்:

"ஏதோ ஒரு தேவையினாலே எவனோ ஒருத்தன் ஒரு தடவை லஞ்சம் வாங்கினாலும், ஊழல் மலிஞ்சு கிடக்கிறத்துக்குக் காரணம்... தேவையினாலே இல்லே, அது ஒரு பழக்கத்தினாலே தான்! எல்லாமே... ஆமா, எல்லாமே ஒருவகைப் பழக்கம்தான்! இதோ, நான் சுருட்டுக் குடிக்கிறேன், பிராந்தி குடிக்கிறேன். இது எல்லாமே ஒரு பழக்கம்தான். எது ஒண்ணுமே பழக்கமாயிட்டா, அதிலிருந்து மீள்றது... ஓ! நடக்காது. ரொம்பக் கஷ்டம்! எனக்குக் கஷ்டம் இருக்கிறதனாலே நான் செய்யறது எல்லாம் சரின்னு நெனச்சுக்கிறதா? என் பிள்ளைகள் உருப்படுமா, அப்புறம்?... நான் ஏன் என் பிள்ளைகளை என்கிட்டயிருந்தே பிரிச்சேன்?... என்னைப் பார்த்து அவங்க கெட்டுப்போகக் கூடாதேன்னுதான்... என் கதை இன்னும் கொஞ்ச நாளைக்கு... நான் ரிடையர் ஆயிடுவேன்... என்னோடு என் பழக்கங்கள் எல்லாமே ரிடையர் ஆயிடட்டும்... நீங்க எல்லாம் இன்னும் ரொம்ப நாள் வாழப் போறவங்க. அதனாலே நீங்க தப்பு செய்யறதை நான் அனுமதிக்க முடியாதுங்கறேன்" என்று கூறிக் கம்பீரமாக எழுந்து நின்றார். அவர் நெஞ்சைக் குடைவதுபோல் சங்கீதம்– ஒரு கீழ் ஸ்தாயி வயலினும், மேல் ஸ்தாயி வயலினும் தர்க்கம் புரிந்தவாறு– முழங்கிக் கொண்டிருந்தன...

ஜோசப் விடை பெற்றுக் கொள்வதற்காகச் சல்யூட் அடித்து நின்றான். அதைக் கவனிக்காதவராய் மதுசூதனராவ், வானத்தைப் பார்த்தவாறு சொல்லிக் கொண்டார்: "சாத்தானும் வேதம்

ஓதட்டுமே... அதன் மூலம் புதிய சாத்தான்கள் உருவாகாமலிருக்கு மல்லவா?... சாத்தானைப் பிடித்த பாவமும் சற்றுக் குறையு மல்லவா?..." என்று தன்னுள் சிரித்துக் கொண்டார்.

"அப்போ நான் வரட்டுமா ஸார்?" என்று மீண்டும் ஒருமுறை சல்யூட் செய்து நின்றான் ஜோசப்.

"ம்" என்று எங்கோ பார்த்தவாறு விடையளித்த ராவ் திடீ ரெனத் திரும்பி. "இரு" என்று சொல்லிவிட்டு, மேஜை மீதிருந்த கவரை எடுத்தார்; ஒரு விநாடி புன்னகையுடன் அதைப் பார்த்து அதனுள்ளிருந்து ஒரு நூறு ரூபாய்த்தாளை எடுத்து அவனிடம் நீட்டியவாறு விளக்கினார்: "நீ லஞ்சம் வாங்க வில்லை; கடன்தான் வாங்கினாய். அவனிடம் நாளைக்குத் திருப்பிக் கொடுத்துவிடு. நீ; போகலாம்!"

கை நடுங்க அதை வாங்கிக் கொண்டு கண் கலங்க அவன் விடை பெற்றுக் கொண்டான்.

போகும்போது அவன் அவரின் சார்பில் தன்னுள் சொல்லிக் கொண்டான். "இறைவா! எனக்குக் கீழ்ப்பட்டிருப்பவர்களை நான் மன்னிக்கிறேன். நீ என்னை மன்னிப்பாயாக?"

மதுசூதனராவ் அவன் முதுகைப் பார்த்தவாறு எழுந்து நின்றார். ஹாலிலிருந்து பெருகி வந்த இசை வெள்ளம் கூர்மை பெற்று, ஒற்றை வயலினின் வில்லிழுப்பு அவர் நெஞ்சின் மேல் உரசி, அவரது ஆத்மாவோடு அந்தரங்க பாஷை பேசிற்று.

திடீரெனப் பல வயலின்கள் ஒரே விம்மலில் ஓங்கி எழுந்து ஓசை கனத்து, உரத்து முழங்கி, நான்கு முறை எதையோ பிரகடனம் செய்து ஓய்ந்தன.

●●●

**அ**டுத்த நாள் மதுசூதனராவ் ஆபீஸ் அறையிலிருந்து கையெழுத்தாகி வந்த பைல்களின் நடுவே இருந்து, வெகு ஆவலுடன் ஜோசப்பின் 'பர்ஸனல் பைலை' எடுத்துப் பிரித்துப் பார்த்தார் ஹெட் கிளார்க் ராமபத்ரன்.

அதில், 'இந்த இலாகாவில் பணியாற்றுகிறவர்களிலேயே மிக உண்மையான ஊழியன்' என்று எழுதியிருந்த வாசகங் களைக் காண, அவர் முகத்தில் ஆச்சரியத்தாலும் ஒருவகை ஏமாற்றத்தாலும் கடுமை படர்ந்தது. 'இது ஒரு குடிகாரனின் உளறல்' என்ற நினைப்பில் முகம் சுளித்துத் தலை நிமித்தார் ராமபத்ரன்.

அப்போது மதுசூதனராவ் குடித்திருக்கவில்லை என்பதற்குச் சாட்சி அதோ— சிரிக்கத் தெரியாத மனிதராய்ச் சிலை போன்ற முகத் தோற்றத்தோடு, யாரையும் லட்சியப்படுத்தாமல் அகம் பாவத்தின் சொரூபமாய் ஆபீஸ் அறையினின்றும் வெளியேறி காரை நோக்கிப் போகும் அவரது வழக்கமான நடைதான்...!

அவர் காரில் ஏறிச் சென்ற பிறகும்கூட அந்தத் திசையையே வெறித்துப் பார்த்தவாறிருந்தனர் ராமபத்ரனும், ஒரு மூலை மேஜையருகே இருந்த ஜோசப்பும்.

இருவரும்தான் அவரைப் பார்த்தனர்; இரு வேறு கோணங்களிலிருந்து.

ஆனந்த விகடன், 1963

# பொய் வெல்லும்

அது எல்லோராலுமே "கலைக்கோயில்" என்று அழைக்கப் பட்டது; எதனாலோவெனில் அதன் பெயரே அதுதான். மற்றப் படி, பாமரரும் அதைக் கலைக்கோயில் என்றழைக்கக் காரணமாய் அங்கே கோபுரக் கூடங்களோ, சிகரக் கும்பங்களோ ஏதுமில்லை.

ஒரு பர்லாங் சதுரப் பிரதேசத்தில் சவுக்கு மரங்களிடையே, ஊருக்கு வெளியில் அமைந்திருக்கும் அந்தப் பத்துப் பன்னிரண்டு ஓலைக் குடிசைகளின் உள்ளேதான் கலைமகளே கோயில்கொண்டு கொலுவீற்றிருக்கிறாள் என்பதை உணர்வு பூர்வமாய் ஏற்றுக் கொண்டு அதைக் கலைக்கோயில் என்றழைப்போர் மிகச் சிலரே.

நாலு புறமும் முள் கம்பி வேலி இடப்பட்ட காம்பவுண்டுக் குள் கலைக்கோயில் மாணவர்கள் தங்குவதற்காகவும், நூல் நிலையத்திற்காகவும், ஆபீஸாகவும் அமைந்துள்ள பல குடில்களின் நடுவே, தென்னோலை வேய்ந்த பெரிய– எளிய– புனிதமான நாடக அரங்கம் ஒன்றும் அங்கு உண்டு. பெரிய என்றால், அங்குள்ள குடில்களைவிடப் பெரியதென்றும், எளிய என்றால், நமது சமுதாயத்திலே மிகச் சிறந்த பீடத்தில் வீற்றிருந்த அரை நிர்வாண சாது மகான்களைப் போன்ற, அல்லது நமது சமுதாயத்தின் அடிப்படையும் அச்சுமான கோவணாண்டி உழவர் பெருமகனைப்போல் எளிமையானது என்றும், புனிதம் என்றால், சொல்லில் வடிக்கவொண்ணாத– அங்கே சென்று அந்த அரங்கின் முன் அமர்ந்தால் மட்டுமே அனுபவிக்கத்தக்க ஓர் உணர்வு என்றும் பொருள்.

அது தோன்றி இந்த இருபது வருட காலத்தில் அங்கே பல புதுமை நாடகங்கள் அரங்கேறியுள்ளன. நாடகங்கள் என்று குறிக்கும்போது, கலைக்கோயில் நாடகங்களைக் காணாதவர்கள் தங்கள் மனத்தில் நாடகம் என்றால் இன்னது என்று வைத் திருக்கும் வரையறையை உதறிவிட்டால்தான் கலைக்கோயில் நாடகங்கள் எத்தன்மையன என்று ஊகிப்பது சாத்தியமாகும்.

அந்த நாடகங்கள்– அவற்றின் அமைப்பும் நுணுக்கமும், அடர்த்தியும் செறிவும், ஆழமும் வீச்சும்– சமூக வாழ்க்கையில் வேரோடிப் பாய்ந்து விழுதூன்றி நிற்பனவாகும்.

அவை ஆரவார முழக்கத்துடன் திடீரென மின்னிக் காண் போரின் கண்ணைப் பறித்துப் பின் கண்ணுக்குத் தெரியாமல் மறைந்தொழியும் எரிசரங்கள் அல்ல; அவை, நாடகம் என்ற அவற்றுக்கு அமைந்த எல்லையை மீறாமல் ஆட்சி கொண்டு, விபத்துக்கிடமற்ற சின்னஞ்சிறு மாடங்களில் என்றென்றும் நின்று எரியும் தன்மை மிக்க கலைச் சுடர்கள். ஆகவே, அந்த நாடகங் களுக்குக் கரமுழக்கமும் சீழ்க்கையொலியும் கூட்டிப் பேயாட்டம் போடும் ரசிகப் பெருங்குழாமும் இல்லை. ஆண்களும் பெண்களும் குடும்ப ஸ்திரீகளும், குழந்தைகளும்– தங்கள் கடமைகளை யெல்லாம் மறந்து, சதா இவற்றின் தியானமே மிகுந்து, பித்துற்றவர் போல் இரவென்றும் பகலென்றும் வெயிலென்றும் மழையென்றும் பாராமல் வெறிகொண்டு விழுந்தடித்து மோதி, உடைகளைக் கிழித்துக்கொண்டு, ஒருவரையொருவர் சாடிப் பகைத்துக் கொண்டு இந்த நாடகங்களுக்காகக் கலைக்கோயிலின் முன்னே கும்பல் கூடுவதுமில்லை. இன்னும் தெளியக் கூறினால், 'இங்கேயும் நாடகங்கள் நடக்கின்றன, அல்லது இங்கு நடப்பனவும் நாடகங்கள் தாம்' என்றுகூடத் தெரியாமலிருந்தனர். 'ரசிகப் பெருமக்கள்!' அப்படியே தெரிந்து இவற்றைப் பார்க்க நேர்ந்தால், இதுவும் நாடகம் என்று அவர்கள் நம்ப மறுத்துவிடுவார்கள்.

இன்று எங்கும் பரவலாகக் கலையென்பதன் பேரால் கொடி கட்டியாளும் விவஸ்தையற்ற 'நேரம் கொல்லி'க் கூத்தெல்லாம் கலையெனின், கலைக்கோயிலில் நடக்கும் நிகழ்ச்சிகள் யாவும் கலையல்லதான். அவை வேறு; பொதுவான போக்கினின்றும் மாறுபட்டு முரணிய சிறப்பான ஏதோ ஒன்று... அவை நாடகங்கள் அல்ல என்று கூறிவிட்டால்தான் என்ன நஷ்டம்?...

பிறவற்றை நாடகம் என்றும் கலை என்றும் ஏற்றுக் கொண்டு வாழ்கிறோமே, அதைவிட நஷ்டமோ அவமானமோ வெட்கமோ ஏதும் ஏற்பட்டுவிடாது, கலைக்கோயில் நாடகங்களை 'நாடகங்கள் அல்ல' என்று கூறிவிடுவதனால்...

கலைக்கோயில் நாடகங்கள் பிரபலமற்றவை. அதில் நடிக்கும் நடிக நடிகையர் எல்லா மனிதரைப் போலவும் தெருவில் நடந்து திரிகிறார்கள்; ஆபத்து நேருவதில்லை. அவர்கள் உண்மையான கலைத் துறைக்குத் தவிர, அரசியல் கட்சிகளுக்கோ, பவுடர் ஸ்னோ வியாபாரிகளுக்கோ சற்றும் பயன்படுவதில்லை. அந்த நாடகங்களால் அவர்களும், அவர்களால் அந்த நாடகங்களும் பிரபலபடையாமற் போய்விட்டன என்பதற்காக அவர்களோ, அந்த நாடகங்களோ வருந்துவதில்லை. அந்த நாடகங்களும் விளம்பரம் என்ற எல்லையை மீறித் தெருவுக்குத் தெரு மூலைக்கு

மூலை விளக்கேற்றி வெளிச்சம் போட்டு ஆள் மயக்கும் காரியத்தில் இறங்குவதில்லை.

தினசரிப் பத்திரிகையில்– அதற்குரிய விளம்பரக் கட்டண மற்ற பகுதியில்– ஒரு செய்தி போல 'கலைக் கோயில் அளிக்கும் நாடகம்'– 'இன்ன தேதியில் இன்ன நாடகம்' என்ற அறிவிப்பு வரும். அதற்கு மேல் கலைக் கோயில் வாசலின் முன்னே ஓர் அறிவிப்புப் பலகையும் இடம் பெறும். வண்ணக் கலவைகளால் பூசி மெழுகிய ஜோடனைகளில்லாமல், ஒரே வர்ணத்தில் வரிச் சித்திரமாய் கலைக்கோயில் மாணவர்காளல் வரையப்பட்ட, தரம் மிகுந்த அந்த விளம்பரப் பலகை எல்லோருடைய கண்களையும் ஈர்க்கும் சக்தி பெற்றது அல்ல. ஆனால் நகரத்தின் ஜனத்தொகை யிலே சில நூற்றுக்கும் குறைவான சிலர், அந்த அறிவிப்புப் பலகைக்காகப் பல நாள்கள் காத்துக் கிடப்பார்கள். அதன் அளவுக்கு அதிகமான கூட்டம் அங்கே கூடும். அந்த நாடகங்களை ரசிப்பதாகக் காட்டிக் கொள்வதில் ஒரு பெருமை என்று எண்ணி வருபவர்களும் உண்டு.

அதற்கென்ன, போலி என்பது எல்லாத் துறையிலும் பொதுவான ஒரு நிழல்தான்...

●●●

இந்த நூற்றாண்டுத் தமிழர் சமூகத்தின் விதிவிலக்குகளான அந்த ரசிகர் குழுவுக்கு அன்று ஒரு திருநாள்.

கலைக்கோயில் வாசல் முன் சில மாதங்களுக்குப் பின் ஒருநாள்– வாடுகின்ற ரசிகர் தம் மனம் தழைக்க வருகின்ற அருள் மழைக்கு அறிகுறிபோல்– அந்தப் பத்திரிகையில் அதற்குரிய இடத்தில் சின்ன எழுத்துக்களில் "கலைக் கோயில் அளிக்கும் 'கானல் வரி'– முற்றிலும் புதிய முறையில் ஒரு பழைய நாடகம்" என்ற அறிவிப்பைக் கண்டதும் கலைக் கோயிலின் வாடிக்கை ரசிகர்கள் மிகவும் திகைப்புற்றனர்.

சமூக வாழ்க்கையின் சித்திரங்களே போன்று– வாழ்க்கைப் பிரச்னைகளையும், கூலிக்காரக் குடும்பங்களையும், மத்திய தர வர்க்க வாழ்க்கைகளையும் அடிப்படையாகக் கொண்டு கனமும் வேகமும் கொண்ட யதார்த்தக் கலை நிகழ்ச்சிகளையே அரங் கேற்றி வந்த கலைக்கோயில், திடீரெனச் சிலப்பதிகாரத்தை நாடகமாக வழங்க முன் வந்துள்ள அதன் துணிச்சலையும் அதன் வழக்கத்திற்கு விரோதமான ஒரு முயற்சியையும் கண்டு அவர்கள் திகைப்படைந்தனர்.

எனினும் அவர்களுக்குத் தெரியும்; மரபு என்பதன் பேரில் வழக்கொழிந்த அசட்டுத்தனத்திற்கோ, புதுமை என்பதன் பேரால் அர்த்தமற்ற ஆர்ப்பாட்டத்துக்கோ பலியாகிக் 'கலைக்கோயில்' எந்த முயற்சியிலும் இறங்காது என்று.

அதே பத்திரிகையில் மற்றொரு பக்கத்தில் பிரசுரமாகியுள்ள ஒரு செய்தி: 'கலைக்கோயி'லின் வழக்கத்துக்கு மாறான இந்த நாடகத்துக்கான காரணத்தை விளக்குவதாய் அமைந்திருந்தது.

அது, கலைக்கோயில் ஸ்தாபகரும் தலைவருமான மேகநாதன் நிருபர்களுக்குத் தந்துள்ள பேட்டியின் விவரம்.

அந்த ரசிகர்களுக்கு ஏற்பட்ட சந்தேகம் நிருபர்களுக்கும் ஏற்பட்டிருக்கும் போலும்.

அவர், தான் சிலப்பதிகாரத்தின் ஒரு பகுதியை நாடகமாக்கி யிருப்பதன் காரணத்தை அதில் விளக்கியிருந்தார். "நம் சமுதாயத் தின் பிரச்சனைகளையும் கஷ்டநஷ்டங்களையும், ஆசைகளையும் நம்பிக்கைகளையும் சித்திரித்துப் பல நாடகங்களை அரங்கேற்றி வந்துள்ள கலைக் கோயில், இப்படி ஒரு நாடகத் தயாரிப்பில் இறங்கியுள்ளது குறித்துப் பலரும் வியப்படைகிறார்கள் என்பதை நான் அறிவேன். உங்களுக்கு ஒரு விஷயம் தெரிந்திருக்க வேண்டும். தெரியாதிருந்தால் மகிழ்ச்சியுடன் இந்தச் சமயத்தில் தெரிவிக்க விரும்புகிறேன்... சென்ற ஆண்டு நமது ஆண்டு விழாவுக்கு வந்திருந்த சில அயல்நாட்டு நண்பர்களின் அழைப்பிற்கு இணங்கி, நமது கலைக்குழு இன்னும் சில மாதங்களில் வெளிநாடுகள் பலவற்றுக்குச் செல்லவிருக்கிறது. அங்கு சென்று பல நிகழ்ச்சிகள் நடத்தும்போது எல்லா நிகழ்ச்சிகளுமே நமது இன்றைய சீர்குலைவு களையும், பிரச்சனைகளையும் வாழ்க்கைச் சிக்கல்களையும் மட்டும் காட்டுவனவாக இருந்தால் அது இந்த நாட்டின் முழுமை யான பிரதிநிதித்துவம் ஆகாது என்று நான் கருதினேன். கலையின் சங்கநாதத்தில் முக்காலத்தின் குரலும் ஒலிக்க வேண்டும் அல்லவா? இன்றைய மாற்றமும், நேற்றைய ஏற்றமும், நாளையத் தோற்றமும் நிலைபெற்றுக் காட்சி தருவன கலா சிருஷ்டிகள். இந்த தரிசனத்துடன்தான் நமது நாடங்களை நாம் ஆராய வேண்டும். எனினும் நமது வாழ்க்கை முறையினின்று விலகியிருக்கும் வெளிநாட்டு நண்பர்களுக்கு நமது இறந்தகாலப் பெருமைகள் அரங்கேற்றிக் காட்டப்பட வேண்டாமா? எத்தனையோ நூற் றாண்டுகளுக்கு முன் இருந்த எங்கள் கலைச் செல்வத்தின் புதுமை ஆக்கம் இதுவெனக் காட்டவே இந்த நாடகத்தை ஓர் ஒத்திகை போல் நடத்திப் பார்த்துக்கொள்கிறோம். இதே நாடகம் இருபது

வருஷங்களுக்கு முன் நம் தமிழ்நாட்டில் அரங்கேற்றப்பட்டு அன்றைய ரசிகப் பெருமக்களின் ஏளனச் சிரிப்புக்கும் காலித் தனமான ஆரவாரத்துக்கும் இலக்காகி அரங்கிலிருந்தே விரட்டி யடிக்கப்பட்டது என்பதையும் இங்கு தெரிவிக்கக் கடமைப் பட்டுள்ளேன். அந்த ரசிகர்களின் சந்ததியினர் அவர்களையும் மிஞ்சும் அளவுக்கு, அளவிலும் அறியாமையிலும் இன்று வளர்ந்து கிடக்கிறார்கள் என்பதை நான் அறிவேன். எனினும் ஆபத்தில்லாத அரணுக்குள் நாம் பாதுகாப்பாய் இருக்கிறோம் என்ற தெம்புடன் இந்த நாடகம் இருபது ஆண்டுகளுக்குப் பின் அரங்கேறுகிறது...”

மேகநாதனின் அறிக்கை போன்ற பேட்டியில் அவர் அறி வித்துள்ள விவரங்களைக் கண்டு வியப்புற்று– பல நெருக்கமா யுள்ள கலைக்கோயில் நண்பர்கள்– ஒரு நாள் முழுவதும் நேரிலும் ‘போனி’லும் அவரிடம் தங்கள் பாராட்டுதல்களையும், ஆச்சரி யத்தையும் தெரியப்படுத்திக் கொண்டிருந்தனர். அந்தப் பாராட்டுரைகள் ஒவ்வொன்றிலும் இருபது ஆண்டுகளுக்கு முன் ஒரு கலைஞனின் முதற் கலா முயற்சி அவமதிக்கப்பட்ட, ஆத்ம வதை செய்யப்பட்ட, ஒரு நிகழ்ச்சிக்குத் தெரிவிக்கும் அனுதாப உணர்வே உள்ளோட்டமாய் அமைந்திருந்தது.

●●●

‘கானல் வரி’ அரங்கேறவிருக்கும் தினத்துக்கு முதல் நாள் இரவு மேகநாதனைச் சந்திக்க அவரும் வந்தார்.

அப்போது...

மறுநாள் அரங்கேறவிருக்கும் ‘கானல் வரி’ நாடகத்தின் ‘ஸ்டேஜ் ரிகர்ஸல்’ முடிந்து நடிகர்கள் அலங்கார அறையுள் குழுமி மேக்கப்பைக் கலைத்துக் கொண்டிருந்தார்கள். சற்று முன் திடீரென மின்சாரம் தடைப்பட்டுவிட்டதால் ஆங்காங்கே மெழுகு வத்திகள் எரிந்து கொண்டிருந்தன.

மேகநாதன் நாடக அரங்கிலிருந்து தனது தனிக் குடிலுக்கு வந்து இருளில் ஜன்னல் கதவுகளைத் திறந்து வெளியே அடர்ந் திருந்த சவுக்குத் தோப்பினூடே தெரிந்த வானத்தையும் நட்சத் திரங்களையும் ஆழ்ந்த சிந்தனையோடு வெறித்துப் பார்த்தவாறு நின்றிருந்தார்.

சில நிமிஷங்களில், எதிர்ப்புற ‘ஆபீஸ்’ குடிலிலிருந்து ஒரு மாணவி, கையில் எரிகின்ற மெழுகுவத்தியைக் காற்றில் அணை யாமல் ஏந்திக்கொண்டு, இருளில் தனது குடிலை நோக்கி நடந்து வரும் அழகையும் கண்டார் மேகநாதன்.

அந்தக் காட்சி– இருளின் பிரஜைகள் போல் அடர்ந்து நிற்கும் சவுக்குத் தோப்பினூடே, கைக்குள் நிற்கும் சுடர் காற்றில் அணைந்துவிடுமோ என்ற ஜாக்கிரதையுணர்வோடு அடிமேல் அடியெடுத்து வைத்து, இருளின் பின்னணியில் எதிர்ப்பட்ட முகத்தில் செவ்வொளி சிதற வருகின்ற அந்தப் பெண்ணின் தோற்றம்– இருட்டுக் கலைஞர்களும் குருட்டு ரசிகர்களும் நிறைந்த காலத்தில் தனது ஒற்றைத்தனிக் கலை முயற்சியின் சங்கேதப் பிரதிமைபோல், அந்தப் பெண்ணின் வருகை அவருக்கு உருவகமாயிற்று...

திடீரென்று அவர் உடலும் மனமும் சிலிர்த்தது...

'அவள் அந்தச் சுடரை இங்கே கொணரு முன் அது அணைந்துவிட்டால்?... அணைந்துவிட்டால் என்ன? மீண்டும் ஏற்றிக் கொள்வது... அணைவது ஓர் அறிகுறியானால்? மீண்டும் ஏற்றுவதும் ஓர் உருவகமாகாதா?...'– அவர் மனத்தின் அறிவுப் பகுதி இவ்விதம் விவாதித்ததென்றாலும் உணர்வு அந்தப் பெண் அதை அணையாமல் இங்கு கொண்டு வந்து சேர்த்துவிட வேண்டுமே என்று தவித்தது. அந்தத் தவிப்பிலும் ஆர்வத்திலும் அவர் பார்வை அவள் வருகையைத் தீர்க்கமாய் உற்று நோக்கியது.

அவள் மெள்ள மெள்ள வந்தாள்.

அப்போது 'உய்'யென்ற சீழ்க்கை ஒலியுடன் சவுக்கு மரங் களைத் தழுவி வந்த பெருங் காற்றால் மேகநாதன் உடல் நடுங்கினார். அவள் கைகளைக் குவித்து அசையாமல் காற்றின் நடுவே நிற்கையில், அவளது மேலாடை பறந்தது. சுடர் துடித்தது...

மீண்டும் அவள் அசைவு பெற்று நடந்து, கையில் ஏந்திய சுடருடன் மேகநாதனின் அறைக்குள் நுழைந்து மேசையின் மீது உருகிய மெழுகில் ஒரு சொட்டுவிட்டு, அதன் பிடிப்பில் அதை நிறுத்தி வைத்துத் தலை நிமிர்ந்த போது, மேகநாதன் அவளைப் பார்த்து நிறைவும் திருப்தியும் கொண்டவராய் புன்னகை பூத்தார்.

மேசையின் மீதுள்ள சுடரின் பிம்பம் கண்களில் ஒளிவிட கம்பீரமாய் நிமிர்ந்து நின்று, உள்ளில் விளைந்த ஓர் உணர்ச்சிப் பரவசத்தால் அவரது நீண்ட மூக்கு ஒரு முறை விரிந்து சுருங்க "சபாஷ்!" என்று அந்தப் பெண்ணை அவர் பாராட்டும் போது தான்,

அவர் வந்தார்.

காம்பவுண்டு வாசலில் ஒரு சைக்கிள் ரிக்ஷா வந்து நிற்கும் சப்தம் கேட்டது. ஜன்னல் வழியாக எட்டிப்பாத்தார் மேகநாதன்.

ரிக்ஷாவிலிருந்து ஒரு வயோதிகர் தட்டுத் தடுமாறி இறங்கி டாப்பைப் பிடித்துக் கொண்டு "இதுதானா இடம்?" என்று சைக்கிள் ரிக்ஷாக்காரனைக் கேட்டார்...

"ஆமா சார். இதுதான் அந்தக் கலைக்கோயிலு... 'கும்'முனு இருண்டு கெடக்கு... கையெப் புடிச்சுக்க... உள்ளே கொண்ணாந்து உடறேன்" என்று அந்தக் கிழவரின் கையைப் பிடித்து அழைத்து வந்தான் ரிக்ஷாக்காரன். அவனும் கிழவனாகத் தோன்றினான்.

அவனிடம் அந்தக் கிழவர்: "யாராவது இருந்தா, மேக நாதனைப் பார்க்கணும்னு சொல்" என்று கூறுவதைக் கேட்டதும், 'யாரோ புதியவர், வயதானவர் இந்த நேரத்தில் தன்னைத் தேடிக் கொண்டு இருட்டில் வருகிறாரே' என்று மேகநாதன் குடிலிலிருந்து வெளியே வந்து "வாருங்கள்... இந்தப் பக்கம்" என்று குரல் கொடுத்தவாறு எதிர்கொண்டு அழைத்தார்.

"இங்கே மேகநாதன் எங்கிருக்கிறார்? அவரை நான் பார்க் கணும்..." என்று குரலில் ஒரு படபடப்புடன் கேட்டார் வந்தவர்.

தன்னை, அறிமுகமுள்ளவர் போல் தேடி வந்துள்ள இவர் யாரென்று தெரியாமல் மிகவும் அருகில் வந்து கூர்ந்து பார்த்தார் மேகநாதன்.

"நான்தான் மேகநாதன்... வாருங்கள்... உள்ளே போய்ப் பேசலாம்" என்று, வந்தவரின் கரத்தைப் பற்றிய மேகநாதன், அவர் கை தன் பிடிக்குள் நடுங்குவதை உணர்ந்தார்.

"இப்பத்தான் கரண்ட் கட்டாயிடுத்து... அதான் ஒரே இருட்டு ... மெள்ள... மெள்ள... படி இருக்கு, பார்த்து ஏறுங்க..." என்று அவரைக் குடிலுக்குள் அழைத்து வந்து அங்கிருந்த நாற்காலியில் அமரச் செய்தார் மேகநாதன். அவர்களைப் பின்தொடர்ந்து வந்த சைக்கிள் ரிக்ஷாக்காரன் வாசற்படியிலேயே நிற்பது கண்டு, "எவ்வளவுப்பா சில்லறை தரவேண்டும்?" என்று வினவினார் மேகநாதன்.

"வேண்டாம்... வேண்டாம்... அவன் நம்ப ஆள்தான்... இருந்து, என்னை அழைச்சிக்கிட்டுப் போவான்" என்று தடுத்தார், வந்தவர்! "கபாலி... வா. உள்ளே வாயேன்..." என்று நட்புடன் அவனையும் அழைத்தார்.

"சும்மா இருக்கட்டும் சார்... நா, இப்படியே காத்தாட குந்திகினு இருக்கேன்...." என்று வரிசையாக இருந்த படிகளில் உட்கார்ந்து மேல் துண்டால் கழுத்திலும் முகத்திலும் வடிந்த வியர்வையைத் துடைத்து விட்டுக் கொண்டான் கபாலி.

மெழுகுவத்தியின் மங்கிய ஒளியில், தனது மூக்குக் கண்ணாடியைக் கழட்டிய பின் தலையை நிமிர்த்தி வெறித்துப் பார்த்தவாறு தலையை ஆட்டி ஆட்டி எதையோ ஆமோதிப்பவர் போல் தனக்குள்ளே வாய் விட்டுச் சிரித்தவாறு அமர்ந்திருந்தார் வந்தவர்.

"மிஸ்டர்... மேகநாதன்..." என்று திடீரென்று கையை நீட்டினார்.

"சொல்லுங்க" என்று மீண்டும் அவர் கரத்தைப் பற்றினார் மேகநாதன்.

"எனக்கு நிச்சயமாய்த் தெரியுது... நீங்க என்னை இன்னும் அடையாளம் கண்டு கொள்ளவே இல்லை, இல்லியா...!" என்றார் வந்தவர்.

மேகநாதன் சற்றுத் திடுக்கிட்டு அவர் முகத்தை உற்று நோக்கினார். அவர் கிழவரல்லர்... தன் வயதொத்தவர்தான்... உடல் தளர்ந்து, கண் பார்வை இழந்தவர்... என்று இப்போது தெரிந்தது. மெழுகுவத்தியின் ஒளியில் தன் முகத்தை உற்றுப் பார்த்தவாறு மௌனமாக நின்றிருந்த மேகநாதனின் அருகில் எழுந்து நின்று, "என் பெயரைச் சொல்லிக்கறதில் ஒண்ணும் பெருமையில்லேன்னு எனக்குத் தெரியும்... இருந்தாலும் அந்தப் பெயர்..." என்று நிறுத்தி, மௌனமாகி, ஒரு பெருமூச்சு விட்டு, லேசான– இன்ன உணர்வு என்று இல்லாத ஓர் உணர்வில்– புன்னகை புரிந்து, "யார் மறந்தாலும் என் பெயரை நான் மறக்கலியே! நான்தான் சத்ய பாலன்..." என்று அவர் சொன்னதும் தன் முகத்தில் ஒரு மின்னலடித்தாற்போல் பிரமித்து நின்றார் மேகநாதன்.

அப்போது வெளியே வாசலில் உட்கார்ந்திருந்த கபாலி "சங்கீத கலாபூஷண, நாடக உலகச் சக்கரவர்த்தி ஸ்ரீ சத்யபால்..." என்று தன் வாய்க்குள் முனகிக் கொண்டே வானத்தைப் பார்த்துத் தன்னுள் சிரித்துக் கொண்டான்.

ஒரு விநாடியில் ஏற்பட்டுவிட்ட கனத்த துயரச் சூழ்நிலையை மாற்ற, சிரித்தவாறு சொன்னார் சத்யபாலன்: "இன்னக்கிதான் கேள்விப்பட்டேன்– கானல்வரி நாடகம் நாளைக்கு அரங்கேறப் போகுதுன்னு... ஏதேதோ பழசெல்லாம் ஞாபகம் வந்தது... உங்களைப் பார்க்கணும்னு தோணிச்சு... பார்த்து "மேகநாதன் சார்... நீங்க அற்புதமான திருப்பணி செய்து வர்றீங்'கன்னு சாகறதுக்கு முன்னே என் வாயால் ஒரு தடவை உங்களைப் பாராட்டி வாழ்த்தினா என்னோட பாவத்திலே கொஞ்சம் தீரும்... இல்லையா?"

மேகநாதன் அவருக்குப் பதிலேதும் கூற முடியாமல் கனக்கின்ற நெஞ்சமும் கலங்குகின்ற கண்களுமாய்ச் சத்ய பாலனை வெறித்தவாறு நின்றார்.

அவரால் எதிரில் உள்ள இந்தத் தோற்றத்தை நம்ப முடிய வில்லை. அந்தப் பெயரைக் கேள்விப்படாத சமீப காலத்தில் அவர் இறந்துவிட்டிருப்பார் என்று நினைத்திருந்தார்; அல்லது எங்கோ சாதாரண மனிதனாய்க் கலைத்துறையிலிருந்து ஒதுக்கப்பட்டு சுகஜீவனம் நடத்திக் கொண்டிருப்பார் என்றும் எண்ணி இருக்கிறார்... 'அந்தக் காலத்தில் இவருக்குக் கார்கள் எத்தனை! பங்களாக்கள் எத்தனை! செல்வம் எத்தனை! எல்லாம் ஒரு மாயா ஜாலம் போல் எங்கே போய் ஒழிந்துவிடும்!... கொஞ்ச காலம் சினிமாவிலும் நடித்துப் பேரும் புகழும் குவித்தாரே! சத்ய பாலனின் அழகில் வயப்பட்டு ஊர்விட்டு ஊர் வந்து அவரைத் தரிசனம் செய்த பெண்கள் எத்தனை! ஆண்கள் எத்தனை!... அந்த சத்யபாலனா? செல்வத்தால் விளைந்த அந்தச் செருக்கே ஒரு சிங்காரமாய் இருந்ததா அப்போது?... என்ன கம்பீரம்! என்ன மிடுக்கு! எல்லாம் என்னவாயின? வேஷம் கலைப்பது போல் எல்லாவற்றையும் காலம் கலைத்து விடுமா?... இன்று கந்தல் உடையும், கண்ணிழந்த கோலமும், வறுமையால் விளைந்த வயோதிகமும்... நாற்பத்தைந்து வயதில் அறுபது வயதுக் கிழவனாகி, ஐயோ!... இந்தக் கொடுமைக்கெல்லாம் பொறுப்பு யார்?... பாவம், இந்த மனிதர்தான் பொறுப்பு என்று இனியும் எப்படி நினைப்பது!...' என்று ஆயிரம் சிந்தனைகளில் மௌனமாகி, எதிரில் நின்றிருந்த மேகநாதன் திடீரென மௌனம் கலைந்து விசாரித்தார்.

"என்னை மன்னிக்கணும்... உண்மையில் எனக்கு அடை யாளம் தெரியவில்லை... ஆனாலும் உங்களை நான் மறக்கலே... இப்போ எங்கே இருக்கீங்க? எப்படி இருக்கீங்க..." என்று அர்த்த மற்ற விசாரிப்புகளை அன்பினால் அடைத்த குரலில் கேட்டார். அதிர்ச்சியும் துக்கமும் அடைந்த மேகநாதன் அவரிடம் என்ன பேசுவது என்று புரியாத தவிப்பில்– பிடரியில் கருத்தடர்ந்து தொங்கும் தனது சுருண்ட சிகையை அடிக்கடி பிய்த்துக் கொள்வது போல் இழுத்து விட்டுக் கொண்டார்.

சத்யபாலன் தனது குருட்டு விழிகள் வெறிக்க மோவாயைச் சொறிந்து சிறுநகை சிந்தியவாறு சொன்னார்: "இப்போ நான் இருக்கேன்– இன்னும் நான் இருக்கேன்... அவ்வளவுதான் எனக்குத் தெரியும். என்னைச் சுத்தி இருந்தவங்க எல்லாம் எங்கெங்கோ

இருக்காங்க... ம் இருக்காங்க! அன்னிக்கி லட்சம் லட்சமாகக் கூடுவாங்களே ரசிகர்கள், அவங்களும்தான் இருக்காங்க... ஆனா, என் கிட்டே இல்லே... வேறு யார் கிட்டேயோ மயங்கி இருக்காங்க... மயக்கம் தெளியற வரைக்கும் இருப்பாங்க... சரி, விடுங்க... இப்ப எனக்கு ஒரே ஆதரவு, தோ இருக்கானே– கபாலி, இவன் ஒருத்தன்தான்; அந்தக் காலத்து ரசிகன்... அப்போ என்கிட்டே வந்து நிக்க என்னென்னவோ பாடுபட்டிருக்கான்... அப்போ நான் ரொம்ப ஓசரத்திலே இருந்தேன்... இவன் அண்ணாந்து பார்த்தே என்கிட்டே அன்பு செலுத்தி இருக்கான்.... அப்புறம், நான் அங்கேருந்து வீழ்ந்தப்பறம்தான்... அவன் பக்கத்திலே வர முடிஞ்சிருக்கு. அவனுக்கும் கஷ்டப்பட்டு ஒழைக்க முடியாத வயசு... நான் ஒரு மாதிரியான யாசகத்திலேதான் இப்ப காலம் தள்ளறேன். அவன் கையிலே கடுதாசி குடுத்தனுப்புவேன்... யாருக்கிட்டேயாவது பத்து இருபது வாங்கி வர... கிடைச்சா ரெண்டு பேருக்கும்... ம்! தள்ளுங்க! இதெல்லாம் பெரிய விஷயமா? அப்படி ஒரு காலம், இப்படி ஒரு காலம்... ம்... காலம் ஒண்ணும் மாறிடலே... ஆளைத்தான் காலம் மாத்திக்கிட்டே இருக்கு... ஆனா ஒரே ஒரு விஷயத்துக்குத்தான் உங்களை நான் பாராட்டறேன்... முன்னே ஒரு தடவை செய்தது மாதிரி முட்டாள் களோடு போட்டி போடாம, தனியா சின்னதா ஒரு புத்திசாலிக் கூட்டத்தை உருவாக்கிக்கிட்டு ஒதுங்கி இருக்கீங்களே, இந்தக் காரியத்துக்குத் தான் உங்களை நான் பாராட்டறேன்... உலகத்திலே சத்தியம் போட்டி போட்டு தன்னை நிரூபிச்சிக்க முடியாது... போட்டியிலே... பொய் தான் வெல்லும்; சத்தியம் தோத்துப் போகும். என்ன நான் சொல்றது சரிதானே?" என்றார் சத்யபாலன்.

"என்ன, சத்தியம் தோற்றுப் போகுமா... பொய்தான் வெல்லுமா?" என்று உதடுகள் அசையத் தனக்குள்ளேயே கேட்டுக் கொண்டார் மேகநாதன்.

"இல்லை; வாழ்க்கையில் உங்களுக்கேற்பட்ட கசப்பான அனுபவத்தெ வெச்சி நீங்க இந்த முடிவுக்கு வந்திருக்கீங்க" என்றார் மேகநாதன்.

திடீரெனப் பெருங்குரலில் சிரித்தார் சத்யபாலன்.

"மேகநாதன் சார்... இந்த முடிவுக்கு நான் இப்ப வரலே. இருபது வருஷங்களுக்கு முன்னே, தமிழ் நாட்டிலே நான் கொடி கட்டி ஆண்டேனே அப்பவே– உங்கள் கானல் வரி நாடகத்தை மேடையை விட்டு விரட்டி அடிச்சு, எனக்குப் புகழ்மாலை

சூட்டினாங்களே அப்பவே– என் மனசிலே இந்தக் கருத்து தோணிச்சு. ஆமா, தோணிச்சு! சார்... நான் மோசமான கலைஞன் தான்– மனுஷன்ங்கிற முறையிலே எனக்கே தெரியாம என்னுள்ளே ஒரு நல்ல மனம் இருக்குமில்லையா? அதுக்குத் தோணிச்சு... 'பொய் வெல்லும்— சத்தியம் தோற்கும்...'

மேகநாதனின் கண்களில் கண்ணீர் விளிம்பு கட்டி நின்றது.

அவரது செவிகளில் ஆயிரக்கணக்கான ஜனக்கூட்டத்தின் ஏளனச் சிரிப்புகளும், விசில் சப்தமும் பேரோசையாய் ஒலித்தன: – "உள்ளே போ! போ! போ!..."

தனது சிகையைப் பிய்த்திழுத்தவாறு சத்தியபாலனின் அருகே கிடந்த நாற்காலியில் அமர்ந்து கண்களை மூடி யோசனையி லாழ்ந்தார் மேகநாதன்.

●●●

அப்போது கலைக் கோயில் பிறக்கவில்லை. மேகநாதன் ஒரு ஹைஸ்கூலில் தமிழ்ப் பண்டிதராய்ப் பணியாற்றிக் கொண் டிருந்தார்.

பள்ளியின் கட்டிட நிதிக்காக அந்தக் காலத்தில் மிகவும் பிரபலமாயிருந்த நாடக உலகச் சக்கரவர்த்தி சத்தியபாலரின் 'கோவலன்' நாடகம் நடத்தப்பட்டது.

எதிலுமே பங்குபெறாது தானும் தனது தனியான கருத்துக்களுமாய்த் தனித்தொதுங்கி இருக்கும் இளைஞரான மேக நாதனைப் பள்ளியின் தமிழ் ஆசிரியர் என்ற முறையில் நாடகத்தைப் பற்றி பேசவேண்டும் என்று கட்டளையிட்டார் தலைமையாசிரியர். மூன்று மணி நேரம் நாடகம் என்ற பேரால் நடத்தப்பட்ட கலைச் சீரழிவைக் கண்டு உளம் கொதித்திருந்த மேகநாதன், அந்தச் சந்தர்ப்பத்தைப் பயன்படுத்திக் கொண்டு ஆவேசமிக்க நாடக விமரிசனம் செய்ய ஆரம்பித்தார். ரசிகர் கூட்டம் கொதித்தெழுந்தது.

மானபங்கமுற்ற சத்தியபாலர், மேடைக்கு வந்து அவரது விமரிசனங்களுக்கு இறுதியில் தான் பதிலளிப்பதாகவும் அவர் பேசுவதைப் பொறுமையாகக் கேட்குமாறும் பலத்த கரகோஷத் தினிடையே பொதுமக்களைக் கேட்டுக் கொண்டதன் பேரில் மேலும் பத்து நிமிடம் பேசினார் மேகநாதன்.

நாடகக் கலையின் நசிவையும், மக்களின் ஆபாச ரசனையையும், காவியத்துக்குப் புறம்பான அற்பக் கருத்துக் களையும் சாடினார் மேகநாதன்.

"மேடையின்மீது ஆர்மோனியக்காரனின் பக்கத்தில் வந்து நின்று கொண்டு, மூன்று மணி நேரத்தில் பதினைந்து பாடல் களைக் கத்தித்தீர்ப்பது என்ன நடிப்பு," என்று ஆணித்தரமாக அவர் கேட்டபோது, "நீ பாடேன்!... பார்ப்போம்" என்று மகா ரசிகர்கள் கோபத்துடன் கத்தினார்கள். பள்ளி நிர்வாகத்தினர் யாவரும் கை பிசைந்து நின்று மேகநாதனைப் பார்த்துப் பல்லைக் கடித்தார்கள்.

கடைசியில் மிகுந்த ஆரவார முழக்கத்தினிடையே ராஜ கம்பீரத்துடன் வந்து நின்ற சத்யபாலன் அவமானத்தாலும் ஆத்திரத்தாலும் சிவந்த விழிகளுடன் அமைதியாகப் பேசினார்:

"மதிப்பிற்குரிய தமிழாசிரியர், இது நாடகமல்லவென்றும், இது நடிப்பு அல்லவென்றும் தாக்கிப் பேசினார். பேசுவது சுலபம். 'சொல்லுதல் யார்க்கும் எளியவாம்' என்ற தமிழ்மறை பயின்றவர் அவர். அவருக்கு நான் ஒரு அறைகூவல் விடுக்கின்றேன். அவர் கூறுவது போன்று ஒரு நாடகத்தை அவர் அரங்கேற்றி மக்களின் நன்மதிப்பைப் பெற்றுவிடட்டும். நான் கலைத் துறையிலிருந்தே விலகிவிடுகிறேன். நாடகத் தேதியை அவர் இங்கே, இப்போதே அறிவிக்க வேண்டும். நாடகத்திற்கான வசதிகளையும், செலவையும் நான் ஏற்றுக் கொள்கிறேன். அந்த வசூலையும் இந்தப் பள்ளியின் கட்டிட நிதியில் சேர்த்துக் கொள்ளலாம்..." என்று அறிவித்ததும், அந்த நிமிஷமே சத்தியபாலன் வானுலக அமரனாயும் மேகநாதன் அற்பப் புழுவாகவும் தோன்றினர் அப்பெருமக்களுக்கு.

பகிரங்கமாக விடப்பட்ட சவாலை மேகநாதன் ஏற்க வேண்டியதாயிற்று.

"இந்தச் சவாலை நான் ஏற்கிறேன். அடுத்த மாதம் இதே தேதியில் நாடகம்" என்று மேகநாதன் அறிவித்ததும் அவரது நண்பர்கள் சிலரும் மாணவர்கள் சிலரும் மட்டுமே கரகோஷம் செய்தனர்.

அதன் பிறகு ஒரு மாதம்வரை நண்பர்களையும் மாணவர் களையும் அணுகி இரவு பகலாக உழைத்து அற்புதமான அந்த நாடகத்தை– இரண்டே மணி நேர நாடகத்தை– அவர் தயாரித்தார்.

சிலப்பதிகாரத்தில் வரும் ஒரு பகுதியே நாடகத்திற்கு ஆன கதை.

கானல்வரியில் வரும் சில காட்சிகள்; யாழினை மீட்டி ஊழ்வினையால் கோவலனும் மாதவியும் ஊடிப் பிரிதல்; கோவலனின் பிரிவால் மாதவி வருந்துதல்; வசந்தமாலை தூது,

மாதவியைக் கோவலன் பழித்த பின்– சிலம்பை உடைத்த கண்ணகியே போல் அதே நேரத்தில்– யாழை உடைத்து மாதவி கலை வாழ்வைத் துறத்தல்– என்ற அளவுடன் வரையறுத்த காட்சி அமைப்புகளுடன், பல்லோர் உழைப்பும் சிரமமும் பெற்று அந்த நாடகம் குறித்த நாளில் அரங்கேறியது.

கூட்டம் பெருமளவில் சேர்ந்தது எனினும் அது நாடகம் காண வந்த கூட்டம் அல்ல; நாடகத்திற்கு வந்துள்ள சத்ய பாலனைக் காணவந்த கூட்டம் அது.

பார்வதி பரமசிவன் சம்வாதத்திலிருந்து தொடங்கி, 'கழுத்தில் விழுந்த மாலை கழட்ட முடியவில்லை' போன்ற மக்களைக் கவர்ந்த பாடல்களையெல்லாம் பாடிக் கேட்டு, மதுரை நகரைக் கண்ணகி எரிக்கும் காட்சி வரை பார்த்து ரசித்த ஜனங்களுக்கு இந்த நாடகத்தை ஒரு நிமிஷம் கூடச் சகித்துக்கொள்ள முடிய வில்லை.

முதல் காட்சி முடிந்து வீணையுங் கையுமாகக் கோவலன் வேடத்தில் மாதவியோடு உட்கார்ந்திருக்கும் மேகநாதனைக் கண்டதும் ஜனக் கும்பல் கூச்சலிட ஆரம்பித்தது:

"எழுந்து நின்னு, பாடு!"

"கழுத்தில் விழுந்த மாலை.... பாடு"

"இது என்னா? கோவலன் கதையா?"

"சத்யபால் மேடைக்கு வரணும்."

"நீ உள்ளே போ..."

"போ... போ... போ... போ..."

அதன் பிறகு ஊரும் அந்தப் பள்ளியும்– ஏன் அந்தக் காலமே 'போ போ'வென்று மேகநாதனை விரட்டியது.

மேகநாதன் அந்தப் பகிஷ்கரிப்பை ஏற்றார். தமது ஊரி லிருந்த சகல உறவுகளையும் உதறியபின்– தனது சொத்து, சுகம், வாழ்க்கை அனைத்தையும் முதலீடு செய்து இந்தக் 'கலைக் கோயிலை' ஆரவாரமில்லாமல் ஆரம்பித்தார்.

அது, அதற்குரிய அளவில் வாழ்ந்து வளர்ச்சியுற்றது; வளர்ந்து கொண்டே இருக்கிறது.

ஆனால் அன்றும் சரி, இன்றும் சரி– பரவலான சமூகத்தில் பொய்தான் வென்றுகொண்டே இருக்கிறது... இன்றைக்கும்

## பொய் வெல்லும்

கலைக்கோயில் காம்பௌண்டுக்கு வெளியே போய் அவரது கலா முயற்சிகள் தமிழ்க் கலைஞர் பெரு மக்களின் வெகு ஜனக் கலை முயற்சிகளுடன் போட்டிக்குப் போனால், கலைக்குப் புறம்பான மற்றப் பொய்கள்தான் வெல்லும். இந்த உண்மைக் கலை தோற்கும். இதற்குப் பரிசாக, ஏளனச் சிரிப்பும் சீழ்க்கையொலியும் 'போ! போ!' என்ற தூஷணையும்தான் கிடைக்கும்.

ஆனால் உண்மையான கலை அன்பர்கள், அவர்கள் சிறு பான்மையினர் எனினும் உலகெங்கும் சிதறிக் கிடக்கிறார்கள். அவர்கள் சத்தியத்தை எல்லாத் திசைகளிலிருந்தும் நாடு, மொழி, பேதம் இன்றி ஆதரிப்பார்கள். கைநீட்டி வரவேற்பார்கள். பொய் எங்கும் உண்டு. எனினும் அதை ஏற்றுமதி செய்ய முடியாது. அவரவர்க்கு அவரவர் பொய்யே போதும். அதற்குப் புகலிடமும் இல்லை; போக்கிடமும் இல்லை. இந்த உண்மைக்குச் சென்ற விடமெல்லாம் சிறப்பு உண்டு.

"என்ன சமாதானம் சொல்லி என்னைத் தேற்றிக் கொண்டாலும் நீங்கள் சொல்வது உண்மை என்றே தோன்றுகிறது. பொய்தான் வெல்லுமா?" என்று கேட்வாறு தலை நிமிர்ந்தார் மேகநாதன்.

வெகு நேர மௌனத்திற்குப்பின் நம்பிக்கை வரண்ட குரலில் தன்னிடம் கேள்வி கேட்கும் மேகநாதனை அவரது குரல் வழியே கண்ட சத்யபாலன், புன்னகையுடன் கூறினார். "ஆமாம், அதில் என்ன சந்தேகம்? பொய்தான் வெல்லும். மூடர்களை நீதிபதி களாக்கி, ஞானத்தின்மீது தீர்ப்பு அளிக்கச் சொல்லலாமா?... அப்போது பொய்தான் வெல்லும்... ஏனெனில் பொய் ஒரு மயக்கம். அது மயக்கும் சக்தி பெற்றது. சத்தியத்தில் என்ன மயக்கம் இருக்கிறது? சத்தியத்தில் உணர்ச்சி மயங்கும்: அறிவு தெளியும், பொய்யில் அறிவு மயங்கும்; உணர்ச்சி தேங்கும்; சிதையும்; அழியும்... ஆகவே பொய்தான் வெல்லும். ஆனால் அந்த வெற்றியும் ஒரு மயக்கம்தான். ஏனெனில் பொய் சாகும். சத்தியம் வெல்லுவதுமில்லை, சாவதுமில்லை. அது சிரஞ்சீவி. இதோ நீங்களும் நானும் அதற்கு உதாரணங்கள். இதைச் சொல்லத் தான் வந்தேன். நாளைக்கு உங்கள் நாடகத்தைப் பார்க்க நான் வருவேன்" என்று சொல்லி சற்று நிறுத்தினார் சத்யபாலன். "ஓ! இவனுக்குத்தான் கண்ணில்லையேன்னு யோசிக்கிறீங்களா? உங்கள் நாடகத்தைக் கண்ணாலும் பார்க்கலாம்; காதாலும் கேட்கலாம். ஏன்? அந்தக் காலத்து என் நாடகத்தைக் கண்ணுள்ளவர்கள்தான் பார்த்தார்களாம். அந்த நாடகத்தைக் காட்டிய எனக்கு இந்தப்

பாக்கியம் கிடைக்கலேங்கறதுக்காக நான் வருத்தப்படலாமா?" என்று அவர் கூறியதும், மேகநாதன் விம்மிப் பெருமூச்சு விட்டார்.

சற்று நேரத்திற்குப் பின் சத்யபாலன் விடை பெற்றுக் கொள்ள எழும்போது, மேகநாதன் சொன்னார்: "உங்களுக்கு ஆட்சேபம் இல்லைன்னா நீங்க இங்கேயே தங்கி இருக்கிறதை நான் ஒரு பாக்கியமாகக் கருதுவேன்."

"ரொம்ப சந்தோஷம்... அது சரியில்லை. உங்களுக்கு நான் பயன்படமாட்டேன்..." என்றார் சத்யபாலன்.

"நீங்கள் அப்படிச் சொல்லக்கூடாது. நீங்கள் சிறந்த சங்கீத மேதை என்கிறதிலே எனக்கு எப்பவும் இரண்டு அபிப்பிராயம் இருந்ததில்லை. நீங்க இங்கே..." என்று ஏதோ சொல்ல வரும்போது சத்யபாலன் குறுக்கிட்டுச் சிரித்தவாறு கூறினார்:

"நான் பாடறதில்லேன்னு தீர்மானம் பண்ணிட்டேன். ஏன் தெரியுமா? நான் அந்தக் காலத்திலே பாடறதைக் கேட்டு இப்ப ஒரு பாடகர் என் மாதிரியே பாடறார். கொஞ்ச நாளைக்கு முன்னே ஒரு டீக்கடையிலே என்னுடைய பாட்டைக் கிராம போன்லே போட்டு, 'எவனோ சத்யபாலனாம்'னு ஆச்சரியத் தோடு– இப்ப பாடறவன் பேரையும் சொல்லி 'இவனை மாதிரியே பாடி இருக்கான்'னு என்னெப்பத்திப் பேசறதை நானே கேட்டேன். 'சீ! இதுவும் நமக்குச் சொந்தமில்லையா'ன்னு பாடறதையே நிறுத்திட்டேன். தனியா இருக்கும்போது நானே பாடிக்கிட்டாக் கூட என் குரலே எனக்கு இரவல் குரலாத் தோணுது" என்று பெருமூச்செறிந்தார் அவர்.

பிறகு ரிக்ஷா நிற்குமிடம்வரை, மேகநாதனின் கையைப் பிடித்துக் கொண்டு நடந்தார். வண்டியிலேறி அமர்ந்தவுடன் திருப்திகாரமாய்ச் சிரித்தவாறு கூறினார், சத்யபாலன்: "எனக்கு ஒண்ணும் வருத்தமில்லே. வாழ்க்கைன்னா இதுதான். வாழ்க்கை பொய்யோ மயக்கமோ இல்லே... பொய் செத்து, மயக்கம் தெளிஞ்சு ஞானம் வர்ரதுன்னா கஷ்டப்படாம ஆகுமா? சரி வரட்டுமா?" என்று கும்பிட்டார்.

மேகநாதனும் கண்கள் கலங்க அவரை வணங்கினார்.

கபாலி பெடலை மிதித்தான்.

வண்டி திரும்பி நகர்ந்தது.

கபாலி, வண்டியை மிதித்துக் கொண்டே சொன்னான்: "அது இன்னா சார் அப்டிச் சொல்லிட்டே? இனிமே பாட்டுப்

பாடறதில்லேன்னு... நீ எனக்குப் பாடு சார்... நான் கேக்கறேன்— இப்ப எவன் சார் இருக்கான், அந்த மாதிரி பாடறத்துக்கு?... ஆ! 'கயுத்திலே வியுந்த மாலை, கயிட்ட முடியலியே" என்று தன்னை மறந்த உற்சாகத்தில் பாட ஆரம்பித்தான் கபாலி.

"வேணாண்டா கபாலி... நீ பாடாதே. வேணும்னா ஒனக்காக நான் பாடறேன்... பீச்சுக்குப் போ!" என்று சிரித்த வாறே கூறினார் சத்யபாலன்.

அவர் பாடப் போகிறார் என்ற குதூகலத்தில் கடற்கரையை நோக்கி வண்டியை வேகமாக மிதித்தான் கபாலி.

ஆனந்த விகடன், 1963

# அன்புக்கு நன்றி

பஸ் ஸ்டாண்டில்– டிரங்குப் பெட்டியும், படுக்கைச் சுருணையும் வைத்துக் கொண்டு நின்றிருந்த அந்த இளைஞனைப் பார்த்ததும் ரமணி ஐயருக்கு மனசில் ஒரு மூர்க்க சந்தோஷம் பிறந்தது.

'நாம்ப வெச்ச வத்தி பத்தி எரிஞ்சுட்டுது போல இருக்கே...' முகத்தில் விஷமத்தனமான நமுட்டுச் சிரிப்பு விகஸிக்க இளைஞனின் அருகே வந்து நின்றார் ஐயர்.

அவன் எங்கோ பார்த்தவாறு நின்றிருந்தான். முகத்தில் துயரமும், திகைப்பும் கண்ணீர் கலங்கும் கண்களும்...

'இந்த மாதிரிப் பசங்களுக்கெல்லாம் பாவம், பரிதாபம் பார்க்கக் கூடாது...' என்று நினைத்துக் கொண்ட ரமணி ஐயர் தொண்டையைச் செருமியவாறு, "எங்கே ஸார் ஊருக்குப் பயணமோ?" என்று சற்றுக் கேலியான பாவத்தோடே கேட்டு வைத்தார்.

அந்த இளைஞன் ஐயரை ஏற இறங்கப் பார்த்தான்; "தெரியலையே ஸார்– நீங்க யாரு?"

ரமணி ஐயருக்கு நெஞ்சில் உதைத்ததுபோல் இருந்தது.

"என்னைத் தெரியலியா... நீங்கதானே மெயின்ரோடு பதினேழாம் நெம்பர் வீட்டிலே முன் போர்ஷன் ரூம்லே குடியிருக்கிறவர்..."

"இருக்கிறவர் இல்லே ஸார்... இருந்தவர்..." இளைஞனின் குரல் அடைத்தது.

"ஏன்? அந்த இடத்தைக் காலி பண்ணிட்டேளா?..."

"நான் பண்ணலை, அவர்தான்– வீட்டுக்காரர் சுந்தரலிங்கம் இருக்காரே– அவரை ஒண்ணும் சொல்லப்படாது. என் பொல்லாத விதி, நான் பொறந்த நேரம்னு ஒண்ணு இருக்கு பாருங்கோ. அதன் பலன்– திடீர்னு இன்னிக்கிக் காலையிலே வந்து 'மரியாதையா ரூமை விட்டுக் காலி பண்ணிடு'ன்னு முகத்திலே அடிச்ச மாதிரி சொல்லிட்டார்."

"என்ன காரணம்னு கேட்கலியா...?"

"வாடகை கொடுக்கறவனா இருந்தா கேக்கலாம். என்னவோ புண்ணியத்துக்கு, ஏழைப் பையனாச்சேன்னு இடம் குடுத்தார். இவ்வளவு நாளு இருந்ததுக்கே நன்றி செலுத்தணும் ஸார்...."

"ஏன்? நீங்க வாடகை குடுக்கறது இல்லியா ஸார்?"

"நான் எங்கே ஸார் போறது பணத்துக்கு? பொறந்தப்பவே அனாதையாயிட்டேன்... நான் யார் யாரோட உதவியிலேயோ படிச்சேன்... இன்னும் ஒரு வருஷம் டிரெயினிங் பாக்கி இருக்கு. இது முடிஞ்சுட்டா எங்காவது ஒரு ஸ்கூல்லே வேலை பாத்துண்டு சொந்தமா சம்பாதிச்சு சுயமாச் சாப்பிடலாம்... அதுதான் ஸார் வாழ்க்கையின் லட்சியமா இருக்கு. இருபத்திரண்டு வருஷ காலமா பிறத்தியார் உதவியிலேயே இந்த உடல் வளர்ந்திருக்கு... திட்டி னாலும் விரட்டினாலும் அவங்களைக் குறை சொல்லலாமா? எல்லாம் என்விதி ஸார், விதி!" கண்கள் சிவந்து கலங்க அடைத்துக் கொண்டு வந்த அழுகையை அடக்கிக் கொண்டான் அவன்.

ரமணி ஐயர் சிலை போல் நின்று கொண்டிருந்தார்.

"அப்படியானால்... உங்களுக்கு என்னைத் தெரியாதா?..." என்றார் ரமணி ஐயர்.

"தெரியாது ஸார்... இவ்வளவு அனுதாபத்தோட கேக் கறேளே... யார்னுதான் யோசிக்கிறேன்..."

"சுந்தரலிங்கம் வீட்டுக்கு எதிர் வீட்டிலேதான் நானிருக் கேன்..." என்று சொல்லிவிட்டு அவன் முகத்தில் ஏதாவது மாறுதல் ஏற்படுகிறதா என்று கவனித்தார் ஐயர்.

"அப்படியா... நான் பார்த்ததே இல்லை ஸார். நீங்க என்ன பண்றேள்?" என்று புன்னகையுடன் கேட்டான் அந்த இளைஞன்.

– அந்தக் குழந்தைத்தனமான புன்னகையைக் கண்டவுடன் 'ஓ'வென்று அழுதுவிடலாமா என்றிருந்தது ஐயருக்கு.

"கலெக்டர் ஆபீஸ்லே கிளார்க்... எதுக்கு உங்களை திடீர்னு காலி பண்ணச் சொன்னார் சுந்தரலிங்ம்."

"எனக்குத் தெரியலை ஸார், என்னவோ புகார் வர்ரதாம். எங்கேயிருந்து வர்ரதோ?... என்னன்னு வர்ரதோ? நமக்கெதற்கு ஸார் இதெல்லாம்? பிடிக்கலைன்னா வந்துட வேண்டியது தானே?"

சில நிமிடங்கள் இருவரும் மௌனமாய் நின்றிருந்தனர்... மௌனமா?... ரமணி ஐயரின் மனச்சாட்சி 'ஓ'வென்று அழுது கொண்டிருந்தது.

"நான் மகாபாபி... மூர்க்கன்... இவனையா, இந்தக் குழந்தையையா, அதுவும் இந்த அனாதைக் குழந்தையையா நான் சந்தேகித்தேன்?... இவன் வாழ்க்கையில் என்னால் ஒரு களங்கமா?... சே, சே! நான் என்ன மனிதன், என்ன மனிதன்!..."

"ஸார்... எனக்காகவா நின்று கொண்டிருக்கிறீர்கள்..."

"ம்... பரவாயில்லை தம்பி... உனக்கு ஆட்சேபணை இல்லேன்னா எங்க வீட்டிலே வந்து இருக்கலாம்."

'ஆமாம், ரமணிதான் சொல்லுகிறான்' என்று தனக்குள்ளேயே அவர் முனகிக் கொண்டார்.

"ரொம்ப நன்றி ஸார். என் சினேகிதன் ஒருத்தன் வண்ணாரப் பேட்டையில் இருக்கான். அவன் ரொம்ப நாளா கூப்பிட்டுண்டே இருக்கான்... ஸார். எனக்கு உதவி செய்யறவா ரொம்பப் பேர் இருக்கா... அதெ நெனச்சாதான் எனக்கு வருத்தமாக இருக்கு... நான் யாருக்காவது உதவி செய்யறவனா எப்ப மாறப் போறேனோ; உதவி செய்தவங்களுக்கெல்லாம் கசப்பைத் தராமல்... யாருக்கும் தந்ததில்லே... சுந்தரலிங்கத்தைத் தவிர– எல்லாம் என் விதி ஸார்... விதி! பஸ் வந்துடுத்து சார்... நான் போயிட்டு வர்றேன்... உங்க அன்புக்கு ரொம்ப நன்றி ஸார்... ரொம்ப நன்றி!"

– அந்த இளைஞன் பஸ்ஸிலேறிப் போய்விட்டான்.

"உங்க அன்புக்கு ரொம்ப நன்றி ஸார், ரொம்ப நன்றி" என்று ஒரு வல்லீட்டியை ரமணி ஐயரின் நெஞ்சில் ஆழச் செருகி விட்டு அல்லவா போய்விட்டான்!

ரமணி ஐயர் நெஞ்சைப் பிடித்துக் கொண்டு அப்படியே அங்கிருந்த பெஞ்சில் உட்கார்ந்து கொண்டார்.

●●●

ரமணி ஐயருக்கு வாய்த்த இரண்டாம் தாரம் ஜானகி ரொம்ப அழகி என்பது மட்டுமல்லாமல் அவரைவிட இருபது வயது இளையவள் என்பதனால், ரமணி ஐயர் ஊரிலுள்ள ஆண்களை எல்லாம் சந்தேகிப்பது என்ன நியாயம்?...

ரமணி ஐயர் உண்மையிலேயே ரொம்ப நல்லவர். மனைவியையோ ஊராரையோ அவர் என்றைக்கும் சந்தேகித்ததில்லை.

எதிர் வீட்டின் முன்னறையில் ஒரு வாலிபன் குடிவந்த பிறகுதான் அவர் அவனைச் சந்தேகிக்க ஆரம்பித்தார். பாவம், அவர் நிலை அப்படி ஆகிவிட்டதா, என்ன? சந்தேகம் என்று ஒன்று மூண்டு விட்டால் எல்லாம் அதற்கேற்பத்தான் நடக்கும்

என்பது எல்லாருக்கும் தெரிந்த ரொம்பப் பழைய விஷய மாயிற்றே!

அப்படித்தான் ஆயிற்று.

'பயல் எப்பப் பார்த்தாலும் கையிலே ஒரு புத்தகத்தையும் வச்சிண்டு படிக்கிற சாக்கிலே ஜன்னலண்டையே நிக்கறானாம்... சுத்தக் காலிப்பயல்... இவர் வந்ததைக் கண்டதும் புத்தகத்தாலே முகத்தை மறைச்சிக்கறானாம்; நேரம் காலம் இல்லாம லைட்டைப் போட்டுண்டு இவர் ரூமையே 'வாச்' பண்றானாம்...' என்று நாளுக்கு நாள் ஐயரின் மனதில் வன்மம் வளரலாயிற்று.

கடைசியில் ஒருநாள்... ரமணி ஐயர் ஆபீஸிலிருந்து வரும் போது– அன்று சீக்கிரமே வந்துவிட்டார்– 'பயல் கையில் புஸ்தகத்தைக் காணோமே... என்னத்தை அப்படி வெறிச்சிப் பார்க்கறான்... திருட்டுப்பய, பார்வையை மாத்திப்பிட்டான்... மானத்தைப் பாக்கறான், மானத்தை! மானத்திலே என்னடா வச்சிருக்கு... எனக்கா 'டேக்கா' குடுக்கப் பார்க்கறே?... உன் வயசிலே நானும் எத்தனை திருட்டு 'லவ்' அடிச்சிருப்பேன்....' என்று செருமிக் கொண்டார்.

– ஆமாம்; அதுதான் உண்மை! இன்று ஐயருக்குக் கோபம் அவன்மீது மட்டும் வரவில்லை.

'இங்கே மட்டும் என்ன வாழறதாம். இந்தக் கம்மனாட்டி முண்டையைப் பாரு– ஜன்னல்மேலே கண்ணாடியைச் சாத்தி வச்சிண்டு– தரித்திரமே, வேறே இடமில்லையா, உனக்கு?... தலைவாரிக்கிறாளாம், தலை. ரெண்டுகையையும் தலைக்கு மேலே தூக்கிண்டு– சேசே, அவளைச் சொல்லியும் குத்தமில்லே; என் புத்தியை அடிக்கணும் செருப்பாலே... இந்த லக்ஷணத்தோட, கீர்த்தனை வேறே... ஆலாபனை– தொடப்பக்கட்டை...'

ஐயருக்கு முகம் சிவந்து போயிற்று.

'ஓகோ' இது தினசரி நாடகம் போல இருக்கு. இன்னிக்குக் கொஞ்சம் முன்நேரத்திலே வந்ததாலே மாட்டிண்டா... ரெண்டு பேரும். உம்... இருக்கட்டும்.

"என்ன இன்னிக்கி சீக்கிரம் வந்துட்டேள்?" என்றாள் ஜானகி.

"உனக்கென்ன கஷ்டமா இருக்கா? போடி போ, காப்பி கொண்டா?..." என்று விரட்டிவிட்டு ஜன்னல் கதவைப் 'படா' ரென அடித்து மூடினார்.

மனம் ஒரு நிலையில் இல்லை. இப்படி ஒரு நிலைமை ஏற்படக் கூடாது; ஏற்பட்டுவிட்டதே, என்ன செய்வது? என்ன

செய்வது? என்னத்தைச் செய்து தொலைப்பது, எல்லாம் என் கிரஹச்சாரம்...!

யோசித்து யோசித்து முடிவுக்கு வந்துவிட்டார். முடிவு சுந்தரலிங்கத்திடம் தெரிவிக்கப்பட்டது.

"அப்படியா? ரொம்ப நல்ல பையன் ஸார்... தப்புன்னா என்னான்னே அவனுக்குத் தெரியாது, குழந்தை ஸார் அவன்..." என்று படபடத்தார் சுந்தரலிங்கம்.

"குழந்தை என்னைக்குமே குழந்தையா இருந்துடுமா ஸார்?... நான் ஒண்ணும் தப்புச் சொல்ல வரலே; ஒரு வயசுலே வர்ர சேஷ்டை... நாம் அதுக்கு இடம் குடுக்கப் படாது பாருங்கோ..."

"இப்படிப்பட்டவனா இருப்பான்னு நான் நெனைக்கலை ஸார்– "

"நமக்கு எப்படி ஸார் இதெல்லாம் தெரியும்... என் 'ஒய்ப்' சொல்லி ரொம்ப வருத்தப்பட்டு அழுதாள், ஸார்... அவளும் சிறிசு பாருங்கோ... பயப்படறா..."

"சரி ஸார் நீங்க போங்க... நான் பார்த்துக்கறேன்..." என்று உறுமினார் சுந்தரலிங்கம்.

அதன் விளைவு?...

அவன் போய்விட்டான்.

'உங்கள் அன்புக்கு ரொம்ப நன்றி ஸார், ரொம்ப நன்றி.'

ரமணி ஐயர் அழுதுவிட்டார்!

"நான் மகா பாவி... மகா பாவி" மனத்தை அழுத்திப் பிடித்துக் கொண்டு வீட்டை நோக்கி நடந்தார்.

வீட்டருகே செல்லும்போது. சுந்தரலிங்கத்தின் குரல் கேட்டது.

"ஸார்..."

குற்றவாளிபோல் அவர் எதிரே நின்றார் ரமணி ஐயர்.

"பயலை அடிச்சி வெரட்டிப்பிட்டேன்... காலிப்பயல்! இதெல்லாங் கிட்ட சேக்கப்படாது ஸார்..."

அவர் சொல்லி முடிக்கவில்லை; ரமணி ஐயர் வீட்டுக்குள் ஓடினார்.

ஜன்னல் கதவு திறந்தே இருந்தது. எதிர்வீட்டுக் கதவு மூடிக் கிடந்தது.

"ஜானகி..."

"உம்..."

"எதிர் வீட்டிலே முன் ரூமிலே இருந்தான் பாரு அந்தப் பையன்... அவன் காலிபண்ணிட்டான் போலிருக்கு... அதான் ஜன்னல் சாத்திக் கெடக்கு."

"உங்களுக்கு என்ன தெரியும்? ஆபீஸ்தான் தெரியும்... அங்கே பையனுமில்லே; குட்டியுமில்லே. எப்பவும் அந்த ஜன்னல் சாத்தித்தான் கெடக்கு."

"ஐயோ!... இவளும் ஒரு குழந்தைதானா?..."

சுவருக்கு நேரே திரும்பி இருந்த ஐயர், சட்டையைக் கழட்டும் போது கண்களில் கரித்து நின்ற கண்ணீரைச் சட்டைக்குள்ளேயே துடைத்துக் கொண்டார். அவர் காதுகளில் அந்த அனாதைக் குழந்தையின் குரல் ஒலித்தது.

"உங்கள் அன்புக்கு ரொம்ப நன்றி ஸார், ரொம்ப நன்றி."

---

தாமரை, 1963

# ஆளுகை

அவன் அவளுடைய படத்துக்கு நேரே படுக்கையை விரித்து, மல்லாந்து படுத்திருந்தான். படத்துக்கும் அவனுக்கும் நடுவே விளக்கு எரிந்து கொண்டிருந்தது. அமைதியான இரவில், ஓசை யிட்டவாறு சுவரிலிருந்த கடிகாரத்தில் மணி அப்போது ஒன்றே கால்... அவன் விழிகள் அந்தப் படத்தையே வெறித்துக் கொண்டிருக்க, அவன் உதடுகளில் புன்னகையுடன் அவளோடு பேசுகின்ற தனி மொழிகளும் மௌனமாக நெளிந்து கொண் டிருந்தன.

அவனுக்கு அவளே நினைவாகி, அந்தப் படமே அவளாகிப் பதினைந்து நாட்களாகின்றன.

அவளது இழப்பின் சோக நினைவுகளுடன் முன் நேரத் திலேயே உறங்கிப்போன அவனை, சற்று முன் அவள் வந்து அன்புடன் அவன் தோளை வருடிச் செவியருகே உஷ்ண மிக்க சுவாசத்துடன் குனிந்து, "என்ன இது, பச்சைக் குழந்தை மாதிரித் தூக்கம்...? ம்... கண்ணைத் தெறந்து எழுந்து உக்காந்து பாலைக் குடிங்க...?" என்று எழுப்பினாள்.

"ம்... ஹூம்..." என்று சிணுங்கியவாறு புரண்டு புரண்டு படுக்கையின் மீது அவன் நெளிந்தபோது அவள் கலகலவெனச் சிரித்து, அவன் பிடரியில் கையைக் கொடுத்து தன் மார்பில் அவனது முதுகைத் தூக்கி அமர்த்துகையில், வளையல்களின் ஒலி அவன் செவியில் ரீங்கரிக்கிறது. மல்லிகையின் போதைமணம் சற்றுக் கலைந்த உறக்கத்தையும் சமன் செய்து கண்களைக் கிறங்க வைக்கிறது.

– அவன் உதடுகளில் பால் தம்ளர் அழுந்துகிறது. அரை உறக்கத்தில் பாலின் சுவை உதடுகளில் ஊறி நாவில் படிந்து, வாய்க்குள் வழிந்து தொண்டையில் இறங்கிய போது அவன் ஒரு மடக்கு விழுங்கினான்....

"அப்பா... போதும், போதும்... எனக்குக் குழந்தையில்லாத கொறையே உங்களாலேதான் தீருது... ம், ஒரு கொழந்தையும் வந்துட்டதோ, ரெண்டு பேரும் சேர்ந்து மனுஷி உயிரை வாங் கிடுவீங்க..." என்று அலுத்துக் கொண்டே, அவன் நெற்றியில் சரிந்த முடியை ஒதுக்கி, அவனை உட்காரவைத்துப் பால் தம்ளரைக்

கையில் கொடுத்து, "உம்... தம்ளரைப் பிடிங்க... நான் போயி அடுக்களையைச் சுத்தம் பண்ணணும்" என்று அவசரப் படுத்துகிறாள்.

'நீ போயி... நீதான் போயிட்டியேடி பட்டு... நீ செத்துப் போயிடல்லே? மறுபடியும் பொழச்சு வந்துட்டியா?' என்று கேட்கும்போது நெஞ்சில் பெருகிய இன்ப உணர்வு உடனே வடிந்து வரண்டது. 'அது எப்படி? உன் உடம்பைத்தான் கொளுத்தியாச்சே; நான் தான் பக்கத்திலே இருந்து பார்த் தேனே...' என்று தூரத்து நினைவோட்டம் மனவெளியில் கானல் போல் அலைகிறது.

அப்போது இரண்டு முறை மணியோசை கேட்கவே அவன் துயில் கலைந்தான்... அதாவது கண் திறந்தான். தூக்கத்திலிருந்து விழிக்கும் போது, படுக்கையில் தான் உட்கார்ந்திருப்பதைக் கண்டு திடுக்கென அச்சமுற்றான். விளக்கு எரிகிறது. கடிகாரம் ஓசை யிடுகிறது. படுக்கைக்கு நேரே அவள் படம் அவனைப் பார்த்துச் சிரிக்கிறது. அது அவள் சிரிக்கும்போது எடுத்த படம்தான்...

'... அதென்ன உதடுகள் அசைந்து மெள்ள மெள்ள புன்னகை விகசிக்கிறதே!'

— அவன் படுக்கையில் நிமிர்ந்து உட்கார்ந்தான்.

அறையின் ஒரு மூலையிலிருந்து லேசான 'களுக்கு'ச் சிரிப்புச் சிதறிய ஓசை கேட்டுத் திரும்பினான்.

அவன் முகமெல்லாம் வேர்த்திருந்தது. கடிகாரத்தைப் போல இருதயத்தின் தாளமும் செவியில் கேட்கிறது.

மீண்டும் படத்தைப் பார்க்கும் போது அவள் முகவிலா சத்தில் உதடுகள் விரிந்து விழிகள் அசைந்து அந்தப் படம் சிரிப்பது எவ்வளவு பயங்கரமாக இருக்கிறது!

அந்த வீட்டின் தனிமையில், இந்த நிசியில் உறக்கம் கலைந்தபின் அவனை யாரோ வேட்டையாட வருவது போல், அவன் அஞ்சி, உடல் குறுகிப் படுக்கையில் எழுந்து உட்கார்ந் திருந்தான்...

"பட்டு! நீ எவ்வளவு அழகா சிரிக்கிறே தெரியுமா?" என்று அவன் எத்தனையோ முறை அவளிடம் கூறியதுண்டு. ஆனால் பட்டு இல்லாமல் அவள் படம் மட்டும் சிரிப்பதென்றால்?

அதோ...

உள்ளறையிலிருந்து மல்லிகைப் பூவின் மணம் எப்படிப் பெருகி வந்து நெஞ்சைக் கவ்வுகிறது!

'டக்... டக்...'கென்ற அவளது மெட்டியின் சப்தம்.

வளையல்கள் குலுங்கும் கிண்கிணியோசை...

பட்டுப் புடவையின் சரசரப்பு!...

இங்கே உட்கார்ந்து கொண்டு எத்தனை முறை உன் கூந்தலிலிருந்து வருகின்ற மணத்தையும் உனது மெட்டியொலியை யும், வளையல் குலுக்கையும், பட்டுப் புடவையின் மிருதுத் தன்மையையும் ரசித்திருக்கிறேன்...'

'நீ இல்லாமல்... நீ இல்லையென்று அறிவு நம்பிய பின், என் உணர்ச்சிகளை நீ இவ்விதம் ஆளுகை கொண்டிருப்பதன் வேதனை, பயங்கரம், பீதி, யாவும் எனது இரவையே நரக மாக்குகிறதே, பட்டு!'

அவள் தனது அறைக்குள் பீரோவைத் திறப்பது போலும் சாவிக்கொத்தைக் குலுக்குவது போலும் ஓசை கேட்கவே, அவன் செவிப் புலனைத் தீட்சண்யப்படுத்திக் கொண்டு உற்றுக் கேட்டான்.

ஆம்; அதோ, அந்தச் சப்தம் கேட்கிறதே!...

'இது பொய்... அவள்தான் செத்துப் போய்விட்டாளே, இப்போது நீ மட்டும் தனியாய்த்தானே இந்த வீட்டில் இருக் கிறாய்?... வேறு யாருமே இல்லை...' என்று பேசுகிறது அறிவு.

'ஆனால் அதோ கேட்கிறதே அந்தச் சப்தம்!... மெட்டியின், வளையலின், சாவிக் கொத்தின் ஓசை... அதோ வருகிறதே மல்லிகையின் வாசனை' என்று தவிக்கிறது உணர்வு.

அந்தத் தனிமையுணர்வின் குரூரத்தைத் தாங்க முடியாமல் தேகாந்தமும் நடுநடுங்கப் படுக்கையில்கூட அவனால் படுத்திருக்க முடியவில்லை.

அந்தப் படுக்கையில், ஸ்பரிசம் இழைய இழைய எத்தனை இரவுகள் அவளுடன் கிடந்திருக்கிறான்.

அவன் முகமெல்லாம் வியர்வை துளித்து நெஞ்சை அடைக்கிறது.

படீரென்று அவளின் அறைக் கதவைப் பாய்ந்து திறக்கிறான். இருள்!

பிறகு வெளிச்சம்!

விளக்கின் வெளிச்சத்தில்...

அவளுடைய பீரோ!

கொடியில் அவள் உடுத்திக் களைந்த சேலைகளும் அணிந்து கழற்றிய ரவிக்கைகளும் கிடக்கின்றன.

அந்தப் பீரோவின் கதவில் அவள் கரத்தால் கடைசி முறை யாகத் திறந்து மூடியபின் அப்படியே தொங்கிக் கொண்டிருக்கிறது சாவிக்கொத்து.

கொடியில் கிடந்த சேலைகளை ஒவ்வொன்றாய் உற்றுப் பார்க்கையில், அவை ஒவ்வொன்றையும் ஒவ்வொரு சமயத்தில் உடுத்திக் கொண்டு, வண்ண வண்ணக் கோலத்தில் அவன் எதிரில் வந்து வந்து அவள் நின்றதெல்லாம் மனத்தில் தோன்றிப் பார்வையில் நிழலாடுகின்றன.

'நினைவாயும், நிழலாயும், கனவாயும், மருளாயும் போய் விட்ட அவள் இனிமேல் இல்லை' என்ற உணர்வுடன் இழந்து விட்ட தனது இனிய பாதியை எண்ணும்போது, தானே குறை பட்டு தலையற்ற கவந்தனைப்போல் தனித்துத் திரியும் கொடுமையை அந்த நிமிஷம் அவனால் தாங்கமுடியவில்லை.

கொடியில் கிடந்த சேலையைக் கைகொள்ளாமல் சேர்த்து முகத்தோடு அணைத்துக் கொண்டான். அவனது தோள்கள் லேசாய்க் குலுங்கின…

திடுக்கிட்டவனாய், தன்னை யாரோ பின்னால் வந்து தழுவியது போலிருந்ததால், இமைகளில் படர்ந்த ஈரத்துடன் இருபுறமும் திரும்பித் திரும்பிப் பார்த்தான். ஒரு விநாடி அப்படியே நின்று எதையோ யோசித்தபின் கையிலிருந்த புடவை களை மோப்பம் பிடிப்பதில் ஆர்வம் கொண்டு மீண்டும் முகத்தருகே அவற்றை ஏந்திக் கொண்டான்.

'அவள் இல்லை. அவள் நினைவு என்னை ஆள்வது போல், இந்தப் புடவைகளில் 'அவள் மணம்' குடிகொண்டிருக்கிறது!'

ஆமாம்; அவளுக்கு ஒரு மணம் உண்டு; அது அவனுக்கு மட்டுமே தெரியும்.

மணி மூன்றடித்தது.

தன்னை நினைக்க அவன் பயம் கொண்டான். தினந் தோறும் இந்தப் பதினைந்து நாட்களாக இரவெல்லாம் விழித்துக் கொண்டு, அவள் நினைவில் பித்தனைப்போல் உழன்று கொண் டிருக்கும் தனது பரிதாபத்தை எண்ணும் போது, தன்னிரக்கத் தால் தானே அழுதான்.

இப்போது அவனுக்குப் பின்னால் சற்றுமுன் அவன் படுத்திருந்த படுக்கையில் அவள் கிடந்து புரள்வதுபோல் கல கலப்பும், 'களுக்கு'ச் சிரிப்பு ஒலியும் கேட்டது.

அவனுக்கு மூச்சு முட்டுவது போல் அவள் நினைவே அந்த வீட்டினுள் கவிந்து அவனை அமுக்கிக் கொல்வது போல் உயிரே திணறியது.

அவன் அங்கிருந்து மெல்ல நகர்ந்து மூடியிருந்த அறையின் ஜன்னல் கதவுகளைத் திறந்தான். வெளியே இருளும் வானத்தில் நட்சத்திரங்களும், தனிமையில் வாடி வெம்பிப் போனதுபோல் ஒளியிழந்த மூளி நிலாவும் தூரத்தில் தெரிந்தன. சில்லென வீசிய விடியற்காலைக் காற்று அவன் முகத்தில் துளித்திருந்த உஷ்ணமான வியர்வைத் துளிகளைப் பனித் துளிகளாக்கியது. அவன் வெகுநேரம் அங்கேயே நின்று அந்த வானத்தையே வெறித்துப் பார்த்துக் கொண்டிருந்தான்.

வீட்டிற்குள் மல்லிகை மணமும், வளையலின் ஓசையும், மெட்டியணிந்த பாதங்களின் டக் டக் ஓசையும், பட்டுப் புடவையின் சரசரப்பும், களுக்குச் சிரிப்பின் குலுக்கலும் ஏகமாய் அமர்க்களப்பட்டுக் கொண்டிருந்தது.

அசையவும் அஞ்சி உடலும் மனமும் நடுக்கம் கொண்டு நிற்கும் அவனுக்குத் திரும்பிப் பார்க்கவும் தைரியம் வரவில்லை.

வெள்ளி முளைத்த நேரத்தில் வீதிகளில் பால்காரர்கள் மாடுகள் ஓட்டிச் சென்று கொண்டிருந்தபோது, தூரத்தே சேவலின் கொக்கரிப்பைக் கேட்ட பிறகு அவன் முகமெங்கும் பயத்தால் பொங்கிப் பொங்கிப் பிரவகித்த வேர்வை சற்று அடக்கம் கண்டது. அவன் தயங்கித் தயங்கி நடந்து வந்து மீண்டும் தனது படுக்கையில் போய்ப் படுத்தான். ஜன்னல் வழியே சூரியனின் வெப்பமான கதிர்கள் முகத்தில் வீசும் வரை தூங்கிக் கொண்டிருந்தான்.

பகல் வந்த பிறகு அவன் தனது தனிமைச் சிறையினின்றும் விடுதலையாகி, வாழ்க்கைச் சந்தடியில் பொதுவியக்கம் கொண்டான்.

ஆனால் மீண்டும் இன்று இரவு வரும் என்ற நினைவிலேயே அவன் மனம் நடுங்கினான்.

"ஐயோ! இனிமேல் வாழ்க்கை முழுதும் எனக்கு இப்படித் தானோ? இரவெல்லாம் எனக்கு நரகந்தானோ? நான் பயந்து பயந்து இரவு முழுவதும் தவிக்கிறேன் என்று நினைக்கவே பகலில் எனக்கு வெட்கமாயிருக்கிறது. என் பயத்தைக்கூட பகிர்ந்து கொள்ளத் துணையற்ற தனிமையில் எவ்வளவு காலம் ஏங்கிப் புழுங்குவது! இதைவிட, என் மீது அவள் இத்தகைய பயங்கரமிக்க ஆளுகை கொண்டு வதைப்பதைவிட, அவள் தன் வழியில், தான்

போன பாதையில், தான் இருக்கும் சூன்யத்தில் என்னையும் அழைத்துக் கொண்டால் அந்த மரணத்தில் பூரணமான நிம்மதியாவது கிடைக்குமே?' என்று அவன் ஏங்கினான்.

●●●

சில நாட்களுக்குப் பின் ஒரு நாள் இரவில் தனது படுக்கையில் உட்கார்ந்திருந்தான்.

படுக்கைக்கு நேரே அவள் படம் இருக்கிறது. நடுவில் விளக்கு எரிகிறது... அவன் உட்கார்ந்து அந்தப் படத்தை ஆழ்ந்த சிந்தனை யுடன் பார்த்தவாறு இருக்கிறான்.

அந்தப் படத்தில் அவளது விகஸிக்கும் புன்னகை மாயம் போன்றோ, மயக்கம் போன்றோ இப்போது தோன்றவில்லை. அவளுடைய அந்தப் புன்னகையே பார்க்கப் பார்க்க விகஸிக்கும் தன்மையது என்று அறிவும் உணர்வும் ஒன்றித் தெளிவுறுகின்றன இப்போது.

உள்ளறையிலிருந்து மெட்டியின் ஓசை கேட்கிறது; வளை யொலி குலுங்கி உதிர்கிறது... மல்லிகையின் மணம் மிதந்து வந்து நெஞ்சைத் தழுவுகிறது.

அவன் அச்சம் கொள்ளவில்லை.

ஏனெனில், இவையாவும் நினைவல்ல; நிஜமே!

– 'என்ன?... அவள் இறந்து ஒரு மாதமாகவில்லை! அதற்குள் இவளா? சீசீ! இவன் என்ன மனிதன்.'

ஊரும் சுற்றமும் இப்படிப் பேசுவதை அவனே கேட்டான்.

'பட்டு! உலகம் கிடக்கிறது, தள்ளு! இது என் பிரச்னை... என் சம்பந்தப்பட்ட உன் பிரச்னை... உணர்வுப் பிரச்னை... உலகப் பிரச்னையல்ல... பட்டு. அவர்கள் சொல்வதைக் கேட்க எனக்குச் சிரிப்புத்தான் வருகிறது... உன் மேலே எனக்கு ஆசையே இல்லை யாம்; அதனால்தான் நீ எப்ப சாவேன்னு இருந்த மாதிரி ஒரு மாசத்துக்குள்ளே நான் இன்னொரு கல்யாணம் பண்ணிக் கிட்டேனாம்... பட்டு, எனக்கு ஹிருதயமே இல்லையாம்... அவர்கள் சொல்கிறார்கள்.

'அடீ, பட்டு! அவர்கள் சொல்வதுபோல் எனக்கு உன் மேலே ஆசையில்லாமலிருந்தால்... எனக்கு ஹிருதயமே இல்லாதிருந்தால்... இந்தக் கல்யாணமே நடந்திருக்காது!

'என் உணர்ச்சிகளிலே, என் ஹிருதயத்திலே உன் ஆட்சி எவ்வளவு சக்திகொண்டு இருந்ததுங்கறது அந்த சிம்மாசனம் காலியாகிப் போனப்பறம் தெரியுது... ஓ! சில விஷயங்கள் ஆளப்

படுவதற்காவே இருக்கின்றன... அவற்றின் மீது ஆளுகை அற்றுப் போனால் அவை அர்த்தமில்லாமல் போயிடும்... அதுபோலத் தான் நான் பத்து வருஷம் உனது ஆளுகைக்கு உட்பட்டு, அதிகம் சுகம் கண்டு பழகிப் போயிட்டேண்டி, பட்டு! திடீர்னு நீ என்னை அனாதரவாய் விட்டுட்டுப் போய்ட்டா, நான் துறவு கொண்டு விடணும்னு சம்பந்தமற்றவர்கள் எதிர்பார்க்கிறாங்க.

'எவன் ஆளுகிறானோ அவனுக்கே தனது ஆளுகையை உதறி விட்டுத் துறவு பூணுவதும் சாத்தியம்... ஆனால் ஆளப்பட்டவனுக்கு அந்தச் சக்தி ஏது?...

'பட்டு!... தாயின் அரவணைப்பும் அன்பும் எப்படி இருக்கும் என்கிறதை நான் அனுபவிச்சதில்லை. அனுபவிச்சிருந்தால் ஒரு மாற்றாந்தாய்க்குச் சிறு வயசில் நான் ஆசைப்பட்டிருப்பேன்...

மனைவி என்பவளை மிகவும் கொச்சையாக உலகம் புரிந்து கொள்கிறது... நான்கூட அப்படித்தான் நினைச்சிருந்தேன்... உடலில் விளைந்த உறவு, உடலோடே நின்றுவிட்டால் அது வெறும் விபச்சாரம்தான்... உடல் ஆத்மாவின் வீடு என்பார்கள் வேதாந்திகள்... உலகில் மிகப் பலர் தோலிலே சுவை கண்டு விட்டார்கள்... தோல் சுளைக்குக் காப்பு என்பதை அறியாதவர்கள் என்றே தோன்றுகிறது... தாயிடம் பெற்று அறியாத அவற்றை எல்லாம் தாயாகித் தந்தாய் நீ... தாய் தரமுடியாத ஒன்றையும் தந்தாய் நீ... அந்தச் சுகமெல்லாம் வெறும் வெளி மயக்கா? ஏமாற்றா? கனவா? மருளா?

'இல்லை... இல்லை... அவை மெய்யுணர்வுகள்; சத்தியமான சுகங்கள். அதனால்தான் 'அறிவு'க்கு நீ இல்லாமல் போனவளே எனினும், 'உணர்வு'க்கு ஆயிரம் மடங்கு அதிக வேகத்துடன் உனது ஆளுகையின் முற்றுகை எனக்கு வேதனையும் தவிப்பும் அளிக் கிறது...

'தாயற்ற பிள்ளை, தாயின் அரவணைப்பையும் சுகத்தையும் அனுபவித்த மதலை. மாற்றுத் தாய்க்கு ஆசைப்பட்டால் அது குற்றமாகுமா?...

'தன்னால் தவிக்கவிடப்பட்ட அந்தக் குழந்தையைத் தாயைப் போல் பரிவு காட்டி ஒருத்தி அணைத்துத் தேற்றுவது காண அந்தத் தாயின் ஆன்மா இந்த மாற்றுத்தாயை வாழ்த்தாதோ?... போட்டிக்கு இங்கு இடம் உண்டா?... சொல்லுடி பட்டு.

'பட்டு! கதைகளில், சினிமாக்களில் கூறுவதுபோல் நான் இறந்து விட்டால் நீ வேறு கல்யாணம் செய்துகொள் அல்லது என்னைத் தவிர வேறு யாரையும் நினைக்க மாட்டேன் என்று

சத்தியம் செய்துகொடு என்று நாம் பரஸ்பரம் வாக்குத்தத்தம் செய்து கொண்டோமில்லை. அப்படிப்பட்ட பைத்தியக்காரர் களாய் நாம் வாழவில்லை. அதுவுமில்லாமல், நீ இறந்த பிறகு நான் உன்னோடு உறங்கிய படுக்கையில் தனித்துக் கிடந்து, நிம்மதியாக உறங்க முடியுமெனில் உன்னோடு உறங்கிய இரவுகள் எல்லாம் அர்த்தமற்ற இரவுகள் என்றல்லவா ஆகிவிடும்? உன்னிடம் நான் கண்ட, நீ எனக்கு அருளிய சுகங்களை எல்லாம் நான் துறந்துவிட முடியுமென்றால் அவை அனைத்தும் அற்பத்தினும் அற்பமென்றல் லவோ ஆகிவிடும்... உனது ஆளுகைக்கு ஓர் அர்த்தமில்லை என்றல்லவா ஆகிவிடும்! ஆனால் உண்மையில் உன்னோடு கழித்த இரவுகள் எல்லாம் சுவர்க்கத்தில் கழித்த விநாடிகள் என்றும், உன் மடியில் நான் அனுபவித்த, நீ எனக்கருளிய அந்தரங்க சுக மெல்லாம் சகல போகங்களிலும் மகத்தானவை என்றும், நீ இல்லாத போதுதான், உன்னை நான் இழந்த பின்தான் முழுமையாக உணர்ந்தேன். நீ இல்லாமல் உனது நினைவுகளே அவ்விதம் உணர்த்த முடிந்தது என்றால் உனது ஆளுகையின் அர்த்தம்தான் எவ்வளவு மகத்தானது!

'சுகத்தையும் ஆனந்தத்தையும் தந்த உனது நினைவுகளால் நான் மனம் குலைந்தேன்... அஞ்சினேன்... சித்தம் குலைவுற்றவன் போலும் பேய் பிடித்தவனைப் போலும் தொடர்ந்து பல இரவுகள் உறக்கமின்றி அலைக்கழிந்து கொண்டிருந்தேன்... இவைதானா உனக்கு நான் செலுத்தும் நன்றி?...

யாரை நினைத்து உடல் புல்லரிப்பேனோ அவளை நினைத்து மெய்விதிர்க்க ஆரம்பித்தது என்ன கொடுமை! எவளுடைய வருகை, எவளுடைய பிரசன்னம், எவளுடைய புன்னகை, எவளுடைய உடல் மணம் எனக்கு சுவர்க்கமோ, அவை எல்லாம் எனக்கு ஒரு பேய்க் கனவாகவும் அசுர வேட்டையாகவும் மாறுவது எனின், நான் என் ஆத்மாவுக்கே துரோகியாகிறேன் என்பதைத் தவிர வேறு என்ன பொருள், சொல்லுடி பட்டு?'

'இது உனக்குச் சம்மதமாகாது என்பதையும் நான் உணர்ந்தேன்...'

'நாம் இருவரும் பரஸ்பரம் ஒருவரை ஒருவர் ஆண்டு கொண்டு, ஆள்கிறோம் என்ற உணர்வே அற்று, ஆளப் படுகிறோம் என்ற உணர்வு மட்டுமே கொண்டு வாழ்ந்தோம்... உன் பிரச்னை உனக்குத்தான் தீர்ந்துவிட்டது... ஆனால் எனக்கு நீ பிரச்னை யானாய்... அதுமட்டுமா? எனக்கு நானே ஒரு பிரச்னையானேன்...

'உன்னை, உன்மீது கொண்ட அன்பை, நீ அளித்த இன்பங்களை வழிபடவும், உனது ஆளுகையிலிருந்து விடுபட்டது

ஒரு மகிழ்ச்சிகரமான விடுதலையல்ல என்பதனாலும் மீண்டும் நான் ஆளப்படவே தவியாய்த் தவித்தேன்.

'நான் இவளை மணந்து கொண்டேன். ஏன்? உன்னை நான் காதலிப்பதனால் மட்டுமேதான்! ஆம், என் உணர்வின் மீதுள்ள உனது ஆளுகை என்னை நிர்ப்பந்தித்தது; கட்டளையிட்டது. நான் பணிந்தேன்... திடீரென, சகலவற்றையும் வெறுத்துத் துறவு கொள்ள ஏற்றதான துன்பமிகுந்த இல்வாழ்க்கையை எனக்கு நீ அளிக்க வில்லை... எனக்கு ஹிருதயம் இருக்கிறதடி பட்டு...

'இவள் உனது பிரதிநிதி!... உனக்கு சமர்ப்பிக்கப் பட்டு விட்ட என்னை, உனது பிரதிநிதி ஆளுகிறாள்.

'உலகம் கிடக்கிறது உலகம்... இது ஒன்றில் இணையும் இரண்டு இனிய பாதிகளின் பிரச்னை! யாருக்கும் சொந்தமற்ற உலகத்தின் பொதுப் பிரச்சினையல்ல!...'

அப்போது அவனருகே மல்லிகையின் போதை மணமும் பட்டுப் புடவையின் சரசரப்பும், மெட்டியின் மெல்லிய ஓசையும் வந்து சூழ்ந்தன.

அவன் கண்களை மூடி அமர்ந்திருந்தான்.

'களுக்'கெனக் குறுஞ் சிரிப்புத் தெறித்து உதிர, "என்ன இது குழந்தை மாதிரி உக்காந்தபடி தூக்கம்?..." என்று, அடங்கிய குரலில் வினவியவாறு அவன் அருகே அமர்ந்து அன்புடன் அவன் தோளை வருடி, செவியருகே குனிந்து, உஷ்ணமிக்க சுவாசத்துடன் "ம்... பாலைக் குடிங்க..." என்று வேண்டினாள் அவள்.

அவன் மௌனமாக உட்கார்ந்திருப்பது கண்டு, ஒரு புன்னகையுடன் கையிலிருந்த பால் தம்ளரை அவன் உதடுகளில் பொருத்தி, அவனது பிடரியில் வளையொலிக்கும் கரத்தைத் தாங்கிப் பாலைப் புகட்டினாள்.

பாலின் சுவை உதடுகளில் ஊறி நாவில் படிந்து, வாய்க்குள் வழிந்து தொண்டையில் இறங்கியபோது அவன் கண் திறந்து, எதிரிலிருந்த படம் தன்னை நோக்கித் தாய்போல் கனிவுடன் சிரிப்பதைப் பயமற்றுப் பார்த்தான்.

துணையிருந்தால் பயமேது?

ஆனந்த விகடன், 1963

# இருளைத் தேடி...

**ப**த்து வருடங்களுக்குப் பின், சிறிதும் எதிர்பாராத நிலையில், சற்று முன் பட்டணத்துச் சந்தடியில் சந்திக்க நேர்ந்துவிட்ட பட்டு வும் ருக்குவும் அந்த ஓட்டலின் தனியறையை நாடி வந்தனர்; காப்பி குடிக்கவும், கொஞ்சம் உட்கார்ந்து மனம் விட்டுப் பேசவும் அது வசதியான இடம்.

வாழ்க்கைச் சந்தியில் இருவர் சந்தித்து இணைய முடிவது எவ்வளவு சாதாரணமும் இயல்புமாகுமோ, அதே அளவு இயல் பானதுதான் இருவர் சந்தித்துப் பிரிந்து விலகிப் போய் விடுவது...

இந்தப் பத்தாண்டுகளில் இருவருக்குமே எத்தனையோ தரப் பட்ட, வகைப்பட்ட சிநேகிதிகள் கிடைத்திருப்பர். வாழ்க்கையும் எத்தனையோ தரத்தில், வகையில் பேதமுற்று வேறுபட்டிருக்கும்... விலகிப் போன அந்த நட்பின் நினைவு கொஞ்சம் கொஞ்சமாய்த் தேய்ந்து– அல்லது புதிய புதிய வாழ்க்கையின் மாற்றங்களினால், அறிமுகங்களினால் மூடப்பெற்று உள்ளே புதைந்து கொண்டிருந்த சமயத்தில், சற்று நேரத்துக்கு முன் திடீரென்று அவர்கள் இருவரும்– வாழ்க்கைச் சந்தியின் சாதாரண இயல்புக்கேற்பவே– பட்டணத்துச் சந்தடியின் நடுவே, இதற்கு முன் பார்த்தறியாத எத்தனையோ புதிய முகங்கள் ஆயிரக்கணக்கில் நிமிஷத்துக்கொரு அலையாய்க் கடந்து மறைந்து கொண்டிருக்கும் யந்திர இயக்கத் தில் எதிர் எதிரே மோதிக்கொள்வது போல் எதிர்ப்பட்டு, மோதலைத் தவிர்க்க நின்று, நேருக்கு நேர் முகம் பார்த்த போது– அந்தச் சந்திப்பு நிகழ்ந்தது...

யந்திரம்போல் இயக்கம் கொண்டு விட்டதனால் மட்டும் மனித ராசி யந்திரமாகி விடுமா...?

அந்தச் சந்திப்பைத் தவிர்க்க நினைத்தவள்போல் தன்னை யறியாமல் முகம் திரும்பிய பட்டு, அரை விநாடி நிலை குலை வுக்குப் பின்னர், நிலைமையைச் சமாளித்தவளாய் அந்த எதிர் பாராத சந்திப்பின் சந்தோஷ உணர்வை ஏற்றுக் கொண்டாள். அப்படித்தான் அவளால் முடிந்தது; அடுத்த விநாடியே அவ்விதத் தயக்கத்திற்காக அவள் உள்ளூற வருந்தினாள்.

மகிழ்ச்சியால் விளைந்த திகைப்பு என்றே அதை எண்ணி னாள் ருக்கு. இந்த நிமிஷம் அதுதான் உண்மை...

இருவரும் பேசும் திறன் இழந்து, பாசத்தோடு ஒருவர் கையை மற்றவர் பற்றிக் கொண்டனர்.

'பட்டு...' 'ருக்கு...' என்று ஒருவர் பெயரை மற்றவர் மெளனமாக அழைத்துக் கொள்ளும்போது, பரஸ்பரம் இருவர் முகத்திலும் மனம் நிறைந்த புன்னகையின் விகசிப்பும் கைகளின் இணைப்பில் படிப்படியான இறுக்கமும் விளைந்தன.

சிறிது நேரம் கும்பலிலிருந்து ஒதுங்கி ஓர் ஓரமாய் நின்ற இருவரும் ஒருவரைப் பற்றி ஒருவர் அறிந்து கொள்ளும் முறையில் சில வார்த்தைகள் பேசிக் கொள்கையில், தங்களில் யாருக்குமே அவசர காரியம் ஏதுமில்லை என்று உணர்ந்தபின், வசதியாய் இருந்து பேச இடம் தேடியே அந்த ஓட்டலுக்குள் நுழைந்தனர்.

ஓட்டலின் தனியறையில் வந்து எதிர் எதிரே அமர்ந்த பின் ஒருவரையொருவர் தீர்க்கமாயும் அவசரமில்லாமலும் பார்த்துக் கொள்ள முடிந்தது; அத்துடன் கண்ணாடியில் தெரியும் தத்தமது உருவங்களுடன் பக்கத்திலுள்ள ஒருவரை ஒருவர் ஒப்பிட்டுப் பார்த்துக் கொள்ளவும் நேர்ந்தது.

திடீரென இருவரும் ஒரே சமயத்தில் ஒருவரை பார்த்து ஒருவர் பலமாகச் சிரித்துக் கொண்டனர். அந்தச் சிரிப்பின் இறுதியில் இருவர் முகத்திலும் உள்ளார்ந்த ஒரு சோகமே படர்ந்தது.

அவர்கள் இருவரிடத்தும் மகிழ்ச்சிக்குரிய மாற்றங்கள் ஏதும் இல்லை. ருக்குவின்— முந்தானையால் இழுத்து மூடப்பட்டிருந்த– கழுத்து வெறிச்சென்றிருந்தது. பட்டுவின் கழுத்தில் பகட்டானதும் மட்டமானதுமான முத்து மாலை கிடந்தது. ருக்குவின் நெற்றியில் வட்டமான குங்குமப்பொட்டு, பட்டுவின் நெற்றியில் செஞ்சாந்துத் திலகம். இருவர் அணிந்திருந்ததும் சாதாரண வாயில் புடவைகளே; எனினும் உடுத்தியிருந்த விதத்தில்தான் எத்தனை வித்தியாசம்! சாயம்போன தனது நீலப் புடவையினால் போர்வையிட்டது போல் உடலை மூடி மறைத்திருந்த ருக்கு, சேலைத் தலைப்பை இடுப்புச் செருகலில் இருந்து எடுத்து, பிடரியிலும் கழுத்துக் கடியிலும் கசிந்திருந்த வியர்வையைத் துடைத்துவிட்டுக் கொண்ட பின் தன் கையில் நீண்ட சுருணையாக வைத்திருந்த ஒரு காகிதத்தை மேசையின் மேல் வைத்துவிட்டு, தலைக்கு மேல் சுழலும் மின்சார விசிறியின் காற்றை அநுபவித்தாள். அவள் முகம் சுத்தமாய், வெண்மையாய், மங்கி ஒளியிழந்திருந்தது.

பட்டுவின் முகத்தில் அப்பியிருந்த பெளடரின் மேல் வியர்வை பூத்திருந்ததால் முகமெல்லாம் திட்டுத்திட்டாய் இருந்தது. அவள் அணிந்திருந்த கறுப்பு நிறப் புடவையில் பளபளக்கும்

வெள்ளிப் பூக்கள் மின்னின. பட்டுவின் தலையலங்காரம் ருக்குவின் பின்னலைப் போல் ஒழுங்காக இல்லை... கூந்தல் கலைந்ததுபோலவே வாரப்பட்டிருந்தது; காதோர முடி மட்டும் கவனத்தோடு சுருளாக்கப்பட்டிருந்தது. கழுத்துப் பக்கம் இறங்கிய ரவிக்கை வெட்டு; வயிறும் புஜங்களும் வெளித் தெரிய அணிந்த சேலைக் கட்டு; இவை இருவருக்குமுள்ள வித்தியாசங்கள்.

எவ்வளவுதான் வாட்ட முற்றிருந்த போதிலும் மாறாத பொன்னிறம், இருபத்தைந்து வயதுக்கு மேல் பிராயம் தோற்றும் முகப் பொலிவு, மலர்ந்த விழிகள், கறுத்தடர்ந்த கூந்தல்– இவை யாவும் இருவருக்குமுள்ள ஒற்றுமைகள்.

பட்டுவின் சிறப்பு, அந்த நீண்ட மோவாய்; வனப்புடன் மெலிந்து, அழகுற உயர்ந்த உருவம்.

ருக்குவுக்கு, வடிவாயமைந்த அதரங்கள்; வசீகரமிக்க புன்னகை; சிலை போன்ற சிற்றுருவத் தோற்றம்– மற்றப்படி ஓர் இளம் விதவையைப் போன்ற எளிமை– அதுவே ருக்குவின் சிறப்பு.

பேசுவதற்கு நிறைய இருப்பதனாலேயே, என்ன பேசுவது என்ற ஒரு பிரமிப்புடன் இருவரும் மௌனமாய் ஒருவரை ஒருவர் அளப்பது போலும், ஒப்பிடுவது போலும் பார்த்துக் கொண்டிருந் தனர்.

ருக்கு அன்பு வழியச் சிரித்தவாறே பேச்சை ஆரம்பித்தாள்! “பாட்டி...?” என்று அவள் இழுக்கவும், பட்டு, தோள்களை உயர்த்தி உதட்டைப் பிதுக்கினாள்; “ரெண்டு வருஷ மாச்சு.”

“அப்ப நீ தனியாகவா இங்கே இருக்கே?... நீ எப்ப, யாரோட பட்டணத்துக்கு வந்தே?” என்று பரபரப்போடு கேட்டாள் ருக்கு.

“பாட்டி செத்தப்புறம், அங்கே ஊர்ல யாரு இருக்கா எனக்கு?... நம்ம அரசமரத்தாத்து மாமிதான் அவா வீட்டிலே என்னை அழைச்சிண்டு போயி வெச்சிருந்தா... தேனொழுகப் பேசி, வெயர்வை வழிய வேலை வாங்கறதிலே மாமி ரொம்பக் கெட்டிக் காரி. அதனாலே என்னன்னுதான் இருந்தேன்... ரெண்டுவேளை சாப்பாட்டுக்கும் துணிக்கும் மட்டுமில்லே, கௌரவமா ஒரு குடும்பத்தோட இருக்கமேன்னுதான்... ஆனா அவாளும் நொடிச்சுப் போனா... அந்த மாமா யாருக்கோ ஜாமீன் கையெழுத்துப் போட்டு, அவன் மோசம் பண்ணிப்பிட்டானாம்... எல்லாம் போச்சு!... அப்பதான் மாமியோட சொந்தக் காரா யாரோ வந்து ‘பெண்ணை எங்களோட அனுப்புங்கோ’ன்னு சினிமாவிலே சேத்து விடறதா அழைச்சுண்டு வந்தா.... அப்புறம்

அதெல்லாம் ஒண்ணும் சரிப்பட்டு வரலை... இப்ப நான் ஒரு சிநேகிதியோட தனியா இருக்கேன்"– அவள் பேச்சே யார் மீதோ குற்றப் பத்திரிகை வாசிப்பது போல் இருந்தது.

பட்டு பேசுகின்ற பேச்சிலிருந்த தயக்கமும் வரட்சியும் அவள் பொய் கூறுவது போல் புரிந்தது ருக்குவுக்கு.

"இப்ப யாரோடயோ இருக்கேன்னியே, யாரந்த சிநேகிதி!"

"ம்... உனக்குத் தெரியாது" என்று கறாராய், 'நீ தெரிந்து கொள்ளவேண்டியதுமில்லை' என்பது போல் கூறினாள் பட்டு.

'இந்தப் பத்து வருடங்களில் எனக்குத் தெரியாத, என்னிலும் அந்நியோன்யமான சிநேகிதிகள் இவளுக்கு ஏற்பட்டிருக்கக்கூடும்! சரி, அதனால் என்ன? அதனால் என்னைப் பற்றித் தெரிந்து கொள்ள வேண்டும் என்று இவளுக்குத் தோன்றாதா? நான்தான் அவளைப் பற்றிக் கேட்கிறேன்... அவளுக்கு என்னைச் சந்தித்த தில் மகிழ்ச்சியில்லையா?' என்று ருக்கு எண்ணமிட்டுக் கொண் டிருந்த நேரத்தில் "உன் அப்பாவுக்கு உடம்பு குணமாயிடுத்தா?... அவருக்கு வைத்தியம் பார்க்கத்தானே நீங்க ரெண்டு பேரும் ஊரைவிட்டு இங்கே யாரோ சொந்தக்காரா வீட்டுக்கு வந்தீங்க!" என்று பட்டு கேட்டதும், தன்னைப் பற்றி இவ்வளவு ஞாபகத் தோடு விசாரிக்கும் பட்டுவை ஒரு கணத்தில் தான் தவறாக எண்ணிவிட்டதைக் குறித்து வருத்தமுற்றாள் ருக்கு. எனினும் அடுத்த கணமே பட்டுவின் முகத்தில் தோன்றிய ஒரு வெறும் புன்னகையைக் கண்டதும் ருக்குவுக்குத் தோன்றியது: 'இவள் இரண்டு மனநிலையில், இரண்டு ஆளாய், இரண்டுங் கெட்ட வளாய் இருக்கிறாள்.'

எனினும் அவள் கேள்விக்குப் பதில் சொன்னாள் ருக்கு: "அப்பவே– வந்து கொஞ்ச நாளைக்கெல்லாம் அப்பா காலமா யிட்டா..."

– அப்போது ஓட்டல் சர்வர் அறையின் கதவுக்கு மேல் தலை நீட்டிப் பார்த்து உள்ளே வந்தான்.

"என்ன சாப்பிடுவோம்?..." என்றாள் ருக்கு.

"வெறும் காப்பி..."

"ரொம்ப அழகா இருக்கு... இவ்வளவு காலத்துக்கப்புறம் பார்த்திருக்கோம்"– என்று ஒரு குதூகலச் சிரிப்புடன் "ரெண்டு ஸ்பெஷல் ஸ்வீட் கொண்டு வாங்கோ" என்று சர்வரைப் பார்த்துச் சொன்னாள் ருக்கு.

ருக்கு, சர்வரிடம் சொல்லிக் கொண்டிருந்த அந்தச் சிறிய இடை நேரத்தில் பட்டு தன்மயமாகி, ஏதோ சிந்தனையுடன் தலை குனிந்திருந்தாள். சர்வர் போன பின், அவள் நிலையை அனுதாபத்தோடு, என்னவென்று புரிந்து கொள்ள முடியாமல் வெறித்துப் பார்த்தாள் ருக்கு.

திடீரெனத் தலைநிமிர்ந்தாள் பட்டு. ருக்குவைப் பார்த்து மீண்டும் ஒரு வெற்றுப் புன்னகையைக் காட்டினாள்... முகத்தில் ஒரு பொய்ப் பொலிவுடன் "ம்... நீ இப்ப அதே– அந்தச் சொந்தக் காரா வீட்டிலேதான் இருக்கிறாயா?"

"ஆமாம், அந்த வீட்டிலேதான் இருக்கேன்... ஆனா தனியா இருக்கேன்."

"தனியாகவா? அப்படீன்னா ஏதாவது உத்தியோகம் பார்க்கறயா?" என்று கேட்டவாறே ருக்குவின் கையருகே மேஜையின் மேலிருந்த நீண்ட காகிதச் சுருணையை எடுத்து, "பார்க்க லாமா?" என்றாள் பட்டு.

லேசான தலையசைப்பால் அனுமதியளித்த ருக்கு, பட்டுவை உள்ளும் புறமும் அளப்பதுபோல் தீர்க்கமாய்ப் பார்த்துக் கொண்டிருந்தாள்.

அப்போது சர்வர் இரண்டு தட்டுகளில் ஸ்வீட்டைக் கொணர்ந்து வைத்தான்; காபியும் காரமும் சொல்லி அவனை அனுப்பினாள் ருக்கு.

அந்தக் காகிதச் சுருணையைப் பிரித்துப் பார்த்த பட்டு அருவருப்பும் கலவரமும் அடைந்தவளாய், கையில் விரிந்திருந்த அந்த அகலமான காகிதத்துக்கு மேலாய்த் தலையை உயர்த்தி ருக்குவைப் பார்த்தாள்...

ருக்கு அமைதியாய்ச் சிரித்தாள்.

அப்போது அங்கே காலடி ஓசை கேட்கவே மீண்டும் அவசர அவசரமாக அந்தக் காகிதத்தைச் சுருட்டினாள் பட்டு. பாதி சுருட்டிய காகிதத்துடன் திருடியைப் போல் பட்டு விழித்துக் கொண்டிருக்கையில், அந்த சர்வர் கொண்டு வந்த பலகாரங்களை மேஜையின்மீது வைத்து விட்டு வெளியேறினான்.

அவன் தலை மறைந்தவுடன் படபடத்த குரலில் கேட்டாள் பட்டு: "என்னடி இது அசிங்கம்?"

ருக்கு அவளைப் பார்த்துப் பெருந்தன்மையுடன் சிரித்த வாறே சொன்னாள்: "இது அசிங்கம்னா நீயும் நானும்– உலகமே

அசிங்கம்தான்... அதை நன்னா உத்துப் பார்... பார்க்கவே ஏன் பயப்படறே!... தெளிவான மனசோட பார்..." என்றாள்.

பட்டு மீண்டும் சுளித்த புருவங்களுடன் அந்தச் சித்திரத் தாளை விரித்துப் பார்த்தாள்.

அதில், பிறந்த மேனியாய்– ஒரு பக்கம் சாய்ந்து மண்டியிட்டு உட்கார்ந்திருந்தது ஒரு பெண்ணின் உருவம்.

முதலில் பார்க்கும்போது பழக்கமற்ற கண்களுக்கு அந்த ஓவியம், மனத்திலிருந்த அழுக்கின் காரணமாய் 'சீ' என்று தோன்றியது. அதே படம் இப்போது சற்றுப் பொறுமையாய்ப் பார்க்கையில்– உட்கார்ந்திருக்கும் அந்தத் தோற்றமும், இடதுபுறம் மண்டியிட்டு நீண்டு கிடக்கும் முழங்கால்களின் அமைப்பும், இடுப்பின் வளைவும், வலது கையைத் தரையில் ஊன்றி, வலது புறம் கழுத்தை வலிந்து திருப்பி, தோளின் மேல் முகம் புதைந்து கிடக்கும் சிரமும், வயிறும் மார்பும், மதர்ப்பும் மடிப்பும், வரியும் நிழலும்– பார்க்கப் பார்க்க, சித்திரத்தின் அமைப்பும் அழகும் மட்டுமில்லாமல் அந்தத் தோற்றமே எதிரில் உட்கார்ந்திருக்கும் ருக்குவினுடையது என்றும் பட்டுவுக்குத் தெளிவாயின. பட்டு இரண்டு முறை படத்தின் முக விலாசத்தையும் ருக்குவின் முகத்தையும் ஒப்பிட்டுப் பார்த்தாள்.

"இது நீதானே!" என்ற பட்டுவின் கேள்விக்குப் பெருமிதத்துடன் தலையசைத்தாள் ருக்கு.

"இதை வரைஞ்சது ஒரு ஆம்பிளையா, பொண்ணா?"

ருக்கு லேசாகச் சிரித்தாள். "இதை வரைஞ்சது ஒரு ஆர்ட்டிஸ்ட்! இப்படிச் சொன்னா உனக்குத் திருப்தி ஏற்படாது இல்லையா?"– என்று மீண்டும் சிரித்து "ஆப்பிளைதான்" என்றாள் ருக்கு.

"இதுக்காக, உனக்கு அவன் பணம் தருவானா?"

"ம்... தருவா... எனக்கு உத்தியோகம் என்னன்னு கேட்டியே, உத்தியோகம் இதுதான்" என்று ருக்கு சொல்லிக் கொண்டிருக்கையில், பட்டு ருக்குவையே வெறித்துப் பார்த்தாள். அவள் முதுகுக்குப் பின்னால் கண்ணாடியில் தெரியும் தன்னையும் பார்த்தாள். 'தன்னைவிடவும் எளிமையும் நல்ல குணமும் கொண்ட ருக்கு, கழுத்தையும் முதுகையும், வெளியில் வரும் போது இழுத்துப் போர்த்திக் கொண்டு வரும் ருக்கு– வயிற்றுக்காக எவன் முன்னாலோ போய் நிர்வாணமாய் நிற்கிறாளே' என்று நினைத்த பட்டுவின் கண்களில் நீர் சுரந்தது!

“ஆமா... நீ என்ன செய்துண்டு இருக்கே? அந்தச் சிநேகிதி என்ன உத்தியோகம் பண்றான்னு நான் தெரிஞ்சுக்கலாமா?” என்று ருக்கு கேட்கவும் பட்டுவுக்குத் துயரம் நெஞ்சில் அடைத்தது. உதட்டில் அழுகை துடித்தது.

ஆரம்பத்தில்– சந்தித்தவுடன்– தன்னைப் போலல்லாமல் கௌரவமாக வாழ்க்கை நடத்துகிறாள் ருக்கு என்று எண்ணிய பட்டு, அவளிடம் தன்னைக் காட்டிக் கொள்ளாமல், அந்தரங்க மாய் விலகி விலகியே பேசி வந்தாள். இப்போது தன்னைப் போலவே இவளும் கௌரவமற்ற, அவமானகரமான பிழைப்பு நடத்துகிறவள்தான் என்று தோன்றியபோது பட்டுவின் மனம் ருக்குவை நெருங்கி வந்தது. கௌரவமாய்ப் பிரிந்த தாங்கள் இருவரும் இவ்வளவு கேவலமாய்ச் சந்திக்க நேர்ந்த கசப்பில், திக்கற்ற தனக்கு ஒரு துணையாகவும், வெட்கப்படத்தக்க தன் தொழிலுக்கு ஓர் இணையாகவும், தன்னோடு மீண்டும் உறவு கொண்டுவிட்ட ஒரு பழைய நட்பின் புதிய நிர்மாணத்திற்காக அவள் துயரம் கலந்த மகிழ்ச்சியே கொண்டாள்.

இருப்பினும் “நீ என்ன செய்துண்டு இருக்கே?” என்ற ருக்குவின் கேள்விக்குரிய பதிலை எண்ணிப் பார்த்த பொழுது பட்டு அவமதிப்பால் தலை குனிந்தாள்.

“பட்டு, வருத்தப்படறியா? உன்னை வருத்தப்படற மாதிரி நான் ஒண்ணும் கேட்கலே. முடியுமானா என்னாலான உதவியைச் செய்யலாம்னுதான் கேட்டேன். எங்கே என்னைப் பாரு...” என்று மேஜையின் குறுக்காக கைநீட்டிப் பட்டுவின் குனிந்த முகத்தை– அதன் அழகை ரசித்தவாறு– அவளது அழகிய நீண்ட மோவாயைப் பற்றி நிமிர்த்தினாள் ருக்கு. மையால் கரையிட்டு, சிவந்து மலர்ந்திருந்த விழிகளில் கண்ணீர் நிறைந்து இமை ரோமங்கள் நனைந்திருந்தன.

பட்டு திடீரென முகத்தை மூடிக்கொண்டு அழுதாள்! ருக்குவுக்கு அவள் நிலைமை நன்கு புரிந்தது. சிறிது நேரத்தில் முகத்தை துடைத்துக் கொண்டு, கம்மிய குரலில் பட்டு கூறினாள்: “ருக்கு, நான் என்னைப் பற்றி உன்கிட்டே மறைச்சு மறைச்சுத்தான் பேசினேன். யாரோ ஒரு குடும்பத்தோடு வந்ததாப் பொய்தான் சொன்னேன். நம்ம ஊர்க்காரன் ஒருத்தனை நம்பி, சினிமாவிலே சேரலாம்னு நானேதான் அரசமரத்தாத்து மாமாகிட்டே சொல்லிக் காம ஓடிவந்தேன். அந்தத் துரோகத்துக்கு வேணுங்கறதை இந்த ஒரு வருஷமா அனுபவிச்சுட்டேன்... நான் என்ன தொழில் செய்து பிழைக்கிறேன்னு சொல்லிக்க நாக்குக் கூசறது. ஒவ்வொரு

நிமிஷமும் அந்த இடத்திலேருந்து ஓடிடணும்னுதான் மனசு துடிக்கிறது; எங்கே போவேன்? சொல்லு...ம்... தலைவிதியம்மா, தலைவிதி" என்று மேலே பேச முடியாமல் பெருமூச்சுவிட்டாள் பட்டு.

ருக்கு மௌனமாய் ஏதோ யோசித்தவாறு தட்டிலிருந்ததைச் சாப்பிட்டாள். "ம்... சாப்பிடு" என்று பட்டுவிடம் சொன்னாள். இருவரும் மௌனமாகவே டிபனைச் சாப்பிட்டனர்.

திடீரென ருக்கு சொன்னாள்: "...ம் ...தலைவிதிதான். அதுக்கு யார் என்ன செய்யமுடியும்? தலைவிதி நம்மை ஏழையாப் பொறக்க வெச்சுடுத்து. நம்மை அநாதையாகவும் ஆக்கிடுத்து. ஒரு வேளை சாப்பாட்டுக்கும் ஒரு நல்ல புடவைக்கும் கூட வழி யில்லாம நிர்க்கதியாகவும் நின்னிருக்கோம். தலைவிதியினாலே ஒரு பொண்ணு எளிமையா இருக்கலாம்; கேவலமா ஆயிடக்கூடாது. தலைவிதியின் பேராலே என்ன வேணும்னாலும் செஞ்சுடக் கூடாது. நீ ஏழையானத்துக்குத் தலைவிதிதான் காரணம்னு சொல்லு; நீ கேவலமானத்துக்குக் காரணம் தலைவிதியில்லே; நீதான்!" என்ற ருக்குவின் நயமான, உறுதியான பேச்சைக் கேட்டு உதட்டைக் கடித்தவாறு குற்ற உணர்ச்சியோடு தலை குனிந்தாள் பட்டு.

ருக்கு தொடர்ந்து சொன்னாள்: "வறுமையில்தான் செம்மை வேணும். பலஹீனப்பட்டுப் போன உடம்பை நோய்க்கிருமிகள் வந்து தாக்கறமாதிரி... மனசை பலவீனப் படவிட்டா எல்லாக் குணக்கேடுகளும் வந்துவிடும். வறுமையினாலே மனம் பலப் படணும்; கஷ்டம் வந்துட்டுதுன்னு தப்பான வழியிலே போய் வாழ்க்கையைக் கெடுத்துக்கறதனாலே கஷ்டம் கொறைஞ்சுடுமா? அப்படிக் கெட்டுப்போறதே ஒரு கையலாகாத்தனம், இல்லையா? இவ்வளவும் ஏன் சொல்றேன்னா, இப்படிப்பட்ட நிலைக்கு நானும் ஆளாகியிருக்கலாம்..." என்று எதையோ அவள் விவரிக்க நினைத்த போது, சர்வர் குறுக்கிட்டான்...

"அப்புறம் காப்பிதானே?" என்று அறைக் கதவின் அப்புறத் திலேயே நின்று கேட்ட சர்வரிடம் 'ஆம்' என்று தலையாட்டினாள் ருக்கு.

அதே நேரத்தில் பட்டு யோசித்தாள்: 'ஒரு பெண் எளிமை யாக இருக்கலாம்; கேவலமா ஆயிடக்கூடாதுன்னு நியாயம் பேசற இவளும் கேவலமான காரியத்தைத்தானே தொழிலா வெச் சிருக்கா...' என்ற நினைப்போடு கையில் சுருட்டி வைத்திருந்த அந்தச் சித்திரத்தாளை மீண்டும் ஒருமுறை கொஞ்சம் பிரித்துப்

பார்வையைச் செலுத்திய பட்டு, உதட்டோரத்தில் லேசாகச் சிரித்துக் கொள்ளுவதை ருக்குவும் கண்ணுற்றாள்.

அந்தப் படத்தையே வெறித்துப் பார்த்தவாறு கைத்துப் போன உணர்ச்சியுடன் சொன்னாள் பட்டு: "நீ எப்பவும் எதையும் ஆற அமர யோசிக்கிறவள்; அடக்கமானவள்; என்னெ மாதிரி படபடன்னு நிக்கறவ இல்லை. இவ்வளவும் சொல்ற உன் கதியும் இப்படித்தானே கேவலமா ஆயிடுத்து?" என்றுகூறி விஷமத்தோடும் துயரத்தோடும் தலை நிமிர்ந்து ருக்குவைப் பட்டு நோக்கியபோது, பட்டுவின் அறியாமைக்கு வருந்துகிறவள் மாதிரி அவளுடைய அபிப்பிராயத்தை மறுக்கும் முறையில் தலையாட்டினாள் ருக்கு.

"நான் கேவலமான வாழ்க்கை நடத்தறேன்னு நீ சொல்றத்துக்காக நான் வருத்தப்படலே. ஏன் தெரியுமா? நானும் ஆரம்பத்திலே இதெப்பத்தி அப்படித்தான் நெனைச்சேன். சாதாரண மனுஷா யாருமே அப்படித்தான் முதல்லே நெனப்பா..." என்று சொல்லி நிறுத்திய போது சர்வர் காப்பி கொணர்ந்தான். காப்பியையும் 'பில்'லையும் மேசையின்மேல் வைத்து அவன் வெளியேறிய பிறகு– தன் மனத்தில் உள்ள– தன் தொழில் கேவலமானதல்ல; கௌரவமானதே– என்ற பலமான தீர்மானத்தைப் பக்குவமாய் இவளுக்குப் புரிய வைக்கத் திறனில்லாமல் வார்த்தைகளைத் தேடி மௌனமாயிருந்த ருக்கு, சில விநாடிகள் இடது கரத்தால் புருவத்தையும் கண்களையும் சேர்த்து மூடிக்கொண்டிருந்தாள்.

'ருக்கு அழுகிறாளோ' என்ற அச்சம் பிறந்து அவளையே பார்த்துக் கொண்டிருந்தாள் பட்டு. ஆனால் சிறிது நேரத்தில் ஒரு புன்னகையுடன் கூறினாள் ருக்கு: "நீ உன்னைப் பத்தி மறைச்சு மறைச்சு என்கிட்டே பேசினதா சொன்னே, இல்லையா? பொய்க் கூடச் சொன்னதாகச் சொன்னே இல்லையா? ஆனா, நான் உன் கிட்டே எதையும் மறைக்கல்லே; நான் செய்கிற தொழில் கேவலம்னு என் மனசிலே தோணியிருந்தா, இந்தப் படத்தை நீ பார்க்கவே அனுமதிச்சிருக்க மாட்டேன். அதில் இருக்கிறது நான்தான்னு ஒப்புத்திண்டிருக்கவும் மாட்டேன். நான் கௌரவமாகத்தான் வாழறேன்– ஆனா ஆரம்பத்திலே... எனக்கு... இந்த யோசனையைக் கேட்டப்போ உடம்பெல்லாம் கூசிக் குறுகித்து. அழுகையே வந்தது" என்று சொல்லும்போது ருக்குவின் குரல் அடைத்தது; மொழி குழறியது.

சற்று மௌனமாய்க் காப்பியை ஆற்றி ஒரு மிடறு பருகியபின் தெளிவான குரலில் பேசலானாள் ருக்கு:

"அப்பா செத்துப்போனதும் நானும் உன் மாதிரி அநாதையா யிட்டேன். 'ஊருக்குப் போயி, தெரிஞ்சவா நாலுபேரு வீட்டிலே உழைச்சுச் சாப்பிடேன்; பட்டணத்தில் உனக்கு என்ன வெச் சிருக்கு'ன்னு இடிச்சு இடிச்சுச் சொல்ல ஆரம்பிச்சாங்க அந்த வீட்டிலே. எனக்குன்னா தெரியும் அந்த ஊர்லேயும் எனக்கு ஒண்ணும் வெச்சில்லேன்னு. அப்பதான் நெனச்சுண்டேன்; அவசரப்பட்டு, எட்டாங்கிளாசோட படிப்பெ நிறுத்தினோ மேன்னு. அந்த மாதிரி சந்தர்ப்பங்கள் வர்ரபோது– தனக்குத் தானே உழைச்சுச் சாப்பிட்டுப் பழக்கமில்லாத ஓர் அநாதையான, வயசுப் பொண்ணுக்கு உலகம் ரகசியமா ஓடிவந்து செய்யற உதவி– உனக்குக் கெடைச்சிருக்கிற தொழில்தான். ஒரு தடவை எக்ஸி பிஷன்லே ஒரு ஸ்டால்லே வேலைக்குப் போனேன். ஒரு நாளைக்கு இரண்டு ரூபா சம்பளம்னு கேட்டப்போ எனக்கு மனசு குளிர்ந்தது. அங்கே எனக்கு ஒரு வேலையும் இல்லை; வர்ரவா கேக்கற அவசியமுள்ள, அவசியமில்லாத அநாவசியக் கேள்விகளுக் கெல்லாம் சிரிச்ச முகத்தோடு பதில் சொல்லிண்டு இருக்கணும்.

"நான் வேலைக்குப் போனது ஒரு பவுடர் ஸ்னோ ஸ்டால், வேலைக்குப் போன அடுத்த நாள் அந்த சேல்ஸ் மானேஜர், என்னைக் கூப்பிட்டுச் சொன்னார்– 'நம்ம ஸ்னோவையும் பவுடரையும் மத்தவாளை உபயோகிக்கணும்னு சொல்றதுக்கு முன்னே நாமும் கொஞ்சம் உபயோகிக்கணும்"னு; அதனாலே நான் அலங்காரமும் செய்துண்டேன் இதெப் பார்த்து அந்தச் சொந்தக்கார மனுஷாள் எல்லாம் தப்பாத்தான் பேசினா. அப்புறம் தான் அந்த வீட்டிலேயே ஒரு ரூமை வீட்டுக்காரங்கிட்டே கேட்டு வாடகைக்குப் பிடிச்சிண்டு தனியாகவே வாழறதுன்னு ஒரு முடிவு பண்ணினேன்.

"ரெண்டு மாசம் எக்ஸிபிஷன் முடியற வரைக்கும் என் வாழ்க்கை கஷ்டமில்லாம ஓடித்து. எக்ஸிபிஷன் முடியறதுக்கு முதல்நாள் அந்த சேல்ஸ் மானேஜர் என்கிட்டே வந்து ரொம்ப ஆதரவோட என்னெப் பத்தி விசாரிச்சார். வயசிலே எனக்குத் தகப்பனார் மாதிரி இருந்ததாலே என்னோட நிராதரவான நெலமையை அவர் கிட்டே சொன்னேன். அவர் ஓர் அட்ரஸ் கொடுத்து மறுநாள் அங்கே வந்து சந்திக்கச் சொன்னார். மறுநாள் நான் அங்கே போனா... ம்ஹூம்! என்னத்தைச் சொல்றது? அவர் எனக்குக் காட்டின வழியே, இப்ப நீ இருக்கியே இந்தப் பிழைப்புத் தான். நான் யோசிச்சேன்! இதுதானா வழி... இது ஒண்ணுதானா வழி... வேற வழியே கிடையாதா வாழறத்துக்குன்னு யோசிச்சேன்! இப்படி ஒரு வழி இருக்கிறதா நெனைச்சாலே வேறவழி

புலப்படாது. பட்டினி கெடந்து அநாதைப் பொணமா சாகிற தானாலும் சரி, இந்தப் பிழைப்பே எனக்கு வாண்டாம்னு வந்துட்டேன்" என்று சொல்லித் தம்ளரில் ஆறிக் கொண்டிருந்த காப்பியை மடமடவெனக் குடித்தாள் ருக்கு.

"நான் இருக்கிற வீட்டிலே மாடிமேலே ஒருத்தர் குடி யிருந்தார்!" என்று கூறுகையில் அவள் குரலில் ஒரு மாற்றமும், முகத்தில் ஒரு மலர்ச்சியும், கண்களில் ஒரு கலக்கமும் பிறந்ததைப் பட்டு கவனித்தாள்.

"நான் கஷ்டப்படறபோதெல்லாம், நிராதரவாய்க் கண் கலங்கி நிற்கும் போதெல்லாம், அந்தச் சொந்தக்கார மனுஷா என்னைச் சுடு சொற்களாலே வடுப்படுத்தின நேரத்திலே எல்லாம், அவர் என்னைப் பார்க்கிற பார்வையிலே எனக்கு ஒரு ஆறுதல் இருந்தது. அவர் எனக்கு உதவி செய்ய முடியும்னும் செய்வார்னும் தோணித்து. அன்னிக்கு சேல்ஸ் மானேஜரைப் போய்ப் பார்த்துட்டு மனம் உடைஞ்சு திரும்பி வர்ரபோது அவரை வழியிலே பார்த்தேன்... என் நம்பிக்கைக்குத் தகுந்த மாதிரி அவர் உதவி செய்ய முன் வந்தார்... 'நீங்க எங்கே போயிட்டு வர்ரீங்கன்னு எனக்குத் தெரியும்'னு அவர் என்கிட்டே பேச ஆரம்பிச்சார். 'ஐயோ தெய்வமே, என்னைப் பத்தி அநியாயமா இவர் தப்பா நெனைக்கும்படி ஆயிடுத்தே'ன்னு நெனைச்சப்போ, எனக்கு அழுகையை அடக்க முடியலே...

"ஆனா அவர் சிரிச்சுண்டே சொன்னார்: 'அதனாலே ஒண்ணும் தப்பில்லே— உங்களுக்குத் தெரியாமல்தான் நீங்க போயிருக்கீங்க. தெரிஞ்சவுடனே மனசுக்குப் பிடிக்காமல் திரும்பி வந்துட்டீங்கன்னும் எனக்குத் தெரியும். அடுத்தபடி என்ன செய்யப் போறீங்க'ன்னு கேட்டார்... என்னைப்பத்தி அவ்வளவு அக்கறை எடுத்துண்டு என்னை அவர் கவனிச்சுண்டு வர்ரார்னு தெரிஞ்சப்ப 'நீங்க சொல்றபடி கேக்கறேன்'னு சொல்லணும் போலத் தோணித்து. ஆனா என்னாலே ஒண்ணுமே சொல்ல முடியல்லே— பேசாம நின்னேன். அவரே பேசினார்: 'உங்களை, உங்க மனசை, அறிவை நான் நன்னாப் புரிஞ்சிண்டிருக்கிறவன்; சொன்னா— உங்களுக்கு ரொம்ப ஆச்சரியமா இருக்கும். எதையும் தப்பா நெனைச்சுக்க மாட்டீங்கன்னு நம்பறேன்; நாளைக்குக் காலையிலே என்னோட வர்ரதானா உங்களை ஒரு கௌரவமான காரியத்தில் ஈடுபடுத்தலாம்னு ஆசைப்படறேன்'னு அவர் சொன்னப்ப, என் வாழ்க்கைக்கே விடிவு வந்துட்டதுன்னு நெனைச்சுப் பூரிச்சுப் போனேன்..." என்று சொல்லி நெஞ்சுவிரிய ஒரு நெடுமூச்சிழுத் தாள் ருக்கு.

அப்போது மீண்டும் சர்வர் வந்து எட்டிப் பார்க்கவே "என்ன பட்டு, இன்னொரு காப்பி சாப்பிடுவோமா" என்று வினவினாள் ருக்கு.

"எனக்கு வேண்டாம்..." என்று பட்டு மறுத்ததும், "காப்பிக்காக இல்லே... இன்னும் கொஞ்ச நேரம் இருந்து பேசலாம்... அதுவுமில்லாம முதல் காப்பி ரொம்ப ஆறிப் போச்சு– ஒரு காபியை ஆளுக்குப் பாதி சாப்பிடலாமே– ம்... ஒரு காபி கொண்டு வாங்க"– என்று அவளிடத்தில் பேசி, சர்வரிடம் கூறினாள் ருக்கு.

"அடுத்த நாள் அவரோட, அவர் அழைச்சுண்டு போன இடத்துக்குப் போனேன்... அதுவரைக்கும் எனக்குத் தெரியாது அவர் ஒரு பெரிய 'ஆர்டிஸ்ட்'னு. அந்த இடமே ஒரு புனிதமான கோவில் மாதிரி இருந்தது. 'சித்ர, சிற்ப கலாசாலை'ன்னு கேள்விப் பட்டிருக்கியோ?... அங்கேதான் போனேன். வெளி வராந்தாவிலே பத்து இருபது மாணவர்கள் மெழுகிலே சிலைகள் செய்துண்டிருந்தா... உள்ளே ஒரு ஹால்லே 'கிளாஸ்' நடந்துண்டிருந்தது. என்னை மேல் மாடிக்கு அழைச்சிண்டு போனார். அங்கே சுவரிலே மாட்டியிருந்த படங்களைப் பார்க்கறச்சே எனக்கு உடம்பெல்லாம் கூசித்து...

"இதெல்லாம் பார்த்திண்டு இருங்கோ"ன்னு சொல்லிட்டு அவர் கீழே போனார். நான் அந்த ஹாலை நன்னா சுத்திப் பார்த்தேன்... ஹால் நடுவே ஒரு பெரிய மேடை மாதிரி இருந்தது. அதுக்கு நாலு பக்கமும்– மேலே பெரிய லைட்டுகள்... அந்த மேடை இஷ்டப்படி திருப்பக் கூடிய சுழல் மேடை. அதைச் சுத்திலும் ஸ்டாண்டுகளும் பக்கத்தில் ஸ்டூல்லே சித்திரம் தீட்டறதுக்கான வர்ணம், பென்சில், பிரஷ்– என்னென்னவோ இருந்தன. அந்தப் படங்கள் எல்லாம் இப்ப நீ பார்த்தியே இதை விடப் பெரிசா வர்ணம் தீட்டியும்– கரிக் கோட்டிலே வரைஞ்சதும்– பெண்கள், ஆண்கள் எல்லாமே நிர்வாணத் தோற்றமாவே இருந்தது... அதில் ஆபாசம் இருக்கிறதாக அப்பத் தோணினது ஒரு பிரமைன்னு இப்பப் புரியறது; ஆனா அப்ப எனக்கு ஒண்ணுமே புரியல்லே. அந்தப் படத்துக்குக் கீழே ஒரு ஓரமா 'ருத்ரா'ன்னு எழுதி இருந்தது. ஆமா, அவர் பேரு அதுதான்...

"கொஞ்ச நேரத்துக்கெல்லாம்– ரெண்டு கையிலேயும் ஐஸ் கட்டி மெதக்கற கூல்டிரிங்ஸ் தம்ளரை ஏந்தி என்னைப் பார்த்துச் சிரிச்சிண்டே அவர் வந்தார். எனக்கு அவரைத் தப்பாவோ அசிங்கமாவோ நெனைக்க முடியல்லே...

"அவர் என் கையிலே ஒரு தம்ளரைக் குடுத்துட்டு தன் கையிலே இருந்ததைக் குடிச்சிண்டே அங்கே இருந்த படங்களை எல்லாம் கவனமாப் பார்த்தார்... 'இவங்க எல்லாம் உங்களை மாதிரி கௌரவமான பெண்கள்தான்'னு சொன்னார்... நான் பதிலே பேசல்லே... அவர் சொன்னார்: 'இது ஒரு கோயில் மாதிரி. இங்கே அழகே தெய்வம். இயற்கையே அழகு. அழகான பசுவுக்கோ, மயிலுக்கோ, காளைக்கோ, மானுக்கோ பத்து முழத் துணியைச் சுத்தி வெச்சா. அந்த அழகுகள் எல்லாம் எவ்வளவு ஆபாசமாயிடும்னு கற்பனை செய்து பாருங்கோ'ன்னார்...

'மனிதனின் அழகே அவன் உடுத்திக்கற'துணி அழகாப்' போயிடுத்தே... துணிக்குத் தனியா அழகு உண்டு... இங்கே அதுக்கே ஒரு வகுப்பு இருக்கு; அங்கே டிசைன்ஸ், 'என்கிரேவிங்ஸ்' எல்லாம் படிக்கறா; மனிதனின் அழகுங்கறது துணியோட அழகு இல்லே... இன்னும் சொல்லப் போனா துணியும் மணியும் நகைகளும் சிங்காரங்களும்தான் ரொம்ப ஆபாசம். அழகைக் கெடுக்கறதுக்குப் பேருதானே ஆபாசம்? இப்படி நான் சொல்லும்போது நீங்க ஒரு விஷயத்தைத் தெளிவாப் புரிஞ்சுக்கணும். இந்த நிர்ணயிப்புகள் எல்லாம் கலைச் சுடரின் முன்னே... அவை இந்த ஹாலின் புனிதத் தன்மைக்கு அப்பால் செல்லாது; செல்லவும் வேண்டாம்.

"கலைஞனின் இதயம் ஒளிமயமானது. உலகத்தின் இதயம் கபடும் சூதும் பொய்யும் நிறைஞ்சது. இந்த அழகின் பேரொளியை அந்தக் கண்கள் தாங்காது. ஆகையால் கள்ள மனம் படைச்சவங்களுக்கு அழகை ரசிக்கத் தெரியாது. இங்கே அழகு ஆராதனைக்கே தேவைப்படுகிறது. அங்கே தேவைன்னா எல்லா ஆபாசங்களும்— அது தேவைன்னா— 'அழகா'யிடறது. நல்லா யோசிச்சுப் பாருங்கோ, நிர்வாணம் ஓர் ஆபாசமா? யோசிச்சிப் பாருங்கோ. உங்க உடம்பின் அழகை நீங்க ரசிச்சதில்லையா, தனிமையிலே...? அந்த ரசனையில் ஆபாசமிருந்ததாக நினைக்கிறீர் களா? இல்லையே... அந்த ஒருமை நிலைமை உங்களோட... பிரபஞ்சத்தோட– கலைஞன் ஏற்படுத்திக் கொள்கிறான்... அதுக்கப் புறம் 'நான் நீ'ங்கற பேதமில்லை. நித்தியமில்லாத பொய்யான அழகிலிருந்து நித்தியமான ஒரு பிரதிமையை உருவாக்கவே கலைஞன் அழகை வழிபடுகிறான். மெய்யாய்த் தோன்றும் உங்கள் உடழலகு நிலையில்லாத ஒரு பொய்... பொய்யாய்த் தோன்றும் இந்த ஓவியம் சாஸ்வதமான– நித்தியமான ஒரு மெய்! நீங்கள் கடவுளின் சிருஷ்டி; ஆனா கடவுள் சிருஷ்டிக்க முடிஞ்சது ஒரு பொய்யைத்தான். அதிலேருந்து மெய்யை வளர்த்தது மனுஷனின் கைகள்... மனிதன் சிருஷ்டிச்ச கலைதான் மெய்!... இப்படிப்பட்ட

ஒரு மகத்தான பணியிலே அற்பமான எண்ணங்களுக்கு இடமே இல்லை. அந்த அற்ப விஷயங்கள் ஒரு பொருட்டுமில்லை. தீயில் விழுந்த சருகு மாதிரி அதெல்லாம்.

"இதோ இந்த மேடை மேலே நீங்க ஏறினவுடனேயே இயற்கையின் ஓர் அம்சமாய் மாறிவிடறீங்க. அப்போது உங்களுக்கு ஆடையிருக்கலாம்; இல்லாமல் போகலாம். அது பொருட்டல்ல. இங்கே அழகே ஓர் ஆடை! கலைஞனின் கடமை அதன்மீது ஆசைப்படுவதல்ல. அந்தப் பொய்யிலிருந்து மெய்யைப் படைக்க வேண்டியது அவன் கடமை. அப்போ பால் உணர்ச்சி அற்றுப் போகிறது. நீங்க ஒண்ணுமே தெரியாத குழந்தைபோல் உட்கார்ந்தோ படுத்துக் கொண்டோ இருக்கீங்க; குழந்தை நிர்வாணமாய்த்தான் இருக்கும். குழந்தை ஓர் ஆபாசமில்லை. உங்கள் உருவத்தை வரைகின்ற கலைஞர்களில் யாராவது ஒருத்தன் முழுமையான கலைஞனாய் இல்லாமல் ஆபாச மனம் படைத் திருந்தால்தான் என்ன? எதன் பேரில்தான், உலகத்தில் தப்பு நடக்கல்லே? குழந்தையைப் பார்த்தும் கூடச் சில வக்கரித்த மனம் படைத்தவர்கள் ஆபாச ரசனையில் ஈடுபடலாம். அது குழந்தை யின் பிரச்னையல்ல. அது குழந்தையை எந்த விதத்திலும் பாதிக்கிறதுமில்லே. அது அவனையே பாதிக்கும்..."

"இப்படி, ரொம்பநாழி பல விஷயங்களை விளக்கினார்... நான் ஒரு பதிலும் பேசலே. ஆனா வந்தவுடனே இருந்தது மாதிரி குனிஞ்ச தலையோட நிற்காம, நிமிர்ந்து அங்கிருந்த படங்களைப் பார்த்தேன். மனசிலே கூச்சமில்லே. அந்த அழகு எனக்குப் புரிஞ்சது.

"கடைசியிலே அவர் சொன்னார்: 'இது ஒரு தொழில் இல்லே... இது ஓர் உயர்ந்த கலைப்பணி. அதனாலேதான் அப்படிப் பட்ட ஓர் உயர்வான காரியத்துக்கு உங்களைப் பயன் படுத்திக் கொள்ளலாம்னு நெனைச்சேன். இதுக்கு நாங்க தர்ர பணம் ஒரு கலைஞருக்குத் தரும் சன்மானம் தானே ஒழிய, விலையோ சம்பளமோ இல்லே. இதை நீங்க புரிஞ்சுண்டு ஒரு 'மாடலா' இருக்கச் சம்மதிச்சா இருக்கலாம். இல்லேன்னாலும் இங்கே வேறே ஏதாவது ஒரு உத்தியோகத்துக்கு முயற்சி பண்ணிவிடலாம்னுதான் அழைச்சிண்டு வந்தேன்- நீங்க இப்ப இல்லேன்னாலும் கொஞ்ச நாள்லே இந்தக் கலையைப் புரிஞ்சுண்டா இந்தக் கலைக்கு உதவ முடியும்'னு சொன்னப்ப, ஒரு விநாடிகூடத் தயங்காம 'இந்தக் கலைக்கு நான் உதவ முடியும்னா அதைப் பெருமையா நெனச்சி- ஒரு 'மாட'லா இருக்கச் சம்மதிக்கிறேன்'னு சொன்னேன்."

– அப்போது காப்பி வந்தது. காப்பியை மேசையின் மீது வைத்துவிட்டு, சர்வர் முதலில் கொண்டு வந்த பில்லை எடுத்துத் திருத்தி எழுதி வைத்தான். ருக்கு பழைய நினைவுகளைப் பற்றிப் பேசிய ஆர்வத்தில் முகமெல்லாம் வியர்த்திருந்தாள். அவள் காப்பியை ஆற்றிப் பாதியாய்ப் பகிர்ந்து பட்டுவிடம் தம்ளரை வைத்து வட்டாவில் இருந்ததை அருந்தினாள். ஒன்றுமே புரியாமல், திகைத்தவள் போன்று ஆழ்ந்த சிந்தனையுடன் உட்கார்ந்திருந்தாள் பட்டு. அவள் மனத்தில் நிறைக்கப்பட்ட உண்மையானதும், புனிதமானதுமான செய்திகள் சுமையாய்க் கனத்து, சொல்லிழக்க வைத்திருந்தன அவளை. தன்னைப் போல் ருக்குவையும் கேவலமாய் நினைத்துப் பேசியதை எண்ணி வருந்தினாள் பட்டு. அவ்விதம் பேசியும் தன்மீது வருத்தம் கொள்ளாத ருக்குவின் பெருந்தன்மையையும் எண்ணி வியந்தாள். எல்லாவற்றுக்கும் மேலாக அவளது தனித்த, சொந்தப் பிரச்சனைகள் வேறு மனதுக்குள் குமைந்தவாறே இருந்தன. இவளைச் சந்தித்த பின்பு மீண்டும் அந்தக் கேவலமான இருட்டறைக்குத் திரும்பிப் போவதை எண்ணுகையில் தன் தலைவிதிக்கு ஒருமுறை குரலெடுத்து அழவேண்டும் போலிருந்தது. அந்த உணர்ச்சியை விழுங்கியதால் அவள் முகமெல்லாம் சிவந்து கழுத்து நரம்புகள் புடைத்துக் கண்கள் கலங்கி இருந்தன.

காப்பியைக் குடித்துக் கொண்டே ருக்கு சொன்னாள்: "ஏதோ ஒரு புனித உணர்ச்சியிலே தைரியமாகச் சொல்லிட்டேனே ஒழிய, முதல் நாள் பத்துப் பதினைஞ்சு, 'ஆர்டிஸ்ட்'டுகள் மத்தியில், மேடையிலே போயி, 'லைட்'டையும் 'ஆன்' பண்ணி, அங்கியைக் கழட்டிப் போடச் சொன்னவுடனே உதற ஆரம்பிச்சுது. ஓடி வந்துடலாம்னு கூடத்தோணித்து, ஆனா அதுவும் முடியல்லே. காலே நகரல்லே... அந்தச் சமயத்திலேதான் அவர் சொன்ன வார்த்தைகளை நினைச்சுண்டேன்.

"இங்கே அழகே ஓர் ஆடை; ஒரு மகத்தான பணியில் அற்பமான எண்ணங்களுக்கு இடமே இல்லை. அந்த அற்ப விஷயங்கள் இங்கே ஒரு பொருட்டும் இல்லை. தீயில் விழுந்த சருகு மாதிரி அதெல்லாம். இதோ, இந்த மேடையிலே நீங்க ஏறினவுடனே, இயற்கையின் ஓரம்சமா மாறிவிடறீங்க'– அந்த வார்த்தைகளை முழுமையான மனசோட ஏத்துண்டப்புறம் என் உடம்பிலே நடுக்கம் குறைஞ்சுது. என் காரியத்தைப் பத்தி நெனைக்க எனக்கு வெட்கமோ அவமானமோ இல்லே; அவர் சொன்னது உண்மை. இது கேவலமான ஒரு தொழிலில்லே.

உயர்ந்த கலைப்பணி" என்று கூறி, மௌனமாய் மேலே பேச யோசித்தவாறு இருந்தாள் ருக்கு.

இவ்வளவு நேரம் பேசாதிருந்த பட்டு 'சரக்'கென்று புதுத் துணியைக் கிழித்ததுபோல் ஒரு வார்த்தையைக் குத்தலான அழுத்தத்துடன் கூறினாள்: "எல்லாம் வயித்துக்காகத்தானே?"

"கலை– அது இது– அப்படி இப்படின்னு நீ என்ன பேசினாலும் வயிறுதானே உன்னைப் போயி அங்கே நிர்வாண மாய் நிக்க வெக்கறது?...ம்... நீ அதையே கௌரவமா பேசிக்கலாம். அதே காரணத்தாலேதான் நானும்" என்று சொல்ல வந்ததை விழுங்கினாள் பட்டு.

"ஆமாம், நீ இருட்டிலே நிக்கறே! நான் வெளிச்சத்திலே நிக் கறேன்!... இருட்டுக்கும் வெளிச்சத்துக்கும் வித்தியாசம் உண்டுன்னு சொன்னால் போதுமா– இதுக்கு அது பூரணமாகவே மாறுபட்டது இல்லையா? அதனாலேதான் ஒண்ணு கௌரவம்; இன் னொண்ணு கேவலம். அது சரி; எல்லாம் வயித்துக்காகன்னு ஒரேடியா முடிவு செய்துவிடாதே! கலைஞன் வயித்துக்கு இல்லாமக் காய்ந்தே போகலாம். இல்லாட்டா அவன் கலையின் மூலம் கோடி கோடியாய்ப் பணத்தைச் சம்பாதிக்கலாம். என்னை யாரும் கட்டாயப்படுத்தல்லே, யாரையும் திருப்திப்படுத்தறத் துக்காக அந்தக் காரியத்தை நான் செய்யல்லே. அப்படிச் செய்ய முடியாதுடி. அதன் ஆத்மாவைப் புரிஞ்சுக்கணும்; அப்பத்தான் முடியும்.

"இன்னிக்கி நான் அங்கேயே உத்தியோகம் பண்ணிண் டிருக்கேன். இப்பவும் 'மாடலா' போயி நிக்கறதிலே எனக்கு ஓர் உன்னதமான சந்தோஷமிருக்கு; அது என்னிக்கும் இருக்கும். காரிலே வந்து 'மாடலா' நிக்கிற பெரிய மனுஷாளும் உண்டு. உனக்கு வயிறே பிரச்சனைன்னா கலை உன் வயித்தையும் நிரப்பும். ஆனால் கலையின் நோக்கமே கலைஞனின் வயித்தை நெரப்பறது இல்லே" என்று ருக்கு சொல்லிக் கொண்டிருக்கும்போது பட்டு பொலபொலவென்று கண்ணீருகுத்து அழுதாள். ருக்குவின் கையைப் பிடித்துக் கொண்டு சொன்னாள்: "எனக்கு என்ன தெரியும்? அறியாத்தனத்தாலே, நான் தப்பா ஏதாவது சொல்லி யிருந்தால் மன்னிச்சிடு ருக்கு..." என்று அவள் பரிதாபமாய்க் கேட்டபோது, ருக்கு அவள் கரத்தை அழுந்தப் பற்றி "அடி அசடே... என்ன பேசறே? உனக்கு நன்னாப் புரியும்படி விளக்கறதுக்குத்தான் இவ்வளவும் நான் சொல்றேன். உன் மேலே எனக்கு வருத்தம் உண்டாகுமா, என்ன?" என்று தணிந்த குரலில் சிரித்தாள்.

"நீ கல்யாணத்தைப் பத்தி யோசிக்கவே இல்லையா?" என்று பேச்சை மாற்றினாள் பட்டு. ருக்கு ஒரு நிமிஷம் யோசித்து விட்டுச் சொன்னாள்: "இல்லே... அப்படி ஒரு ஆணை நான் இன்னும் சந்திக்கவே இல்லை."

ருக்குவின் பேச்சையும் அவளது நிலையையும் பார்க்க பட்டுவுக்கு உள்ளூறப் பெருமிதமாய் இருந்தது.

"சரி, என்னோட துணையாய் நீ வந்து இரேன். இந்த உத்தியோகத்தைச் சரியா நீ புரிஞ்சுண்டா, நாளைக்கே உன்னை நான் அழைச்சிண்டு போவேன், சம்மதமா?" என்று வினவினாள் ருக்கு.

தாழ்ந்துபோன பெண் ஜன்மமான தன் எதிரே, ஆண் வாடையே படாத, ஒளிமிகுந்த பெண்மைச் சுடராய் நின்று உதவிக்குக் கரம் நீட்டும் அந்த அழைப்பைப் பட்டுவால் மறுக்க முடியவில்லை.

•••

**பு**னிதமானதும் உயர்வானதுமான அந்தச் சித்ர சில்ப கலா சாலையின் மாடியிலுள்ள விசாலமான ஹாலுக்குள், பயந்து கூசித் தலைகுனிந்து நடந்தாள் பட்டு.

தலை நரைத்து, பட்டை பிரேம் கண்ணாடியணிந்து, நீண்ட அங்கியைப் போன்ற ஜிப்பாவுடன் எழுந்து வந்த அவர்– புரபஸர் ருத்ரா அவளைப் புன்னகையுடன் வரவேற்று ஹாலுக்குள் அழைத்துச் சென்றார். அந்த மேடைக்குப் பின்னாலிருந்த ஸ்கிரீன் மறைவுக்குப் போய், தனது உடைகளைக் களைந்துவிட்டு, அங்கிருக்கும் நீண்ட அங்கியை அணிந்துகொள்ள வேண்டும் என்று ருக்கு அவளுக்கு விளக்கியிருந்தாள்.

அதன்படி அவள் ஸ்கிரீனுக்குப் பின்னால் மறைந்ததும்– வெளியே மணியடித்தது.

தடதடவென மாடிப்படிகளில் மாணவர்கள் வரும் சப்தம் கேட்டது.

ஸ்கிரீனுக்குப் பின் நின்றிருந்த பட்டு தலை நிமிர்ந்து சுவர்களிலிருந்த சில ஓவியங்களைப் பார்த்தாள். அவளுக்குக் கண்கள் கூசின. அந்த உருவங்கள் அழகாக இருப்பதுபோல் தோன்றினாலும் அப்படிப்பட்ட அழகோ தகுதியோ தனது உடலுக்கு இல்லையே என்ற தாழ்வுணர்சியால் அவள் மனம் வதங்கியது. அவள் ருக்குவைப் பற்றி எண்ணிப் பார்த்தாள். புனிதமான தன்

மேனியைப் பற்றி அவளுக்கு இருக்கும் பெருமிதம் தனக்கு இல்லையே என்று அவசியமில்லாமல் மனம் குமைந்தாள் பட்டு.

அப்போது அவர் ஸ்கிரீன் கதவில் மெள்ளத் தட்டி ஓசைப்படுத்தினார்.

அவள் தனது உடைகளைக் களைந்து அங்கியை எடுத்து அணிந்து கொள்ளப் போன நேரத்தில் மேடைக்குப் பக்கத்திலிருந்து ஒளி சொரியும் விளக்குகள் எரிந்தன! அவற்றுக்கு 'ஷேடுகள்' வைத்து நிழலும் ஒளியும் கலந்து விழுவதற்கான ஏற்பாடுகள் நடந்து கொண்டிருந்தன.

"ஐயோ! இவ்வளவு வெளிச்சமா?" என்று பதைத்து நின்றாள் பட்டு. ஸ்கிரீனின் இடைவெளியில் முகம் பதித்து ஒரு கண்ணால் வெளியே பார்த்தாள். இருபதுக்கும் மேற்பட்ட ஆண்கள் உட்கார்ந்திருந்தனர்.

பட்டுவின் உடலில் நடுக்கமும், மனத்தில் கலக்கமும் அதிகமாயின. தன்னால் அவ்விதம் நிற்க முடியாது, அந்தச் சக்தி தனக்கு இல்லை என்று தீர்மானமாகத் தோன்றியது அவளுக்கு. ஒளி சொரியும் விளக்குகள் பொருத்தப்பட்டபின் மீண்டும் ஒரு முறை அவர் கதவைத் தட்டியதும்.

– அவள் வெளியே வந்தாள்...

உள்ளே போகும்போது அணிந்திருந்த ஆடைகளையே மீண்டும் அணிந்து தலையைக் குனிந்து கொண்டே அவள் வெளியே வந்தாள்.

"என்னை மன்னிச்சிடுங்க... என்னாலே முடியல்லே" என்ற வார்த்தைகளை யாருக்கும் புரியாமல் குழறிவிட்டு. அவள் விடுவிடென்று அந்த வகுப்பறையினின்றும் வெளியேறி மாடிப் படிகளில் இறங்கும்போது, கீழே நின்றிருந்த ருக்குவைப் பார்த்தாள்.

"பட்டு பட்டு" என்று அழைத்தவாறே ஓடிவந்தாள், ருக்கு.

"என்னை மன்னிச்சுடு ருக்கு... நான் போறேன். என்னாலே முடியலேடி... ரொம்ப வெளிச்சமாயிருக்கு..." என்று சொல்லிக் கொண்டே ஓடினாள் பட்டு.

"ஓ! முடியல்லேன்னா பரவாயில்லே. இப்ப நீ எங்கே போறே?" என்று அவளைத் தடுத்தாள் ருக்கு.

"நான் போறேன்... என் தலைவிதிப்படி" என்று கூறிவிட்டு ருக்குவின் பதிலைக்கூட எதிர்பார்க்காமல் காம்பவுண்டைக் கடந்து தெருவில் இறங்கி ஓடினாள் பட்டு.

அவள் பின்னால் தொடர்ந்து செல்லவிருந்த ருக்குவின் எதிரே அவர்– ருத்ரா– வந்தார்.

"ப்ளீஸ் ஹெல்ப்! அங்கே ஸ்டூடன்ஸெல்லாம் காத்திண்டிருக்கா– நீங்களாவது வரணும்" என்று அழைத்ததும் ருக்கு மாடிப்படியேறி மேலே போனாள்.

சற்று நேரத்திற்குப் பின் அழகையே ஆராதிக்கும் அந்தக் கலா சந்நிதியில் இருபுறத்திலிருந்தும் பிரகாசமாய்ப் பொழியும் ஒளி வெள்ளத்தில் அழகையே ஓர் ஆடையாய்த் தரித்து, பலர் முன்னே தன் சுடர் மேனியைக் காட்டி நின்றிருந்தாள் ருக்கு.

அதே நேரத்தில் இருளைத் தேடி– அந்தப் போர்வையில் எவனோ ஒருவனோடு தன்னை மறைத்துக் கொள்ள நகரத்தின் ஓர் இருண்ட பகுதியை நோக்கி ஓடிக்கொண்டிருந்தாள் பட்டு.

---

ஆனந்த விகடன், 1964

# ஹீரோவுக்கு ஒரு ஹீரோயின்

கண்ணாடியின் முன்னே நின்று படிய வாரிய கிராப்பின் மேல் சீப்பின் பின்புறத்தை வைத்து அழுத்தி வளைவுகள் ஏற்படுத்தும் முயற்சியிலேயே கடந்த பதினைந்து நிமிஷமாய் முனைந்திருக்கிறான் சீதாராமன்.

ஹேர் ஆயில், ஸ்னோ, பவுடர், சென்ட் ஆகியவற்றின் கலவை மணம் ஒரு நெடியாய்க் கமழ்கிறது அந்த அறையில்.

கண்ணாடிக்குப் பக்கத்தில் அந்தச் சிறிய மேஜையின் மேல் அவனது அலங்கார சாதனங்கள் நிறைந்து கிடக்கின்றன. அவற்றின் நடுவே அவனது 'ஷேவிங் ஸெட்' சுத்தம் செய்யப்படாமல் அப்படியே சோப்பு நுரையுடன் கிடக்கிறது. அலங்காரம் செய்து கொள்ள அரைமணி நேரத்துக்கு மேல் செலவழிக்கும் சீதா ராமனுக்கு அந்த ஷேவிங் ஸெட்டைக் கழுவி வைக்க நேரமோ, பொறுமையோ இருப்பதில்லை. அதற்கு அவசியமும் இல்லை. அப்படிப்பட்ட காரியங்களையெல்லாம் செய்வதற்கே தவம் கிடந்து வந்தவள் போல் அதோ காத்து நிற்கிறாள் மதுரம்...

மதுரத்துக்குத் தன் கணவன் சீதாராமனைப் பற்றி உள்ளூற எத்தனையோ விதமான பெருமைகள்...

காபி தம்ளருடன் காலை நேரத்தில் அவன் கட்டிலருகே நின்று எழுப்பும்போது... இவ்வளவு நேரம் தூங்கும் கணவனைப் பார்த்து ஒருவகைப் பெருமிதம்!

வேலைகளையெல்லாம் முடித்துவிட்டுக் குழாயடியில் நின்று, கொஞ்சமும் மடிப்புக் கலையாத அவனது சட்டைகளை மீண்டும் ஒருமுறை துவைக்கும்போது– அதனுள்ளிருந்து தண்ணீரில் நனைந்து அகப்படும் சிகரெட் பாக்கெட்டை எடுத்துப் பார்க்கும் போது– தன் எதிரே இல்லாத கணவனை எண்ணிச் சிரித்த முகத்தோடு கண்டிருக்கிறாளே– அப்போது ஒருவகைப் பூரிப்பு.

ஒவ்வொரு நாளும் ஆபீசுக்குப் புறப்படும்போது ஒரு கர்ச்சிப்பைக் கொடுத்து, முதல் நாள் கொடுத்த கர்ச்சிப் என்ன வாயிற்று என்று கேட்கையில் அவன் அசடு வழிய சிரிக்கிறானே– அப்போது ஒரு மகிழ்ச்சி.

இரண்டு குழந்தைகளுக்குத் தகப்பனான தன் கணவனின் இது போன்ற பொறுப்பில்லாத செயல்களில் அலுப்போ சலிப்போ இல்லாமல் ஒவ்வொரு நாளும் பூரிப்பும் பெருமிதமும் கொண்டு தொடர்ந்து பணிவிடை புரிகிறாளே... இதன் ரகசியம்தான் என்ன?

இரண்டு உள்ளங்களுக்குத் தெரிந்த எந்த விஷயமும் ஒரு ரகஸியம் ஆகாது; ஆகவே அது அவளுக்கு மட்டும் தான் தெரியும்! ஆம், அவனுக்குக் கூடத் தெரியுமா என்பது சந்தேகம்தான். அதுபற்றிய ஞானமோ சிந்தனையோ இருந்தால், தன்னருகே நின்று பார்த்துப் பார்த்துப் பூரித்துப் போகும் அவளது உழைப்பையும் பணிவிடைகளையும் பெற்றுக் கொண்டு தன் போக்கில் போய்க் கொண்டிருக்க முடியுமா அவனால்?

ஆனால், அவனது போக்கை அலட்சியம் என்று கருத மாட்டாள் மதுரம். அவன் எப்பொழுதுமே அப்படித்தானாம்! அவனது நடை, பேச்சு, பார்வை, தோரணை– எல்லாமே மிடுக்காக, கம்பீரமாக இருப்பதால் ஒரு அலட்சியம் போல் தோன்றுமாம்!... அவனைப் பற்றி அவளுக்கு ரொம்பத் தெரியுமாம்...

"சீதாராமன் மகா அதிர்ஷ்டசாலி" என்று அவன் ஆபீசில் வேலை செய்கிறவர்கள் கூறுவது, அவன் மனைவியைப் பற்றி இவ்வளவும் தெரிந்ததனால் அல்ல.

ஆபீசில் 'ஹீரோ சீதாராமன்' என்றுதான் எல்லோரும் அவனை அழைப்பார்கள்.

அவன் ஆபீஸ் ரிக்ரியேஷன் கிளப் நாடகங்களில் நடிப்பான்; ஹீரோவாகத்தான் நடிப்பான். அந்தத் தகுதி அவனைத் தவிர வேறு யாருக்கும் இல்லை என்று அவனும் நினைக்கிறான்; ஆபீசில் உள்ள மற்றவர்களும் சொல்கிறார்கள்.

'ஹீரோ சீதாராம'னுக்கு இருக்கும் அழகுக்கும் அதிர்ஷ்டத்திற்கும் அவனுக்கு நிச்சயமாக சினிமாவில் ஒரு சான்ஸ் அடிக்கத்தான் போகிறதாம்.

அந்த ஆபீசில், தான் ஒரு குமாஸ்தாவாக இருப்பதில் தன்னால் ஆபீசுக்கே ஒரு பெருமை என்ற தோரணையுடன் தான் அவன் தனது இருக்கையில் உட்கார்ந்திருப்பான். வேலை ஏதும் செய்யாமல் அவுட்டுச் சிரிப்பும் அட்டகாசப் பேச்சுமாய் அவன் அரட்டை அடித்துக் கொண்டிருப்பதை எல்லாருமே அனுமதிக்கிறார்கள். வேலை ஏதும் செய்யாமல் பேசிக்கொண்டிருக்கும் அவனிடம் முதுகு ஒடிய உட்கார்ந்து எழுதிக் கொண்டே

பல்லிளித்துப் பேசிக் கொண்டிருப்பதில் மற்ற குமாஸ்தாக்களுக்கு ஒரு சுகம்!

அங்கே வேலை செய்யும் ஜூனியர் கிளார்க்குகள்— கலியாணமாகாத தனிக் கட்டைகள்கூட— இரண்டு குழந்தை களுக்குத் தகப்பனும் கிட்டத்தட்ட நாற்பது வயதானவனுமான சீதாராமனைப் போல் உடையணிந்து கொள்ளவும், சினிமா பார்க்கவும், செலவுகள் செய்யவும் முடியவில்லையே என்று பொருமுவதும் உண்டு.

அவர்களுக்குத் தெரியுமோ இவன் இப்படியெல்லாம் இருப் பதற்குக் காரணமே— இரண்டு குழந்தைகளுக்குத் தகப்பனாகவும், மதுரத்தைப் போன்ற ஒருத்திக்குக் கணவனாகவும் அவன் இருப்பதனால்தான் என்று...?

அவர்கள் அதை உணரவேண்டிய அவசியமுமில்லை; உணரா திருந்தால் ஒரு பொருட்டுமில்லை. ஆனால் மதுரத்தைப் பொருத்த வரை அவன்கூட அவற்றை உணரவேண்டிய அவசியமோ அவன் உணராதிருந்தால் ஒரு பொருட்டோ அல்லதான்; எனினும் அவனைப் பொருத்தவரை— அவனது ஆத்ம உயர்வுக்கு அவன் அதை உணர்ந்திருக்க வேண்டாமா?

'ஹீரோ சீதாராமனை'ப் பொருத்தவரை வாழ்க்கையும் உத்தி யோகமும், குடும்பமும் மனைவியும்— எல்லாமே ரொம்ப அலட்சியமாகத்தான் இருக்கின்றன... அவனுக்கிருக்கும் லட்சிய மெல்லாம் ஒன்றுதான்! சினிமாவில் கிடைக்கப் போகும் அந்த ஹீரோ சான்ஸ்!

அவன், ஆபீசில் சம்பளம் வாங்கிக்கொண்டு, அதில் தன்னை ஒரு நவயுக வாலிபனைப்போல் அலங்கரித்துக் கொண்டு திடீர் என்று ஒரு நாள் வரவிருக்கும் அந்த சினிமா சான்ஸுக்காகக் காத்திருப்பவனாகவே தன் இருக்கையில் அமர்ந்திருக்கிறான். ரொம்பப் பேர் வாழ்க்கையில் அப்படி வந்திருக்கிறதாமே!...

அவன் கண்களில் மற்ற எதைப்பற்றியுமே— சதா ஓர் அலட்சிய பாவமே மின்னிக் கொண்டிருக்கிறது.

அந்தக் கண்கள் ரொம்ப அழகாய் இருக்கின்றன என்று எண்ணி அவன் அழகிலும் புகழிலும் மயங்கிப் பெருமூச்செறிந்து கொண்டிருக்கும் டைபிஸ்ட் கமலா இந்த ஹீரோவுக்குப் பொருத்த மான ஹீரோயினாக, சில மாதங்களுக்கு முன் நடந்த ரிக்ரியேஷன் கிளப் டிராமாவில் நடித்தாள்...

இதோ, இப்போது அறையில் கண்ணாடியின் முன்னால் நின்று அலங்காரம் செய்து கொள்ளும் இந்த ஹீரோவைப் பார்த்து

மகிழ்ந்து நிற்பதுபோலத்தான், அன்றும் அந்த நாடகத்தில் அவளோடு அவனைப் பார்த்துப் புளகாங்கிதம் அடைந்தாள் மதுரம்.

கழுத்தில் கிடக்கும் மைனர் செயின் வெளித்தெரிய அணிந்த ஸில்க் ஜிப்பா, காலிலுள்ள அழகிய செருப்பை மறைத்துப் புரளும் வேட்டி இத்தியாதி அலங்காரங்களுடன் கண்ணாடியின் அருகிலிருந்து சற்றுப் பின்னால் வந்து தன் முழுத் தோற்றத்தையும் பார்த்துக்கொண்ட போது– அறையின் ஒரு மூலையில், புகையும் வியர்வையும் படிந்த முகத்தையும், ஈரக் கைகளையும் முந்தானையில் துடைத்தவாறு நின்றிருக்கும் மதுரத்தைக் கண்ணாடியினூடே பார்த்தான் சீதாராமன்.

அவன் தன்னைப் பார்ப்பதைக் கண்ட மதுரம் கண்ணாடியில் தெரியும் அவன் முகத்தை நோக்கிச் சிரித்தாள். சிரித்துக் கொண்டே அவனருகில் வந்த மதுரம் ஆதரவான குரலில் சொன்னாள்: “பாருங்க, நான் இந்த மாசத்திலிருந்து சாப்பாட்டுக் காரியை ஏற்பாடு பண்ணப் போறேன். நீங்க காலையிலேயே சாப்பிட்டுட்டு போங்கன்னாலும் கேக்கறதில்லே... காலையிலே டிபன் சாப்பிட்டதோடப் போயி கண்ட ஓட்டல்லேயும் சாப்பிட்டா உடம்பு என்னத்துக்காகும்?” என்று அவள் சொல்லிக் கொண்டிருக்கும்போது, அவள் சொல்லும் வார்த்தைகளே காதில் விழாதவன் போல் அவள் பக்கம் திரும்பிய சீதாராமன், எதிரில் நிற்கும் மதுரத்தின் தோள்களின் மீது இரண்டு கைகளையும் ஊன்றி அவள் முகத்தையே கூர்ந்து நோக்கினான்... அந்தப் பார்வையில், வழக்கத்திற்கு மாறாக ஆழமானதொரு சிந்தனை தேங்கியிருந்தது,

“என்ன அப்படிப் பார்க்கிறீங்க?” என்று நாணமுற்றவள் போல் சற்றுத் தலைகுனிந்தாள் மதுரம்.

“ம்... நீ என்னமோ சொன்னியே. நான் கவனிக்கல்லே...” என்று தன் மனத்தில் இருப்பதை, சொல்ல வந்த விஷயத்தைச் சொல்ல முடியாமல் ஒரு பேச்சுக்குக் கேட்டு வைத்தான் சீதாராமன்.

“அப்படி என்ன யோசனை? ஏதாவது புது நாடகத்துக்கு ஏற்பாடோ” என்று சிரித்தவாறே அவள் கேட்டபோது, அதை மறுத்து அவன் தலையாட்டுகையில் அவனது நெற்றியில் படிந்த சுருண்ட கேசம் அசைகின்ற அழகை ரசித்தவாறே மதுரம் விளக்கினாள்:

“நீங்க எதுக்கு ஓட்டல்லே சாப்பிட்டு உடம்பைக் கெடுத்துக்கணும்னு நான் ஒரு சாப்பாட்டுக்காரியை ஏற்பாடு

பண்ணியிருக்கேன். நாளையிலிருந்து ஆபீசுக்கே சாப்பாடு வந்துடும்... என்ன சரிதானே என் ஏற்பாடு?"- அவன் தனது யோசனையைப் பாராட்டுவான் என்று அவள் எதிர்பார்க்க வில்லை. அவனும் ரொம்ப அலட்சியமாக, "சாப்பாட்டுக்கு என்ன, ஏதாவது செய்..." என்று அந்த விஷயத்தை ஒதுக்கிவிட்டு, மீண்டும் என்னவோ சொல்வதற்குத் தயங்குகிறவனாகவே அவள் தோள் மீது வைத்த கைகளை எடுக்காமல் "மதுரம்..." என்று கனிந்த குரலில் அழைத்தான்.

"என்ன வேணும்?" என்று அன்புடன் கேட்டாள். அவன் பதிலுக்குப் புன்னகை காட்டினான்.

ஆபீசுக்குப் போகிற நேரத்தில் அவசர அவசரமாக சீட்டியடித்தவாறு அவளைக் கவனிக்காமல் ஓடுகின்ற சீதா ராமன், இன்று வழக்கத்துக்கு மாறாய், தன்னிடம் தயங்கித் தயங்கி நிற்பதற்கான காரணம் புரியாமல் நின்றிருந்தாள் மதுரம்.

சீதாராமன் மௌனமாகச் சிந்தனையோடு தன் கைப் பையைத் திறந்தான். நேற்றே வீட்டுச் செலவுக்குக் கொடுத்திருக்க வேண்டிய சம்பளப் பணம் அதிலிருக்கும் நினைவு அப்போது தான் வந்தது அவனுக்கு. அந்த ரூபாய்களை எடுத்து அவளிடம் நீட்டினான். அவள் அதனை வாங்கி எண்ணிப் பார்த்தாள்! ஐம்பது ரூபாய்கள் இருந்தன.

'என்ன இது? இவ்வளவுதானா?' என்பது போல் அவள் அவனைப் பார்த்தாள். அவன் மீண்டும் சிரித்தான்; அவளும் திருப்தியடைந்து சிரித்துவிட்டாள்.

அவ்வளவுதான்! அந்த விஷயம் முடிந்துவிட்டது.

இப்படிப்பட்ட புருஷனின் சம்பளப் பணத்தை நம்பியா ஒருத்தி குடும்பம் நடத்த முடியும்?...

●●●

**ம**துரத்தின் தாய் சாகும்போது இந்த வீட்டை மகளுக்குக் கொடுத்து விட்டுக் கண்ணை மூடினாள். அதன் ஒரு பகுதியைத் தங்களுக்கு வைத்துக் கொண்டு பின்கட்டு முழுவதையும் மூன்று போர்ஷன்களாக்கி வாடகைக்கு விட்டிருக்கிறாள்; இரண்டு மாடுகள் வாங்கி வைத்து வீட்டுக்குள்ளிருக்கும் குடித்தனக் காரர்களுக்கு வாடிக்கைப் பால் அளக்கிறாள். தன் இரண்டு குழந்தைகளையும் இந்தப் புருஷனையும் வைத்துப் போஷிக்க அவள் படும் கஷ்டங்களை அவள் கஷ்டமாகவே நினைப்ப

தில்லை. அவளுக்கு அதுவே சுகமாக இருப்பினும் 'நூத்தி எழுவது ரூபாய் சம்பளத்தை இவர் என்னதான் பண்ணுகிறார்!' என்று ஒரு நினைப்பு உள்ளே எழுந்தாலும், 'ம், ஆண் பிள்ளைகளுக்கு எவ்வளவோ செலவு, போகட்டும்' என்று அந்தப் புன்னகை யிலேயே எல்லாவற்றையும் மறந்துவிடுகிறாள் மதுரம். எனினும் அதை லேசாகவாவது அவனுக்கு உணர்த்தாவிட்டால் சரியில்லை யல்லவா?

"இதுக்குத்தான் சொல்றேன்– காசுக்குக் காசும் செலவு; ஒடம்பும் கெட்டுப் போகும். மத்தியான சாப்பாடு வெளியே சாப்பிட ஆரம்பிச்சதிலிருந்து உடம்பே பாதியாய்ப் போச்சு– நாளையிலேருந்து சாப்பாட்டுக்காரியை நான் ஏற்பாடு பண் ணிடறேன்..." என்று அவள் திரும்பத் திரும்ப அந்த ஒரு விஷயத்தையே கூறுவதைக் கேட்டதும் சலிப்புற்ற அவன், திடீரெனப் பொறுமை இழந்து கத்தினான்!

"சரி, சரி, சரி!... அதுதான் ஒரு தடவை சொன்னியே... நீ அனுப்பறதையே திங்கறேன்; இனிமே ஓட்டலுக்குப் போய்த் தின்னு தொலையலே– சரிதானே" என்று கத்திக் கொண்டே புறப்பட்டான் சீதாராமன்.

தான் சொன்னதைத் தப்பாய் எடுத்துக்கொண்டு அவன் போவதைக் கண்டு– ஆபீசுக்குப் புறப்படுகிற நேரத்தில் அவனுக்குக் கோபம் வருவதுபோல் தான் நடந்து கொண்டதை எண்ணி– மதுரம் கண் கலங்கி நின்றாள்.

ஆனால் கோபித்துக் கொண்டு வேகமாய் வெளியேறிய சீதாராமன், வழக்கத்திற்கு மாறாக, அவள் ஆச்சரியம் கொள்ளும் விதத்தில் அறைவாசலில் ஒருவிநாடி நின்றான். அந்த ஒரு விநாடியில் அமைதியடைந்து திரும்பிப் பார்த்தான்.

மதுரம் கலங்கிய கண்களுடன் தலை குனிந்து நின்றிருந்தாள்.

அவன் அவளருகே வந்து அவள் தோளை நெருக்கி அணைத்து ஒரு சிறு குலுக்கலுடன் கேட்டான்: "வருத்தமா?"

மதுரத்துக்கு மேலும் மேலும் வியப்பாக இருந்தது.

"எனக்கு என்னத்துக்கு வருத்தம்?" என்று நனைந்த இமைகளுடன் சிரித்தாள் மதுரம். தன் கணவன் ஏதோ ஒரு காரியத்துக்காகத்தான் இவ்வளவு பீடிகையும் போடுகிறான் என்று உணர்ந்த அவள், 'என்னிடம் காரியம் சாதிக்க இதெல்லாம் எதற்கு' என்று யோசித்தவளாகக் கையிலிருந்த ரூபாய் நோட்டுக் களை வெறித்துப் பார்த்தவாறு நின்றிருந்தாள்.

"மது... மது... உள்ளே வாயேன்– உன்கிட்டே ஒரு விஷயம்" என்று ஒருவகைப் பொய்க் குதூகலத்துடன் அவள் தோள்மீது போட்ட கையுடன் அவளை அணைத்தவாறு அறைக்குள் வந்தான் சீதாராமன். அவளை அழைத்தபோதும் அறைக்குள் நுழைந்தபோதும் இருந்த ஆர்வமும் வேகமும் திடீரென்று தணிந்து, ஆழமான யோசனை வயப்பட்டவனாய்க் கட்டிலின் மீது அமர்ந்தான் அவன்.

"என்ன விஷயம், சொல்லுங்கோ" என்று அவன் எதிரே இடுப்பில் கைகளை ஊன்றி நின்று மதுரம் கேட்ட போது அவள் கைப்பிடியில் அந்த ரூபாய் நோட்டுக்கள் இருந்தன. அதைத்தான் அவன் கேட்கப்போகிறான். 'இந்தாங்க' என்று கொடுத்து விடலாம் என்று தயாராய் நின்றிருந்தாள் அவள்.

"ஒண்ணுமில்லே... நான் ரொம்ப யோசித்துப் பார்த்துத் தான்... அதனாலே உனக்கும்கூட நல்லதுதான்" என்று சொல்ல வந்த விஷயத்தைச் சொல்ல முடியாமல் அவன் தவிப்பதைக் கண்டு, ஒரு புன்னகையுடன் அவன் பக்கத்தில் நெருக்கமாய் உட்கார்ந்தாள் மதுரம்...

"என்னத்தை இப்படி மென்னுமென்னு முழுங்கறீங்க ம்.. என்ன வேணும்" என்று அவன் மோவாயைத் தன் பக்கம் திரும்பினாள். 'கேட்டதைத் தருகிறேன்' என்று நம்பிக்கை தரும் நல்லுணர்ச்சி அவள் கண்களில் மின்னிற்று. அவன் அப்போதும் மௌனமாய்த் தலை குனிந்து இருப்பதைக் கண்டதும், "சரி, சரி... எனக்கு வேலை கெடக்கு..." என்று கொஞ்சம் பிகுவுடன் எழுந்தாள்.

"இரு... இரு..." என்று அவள் கையைப் பிடித்து அருகே இழுத்து அவளைத் தழுவிக் கொண்ட சீதாராமன் உணர்ச்சி வயப்பட்டவன் போல அவள் முகத்தருகே குனிந்தான்.

"மது... நீ சொல்வியே... என் சந்தோஷம்தான் உன் சந்தோஷம்னு, நெஜந்தானே?" என்று கேட்கையில் அவனது சுவாஸம் அவள் கன்னத்தைத் தகித்தது.

"அதுக்கு இப்ப என்ன? ஆபீசுக்குப் புறப்படற நேரத்திலே சட்டையெல்லாம் கசக்கிக்கிட்டு..." என்று அவன் பிடியிலிருந்து விலக முயன்றாள் மதுரம்.

அவள் மனத்துள் 'இந்த மாசம் ஐயா ரொம்ப தாராளமா செலவு பண்ணிட்டார் போல இருக்கு... கையிலே இருந்த பணத்தை ஒப்புக்குக் காட்டிட்டுத் திரும்பவும் வாங்கிக்கறதுக்கு

இவ்வளவு சாகஸமா? ஓ! இந்த ஐம்பது ரூபாய் இல்லாட்டித் தான் என்ன? கஷ்டத்தோட கஷ்டமா நான் கவனிச்சுக்குவேன். இவர் தயங்கறதையும் கெஞ்சறதையும் பார்த்தா பாவமா இருக்கு! சரி, இப்படிச் சம்பளம் பூரா என்னதான் செலவு பண்றார்?...' என்று எண்ணினாலும் ஒரு ஆண் பிள்ளையை, அதுவும் புருஷனை, அவன் சம்பாதிக்கும் பணத்தைப் பற்றி அப்படிக் கணக்குக் கேட்பதற்கு, தனக்கு அதிகாரமில்லை என்றும், அப்படிக் கேட்பது அழகில்லை என்றும் அவள் உணர்ந்த பண்பினால் ஒரு துயரத்துடன் அவனைப் பார்த்துச் சிரித்தாள்.

அவன் அவளது காதோரத்தை உதடுகளால் லேசாக ஸ்பரிசித்தவாறு சொல்லிக் கொண்டிருந்தான்:

"நீ ஒரு உதவி செய்யணும்... உதவின்னா அது எனக்குச் செய்யற உதவி மட்டும் இல்லே; அதனாலேதான் தயக்கமா இருக்கு.... உனக்குத்தான் தெரியுமே– எங்க ஆபீஸ் டைப்பிஸ்ட் கமலா இல்லே, கமலா..." என்று கூறுகையில் தொண்டை அடைத்துக் கொண்டது அவனுக்கு.

'யாரு— உங்க ஹீரோயின் கமலாவா" என்று கேலியாக விசாரித்தாள் மதுரம்.

– 'ம்ஹ்ம்... இந்த மனுஷன் பண்ற செலவுபோதாதுன்னு அவளுக்கும் இவளுக்கும் வேறே கைமாத்து கொடுத்தாகிறது போல இருக்கு... எல்லாம் வீண் ஜம்பம்!' என்று மனத்துள் முனகிக் கொண்டாள். அதே நேரத்தில் 'உங்க ஹீரோயின் கமலாவா?' என்று கேட்ட தன் கேள்விக்கு அவனிடமிருந்து ஒரு பதிலையும எதிர்பார்த்தாள் மதுரம்.

அன்று– நாடகம் முடிந்து வீட்டுக்கு வந்ததும் எப்படி நம்ப ஹீரோயின் என்று மதுரத்தை அவன் கேட்டபோது!...

"கேள்வியைப் பாரு, நம்ம ஹீரோயினாம்!" என்று மதுரம் பொய்க் கோபத்தோடு முகம் திருப்பிக் கொண்டவுடன்–

"மது... நாடகத்திலே அவள் எனக்கு ஹீரோயின்... வாழ்க்கை யிலே எனக்கு நிஜமான ஹீரோயின் நீதானே" என்று சொன் னானே, அந்தப் பதிலைத்தான் மீண்டும் ஒருமுறை எதிர்பார்த்து இப்போதும் அவள் அவ்விதம் கேட்டாள்.

ஆனால் அவனோ பதிலேதும் சொல்லாமல் எதையோ சற்று நேரம் தலை குனிந்து யோசித்து "ம்... அவளுக்குத்தான். இன்னக்கி மத்தியானம் அவ வருவா... இங்கே... நீயே அவள் கேட்கிற

உதவியை தாராள மனத்தோட செய்யணும்... எனக்காகச் செய்வியா?... அவள் உன்னைத்தான் நம்பியிருக்கா. அந்த உதவிக்குத் தகுந்த மாதிரி உன்கிட்டே அவ நடந்துக்குவா.. பாவம், அவ ரொம்ப நல்லவ... அவளுக்கு யாருமில்லே...” என்று அவன் இவ்வளவு கரிசனையுடன் கேட்கும்போது, அந்தக் கரிசனை மதுரத்துக்குப் பிடிக்கவில்லை; கொஞ்சம் எரிச்சல் கூட வந்தது.

“சரி... சரி அவள் வரட்டும்... உங்களுக்கு நாழியாகலியா?” என்று பேச்சை மாற்றினாள் மதுரம்.

“அப்போ நான் வரட்டா?” என்று அவளிடமிருந்து பிரியா விடை பெற்றுச் செல்கிறவன் போல் அவன் வெளியேறினான்...

மதுரத்துக்கு ஒன்றுமே புரியவில்லை. அவள் மனத்தில், அன்று நாடகத்தில் சீதாராமனின் ஹீரோயினாக நடித்த கமலாவின் குழந்தை முகம் தோன்றியது... இவருக்கு ஏன் அவளுக்கு கடன் கொடுக்க இவ்வளவு கரிசனை என்ற கேள்விக்கு எழுந்த பதில் களையெல்லாம் எண்ணி ‘சீ’ சீ, நான் எவ்வளவு மோசமாக ஒரு பெண்ணைப் பற்றி நினைக்கிறேன்’ என்று தன்னைத் தானே கண்டித்துக் கொண்டாள்...

அது அவள் சுபாவம். தன் புருஷன் விவகாரமாகட்டும், வீட்டுப் பிரச்னையாகட்டும். குழந்தைகளின் தொல்லையா கட்டும்– எல்லாவற்றுக்கும் ஏதோ ஒருவகையில் ஒரு சமாதானம் தேடிக்கொள்ள முடியும் அவளால்.

இல்லாவிடில் இதுபோன்ற நினைவுகளிலேயே அவள் நின்றிருக்க முடியுமா? இன்னும் ஒரு மணி நேரத்தில் அவளது இரண்டு பெண் குழந்தைகளும் பள்ளிக்கூடத்திலிருந்து பசியோடு ஓடிவந்து நிற்குமே...

சோப்புப் பவுடரில் ஊறவைத்த– கணவனின், குழந்தை களின்– துணிகளையெல்லாம் அலசிப்போட வேண்டுமே...

அடுப்பில், உலை கொதித்துக் கொண்டிருக்கிறதே...

மாடுகளுக்குத் தீவனம் வைக்க வேண்டுமே...

‘எவ்வளவு வேலைகள் இருக்கின்றன’ என்ற மலைப்பும், வேலைகளைச் செய்யவேண்டும் என்ற துடிப்பும் பிறந்தது அவளுக்கு! உடனே அவள் மற்ற எல்லாவற்றையும் மறந்தாள். முதல் வேலையாகக் கணவன் அப்படியே போட்டு விட்டுப் போன ஷேவிங்ஸெட்டை எடுத்துக் கொண்டு பாத்ரூமை நோக்கிப் போனாள் மதுரம்.

●●●

மத்தியானம் இரண்டு மணிக்குமேல்தான் மதுரத்துக்கு சிறிய ஓய்வு. அந்த ஒரு மணி நேரத்துக்கும் குறைவான சந்தர்ப்பத்தில் ஹால் நடுவே, பின்கட்டு வாசற் கதவுக்கு நேரே நன்றாகக் காற்று வரக்கூடிய வழியில் வாசற்படியில் தலை வைத்து முந்தானையை விரித்துப் படுப்பாள்... கொஞ்சு நேரத்துக்கெல்லாம் போது மென்றாகிவிடும். எழுந்து போய் முகம் கழுவிக் கொண்டு வந்து தலைவார உட்கார்ந்துக் கொள்வாள். அந்த நேரத்தைவிட்டால் அவளுக்குத் தலைவாரிக் கொள்ளும் சந்தர்ப்பமே இல்லாமற் போய்விடும். அதனாலென்னவென்று இருந்துவிட முடிகிறதா அவளால்? சாயங்காலம் அவர் வரும்போது என்னதான் வெட்டி முறிக்கும் வேலை கிடந்தாலும், தலை ஒரு வேஷம் துணி ஒரு கோலமாய் நின்றால் வீடு உருப்படுமா?... அதற்காகத்தான் மூன்று மணிக்கே தனது அலங்காரத்தை முடித்துக் கொள்வாள் மதுரம்.

... அதற்கு என்ன அர்த்தம்? அவன் வருகையை மூன்று மணியிலிருந்தே எதிர்பார்க்கிறாள் என்பதுதானா? நாலு மணிக்குப் பூக்காரி வருவாள்! அது வாடிக்கை! இரண்டு பெண் குழந்தைகள் இருக்கின்றவே! அவர்களுக்கும் சேர்த்துத்தான் வாங்குகிறாள்; ஆனால் அவர்களுக்காகவே வாங்குவதாகச் சில சமயங்களில் சொல்லிக் கொள்கிறாளே, அது அவ்வளவு உண்மையல்ல.

பொழுது சாய்ந்ததும் அவள் வாசற்படியில் வந்து வந்து பார்த்துவிட்டுத் திரும்பிக் கொண்டிருப்பாள்; அவன் காலையில் அலங்காரம் செய்துகொண்டு போகும்போது பரட்டைத் தலையும் அழுக்குத் துணியுமாய் நின்று கொண்டிருந்தாளே, 'அவள் தானா இவள்' என்று வீட்டுக்குள் நுழைந்தவுடன் ஒரு விநாடி நின்று அவன் பார்க்க வேண்டாமா?...

அவன் பல சமயங்களில் அவளைக் கவனிக்காமலேயே போவான்; அவள் அந்த அலட்சியத்தைப் பொருட்படுத்த மாட்டாள். சில சமயங்களில் அவளது அலங்காரத்தைக் கண்டு அவன் சிரிப்பான்; அந்தக் கேலியை அவள் புரிந்து கொள்ள மாட்டாள்.

●●●

மத்தியானம் மூன்று மணிக்குக் கூடத்து ஹாலில் கண்ணாடியைச் சுவர் அருகே சாய்த்து வைத்துக் கொண்டு அவள் தலைவார ஆரம்பித்தபோது, வழக்கமாகக் கவனிக்கின்ற அந்த முன்புற நரையை, கூந்தலை வகிடாய்ப் பிரித்து ஒரு முறை பார்த்துக் கொண்டாள் மதுரம்... எண்ணெய் தடவி வாரி விட்டால் அந்த நரைதான் மறைந்து கொள்கிறதே!

இவள் எண்ணெய் தடவிக் கொள்ளும் போதுதான் அவள் வந்தாள். அந்த ஹீரோயின் கமலா, தனது நரைத்த கூந்தலைப் பார்த்துவிடக் கூடாது என்ற பதைப்பில் சீப்பை எடுத்துக் கொண்டு விடுவிடென்று உள்ளே நுழைந்து, அறையிலுள்ள நிலைக் கண்ணாடியில் அவசர அவசரமாய்த் தலையை வாரிக் கொண்டையிட்டுக் கொண்ட போது மதுரம் தன்னுள் பேசிக் கொண்டாள்: 'ஏன்? இவள் பார்த்தால் என்ன! எதற்கு இவள் எனது நரையைப் பார்க்கக்கூடாது என்று நினைக்கிறேன்...'

'...அந்த ஹீரோவுக்குப் பொருத்தமான ஹீரோயினாய் மேடையில் தோன்றிய கமலா, வாழ்க்கையில் இப்படிப் பொருத்த மில்லாத ஒரு ஹீரோயினோடு அவன் வாழ்கிறான் என்று நினைத்துவிடக் கூடாது என்ற அச்சத்தினாலா?...

அவள் உள்ளே வந்தாள்!

"வாம்மா... அன்னிக்கி நாடகத்திலே பார்த்ததுதான். எங்க வீட்டுப் பக்கம் வரக்கூடாதோ... உட்காரு, இதோ வந்துட்டேன்!" என்று முன்புறக் கூந்தலை ஒரு தடவைக்கு மூன்று தரம் சீப்பால் அழுந்த வாரிக் கொண்டையிட்டுக் கொண்டபின், நட்பு முறை யில் புன்னகை தவழும் முகத்துடன் ஹாலுக்கு வந்தாள் மதுரம்.

"உட்காரம்மா நிற்கிறாயே..." என்று ஹாலில் கிடந்த பிரம்பு சோபாக்களில் ஒரு இரட்டைச் சோபாவை அவளுக்குக் காட்டி, தானும் ஒன்றில் அமர்ந்துகொண்டாள் மதுரம்.

– யாராவது புதிய மனிதர்கள் வரும்போதெல்லாம் அவள் அங்கே உட்கார்ந்து பேசிக்கொண்டிருப்பாள்.

அவள் எதிரே இரட்டைச் சோபாவில் உட்கார்ந்திருந்த கமலா ஹாலை ஒரு முறை சுற்றிலும் திரும்பிப் பார்த்து, "எங்கே குழந்தைகளைக் காணலே" என்றாள்.

"இன்னும் பள்ளிக்கூடத்திலிருந்து வரல்லே..."

"ஓ! சின்னவளும் போறாளா ஸ்கூலுக்கு?"

"ஆமாம்... இப்பத்தான் சேர்த்தேன். ஒரு நாளைக்குப் போவா; ஒரு நாளைக்கு 'மாட்டேன்'னு அடம் பிடிப்பாள்..." என்று கூறிச் சிரித்தாள் மதுரம். பதிலுக்கு அவளும் சிரித்தாள். அதன் பிறகு ஒரு விநாடி என்ன பேசுவது என்று புரியாமல் திகைத்த மதுரம், தொடர்ந்து தன் இளைய மகளைப் பற்றிக் கூறினாள்: "பள்ளிக் கூடம் போகலேன்னா வீட்டிலே அவ பண்ற அட்டகாசம் தாங்க முடியறதில்லேம்மா... பெரியவ ரொம்ப சாது. இது என்னவோ

இப்படி வந்திருக்கு... உடம்பிலே சட்டை இருக்கப்படாதுங்கறா... பள்ளிக்கூடத்திலேருந்து வந்ததும் கவுனை ஒரு மூலையிலே, ஜட்டியை ஒரு மூலையிலே அவுத்து எறிஞ்சுட்டுத்தான் சுத்தி சுத்தி வரா... நானும் எவ்வளவோ அடிச்சுப் பார்த்தாச்சு; 'ம்ஹூம்' என்று சிரிப்பிற்கிடையே விவரித்தாள்.

"கொழந்தைதானே" என்று கூறியவாறே தன் கைப் பையிலிருந்து ஒரு பிஸ்கெட் டின், இரண்டு பெரிய சாக்லெட் பாக்கெட் முதலியவற்றை எடுத்து சோபாவின் மேல் வைத்தாள் கமலா.

'கடன் கேட்க வந்தவள் இதையெல்லாம் ஏன் வாங்கி வந்திருக்கிறாள்' என்று யோசித்தாள் மதுரம்.

'முதல் தடவை வீட்டுக்கு வரும்போது வெறுங்கையோட வரலாமா?'– என்று, எதிலுமே ஒரு சமாதானம் தேடிக் கொள்ளும் தன் இயல்புக்கேற்ப யோசித்துக் கொண்டிருந்த மதுரம் "இதெல்லாம் எதுக்கம்மா?... வீண் செலவு" என்றாள்.

"நீங்க என்ன அக்கா, யாரோ விருந்தாளிகிட்டே சொல்ற மாதிரி சொல்றீங்களே!" என்று உரிமையான பாவனையில் மதுரத்தைப் பார்த்தாள் கமலா.

மதுரம் நன்றி கலந்த புன்னகையுடன் கமலாவை, அவளது அலங்காரத்தை, உடை மோஸ்தரை, கூந்தல் சிங்காரத்தை யெல்லாம்– தங்க நகையை எத்தனை மாற்று என்று எடை போடும் பொற்கொல்லன் மாதிரிப் பரிசீலித்துக் கொண்டிருந் தாள். நடுவில் ஒருமுறை உள்ளே எழுந்து போய்க் காப்பிக்கு அடுப்பு மூட்டிவிட்டு மீண்டும் வந்து உட்கார்ந்து கொண்டாள்.

இவ்வளவு நேரமாய் வந்த காரியத்தைப் பேச கமலா தயங்கிக் கொண்டிருப்பதைக் கண்டதும் தானே ஆரம்பித்தாள் மதுரம்:

"அவர் காலையிலேயே சொல்லிட்டுப் போனார்" என்றதும் கமலா, முகத்தில் ஒரு மாற்றத்துடன், "என்ன சொல்லிட்டுப் போனார்?" என்று கேட்டாள்.

"ஒண்ணுமில்லை, நீ வருவேன்னு சொன்னார்; ம்... அப்புறம் உனக்கு யாருமே இல்லேன்னு சொன்னாரே... நான் அவர் கிட்டேயே கேக்கணும்னு நெனச்சேன்; நேரமில்லே அப்போ. ஆமா, நீ இப்போ யார் விட்டிலே இருக்கே... சொந்த ஊர் எது? தாய் தகப்பன் இல்லாட்டியும் சொந்தக்கார மனுஷாள் இருப் பாங்க இல்லே?" என்று ஒரு அடுக்கு விஷயத்தை இரண்டு மூன்று கேள்விக்குள்ளே திணித்துக் கேட்டாள் மதுரம்.

கமலா, மதுரத்தின் கேள்விகளுக்கு உடனே பதில் சொல்லி விடவில்லை. ஒரு நிமிஷம் மௌனமாய்த் தலை குனிந்து உட்கார்ந்திருந்தாள்... குனிந்த தலை குனிந்து குனிந்து தாழ்ந்தது. கழுத்து நரம்புகள் புடைத்துப் புடைத்து விம்மின. காதோரம் சிவந்தது...

அவள் தலைநிமிர்ந்து பார்த்தபோது கமலாவின் கண்கள் கலங்கிச் சிவந்திருப்பது கண்ட மதுரம் திகைத்தாள்.

'நாம் ஏதாவது தப்பாகக் கேட்டு விட்டோமோ?' என்ற அச்சத்துடன் அவளருகே வந்து "ஏம்மா வருத்தப் படறே..." என்று ஆறுதலாகக் கேட்டாள் மதுரம்.

"என் கூடப் பொறந்த சகோதரியைப்போல் நெனைச்சுத் தான் உங்களைப் பார்க்க வந்தேன்" என்று உணர்ச்சியால் அடைத்த குரலுடன் கூறி, அதற்குமேல் சொல்ல முடியாமல் உதட்டைக் கடித்துக் கொண்டாள் கமலா...

"பெத்தவங்களைச் சின்ன வயசிலேயே பறிகொடுத்திட்டு மாமா வீட்டிலே படாதபாடுபட்டு எப்படியோ படிச்சு முடிச் சுட்டு ஒரு வேலை கெடைச்சதும் அந்த நரகத்திலேருந்து விடுதலையானேன். ஒரு ஹாஸ்டல்லே தங்கி– ஒரு அநாதை யாகவே துணையில்லாத வாழ்க்கை எவ்வளவு காலத்துக்கு வாழறது?" என்ற சிவந்த நாசி விரிந்து துடிக்க அவள் கேட்ட போது. மதுரத்துக்கு அந்த நிலைமையின் சோகத்தைப் புரிந்து கொள்ள முடிந்தது.

"ஏன்? ஒரு கல்யாணத்தைப் பண்ணிக்கிட்டு, குடியும் குடித் தனமுமா ராணி மாதிரி இருக்கலாமே நீ? உனக்கென்ன குறைச்சல்? என்னைமாதிரி எழுத்துவாசனை இல்லாதவள்னாலும் சொல்லலாம்?... இதுக்கா வருத்தப் படறே?" என்று தைரியம் கூறினாள் மதுரம்.

கமலா ஒரு பெருமூச்செறிந்தாள்:

"அதுக்கெல்லாம் சொந்தக்காரர்களோ, வேறே பொறுப் பான பெரியவங்களோ இருந்தாத்தானே நடக்கும்... அப்பிடி எனக்கு யாரும் இல்லியே... இந்த இருபத்தாறு வயசுக்குள்ளேயே எனக்கு அதெல்லாம் குடுத்து வெக்கலேங்கற தீர்மானத்தோட இப்படியே வாழ்ந்துடலாம்னுதான் இருந்தேன். ஒரு ஆதரவு மில்லாத எனக்கு எல்லாவிதமான உதவியும் செய்யறதுக்கு அன்பா, ஆதரவா இருக்கிறவர் ஆபீசிலேயே இவர்– மிஸ்டர் சீதா ராமன்– ஒருத்தர்தான்..." என்று அவள் கூறி நிறுத்தியதும் இருவரும் கவனமாய் ஒருவரை ஒருவர் பார்த்துக் கொண்டனர்...

மதுரத்துக்கு திடீரென என்னவோ விபரீதமாய் ஒரு கற்பனை. ஓர் எண்ணம்– ஒரு தீர்மானம் உள்ளூற எழுந்தது! அது கொஞ்சம் கூட வெளியே தெரியவில்லை. வெளியே தெரியாத, சலனம் காட்டாத அது, அவளைச் சிலைபோல் ஸ்தம்பித்து நிறுத்தி, கமலாவின் உள்ளே ஊடுருவுவது போல் அவளைப் பார்க்க வைத்தது. தான் சொல்லவந்த விஷயத்தைச் சொல்லாமலே இவள் புரிந்துகொண்டுவிட்டாளோ என்ற திகைப்பில், கமலாவும் அவளையே வெறித்துப் பார்த்தாள்.

'இவள் மறுத்துவிட்டால்?... தன்னை தூஷித்துத் துரத்தி விட்டால்... தன் மானத்தைக் கெடுப்பதுபோல் ஊர் கூட்டி நியாயம் கேட்டுவிட்டால்...' என்று திகில்கள் படிப்படியாய் விளையவே, திடீரெனக் குமுறி, வாய் விட்டுக் கதறியழுதவாறு மதுரத்தின் கரங்களில் முகம் புகைத்துக் கொண்டாள் கமலா!

இப்போது 'ஏன் அழுகிறாய்? எதற்கு வருந்துகிறாய்?' என்றெல்லாம் மதுரம் கேட்கவில்லை. அவள் நின்றிருக்கும் போது வெறித்ததுபோலவே, இந்த இடத்தைவிட்டு விலகி வந்து தன் கரத்தில் முகம் புதைத்தழும்போது– அவள் பார்வை வெறித்து நிலைகுத்தியிருந்தது...

மதுரத்தின் கைகளை இறுகப்பற்றி அழுதுகொண்டே அவள் தெளிவான குரலில் சொல்லிவிட்டாள்: "உங்க வாழ்க்கையிலே பங்கு கேட்கிறேன், அக்கா!"

– அழுகையென்ற கேடயத்தை ஏந்திக் கொண்டு அந்தக் கூரியவாளை 'சரே'லென மதுரத்தின் இருதயத்தில் அழமாகச் செருகிவிட்டாள் கமலா.

"இந்த அநாதைக்கு வாழ வழி காட்டணும்... என் மானமே உங்க கையிலே இருக்கு. உங்களுக்கு நான் செஞ்ச துரோகத்தை மன்னிச்சு நீங்க என்னைக் காப்பாத்தணும்... உங்க குழந்தை வேறே; என் வயித்திலே இருக்கிறது வேறே இல்லே அக்கா!..."

செருகிய வாளை உருவி, மீண்டும் பாய்ச்சியபோது, தன் மனோபலம் முழுவதையும் திரட்டி, பல்லைக் கடித்துக் கண் களை மூடித் தாங்கிக்கொண்டாள் மதுரம்.

"இந்த நன்றியை உயிர் உள்ள வரைக்கும் நான் மறக்க மாட்டேன்... உங்களுக்கும்– நம்ப குடும்பத்துக்கும்" என்று கமலா கூறுவதை இடைமறித்து அமைதியான குரலில் மதுரம் முனகினாள்:

"போதும் கமலா... ஐயோ, என்னாலே, தாங்க முடியலியேடி அம்மா..." என்று படுகாயமுற்றவள் போல் அந்தச் சோபாவில்

கிடந்து அண்ணாந்த தலையை இடமும் வலமும் புரட்டிப் புரட்டி உலுப்பியவாறு துடித்தாள் மதுரம்.

அரைமணி நேரம் வரை மதுரம் அசையவில்லை: விழிகளைத் திறக்கவில்லை.

சொல்ல வேண்டியதைச் சொல்லிவிட்ட பிறகு, அவளது சம்மதிப்பை, பதிலை எதிர் நோக்கி உள்ளூற ஒரு தவிப்பும், பார்வையில் ஒரு திகைப்பும் கொண்டு உட்கார்ந்திருந்தாள் கமலா.

மதுரத்தின் நிலையைப் பார்க்கும்போது, அவளுக்குப் பயமாகவும் வருத்தமாகவும் இருந்தது. தான் நினைத்து எதிர் பார்த்தது போல் அவள் ஆத்திரமோ வெறுப்போ கொண்டு தன்னைத் தூஷிக்கவோ, சபிக்கவோ செய்யாததால்– இந்த நல்லவளின் இதயத்தை நொறுக்கிவிட்ட, குற்றம் புரிந்துவிட்ட உணர்ச்சியில் அவளுக்குக் குமுறிக் குமுறி அழுகை வந்தது.

வெகுநேரம் மௌனமாய் அழுதுகொண்டிருந்த பின் இவளருகே வந்து "அக்கா... அக்கா..." என்று அழுது கொண்டே உசுப்பினாள் கமலா.

ஒன்றுமே நடக்காததுபோல் தெளிவான முகத்தோடு, உறுதி யான பார்வையோடு நிமிர்ந்து உட்கார்ந்தாள் மதுரம். அவள் கண்களிரண்டும் தாமரை இதழ்போல் சிவந்திருந்தன.

"நீ ஏம்மா இப்படி அழறே? தைரியமாய் இரு" என்று சொல்லிவிட்டு எழுந்து அறைக்குள் போனாள். அவளுக்கு ஏனோ சற்றுத் தனிமையிலிருக்க வேண்டும் போலிருந்தது. அறையில் கிடந்த கட்டிலையும், ஸ்டாண்டில் கிடந்த அவனுடைய துணி மணிகளையும் அவள் பார்வை வெறித்தது.

அவள் அறைக்குள் புறங்கைகளைக் கட்டியவாறு மேலும் கீழும் நடந்து நடந்து திரும்பி உலாவுவதை ஹாலிலிருந்து பார்த்துக் கொண்டிருந்தாள் கமலா.

அவள் அறையின் நிலைக் கண்ணாடியின் முன் நின்றாள். அவளது ஆசைக் கணவன் அலங்காரம் செய்து கொள்வானே அதே இடத்தில் நின்று தன்னைப் பார்த்துக் கொண்டாள். அவசரமாக வாரியதால் சரியாக மறையாத அந்த முன்புறம் நரைத்த சிகை ஒரு கொத்தாய் இப்போது வெளியே கிளம்பி இருந்தது. முகத்தில் சுருக்கம் கண்டு விட்டது. உடம்பு ஸ்தூலப் பட்டு வயதுக்கு மீறிய தோற்றம் தட்டிவிட்டது...

அவர் எப்படி இருக்கிறார்! 'அன்னக்கிப் பார்த்தது போலவே...' என்று எண்ணியவாறே அவள் ஹாலில் உட்கார்ந் திருக்கும் கமலாவை ஓரக்கண்ணால் பார்த்தாள்.

'இவள் அவருக்குப் பொருத்தம்! நான்தான் கிழடாகி விட்டேன்... அது எப்படி? அவரைவிட வயசு குறைந்த நான எப்படி அவரைவிடக் கிழமானேன்? ஆமாம்; நான் கிழவியானது முதுமையால் அல்ல; என் மூடத்தனத்தால்... அறிவில்லாத, புத்தி யில்லாத'—அவள் நறநறவெனப் பற்களைக் கடித்துக் கொண்டாள்.

– வாழ்க்கை முழுதும் அவனைப் பற்றிய நினைவில் அவள் தன்னை மறந்திருந்தாள். அவன் அலங்காரம் செய்து கொண்டு இளமையோடு திகழ்வதைப் பார்த்துக் கொண்டு நிற்கின்ற போதே, தான் முதுமையடைந்து கொண்டிருப்பதை அவள் அறியாமற் போனாள்.

அவள் அவற்றையெல்லாம் இப்போது சிந்தித்துப் பார்த்தாள். அவள் மனத்தில் இப்போது குடைந்து கொண்டிருந்த உணர்ச்சி, தன் புருஷனை வேறு ஒருத்தி அபகரித்துக் கொண்டாளே என்பதல்ல. தான் எவ்வளவு ஏமாளியாய், ஒரு பொய்யை நம்பி, வாழ்க்கையின் இனிய பகுதிகளையெல்லாம் வீணாயும் விழலுக் குழைத்த வேதனையாயும் மாற்றிக் கொண்டோம் என்ற கசப்பான உண்மை அவளை ஒரு வெறிச்சியைப்போல் விழிக்க வைத்தது.

அவள் நின்று நின்று பெருமூச்செறிந்தாள். வாயால் பேச வார்த்தையில்லை– எனினும் பேசினாள்.

'குடும்பத்தின் சுமையெல்லாம் நான் சுமந்து கொண்டால் ஏன் தலை நரைக்காது? அவரைப்போல ஒரு கவலையும் இல்லாமல் இருந்தேனா? எல்லாவற்றுக்கும் குறுக்கே நின்று நான் பாதுகாத்தால் அவர் என்றைக்குமே ஹீரோவாக இருக்க மாட்டாரா என்ன?... எனக்குத்தான் என் நினைவேயில்லை; எனக்கு அவர் நினைவே போதும். அவருக்கு அப்படியா? அவர் நினைவுக்கு நான் போதுமா? ஆ! எவ்வளவு பெரிய மோசடி? எவ்வளவு மோசமான சுரண்டல்? வாழ்ந்ததை நினைத்தால் குடலைப் புரட்டுகிறதேடி, அம்மா!... சீ, இனிமேல் அவர் முகத்தைப் பார்க்கும் பாபம் எனக்கு வேண்டாம். அந்தக் கெட்ட சொப்பனம் தீர்ந்தது' என்றெல்லாம் வாய் விட்டு முனகிக் கொண்டாள்,

அவள் நேரே ஹாலுக்குள் வந்து கமலாவின் எதிரே உட்கார்ந்து அவளை அனுதாபத்தோடு உற்றுப் பார்த்து விட்டுச் சொன்னாள்:

"கமலா! உன் தலை எழுத்துக்கு நான் என்ன செய்ய முடியும்?... நீ என் வாழ்க்கையிலே பங்கு கேக்கறே! நான் வாழ்ந்தேனா என்ன? நான் உன்னைக் கையெடுத்துக் கும்பிட்டுக்

கேட்டுக்கறேன்– தயவு செய்து முழுக்க எடுத்துக்கோ! பதினைஞ்சு வருஷம் நான் அவரோட வாழ்ந்தவ. இந்தப் பெரிய கணக்குக்கு விடை– பூஜ்யம்னு இப்பத்தான் தெரிஞ்சிருக்கு... ஓ! நான் என்னென்ன பாடு பட்டிருக்கேன்! போகட்டும்! நீ சீக்கிரம் போயி, அவரை... 'இனிமேலே இந்த வீட்டில் அவருக்கு இடமில்லே'ன்னு சொல்லிடம்மா! அந்த முகத்தை நான் பார்த்தேன்னா அலறிச் செத்துடுவேன். துரோகத்தை அனுபவிக்கிறது கூடக் கஷ்ட மில்லேம்மா... துரோகியின் சிரிப்பைச் சந்திக்கிறது ரொம்பக் கொடுமை! நானும் என் குழந்தைகளும் யாரையும் நம்பி இல்லேன்னு நீயும் புரிஞ்சுக்கோ! ஆமா, இந்தப் பதினைஞ்சு வருஷமா அவர் மேலே இருந்த நம்பிக்கையிலே நான் வாழ்ந்திருக்க லாம்; அனா அவரை நம்பி இங்கே யாரும் வாழலே, வாழ முடியாது... அவர் அப்படி! சீக்கிரம் போயி அவரை இங்கே வரவேண்டாம்னு சொல்லிடு ...ம், போ!... மத்தப்படி உன் தலை எழுத்துக்கு நான் என்ன செய்ய முடியும்– இந்த ஹீரோயின் கதை முடிஞ்சுது– அவருக்கு இன்னொரு ஹீரோயின் வேண்டாமா? என்ன?" என்று சொல்லிவிட்டு எழுந்தாள் மதுரம்.

அவள் குரலில் இருந்த தெளிவும், அவள் வார்த்தைகளில் தோன்றிய நிதானமும்– அவள் கூறுவது வெறும் உணர்ச்சி வயப் பட்ட முடிவு அல்ல என்று கமலாவுக்குப் புரிந்தது. கமலா தலை குனிந்து கை விரல்களின் நகங்களைப் பிய்த்தவாறு உட்கார்ந் திருந்தாள். எழுந்து நின்ற மதுரம் இரக்க உணர்ச்சியால் கண் கலங்கக் கமலாவைப் பார்த்தாள்,

சற்றுமுன் 'என்கூடப் பொறந்த சகோதரி... இந்த அநாதைக்கு வாழ வழி காட்டுங்க– அக்கா' என்றெல்லாம் அவள் மன்றாடிக் கேட்ட வார்த்தைகளை எண்ணிப் பார்த்தாள் மதுரம்.

"கமலா... என்னைச் சகோதரியா நீ நெனைச்சிருக்கே. உனக்கு வாழ வழிகாட்டச் சொல்றே... நான் எப்படியம்மா அதைச் செய்ய முடியும்? என் தாய் அப்போ இருந்தாங்க, 'இவரைத்தான் கல்யாணம் செய்துகொள்வேன்'னு நான் பிடிவாதமாய் இருந் தப்போ– எங்கம்மா எவ்வளவோ புத்தி சொன்னாங்க– எனக்கு ஏறலியே– அம்மா!" என்று கூறித் தனது இறந்துபோன தாயை எண்ணிக் கண் கலங்கினாள் மதுரம்.

"இப்படியெல்லாம் வரும்னு நெனைச்சித்தானோ என்னமோ, தனக்குச் சொந்தமான இந்த வீட்டை வேற பிள்ளைகளுக்குத் தராமே எனக்குத் தந்துட்டுப் போனாங்க. எனக்கும் என் குழந்தை களுக்கும் கஞ்சி ஊத்தறது இந்த வீடுதானம்மா. இந்த வீடும் அந்த ரெண்டு மாடுகளும்தான். கமலா, அந்த மாட்டின் மேலே வைக்க

வேண்டிய பாசத்தை, இந்த வீட்டின் மேலே வைக்கவேண்டிய பக்தியை, இத்தனை வருஷமா வீணடிச்சிருக்கேன்" என்று தானே பேசிக்கொள்வது போல் சொல்லிக் கொண்டிருந்த மதுரம் திடீரெனக் கடுமையான குரலில் கோபாவேசமாகக் கத்தினாள்: "இது என் வீடு! இந்த வாசற்படியை யாரும் மிதிக்கக்கூடாது..."

அந்தச் சத்தத்தையும் அவள் தோற்றத்தையும் கண்டு கமலா திகைத்துப் போனாள்.

தான் அங்கேயே இருந்தால் கமலாவின் முன்னே இன்னும் என்னென்ன அந்தரங்க தாம்பத்திய விஷயங்களையெல்லாம் ஆத்திரத்திலே பேசிவிடுவோமோ என்ற அச்சத்துடன், மதுரம் எழுந்து சென்று அறைக்குள் போய்க் கதவை மூடிக்கொண்டாள்.

கமலா அந்த அறையின் மூடிய கதவை வெறிக்கப் பார்த் தாள்; முகத்தை மூடிக்கொண்டு குலுங்கக் குலுங்க அழுதாள்.

அவள் இப்போது எதற்காக அழுகிறாள்? தன் தலை எழுத்துக்கா?

'இந்த ஹீரோயின் கதை முடிஞ்சுது; அந்தக் கெட்ட சொப் பனம் தீர்ந்தது' என்று இவ்வளவு வைராக்கியத்தோடு அவனை நிராகரித்துவிட்ட மதுரத்தை அவள் எண்ணிப் பார்த்தாள்.

'ஆ! இவளல்லவோ பெண்' என்று கமலாவின் ஹிருதயம் விம்மியது.

தன்னைப்போல் படித்தவளோ, 'எங்கே சென்று ஒரு டைப்ரைட்டரின் முன்னால் உட்கார்ந்தாலும் மாதம் நூத்தைம்பது ரூபாய்' என்ற வாழ்க்கை உத்தரவாதமோ இல்லாத அவளுக்கு இருக்கும் அந்த உறுதியைக் கண்ட பிறகுதான், தான் ஒரு அநாதையுமல்ல, யாரிடமும் போய் எதையும் யாசிக்க வேண்டிய நிலையிலும் தான் இல்லை என்பதை உணர்ந்து தன்னம்பிக்கை கொண்டாள் கமலா...

'தன் வாழ்க்கை மேலும் கெட்டுப்போக வேண்டுமா?'– என்ற கேள்விக்குப் பதிலாய் அவன் உருவமே அவள் மனத்தில் தோன்றியது. அந்த அலட்சிய உணர்ச்சி மிகுந்த கண்கள் என்ன சொல்கின்றன?– என்று இப்போது அவளுக்குப் புரிந்தது.

'இவ்வளவு நல்ல மனைவியை, இவள் உழைப்பை, இவள் அன்பை, இவள் பெருந்தன்மையை எல்லாம் பயன்படுத்திக் கொண்டு அவன் என்ன காரியம் செய்திருக்கிறான்'– என்று ஒரு மூன்றாவது மனுஷியாகவே நின்று பார்க்கையில் அவன் மீது அவளுக்குத் திடீரென்று ஒரு வெறுப்பே உண்டாயிற்று!

அந்த வெறுப்பு விஷம்போல் ஏறி வளர்ந்தது!

ஆம்; அவன்மீது விருப்பம் கொள்வதற்குத்தான் காரண மில்லை. அது ஒரு பலஹீனம்... அவனை வெறுப்பதற்கு நினைத்து நினைத்துப் பார்க்க ஆயிரம் காரணங்கள்— இந்தச் சில மாதப் பழக்கத்திலேயே அவளுக்கு ஏற்பட்டிருந்தன.

'ம்... மதுரம் நல்லாச் சொன்னாங்க ஒரு வார்த்தை— எவ்வளவு மோசமான சுரண்டல்! வாழ்ந்ததை நெனைச்சா குடலைப் புரட்டுதேடி அம்மா...' என்று. அந்த வார்த்தைகளின் ஆழமும் அர்த்தமும் உணர்ந்து யோசிக்கையில் தனக்கும் கண்கள் திறந்ததுபோல் இருந்தது கமலாவுக்கு.

கமலா தலை நிமிர்ந்து உட்கார்ந்தாள். அவள் கண்களில் ஓர் அலட்சியமே சுடர்விட்டது.

'ம்... இரண்டு குழந்தைகளும் தாயுமாய் இருப்பவளுக்கு இல்லாத கவலையா, பிறக்காத குழந்தைக்கும் எனக்கும் வந்து விடப் போகிறது? அப்படி வருவதை இவரா தாங்கித் தடுத்து விடப்போகிறார்?' என்று எண்ணி 'இரண்டாவது ஹீரோயின் கதையும் முடிந்தது' என்று முணுமுணுத்துக் கொண்டே தன் கைப் பையைத் திறந்து, காகிதமும் பேனாவும் எடுத்துத் திடமான தீர்மானத்தோடு கீழுதட்டை அழுத்திக் கடித்துக் கொண்டு கடிதம் எழுத ஆரம்பித்தாள் கமலா.

●●●

இரவு ஏழுமணிவரை அந்தப் பார்க்கில் கமலாவுக்காகக் காத்திருந்தான் சீதாராமன். ஆறு மணிக்கு நல்ல செய்தியுடன் தன்னை வந்து சந்திப்பதாகச் சொல்லியிருந்த கமலாவை இன்னும் காணாததால் அவன் சற்றும் பதட்டப்படவில்லை. வாழ்க்கையில் வெற்றிகளைத் தவிர வேறெதுவும் தனக்கு ஏற்படப் போவதில்லை என்ற உறுதியான அசட்டு நம்பிக்கையுடன் இருப்பவனாகையால், இந்த விஷயத்திலும் அவன் பூரண நம்பிக்கையுடனிருந்தான்.

'சம்பாதிக்க ஒரு மனைவி; பணிவிடை செய்ய ஒரு மனைவி' என்று சுயநலம் நிறைவேறப் போகிற மகிழ்ச்சியில் வழக்கம் போலவே சீட்டியடித்துக் கொண்டு இரவு எட்டு மணிக்கு அவன் வீடு வந்து சேர்ந்தான். இன்று தன்னை இரண்டு பேர் இனிய முகத்தோடு வரவேற்பார்கள் என்ற குதூகலம்!

அவன் வீட்டின் முன் ஹாலுக்கு வந்தபோது அவன் எதிர் பார்த்தபடி அங்கே கமலாவையும் காணோம்; மதுரத்தையும் காணோம். அவனது இரண்டு பெண் குழந்தைகள் மட்டுமே

இருந்தனர். பெரியவள் உமா, சோபாவில் உட்கார்ந்து பாடம் படித்துக் கொண்டிருந்தாள். சின்னவள் லதா பிறந்த மேனியாய் சோபாவின் பின்புறம் வந்து நின்று உமாவின் பின்னலை இழுத்துக் குறும்பு செய்து கொண்டிருந்தாள்.

அந்த சோபாவின் ஒரு பகுதியில் பிஸ்கட் பாக்கெட் பிரிந்து கிடந்தது; பிஸ்கெட்டுகள் இறைந்து கிடந்தன.

சீதாராமன் வீட்டிற்குள் நுழைந்ததும் 'படீ'ரெனச் சமையலறைக் கதவை அறைந்து சாத்திய சப்தம் அவனுக்கு நெஞ்சில் உதைத்தது போலிருந்தது.

அவன் சமையலறைக் கதவை நோக்கி நடந்தான்.

மூடிய கதவின் மேல் லேசாகத் தட்டி, "மது.... மது" என்று அழைத்தான்.

உட்புறம் கதவின் மேல் முதுகைச் சாய்த்து அவள் திரும்பி நின்றுகொண்டிருக்கிறாள் என்று கதடுவிடுக்கில் தெரிந்தது.

உள்ளேயிருந்து அவள் குரல் ஸ்பஷ்டமாக ஒலித்தது:

"மானமுள்ள ஆம்பிளையா இருந்தா– என் வீட்டை விட்டுக் கீழே இறங்கிடணும். இங்கே உங்களுக்கு இடமில்லை; இது என் வீடு!"

"மது! கதவைத் திற! சொல்றேன்" என்று அழுவது போன்ற குரலில் கெஞ்சினான் அவள் கணவன்.

"முடியாது... உங்கள் முகத்தைப் பார்த்தா– ஐயோ! வேணாம்... புருஷனின் முகத்தில் காறித் துப்பினவங்கற பேர் எனக்கு வேணாம்!..."

– சீதாராமனுக்குச் செவிட்டில் அறைந்தது போலிருந்தது. முகமெல்லாம் வியர்த்தது. தன் வாழ்க்கையிலே முதல் தடவையாய் ஒரு முதல்தரமான விபரீதம் நிகழ்ந்திருப்பதை அவன் அனுபவித்தான்.

அவனுக்குக் கோபமும் வந்தது...

"என்னடீ பேசறே? போகல்லேன்னா என்ன செய்வே?" என்று அந்தக் கதவை எட்டி உதைத்தான்.

கண்ணாடிப் பாத்திரம் நொறுங்கியதுபோல் உள்ளே இருந்து அவள் ஒரு ஹிஸ்டீரியா சிரிப்புச் சிரித்தாள். பிறகு, கலகலத்துப் பெருகிவரும் அந்தச் சிரிப்பிடையே சொன்னாள்: "நல்லது! இங்கேயே இருங்க. அந்த ரெண்டு குழந்தைங்களுக்கு ஒண்ணு அப்பன் இருக்கணும், இல்லே அம்மா இருக்கணும்... நீங்களே இருங்க..." என்று அவள் கூறிக் கொண்டே கொடிக் கயிற்றைப்

'படா'ரென்று இழுத்து அறுக்கும் சப்தம் கேட்டது சீதா ராமனுக்கு.

அவனுக்குக் கையும் காலும் நடுங்கி விறைத்தன. 'எக்ஸ்ரே' சித்திரம் போல் மூடிய கதவுக்குப் பின்னால் நடக்கும் காரியம் அவன் கண்களுக்குத் தெரிந்தது. தனது ஒவ்வொரு நிமிஷப் பிரசன்னமும் அவள் கழுத்தில் இறுகப் போகிறது என்று அறிந்ததும் அவன் 'ஓ'வென்ற குரலில் அலறினான்:

"மதுரம், நான் போயிடறேன்! நான் போயிடறேன்... இதோ நான் போயிடறேன்..." என்று கதவின்மேல் இரண்டு கரத்தாலும் தடதடவெனக் குத்திக்கொண்டு கத்தினான் சீதாராமன்.

"போ!" என்று ஒருமையில் கூறிக் கையிலிருந்த கொடிக் கயிற்றால் மூடிய கதவின்மேல் 'சவுக்'கென்று அவள் அடித்ததன் வேகமும் வெறுப்பும் அவனுக்குப் புரிந்தது.

'நான் சாகிறேன் என்று சொன்னதும் அவன் இப்படி அலறுவதற்குக் காரணம் தன் மீது கொண்ட பாசமல்ல; இந்த இரண்டு குழந்தைகளின் சுமையும் தன் தலையில் விடியுமே என்ற கோழைத்தனம்தான்' என்றெண்ணிய மதுரம், 'சீ' என்று அருவருத்து உடல் சிலிர்த்தாள்...

– இப்போதுதான் முதல் தடவையாக– அவளது சுபாவப்படி எந்த ஒரு 'சமாதான'மும் தேடிக் கொள்ளாமல் அவனது பலஹீனத்தைப் பச்சையாய் அவள் புரிந்து கொண்டாள்.

சீதாராமன் தன் அறைக்குள் ஓடி அவசர அவசரமாகத் தனது துணிமணிகளையெல்லாம் வாரி இரண்டு சூட்கேசுக்குள் அடைத்துக் கொண்டு ஹாலுக்கு வந்தான்.

அப்போது கடிதப்பெட்டியில் ஒரு கடிதம் நீட்டிக் கொண்டிருப்பதைப் பார்த்து இரண்டு சூட்கேசுகளையும் கீழே வைத்துவிட்டு நடுவில் நின்று கடிதத்தை எடுத்துப் பிரித்தான்.

குழந்தைகளிரண்டும் தங்களைச் சுற்றி என்ன நடக்கிறது என்று புரியாமல் கமலா வாங்கிவந்த பிஸ்கெட்டுகளையும் சாக்லெட்டுகளையும் தின்று கொண்டிருந்தனர். ஒரு பெரிய 'காட்பரீஸ்' சாக்லெட்டைக் கடித்துப் பக்கத்தில் வைத்து விட்டு சிலேட்டில் என்னவோ மும்முரமாய் எழுதிக் கொண்டிருந்தாள் பெரியவள்.

சின்னவள் பதுங்கிப் பதுங்கி அவளருகே வந்து அவள் கடித்து வைத்த சாக்லெட்டை, அவளறியாமல் தானும் எடுத்து ஒரு கடிகடித்தாள்.

"ஏண்டி என்னோடதை எடுக்கறே? அப்பா, இங்கே பாரு" என்று அருகிலிருந்த தகப்பனை அழைத்தாள் உமா.

அவள் கத்தியதும் சின்னவள் லதா தான் கடித்த சாக்லெட்டை மீண்டும் அவளருகிலேயே வைத்துவிட்டுத் தள்ளி நின்றாள். உமா அதை எடுத்து, திருப்பித் திருப்பி பார்த்து "சீ! எச்சில் எனக்கு வேணாம்" என்று சின்னவளிடமே அதைத் திருப்பிக் கொடுத்தாள்.

சின்னவள் லதா அதை வாங்கிக் கொண்டு விழித்தாள்.

அவள் அதைத் தனக்கே திருப்பித் தந்ததும்– எச்சிலைத் தின்னக்கூடாது என்றும், சற்றுமுன் அவள் எச்சிலை தான் தின்றோம் என்று அறிந்ததும், லதாவும் தன் கையில் மூளியாய்க் கடிக்கப்பட்டு இருந்த அந்த சாக்லெட்டைத் திருப்பித் திருப்பி அருசையுடன் பார்த்து,

"தூ! எச்சில்!..." என்று தன் கையிலிருந்ததை வீசி எறிந்த பின், வாயிலிருந்ததையும் துப்பிவிட்டு வாயைத் துடைத்துக் கொண்டாள்!

அந்த எச்சில் சாக்லெட் சீதாராமனின் காலடியில் வந்து விழுந்தது.

அவன் அதைப் பார்த்தான். கையிலிருந்த கடிதத்தைப் பிடித்த பிடியில் கசக்கி எறிந்துவிட்டுத் தனது சூட்கேஸ்களை இரண்டு கைகளிலும் தூக்கிக்கொண்டு வாசற்படியில் விடுவிடென இறங்கினான்.

"இங்கே வாடி உமா– அப்பா 'ஓ' போறார்" என்று கத்திக் கொண்டே பிறந்த மேனியாய்த் தெரு வாசற்படிக்கு ஓடிவந்தாள் லதா. அவள் பின்னாலேயே உமாவும் வந்து நின்றாள்.

தெருவில் இறங்கிய சீதாராமன் திரும்பிப் பார்த்தவுடன் அந்தக் குழந்தைகள் இருவரும் தங்கள் வழக்கப்படி தலைக்கு மேல் கையை உயர்த்தி "அப்பா...டாட்டா" என்று கூவி விரலசைத்தனர்.

சீதாராமனின் கண்களில்– சதா ஓர் அலட்சியமே மின்னி, அந்த அலட்சியத்தையே ஒரு அணியாக அணிந்து, அதுவே ஓர் அழகாக அமைந்து, பலர் நடுவே அவனை ஒரு ஹீரோவாக்கிய அதே கண்களில்தான்– குளமாய்க் கண்ணீர் நிறைந்தது!

ஆனந்த விகடன், 1964

## விளக்கு எரிகிறது

'**கா**சிநாதன் பிள்ளை ஸ்டோர்' என்பது ஒரு கடையல்ல; மத்தியதர வர்க்கம் என்று பொதுப் பெயர் படைத்து- அதனுள்ளாகவே உயர்தரம், நடுத்தரம், கடைத்தரம் என்ற சிறப்பான உட்பிரிவுகளுடன், சமுதாயத்தின் பரமபத விளையாட்டின் ஏணி வழி ஏறியும் பாம்பின் தலை பிடித்து இறங்கியும், வாழ்க்கை வண்டியில் ஒரு வகை 'பாலன்ஸை'யோ அல்லது 'பாலன்ஸை'யே ஒருவகை வாழ்க்கையாகக் கொண்டு விட்ட நம்மில் பெரும் பான்மையோரில் ஒரு பகுதி மனிதர்கள் வாழ்கின்ற, குடியிருப்புப் பகுதிகள் நிறைந்த, அந்த வீடுகளின் தொகுதிக்குப் பெயர்தான் 'காசிநாதன் பிள்ளை ஸ்டோர்.'

முன்புறம் இரும்புக் கம்பிகளாலான 'கேட்டு'களோடு நான்கு புறமும் ஆறடி உயரத்திற்கு எழும்பிய சுவர்களால் சூழப்பட்டிருக்கும் அந்தப் பிரதேசத்தில், இருபது முப்பது ரூபாய்களில் முடங்கத் தகுந்த பொந்துகளும், அறுபது எண்பது ரூபாய்க்கேற்ற ஒண்டுக் குடித்தனப் போர்ஷன்களும், இருநூறு ரூபாய்களுக்குத் தகுந்த குடியிருப்புகளும் உண்டு.

உள்ளே நுழைந்ததும் வலது புறம் திரும்பியவுடன்- இரு புறமும் குதிரை லாயம் போல் நீளமாய், மங்களூர் ஓடு வேய்ந்து, சதா நேரமும் குழந்தைகளின் அழுகுரலும் குழாயடிச் சண்டையுமாய் ஜன சந்தடி மிகுந்துள்ள பிரதேசம்தான்- இருபது- முப்பது ரூபாய்த் தரம். பதினைந்து குடித்தனங்களுக்கும் சேர்த்து- காலையில் பத்து மணிவரை அழுது ஓய்ந்து, மத்தியானம் மூன்று மணிக்கு மேல் உறும ஆரம்பித்து, நான்கு மணிக்குக் கொப் புளித்துத் துப்புவதுபோல் சிதறி, ஆறு மணிக்கு அடைத்துப் போகும் இரண்டே குழாய்களும், இரண்டு பொதுக் குளியலறைகளுமிருந்தால், அவர்களிடையே ஒற்றுமை எப்படி நிலவும்?...

இடது புறத்தில் உள்ள சுமாரான வீடுகளில் பத்துக் குடித் தனங்கள் வாழும் ஒரே வரிசை. ஒரு அறை ஒரு ஹால் சமையல் பகுதி என்று வகுக்கப்பட்ட பகுதியே, அறுபது- எண்பது! இவர் களுக்குத் தனிக்குழாய்களும் 'பாத்ரூம்' வசதிகளும் உண்டு. இவர்கள் பிறரோடு தாங்கள் கலக்க விரும்பாவிடினும் சதா

காலமும் அண்டை அயலாரைப் பற்றிய நினைவுகளும், அவர்களைப் பற்றி அறிய விரும்பும் துடிப்பும் மிகுந்தவர்கள்.

இடமோ வலமோ திரும்பாமல், கேட்டைத் தாண்டியவுடன்- நடுவில் செப்பனிடப்பட்டு இரண்டு பக்கமும் பூச்செடிகள் வளர்ந்துள்ள பாதையில் நேராய் நடந்து சென்றால். இரண்டு 'மாடர்ன் டைப்' பங்களாக்கள் எதிர் எதிரே அமைந்துள்ளது தெரியும். அவற்றில் ஒன்றுதான் வாடகைக்குக் கிடைக்கும்; அதற்கு வாடகை இருநூறு ரூபாய். மற்றொன்றில் இவற்றிற்கெல்லாம் சொந்தக்காரரான காசிநாதன் வாசம் செய்கிறார்.

காசிநாதன் பிள்ளை, யுத்த காலத்தில் குண்டு வீச்சுக்கு அஞ்சி, கையில் கொஞ்சம் பணத்தோடு தனது ஐந்து வயது மகளுடன் சென்னைக்கு வந்தவர். அப்போது சென்னையிலிருந்த மக்களெல்லாம் அதே குண்டு வீச்சுக்குப் பயந்து வீடுகளையும் மனைகளையும் சொற்ப விலைக்கு விற்று விட்டுக் கிராமங்களை நோக்கிப் போய்க் கொண்டிருந்தனர். காசிநாதன் பிள்ளைக்கு இது ரொம்ப வேடிக்கையாக இருந்தது. பர்மாவில் இருக்க அஞ்சிய அவருக்கு சென்னையில் இருக்கலாம் என்ற தைரியம் பிறக்கவே, இந்த இடத்தை வாங்கி இங்கேயே குடியேறினார். இந்த இருபது வருட காலத்தில் அந்த இடம் 'காசிநாதன் பிள்ளை ஸ்டோர்' ஆக வளர்ச்சியடைந்தது. அவரது ஒரே மகள் திருமணமாகி லண்டனுக்குக் கணவனுடன் போய்விட்டாள். அவளுக்கு இந்தியாவே பிடிக்கவில்லையாம்! வேறு பந்தமோ பொறுப்புகளோ இல்லாத பிள்ளை, சமையற்காரன் வேலைக்காரர்கள் முதலியோருடன் தனது பங்களாவில் இருக்கிறார்.

அதற்காக அவர் வாடகை வாங்காமல் இருக்க முடியுமா? சம்பாதிக்கிறவர்கள்- வருவாயை அதிகமாக்கிக் கொள்ள முடிந்தவர்கள், 'நாம் எதற்காக இப்படிச் சம்பாதிக்க வேண்டும்' என்று ஒரு கேள்வியைப் போட்டுக் கொள்ள முடியுமா என்ன? எதிலுமே ஒரு 'பிரின்ஸிபி'ளோடு வாழ்வதாக நினைத்துக் கொண்டிருக்கும் பிள்ளை, குடித்தனக்காரர்களிடம் ரொம்பக் கண்டிப்பாக நடந்து கொள்பவர். ஏழாம் தேதிக்குள் வாடகை வந்துவிட வேண்டும் என்பது ஒரு பொதுவான கட்டுப்பாடு. அதற்குமேல் ஒவ்வொரு பிரிவுக்கேற்ப எத்தனையோ கட்டுப்பாடுகள் உண்டு. அந்தக் கட்டுப்பாடுகளின் இறுக்கத்தை அதிகம் அனுபவிப்பவர்கள் இருபது ரூபாய் முப்பது ரூபாய் குடிக்கூலிக்காரர்கள்தான். பத்து மணிக்குமேல் அவர்களுக்கு மின்சாரம் கிடையாது... அவர்கள் சாப்பிட்டுக் கொண்டி ருந்தாலும் சரி, செத்துக் கொண்டிருந் தாலும் சரி, 'கரெக்ட்'டாக, இரவு பத்து மணிக்கு 'மெயினை'

தொடர்பறுத்துவிட வேலையாட்கள் யாருமில்லாவிட்டாலும் தானே போய் நிறுத்திவிட்டு வந்துவிடுவார் பிள்ளை,

மற்ற வீடுகளுக்குத் தனி மீட்டர்கள் உண்டு என்பதால் இதனால் பாதிக்கப்படுகிறவர்களைப் பற்றி மற்றவர்களுக்குக் கவலையில்லை. ஆகவே, இந்த முறை நிரந்தரமானதும் மாற்ற முடியாததுமாகும்.

●●●

அன்று இரவு பத்து மணிக்கு, காசிநாதன் பிள்ளை, மாடியில் தன் அறையில் நின்று ஜன்னல் வழியாகப் பார்த்துக் கொண்டிருக்கையில் இருபது- முப்பது ரூபாய்ப் பகுதிகளில் திடீரென விளக்கணைந்து இருள் சூழ்ந்தது. உடனே சில வீடுகளில் ராந்தல் விளக்கின் மங்கிய வெளிச்சமும் தெரிந்தது. அங்கிருந்து பார்த்தால் காசிநாதன் பிள்ளை ஸ்டோர் முழுவதையும் பார்த்து விடலாம்.

தினசரி பத்து மணிக்கு இந்தக் காட்சியைப் பார்த்த பின்தான் பிள்ளை படுக்கைக்குப் போவார். அதோடு வியப்புக் குரிய இன்னொரு நிகழ்ச்சியையும் கடந்த ஒரு வருஷ கால மாகவே ஒரு லேசான புன்னகையுடன் கவனித்து வருகிறார் பிள்ளை.

தமது பங்காளவுக்கு எதிரேயுள்ள அந்த நவீன பங்களாவின் மாடியறையிலும்- இருபது முப்பது ரூபாய் பகுதிக்காரர்களுக்குத் தலைவிதியாகிவிட்ட- ஒரு ராந்தல் விளக்கு எரிந்து கொண்டிருக் கிறது. அந்த வீட்டின் மற்ற அறைகளில் ஒளி மிகுந்த 'நியான்' விளக்குகளும் 'மெர்குரி' 'டியூப்'களும் எரிய, மாடியறையில் மட்டும் ஒரு மங்கிய ராந்தலை வைத்துக் கொண்டு கோரைப் பாயும், அதன்மீது ஒரு டிரங்குப் பெட்டியும் வைத்து இரவு வெகு நேரம் வரை எழுதிக் கொண்டிருக்கும் மருதநாயகத்தின் தலையெழுத்தை எண்ணும்போது அவர் முகத்தில் லேசான புன்னகை நெளியும்....

எனினும் அதற்கான காரணத்தை மருதநாயகத்தைக் கண்டு கேட்டுத்தான் தெரிந்துகொள்ள வேண்டும் என்ற நிர்ப்பந்த மில்லை. பிள்ளைக்கு அது புரிந்தது!

●●●

அந்த இருநூறு ரூபாய் வீட்டில் குடியிருக்கும் மருதநாயகம் ஓர் எழுத்தாளர். பத்து வருஷங்களுக்கு முன் அவரும் அவரது மனைவியும் நாலு வயதில் ஒரு பெண் குழந்தையுமாய் அந்த இருபது முப்பது ரூபாய்ப் பகுதியில்தான் வந்து குடி புகுந்தனர்.

ஒரு வருஷத்துக்கு முன்புகூட அவர்கள் மிகுந்த சிரம ஜீவிதம் நடத்திக் கொண்டு, வயது வந்த பெண்ணுடன் அங்கேயேதான் வாழ்ந்தனர்.

ஒரு சில ஆண்டுகளுக்கு முன்– பத்திரிகையில் கதைகளும் தொடர் கதைகளும் எழுதி ஓரளவு புகழும் பிராபல்யமும் அடைந்திருந்த அவருக்கு, ஏதோ சில பரிசுகள் கிடைக்கப்போய், சினிமாக்காரர்கள் அவரைச் சூழ்ந்து மொய்க்கலாயினர். அவரது கதைகளில் சில படங்களாயின. அந்தப் படங்கள் என்னவாயின என்கிற விவரங்கள் முழுமையாக எதுவும் காசிநாதன் பிள்ளையவர்களுக்குத் தெரியாது. ஏனெனில் அவரைப் பொறுத்த வரை கதைகள் படிக்கும் வழக்கமோ சினிமா பார்க்கும் பைத்தியமோ கிடையாது. அவருக்குத் தெரிந்திருந்ததெல்லாம் சென்ற ஆண்டு எதிர் வீட்டில் குடியிருந்த ஓர் இஞ்சினீயர் மாற்றலாகிப் போனவுடன்– அந்த வீட்டுக்குத் தான் குடிவருவதாக விண்ணப்பம் போட்ட மருதநாயகம், தன் வாயால் இவரிடம் கூறியவை மேற்கூறிய விஷயங்கள் மட்டுமே. 'சரிதான் மனுஷனுக்கு நல்ல காலம் வந்திருக்கிறது; அதிர்ஷ்ட தேவதை கண் பார்த்திருக்கிறாள்' என்று புரிந்துகொண்டார் பிள்ளை.

எத்தனையோ இன்னல்களுக்கிடையேகூட யாரிடமும் ஒரு வார்த்தையும் பேசாமல், தான் வாடகைக்காக வேலைக்காரனை அனுப்பிய உடனேயே, முதல் தேதி காலையிலேயே வாடகை கொடுத்துக் கொண்டிருந்த மருதநாயகத்தின் மீது அவருக்கிருந்த நன்மதிப்பால் மிகுந்த சந்தோஷத்துடன் இந்த இருநூறு ரூபாய் வீட்டில் குடியேற அவருக்கு அனுமதியளித்தார் பிள்ளை. இப்போதும் அதேபோல் ஒழுங்கு தவாறமல் மருதநாயகம் வாடகை தந்து வருகிறார். ஒரே ஒரு வித்தியாசம் முன்பெல்லாம் ரொக்கமாய்த் தருவார். இப்போது 'செக்'காகத் தருகிறார்: அவ்வளவுதான்.

மருதநாயகத்தின் மனைவியும் மகளும் இப்போது பட்டும் சரிகையுமாய் அணிந்து, கழுத்திலும் காதிலும் பளபளக்கக் காட்சியளிக்கிறார்கள். ஆனால் அவரோ பழைய மருத நாயகமாய், கதர் வேட்டியும் ஜிப்பாவும்தான் அணிந்திருக்கிறார். முன்பெல்லாம் அதுவும் கிழிந்தும், நீர்க்காவியேறியும் இருக்கும். இப்போது மடிப்புக் கலையாத சலவையாய்க் கிழிசல் இல்லாமலிருக்கிறது. இவ்வளவு மாற்றங்களுக்கிடையிலும்– பலகாலம் அந்த இருபது முப்பது ரூபாய்ப் பகுதியில் வாழும்போது, இரவு பத்து மணிக்குமேல், ராந்தலைக் கொளுத்தி வைத்துக் கொண்டு எழுதிய பழக்கமோ என்னவோ– இப்போதும் கீழே அவரது பெண்

சினிமாப் பாட்டுக்காக ரேடியோவை அலற வைத்திருந்தும், அதைப் பற்றிய லட்சியமே இல்லாமல், அதை ஒரு இடையூறாகக் கருதாமல், மாடியில் தனது அறையில் மேசை நாற்காலி ஏதுமில்லாமல், முன்பு போலவே ஒரு கோரைப் பாயை விரித்து டிரங்குப் பெட்டியின் மீது ராந்தலைக் கொளுத்தி வைத்துக் கொண்டுதான் எழுதிக் கொண்டிருக்கிறார்.

'இந்தக் கதை கிதை எழுதுகிற ஆசாமிகளே கொஞ்சம் கிறுக்குப் பேர்வழிகள்தான்!' என்று யாரோ சொல்லக் கேட்ட அந்த வார்த்தைகள், நிசமானவைதான் என்று தோன்றவே புன்னகை செய்து கொண்டார் பிள்ளை. அப்படி ஒரு புன்னகையுடன் அவர் திரும்பியபோது, தூரத்தில் முன்பு மருதநாயகம் குடியிருந்த முப்பது ரூபாய் வீடான முதல் வீடு அவர் கண்களில் பட்டது. இப்போது இந்த ஒரு வருஷ காலமாய் அதில் வேறு யாரையும் குடி வைக்காமல் பழைய சாமான்களை நிரப்பிப் பூட்டி வைத்திருக்கிறார். போனமாதம்கூடச் சிலர் வந்து அதைக் கேட்டபோது அது வாடகைக்கு இல்லையென்று கூறிவிட்டார்.

இப்போது ஏனோ அவருக்குத் திடீரென மருத நாயகத்தைப் போன்ற நல்ல மனிதர்கள் வசதியான நிலையில் குடியிருக்க இடமில்லாமல் தவிக்கிறார்கள் என்ற நினைப்பு வந்தது. அவரிடமே சொல்லி அவருக்குத் தெரிந்த யாருக்காவது அதை வாடகைக்கு விட்டுவிட வேண்டும் என்று நினைத்துக் கொண்டார் பிள்ளை. அந்த அளவில் தான் அவரால் மருதநாயகத்தின் மீது தனக்குள்ள அபிமானத்தைத் தெரிவித்துக் கொள்ள முடியும் என்று தோன்றியது.

இருவருமே ரொம்ப ஒதுங்கிக் கிடக்கும் சுபாவம் கொண்டவர்கள். எப்போதாவது நேருக்கு நேர் சந்திக்கும்போது நமஸ்காரம் தெரிவித்துக் கொள்வதைத் தவிர, இந்தப் பத்து வருஷப் பழக்கத்தில் வேறெதுவுமே பேசிக் கொண்டதில்லை. காசிநாதன் பிள்ளையைப் பொறுத்த வரை, அவரிடம் பேச வேண்டுமென்று ஒரு விருப்பம்தான். அவருடைய எழுத்துக்களைப் படித்திராவிட்டாலும் அவரது புகழ் வெளிச்சம், அவர் இங்கேதான் குடியிருக்கிறார் என்பதால் தன்மீது விழுந்திருப்பதைப் பல முறை உணர்ந்திருக்கிறார். அவரோடு பேச வேண்டுமென்று தோன்றியும் அவர் விலகிவிடுவதால் அப்படி ஒரு சந்தர்ப்பம் நிகழவேயில்லை. எனினும் மனத்துள் அவரைப் பற்றி உயர்வான எண்ணங்களையே வளர்த்துக் கொண்ட காசிநாதன் பிள்ளை, ஒரு நாளைக்கு அவரிடம் அந்த வீடு விஷயமாக

ஏதேனும் பேசுவதன் மூலம் தன் மனத்தில் அவர்பால் உள்ள மதிப்பை வெளிப்படுத்திக் கொள்ள வேண்டுமென்று தீர்மானம் கொண்டார்.

படுப்பதற்காகத் தனது அறையை நோக்கித் திரும்பிய பிள்ளை, மீண்டும் ஒருமுறை எதிர் வீட்டு மாடியறையைப் பார்த்தார்.

ராந்தலின் மங்கிய வெளிச்சத்தில் தனது நரைத்துப் போன கிராப்புச் சிகையை ஒரு கையால் கோதிக் கொண்டே டிரங்குப் பெட்டியின்மீது கவிழ்ந்து பரபரவென்று எழுதிக் கொண்டிருக்கும் மருதநாயகத்தைப் பார்த்து லேசாகச் சிரித்துக் கொண்டார் பிள்ளை.

●●●

*மு*தல்தேதி காலையில் தமது அறையில் அமர்ந்து வாடகை ரசீதுகளை எழுதிக் கொண்டிருந்தார் பிள்ளை. ஒன்றாம் தேதி யிலிருந்து ஏழாம் தேதி வரை வாடகை தருகிறவர்கள் பல பகுதியினர் உண்டு. இவர்களில் மருதநாயகம் முதல் தேதி தருகிற வகை.

மருதநாயகத்தின் பெயருக்கு ரசீது எழுதிக் கொண்டிருந்த போது, பிள்ளையின் வேலைக்காரன் அறை வாசற்படியில் வந்து நின்றான்.

பிள்ளை தலை நிமிர்ந்து பார்த்தார். அவர் எதிர் பார்த்தது போல் அவனது கையில் 'செக்' உள்ள கவர் இல்லை.

"ஏண்டா, இங்கே வந்து நிக்கறே! இன்னக்கித் தேதி ஒண்ணு... நெனப்பில்லியா?... போயி எதிர் வீட்டிலே 'செக்' தருவார், வாங்கிட்டு வா...போ, போ!..." என்றார்.

"போனேனுங்க... அவுரு ஐயாவைப் பார்க்கணுமாம்... பத்து மணிக்கணக்கா?..."

"பத்து மணிக்குத்தானே?... நான் போய்க்கிறேன்... இப்ப நீ போயி செக்கை வாங்கிக்கிட்டு வா... பாங்குக்குப் போகணும்... அதைச் சொல்றத்துக்கா ஓடியாந்தே?"

"இல்லீங்... வாடகையெ ஐயா கிட்டயே தாரமின்னாருங்க..."

பிள்ளை சில வினாடிகள் யோசித்தார்...

"சரி அதுக்கென்ன, அப்புறம் வரட்டுமே!" என்று நினைத்துக் கொண்டே பாதி எழுதிய ரசீதை எழுதி முடித்துக் கிழித்து ரசீது புத்தகத்துள் வைத்து மூடிவிட்டு எழுந்து குளிக்கப் போனார். காலையில் குளித்து உடையலங்காரம் செய்துகொண்ட பின்தான் வீட்டை விட்டு வெளியே- காம்பவுண்டுக்குள்ளே கூட அவர் தலை காட்டுவார். அறுபது வயதைக் கடந்துவிட்ட பிள்ளையின் உடையலங்காரத்தைப் பார்த்து அங்குள்ளவர்கள் மனசுக்குள் சிரித்துக் கொள்வார்கள்.

பத்து மணிக்குப் பிள்ளையவர்கள் சூட்டும் கோட்டுமாய் கையில் 'வாக்கிங் ஸ்டிக்'குடன் மருதநாயகத்தின் வீட்டின் படியேறி வரவேற்பறைக்குள் நுழைந்தபோது, தமக்கு முன்னே இன்னும் பல மனிதர்கள் அங்கே வந்து நாற்காலிகளில் அமர்ந்திருப்பதைக் கண்டார். வீட்டுக்காரரைக் கண்டதும், தான் அமர்ந்திருந்த நாற்காலியிலிருந்து எழுந்து வந்த மருதநாயகம் அவரை வரவேற்றுத் தனது நாற்காலியில் உட்காரும்படி வேண்டினார்.

"பரவாயில்லை... நீங்க உட்காருங்க..." என்று பிள்ளை சொல்லியும் விடாமல், உள்ளே சென்று ஒரு ஸ்டூலுடன் வந்து அவரருகே போட்டு அதில் அமர்ந்தார் மருதநாயகம்.

நாற்காலியில் அமர்ந்த பிள்ளை, கைத்தடியைத் தொடை களின் மேல் வைத்து உருட்டியவாறே, 'இங்கே என்ன விசேஷம் நடந்து கொண்டிருக்கிறது? தன்னை ஏன் இவர் அழைத்தார்? இவர்களெல்லாம் யார்?' என்று சுற்றிலும் ஒருமுறை பார்த்தார்.

அநேகமாய் எல்லாமே தெரிந்த முகங்கள்தான்!

இடது புறமுள்ள அந்த இரட்டைச் சோபாவில் உட் கார்ந்திருப்பவர்களில் ஒருவர் மளிகைக் கடை முதலியார்; பக்கத்தில் ஜவுளிக் கடை சேட்; இந்தப் பக்கம் சோபாவில் அட! நம்ப ஸ்டோரிலே குடியிருக்கும் பத்தர் வடிவேல் ஆசாரி... அந்த 'டெரிலின் ஷர்ட்' ஆசாமி யாரோ? மூலையில் பால் குவளையை வைத்துவிட்டுச் சுவரோரமாய்ச் சபாபதி கூட நிற்கிறானே!...

'வாட் இஸ் கோயிங் ஆன்?' என்று முனகிக் கொண்டே இங்கே என்ன நடந்து கொண்டிருக்கிறது' என்று கேட்காமலேயே மருதநாயகத்தைப் பார்த்தார் பிள்ளை.

மருதநாயகத்தின் தெளிவான முகத்தில் ஒரு புன்னகையே மலர்ந்தது....

"ஒரு நிமிஷம்- இதோ வந்துட்டேன்!" என்று சொல்லி உள்ளே போய்விட்டு, சற்று நேரத்துக்கெல்லாம் கையில் ஒரு

நோட்டுப் புத்தகத்துடன் வெளியில் வந்து முன் போலவே ஸ்டூலில் உட்கார்ந்து கொண்ட மருதநாயகம் பலமாக ஒருமுறை கனைத்துக் கொண்டார்... பிறகு கையிலுள்ள நோட்டை ஒரு பார்வை பார்த்து, "ஸேட்ஜி! உங்க கணக்குத்தான் ஏகமாய் இருக்கு... ஆயிரத்தி எழுநூறு ரூபாய்..." என்றார்.

"அதுக்கென்னாங்க, எங்கே போயிடுது? நான் கேட்டேனா?" ... சிரித்தார் சேட்.

"நீங்க கேக்கற வரைக்கும்... நான் தாங்கணுமா?" என்று முனகிக் கொண்டார் மருதநாயகம்.

"உங்க கணக்கு நானூறு ரூபாய்– முப்பத்தேழு காசு. சரி தானே?" என்று மளிகைக் கடைக்காரரைப் பார்த்துக் கேட்டார். அவர் மௌனமாய்த் தலையாட்டினார்...

"சபாபதி உனக்கு எழுவதா?" என்று பால்காரனைக் கேட்டதும் அவன், "நீஙக சொன்னா சரிதான் சாமி" என்று முழங்கையைச் சொறிந்தான்...

"வாடகை?" என்று முனகிக்கொண்டே நோட்டைத் திருப்பி வைத்துக்கொண்டு கையிலிருந்த பென்சிலால் ஏதோ கணக்குப் போட்டு, "எலக்ட்ரிக் சார்ஜெல்லாம் சேத்து இருநூத்தி முப்பேத் தேழு ரூபா" என்று சொல்லி மொத்தமாய்க் கூட்டி "ஆக மொத்தம் ரெண்டாயிரத்து முன்னூத்தி ஏழு ரூபா– முப்பத்தேழு காசு...!" என்று உரத்துக் கூறியவாறே தலை நிமிர்ந்த மருதநாயகம், ஒருமுறை உள்பக்கம் திரும்பி "என்ன ஆச்சா" என்றார்.

"இதோ வந்துட்டேம்பா..." என்ற அவரது மகளின் குரல் பதிலாய் ஒலித்தது.

மருதநாயகம், காசிநாதன் பிள்ளையைப் பார்த்து "ஸார்... உங்களுக்கும் சபாபதிக்கும் தெரியும்– நான் இந்த ஸ்டோரிலே பத்து வருஷத்துக்கு முன்னே வந்து குடியேறினப்போ எப்படி இருந்தவன்னு..." என்று ஆரம்பித்தார்.

காசிநாதன் பிள்ளையும் சபாபதியும் ஒருமுறை ஒருவரை ஒருவர் பார்த்துக்கொண்டனர்.

அவர் தொடர்ந்து சொன்னார்:

"பேனா பிடிச்சவனுக்குப் பெருமை அவன் கிட்டே சேரும் காசு பணத்திலே இல்லே... ஆனா நானும் எப்படியோ கொஞ்சம் பணம் பண்ணினேன்..." என்று சில விநாடிகள் ஏதோ யோசனை யுடன் தனது உள்ளங் கைகளைப் பார்த்தவாறிருந்தார். உள்ளில்

விளைந்த ஒரு லேசான சிரிப்புடன், “ம்... நானா பண்ணினேன்...? பணம்தான் என்னை என்னென்னவோ பண்ணிட்டுது!” என்று தலை நிமிர்ந்தார்.

“ஆமா... ஏதோ சினிமாக்காரங்க ரெண்டு பேர் வந்து பல ஆயிரத்தைக் காட்டினவுடனே, இதுவே சதம்னு நானும் நெனச்சிட்டேன்... அதுக்கப்புறம் ஆறு மாசமா பத்திரிகையிலே எழுதறதையே நிறுத்திட்டேன்! அதிலே என்னத்தைக் கண்டு படமாக்க வாங்கினாங்களோ?... படமாக்கினப்புறம் என்ன இல்லாமப் போயிடுத்தோ? அதுக்கு யாரு பொறுப்போ?... இதெல்லாம் யாரைப் போயி யார் கேட்க முடியும்? ஏன் கேக்கணும்? பணம் போட்டவனுக்குப் பணம் போயிடுத்து... மறுபடியும் பத்திரிகைக்கு எழுதப்போனா முன்னே மாதிரி எழுதவே வரலியே”... இப்படிக் கூறும்போது அவருக்குத் தொண்டை அடைத்துக் கண்கள் கலங்கின.

“ஏதாவது கதைச் சுருக்கம் எழுதிக் குடுத்து ஆயிரம் ரெண்டாயிரம் அட்வான்ஸ் வாங்கலாம்னுதான் புத்தி போகுதே ஒழிய, ஒரு சிறுகதை எழுதி ஐம்பது, நூறு சம்பாதிச்ச ஆத்ம நிறைவையே மனசு மறந்துட்டுதே!...

“இப்படியே ஆறு மாசம் கழிச்சாச்சு... கையிலே இருந்த பணமெல்லாம் வந்தது மாதிரியே வடிஞ்சிட்டது... இப்ப ரெண்டு மாசமா அரைகுறைக் கடன்... இதை இப்படியே வளர்த்துகிட்டா நான் அடியோடு முழுகிடுவேன்... இந்தப் படகிலே ஓட்டை கண்டுட்டுதுன்னு தெரிஞ்சப்புறம் பாரத்தையும் வெச்சிகிட்டுப் போனா ரொம்ப ஆபத்து. பாரத்தையெல்லாம் தூக்கி எறிஞ் சிட்டு ஏதாவது ஒரு கட்டையெப் பிடிச்சுக் கரை ஏறிடணும்... யோசிச்சு யோசிச்சுப் பார்த்துத்தான் இந்த முடிவுக்கு வந்தேன்” என்று அவர் பதட்டமோ கலக்கமோ இல்லாமல் ரொம்ப சாதாரணமாகப் பேசிக் கொண்டு இருக்கும்போது அவரது மகள் கையில் ஒரு தட்டுடன் ஹாலுக்குள் வந்தாள்.

ஒரு விநாடி அங்கிருந்த அனைவரும் திகைப்புற்றனர்.

கலியாணத்திற்குக் காத்திருக்கும் அந்த இளம் பெண், காதில் கழுத்தில் ஒரு நகையுமில்லாமல், கையிலிருந்த தட்டில் சங்கிலி வளையல் முதலிய நகைகளை ஏந்திக் கொண்டு வந்து தந்தை யிடம் ஒரு புன்னகையுடன் அதைத் தந்துவிட்டு உள்ளே போனாள்.

“இதெல்லாம் இன்னா சார்?” என்று சற்றுக் கோபத்துடன் எழுந்தார் சேட்.

"பிளீஸ்... தயவு செய்து உட்காருங்க— நான் சொல்றதைக் கேளுங்க...!" என்று அவரைத் தடுத்து உட்கார வைத்தார் மருதநாயகம்.

எல்லாவற்றையும் மௌனமாக வேடிக்கை பார்த்தவாறு உட்கார்ந்திருந்தார் பிள்ளை.

"இது என்னுடைய வீழ்ச்சின்னு நெனச்சிக்காதிங்க! என்னுடைய வீழ்ச்சி எதுன்னு உங்களுக்குப் புரியாது... ராத்திரி யெல்லாம் தூங்கவும் முடியாம, எழுதவும் முடியாம, மனசை ஒரு நிலைப்படுத்தி அந்த யோகத்திலே ஐக்கியமாக முடியாம, என்னென்னவோ அரக்கர் சேஷ்டைகளுக்கு இரையாகி, மனசிலே குவிஞ்சு வர்ற எண்ணங்கள் எல்லாம் குலைஞ்சு குலைஞ்சு அழிஞ்சு போகுதே அந்த 'யாக பங்கம்' தான் என் வீழ்ச்சி! என் மனைவியும் மகளும் நகையில்லாமல் இருக்கிறதோ நான் காசில்லாமல் கஷ்டப்படறதோ எனக்கு ஒரு வீழ்ச்சியே இல்லே... இது ஒரு வீழ்ச்சின்னா என்னுடைய ஐம்பது வயது வாழ்க்கையிலே நான் வீழ்ந்தே கிடந்தவன்தான்!... இந்தாங்க, வடிவேல் ஆசாரி" என்று நகைத் தட்டை நீட்டவும் பத்தர் எழுந்து வந்து அருகில் நின்றார்.

"இதுதான் என்கிட்டே இருக்கிற சொத்து... எடை போட்டு எடுத்துக் கொண்டு போங்க... என்ன பணம் கிடைக்கிறதோ அதை இந்தக் கணக்குப்படி நீங்களே நின்னு பட்டுவாடா செய் துடணும்... மீதி இருந்தால் கொடுக்கலாம்..." என்று சொல்லிக் கொண்டிருக்கையில் பத்தர் தயங்கித் தயங்கிக் குறுக்கிட்டார்.

"இருக்கட்டுமே.. இன்னிக்கு வெள்ளிக்கிழமை..." அவர் சொல்லி முடிக்குமுன் மருதநாயகம் ஏதோ தெய்வ சன்னதம் கொண்டவர்போல் உரத்த குரலில் சொன்னார்: "லட்சுமி தேவி எனக்கு மாற்றாந் தாய்தான்... ஆனால், சரஸ்வதி... அவ என் கைப்பிடித்த மனைவி! அவளை இழக்க நான் சம்மதிக்க மாட்டேன்... இப்போ அவளையே இழந்து நிக்கறேன்!" என்று அவரது குரல் ஓங்கி ஒலித்தது.

சற்று நேரத்திற்கெல்லாம் பத்தர் அவற்றை எடை போட ஆரம்பித்தார்.

அப்போது மீண்டும் மருதநாயகம் சொன்னார்: "வாழ்க் கைன்னா அப்படித்தான்... பரம பத விளையாட்டு மாதிரி... திடீர்னு ஏணி வழி ஏறி மேலே போகிற காய், போன மாதிரியே திடீர்னு பாம்புத் தலையைப் புடிச்சிக் கீழே இறங்கிடும்!...

சாதாரண மனுசங்களுக்கு அதனாலே ஏற்படற பாதிப்பு மகத்தானதுதான். ஆனா, இதைத் தெரிஞ்சவன்– இதை உலகத்துக்குத் தெரிய வைக்கிறவன்னு பேனா புடிச்சிட்ட என்னைப் போலவங்களுக்கு இதைத் தாங்க முடியலேன்னா அது மானக் கேடான விஷயம்!...” என்று சொல்லிக்கொண்டே, பிள்ளையவர்களுக்கு வலதுபுறம் உட்கார்ந்திருந்த டெரிலின் ஷர்ட் ஆசாமியிடம் சொன்னார் மருதநாயகம்.

“ரேடியோ கம்பெனி சார்!... உங்கள் ரேடியோ கிராமை நீங்க எடுத்துக்கொண்டு போயிடணும்... வித்த பிறகு உங்க கமிஷன் போக எப்போ வேணும்னாலும் பணம் தரலாம்...”

“சரி சார்... நான் போயி ‘வான்’ கொண்டு வர்றேன்” என்று புறப்பட்டார் டெரிலின் ஷர்ட் ஆசாமி.

“இருபத்தி ஒன்பது பவுனுக்கு கொஞ்சம் குறையுது” என்று கணக்குக் காட்டினார் பத்தர்.

வாழ்க்கையின் ஆதாரத்தையே பயிலுவித்த ஓர் ஆசானின் வகுப்பறையிலிருந்து வெளியேறும் மாணவர்களைப் போல் மருதநாயகத்தின் பேச்சிலிருந்த அர்த்தங்களை ஆழ்ந்து யோசித்ததனாலோ, மிகவும் வருந்தித் தங்களுக்கு ஏற்பட்ட சோகத்தைப் போல் அதை உணர்ந்ததனாலோ அவர்கள் அனைவரும் தலை குனிந்தவாறு வெளியேறினர்.

காசிநாதன் பிள்ளை மட்டும் மௌனமாய்த் தொடைகளின் மீது கைத்தடியை உருட்டிக்கொண்டே தலைகுனிந்தவாறு உட்கார்ந்திருந்தார்.

“ஸார்! என்னெ மன்னிக்கணும்... உங்களுக்கு இவ்வளவு சிரமம் கொடுத்ததுக்கு... உங்களை நான் வரச் சொன்னத்துக்குக் காரணம்...” தன்னிடம் பேசுவது மருதநாயகம்தான் என்பதை உணரவே பிள்ளைக்குக் கொஞ்ச நேரம் பிடித்தது.

“அந்தப் பழைய போர்ஷனில் நீங்க ஏதோ சாமான்களைப் போட்டுப் பூட்டி வெச்சிருக்கீங்கன்னு பொண்ணுகூடச் சொன்னா... தயவு செய்து அதைக் காலி பண்ணி, முன்னே மாதிரி எனக்கு விட்டீங்கன்னா ரொம்பச் சௌகரியமாயிருக்கும்” என்று சொன்னபோது பிள்ளை மருதநாயகத்தின் முகத்தை நிமிர்ந்து கூர்ந்து பார்த்தார். ‘இவர் இங்கேயேதான் இருக்கட்டுமே! வாடகை தராவிட்டால் தான் என்ன?... அதை வாங்கி வாங்கிச் சேர்த்து வைத்து நான்தான் என்ன செய்து விடப் போகிறேன்...

எனக்குத்தான் யார் இருக்கிறார்கள்...'' என்றெல்லாம் பரந்த மனத்துடன் சிந்தித்தார் காசிநாதன்.

“அந்த இடத்தில் உங்களால் இருக்க முடியுமா?...'' என்று அரைகுறையாய்க் கேட்டார்.

“இருந்தவன்தானே!”

“அது சரி. இப்படி இருந்துவிட்டுப் பலரும் பார்க்க அங்கிருந்து வந்து, மறுபடியும் அங்கேயே போறதுன்னா!”

மருதநாயகம் சிரித்தார். “பாக்கறவங்க சிரிக்க மாட்டாங் களான்னு கேக்கறீங்களா? சிரிக்க நியாயமுள்ள ஒரு விஷ யத்தைப் பார்த்து சிரிக்கிறதிலே என்ன தப்பு சொல்லுங்க?... அவுங்க சிரிப்பாங்கன்னு; என்னாலே தாங்க முடியாது சுமையைத் தாங்கி நான் நொறுங்கிப் போகணுமா? எனக்குக் கௌரவம், நான் இருக்கிற வீட்டைப் பொறுத்ததுன்னு எனக்குத் தோணவே இல்லே...''

“உங்களுக்குத் தோணலேங்கறது எனக்குப் புரியுது... இருந்தாலும் நான் சொல்றேன்... நீங்க இந்த வீட்டிலேயே இருக் கலாம்... எவ்வளவு காலம் வேணுமானாலும் இருக்கலாம். வாடகையைப் பத்திக் கவலைப்படாதீங்க... பாம்பின் தலையெப் பிடிச்சு இறங்கியிருக்கிற நீங்க... ஏணி வழியா ஏறினா பிறகு கொடுக்கலாம்... இது நான் செய்யற ஓர் உதவியா இருக்கட்டும்'' என்று தீர்மானமாகச் சொல்லிவிட்டு எழுந்தார் பிள்ளை.

“சார், இது நீங்க செய்யற உதவியில்லே... தண்ணியிலே முழுகறவன் கையிலே தங்கப்பாளத்தைக் கொடுக்கிற மாதிரி... தங்கத்தின் கனம்னா தண்ணியிலே மெதக்குமா? வேண்டாம் சார்... ஒரு சாதாரண மரக்கட்டைதான் வேணும்... அதுதான் உதவி... முப்பது ரூபாய் வீட்டிலே ஒண்ணு கொடுத்தீங்கன்னா போதும்... இது வேண்டாம்... ஏன்னா, நான் முழுக்கவும் பழைய மாதிரி மாறியாகணும். இங்கேயே இருந்தா– துணிச்சலா என் நெலமையைப் பிரகடனப்படுத்திக் கொள்ளாம, என்னுடைய சொமைகளை நானே சுமக்கவேண்டிய அளவுக்குக் குறைச்சிக் கிட்டு சுமக்காம, ஒவ்வொருத்தர் தலையிலேயும் சுமத்தினா சொமக்க வந்தவங்க சொமை கூடிப்போகும்... அது சரியில்லே... எனக்குச் சொந்தமான சொமையை யார் சுமந்தாலும் பாரம் எனக்குத்தானே? உங்க நல்ல மனசுக்கு ரொம்ப நன்றி... அந்த முப்பது ரூபா வீடுதான் எனக்கு வேணும்... அங்கேயிருந்துதான் நான் இங்கே வந்தேன்... என்னை அங்கேயே விட்டீங்கன்னா என்

முயற்சியிலே நாளைக்கு இங்கே வரலாம். இங்கேயே இருந்து தாக்குப் புடிச்சா, என் முயற்சியை உடைத்துக் காலம் என்னை நிர்ப்பந்தமா கீழே இறக்கி விட்டுடும்... அதுக்கப்புறம் இருக்கிற நிலையைக் காப்பாத்தணும் காப்பாத்தணும்கற வெறியும்– பிடி வழுக்கலும் சேர்ந்து கீழே கீழே... இறக்கிக்கிட்டே போயி அமிழ்த்திடும்...” அவர் கூறுவதில் ஏதோ நியாயம் இருப்பது போலும்– அல்லது அதுவே நியாயம் போலும்– தோன்றியது பிள்ளைக்கு.

“சரி, உங்கள் விருப்பம் அதுவானா அப்படியே ஆகட்டும்” என்று கூறிச் சென்றார் பிள்ளை.

பிள்ளையின் முகத் தோற்றத்தைப் பார்த்த மருதநாயகம் மகிழ்ச்சிகரமான புன்னகையுடன் கூறினார். “இதில் வருத்தப் படவே ஒண்ணுமில்லை. அந்த வீட்டில் ராந்தல் விளக்கு வெளிச்சத்தில் கோரைப் பாயில் உட்கார்ந்துகிட்டு உலகத்து அழகுகளையெல்லாம் நான் அனுபவிச்சிருக்கேன். அதை நான் மறுபடியும் அங்கேயே உக்காந்து அனுபவிப்பேன்கிற நம்பிக்கை யிலே எனக்கு எவ்வளவு சந்தோஷம் ஏற்படுதுன்னு என்னாலே வெளிப்படுத்த முடியலே” என்று உணர்ச்சி மிகுதியால் தவித்தார் மருதநாயகம்.

‘இந்தக் கதை கிதை எழுதுகிற ஆசாமிகளே கொஞ்சம் கிறுக்குப் பேர்வழிகள்தான்’ என்று மனத்துள் சிரித்துக் கொண்டே திரும்பினார் காசிநாதன்பிள்ளை.

●●●

இரவு மணி பத்தாகி விட்டது.

எதிர் வீட்டு மாடியறை இருண்டு கிடக்கிறது... வீடு முழுதுமே தான் இருண்டு கிடக்கிறது. தனது அறையில் நின்று பார்க்கும் காசிநாதன் பிள்ளைக்கு, அந்த வீட்டின் பிற பகுதிகளில் பிரகாசமாய் எரியும் விளக்குகள் அணைந்து கிடப்பது தெரிய வில்லை. அந்த மாடியறை ராந்தல் வெளிச்சமில்லாது கிடப்பது தான் உண்மையான இருளாய் நெஞ்சில் கனக்கிறது.

அதே சமயத்தில் சற்றுத் திரும்பிப் பார்க்கும்போது மருத நாயகத்தின் அந்த பழைய– முப்பது ரூபாய் வீட்டில் மங்கிய ராந்தல் வெளிச்சம் தெரிகையில் ஆத்ம விடிவு கண்டதுபோல் ஒரு குதூகலம் பிறந்தது பிள்ளைக்கு. எனினும் எதிர் வீட்டு மாடியின் இருட்டு அவர் கண்களை அதிகம் உறுத்தியது.

"ஏய்!"– வேலைக்காரனை அழைத்தார்.

"ஐயா"– அவன் அருகில் வந்து நின்றான்.

"ஒரு ராந்தலைக் கொளுத்தி எதிர் வீட்டு மாடியறையிலே கொண்டுபோய் வை!"

'இது என்ன கிறுக்குத்தனம்' என்பதுபோல் அவரை ஒரு பார்வை பார்த்து விட்டு 'சரிங்க ஐயா' என்று அவன் போனான்.

எதிர் வீட்டு மாடியில் எரியப்போகும் ராந்தலின் வெளிச்சத்தை எதிர் நோக்கித் தனது மாடியறையில் காத்து நின்றார் காசிநாதன் பிள்ளை.

ஆனந்த விகடன், 1964

## அந்தக் கோழைகள் !...

**கா**ம்பௌண்ட் கேட்டிற்கு நேரே, வராந்தா விளக்கு வெளிச்சத்தில், சாய்வு நாற்காலியில், ஆள் காட்டி விரலைப் பக்க அடையாளத்திற்காக நடுவில் நுழைத்துப் பிடித்த 'பால்ஸாக்'கின் புத்தகம் ஒரு கையிலும், இன்னொரு கையில் புகைந்து கொண்டிருக்கும் சிகரெட்டுமாய்– நிமிர்ந்து உட்கார்ந்திருந்த டாக்டர் ராகவன் சாய்ந்து படுத்தான்.

அப்போது மாலை மணி ஏழுதான். அவன் தலைக்கு நேரே வராந்தா சுவரில் மாட்டப்பட்டிருக்கும் போர்டில் கண்டுள்ளபடி பார்த்தால் இது நோயாளிகளைச் சந்திக்க வேண்டிய நேரம்தான். நோயாளிகள் வரவில்லையென்றால் ஆஸ்பத்திரி அறைக்குள்ளே டாக்டர் அடைந்து கிடக்க வேண்டுமா என்ன? வழக்கமாக, இந்த நேரத்தில் அவன் தனது நண்பர்களையே எதிர்பார்ப்பான். இன்று அவர்களும் வரவில்லை.

டிஸ்பென்ஸரிக்குப் பாதியும், தான் வசிப்பதற்குப் பாதியுமாய் இரண்டாய்த் தடுக்கப்பட்ட அந்த வீட்டின் பின்புறத்தில் சமையற்கார ராமன் நாயர் 'மலையாள ராக'த்தில் எதையோ பாடிக்கொண்டு தன் வேலையில் முனைந்திருந்தான். இன்னும் சற்று நேரத்தில் அவனும் போய்விடுவான். ஒண்டிக்கட்டை ராகவனுக்குப் புத்தகங்களைத் தவிர வேறு துணையில்லை. ராகவனுக்குத் துணையும் அவசியமில்லை. எனினும் அவன் விரும்பிப் படிக்கின்ற பால் உணர்ச்சியைக் கிளறிவிடும் தன்மை மிகுந்த 'லவ்ஸ் ஆப் காசனோவா'வையோ 'லேடி சாட்டர்லீஸ் லவ்வர்ஸை'யோ படித்து முடித்த போதெல்லாம் அவற்றின் இடையிடையே பென்சிலால் கோடிட்ட ரசமான பகுதிகளைக் கூச்சமில்லாமல் கொச்சையான வார்த்தைப் பிரயோகங்களோடு விளக்கிப் பேசி, ரசனையைப் பகிர்ந்துகொள்ள ஒரு துணை கிடைக்காதா என்று ஏங்கியபோதெல்லாம் அவன் தனது நண்பர்களைத் தேடியே போவதுண்டு.

கையிலிருக்கும் இந்தப் புத்தகத்தைப் படித்து முடிக்காத காரணத்தினாலேயே இன்று அவன் யாரையும் தேடிப் போக வில்லை.

ஈஸி சேரில் சாய்ந்து கண்களை மூடி, சிகரெட்டில் ஆழ்ந்து புகையை இழுத்தபின் அதை வீசி எறிந்தான். மீண்டும் நிமிர்ந்து உட்கார்ந்த ராகவன் கையிலிருந்த புத்தகத்தைப் பிரித்தான். மூக்குக் கண்ணாடியின் மேல் சிகரெட்டு சாம்பலோ தூசோ படிந்து, பார்வைக்கு இடையூறு ஏற்பட்டதால் அதைக் கழற்றித் துடைத்துக் கொண்டபின் காதோரங்களில் குறுகுறுக்கும் கிளுகிளுப்பு உணர்ச்சியோடு உள்ளில் விளைந்த லயமிக்க புன்னகையொளி முகமெங்கும் பரவ, அந்தப் பதினெட்டாம் நூற்றாண்டு பிரெஞ்சு வாழ்க்கையின் ஒழுக்கக் கேடான திருட்டுக் களியாட்ட வர்ணனைகளில் மூழ்கிப் போனான் ராகவன்.

ராகவனது புத்தக ரசனையையும், ஆண் பெண் உறவு சம்பந்தமான அவனது அலுப்புச் சலிப்பில்லாத சம்பாஷணை களையும் கேட்டு, அவன் முகத்துக்கெதிரே விழுந்து விழுந்து ரசித்த போதிலும் அவனது நண்பர்கள் அவனைப் பற்றி உள்ளூற ஒரு மாதிரியாகவே நினைத்திருந்தார்கள். இருப்பினும் முப்பத்தைந்து வயது வரையிலும் கட்டைப் பிரம்மச்சாரியாய் வாழ்ந்து வரும் ராகவனின் ஒழுக்க நடவடிக்கைகளில் எவ்விதமான களங்கத்தை யும் அவர்களில் யாரும் இது வரை கண்டதில்லை.

பகிரங்கமாக இவ்விதம் பேசிக்கொண்டு ரகசியமாக இவன் தவறு செய்கின்றானோ என்று வேவு பார்த்தவர்களும் உண்டு, அந்த முயற்சியில் அவர்கள் தோல்வியே கண்டு சலிப்புற்றார்கள்.

பொதுவாக, கூச்ச நாச்சமில்லாமல் சதா சர்வ காலமும் ஆண் பெண் உறவு பற்றியே இங்கிதமற்றுப் பேசிக் கொண்டிருக் கும் ராகவனோடு தங்களுக்கிருந்த தொடர்புகளை அறுத்துக் கொண்டு போன நண்பர்களும் உண்டு. அவர்களில் பலர் அவனைப் போன்ற பிரம்மச்சாரியாய் இருந்தபோது அவனது இத்தகைய பேச்சை வெகுவாக ரசித்தவர்கள்தான்.

ராகவனுக்குத் தான் பேசுகின்ற பேச்சைப் பற்றி மட்டு மல்லாமல், ஆண்– பெண் உறவு என்கிற விஷயத்தைப் பற்றியே எந்த விதமான அரூயை உணர்வும் இல்லை. அது மாத்திர மல்லாமல், அந்த உறவே ஓர் உன்னதமான சமர்ப்பணமாகும் என்ற கருத்தும் அவன் கொண்டிருந்தான். ஆகவே தன்னைப் பற்றியோ, தனது கருத்துக்களைப் பற்றியோ பிறர் என்ன நினைப் பார்கள் என்ற கவலையே அவன் கொண்டதில்லை. தன்னைத் தவறாகச் சிலர் நினைக்கக் கூடுமே என்ற சம்சயம் கூட அவனுக்கு எழுந்ததில்லை. அவனது ரசனை சுயநோக்கில் எழுந்ததல்ல. வாழ்க்கையின் எண்ணற்ற லீலைகளை ஆழ்ந்து பயிலும்

ஞானியைப் போல், தேர்ந்து ரசிக்கும் கலைஞனைப்போல், 'தான்' என்ற தன்னை ஒட்டாது விலகி நின்று அவற்றை அனுபவித்த தனால் ஆண்– பெண் உறவு சம்பந்தமாய் அவன் அறிய நேர்ந்தவை அனைத்திலும் அவை மற்றவர்களுக்கு எவ்வளவுதான் கீழ்த்தரமாகவும், அருவருக்கத்தக்கதாகவும் இருந்தபோதிலும் கூட– அதிலுள்ள நிறைவையும் உயர்வையுமே அவன் புரிந்து கொண்டான்.

பிரபஞ்சத்தின் சகல உற்பவங்களுக்கும் அடிப்படை அதுவே என்னும் ஒரு சாதாரணமான உண்மை அவன் மனத்தில் ஒரு மகத்தான தத்துவமாய் நிலைத்தது. தனது பேச்சுக்கள் யாவும் அந்த மகத்தான உணர்வைப் புகழ்ந்து பாடும் உன்னதக் கவிதை களாகவே அவனுக்குத் தோன்றின. அதனால்தான் தனது நிர்வாணமான சிந்தனைகளை வெளியிடும்பொழுது அதற்கு ஆடை கட்டி அலங்காரம் செய்ய வேண்டியது அவசியமில்லை என்று அவன் கருதினான்.

இந்த அடிப்படை உணர்வான ஆண்– பெண் உறவு குறித்து மனிதர்கள் ஏன் வெட்கமும் அருவருப்பும் கொண்டு, ஆபாசம் என்ற பொய் வேஷமிட்டு, ரகசியமான ஒரு குற்றமாய்ப் பேணி வளர்த்து வருகிறார்கள் என்று எண்ணி அவன் ஆச்சரியம் கொண்டதுண்டு. அதற்கான காரணத்தையும் அவன் கண்டான். 'ஒவ்வொருவரும் இது சம்பந்தப்பட்ட எல்லா நிகழ்ச்சிகளையும் தன்மயமான நோக்கிலேயே தரிசிக்கின்றனர். ஓர் ஆணுக்கும் ஒரு பெண்ணுக்கும் நிகழ்ந்த உறவினை விளக்கும் காட்சியானாலும் வர்ணனையானாலும் அதனை விலகி நின்று 'இது இயற்கையின் பொதுவான ஓர் இயல்பு' என்று காணாமல், தன்னையும் அதில் சம்பந்தப்படுத்தியே ஒவ்வொருவரும் 'சொந்தமாய்'ப் புரிந்து கொள்ளுகிறார்கள்.

'ஓர் ஆணாயிருந்தால் விவரிக்கப்பட்ட காட்சியில் அல்லது வர்ணனையில் குறிக்கும் ஆணின் ஸ்தானத்தில் தன்னை ஏற்றிக் கொள்கிறான். பெண்ணாக இருந்தால் அந்தப் பெண்ணின் ஸ்தானத்தை அவள் பிடித்துக் கொள்ளுகிறாள். எனவேதான் இது பற்றிய பொதுவான எண்ணமே அற்றுப் போய்ச் சுயமான உறுத்தலே எஞ்சி நிற்கிறது. ஆகவே அவர்கள் வெட்கப் படுகிறார்கள்; வேஷம் போடுகிறார்கள். இது பற்றிய எந்தவொரு வர்ணனையும் ஒவ்வொருவருக்கும் தன்னையே குறிப்பதாகப் படுகிறது. தனிமையில் தன்னைத்தானே ரசிக்கும் ஒவ்வொரு வரும் பிறர் முன்னிலையில் தம்மை மறைத்துக் கொள்ளவே விரும்பு கின்றனர்; வேஷம் என்பதே அதுதான்.

டாக்டர் ராகவனின் இந்தக் கருத்துக்கள் என்னதான் தர்க்க ரீதியாகவும் உயர்ந்தவையாகவும் இருந்த போதிலும் அவனது நண்பர்கள் மத்தியில் அவனுக்கு, 'பெர்வர்ட்'– வக்கரித்துப் போனவன்– என்ற பட்டத்தையே அவை வாங்கித் தந்தன. அவன் சிறிது சிறிதாக நண்பர்களால் புறக்கணிக்கப்பட்டுக் கொண்டே வந்தான். அதனால் அவனது தொழிலும் கூடப் பாதிக்கப்பட்டிருக் கிறது.

ராகவன் மட்டும் எதனாலும் பாதிக்கப்படுவதே இல்லை. நூல் நிலையங்களிலும் புத்தகக் கடைகளிலும் அவனுக்கு வேண்டிய புத்தகங்கள் உலகத்தின் எல்லா மூலைகளிலிருந்தும் வந்து குவிந்து கொண்டேயிருக்கின்றன.

கையிலிருந்த புத்தகத்தின் அத்தியாயம் ஒன்றைப் படித்து முடித்த நிறைவில் நிமிர்ந்து உட்கார்ந்து ஒரு சிகரெட்டைப் பற்ற வைப்பதற்காகப் பக்கத்தில் வராந்தா கைப்பிடிச் சுவர் மீது வைத்திருந்த சிகரெட் டின்னை எடுத்தான் ராகவன்.

டின் காலியாக இருக்கவே உட்கார்ந்த நிலையிலேயே ராமனை அழைத்தவாறே உட்பக்கம் திரும்பிய போது சமையற் காரியங்களை முடித்துவிட்டு ஈரத் துண்டால் முகம் துடைத்துக் கொண்டே வந்தான் ராமன் நாயர்.

பாஷை தெரியாத காரணத்தால் ராகவனின் பேச்சும் சிந்தனையும் அவனுக்குப் புரிந்திருக்க நியாயமில்லை. ஆயினும் தனது அன்றாடக் காரியங்களில் எவ்வித நிர்ணயமும் இல்லாத பேர்வழி இவன்– என்று ராகவனைப் பற்றி ராமன் நாயர் அறிந்து வைத்திருந்தான். நேரங்கெட்ட நேரங்களில் அவன் சாப்பிடுவதை யும் பல சமயங்களில் சாப்பிடாமலேயே படித்துக் கொண்டிருப் பதையும் கண்ட ராமன் நாயருக்கு அவன்மீது ஒரு பரிதாபமுண்டு. கூடியவரைக்கும் அங்கு வேலைக்கு வரும்போது ஏற்பட்ட ஒப்பந்தப்படி அவனது காரியமான சமைக்கும் வேலை முடிந்த வுடன் போக மனமின்றி, தான் புறப்படுவதற்கு முன் தன் கையாலேயே அவனுக்குச் சோறு பரிமாறி விட்டுப் போய் விட வேண்டும் என்ற ஆதங்கத்தோடு ஒவ்வொரு வேளையும் அவன் காத்து நிற்பான். பல சமயம் தன்னைக் கவனியாது சம்பாஷணைகளிலோ புத்தகங்களிலோ மூழ்கிக் கிடக்கும் ராகவனுக்குச் சாப்பாட்டு நினைவை ஊட்டும் முறையில் "அப்போ ஞான் வரட்டே?" என்று புன்னகையோடு கேட்டு நிற்பான். அதில் உள்ள பொருள் புரியாமல் ராகவன் அவனைப் போகுமாறு சொல்லி விடுவான்.

எத்தனையோ முறை அடுத்த வேளைக்கு அவன் சமைக்க வந்தபோது முதல் வேளைக்குச் சமைத்தது அப்படியே இருக்கக் கண்டு ராமன் நாயர் மனம் நொந்ததுண்டு.

அவ்விதம் ராகவனுக்கு இரவுச் சாப்பாடு பரிமாரிவிட்டுப் போகக் காத்திருந்த ராமன் நாயர் அவன் தன்னை அழைத்தது கண்டு குதூகலத்தோடு அருகில் வந்தான்.

"ஊணுகழிக்கான் வருந்தோ– ஸாரே?" என்று கேட்டவாறு எதிரில் நிற்கும் ராமன் நாயரைத் தலை நிமிர்ந்து ஒன்றும் புரியாமல் பார்த்தான் ராகவன். தான் அவனை எதற்கு அழைத் தோம் என்பதை அந்த ஒரு வினாடியில் திடீரென்று அவன் மறந்து போய் இருந்தான். அதை யோசித்தவாறே கையில் இருந்த காலி சிகரெட் டின்னைத் திறந்தபோதுதான் அவனுக்கு நினைவு திரும்பியது.

"எனக்குப் பசிக்கல்லே; உள்ளே என் டேபிள் மேலே சிகரெட் டின் இருக்கு, அதைக் கொண்டு வந்து கொடுத்துட்டு நீ வீட்டுக்குப் போ" என்று சொல்லிவிட்டு அண்ணாந்து வானத்தைப் பார்த்தான். உள்ளே ஹால் சுவரில் இருந்த கடிகாரத்தில் எட்டு மணி அடித்தது.

சிகரெட் டின்னைக் கொண்டு வந்து கொடுத்த ராமன் நாயர் இரும்புக் கேட்டைத் திறந்து கொண்டு வெளியேறினான். ஒரு சிகரெட்டை எடுத்துப் பற்ற வைத்துக் கொண்டு ஆள் காட்டி விரலைப் பக்க அடையாளத்துக்கு நுழைத்து வைத்திருந்த புத்தகத்தை எடுத்துப் பிரித்தவாறே சாய்வு நாற்காலியில் சரிந்து படுத்தான் ராகவன்...

ஒரு புதிய அத்தியாயத்தின் சுவாரஸ்யமான முதல் பாராவை அவன் படித்துக் கொண்டிருக்கும்போது இரும்புக் கேட்டை யாரோ திறக்கும் சப்தம் கேட்டது. மூக்குக் கண்ணாடியை உயர்த்தி விட்டுக் கொண்டு அவன் நிமிர்ந்து பார்த்தான். இருளில் உருவம் சரியாகத் தெரியாததால், தனது நண்பர்களில் யாராவது வரலாம் என்ற ஊகத்தில் அவன் மனம் குதூகலித்தது. அந்தப் புத்தகத்தை முழுக்கப் படித்து, அவன் மனசைக் கொள்ளை கொண்டுவிட்ட சில விஷயங்களை யாருக்காவது விளக்கிக் காட்ட அவன் துடித்துக் கொண்டிருந்தான்.

அந்த இன்பானுபவத்தைப் பகிர்ந்து கொள்ள ஒரு துணை வருகிறது என்ற ஆர்வத்தோடு அவன் காம்பௌண்ட் கேட்டையே பார்த்துக் கொண்டிருக்கும் போது அவனை நோக்கி மெல்ல மெல்ல வந்த அந்த உருவம் ஒரு பெண்ணென்று புரிந்தது.

அவனது வைத்திய சாலைக்கு வைத்தியம் செய்து கொள்ளப் பெண்கள் யாரும் வருவதில்லை. நோயாளிகளைச் சந்திக்கும் நேரமும் கடந்து போய்விட்டது. இருப்பினும் தன்னைத் தேடி வந்த யாரையும் புறக்கணிக்க முடியாத நிலையில் தன் அருகே இருந்த நாற்காலியை இழுத்துப் போட்டு, வந்தவளை உட்காரச் சொல்லி உபசரித்தான் ராகவன்.

அவளை அதற்கு முன்பு பார்த்திருந்த நினைவும், பார்க்க நேர்ந்த சம்பவங்களும் அவன் மனத்தில் படிப்படியாய்த் தோற்றங் கொண்டன. எனினும் அவளது பெயர் அவனது நினைவுக்கு வரவில்லை.

அவளைப் பற்றித் தனக்கு நினைவிருக்கிறது என்று காட்டிக் கொள்ள– அவளது பாட்டியைப் பற்றி விசாரித்தான் ராகவன்.

அவனது விசாரிப்பைச் செவிகளில் ஏற்றும் தலை குனிந்த சிந்தனையோடு கைவிரல் நகத்தைப் பிய்த்தவாறு உடல் குறுகி உட்கார்ந்திருந்தாள் அந்தப் பெண். அவள் அவனைப் பார்க்கா மல் முகம் கவிழ்ந்து உட்கார்ந்திருந்ததால் அவளை அவனால் தீர்க்கமாகப் பார்க்க முடிந்தது.

இரண்டு வருஷங்களுக்கு முன்பு உயிருக்கு ஆபத்தான நிலையில் அவன் அவளைப் பார்க்க நேர்ந்தபோது இருந்ததை விடவும் இப்பொழுது அவள் தோற்றம் வெளிறியும் வரண்டும் இருந்தது. உடல் நிலை மட்டுமல்லாது அவளது வாழ்க்கை நிலையே மிகவும் நொறுங்கிப் போயிருக்கிறது என்பது அவள் அணிந்திருந்த சாயம் போன கந்தல் புடவையில் தெரிந்தது.

அவளது புறங்கையின் மேல் ஒரு துளி கண்ணீர் சிந்தியதை அவனுக்குத் தெரியாமல் துடைத்துக் கொண்டு முகம் நிமிர்த்தி அவனை நோக்கிக் கரகரத்த குரலில் "ஆயா செத்து ஒரு வருஷம் ஆச்சி..." என்று கூறும்போது அவளது உதடுகள் துடித்தன.

ஒரு பெருமூச்சுடன் அவன் வேறுபுறம் பார்வையை மாற்றினான்.

இந்தப் பேத்தியின் மீது உயிரையே வைத்திருந்த அந்தக் கிழவியின் முகம் அவன் கண்களில் தெரிந்தது. அந்தச் சம்பவம் அவன் நினைவில் புரண்டது.

இதற்கிடையே அவன் முகம் திரும்பாமலேயே அவளிடம் கேட்டான்: "உன் பெயர்...?"

தலை நிமிராமல் அவள் பதில் சொன்னாள்: "ராதா"

அவள் சொல்வதற்கு முன்பு நிலவிய ஒரு விநாடி மௌனத்தில் அவனுக்கே அந்தப் பெயர் நினைவுக்கு வந்தது.

"ராதா" என்று முனகியவாறே அவளைத் திரும்பிப் பார்த்தான். அவளும் முகம் நிமிர்த்தி அவனைப் பார்த்தாள். அவள் முகத்தில் எந்தவித உணர்ச்சியும் இல்லை. உணர்ச்சிக்கே இடமில்லாமல் ஒளி மங்கிய சூன்யமான விழிகள். பாழடைந்த மாளிகையின் இடிபாடுகளிடையேகூடப் பதுங்கிக் கிடக்கும் 'பழைய பெருமை' போல், அவளிடமிருந்து குடியோடிப் போன அழகின் சுவடுகள் அவள்மீது ஒரு பச்சாதாபமே கொள்ளச் செய்தன.

டாக்டர் ராகவனுக்கு– தன் சுபாவப்படி அவள் பெயர் திடீரென்று மறந்து போனாலும்கூட– அவளைப் பற்றி நன்கு தெரியும்...

●●●

இரண்டு வருஷங்களுக்கு முன் ஒரு நாள் இதே நேரத்தில் கண்ணீரும் கம்பலையுமாய் ஓடி வந்த ராதாவின் பாட்டி, ஈசிசேரில் உட்கார்ந்து படித்துக் கொண்டிருந்த ராகவனின் அருகே தரையில் மண்டியிட்டு இரண்டு கைகளையும் ஏந்தி "டாக்டரையா! ஒரு உசிரைக் காப்பாத்துங்க– நாங்க ஏழைங்க... கொஞ்சம் வந்து பாருங்க சாமி" என்று அழுது புலம்பி அழைத்தபோது அவளுக்கு ஆறுதலும் கூறி அவள் பின்னே சென்றான் ராகவன்.

நகர அபிவிருத்திக்கென்று புதிதாகக் கட்டப்பட்ட வீடுகள் நிறைந்த அந்தப் பகுதியை ஒட்டியே இவ்வளவு சீர் கேடான ஒரு பகுதி இருக்குமென்று அவன் நினைத்தும் பார்த்ததில்லை.

கிழவியைப் பின்தொடர்ந்து சிறிய சந்துகளில் நுழைந்து, தெருவில் குறுக்காகப் பாய்ந்து சாக்கடைகளைத் தாண்டி, சமயங்களில் 'சளக்'கென்று சாக்கடை நீரில் கால் பதித்து– ஒருவாறாக அந்த இருண்ட குடிசையின் உள்ளே வந்து நுழைந்தான் ராகவன்.

வாசற்படி அருகிலேயே அவனை நிறுத்தி வைத்து விட்டுப் பக்கத்துக் குடிசையிலிருந்து தீப்பெட்டியை வாங்கிக் கொண்டு வந்து மாடத்திலிருந்த விளக்கைப் பொருத்தினாள் கிழவி.

அந்த மங்கிய விளக்கொளியில் சுவரோரமாய் மல்லாந்து படுத்திருந்த அந்தப் பெண்ணின் கோலத்தைக் கண்டு, காரியம் கை மீறிப் போய்விட்டதோ என்று துணுக்குற்றான் ராகவன். கையில் விளக்கோடு அவள் அருகில் அமர்ந்த கிழவி, "ராதாம்மா...

இதோ பாரு, டாக்டரு வந்திருக்காரு...” என்று அவள் கன்னத்தைப் பிடித்துக் கொண்டு விம்மி அழுதாள்.

“கொஞ்சம் நகந்துக்கம்மா” என்று கிழவியை விலக்கி அவள் அருகே குத்துக்காலிட்டு அமர்ந்து அந்தப் பெண்ணின் கண் ணிமைகளை விலக்கிப் பார்த்தான் ராகவன். பின்னர் அசை வற்றுக் கிடந்த அவள் கரத்தைப் பற்றி நாடியைப் பரிசோதித்தான்.

“பாவிப்பொண்ணு! இப்படிப் பண்ணிட்டாளே, பயமா இருக்குது சாமி... நீங்கதான் தெய்வம் மாதிரி...” என்று புலம்பிக் கொண்டிருந்த கிழவியை நிமிர்ந்து பார்த்து, “என்ன நடந்தது?” என்று விசாரித்தான் ராகவன்.

சேலைத் தலைப்பை வாயில் அடைத்துக்கொண்டு “அது இன்னா எழவு மருந்தோ... இத்தெக் கரைச்சுக் குடிச்சிட்டிருக்கா” என்று ஒரு அலுமினியம் தம்ளரை எடுத்து அவன் முன் நீட்டி னாள் கிழவி. அந்தத் தம்ளரைக் கையில் வாங்கி வெளிச்சத்தில் நீட்டி, பின்னர் மோந்து பார்த்தான் ராகவன்— தம்ளரைத் தரையில் வைத்துவிட்டு எழுந்து நின்றான். ஒரு தடவை நெற்றியைச் சொறிந்து கொண்டு கண்ணை மூடி யோசித்தான்.

“தரும தொரை... நாங்க ஏழைங்க... பொண்ணு பொழைப் பாளா....” என்று கெஞ்சிப் புலம்பியவாறே அவன் காலடியில் மண்டியிட்டு உட்கார்ந்த கிழவியை “ஸ்”... என்று கை அமர்த்தி அமைதியாய் இருக்கும்படி சொன்னான். பின்னர் விளக்கை எடுத்து மாடத்தில் அவனே வைத்தான். தனது கைப் பையை வெளிச்சத்தில் எடுத்துத் திறந்து ‘சிரிஞ்சை’ எடுத்தான். வெளிச் சத்துக்காக விளக்கைத் தூண்டினான். இஞ்ஜக்ஷன் மருந்தைத் தேடி எடுத்தவாறே “கொஞ்சம் தண்ணி குடுங்க...” என்று கூறினான். கிழவி அவன் அருகே இருந்த அலுமினியம் தம்ளரை எடுத்தாள். ஒரு வினாடி அவளை முறைத்துப் பார்த்து “வேறே பாத்திரமே இல்லையா?...” என்றதும் தன் பிழையை உணர்ந்து கிழவிக்குப் பயத்தால் கை நடுங்க ஆரம்பித்தது.

“பயப்படாதீங்க, உங்க பொண்ணுக்கு ஒண்ணும் ஆபத் தில்லே” என்று கூறி ‘சிரிஞ்சி’ல் இறக்கிய மருந்தை அந்தப் பெண் ணின் கரத்தில் ஏற்றுவதற்காக அவளின் கையை உயர்த்தினான்.

வேறொரு அகண்ட பாத்திரத்தில் தண்ணீர் கொண்டு வந்த கிழவி “அது என் பொண்ணு இல்லீங்க. மக வவுத்துப் பேத்தி... சின்ன வயிசிலேயே அனாதையா ஆயிடிச்சி... அது தலை எழுத்து. இப்ப அது ஊத்தற கஞ்சிதான் நான் குடிக்கிறேன். என்னெத்

தவிக்க உட்டுட்டு எப்படித்தான் சாவறதுக்கு மனசு வந்திச்சோ…" என்று மீண்டும் ஒரு முறை புலம்ப ஆரம்பித்தாள் கிழவி.

அந்த வார்த்தைகள் மனத்தில் ஆழமாகத் தைத்தும் முகத்தில் சலனமேதுமின்றி 'சிரிஞ்சை'க் கழுவினான் ராகவன்.

புறப்படும் முன் சில மாத்திரைகளைப் பொட்டணமாக மடித்துக் கிழவியிடம் தந்து "ஒண்ணும் பயப்படாதீங்க; இன்னும் கொஞ்ச நாழியிலே முழிக்கும். முழிச்சா– மோர் கெடைக்குமா? இல்லாட்டி பச்சைத் தண்ணி குடுங்க, வேறே ஒண்ணும் வேணாம். ரெண்டு மணிக்கு ஒரு தடவை இந்த மாத்திரையிலே ரெண்டு குடுங்க…" என்று கூறி அவன் திரும்பும்போது,

"சோடா குடுக்கலாங்களா…?" என்று பின்னால் வந்தாள் கிழவி.

"ஓ… குடுக்கலாம். காலையிலே வந்து எப்பிடி இருக்குதுன்னு சொல்லுங்க; மருந்து தர்ரேன்" என்று சொல்லிவிட்டுச் சுவரோரமாய்ப் படுத்திருந்த அந்தப் பெண்ணை மீண்டும் ஒருமுறை தீர்க்கமாகப் பார்த்துவிட்டு வெளியேறினான் ராகவன்.

அவன் முதுகுக்குப் பின்னாலிருந்து "புண்ணியவான்; நல்லா இருக்கணும்" என்று கிழவி நெஞ்சம் நிறைந்து வாழ்த்துகின்ற குரல் கேட்டது.

அதன் பிறகு அந்தப் பெண்ணே இரண்டொரு முறை அவனது டிஸ்பென்ஸரிக்கு வந்திருக்கிறாள். ராகவன் கேட்ட கேள்விகளுக்குத் தலை குனிந்திருந்த அவளது மௌனமான பதில்களிலிருந்தும், அவள் வாய்மூலமே அறிந்த செய்திகளிலிருந்தும் அவளது 'வியாதி'யையும் அவளது வாழ்க்கையையும் அவன் பூரணமாக அறிந்து கொண்டான்.

அவளையும் அவளது பாட்டியையும் நினைக்கும்போது– வாழ்க்கையில் ஏற்படும் பிரச்னைகளை நேரிடையாகச் சமாளிக்கும் ஆத்ம பலம் அவர்களுக்கு இல்லாததனால், அந்தப் பல வீனத்தாலேயே வாழ்க்கையின் அந்தப் பிரச்னைகள் யாவும் அவர்களுக்குத் தவிர்க்க முடியாத சிக்கல்களாயின என்று அவன் உணர்ந்தான்.

குழந்தைப் பருவத்திலேயே தாய் தந்தையரை இழந்துவிட்ட அவளை எடுத்து வளர்த்த பாட்டியைத் தள்ளாத வயதில் தனிமையில் விட்டுவிட்டுச் செத்துப் போக அவளுக்கு எப்படித் தான் மனம் வந்ததோ என்ற எண்ணம் வந்தபோது, அதே நினைவில் அன்று கிழவி கூறிய வார்த்தைகள் அவனுக்கு நினைவுக்கு வந்தன:

"...இப்ப அது ஊத்தற கஞ்சிதான் நான் குடிக்கிறேன். என்னைத் தவிக்க விட்டுட்டு எப்படித்தான் சாவறத்துக்கு மனசு வந்துச்சோ?"

அவள் அவனது டிஸ்பென்சரிக்கு வந்தபோது மிகவும் சுயாபிமானத்தோடு நடந்து கொண்டாள். மருந்து வாங்கிக் கொண்டு திரும்பும்போது ராகவனின் மேஜையின்மேல் இரண்டு ஒற்றை ரூபாய் நோட்டுக்களை அவள் வைத்தாள்.

"என் உயிரைக் காப்பாற்றிய உங்களுக்கு என்னால் தர முடிந்தது இவ்வளவே" என்று வாய்விட்டுக் கூறாத நன்றி யுணர்ச்சி, நின்ற தயக்கத்திலும் நீர் மல்கிய கண்களிலும் தெரிந்தது.

ராகவனின் உதடுகள் துயர உணர்ச்சியில் விளைந்த ஒரு லேசான புன்னகையில் துடித்தன: "எனக்கு இது தொழில்தான்; ஆனாலும் நான் எல்லார்கிட்டேயும் பணம் வாங்கறதில்லே" என்று அவள் கொடுத்ததை ஏற்க மறுத்ததும் அவள் உதட்டைக் கடித்த வாறே அந்த ரூபாய்களை எடுத்துக் கொண்டாள். அவள் மௌனமாக நின்றிருப்பதைக் கண்டு எதிரில் உள்ள பெஞ்சியில் உட்காரச் சொன்னான். அவளையே கூர்ந்து பார்த்துக் கொண் டிருந்த அவன் திடீரென அவளைக் கேட்டான்: "ஆமாம், உனக்கு என்ன தொழில்?– நான் தெரிஞ்சிக்கறதிலே தவறில்லையே...?"

அவள் ராகவனின் விழிகளை நேருக்கு நேர் சந்தித்து— இந்த டாக்டர் தன்னைத் தவறாக நினைத்து விட்டார் என்ற உறுத்தல் மனத்தில் இருந்தும்– நிதானமாகவே பதில் சொன்னாள்: "தவறான தொழில் எதுவும் செய்யலே! ஒரு தவறான ஆளைச் சரியான துணை என்று நம்பினதாலேதான் எனக்கு இந்தக் கதி! அதுக்காக– நான் பண்ணின தப்பாலே எனக்குக் கிடைச்ச..." என்று உடலிலிருந்து கழன்றும் மனசிலிருந்தும் நீங்காத அந்த வடுவை வாய்விட்டுக் கூற முடியாமல் அவள் தவித்தாள்.

ராகவன் தன் சுபாவப்படியே 'படீ'ரென்று கேட்டான்: "கலைஞ்சி போன அந்த விஷயத்தைப் பத்திச் சொல்றியா?"

அந்த வார்த்தையைக் கேட்டதும் அவள் உள்ளிலும் உடலிலும் ஒரு நடுக்கம் பிறந்தது. அவன் முகத்தை ஏறிட்டுப் பார்க்க முடியாமல் குனிந்த தலையோடு கண்களில் நீர் பெருக அவள் பேசினாள். "அதைக் கலைக்கணும்னு நான் ஒண்ணும் பண்ணலே; உயிரையே மாய்ச்சிக்கலாம்னுதான் வெஷம் குடிச் சேன்... அப்படி ஒரு பாவத்தைச் செய்துட்டு உயிர் வாழணும்னு எனக்கு ஆசையுமில்லே" என்று அவள் அழுது அழுது பேசிக் கொண்டிருக்கும்போது அவன் குறுக்கிட்டுப் பேசினான்.

"இதெல்லாம் நீ சொல்லாமலே எனக்குத் தெரியும்; நான் கேட்டது, நீ எப்படி வாழ்க்கை நடத்தறே? உனக்குத் தொழில் என்னங்கிறதுதான். சதா நேரமும் ஏதோ தப்புச் செய்துட்டோம்னு நெனச்சுக்கிட்டே இருந்தா, யார் என்ன கேட்டாலும் தப்பாத்தான் படும். நீ செய்த பெரிய தப்பே தற்கொலை செய்துக்கப் பார்த்தது தான். தப்பான மனுஷன்னு முடிவு பண்ணாம அவனுக்குத் தைரியம் கொடுத்திருந்தா நீ இந்தக் கதிக்கு ஆளாயிருக்க மாட்டே" என்று அவன் சொல்லிக் கொண்டிருக்கும்போது ஆக்ரோஷத் துடன் அவள் குறுக்கிட்டாள்:

"தைரியம் கொடுத்து வருமா? கோழைகளுக்குத் தைரியத்தைக் கொடுக்கத்தான் முடியுமா?" தன்னைக் கைவிட்டு விட்ட அந்த எவனோ ஒரு கோழையின் மீது அவள் நெஞ்சில் குமைகின்ற குரோதமும் துவேஷமும் அவள் முகத்தில் கொப்பளிப்பதை அவன் பார்த்துக் கொண்டிருந்தான்.

சில விநாடி மௌனத்துக்குப் பிறகு அவள் மன நிலையை மாற்றுவதற்காக மாறுபட்ட தோரணையோடு அவன் அவளிடம் பேச்சுக் கொடுத்தான்: "இன்னும் என் கேள்விக்கு நீ பதில் சொல்லவில்லையே? தன்னந் தனியா, அதுவும் அதிகம் படிக்காத ஒரு பொண்ணு இந்த உலகத்திலேயே என்ன தொழில் செய்து வாழ முடியும்னு நானும் யோசிச்சு யோசிச்சுப் பார்த்தேன்..."

அவளும் பொங்கி எழுந்த உணர்ச்சிகள் சமனப்பட்டு மாறிய ஒரு மனநிலையில் பேசினாள்: "என் தொழிலைப் பத்திச் சொன்னா– இந்தத் தொழில்லே இருக்கிறவங்களே இப்படித் தான்னு தவறா நெனச்சிக்கக் கூடாது; நல்லதும் கெட்டதும் எங்கேயும் உண்டு" என்ற பீடிகைக்குப் பின் "நான் ஒரு நடிகை" என்று அவள் கூறியதைக் கேட்டு, சினிமா பார்க்கும் வழக்கமே இல்லாத தனக்கு அவளைத் தெரிந்திருக்க நியாயமில்லை என்ற எண்ணத்தோடு "சினிமாவிலா?" என்று கேட்டான் ராகவன்.

அவள் ஒரு வரண்ட புன்னகையுடன் பதில் சொன்னாள்: "இல்லை; நாடகத்திலே! சினிமாவிலே நடிக்கலாம்ங்கிற நம்பிக்கை... முன்னே இருந்தது; இப்ப இல்லை."

அவளைப் பற்றி அவன் அறிந்து கொள்ள விரும்பிய விஷயங்கள் அவ்வளவே. அதன் பிறகு அவள் அங்கு வர நேர்ந்த சந்தர்ப்பங்களில் அவள் உடம்புக்குத் தேவையான மருந்துகளைக் கொடுத்து உதவியதைத் தவிர அவள் மனத்தை மாற்றவோ தேற்றவோ அவன் அவளோடு ஒரு வார்த்தை கூடப் பேசிய தில்லை. ராகவனுக்கு வரட்டு உபதேசங்களில் நம்பிக்கை கிடையாது!

இரண்டு வருஷங்களுக்கு முன் நடந்த அந்தச் சம்பவங்களுக்குப் பின் அவளைப் பற்றி நினைவில் வைத்திருக்க வேண்டிய அவசியம் ஏதுமில்லை ராகவனுக்கு. இப்போது அவளை அதனினும் மோசமான ஒரு நிலையில் சந்திக்க நேர்ந்ததால் அவளுடைய அன்றைய நிலையையும் இன்றைய நிலையையும் ஒப்பிட்டுப் பார்க்க இறந்த காலச் சம்பவங்களை அவன் எண்ணிப் பார்த்தான்.

இரண்டு வருஷங்களில் அவள் இருபதாண்டு தளர்ச்சியைப் பெற்றிருந்தாள். வந்ததிலிருந்து குனிந்த தலை நிமிராமலே உட்கார்ந்திருக்கும் அவளைப் பார்த்து அவன் கனிவோடு கேட்டான்: "உன் உடம்புக்கு என்ன? உன்னை கவனிச்சிக்கிற உன் பாட்டி இப்ப இல்லேங்கறது உன்னைப் பார்த்தாலே தெரியுது..."

அவள் ஒன்றுமே சொல்லாமல் குனிந்த தலையுடன் உட்கார்ந்திருந்தாள். அவளாகப் பேசுவாள் என்று வெகு நேரம் காத்துக் கொண்டிருந்த பின் அவளைப் பற்றிய கவலைகள் அதிகரிக்கவே, அவனாகவே அவளிடம் கேட்டான்: "சரி, இப்போ இந்த நேரத்திலே எங்கே வந்தே?"

"முன்னே ஒரு தடவை செய்த மாதிரி உசிரை மாய்ச்சிக்க மனசில்லாமதான் உங்ககிட்ட வந்தேன்..."

இப்போது, அவன் மௌனமாய்த் தலைகுனிந்திருந்தான். அந்த மௌனத்தைப் புரிந்து கொண்டு அவள் பேசினாள்: "வேற லேடி டாக்டருகிட்டே போகலாம்னா எங்கிட்டே பணமில்லே" என்று அவள் சொல்லிக் கொண்டிருக்கையில் அவன் தலை நிமிர்ந்து அவளைப் பார்த்தான்.

இரண்டு வருஷங்களுக்கு முன்பு தான் சந்திக்க நேர்ந்த அவள் வேறு, இவள் வேறு என்று தீர்க்கமாய் உணர்ந்தான்.

"இந்தக் காரியத்தை விட உயிரை விடறதே மேல் என்று நெனச்சிருந்த நீயா இப்படிப் பேசறே?" என்று அந்த விழிகள் தன்னைக் கேட்பது அவளுக்குப் புரிந்தது.

தனக்குத்தானே பேசிக் கொள்வது போல், அவள் தொடர்ந்து சொன்னாள்; "அன்னக்கி மாதிரி நான் மானத்துக்குப் பயந்து இப்ப இந்தக் காரியத்தைச் செய்துக்க வரலே" என்று சொல்லி அன்று தன் தொழிலைப் பற்றி அந்த டாக்டர் கேட்டபோது 'தவறான தொழிலில்லை' என்று ஆக்ரோஷமாகப் பதில் சொன்னதை எண்ணித் தனக்கு இன்று நேர்ந்துள்ள சீரழிவையும் உணர்ந்து தனக்குத்தானே சிரித்துக் கொண்டாள். "என்னைப்

பத்தியும் இப்ப நான் செய்யற என் தொழிலைப் பத்தியும் யாருக்குத்தான் தெரியாது" என்று பெருமூச்செறிந்தாள்.

ராகவன் திடீரென்று குரலில் வரவழைத்துக் கொண்ட கடுமையுடன் சொன்னான்: "நீ செய்ய விரும்பற காரியம் சட்டப் படி ஒரு குற்றம்; மனுஷ தர்மப்படி ஒரு பாவம்; முன்னே அப்படி ஆனதற்குக் காரணம் நீ இல்லே; ஒரு கோழையை நம்பி ஏமாந்த ஏதோ ஒரு விரக்தியிலே, உன் உயிரை அழிக்கச் செய்த முயற்சியிலே 'அது' அழிஞ்சு போயிடுச்சு; ஆனா இப்ப நீ பண்ண விரும்புகிற காரியம் கேவலமான சுயநலம். இந்த எண்ணத்தைக் கைவிடு."

'இந்த ஆள் சரியான புத்தகப் புழு' என்று அவளுக்குத் தோன்றியது.

"இதை அழிக்கப் போற காரியந்தான் குற்றமா? இதை நான் ஆக்கிக்கிட்ட முறையே சட்டப்படி குற்றந்தான்... மனுஷ தர்மப்படி பார்த்தா... அப்பன் யாருன்னு தெரியாம 'இப்படிப்பட்ட ஒருத்திக்கு ஏன் பொறந்தோம்'னு வாழ்க்கை பூரா வதை படறத்துக்கு ஓர் உயிரைப் பெத்து எடுக்கறது ரொம்ப புண்ணியமான காரியமா?... 'என்னை இவ ஏன் பெத்தா'ன்னு அது சபிக்கிறதைவிட அதிகமான பாவம் இதனாலே சேர்ந்துடாது... நானும் இதையெல்லாம் ரொம்ப யோசிச்சேன். 'இதோ உன் அப்பா'ன்னு அந்தக் குழந்தைக்கு மனசு ஆறுதலுக்குக் கூட யாரைக் காட்டறது? அப்படி நெனைக்கக்கூட எனக்கு ஒருத்தர் இல்லியே..." என்று தன் மன உணர்ச்சிகளை நிறுத்தி நிறுத்தி வெகு நேரம் அவள் தன் கை விரல்களை நெறித்துக் கொண்டே பேசினான்.

அந்தக் கொடூரமான உணர்ச்சியை, அதிலுள்ள ஒரு முரண் பட்ட நியாயத்தை ஆழ்ந்து ஆழ்ந்து உணர்ந்து பிரமிப்படைந்தான் ராகவன்.

ஒத்த மனசோடு அந்தக் கசப்பான உண்மையைப் பற்றி அன்று அவர்கள் வெகு நேரம் சம்பாஷித்தார்கள்..

கடைசியாக அவளை அவன் வீட்டுக்குள் அழைத்துச் சென்று சாப்பிடச் சொன்னான். அவளோடு அமர்ந்து தானும் சாப்பிட்டான்.

இதற்கிடையே மௌனமான ஒரு மணி நேர ஆழ்ந்த சிந்தனைக்குப் பிறகு ஒரு தீர்மானமான உறுதியுடன் அவன் கூறிய வார்த்தைகள் அவனுக்கு– அல்லது தனக்கு– புத்தி பேதலித்து விட்டதோ என்று அவளை அச்சங் கொள்ள வைத்தது.

அவன் சொன்னான்:

"ஒரு உயிரைக் கொல்லக் கூடாது; அதைவிட எனது வைத்திய சாஸ்திரத்துக்கோ உனது பெண்மைக்கோ அவமானம் எதுவுமில்லை. உன் குழந்தைக்கு ஒரு அப்பன் தானே வேண்டும்? அந்த அப்பனின் பெயர் டாக்டர் ராகவன் என்று சொல். எந்த நிலைமையிலும் நான் இதை மறுக்கமாட்டேன். இது சத்தியம்..." என்று ஒரு ஆவேசத்தில் உதடுகள் துடிக்க அவன் கூறியபோது அவள் வாய் பொத்திப் பிரமித்து நின்றாள்.

இருவரும் ஒருவரை ஒருவர் மௌனமாய்ச் சில வினாடிகள் பார்த்துக் கொண்டனர்.

தான் சொன்ன வார்த்தைகளை, தான் சொன்ன முறையில் தொனித்த ஆவேச முறையில்– இவளது உணர்வு நம்ப மறுக்கிறது என்று புரிந்து கொண்ட ராகவன், மிகவும் சாதாரணமான முறையில் அவளுக்குத் தன் கருத்தை விளக்கினான்: "இது கருணையோ பச்சாதாபமோ இல்லே. இதிலே கொஞ்சம் சுயநலம் கூட இருக்கு. நாளைக்கு இந்த ஊர் பூரா, என் சிநேகிதர்கள் பூரா உன்னையும் என்னையும் இணைச்சுக்கதை பேசுவாங்க, பேசட்டும். என்னைப்பத்தி நாலு பேரு அப்படிப் பேசறதைக் கேக்கணும்னு எனக்கும் ஆசைதான்..." என்று கூறி வெறித்துப் பார்த்து அந்தக் காட்சிகளைக் கற்பனை செய்தான் ராகவன்.

தகுதியற்ற தன்மீது இவர் இவ்வளவு அன்பு கொண்டிருப் பதை இத்தனை காலம் அறியாமல் இப்படிக் கெட்டழிந்து போனோமே என்ற ஏக்கத்துடன் விம்மியவாறே அவன் காலடி யில் தன்னைச் சமர்ப்பித்துக் கொண்டு அவள் கெஞ்சினாள்: "நீங்கள்தான் என் தெய்வம். உங்க காலடியிலேயே உங்களுக்காக நான் உயிர் வாழ்வேன். இப்படிப்பட்ட ஒரு உத்தமருக்கு எத்தனை கொழந்தை பெத்தாலும் இந்த உடம்பு தாங்கும்..."

அவள் வெளியே சொன்ன, தன்னுள் முனகிய அந்த வார்த்தைகள் ஒவ்வொன்றும் அவன் முகத்தில் ஊசியாய்த் தைப்பதுபோல், நாசியும் உதடுகளும் துடிதுடிக்க ராகவன் தொண்டை கரகரக்க குழந்தை போல் அழுதான்.

ஒரு ஆணின் கனத்த குரலில் வெடித்து அமுங்கிய அந்தக் குமுறலைக் கேட்டு அவள் தேகாந்தமும் நடுங்கப் பிரமித்து நின்றாள். அவன் முகத்தை மூடிக் கொண்டு திரும்பி நின்று கழுத்து நரம்புகள் புடைக்க, தோளும் புஜங்களும் குலுங்க, சிதறிப் போன தனது உணர்ச்சிகளை எல்லாம் ஒன்று சேர்த்துத் தன்னைத்தானே சாந்தப்படுத்திக் கொண்டு மீண்டும் அவள் எதிரே திரும்பி நின்றான்:

"ராதா! நிறைவேற முடியாத ஆசையைத் தூண்டி விட்டுட்டேன். மன்னிச்சிடு. இப்ப உன் வயத்திலே இருக்கற குழந்தைக்கு மட்டும்தான் நான் அப்பனாக இருக்க முடியும், நீ நெனைக்கிற மாதிரி எனக்கு..." அதை எப்படிச் சொல்வதென்று தெரியாமல் தவித்து அவள் செவியருகே குனிந்து 'அதை' அவன் ரகசியமாய்க் கூறினான்.

அந்த விஷயத்தை... அவனது வழக்கமான சுபாவப்படி... பச்சையாக அவனால் சொல்ல முடியவில்லை. பிறரைப் பற்றிய அவன் கருத்துப்படி, அதில் இப்போது அவனுக்கே 'தான்' என்ற தன்மையும், தன்மயமான நோக்கும்— இது இயற்கையின் இயல்பு என்ற பொதுவான எண்ணம் அற்றுப்போன— சுயமான உறுத்தலுமே எஞ்சி நின்றது.

தனது செவியில் கூறிய அந்த ரகசியமான உண்மையைக் கேட்டு அவனது முகத்தைச் சேர்த்து அணைத்துக் கொண்டு "இல்லை இல்லை" என்று பிரகடனம் செய்வது போலப் பலமாக முணுமுணுத்தாள் அவள்.

இருளில் வந்து தன்னோடு உறவு கொண்டு ஒரு மாயை போல் மறைந்துபோன முகமறியாத அந்தக் கோழைகளைப் பற்றி அவள் எண்ணிப் பார்த்தாள்! தன் ஆத்மாவிலே கலந்து தன்னைப் புனிதப்படுத்தித் தன்னோடு நெருங்கி இருக்கும் இந்தப் புதிய உறவின் முகத்தை இரண்டு கைகளிலும் ஏந்தி ஆர்வமுடன் கண்ணெதிரே பார்த்தாள். அந்தக் கோழைகளை எல்லாம்விட இந்தத் தைரியமிக்கவன் மகத்தான ஆண்சிங்கம் என்றே அவளுக்குத் தோன்றிற்று.

தனது இரண்டு கரங்களாலும் ஏந்திப் பிடித்த அந்த முகத்தில் தனது பெண்மை இதுவரை அனுபவித்தறியாத பௌருஷத்தின் தேஜஸைத் தரிசித்த நிறைவில் பெருமிதமும் திருப்தியும் கொண்டு அவனை அவள் தழுவிக் கொண்டாள்.

ராதாவின் காதோரத்தை ராகவனின் வெப்பமான கண்ணீர் நனைத்தவாறிருந்தது.

ஆனந்த விகடன், 1964

# புதிய வார்ப்புகள்

**மா**டியறையில் இந்துவைக் காணாமல் அவளது செல்லப் பூனை குறுக்கும் நெடுக்கும் அலைந்து கொண்டு இருந்தது. வராந்தா வழியாக– அவளைத் தேடியவாறு– சுவரோரமாய் நடந்து மாடிப் படியருகே வந்து நின்று, கீழே ஹாலைக் குனிந்து பார்த்தது அந்தக் கறுப்புப் பூனை.

பொழுது மங்கி வெகுநேரம் ஆகியும் விளக்கைப் பொருத்த வேண்டுமென்ற உணர்வுகூட அற்றவளாய், முன் ஹாலில் இருண்ட மூலையில் கிடந்த ஸ்டூல் ஒன்றில், யாருக்கோ அஞ்சிப் பதுங்கியவள் மாதிரி உட்கார்ந்திருந்த இந்துவின் தாய் குஞ்சம் மாள், தலை நிமிர்த்தி மாடி வராந்தாவைப் பார்த்தாள்.

இருளில் ஜொலிக்கின்ற அந்தக் கறுப்புப் பூனையின் இரண்டு கொள்ளிக் கண்களையும் காண அவள் அச்சம் கொண்டாள். அந்தப் பூனையும் 'இந்து எங்கே?... இந்து எங்கே...?' என்று சினம் மிகுந்து அவள் மீது பாய்ந்து குதறுவதுபோல் அலறியவாறு மாடிப் படிகளில் வாலை நெளித்துச் சுழற்றிய வண்ணம் இறங்கி வந்துகொண்டு இருந்தது.

அந்தப் பூனையின் அலறல் மனிதக் குரல்போல் அவளுக்கு 'உருவகம்' கொண்டது. குஞ்சம்மாள் தன் காதுகளைப் பொத்திக் கொண்டாள். அவள் கண்களுக்கு அந்தப் பூனையின் விழிகள், தன் கணவரின் விழிகளைப் போன்று அச்சம் விளைத்தன.

இந்தச் சமயத்தில் தன் கணவரின் பிரசன்னத்தைக் கற்பனை செய்தே அவள் உடல் நடுங்கினாள்.

மாடிப் படிகளில் அலறியவாறே இறங்கி வந்த கறுப்புப் பூனை. குஞ்சம்மாளின் காலைச் சுற்றிச் சுற்றிப் பரிதாபமாய் அழுதது– குஞ்சம்மாள் குனிந்து பூனையைக் கையில் எடுத்தாள். முகத்தோடு அணைத்துக் கொண்டு அழுதாள். தன்னைக் காணும் போதெல்லாம் விரட்டித் துரத்தும் அவளது இந்தப் புதிய செய்கையில் அந்தப் பூனை ஆச்சரியம் கொண்டதுபோல் அமைதி யடைந்தது.

இந்தப் பூனையின் தவிப்பை அவள் உதாசீனப்படுத்தி விடலாம். இதுபோல் மற்றவர்களின் தவிப்பை உதாசீனப்படுத்த

தனக்கு அதிகாரம் இல்லை என்றாலும், சமாதானப்படுத்தி அவர்களின் எதிர்ப்பைச் சமாளிப்பதிலாவது தான் வெற்றி காண முடியுமா என்று எண்ணிய போது, அவள் மலைத்துப் போய்க் குழம்பினாள்.

அந்தக் குழப்பத்திலும் மலைப்பிலும் அவள் கையிலிருந்து நழுவிக் குதித்த பூனை, மீண்டும் இந்துவைத் தேடி அழைத்தவாறு ஒரு குழந்தைபோல் பின் கட்டை நோக்கி ஓடிற்று...

அந்தப் பூனையின் குரல் குஞ்சம்மாள் நெஞ்சைக் குடைந்தது.

பாவம், எல்லோராலும் ஒதுக்கி வைக்கப்பட்டிருந்த இந்துவுக்கு– மாடியறையில் சிறையிடப்பட்டு நாலு வருஷமாய்த் தண்டனை அனுபவித்துக் கொண்டிருந்த இந்துவுக்கு, இந்தப் பூனைதான் உற்ற துணையாய் உடன் இருந்தது. அந்த நாலு வருஷத்தின் ஆரம்ப காலத்தில்– தன் குற்றத்தின் பயங்கரத்தையும், அந்தத் தண்டனையின் கொடுமையையும் அறியக்கூட முடியாத அந்த வயதில்– அவள் நாளெல்லாம் பாடிக்கொண்டும் பூனை யோடு விளையாடிக் கொண்டும் இருந்தாள்... பிறகு சில காலத்தில் பாட்டும் ஆட்டமும் குறைந்து, சதா நேரமும் படித்துக் கொண்டே இருந்தாள்...

சின்னவள் விஜயாவும் லைப்ரரியிலிருந்து புத்தகங்களைக் கொண்டுவந்து அவளுக்காகக் குவிப்பாள். ஆனால் சமீப காலங் களில் அவள் இவற்றிலெல்லாம் நாட்டமின்றி, தன்னுள்ளேயே அரிக்கப்பட்டவள்போல் குன்றிப் போய், சதா நேரமும் ஆழ்ந்த சிந்தனையும், வானத்தை வெறித்த பார்வையும், குமுறி விடுகின்ற பெருமூச்சுக்களுமாய்ச் சோம்பிக் கிடந்தாள். அப்போதெல்லாம் அவளுக்கு ஆறுதலாய் அருகில் இருந்து அவள் தனிமையை மாற்றியது இந்தக் கறுப்புப் பூனைதான். அவளும் தனது ஆழ்ந்த சோகங்களின் நடுவே இந்தப் பூனையை எவ்வளவோ அன்போடு பாலூற்றி வளர்த்தாள். இதைவிட்டுப் பிரிய அவளுக்கு எப்படி மனம் வந்தது! போகும்போது இதைப்பற்றி நினைத்திருப்பாளா? கதறிக் கதறி அழுதாளே... அந்த அழுகையில் இந்தக் கறுப்புப் பூனைக்கும் பங்குண்டா? அவள்தான் சொல்லிவிட்டாளே! 'யாருக்காகவும் தனது வாழ்க்கையைத் தான் பலியிட முடியாது' என்று...

'அவள் சொன்னது இருக்கட்டும், அப்படி ஒரு காரியத்தை என்னால் எப்படிச் செய்ய முடிந்தது' என்ற பிரமிப்பில் குஞ்சம் மாளின் விழிகள் வெறித்தன.

செய்த காரியம் சரிதான். ஆனால் சரியான காரியங்களை யெல்லாம் செய்துவிட முடிகிறதா? அவ்விதம் தனக்குச் செய்வதற்கான துணிச்சலைத் தந்த அந்த விநாடிகளை அவள் மனத்துள் வாழ்த்தினாள். அதன் விளைவுகளைக் கற்பனை செய்து இப்போது அவள் நடுங்கிக் கொண்டிருக்கும் இந்த நேரத்தில் கூட, அது 'சரி'தான் என்று தோன்றும் அளவுக்கு அந்தக் காரியம் சரியானதாய் இருந்தது. எனினும் அந்த நிலைமை இப்போது இருந்தால்– இந்த நிமிஷம் அந்தத் துணிச்சல் தனக்கு இருக்காது என்றே அவளுக்குத் தோன்றியது. அந்த நிமிஷத்தின் நிர்ப்பந்தம், அந்த நேரத்தில் அவளைப் புதிதாய் வார்த்து, அந்தப் புதுமையான துணிச்சலைத் தந்து அந்தக் காரியத்தை நிறைவேற்றிக் கொண்டு விட்டது...

அப்படி ஒரு நேரத்தின் நிர்ப்பந்தம் காரணமாகத்தான் நான்கு வருஷத்துக்கு முன் பதினேழு வயதில் இந்து அவனுடன் ஓடிப் போய் இருக்க வேண்டும் என்று அவளுக்குத் தோன்றியது. ஆமாம்; ஒரு நியாயத்தின் அடிப்படையில்தான் சில நிர்ப்பந்தங்கள் நேர்கின்றன. நிர்ப்பந்தங்கள் நேர்ந்த நிமிஷங்கள் தளர்ந்தாலும் அதன் நியாயங்கள் நிலைத்தே விடுகின்றன.

அவளுக்கு நேர்ந்த அந்த நிர்ப்பந்தத்தை நாலு வருஷங்களுக்குப் பிறகுதான் தன்னால் உணர முடிந்திருக்கிறது என்று நினைத்தபோது, 'தன்னைப்போல் தன் குடும்பத்தைச் சேர்ந்த மற்றவர்களும் இதை உணர்ந்து கொள்ள முடியுமா?' என்ற அச்சம் பிறந்தது அவளுக்கு.

'இந்து எங்கே? இந்து எங்கே?' என்று அலறியவாறே மீண்டும் அந்தக் கறுப்புப் பூனை கண்களில் பந்தம் கொளுத்தித் தேடிக்கொண்டு அவள் எதிரே வந்து நின்றது.

இன்னும் சற்று நேரத்தில் இதே மாதிரி தன்னைச் சூழ்ந்து நெருக்கிக் கேட்கப்போகும் தன் குடும்பத்தினருக்கு அவள் என்ன பதில் சொல்லப் போகிறாளோ?

. இந்தக் குடும்பத்தின் அதிகாரமும் பொறுப்பும் மிக்க தலைவி அவளே எனினும், குடும்பம் என்ற கூட்டுக்குள் தனக்குத் தரப் பட்ட, தனக்குரிய அதிகாரத்தைத் தான் வரம்பு மீறி உபயோகித்து விட்டோம் என்ற பயமே தோன்றி எல்லோர் முன்னிலையிலும் தான் குற்றவாளியாகி நிற்பது போலிருந்தது அவளுக்கு.

ஓடிப்போன– தன்னால் ஆசீர்வதித்து அனுப்பப்பட்ட இந்துவைத் தவிர, தற்சமயம் வெளியில் போயிருக்கும் மற்ற

வர்கள் அனைவரும் ஒருவர்பின் ஒருவராய் நிச்சயம் திரும்பி வருவார்கள்.

கோயிலுக்குப் போயிருக்கும் மாமியாரோ, டியூஷனுக்குப் போயிருக்கும் அம்பியோ, காலேஜுக்குப் போய்விட்டு ஊர் சுற்றியபின் ஏதேதோ காரணங்கள் கூறிக் கொண்டு வரும் விஜயாவோ, அல்லது இந்நேரம் கிளப்பில் சீட்டாடிக் கொண்டிருக்கும் அவள் கணவரோ– யாரையேனும் அவள் முதலில் சந்திக்க வேண்டி இருக்கும். முதலில் யாரைச் சந்தித்தாலும் மொத்தமாக எல்லோரையும் அவள் சமாளித்தே தீரவேண்டும்!

குஞ்சம்மாளுக்கு மீண்டும் முகமெல்லாம் வியர்வை கண்டது.

வீடு இருண்டே கிடந்தது. விளக்கைப் பொருத்த வேண்டும் என்ற உணர்வுகூட அவளுக்கு இல்லை.

பாட்டிதான் முதலில் வந்தாள்.

நாளெல்லாம் மழை பெய்து கோயிலின் பிராகாரமெல்லாம் சேறும் சகதியும் குழம்பி நின்றதோடல்லாமல் எந்த நிமிஷமும் மீண்டும் மழைபெய்யக்கூடும் என்ற அறிகுறியோடு பகலே ஓர் அந்தியாய் இருண்டு கிடந்ததால், வழக்கமாகக் கோயிலில் நடைபெறும் உபன்யாசம் இன்று உட்பிரகாரத்தில்– சாஸ்திரத்துக்குச் சற்றுநேரம்– சுருக்கமாகவே நடந்து முடிந்திருந்தது. இல்லாவிட்டால் பாட்டிதான் எப்போதுமே கடைசியாக வருவாள்.

காம்பவுண்டு கேட்டைத் திறந்துகொண்டு உள்ளே நுழைந்த பாட்டி, வீடு முழுவதும் இருண்டு கிடப்பதைக் கண்ணுற்று, "என்னடி பொண்ணே, ஒரே இருளோன்னு கெடக்கே?... கரண்டு கட்டா? இந்து... இந்து! போன் பண்றதுக்கு என்ன?" என்று கூப்பாடு போட்டவாறே இருளில் துழாவியவாறு மாடிப்படிகளின் கைப்பிடிச் சுவரை ஒரு கையாலும் வலது முழங்காலை ஒரு கையாலும் தாங்கி விசுக் விசுக்கென்று ஏறி மேலே போனாள்.

ஒரு நாளைக்கு நூறு தடவை மாடிப்படி ஏறி இறங்குவதானாலும் பாட்டிக்கு அலுக்காது. அந்தக் குடும்பத்திலேயே சின்ன உருவம் பாட்டிதான். ராமபத்திர ஐயருக்கு இவள் அம்மா என்று நினைக்க யாருக்கும் ஒரு வியப்பும் சிரிப்பும் நிச்சயம் வரும். ராமபத்திரனுக்கு இந்த மாடியை நினைத்தாலே பயம்; ஒருமுறை ஏறி இறங்குவதற்குள் அவருக்கு மேல்மூச்சு வாங்கும். அதுவும் இரண்டு வருஷமாய் ரத்த அழுத்த நோயும் ஹிருதய பலவீனமும் ஏற்பட்ட பிறகு, காரைக்கூடப் பதினைந்து மைல் வேகத்திற்குமேல் அவர் ஓட்டுவதில்லை. ஆகவே மாடிக்கும் அவருக்கும் சம்பந்தமே

இல்லை. குஞ்சம்மாளுக்கோ மாடியை நினைத்தாலே குடலைப் பிடுங்கிக்கொண்டு வரும். அவ்வளவு ஆத்திரம் இந்துவின்மீது. விஜயாவுக்குப் படிக்க இடைஞ்சலாயிருக்கக் கூடாது என்பதற்காகக் கீழே பின் கட்டில் தனி அறை. பாட்டியும் அம்பியும் மாடி ஏறி இறங்க அலுக்காதவர்கள். ஏறி இறங்கக் களைப்புத் தெரியாமல் இருக்க பாட்டுப் பாடுவதுபோல் 'இந்து இந்து' என்று பாட்டி அழைப்பாள்.

குழைந்து குழைந்து பேத்தியை இந்தப் பாட்டி அழைப்பதைக் கேட்கும் போதெல்லாம் குஞ்சம்மாளின் முகம் சுருங்கும். அந்தப் பெயரின் மீதே அவளுக்கு அத்தனை வெறுப்பு. நாலு வருஷத்துக்கு முன் எங்கோ ஓடிப்போன இந்துவை ஒன்றரை மாதத்திற்குப்பின்- ஒரு நாள் கண்டு பிடித்துக்கொண்டு வந்து அந்த அறையில் போட்டு அடைத்தாரே ராமபத்திரன், அன்றைக்கு மாடிக்குப் போய் அவள் எதிரே நின்று, உதட்டைக் கடித்து இரண்டு கைகளையும் அவள் எதிரே நீட்டிக் கொண்டு சப்தமில்லாமல் கனத்த குரலில், "செத்துப் போயேன்டி... இந்த மானங்கெட்ட உயிரை ஏன் வெச்சிண்டிருக்கே? தூ! நீ ஒரு ஜன்மமா?" என்று இந்துவின் முகத்தில் காறித் துப்பிவிட்டு வந்தாளே, அவ்வளவு தான்! அதன்பிறகு அவளை நேருக்கு நேர் சந்தித்துப் பேசியது இன்றுதான்; இரண்டு மணி நேரத்துக்கு முன்புதான்.

பாட்டி மாடிக்குப் போய் அறையையும் வராந்தாவையும் சுற்றிப் பார்த்துவிட்டு, அடுத்த வீடுகளில் விளக்கு எரிவதைக் கண்டு "ஊரெல்லாம் எரியறதே! நம்பாத்திலே மட்டும் என்ன கோளாறு?" என்று முனகிக் கொண்டே சுவரைத் தடவி ஸ்விட்சைப் போட்டாள்.

பளீரென்று வீசிய வெளிச்சத்தில் அறை கிடந்த அலங்கோலத்தைப் பார்த்தாள் பாட்டி. அலமாரியின் கதவுகள் இரண்டும் யாரோ அள்ளிக்கொண்டு போய்விட்டது போல் விரியத் திறந்து, துணிகளும் பொருள்களும் இறைந்து கிடந்தன.

"இந்து... அடியே இந்து!" என்று கூறியவாறே மாடிப்படிகளில் இறங்கிவந்த பாட்டி, சமையல் அறையில் தெரிந்த சிறு வெளிச்சத்தைக் கண்டு "குஞ்சு... குஞ்சம்மா... எல்லோரும் எங்கேடி போயிட்டேள்? இந்து... உள்ளேயா இருக்கே!" என்று கேட்டவாறே சமையல் அறையை நோக்கி நகர்ந்தபோது அவள் முதுகுக்குப் பின்னாலிருந்து...

"இந்து இல்லே..." என்று துயரத்தின் கனமேறிய குரல் இருளிலிருந்து ஒலித்தது கேட்டு, நின்ற நிலையிலேயே தோள்

வழியே முகம் திருப்பிப் பார்த்தாள் பாட்டி. இருட்டில் ஒன்றும் தெரியவில்லை. சுவரைத் தடவி ஹால் விளக்கின் ஸ்விட்சைப் போட்டாள்.

"இருட்டிலே உட்கார்ந்துண்டு என்னடி செய்யறே?" என்று கேட்டவாறே குஞ்சம்மாளின் அருகே பாட்டி நெருங்கி வந்தாள். குஞ்சம்மாள் துயரத்தால் உதடுகள் துடிக்க ஒரு விநாடி தலை குனிந்து அழுகையை விழுங்கிக் கொண்டு முகம் நிமிர்த்தி மாமி யாரைப் பார்த்தாள். சில விநாடிகள் ஒன்றுமே பேசாமல் சிவந்த விழிகளை இமைக்காமல் பார்த்துக் கொண்டே இருந்தாள். பாட்டியும் ஒன்றுமே விசாரிக்காமல் எதையோ விவர விளக்கங் களற்றுப் பொதுப்படையாகப் புரிந்து கொண்டவள்போல் இடுப்பில் ஒரு கையை ஊன்றி மௌனமாகக் கலவரத்தோடு குஞ்சம்மாளின் முகத்தைப் பார்த்தாள்.

"எங்கே இந்து?" என்று குரலை அடக்கித் தனது கன்னங் களிரண்டிலும் உள்ளங் கைகளை வைத்து அழுத்திக் கொண்டு கேட்டாள் பாட்டி.

"அவன் வந்தான்; அவனோட அவளும் போயிட்டா" என்று கரகரத்த குரலில் கூறினாள் குஞ்சம்மாள்.

"அந்தப் பாவி மகன் எதுக்கு வரணும் இங்கே? இவளை நீ எப்படிப் போகவிட்டே? அவள் அப்பன் கிளப்லே தானே இருப்பான், போன் பண்ணியிருக்கப் படாதோ? முன்னே பிடிச்சு ஜெயில்லே போட்ட மாதிரி இந்தத் தடவை தூக்கிலேயே போடு வானே? இப்பிடி அறிவு கெட்டவளா, பயித்தியம் புடிச்ச மாதிரி உட்காந்துண்டு, 'அவ அவனோட போயிட்டா'ங்கறயே?" என்று பாட்டி கைகளைப் பிசைந்து, தலையிலடித்துக் கொண்டு அங்கலாய்த்தவாறே பக்கத்தில் கிடந்த சோபாவில் உட்கார்ந்தாள்.

குஞ்சம்மாள் எல்லாவற்றுக்கும் துணிந்தவள் மாதிரி, எதற்கும் அஞ்சாதவள் போல் தலை குனிந்து மௌனமாய் யோசித்துக் கொண்டிருந்தாள். பாட்டியம்மாள் அங்கலாய்த்து ஓய்ந்தபின் தரையைக் கால் விரல்களால் தேய்த்தவாறே குஞ்சம்மாள் தெளிவான குரலில் கேட்டாள்:

"அவனைப் பிடிச்சு ஜெயில்லே போட்டோம்... அவன் செய்யாத குத்தமெல்லாம் சொல்லி, அவனுக்குத் திருடன்னு பட்டம் கட்டி, அதுக்கு அவளையே அவனுக்கு எதிரா சாட்சி சொல்ல வச்சு, நாலு வருஷம் ஜெயில்லே போட்டோம். என்ன வாழ்ந்தோம்? என் பொண்ணுக்கு என்ன விமோசனம் ஏற்

பட்டது? யோசிக்க வேண்டாமா? நகைக்கு ஆசைப்பட்டு மைனர் பொண்ணைக் கடத்திண்டு போனான்னு நாம்ப சொன்னாலும்– ஒரு மாசத்துக்கு மேலே அவா ரெண்டு பேரும் ஒண்ணா வாழ்ந் திருக்காங்கறதை நாம்ப மறைக்கப் பார்த்தாலும்– ஊரிலே யாரு நம்பறா? என்னதான் காசு பணத்தைக் காட்டினாலும், ரொம்ப வேண்டியவாகூட விஜயாவைத்தான் பார்க்க வராளே தவிர, இவளை யாரு சீந்தறா?... அப்புறம் இவ என்னதான் ஆறது? உங்க பிள்ளை அவனைத் தூக்கிலேகூடப் போடுவார்... அவருக்கு வர்ர கோபத்திலே தானே தன் கையாலே அவனைக் கொன்னாலும் கொன்னுடுவார்... சரி, அப்புறம்? இந்துவோட பிரச்னை அத்தோடு நமக்குத் தீர்ந்துடுமா? அவ நமக்கு ஒரு பிரச்னை இல்லியா? அந்தப் பிரச்னையைத் தீர்க்க இந்த நாலு வருஷமா நாம்ப என்ன பண்ணினோம்? என்னப் பண்ணப்போறோம்? என்ன பண்ண முடியும்? யோசிங்கோ மாமி...'' என்று யோசித்து யோசித்து ஆழமான தொனியில் குஞ்சம்மாள் கூறுவதைக் கவலையோடும் கலங்குகின்ற கண்களோடும் கேட்ட பாட்டிக்குச் சில யோசனை கள் பிறக்க ஆரம்பித்தன.

மீண்டும் சில நிமிஷ மௌனத்தில் இருவருமே தலை குனிந்து அமர்ந்திருந்தனர். திடீரென்று இருவருமே ஒரே சமயத்தில் தலை நிமிர்ந்து பார்த்தனர். இப்போது பாட்டியின் கண்களுக்குத் தனது மருமகள் அறிவுகெட்டவளாகவோ, பயித்தியம் பிடித்தவளாகவோ தோன்றவில்லை; ஆனால் இவ்வளவு நேரம் குஞ்சம்மாளை மட்டும் தனியாகப் பிடித்து ஆட்டிக் கொண்டிருந்த பயமும் 'எப்படிச் சமாளிக்கப் போகிறோம், இதை' என்ற பிரச்னையும் பாட்டியையும் பிடித்து ஆட்ட ஆரம்பித்தன.

"என்ன நடந்தது? எதுக்கு அப்படிப் பண்ணினே... இனிமே என்னடி பண்றது? நேக்கு வயத்தையெல்லாம் என்னமோ பண் றதே... முன்னேயே அவ ஓடிப் போனப்போ– எல்லாத்துக்கும் நீயும் நானும்தான் காரணம்னு அவன் பேசல்லியா? நீயும் நானும்தான் அவனோட ஆபீஸ் அட்டண்டரை ஆபீஸ் வேலைக்கே விடாம வீட்டுக்குக் கூப்பிட்டுக் கூப்பிட்டு வேலை வாங்கினமாம், ராத்திரி பகல்னு இல்லாம அந்த வேணுவை உக்காத்தி வைச்சுச் சாப்பாடும் பலகாரமும் காபியும் குடுத்துக் குடுத்து இந்த வீட்டிலே ஒருத்தன் மாதிரி ஆக்கினோமாம்... இப்படி எவ்வளவு பேசினான்... இப்போ அவன் வந்து கேப்பானேடி?... ஏண்டி, நோக்கு பயமா இல்லையா?'' என்று உடல் நடுங்க, நடுங்குகின்ற கைகளால் மருமகளைத் தொட்டாள் பாட்டி.

குஞ்சம்மாள் தைரியம் அளிப்பவள்போல் தன் கரத்தின் மேல் வைத்த பாட்டியின் கரத்தைப் பற்றிக் கொண்டு பெருமூச் செறிந்தாள். அவள் மனத்தில் ஒரு தைரியமே பிறந்தது.

பயந்து நடுங்குகிறவர்களுக்குக் கூடத் தன்னைவிடப் பயந்து நடுங்குகிற இன்னொரு துணை இருந்தால் ஒரு தைரியம் பிறக்கும். பயத்தையும் துயரத்தையும் சமாளிக்க வேண்டுமானால் முதலில் அதைப் பகிர்ந்து கொள்ள வேண்டும். குஞ்சம்மாள் நடுங்கிக் கொண்டிருந்தது அதற்குத்தான். தனது பயத்தைப் பகிர்ந்து கொள்ளத் தக்கவர்கள் வராமல், யாரை எண்ணிப் பயந்து கொண்டு இருக்கிறாளோ அந்தக் கணவரே வந்து விடுவாரோ என்றுதான் அவள் தவித்த வண்ணமிருந்தாள்.

இப்போது பாட்டியம்மாளும் தன்னைப்போல், 'இந்துவின் அந்த ஓடிப்போன குற்றத்துக்குத் தண்டனை தந்தது தவிர அவளது எதிர்கால வாழ்க்கைக்காக இந்தக் குடும்பத்தைச் சேர்ந்த யாருமே ஏதுமே செய்யவில்லை... செய்ய முடிந்ததுமில்லை' என்று பொறுப் பான சிந்தனை வயப்பட்டிருக்கிறாள் என்று உணர்ந்தாள் குஞ்சம்மாள். சில மணி நேரங்களுக்கு முன் திடீரெனச் சமையல் அறையிலிருந்து வெளியே வந்து பார்த்தபோது வேணுவும் இந்துவும் நின்றிருந்த முன் வராந்தாப் பகுதியை அவள் பார்வை இப்போது வெறித்தது.

அவளுக்கும் முதலில் அவனைப் பார்த்தபோது தன் மகளின் வாழ்வைக் கெடுத்த பாவி வந்திருக்கிறானே என்றுதான் வயிற்றைப் பிடுங்கிக் கொண்டு ஆத்திரம் வந்தது–

அப்போது வெளியே மழை கொட்டுக் கொட்டென்று கொட்டிக் கொண்டிருந்தது; சாரலைத் தடுப்பதற்காக வராந்தா வின் முன்புறத்தில் தொங்கிய மூங்கில் தட்டியின் மறைவில் கிடந்த பெஞ்சின் மீது அவன் உட்கார்ந்திருந்தான். இந்து அவன் அருகே மிகவும் உரிமையோடு நின்று புடவைத் தலைப்பால் முகத்தை மூடி விம்மி விம்மி அழுது கொண்டிருந்தாள்.

அவன் கலங்கிய கண்களும், உணர்ச்சி மிகுதியால் துடிக்கின்ற உதடுகளுமாய்ச் சொன்னான்: "இந்து நான் ஜெயில்லே இருந்த ஒவ்வொரு நிமிஷமும் 'எனக்கு வேணும்; அறிவில்லாம ஒரு பொண்ணு வாழ்க்கையைக்கெடுத்த எனக்கு இந்தத் தண்டனை வேணும், வேணும்'னு அனுபவிச்சேன். ஆனா, என்னைத் 'திருடன்'னும் உன் நகைக்கு ஆசைப்பட்டு உன்னைக் கடத்திக் கிட்டுப் போனவன்னும் சொன்னாங்களே... போகட்டும்! நீயும்கூட அதுக்கு ஆதரவா சாட்சி சொன்னியே– அதை நெனச்சப்போ

உன்மேலே எனக்குக் கோபமே வரலே; பரிதாபமா இருந்திச்சு. இந்தக் கொழந்தையை இழுத்துக்கிட்டு போனத்துக்கு இப்படி ஒரு தண்டனையும் வேண்டியதுதான்னு நெனைச்சுக்கிட்டேன். ஆனா நெஜமாச் சொல்லு, இந்து... நாமரெண்டு பேரும் ஏதோ ஒரு முடிவிலே, ஏதோ ஒரு வெறியிலே, ரெண்டு பேரும் சம்மதிச்சுத் தானே ஓடினோம்? இப்போ பயித்தியக்காரத்தனமாகத் தோணி னாலும் அப்போ ஏதோ புனிதமான காதல்னு நெனைச்சுத்தானே ஓடினோம்? காதலர்களுக்கு வயிறும் பசியும் உண்டுன்னு ஓடறத்துக்கு முன்னே நமக்குத் தோணல்லே... எங்கெங்கேயோ வேலை தேடி அலைஞ்சப்புறம் பட்டினிகிடக்க முடியாம நீயே தானே உன் நகைகளைக் கழட்டிக் கொடுத்து விக்கச் சொன்னே? நானும் முதல்லே மாட்டேன்னு மறுக்கல்லியா? 'நானே உனக் குன்னு வந்தப்புறம் இந்த நகை உனக்குச் சொந்தமில்லையா'ன்னு நீ கேக்கலியா? அதெல்லாம் வெறும் நடிப்புன்னு நீ நெனைக் கிறியா? இப்போ நீ குழந்தையில்லே... நல்லது கெட்டது தெரியும்– இப்ப சொல்லு, உன் நகைக்கு ஆசைப்பட்டுத்தான் உன்னை ஏமாத்தி நான் அழைச்சிக்கிட்டுப் போனேன்னு நீ நெனைக்கிறியா, இந்து?... இந்து... அழாதே சொல்லு..." என்று அவன் பழைய சம்பவங்களை நினைப்பூட்டிக் கேட்கும்போது இந்து கதறி அழுதாள்.

"வேணு, என்னை மன்னிச்சுடு... நான் என் கோழைத் தனத்தாலே உன்னை அபாண்டமாய் பழி சுமத்தித் தண்டனைக்கு ஆளாக்கிட்டேன். அப்போ அவ்வளவு பெரிய பாவமா அது தோணலே... அந்தப் பாவத்தை நான் இப்போ அனுபவிக்கிறேன்... சாகற வரைக்கும் அனுபவிப்பேன்..." என்று அவள் அழுதாள்,

"ஸ்... அழாதே இந்து! எனக்கு நீ ஒரு தீங்கும் செய்யல்லே. நீ மனசார என்னை அப்படி நினைக்கலேன்னா எனக்கு அது போதும்... ம்ஹுூம்... அழக்கூடாது..." என்று அவள் தோளைக் குலுக்கி அவன் சமாதானப்படுத்தினான்.

குஞ்சம்மாள் ஒரு விநாடியில் கோபமடங்கி, நெஞ்சம் குழைய அவர்களிடையே குறுக்கிட மனமின்றி ஹாலிலேயே ஒதுங்கி நின்றாள்.

'யார் பெற்ற பிள்ளையோ இவன்? இவ்வளவு நல்ல பிள்ளை யான இந்த வேணு, நான் பெற்ற பெண்ணின் மீது வைத்த ஆசையால் என் கணவரின் முன் கோபத்துக்கும் பிடிவாதத்துக்கும் பலியாகி, நாலு வருஷம் அநியாயமாய் ஜெயிலில் இருந்துவிட்டு 'நீ எனக்கு ஒரு தீங்கும் செய்யல்லே' என்று தனக்கு எதிராகச் சாட்சி

சொன்னவளிடம் வந்து சொல்கிறானே' என்று நினைக்கும்போது குஞ்சம்மாளின் கண்கள் குளமாயின.

அதே சமயத்தில் அவன் அவளிடம் சொல்லிக் கொண்டிருந்தான்:

"சட்டத்தின் தண்டனையிலிருந்து நான் ஒவ்வொரு நாளும் கொஞ்சம் கொஞ்சமா விடுதலையாகிக்கிட்டே இருந்தேன்... அதே நேரத்தில் உன் குடும்பத்திலே நீ ஒவ்வொரு நாளும் மேலே மேலே கடுமையா தண்டிக்கப் பட்டுக்கிட்டிருப்பேன்னு நான் நினைக்காத நாளே இல்லே, இந்து! நாம ரெண்டு பேரும் சேர்ந்து செய்த ஒரு காரியம்– தப்புத்தான், என்னைத் தண்டிச்சு விட்டுடுத்து... ஆனா உனக்கு விடுதலையே கிடையாதா, இந்து? உன் நிலமை எப்படி இருக்கும்னு எனக்குத் தெரியும்... நான் என்ன செய்யலாம் சொல்லு... சொல்லு இந்து"– அவன் தவியாய்த் தவித்தபோது, இவ்வளவு நேரம் அழுது கொண்டே இருந்த இந்து அழுகை அடங்கிய விம்மலோடு திணறித் திணறிப் பேசினாள்.

"நாம செய்தது– அப்போ செய்தது– தப்பாவே இருக்கலாம்... அந்தக் காரியம் தப்பாப் போனதுக்குக் காரணமே நாம அதை அப்போ செய்ததுதான். நான் அப்போ என் வாழ்க்கையை நானே தீர்மானிக்கிற வயசிலே இல்லே. அப்போ நான் செய்த காரியத்தினாலே என் வாழ்க்கையே கெட்டுப் போயிருந்தது... அதே காரியத்தை நான் இப்ப செய்யல்லேன்னா என் வாழ்க்கை கெட்டே போகும்... என் வாழ்க்கையை நீயே கெடுத்ததாக இருந்தாலும், இனிமே எனக்கொரு வாழ்க்கை இருக்குன்னா அதை உன்னைத் தவிர வேறு யாரும் எனக்குத் தரமுடியாது. ஆனா நான் உனக்குச் செய்த தப்புக்கு நீ திரும்பி என்னைத் தேடி வருவேன்னு நான் நினைக்கவே இல்லே, வேணு..." என்று பேசமுடியாமல் தொண்டை அடைக்கக் கண்கலங்கினாள் இந்து.

உள்ளே ஹாலில் நின்றிருந்த குஞ்சம்மாள் சுவரில் முகம் புதைத்துக் கொண்டு ரகசியமாய், தோள்கள் குலுங்க அழுதாள்.

"நீ என்ன சொல்றே இந்து? நான் நெனைச்சது போலவே தான் நீயும் நெனைக்கிறியா?" என்று மகிழ்ச்சியும் பதட்டமும் கொண்டு கேட்டான் வேணு.

அவள் கண்களைத் துடைத்துக் கொண்டு அவனைப் பார்த்து, அழுது சிவந்த முகத்துடன் நிம்மதியோடு பெரு மூச்செறிந்தவாறு புன்னகை பூத்தாள்.

அவளது மூடிய இமைகளின் வழியே கண்ணீர் வழிந்தது.

"வேணு... நான் உன்னோட வந்துடறேன். என்னை அழைச்சிண்டு போ. போறும்; இந்த நரகம் போறும்! அம்மா என்னை 'செத்துப்போயேண்டி, செத்துப்போயேண்டி'ன்னு அடிக்கடி சொல்றா; எத்தனையோ தடவை நானும் தற்கொலை பண்ணிக்கலாம்னுகூட நெனைச்சிருக்கேன். ஏனோ முடியலை என்னாலே முடியவே இல்லே, வேணு" என்று ஏதோ ஒரு நாள் நிகழ்ந்த சம்பவத்தை ஒரு விநாடி நினைவு கூர்ந்து கண்ணீர் சிந்தினாள் இந்து.

வேணுவும் புறங்கையால் கண்களைக் கசக்கிக் கொண்டு அடித் தொண்டையில் கமறிச் செருமினான்.

"நல்ல வேளை வேணு... நான் அவசரப்பட்டு செத்துப் போகல்லே. நீ வருவேன்னு நான் கனவுகூடக் கண்டதில்லே; ஆனா இப்போ தோண்றது; எனக்குத் தெரியாமலே அப்படி ஒரு நம்பிக்கையிலேதான் நான் உயிர் வாழ்ந்தேனோன்னு... இல்லேன்னா இவ்வளவு நாள் இந்த உடம்பிலே உயிரை வச்சுண்டு இருந்ததுக்குக் காரணமே இல்லே. சரி, நான் உன்னோட வரேன். நாம போயிடுவோம். ஆனா முன்னே மாதிரி யாருக்கும் தெரியாம ரகசியமாப் போக வேண்டாம். பகிரங்கமாகவே போகலாம். எனக்கு அந்த வயசு வந்தாச்சு! அந்த வயசுக்காகத்தான் இந்த வீட்டு மாடியிலே நான் காத்துக்கிடந்தேன் போலிருக்கு. ஆனா இந்தத் தடவை எல்லார்கிட்டேயும் சொல்லிட்டே நாம் போகப் போறோம்..." என்று அவள் சொல்லிக் கொண்டிருந்ததைக் கேட்ட வேணு, அவளது துணிச்சலைக் கண்டு வியந்தவன்போல் விழிகளை மலரத் திறந்து அவள் முகத்தைப் பார்த்தான்.

அந்த முகம்– நான்கு வருஷங்களுக்கு முன் தான் கண்ட உலகம் தெரியாத பேதை முகமல்ல; வாழ்க்கையின் பலத்த அடியை வாங்கிக் கன்றிப்போய், ஏமாற்றம், துயரம், அவமானம் என்ற வடுக்களை ஏற்று, முடிவற்ற தனிமை என்ற இருளில் கிடந்து, இப்போதுதான் காலத்தால் புதிதாக வார்க்கப் பட்டிருப்பதுபோல் அந்த முகத்தில் அஞ்சாமையும் உறுதியும் ஒளி வீசிக்கொண்டிருந்தன. பேதைமையின் சாயல்கூட இல்லாமல் வாழ்க்கையை நெடிது நோக்கும் தீட்சண்யம் அவள் விழிகளில் சுடர்விட்டுக் கொண்டிருந்தது.

'இவள் ஒரு புதிய வார்ப்பு! இவளை ஏமாற்றிக் கடத்திக் கொண்டு போய்விட்டதாகக் கூறினால், உலகம் நம்பாது. ஆகவே இவளோடு கைகோத்துக் கொள்வதன் மூலம் உலகத்தை அச்சமற்றுத் தலைநிமிர்ந்து பார்க்கலாம்' என்ற நம்பிக்கையில் அவன் கம்பீரமாய் எழுந்து நின்றான்.

அப்போதுதான் ஹால் வாசற்படியில் சுவரோரமாய் ஒண்டி நிற்கும் குஞ்சம்மாளை அவன் கண்டான். அவளைக் கண்டதும் அவனுள் ஒரு தாயைக் கண்ட பாசமே சுரந்தது. எத்தனை தடவை அவன் பசியறிந்து அன்போடு அவனுக்கு அவள் உணவு பரிமாறி இருக்கிறாள்!

அவன் அவளைக் கரம் கூப்பி நமஸ்கரித்தான்.

அவளுக்கு நெஞ்சைப் பீறிக்கொண்டு அழுகை வந்தது. இருப்பினும் அழுகையோடு அவன்மீது பெருகிச் சுரந்த அன்பையும் அடக்கிக்கொண்டு, "நீ ஏண்டா வந்தே? என் குடியைக் கெடுக்கவா? போ...போ?" என்று விரட்டினாள் குஞ்சம்மாள்.

இந்து திரும்பித் தன் தாயைப் பார்த்தாள்.

"அம்மா!"என்று அழைத்தாள் இந்து. அதற்குமேல் அவளால் பேச முடியவில்லை; "நானும் போறேம்மா" என்று அழுதாள்.

"போவேடி போவே... என்ன நெஞ்சழுத்தம்?" என்று மகளின் கரத்தைப் பற்றி உள்ளே இழுத்து மாடிப்படியருகே தள்ளினாள்! "மாடிக்குப் போ! அங்கேயே வைச்சுப் பூட்டச் சொல்றேன். வேணு! நீ போறியா, இல்ல போலீசைக் கூப்பிடவா?" என்று திரும்பி நின்று வேணுவை மிரட்டினாள் குஞ்சம்மாள்.

மாடிப் படியில் நின்று சாவதானமாய்த் தாயைப் பார்த்தாள் இந்து: "அம்மா, சட்டம் உங்களுக்கு மட்டும் சொந்தமில்லே, என் விருப்பத்துக்கு மாறா என்னெப் பூட்டி வைக்க உங்களுக்கு அதிகாரம் இல்லே; நீ போலீசைக் கூப்பிடு. நான் அதை புரிய வைக்கிறேன்" என்று இந்து கூறியபோது குஞ்சம்மாள் மலைத்து நின்றாள்.

"அடிப் பாவி! அவ்வளவு தூரத்துக்கு ஆயிடுத்தா? உன்னைப் பெத்த பாவத்துக்கு வேணும்டி வேணும். தாய் தகப்பனைவிட உனக்கு இவன் ஒசத்தியா ஆயிட்டான்... இல்லே?" என்று புலம்பி அழுதாள் குஞ்சம்மாள்.

"ஆஹா! மகள் மேலே கொண்ட பாசத்திலேதான் இங்கே என்னை ஆயுள் கைதியா வைச்சிருக்கார் அந்தத் தகப்பனார்! நீயும் அதனாலேதானே, ஒவ்வொரு நாளும் மாடியிலே என் பொணம் விழுந்து கெடக்காதான்னு எதிர்பார்த்துண்டே இருக்கே? போதும் உங்க பாசம்! உங்க வீம்புக்கு நான் பலியாக மாட்டேன். அப்பா வரட்டும். நான் போகத்தான் போறேன்" என்று இந்து ஆவேசம் வந்தது போல் கத்தி ஆர்ப்பரித்தாள்.

வேணு வாசற்படியில் இறங்கி மழைச்சாரலில் நனைவதைக் கூடப் பொருட்படுத்தாமல் நின்றிருந்தான்.

குஞ்சம்மாள் மாடிப்படியில் நின்றிருக்கும் இந்துவையும் வாசற்படியில் நின்றிருக்கும் வேணுவையும் நடுவில் நின்று மாறி மாறிப் பார்த்தாள்.

மகளின் ஆவேசம் அவளுக்குப் புரிந்தது. அவள் கூறுவதும் உண்மைதானே? இவள் செத்துப் போகட்டும் என்று எத்தனை முறை தெய்வங்களைப் பிரார்த்தித்துக் கொண்டிருக்கிறோம் என்ற கொடுமையை நினைத்தபோது, நெஞ்செல்லாம் வலித்தது அந்தத் தாய்க்கு.

'இவளைச் சாகப் பிரார்த்திக்கும் தாய், உயிரோடு வதைக்கும் தந்தை, யாருமே மதிக்காமல் வீட்டுக்குள்ளேயே தீண்டத் தகாதவளாகப் பவிசிழந்து நிற்க வைத்துவிட்ட குடும்பத்தின் ஒர வஞ்சனை... இவற்றுக்கிடையே இவளுக்கு ஒரு வாழ்க்கையைத் தரக் கூடியவன் இந்த வேணு மட்டுமே அல்லவா?' என்று ஒரு நிமிஷ நிர்ப்பந்தத்தில் அந்தத் தாயுள்ளம் ஆழமாய் அறிந்துணர்ந்தது.

தான் அவனை விரட்டுவதும், அவளை மிரட்டுவதும் உள்ளார்ந்த சம்மதத்தோடு அல்ல; மேலெழுந்தவாரியாய்ப் பசையற்று வரண்டு மிதக்கும் வீம்பின் காரணமாகவே, தானும் இவ்விதம் இவர்களுக்குக் குறுக்கே நின்று தடுப்பதாகவும் அவளுக்குப் புரிந்தது.

அந்த நிமிஷத்தின் நிர்ப்பந்தம் மகத்தான சக்தி வாய்ந்தது தான்!

"போறதானா போய்த் தொலை! இப்பவே ஓடு... பகிரங்கமா ஓடப்போறாளாம்... நீ ஓடினாப்போறும்; அது பகிரங்கமாயிடும்... போ! யாரும் தடுக்கல்லே... தடுக்கறவா யாரும் வர்ரத்துக்குள்ளே போயிடு" என்று அழுது கொண்டே கூறினாள் குஞ்சம்மாள். வேணுவும் இந்துவும் ஒரு நிமிஷம் திகைத்து ஒருவரையொருவர் பார்த்துக் கொண்டபோது, முகத்தை மூடிக்கொண்டு அழுத வாறே குஞ்சம்மாள் சொன்னாள்: "எனக்குப் புரியறது; நீ போறது நியாயந்தான்டீ... இங்கே ஒரு நாடகம் நடத்தாமே... நீ இப்பவே போயிடு! அவருக்கு உடம்பு இருக்கிற இருப்பிலே அவர் தாங்க மாட்டார்... அவர் குணம் தெரிஞ்சும் அவரோட மோதிக்க வேண்டாம்னுதான் சொல்றேண்டி, இந்து... நீ இப்பவே போயிடு..." என்று இரண்டு கைகளையும் நீட்டி மகளிடம் அவள் கெஞ்சிய போது...

"அம்மா... அம்மா" என்று நெஞ்சு வெடிப்பதுபோல் அரற்றிய வாறே தாயின் அருகே வந்து அவளது கைகளுக்கிடையே வீழ்ந்தாள் இந்து!

- ஓ! அப்படி ஓர் ஆதரவைத் தந்து, அப்படி ஒரு பாசத்தை அனுபவித்து நாலு வருஷம் ஆகிறதே!

அழுது ஓய்ந்த பிறகு இருவருமே ஓர் அவசரம் கொண்டனர்.

இந்து மாடிக்கு ஓடினாள்.

குஞ்சம்மாள் ஒன்றும் புரியாமல் பிரமிப்பில் சுவரில் தலை சாய்த்துக் கண்களை மூடியவாறு மூலையில் கிடந்த ஸ்டூலின் மீது அமர்ந்தாள்.

சிறிது நேரத்துக்குப்பின் கையில் ஒரு ஸூட்கேசுடன் தன் எதிரே வந்து நின்று, பாசம் பெருகித் தழுதழுத்த குரலில் "அம்மா!" என்று அழைத்து விடைபெற நிற்கும் மகளைக் கண் திறந்து பார்த்தாள்...

"இந்து" என்று பதறியெழுகையில் தனது பாதங்களில் கண்ணீர் சிந்தி நமஸ்கரித்த மகளை மார்புறத் தழுவி ஆசீர்வதித்தாள்!

"இந்து, என் கண்ணே... தலை விதிப்படிதான் நடக்கும்! கடவுள் உன் பக்கம் இருப்பார். நீ எங்கே இருந்தாலும் ஒரு வரி கடுதாசி எழுதிப் போடு. உனக்காக நான் கடவுளை வேண்டிண்டே இருப்பேன்... வேற என்னடி செய்வேன்? என்னை மன்னிச்சுடு இந்து! உன்னைப் பெத்து இப்படியெல்லாம் அலைக்கழிக்கிறேனே... அதுக்காக என்னை மன்னிச்சுடுடி அம்மா..." என்று மகளின் கன்னத்தைப் பிடித்துக் கொண்டு கெஞ்சினாள்.

"அம்மா, நான்தான் நீ என்னை வெறுக்கறேன்னு இவ்வளவு காலம் தப்பா நெனச்சிருந்தேன்" என்று இந்துவும் தாயின் மன்னிப்பைக் கோருவதுபோல் கண்ணீர் சிந்தினாள்.

அப்போது- அவன்- வேணு படியேறி உள்ளே வந்தான்.

"இந்து, அதெல்லாம் எதற்கு?" என்று அவள் கொண்டுவந்த பெட்டியைக் காட்டிக் கேட்டான்: "வேண்டாம்... உனக்கு வேணுங்கறதை வாங்கித் தர்ர அளவுக்கு நான் சம்பாதிக்கிறேன்... கட்டிய துணியோட வந்தாப் போதும். உன்மேலே இருக்கிற நகைகளையும் கழட்டி கொடுத்துவிட்டுத்தான் நீ என்னோட வரணும்" என்று அவன் சொன்னதைக் கேட்டு, திருப்தியுடன் அவள் காதில் இருந்த கம்மலைக் கழற்ற ஆரம்பித்தாள். பிறகு ஒவ்வொன்றாய் மூக்குத்தி,

வளையல்கள், சங்கிலி எல்லா வற்றையும் கழற்றி கை நிறைய வைத்துத் தாயின் முன் நீட்டினாள்...

மொட்டை மரம்போல் நிற்கும் மகளின் கோலத்தைப் பார்க்க முடியாமல் முகம் திரும்பிக் கொண்ட குஞ்சம்மாளால் அவற்றைக் கை நீட்டி வாங்க முடியவில்லை.

இந்து மௌனமாய், அவற்றைச் சுவரோரமாய்ச் சாத்தி வைத்த பெட்டியின் மீது வைத்துவிட்டு, "அம்மா" என்று மீண்டும் அழைத்தாள்.

குஞ்சம்மாள் திரும்பி இந்துவின் வெறுங் கழுத்தைப் பார்த்தாள்: "இந்து, மறந்துடாதே! ஏதாவது ஒரு தெய்வ சந்நிதானத்திலே போயி... இந்த மாதிரி ஒண்ணு கட்டிக்கோடி. பெண்களுக்கு இதுதான் பெரிய நகை!" என்று தன் கழுத்தில் கிடந்த மாங்கல்யக் கயிற்றை வெளியே எடுத்துக் காட்டினாள்.

"சரிம்மா" என்று மீண்டும் தாயின் காலில் அவள் நமஸ்கரித்தபோது– இதுவரை விலகி நின்றிருந்த வேணுவும், நெருங்கி வந்து குஞ்சம்மாளின் பாதங்களைத் தொட்டு வணங்கினான்.

"போயிட்டு வாங்கோ. நல்லபடியா வாழணும்... பகவான் கைவிட மாட்டார்" என்று இருவரையும் மௌனமாய் ஆசீர்வதித்தாள் குஞ்சம்மாள்.

வெளியில் மழை நின்றிருந்தது. பொழுதும் சாய்ந்திருந்தது. அவர்களிருவரும் புதிய வாழ்க்கையை நோக்கிப் புறப்பட்டு விட்டனர். வீட்டின் படியிறங்கும்வரை இந்துவின் கால்கள் தயங்கித் தயங்கிப் பின்னின. தெருவை மிதித்ததும், காலிலிருந்த கட்டுகள் அறுந்ததுபோல்– முன்னே நடந்து கொண்டிருந்த அவனை நெருங்க– அவள் நடையில் ஒரு வேகம் பிறந்தது. வீதி முனையில் திரும்பும் போது அவள் மீண்டும் ஒருமுறை திரும்பிப் பார்த்தாள். தூரத்தில் தெரிந்த தாயின் உருவத்தைக் கண்ணீர் மறைத்தது. குஞ்சம்மாளின் பார்வைக்கும் அவள் மறைந்தாள்.

வீட்டிற்குள் வந்த குஞ்சம்மாள் சுவரோரமாய்க் கிடந்த பெட்டியையும் அதன்மீது வைத்திருந்த நகைகளையும் பார்த்துப் பெருமூச்செறிந்தாள். அந்த நகைகளை எடுத்துப் பக்கத்தில் இருந்த ஸ்டாண்டின்மீது வைத்துவிட்டு, 'இப்படி ஒரு காரியத்தைத் தன்னால் எப்படிச் செய்ய முடிந்தது?' என்று பிரமிப்பில் வெறித்த விழிகளுடன் இருளில் கிடந்த அந்த ஸ்டூலின் மீது உட்கார்ந்தாள்.

நல்ல வேளையாக எல்லோருக்கும் முன்பாக பாட்டி வீடு திரும்பியதில் ஒருவித ஆறுதல் கொண்ட குஞ்சம்மாள் சற்று முன் நடந்த நிகழ்ச்சியை ஒன்று விடாமல் விவரிக்கும் போது பாட்டி

அடிக்கடி முந்தானையில் மூக்கைச் சிந்திக் கண்ணீரைத் துடைத்துக் கொண்டாள்.

பாட்டியம்மாள் ரொம்பப் பழைய உலோகம்தான். எனினும் இந்தக் கலி காலத்தின் அசுரத்தனமான அடிகளில் அவளது தாய்மை உள்ளம் நெகிழ்ந்து குழைந்தது! அவளும் ஆயிரம் யோசனைகளுக்குப் பின் யதார்த்த வாழ்க்கையின் நிர்ப்பந்தத் துக்கு வளைந்து கொடுத்து மருமகளுடன் ஒத்துப் பேசினாள். இருப்பினும் பயமாகவும் வருத்தமாகவும் இருந்ததால் அழுதாள். இப்படியெல்லாம் நேர்ந்துவிட்ட காலத்தைச் சபித்தாள். குடும்பத் தின் கௌரவத்தைக் குலைத்துவிட்ட அவளை விரட்டி விட்டது சரிதான் என்று ஒருவகைக் கோபத்துடன்கூட இந்த முடிவை அவள் ஏற்றாள். இருப்பினும் முன் கோபமும் முரட்டுச் சுபாவமும் உடைய மகனை எண்ணும்போது அவளும் பீதியடைந்தாள்.

நடந்தவற்றைப் பாட்டியிடம் விவரித்துக் கொண்டிருக்கையில் தெருவில் ஒரு ஸ்கூட்டர் சப்தம் கேட்டது. அதை ஒரு நிமிஷம் உற்றுக்கேட்ட குஞ்சம்மாள் பாட்டியிடம் சொன்னாள்: “விஜயா வரா, காலேஜுக்குப் போன பொண் வீட்டுக்கு வர நேரத்தைப் பாருங்கோ...” என்று சலித்துக் கொண்டாள்.

மணி எட்டடித்தது.

திரும்பிப் பார்த்த பாட்டி, யாரையும் காணாமல் “விஜயாவா, எங்கே?” என்றாள்.

“இப்பத்தானே அந்தச் சந்து முனையிலே வந்து ஸ்கூட்டர்லே இறக்கிவிட்டிருக்கான் அவன். வருவா, பாருங்களேன்” என்றாள் குஞ்சம்மாள்.

“எவன்” என்று விழித்தாள் பாட்டி.

“எவனோ?... அவளைன்னா கேக்கணும். எனக்கு ஒண்ணும் தெரியாதுன்னு நெனைச்சிண்டிருக்கா அவ. இவ என்னென்ன நாடகம் நடத்தப் போறாளோ? இவ அவளை மாதிரி ஓடிப் போகல்லேன்னா அதுக்குக் காரணம் இந்துதான். அவ பட்டதை எல்லாம் பார்த்திருக்காளோன்னா? இந்த மாதிரி அப்பாவுக்கு இந்தக் குடும்பத்திலே வந்து பொறந்திருக்கே பொண்கள்; எல்லாம் என் தலைவிதிடா ஈஸ்வரா” என்று குஞ்சம்மாள் புலம்பிக் கொண்டிருக்கையில் விஜயா வந்தாள்.

வந்தவள் ரொம்ப அவசரமாகத் தன் அறைக்குப் போவதைப் பாட்டியும் தாயும் வெறித்துப் பார்த்துப் பெருமூச்செறிந்தனர்.

சற்று நேரத்துக்கெல்லாம் டியூஷனுக்குப் போயிருந்த அம்பியும் வந்து சேர்ந்தான்.

அறைக்குள்ளிருந்து உடை மாற்றிய பின் வந்த விஜயா, பாட்டியும் தாயும் பேசிக் கொண்டதிலிருந்து நடந்தவற்றை ஊகித்துக்கொண்டு மனப்பதைப்பை அடக்கமாட்டாமல் "அப்பா வந்தா என்னம்மா சொல்லப் போறே? இப்பிடி உன்னை மாட்டி வெச்சுட்டுப் போயிட்டாளே அவ?" என்று நெஞ்சில் கைவைத்துக் கொண்டு பதறினாள்.

"ரொம்பத்தான் அப்பாவுக்குப் பயந்தவள் இல்லியா, நீ?" என்று அவளை விழித்துப் பார்த்தாள் அம்மா.

"நான் என்ன பண்ணினேன்?" என்று முகம் சுளித்துக் கொண்டே பாட்டியின் முதுகுக்குப்பின் ஒண்டினாள் விஜயா.

"நீ ஒண்ணும் பண்ணலே; ஒண்ணும் பண்ணாம இரு டியம்மா" என்றாள் பாட்டி.

ஒரு நிமிஷ மௌனத்துக்குப்பின் கண்கள் கலங்க விஜயா கேட்டாள்: "அம்மா, இந்து வரவே மாட்டாளா அம்மா? அவளை இனிமே பார்க்கவே முடியாதா? ஐயோ இந்து! உன்னை நான் எவ்வளவோ கஷ்டப்படுத்திவிட்டேன். சுடுசுடுன்னு எரிஞ்சி விழுந்திருக்கேன்" என்று இந்நேரம் இந்தக் குடும்பத்தை நிரந்தர மாய்ப் பிரிந்து எங்கோ, எவனோடோ போய்க் கொண்டிருக்கும் தமக்கையை எண்ணிக் கண் கலங்கினாள் விஜயா.

இவ்வளவையும் பார்த்துக் கொண்டிருந்த அம்பிக்கு விஷயங்கள் புரிந்தன எனினும் அதன் கனத்தை உணரும் அளவுக்கு அவன் முதிர்ச்சியடையவில்லை. 'இந்து நிஜமாகவே வீட்டில் இல்லையா?' என்று அறிய விரும்புகிறவன்போல் மாடிப் படி ஏறி ஓடி அவள் அறைக்குச் சென்று விளக்கைப் போட்டு விட்டு இடுப்பில் கையூன்றி நின்று நாலு மூலைகளையும் ஒருமுறை சுற்றிப்பார்த்தான்.

அதுவரை ஒரு மூலையில் படுத்திருந்த கறுப்புப் பூனை 'இந்து இல்லே... இந்து இல்லே' என்று அவனிடம் முறையிடுவது போல் கத்திக்கொண்டே அவன் கால்களைச் சுற்றி வந்தது.

●●●

**அ**ன்றிரவு இந்துவின் செல்லப் பூனைக்கு அம்பிதான் பால் ஊற்றினான். மாடி வராந்தாவில் அதற்கென்று இருந்த கோப்பை யில் அவன் பாலூற்றிக் கொண்டிருந்தபோது காம்பவுண்டு கேட்டருகே அப்பாவின் கார் வந்து நின்றது.

குஞ்சம்மாள் ஓடிச்சென்று கேட்டைத் திறந்துவிட்டாள்.

கீழே நிச்சயம் பயங்கரமான ரகளை நடக்கும் என்று ஊகித்த அம்பி, 'மாடிப்படிப் பக்கம்கூடப் போவதில்லை' என்ற தீர்மானத்துடன் பால் கோப்பையைத் தூக்கிக் கொண்டு இந்துவின் அறைக்குள் போனான். பாதிப் பாலைப் பருகிய பூனை மீதிப் பாலுக்கு அலறியவாறே அவனைப் பின் தொடர்ந்தது.

அப்பா வந்து விட்டார் என்றறிந்த விஜயா, நெஞ்சு 'திக்திக்' கென்று அடித்துக்கொள்ள, தன் அறைக் கதவை இரண்டு அங்குல இடைவெளி விட்டுத் திறந்து வைத்துக் கொண்டு அதன் வழியே ஒரு கண்ணால் ஹாலைப் பார்த்தவாறு ஒளிந்து நின்றாள்.

பாட்டி மட்டும் மருமகளுக்குப் பாதுகாப்பாகக் கூடவே நின்றிருந்தாள்.

காரை ஷெட்டில் விட்டபின் உள்ளே வந்த ராமபத்திரன், கோட்டைக்கூடக் களையாமல் தனது கனத்த சரீரத்தை ஹால் சோபாவில் சாய்த்து 'டை'யைத் தளர்த்தி விட்டுக்கொண்டு "ஃபேனைப் போடேண்டி" என்று கட்டைக் குரலில் பணித்தார். குளிர்ந்த காற்று வீசிய ஆனந்தத்தில் 'ஆ...ஊ' என்று அனுபவித்து முழங்கினார்:

"இதோ பார் குஞ்சு! எனக்குச் சப்பாத்தி வேண்டாம். கிளப்பிலே ஒரு டின்னர். மொதல்லே வேண்டாம்னுதான் நெனைச்சேன், 'ஒரு நாளுதானே, பரவாயில்லே'ன்னு ரொம்பக் கம்பல் பண்ணினான் விசு. சாப்பிட்டுட்டேன்" என்று நாலு வீடுகளுக்குக் கேட்பது போல் ஒரே உற்சாகத்தில் இரைந்து பேசினார் ராமபத்திரன். அவருக்கு எப்போதுமே மேல் ஸ்தாயியில் தான் சஞ்சாரம். குரலை அடக்கி, பேசமுடியாது. குரலை அடக்கினால் வார்த்தைகளே வராது. தொண்டையைத் திறந்து கத்திச் சப்தம் எழுப்பினால் தான் பேச வரும் அவருக்கு. மேலும் சாதாரண விஷயங்களுக்குக் கூட ஒன்று அதீத உற்சாகம். அல்லது அதீத கோபம் என்ற இருவேறு எல்லைகளில் அல்லாமல் இடையில் சமனப்பட முடியாமல் உணர்ச்சி வயப்பட்டவராதலின், அமைதியின் அவசியமே தெரியாது பழகி விட்டவர் அவர்.

மனுஷன் வீட்டுக்குள்ளிருந்தால், வீடு களேபரம்தான். காதின் இருமருங்கிலும் கறுத்தடர்ந்த ரோமம்; பூனைக் கண்கள்; அவரது ஆகிருதியும், குரலும் யாரையுமே அச்சுறுத்திவிடும். அவரைக் கண்டு பயந்தாலும் எதிர் நின்று பேசத் தகுந்த தைரியம் கொண்ட ஓர் ஆத்மா உண்டு என்றால், அது அவரது தாயார்தான். அருகே நின்றால் அவரது முழங்கை உயரம்கூட இல்லாத பாட்டிதான்.

"ஏண்டா இப்படி ஒண்ணுமில்லாத விஷயத்துக்கு ஆர்ப்பாட்டம் பண்றே?" என்று கேட்கையில் "உனக்குத் தெரியாதம்மா" என்று பதில் சொல்லிவிட்டுத் தொடர்ந்து கத்துவார் அவர். கோபமும் சரி, சந்தோஷமும் சரி, வந்தது போல் அடங்கியும் போகும் அவருக்கு.

"சரி மருந்தைக் கொண்டுவா" என்று உத்தரவிட்டார் கோட்டைக் கழற்றியபடியே... விருந்து சாப்பிட்டதிலிருந்தே அவருக்கு 'டாக்டரின் உத்தரவை மீறிச் சாதம் சாப்பிட்டு விட்டோமே' என்ற பயம். குஞ்சம்மாள் தம்ளரில் பாலையும் உள்ளங் கைகளில் மாத்திரைகளையும் எடுத்துக் கொண்டு வந்து அவரிடம் நீட்டினாள். பிறகு அவர் கால்களில் இருந்த பூட்சு களைக் களைவதற்காகக் காலடியில் உட்கார்ந்தாள். ராமபத்திரன் அண்ணாந்து மாத்திரைகளை வாயிலிட்டு ஒரு மிடறு பாலைக் குடித்த போது அவரது பூனைக் கண்கள் சுவரோரமாய் இருந்த ஸூட்கேசை வெறித்தன. வாயிலிருந்ததை விழுங்கியதும் "இதென்ன பெட்டி? ஏன் இங்கே கிடக்கு" என்று அதட்டினார்.

குஞ்சம்மாளுக்குக் கண்கள் ஒரு விநாடி இருண்டன. சமாளித்துக் கொண்டு பரிதாபமாய் அவர் முகத்தை நோக்கிய வாறு ஓர் அடி பின்வாங்கி, ஈனசுவரத்தில் கூறினாள். "இந்து போயிட்டா. அவன் வந்தான் அவனோட..." என்று அவள் சொல்லி முடிக்குமுன் அவர் கையில் இருந்த பால் தம்ளர் குஞ்சம்மாளின் வலது புறக் காதோரமாய் 'விர்'ரென்று பாய்ந்து சுவரில் மோதி எகிறி உருண்டது.

விசுவரூபம் கொண்டதுபோல் எழுந்து நின்றார் ராமபத்திரன். அவரது பூனைக் கண்கள் புலிக் கண்களாயின.

"நீங்கள்லாம் அப்போ எங்கே ஒழிஞ்சு போயிருந்தேள்?" என்று அவர் அலறிய குரல் அந்தத் தெருவிலுள்ள மனிதர்களை யெல்லாம் கேட்பதுபோல் ஓங்காரம் பெற்றது. அவரது கேள்விக்கு அருகிலிருந்த யாரும் பதில் சொல்லவில்லை; அவரும் எதிர் பார்க்கவில்லை.

அவர் தனது பூட்ஸ் காலைத் தரையில் ஓங்கி மிதித்தார்: "அவ போயிட்டாளாம்! இவ சொல்றா... உங்களை மாதிரி இளிச்ச வாயா இருந்தா அவளை என்னடி, உன்னையும்கூட எவனாவது வந்து இழுத்துண்டு போயிருப்பான்... ம்ஹும்... பாரு. அவ எங்கே போயிடுவா? விடியறத்துக்குள்ளே அவளைக் கொண்டுவரேன் பாருடி" என்று பெருத்த குரலில் சபதம் செய்தார் ராமபத்திரன்.

"இப்ப நீ எங்கேடா போறே" என்று பின்னால் வந்தாள் பாட்டி.

"நான் எங்கேயும் போகல்லே; போலீசுக்குப் போன் பண்ணப் போறேன்" என்று போன் இருந்த மேசையை நெருங்கி ரிஸீவரைக் கையிலெடுத்தார். அவர் டயலைச் சுழற்று முன் வெகு நேர சிரமத்துக்குப் பின் குஞ்சம்மாள் பேசினாள்: "போலீஸ் என்ன பண்ணும்? முன்னே மாதிரி அவள் என்ன மைனர் பொண்ணா? மைனர்ப் பொண்ணைக் கடத்திண்டு போயிட்டான்னு சொல்ல?"

ராமபத்திரன் திரும்பிக் குஞ்சம்மாளை ஒரு பார்வை பார்த்து விட்டுச் சொன்னார்: "அவ மேலே ஆயிர ரூபாய் நகை இருக்குடி; அதுக்காக கடத்திண்டு போயிட்டான்னு தானே அப்பவும் ரிப்போர்ட் பண்ணினேன்..." என்று கூறிவிட்டு அவர் டயலைச் சுழற்றி முடிக்கவில்லை...

"இந்தாங்கோ, உங்க ஆயிர ரூபாய் நகை! அத்தனையும், ஒரு திருகாணிகூட இல்லாம உரிச்சு வெச்சுட்டுத்தான் போயிருக்கா..." என்று கை நிறையக் கொணர்ந்த நகைகளை மேசைமீது அவர் முன் வைத்து விட்டுத் தைரியமாக நின்றாள் குஞ்சம்மாள்.

அந்த நகைகளைப் புறங்கையால் வீசித் தள்ளினார் ராமபத்திரன்.

"பயித்தியக்காரி!... எனக்குச் சட்டம் சொல்லித்தரயா? திருடன் திருடிண்டு போனானா இல்லையாங்கறது, கோர்ட்லே! அவனைத் திருடன்னு நான் சொன்னா இவா பிடிப்பா..." என்று அவர் மூர்க்கமாகச் சொன்னதும் அதே மூர்க்கத்துடன் குஞ்சம்மாள் கூறினாள்:

நீங்க அவனைத் திருடன்னு சொன்னா, நானே 'இல்லே'ன்னு போய்ச் சாட்சி சொல்வேன்."

ராமபத்ரனுக்குக் கோபத்தால் தலை பற்றி எரிந்தது.

வலது கையில் டெலிபோன் ரிஸீவரோடு, இடது கையால்— ஒரு பிடியில்— அவளை நொறுக்கத் தயாரானது போல் கையை ஓங்கி அவர் எழுந்தபோது, பாட்டி அம்மாள் குறுக்கே ஓடி வந்து நின்றாள்.

"ஏண்டா இப்படிப் பேய் மாதிரி நிக்கறே? கொஞ்சம் பொறுமையா யோசிடா..." என்று கெஞ்சினாள் பாட்டி.

அவர் பார்வை தன்னை எதிர்த்துத் தாயின் முதுகுக்குப் பின்னால் நிற்கிற குஞ்சம்மாளின் மேல் நிலைகுத்தியிருந்தது.

"நகரு அம்மா. எனக்கு எதிரா சாட்சி சொல்லப் போறாளாமே இவ..." என்று உறுமியவாறு குஞ்சம்மாளை எட்டிப் பிடித்தார்.

"ராமபத்ரனின் கையைப் பிடித்து இழுத்தவாறு பாட்டி கத்தினாள்: "ஆமாண்டா, நானும்கூடச் சொல்லப் போறேன்; மொதல்லே என்னைக் கொல்லு. நான் தான் இந்துவை அனுப்பினேன்... என்னைக் கொல்லுடா" என்று சன்னதம் கொண்டவள் போல் மார்பில் தட்டிக்கொண்டு எதிரில் வந்த தாயின் குரலைக் கேட்டதும் ராமபத்திரன் குஞ்சம்மாள் மீதிருந்த பிடியைத் தளர்த்தி விட்டுத் திகைத்து நின்றார்.

அவர் கண்கள் வெறித்துச் சுழன்றன...

சகிக்கவே முடியாத ஒரு துரோகம், தன் உயிரையே கருவறுக்கும் ஓர் அவமானம் தனக்கு நிகழ, தன்னைச் சுற்றிலும் உள்ளவர்களே– பெற்ற தாயும், கட்டிய மனைவியும், பிறந்த பிள்ளைகளும்– சூழ்ச்சி செய்து தனக்கு நிரந்தரப் பகைவர் களாய் மாறிவிட்டனர் என்ற உணர்ச்சியில் அவரது பெரிய குரல் தொண்டைக் குழியிலேயே சிக்கிக்கொண்டு அமுங்கித் தவித்தது...

விபரீதமான தொனியில் கிறீச்சிட்டு அலறியவாறே கையி லிருந்த டெலிபோனைத் தூக்கித் தரையில் அறைந்தார். அடுத்த விநாடி அந்த ஆஜானுபாகுவான மனிதர் வெட்டி முறித்த மரம் போல் நிலைகுலைவதைக் கண்டு அலறியவாறே குஞ்சம்மாள் ஓடிப்போய்த் தாங்கினாள்.

"ராமு, ராமு" என்று பாட்டியம்மாள் பாசம் மேலிடக் கதறினாள்.

"ஒண்ணுமில்லே... மயக்கம்தான்" என்று பாட்டிக்குத் தைரிய மளித்த 'குஞ்சம்மாள், டாக்டருக்குப் போன் கூடப் பண்ண முடியாதே' என்று உடைந்து கிடக்கும் டெலிபோனைப் பார்த்துக் கை பிசைந்து கொண்டே "அம்பி... ஓடிப் போயி டாக்டரைக் கூட்டிண்டு வாடா..." என்று மாடியை நோக்கி அலறினாள்.

அம்பி மாடியிலிருந்து ஓடிவந்தான். ஒரு விநாடி ஒன்றும் புரியாமல் சோபாவில் நீட்டிக் கிடக்கும் அப்பாவைப் பார்த் தான். அடுத்த விநாடி தெருவில் இறங்கி டாக்டர் வீட்டை நோக்கி இருளில் ஓடினான். "நானும் வரேண்டா, அம்பி?" என்று அவன் பின்னால் அவனுக்குத் துணையாய் விஜயாவும் ஓடினாள்.

பாட்டி, தான் தினசரி வழிபடும் தெய்வங்களை யெல்லாம் வேண்டியவாறு கண்ணீர் வடித்தாள்.

குஞ்சம்மாள் தனது ஒரே தெய்வத்தின் உருவகமான மாங்கல்ய சரட்டை எடுத்துக் கண்களில் ஒத்திக்கொண்டு டாக்டரின் வருகைக்காகக் காத்திருந்தாள்.

மாடிப் படிக்கட்டில், மேல் படியில் வந்து நின்ற அந்தக் கறுப்புப் பூனை தனது வெள்ளிய விழிகளால் ஹாலில் நடப்பதைக் குனிந்து பார்த்தது.

●●●

மனிதனே ரொம்பப் பழமையான உலோகம்தான். காலம் தான் அவனைப் புதிது புதிதாக வார்க்கிறது. வாழ்க்கையின் அந்த நிர்ப்பந்தத்துக்கு முடிந்தவர்கள் வளைகிறார்கள். வளைய முடியாதவர்கள் உடைந்து நொறுங்குகிறார்கள்.

வளைந்தாலும் சரி, உடைந்தாலும் சரி, காலம் புதிது புதிதாய் மனிதனை வார்த்துச் செல்கிறது. அந்தக் குடும்பம் வாழ்க்கையின் வார்ப்புக்கேற்ப வளைந்திருக்கிறதா, உடைந்திருக்கிறதா? அல்லது இரண்டுமே நிகழ்ந்திருக்கிறதா?

டாக்டர் வந்தபின் தெரியும்!

ஆனந்த விகடன், 1965

# ஒரு பகல் நேரப் பாசஞ்சர் வண்டியில்

அது இரண்டாம் உலகமகா யுத்த காலம்! அப்போது யுத்தம் நடந்து கொண்டிருந்தது; முடியவில்லை. ஆனால் பட்டாளத்துக்குப் போயிருந்த அம்மாசி ஊர் திரும்பிவிட்டான். அவன் விருப்பத் துக்குப் புறம்பாக அவன் வீட்டுக்கு அனுப்பப்பட்டான். அவன் ராணுவத்துக்கு இனிமேல் உபயோகப்பட மாட்டானாம்.

அவன் இப்போது– ராணுவ வாழ்க்கை மென்று எறிந்த சக்கை.

அவனது வருகையை எதிர்பார்த்து வரவேற்கவோ, கொண் டாடவோ அவனுக்கு யாருமில்லை. அது அவனுக்குத் தெரியும். எனினும் வேறு வழியின்றி, தான் வெறுத்து உதறிவிட்டுப் போன அந்தத் தாழ்ந்த சேரிக்கே அவன் திரும்ப வேண்டி நேர்ந்தது.

அம்மாசி போரைக் கைப்பிடித்து, ராணுவத்தைப் புக்கக மாய்க் கொண்டிருந்தான்.

வேற்று நாடுகளில் விதேசி மனிதரிடையே திரிகின்ற அனுபவத்தை, அவனை ஜாதியறிந்து 'தள்ளி நில்' என்று விலக்கி வைக்காத விரிந்த உலகத்தோடு உறவாடும் ராணுவ வாழ்க்கையை அவன் நேசித்ததில் ஆச்சரியமில்லை.

தாழ்ந்து கிடந்த இந்திய சமுதாயத்தால் தாழ்த்தி வைக்கப் பட்ட தனது சமூக வாழ்க்கையின் சிறுமையை வெறுத்தே முதல் மகா யுத்த காலத்தில் பட்டாளத்தில் சேர்ந்து பதினெட்டு வயதிலேயே கடல் கடந்து செல்லும் பேற்றினை அடைந்தவன் அம்மாசி.

ஆயினும் அப்பொழுது ஒருமுறை சில காலம் கழித்து யுத்தம் நின்றபின் அதே வாழ்க்கைக்கு அவன் திருப்பி அனுப்பப்பட்டான். உலகையே வலம் வந்து அவன் சேகரித்துக் கொணர்ந்த அறிவும் அனுபவமும் அந்தச் சமூகத்தினரால் 'ஆ'வென்று வாய் பிளந்து கேட்டுத் திகைக்கும் மர்மக் கதைகளாகவும், 'பொய்'யென்று அவன் முதுகுக்குப் பின்னால் உதட்டைப் பிதுக்கிக் கேலி செய்யும் மாய்மாலப் பேச்சுக்களாகவுமே அன்று கொள்ளப்பட்டன.

அவ்வாறு அவர்களோடு ஒட்டியும் ஒட்டாமல், பட்டும் படாமல் வாழ்ந்து கொண்டிருந்த அம்மாசியை மீண்டுமொரு

பொன்னான சந்தர்ப்பமாய் வந்து வலிய அழைத்தது இரண்டாவது உலக மகா யுத்தம். நாற்பது வயதுக்கு மேல் மீண்டும் அவனுக்கு ராணுவ வாழ்க்கை கிட்டிய மகிழ்ச்சியில், தனது சேரிக்கு ஒரு சலாமடித்து விட்டு ராணுவ விறைப்போடு கம்பீரமாகப் புறப்பட்டு விட்டான் அம்மாசி.

யுத்த களத்தில் மார்போடு இறுக்கிப் பிடித்த யந்திரத் துப்பாக்கியைத் தாங்கி எதிரிகளோடு போராடிக் கொண்டிருக்கையில் எதிரிகளின் குண்டு வீச்சுக்கு அவன் இலக்கானான். சில மாதங்கள் ராணுவ ஆஸ்பத்திரியில் கிடந்தான். அதன் பிறகு அவன் ராணுவத்துக்கு உபயோகமற்றவனாகி விட்டதாக டாக்டர்கள் கூறினர்.

அவனால் இப்போது 'அட்டென்ஷ'னில் கூட நிற்க முடியாது. யந்திரத் துப்பாக்கியை இரு கரங்களிலும் தாங்கி அணைத்துப் பிடித்துச் சுடும்போது, எப்படி உடலும் கரமும் அதிர்ந்து நடுங்குமோ அதுபோல் எழுந்து நின்றால் வெற்றுடம்பே நடுங்கிக் கொண்டிருக்கிறது அவனுக்கு.

ராணுவ விறைப்போடு கம்பீரமாக ஊரை விட்டுப் போன அம்மாசிக்கு– தலையாட்டம் கண்டு உடல் நடுக்கம் கொண்டு கூனிக் குறுகித் திரும்பி வருகின்ற தன்னை, சலா மடித்து வரவேற்க யாரும் வரமாட்டார்கள் என்று தெரியும். இருப்பினும் அவன் வந்தான்.

●●●

**அ**ந்தக் குக்கிராமத்தின் ரயில்வே ஸ்டேஷனில் பாசஞ்சர் வண்டிகள்தான் நிற்கும். அதுவும் பகல் நேரப் பாசஞ்சர் வண்டிகள் மட்டுமே நிற்கும். ஆனால் சில சமயங்களில் பல காரணங்களின் நிமித்தம் அந்தப் பகல் நேரப் பாசஞ்சரை முந்திக் கொண்டு இரவு வந்துவிடும். அப்படிப்பட்ட விதிவிலக்கான சமயங்களில் இரவிலும் அங்கே ரயில்கள் நிற்பதுண்டு.

அப்படி ஒரு விதிவிலக்கான சமயத்தில்– நேற்று இரவு வடக்கே இருந்து வந்த அந்தப் பகல் நேரப் பாசஞ்சர் வண்டி இந்த ஒற்றைப் பிரயாணியான அம்மாசியை மட்டும் இறக்கிவிட்ட பின் அந்த ரயில்வே ஸ்டேஷனில் கொஞ்ச நஞ்சமிருந்த வெளிச்சத்தையும் வாரிச் சுருட்டிக் கொண்டு போய்விட்டது. உலகத்திலிருந்தே தனிமைப் பட்டுவிட்ட ஒற்றை மனிதனாய் அவன் நான்கு புறமும் இருளில் சுற்றிப் பார்த்தவாறு நின்றிருந்தான்.

பிறகு தனக்கு முன்பின் அறிமுகமில்லாத ஊரில் திரிவது போல் தோள்மீது தன் கான்வாஸ் பைச்சுமையுடன், தான் பிறந்த

ஊருக்குள்ளே போய் நான்கைந்து தெருக்களை அர்த்தமற்றுச் சுற்றிப் பார்த்தான். அப்புறம் ஊருக்கு வெளியே வந்து பல்லாண்டு களாய் ஒதுக்கி வைத்திருக்கும் தனது சேரியை தூரத்திலிருந்தே பார்த்தான். மனமில்லாமல் தானே சேரியை நோக்கி நடந்து கொண்டிருப்பதைத் திடீரென உணர்ந்து ஒரு நிமிஷம் நின்றான். வாய்க்கால் மதகு என்ற சேரியின் எல்லைக்கு வந்துவிட்டோம் என்று தெரிந்தபோது– மேலே நடந்து சென்று சேரிக்குள் போய் யாரைப் பார்த்து, யாரோடு உறவாடுவது? என்றெல்லாம் யோசிப்பதற்காக மதகுக் கட்டையின்மீது சுமையை இறக்கி வைத்து விட்டுச் சற்று உட்கார்ந்தான்.

அவன் காலடியில் வாய்க்கால் நீர் சலசலத்து ஓடிக் கொண்டிருந்தது. அவன் தலைக்கு மேலே சிள் வண்டுகளின் நச்சரிப்பு ரீங்கரித்துக் கொண்டிருந்தது. சாலையின் இருமருங் கிலும் இருளில் நின்றிருந்த கரிய மரங்களின் நிழல் உருவங்களின் மேலெல்லாம் 'மினுக்கட்டாம் பூச்சிகள்' மொய்த்துக் கொண் டிருந்தன. தூரத்தில் சேரியும் சிறு வெளிச்சமும்... குடிசை வீடுகளின்மீது புகையும் தெரிந்தன. குழந்தைகளின் அழுகுரலும் ஒரு கிழவியின் ஒப்பாரிச் சத்தமும் லேசாகக் கேட்டது.

அம்மாசிக்குத் திடீரெனத் தன் தாயின் நினைவு வந்தது.

இதே மதகுக் கட்டையின் மீது எத்தனை முறை அவன் உட்கார்ந்திருக்கிறான்! சலசலத்தோடும் அந்த வாய்க்கால் தண்ணீரில் அவன் தாய் புல்லுக்கட்டைப் போட்டு அலசிக் கொண்டிருந்த போதெல்லாம் வெறும் கோவணத்துடன் சின்னஞ் சிறு பையனாய்க் கையிலொரு கரும்புத் துண்டுடன் நின்று கொண்டிருந்த நாளெல்லாம் அவனுக்கு இப்போது நினைவு வந்தது. அவன் தாய்க்கு அன்றிருந்த ஆசையெல்லாம் தன் மகன் வளர்ந்து ஒரு கண்ணாலம் கட்டிக் கொண்டு நாலு பேரைப் போலப் பயிர்த்தொழில் செய்தோ, மாடு மேய்த்தோ வாழ வேண்டுமென்பதுதான். அந்த ஆசைகளையெல்லாம் கேலி செய்து பழித்து விட்டுத்தான் அவன் முதல் மகாயுத்த காலத்தில் பட்டாளத்துக்குப் போனான். அவன் ராணுவத்தில் இருந்த காலத்தில் அவள் செத்துப் போன சங்கதியைத் திரும்பி வந்த போதுதான் அவன் அறிந்தான். அவளுக்காக அவன் அழக்கூட இல்லை.

அம்மாசிக்கு மரணம் என்பது ரொம்ப அற்பமான விஷயம். அவன் சாவுகளின் கோரங்களோடு நெருங்கி உறவாடியவன். இப்போது அவனுக்குத் தாங்கொணாக் கொடுமையாக இருந்தது,

உயிர் வாழ்பவன் உபயோகமற்று வெறும் உயிர் சுமக்கும் காரியந்தான்.

சண்டையில், தான் செத்துப் போயிருந்தால் எவ்வளவு சௌகரியமாய் இருந்திருக்கும் என்று இப்போது கற்பனை செய்து பார்த்தான் அவன். அவனுக்கு இப்போது யார் இருக்கிறார்கள்? அவன் யாருக்காக வாழ்வது? அவன் மடியில் இப்போது சில நூறு ரூபாய்கள் இருக்கின்றன. அதை வைத்துக் கொண்டு என்னதான் செய்வது...?

ஐம்பது வயதுக்குள்ளாக அடைந்துவிட்ட முதுமையையும் இந்த நிராதரவான திக்கற்ற வெறுமையையும் அனுபவிப்பதைவிட மரணம் சுகமான கற்பனையாய் இருந்தது அவனுக்கு.

அப்போது 'கிரீச் கிரீச்' என்று சக்கரத்தில் அச்சாணி உரசிக் கொள்ளும் சங்கீதமும் 'கடக் கடக்' என்று மேடு பள்ளங்களில் இறங்கி ஏறும் தாளகதியும் ஒலிக்க, தூரத்தில் ஒரு கட்டை வண்டி சேரியை நோக்கி வந்து கொண்டிருந்தது.

வண்டி நெருங்கி வரும்போது அதிலிருந்து ஒரு பெண்ணின் குரல் "தே! சும்மாகெட... அதோ ஆளு யாரோ குந்திக்கினுகிறாங்க" என்று தன்னைக் குறித்து எச்சரித்த ரகசியக் குரலிலிருந்து ஏதோ வாலிப சேஷ்டை என்று யூகித்துக் கொண்ட அம்மாசி தனது பிரசன்னத்தை ஒரு செருமலின் மூலம் உணர்த்தினான்.

"யாருய்யா அது மதகு மேலே?" என்று வண்டிக்காரன் குரல் கொடுத்தான்.

"அசலூரு, மடுவங்கரைக்குப் போறேன்" என்று பதில் குரல் காட்டினான் அம்மாசி.

வண்டி அவனைக் கடந்து சற்று தூரம் சென்றதும் வண்டிச் சப்தத்தையும் மீறி அந்தப் பெண் பிள்ளையின் கலகலத்த சிரிப் பொலி அம்மாசியின் காதில் வந்து ஒலித்தது... அவர்கள் பேசிய தோரணையிலிருந்து இருவருமே கொஞ்சம் காதல் போதையில் மட்டுமல்லாமல் சிறிதே கள்ளின் போதையிலும் இருக்கிறார்கள் என்று அறிந்த அம்மாசி,"ம்... வயசு!" என்று முனகிக் கொண்டான்.

'நான் வீணாக எதையெதையோ நாடி, இந்த வாழ்க்கையை யும் வெறுத்து ஓடி என்ன பயன் கண்டுவிட்டேன்?' என்று அவன் மனத்தில் ஓர் இழை ஓடிற்று இப்போது.

சற்றுமுன் வண்டியில் அவனைக் கடந்துபோன இளமையின் கலகலப்பு, கடந்துபோன தனது இறந்த காலமே தன்னைப் பார்த்துச் சிரிப்பதுபோல் இருந்தது அவனுக்கு.

'ஆ!... வயசு, அதெல்லாந்தான் பூடிச்சே!... எனக்குந்தான் இருந்திருக்கு, பதினெட்டு வயசும் இருபது வயசும், முப்பதும் நாப்பதும்... ம், அப்போ அதை கெவுனிக்காம நானு... ஓடினேன்... அதோட பெருமை அப்போ தெரியல்லே... ஓடினேன். மனுசங்க என்னாதான் சாதின்னும் மதமின்னும் ஒதுக்கி வெச்சாலும் கடவுள் கருணையோட எல்லாருக்கும் சமமா குடுத்திருக்கிற வயசையும் வாலிபத்தையும் எட்டி உதைச்சுட்டு என்னா வேகமா ஓடினேண்டா நானு! ஓடிக்கினு இருக்கும்போதே அது என்கிட்ட இருந்து ஓடிக்கினு இருந்திச்சின்னு அப்ப தெரிஞ்சுதா? நான் ஓடறதுக்கே அந்த வயசு திமிருதாளே காரணமா இருந்திச்சு! ஓடிஓடி வுய்ந்தப்புறம், இப்ப தெரியுது... ஆ! பூட்டுதேன்னு... என்னா லாபம்?" என்று தன்னுள் அவலமாய் அழுது முனகிக் கொண்டான் அம்மாசி.

–ஆம்; இழந்த ஒன்று– 'இருக்கிறது' என்ற நினைப்பிலேயே இழக்கும்போது, 'இழந்து கொண்டிருக்கிறோம்' என்று தெரியாத அளவுக்கு இழப்பைத் தாங்கிக் கொள்ளும் சக்தியாகவும் இருந்து, முற்றாக 'இழந்துவிட்டோமே' என்ற நினைப்பிலேயே அந்த இழந்த ஒன்று– அது எதுவாக இருந்தாலும் எத்தனை மகத்தானதாக மாறிவிடுகிறது! ஒன்று மகத்தானது என்பதற்கான இலக்கணமே அதுதான்.

அம்மாசி இரவு வெகு நேரம் வரை சேரியில் நுழைய மனமில்லாமல் மதகுக் கட்டையின் மீதே உட்கார்ந்திருந்தான். இன்னும் சேரியிலிருந்து மனிதக் குரல்களும். நாய்களின் ஓலமும் தொடர்ந்து ஒலித்துக் கொண்டிருந்தன.

சேரியைச் சேர்ந்த முண்டாசு கட்டிய ஒருவன் வாயில் சுருட்டின் நெருப்புக் கனிய, காற்றையே நாற்றப்படுத்தும் புகையுடன், இருண்ட வழியில் பயத்தை விரட்ட உரத்த குரலில் பாடிக் கொண்டே வந்தான். மதகின் மீதுள்ள உருவத்தைக் கண்டதும் "யாரு... அது?" என்று திகிலடித்த குரலில் கேட்டவாறு, பாட்டு நின்றது போலவே, தானும் திடீரென நின்றான்.

"ஆளுதான், பயப்படாதே!" என்று எழுந்து நின்று பூமியில் தன் பூட்ஸ் காலைத் தேய்த்து ஓசை காட்டினான் அம்மாசி.

முண்டாசு கட்டிய ஆள் அம்மாசியை அடையாளம் கண்டு கொள்வதற்கு நெருங்கி வந்து, "யாரது?" என்று வினவியவாறே பார்த்தான். அந்த நிமிஷம் திடீரென அம்மாசிக்குத் தன் ஒன்று விட்ட தங்கச்சி காசாம்பூவின் நினைவு வந்தது. உடனே அவள் கணவன் சடையாண்டியின் பேரைச் சொல்லி அவர்களைத் தேடி வெளியூரிலிருந்து வந்திருப்பதாக அறிவித்துக் கொண்டான்.

"சண்டையாண்டிக்கி... ரயில்லே போட்டர் வேலை கெடைச்சுது; அவன் பட்டணத்துக்குப் பூட்டானே... பொஞ் சாதியையும் கூட்டிக்கினு... தெரியாதா உனுக்கு?" என்று முண்டாசுக்காரன் கூறியதும், அம்மாசிக்குப் பெருத்த ஏமாற்ற மாய் இருந்தது. அவன் காசாம் பூவையோ அவள் கண வனையோ எதிர்பார்த்து வரவில்லை. இருப்பினும் சேரிக்குள் புகாமல் திரும்புவதற்கு அதுவே போதுமான காரணமாயிருந்தது அவனுக்கு. "பட்டணத்திலே எங்க இருக்காங்கன்னு தெரியுமா?" என்று விசாரித்தான்.

"எய்ம்பூர் டேசன்லேதான் போட்டர் வேலை செய்யறானாம் சடையாண்டி; போனா பாக்கலாம்" என்று கூறிவிட்டு முண்டாசுக்காரன் சேரியை நோக்கி நடந்தான்.

அம்மாசி அவன் முதுகுக்குப் பின்னால் நின்று அந்தச் சேரியை வெகு நேரம் வெறித்துப் பார்த்துவிட்டுத் தனது கான்வாஸ் பையைத் தூக்கித் தோள்மீது வைத்துக் கொண்டு ரயில்வே ஸ்டேஷனை நோக்கித் திரும்பி நடந்தான்.

அன்பு காட்டவும் அரவணைத்துக் கொள்ளவும் யாரு மில்லாத தனியனான தனக்கு உள்ள ஒரே பிடிப்பு அந்த ஒன்றுவிட்ட தங்கையும், அவள் புருஷனும், அவள் குழந்தைகளும் தான் என்ற தீர்மானம் அவன் மனத்தில் உருவான அந்த நிமிஷமே அவன் நடையில் ஒரு தெம்பு பிறந்தது!

●●●

மறுநாள் காலை, பொழுது விடிந்து வெகு நேரம் கழித்துச் சில மணி நேரங்கள் தாமதமாக– பகல் நேரத்திலேயே வந்து சேர்ந்தது அந்தப் பாசஞ்சர் வண்டி.

வண்டியில் ஏறி நின்ற அம்மாசி தனது கிராமத்தை, தூரத்தில் தெரியும் சேரியை, வாய்க்கால் மதகைக் கண்கள் பளபளக்க வெறித்துப் பார்த்தான்.

அவனது சேரியைச் சேர்ந்த கோவணாண்டிச் சிறுவர்களும், மேல் சட்டையில்லாமல் இடையில் அழுக்குப் பாவாடை தரித்த கறுப்புச் சிறுமிகளும் அந்தக் கிராமத்தின் விளைபொருள்களான நுங்கு, வெற்றிலை, வெள்ளரிப் பிஞ்சு முதலியவற்றை விலை கூறி விற்றவாறு ரயிலின் அருகே ஓடித் திரிவதை ஒரு புன்னகையுடன் பார்த்தவாறிருந்த அம்மாசி, எதையாவது அவர்களிடமிருந்து வாங்கவேண்டும் என்று சற்று நேரம் கழித்தே ஆசை கொண்டான்.

வெள்ளரிப் பிஞ்சு விற்ற ஒரு சிறுமியை, சட்டைப் பைக்குள் கையை விட்டுச் சில்லறையை எடுத்தவாறே அவன் கூறி அழைத்த நேரத்தில் ரயிலும் கூவி நகர ஆரம்பித்தது. உடனே அந்தச் சிறுவர் சிறுமியரை நோக்கிச் சில்லறையை வாரி வீசினான்.

அவர்கள் ஆர்வத்தோடு அவற்றைச் சேகரித்துக் கொண்டு தலை நிமிர்ந்தபோது வண்டி நகர்ந்து கொண்டிருந்தது. அம்மாசி குழந்தையைப்போல் குதூகலத்தில் வாய்விட்டுச் சிரித்தான். அவர்கள் இந்தப் பட்டாளத்துக்காரனுக்குப் பதில் புன்னகை யுடன் சலாம் வைத்தவாறு வரிசையாக நின்றனர்.

பிறந்த மண்ணுக்கே விடை கூறிக்கொள்வது போல், நடுங்கிக் கொண்டிருக்கும் தலைக்கு நேரே கரம் உயர்த்திச் சலாமிட்டான் அம்மாசி. அவன் கண்ணிமைகளில் கண்ணீர் சிதறிப் பரந்திருந்தது.

வண்டியில் கூட்டமில்லை. அம்மாசியின் தலைக்கு மேல் சாமான் வைக்கும் இடத்தில் காலில் மேஜோடும் இடுப்பில் வேட்டியின் மேல் பச்சை நிற சிங்கப்பூர் பெல்ட்டும் அணிந்த ஒரு பட்டிக்காட்டு மைனர் பீடி புகைத்தவாறு படுத்திருந்தான்.

அவனுக்கு எதிரில் ஒரு தாய் தனது தூங்குகின்ற பெண் குழந்தையை மடியில் கிடத்தித் தானும் சாய்ந்து உறங்கிக் கொண்டிருந்தாள்.

அம்மாசி அவளை வெறித்துப் பார்த்தான். அவளது தோற்றத் திலிருந்து அவள் ஓர் இளம் பிராமண விதவை என்று தெரிந்தது. நாட்பட்ட க்ஷயரோகத்தால் அரிக்கப்பட்டு வெறும் அஸ்திக் கூடே உயிர் தரித்து அயர்ந்தது போல் தோற்றம். அவளது தொண்டைக் குழியில் பிராணன் துடித்துக் கொண்டிருந்ததும் தெரிந்தது.

பட்ட மரத்திற் படர்ந்த பசுங்கொடியில் ஒற்றை மலர் பூத்தது போன்று அவள் மடியில் படுத்திருந்த அந்த அழகிய பெண் குழந்தை உறக்கத்தில் முகத்தைச் சுருக்கிப் பின் மலர்ந்து சிரித்தது.

ரயிலின் மெதுவான ஓட்டத்தின்போது ஏறிய டிக்கட் பரி சோதகர் வாசற்படியிலேயே சற்று நின்று சிகரெட்டைப் புகைத் தெறிந்து விட்டுச் சாவதானமாய் வந்து அம்மாசியின் அருகில் அமர்ந்தார். சற்று நேரம் ஏதோ யோசனையோடு அமர்ந்திருந்த டிக்கட் பரிசோதகர், பக்கத்து ஸ்டேஷனை வண்டி நெருங்கிக் கொண்டிருப்பதை உணர்ந்து, அம்மாசியின் தலைக்கு மேல் படுத்திருந்த பட்டிக்காட்டு மைனரை நோக்கி டிக்கட்டுக் காகக் கை நீட்டினார். அம்மாசியும் தனது கோட்டுப் பைக்குள் கிடந்த டிக்கட்டைத் துழாவி எடுத்தான்.

அவற்றை வாங்கிப் பின்புறம் கையெழுத்திட்டுக் கொடுத்த பின், உறங்கிக் கொண்டிருக்கும் அந்தப் பிராமண விதவையை எழுப்புவதற்காகக் கையிலிருந்த பென்சிலால் பலகையில் தட்டினார் டிக்கட் பரிசோதகர்.

அந்தத் தாய் உள்ளூற மனத்தாலும் உடலாலும் என்னென்ன விதமான துன்பங்களை அனுபவித்துக் கொண்டிருந்தாளோ?... உயிரின் பசையற்ற தனது வரண்ட விழிகளை அவள் ஒருமுறை திறந்து பார்த்தாள். பிறகு அப்படியே கிறங்கிப்போய் விழிகள் மூடிக்கொண்டன. உள்ளூற வருத்தும் உபாதை பொறுக்க முடியா தவள் போன்ற வெளிறிய உதடுகளைக் கடித்துப் புருவங்களைச் சுருக்கிக்கொண்டு 'தெய்வமே' என்று சிணுங்கினாள் அவள்.

"அம்மா... இந்தாங்க... டிக்கட்டு கேக்கறாரு பாருங்க" என்று கனிவோடு அவளை எழுப்பினான் அம்மாசி.

நிமிர்ந்து உட்கார முடியாமல் அப்படியே விழித்துப் பார்த்த அவள் "டிக்கட்டா?..." என்று ஈனசுரத்தில் முனகினாள்.

"டிக்கட்டு இல்லியா?— வர்ர ஸ்டேஷன்லே எறங்கிடும்மா..." என்று நிர்தாட்சண்யமாய்ச் சொல்லிவிட்டு வேறு புறம் திரும்பி வெளியே எட்டிப் பார்த்தார் டிக்கட் பரிசோதகர்.

அம்மாசி அவளது பரிதாபத்தை ஆழ்ந்த சிந்தனையோடு கூர்ந்து பார்த்தவாறிருந்தான். அடுத்த ஸ்டேஷன் நெருங்கிக் கொண்டிருந்தது. அவள் மிகவும் பிரயாசைப் பட்டு எழுந்திரிக்க முயன்றபோது மடியில் படுத்திருந்த இரண்டு வயதுக் குழந்தை உட்கார்ந்து கண்களைக் கசக்கிக் கொண்டு பசியினாலும், தூக்கம் கலைந்த எரிச்சலினாலும் அழுதது...

"எவ்வளவு தூரம்மா போகணும் நீங்க?" என்று அம்மாசி அவளை விசாரித்தான்.

"பட்டணத்துக்குப் போகணும் ஐயா!" என்று அவலமாய்ப் பெருமூச்செறிந்தாள் அந்தத் தாய்.

"ஸார்... பட்டணத்துக்கு ஒரு டிக்கட் போட்டுக்குடுங்க... நான் பணம் தர்ரேன்..." என்றவாறு தனது கோட்டுக்குப் பையிலிருந்து உப்பிக் கனத்த தோல் பர்ஸை எடுத்தான் அம்மாசி.

டிக்கட் பரிசோதகர் அவனை ஒரு விநாடி பார்த்து அவனது பெருந்தன்மையைப் பாராட்டுவதுபோல் புன்னகை பூத்துவிட்டு, நின்ற நிலையிலே ஒரு காலைத் தூக்கிப் பெஞ்சின் மீது வைத்து முழங்காலின்மீது நோட்டுப் புத்தகத்தைத் தாங்கி ரசீதை எழுதினார்.

அந்த விதவைப் பெண் அம்மாசியைப் பார்த்து, "உங்க குழந்தை குட்டியெல்லாம் தீர்க்காயுசா இருக்கணும், ஐயா" என்று நன்றியுடன் குச்சுக் குச்சாய் இருந்த விரல்களோடு கும்பிட்டாள். தூக்கம் கலைந்து அழுத குழந்தை மீண்டும் தாயின் மடியில் முகம் புதைத்துக் கொண்டது.

அந்த வாழ்த்துக்களைக் கேட்டு ஒரு விநாடி யோசித்துத் தலை குனிந்து உள்ளூறச் சிரித்துக் கொண்டான் அம்மாசி.

டிக்கட் பரிசோதகர் கீழே ஒருபுறம் இறங்கியதும் மறு புறத்தில் டிக்கட் இல்லாத ஒரு கிழட்டுப் பிச்சைக்காரனும் அவனது மனைவியும் ஏறி உள்ளே வந்தனர்.

அந்தப் பிச்சைக்காரத் தம்பதிகள்– பெஞ்சுகளில் இட மிருந்தும்– கையில் டிக்கட் இல்லாததால் பிரயாணம் செய்யவே உரிமையற்றவர்களான தாங்கள், பெஞ்சின்மீது உட்காரக் கூடாது என்ற உணர்வோடு– ஒரு மூலையில் முழங்கால்களைக் கட்டிக் கொண்டு உட்கார்ந்தனர். அந்தப் பிச்சைக்காரன் தன் கையிலிருந்த கம்பைக் கீழே ஓர் ஓரமாகக் கிடத்திவிட்டு மடியிலிருந்த வேர்க் கடலையை எடுத்து மனைவிக்கும் பாதி பகிர்ந்து கொடுத்தான். இருவரும் அதைக் கொறிக்க ஆரம்பித்தனர்.

ரயில் அந்தச் சிறிய ஸ்டேஷனிலிருந்து புறப்பட்டு நீண்ட கூக்கூரலை முழக்கிக்கொண்டு வேகமாய் ஓடிற்று.

●●●

ஒரு பெரிய ஜங்ஷனில் இந்தப் பாசஞ்சர் வண்டி அதிக நேரம் நின்றிருந்தது...

பிரக்ஞை இல்லாதவளாய் மயங்கிக் கிடந்த தாயின் மடியில் படுத்திருந்த குழந்தை விழிப்புற்று மலரத் திறந்த விழிகளோடு வெளியே பார்த்தாள். பிஸ்கட்டுகள் நிறைந்த தட்டுடன் ஜன்னல் அருகே நின்றிருந்தவனைப் பார்த்ததும், தாயின் கன்னத்தை நிண்டி நிண்டி "அப்பிச்சிம்மா... அப்பிச்சி" என்று வெளியே கையைக் காட்டி குழந்தை அழுதாள்.

குழந்தைக்கு ஏதாவது வாங்கித் தரலாம் என்று எண்ணிய அம்மாசி, தனது பிறப்பையும் அவர்கள் குலத்தையும் எண்ணித் தயங்கியவாறே குழந்தையைப் பார்த்துப் புன்னகை காட்டினான். குழந்தை அவன் முகத்தைப் பார்த்தவாறு, "அப்பிச்சி" என்று உரத்த குரலில் அழுதது.

அப்போது நினைவு திரும்பிய தாய் கண் விழித்தாள்.

"அம்மா... கொளந்தை அளுவுதுங்க; ஏதாவது வாங்கித் தரட்டுங்களா?" என்று விநயமாகவும் அன்புடனும் கேட்டான் அம்மாசி. அவள் கலங்கிய கண்களோடு பார்வையிலேயே தன் சம்மதத்தைத் தெரிவித்தாள்.

அம்மாசி வண்டியிலிருந்து இறங்கி பிளாட்பாரத்திலிருந்த ஸ்டாலுக்குச் சென்றான். ஒரு பன்னும் ஒரு கப் பாலும் வாங்கினான். அதை வாங்கிக் கொண்டு திரும்பும் போது திடீரென என்னவோ நினைத்துக் கொண்டவன் போல், இன்னொரு கப் பாலும் இன்னொரு பன்னும் கேட்டான். காகிதத்தில் சுற்றிய இரண்டு பன்களையும் கோட்டுப் பைக்குள் வைத்துக் கொண்டு, நடுங்குகின்ற கைகளில் இரண்டு வட்டாக்களை ஏந்தியவாறு அவன் ரயில் பெட்டியை நோக்கி நடந்து வந்தான்.

பார்க்கிறவர்களுக்கு 'இந்தத் தள்ளாத உடம்போடு இவன் ஏன் இவ்வளவு சிரமப்படுகிறான்?' என்று தோன்றலாம். ஆ! அவனுக்கல்லவா தெரியும், பிறருக்காகப் படும் சிரமத்தின் சுகம்!

வண்டிக்குள் வந்து பெஞ்சின்மீது பால் நிறைந்த தம்ளர்கள் கவிழ்ந்துள்ள வட்டாக்களை வைத்துவிட்டுக் குழந்தையிடம் ஒரு பன்னை எடுத்துப் புன்னகையுடன் நீட்டினான். குழந்தை ஆர்வத்துடன் தாவி வாங்கி இரண்டு கைகளிலும் வைத்துப் பிடித்துக் கொண்டு பன்னைக் கடித்தாள்.

அப்போது கண்களைத் திறந்த அந்தத் தாய் அவனைப் பார்த்தாள். அவன் தயக்கத்தோடு அவளிடம் ஒரு பன்னை நீட்டினான். அவள் 'வேண்டாம்' என்று தலையை அசைத்தாள்.

"இந்தப் பாலையாவது குடிங்க அம்மா... ரொம்பக் களைப்பா இருக்கீங்களே..." என்று வட்டாவிலிருந்த தம்ளரை எடுத்துப் பாலை மெதுவாக ஆற்றி அவளிடம் கொடுத்தான்.

அவளும் நடுங்குகின்ற கைகளால் அதை வாங்கித் தணியாத தாகம் கொண்டவள்போல் ஒரே மூச்சில் 'மடக் மடக்'கென அதைக் குடித்தாள். அவள் குடிக்கக் குடிக்க வட்டாவிலிருந்த பாலைக் கொஞ்சம் கொஞ்சமாய்த் தம்ளரில் வார்த்துக் கொண்டிருந்தான் அம்மாசி. அவள் அடங்காத பசியும், தணியாத தாகமும், தீராத சோர்வும் கொண்டிருக்கிறாள் என்று உணர்ந்த அம்மாசி, குழந்தைக்காக வாங்கி வந்த பாலையும் அவளுக்கே ஆற்றிக் கொடுத்தான். அவள் அதில் பாதியைக் குடித்தபின், "போதும்" என்று கூறிவிட்டுக் களைப்பு மேலிட்டவளாய்ச் சாய்ந்து கண்களை மூடிக் கொண்டாள்.

குழந்தை, தன் தாயைத் தொந்தரவு செய்யாமல் இருக்கும் பொருட்டு அவளைத் தூக்கித் தன் அருகே உட்கார வைத்துக் கொண்டு பன்னைப் பிய்த்துப் பாலில் நனைத்து ஊட்டினான் அம்மாசி. குழந்தை ரொம்ப சொந்தத்தோடு அவன் மடியில் ஏறி உட்கார்ந்து சாப்பிட்டாள். பிறகு குழந்தையைத் தூக்கிக்கொண்டு பால் தம்ளர்களைக் கொண்டு கொடுத்தபின், ஸ்டாலிலேயே ஒரு கப் பால் வாங்கிக் குழந்தைக்குப் புகட்டினான். தானும் ஒரு கப் டீ வாங்கிக் குடித்தான். குழந்தை அவனோடு வெகு நாள் பழகியிருந்தவள் போல் சிரித்து விளையாடினாள். அவன் குழந்தைக்கு ஒரு விளையாட்டுப் பொம்மையும் வாங்கினான். அழுத்தினால் 'கீறிச் கீறிச்' சென்று கத்தும் அந்த வாத்துப் பொம்மையை வைத்துக் கொண்டு குழந்தை அமர்க்களமாய்ச் சிரித்தாள்... அம்மாசியும் உலகையே மறந்து குழந்தையின் விளை யாட்டோடு ஒன்றிக் கலந்திருந்தபோது வண்டி புறப்படுவதற்கான மணி அடித்தது. குழந்தையோடு வேகமாய் ஓடி வண்டியில் ஏறினான் அம்மாசி. அவனுக்கு வாலிபம் திரும்பியது போல் உற்சாகம் மிகுந்திருந்தது இப்போது.

வெகு நேரமாய் அந்த ஜங்ஷனில் நின்றிருந்த பாசஞ்சர் வண்டி நிதானமாக நகர்ந்தே புறப்பட்டது.

பசி நீங்கிய தெம்பிலும், விளையாட்டுப் பொம்மை கிடைத்த குதூகலத்திலும் அந்த முகமறியாத புதிய மனிதனின் மடியில் முகத்தைப் புதைத்தும், அவன் மோவாயைப் பிடித்திழுத்தும் சிரித்து விளையாடும் தன் குழந்தையைப் பார்த்து அந்தத் தாய் புன்னகை புரிந்து கொண்டாள்.

அதைக் கவனித்த அம்மாசி அவளிடம் பேச்சுக் கொடுத் தான்: "பட்டணத்திலே எங்கேம்மா போறீங்க?"

அவள் அதற்குப் பதில் சொல்லுமுன் அவலமாய்ப் பெருமூச் செறிந்தாள். பிறகு மெலிந்த விரல்களால் நெற்றியில் வழிந்த வியர்வையைத் துடைத்துக்கொண்டே பலஹீனமான குரலில் சொன்னாள்:

"பட்டணத்திலே தெரிஞ்சவா இருக்கா... என் சிநேகிதி ஒருத்தி... எப்பவோ ஒரு தடவை ஊருக்கு வந்தப்ப 'நுங்கம் பாக்கத்திலே இருக்கோம்'னு சொன்னா; அட்ரஸும் சரியாத் தெரியலே... அவ்வளவு பெரிய ஊர்லே போயி எங்கே தேடற துன்னு நெனச்சுண்டு இருந்தேன்... ஆனா, இப்ப... 'போய்ச் சேரவே மாட்டேன்'னு தோண்றதே!" என்று சொல்லும்போது அவளுக்கே தொண்டை அடைத்துக் கண்களிலிருந்து. கண்ணீர் வழிந்தது.

"ஏம்மா அப்படி சொல்றீங்க?... நீங்க எங்கே போகணுமோ அங்கே கொண்டு போயி நான் சேக்கறேன்" என்று தைரியம் தந்தான் அம்மாசி.

அவனது நல்ல தன்மைகளை மனத்துள் பாராட்டியவாறே அந்தத் தாயின் மனம், தான் நிராதரவாய்த் தவிக்க விட்டு விடப் போகும் குழந்தையைப் பார்த்துக் குழைந்தது.

அவள் திடீரென்று அவனிடம் பேசினாள்: "ஐயா! நீங்க யாரோ? தெய்வம்தான் உங்களை அனுப்பிருக்கு... இந்த நிமிஷம் எனக்கு ஆதரவு, சொந்தக்காரன், உடன் பொறந்த சகோதரன் எல்லாம் நீங்கதான்..."

அந்த வார்த்தைகளைக் கேட்டு அம்மாசி மெய்சிலிர்த்தான்.

அப்போது தாயின் நினைவே இல்லாத குழந்தை அந்த வாத்துப் பொம்மையை அவன் காதருகே அழுத்தி ஓசைப் படுத்தினாள். அவன் தலையை ஆட்டிக்கொண்டு, சப்தம் பொறுக்காதவன் போல் காதைப் பொத்திக் கொள்வதைக் கண்டு குலுங்கிச் சிரித்து மகிழ்ந்தாள், குழந்தையோடு விளை யாடிக் கொண்டிருந்த அம்மாசியை அந்தத் தாயின் பார்வை தீர்க்கமாய் அளந்தது.

அம்மாசி, அவள் தன்னிடம் என்னவோ சொல்லி ஆறுதல் பெறவோ, எதையோ கேட்டு உதவி பெறவோ எண்ணித் தவிக்கிறாள் என்று உணர்ந்து அதைத் தர, அந்த உதவியைச் செய்யச் சித்தமானவன் போன்று அவள் முகத்தையே கனிவுடன் பார்த்துக் கொண்டிருந்தான்.

அந்தக் குழந்தையோ அவனிடம் இதுவரை யாருமே காட்டாத பாசத்துடன் அவன் மடிமீது ஏறிச் சட்டையைப் பிடித்து இழுத்து அவன் இதயத்தையே தன்பால் ஈர்த்துக் கொண்டிருந்தது.

திடீரென்று குழந்தையின் தாய் மீண்டும் அவனிடம் பேசினாள்: "ஐயா! எனக்கு யாருமே... ஒருத்தருமே நாதியில்லை..." என்று அவள் விம்மி விம்மி அழுதாள். சற்று நேரம் தாரை தாரையாகக் கண்ணீர் வடித்து அழுதபின் முகத்தைத் துடைத்துக் கொண்டு, அழுததால் கம்மிப் போன குரலில் கூறினாள்:

"போன வருஷம் அவ– பொறந்த ஒரு வருஷத்துக்குள்ளே– பெத்தவரை எடுத்துத் தின்னுட்டா" என்று அவள் அங்கலாய்த்த போது, அம்மாசி குழந்தையை மார்போடு அணைத்துக் கொண் டான்: "ஏம்மா, கொளந்தையைத் திட்டறீங்க?" என்று அவன் கேட்டபோது அவளும் முகத்தைக் கவிழ்த்துக் கொண்டு

முனகினாள்: "பாவம், அந்தச் சிசு என்ன பண்ணும்? அவருக்கும் சாகிற உடம்புதான்... கலியாணத்தப்பவே அவருக்கு வயசு அம்பத்துக்கு மேலே... எங்கப்பா ஏழை! வரதட்சணைக்கு வழி யில்லாம மூணாந்தாரமா கட்டி வெச்சார்... அடுத்த வருஷம் எங்கப்பாவும் போய்ட்டார். இவ அப்பா தங்கமாத்தான் என்னெ வெச்சிண்டிருந்தார்... தெய்வத்துக்கே பொறுக்கலே... கண்ணவிஞ்ச தெய்வம்!" என்று அவள் பல்லைக் கடித்துக் கொண்டு திட்டினாள்.

அவள் மூக்கைச் சிந்திக்கொண்டு பேசினாள்: "இவ அப்பா வுக்கு ஓட்டல்லே வேலை. அவருக்கு க்ஷயரோகம் வந்துடுத்து. அப்புறம் வேலைக்கு யாரும் வச்சுக்க மாட்டேன்னுட்டா– நாலு கொழந்தைங்க பெத்தேன். ஒண்ணொண்ணா வளத்து வளத்து வாரிக் குடுத்துட்டேன். கடைசிலே இவ; இவளும் இல்லேன்னா எங்கேயோ ஆறோ கொளமோ பாத்து விழுந்து பிராணனை விட்டுடுவேன்... தாங்க முடியலே ஐயா, இந்த நோயோட இம்செ தாங்க முடியலே! இனிமே பொழைக்கறதாவது! கொஞ்சம் கொஞ்சமா வதைபட்டுச் சாகறதெவிட போயிடலாம்னா, இந்தக் கொழந்தே நேக்கு ஒரு கழுத்தறுப்பு? அவராலே எனக்குக் கெடெச்ச சம்பத்தெப் பார்த்தீங்களா? இந்தக் கழுத்தறுப்பும் இந்தப் பிராணாவஸ்தையும்தான்!"– கோபத்தாலும் விரக்தியாலும் அவள் உடம்பில் ஒரு படபடப்புக் கண்டது. பேசமுடியாமல் மூச்சிளைக்க வெறித்துப் பார்த்தவாறு மௌனமானாள் அவள்.

அந்தப் பாசஞ்சர் வண்டி ஏகமாய் இரைச்சலிட்டுக் கொண்டு ஓடிய போதிலும் அந்தப் பெட்டிக்குள் ஓர் அமைதியே நிலவுவது போல் தோன்றியது. அவள் மெல்ல மெல்லக் கண் மூடினாள். வண்டியின் ஆட்டத்திற்கேற்ப கண்களை மூடிச் சாய்ந்திருந்த அவளது சிரம் இடமும் வலமும் கொள கொளத்து ஆடிக் கொண்டிருந்ததைக் கண்ணுற்ற அம்மாசி, 'அவள் செத்துக் கொண்டிருக்கிறாளோ' என்று ஒரு விநாடி திடுக்கிட்டான்.

நல்லவேளை; அவள் தன் உடலிலோ மனத்திலோ விளைந்த வேதனையைத் தாங்க மாட்டாமல் உதட்டைக் கடித்தவாறு முகத்தைச் சுளித்துக் கொண்டே கண் திறந்தாள், ஒரு கைத்த சிரிப்புடன்.

"பொண் ஜென்மம் எடுக்கவே படாது. அப்படிப் பொண்ணாப் பொறந்தாலும் ஏழையாய்ப் பொறக்கப்படாது" என்று சொல்லிவிட்டு, எதையோ யோசித்துத் தான் சொன்னதை மறுப்பதுபோல் தலையை ஆட்டிக் கொண்டாள்: "ஏழையாப் பொறந்தாத்தான் என்ன? நீங்க என்ன ஜாதியோ, என்ன குலமோ?

உங்களவாள்லே, ஏழையாய்ப் பொறந்த பொண்களும் ஏதோ அவாளுக்கேத்த மாதிரி சந்தோஷமா வாழல்லியா, என்ன? பொண்ணாப் பொறந்தாலும், ஏழையாப் பொறந்தாலும், எங்க ஜாதியிலே பொறக்கப்படாது ஐயா; அதெவிடச் சேரியிலே பொறந்துடலாம்...'' என்று அவள் சொல்லிக் கொண்டிருந்தபோது அம்மாசியின் நினைவில் நேற்று கட்டை வண்டியில், இருளில் சென்ற சேரிப் பெண்ணின் எக்காளச் சிரிப்பு எதிரொலித்தது.

“என்ன பாவம் பண்ணினேனோ பொண்ணாப் பொறந்து ஒரு பொண்ணையும் பெத்து வெக்கிருக்கேன்! இது என்னென்ன படப் போறதோ?'' என்று கண் கலங்க அவள் பெருமூச்செறிந்த போது, அம்மாசி தன் மடியில் கிடந்த குழந்தையின் மிருதுவான கேசத்தை வருடியவாறு கூறினான்:

“ம் நீங்க வாழ்ந்த காலம் மாதிரியே இந்தப் பொண்ணு வாழப் போற காலமும் இருந்துடுமா என்னா?''

“காலெத்தெ சொன்னாப் போறுமா ஐயா, மனுஷா பண்ற அக்ரமத்துக்கு! நான் கிராமத்துலே பொறந்தவ. டவுனுக்கு வந்தப்புறம் ஜாதியும் ஆசாரமும் அர்த்தமில்லாததுன்னு நன்னா மனசுக்குத் தெரியறது. யார் தைரியமா விடறா, சொல்லுங்கோ? நீங்க யார்– எவர்னு தெரியாம– 'ஐயோ பாவம், ஒருத்தி மயங்கிக் கிடக்கிறாளே'ன்னு பால் வாங்கிண்டு வந்து தந்தேள்... நானும் சாப்பிட்டேன். இதையே நாலு மனுஷா மத்தியிலே என்னாலே செய்ய முடியுமோ? செய்வேனோ? 'நகந்துக்கோ, நகந்துக் கோ'ன்னுதான் சீலம் கொழிச்சிருப்பேன். என்ன காரணம்னு எனக்கே புரியாத– நாலு மனுஷா என்ன சொல்லுவாளோங்கற காரணம்தான். இந்த 'நாலு மனுஷா பயம்'தான் எல்லார் கிட்டேயும் இருக்கு. வேற என்ன 'காரணம் மண்ணு' இருக்கு! இந்த மாதிரி நிராதரவான நெலையில இருந்தா அந்த நாலு மனுஷாள்லே மூணு மனுஷா இப்படித்தான் நடந்துப்பா; இல்லேன்னா ஜாதியையும் ஆசாரத்தையும்– ஏதாவது ஒரு காரணத்தோட எல்லோரும் மனப்பூர்வமா... நெஜத்துக்கு ஏத்துண்டிருந்தா, அது எப்பவோ மாறிப்போயிருக்கும். ஒவ்வொத் தரும் அதெப் பொய்யா, ஒரு ஒப்புக்குப் போலியா ஏத்துண்டிருக் கிறதனாலேதான் அது இன்னும் வாழ்ந்துண்டு என்னெப் போலெ ஏழைகளோட கழுத்தை அறுக்கிறது!''

சற்று நேரத்துக்கு முன் அருந்திய பாலில் விளைந்த தெம்பும், மாலை நேரக் குளிர்ந்த காற்றும் தொடர்ந்து சில நிமிஷங்கள் அவளுக்குப் பேசச் சக்தி அளித்தன; ஆனால் பேசிய பிறகு

அவளுக்கு மூச்சுத் திணறியது. இவ்வளவு நேரப் பேச்சுக்குப் பிறகும் அவள் அவனிடம் என்ன சொல்ல நினைத்துப் பேச ஆரம்பித்தாளோ அதை அவனிடம் சொல்லவில்லையே என்று அவளுக்குத் தோன்றியது. மிகவும் அவசரத்தோடு அவள் சற்று நிமிர்ந்து உட்கார்ந்தாள்.

“இவ்வளவு பேசறே– நீயாவது அந்த ஜாதிக் கட்டை மீறி ஏதாவது செய்திருக்கிறதுதானேன்னு நீங்க கேக்கலாம். ஆமா, இதுவரைக்கும் நான் செய்யலே– செய்யற மாதிரி என்னெ வளர்க்கலே... ஆனா நான் செய்யப் போறேன்... ஆமா, எனக்குக் கெடச்ச தண்டனை என் மகளுக்காவது கெடைக்காமெ இருக்கணுமோல்லியோ? நான் செய்யத்தான் போறேன்” என்ற பலமான தீர்மானத்தோடு யார் மீதோ பழி தீர்த்துக் கொள்வது போல் உதட்டைக் கடித்தவாறு தலையாட்டிக் கொண்டாள்.

இதற்கிடையே ரயில் பல சிறிய ஸ்டேஷன்களில் நின்று நின்று கடகடத்து ஓடிக்கொண்டிருந்தது.

அவள் திடீரென்று நெஞ்சை அழுத்திக்கொண்டு ஓங்கரித்து வாந்தியெடுத்தாள். இரண்டு மணி நேரத்துக்கு முன் குடித்த பால் முழுவதும் ஜீரணமாகாமல் வெளிவந்தது. மடியிலிருந்த குழந்தையை பெஞ்சின் மீது உட்காரவைத்து விட்டு அம்மாசி எழுந்து நின்று அவள் தலையைக் கெட்டியாகப் பிடித்துக் கொண்டான். மூலையில் உட்கார்ந்திருந்த பிச்சைக்காரக் கிழவி எழுந்தோடி வந்தாள். அவள் கையிலிருந்த தகரக் குவளையைப் பார்த்ததும் தண்ணீர் கொண்டுவரச் சொன்னான் அம்மாசி. கிழவி பாத்ரூமிலிருந்து அதில் தண்ணீர் கொணர்ந்து அவள் முகத்தைத் துடைத்து விட்டு இரண்டு மிடறு தண்ணீர் புகட்ட முயன்றாள். தண்ணீர் கடை வாயில் வழிந்தது. தண்ணீரோடு ஒரு கோடு ரத்தம் கடை வாயிலும் நாசித் துவாரத்திலிருந்தும் வழிந்தது.

“ஐயோ ரத்தம் வருதே!” என்று கிழவி அலறினாள். அம்மாசி தனது மேல் கோட்டால் ரத்தத்தைத் துடைத்து அந்தப் பெஞ்சின் மீது அவளை மெல்லச் சாய்த்துப் படுக்க வைத்தான். அவளுக்குக் கையும் காலும் சில்லிட்டிருந்தது. முதுகில் மட்டும் சூடு இருந்ததை அவளை பெஞ்சின் மீது கிடத்தும் போது உணர்ந்தான் அம்மாசி. அவளைப் படுக்க வைத்தபின் குழந்தையைத் தூக்கி அவள் அருகில் உட்கார வைத்தான். குழந்தை தாயின் மார்பில் முகத்தைச் சாய்த்துக் கொண்டு அவனைப் பார்த்துச் சிரித்தாள்.

குழந்தையின் தாய் அம்மாசியின் பக்கம் கை நீட்டினாள். பெஞ்சின் அருகே முழந்தாளிட்டு உட்கார்ந்திருந்த அம்மாசியின்

கையை இறுகப் பிடித்துக் கொண்டு ரகசியம் பேசுவது போன்ற குரலில் அவள் சொன்னாள்: "நீங்க யாராயிருந்தாலும் எனக்குத் தெய்வம் மாதிரி! அடுத்த ஸ்டேஷனிலே இந்த உடம்பே எறக்கி செய்ய வேண்டியதெ செஞ்சுடுங்கோ... செய்வேளா?" என்று கேட்டபோது, எவ்வளவோ மரணங்களைச் சந்தித்திருந்த அம்மாசியும் கூடக் கண்ணீரை அடக்க முடியாமல் முகத்தை மூடிக் கொண்டான்.

"உதவின்னு கேக்காமலே செய்யற மனுஷன் நீங்க... நான் ரொம்ப நாழியா... சொல்ல நினைச்சிருந்ததைச் சொல்லிடறேன்... இவளை...என் குழந்தையை..."– அவள் கண்களில் நிறைந்த கண்ணீர் காதோரமாய் வடிந்தது– "உங்க குழந்தையா வளர்க்கணும்.... அவள் நன்னா வாழ்ந்துடுவா என்கிற நம்பிக்கை வந்துடுத்து... என் குழந்தையை உங்க குழந்தைகள்லே ஒருத்தியா... வளர்ப்பீங்களா, ஐயா...?" என்று மலர்ந்த முகத்தோடு அவன் கையை இறுகப் பற்றிக் கொண்டு கேட்டாள் அந்தத்தாய்.

அவன் அவளைக் கும்பிட்டான்.

அவள் பிடி அவன் மணிக்கட்டின்மேல் இறுகி இருந்தது...

ஒரு திறமையற்ற நடிகை உயிர் விடுகின்ற காட்சியில் நடிப்பது போல் முகத்திலுள்ள புன்முறுவல் மறையும்முன் அவள் கண்களை மூடிக்கொண்டாள். மெல்லமெல்ல அவளது வாய் திறந்தபோதும், உதட்டின் மீது ஒரு ஈ வந்து அமர்ந்த போதும் தான் அவள் உயிர் வாழ்க்கை சம்பூர்ணமெய்திவிட்டது என்பதை அறிந்த அம்மாசி எழுந்து தலைகுனிந்து நின்றான்...

ஏதோ ஒரு சின்ன ஸ்டேஷனில் வண்டி நின்றதும், பிச்சைக் காரக் கிழவி ஓலமிட்டதைத் தொடர்ந்து அந்தப் பெட்டியைக் கும்பல் சூழ்ந்தது. கும்பலை விலக்கிக் கொண்டு ஒரு ரயில்வே அதிகாரி உள்ளே நுழைந்தார்...

●●●

மூன்றாம் நாள் மத்தியானம்... அந்தச் சின்னஞ்சிறு ரயில்வே ஸ்டேஷனில் தெற்கே இருந்து வரும் பகல் நேரப் பாசஞ்சர் வண்டிக்காகக் கையில் குழந்தையுடன் காத்திருந்தான் அம்மாசி.

தன் தாய்க்குச் செய்யத் தவறிய ஈமக் கடன்களை யெல்லாம் நேற்று ஒரு தாய்க்குச் செய்துவிட்டு, வாழ்க்கையில் தனக்குக் கிடைத்திருக்கும் பொக்கிஷம் போல் அந்தக் குழந்தையை இரவெல்லாம் மார்போடு அணைத்துக் கொண்டு அந்த ரயில்வே ஸ்டேஷனில் காத்திருந்தான் அம்மாசி.

இன்று சரியான நேரத்திலேயே அந்தப் பாசஞ்சர் வண்டி வந்து சேர்ந்தது. தலையும் உடம்பும் ஆட்டம் கண்டு விட்ட அம்மாசி, குழந்தையோடு தனது பைச்சுமையையும் ஒன்றாய் எடுத்துச் செல்ல முடியாமல் குழந்தையை ஜன்னல் வழியாக ஒரு அம்மாளிடம் கொடுத்துவிட்டுப் பையைத் தூக்கிக் கொண்டு உள்ளே சென்றான்.

வண்டியில் இருந்தவர்கள் எல்லாம் குழந்தையையும் கிழவனையும் மாறி மாறிப் பார்த்தனர் 'இந்தக் கிழவனுக்கு இவ்வளவு அழகான குழந்தை என்ன உறவு' என்று நினைத்தார் களோ?

"பொண்ணு... மகளா, பேத்தியா?" என்று விசாரித்தாள் சன்னல் வழியாகக் குழந்தையை வாங்கிய அந்த அம்மாள்.

பிள்ளையே பெறாத அம்மாசி ஒன்றும் யோசிக்காமல் உடனே 'பேத்தி!' என்று பதில் சொன்னான்.

குழந்தையின் கன்னத்தில் செல்லமாய்த் தட்டியவாறே மீண்டும் அந்த அம்மாள் "என்ன பேரு?" என்று வினவினாள்.

அந்த நேரத்தில் ரயில் 'கூ'வென்று கூவிச் சிரித்தது. 'குழந்தை யின் தாயிடம் பெயரைக் கேட்க மறந்து விட்டோமே' என்று உதட்டைக் கடித்துக் கொண்டான் அம்மாசி. ரயிலின் கூவல் நின்ற அதே விநாடியில், தான் கண்டுபிடித்த பெயரைப் பிரகடனம் செய்தான் அம்மாசி, "பாப்பாத்தி!"

"பாப்பாத்தி! பொருத்தமான பேருதான்!" என்று சிலாகித்தாள் அந்த அம்மாள்.

பொருத்தமோ, இல்லையோ... இனிமேல் அது ஒரு பெயர் தான்.

ஆனந்த விகடன், 1965

# எத்தனை கோணம்!
# எத்தனை பார்வை!

திடீரென்று திக்கற்ற தனிமையில், தேற்றுவாரில்லாத வெறுமையில் நிராதரவாகத் தான் கைவிடப்பட்டது போலிருந்தது ராஜலட்சுமி அம்மாளுக்கு.

கடந்த அரை மணி நேரமாய் வரவேற்பறை சோபாவில் நிலைகுலைந்தவளாய் அமர்ந்திருக்கும் எஜமானியைக் கண்டு, சமையற்கார சங்கரிப் பாட்டி மெள்ள முன் ஹாலுக்கு வந்து அவளருகே நின்றாள்.

தான் வந்து அவள் பக்கத்தில் நிற்பதையுமறியாமல் ஏதோ யோசனையில் ஆழ்ந்து கிடந்த ராஜலட்சுமியிடம், "ராஜம்... என்னடீம்மா சேறது உடம்பே?" என்று கனிவுடன் கேட்டாள் பாட்டி.

"ஒண்ணுமில்லே பாட்டி, சும்மாத்தான் உட்காந்துண்டிருக்கேன்... நீங்க உங்க காரியத்தைப் பாருங்கோ" என்றாள் ராஜலட்சுமி.

பாட்டியம்மாள் ஒரு கணம் நின்று ராஜலட்சுமியின் முகத்தைக் கூர்ந்து பார்த்தாள். அடுத்தகணம் முகத்தில் ஒரு புன் சிரிப்புடன், "ஓஹோ? ரெண்டு நாளு கொழந்தை குட்டிகளோடு வந்திருந்த பொண்கள் மாப்பிள்ளைகள் எல்லாரும் போயிட்டாளேன்னா...? நன்னாருக்குடியம்மா நியாயம்? ராஜா மாதிரி பிள்ளைக்கு ஒரு கல்யாணத்தைப் பண்ணிவச்சு, இந்த வீட்டுக் குழந்தைகளை எடுத்துக் கொஞ்சறதுக்கில்லாம– பொண் வயித்துக் கொழந்தைகளை நம்பிண்டிருந்தா ஆகுமோ?"– என்று நீட்டி முழக்கியவாறே அடுக்களையை நோக்கி நடந்தாள் பாட்டி.

பாட்டியம்மாள் கூறியது உண்மையே என்றாலும், அதுவே முழுக் காரணமல்ல ராஜலட்மியம்மாளின் கலவரத் தோற்றத்துக்கு.

அவளது பெண்களும் பேரக் குழந்தைகளும் எத்தனையோ முறை– அடிக்கடிதான் வந்து செல்கிறார்கள். விசேஷம், நாள், பண்டிகை என்று வந்தால் போதும். இரண்டு பெண்களும் மாப்பிள்ளைகளும் இங்கேதான்... அதனால் அவர்களுக்கு லாபம்! அங்கே, ராஜலட்சுமி அம்மாளுக்கும் அவளது மகன் முரளிக்கும்

திருப்தி. மூத்த மகன்... ஒரே மகன்– வயது முப்பத்தைந்தாகியும் கல்யாணமாகாத கட்டைப் பிரம்மச்சாரியாய், மாதம் ஆயிரத்தைந் நூறு சம்பாதிப்பவனாய், காரோடு பங்களாவோடு இருக்கும்போது அவனுக்கு இளைய சகோதரிகள் எப்படிப் புருஷன் வீட்டோடு அடைந்து கிடப்பார்கள்? அந்தத்தாய்தான் அவ்விதம் இருக்க அவர்களை எப்படி விட்டு விடுவாள்?

ஆகவே, நகரத்துக்குள்ளே வாழ்கின்ற தன் பெண்களும் பேரக் குழந்தைகளும் அரை மணி நேரத்துக்கு முன்னே தங்கள் வீட்டுக்குப் போய்விட்ட காரணத்தால் தான் வருத்தமுற்று உட்கார்ந்திருப்பதாக நினைத்துக் கொண்டு செல்லும் பாட்டியம் மாளின் முதுகுப் புறத்தைப் பார்த்து, அவளது அறியாமைக்காகச் சிரித்துக் கொண்டாள் ராஜலட்சுமி அம்மாள்.

நல்லவேளை! சுப்பு சாஸ்திரிகள் வந்தபோதும், அந்தச் சம்பவம் நிகழ்ந்தபோதும், பாட்டியம்மாள் மத்தியானக் காரியங் களையெல்லாம் முடித்துவிட்டு, பின் கட்டுத் தாழ்வாரத்தில் படுத்துக் குறட்டைவிட்டு உறங்கிக் கிடந்தாள்.

பாட்டியம்மாள் தூரத்து உறவுதான். என்னதான் இருப்பினும் அந்தந்த ஸ்தானத்துக்கென்று சில குணங்கள் வந்து சேர்ந்து விடுமாமே! ஆகவே, வீட்டு வேலைக்காரர்களுக்குச் சில உள் விஷயங்கள் தெரியாமல் இருப்பது நல்லதாம்!

ஆனால் வீட்டிலிருப்போரின் ஒவ்வொரு அசைவையும் முக மாற்றத்தையும் கண்டே மனசை அளந்து கொள்ளும் அந்தக் கலையில் சங்கரிப்பாட்டி மகா நிபுணி! அவள் எல்லாவற்றையும் அறிந்து கொள்வாள்; ஓர் அபிப்பிராயமும் கொண்டிருப்பாள். ஆனால் அவள் எதைப்பற்றியும் எவரிடத்தும் பேசமாட்டாள். ஆம்! அவள் வெறும் வேலைக்காரி அல்ல! எந்த வேலைக்காரி எஜமானியையே 'அடீ' என்று அழைக்க முடியும்?

ராஜலட்சுமி அம்மாளின் எதிரே மேஜைமீது தனித்தனியே இரண்டு நோட்டுப் புத்தகங்கள் கிடந்தன...

அவை இரண்டும், இரு வேறு ஜாதகங்கள், மேஜையின் மேல் கிடந்த கண்ணாடிக் கூட்டிலிருந்து தனது தங்க பிரேம் கண்ணாடியை எடுத்து அணிந்து கொண்டு அவை இரண்டையும் பிரித்து மாறி மாறிப் பார்த்தாள்... பிறகு அவற்றில் ஒன்றை எடுத்துப் பத்திரமாக மேஜையின் டிராயருக்குள் வைத்து மூடினாள். மற்றொன்றை அருவருப்புடன் வெறித்து நோக்கினாள்...

'இது நடக்காது... நடக்கப் படாது' என்று தீர்மானமாக முனகிக் கொண்டே மூக்குக் கண்ணாடியைக் கழற்றியவாறு அவள்

பார்வை நிமிர்ந்தபோது, சுவரில் பெரிதாய் மாட்டப் பெற்றிருந்த அவளது காலஞ்சென்ற கணவரின் உருவம் அவளைக் கூர்ந்து பார்ப்பதுபோல் இருந்தது அவளுக்கு.

அந்தப் படத்தை கண்ணுற்றபோது– மீனாவையும் கமலாவையும் பத்து வயது, ஆறுவயது சிறுமிகளாக நிர்க்கதியாய்த் தவிக்க விட்டுப்போன காலத்தில், தனக்கு ஏற்பட்ட பொறுப்புகளையும், சுமைகளையும் தாங்கிக் கொள்ளவும் ஏற்று நடத்தவும் நம்பிக்கையாய் இருந்த முரளியின் பால்யத் தோற்றம் அவள் நினைவுக்கு வந்தது.

அவன்தான் எவ்வளவு சிரமத்திற்கிடையே, வறுமை ஜீவிதத்தில் வளர்ந்துத் இன்று இருக்கும் இந்த அந்தஸ்துக்கு உயர்ந்து, அந்த நம்பிக்கைகளை, கனவுகளை, கற்பனைகளை யெல்லாம் நிறைவேற்றி வைத்திருக்கிறான்! இருபத்தைந்து வயதுக் குள்ளாகவே ஒரு தந்தையின் ஸ்தானத்திலிருந்து எவ்வளவு பொறுப்புணர்ச்சியோடும் சகிப்புத் தன்மையோடும் தங்கைகளுக்கு வரன் தேடி அலைந்தான்... இன்று மீனாவும், கமலாவும் வாழ்க்கைப் பட்டிருக்கும் அந்தஸ்து மிகுந்த கணவன்மாரையும் வசதிமிக்க வாழ்க்கையையும் அன்றைக்குக் கற்பனை செய்திருக்க முடியுமா அவர்களால்?

அப்பளம் இட்டும், சங்கரிப்பாட்டியோடு சமையல் வேலைகளுக்கு ஒத்தாசைக்கு உடன் சென்றும் வயிற்றுப் பாட்டுக்கு வழி கண்டு கொண்டிருந்த தன்னை கார், பங்களா, சரசரக்கும் பட்டுப் புடவை, தங்க பிரேம் மூக்குக் கண்ணாடி இத்யாதி லட்சணங்களுக்கு உரியவளாய் வைத்து, தான் ஒரு காலத்தில் நம்பியிருந்த அதே சங்கரிப் பாட்டியைத் தன் வீட்டுக்கே சமையற்காரியாக்கி ஆதரவு தந்து, தன்னை எஜமானியின் கௌரவத்துடன் வாழ வைத்திருப்பது யார்?

இவ்வளவுக்கும் காரணமான முரளியின் மீது ராஜலட்சுமி அம்மாளுக்கு– மகனே எனினும்– ஓர் உயர்ந்த மதிப்பும் மரியாதையும் கூடப் பிறந்திருந்தது. அதனால்தான் முப்பத்தைந்து வயதுவரை தனது கல்யாணத்தைப் பற்றியே நினைவில்லாது இரவு பகலாய் ஆபீஸ் ஆபீஸ் என்று உழைத்துப் பணத்தையும் புகழையும் சேர்த்துக் கொண்டே காலத்தைக் கழித்துவரும் அவனிடம், கல்யாணம் பற்றிப் பேசத் தைரியம் இல்லாமல் இருந்தாள் ராஜலட்சுமி அம்மாள்.

அவ்வளவு மதிப்புக்கும் மரியாதைக்கும் உரிய கௌரவம் படைத்த அந்த மகன் இப்போது கல்யாணம் செய்து கொள்ளத்

தீர்மானித்துத் தானே ஒரு பெண்ணின் ஜாதகத்தையும் வாங்கி வந்து பொருத்தம் பார்த்திருக்கும் மகிழ்ச்சிக்குரிய அந்தச் செய்தியை மத்தியானம் சுப்பு சாஸ்திரிகள் வந்து தெரிவித்த போது, வாழ்ந்த வாழ்க்கையே பூரண நிறைவு வந்தெய்தியது போல் தோன்றியது அவளுக்கு.

சுப்பு சாஸ்திரிகள் இந்தக் குடும்பத்தைப் பொறுத்த வரை சோதிடர் மட்டுமல்லர், இந்தக் குடும்ப நலனில் அக்கறை மிகுந்தவரும், முரளியின் தந்தைக்கு ஆத்மார்த்தமான நண்பரு மாவார். ஆகவேதான் அவர் மூலமாக இவ்விஷயத்தைத் தன் குடும்பத்தாருக்கு அறிவித்தது அவர்களின் அபிப்பிராயத்தை அறிய முடிவு செய்திருந்தான் முரளி.

மத்தியானம்– முரளியின் வார்த்தைப்படியே– கமலாவும் மீனாவும் தங்களின் கணவன்மார்களோடு வீட்டுக்கு வந்திருந்த சமயத்தில் அந்த இரண்டு ஜாதகங்களின் பொருத்தம் பற்றிக் கூறி எல்லோருடைய அபிப்பிராயத்தையும் அறிய வந்த சாஸ்திரிகள் ஜாதகங்களின் பொருத்தத்தைப் பற்றி விவரித்ததோடு தன் கடமை தீர்ந்தது என்று நினைக்கவில்லை.

"திவ்யமாய்ப் பொருந்தியிருக்கு" என்று அவர் சொன்னதைக் கேட்டு, பெண் யாரென்பதைப் பற்றிக்கூட யோசிக்காத ராஜ லட்சுமி "பகவான் இப்போதைக்காவது கல்யாணம் பண்ணிக்கிற புத்தியைக் கொடுத்தாரே அவனுக்கு" என்று சந்தோஷப் பெருமூச் செறிந்தாள். அதே சமயத்தில் மூத்த பெண் கமலாவுடைய கணவனின் முகம் கடுகடுப்பாகி இருப்பதையும் சாஸ்திரி கவனித்தார்.

அம்மாவையோ தங்களையோ கலக்காமல் ஒரு மூணாவது மனுஷன் மூலம் பெண் பார்த்திருக்கும் விஷயத்தைத் தங்களுக்குத் தெரிவிக்கும் அண்ணாவின் அலட்சியத்தை எண்ணிக் கமலாவும் மீனாவும் முகம் சுண்டிப் போயிருந்தனர்.

தனது சந்தோஷத்திலும் மனத் திருப்தியிலும் யாருமே பங்கு கொள்ளாமலிருந்த அந்தச் சில விநாடிகளில் கலவரமடைந்து ஒவ்வொருவர் முகத்தையும் நோக்கினாள் ராஜலட்சுமி. அந்த அதிருப்திகரமான நிசப்தத்தில் மீனாவின் புருஷன் சொன்னான்: "கல்யாணம் பண்ணிக்கணும்கற இந்தப் புத்தியெ உங்க பிள்ளைக் குக் குடுத்தது நீங்க நெனைக்கற பகவான் இல்லே மாமி, அது சனீஸ்வர பகவான்!"

"ஐயோ! இதென்ன அபசகுணப் பேச்சு!" என்று ராஜலட்சுமி காதுகளைப் பொத்திக் கொண்டாள்.

அப்போது சுப்புசாஸ்திரிகள் குரல் கரகரக்கச் சொன்னார்: 'முரளி என்னண்டே ஜாதகப் பொருத்தம்தான் பார்க்கச் சொல்லி இருந்தான்... முரளி இன்னிக்கு என்ன தான் பெரிய அந்தஸ்திலே இருந்தாலும் என்னோட உயிருக்குயிரான சிநேகிதன் சிவராமனின் பையன்தானே? அந்தச் சிவராமன் ஏழைக் குமாஸ்தாதான்... ஆனாலும் அவன் குடும்பம் ஆசாரமான கௌரவமான குடும்பம்னு எல்லாருக்கும் தெரியும். அந்தக் கௌரவம் பழுதுபடக் கூடாதுன்னு நானும்தான் நெனைச்சுண்டிருந்தேன். அதே நெனப்பிலேதான் மாப்பிள்ளைகூட இப்படிச் சொல்லி இருக்கார்.... பொண்ணைப்பத்தி அவருக்குத் தெரிஞ்சிருக்கும்னு நெனைக்கிறேன்... என்ன மாப்பிள்ளை அப்படித்தானே?" அவர் கேட்டு முடிக்குமுன், "அப்படி என்ன பரம ரகசியம்... ஊரே சிரிக்குமே அவளெப் பார்த்து... பேரைப்பார்த்துட்டு வேற யாரோன்னு நெனைக்க வேண்டாம்... இதோ, இந்த நோட்லே இருக்கிற அட்ரஸைப் பாருங்கோ, நம்ப காலனியிலேயே ஸிக்ஸ்த் மெயின் ரோட்டிலே இருக்காளே சினிமாவிலே பிளே– பாக் பாடற பிரமீளா – அந்த லட்சணம்தான்... உங்கண்ணா பார்த்திருக்கிற பொண்ணு" என்று கையை விரித்துப் பல்லை இளித்து எரிச்சலோடு மீனாவிடம் விவரித்தான் அவள் கணவன்.

"அட கிரகச்சாரமே!" என்று தலையில் அடித்துக் கொண்டாள் ராஜலட்சுமி அம்மாள்.

ஆமாம்! அந்தப் பாடகி பிரமீளாவைப்பற்றி ரொம்பவும் தான் பேசிக் கொண்டிருக்கிறார்கள் ஊரில். அந்தப் பேச்சில் உண்மை எந்த அளவுக்கு உண்டு என்பதைப் பற்றிக் கேட்பவருக்குத்தான் ஆகட்டும், பேசுபவர்களுக்குத்தான் ஆகட்டும் என்ன கவலை?

சாயங்காலம், புறப்பட்டுப் போகும் வரையிலும் அவளது பெண்களும் மாப்பிள்ளைகளும் அந்தப் பிரமீளாவைப் பற்றித் தெரிந்த அல்லது தெரியாத, கதையையே திருப்பித் திருப்பிப் பேசிக் கொண்டிருந்தனர்.

அவள் வீட்டோடு வந்து கிடந்த மன்னார்குடி மைனர் ராஜ கோபாலனைப்பற்றி, அவன் குடிபோதையில் காரோட்டிச் செல்லும் அலங்கோலத்தைப் பற்றி– கிண்டிரேஸிலிருந்து திரும்பி வரும்போது பணத்தைத் தோற்றுவிட்ட வெறியிலும், குடிபோதையிலும் பிரக்ஞை இழந்து சைதாப்பேட்டை பாலத்தருகே எதிரில் வந்த லாரியோடு மோதி உருத்தெரியாமல் இறந்துபோன விபத்தைப் பற்றி, இவள்மீது கொண்ட மோகத்தால் மனைவியை

யும் குழந்தையையும் தெருவில் நிறுத்திவிட்டு இவளுக்காகத் தன் சொத்துக்களையெல்லாம் அவன் இழந்துவிட்டது... பற்றி யெல்லாம் உடன் இருந்து கண்டவர்கள் மாதிரி உப்பும் காரமு மிட்டு நாவுக்கிதமாய் அவர்கள் பேசிக் கொண்டிருந்தபோது, கவலையோடு தலைகுனிந்து மோவாயில் கையூன்றி மௌனமாய்க் கேட்டுக் கொண்டிருந்தாள் ராஜலட்சுமி அம்மாள்.

கடைசியாக அவர்கள் அனைவரும் விடை பெற்றுச் செல்கை யில் "அடுத்த ஞாயிற்றுக்கிழமை முரளிக்குப் பிறந்த நாள் வரது, வந்துடுங்கோ" என்று மாப்பிள்ளைமார்களிடத்தில் அவள் கூறினாள்.

அதற்கு அந்த மூத்த மாப்பிள்ளை முகத்திலடித்தாற் போலப் பதில் சொன்னான்:

"இந்தக் கல்யாண ஏற்பாட்டை நீங்க கைவிடறேளா இல்லை யாங்கறதைப் பொறுத்து இருக்கு, இனிமே நாங்க இந்த வீட்டு வாசலை மிதிக்கறதா, இல்லையாங்கறது" என்று கூறிவிட்டு இளைய மாப்பிள்ளையைப் பார்த்து "என்ன நான் சொல்றது சரிதானே?" என்றான். அவன் வார்த்தையை இளைய மாப்பிள்ளை மட்டுமல்லாமல் அவளது பெண்களும் ஆமோதித்து, "இந்தக் கல்யாண யோசனையை அண்ணா கைவிடல்லேன்னா இந்த வீட்டோட எங்களுக்குள்ள உறவே அத்துப் போயிடுத்துன்னு சொல்லிடு அம்மா" என்று கூறிவிட்டு, அவர்கள் அனைவருமே திடீரென்று திக்கற்ற தனிமையிலும் தேற்றுவாரில்லாத வெறுமை யிலும் அவளைக் கை விட்டுச் செல்வதுபோல் போய்விட்டனர்.

'அவர்கள் கூறுவது நியாயம்தான்' என்ற உணர்வுடன் தன் மகனிடம் எப்படிப் பேசி இந்த முயற்சியை எவ்விதம் தடுப்பது என்ற சிந்தனையோடு முன் ஹாலில் சோபாவில் வெகு நேரமாய்ப் பிரமை பிடித்தவள் போல் உட்கார்ந்திருந்தாள் ராஜலட்சுமி அம்மாள்.

அடுக்களையில் சமையற்காரியங்களைக் கவனித்துக் கொண் டிருந்த சங்கரிப்பாட்டி அடிக்கடி ராஜலட்சுமி அம்மாளைப் பார்த்தாள்.

அவள் மனத்தில் 'சீ! இந்தப் பெண் ஜன்மமே சுயநலம் பிடிச்ச ஜன்மம்டி அம்மா! தானும் தன் பொண்களும் சீராடிக் கொண்டிருந்தால்போதும்... அவன் ஒழச்சு ஒழச்சு கெழவனாப் போனாலும் இவள் இப்படியேதான் இருப்பாள்... அவனுக்குக் கல்யாணம்னு பேச்சு வத்துமே— அந்தப் பொண்கள் மூஞ்சி கறுத்துப் போயிடுத்தே!... அதுகள்தான் இன்னொருத்தர் வீட்டுக்குப்

போயிட்ட பொண்கள்! பெத்தவளான இவளுமா? என்னத்துக்கு இப்ப கப்பல் முழுகினதுபோல் இப்படி உட்கார்ந்துண்டு இருக்கா?... பிள்ளைக்குக் கல்யாணமாகற சந்தோஷம் கூடவா இல்லாமல் போயிடும்– அட கடவுளே, பொண்களை ஏண்டாப்பா இவ்வளவு பலகீனமாய்ப் படைச்சே?'– என்று மத்தியானம் நடந்த நிகழ்ச்சிகளை அரைகுறையாய்க் கிரகித்திருந்த பாட்டியம்மாள் தனக்குள் பொறுமிக் கொண்டிருந்தாள்.

இப்படித்தான் வாழ்க்கையில் ஒருவரைப் பற்றி ஒருவர் தங்களுக்குத் தெரிகின்ற ஒரே கோணத்திலிருந்து ஒரு பாகத்தை மட்டும் பார்த்து, ஒரு முடிவுக்கு வந்து, அதுவே முழுமையான முடிவு என்று சாதித்துக் கொண்டிருக்கிறார்கள்.

●●●

**வ**ழக்கம்போல் சங்கரிப்பாட்டி சமையற்காரியங்களை யெல்லாம் முடித்துவிட்டு எட்டரை மணிக்கெல்லாம் வராந்தா வில் படுக்கை விரித்துப் படுத்துவிட்டாள். வயோதிக காலத்தில் நல்ல உடலுழைப்பும் இருப்பதால் பாட்டி படுத்த சில நிமிடங் களில் எல்லாம் குறட்டைவிட ஆரம்பித்து விடுவாள். ஆனால் இன்று மத்தியானமும் சரி, இப்போதும் சரி... அவள் குறட்டை மட்டும்தான் விட்டுக் கொண்டிருக்கிறாள்.

மணி ஒன்பதடித்த சமயத்தில், பங்களாவின் முன்புறமுள்ள செடி கொடிகளின் மீது வெளிச்சத்தை வாரி இறைத்தவாறு முரளியின் கார் கேட்டருகே வந்து நின்றது. முரளி தானே காரிலிருந்து இறங்கி கேட் கதவுகளைத் திறந்து ஷெட்டில் காரை நிறுத்திய பின் உள்ளே வந்து மாடிக்குத் தன்னறைக்குச் சென் றான்– கால்மணி நேரத்திற்குப் பின் உடை மாற்றிக்கொண்டு டைனிங் ஹாலுக்குள் நுழைந்த பிறகுதான், சோபாவிலிருந்து எழுந்து வந்தாள் ராஜலட்சுமி.

அவனுக்கு உணவு பரிமாறுகையில் அவள் தன்னைப் பார்க்காமலிருந்த போது தாயை மகனும், அவன் சாப்பிட்டுக் கொண்டிருக்கையில் அவன் அவளைப் பார்க்காமல இருந்த போது மகனைத் தாயும் பார்த்துக் கொண்ட பார்வை, தோற்றத்தின் மூலமே எண்ணங்களை ஊடுருவுவது போல் இருந்தது.

அந்த மௌனத்தின் சுமையைக் குறைக்க எண்ணி முரளி தான் முதலில் பேசினான்: "கமலு மீனுவெல்லாம் எத்தனை மணிக்குப் போனா?"

"நீதான் வர நேரமாகும்னு சொல்லிட்டுப் போனயே... அதனாலே காத்திருக்க வேண்டாம்னு பொழுதோட போயிட்டா..."

– சாப்பிடும் இடத்திலிருந்து சம்பாஷணைக் குரல் ஒலிக்கவே வராந்தாவிலிருந்து முழங்கிக் கொண்டிருந்த பாட்டியின் குறட்டை சத்தம் சுருதி குறைந்து ஒலித்தது.

"மத்தியானம் சுப்பு சாஸ்திரிகள் வந்திருந்தார்."

குனிந்த தலை நிமிராமல் சாப்பிட்டுக் கொண்டே 'ம்' என்றான் முரளி.

பாட்டியம்மாள் தூங்குகிறாள் என்று நிச்சயப் படுத்திக் கொண்டபின் ராஜலட்சுமி அம்மாள் அந்த விஷயத்தைப் பற்றிப் பேச ஆரம்பித்தாள்:

"அந்த ஜாதக விஷயமாகத்தான் வந்திருந்தார். ஜாதகம் என்னமோ பொருந்தித்தான் இருக்குன்னார்... ஆனாக்க..."

சாப்பிட்டுக் கொண்டிருந்த முரளி தலை நிமிர்ந்து தாயைப் பார்த்தான். அதே சமயம் வராந்தாவிலிருந்து லேசாக ஒலித்துக் கொண்டிருந்த குறட்டை ஒலியும் முற்றாக நின்றிருந்தது.

"அந்தப் பொண்ணைப் பத்தி ஊரெல்லாம் ரொம்ப மோசமாப் பேசிக்கறா... உனக்குத் தெரியாதுபோல இருக்கு... நீ வெளுத்ததெல்லாம் பால்னு நெனைக்கிறவன்... மீனா ஆத்துக் காரர் ரொம்ப வருத்தப்பட்டுண்டார்... அவா யாருக்குமே இதிலே கொஞ்சம்கூட இஷ்டம் இல்லே. எனக்கு மொதல்லே பொண்ணு யார்னு தெரியலை... இப்படி ஒரு பொண்ணோட ஜாதகத்தை நீ வாங்கிண்டு வந்திருப்பேன்னு நான் நெனைப்பேனா?... இவ்வளவு காலம் பொறுத்து உனக்கு இப்படி ஒரு எண்ணம் தோணி இருக்கேன்னு நான் பூரிச்சுப் போனேன். ஆமா, உனக்கு அந்தப் பொண்ணோட பூர்வோத்திரமெல்லாம் தெரியுமா என்ன?" என்று படபடக்கும் நெஞ்சோடு கேட்டாள் ராஜலட்சுமி. அவன் புன்னகையுடன் அமைதியாகச் சொன்னான்:

"தெரியும்னு சொல்லிக்கிறவாளுக்கெல்லாம் எந்த அளவுக்குத் தெரியும்னு எனக்குத் தெரியும்... நீ உன் அபிப்பிராயத்தைச் சொல்லு."

"இந்தக் கல்யாணம் ஏற்பாட்டைக் கைவிடலேன்னா இந்த வீட்டுக்கும் எங்களுக்கும் உள்ள உறவே அத்துப் போச்சுன்னு அண்ணாகிட்டே சொல்லிடுன்னுட்டுப் போனா மீனா..."

"மீனாவா அப்படிச் சொன்னாள்?... பரவாயில்லையே" என்று தங்கையின் கோபத்தை ரசித்துச் சிரித்துக் கொண்டான் முரளி.

"மீனா மட்டுமில்லே... எல்லாரும் அப்படித்தான் பேசினா. இந்த வீட்டு வாசற்படியைக்கூட மிதிக்கமாட்டாளாம்... சுப்பு சாஸ்திரிகளுக்குக்கூட இந்தக் காரியம் திருப்தியில்லே..."

அவள் எல்லோருடைய அதிருப்தியையும் மறுப்பையும் விவரித்துக் கொண்டிருப்பதைச் சகித்துக்கொள்ள முடியாமல் பொறுமை இழந்தவன்போல் அவன் 'நறுக்'கென்று கேட்டான்: "சுப்பு சாஸ்திரியும் பப்பு சாஸ்திரியும் இருக்கட்டும் அம்மா. எனக்கு உன்னோட அபிப்பிராயம்தான் ரொம்ப முக்கியம்– அதை நீயே என்கிட்ட சொல்றதுக்குத் தயங்குவியோன்னுதான் நான் சாஸ்திரிகள்கிட்டே சொல்லி அனுப்பினேன்... சரி, இப்ப நீயே பேச்சை ஆரம்பிச்சுட்டதனாலே உன் அபிப்பிராயத்தையும் சொல்லிட்டா, விஷயம் முடிஞ்சுடும்!"

சற்று நேரம் ஆழ்ந்து யோசித்தவள் போல் மௌனம் சாதித்த பின் "அவா சொல்றது நியாயம்தான்னு எனக்கு தோணறது... நம்ம கௌரவத்துக்குப் பொருந்தாத சம்பந்தம் வேண்டாம்னுதான் என்னோட அபிப்பிராயம்" என்று கூறி, அதையே பலமாகச் சொல்லிவிட எண்ணி "இதுதான் என்னோட தீர்மானம்" என்றாள்.

"ஓகோ! சரிம்மா, உன் தீர்மானப்படிதான் நான் நடப்பேன்; இந்தக் கல்யாணம் நடக்காது" என்று சொல்லிவிட்டு எழுந்து சென்று முற்றத்தில் கை கழுவினான் முரளி.

முரளி ஒரு நிமிஷம் தலை குனிந்து யோசித்தான். பிறகு தலை நிமிர்ந்து தாயின் முகத்தைத் தீர்க்கமாய் ஒருமுறை பார்த்தான். அப்புறம் தன்னுள் என்னவோ எண்ணிச் 'சூள்' கொட்டியவாறு தலையை ஆட்டிக் கொண்டான்.

"நான் ரொம்ப யோசிச்சேண்டாப்பா... நீ நாலு பேருக்குப் புத்தி சொல்லக்கூடியவன்... சின்ன வயசிலேயே எவ்வளவோ பொறுப்புக்களைத் தாங்கிண்டு பெரிய மனுஷனா வளர்ந்தவன்... நீ கூடத் தப்பான ஒரு காரியம் செய்ய முடியுமான்னு நான் ரொம்ப யோசிச்சேன்... எவ்வளவோ பெரியவாகூட எந்த விஷயத்தையும் ஒரு தடவைக்கு நாலு தடவை யோசிச்சுக் காரியம் செய்யறவாகூட இதுமாதிரி ஒரு காரியத்திலே முன்பின் யோசிக்காம இருந்துடுவா... அதனாலேதான் நான் இவ்வளவு தீர்மானமா சொல்றேன்... இது வேண்டாம்னு. ஆனா உனக்கு இந்த

## எத்தனை கோணம்! எத்தனை பார்வை!

மாசமே கல்யாணம் நடந்தாகணும்... போட்டி போட்டுண்டு பொண்ணை வைச்சுண்டு உனக்காக எத்தனை நல்ல இடத்திலே காத்துண்டு நிக்கறா தெரியுமா?" என்று அவள் சொன்னதும் முகத்தைத் துடைத்துக் கொண்டிருந்த முரளி கையிலிருந்த டவலைப் பிசைந்து கொண்டே குனிந்த தலையுடன் குரல் கரகரக்கக் கூறினான்:

"அம்மா... உன்னோட எண்ணத்தையும் மத்தவாளோட அபிப் பிராயத்தையும் நான் புரிஞ்சுண்டேன்! உன் வார்த்தைக்கு நான் கட்டுப்படறேன், மத்தவாளைப் பத்தி எனக்குக் கவலை இல்லை. ஆனா நீயும் கொஞ்சம் என் மனசைப் புரிஞ்சுக்கணும்... நான் சின்னப்பிள்ளை இல்லே... காதல் அது இதுன்னு நெனச்சிண்டு அவஸ்தைப் படறதுக்கு... என்னமோ தோணித்து; வேண்டாம்னா சரி... இன்னொரு கல்யாணத்தைப் பத்தி எனக்கொண்ணும் தோணலை; அதைப்பத்தி வற்புறுத்தாதே!" என்று அவன் கூறுகையில்... ராஜலட்சுமி நெஞ்சை என்னவோ செய்தது...

"இப்ப தோணாம இன்னும் எப்பத் தோணப் போறது உனக்கு?" என்று ஏக்கத்தோடு கேட்டாள்.

"சரி, தோணாமலே போயிட்டாத்தான் என்னவாம் இப்போ?" என்று கொஞ்சம் எரிச்சலோடு துண்டை வீசிக் கொடி மீது எறிந்து விட்டு ஹாலுக்குப் போய்விட்டான் முரளி.

அவன் போவதையே வெறித்துப் பார்த்தவாறு நின்றிருந்த ராஜலட்சுமியின் சித்தத்தில் பல்வேறுவிதமான எண்ணங்கள் எழுந்து கவிந்தன. அந்த எண்ணங்களின் கனத்தை நெஞ்சில் தாங்கிக்கொள்ள முடியாமல் கொட்டிவிடத் தீர்மானித்து ஹாலை நோக்கி ஓடினாள்...

சோபாவில் சாய்ந்து கண்களை மூடி உட்கார்ந்திருந்த முரளி யின் எதிரே போய் நின்று "இந்த விஷயத்திலே நீ இவ்வளவு தீர் மானமா இருக்கிறதெப் பார்த்தா எனக்குப் பயமா இருக்கு... நீ ஏன் கல்யாணமே வேண்டாம்னு சொல்றே?... ஒருவேளை நீ கல்யாணமே இல்லாம அந்தப் பாட்டுக்காரியோட..." என்று சொல்ல வந்ததைச் சொல்ல முடியாமல் கண் கலங்கினாள் ராஜலட்சுமி அம்மாள்.

"ஐயோ அம்மா, என்னைப் பத்தி நீ இப்படி நினைக்கலாமா?" என்று அவளைக் கனிவோடு பார்த்தவாறே எழுந்து நின்றான் முரளி. "அம்மா நான் சிவராமய்யரின் மகன்... நீ பயப்படாதே! இந்தக் குடும்பத்தாரின் கௌரவத்தைக் காப்பாத்த வேண்டியவன் நான். என்னை நீ நம்பு!" என்று அவளுக்கு ஆறுதல் கூறிவிட்டு, அவன் மாடியிலுள்ள தன் அறைக்குப் போனான்.

அன்று இரவெல்லாம் உறக்கமின்றி மனசை அலைக் கழித்துக் கொண்டிருந்தாள் ராஜலட்சுமி.

தனது விருப்பம் மறுக்கப்பட்டு விட்டதற்காகக் கொஞ்சமும் வருத்தப்படாதவனைப்போல் நடந்து கொண்டான் முரளி.

அவன் தாய் கவலைப்படுவதுபோல் கல்யாணமே இல்லாமல் 'துறவுகொண்டு' விடுவது என்று அவன் தீர்மானித்து விடவில்லை. அப்படிப்பட்ட அசட்டுப் பிராயங்களையெல்லாம் அவன் கடந்து விட்டான். அவனுக்கு வீட்டை விட்டுக் கிளம்பி விட்டால் அவனது வர்த்தக உலகத்தில் ஆயிரம் பிரச்னைகள். இவற்றுக் கிடையே சங்கீதத்தில் ஓர் ஆழ்ந்த ஈடுபாடு அவனுக்கு இருந்ததன் விளைவாய் ஏற்பட்டது அந்தப் பாடகியின் நட்பு. ஒரு கட்டத்தில் அவளது தனிமையை இவன் அறிந்ததன் மூலம் தனது தனிமையைத் தானே உணர– 'இவளை எனக்குத் துணையாக்கிக் கொண்டால் என்ன?' என்ற ஓர் எண்ணம் ஏற்படக் காரண மாயிற்று. அந்த அளவுக்கு அவளது நல்லியல்புகளும், நற்பண்புகளும் குணங்களும் அவனைக் கவர்ந்திருந்தன. எல்லாருக்கும் திருப்தியளிக்கக்கூடிய விதத்தில் முடியுமானால், அவளைத் தன் வாழ்க்கைத் துணைவியாக்கிக் கொள்ள அவன் விரும்பினான். அவ்வளவுதான். மற்றபடி அவர்களுக்கிடையே காதல் என்ற 'மெலோ டிராமா' சம்பவங்கள் ஏதும் நிகழ்ந்து விடவில்லை.

காதலுக்கு ஜாதகப் பொருத்தம் பார்த்துக் கொண்டிருப் பார்களா என்ன?

●●●

**கா**லையில் அவன் வழக்கம்போல் ஆபீசுக்குப் போன பிறகு தனிமையில் இருந்த ராஜலட்சுமி அம்மாள், தனக்கும் தன் பெண்களுக்கும் வாழ்வளித்த மகனின் சொந்த விருப்பத்திற்குத் தான் ஒரு தடையாய் நின்று அவன் இதயத்தை நொறுக்கி விட்டோமோ என்று பெரிதும் மனத்துயர் கொண்டாள்.

அப்போது பாட்டியம்மாள் கைக்காரியங்களுக்குக் கிடையே கிடைத்த சிறு ஓய்வைப் பயன்படுத்திக் கொண்டு ஹாலுக்கு வந்தாள்.

"என்னடி ராஜம். கார்த்தாலே ஒரு முழுங்கு காப்பியெக் குடிச்சதோட உட்கார்ந்துண்டு இருக்கேயே...? குளிக்கலையா?" என்று கேட்டவாறு அவள் எதிரே வாசற்படியோரமாய்ச் சிமெண்ட் தரையில் கையை ஊன்றி உட்கார்ந்தாள்.

ராஜலட்சுமி தரையில் உட்கார்ந்திருக்கும் பாட்டியின் முகத்தைக் கூர்ந்து பார்த்து ஒரு பெருமூச்சு விட்டதைத் தவிர வேறொன்றும் பேசவில்லை.

"என்னடிம்மா அப்படிப் பாக்கறே?" என்று அருகே நகர்ந்து வந்து அவள் கையைப்பற்றி அன்போடு அழுத்தியவாறு பாட்டி கேட்கையில், ராஜலட்சுமியின் கண்கள் கலங்கின. அவ்வளவு தான்! பாட்டியினால் அதற்கு மேல் தாங்க இயலாது. உடம்பில் ஒரு குலுக்கு; உள்ளே ஒரு விம்மல்; தொண்டை அடைத்துக் கொள்ள, முகமும் உதடுகளும் சிவந்து துடிக்க, முக்காட்டை இழுத்து கண்களைக் கசக்கிக் கொண்டு, "நேக்கு எல்லாம் தெரியும்டியம்மா தெரியும். இவளுக்கென்ன இதெல்லாம்னு என்னெ ஒதுக்கி வெச்சாலும், நானும் பூதம் மாதிரி தனியாவே இந்த வீட்டிலே கெடந்தாலும், முரளியோட மனசு என்னை ஒதுக்கி வெச்சுடறதில்லே. என்னோட மனசும் எங்கேயும் போயிடறதில்லே. அவனுக்கொரு கல்யாணமாகி அவா ரெண்டு பேரையும் உக்காத்திவெச்சு என்கையாலே பரிமாறாம நான் சாக மாட்டேண்டி... அது மட்டும் நெனச்சுக்கோ, எனக்குத்தான் வேற என்ன சந்தோஷம் இருக்கு சொல்லு... பொண்ணா, பிள்ளையா?" என்று கேட்டுத் தனக்கும் முரளிக்கும் உள்ள ஒட்டுதலை ஸ்தாபித்துக் கொண்டாள் பாட்டி!

"என்னிக்காவது ஒரு நாள், 'என்ன பாட்டி பண்றேள்'னு அடுப்படியில வந்து ஒரு அப்பளத்தைத் தின்னுண்டு என்னெக் கேலியா ஏதாவது விசாரிப்பானே முரளி, அப்பல்லாம் நானும் சொல்வேன்... 'கொழந்தை மாதிரியே இன்னும் இந்தக் கிழவியெப் பரிகாசம் பண்ணிண்டு நிக்கறியே? உனக்காவும் ஒரு பொண்ணெப் பார்த்துக்கத் தெரியாது... உங்கம்மாவும் இந்த ஜென்மத்திலே பார்க்கமாட்டாள்'னு... ஆமாம், அவனுக்குக் கல்யாணம் ஆக லேன்னா நான் உன் மேலேதான் குத்தம் சொல்லுவேன்... ம்ஹ்ம்... இன்னிக்கு கார்த்தாலே பாத்ரூம்லேருந்து தலையெத் தொவட்டிண்டு வரும் போது அவனெப் பார்த்தேன்; அவனுக்குத் தலை நரைச்சுப் போயிடுத்தேடி!... உனக்குப் பொண்களும் பேரப் பிள்ளைகளும் போறும்..

"குடி முழுகிப் போன மாதிரி உக்காந்துண்டு இருக்கியே! நீ பாத்து வெச்ச பொண்ணே அவன் வாண்டாம்னுட்டானா?... இல்லியே, இப்ப அவன் பாத்திருக்கிறதெ நீங்கள்லாம் சேர்ந்து வாண்டாம்கிறேள்... அவா அவா என்னென்ன எண்ணத்திலே சொல்றாளோ? நீ பெத்தவ, அதனாலேதான் வாண்டாம்னு சொல்லிட்டாலும் மனசு தாங்காம கண்கலங்கிண்டு உக்காந்

திருக்கே" என்று சொல்லும்போது, தனக்கும் இவளுக்கும் இருக்கும் இந்த உயர்வு தாழ்வுக்கே காரணம், தனக்கு ஒரு மகனில்லாத காரணமல்லவா என்ற ஏக்கம் நெஞ்சில் அடைத்தது. அதை ஒரு விழுங்கு விழுங்கிக்கொண்டு தொடர்ந்து சொன்னாள்: "இவ்வளவு அதிர்ஷ்டம் இருந்தும் நீ கண்ணைக் கசக்கிண்டு இருக்கிறதெப் பாத்தா– நேக்கு வயத்தெ என்னமோ சேறதேடிம்மா..." என்று கூறி, பாதியில் விட்டு விட்டு வந்த வேலையை முடிக்க எழுந்து சென்றாள் பாட்டியம்மாள்.

பாட்டியம்மாள் என்ன, வெறும் சமையற்காரியா?

தான் அவளைப்போல் இருந்த ஒரு காலத்தில் அவள் தனக்கு ஆதரவாக இருந்ததையெல்லாம் ஒரு விநாடி எண்ணிப் பார்த்து விட்டு ராஜலட்சுமி ஹாலிலிருந்து எழுந்து அடுக்களைக்கு வந்தாள்.

"அதுசரி பாட்டி... இவன் பார்த்திருக்கிற பொண்ணைப் பத்தி ஊர்லே ரொம்ப மோசமா பேசிக்கிறாளே..." என்று கூறிய போது, பாட்டி ஒரு நிமிஷம் யோசித்துவிட்டுச் சொன்னாள்:

"இதோ பாரு ராஜம்... முரளி என்ன, ஒண்ணும் தெரியாத பையனா?... யோசிச்சுப் பாரு; அவனுக்கு இந்த வயசிலேயே தலை நரைச்சுப் போச்சுன்னா என்ன காரணம்? அவன் எவ்வளவு பெரிய பாரத்தையெல்லாம் தூக்கியிருக்கான்! அழகெப் பாத்து, ஆளெப்பாத்து மயங்கற வயசா அவனுக்கு?... இவ்வளவு தெரிஞ்ச அவனுக்குப் புடிச்ச பொண்ணுன்னா அதுக்கு ஒரு நியாயம் இருக்கும்டி... உங்க இஷ்டத்துக்கு, யோசிக்காம 'வாண்டாம்'னு சொல்றதுக்கு அந்தக் கமலாவுக்கும் மீனாவுக்கும் எவ்வளவு தைரியண்டியம்மா..." என்று பாட்டி பதைத்தாள்.

"என்ன பாட்டி அப்படிச் சொல்றேள்? அவா அண்ணா கல்யாண விஷயத்திலே அவாளுக்கு உரிமை இல்லியா?" என்று குறுக்கிட்டாள் ராஜம்.

"உரிமை என்னடி, உரிமை? கவலைன்னா இருக்கணும், உண்டா?... இருந்தா இவ்வளவு சீக்கிரம் இவ்வளவு குத்தம் சொல்லி வாண்டாம்னு தீர்மானம் பண்ணுவாளா?... ஒண்ணு சொல்றேன்... யாரையும் பார்க்காம எந்த முடிவும் பண்றதுன்னா, கேஸ் என்னன்னு விசாரிக்காமலே தீர்ப்பு என்னன்னு முடிவு பண்ணிக்கிற மாதிரிதான்."– பாட்டியம்மாளின் தர்க்கத்தையும் விவாதத்தையும் கண்டு, அதன் மூலம் முரளியின் மீதும் தன் குடும்பத்தின்மீதும் அவளுக்குள்ள அளவற்ற பந்தத்தையும் அவள் பேச்சின் நியாயத்தையும் உணர்ந்த ராஜலட்சுமி, "ஆஹா!

உங்காத்துக்கார் வக்கீல் குமாஸ்தாவா இருந்த வரோல்லியோ? அதான், இத்தனை பாயிண்ட்டோட பேசறேள்" என்று சிலாகித்து விட்டு, ஹாலுக்குத் திரும்பிவிட்டாள்.

அதே சமயத்தில் அவள் மனத்தில் ஒரு நல்ல முடிவும் உருவாகி இருந்தது.

●●●

'அந்தப் பிரமீளாவைக் கல்யாணம் செய்து கொள்ள வேண்டும் என்று முரளிக்கு ஏன் தோன்றிற்று? அதற்கு ஒரு காரணமும் நியாயமும் இருக்குமானால், அதைத்தடுக்க யாருக்குத் தான் என்ன அதிகாரம்? அது தப்பாக இருக்கும் என்று யார் யாரோ சொல்லக் கேட்டு அவன் மனத்தைப் புண்படுத்திவிட்டு அப்புறம் என்ன வாழ்க்கை?' என்றெல்லாம் பலவாறு யோசித்த ராஜலட்சுமி, அப்படி அவளிடம் என்னதான் இருக்கிறது என்று பார்த்து வர, அன்று மாலை யாரிடமும் சொல்லிக் கொள்ளாமல் கிளம்பினாள்.

பிரமீளாவின் வீட்டை நோக்கிப் போகும் வழியில் 'எவளோ ஒருத்திக்காக என் பெண்களும் செல்லமான பேரக் குழந்தைகளும் என்னைவிட்டு விலகிப் போய் விடுவார்களோ' என்ற பயம் எழுந்தபோது, திரும்பி வீட்டுக்குப் போய்விடலாமா என்று ஒரு நிமிஷம் தயங்கி நின்றாள்.

'என் பிள்ளை மேலே எனக்கு மட்டும் பாசமில்லியாமே?', 'உனக்கு வேற பாசங்களும் இருக்கு பாரு' என்று காலையில் பாட்டி சொன்னாளே அந்த வார்த்தைகள் 'சுருக்'கென இப்போது தான் அவள் நெஞ்சில் தைத்தன...

ராஜலட்சுமி அம்மாள் அந்த வீட்டிற்குள் நுழைந்த போது, கூடத்தில் தம்பூரைத் தோளில் சாய்த்துக் கண்களை மூடி அமர்ந்து பாடிக் கொண்டிருந்தாள் அந்தப் பிரமீளா. அவள் பாட்டுக்கு இடைஞ்சல் இல்லாமல் அமைதியாய் ஒரு நிமிஷம் நின்று அந்த வீட்டைப் பார்வைக்குப் படுகின்ற இடம்வரை முழுக்க ஒரு நோட்டம் விட்டாள் ராஜலட்சுமி.

போனவுடன் கண்ணுக்குப் பளிச்சென்று படுகின்ற இடத்தில் 'அவன்' படம் மாட்டி, அதன்மேல் ஒரு சரிகை மாலையும் இட்டிருந்தது. வெற்றிலைக் காவியால் கறுத்திருந்த உதடுகளும், கழுத்திலிருந்த சங்கிலியும், தலையலங்காரமும் இவன்தான் அந்த 'மன்னார்குடி மைனர்' என்று புரிந்து கொள்ளச் சிரமம் வைக்கவில்லை. அப்புறம் இன்னொரு பக்கத்தில் இரண்டு சிறிய

குத்து விளக்குகளுக்கு நடுவே மாட்டியிருந்த தியாகையர் திரு உருவம்... அந்த மூலையில் டீபாயின் மீது ஸ்டாண்டில் வைத்திருந்த ஒரு படம்– அவளது தாயாக இருக்க வேண்டும்– என்கிற விஷயமெல்லாம் ஒரு நிமிஷத்துக்கும் குறைவான நேரத்தில் அவள் அறிவுக்குத் தெளிவாயின.

'என்னைக் காப்பாற்றுவதற்காக நீ நடந்து வந்தனையோ' என்னும் பொருளுள்ள அந்த மோகன ராகக்கீர்த்தனையைப் பாடிக் கொண்டிருக்கும் அவளை அளப்பது போல் பார்த்தாள் ராஜலட்சுமி.

அவள் அப்படியொன்றும் அழகி அல்ல; சிவப்பு நிறம் கூட இல்லை. வயதும் முப்பதுக்குமேல் இருக்கும். அவளிடம் உள்ள சிறப்புமிக்க தன்மையான இசைத்திறன் ஒன்றைத் தவிர, மற்றவை அனைத்தையும் அளந்து கொண்டிருந்த ராஜலட்சுமியைத் திடீரெனக் கண் திறந்து பார்த்துப் பாட்டை நிறுத்தி, தம்பூரைச் சுவரருகே வைத்துவிட்டு, எழுந்து நின்று வரவேற்றாள் பிரமீளா, இவ்வளவும் ஒரு நிமிஷத்துக்குள் நிகழ்ந்தன...

"மன்னிக்கணும்... நான் கவனிக்கவே... இல்லை... உக்காருங்கோ– " என்று கூடத்தில் கிடந்த நாற்காலிகளில் ஒன்றைக் காட்டினாள்.

"அதுக்கென்ன கொழந்தே, நீ பாடு..." என்றாள் ராஜலட்சுமி

"பரவாயில்லை– யாருமே இல்லாத தனிமையிலே நாள் பூராவும் நான் பாடிண்டுதானே இருக்கேன்... இது ஒரு நல்ல துணை, என்னைப்போல இருக்கிறவாளுக்கு... நீங்க யாருன்னு தெரிஞ்சுக்கலாமோ..." என்று மிகவும் பவ்யமாகக் கேட்டாள் பிரமீளா. அவள் மனத்துள், ஏதோ லேடீஸ் கிளப் ஆண்டு விழாவுக்குக் கச்சேரி புக் பண்ண வந்திருக்கலாம் என்றே தோன்றியது.

"நான்தான் முரளீதரனோட தாயார்" என்று தன்னை ராஜலட்சுமி அறிமுகப்படுத்திக் கொண்டபோது ஒரு விநாடி திகைத்த பிரமீளா கைகூப்பி வணங்கியவாறே "சொல்லியனுப்பியிருந்தா நானே வந்திருப்பேனே" என்றாள்.

"இல்லை. உன்னை இங்கே வந்து நானே பார்க்கணும்னு தான் வந்தேன்" என்று கூறியபின் மௌனமாகத் தலை குனிந்து நின்றாள் ராஜலட்சுமி. அந்தச் சந்தர்ப்பத்தைப் பயன்படுத்திக் கொண்டு காபி தயாரிக்க உள்ளே ஓடினாள் பிரமீளா.

சற்று நேரம் கழித்து அவர்கள் இருவரும் பேச வேண்டிய விஷயத்தைப் பற்றிப் பேச முடியாமல் அதை நெருங்கி நெருங்கி

வந்து தயங்கித் தயங்கிப் பின்வாங்கி வேறு வேறு விஷயங்களைப் பற்றியே பேசிக் கொண்டிருந்தனர்.

ஐந்தாறு வருஷங்களுக்கு முன்பு வரை தனக்கு நிறைய சினிமாவில் பாடும் சான்ஸுகள் கிடைத்தது பற்றியும், இப்போ தெல்லாம் கச்சேரி சான்ஸுகள் மட்டும் தான் கிடைக்கிற தென்றும் அவள் கூறினாள். அதனால் தனக்குக் கஷ்டமேது மில்லையென்றும் சொன்னாள். தன் ஒருத்திக்கு இந்த வருமானமே போதும் என்றும் திருப்திப்பட்டுக் கொண்டாள்.

அதைத் தொடர்ந்து அவளைப்பற்றி விசாரிக்க ஆரம்பித் தாள் ராஜலட்சுமி. அவளது தாய் போன வருஷம் இறந்துவிட்ட பிறகு ஒரு வேலைக்காரியின் துணையுடன் அவள் தனிமையில் தான் வாழ்கிறாள் என்று அறிந்ததும், "ஆமாம், முரளியை உனக்கு எப்படிப் பரிச்சயம்?" என்று யதேச்சையான ஒரு புன்னயையுடன் கேட்டாள்.

அவளும் ஒரு திடீர் நிதானத்துடன் பதில் சொன்னாள்: "ஒரு தடவை அவர் ஆபீஸ் ஆண்டு விழாவிலே கச்சேரிக்காக நான் போயிருந்தேன்– அதுக்கு முன்னாலேயே பல தடவை கச்சேரி களிலே பார்த்திருக்கேன்... ரொம்ப உயர்ந்த ரசிகர்னு மட்டும்தான் நெனச்சிருந்தேன், அப்புறம்தான் ரொம்ப உயர்ந்த மனுஷர்னும் பழக்கத்திலே தெரிஞ்சுண்டேன். எங்கம்மா படுத்த படுக்கையா கெடக்கற போதும், என் காரை எடுத்துண்டு போன ராஜு மாமா ஆக்ஸிடன்ட்லே காலமாயிட்ட போதும் இவரோட உதவி மட்டும் இல்லேன்னா, நான் என்ன ஆகியிருப்பேனோ? தெய்வம் மாதிரி உங்க பிள்ளை எனக்கு..." என்று தன் வயமிழந்து அவள் நன்றி யுணர்வில் பேசிக் கொண்டிருந்த போது, தான் பேசித் தீர்க்க வந்த காரியத்திற்கு ஒரு பிடி கொடுத்தாற் போன்று அந்த 'ராஜு மாமா' என்று கொக்கியை விட்டு விட்டாளே பிரமீளா என்று ராஜலட்சுமி திருப்தியோடு நிமிர்ந்தாள். அவளும், அந்தக் கொக்கி இவள் நெஞ்சில் தொத்துகிறதா என்று பார்க்கத் தான் அதைப் போகிற போக்கில் வீசி எறிந்தாள்.

"ஆமா, ராஜு மாமான்னியே அது யாரு?" என்று இழுத்தாற் போல் கேட்டாள் ராஜலட்சுமி.

– கொக்கியும் பிடியும் வகையாய்ச் சிக்கின.

பிரமீளா அந்தப் படத்தைக் காட்டினாள்:

"இவர்– எனக்கு உறவுக்காரர் இல்லே... ஊர்லே இருக்கச்சே என் பாட்டெக் கேக்கறதுக்கு உயிரை விட்டுண்டு கெடப்பார்;

பக்கத்து வீட்டுக்காரர். ஏகப்பட்ட சொத்து... கேள்விப் பட்டிருப் பேள்– மன்னார்குடி மைனர் ராஜகோபாலன். எங்கப்பா செத்துப் போனவுடன் கடன்லே இருந்த ஒரு வீடும் போயிடுத்து. நானும் எங்கம்மாவும் அனாதையா நின்னப்போ இவர்தான் இங்கே பட்டணத்துக்கு அழெச்சிண்டு வந்து, நாலு தெரிஞ்சவா மூலமா சினிமா சான்ஸ் வாங்கிக் குடுத்தார். ஆயிரம் ஆயிரமா நான் சம்பாதிச்சேன்னா எல்லாம் அவருடைய தயவும் உதவியும் தான் காரணம்" என்று அவள் கூறிக் கொண்டிருக்கையில், ராஜலட்சுமி யம்மாளின் முகமும் பார்வையும் மாறியிருப்பதைக் கவனித்தாள் பிரமீளா.

ஒரு நீண்ட மௌனத்துக்குப் பின் வலிய விளைந்த புன்னகை யோடு "நீ தப்பா நெனச்சிக்கக் கூடாது... உன்னைப் பத்தித் தெரிஞ்சுக்கணும்னுதான் இவ்வளவும் கேக்கறேன்... இவரைப் பத்தி ஊரெல்லாம் ஒரு மாதிரி பேசிக்கிறாளே அதெல்லாம் முரளிக்குத் தெரியுமோ?" என்று அந்தப் படத்தைக் காட்டிக் கேட்டாள்.

பிரமீளா ஒரு பெருமூச்செறிந்து கூறினாள்: "அவரைப் பத்தி மோசமா பேசாதவா இருந்தால்தான் ஆச்சரியம்... ஒரு கெட்ட வழக்கமா இருந்தா உலகத்துக்குத் தெரியாமல் இருந்திருக்கும்... அவர்கிட்டே சகலமும்னா வந்து தஞ்சம்னு அடைக்கலம் புகுந்திருந்தது! என்ன பண்றது? அவா அவா சூழ்நிலை, வளர்ப்பு, சேர்ந்த சிநேகம்..."

அவள் நெஞ்சில் கனத்த துயரத்துடன் அவனைப் பற்றித் தானே பேசிக் கொள்வது போல் முனகிக்கொண்டிருந்த போது ராஜலட்சுமி அம்மாள் திடீரென்று விளைந்த ஒரு நியாயமான பரபரப்போடு கேட்டுவிட்டாள்: "ஆமா, இவ்வளவு மோசம்னு தெரிஞ்ச அவனோட, உன்னை மாதிரி ஒரு பொண்ணோட பேர் சம்பந்தப் படலாமா? அதனாலே உன் வாழ்க்கை பாதிச்சுப் போகாதோ?"

பிரமீளா ஆழ்ந்த சிந்தனை வயப்பட்டவள் போல் சற்று நேரம் தலைகுனிந்திருந்தாள். அந்தக் கொஞ்ச நேரத்தில் அவள், ராஜலட்சுமி அம்மாளுக்கு ஏற்பட்டுள்ள பிரச்னைகளையும், அவள் வந்திருப்பதற்கான காரணத்தையும் முற்றாகப் புரிந்துகொண்டாள்.

அவள் விளக்கினாள்: "உலகத்திலே முழுக்க முழுக்க கெட்ட வாளும் இல்லே; முழுக்க முழுக்க நல்லவாளுமில்லே. ரொம்பக் கெட்டவங்க உண்டு; ரொம்ப நல்லவங்களும் உண்டு. இதிலே அவர் ரொம்பக் கெட்டவாளோட ரகம்னு உங்க பிள்ளைதான் அடிக்கடி சொல்லுவார். இந்த மாதிரி ரொம்பக் கெட்டவாளை

யெல்லாம் நெருங்கிப் பார்த்தா அவா கிட்டே ரொம்ப உயர்ந்த குணங்கள் சிலதாவது இருக்கும்னு அவர் சொல்வார். ஆமா, அவ்வளவு துர்க்குணங்கள் உள்ள ராஜு மாமாவுக்கு இவரை மாதிரி உத்தமர் ஒருத்தர் நண்பரா இருக்காரே, இதுவே ஒரு உதாரணம்னு நெனைச்சிண்டேன் நான். கெட்டவான்னா எல்லாருக்குமே கெட்டவாளா இருந்துடுவாங்கன்னு நெனைக்கறது சரியா? என்னை பொறுத்தவரைக்கும் ராஜு மாமா உதவி செய்த ஒரு உத்தமராத்தான் இருந்தார்... ஊர்லே ஆயிரம் சொல்லுவா...”

அப்போது ராஜலட்சுமி குறுக்கிட்டுச் சொன்னாள்.

“அது எப்படி... நெருப்பு இல்லாம புகையுமா?”

“ரொம்ப நன்னா சொன்னேள். நெருப்பு இருக்கறதனாலே தான் பொகையும் இருக்கு. ஆனால் எல்லாரும் புகையெ மட்டும் தான் பார்க்கறா. நெருப்பு உண்டுங்கறதையே மறந்துடறா. ஊர் பூராவும் கெட்டபேர். அபவாதம்கிற புகையே அவரைப் பத்திப் பரவி இருந்தது– என்னதான் கெட்டவரானாலும் அவருக்கும் மனுஷ மனம்னு ஒண்ணு இருந்திருக்குமில்லையா. என்னதான் புகையிருந்தாலும் நெருப்பு உண்டுங்கற மாதிரி? கெட்டவங்க எல்லாம் ஹிருதயமே இல்லாதவர்களா, என்ன? அவா மனசு ரொம்ப பலகீனமா இருக்கிறதனாலேதான் கெட்டதை எதிர்க்கற பலமில்லாதவாளா இருக்கா... ராஜு மாமாவைப் பொறுத்த வரைக்கும் எனக்குத் தோண்றது அதுதான்... எப்பவோ ஒரு காலத்திலே எனக்கு உதவி செய்துட்டு அந்த நெனைப்பே இல்லாம அவர் எங்கேயோ இருந்தார். அஞ்சு வருஷத்துக்குப்புறம்... சொத் தெல்லாம் அழிச்சிட்டு, ஒரு அனாதை மாதிரி– நான் வசதியா இருக்கிறதைக் கேள்விப்பட்டு இங்கே வந்து நின்னார். அப்போ நான் யோசிச்சேன்... இந்த வீடும் காரும் பணமும் எல்லாம் அவர் தயவிலே கெடச்சது இல்லியான்னு... அவருக்கு வேணும்கறதை எல்லாம் குடுத்தேன். ‘அடிப் பைத்தியக்காரி! எல்லாத்தியும் அவங்கிட்டே விட்டுட்டு இப்படி நிப்பயோ’ன்னு எங்கம்மா திட்டிண்டே இருப்பா... அவர் உதவி செய்யல்லேன்னா நம்ம கிராமத்திலே நாலு வீட்டுக்குப் பாத்திரந் தேச்சிண்டுதான் நாம் இருந்திருப்போம்கிறது அவளுக்கு ஏனோ தோணல்லே...

“அவருக்கு என்கிட்டருந்து பணம்தான் வேண்டியிருந்தது... என் கிட்டேயும் இருந்தது அப்போ, குடுத்தேன்... ஊர்லே ஆயிரம் பேசுவா... பொகையை மட்டும் பாக்கறவா– பொகையைப் பாத்துட்டு நெருப்பே கெடையாதுங்கற புத்திசாலிகள் என்ன பேசினா என்ன? ஒரு கெட்டவனைப் பயன்படுத்தி உதவி பெத்

துண்டதாலே உலகத்திலே பெரிய அந்தஸ்துக்கு நான் வர முடியறது... அவனுக்கு அந்த நன்றியெ மறக்காம திரும்ப உதவி செய்தால் என் பேரும் என் வாழ்க்கையும் கெட்டுப் போயிடுமோ? அப்பிடின்னா கெட்டே போகட்டும்னு நெனைச்சேன் நான். எங்க அம்மாவே என்னைப் புரிஞ்சுக்கல்லே... ம், ஆனால் அதை– என் ஆத்மாவையே– புரிந்து கொண்டவர், இவர்– உங்க பிள்ளை ஒருத்தர்தான்...

“அதனாலேதான் அவர் என் ஜாதகத்தைக் கேட்ட போது அதுவரை அப்படி ஒரு நெனைப்பு அவருக்கிருக்கும்னு கற்பனை கூட இல்லாம இருந்த எனக்கு, ஒருகூடை புஷ்பத்தை திடீர்னு தலையிலே கொட்டி தெய்வங்கள்ளாம் ஆசீர்வாதம் பண்ணினது போல இருந்தது... ஆனாலும் இந்தக் கல்யாணம் நடக்கும்கிறதுலே எனக்கு அப்படி ஒண்ணும் பெரிய நம்பிக்கை ஏற்பட்டுடல்லே... அன்னிலேருந்து நானும் அதைப் பத்தித்தான் யோசிச்சுண்டே யிருந்தேன்... முதல்லே அவரைப் போல ஒரு உத்தமரின் ஜாதகத் தோட என் ஜாதகம் பொருந்தி வரணுமே... அதுக்கு மேலே, பொருந்தின ஜாதகமெல்லாம் நடந்துடணும்னு ஏதாவது கட்டாயம் இருக்கா? அவர் என்ன, என்னை மாதிரி தனி யானவரா? மத்தவாள்ளாம் என்ன சொல்லுவாளோன்னு கொழம்பிண்டே இருந்தேன்... ஆனா ஒண்ணு. இந்தக் கல்யாணம் நடக்கல்லேன்னாலும் எனக்கு சந்தோஷம்தான். அவருக்கு அப்படி ஒரு நெனைப்பு வந்ததே– அது போதும்! என்னைச் சரியாகவும், அவ்வளவு கௌரவமாகவும் புரிஞ்சுண்ட அந்த ஆத்ம சம்மதத் திலேயே பலகாலம் வாழ்ந்து, நிறைஞ்ச தாம்பத்தியத்தின் சுகமே கெடச்சுட்ட திருப்தி எனக்கு வந்தாச்சு...” என்று சொல்லிக் கொண்டே இருந்த பிரமீளாவின் எதிரில் இருந்த ராஜலட்சுமி அம்மாள் விம்மியவாறே கண்களைத் துடைத்துக் கொண்டு அழுவதைக் கண்டதும், ‘தான் என்ன பேசினோம், என்ன சொல்லி விட்டோம்’ என்று புரியாத திகைப்பில் தவித்தாள் பிரமீளா.

“இவ்வளவு உத்தமமான உன்னைப்பத்தி ஊர்லே என் னென்னவெல்லாம் பேசிக்கிறா தெய்வமே... அவாளை மன்னிச்சுடு” என்று தன் மாப்பிள்ளைகளையும், பெண்களையும் நினைத்து வாய் விட்டுக் கூறிய ராஜலட்சுமி, பிரமீளாவின் கைகளைப் பற்றிக் கொண்டாள்.

“கொழந்தே! உன்னெப் பாக்கறச்சே எனக்கு மனசு என்னவோ பண்றது. உன்னுடைய குணத்துக்கு இப்படியெல்லாம் ஆகியிருக்கவேண்டாம். என் பொண்களும் மாப்பிள்ளைகளும்

இந்தக் கல்யாணம் நடந்தா உறவே அத்துப் போகும்னு சொல் லிட்டுப் போயிட்டா.. ஒரு நல்ல காரியத்தை செய்யறதனாலே இப்படியெல்லாம் நடக்கும்னா யார் தடுக்க முடியும், சொல்லு?... என் பிள்ளை தப்பு செய்ய மாட்டான்னு எனக்கு இப்போ கண் முன்னாலே தெரிஞ்சுடுத்து... ஜாதகமும் திவ்யமாய்ப் பொருந் தியிருக்கு..." என்று பொங்கிப் பொங்கி வரும் கண்ணீரை அடக்கியவாறு தன் சம்மதத்தை அவள் தெரிவிக்க முயன்ற போது பிரமீளா அவளை ஆஸ்வாசப் படுத்தித் தனது தீர்மானத்தை அமைதியாகக் கூறினாள்:

"நீங்க பயப்படவோ வருத்தப்படவோ வேண்டாம். ஜாதகம் பொருந்தி இருந்தால் மட்டும் போதுமா? இந்தக் கல்யாணம் நடக்காது. ஏன்னா, இருக்கிற உறவுகளைப் பலப்படுத்திண்டு, பெருக வச்சிண்டு வாழறதுக்குத்தான் கல்யாணம்னு ஒரு காரியத்தைப் பெரியவா ஏற்படுத்தியிருக்கா. இருக்கிற உறவு களைச் சிதைச்சுக்கறதுக்கு அதைப் பயன்படுத்திக்கறது தப் பில்லையா? எனக்கென்ன தம்பூர் இருக்கு. சங்கீதக் கலை இருக்கு. உங்களைப்போல நல்லவாளோட ஆதரவும் அன்பும் இருந்தா... இதைவிட மேலான வாழ்க்கை என்ன, சொல்லுங்கோ..."

"அப்படியெல்லாம் சொல்லாதே கொழந்தே! இந்தக் கல்யாணம் நடக்கவேணும்னு எனக்குத் தோன்றது. பரவா யில்லை... உறவு எங்கேயும் போயிடாது– கொஞ்சநாளிலே எல்லாருமே நம்மைப் புரிஞ்சுண்டு வருவா... நான் போயி இப்பவே முரளிக்கிட்டே என் சம்மதத்தைச் சொல்லிடறேன்" என்று பரபரப்புடன் எழுந்தாள் ராஜலட்சுமி அம்மாள்.

"வேண்டாம்மா... முடிஞ்ச விஷயத்தை ஆரம்பிக்கா தேங்கோ, இன்னிக்குக் காலையிலே ஜாதகத்தைத் திருப்பிக் கொடுக்கறதுக் காக உங்க பிள்ளை வந்திருந்தார். இந்தக் கல்யாணம் நடக்க வேண்டாம்னு நல்ல மனசோட நாங்க ரெண்டு பேருமே தீர்மானம் பண்ணிட்டோம்... நொடிச்சுப்போயி இப்பத்தான் அவராலே தலையெடுத்து இருக்கிற உங்கள் குடும்பம் அவராலேயே பாழாகிப் போறதுக்கு நான் காரணமா இருக்க மாட்டேன்... என்னெப் பத்தி ஊர்லே பேசறதெல்லாம் உண்மையோ பொய்யோ? அப்படிப்பட்ட பேச்சுக்கு நான் ஆளாகியிருக்கேன்– அது உண்மைதானே? அதனாலே எங்க முடிவை நாங்க மாத்திண்டோம். மனமாற்றம்ங்கறது ஒரு தடவை தான் முடியும். அது ஒரு பக்கமே நடந்ததாக இருக்கட்டும்" என்று அவள் சற்றும் கலக்கமில்லாத குரலில் கூறிய போது தனது

கண்ணீரை மறைக்க வேறுபுறம் முகத்தைத் திருப்பினாள் ராஜலட்சுமி.

●●●

அந்த ஞாயிற்றுக்கிழமை முரளிக்குப் பிறந்த தினம் வந்தது.

ராஜலட்சுமியின் பெண்கள் அவர்களின் கணவன்மார்கள் பேரக் குழந்தைகள் எல்லோரும் வீடு நிறைய வந்து குழுமி இருந்தனர்.

அப்போது ஒரு எவர்சில்வர் டிபன் காரியரில் முரளியின் பிறந்த தினத்திற்காகச் சங்கரிப் பாட்டி விசேஷமாகத் தயார் செய்த இனிப்புப் பலகாரங்களை யெல்லாம் நிறைத்துக் கொண்டு, அந்தக் கோடை வெயிலில் யாரையோ பார்க்கப் போவதாகப் புறப்பட்டுக் கொண்டிருந்தாள் ராஜலட்சுமி அம்மாள்.

"இந்தப் பொண் ஜன்மமே சுயநலம் பிடித்த ஜன்மம்டி அம்மா... அட கடவுளே! ஏண்டாப்பா பொண்களை இவ்வளவு பலகீனமாப் படைச்சே?" என்று அடுக்களையில் சங்கரிப்பாட்டி முனகிக் கொண்டிருந்தாள்.

அவளுக்குத் தெரிந்த கோணமும், அவள் பார்த்த பார்வையும் அப்படி. ஆனால் வாழ்க்கை என்பது எத்தனை கோணங்களில் எத்தனை பார்வைகளில் எப்படியெப்படியோ தெரிந்தாலும்— ஏதோ ஒரு நியாயத்தின் அடிப்படையில் எல்லோரையும் சேர்த்து அணைத்துக் கொள்ளும் ஒரு முழுமைதானே!

ஆனந்த விகடன், 1965

# சுய தரிசனம்

அந்த வாரப் பத்திரிகையில் தனக்கு உதவி ஆசிரியர் உத்தியோகம் என்று கௌரவமாகச் சொல்லிக் கொண்டு ஒவ்வொரு நாளும் வந்து குவியும் கதைகளுக்கெல்லாம் அனுப்பி யவர்களின் விலாசங்களைப் பதிவு செய்தும்– பிரசுரிக்காமல் தள்ளப்பட்ட கதைகளை 'வருந்துகிறோம்' ஸ்டாம்பு குத்தித் திருப்பி அனுப்பியும்— விலாசமெழுதிக் கொண்டிருப்பதையுமே பணியாகக் கொண்டுள்ள சிவராமனுக்கு, இன்று அவன் பெயருக்கே ஒரு கடிதம் வந்திருக்கிறது. அந்த நீளக் கவரின்மீது, 'சிவராமன், உதவி ஆசிரியர்' என்று குறிப்பிடப் பட்டிருப்பதைக் கண்டத்தில் அவனுக்குச் சற்றுப் பெருமிதம்தான்!

அந்த நீளக் கவரின் வாய்ப்புறத்தை இரண்டு விரல்களால் பிடித்து லாகவமாக வளைவு வளைவாய்க் கிழித்துப் பிரிக்கிறான் சிவராமன். அதனுள் ஒரு கத்தைக் காகிதமிருந்தும் அதன் நடுவே இருந்து 'இது கடிதம்' என்று சொல்வது போல் தனியாக விழுந்த ஒரு காகிதத்தை எடுத்துப் படிக்கிறான் அவன்.

> 'சிரஞ்சீவி சிவராமனுக்கு அநேக ஆசீர்வாதம்.. பக வான் கிருபையால் உனக்குச் சகல சௌபாக்கியங்களும் உண்டாகணும்.
>
> 'உங்கள் எல்லாரையும் பார்த்து நேரிடையாகச் சொல்லிக் கொண்டு வராமப் போனதை நெனைச்சா கஷ்டமாகத்தான் இருக்கு... இருந்தாலும் பரவாயில்லை. யோசிச்சுப் பார்க்கறச்சே, ஆசையும் உறவும் மனசிலே ஆழமா இருந்தா, உதட்டோட சொல்ற வார்த்தையெல்லாம் அநாவசியம்னு தோன்றது. ஆனாலும் அப்படியெல்லாம் நெனைச்சுண்டு ஒரு தீர்மானத்தோட நான் சொல்லிக்காம வந்துடல்லே. சொல்லிக்கறதுக்கு எனக்குத் தைரியம் வரலே... சொல்லிக்க முடியல்லே... அவ்வளவுதான். வந்துட்டேன், ஆமாம்; எதையுமே சொல்றதுக்கு ஒரு தைரியம் வேணும். என் அனுபவத்திலே செய்யறதுகூடச் சுலபம்; சொல்றது தான் கஷ்டாமாயிருக்கு... அதான் சிரமம். நன்னா யோசிச்சுப் பாரு. நீ யோசிக்கறவன்; கதை எழுதறவன்... நல்லதும்

கெட்டதுமா எத்தனையோ விஷயங்களைச் செய்துடறோம். அதையெல்லலாம் அலசிப் பிச்சுச் சொல்றதுன்னா முடியற காரியமா? நான் இப்படி ஓடி வந்துடறதுன்னு முடிவு பண்ணிண்டு உங்ககிட்டேயெல்லாம் சொல்லிண்டு போக வந்திருந்தேன்னா... சொல்லி இருப்பேன்— கடைசியில் மனசு கேக்காம அங்கேயே உக்காந்திண்டிருந்திருப்பேன். எனக்குத் தெரியும்; நான் போறேன்னா நீங்க யாரும் அழமாட்டேள்னு... ஆனா நான் அழுவேனே... உன் ஆத்துக்காரி என் காதிலே விழட்டும்னே, நான் இருக்கறது தெரியாதமாதிரி சொல் வாளே 'அசட்டு பிராம்ணன்'னு அது நெஜந்தான்! சரி, இப்ப நான் வந்துட்டேன். எங்கே இருக்கேன் என்ன பண்றேன்னு எல்லாம் தெரிஞ்சுக்க உன் மனசிலே ஒரு துடிப்பு இருக்கும்னு எனக்குப் புரியறது. இந்தக் கடுதாசியோட ஒரு கத்தைக் காகிதம் கிறுக்கி அனுப்பி இருக்கேனே. அதை எப்பவாவது போது இருக்கச்சே— போது போகலேன்னா படிச்சுப் பாரு. என்னை, என் மனச்சாட்சியை நீ புரிஞ்சுக்கலாம். நீ புரிஞ்சுப்பேன்னு நினைக்கிறேன்.

... நீ புரிஞ்சுண்டாலும் புரிஞ்சுக்கலேன்னாலும் எனக்குக் கவலை இல்லே. இந்த ஒரு மாசமா உனக்கு ஒரு கடுதாசி எழுதணும் எழுதணும்னு ஏனோ தோணிண்டே, எழுதலி யேன்னு உறுத்திண்டே இருந்தது. சத்தியமாச் சொன்னா இந்தக் கடுதாசியைத் தவிர மீதி இருக்கற ஒரு கத்தைக் காகிதத்தை உனக்காக நான் எழுதல்லே... நானா எனக்குத் தோணினதை யெல்லாம் எதுக்குன்னு தெரியாமே எழுதிண்டே இருந்தேன்; இன்னும் எழுதிண்டிருக்கேன். இது என்னை நானே பார்த்துக்கிற பார்வை. சுய விமரிசனம். இல்லே, சுயதரிசனம். திடீர்னு என்னமோ தோணித்து; எழுதின வரைக்கும் அந்த நோட்டு புக்கிலிருந்து பிச்சு எடுத்து உனக்கு அனுப்பறேன். இதுவும் ஒரு அசட்டுத்தனமோ, என்னமோ? ஆனா ஒண்ணு, உன் ஆத்துக்காரியிடம் சொல்லு! 'அசடு பிராம்ணனா இருக்கப்படாது; அசடா இருந்தா பிராம்மணனில்லே! பிராம்ணன்னா ஞானப் பொக்கிஷம்னு அர்த்தம்'னு... அந்தக் குலத்திலே பொறந்து, கணபதின்னு பெத்தவர் சூட்டின பேரை இழந்து 'அசட்டு சாஸ்திரி, தத்தி சாஸ்திரி'ன்னே அறுபது வருஷமா பட்டம் வாங்கிண்டு இருந்திருக்கேன். சரி, போனது போச்சு. இப்ப நான் சந்தோஷமா கௌரவமா— அறுபது வயசுக்கப்புறம்— இப்பத்தான் சந்தோஷமா இருக்கேன். ப்ராப்தம் இருந்தால்

எங்கேயோ எப்பவோ நாம சந்திக்கலாம். என்னை நீங்கள்ளாம் மறந்துட்டாலும் பாதகமில்லை. என்னால் எதையும் மறக்க முடியல்லே.

இப்படிக்கு உன் தகப்பனார்,
கணபதி.

கையெழுத்திட்ட இடத்தில் கணபதி சாஸ்திரிகள் என்று எழுதி 'சாஸ்திரிகள்' என்ற வார்த்தை அடித்து நைக்கப் பட்டிருந்தது.

கவருக்குள்ளிருந்து அந்த ஒரு கத்தைக் காகிதத்தைப் பத்திரிகை ஆசிரியர் தோரணையில் கையில் எடுத்து எத்தனை பக்கங்கள் என்று அறிய அவன் கடைசித் தாளை நீக்கிப் பார்க்கிறான். அதில் பக்க எண் ஏதுமில்லை. அந்தக் காகிதங்கள் அனைத்தும் ஒரு நோட்டுப் புத்தகத்திலிருந்து பிய்த்தெடுக்கப் பட்டிருந்ததால் ஓரத்தில் ஒழுங்கற்றுப் பிசிறுகளுடன் இருக்கின்றன. அவற்றில் சில பக்கங்களில் பென்சிலாலும் சில பக்கங்களில் பேனாவாலும்– தீர்க்கமான சிந்தனையோடு பல காலம் மனசில் ஊறி வரும் தெளிவு மிகுந்த கருத்துக்களானதால்– அடித்தல் திருத்தல் ஏதுமின்றி எழுதப்பட்டிருக்கிறது. அவற்றை ஒரே மூச்சில் படித்துவிட வேண்டும் என்ற ஆர்வமிருந்தும் ஆபீசில் அதற்கு நேரமில்லாது வேலை குவிந்திருப்பதால் அந்தக் கடிதத்தைப் பத்திரமாக மடித்துத் தன் கைப்பையில் வைத்துக் கொள்கிறான் சிவராமன். அதைப்பைக்குள் வைக்குமுன் அந்தக் கடிதம் எங்கிருந்து வந்திருக்கிறது என்றறிய உறையையும் கடிதத்தையும் திருப்பித் திருப்பிப் பார்க்கிறான். அனுப்பியோர் விலாசம் ஏதும் அதில் இல்லை; எனினும் தபால் முத்திரையிலிருந்து அக்கடிதம் புதுடில்லியிலிருந்து வந்திருப்பதைக் கண்டு ஒரு வினாடி பிரமித்து விழிக்கிறான் சிவராமன்.

'இந்த அப்பா என்ன துணிச்சலோடு இவ்வளவு தூரம் சொல்லாமல் கொள்ளாமல் ஓடிப் போயிருக்கிறார்' என்று எண்ணியபோது, கள்ளங்கபடு அறியாத அந்த அப்பாவி உள்ளம், இந்த வாழ்க்கையில் எந்த அளவுக்குக் கைத்து நொந்து போயிருக்கும் என்ற– அறிவில் விளையாத, மனத்தில் சுரந்த– உணர்வில் அவனது கண்கள் கலங்குகின்றன.

அந்த விநாடி அவன் தனது தந்தையின்– அந்த அசட்டுப் பிராமணரின்– தாடி மழிக்காத, நரைத்த ரோமக் கட்டை அடர்ந்த, முன் பல் விழுந்த, அம்மைத் தழும்புகள் நிறைந்த, மாறுகண்

பார்வையோடு கூடிய கரிய முக விலாசத்தைக் கற்பனை செய்து கண்ணெதிரே காண்கிறான்.

●●●

கணபதி சாஸ்திரிகள் போன மாசம் அமாவாசைக்கு அடுத்த நாள் திடீரென்று காணாமற் போய்விட்டார்.

முதல் இரண்டு நாட்கள் அவரது குடும்பத்தினர்– குடும்பத்தினர் என்றால் வேறு யார்? அவரது இரண்டு பிள்ளைகளான சிவராமனும் மணியும்தான் அவர்கள்– அதற்காக அதிகம் கவலை கொள்ளவில்லை.

நான்கைந்து சாஸ்திரிகளோடு அவர் காஞ்சிபுரம் போயிருப்பதாக யாரோ சொல்லக் கேட்டு, "போகிற மனுஷர் ஆத்திலே வந்து ஒரு வார்த்தை சொல்லிட்டுப் போகப் படாதோ? நெனச்சப்போ வரதும் போறதும்— இது என்ன சத்திரமா சாவடியா?" என்று மொறு மொறுவென அவரைத் திட்டித் தீர்த்துக் கொண்டிருந்தாள் அவரது மாட்டுப் பெண் ராஜம். ஆனால் சில நாட்களுக்குப் பிறகு அந்த நான்கு சாஸ்திரிகளும் திரும்பி வந்து கணபதி சாஸ்திரிகள் தங்களுடன் வரவில்லை என்று தெரிவித்த அந்த நிமிஷமே ராஜம் ஒரு வினாடி திகைத்து, அந்தத் திகைப்புக்குப் பின்னர் அவரைத் திட்டுவதை நிறுத்திக் கொண்டாள்.

"எங்கே போயிருப்பார்? எங்கே போயிருப்பார்?" என்று தனக்குத் தானே புலம்பிக் கொண்டாள். வேறு மகளோ, அவரை மதித்து அன்புடன் உபசரிக்கும் உறவினரோ யாருமில்லாத அவரது நிலையை எண்ணியெண்ணித் தனக்குள் பெருமூச்செறிந்தாள். சிவராமனின் மனத்திலும் லேசான கலக்கம் குடிகொண்டது.

தினசரி மாலையில் ஆபீசிலிருந்து வரும்போது, வழியில் உள்ள தெப்பக்குளச் சுவரின் மீது வரிசையாய் உட்கார்ந்து உரத்த குரலில் வாக்கு வாதங்களில் ஈடுபட்டிருக்கும் சாஸ்திரிகளின் சபையில் தன் தகப்பனார் இருக்கிறாரா என்று சிவராமனின் கண்கள் அலைந்து அலைந்து தேடி ஏமாந்தன.

– அவனுக்குத் தெரியுமா? ஊரில் இருக்கும்போதுகூட இந்தக் கூட்டத்திலிருந்து ஒதுங்கித் தனித்தே அவர் நிற்பார் என்பது... அது சரி, அந்த அசட்டு பிராம்மணரை யார்தான் சேர்த்துக் கொள்வார்கள்?

நாளுக்கு நாள் தன் தந்தையின் மீது 'அவர் என்ன ஆனாரோ, எங்கே நிற்கிறாரோ, அல்லது வேறு ஏதாவது'... என்று எண்ணி

யெண்ணி அவர்பால் தன் மனத்துக்குள் ஒரு ரகசியமான ஏக்கம் மிகுந்து கனப்பதை அவன் உணர ஆரம்பித்தான். எனினும் அதுபற்றி வெளிப்படையாய் விசாரிக்கவோ பேசவோ அவன் வெட்கப்பட்டான். தன் மனைவி ராஜம் 'லோகத்திலே இல்லாத அப்பாவைப் படைச்சுட்டேளே... ஒரேயடியா உருகிப் போகா தேங்கோ' என்று எரிந்து விழுவாளோ என்று அஞ்சினான். தன் தம்பியும் தன்னைப் போலவே உள்ளூர அப்பாவுக்காக ஏங்கு கிறானோ, அல்லது அந்த அசட்டுக் கிழம் எங்கே தொலைந்தால் என்ன என்று அசட்டையாக இருக்கிறானோ என்று அறிய முடியாமல் தவித்தான், அப்படி அசட்டையாக இருந்தால் அது மகா பாவம் என்று தோன்றியது. சின்ன வயசில்– சின்னவயசில் என்ன... இப்போதுகூடத்தான் அவரை அப்பா என்று சொல்லிக் கொள்ளவே தானும் தன் தம்பியும் வெட்கப்பட்ட நிகழ்ச்சிகள் எல்லாம் அவன் நினைவுக்கு வந்தன.

கணபதி சாஸ்திரிகள் போன்ற ஓர் அழகற்ற கறுப்புப் பிராம்மணர் அசட்டுச் சிரிப்புடன், மாறு கண் பார்வையோடு எதிரில் வந்து நின்றால் யாருக்குமே மதிப்பான எண்ணம் பிறக்காதுதான். அவரைப் பார்த்தால் சிலருக்குப் பரிதாபமாக இருக்கும்; சிலருக்குப் பரிகாசமாக இருக்கும். அவரும் 'ஈஈ' என்று ஓட்டை வாய்ச் சிரிப்புடன் குழந்தைபோல் எதையாவது பேசுவார். பேச்சில் பொதிந்துள்ள அர்த்தத்தை யார் கவனிக்கிறார்கள்? ஆகவே அது பலருக்கு ஒரு 'போரா'கவே இருக்கும். பரிதாபத் துக்கும் பரிகசிப்புக்கும் ஆளாகிக் கொண்டிருக்கும் தன்னை 'அப்பா' என்று சொல்லிக் கொள்ளவே தன் பிள்ளைகள் வெட்கப்படுவதில் ஒரு நியாயமிருப்பதாகக் கருதி வந்தார் கணபதி சாஸ்திரிகள். மொத்தத்தில் கணபதி சாஸ்திரிகளை ஊரில் யாரும் மதித்ததில்லை; சில சமயங்களில் அவமதித்ததுண்டு.

மற்ற சாஸ்திரிகளுக்கு எதையாவது பேசி அவர் வாயைக் கிளறி மகிழ அவர் ஒரு பொழுதுபோக்குச் சாதனம். வீட்டில் அவரது பிள்ளைகளுக்கு அவரால் அவமானம்; வெட்கம். அவரது மாட்டுப் பெண்ணுக்கு அவர் மீது வெறுப்பு!

ராஜத்துக்கு அவர் மீது தனியாக விசேஷமான வெறுப்பு ஒன்றும் கிடையாது. சதா நேரமும் சிடுசிடுத்துக் கொண்டிருப்பது அவள் சுபாவம். அந்தச் சிடுசிடுப்பில் அடிக்கடி வந்து சிக்கிக் கொள்பவர் அவர்தான் என்றால் அதற்கு அவளா பழி!

இவ்விதம் யாருக்கும் வேண்டாதவராயிருந்த கணபதி சாஸ்திரிகள் எங்கோ ஓடிப் போனதில் யாருக்கு என்ன நஷ்டம்?

"இன்னியோட பத்து நாளாச்சு. இருபது நாளாச்சு..." என்று அவர்கள் ஏன் நாளை எண்ணிக் கொண்டிருக்கிறார்கள்?

"இப்படி நம்ம தலையிலே பழியைப் போடணும்னு காத்துண்டு இருந்திருக்கார் மனுஷர். ஊர்லே என்னைத்தானே சொல்லுவா? நான் அவரை ஒரு வார்த்தை பேசினது உண்டா! மனுஷன் இருந்தும் என் பிராணனை வாங்கினார். இப்போ இல்லாமலும் என் பிராணனை வாங்கறார்" என்று பொழுது விடிந்து பொழுது போனால் தன் மாமனாரின் பிரிவுக்காக அவளும் தன் சுபாவப்படி ஏங்கிக் கொண்டுதானிருந்தாள்.

– அவர் இருக்கும்போது, ஒரு வார்த்தைகூட அவரைக் கடிந்து தான் பேசினதில்லை என்று நிஜமாகவே நினைக்கிறாள் ராஜம்.

இந்த ஒரு மாதப் பிரிவின் காரணமாக, தங்களை விட்டு விலகிப் போன கணபதி சாஸ்திரிகள் உயிருடனாவது இருக் கிறாரா என்று அறிந்துகொள்ள விரும்பும் துடிப்பில் அவர் குடும்பத்தினருக்கு அவர் மீது ஒருவித ஏக்கமும் அன்பும் பிறந்திருக்கிறது. அவர் இப்படி எங்கோ அனாதை போலப் போய்விட்டதை எண்ணியெண்ணி 'அவர் எங்கே அனாதைப் பிணமாகக் கிடக்கிறாரோ' என்ற பயங்கரமான கற்பனைகளில் சிக்கிக்கொண்டு, 'இந்தப் பாபத்துக்கு நான் தான் காரணமோ' என்று உள்ளூர விளைந்த நடுக்கத்துடன் ரகசியமாகக் கண்ணீர் வடிக்கிறாள் ராஜம். இந்த விஷயம் சிவராமனுக்கோ மணிக்கோ தெரியாது.

●●●

பத்து நாட்களுக்கு முன்பு ஆபீசில் இருந்து வருகின்ற போது, தெப்பக் குளக்கரையில் கூடி நின்ற சாஸ்திரிகள் கும்பலில், சிவராமனின் பார்வை– கட்டை குட்டையாகக் கன்னங் கரேலெனத் துண்டாகத் தென்படும்– தன் தந்தையைத் தேடி வழக்கம்போல் துழாவியபோது, அவனைப் பார்த்துவிட்டார் வெங்கிட்டுவையர். அவனைப் பின் தொடர்ந்து கடைத் தெருவரை வந்தார்... பிறகு தன் பின்னால் யாரும் வருகிறார்களா என்று சுற்றும் முற்றும் பார்த்துக் கொண்டு "... என்னடா சிவராமா" என்றழைத்தார்.

சிவராமன் திரும்பினான்.

"என்ன, உங்கப்பாவைப் பத்தின தகவல் ஏதாவது கிடைச்சுதோ?" என்று நெருக்கமாய் வந்து கேட்டார்.

வெங்கிட்டுவையர், கணபதி சாஸ்திரிகளின் பால்ய சினேகிதர். ஒத்த வயது.

சிவராமனுக்கு ஏனோ தான் பெரிய தவறு புரிந்து விட்டது போன்ற உணர்ச்சி ஏற்பட்டுக் குனிந்த தலையோடு "ஒரு தகவலும் இல்லை... எங்கே போயிருப்பார்ன்னு தெரியல்லே... ஏன் போனார்னும் தெரியல்லே... ஆத்திலே கூட ஒண்ணும் வருத்தம் இல்லே ம்... உங்களுக்குத் தெரியாதா, நாங்க எப்படி அவரை வெச்சிருந்தோம்னு' என்று மென்று மென்று விழுங்கினான் சிவராமன். அவனுக்குக் குற்றமுள்ள மனசு குமைந்தது....

"அட அசடு, அதுக்கு நீ என்ன செய்வே? அப்படியே இருந்தாலும் தோப்பனுக்கும் மகனுக்கும் ஆயிரம் இருக்கும். ... அதுக்காக ஒருத்தன் ஆத்தை விட்டே போயிடுவனோ? அது சரி, உனக்கு விஷயமே தெரியாதா...?" என்று சுற்றுமுற்றும் பார்த்தார். பிறகு குரலைத் தாழ்த்தி "இப்படி வா, சொல்றேன்" என்று நடுத் தெருவிலிருந்து ஓரமாய், பஜனை மடத்தருகே அவனை அழைத்து வந்தார் வெங்கிட்டுவையர்.

கணபதி சாஸ்திரிகள் ஊரைவிட்டே ஓடிப் போவதற்கு முதல் நாள் தெப்பக் குளக்கரையில் நடந்த சம்பவத்தை அவர் நினைத்துப் பார்த்தார்.

தெரு ஓரமாய் இருவரும் வந்து நின்ற பின், தனது இடுப்பில் செருகி இருந்த பொடி மட்டையை எடுத்து ஒரு சிமிட்டா பொடியை விரல்களில் இடுக்கியவாறு அவர் சொன்னார்: "அவனுக்கு மனசே வெறுத்துப் போச்சுடா. அவனை அப்பிடி அவமானப் படுத்திட்டார். வேறே யாரு, சுந்தர கனபாடிகள் தான்..." என்று சொல்லிவிட்டுக் கையிலிருந்த பொடியைக் காரமாய் உறிஞ்சினார் வெங்கிட்டுவையர். பொடியின் காரத்தில் கலங்கிய கண்களோடு சிவராமனை வெறித்துப் பார்த்தார்.

சிவராமனுக்கு ஒன்றும் புரியவில்லை. சுந்தர கனபாடிகள் கணபதி சாஸ்திரிகளை அவமானப்படுத்தினாரா? ஏன்?

சிவராமனுக்கும் அவன் குடும்பத்தினருக்கும் சுந்தர கனபாடிகள் மீது அளவற்ற மரியாதையும் பக்தியும் உண்டு. கணபதி சாஸ்திரிகளின் குருநாதர் அவர்தான். அந்தக் காலத்தில் மகா பண்டிதராய் விளங்கிய கணபதி சாஸ்திரிகளின் தந்தை யான பரமேஸ்வர கனபாடிகளின் உயிருக்கு உயிரான சீடர் சுந்தரகனபாடிகள் என்ற விஷயம், ஒரு குடும்பப் பெருமையாய்ப் போற்றி வந்த செய்தி. அவரிடந்தான் கணபதி சாஸ்திரிகள் வேதம்

பயின்றார். எழுபத்தைந்து வயதுக்கு மேலாகிப் பழுத்த பழமாய்ப் பார்த்தவர் வணங்கும் தோற்றமும் தன்மையும் பொருந்திய கனபாடிகள், பாவம் தன் தந்தையை என்ன காரணத்தினால் அவமானப்படுத்தி இருக்க முடியும்? அப்படியே கொஞ்சம் முன் கோபியான கனபாடிகள் ஏதாவது சொல்லியிருந்தாலும், யார் என்ன கூறிப் பழித்தாலும் அதனைப் பொருட்படுத்தாத 'பரப் பிரம்மமான' தன் தந்தை அதற்காகவா ஊரைவிட்டு ஓடிப் போயிருப்பார்?' என்றெல்லாம் யோசித்து தயக்கத்துடன் "நீங்கள் என்ன சொல்றேள்?" என்று வெங்கிட்டுவையரின் முகத்தைப் பார்த்தான் சிவராமன்.

"நான் பார்த்ததைத்தான்டா சொல்றேன். நேக்கென்னடா பயம்? மத்தவாள்ளாம் ஒரு கட்சி மாதிரி, இந்த அநியாயத்தைப் பத்தி ஓரு வார்த்தை பேச மாட்டேங்கறாளே... சுந்தர கனபாடிகள் ரொம்பப் பெரியவர்தான்... நான் இல்லேங்கல்லே... ஆனாலும் அவருக்கு இந்த வயசிலே இப்படி ஒரு கோபம் கூடாது. மனுஷன் என்ன இப்படியா அசிங்க அசிங்கமாகப் பேசுவார்? இவர் தகுதிக்கு ஆகுமா?...சீ!" என்று படபடவென்று பேசி அலுத்துக் கொண்ட வெங்கிட்டுவையர், அதற்கு மேல் விஷயத்தை அறிந்து கொள்ள அவன் ஆர்வம் காட்டுகிறானா என்று அறிய மௌனமாய்ச் சிவராமனின் முகத்தைப் பார்த்தார்.

"என்னதான் நடந்தது. எனக்கு ஒண்ணுமே தெரியாதே!" என்று பதைத்தான் சிவராமன்.

"எனக்கும்தான் தெரியாது... நான் கோவில்லேருந்து வந்திண்டிருந்தேன். குளத்தங்கரையிலே ஒரே சத்தமா ஏகக் களேபரமா இருந்தது. பார்த்தா உங்கப்பன் கணபதி தேமேன்னு நின்னுண்டிருக்கான். கனபாடிகள் அடிக்கப் போறவர் மாதிரி கையைக் கையை ஓங்கிண்டு ஆவேசம் வந்த மாதிரி குதிக்கறார். அவனை அவர் அடிக்கக்கூடப் பாத்தியதை உள்ளவர்தான்டா. நான் இல்லேங்கல்லே... ஆனாலும் கன்னா பின்னான்னு— சீ! ஒரு பிராமணன் பேசக் கூடிய பேச்சா? அப்பிடி அசிங்க அசிங்கமா திட்டினார்... கணபதி அப்படியே கூனிக் குறுகி நின்னுண்டிருந் தான்... கடைசியிலே– அவன் மட்டும் என்ன மனுஷன் இல்லியா? நேக்கே தோணித்து... அதை அவன் கேட்டுட்டான்... அப்படி ஒண்ணும் தப்பாப் பேசிடலே... 'ஓய் இப்படி அசிங்க அசிங்கமா பேசறீரே... நீர் ஒரு பிராம்ணனாய்யா'ன்னு கேட்டான்...! எவ்வளவு பேச்சுக்குத்தான் ஒரு மனுஷன் பேசாம இருப்பான்; நறுக்குன்னு கேட்டான்... அவ்வளவுதான்! அந்தக் கிழவரைப் பார்க்கணுமே... கணபதி கழுத்திலே போட்டிருந்த துண்டை இழுத்து முறுக்கிப்

பிடிச்சுண்டார்... ஆவேசம் வந்தது மாதிரி காயத்திரி மந்திரத்தைக் கூவினார்: 'சொல்லுடா, இதுக்கு அர்த்தம் சொல்லு, நீ பிராமண னுக்குப் பொறந்தவனானா சொல்லுடா... என்னைப் பார்த்தா கேட்டே... பிராமணனான்னு... இவன் பிராமணனான்னு எல்லோரும் கேளுங்கோ...'ன்னு அசிங்க அசிங்கமாகத் திட்டினார்... ஒரே கும்பல் கூடிடுத்து... நான் போய் விலக்கப் பார்த்தேன். அந்த கிழவருக்குத்தான் என்ன பலமோ? என்னைப் பிடிச்சு ஒரு தள்ளு தள்ளினார் பாரு... நான் போயி குளக்கரை சுவர் மேலே விழுந்தேன். தள்ளிட்டுக் கத்தறார்... மனுஷனுக்கு வெறி! "ஒண்ணு, மந்தரத்துக்கு அர்த்தம் சொல்லு... இல்லேன்னா 'நான் பிராமணன் இல்லே'ன்னு ஒத்துக்கோ... என்னெக் கேட்டியேடா, என்ன தைரியம்?" என்று உறுமினார். அவர் பிடியிலே, பாவம், கணபதிக்கு உடம்பே நடுங்கறது. நாங்க அவர்கிட்டே பேச முடியல்லே... அந்தக் கெழம்தான் மூர்க்கமாச்சேன்னு கணபதி கிட்டே கெஞ்சினோம்... 'சொல்லுமேய்யா... மந்திரத்துக்கு அர்த்தம் சொல்லிட்டுப் போமேன்... பிடிவாதம் பிடிக்காதீர்'ன்னு நானும் கிட்டே போயி சொன்னேன். கணபதி என் மூஞ்சியை வெறித்துப் பார்த்தான். பார்த்துட்டு 'ஓ'ன்னு கொழந்தை மாதிரி அழுதான்.

"நேக்கு மந்திரம்தான் தெரியும்... அர்த்தம் தெரியாதே'ன்னு அவன் அழறப்போ, அம்பது வருஷத்துக்கு முந்தி நானும் அவனும் ஒண்ணாப் படிச்சதெல்லாம் நேக்கு ஞாபகம் வந்து நானும் அழுதுட்டேன்.

"திடீர்னு உங்கப்பன் கனபாடிகள் கையைத் தள்ளி உதறினான். எல்லாரும் என்ன நடக்கப் போறதோன்னு திகைச்சுப் போனோம். பல்லைக் கடிச்சுண்டு உடம்பிலேருந்து பூணலை வெடுக்குனு பிச்சு அறுத்து, கனபாடிகள் மூஞ்சிலே எறிஞ்சுட்டு 'போங்கோ, நான் பிராமணன் இல்லே– நான் பிராமணன் இல்லே'ன்னு கோஷம் போடற மாதிரி கத்திண்டு ஓட்டமும் நடையுமாக நாலுவீதியும் சுத்திண்டு அப்பப் போனவன் தான். என்ன ஆனானோ, எங்கே போனானோன்னு உன்னண்டை வந்து விசாரிக்கணும்னுதான் நெனைச்சிண்டிருந்தேன். நீ என்னடான்னா இந்த விஷயமே தெரியாதுங்கறே" என்று, தான் சம்பந்தப்படாத– இந்தக் காலத்துப் பிராமணர்களாகிய தாங்கள் யாருமே சம்பந்தப் படாத– கணபதி சாஸ்திரி என்ற தனிப்பட்ட ஒருவனின் விவகாரம்போல், அன்று நடந்த நிகழ்ச்சியை விளக்கினார் வெங்கிட்டுவையர்.

வெட்கிட்டுவையர் விவரித்த சம்பவத்தில் பொதிந்துள்ள ஒரு சமூகச் சீரழிவின் கொடுமையை ஆழ்ந்து உணர்ந்த வேதனையில்

வாய்மூடி மௌனியானான் சிவராமன். அவரிடமிருந்து விடை பெற்றுக் கொள்ளாமலேயே குனிந்த தலையோடு, கலங்குகின்ற கண்களோடு அவன் வீடு நோக்கி நடந்தான்.

வீட்டிற்குப் போனதும் ஒரு மூலையில் கவிழ்ந்து படுத்துக் கதறி அழ வேண்டும் என்று வழியெல்லாம் நினைத்துக் கொண்டே அவன் நடந்தான்.

ஆனால் அன்று அவன் வீடு சென்றதும் அவ்விதம் செய்ய வில்லை. தந்தையின் பிரிவை எண்ணித் தான் அழுவதைக் கண்டு 'அவள்' கோபிப்பாள் என்ற அச்சத்தில் அவன் அந்த 'ஆசை'யைக் கைவிட்டான்–

– தாழ்ந்த குலத்தில் பிறந்த கொடுமைக்கு அழுதால் அதற்கு ஓர் அர்த்தமும் இருக்கும், அனுதாபமும் கிடைக்கும். உயர்ந்த குலத்தில் பிறந்தும் கலியின் விளைவால் விபரீதமாய்ப் போன இந்தக் கொடுமைக்கு அழத்தான் முடியுமா? அனுதாபந்தான் கிடைக்குமா?

●●●

சிவராமன் ஆபீஸிலிருந்து வரும்போது வழியில் குறுக்கிட்ட தெப்பக் குளக்கரை சாஸ்திரிகள் கூட்டத்தில் அவன் பார்வை இன்று யாரையும் தேடவில்லை. வீடு சென்றதும் தபாலில் வந்த அந்தக் காகிதக் கத்தையில் பென்சிலாலும் பேனாவாலும் எழுதப்பட்டிருக்கும் செய்திகளை, காலத்தின் அடியை நெஞ்சில் ஏற்றதால் ஒரு வயோதிக இதயத்திலிருந்து தெறித்து விழுந்த ரகசியமான உதிரத் துளிகளின் அர்த்தத்தை அறிந்து கொள்ள வேண்டும் என்ற அவசரத் துடிப்பில் நடந்து கொண்டிருந்த அவன், அந்தக் கூட்டத்தையே கவனிக்கவில்லை.

சிவராமன் வீட்டை அடையும்போது ராஜம் அடுக்களையில் இருக்கிறாள். மணி இன்னும் வீட்டுக்கு வரவில்லை. அவனுக்கு மவுண்ட்ரோடிலுள்ள ஒரு பெரிய பாதரட்சைக் கடையில் சேல்ஸ் மேன் உத்தியோகமானதால், இரவு எட்டு மணிக்குமேல் கடை அடைத்த பின்னர்தான் வீட்டுக்கு வர முடியும்.

தனது அறையில் சென்று உடைகளைக் களைந்த பின் முதல் வேலையாகக் கைப்பையைத் திறந்து அந்த நீளக்கவரின் உள்ளே இருந்த காகிதக் கத்தையை எடுத்து அந்தரங்கமாய்ப் படிக்க ஆரம்பிக்கிறான் சிவராமன்.

அவன் படித்த முதல் வரியே ஒரு மகத்தான இலக்கியத்தின் ஆரம்ப வாசகம்போல் அமைந்து இருக்கிறது.

●●●

"இதோ! என் கண் முன்னே ஆயிரக்கணக்கான மனுஷா சஞ்சரிச்சுண்டிருக்கா. ஒவ்வொரு மனுஷாளும் ஒவ்வொரு விதமா இருக்கா. ஒரு விதம் மாதிரி இன்னொரு விதம் இல்லே. ஆயிரமும் ஆயிரம் விதம். இந்த மைதானத்தில் எனக்கு முன்னேயும் எனக்குப் பின்னேயும் ஆயிரம் ஆயிரமா மனுஷா போயிண்டும் வந்துண்டும் இருக்கா... சின்ன வயசிலே குடை ராட்டினத்திலே முதல் தடவை சுத்தினப்ப ஏற்பட்ட மயக்கம் மாதிரி இந்த நிமிஷம் என்னைச் சுத்தி ஆயிரம் ஆயிரமா ஜனங்கள் சுத்திண்டு இருக்கச்சே ஒரு பிரமை தட்டறது. நானும் திருவிழாக் கும்பல்லே வழி தவறிச் சிக்கிண்ட கொழந்தை மாதிரி திருதிருன்னு முழிச்சுப் பாக்கறேன். இந்த ஆயிரக்கணக்கான மனுஷா முகத்திலே ஒண்ணுகூட தெரிஞ்ச முகமா இல்லே. என்னைக் கவனிக்கிற முகம் இதிலே ஒண்ணுகூட இல்லேங்கறதை நெனச்சுப் பார்க்கறப்போ பரம சுகமா இருக்கு.

"இந்த டில்லி இருக்கே, ரொம்ப புராதன நகரம். அசோகன் என்ன, பாதுஷாக்கள் என்ன, வெள்ளைக்காரா என்ன– இந்த தேசத்தையே எத்தனையோ வருஷங்களா ஆண்டு வர்ர நகரம் இது. இன்னிய தேதியிலே நாமெல்லாம் உக்காந்துண்டு சொந்தம் கொண்டாடறோம். எத்தனை தலைமுறைகளை இந்த லோகம் பார்த்துண்டே இருக்கு! இந்த நிமிஷம் உயிர் வாழற மனுஷ ஜாதியிலே ஒரு நபர்கூட இருநூறு வருஷத்துக்கு முன்னாலே இல்லே; இருநூறு வருஷத்துக்கு முன்னாலே வாழ்ந்த மனுஷ ஜாதியின் ஒரு ஜீவன்கூட இப்போ இல்லே. அது ஒரு பிரிவு; இது ஒரு பிரிவு, அந்தப் பிரிவு எப்போ எப்படிப் போயி இந்தப் பிரிவு எப்போ எப்படி வந்ததுன்னு யார் சொல்ல முடியும்? இது மட்டும் சத்தியம்: அது முழுக்கப் போயிடுத்து, இது முழுக்க வந்துடுத்து. ஆழமா யோசிக்காம எடுத்த எடுப்பிலே பார்த்த உடனே இந்த உலகத்திலே உள்ள எல்லாமே ஒரு அதிசயமாய்த்தான் இருக்கும். அது மாதிரிதான் இந்த விஷயமும்– இருநூறு வருஷத்துக்கு முன்னாடி இருந்தவா முழுக்கப் போனதும், இப்ப உள்ளவா முழுக்க வந்துட்டதும் ஆச்சரியமாகத்தான் இருக்கு– அவா கொஞ்சம் கொஞ்சமா போனா; இவா கொஞ்சம் கொஞ்சமா வந்தா. இது மாதிரிதான் போறதும் வர்ரதும். கடவுள் விதிப்படி இந்தக் காரியம் தடங்கல் இல்லாமல்தான் நடக்கறது. மனுஷ விதிப்படியும் இப்படித்தான் நடக்கணும்; நடக்கும்..."

"இயற்கையிலே ஒரு சிக்கலும் இல்லை. சிக்கலே இல்லேன்னா அது செயற்கையே இல்லை. இப்படி ஒரு செயற்கையான சிக்கல்லேதான் நான் சிக்கிண்டேன். அப்படி சிக்கிக்கறதுதான்

வாழ்க்கை... சிக்கல் விடுபடலேன்னா அதுக்கு நாமதான் பொறுப்பு"

அந்தக் காகிதங்களில் இதுவரை பென்சிலால் எழுதப் பட்டிருக்கிறது. இதற்குப் பிறகு ஆரம்பமாகிற பக்கங்கள் பேனாவால் எழுதப்பட்டிருக்கின்றன. இந்த வித்தியாசத்தை ஒரு அத்தியாயப் பிரிவு போல் உருவகித்துக் கொண்டு, தான் படித்த கனமான விஷயங்களைக் கருத்தூன்றிச் சிந்திக்கிறான் சிவ ராமன்... அவனது சிந்தனைகளை மறித்துக் கொண்டு 'இந்த அசட்டு அப்பாவா இப்படியெல்லாம் சிந்திக்கிறார்' என்ற வியப் புணர்ச்சியே மேலிடுகிறது.

இந்த வினாடி அவன் தனது தந்தையின், அந்த அசட்டுப் பிராமணரின், தாடி மழிக்காத, ரோமக்கட்டை அடர்ந்த, முன் பல் விழுந்த, அம்மைத் தழும்பு நிறைந்த, மாறு கண் பார்வையோடு கூடிய கரிய முக விலாசத்தைக் கற்பனை செய்து கண்ணெதிரே காண்கிறான்.

எழுத்தைத் தொழிலாகக் கொள்ள வேண்டும் என்ற ஆசை யோடு ஒரு பத்திரிகையில் பணியாற்றும் தனது சிந்தனையில் ஏற்பட முடியாத எண்ணங்களும், தன்னால் எழுத்தில் வடிப் பதற்குக் கைவரப் பெறாத கலையும் காலமெல்லாம் எல்லோருடைய கேலிக்கும் ஆளான இந்த அப்பாவி பிராமண னுக்கு எப்படி சித்தியாயிற்று என்ற பிரமிப்பில் விளைந்த நடுக்கத்தோடு அவன் தொடர்ந்து படிக்க ஆரம்பிக்கிறான்.

●●●

"**எ**ன் தகப்பனாரின் முகம்கூட எனக்கு ஞாபகம் இல்லே. அவர் சாகறப்ப எனக்கு வயசு ஒன்பது: நியாயமா அது எனக்கு ஞாபகம் இருக்கணும். நான்தான் அசடாச்சே, மறந்துட்டேன். ஆனா வயசு ஆக ஆக அவரைப் பத்தி எல்லாரும் பேசிக்கறதிலே இருந்து நானும் அவரைப் பத்தி ரொம்பத் தெரிஞ்சுண்டேன். அவர் மகா பண்டிதர். எந்த அளவு அவருக்கு ஸம்ஸ்கிருதத்தில் பாண்டித்தியம் உண்டோ அந்த அளவுக்குத் தமிழிலும் உண்டாம். சுந்தர கனபாடிகள் மாதிரி பெரியவாள்ளாம் அவர்கிட்டே படிக்கக் கொடுத்து வச்சவா. எனக்குத்தான் கொடுத்து வைக்கல்லே. அம்மா சொல்லுவா... 'அப்பா மாதிரி நானும் மகா பண்டிதனாகணும்'னு. அதுதான் அப்பாவுக்கும் ஆசையாம். ம்... அதெல்லாம் அந்தக் காலத்துப் பிராமணத் தம்பதிகளின் லட்சியம், தன் பிள்ளை பிராமண தர்மத்தின் பிரதிநிதியா ஆகணும்கிறது.

இந்தக் காலத்திலே எவன் இருக்கான்? நான் ஏன் எவனையோ தேடணும்? அப்படிப் பட்டவாளுக்குப் பொறந்த நானிருந்தேனா அவா மாதிரி?

"நான் எவ்வளவோ சொன்னேன். அந்த செருப்புக் கடை வேலை வாண்டாம்னு, இந்த மணி கேட்டானா?... 'உனக்கு ஒண்ணும் தெரியாது. இதுக்கே நான் என்ன சிரமப்பட்டிருக் கேன்... மாசம் இருநூத்தைம்பது ரூபா சம்பளம். வருஷத்திலே மூணு மாச போனஸ். இந்த வேலைக்கு என்ன குறைச்சல்! அங்கே ஒண்ணும் மாட்டை அறுத்துத் தோல் எடுத்துச் செருப்புத் தைக்கிற வேலை இல்லே. டப்பாலே வர்ர செருப்பை எடுத்து விக்கறதுதான். உனக்கு ஒண்ணும் தெரியாது, நீ ஒரு பஞ்சாங்கம்... சும்மா இரு'ன்னு என் வாயை அடைச்சுட்டுப் போயிட்டான் அந்த வேலைக்கு.

"அது அவன் தப்பா? இல்லை. அது ஒரு தப்பான்னு யோசிச்சுப் பார்த்தா இந்தக் கலியிலே எல்லாம் சரிதான்னு தோன்றது. ஏன்னா என் பிள்ளைகள் என்னைப் போல குடுமி வச்சுண்டு, உடம்பிலே சட்டையும், கால்லே செருப்பும் போட உரிமை இல்லாம– இந்தக் காலம் பார்த்துப் பரிகசிக்கிற ஒரு ஒதுக்கப்பட்ட கூட்டமா வாழணும்னு நான் ஆசைப்படலே. அதனாலேதான் அவாளை இங்கிலிஷ் படிக்க வச்சேன். கிராப்பு வச்சுக்கச் சொன்னேன். இதுக்கு அர்த்தம் என்ன? நான் எப்படி இருக்கணும்னு ஆசைப்பட்டு என்னாலே இருக்க முடியலையோ அப்படியெல்லாம் அவாளை ஆக்கித் திருப்தி பட்டுண்டேனா? ஆமாம்; ஒதுங்கிப் போ, ஒதுங்கிப் போன்னு சொல்லிச் சொல்லி நானேதான் ஒதுங்கிப் போயிட்டேனே... ஒரு ஜாதி தாழ்ந்தது எவ்வளவு பொய்யோ அவ்வளவு பொய் இன்னொரு ஜாதி உயர்ந்ததும். இது எப்போ தெரியறதுன்னா தாழ்ந்து ஒதுக்கப் பட்ட ஜாதியைப் போலவே உயர்ந்து ஒதுங்கிப் போன ஜாதியும் படற கஷ்டத்தில் எனக்குத் தெரியறது. என் பிள்ளைகள் பேருக்கு உயர்ந்த ஜாதின்னு சொல்லிண்டாலும், ஊருக்காகப் பூணூல் போட்டுண்டாலும் நல்ல வேளை– என்னைப் போல ஒதுங்கிப் போன ஜாதி ஆயிடலே. ஆனா அவாகூட என்னை ஒதுக்கி வச்சுட்டாளே. என்னை அப்பான்னு சொல்லிக்க, அவா சமமா பழகறவா மத்தியிலே என்னை அப்பான்னு காட்டிக்க எவ்வளவு வெக்கப்பட்டாங்கறதை நான் எத்தனையோ தடவை பார்த்திருக்கேன்.

"ம்... முகம் தெரியாத அப்பாவை நெனச்சு நெனச்சு நான் பெருமைப்பட்டுண்டிருக்கேன்! கண்ணெதிரே இருக்கிற

அப்பனைப் பார்த்து என்பிள்ளை வெட்கப்பட்டிண்டிருக்கு! அது சரி, நானே என்னை நெனைச்சு வெட்கப்படறச்சே, அவா படறது தப்பா?"

– மீண்டும் இந்த இடத்திலிருந்து பென்சில் எழுத்துக்கள் ஆரம்பமாகின்றன. சிவராமனின் கண்களில் சுரந்த கண்ணீரால் அந்த எழுத்துக்களும் மறைகின்றன. அவன் சில விநாடிகள் மேல் துண்டால் முகத்தை மூடிக் கொள்கிறான். அழுகிறானா? பிறகு ஒரு முறை பெருமூச்செறிந்து சிவந்த கண்களும் துடிக்கின்ற உதடுகளுமாய்த் தொடர்ந்து படிக்கிறான்.

●●●

"**பா**ரதியார் ரொம்ப கோபத்தோடு கடுமையாய்த்தான் சொல்லியிருக்கார்: 'அர்த்தம் தெரியாம மந்தரம் சொல்றதை விடச் செரைக்கப் போகலாம்'னு. ஒரு பத்து வருஷத்துக்கு முன்னே இதை எங்கேயோ படிச்சேன். நான் சொல்ற மந்தரத்துக்கெல்லாம் எனக்கு அர்த்தம் தெரியுமான்னு நான் யோசிச்சுப் பார்த்தேன். அன்னிக்குப் பூரா முகந் தெரியாத என் தகப்பனாரை, அந்த மகா பண்டிதரை நெனச்சு, நெனச்சு நான் அழுதேன். அந்த மகா பண்டிதரிடம்— என் தகப்பனாரிடம் படிச்ச சுந்தர கனபாடிகளும் மகா பண்டிதர்தான். அவரிடம் படிச்சவன் நான். ஆனா எனக்கு அவர்கிட்டே ஆசான் என்கிற பக்தியைவிட அடிப்பாரே என்கிற பயம்தான் அதிகமாக இருந்தது. ஒரு தடவைக்கு மேலே கேட்டா அவருக்குப் பொல்லாத கோபம் வரும். அந்தப் பயத்திலே அவர் ஒரு தடவை சொல்றதைக் கூட நான் ஒழுங்காகப் புரிஞ்சுக்கல்லே. நான் கிளிப்பிள்ளை மாதிரி வேதம் படிச்சேன். அப்போ அது எனக்குத் தப்புன்னு தோணலே...

"மந்தரம் தெய்வீகமான, புனிதமான, பவித்திரமான விஷயங்களைப் பத்திப் பேசறதுங்கற நம்பிக்கையிலேயே அதை நான் மனனம் பண்ணிட்டேன். 'தாய்ப்பால்லே என்னென்ன வைட்டமின் இருக்குன்னு தெரிஞ்சுண்டா குழந்தை குடிக்கிறது! ஆனாலும் அது அவசியமில்லையா? நோயாளிக்கு மருந்துதான் முக்கியமே ஒழிய ஒவ்வொரு மாத்திரையிலேயும் என்னென்ன ரசாயனம் கலந்து இருக்குங்கிற ஞானம் அவசியமா என்ன? அதுபோலத்தான் மந்தரம்; உனக்கு அது தேவை; அதை ஜபிப்பதன் மூலம் அதற்குரிய பலன்கள் வந்து உன்னை அடையும்'னு ஒரு பெரிய மேதை எழுதியிருந்தார். அதைப் படிச்சப்புறம்தான் எனக்கு ஒரு ஆறுதல் பிறந்தது. ஆனா, அந்த

ஞானியின் இந்த வாதமும் எனக்குத் தக்க சமயத்தில் கை கொடுக்கல்லே.

“ஒரு தடவை வக்கீல் ராகவைய்யர் ஆத்துக்கு தர்ப்பணம் பண்ணி வைக்கப் போயிருந்தேன். அவர் ரொம்பப் பெரியவர். என் தகப்பனார் மேலே வச்சிருந்த பக்தியைத் தகுதி இல்லாத என் பேர்லே அப்படியே வச்சிருந்தார். நாற்பது வருஷமா என்னை அவருக்குத் தெரியும். போன வருஷம் ஒரு நாள் அவர் வீட்டுக்குப் போயிருக்கச்சே அவர் மருமான் வைத்தியநாத அய்யர்னு டில்லியிலேருந்து வந்திருந்தார். அவருக்கும் அன்னிக்கி தர்ப்பணம் பண்ணி வைக்க வேண்டியிருந்தது. அவரைப் பார்த்தா ஆள் வெள்ளைக்காரன் மாதிரி இருந்தார். அந்தப் பட்டு வஸ்திரத்தை அவர் கட்டியிருந்த முறையிலேயே மனுஷன் வேஷ்டி கட்டிப் பழகாதவர்னு தெரிஞ்சுண்டேன். நாலு அங்குலத்துக்குச் சரிகைக் கரை வேஷ்டியும் பட்டுத் துண்டுமா அவர் மாடியிலேருந்து இறங்கி வர்ரச்சே... பளபளன்னு கால்லே சிலிப்பர் வேறே... என்ன பண்றது?... காலம்!

“... நான் முகத்தைச் சுளிச்சிண்டு, ‘தர்ப்பணம் பண்ணச்சே அதைக் கழட்டிடணும்’னு சொன்னேன். ‘ஐ ஆம் ஸாரி’ன்னு ஞாபக மறதிக்கு அவரும் வெக்கப்பட்டுண்டார். நானும் ‘இட் இஸ் ஆல் ரைட்’னு சொன்னேன்... நானும் அடிக்கடி ஏதாவது ரெண்டு இங்கிலீஷ் வார்த்தையைக் கலந்து பேசறதுதான்!... உலகம் என்னை ஒதுக்கி வச்சிருந்தாலும் ஓடி ஓடி வந்து நான் ஒட்டிக்கிற குணம் அது.

“எனக்கும் அன்னிக்கிப் பல எடத்துக்குப் போக வேண்டியிருந்தது. அவசர அவசரமா கடமையை முடிச்சிண்டு எழுந்திருக்கச்சே பார்த்தா தட்சணை குறைவா இருந்தது. இந்த மனுஷனுக்கு ஒண்ணுமே தெரியலையேங்கிற அலட்சியத்தோட, ‘என்ன ஸ்வாமி, தட்சணை குறையறதே’ன்னேன். அவர் என்னைப் பார்த்துச் சிரிச்சுண்டே ‘மந்தரமும் குறைஞ்சிருந்ததே’ன்னார். அன்னிக்கி மாதிரி வாழ்க்கையிலே அதுக்கு முன்னே நான் அப்படி அவமானப்பட்டதில்லே. அப்புறமான்னா தெரிஞ்சது... அவர் டில்லியிலே பெரிய ஸம்ஸ்கிருத புரொபஸர்னு...

“அவர் என்னைக் கேட்டார்: ‘உங்க பீடத்துக்கு நாங்க வெச்சிருந்த மதிப்பை நீங்க காக்க வேண்டாமா? அர்த்தம் தெரியாமே மந்தரம் சொல்லித் தரலாமா’ன்னு. நான் சொன்னேன்: ‘மருந்தைச் சாப்பிட்டா போறும், பலன் கிடைக்கும்: மருந்திலே என்ன இருக்குன்னு தெரிஞ்சா என்ன, தெரியாவிட்டால்

என்ன'ன்னு எப்பவோ படிச்சதை எடுத்துவிட்டேன். அவர் என்னைப் பார்த்துச் சிரிச்சுண்டே, 'மருந்து சாப்பிடறவனுக்குத் தெரியாட்டா பாதகமில்லே. மருந்து கொடுக்கிறவருக்குத் தெரிஞ் சிருக்கணுமே'ன்னார்... ஒரு நிமிஷம் யோசிச்சுப் பார்த்தேன்...! என்ன சொல்றதுன்னு புரியல்லே. 'மன்னிச்சுக்கோங்கோ ஸ்வாமி'ன்னு கை எடுத்துக் கும்பிட்டுட்டு சைக்கிள்லே ஏறி ஓடி வந்துட்டேன்."

– மணி எட்டு அடிக்கிறது. ராஜம் அடுக்களையிலிருந்து அறைக்குள் வந்து அவன் முதுகில் உரசியவாறு நின்று அவன் தோள் வழியே அவன் படிக்கும் காகிதங்களைப் பார்க்கிறாள்; ஏதோ ஆபீஸ் விகாரம் என்ற அலட்சியத்தோடு.

"இன்னும் முடியலியா? சாப்பிட வரேளா?" என்ற குரல் கேட்டு அவன் கவனம் கலைந்து அவளைப் பார்க்கிறான்.

"மணியும் வந்துடட்டுமே" என்று ஒரு பயந்த புன்னகை யோடு அவன் வேண்டிக் கொள்கிறான்.

"இந்தக் குப்பைகளையெல்லாம் ஆபீசோட வச்சுக்கப் படாதோ?" என்று சிடுசிடுத்தவாறு மேஜைமீது கிடந்த ஒரு வாரப் பத்திரிகையை எடுத்துப் பிரித்துக் கொண்டு சுவரோரமாக உட்காருகிறாள் ராஜம்.

அவன் அடுத்த காகிதத்தைப் புரட்டுகிறான்.

●●●

"அறுபது வருஷமா அர்த்தமில்லாமல் பேத்திண்டே வாழ்ந்திருக்கேன்? என்னைப் போல மனுஷன்களாலேதான் பிராம்மண தர்மமே அவமானப் பட்டுடுத்து. ஒவ்வொரு நாளும் ஒவ்வொரு வேளையும் சந்தியாவந்தனம் பண்றச்சே யெல்லாம் ஏதோ குற்றம் செய்யற மாதிரி ஒரு உறுத்தல். பொய்யாவே வாழ்ந்துட்ட மாதிரி ஒரு புகைச்சல்... சாஸ்திரங்கள், வேதங்கள் எல்லாம் இந்தக் காலத்தினாலே மதிப்பிழந்து போயிடுத்துன்னு நான் சொல்ல மாட்டேன். அதுக்கு உரிய மதிப்பை, மரியாதையை நானே உணர்ந்துக்கலேங்கறதுதான் எனக்குத் தெரியற உண்மை. இந்த ஒரு மாசமாத்தான் நானே ஒரு மனுஷன்னு எனக்குத் தெரியறது. இதுக்கு முன்னே நாடகத்திலே வர்ர மாதிரி நான் வேஷம் போட்டுண்டு, யாரோ எழுதிக் கொடுத்த வசனங்களைப் பேசறமாதிரி மந்திரங்களை மனசிலே ஒட்டாம உதட்டிலே ஒட்டிண்டு திரிஞ்சேன்.

"... எனக்குத் தெரிஞ்சவா இப்ப யாராவது என்னெப் பார்த்தா அவாளுக்குத் தெரிஞ்ச கணபதி சாஸ்திரிதான்னு சொன்னால்கூட, நம்பவே மாட்டா. எங்கேயாவது கண்ணாடி யிலே என் உருவம் திடீர்னு தெரியறப்போ எனக்கே என்னை நம்ப முடியலே. ஆமாம்; என் மனசிலே இருக்கிற என் உருவம் குடுமி வச்சுண்டிருக்கு; பத்தாறு தரிச்சிண்டிருக்கு... அறுபது வருஷ நெனைப்பு அவ்வளவு சீக்கிரம் மாறிடுமா? ம்... நினைப்புத்தான்...

"இப்ப நான் பிராமணனும் இல்லே: சாஸ்திரியும் இல்லே. எனக்கு, என் மனசாட்சிக்குத் துரோகம் செஞ்சுக்காத ஒரு நேர்மையான மனுஷன் நான். நான் பொறந்த குலத்தை நான் ரொம்பவும் மதிக்கிறேன். ரொம்பப் பெரியவாள் செய்ய வேண்டிய காரியத்தை எல்லாம் போலித்தனமா நான் செஞ்சுண்டு இருக் கிறது, அவாளை நான் மதிக்கிறது ஆகாது. எல்லாரும் என்னைக் கிறுக்குன்னுதான் சொல்லுவா இப்பவும். சொல்லட்டுமே... அன்னிக்கி, குளத்தங்கரையிலேருந்து வந்த கோலத்தைப் பார்த்தவா எனக்குப் பயித்தியம் பிடிச்சிடுத்தோன்னுதான் நெனச்சுண்டு இருப்பா. சுந்தர கனபாடிகள் மாதிரி இருக்கிறவாளுக்குப் புரோகிதம் கௌரவமான ஜீவிதம் தான். அவர் என்னை என்னதான் வைதிருந்தாலும், அவரை நினைச்சு நான் நமஸ்காரம் பண்றேன். என் கண்ணைத் திறந்துவிட்ட குரு அவர்தான். இந்த உலகமே அவர் ரூபத்திலே வந்து என்னைப் பிடிச்சுண்டு 'நீ பிராமணனா சொல்லு; இந்த மந்திரத்திற்கு அர்த்தம் தெரியா தவன், நீ பிராமணனா சொல்லு'ன்னு உலுக்கின மாதிரி இருந்தது... அவர்தான் எனக்கு பிரம்மோபதேசம் செய்து வச்சு பூணூல் போட்டவர். அவர் சொல்லிக் கொடுத்ததைத்தான் நான் இத்தனை காலமா சொல்லிண்டு இருந்தேன். அது தப்புன்னு அவரே சொல்லிட்டார். எப்படிப் பார்த்தாலும் அவர்தான் என் குருநாதர். அவரை நான் நமஸ்காரம் பண்றேன்.

"இப்போ நான் கிராப்பு வச்சுண்டேன். சட்டை போட் டுண்டேன். செருப்பு போட்டுண்டேன். இதெல்லாம் நன்னாத் தான் இருக்கு. எனக்கு நெனச்சுப் பார்த்தா சிரிப்பு சிரிப்பா வர்ரது. சாஸ்திரிகள்னா செருப்புப் போட்டுக்கப் படாதாமே. ஆனா சைக்கிள்லே மட்டும் போலாமாம். என்னோட சைக்கிள்– நாற்பது ரூபாய்க்கு... சிவராமன் தான் வாங்கித் தந்தான். வாங்கும் போதே அது கிழம்! இப்ப யாரு அதை உபயோகப் படுத்திண்டிருப்பா? சிவராமனா? மணியா?... கிழங்களும் உபயோகப்படுமே, சாகிற வரைக்கும்."

படித்துக் கொண்டிருந்த சிவராமன் தலை நிமிர்ந்து கூடத்துச் சுவரோரமாக நிறுத்தி இருந்த சைக்கிளைப் பார்க்கிறான். அவன் முகத்தைப் பார்த்து அவன் பார்வை வழியே முகம் திரும்பி, கூடத்திலே நிறுத்தி இருந்த கணபதி சாஸ்திரிகளின் சைக்கிளை ராஜமும் பார்க்கிறாள். அந்த நிமிஷம் வார்த்தைகள் ஏதுமற்ற மௌனத்திலேயே அவர்கள் இருவரும் ஒரே விஷயத்தைப் பற்றிப் பேசாமலேயே மன உறுத்தலைப் பரஸ்பரம் பறிமாறி உணர்ந்து கொள்கின்றனர். திடீரென ஒரு விம்மலுடன் ராஜம் அந்த மௌனத்தைக் கலைக்கிறாள்:

"இந்தப் பாழும் பிராம்மணர் எங்கே போய்த் தொலைஞ் சாரோ! ஒரு சேதியும் தெரியல்லியே... நாள் ஆக ஆக, என் மனசைப் போட்டு என்னென்னமோ செய்யறதே! உங்ககிட்டே இப்ப மனசை விட்டுச் சொல்றேனே: அவர் இல்லாம எனக்கு இந்த வீடே வெறிச்சினு இருக்கு. நீங்க ஏதாவது சண்டை போட்டேளா? இப்படி ரெண்டு பிள்ளைகள் மலையாட்டமா இருந்தும், இப்படி அனாதையாய்ப் போகணும்னு அவர் தலையிலே எழுத்தா?" என்று கையிலிருந்த வாரப் பத்திரிகையால் முகத்தை மூடிக் கொண்டு அழுகிறாள் ராஜம்.

ஒன்றுமே தெரியாத அசடு என்று தான் தீர்மானித்திருந்த தன் தந்தையின் உள்ளுணர்வுகளை அறிந்து பிரமித்தது போலவே, அவர் மீது வெறுப்பைத் தவிர வேறு பாசமேதும் இல்லாதவள் என்று இது நாள் வரை தான் எண்ணியிருந்த ராஜத்தின் மன உணர்வுகளைத் திடீரென அறிய நேர்ந்ததும் எல்லா விஷயங் களிலும் ஏதோ ஒரு மகத்துவம் நமக்குத் தெரியாமல் ஒளிந்திருக் கிறது என்ற உணர்வில் மெய் சிலிர்க்கிறான் சிவராமன். மேஜை மீதிருந்த காகிதக் கத்தையில் தான் படித்திருந்த பக்கங்களை எடுத்து மௌனமாய் அவளிடம் நீட்டுகிறான்.

அப்போது அவன் விழிகளில் தைரியமான இரண்டு சொட்டுக் கண்ணீர் துளிர்த்திருந்தது... பொட்டென உதிர்கிறது!

"என்ன கடுதாசியா? அவரா எழுதியிருக்கார்?" என்று பரபரப் போடு அவர் எங்கோ உயிரோடு இருக்கிறார் என்ற ஒரே திருப்தி யில் ஆனந்தமயமாகி அதை வாங்கிப் படிக்க ஆரம்பிக்கிறாள் ராஜம்.

இப்போதுதான் வீட்டிற்குள் வந்த மணி, அவள் வார்த்தை களை அறைகுறையாகக் கேட்டவாறு "அப்பாவா? எங்கே இருக்கார்?" என்று கூறியவாறு ராஜத்தின் அருகே உட்கார்ந்து அவளோடு சேர்ந்து அந்தக் கடிதத்தைப் படிக்க முயல்கிறான்.

– மணி ஒன்பது அடிக்கிறது அவர்களில் யாருமே இன்னும் சாப்பிடப் போகவில்லை. அந்த ஒரு கத்தைக் காகிதம் இப்போது முடிவதாக இல்லை.

தங்களை விட்டு எங்கோ விலகிக் கிடக்கும் அவரை முழுமை யாக அறிந்து கொள்ளும் ஆவலில் ஆளுக்கு ஒரு பக்கத்தை அவர்கள் படித்துக் கொண்டிருக்கின்றனர்.

அந்தக் காகிதத்தில் ஏதோ ஒரு பக்கத்தைப் படித்துக் கொண்டிருந்த மணி திடீரெனக் கூவுகிறான்: "வெல்டன் ஃபாதர்..."

அந்தக் காகிதங்களில் அவர்கள் அறிவது, அவர்கள் கண் களுக்குத் தெரிவது, அவர்கள் தரிசிப்பது, அந்தக் குடும்பத்தைச் சேர்ந்த, இந்த இருபதாம் நூற்றாண்டில் வாழ நேர்ந்துவிட்ட கணபதி சாஸ்திரிகள் என்ற தனிப்பட்ட ஒரு பிராம்மணரை மட்டும்தானா?

ஆனந்த விகடன், 1965

# சட்டை

*அவன் துறவி!*

வாழ்க்கையை வெறுப்பது அல்ல; வாழ்வைப் புரிந்து கொண்டு, அதன் பொய்யான மயக்கத்திற்கு ஆட்படாமல் வாழ முயல்வதுதான் துறவு எனில்– அவன் துறவிதான்.

முப்பது வயதில் அவன் புலனின்ப உணர்வுகளை அடக்கப் பழகிக் கொண்டான் என்று சொல்வதைவிட, அவற்றில் நாட்ட மில்லாததே அவனது இயற்கையாய் இருந்தது என்று சொல்வதே பொருந்தும். இதற்கு அர்த்தம் அவனிடம் ஏதோ குறை என்பதல்ல. அவன் நிறைவான மனித வாழ்வின் தன்மையிலேயே குறைகள் கண்டான். 'ஓட்டைச் சடலம் உப்பிருந்த பாண்டம்' என்று பாடும் சித்தர்களின் கூற்றைப் பரிகசிக்காமல், அந்தப் பரிகசிப்பின் காரணங்களை ஆராய்ந்து அதில் உண்மைகள் இருக்கக் கண்டான். எனவே, பக்தியின் காரணமாகவோ, மோட்சத்தை அடைய இது ஒரு தவமார்க்கம் என்று கருதியோ அவன் துறவு பூணவில்லை.

சொல்லப் போனால் 'கண்ட கோயில் தெய்வமென்று கையெடுப்பதில்லையே' என்ற சிவவாக்கியரின் ஞானபோதனை யின்படி எவ்வித ஆசாரங்களையும் கைக்கொள்ளாமல்தான் இருந்தான்.

அவன் ஒவ்வொன்றையும் அறிந்து கொள்ள விரும்புகிறவன் மாதிரி விழித்தானே அல்லாமல் ஒவ்வொன்றையும் அநுபவிக்க வேண்டும் என்ற ஆசை கொண்டானில்லை.

அவன் அந்தச் சிவன் கோயிலில் வாழ்ந்து வந்தான்; அதற்குக் காரணம் பக்தியல்ல; அங்கேதான் அவனுக்கு இடம் கிடைத்தது. கோயில் குருக்கள் அவனுக்கு மடப்பள்ளியிலிருந்து உணவு தந்தார். அதற்குப் பதிலாய் அவனிடம் வேலை வாங்கிக் கொண்டார். கோயிலின் பக்கத்தில் உள்ள நந்தவனத்தில் பூச்செடிகளுக்குத் தண்ணீர் ஊற்றுவதும் சில சமயங்களில் பூப் பறித்துக் கொண்டு வருவதும் அவனுக்கு அவர் இட்ட பணிகள்.

அரையில் ஒரு துண்டும், நெஞ்சுக் குழிவரை அடர்ந்து விட்ட தாடியும், உண்மையைத் தேடும் அவனது தீட்சண்யமான

பார்வையும் கொஞ்ச காலத்தில் அவனைப் 'பூந்தோட்டத்துச் சாமி யாரா'க்கி விட்டது.

பூந்தோட்டத்துச் சாமியார் என்பதே இப்போது அவனுக்குப் பெயர். எனினும் அவன் சோம்பேறியல்ல. சாமியார் என்ற பட்டம் பெற்ற பிறகும்கூட அவன் நாள் முழுவதும் ஏதோ ஒரு வேலையை யாருக்கோ செய்து கொண்டிருககிறான். வேலையின் தன்மைகளோ அது உயர்வா தாழ்வா என்ற பாகுபாடோ அவனுக்கு ஒரு பொருட்டல்ல.

செடிகளுக்குத் தண்ணீர் இறைத்துக் கொட்டுவான்; மடப் பள்ளிக்கு விறகு பிளந்து போடுவான்; கோயில் பிராகாரத்தைக் கூட்டி வைப்பான்; குருக்கள் வீட்டுத் தென்னை மரத்தில் ஏறித் தேங்காய் பறிப்பான்; செட்டியார் வீட்டுக்கு எள் மூட்டை சுமப்பான்; பட்டாளத்துப் பிள்ளை வீட்டு வண்டியில் ஏறிப்போய் நெல் அரைத்துக் கொண்டு வருவான். அவன் எல்லோருக்கும் தொண்டன். ஒருவேளை பிறவியின் அர்த்தமே இந்தப் பயன் கருதாத் தொண்டில் அவனுக்குக் கிட்டுகிறதோ என்னவோ!

"பூந்தோட்டத்துச் சாமி" என்று யாராவது கூப்பிட்டு விட்டால் போதும்; சம்பளம் கொடுத்து வைத்துள்ள ஆள்கூட அவ்வளவு கடமையுணர்ச்சியோடு ஓடி வரமாட்டான்...

எனவே அவனுக்கு வேலையும், வேலையிடும் எஜமானர் களும் நிறையவே இருந்தனர்.

இரவு பதினோரு மணிக்கு மேல் கோயில் பிராகாரத்தில் உபந்நியாசத்துக்காகப் போட்டிருந்த பந்தலடியில், இருளில்– நிலா வெளிச்சம் படாத நிழலில், கருங்கல் தள வரிசையில்– வெற்றுடம் போடு மல்லாந்து படுத்திருந்தான் பூந்தோட்டத்துச் சாமி.

பிராகாரமெங்கணும் கொட்டகையின் கீற்றிடையே விழுந்த நிலவொளி வாரி இறைத்ததுபோல் ஒளி வட்டங்களை அவன் மீதும் தெளித்திருந்தது...

அவன் மனத்தில் அன்று காலையிலிருந்து உறுத்திக் கொண்டிருந்த ஒரு சம்பவமும், அதைத் தொடர்ந்து பல நிகழ்ச்சி களும் சம்பந்தமற்றது போலும், சம்பந்தமுடையன போலும் குழம்பின.

– செட்டியார் வீட்டு அம்மாளை, அவளது பிரார்த்தனையை எண்ணியபோது, வீட்டை விட்டுக் கோபித்துக் கொண்டு வடக்கே வெகு தூரம் ஓடிப்போன அவளது மகனின் நினைவும் அவனுக்கு வந்தது.

இன்று அதிகாலையில், பூந்தோட்டத்துச் செடிகளுக்கு அவன் நீர் வார்த்துக் கொண்டிருந்தபோது, பக்கத்தில் விம்மலும் அழுகையும் கலந்த பிரார்த்தனை கேட்டு அவன் திரும்பிப் பார்த்த போது, மாணிக்கம் செட்டியாரின் மனைவி, குளித்து முழுகிய ஈரக் கோலத்தோடு கை நிறைய மஞ்சள் குவளை மலர்களை ஏந்திக் கொண்டு விநாயகர் சந்நிதியில் முழந்தாளிட்டு வேண்டிக் கொண்டிருந்தாள்.

"என்னப்பனே விக்நேச்வரா... எனக்கு நீ குடுத்தது ஒண்ணு தான்; அவன் நல்லாயிருக்கும்போதே என்னைக் கொண்டு போயிடு தெய்வமே! அந்தக் குறையும் பட்டு வாழ முடியாது அப்பனே! அவன் எங்கேயிருந்தாலும் 'நல்லபடியா இருக்கேன்'னு அவன்கிட்டேருந்து ஒரு கடுதாசி வந்துட்டா... வர வெள்ளிக் கிழமை உன் சந்நிதியிலே அம்பது தேங்காய் உடைக்கிறேன்..."

– தன்னையும் சூழ்நிலையையும் மறந்து அந்தத் தாய், அந்த நட்ட கல்லைத் தெய்வமென்று நம்பிப் புலம்புவதைப் பூந்தோட் டத்துச் சாமியார் பார்த்துக் கொண்டிருந்தான்.

அந்தத் தள்ளாத சுமங்கலிக் கிழவியின் தாளாத ஏக்கம்– அவனது கண்களைக் கலக்கிற்று.

அவள் பிரார்த்தனை முடிந்து கண்ணீரைத் துடைத்துக் கொண்டு எழுந்தபோது, தன்னையே பார்த்தவாறு நிற்கும் பூந்தோட்டத்துச் சாமியாரைப் பார்த்தாள்.

"ரெண்டு நாளா ராத்திரியெல்லாம் தூக்கமில்லே சாமியாரே! நம்ம தம்பி இருக்கிற ஊர்லேதான் இப்ப கடுமையா சண்டை நடக்குதாம்; ஆஸ்பத்திரி மேலேயெல்லாம் குண்டு போடறானுங் களாமே பாவிங்க. எங்கப்பன் விக்நேச்வரரு என்னை சோதிக்க மாட்டாரு... அப்புறம் கடவுள் சித்தம்!" என்று பொங்கி வரும் கண்ணீரை மீண்டும் முந்தானையால் துடைத்துக் கொண்டாள் கிழவி.

"விக்நேச்வரர் துணையிருப்பாரு; கவலைப் படாதீங்க அம்மா" என்று பூந்தோட்டத்துச் சாமியும் அவளுக்கு ஆறுதல் சொன்னான்.

"சாமியாரே! உன் வார்த்தையை நான் விக்நேச்வரர் வாக்கா நம்பறேன்... நீயும் அவரை மாதிரிதான்" என்று அவனை வணங்கி ஏதோ ஒரு நம்பிக்கையும் ஆறுதலும் தைரியமும் பெற்று அங்கிருந்து நகர்ந்தாள் கிழவி.

பூந்தோட்டத்துச் சாமியார் அந்தப் பிள்ளையார் சிலையை வெறித்துப் பார்த்தான்.

'நட்ட கல்லைத் தெய்வமென்று' பாட்டு அவன் மனத்தில் ஒலித்தது...

'இந்தக் கிழவிக்கு இந்த நட்ட கல் தரும் ஆறுதல் பொய்யா?' என்று தோன்றியது.

நல்ல வேளை, அந்தப் பாடலை அவள் படித்திருக்க வில்லையே என்றெண்ணி மகிழ்ச்சியுற்றான் அவன்...

மத்தியானம் பிராகாரத்தில் கொட்டகை வேய்ந்து கொண்டிருந்தார்கள்.

இன்றிலிருந்து ஒரு வாரத்திற்குக் கோயிலில் பகவத் கீதை உபந்நியாசம் நடக்கப் போகிறது. யாரோ பெரிய மகான் பட்டணத்திலிருந்து வந்து கீதை சொல்கிறாராம். சாயங் காலத்தில் கோயில் கொள்ளாது ஜனக் கும்பல் வந்து விடும். பூந்தோட்டச் சாமியாருக்கும் வேலைக்குப் பஞ்சமில்லை.

கொட்டகை போடுவதற்காக மூங்கில் கட்டி மேலே உட்கார்ந்து ஓலை வேய்ந்து கொண்டிருந்தவர்களுக்கு உதவியாய்க் கீற்றையும் கயிற்றையும் ஏந்தி அண்ணாந்து நின்று கொண் டிருந்தான் பூந்தோட்டச் சாமியார்.

அப்போது அவனைத் தேடிக்கொண்டு வந்த தருமகர்த்தா, "சாமி, ஓடிப் போயி நம்ப பட்டாளத்துப் பிள்ளை வீட்டிலே அம்மாகிட்டே கேட்டு... கல்யாண ஜமக்காளம் இருக்காம்– வாங்கிக்கிட்டு வரச் சொன்னாங்கன்னு கேளுங்க, ஓடுங்க" என்றதும் கையிலிருந்த கீற்றைப் போட்டுவிட்டு ஓடினான் அவன்.

அவன் பட்டாளத்துப் பிள்ளை வீட்டருகே வரும்போது அந்த வீட்டுத் திண்ணையில் ஒரு கூட்டமே கூடி நின்றிருந்தது.

பட்டாளத்துப் பிள்ளை என்று அழைக்கப்படும் பெரியசாமிப் பிள்ளை காலையிலும் மாலையிலும் பத்திரிகை படிக்கும் சம்பிரமமே அப்படித்தான்.

பட்சணக் கடை மணி முதலி, ஜோசியர் வையாபுரி, எண்ணெய்க் கடை மாணிக்கம் செட்டி முதலியோர் திண்ணை யில் உட்கார்ந்திருந்தனர். திண்ணைக்குக் கீழே சில சிறுவர்கள் நின்றிருந்தனர். மடியில் மூன்று வயதுள்ள தன் பேரப் பையனை உட்கார வைத்துக் கொண்டு பெரியசாமிப் பிள்ளை, சுருட்டுப் புகையில் பழுப்பேறிய தனது நரைத்த மீசையைத் திருகிக் கொண்டு உற்சாகமான குரலில் பத்திரிகை படித்துக் கொண்டிருந்தார்.

பத்திரிகையிலிருந்த ஒரு செய்தியைப் படித்துவிட்டு,

“போடு...! இந்தியான்னா இளிச்சவாயன்னு நெனச்சுக்கிட்டு இருக்கானுவளா? நம்ப ஊர்லே செஞ்ச விமானங்கள் ஐயா... ஓய் செட்டியாரே! இதைக் கவனியும்... ஜெட்விமானங்களை நொறுக்கிட்டு வருது ஐயா! சபாஷ்... நானும் நெனைச்சிருக்கேன், ஒரு காலத்திலே... ‘நமக்கெதுக்கு பட்டாளம்? இந்த தேசத்து மேலே எவன் படையெடுக்கப் போறான்’னு. இப்ப இல்லே தெரியுது... அந்தக் காலத்திலே ஹிட்லர் செஞ்ச மாதிரி டாங்கிப் படையெ வெச்சே நம்மை அடிச்சிடலாம்னு திட்டம் போட்டிருக்கானுங்கன்னு. தோ பார்த்தீரா... இதுதான் டாங்கி” என்று இந்தியத் துருப்புக்கள் கைப்பற்றி இருந்த டாங்கியின் படம் பிரசுரிக்கப் பட்டிருந்ததை உட்கார்ந்திருந்தவர்களிடம் காட்டினார் பெரியசாமிப் பிள்ளை.

“பயங்கரமான டாங்கி! அந்தக் காலத்திலே இவ்வளா பெரிசு கெடையாது... டாங்கின்னா என்னான்னு நெனக்கிறே... ஊருக்குள்ளே பூந்துடுச்சின்னா அவ்வளவுதான்! ராட்சஸக் கூட்டம் வந்த மாதிரிதான். ஒண்ணும் பண்ண முடியாது, நம்ப ஊரிலே இப்ப டிராக்டர் வைச்சு உழவு நடத்தல்லே, அந்த மாதிரி ஊரையே உழுதுட்டுப் போயிடும்... வீடு, தெருவு, கோயிலு– எல்லாம் அதுபாட்டுக்குப் நொறுக்கித் தள்ளிட்டு காடு மலைன்னு பார்க்காம குருட்டுத்தனமா போகும்! சும்மா... நம்ப படைங்க அந்த மாதிரி டாங்கிகளைப் போட்டு நொறுக்கி விளையாடுது போ! அடடா... நமக்கு வயசு இல்லியே... இருந்தா போயிடுவேனய்யா பட்டாளத்துக்கு!” என்று உற்சாகமாகப் பேசிக் கொண்டிருக்கையில் வையாபுரி சோசியரின் தோளுக்கு மேல் எக்கி அந்த டாங்கியின் படத்தைப் பார்த்தான் பூந்தோட்டத்துச் சாமியார்.

அவன் வந்து நிற்பதையே கவனிக்காத பிள்ளை தொடர்ந்து பத்திரிகையைப் படிக்கும்போது திடீரெனக் குரலைத் தாழ்த்தினார். “ஒரு மேஜரின் வீர மரணம்– புது டெல்லி, செப்டம்பர் பதினேழு, சென்ற பதிமூணாந் தேதியன்று சியால் கோட் அருகே நடந்த டாங்கிப் போரில் பகைவர்களால் சுடப்பட்ட மேஜர் முகமது ஷேக் வீரமரணம் எய்தினார்” என்பதைப் படித்துவிட்டு மௌனமாகத் தலை குனிந்தார் பிள்ளை.

அவர் மடியிலிருந்த குழந்தை அவரது மீசையைப் பிடித்திழுத்துச் சிரித்தது.

சில வருடங்களுக்கு முன் போர்முனையில் வீர மரணமுற்ற– இப்பேரக் குந்தையின் தகப்பனின்– தன் மகனின் நினைவு வரவே உணர்ச்சி மயமானார் கிழவர்.

அப்போது உள்ளே கூடத்துச் சுவரில் மாட்டியிருந்த பிள்ளையின் மகன் சோமநாதனின் படத்தைக் கண்கலங்கப் பார்த்தவாறு நின்றிருந்தாள் அவரது விதவை மருமகள் கௌரி.

“சண்டையினாலே ஏற்படற நஷ்டங்களைப் பார்த்தீரா?” என்றார் சோசியர் வையாபுரி.

சிவந்து கலங்கிய விழிகளோடு முகம் நிமிர்ந்தார் பிள்ளை. “நஷ்டம்தான்… அதுக்காக? மானம் பெரிசு செட்டியாரே, மானம் பெரிசு” என்று குழந்தையை மார்புறத் தழுவிக் கொண்டு கத்தினார் பிள்ளை: “என் வாழ்க்கையிலே பாதி நாளுக்கு மேலே ரெண்டு உலக யுத்தத்திலே கழிச்சிருக்கேன் நான்… என் ஒரே மகனையும் இந்த தேசத்துக்கு குடுத்துட்டதிலே எனக்குப் பெருமை தான்… அவன் சொன்னானாமே… ‘பூ உதிரும்– ஆனாலும் புதுசு புதுசாவும் பூக்கு’மின்னு… ஆ! அவன் வீரனய்யா வீரன்” என்று மீண்டும் குழந்தையை மார்போடு அணைத்துக் கொண்டு பிள்ளை சற்று தானே தன் உணர்ச்சிகளைச் சமனப்படுத்திக் கொண்டு, வழக்கமாய்ப் பத்திரிகை படித்து விவாதிக்கும் தொனியில் பேசினார்.

“நாம சண்டைக்குப் போகலே… எவ்வளவோ பொறுமை யாகவே இருந்திருக்கோம். நல்லவங்க எவ்வளவுதான் விரும்பி னாலும் கெட்டவங்க உலகத்திலே இருக்கிற வரைக்கும் சண்டை இருக்கும் போலத்தான் தோணுது… ஆனா, எம்மனசுக்கு இது சந்தோஷமாத்தான் இருக்கு பாத்துடுவோம் ஒரு கை… சண்டை வேண்டியதுதான்” என்று மீண்டும் உணர்ச்சி வெறியேறி அவர் தேற்றிக் கொண்டிருக்கையில் மாணிக்கம் குறுக்கிட்டுக் கேட்டார்:

“சண்டை நடக்கிறது சரி, நீங்க சண்டை ‘வேணும்’னு சொல்றது வேடிக்கையா இருக்கு. அதுவும் நீங்க, அந்தக் கொடுமையை எல்லாம் பார்த்த நீங்க– அனுபவிச்ச நீங்க அப்படிச் சொல்லலாமா?” என்று கேட்டார். அப்போதுதான் பெரியசாமிப் பிள்ளைக்கும் நினைவு வந்தது. செட்டியாரின் மகன்– இப்போது நடக்கும் யுத்தத்தினால் அதிகம் பாதிக்கப்பட்டிருக்கும் ஜோத்பூரில் வேலை செய்து கொண்டிருக்கிறான் என்கிற விஷயம். அந்த நினைவு வந்ததும் செட்டியாரின் முகத்தை ஒரு விநாடி உற்றுப் பார்த்துவிட்டு, அவரது தோளைப் பற்றி அழுத்தி “பயப்படாதீர்; கடவுள் இருக்கிறான்” என்றார்.

அந்தச் சாதாரண நம்பிக்கைதான் செட்டியாருக்கு எவ்வளவு ஆறுதலாய் இருந்தது என்பது அந்நிலையில் இருந்து பார்க்கிறவர் களுக்குத்தான் தெரியும்; பூந்தோட்டத்துச் சாமியாருக்கும் தெரிந்தது.

"ஐயோ! எவ்வளவு நாசம், எவ்வளவு அழிவு!" என்று முணு முணுத்துக்கொண்டார் சோசியர்.

"அழியாட்டிப் போனா வளர்ச்சி ஏது? ஒண்ணு சொல்றேன் கேளும். தர்மம்! தர்மம் மட்டும் அழியாது; அதர்மமும் அக்குரும்பும்தான் சண்டை வந்தா அழிஞ்சே போகும். சத்தியத்துக்குத்தான் போராடற குணமும் உண்டு; பொறுத் திருக்கிற குணமும் உண்டு; சண்டைன்னு வந்துட்ட அப்புறம் சண்டையெ நெனைச்சி பயப்படக் கூடாது. சண்டையில்லாத காலமே கெடையாதே ஐயா! ராமாயண காலத்திலே, மகா பாரதக் காலத்திலே கூடத்தான் சண்டையிருந்திருக்கு... யோசிச்சுப் பாரும், எந்தச் சண்டையிலேயாவது அநியாயம் ஜெயிச்சிருக்கா? சொல்லும்!..."

– வந்த காரியத்தை மறந்துவிட்டுப் பிள்ளையின் பிரசங்கத்தை லயித்துக் கேட்டுக் கொண்டிருந்தான் பூந்தோட்டத்துச் சாமியார்.

"யாரு, பூந்தோட்டத்துச் சாமியா? எங்கே வந்தீங்க?" என்றார் பிள்ளை.

உறக்கத்திலிருந்து விழித்தவனைப் போல் ஒரு விநாடி சுதாரித்து 'தர்மகர்த்தா ஐயா ஜமக்காளம் வாங்கிக்கிட்டு வரச் சொன்னாரு" என்றான்.

"உள்ளே போயிக் கேளுங்க. அம்மா கௌரி... பூந்தோட்டச் சாமி வராரு பாரு... அந்தக் கல்யாண ஜமக்காளத்தை எடுத்துக் குடு. மத்தியானமே கேட்டாங்க, மறந்துட்டேன்" என்று உட்புறம் திரும்பிக் குரல் கொடுத்தார் பிள்ளை.

"உங்களுக்குச் சண்டையெத் தவிர வேற என்ன ஞாபக மிருக்கும்" என்று உள்ளேயிருந்து ஒலித்த தன் மனைவியின் குரலை அவர் பொருட்படுத்தவேயில்லை.

வீட்டிற்குள்ளே வந்து கூடத்து வாசற்படி அருகே நின்ற பூந்தோட்டத்துச் சாமியாரின் விழிகள் கௌரியைப் பார்க்கை யில் கலங்கின. அவள் ஜமக்காளத்தை எடுத்துவர அறைக்குள் போனாள். அப்போது கூடத்துச் சுவரில் மாட்டப்பட்டிருந்த, ராணுவ உடையில்– பார்க்கப் பார்க்க விகசிப்பது போன்ற

புன்னகையுடன்– உள்ள சோமநாதனின் போட்டோவை வெறித்துப் பார்த்தான் பூந்தோட்டத்துச் சாமியார்.

சோமநாதன் ராணுவத்தில் சேர்ந்து அடுத்த வருஷம் லீவில் வந்திருந்தபோது கோயிலுக்கு வந்து தன்னோடு பேசியிருந்து குசலம் விசாரித்த நிகழ்ச்சிகள் எல்லாம் இப்போது மனத்தில் தோன்றின. பொழுது போகாததால் வீட்டைச் சுற்றிலும் புஷ்பச் செடிகள் பயிராக்க எண்ணித் தன்னிடம் செடிகளும் விதைகளும் வாங்கி வந்து அவன் பயிரிட்ட சம்பவங்கள் எல்லாம் பெருகி வந்து நெஞ்சை அடைத்தன.

அவன் திரும்பி நின்று அந்த வீட்டைச் சுற்றிலும் செழித்துக் கிடக்கும் புஷ்பச் செடிகளைப் பார்த்து மீண்டும் திரும்பி அந்த போட்டோவைப் பார்த்தான்.

'கண்ட கோயில் தெய்வமென்று கையெடுப்பதில்லையே' என்ற தீர்மானத்தோடு கோயிலிலே வாழ நேர்ந்திருப்பினும் சாமி கும்பிடாத பூந்தோட்டத்துச் சாமியார் தம்மை அறியாமல் கண்களில் நீர் கசிய அந்தப் படத்தை வணங்கினான்!

வெளியே வீட்டுத் திண்ணையில் பெரியசாமிப் பிள்ளை இன்னும் மிகுந்த உற்சாகத்தோடு யுத்தச் செய்திகளைப் படித்துக் கொண்டிருந்தார்.

அன்று மாலை கோயில் பிராகாரத்தில் ஜனக் கும்பல் நிரம்பி வழிந்தது.

காவி நிறப் பட்டிலே அங்கி தரித்திருந்த அந்தப் பண்டிதர் மிக அழகாகக் கீதையை உபதேசம் பண்ணினார்; அந்தப் பண்டிதரின் ஒரு பழைய உதாரணம் பூந்தோட்டச் சாமியாருக்குப் புதுமையாகவும் மிகவும் பிடித்ததாகவும் இருந்தது: "இந்த உடம்பு நம் ஆத்மாவின் சட்டை. சட்டை பழசானதும் ஆத்மா இதை உதறி விடுகிறது."

"ஒன்றுமே செய்யாமல் ஒருவனுமே இருக்க முடியாது. எல்லா ஜீவன்களும் இயற்கையான தன்மையினாலே தமது இச்சையின்றியே ஏதாவது ஒரு தொழிலோடு பூட்டப்பட்டிருக்கின்றன. ஹே அர்ஜுனா! உனக்குத் தொழில் செய்யத்தான் அதிகாரமுண்டு. பயன்களில் உனக்கெவ்வித அதிகாரமும் எப்போதும் இல்லை. அவ்விதமான கர்மத்தின் பயனில் பற்றில்லாமல் செய்ய வேண்டிய தொழிலை எவன் செய்து கொண்டிருக்கிறானோ அவனே துறவி, அவனே யோகி என்பதாகவெல்லாம் பகவான் சொல்லியிருக்கிறார்..."

– கூட்டத்தினர் அனைவரும் அந்தப் பண்டிதரின் ஞான வாசகங்களை ஏதோ பாட்டுக் கச்சேரி கேட்பது போல் இடையிடையே 'ஹா ஹா'வென்று சிலாகித்தவாறு கேட்டிருந் தனர்.

பூந்தோட்டத்துச் சாமியார் ஒரு மூலையில் பந்தல் காலைக் கட்டிக் கொண்டு தாடியை நெருடியவாறு அங்கு பேசப்படும் மெய்ஞ்ஞானங்களை யெல்லாம் ஹிருதய பூர்வமாகக் கிரகிப்பது போல் கூரிய நோக்கோடு நின்றிருந்தான்.

உபந்நியாசம் முடிந்து கூட்டம் கலைந்த பிறகு பிராகாரத்தின் கருங்கல் தள வரிசையில் ஓர் ஓரமாய்ப் படுத்து வானத்தை வெறித்தவாறு யோசனையில் ஆழ்ந்திருந்த அவனுக்கு ஏனோ அடிக்கடி அந்தச் சோமநாதனின் முகமே எதிரில் வந்து தோன்றுகிறது...

பத்து வருஷங்களுக்கு முன், தனக்கு யாருமே பந்த மில்லாது போனதன் காரணமாய்ப் பிறந்த ஊரைவிட்டு ஓடி வந்துவிட்ட தன்னைப் பற்றியும் அவன் யோசிக்கிறான்... வாழ்க்கை யின் பெரும் பகுதியை ராணுவத்திலேயே கழித்துவிட்டுத் தன் ஒரே மகனையும் யுத்தத்தில் இழந்துவிட்டு, இன்னும்கூட மனத் தளர்ச்சி யில்லாமல் தர்மத்தின் தன்மைகளைப் பற்றிப் பேசுகின்ற பெரியசாமிப் பிள்ளையைவிட, கீதை உபந்நியாசம் பண்ணிய அந்த மகா பண்டிதர் எந்த விதத்தில் துறவி என்று எண்ணிப் பார்க்கிறான் அவன்.

அவன் வெகு நேரம் உறக்கமில்லாது வெறித்த விழிகளோடு எதையெதையோ சிந்தித்த பின், ஏதோ ஒரு தீர்மானத்துக்கு வந்தவன் போல் அங்கிருந்து எழுந்து நடந்து கோயிலை விட்டு வெளியேறினான்....

பிறகு அவன் திரும்பவே இல்லை!

●●●

ஒருநாள் கடைத் தெருவில் பெரியசாமிப் பிள்ளையைப் பார்த்த கோயில் குருக்கள் மனம் பொறுக்காமல் அங்கலாய்த்துக் கொண்டார்: "மடப்பள்ளியிலே ரெண்டு வேளை சாப்பாடு போட்டு நல்லபடியாக வெச்சிருந்தேன். ஓய் பிள்ளை, இதைக் கேளும்! அந்த பூந்தோட்டத்துச் சாமியார்ப் பய சொல்லாமல் கொள்ளாமல் எங்கேயோ ஓடிட்டான்... நாலைந்து நாளாச்சு... நீர் எங்கேயாவது பார்த்தீரா?"

அப்போது ஒரு ராணுவ லாரி அவர்களைக் கடந்தது. பெரியசாமிப் பிள்ளை தனது வழக்கமான ஆர்வத்துடன் அந்த லாரி நிறைய நிற்கும் ராணுவ வீரர்களைப் பார்த்தார்.

சற்றுத் தள்ளிச் சென்று லாரி நின்றது...

அதிலிருந்து ஒரு ராணுவ வீரன் 'தொபீ'ரெனக் குதித்து 'சரக் சரக்'கென நடந்து வந்தான்.

தன் மகன் சோமநாதனே வருவது போன்ற பிரமிப்பில், வருவது யார் என்று தெரியாமல் பரவசமாகி நின்றிருந்தார் பிள்ளை.

வந்தவன் பேசிவிட்டுப் போகட்டும் என்ற நினைப்பிலோ, பட்டாளத்துக்காரன் என்ற பயத்திலோ குருக்கள் தெரு ஓரமாய் விலகி நின்றார்.

அருகில் வந்து நின்ற அந்த இளைஞனை மேலும் கீழும் பார்த்து, "தெரியலியே" என்றார் பிள்ளை.

"நான்தாங்க... பூந்தோட்டத்துச் சாமி, தெரியலிங்களா? என்ன சாமி... உங்களுக்குமா தெரியலை? உங்ககிட்ட எல்லாம் சொல்லிக் காமெ போறேனேன்னு நெனச்சேன்... நல்ல வேளை பார்த்துட்டேன்... ரயிலுக்குப் போறோம். வரட்டுங்களா?" என்று கைகூப்பி நிற்கும் அவனை வெறித்துப் பார்த்த பிள்ளை அவனை இழுத்து மார்போடு அணைத்துக் கொண்டார்.

மழுங்கச் சிரைத்த மோவாயும், உதட்டுக்கு மேல் முறுக்கி விட்ட மீசையும்... கிராப்புத் தலையும், காக்கிச் சட்டைக்குள் புடைத்துக் கவசமிட்டது போல் கம்பீரமாய் உயர்ந்த மார்பும்.

"சபாஷ்" என்று அவன் முதுகில் தட்டினார் பிள்ளை.

சட்டையில்லாத வெற்றுடம்பில் அரைத் துண்டும், தலை நிறைய முடியும், தாடியுமாய் இருந்த அந்தப் பழைய கோலத்தையும் இந்தப் புதிய கோலத்தையும் ஒப்பிட்டுப் பார்த்த குருக்கள்...

"சட்டையெல்லாம் போட்டு, தாடியை எடுத்துட்டு... நம்ப பூந்தோட்டச் சாமியா? நம்ப முடியலியே..." என்று கண்களைச் சிமிட்டினார்...

அவன் சிரித்தான்:

"ஆத்மாவுக்கு உடம்பே ஒரு சட்டைதானுங்களே... இந்த ஆத்மாவுக்கு அந்தச் சட்டையே சம்மதமில்லே... அதுக்கு மேலே எந்தச் சட்டையெப் போட்டுக்கிட்டாத்தான் என்ன? சொல்லுங்க சாமி?" என்றான்.

இந்தக் காக்கி உடுப்புக்குள் இருந்து இந்த வார்த்தை வருவதைக் கேட்கப் பிடிக்காத குருக்கள் குறுக்கிட்டார்.

"இந்தப் பேச்சையெல்லாம் இனிமே விடு. நீ வாழ்க்கையெ வெறுத்துச் சாமியாரா இருந்தப்போ அது சரி... இனிமே பொருந்தாது" என்றார்.

"வாழ்க்கையை வெறுத்தா? வாழ்க்கையை வெறுத்தவன் தற்கொலை பண்ணிக்குவான் சாமி– சாமியாராகிறதில்லே..." என்றான் அவன்.

தூரத்தில் அவனுக்காக நின்ற லாரி ஹாரனை முழக்கிற்று.

"அப்போ நான் வரேன்" என்று பெரியசாமியையும் குருக் களையும் மீண்டும் வணங்கிவிட்டு இருவரிடமும் விடைபெற்றுக் கொண்டு லாரியை நோக்கி அந்தப் 'பூந்தோட்டத்துச் சாமி' ஓடுவதைக் குருக்களும் பிள்ளையும் பார்த்தவாறிருந்தனர்.

"ம்... அவன் துறவிதான்" என்று தீர்மானமாகச் சொன்னார் பிள்ளை.

குருக்கள் கண் கலங்கப் பெருமூச்சுவிட்டார்.

---

ஆனந்த விகடன், 1965

# முற்றுகை

இரண்டு மணி நேரமாய் அந்த எவளோ ஒரு 'மிஸ்'ஸுக்காகத் தனது மாடியறையில் காத்திருந்தான் வாசு. பொறுமை இழந்து முகம் சிவந்து உட்கார்ந்திருந்தவன் கடைசியில் கோபத்தோடு எழுந்து சென்று 'கப்போர்டை'த் திறந்தான்.

அதனுள் அழகிய வடிவங்களில் வடிக்கப்பட்ட கண்ணாடி மதுக்கிண்ணங்களும், கால் பாகம் குறைவாயிருந்த, ஸ்காட்ச் விஸ்கி பாட்டிலும் இருக்கின்ற கோலத்தை, ஏதோ ஒரு கலைப் பொருளைக் காண்பதுபோல் நின்று ரசித்துப் பார்த்தான் அவன்.

அந்த மதுக் குப்பியும், கிண்ணங்களும் மதுவின் விரோதி களைக் கூடக் குடிக்கத் தூண்டும் அளவிற்கு மயக்கத்தக்க கலையழகு பெற்றிருந்தன.

"அதிருஷ்ட வசமாகவோ, துரதிருஷ்ட வசமாகவோ ஒழுக்கம் என்ற அளவு கோலினால் ஒதுக்கித் தள்ளப்பட்டுள்ள விஷயங் களெல்லாம் உலகத்தின் மகத்தான சௌந்தர்யங்களாய் மாறி யிருக்கின்றன...!'' என்று முணுமுணுத்தவாறு தன்னுள் கிளர்ந் தெரிகின்ற உணர்ச்சிகளைத் தணிக்கவோ வளர்க்கவோ கொண்ட வெறியுடன் குப்பியிலிருந்ததைக் கிண்ணத்தில் வடித்துக் கலப்பட மற்ற பிரசாதம் போல் ஒரே மடக்கில் விழுங்கிக் கிண்ணத்தை மீண்டும் நிரப்பிக் கொண்டு வராந்தாவிற்கு வந்தான் வாசு.

அந்த வராந்தாவும் அவனது ஏர்கண்டிஷண்ட் அறையும் முழுக்கவும் மேனாட்டுப் பாணியில் அலங்கரிக்கப்பட்டிருந்தன. அவனும் கூடச் சிந்தனையிலும் ரசனையிலும் விதேசி மயமாகத் தான் இருந்தான்.

நாணல் தட்டையைப் போன்று, பிளாஸ்டிக்கினால் உருவாக்கப்பட்ட தட்டிகள் தொங்க விடப்பட்டிருக்கும் அந்த வராந்தாவின் ஒரு மூலையிலிருந்த 'ரேடியோகிராமி'ன் அருகே அவன் வந்தான். மதுக்குப்பியை அதன் மீது ஒரு புறம் வைத்து, ஓர் இசைத் தட்டை எடுத்து 'ரேடியோ கிராம்' பெட்டியில் வைத்தான்.

அடுத்த விநாடி "நெம்பர் ஐம்பத்தி நாலு மூங்கில் வீடு" என்ற ஆங்கில வரிகளைத் தாளத்தோடு ஒலிக்கின்ற இசைக்கு ஏற்ப

விரலைச் சொடுக்கிக்கொண்டு அந்த வராந்தாவின் மேலும் கீழும் உலவிக் கொண்டிருந்தான் வாசு.

அங்கே நடுவில் இரண்டு குஷன் சோபாக்களுக்கு இடையே இருந்த டீபாயின் மேல் சதுரங்கப் பலகையில் வரிசையாக நிறுத்தி வைக்கப்பட்டிருந்த காய்களை அந்தப் பாடல் முடியும்வரை அவன் கவனிக்கவேயில்லை. பாட்டு முடிந்ததும் அவன் மீண்டும் ஜன்னல் வழியாக வெளியில் எட்டிப் பார்த்தான். பிறகு ஹாலிலிருந்த கடிகாரத்தைப் பார்த்தான். பின்னர் மத்தியானம் இரண்டு மணியிலிருந்து– அவனால் நிறுத்தி வைக்கப்பட்டுக் காத்துக் கொண்டிருக்கும் அந்தச் சதுரங்கப் படை வரிசையைப் பார்த்தான். மூன்று மணிக்கு வருவதாய்ச் சொல்லியிருந்த அந்த மிஸ்...?

நேற்றிரவு ஒரு விருந்தில் அவனைச் சந்தித்து அவனைக் கவர்ந்தும், அவனால் கவரப்பட்டும் இங்கு வருவதாக வாக்களித்திருந்த அவள் பெயர்கூட அவனுக்கு மறந்துபோய் இருந்தது.

அவனுக்குப் பெயர்கள் முக்கியமல்ல; உறவுகள் பொருட்டல்ல. அவன் உணர்ச்சிகளை வழிபடுகிறவன்; அழகுகளை ஆராதிப்பவன்; வெறும் உருவ அழகிலேயே அவன் மனம் பறி கொடுப்பான். அப்படிப் பறிகொடுப்பது தவறல்ல என்று வாதிப்பான். பிறரைக் கவரத் தனது உருவத்திலும், நடையுடை பாவனையிலும், பேச்சிலும் ரசனையிலும் ஒருவித அழகினை வளர்த்துக் கொள்வதே வாழ்க்கை என்று அவன் நம்பியிருந்தான். இந்த முப்பத்தைந்து வருட வாழ்க்கையனுபவத்தில் அந்த நம்பிக்கை அவனுக்குப் பயனளித்தே வந்திருக்கிறது. அவனோடு பழகுகின்ற மனிதர்களுக்கு எது பிடிக்குமோ, அதனை எப்பாடு பட்டேனும் அவன் தேடி வைப்பான். ஆனால் பெரும்பான்மை யான சமயங்களில அவ்விதம் தேட வேண்டிய அவசியமில்லா மலே அவனிடம் அவை கையிருப்பிலேயே இருந்து விடுவதும் உண்டு.

நேற்று அப்படித்தான் அவளிடம் பேசிக் கொண்டிருக்கும் போது, 'அவளுக்கு மிகவும் பிடித்த பொழுதுபோக்கு என்ன?' என்று கேட்டு, அவளொரு 'செஸ் சாம்பியன்' என்றறிய நேர்ந் ததில் அவன் மிகவும் மகிழ்ச்சியுற்றான். ஏனெனில் அவனுக்கும் அதில் பரிச்சயமுண்டு. எனவே அவளுக்கு அவன் விளையாட் டாய்ச் சவால் விடுத்தான்.

"என்னோடு விளையாடி என்னை நீ ஜெயிப்பாயா?" என்று அவன் அகங்காரத்தோடு கேட்டபொழுது, "இயன்ற வரை

முயன்று பார்ப்பேன்" என்று அவள் ஆங்கிலத்தில் கூறி, அந்தச் சவாலை ஏற்றுக் கொண்டாள்.

"விளையாட்டில் வெற்றி என்பது எவ்வளவு இயல்பானதோ அவ்வளவு இயல்பானதே தோல்வியும்" என்று அவன் தத்துவார்த்த மாய்ச் சொன்ன பதில் அவளுக்கு மிகவும் பிடித்திருந்தது.

"அவனைப் பொறுத்தவரை அவன் அழைப்பை அவள் ஏற்றுக் கொண்டதே அவனுக்கு வெற்றியாய் இருந்தது. அவனது நாட்டம் அவளது வருகையில்தானே யொழிய, அவள் வந்தபின் நிகழும் விளையாட்டில் 'யார் வெற்றி பெறுகிறார்கள்? யார் தோற்கிறார்கள்' என்பதில் அல்ல. ஓர் ஆணும் பெண்ணும் சம்பந்தப்பட்ட விளையாட்டு– அது எத்தகையதாய் இருந்தாலும் வென்றவர் தோற்றவராவதும் தோற்றவர் வென்றவராவதும் இயல்பு என்று அவன் அறிந்திருந்தான்.

●●●

இப்பொழுது அவன் மனப்புழுக்கமெல்லாம் தன் அழைப்பை ஏற்றுக்கொண்டு அவள் வராமலிருப்பதால் விளைந்த ஏமாற்றத் தினால்தான்.

ரேடியோகிராம் மீது இருந்த மதுவை எடுத்து ஒரு வெறியுடன் அவன் உறிஞ்சித் தீர்த்தான்; அப்போது மணி ஐந்தரை அடித்தது.

மூன்று மணிக்கு வருவதாய் இருந்தவள், ஐந்தரைமணி வரை வராததாலும், அவளிடமிருந்து டெலிபோன் மூலம் கூட ஒரு செய்தியும் தெரியாததாலும் அவள் தன்னிடம் பொய்வாக்குத் தந்து ஏமாற்றிவிட்டாள் என்று ஆத்திரமுற்ற வாசு, ஒரு ஏமாளியைப் போல் அவளுக்காக இவ்வளவு நேரம் காத்திருந்த அவமானத்தால் திடீரெனச் சினம் மிகுந்து அந்த இரண்டு சோபாக்களின் இடையே இருந்த டீபாயைக் காலால் எற்றினான்.

வெள்ளையும் கறுப்புமாய்ச் சதுரங்கக் காய்கள் லினோலியம் விரிக்கப்பட்ட தரையில் சிதறி உருண்டன.

தனது ஆத்திரத்தைத் தானே சமனம் செய்துகொள்ள வேண்டி அந்த சோபாவில் சாய்ந்து கண்களை மூடினான் வாசு.

அமைதியான அந்த விநாடிகளில் அவனது செவிகளில் வீணையின் இனிய நாதம் மெல்லென வந்து ஒலித்தது.

அந்த வீட்டின் கீழ்ப் பகுதியில் இரண்டு மணி நேரங்களாக அல்ல; இரண்டு வருஷங்களாக அவனுக்காகக் காத்துக் கிடக்கும் அந்தப் பெண்ணின்– அவன் மனைவி சீதாவின் நினைவு

அவனுக்கு இப்போது மிகவும் சாதாரணமாக அந்த வீணையின் நாதத்தால் ஏற்பட்டது.

இரண்டு வருஷங்களுக்கு முன், மனம் போன போக்காய்த் தனி வாழ்க்கை நடத்திக் கொண்டிருக்கும் வாசுவை ஒரு குடும்பக் கட்டுக்குள் நிறுத்துவதன் பொருட்டு அவனுக்கு மனைவி என்ற புதிய உறவை ஏற்படுத்தினர் அவனது பெற்றோர்.

அந்த முயற்சியை மறுக்காமல் அவன் ஏற்றுக் கொண்டான். அந்த அளவுக்கு அவன் நல்லவனாக இருந்ததில் அவனது பெற்றோருக்கு மெத்த மகிழ்ச்சி.

'நான் சுதந்திர புருஷனாக இருப்பதைத் தவிர எந்த விதத்தில் யாருக்குத் தீயவன்?' என்று கேட்கும் அவனது கேள்விக்கு இன்று வரை அவனது குடும்பத்தில் தக்க பதில் சொல்ல யாரும் முன் வரவில்லை.

சாமர்த்தியமாகவும் சாதுரியமாகவும்– பூர்வீகச் சொத்து எவ்வளவோ இருந்தும் அவற்றை எதிர்பாராமல்– சுதந்திரமாக 'பில்டிங் காண்ட்ராக்ட்' தொழிலில் இவ்வளவு சம்பாதித்திருக்கும் தனது மகனை எண்ணி அவன் தந்தைக்கு எவ்வளவு பெருமித மிருந்தும் வாசுவின் கட்டுப்பாடற்ற வாழ்க்கை முறை ஒன்றே அவருக்குப் பெருங் குறையாக இருந்தது.

மனைவியென்று ஒருத்தி வந்தால் அவன் மாறுவான் என்று நம்பியே, சீதா அவனுக்கு வாழ்க்கைத் துணையாக்கப் பட்டாள். இன்னும்கூட அவன் அவ்விதமே மாற்றமில்லாமல் இருக்கிறான் என்றால் அதற்கு அவளே பொறுப்பு என்று தீர்மானம் செய்து விட்டார்கள் அவர்கள்.

அவள் என்ன தீர்மானத்திலோ, தன்னை அவன் பொருட் படுத்தாதது போலவே அவனது நடவடிக்கைகளைத் தானும் பொருட்படுத்தாமல் தனி வாழ்க்கை நடத்தி வருகிறாள்.

தனி வாழ்க்கையா?

இணைந்து கலந்த இரண்டு ஆத்மாக்கள் இரு வேறு உலகங் களில் பிரிந்து கிடந்தாலும் அந்த அனுபவமே ஒரு தாம்பத்யம் தான்! இரண்டு ஆத்மாக்கள் சங்கமமில்லாமல் உடல்கள் என்ன தான் ஒட்டிக் கலந்து உறவாடிய போதிலும் அந்த வாழ்வே ஒரு தனி வாழ்க்கைதான்.

அவ்விதம் ஒரே வீட்டில் வாழ்ந்தும், கணவன் கூப்பிட்ட மாத்திரத்தில், ஒவ்வொரு விநாடியும் அழைப்பை எதிர்நோக்கிக் காத்திருந்தவள் போன்று ஓடிவந்து எதிர் நின்றும், அவன் விரும்புவதை விரும்பிய வண்ணம் அளித்துப் பணி விடை

செய்தும், ஒரு ஹிந்து மனைவியின் பண்புகளோடு வாழ்க்கை நடத்திவந்தாலும், அவளது வாழ்க்கை தனிமைப்பட்டுக் கிடப்பது போன்ற ஒரு அமைதியான சோகம் சீதாவின் விழிகளில் நிரந்தரமாகப் படிந்திருந்தது.

எத்தனையோ நாட்களில் இரவில் வெகு நேரம்வரை ஆண் களும் பெண்களுமாய் அந்த வீட்டின் மாடிப் பகுதியில் அவனோடு குழுமியிருந்து கும்மாளமடித்துக் கொண்டிருந்த நேரங்களில் சமையற்காரப் பாட்டி மனம் பொறுக்காமல், "இப்படிக்கூட ஒரு கூத்து உண்டோ?" என்று வியப்பது போல் பொருமியபோது, வாழ்க்கையின் கோலங்களை விலகி நின்று ரசிக்கும் ஒரு ஞானியைப்போல் புன்முறுவல் காட்டியதல்லாமல், ஒரு வார்த்தை பாட்டியோடு சேர்ந்து பேசியதில்லை சீதா.

சீதாவைப்பற்றி மிகவும் சாதாரணமாக எண்ணிய வாசு, சீதா என்ற பெயரில் ஒரு சாதாரண பேதையைத்தான் கண்டான். தனக்கு மனைவியாய் வாய்த்த அந்தப் பெயரில் அவன் அறியாமல் ரகசியமாய் மறைந்து கிடக்கும் மகத்தான அர்த்தங் களை அவன் கண்டானில்லை. இப்போது அவன் அவளை நினைத்ததற்கு நேரிடையான ஒரு காரணமுண்டு.

இன்று காலை அவன் அழைத்ததன் பேரில் அவள் மாடிக்கு வந்திருந்தாள். அவனது உடைகளை எல்லாம் சலவைக்குப் போடுவதற்காக– அந்த அழுக்குகளைச் சுமந்து செல்ல அவள் வந்திருந்தாள். அப்போது அழுக்கோடு அழுக்காய் அவனது கோட்டுப் பையில் நேற்று இரவு அந்த எவளோ ஒரு மிஸ் அவனிடம் கொடுத்திருந்த விசிட்டிங் கார்டை வைத்த நினைவு– அதை வைக்கும்போது எந்த நிலையில் இருந்தானோ அதே நிலையில் தற்சமயம் இருக்கும் அவனுக்கு நினைவில் வந்தது.

வீணை ஒலியைத் தொடர்ந்து சீதாவும், சீதாவைத் தொடர்ந்து தனது அழுக்குகளும், அந்த அழுக்கில் ஒன்றாய் அந்த மிஸ்ஸின் விசிட்டிங் கார்டும் தனது நினைவுக்கு வந்ததையெண்ணித் தானே சிரித்துக் கொண்டான்.

அருகிலிருந்த 'காலிங்'பெல்லை அவன் அழுத்தினான்; வீணை இசை நின்றது.

மனைவியைக்கூட மணியடித்து அழைக்கும் பழக்கத்திற்குக் காரணம் அவன் எதை முன்னிட்டும் அந்த வீட்டின் கீழ்ப்பகுதிக் குள் பிரவேசிப்பதில்லை என்று தீர்மானம் செய்திருந்ததுதான். அதற்குக் காரணம், தனக்கு உடன்பாடில்லாவிட்டாலும் பிறர் உணர்ச்சிகளை மதிக்கும் நாகரிகம் அவனிடம் இருந்ததுதான்; ஒரு

முறை அவன் செருப்புக் காலோடும், சிகரெட்டுக் கையோடும் உள்ளே நுழைந்தபொழுது, இந்திய நாகரிகமே ஒரு பெண்ணுருவில் வந்து எதிரில் நின்றது போல்... அவள் மிகுந்த கோபத்தோடு அவனைத் தடுத்து நிறுத்தி, 'இது பூஜை அறை' என்று கூறியதுதான். தனது இங்கிதமற்ற செயலுக்கு வருந்தியவன்போல், 'ஐ ஆம் ஸாரி' என்று முனகிக்கொண்டே திரும்பி வந்த பிறகு இந்த இரண்டு வருஷ காலத்தில் அவனை யாரும் அங்கே அழைத்ததுமில்லை; அவன் போனதுமில்லை. அப்படிப் போயிருந்தால் துளசி மாடமும், பூஜை அறையும், சாணி மெழுகலும், சாயக் கோலமும் அவனுக்கும் பிடித்திருக்காது.

அவனுக்கு அவள் தேவையானபொழுது இருந்த இடத்தி லிருந்து அவளை அழைக்க இந்த நவீன காலத்தில் வசதிகளா இல்லாமல் போயின?

அதோ மாடிப் படிகளில் மெட்டியின் ஓசை ஒலிக்க அவள் வருகிறாள்; வந்து அவன் எதிரே நிற்கிறாள்.

அப்போது அங்கு வீசிய வாடையிலிருந்து அவனது நிலையை அவள் ஊகித்துக் கொண்டாள். முகத்தில் ஒரு சுளிப்பு இருக்க வேண்டுமே! புன்னகையோடு எதிரே நிற்கும் மனைவியைச் சிவந்த விழி திறந்து பார்த்துப் புன்னகை புரிந்தான் வாசு.

"சலவைக்குத் துணி போடறச்சே பாக்கெட்டெல்லாம் பார்க்கணும்னு சொல்லி இருக்கேனா இல்லையா?"

"ஆமாம், சொல்லியிருக்கேள்."

"இன்னிக்கிப் பார்த்தியா?"

"பார்த்தேன்... இதுதான் இருந்தது. கேக்கும்போது தருவோம்னு பத்திரமா எடுத்து வெச்சேன்" என்று அவனிடம் அவள் நீட்டிய அந்த விசிட்டிங் கார்டை வாங்கி ஒருமுறை பார்த்துவிட்டு அவளை நோக்கித் தலை நிமிர்ந்து, "தாங்க்ஸ்..." என்று அவன் நன்றி தெரிவித்ததும் ஒரு புன்முறுவலால் அவனுக்குப் பதிலளித்து விட்டு அவள் திரும்பினாள்.

"சீதா..." என்ன நினைத்தோ அவளை அழைத்தான்.

அவள் நின்று திரும்பி அவனைப் பார்த்தாள்.

"இங்கே வா" என்று அவன் அவளை அருகே அழைத்தான். அவள் அருகே வந்ததும், "நீதான் உங்க ஊர்லே பத்தாவது வரைக்கும் படிச்சிருக்கியே... எங்கே இதைப்படி" என்று அவளிடம் அந்த விசிட்டிங் கார்டைக் கொடுத்தான்.

"மிஸ் சுகுணா... இங்கிலீஷ் லெக்சரர்" என்று பெண்கள் கல்லூரி ஒன்றின் பெயரையும் சேர்த்துப் படித்த பின், அதிலிருந்த அவள் வீட்டு டெலிபோன் எண்ணையும் வாசித்துக் காட்டினாள் சீதா.

அதைப் படித்த பின்னர் அவள் முகத்தில் ஏதேனும் சலன மிருக்கிறதா என்று கூர்ந்து பார்த்தான் வாசு. வழக்கம் போன்ற புன்னகையோடு எந்த விதத்திலும் பாதிக்கப் படாத உணர்ச்சி களோடு அவள் நின்றிருப்பதைப் பார்த்த வாசுவுக்கு, 'இவளால் எப்படி இவ்விதம் இருக்க முடிகிறது?' – என்ற எண்ணம் முதலாக எழுந்தது.

அவன் அவள் கண்களுக்குள் கூர்ந்து பார்த்தான். அதிலே ஆழ்ந்து துயிலும் சோகம் அவனுக்குத் தெரிந்ததோ இல்லையோ? இவளிடம் தனக்கு ஓர் ஆழ்ந்த லயிப்பு இல்லாமல் போனதன் காரணத்தை இப்போது அவன் எண்ணிப் பார்த்தான். அதைத் தொடர்ந்து தன்னிடம் இவளுக்கு ஏதேனும் லயிப்பு இருக்கிறதா என்று சிந்தித்துப் பார்த்தான். 'லயிப்பு இருந்தாலும் இல்லா விட்டாலும் சட்டபூர்வமாய் இவள் என் மனைவி' என்ற மூன்றாம் பட்சமான, ஆனால் மிகவும் முரட்டுத்தனமான ஒரு பிடிப்பைப் பற்றி ஆராய்ந்து பார்த்தான்.

வெகு நேரமாய் ஒரு துணையை நாடிக் காத்திருந்து வெறுப்புத் தட்டிய அவனுக்கு ஏதோ ஒரு துணை தேவைப் பட்டது. எனவே அவளை அங்கே உட்காரச் சொல்லிப் பணித்தான்.

அவள் அவன் எதிரே இருந்த மற்றொரு சோபாவில் அமர்ந்தாள். கீழே இறைந்து கிடந்த சதுரங்கக் காய்களில் ஒன்று அவள் பாதத்தில் தட்டுப்பட்டது. அதை அவள் கையிலெடுத்துக் குனிந்த தலையோடு பார்த்துக் கொண்டிருந்தாள்.

"அது என்ன சொல்லு, பார்ப்போம்?" என்று ஒரு குழந்தையைக் கேட்பதுபோல் அவன் கேட்டான்.

அவள் தனது பெரிய விழிகளைச் சற்றே உயர்த்தி அவனைப் பார்த்துப் பதில் சொன்னாள்:

"செஸ் காய்ன்."

"ம்ஹ்ம்" என்று அவள் ஞானத்தைச் சிலாகித்து விட்டு, "அது என்ன 'காய்ன்'னு தெரியுமோ?" என்று கேட்டான்.

"வய்ட் பிஷப்."

"உனக்குச் செஸ் விளையாடத் தெரியுமா?"

"சுமாராகத் தெரியும்."

"லெட் அஸ் ஸீ. போர்டை எடுத்து வெச்சி அடுக்கு பார்ப்போம்" என்று கூறிய பின், ஒரு சிகரெட்டைப் பற்ற வைத்துக் கொண்டான் வாசு.

அவள் குனிந்து தரையில் கிடந்த அந்தச் சதுரங்கக் காய்களைப் பொறுக்கிக் கொண்டிருக்கையில் அவளையே அவன் பார்த்துக்கொண்டிருந்தான். சில விநாடிகளுக்குப் பிறகு அவள் அழகைத் தான் ரசித்துக் கொண்டிருப்பதாக அவன் உணர்ந்தான்.

டீபாயின் மீது சதுரங்கப் பலகையில் இரண்டு தரப்பிலும் காய்களை அணிவகுத்து நிறுத்தி வைத்தபின் 'அவள் காய்களைச் சரியாக அடுக்கி வைத்திருக்கிறாளா?' என்று ஒரு முறை பரிசீலனை செய்து பார்த்துவிட்டு, "உனக்கு எது? பிளாக் ஆர் வய்ட்?" என்று கேட்டான்.

"பிளாக்" என்று சொல்லி அவன் தனது காயை நகர்த்துவதற்காக அவள் காத்திருந்தாள்.

அவன் ஒரு முறை காய் நகர்த்திய பின் பதிலுக்கு அவள் நகர்த்தினாள். இவ்விதம் மாறி மாறி நான்கு 'மூவ்'கள் ஆயின.

அவன் அவளிடம் கேட்டான்: "நீ ஏதாவது தியரி படிச்சிருக்கியா?"

"இல்லே... எப்பவோ விளையாடின பழக்கந்தான்."

அப்போது டெலிபோன் மணி ஒலித்தது. இரண்டு மூன்று முறை அந்த ஒலியைப் பொருட்படுத்தாமல் ஆட்டத்தில் முனைந்திருந்த வாசு–

"அது யாருன்னு கேளு," என்று அவளிடம் சொல்லி அனுப்பினான். சீதா எழுந்து சென்று டெலிபோன் ரிஸீவரைக் கையிலெடுத்தாள்.

"ஹலோ...எஸ்...எஸ், மிஸ்டர் வாசு'ஸ் ஹவுஸ்... ஐ ஆம் ஹிஸ் வய்ப்... சொல்றேன்...நோ மேன்ஷன் பிளீஸ்" என்று ரிஸீவரை வைத்துவிட்டு வந்த சீதா, முகத்தில் எவ்விதச் சலனமுமில்லாமல் அவனிடம் தெரிவித்தாள்:

"மிஸ் சுகுணா... நேத்திக்கு எங்கேயோ பார்ட்டியிலே சந்திச்சேளாம். இன்னிக்கி மூணு மணிக்கு வர்ரதா சொல்லி இருந்தாளாம். காலேஜுலே ஏதோ திடீர்னு வேலை இருந்துடுத்தாம்– இப்ப உடனே வர்ராளாம்" என்று சொல்லிவிட்டு ஆட்டத்தைத் தொடர்வதற்காகச் சோபாவில் அமர்ந்தாள் சீதா.

அவள் தன் காயை நகர்த்திய பிறகும்கூட அவளையே அவன் வெறித்துப் பார்த்தவாறு உட்கார்ந்திருந்தான்.

“உங்க மூவ்தான்” என்று அவள் அவனுக்கு நினை வூட்டினாள். அதைக் காதில் ஏற்றுக் கொள்ளாமலேயே அவன் அவளைக் கேட்டான்.

“நீ என்னைப்பத்தி என்ன நினைக்கிறே?”

“என்ன நினைக்கணும்? நீங்க என்னைக் கல்யாணம் பண்ணி இருக்கறவர்– அதாவது என்னோட புருஷன்னு நினைக்கிறேன்...”

அவன் நெற்றியைச் சொறிந்துகொண்டு தலை குனிந்தான். சிறிது நேரம் கழித்து மீண்டும் அவன் கேட்டான்: “என் மேலே உனக்கு ஏதாவது கோபம்...?”

“இல்லே...”

“வருத்தம்?”

“ம்ஹும்...”

“கவலை?”

“இல்லே.”

“ஏன் இல்லை?”

“ஏன் இருக்கணும்?”– அவனது கேள்விகளுக்கெல்லாம் அவளால் பதில் சொல்ல முடிந்தது. அவனது கேள்விகளுக்குப் பதிலாய் இன்னொரு கேள்வியையே அவள் திருப்பிப் போட்ட பொழுது அந்தக் கேள்விக்கு அவனால் பதில் சொல்ல முடிய வில்லை.

‘இவள் தன்னைப் பற்றி என்னதான் நினைத்திருக்கிறாள்’ என்று அறியத் துடிக்கும் அவனது ஓர் ஆர்வத்திற்கு, ‘ஒன்றுமே நினைக்கவில்லை’ என்ற பதில் உகந்ததாய் இல்லை. அப்படியொரு பதில் அவளிடமிருந்து வரும்பொழுது இவள் தன்னால் எப்படிப் பட்ட மறைவான துயரத்தை அனுபவித்து எவ்வளவு கொடிய மர்மமான பகைமையையும் வளர்த்துக் கொண்டிருக்கிறாள் என்று அறிய முடிந்தது. இன்னும்கூட ‘என்னைப் பற்றி நீங்கள் என்ன நினைக்கிறீர்கள்?’ என்ற கேள்வியை அவள் கேட்பாளா என்று அவன் ஏங்கினான். அப்படிக் கேட்க வேண்டுமென்ற ஓர் உணர்வு கூட அவளிடம் இல்லை என்று புரிந்து கொள்கையில் அதில் விளைகின்ற ஒரு சூன்யமான, கசப்பான உணர்ச்சியை அவனால் விலக்கவும் முடியாமல் ஏற்கவும் முடியாமல் அவன் தவித்தான்.

உண்மையில் அந்த உணர்ச்சி அவனால் ஏற்க முடியாததாகவும் விலக்க முடியாததாகவும் அவனை முற்றுகையிட்டு விலகாமலும் சேராமலும் வியூகம் அமைத்திருந்தது.

'நான் அழைத்தபோது இவள் வந்திருக்கிறாள்... நான் அமரச் சொன்னாள் அமர்கிறாள். போகச் சொன்னால் போகிறாள். சிரிக்கச் சொன்னால் சிரிக்கிறாள். ஆனால் இவள் என்னை எதுவும் சொல்வதுமில்லை... இவளுக்காக நான் எதுவும் செய்வது மில்லை... இவள் என்னால் ஆக்கிரமிக்கப்பட்டவள்... இவளுக்கு என்னிடம் அன்புமில்லை; பகையுமில்லை... அன்பு செலுத்தவும் பகைமை பாராட்டவும் கூட ஒருவகைப் பற்று வேண்டும். இவள் என்னிடம் பற்றற்று வாழ்கிறாள்...'

"என்னைப்பத்தி நீ கவலைப் படாத மாதிரி– உன்னைப் பத்திக் கவலைப்படாம நானும் இருக்கணும்னு நெனைக்கிறியா, அது உனக்கும் ரொம்ப சௌகரியமா இருக்கா? என் இஷ்டப் படி நான் இருக்கிறதைப் பத்தி நீ கவலைப்படாமல் இருக்கிறதுக்கு அர்த்தம்– உன் இஷ்டப்படி நீ இருக்கணும்கிறதுக்குத்தானே?" என்று மது வெறியில் அவள் மனத்தில் தைப்பதுபோல் கேட்டான் வாசு.

அவள் கண்கள் அந்த விநாடியில் கலங்கின. எனினும் அவள் அழவில்லை. "இதுதான் பெண்களின் தலைவிதி. எப்படியிருந் தாலும் கெட்ட பெயர்தான்!" என்று தன்னுள் முனகிக் கொண்டாள் சீதா. பின்னர் சொன்னாள்: "நான் ஒரு ஹிந்துப் பெண். யாரையும் யாரும் கெட விடறதில்லே. கெடறவாளை யாரும் ஒண்ணும் பண்ணவும் முடியாது."

அவளது வார்த்தைகளைக் கேட்டு அவனது சிந்தனை கிளர்ச்சியுற்றது. எழுந்து சென்று மேலும் ஒரு கிண்ணம் மது அருந்த எண்ணி எழுந்தான்; பிறகு ஏனோ 'வேண்டாம்' என்று தன் முகத்துக்கு நேரே தானே கை வீசி அந்த எண்ணத்தை விரட்டி விட்டு உட்கார்ந்தான் வாசு.

"எஸ்... லெட் அஸ் பிளே..." என்று வெகுநேரே மௌனமான சிந்தனைக்குப் பின் ஒரு பெருமூச்சுடன் கூறினான் வாசு.

"உங்க மூவ்தான்" என்று அமைதியாய்ப் பதில் சொன்னாள்.

'இவளை ஆட்டத்திலாவது வெல்ல வேண்டும்' என்ற முனைப்பில் காயை நகர்த்தலானான் வாசு.

சீதா தனது சக்தி வாய்ந்த காய்களை எல்லாம் ஒவ்வொன்றாய் அவனுக்குப் பறி கொடுத்துக் கொண்டிருந்தாள்.

வாசுவின் காய்கள் முன்னேறி முன்னேறி அவளது காய்களை வெட்டி வெட்டி எடுத்துக் கொண்டிருந்தன.

திடீரென்று சீதா அவனுடைய ஒரே ஒரு 'காய்'னை எடுத்து, "செக் அண்ட் மேட்" என்று ஆட்டத்தை முடித்தாள்.

வாசு, அவனது ஒவ்வொரு காய்க்கும் செக்கிலிருந்து தனது ராஜாவை விடுவிக்க ஏதாவது வழி இருக்கிறதா என்று பார்த்தான். அவை யாவும் முற்றுகையில் இருந்தன. அவனது காய்கள் முன்னேறி இருந்தது உண்மையே; அவளது சக்தி மிக்க காய்களை எல்லாம் அவனிடம் அவள் பறி கொடுத்திருந்ததும் வாஸ்தவம் தான். ஆனால் அவனது ராஜா அவளது முற்றுகையில் சிக்கி யிருந்தது எல்லாவற்றையும்விட உண்மை.

"வெல்டன் சீதா!" என்று அவளது தோளில் உற்சாகமாய்த் தட்டினான் வாசு.

அவள் எப்போதும் போல் அமைதியான புன்னகையே பூத்தாள்.

அப்பொழுது கீழே இருந்து 'காலிங் பெல்'லின் ஓசை கேட்டது. சீதா எழுந்தாள்.

"சீதா... அவளாத்தான் இருக்கும். நான் இல்லேன்னு சொல்லிடு" என்று வாசு பயந்து கொண்டு பொய் கூறியதும், அவள் ஒரு கசந்த புன்னகையோடு மாடிப்படி இறங்கப் போனாள்.

"அவளை அனுப்பிவிட்டு நீ வா" என்று கூறிய பின் வாசு இரண்டாவது ஆட்டத்திற்காகச் சதுரங்கப் பலகையில் காய்களை அடுக்கலானான்.

சற்று நேரம் கழித்து மாடிப்படிகளில் ஒலித்த மெட்டியின் நாதம் கேட்டு அவன் உடல் சிலிர்த்தது. அவள் அவன் எதிரில் வந்து நிற்கையில் வாசுவின் விழிகளில் இது வரையில் அவள் சந்திக்காத ஒரு புதிய உணர்ச்சி மின்னியது. ஆனால் அவளது விழிகளில் நிரந்தரமாகப் படிந்திருந்த அந்தச் சோகம் மட்டும் மாறவே இல்லை.

அவன் அவளை விளையாடச் சொன்னான்; அவள் விளையாடினாள்.

---

ஆனந்த விகடன், 1965

# இருளில் ஒரு துணை

தவிட்டை வறுத்துத் துணியில் முடிந்து கொண்டு, எழுந் திருக்காமல், உட்கார்ந்தபடியே நகர்ந்து, கயிற்றுக் கட்டிலின் அருகே வந்த கபாலி, மூங்கில் கூடை போல் எலும்பெடுத்து விறைத்துப்போன அவர் மார்பைத் தடவியவாறே,

"ம்... திரும்பிப் படு சாமி... அள்ளையிலேதான் சளி உறைஞ்சி கெடுக்குது" என்று அவரைப் புரட்டியபோது...

சங்கீத கலாபூஷணம், நாடக உலகச் சக்கரவர்த்தி ஸ்ரீ சத்திய பாலன் அவர்கள்– புகழும் செல்வமும், சீரும் சிறப்பும் அவரை உதறி எறிந்ததேபோல்... இந்தப் பொய்யான வாழ்வை உதறித் தனது ஜீவ சரித்திரத்தைச் சம்பூர்ணமாக்கிக் கொண்டுவிட்டார் என்பதை அறிந்தான்.

கபாலியின் கையில் முடியப்படாமல் மூட்டையாகச் சுருக்கிப் பிடித்திருந்த தவிட்டு முடிச்சு பிடி தளர்ந்து, சூடான தவிடு அவன் காலில் வழிந்து கொட்டியது.

கபாலி அந்த முகத்தை வெறித்துப் பார்த்தான்.

அவசியமில்லாத துயரம் அவன் நெஞ்சில் திடீரெனக் கிளர்ந்து அடைத்தது. காரணமில்லாத கண்ணீர் அவனது இடுங்கிய விழிகளில் கரகரவெனச் சுரந்து வழிந்தது.

"சாமி... பூட்டியா" என்று கம்மிக் கிறீச்சிட்ட குரலில் அத்யந்த மாய் அவரிடம் வினவினான். பின்னர் தனது கரங்களைக் கூப்பியவாறு அவரை வணங்கி அழுதான்.

அந்த விநாடியோடு அவனது வருத்தமும் கண்ணீரும் மாறிப் போயின. இந்தச் சாவைத்தான் அவன் தினம் தினம் எதிர்பார்த்து வந்திருக்கிறானே–

சரி, இனிமேல் ஆக வேண்டியதைக் கவனிப்போம் என்ற நினைவில் எழுந்தான்...

தரையில் சிதறிக் கிடக்கும் தவிட்டை அள்ளி அந்த அறை யின் மூலையில் உள்ள அடுப்பருகே கொண்டு கொட்டினான். எரிந்து கொண்டிருந்த அடுப்பைத் தணித்தான். துடைப்பத்தை

எடுத்து அறை முழுவதையும் கூட்டிச் சுத்தப்படுத்தினான். இந்த அலுவல்களின்போது சில விநாடிகள் அவர் செத்துப்போய்க் கிடக்கும் விஷயத்தையே அவன் மறந்துவிட்டான். ஏதோ ஒரு சமயம் திடீரெனப் பிரம்மாண்டமாக அந்த விஷயம் நினைவில் வரப்பெற்றுக் கையிலிருந்த துடைப்பத்தைக் கீழே போட்டுவிட்டு அவர் படுத்திருந்த கயிற்றுக் கட்டிலின் அருகே வந்து நின்று அவரையே உற்று நோக்கினான்.

"ஆ, பூட்டியே சாமீ..." என்று ஒரு சிறு விரக்திச் சிரிப்புடன் பெருமூச்செறிந்தான்: "ம்... நா மட்டும் இன்னம் எம்மா நாளு வாயப் போறேன்— உனக்கும் எனக்கும் இன்னா வயிசு வித்தியாசம்?... நீ இன்னா ஒரு பத்து வயிசு மூத்தவனா இருப்பியா?..." என்று மனத்துள் முனகிக் கொண்டான்.

ஒருக்களித்த நிலையிலே செத்துப் போய்விட்ட அவரைச் சீர் செய்து கிடத்தாமல் அறையையும் தரையையும் சுத்தம் செய்து கொண்டிருக்கும் தன்னை எண்ணி நெற்றியில் அடித்துக் கொண்டான். தானே அறியாமல் இந்தச் சாவு தனக்கு அதிர்ச்சி தந்து தன்னைக் குழப்பியிருப்பதை உணராமல், 'இதான்... கெழ பாடுன்றது' என்று தனக்கு வயதாகிவிட்ட கோளாறினை நொந்து கொண்டு அவரைப் புரட்டி மலர்த்திப் படுக்க வைத்தான். அவரது ஒரு கை வசமிழந்து கயிற்றுக் கட்டிலிலிருந்து கீழே தொங்கித் தரையில் புரண்டது. அந்தக் கையை எடுத்து மற்றொரு கையுடன் கோத்து மார்பில் சேர்த்து வைத்தான். யாரையோ திரும்பிப் பார்ப்பதுபோல் அவரது கழுத்து இயல்பற்ற முறையில் ஒரு புறம் முறுக்கித் திரும்பி, மோவாய் தலையணைக்கு வெளியே நீண்டு அவஸ்தைப் படுகிறாப் போலிருந்தது. அந்த முகத்தைத் திருப்பி நேராக்கினான்; கொள கொளத்த கழுத்து உருளாமல் இருக்கத் தலையணையை குழியாக்கித் தலையைப் பொருத்தி வைத்தான்; கால்களை நேராக்கி நீட்டிவிட்டான்; திறந்து வெறித்துக் கிடந்த, ஏற்கனவே குருடாகிப் போன விழிகளின் இமைகளைப் பதனமாய் வருடி மூடிவிட்டான்.

'சரி, இனிமேல் என்ன செய்வது' என்ற யோசனையோடு தனது கால் சட்டைப் பையையும் மேல் சட்டைப் பையையும் துழாவி ஒரு பீடியை எடுத்தான். அவர் தலைமாட்டில் சற்றுத் தூரம் தள்ளிச் சுவரில் மாட்டி எரிந்து கொண்டிருக்கும் சிம்னி விளக்கில் பற்றவைத்து வழக்கம் போல் உள்ளங் கைக்குள் மறைத்துக் கொண்டு— அதைப் புகைத்தெறிவதற்காக— அவன் வெளியே போக எண்ணியபோது...

தனது குழப்பத்தை எண்ணிச் சிரித்தவாறே தலையில் அடித்துக் கொண்டான்...

'அட கய்தே; அவருதான் பூட்டாரேடா!– நீ பீடி குடிக் கறதெதான் பார்த்துக்கினுகிறாரா? இங்கே படுத்திருக்கறது அவருன்னா நெனச்சே?... இது அவரு இல்லே; பின்னே எவரு? எவருமில்லே இது... இவ்வளவு நாளு அவருக்குத் தொணையா யிருந்தேன்... இப்போ அவரு பொணத்துக்குத் தொணை. இம்மா நாளு எனக்கு அவரு தொணையா இருந்தாரு; இப்ப அவரு பொணம் தொணையா இருக்குது...' என்ற தன்னுள்ளேயே ஏதோ பேசிக்கொண்டே பீடியைப் புகைத்தான் கபாலி.

அப்போது, எண்ணெய் வறண்டு போன அந்தச் சிம்னி விளக்கு 'பக்'கென்று குதித்தது; சற்று நேரம் படபடவெனத் துடித்தது; கடைசியில் 'பொக்'கென்று அணைந்தே போயிற்று.

ஒரே இருட்டு!

அந்தக் கயிற்றுக் கட்டிலின் அருகே அமர்ந்து பீடியைப் புகைத்துக் கொண்டு விடிவுக்காகக் காத்திருந்தான் கபாலி.

அந்தப் பழங்கால வீட்டின் ஓட்டுக் கூரையில் எலியொன்று கரண்டிக் கரண்டி அவன் தலையில் மண்ணைக் கொட்டியதால் சற்று இடம் மாறி அமர்ந்தான்.

திடீரென்று ஏதோ ஒரு சமயம் அவர் செத்துப்போய் விட்டார் என்ற ஞாபகம் நெஞ்சில் ஆழமாய்க் கீறி ஸ்திரப் படுத்தியது. இருளில் அவர் படுத்திருக்கும் இடத்தை அவன் வெறித்துப் பார்த்தான். அவர் அசைவதுபோல ஒரு பிரமை, அல்லது அசைய வேண்டும் போல ஒரு கற்பனை அவனுள் மிகுந்தது. எனினும் அவனுக்குக் கொஞ்சம்கூடப் பயமே தோன்ற வில்லை. பயப்படுகிற வயசெல்லாம் அவனும் தாண்டி வந்து விட்டான். இருந்தாலும் ஒரு பிணத்துக்குத் துணையாக– என்னதான் தனது நட்புக்கும், அன்புக்கும் மதிப்புக்கும் பாத்திரமாய் இருந்தபோதும்— அவரது பிணத்தைத் துணையாக வைத்துக் கொண்டு தனித்த அறையின் இருளில் உட்கார்ந் திருப்பதில் அவனுக்கு வெறுமை உணர்ச்சி தோன்றிற்று.

சற்றுமுன் தணித்த அடுப்பைக் கிளறி, அணையாதிருந்த ஒரு சிறு கங்கின்மீது பீடியை ஊன்றிப் பற்றவைத்துக் கொண்டு வாசற் கதவைத் திறந்தான் கபாலி.

தெருவின் இருமங்கிலும் மனிதர்கள் படுத்துத் தூங்கிக் கொண்டிருந்தனர். அவனது சைக்கிள் ரிக்ஷா சுவரோரமாய் அந்தத் தூங்குமூஞ்சி மரத்தடியில் நின்றிருந்தது.

வழக்கமாய் அவர் தூங்கிய பிறகு அவன் போய் வண்டியில் படுத்துக் கொள்வான். ஆனால் இந்த இரண்டு நாட்களாய் அவர் அவனைத் தூங்கவே விடவில்லை. இரவெல்லாம் மார்பு வலி; இருமல்; புலப்பம்! இன்று எல்லாம் அடங்கிப் போயிற்று! இன்றைக்கு அவரது தொந்தரவு இல்லை; எனினும் அவனால் தூங்க முடியவில்லை.

கபாலி கதவைத் திறந்து வைத்துக் கொண்டு வாசற்படியாகப் போடப்பட்டிருந்த அந்தக் கருங்கல்லின் மீது உட்கார்ந்து கொண்டு பீடிப் புகையை ஊதியவாறு வானத்தை வெறித்துப் பார்த்தான்.

'மணி ரெண்டிருக்குமா?...''

பக்கத்திலுள்ள பெரிய தெருவில் இரண்டாவது ஆட்டம் சினிமா பார்த்துவிட்டு உற்சாகமாகப் பேசிக்கொண்டு ஒரு கும்பல் செல்கிறது. அந்தச் சத்தம் தேய்ந்து மறைந்த பிறகும், 'இன்னும் கேட்கிறதா' என்று செவிகளைக் கூர்மையாக்கிக் கவனித்தான் கபாலி.

பக்கத்துக் குடிசையிலிருந்து 'அட சீ! போ' என்று ஒரு பெண்ணின் குரல், தூக்க மயக்கத்தில் எரிச்சலுடன் புருஷனையோ பிள்ளையையோ உதறும் சப்தம்...

விடிய இன்னும் நேரமிருக்கிறது!

கபாலியின் நெஞ்சில் திடீரென்று கரை கடந்த மகிழ்ச்சி பெருகி அடைத்தது. உடம்பு ஒரு முறை சிலிர்த்துக் குலுங்கியது. அவன் வாசற்படியில் உட்கார்ந்தவாறே கழுத்தை மாத்திரம் திருப்பி, உள்ளே அந்த இருட்டறையில் கிடக்கும் மாஜி மனிதனை வெறித்துப் பார்த்தான்.

"சங்கீத கலா பூஷணம், நாடக உலகச் சக்கரவர்த்தி ஸ்ரீ சத்யபாலன்" என்பதாக ஒருமுறை வாய்விட்டுத் தன் குரலே ஸ்பஷ்டமாகத் தன் காதில் விழுகிற மாதிரிச் சொல்லிப் பார்த்துக் கொண்டான் கபாலி.

"ம்! இந்தச் சேரியிலே, இப்படி ஒரு இடிஞ்ச வீட்டிலே ஒரு அறை மூலையிலே உன் ஆய்சு முடியணும்னு எழுதியிருக்கே ம்! அடாடா!... ஒரு காலத்திலே பேர் சொன்னா ஊர் கூடுமே, சாமி ... இன்னிக்கு எல்லாம் மறந்து பூடுச்சி! இன்னிக்கு யாரு பேரைச் சொன்னா, குஞ்சு குளுவான், ஆம்பளை பொம்பளை, கெழம் வாலிபம் எல்லாம் ஓடியாந்து பாக்குமோ— அப்படி ஒரு பேருக்கு இணையான பேரு இல்லையா, உன் பேரும்?

"அது இன்னா மாயம்னு நானும் நெனச்சி நெனச்சி தலையெ சொறிஞ்சிக்கிறேன். எம்புத்திக்கு வெளங்கல்லே...ம், காருங்க இன்னா, பங்களாவுங்க இன்னா? ஆளுங்க இன்னா, சேவுகம் இன்னா? அயகு இன்னா?... அயவா?... சீ, வேறே வார்த்தை வேணும். அப்படியே ஒரு இது... தேஸஸ்! மொத... மொதல்ல பார்த்தப்போ கடவுளே! அதோ, அதோ அப்படியே என் கண்ணு மின்னால அர்ச்சுன மவாராசா மாதிரி நிக்கறியே... சாமி!"

கபாலியின் கண்கள் பனிக்கின்றன.

●●●

செங்கல்பட்டு ரயில்வே ஸ்டேஷனில்– அது ஒரு பிரதான ஜங்ஷன்தான் என்றாலும்– அவ்வளவு கூட்டத்துக்கு நியாய மில்லை; அநியாய ஜனக் கும்பல்! திருவிழாக் கூட்டம் மாதிரி ஆண்களும் பெண்களும் அணியணியாகக் கூடி நிற்கின்றனர்.

பிளாட்பாரம் டிக்கெட்டு தீர்ந்துபோய் வேறு வழியின்றி ஜனங்களைச் சும்மாவே உள்ளே விடத் தீர்மானித்து விட்டார்கள் ரயில்வே அதிகாரிகள்!

நல்ல வெயில்!

ஒரு தேவதூதனின் வருகையை எதிர்நோக்கித் தரிசனத் திற்குக் காத்திருப்பதுபோல் அவர்கள் அனைவரும் சென்னை யிலிருந்து வரும் ரெயிலை எதிர்பார்க்கின்றனர். நேரம் ஆக ஆகச் செய்தி பரவுகிறது! செய்தி பரவப் பரவ நாலு திசைகளிலிருந்தும் ஆண்களும் பெண்களும் வெறிமிகுந்தவர் போல் ஓடி வருகின்றனர். எல்லாரது வாயிலும், மனத்திலும் நினைவிலும், சிந்தனையிலும் ஆத்மாவிலும் இந்த ஒரு பெயரே நின்று ஆட்சி செலுத்துகிறது.

சத்யபாலன்!

அவர் நடித்த படங்கள் வாரக் கணக்கில் அல்ல, சில ஊர்களில் வருஷக் கணக்கில் ஓடிய காலம் அது!

அந்தக் கும்பலில் ஓர் அழகிய இளம் பெண்ணை அவளது பெற்றோரே அழைத்து வந்து நிறுத்தி இருக்கின்றனர்...

அவள் அடிக்கடி வானத்தைப் பார்த்துச் சிரிக்கிறாள். தனது கரங்களுக்கிடையே அந்தக் கனவுக் காதலனைக் கற்பனை செய்து கொண்டு தன்னைத் தானே தழுவிக் கொள்கிறாள். கண்ண பிரானை எண்ணி மீராதேவி பாடியது போல், சத்யபாலனின் சினிமாப் பாடல்களைப் பாடிக்கொண்டு தன்னை மறந்து ஆடுகிறாள்.

திடீரென்று ‘அவர் எப்போ வருவார்? எப்போ வருவார்?’ என்று பிதற்றுகிறாள். பெற்றவர்கள் வெட்கித் தலைகுனிந்து அவளைச் சமாதானப்படுத்துகின்றனர்.

அந்தக் கும்பலில் ஒருவனாய்க் கபாலியும் நிற்கிறான்.

ரயில் வருகிறது! ஒரு மாயாஜாலம் போல் கும்பல் பன்மடங்காய்ப் படர்ந்துவிட்டது. ஜனக்கும்பல் திமிறி நெரித்து ரயிலையே புரட்டி விடுவதுபோல் முண்டி நிற்கிறது.

பாவம் அந்தப் பெண்! கும்பலைத் தள்ளிக்கொண்டு வந்து பார்க்க முடியவில்லையாம். கீழே விழுந்து புரண்டு புரண்டு அழுகிறாள்! நேரில் பார்த்தால் அவள் பித்தம் தெளியும் என்று பலர் கூறியதைக் கேட்டு அழைத்து வந்த் பெற்றோரும் ஏமாற்றத்தால் கண் கலங்குகின்றனர்.

இந்த வேடிக்கையைப் பார்த்துக் கொண்டிருந்தால் தானும் இப்படி ஏமாற நேரிடும் என்றுணர்ந்த கபாலி, கும்பலை விலக்கித் தள்ளிக்கொண்டு உள்ளே நுழைந்து, அந்த முதல் வகுப்புப் பெட்டியருகே வந்து நிற்கிறான்.

ஆனால் அந்த சத்யபாலனோ தரிசனம் தருவதற்குச் சித்த மிரங்கவில்லை போலும்! அந்த முதல் வகுப்புப் பெட்டியின் கதவுகளை உட்புறம் தாழிட்டுக் கொண்டு அழகிய வெல்வெட் தலையணைகளின் மேல் சாய்ந்து அவர் அனந்த சயனம் புரிவதைக் காணும் பாக்கியம் சிலருக்கே கிட்டியது!

விநாடிக்கு விநாடி கூட்டத்திற்கு வெறி விஷம் போல் ஏறுகிறது. ரயிலை விடமாட்டார்கள் போலிருக்கிறது–

கார்டு ஓடிவந்து கண்ணாடிக் கதவில் தட்டுகிறார். கண்ணாடிக் கதவு பாதி திறக்கப்படுகிறது! கார்டு ஆங்கிலத்தில் கௌரவமாக ஏதோ கூறுகிறார். அப்போது அருகில் நின்று இருந்த ஒரு சாஸ்திரிகள்– வயது எழுபதுக்கு மேலிருக்கும்; பார்த்தாலே வணங்கத் தகுந்த தோற்றம்– இரண்டு கரங்களையும் கூப்பிக் கொண்டு வண்டிக்குள் தலை நீட்டி, “சாமான்யத்திலே கெடைக்கிற தெரிசனமா? கொஞ்சம் பெரிய மனசு பண்ணி, கதவண்டை வந்து நின்னேள்னா எல்லாரும் பார்ப்பா...” என்று கெஞ்சுகிறார்.

கடைசியில் சத்யபாலரின் தரிசன அருள் கிட்டுகிறது.

அதோ! அந்த முதல் வகுப்புப் பெட்டியின் கதவு திறக்கப் பட்டுக் கதவருகே ஒய்யாரமும் மிடுக்குமாய் ஒரு கையை

மேலுயர்த்திக் கதவைத் தாங்கிக்கொண்டு, இன்னொரு கையை இடுப்பில் ஊன்றிப் பிரபஞ்சத்தையே ஓர் அலட்சியமாக மிதந்த பார்வையில் பார்க்கும் அவர் கண்கள் இந்த ஊளையிடும் மந்தையைப் பார்க்கப் பிடிக்காமல் கூசுகின்றன. கண்ணை மூடிக் கொள்கிறார். அவர் வந்து நின்ற அந்தத் தோற்றம்!

தங்கத்தை உருக்கி வார்த்தது போன்ற தளிர் மேனி; பொன்னிறப் பட்டில் அணிந்துள்ள ஜிப்பாவுக்கும், கழுத்தில் விழுந்து கிடக்கும் பொற் சங்கிலிக்கும் அவரது மேனி வண்ணத் திற்கும் வித்தியாசமே காண முடியவில்லை. இடுப்பில் உடுத்தி யிருந்த வேட்டியில் நான்கு அங்குலத்திற்கு ஒளி வீசும் சரிகைக் கரை இட்டிருக்கிறது... ஆனால் அதுவே பாதத்திலிருந்து அரை அடி தூரம் தள்ளித் தரையில் புரள்கிறது!

ஒரு கந்தர்வனைப் போல் நின்றிருந்த அவரது அந்தக் கோலத்தை ஆயிரக்கணக்கான கண்கள் கண்டு ஒரு விநாடி அந்தக் கூட்டமே தோகை விரித்த மயில் போல் விம்மி விகசித்துச் சிலிர்த்தது.

கபாலி அவருக்கு மிக அருகில் நின்றிருந்தான்! தாமரைப் புஷ்பம் போன்ற அவரது சிவந்த பாதம் சிறிதே வெளியில் தெரிந்தது. அதைத் தொட்டுக் கும்பிட வேண்டும் என்ற ஒரு பேராசை அவனுள் எழுந்து அடங்கிப் போயிற்று!

தலையை நிமிர்த்தி அவர் முகத்தைப் பார்த்தான்...

அவர் கண்கள் மூடி இருந்தன. அந்த ஆயிரம் பேரில் ஓர் ஆத்மாகூட அவர் கண்ணுக்குத் தெரியவில்லை. புகழின் போதை யும், மதுவின் போதையும் அவர் விழிகளில் செருக்கையும் சிவப்பையும் நிரப்பிக் கண்ணை மறைத்திருந்தன.

வண்டி நகர்ந்தது. சத்யபாலனும் கதவை அறைந்து மூடிவிட்டு உள்ளே போனார். கூட்டம் அவர் போன திசையைப் பார்த்துப் பெருமூச்சுவிட்டது.

இருபத்தைந்து வருஷங்களுக்கு முன் தனக்கு எட்டாத தூரத்தில் நின்றிருந்த சத்யபாலனின் புகழ் வெளிச்சத்தில் நடந்து கலைந்த ஒரு கனவை நினைவு கூர்ந்திருந்த கபாலி– வாழ்க்கை யின் விசித்திரத் தன்மையை எண்ணி வியந்து பெருமூச் செறிந்தான்.

'அவரு இன்னாய்யா பாவம் பண்ணாரு! இன்னாத்துக்கு ஒலகம் இப்படி அவரைத் தண்டிச்சிது. ம்! இன்னைக்கும் சரி,

அவரு பாட்டுக்குச் சமமா பாடற சீமான் எவன்டா இருக்கான் இங்கே?... அவுரு மாதிரிப் பாடி ரொம்பப் பேரு பணம் சேத்துட்டான்... ஆனா அவரு பாட்டுன்னா கேக்கமாட்டாங் களாம்! சீ! நன்றிகெட்ட நாய்ப்பய ஒலகம்!' என்று கசந்து காறித் துப்பினான் கபாலி!

பிறகென்ன?...

இந்த இருபத்தைந்து வருஷ காலத்தில் வாழ்ந்துள்ள எல்லா மனிதர்களின் வாழ்க்கையிலும் எவ்வளவோ மாற்றங்கள், மேடு பள்ளங்கள் ஏற்பட்டுத்தான் இருக்கின்றன. கபாலிகூட மிலிட் டரிக்குப் போனான்; வந்தான்; கலியாணம் கட்டிக்கொண்டான்; அவள் எங்கோ போய்விட்டாள்; அப்புறம் ஓரிரு தற்காலிகத் துணைகளைச் சேர்த்துக் கொண்டிருந்தான்... மில்லில் வேலை செய்தான்; எதற்கோ டிஸ்மிஸ் செய்யப்பட்டான்; கடைசியில் யாருமில்லாத, சொந்த பந்தமில்லாத சுதந்திரனாய் சைக்கிள் ரிக்ஷாக்காரனானான். இதெல்லாம் வாழ்க்கையில் மேடு பள்ளங்கள் தானே!...

ஆனால் சத்யபாலன் வாழ்க்கையில் ஏற்பட்டது இது போன்ற வாழ்க்கை நிகழ்ச்சி அல்ல; அவருடைய வாழ்க்கையே ஒரு விபத்து!

ஓ! எல்லோரும் சேர்ந்து எவ்வளவு உயரத்துக்கு அவரைத் தூக்கினார்கள்! பிறகு திடீரென எல்லோருமாகக் கைவிட்டு அவரை அதல பாதாளத்தில் வீழ்த்தி விட்டார்கள்!

●●●

இரண்டு வருஷங்களுக்கு முன் ஒரு நாள் சைக்கிள் ரிக்ஷாவுடன் கபாலி சென்ட்ரல் ஸ்டேஷனுக்குள்ளிருந்து வரும் பிரயாணிகளை எதிர்நோக்கிக் காத்திருந்தான்.

அதோ ஒரு சவாரி வருகிறது. தலையில் ஒரு முண்டாசும், கூலிங்கிளாசும் அணிந்து கதர் உடை ஆசாமி கட்கத்தில் சிறு ஹோல்டால்; ஒரு கையில் ஓரமெல்லாம் தேய்ந்து உள்ளிருக்கும் அட்டை பிசிறிக் கொண்டு தெரியும் ஒரு லெதர் ஸூட்கேஸ்; மற்றொரு கையில் ஒரு எவர்சில்வர் கூஜா.

இவ்வளவையும் தூக்கிக் கொண்டு தட்டுத் தடுமாறி நடந்து வருகிறார் அவர். 'இந்த லட்சணத்தில் கூலிங் கிளாஸ் வேறு எதற்கு' என்று எண்ணியவாறே அவர் முகத்தைக் கூர்ந்து பார்த்த கபாலி, "சாமி!" என்று தன்னுள்ளேயே அலறிவிட்டான்...

அந்தக் கந்தர்வனா? அந்தப் பொன்னவிர் மேனியனா? எந்தக் கடவுளின் கோபத்தால் இப்படிக் கருகிப்போகும்படிச் சபிக்கப்பட்டார் இவர்?...

"அட தெய்வமே!"... கபாலி அவரது கையிலிருந்த சுமைகளை வாங்குவதற்காக எதிரே போய்க் கையேந்தினான்.

அவருக்கு இப்போது கண் தெரியவில்லை!

கபாலியின் மீது மோதிக் கொண்டு, யார் மீதோ இடித்து விட்டோமே என்ற பயத்தில்...

"ஐயா, கோபிக்காதீங்க... பக்கத்திலே இருக்கிறது கண் தெரியலை.... தூரத்திலே பார்த்துத்தான் வழி கண்டுபிடிக்க முடி கிறது. ஒரு ரிக்ஷா பாத்து என்னை ஏத்தி விட்டுடுங்க" என்று தொய்ந்த ஸ்தாயியில் அவர் குரல் நைந்துபோய் ஒலித்ததைக் கபாலியால் நம்ப முடியவில்லை. இருப்பினும் அவரைத் தான் கண்டு கொண்டதாகக் காட்டிக் கொள்ளாமல் பெட்டியையும் படுக்கையையும் வாங்கிக் கொண்டு சைக்கிள் ரிக்ஷாவுக்கு அழைத்து வந்தான்.

வண்டியில் அவரை ஏற்றிக் கொண்டு பெடலை மிதித்தவாறே கேட்டான் கபாலி:

"எங்கே சாமி போகணும்?"

அவரிடமிருந்து பதில் உடனே வரவில்லை. சற்று நேரம் கழித்து அவன் முதுகைத் தொட்டழைத்து அவனிடம் ஒரு காகிதத்தை நீட்டினார் அவர்.

"இதிலே ஒரு அஞ்சாறு விலாசம் இருக்கும். எங்கே வேணுமானாலும் போ!" என்று ஒருமுறை பெருமூச்செறிந்து கொண்டார். சொன்ன தோரணையிலேயே அந்த எல்லா இடத்துக்குமே இவர் ஒரு வேண்டாத விருந்தாளி என்று தெரிந்தது.

"இன்னா சாமி ரொம்ப வருத்தமா இருக்கே?" என்று பேச்சுக் கொடுத்தான் கபாலி.

"இல்லையே, எனக்கென்ன வருத்தம்? சந்தோஷமா இருந்த காலம் முடிஞ்சு போச்சு— அவ்வளவுதான்."

"எனக்குப் படிக்கத் தெரியாதே சாமீ, யாருகிட்டனாச்சும் குடுத்து அட்ரஸ் தெரிஞ்சிக்கிட்டா?"

"வேணாம்பா... நீ பாட்டுக்குப் போ."

"கண்ணுலே இன்னா சாமி உனக்கு?"

"சுத்தி வளைக்காம சொல்றேனே. ஒரு கண்ணு சுத்தமா அவுட். இன்னொரு கண்ணு குருடாயிக்கிட்டு வருது; அவ்வளவு தான்; இப்பத்தான் எல்லாமே ஒரு நிழல்னு, ஒரு பொய்த் தோற்றம்னு தெரியுது. ஆமா, நான் நிழல்களை யெல்லாம் நெஜம்னு நம்பினேன். பொய்களையெல்லாம் சாஸ்வதம்னு நெனச்சேன். அறிவாலே புரிஞ்சுக்க முடியாத வங்களுக்கு அவயவத்தாலேயாவது உண்மை புரிஞ்சுடும்!"

கபாலி வேண்டுமென்றே வண்டியை மிதித்தவாறே சத்திய பாலனின் பிரபலமான பாட்டொன்றை- அவருக்குக் கிடைத் திருக்கும் தண்டனைகள் போதாதென்று தனது லயமற்ற குரலில் நீட்டி முழக்கிப் பாடிக் காட்டினான்.

இவன் தன்னைப் புரிந்து கொண்டான் என்பதைத் தெரிந்து சத்தியபாலனின் முகத்தில் ஒரு புன்னகை நெளிந்தது.

பாடிக்கொண்டே சைக்கிள் ரிக்ஷாவை ஓட்டிக் கொண் டிருந்த கபாலியின் கண்களிலிருந்து கண்ணீர் வழிந்தது. அவன் மனத்துள் அந்த இரண்டு காட்சிகளும், செங்கல்பட்டு ரெயில்வே ஸ்டேஷன் காட்சியும், இப்போது சென்டிரல் ஸ்டேஷனில் கண்ட காட்சியும் மாறி மாறித் தோன்றின.

- இவை யாவும் ஏதோ தன் போக்கில் நடப்பவையா? அல்லது கடவுள், விதி, வினை, கர்மம் என்றெல்லாம் சொல் கிறார்களே, அது போன்ற ஏதேனும் ஒரு சக்தி தீர்மானம் செய்து நிறைவேற்றிக்கொள்ளும் திட்டங்களா?

'அந்தக் காலத்திலே எம்மா ஜெனம் உன்னைப் பார்க்கறத் துக்குன்னு தவம் கெடந்துச்சு! இப்போ நம்பளை யாரும் பாத்துடக் கூடாதேன்னு நீயே முண்டாசு கட்டிக்கினு மறைஞ்சு மறைஞ்சு நடக்கிறே! என்னமோ எங் கண்ணுலே வந்து சிக் கிக்கினே, ம்... அப்போது நீ ஓரக் கண்ணாலேயாவது ஒரு தடவை பாக்க மாட்டியான்னு நாங்கள்ளாம் ஏங்கி நின்னோம். ம்! உனக்கு இருந்த மெதப்பிலே அப்போ கண்ணே தெரியலே...! இப்பவும் உனக்குக் கண்ணு தெரியலை! அட, தெய்வமே! அதுக்காக இப்படி ஒரு தண்டனையா?' என்று மனத்துள் எண்ணிப் பெருமூச் செறிந்தான் கபாலி.

"சாமி எங்கே போவணும்?" என்று மீண்டும் கேட்டான் கபாலி.

"தெரியலை அப்பா!" என்று தனது திக்கற்ற நிலையை எண்ணிப் பெருமூச்செறிந்தார் சத்தியபாலன்.

"இன்னா சாமி ரொம்பக் களைப்பா இருக்கியே; 'நாஷ்ட்டா' பண்றியா?"

"வேணாம்பா."

"அப்போ வெறும் டீ மட்டும்..."

"சரி, உன் இஷ்டம்."

தெரு ஓரமாய் இருந்த ஒரு டீக் கடையின் முன்னால் சைக்கிள் ரிக்ஷாவை நிறுத்திவிட்டு டீ வாங்கி வந்தான் கபாலி.

தன் கையால் அவருக்கு ஒரு கப் டீ வாங்கித் தருவதை எண்ணியெண்ணி உள்ளூற மகிழ்ந்து கொண்டிருந்தான் அவன். குனிந்து டீயைக் குடிக்கும்போது, ஒரு காலத்தில் தாமரை மலர் போலிருந்த அத்தப் பாதங்களைப் பார்த்தான். இப்போது ஓர் அறுந்த செருப்பு அலங்காரம் செய்து கொண்டிருந்தது அந்தப் பாதத்தை.

"ஒரு தடவை– ரொம்ப நாளைக்கி மின்னே செங்கல்பட்டு டேசன்லே பாத்து உன் காலைத் தொட்டுக் கும்பிடணும்னு இருந்தேன்... சாமி... இப்பக் கெடச்சிருக்கு சந்தர்ப்பம்..." என்று அவர் காலைத் தொட்டுக் கும்பிட்டான்.

"ஐயையோ! வேணாம்பா– இந்தப் பாவியைத் தொடாதே" என்று தடுத்தார் சத்தியபாலன்.

"அப்படிச் சொல்லாதே சாமி. நீயா சாமி பாவி? இந்த முட்டாள் சனங்க, வெறி புடிச்ச சனங்க, செய்யற பாவத்துக்கு நீயா சாமி பழியாவறது? நீ இன்னாதான் பாவம் பண்ணி யிருந்தாலும் அப்படியே மனசு கொழையற மாதிரி முருகன் மேலே உருகிப் பாடுவியே ஒரு பாட்டு– அத்தெப் பாடினா போதுமே சாமி... எல்லாப் பாவமும் பறந்துடாதா!" என்று சமாதானம் கூறியவாறே, அவரது தம்ளர்களைக் கடையில் கொடுத்துவிட்டு, சைக்கிள் ரிக்ஷாவை ஓட்டினான் கபாலி.

"அப்போ என்னமா இருந்தே தெரியுமா நீ! ஆ..." என்று கற்பனையில் அந்தச் சுந்தர புருஷனைக் கண்டு களித்தான் அவன். "அந்த நெறம் எங்கே சாமி பூடுச்சி? அரிதாரத்தைத்தான் கழுவலாம். அயகைக் கூடவா கய்விட முடியும்?"

"அழகுங்கறது ஒரு வேஷம்தானேப்பா! வேஷங்கள் கலைக்கப் பட வேண்டியவைதானே?"

"ஏன் சாமி. நெசமா சொல்லு. எங்கே போறதுன்னு தெரியாமெதானே இப்ப சுத்திக்கினுகீறோம்?" என்று அவரது நிலைமையைப் புரிந்துகொண்டு கேட்டான் கபாலி.

"இல்லேப்பா, ஏதாவது ஒரு சின்ன ஓட்டல்லே 'சீப்'பா வாடகைக்கு ரூம் கெடைக்கிற எடமாப் பாத்து என்னை விட்டுடு. அப்புறம் நான் ஒரு அட்ரசுக்குக் காயிதம் தர்ரேன். அங்கே போனா ஏதாவது பணம் கொடுப்பாங்க. அதையும் நீதான் போய் வாங்கிட்டு வந்து தரணும். நீ ரொம்ப நல்லவனாக இருக்கே, இந்த உதவி செய்யலாமில்லையா?"

"அது இன்னா சாமி அப்படிக் கேட்டுட்டே? உனக்கு இன்னா வேண்ணாலும் நான் செய்வேன். சாமி...! மத்தவனுங்க மாதிரி நெனச்சுக்கினியா சாமி என்னையும்? துட்டு இருந்தா ஒரு மருவாதை, துட்டு இல்லாட்டிப் போனா ஒரு மருவாதைன்னு. மனுசன்தான் சாமி பெரியவன். துட்டு இன்னா சாமி துட்டு, கய்தெ! இன்னிக்கி உன்னாண்ட இருக்குது! நாளைக்கி எவனாண்டயாவது பூடுது! ஆ! இப்பத்தான்– நல்ல வேளையா நெனப்பு வருது. எங்க பேட்டையிலே ஒரு ரூம்பு காலியா இருக்கு– மாசக் கொடக்கூலி பத்து ரூவா தான். நான் சொன்னா குடுப்பாங்க– உன் சவுரியம் எப்படி சாமி?"

"எனக்கேதப்பா சவுரியம்? கண்ணே தெரியாமல் பகலே ராத்திரி மாதிரி உலகம் எனக்கு இருண்டு போச்சு. அந்த இருட்டிலே நீ ஒரு துணையா வந்திருக்கே– உன் சவுகரியப் படியே செய். குருடனுக்கு வேண்டியதெல்லாம் ஒரு கோல்தான்."

கபாலி வண்டியைத் திருப்பித் தன் பேட்டைக்கு ஓட்டினான்.

●●●

இந்த இரண்டாண்டு காலமாய்க் கபாலி மட்டும் சத்திய பாலனின் இருண்டிருக்கும் நேரங்களில் ஒளி தரும் சிறு விளக்காய் உதவி வருகிறான். ஒரு காலத்தில் உலகத்துக்கு அவரிடம் என்ன மயக்கம் இருந்ததோ, அந்த மயக்கம் இன்றும் கபாலிக்கு மட்டும் மாறாதிருப்பது சத்தியபாலனின் அதிர்ஷ்டம் தான்.

தினசரி காலையில் எழுந்ததும் சத்தியபாலன் இரண்டு மூன்று விலாசங்களுக்கு ஒரே மாதிரியான கடிதம் எழுதி வைப்பார். அதைக் கொண்டுபோய்க் கொடுத்து ஓர் இடம் இல்லா விட்டாலும், மற்றோர் இடத்தில் பத்தோ பதினைந்தோ பெற்று வருவான் கபாலி. அது போன்ற இடங்கள் ஏராளமாக இருந்தன.

அதற்கென்ன அர்த்தம் என்று பிறகுதான் கபாலி புரிந்து கொண்டான். அதுவும் சத்தியபாலன் சொல்லாமலே புரிந்து கொண்டதால், அவர்மீது அவனுக்கு மேலும் பன்மடங்கு மதிப்பு உயர்ந்தது.

சத்தியபாலனிடம் செருப்புத் துடைத்துக் கொண்டிருந்த தற்காகப் பல ஆயிரம் ரூபாய் வெகுமானம் பெற்று இன்று லட்சாதிபதியாக இருக்கும் ஒருவர், ரொம்பவும் சலித்துக் கொண்டு அந்தக் கடிதத்தைப் பார்த்துவிட்டு அத்துடன் ஒரு பத்து ரூபாயையும் சேர்த்து விட்டெறிந்தபோது- அங்கேயே ஊழியம் புரிந்து வரும் ஒரு டிரைவர் மனம் கொதித்துச் சொன்ன வார்த்தைகளிலிருந்துதான் கபாலி உலகத்தையே புரிந்து கொண்டான்.

அந்த விஷயத்தைச் சத்தியபாலனிடம் ஏனோ சொல்ல வேண்டாம் என்று அவனுக்குத் தோன்றியது! மறைத்து விட்டான்.

அவர் சந்தோஷமாய் இருந்தால்தான் மணிக்கணக்கில் பாடிக் கொண்டிருப்பார். கபாலி அதில் மயங்கிப் போவான். எனவே இயன்றவரை அவரை அவன் மகிழ்ச்சியாகவே வைத்திருந்தான்.

வழக்கமாய் அதிகாலையில் அவரது பாட்டுக் குரல் கேட்டுக் கண் விழிக்கும் கபாலி, முந்தாநாள் வெகு நேரம்வரை தூங்கி எழுந்து வந்து பார்த்தபோது, படுக்கையில் படுத்திருந்த சத்திய பாலன் இருமி இருமித் துடித்துக் கொண்டிருந்ததைக் கண்டான். அதற்கு முன்பே பத்து நாட்களாய்த் தினசரி மாலை வேளைகளில் காய்ச்சல் வந்து அவர் உடம்பு நைந்துவிட்டது.

கபாலி அவருக்கு வெந்நீர் வைத்துக் கொடுத்து தவிட்டு ஒத்தடம் கொடுத்துச் சிசுரூஷை புரிந்து வந்தான்.

கடைசியில் நேற்றிரவு அவர் அவனிடம் சொன்னார்:

"கபாலி, உன் உதவிக்கு நன்றி சொல்லி விடை பெத்துக்கற நாள் வந்தாச்சுப்பா. அதோ அந்த மாடத்துலே ரெண்டு மூணு காயிதம் எழுதி வெச்சிருக்கேன். நாளைக் காலையிலே மொதல் வேலையா போய்ட்டு வந்துடு. எதுக்கும் கையிலே கொஞ்சம் பணம் வெச்சுக்கிட்டியானா என் பொணத்தை வெச்சிக்கிட்டு மத்தவங்க ஏலம் போடாம, உன் கையாலே எல்லாக் கிரியை களையும் நீயே செய்துடலாம்"- அவர் எவ்விதத் துயர உணர்ச்சியும் இல்லாமல் சாதாரணமாக விளக்கினார்.

கபாலி வெகு நாட்களாய்க் கேட்க வேண்டும் என்றிருந்த ஒரு விஷயத்தை அப்போது திடீரெனக் கேட்டான்: "ஏன் சாமி

,உனக்குப் பெண்டாட்டி புள்ளையெல்லாம் ஒண்ணும் கெடையாதா? அவுங்களுக்குத் தெரிவிக்க வேணாமா?”

மூச்சு இளைக்க இளைக்கச் சற்று நேரம் மௌனமாய் இருந்த பின் சத்தியபாலன் சொன்னார்: “ம்... இல்லாமெ என்ன? இருக்காங்க– அந்தக் காலத்துலே நான் அவங்களை மதிக்கலை. இப்போ அவங்களும் என்னை மதிக்கலே... அவங்களும் இந்த உலகத்தை சேர்ந்தவங்கதானே! எல்லாரும் உன்னை மாதிரி எனக்குத் தெய்வமா இருப்பாங்களா? அந்தக் காலத்திலே நான் உன்னை மதிக்கலேன்னு தெரிஞ்சும் நீ என்னை மதிக்கிறியே கபாலி!” என்று நினைப்பதை, உணர்வதைச் சொல்ல வார்த்தை களற்றுக் குழம்பி அவன் கைகளைப் பிடித்து முகத்தில் ஒத்திக் கொண்டார் சத்தியபாலன்.

“நான் செத்துப் போயிட்ட விஷயத்தை நீ யாருக்குமே சொல்ல வேணாம். பணம் வாங்கப் போறியே, அங்கேகூட சொல்லவேணாம். ஏன்னா உலகத்தைப் பொறுத்தவரை நான் ரொம்ப காலத்துக்கு முன்னமேயே செத்துப் போயிட்டவன். இப்போ நான் வாழறது ஒரு இருண்ட வாழ்க்கை. இந்த வாழ்க்கை யிலே நீ மாத்திரம்தான் எனக்குத் துணை! உன்னைத் தவிர வேறே யாருக்கும் நான் செத்துப் போயிட்டேன்கிறது ஒரு புதிய சேதியாக இருக்காது.”

தவிட்டை வறுத்து அவன் ஒத்தடம் கொடுத்துக் கொண்டிருந்த போதெல்லாம் அவர் இது மாதிரி ஏதேதோ பேசிக் கொண்டே இருந்தார். கடைசியில் பேச்சு நின்றது!

●●●

பொழுது விடிய ஆரம்பித்தது.

விடிந்த பிறகு அறையில் பரவிய வெளிச்சத்தில் அவன் அவரைப் பார்த்தான்.

அவர் நிம்மதியாய், நிரந்தரமாய்த் துயின்று கொண்டிருந்தார். போர்வையை இழுத்து அவர் முகத்தை மூடினான். மாடத்தில் அவர் எழுதி வைத்திருந்த அந்த யாசகக் கடிதங்களை எடுத்துக் கொண்டு அவரை அறையின் தனிமையில் விடுத்து அறைக் கதவை இழுத்துப் பூட்டிவிட்டு வெளியேறினான்.

தூங்குமூஞ்சி மரத்தடியில் நின்றிருந்த ரிக்ஷாவில் ஏறி மிதித்தான்.

பெரிய தெருவுக்கு வந்தபோது ஒரு வீட்டின் முன்னே இரண்டு அலமாரிகளை வைத்துக் கொண்டு நின்ற ஒருவர், கபாலியைக் கைதட்டி நிறுத்தினார்.

"சவாரி வரியாப்பா... திருவல்லிக்கேணிக்குப் போவணும். ரெண்டு டிரிப்பா அடிச்சிடு, என்னா கேக்கறே?"

கபாலி யோசித்தான்.

சத்தியபாலனின் ஈமச் சடங்கையாவது யாசகப் பணத்தில் அல்லாமல் உழைத்துச் சம்பாதித்ததில் நிறைவேற்றலாமே என்று அவனுக்குத் தோன்றிற்று.

"குடுக்கறதெக் குடு சார்" என்று சட்டைப் பையிலிருந்த அந்த யாசகக் கடிதங்களை எடுத்துக் கிழித்து எறிந்தான் கபாலி.

ஆனந்த விகடன், 1966

# லட்சாதிபதிகள்

இன்று மாலை ஆறு மணிக்கு முன்புவரை அவன் ஒரு லட்சாதிபதியாயிருந்தான்.

சரியாக ஆறே கால் மணிக்கு அவனது லீகல் அட்வைஸர்... அந்த ஒற்றை நாம வக்கீல் ஐயங்கார்... வந்தார். அவர் இன்று வரும்போதே குனிந்த தலையுடன் வந்தார்.

அப்போது அவன் அளவுக்கு மீறிக் குடித்திருந்தான். அவன் சில நாட்களாகவே சதா நேரமும் அறையில் தனிமையில் குடித்துக் கொண்டேயிருந்தான். சில சமயங்களில் தனக்குத் தானே யாருக்கும் புரியாத உளறல் மொழியில் பேசிக் கொண்டிருந்தான்; அல்லது திடீர் திடீரெனக் கூக்குரலிட்டுச் சிரித்துக் கொண்டிருந்தான்.

இந்த இரண்டு மூன்று நாட்களாக அவன் குளிப்பதற்கோ, சாப்பிடுவதற்கோ கூடத் தன் அறையை விட்டு வெளியே வரவேயில்லை. அதற்காக அவனை வற்புறுத்தக் கூடிய சொந்தம் மிகுந்தோர் யாரும் அவனுக்கு இல்லை. அவன் அந்த வீட்டில் ஒரு கணவனோ, ஒரு தந்தையோ, ஒரு மகனோ அல்லன்; அவன் அந்த வீட்டில் ஒரு வெறும் எஜமானன். அங்கே இருக்கும் மற்றவர்கள் அனைவரும் அவனது வேலையாட்கள். எனவே ஒரு மனைவியைப் போல அவனுக்கு ஊழியம் செய்யும் உரிமையை மட்டுமே பெற்றிருந்த அவர்கள், அவனது ஏவலுக்காக மாத்திரமே காத்துக் கிடந்தார்கள்.

எப்போதாவது அந்தக் கிழவன் மட்டும் மனம் தாளாமல் தயங்கித் தங்கி அவனது அறை வாசற்படிக் கதவருகே வந்து, "தம்பீ...தம்பீ..." என்று அழைப்பான்; உள்ளேயிருந்து குரல்வராத மௌனத்தில் கனக்கின்ற கோபத்தை உணர்ந்து பின் வாங்கி விடுவான் கிழவன். கிழவன் அவனது வேலைக்காரன் அல்லவாம். ஏதோ தூரத்து உறவாம். அவன் தந்தைக்கு ரொம்ப அந்தரங்கமாய் அந்தக் காலத்தில் இருந்தவனாம். இதெல்லாம் அவனே சொல்லிக் கொண்டு திருப்திப்பட்டுக் கொள்ளக்கூடிய விஷயங்களானபடியால், மற்ற வேலைக்காரர்களை அதட்டுவதற்கும், மிரட்டுவதற்கும் அவை பயன்பட்டன.

நேற்று மத்தியானம் ஒரு தடவை அறைக் கதவைத் திறந்து, கறுத்துச் சுருங்கிய முகமும், முகமெங்கும் விரிந்தது போல் சிவந்து இமைகள் கிழிந்த கண்களுமாய் அவன் வெளியே தலை நீட்டிக் கத்தினான்: "ஏ, கிழவா!"

ஒரு பத்து ரூபாய் நோட்டை நீட்டி, ஒரு டின் சிகரெட் வாங்கி வரச் சொன்னான்.

"சாப்பாடு" என்று கிழவன் தயங்கியவாறே சொல்லி முடிப்பதற்குள், அவன் அறைக் கதவை மூடிக்கொண்டான்.

அவனைத் தேடிக்கொண்டு வரும் நண்பர்கள் பட்டாள மும் இப்போதெல்லாம் வருவதில்லை.

அந்த வீட்டிலுள்ள அவனது வேலைக்காரர்கள் அவரவர் மனத்துக்கேற்ப அவனைப்பற்றி என்னென்னவோ பேசிக் கொண்டனர்.

கடைசியில் இன்று மாலை வக்கீல் ஐயங்கார் வந்த போது தான் அவரை வரவேற்பதற்காக அவன் உடை மாற்றிக்கொண்டு, வெளியே வந்தான். ஆஸ்பத்திரியிலிருந்து வரும் நோயாளியைப் போல் அவன் தோற்றம் அளித்தான்.

வக்கீல் ஐயங்கார் வந்ததும் மீண்டும் அவனது அறைக் கதவு மூடிக் கொண்டது.

இடையில் ஒரு தடவை கிழவன் காப்பி கொண்டு வந்த போது, அறையுள் மேஜைமீது ஏதேதோ காகிதங்கள், பத்திரங்கள் முதலியவை இறைந்து கிடந்ததையும், அவன் உட்காராமல் குறுக்கும் நெடுக்கும் உலாவிக் கொண்டிருந்ததையும் பார்த்தான்.

வக்கீல் போகும்போது, அவனிடமிருந்து இறுதியாக விடை பெற்றுக் கொள்ளும் ஒரு நெடுங்கால நண்பரைப் போல் அவன் தோளைத் தட்டிக் கொடுத்தவாறே தனது மூக்குக் கண்ணாடியைக் கழற்றிவண்ணம் தாங்க முடியாத துயரத்தை அடக்கிக் கொண்டு அவனுக்குத் தேறுதல் கூறினார்.

"பணக்காரர்களின் வாழ்க்கையில் இதெல்லாம் சகஜம். ஒரு வக்கீல் என்கிற முறையில் எனக்கு இது ரொம்ப சாதாரண விஷயம். ஆனா உன் தகப்பனார் இருந்த நாணயத்துக்கு, அவர் குடும்பத்திலே அவர் பிள்ளைக்கு இப்படியெல்லாம் நடந்திருக்க வேண்டாம். பகவான் லீலை! அவ்வளவு தான் சொல்ல முடியும். மனசைத் தளரவிடாமல் இரு..."

அவர் சொன்ன வார்த்தைகள் எதையுமே புரிந்து கொள்ளாத வனாய் மனசிலோ, அறிவிலோ எதுவுமே உறைக்காமல் ஒரு மழுங்கிய நிலையில் பார்வை மட்டும் எங்கோ மோட்டு வளையை வெறிக்க வக்கீல் ஐயங்கார் போன பின்பும் வெகு நேரம் வாசற்படியருகே நின்றிருந்தான் அவன்.

அவன் உள்ளே வருவதற்காகத் திரும்பியபோது வீட்டின் பின் கட்டின் கதவருகேயும் தூண் மறைவிலும் அவனைப் பார்த்த வாறும் இவ்வளவு நேரம் நின்றிருந்து, அவன் முகம் கண்டதும் சுவரிலும் தூண்மறைவிலும் ஒளிந்து கொள்வதும் ஏதோ வேலையாய் வந்ததுபோல் கையில் ஒரு சாமானை எடுத்துக் கொண்டு போவதுமாய் இருந்த அந்த வேலைக்காரர்களின் சாகசம் அவனுக்கு எரிச்சலைத் தந்தது.

அவன் ஒரு தெருப் பொறுக்கியைப் போல ரொம்பவும் கொச்சை வார்த்தைகளால் அவர்களைத் திட்டிக் கத்தினான். அவன் கடைசியாய் அவர்களுக்குச் சொன்னான்:

"தரித்திரம் புடிச்ச நாய்களா, எங்கேயாவது ஒழிஞ்சு போங்க... உங்களுக்கென்னடா, வேசைப் பொழைப்புத் தானே? நான் இல்லேன்னா இன்னொருத்தன்... ஏ கெழவா, நீயும் தான் எங்கேயாவது போய்ச் செத்துத் தொலை!"

அவன் கத்திக்கொண்டே தன் அறைக்குள் போய்த் தாழிட்டுக் கொண்டான். அவன் அறைக்குள் நுழைந்தபோது அவனது நாற்காலிக்கு மேலே சுவரில் தொங்கிய அந்தக் கனவானின் படம், தன் தந்தையினுடைய தோற்றம் என்பதை எண்ணிய மகத்துவத் திலேயே தன் தகுதிக்குக் கூடாத கேவலமான வார்த்தைகளைக் கூறிக் கத்திக் கொண்டிருந்த அவனது குரல் அடங்கிப் போயிற்று.

அந்தப் படத்தின் கீழ் ராவ்சாகிப் அரங்கநாத முதலியார் என்று ஆங்கிலத்தில் எழுதியிருந்தது.

அதைப் படித்துப் புரிந்து கொள்ளும் அளவுக்குக் கூட அவனுக்குக் கல்வியறிவு போதாது.

தான் இனிமேல் என்ன செய்வது என்று யோசித்துத் திடீரென அவன் மலைத்தான். தனது சொத்துக்களை யெல்லாம் நீக்கித் தன்னை அவன் தனித்துப் பார்க்கையில் அவனிடம் வேலை செய்து கொண்டிருக்கின்ற அந்த வேலைக்காரர்களை விடவும் தான் மிகவும் பலஹீனமான ஜீவராசி என்பதை உணர்ந் தான். அவனுக்கு எந்தவிதத் தொழிலும் தெரியாது. அவனுக்குப்

பணத்தைச் செலவு செய்ய மட்டுமே தெரியும். அந்தக் கணக்கைக் கூட வேறு ஒருவர்தான் எழுதி வைக்க வேண்டும். அந்த அளவுக்கு அவன் தற்குறி.

நண்பர்களோடு கூடிக் கும்மாளமிட்டு, வேசையரோடு சேர்ந்து குடித்துக் களித்துத் தானும் தன் வேலைக்காரர்களுமாய் ஆயுள் முழுதும் உட்கார்ந்து தின்று தீர்த்தாலும்கூட, அழியாத சொத்து, ஓரிரு அற்ப ஆசையில்... அதற்கு அற்ப ஆசை என்றா பெயர்?– பேராசையில் அழிவுற்றது.

அதற்கு ஒரு காரணம் இருந்தது.

பத்து வருஷங்களுக்கு முன் அவனது ஒழுக்கமற்ற நடவடிக்கைகளுக்காகவும், அவனது ஊதாரித் தனத்துக்காகவும், அவனை முற்றாக வெறுத்துவிட்டு, அவன் மனைவி தாய் வீடு போனாள்; திரும்பவே இல்லை. அவள் படித்த பெண். போகும் போது அவன் நெஞ்சை அறுப்பதுபோல் ஒரு வார்த்தையையும் சொல்லிவிட்டுப் போனாள்:

"நீ என்ன மனிதன்? யாரோ சம்பாதித்து வைத்த ஆஸ்தியை அழித்துக் கொண்டிருப்பதைத் தவிர உனக்கு வேறு என்ன பெருமை இருக்கிறது? இந்தச் சொத்துகளுக்கு நீ அதிபதியான பிறகு அது வளரவில்லை. அழிந்திருக்கிறது. அது கூட உனக்குத் தெரியாது. ஒரு நாளைக்கு நீ தெருவிலே நிற்பாய்!"

– அவனைத் திருத்தவும் அவனை நேர்வழிப் படுத்தவும் அவள் பட்ட சிரமங்களையெல்லாம் ஒரு கணவன் என்ற திமிரில் பிடிவாதமாக அவன் உதாசீனம் செய்ததைச் சில காலம் அவனோடு வாழ்ந்து அனுபவித்த பின்னர் வேறு வழியின்றி அவனை அவள் அவ்வாறு சபித்துவிட்டுப் போனாள்.

'பார், இந்த ஆஸ்திகளை எத்தனை மடங்கு அதிகமாக்கிக் காட்டுகிறேன்' என்று அவன் தன்னுள் வன்மம் உரைத்துக் கொண்டு பல குறுக்கு வழிகளில் பாய்ந்தான்.

இப்போது, 'அவள் பத்தினி– அவள் வார்த்தை பலித்து விட்டது' என்று தனக்குள் முனகிக் கொண்டான்.

"தெருவில் நிற்பதா? அது மட்டும் நடக்காது"

கூடத்தில் கூடியிருந்த அந்த வேலைக்காரர்களில் ஒருவன் சொன்னான்:

"எஜமான் மஞ்சக் கடுதாசி குடுத்திருக்காரு போல இருக்கு" என்று அந்த வார்த்தைகளைக் கேட்டுக் கொண்டே அங்கே வந்த கிழவன் தலையைக் குனிந்து கொண்டான்.

நள்ளிரவிலோ பின்னிரவிலோ அவன் திடீரென ஒரு முடிவுக்கு வந்தவனைப் போல் தன் அறையிலிருந்து, வெளியே வந்தான். ஹாலிலும் பின்கட்டுத் தாழ்வாரத்திலும் அந்த வீட்டிலுள்ள நான்கு வேலைக்காரர்களும் தூங்கிக் கொண்டிருந்தனர்.

அவன் இருளிலும் போதையிலும் கண் தெரியாமல் தடவிக் கொண்டு வருகையில் வாசற்படியில் கால் வழுக்கிற்று. அவன் கீழே சாயவிருந்த தருணம், "எங்கே தம்பி இந்த நேரத்திலே?" என்று வினவியவாறு அந்தக் கிழட்டு வேலைக்காரன் அவனைத் தாங்கிப் பிடித்தான்.

"ஏ கிழவா உனக்குத் தூக்கம் வரலியா? வயசாயிட்டா.... எங்கே சாவு வந்திடுமோன்னு பயந்துக்கிட்டுத் தூங்காம இருக்கீங்க இல்லே?" என்று கூறி அர்த்தம் இல்லாமல் அந்த அமைதியான இருளில் கூக்குரலிட்டுச் சிரித்தான் அவன்.

சிரித்தவாறே கார் ஷெட்டின் தகரக் கதவுகளை ஓசையிட, விரியத் திறந்தான். காரின் முன் சீட்டுக் கதவைத் திறந்து அவன் உட்கார்ந்ததும், விருட்டென்று அசுர வேகத்தில் பின்னால் பறந்து வந்த கார், தெருவில் கிறீச்சிட்டு நின்றது.

இந்த நிலையில் அவன் காரையும் எடுத்துக்கொண்டு புறப்படுவதைப் பார்த்த கிழவனுக்கு வயிற்றை என்னமோ செய்தது. கிழவன் காரை நோக்கித் தெருவுக்கு ஓடி வந்தான்.

"வேண்டாம் தம்பி... விடிஞ்சு போகலாம்..."

"விடிவா...?" அவன் ஒரு முறை பெருமூச்செறிந்தான். இரவும் பகலும் தன்வரை பொய்த்துப் போய் எத்தனை நாட்களாகி விட்டன என்று எண்ணிப் பார்த்துத் தனக்குள் சிரித்துக் கொண்டான். அவன் காருக்கு வெளியே தலை நீட்டி, அவனது முன்னோர்களெல்லாம் பிறந்து வளர்ந்த அந்தப் பெரிய வீட்டைப் பார்த்தான். தான் இனிமேல் அதைப் பார்க்கப் போவதில்லை என்ற தீர்மானத்தில் அவன் அதை நன்றாகப் பார்த்துக் கண்களை மூடியவாறே கிழவனிடம் சொன்னான்! "ஏ கிழவா! நீயும் மத்த பசங்களும் வேறே எவனாவது வந்து வெரட்டறத்துக்கு முந்தி வீட்டைக் காலி பண்ணிடுங்க" என்று கூறியவாறே தனது சட்டைப் பையிலிருந்த பர்சை வெளியே எடுத்தான்.

பர்சைத் திறந்து பார்க்கையில், அதிலிருக்கும் பணம் தனக்கு அதிகம் என்றும், பணமே தனக்கு அநாவசியம் என்றும் உணர்ந்தான்.

"இந்தா, இதை வச்சுக்கோ, அதிலே எவ்வளவு இருந்தாலும் மத்தவங்களுக்கும் குடுத்து நீயும் எடுத்துக்கோ" என்று அந்தப் பர்சைக் கிழவனின் மேல் விட்டெறிந்தான்.

"தம்பீ!" என்று அழுதவாறே இரண்டு கைகளிலும் பர்சை ஏந்தி நின்று கிழவன் ஏதோ சொல்ல முயலுகையில் அந்தக் கார், வாழ்க்கையைச் சபித்து மண்ணை வாரி இறைப்பதுபோல், புழுதி கிளப்பி மறைந்தது.

அந்தக் காரின் வேகத்திலேயே அது சாவை நோக்கிப் போகிறது என்று கிழவன் புரிந்து கொண்டு அழுதான்.

●●●

கூறியற்று, நெறியற்று, திசையற்று, தெளிவற்று அந்தக் கார் இருளைக் கிழித்துப் போய்க்கொண்டிருந்தது.

அந்தக் காரின் சிதைவையோ தனது சடலத்தையோ எவராலும் அடையாளம் கண்டுகொள்ளக் கூடாத தொலைவை நோக்கி அவன் விரைந்து கொண்டிருந்தான். அவனுக்கு இப்போது வாழ்வு அல்ல; சாவே ஒரு பிரச்னையாயிற்று.

போன வருஷம் ஒரு தடவை தனது நண்பர்களோடும் அந்த எவளோ ஒருத்தியோடும் உல்லாசப் பயணம் வரும் போது மைசூர் பிரதேசத்தில் உள்ள ஒரு மலைக்குச் செல்கையில், அந்த மலைப் பாதையின் திருப்பத்தில் காரைத் திருப்பும் பொழுது ஒரு பெரிய விபத்தைத் தவிர்த்து ஒரு திடீர்ச் சாதுர்யத்தினால் பல உயிர்களைக் காப்பாற்றினானே அந்த இடம் அவன் ஞாபகத்தில் வந்தது.

அந்தச் செங்குத்தான சரிவிலிருந்து– பாறைகளும் திண்டு முண்டாய் முறுக்கேறிய மரங்களும் செறிந்த அந்தப் பள்ளத் தாக்கைப் பார்த்து அவர்கள் அனைவரும் பயத்தால் உறைந் திருந்தபோது 'இதிலே அந்தக் கார் விழுந்திருந்தால் என்னவா யிருக்கும்' என ஒரு காட்சியைக் கற்பனை செய்து அஞ்சினானே, அதை மெய்யாக்க விரும்பிய ஆவேசத்தில் அந்தக் கார் சில மணி நேரங்களில் புறப்பட்ட இடத்திலிருந்து சில நூறு மைல்களைத் தாண்டி வந்து கொண்டிருந்தது.

"மணி என்ன இருக்கும்?" என்று யோசித்தான் அவன். புறப்படும் போதிருந்த குழப்பத்தில் தான் தனது கைக் கடியாரத்தை மறந்து விட்டதை உணர்ந்தான் அவன். காரிலிருந்த கடிகாரம் இரண்டு மூன்று தினங்களாய்ச் சாவி கொடுக்கப் படாமையால் நின்று போயிருந்தது.

'மணி என்னவாயிருந்தால் என்ன?' என்று முனகிக் கொண்டே நாலு புறமும் குளிர் காற்று மோதியடிக்க அவனது கார் பேய் வேகத்தில் விரைந்து கொண்டிருக்கையில் சாலை யிலுள்ள நெடு மரங்கள் விலகி வழி தந்த பாதை நீளமாய்க் கிழிபட்டது.

அந்த வலது புற வளைவில் திரும்பிய போது கீழ் வானில் ஒரு வெள்ளைக் கோடு தெரிவதைக் கண்டான் அவன்.

அந்த நெடிய சாலையின் நடுவே வெகு தூரத்தில் கரும்புள்ளி மாதிரி ஓர் ஒற்றைத் தனி உருவம் காரை வழி மறிப்பதுபோல் கைகளை விரித்தவாறே நின்றிருந்தது.

'மனிதர்களுக்குத்தான் இன்னொரு மனிதன்மீது எவ்வளவு நம்பிக்கை? என்ன தைரியமாய் இந்த வேகத்தில் பறந்து வரும் காரின் முன்னே... ஆணா, பெண்ணா?... சாகப் போகிற எனக்கு அதைப் பற்றியெல்லாம் என்ன கவலை? அடித்து எறிந்துவிட்டுப் போய்விட வேண்டியதுதானே?... கொலையா? மனமறிந்த கொலையா? தன்னையே கொலை செய்து கொள்ளப் போகிற ஒருவனுக்குப் பிற உயிர்க் கொலை ஒரு பொருட்டா!' இந்த ஒரு பாபத்தைத்தான் அவன் பாக்கி வைத்திருந்தான். கண்ணை மூடிக் கொண்டு போய்விட வேண்டியதுதான். இந்தப் பயணத்தின் குறுக்கே வரும் எவரும் சிரமமின்றி இந்தப் பயணத்தின் இறுதியை எய்துவர்...'

அவன் கண்களைத் திறந்து பார்க்கும்போது அந்தச் சாலை யின் குறுக்கே அவன் மீது நம்பிக்கை வைத்து நிற்கின்றவள்– ஒரு கிழவியென அறிந்தான். இப்போது அவன் அஞ்சியது ஒரு கொலைக்கு அல்ல. உறுமிச் சினந்து வரும் இந்த நவீன எந்திரத்தைத் தனது தளர்ந்த, தடியூன்றிய கையசைப்பின் மூலம் நிறுத்திவிட முடியும் என்று அந்தக் கிழவி நம்புவது அதை இயக்கி வரும் மனிதனின் பொருட்டு அல்லவா?

அவளது நம்பிக்கைக்குத் துரோகமிழைப்பதற்கே அவன் அஞ்சினான். அதுவும் இல்லாமல் அந்தப் பரிதாபத்திற்குரிய கிழவியை எதிர்பாராத வண்ணம் கொல்வதால் தனக்கு என்ன லாபம் என்று கருதினான் அவன். மேலும் தீர்மானம் செய்து விட்ட தனது சாவு, இந்தக் கிழவிக்காகச் சற்று நிறுத்திவிடுவதால் எங்கே போய்விடப் போகிறது என்ற திடத்துடன் அவன் கோபமாக 'பிரேக்'கை அழுத்தினான். அந்தக் காரின் சக்கரம் கிறீச்சிட்டுத் தேய்ந்தவாறு அந்தக் கார் ரோட்டில் இழுபட்டுக் குறுக்கே வளைந்தோடி அவள் அருகே வந்து எகிறி நின்றது.

கார் நின்றதும் அவன் வெளியே தலை நீட்டி அவளைத் திட்டுவதற்கு முன்னால், கூப்பிய கரத்துடன் அந்தக் கிழவி அவன் அருகே ஓடிவந்தாள். அவள் தனக்குப் பின்னால் ஒரு தனிக் குடிசை இருந்த திசையைக் காட்டிக் கன்னட மொழியில் ஏதோ பிரலாபித்தாள். அவன் விழிப்பதைக் கண்டு, மொழி புரியவில்லை என்று புரிந்து கொண்டு, சைகையால் அவனுக்கு உணர்த்த விரும்பி, பிள்ளை பெற்று உலர்ந்து சுருங்கிய— ஒட்டிப்போன தனது வயிற்றைக் காண்பித்தாள்.

அவன் காரிலிருந்து இறங்கினான். அந்தக் கிழவி அவன் கையைப் பற்றிக் கொண்டு அந்தக் குடிசையை நோக்கி நடந்தாள்.

அவனது உருவமும், உடையின் கோலமும் ஓர் அஞ்சத் தகுந்த அந்தஸ்துக்கு அவன் உரியவன் என்று அவளுக்கு உணர்த்த வில்லை. அவள் அவனிடம் ஏதோ பேரம் பேசி முந்தானை யிலிருந்து எட்டாய் மடித்து வைத்திருந்த அழுக்குப் பிடித்த ஓர் இரண்டு ரூபாய்த் தாளை எடுத்து அவன் கையில் வைத்து அழுத்தித் தொடர்ந்து ஏதோ கன்னட மொழியில் கெஞ்சியவாறு அவனது மோவாயைத் தாங்கினாள். அவனுக்கு ஏனோ அப்போது வயிற்றைப் பீறிக் கொண்டு சிரிப்பு வந்தது.

இவளுக்கென்ன வயதிருக்கும் என்று அளக்கையில், இவ்வளவு வயது முதிர்ந்த ஒருத்தியைத் தான் பார்த்ததேயில்லை என்று அவனுக்குத் தோன்றிற்று. அவளது இமை ஓரங்களெல்லாம் நரைத்திருந்தன. கொடி போன்ற உடம்பு என்பார்களே, அதற்கு ரொம்பப் பொருந்திய உடல் வாகு. கொடிக்குத் தானே கொழுகொம்பு தேவை?

அவள் தந்த அந்த இரண்டு ரூபாய்த் தாளை அவன் ஒரு விளையாட்டெனக் கருதி வாங்கிக் கொண்டான்.

தடியூன்றிக் குனிந்து அவனைத் திரும்பித் திரும்பிப் பார்த்து அழைத்துக் கொண்டு, தெய்வங்களையெல்லாம் பிரார்த்தித்துப் புலம்பியவாறு வழி காட்டிச் செல்லும் அவளைத் தொடர்ந்து அந்தச் சின்னஞ் சிறிய குடிசைக்கு வந்தான் அவன்.

அந்தக் குடிசையின் வாயிற்படியில் ஓர் இளம் பெண் கர்ப்பிணிக் கோலத்தில் சாய்ந்து படுத்து- ஆண்கள் யாரும் இல்லை என்ற தைரியத்தில் கால்களை அகட்டிப் போட்டவாறு கிடந்தாள். அவள் உடலிலிருந்து உதிரமும் நீரும் வழியப் பிரசவ வேதனையில் அவள் துடித்துக் கொண்டிருந்தாள்.

கிழவி தன்னை அழைத்து வந்ததன் காரணம் அவனுக்கு இப்போதுதான் தெளிவாகப் புரிந்தது. அந்தக் கிழவிக்கு இவள் நிச்சயம் மகளாகவோ, பேத்தியாகவோ கூட இருக்க முடியாது. அவர்கள் இருவரும் பேசிக்கொள்வதிலிருந்து அந்தக் கிழவிக்கு அவள் எந்த விதத்திலும் ரத்த பந்தம் உடையவள் என்று தோன்ற வில்லை. கிழவி பேசிய தோரணையிலிருந்து அவனுக்குப் புரிந்தது இதுதான்: 'மனிதருக்கு மனிதர் இந்த உதவிகூடச் செய்யாவிட்டால் மனித உடல் உயிர் சுமந்து ஆயுள் நாட்களை எண்ணிக் கொண்டிருப்பதன் அர்த்தம்தான் என்ன?' என்று அவள் கேட்கிறாளோ?

கிழவியும் அவனுமாய்க் கைத்தாங்கலில் அவளை அழைத்துக் கொண்டு வரும்போது– பாதி வழியில் இது நடக்காத காரியம் என்று எண்ணி, அவன் அவளை ஒரு குழந்தை மாதிரி இரு கரங்களிலும் தூக்கிக் கொண்டு காரை நோக்கி நடந்தான். அவன் பின்னால் கிழவி கைத்தடியை ஊன்றி ஊன்றி வேகமாய் ஓடி வந்தாள். கிழவியை அவளுக்குத் துணையாகப் பின் சீட்டில் ஏற்றிய பின் எந்தப் பக்கம் போய் ஓர் ஆஸ்பத்திரியை அடைவது என்று புரியாமல் அவன் விழித்தான்.

கிழவி அவனது தவிப்பைப் புரிந்து கொண்டு காருக்குப் பின்னால் கம்பை நீட்டி வழி காட்டினாள்.

ஒரு விநாடி தயக்கத்திற்குப் பிறகு, 'இவர்களின் பொருட்டுச் சற்று தூரம் நான் திரும்பிச் சென்று விடுவதால் தீர்மானம் செய்யப்பட்டு விட்ட எனது சாவு திரும்பிச் சென்றுவிடப் போவதில்லை...' என்ற திடத்தில், சற்று முன் சாவை நோக்கி அசுர வேகத்தில் விரைந்து வந்து கொண்டிருந்த அந்தக் காரைத் திசை மாற்றி, வந்த வழியே திருப்பினான் அவன்.

●●●

ஊர் பேர் தெரியாத அந்த சர்க்கார் ஆஸ்பத்திரியை அவர்கள் அடைந்தபோது பொழுது விடிந்திருந்தது.

மரணத்தைச் சந்திக்கப் போகின்ற வழியில் ஒரு ஜனனத்தைப் பரிச்சயம் கொள்ள நேர்கின்ற இந்த நிலைமை அவன் மனசுக்கு ரொம்ப வேடிக்கையாயிருந்தது. அதைப் பார்த்துவிட்டுத்தான் போவோமே என்ற தீர்மானத்தில், காருக்குள்ளே சாய்ந்து உட்கார்ந்தான். பல நாட்களாகத் தூக்கமோ, உறக்கமோ, உணவோ, மன நிம்மதியோ இல்லாமல் அலண்டு போயிருந்த அவனது

உடல், தாங்க இயலாத அளவுக்குச் சோர்வு கண்டது. இமைகளை உறக்கம் அழுத்திற்று. சில்லென்று விடியற் காலைக் காற்று அவனை இதமாகத் தடவிற்று. துயில் எழுந்த பறவைகள் அவனுக்குத் தாலாட்டுப் பாடின. அவன் அப்படியே உறங்கிப் போனான்.

அந்தக் கிழவியின் குரல் கேட்டோ, அல்லது புதிதாய்ப் பிறந்த ஒரு குழந்தையின் அலறலைக் கேட்டோ அவன் திடுக்கெனக் கண் விழித்தான். அப்போது அந்தப் புதிய குழந்தையைப் பார்ப்பதற்கு அவனை அந்தக் கிழவி அழைத்தவாறு அங்கே நின்றிருந்தான். பிரகாசமான சூரிய வெளிச்சத்தில் கண்கள் கூசியவாறே உலகத்தையே புதிய வெளிச்சத்தில் பார்ப்பது போல் அவன் விழித்தான். கிழவி அவன் கையைப் பற்றி அழைத்துக் கொண்டு ஆஸ்பத்திரினுள்ளே நடந்தாள். அந்தப் பிரசவ வார்டில் ஒவ்வொரு கட்டிலினருகேயும் புஷ்பத் தொட்டி வைத்ததுபோல், அந்தப் புதிய குழந்தைகளை அவன் பார்த்தான்.

கிழவி அவள் அருகே போய் அந்தப் பெண்ணின் உடம்போடு ஒட்டிப் போய் மார்பில் முகம் புதைத்துக் கிடந்த அந்தக் குழந்தையை எடுத்து அவன் முன்னே நீட்டி என்னவோ கன்னடத்தில் சொன்னாள்.

உயிர்ப்பின் நெடி வீசிக் கொண்டிருந்த அந்தக் குழந்தையை அவன் தன் கரங்களில் வாங்கும்போது, ‘இவன் ஒரு லட்சாதிபதி யல்ல; அதனால் இவனுக்கு வாழவே உரிமை இல்லையா என்ன?’ என்று வாய்விட்டுக் கேடடான். அந்தக் குழந்தையைக் கைகளில் ஏந்தி அதற்காகப் பிரார்த்திப்பது போல் அவன் நின்றிருக்கையில், அந்தக் கிழவியும் இளம் பெண்ணும் அவனை அவன் செய்த உதவிக்காக வாழ்த்தினர்.

கிழவியின் கையில் குழந்தையைக் கொடுத்துவிட்டு அவன் வெளியே வந்து நின்றான்; ஏனோ அவனுக்கு அழுகையில் நெஞ்சு அடைத்தது; அவனுக்கு அகோரமாய்ப் பசித்தது. தான் சாப்பிட்டுப் பல நாட்களாயின என்று நினைவு வந்தது. அவன் சட்டைப் பையைத் துழாவிக் கிழவியிடமிருந்து வாங்கிய அந்த இரண்டு ரூபாய் நோட்டை எடுத்துக் கொண்டு சற்று தூரத்தில் தெரிந்த பட்சணக் கடையை நோக்கி ஓடினான். சாப்பிடச் சென்ற அவன் அங்கே சென்றதும் தன் பசியை மறந்தான். அந்தக் குழந்தையின் ஜனனத்கைக் கொண்டாடுவதற்காக இனிப்புப் பலகாரமே வாங்கினான்.

அவன் மீண்டும் ஆஸ்பத்திரிக்கு வந்து, அந்த இனிப்புப் பட்சணத்தை முதலில் அந்த லேடி டாக்டருக்கும், பின்னர் அந்தக் குழந்தையின் தாய்க்கும், கிழவிக்கும், அங்கிருந்த மற்றவர் களுக்கும் வழங்கிய பின், கையில் எஞ்சியிருந்த சில்லறையுடன் அந்த ஆஸ்பத்திரியின் எதிரில் இருந்த டீக்கடையை நோக்கிப் போனான்.

அந்தச் சிறிய டீக்கடையில் வாழ்க்கையிலேயே முதன் முறையாக அந்த எளிய மனிதர்களோடு ஒருவனாய் அமர்ந்து அவனும் டீ அருந்தியபோது, அங்கே குதூகலமாக, வறுமையிலும் வாழ்க்கையை அனுபவித்துக் கொண்டிருக்கின்ற அந்த எளிய மனிதர்களின் முகங்களையெல்லாம் அவன் கூர்ந்து கூர்ந்து பார்த்தான்.

'இவர்களில் யாருமே லட்சாதிபதிகள் அல்லர்' என்ற நினைவே எவ்வளவு சுகமாக இருக்கிறது! 'ஒரு வேளை அது குறித்துத்தான் இவர்கள் இவ்வளவு சந்தோஷமாக இருக்கிறார் களோ?'

அவன் மனத்தில் அந்த அநாதைக் கிழவி, அவளது ஆதரவில் வந்து ஒதுங்கிய அந்த இளம் பெண், அவள் நம்பிக்கை யோடு பிறவி தந்திருக்கும் அந்தக் குழந்தை– எல்லோரையும் எண்ணிப் பார்க்கும்போது, வாழ்க்கைதான் எத்தனை மலிவான தரத்திலும் எவ்வளவு அழகாக மலர்ந்திருக்கிறது என்பதை உணர்ந்தான்.

'இங்கே உள்ள இந்த மனிதர்களுக்கும் எனக்கும் என்ன வித்தியாசம்?' என்று சிந்தித்துப் பார்க்கையில் வாழ்க்கை வெள்ளம் தன்னை வேரோடு பிடுங்கி, அடித்துக் கொண்டு வந்து, தனக்குப் பரிச்சயமில்லாத ஒரு புதிய மண்ணில் புதைத்துப் படர விடுவது போல் இருந்தது அவனுக்கு.

அவன் டீயைக் குடித்துவிட்டுத் தலை நிமிர்ந்தபோது, தூரத்தே தெரியும் அவன் காரின் அருகே யாரோ ஒரு மனிதர் வந்து நின்று, அந்தக் காரின் 'டிரைவ'ரான தன்னைத் தேடு வதையும், மற்றொரு மனிதன் தன்னைச் சுட்டிக் காட்டி ஏதோ சொல்வதையும் கண்டு எழுந்து வந்தான்.

கார் அருகே நின்றிருந்த அந்த உயரமான கதர் உடை தரித்த கிராமவாசி அவனிடம் ஏதோ கன்னடத்தில் கூறினார்.

அவனுக்கு மொழி புரியாதது கண்டு பக்கத்திலிருந்த மனிதர் தனக்குத் தெரிந்த தமிழில் விளக்கினார்.

"இங்கேயிருந்து நரசப்பூருக்குப் போவணுமாம்– பத்து மைலு... வயத்திலே ஆபரேஷன் ஆன கேஸ்; ஜாக்கிரதையாகப் போவணும் – என்ன கேக்கறேன்னு சொல்லு."

அவனுக்கு ஒன்றுமே புரியவில்லை. அவன் மலைத்து நிற்பதைப் பார்த்து அந்தக் கிராமவாசி அவன் கையில் இரண்டு பத்து ரூபாய் நோட்டுக்களைத் திணித்துவிட்டு உள்ளே போனார்.

சற்று நேரத்திற்குப் பின்னர், வயிற்றில் ஆபரேஷன் ஆன அந்த இளம் பெண்ணையும் கிராமவாசியையும் ஏற்றிக் கொண்டு அந்தக் கார் ஒரு புதிய வாழ்க்கையை நோக்கிப் போய்க் கொண்டிருக்கிறது என்பதை அதன் நிதானத்திலிருந்தே எவரும் புரிந்து கொள்ள முடியும்!

அவன் அதைப் புரிந்து கொண்டு வெகு நேரமாயிற்று.

ஆனந்த விகடன், 1966

# அக்கினிப் பிரவேசம்

**ம**த்தியானத்திலிருந்தே விட்டு விட்டு மழை பெய்து கொண்டிருக்கிறது...

மாலையில் அந்தப் பெண்கள் கல்லூரியின் முன்னே உள்ளே பஸ் ஸ்டாண்டில் வானவில்லைப் போல் வர்ண ஜாலம் காட்டி மாணவிகளின் வரிசை ஒன்று பஸ்ஸுக்காகக் காத்து நின்று கொண்டிருக்கிறது. கார் வசதி படைத்த மாணவிகள் சிலர் அந்த வரிசையினருகே கார்களை நிறுத்தித் தங்கள் நெருங்கிய சிநேகிதிகளை ஏற்றிக் கொண்டு செல்லுகின்றனர். வழக்கமாகக் கல்லூரி பஸ்ஸில் செல்லும் மாணவிகளை ஏற்றிக் கொண்டு அந்தச் சாம்பல் நிற'வேனு'ம் விரைகிறது. அரை மணி நேரத்திற்கு அங்கே ஹாரன்களின் சத்தமும் குளிரில் விறைத்த மாணவிகளின் கீச்சுக் குரல் பேச்சும் சிரிப்பொலியும் மழையின் பேரிரைச்சலோடு கலந்தொலித்துத் தேய்ந்து அடங்கிப் போனபின்– ஐந்தரை மணிக்கு மேல் இருபதுக்கும் குறைவான மாணவிகளின் கும்பல் அந்த பஸ் ஸ்டாண்டு மரத்தடியில் கொட்டும் மழையில் பத்துப் பன்னிரண்டு குடைகளின் கீழே கட்டிப் பிடித்து நெருக்கியடித்துக் கொண்டு நின்றிருக்கிறது.

நகரின் நடுவில் ஜன நடமாட்டம் அதிகமில்லாத, மரங்கள் அடர்ந்த தோட்டங்களின் மத்தியில், பங்களாக்கள் மட்டுமே உள்ள அந்தச் சாலையில் மழைக்கு ஒதுங்க இடமில்லாமல், மேலாடை கொண்டு போர்த்தி, மார்போடு இறுக அணைத்த புத்தகங்களோடும் மழையில் நனைந்து விடாமல் உயர்த்தி முழங் காலுக்கிடையே செருகிய புடவைக் கொசுவங்களோடும் அந்த மாணவிகள் வெகு நேரமாய்த் தத்தம் பஸ்களை எதிர்நோக்கி நின்றிருக்கின்றனர்.

– வீதியின் மறுகோடியில் பஸ் வருகின்ற சப்தம் நறநறவென்று கேட்கிறது.

"ஹேய்... பஸ் இஸ் கம்மிங்!" என்று ஏக காலத்தில் பல குரல்கள் ஒலிக்கின்றன.

வீதியில் தேங்கி நின்ற மழை நீரை இரு புறமும் வாரி இறைத்துக் கொண்டு அந்த 'டீஸல் அநாகரிகம்' வந்து நிற்கிறது.

"பை... பை..."

"ஸீ யூ!"

"சீரியோ!"

– கண்டக்டரின் விசில் சப்தம்.

அந்தக் கும்பலில் பாதியை எடுத்து விழுங்கிக் கொண்டு ஏப்பம் விடுவதுபோல் செருமி நகர்கிறது அந்த பஸ்.

பஸ் ஸ்டாண்டில் பத்துப் பன்னிரண்டு மாணவிகள் மட்டுமே நின்றிருக்கின்றனர்.

மழைக் காலமாதலால் நேரத்தோடே பொழுது இருண்டு வருகிறது.

வீதியில் மழைக் கோட்டணிந்த ஒரு சைக்கிள் ரிக்ஷாக் காரன் குறுக்கே வந்து அலட்சியமாக நின்றுவிட்ட ஓர் அநாதை மாட்டுக்காகத் தொண்டை கம்மிப் போன மணியை முழக்கிக் கொண்டு வேகமாய் வந்தும், அது ஒதுங்காததால்– அங்கே பெண்கள் இருப்பதையும் லட்சியப் படுத்தாது அசிங்கமாகத் திட்டிக் கொண்டே செல்கிறான். அவன் வெகு தூரம் சென்ற பிறகு அவனது வசை மொழியை ரசித்த பெண்களின் கும்பல் அதை நினைத்து நினைத்துச் சிரித்து அடங்குகிறது.

அதன் பிறகு வெகு நேரம் வரை அந்தத் தெருவில் சுவாரசியம் ஏதுமில்லை. எரிச்சல் தரத்தக்க அமைதியில் மனம் சலித்துப் போன அவர்களின் கால்கள் ஈரத்தில் நின்று நின்று கடுக்க ஆரம்பித்து விட்டன.

பஸ்ஸைக் காணோம்!

அந்த அநாதை மாடு மட்டும் இன்னும் நடுத் தெருவிலேயே நின்றிருக்கிறது; அது காளை மாடு; கிழ மாடு; கொம்புகளில் ஒன்று அதன் நெற்றியின் மீது விழுந்து தொங்குகிறது. மழை நீர் முதுகின் மீது விழுந்து விழுந்து முத்து முத்தாய்த் தெறித்து, அதன் பழுப்பு நிற வயிற்றின் இரு மருங்கிலும் கரிய கோடுகளாய் வழிகிறது. அடிக்கடி அதன் உடலில் ஏதேனும் ஒரு பகுதி– அநேகமாக வலது தொடைக்கு மேல் பகுதி குளிரில் வெட வெடத்துச் சிலிர்த்துத் துடிக்கிறது.

எவ்வளவு நாழி இந்தக் கிழட்டு மாட்டையே ரசித்துக் கொண்டிருப்பது; ஒரு பெருமூச்சுடன் அந்தக் கும்பலில் எல்லா விதங்களிலும் விதி விலக்காய் நின்றிருந்த அந்தச் சிறுமி தலை நிமிர்ந்து பார்க்கிறாள்.

– வீதியின் மறுகோடியில் பஸ் வருகின்ற சப்தம் நறநற வென்று கேட்கிறது.

பஸ் வந்து நிற்பதற்காக இடம் தந்து ஒதுங்கி அந்த மாடு வீதியின் குறுக்காகச் சாவதானமாய் நடந்து மாணவிகள் நிற்கும் பிளாட்பாரத்தருகே நெருங்கித் தனக்கும் சிறிது இடம் கேட்பது போல் தயங்கி நிற்கிறது.

"ஹேய்... இட் இஸ் மை பஸ்!"... அந்தக் கூட்டத்திலேயே வயதில் மூத்தவளான ஒருத்தி சின்னக் குழந்தை மாதிரிக் குதிக்கிறாள்.

"பை... பை..."

"டாடா!"

கும்பலை ஏற்றிக் கொண்டு அந்த பஸ் நகர்ந்த பிறகு, பிளாட்பாரத்தில் இரண்டு மாணவிகள் மட்டுமே நிற்கின்றனர். அதில் ஒருத்தி அந்தச் சிறுமி. மற்றொருத்தி பெரியவள்– இன்றைய பெரும்பாலான சராசரி காலேஜ் ரகம். அவள் மட்டுமே குடை வைத்திருக்கிறாள். அவளது கருணையில் அந்தச் சிறுமி ஒதுங்கி நிற்கிறாள். சிறுமியைப் பார்த்தால் கல்லூரியில் படிப்பவளாகவே தோன்றவில்லை. ஹைஸ்கூல் மாணவி போன்ற தோற்றம். அவளது தோற்றத்தில் இருந்தே அவள் வசதி படைத்த குடும்பப் பெண் அல்ல என்று சொல்லிவிட முடியும். ஒரு பச்சை நிறப் பாவாடை, கலர் மாட்சே இல்லாத... அவள் தாயாரின் புடவையில் கிழித்த– சாயம் போய் இன்ன நிறம் என்று சொல்ல முடியாத ஒரு வகை சிவப்பு நிறத் தாவணி. கழுத்தில் நூலில் கோத்து 'பிரஸ் பட்டன்' வைத்துத் தைத்த ஒரு கருப்பு மணியாலை; காதில் கிளாவர் வடிவத்தில் எண்ணெய் இறங்குவதற்காகவே கல் வைத்து இழைத்து– அதிலும் ஒரு கல்லைக் காணோம்– கம்மல்.... 'இந்த முகத்திற்கு நகைகளே வேண்டாம்' என்பது போல் சுடர் விட்டுப் பிரகாசித்துப் புரண்டு புரண்டு மின்னுகின்ற கறை படியாத குழந்தைக் கண்கள்...

அவளைப் பார்க்கின்ற யாருக்கும், எளிமையாக அரும்பி, உலகின் விலை உயர்ந்த எத்தனையோ பொருள்களுக்கு இல்லாத எழிலோடு திகழும், புதிதாய் மலர்ந்துள்ள ஒரு புஷ்பத்தின் நினைவே வரும். அதுவும் இப்போது மழையில் நனைந்து, ஈரத்தில் நின்று நின்று தந்தக் கடைசல் போன்ற கால்களும் பாதங்களும் சிலிர்த்து, நீலம் பாரித்துப் போய், பழந் துணித் தாவணியும் ரவிக்கையும் உடம்போடு ஒட்டிக் கொண்டு, சின்ன உருவமாய்க் குளிரில் குறுகி, ஓர் அம்மன் சிலை மாதிரி அவள் நிற்கையில்,

அப்படியே கையிலே தூக்கிக் கொண்டு போய் விடலாம் போலக் கூடத் தோன்றும்.

"பஸ் வரலியே; மணி என்ன?" என்று குடை பிடித்துக் கொண்டிருப்பவளை அண்ணாந்து பார்த்துக் கேட்கிறாள் சிறுமி ."ஸிக்ஸ் ஆகப் போறதுடீ" என்று கைக்கடிகாரத்தைப் பார்த்துச் சலிப்புடன் கூறிய பின், "அதோ ஒரு பஸ் வரது. அது என் பஸ்ஸாக இருந்தால் நான் போயிடுவேன்" என்று குடையை மடக்கிக் கொள்கிறாள் பெரியவள்.

"ஓ எஸ்! மழையும் நின்னுருக்கு. எனக்கும் பஸ் வந்துடும். அஞ்சே முக்காலுக்கு டெர்மினஸ்லேருந்து ஒரு பஸ் புறப்படும், வரது என் பஸ்ஸானா நானும் போயிடுவேன்" என்று ஒப்பந்தம் செய்து கொள்வது போல் அவள் பேசுகையில் குரலே ஓர் இனிமையாகவும், அந்த மொழியே ஒரு மழலையாகவும், அவளே ஒரு குழந்தையாகவும் பெரியவளுக்குத் தோன்ற சிறுமியின் கன்னத்தைப் பிடித்துக் கிள்ளி...

"சமத்தா ஜாக்கிரதையா வீட்டுக்குப் போ" என்று தன் விரல் களுக்கு முத்தம் கொடுத்துக் கொள்கிறாள்.

பஸ் வருகிறது... ஒன்றன் பின் ஒன்றாய் இரண்டு பஸ்கள் வருகின்றன. முதலில் வந்த பஸ்ஸில் பெரியவள் ஏறிக் கொள்கிறாள்.

"பை... பை!"

"தாங்க் யூ! என் பஸ்ஸூம் வந்துடுத்து" என்று கூவியவாறு பெரியவளை வழி அனுப்பிய சிறுமி, பின்னால் வந்த பஸ்ஸின் நம்பரைப் பார்த்து ஏமாற்றமடைகிறாள். அவள் முகமாற்றத்தைக் கண்டே இவள் நிற்பது இந்த பஸ்ஸூக்காக அல்ல என்று புரிந்து கொண்ட டிரைவர், பஸ் ஸ்டாண்டில் வேறு ஆட்களும் இல்லாததால் பஸ்ஸை நிறுத்தாமலே ஓட்டிச் செல்லுகிறான்.

அந்தப் பெரிய சாலையின் ஆளரவமற்ற சூழ்நிலையில் அவள் மட்டும் தன்னந் தனியே நின்றிருக்கிறாள். அவளுக்குத் துணையாக அந்தக் கிழ மாடும் நிற்கிறது. தூரத்தில்- எதிரே காலேஜ் காம்பவுண்டுக்குள் எப்பொழுதேனும் யாரோ ஒருவர் நடமாடுவது தெரிகிறது. திடீரென ஒரு திரை விழுந்து கவிகிற மாதிரி இருள் வந்து படிகிறது. அதைத் தொடர்ந்து சீறி அடித்த ஒரு காற்றால் அந்தச் சாலையில் கவிந்திருந்த மரக் கிளைகளிலிருந்து படபட வென நீர்த் துளிகள் விழுகின்றன. அவள் மரத்தோடு ஒட்டி நின்று கொள்கிறாள். சிறிதே நின்றிருந்த மழை திடீரெனக் கடுமையாகப்

பொழிய ஆரம்பிக்கிறது. குறுக்கே உள்ள சாலையைக் கடந்து மீண்டும் கல்லூரிக்குள்ளேயே ஓடிவிட அவள் சாலையின் இரண்டு பக்கமும் பார்க்கும்போது, அந்தப் பெரிய கார் அவள் வழியில் குறுக்கே வேகமாய் வந்து அவள் மேல் உரசுவது போல் சடக்கென நின்று, நின்ற வேகத்திலே முன்னும் பின்னும் அழகாய் அசைகின்றது.

அவள் அந்த அழகிய காரை, பின்னால் இருந்து முன்னே யுள்ள டிரைவர் ஸீட்வரை விழிகளை ஓட்டி ஓர் ஆச்சரியம் போலப் பார்க்கிறாள்.

அந்தக் காரை ஓட்டி வந்த இளைஞன் வசீகரமிக்க புன்னகை யோடு தனக்கு இடது புறம் சரிந்து படுத்துப் பின் ஸீட்டின் கதவைத் திறக்கிறான்.

"ப்ளீஸ்·கெட் இன்... ஐ கேன் டிராப் யூ அட் யுவர் பிளேஸ்" என்று கூறியவாறு, தனது பெரிய விழிகளால் அவள் அந்தக் காரைப் பார்ப்பதே போன்ற ஆச்சரியத்தோடு, அவன் அவளைப் பார்க்கிறான்.

அவனது முகத்தைப் பார்த்த அவளுக்குக் காதோரமும் மூக்கு நுனியும் சிவந்து போகிறது: "நோ தாங்க்ஸ்! கொஞ்ச நேரம் கழிச்சு... மழை விட்டதும் பஸ்ஸிலேயே போயிடுவேன்..."

"ஓ! இட் இஸ் ஆல் ரைட்.... கெட் இன்" என்று அவன் அவசரப்படுத்துகிறான். கொட்டும் மழையில் தயங்கி நிற்கும் அவளைக் கையைப் பற்றி இழுக்காத குறை...

அவள் ஒரு முறை தன் பின்னால் திரும்பிப் பார்க்கிறாள்; மழைக்குப் புகலிடமாய் இருந்த அந்த மரத்தை ஒட்டிய வளைவை இப்போது அந்தக் கிழ மாடு ஆக்கிரமித்துக் கொண்டிருக்கிறது.

அவளுக்கு முன்னே அந்தக் காரின் கதவு இன்னும் திறந்தே இருக்கிறது. தனக்காகத் திறக்கப்பட்டிருக்கும் அந்தக் கதவின் வழியே மழை நீர் உள்ளே சாரலாய் வீசுவதைப் பார்த்து அவள் அந்தக் கதவை மூடும்போது, அவள் கையின்மேல் அவனது கை அவசரமாக விழுந்து பதனமாக அழுந்துகையில், அவள் பதறிப் போய்க் கையை எடுத்துக் கொள்கிறாள். அவன் முகத்தை அவள் ஏறிட்டுப் பார்க்கிறாள். அவன் தான் என்னமாய் அழ கொழுகச் சிரிக்கிறான்.

இப்போது அவனும் காரிலிருந்து வெளியே வந்து அவளோடு மழையில் நனைந்தவாறு நிற்கிறானே...

"ம்...கெட் இன்."

இப்போது அந்த அழைப்பை அவளால் மறுக்க முடிய வில்லையே.

அவள் உள்ளே ஏறியதும் அவன் கை அவளைச் சிறைப் பிடித்ததே போன்ற எக்களிப்பில் கதவை அடித்துச் சாத்துகிறது. அலையில் மிதப்பது போல் சாலையில் வழுக்கிக் கொண்டு அந்தக் கார் விரைகிறது.

அவளது விழிகள் காருக்குள் அலைகின்றன. காரின் உள்ளே கண்ணுக்குக் குளிர்ச்சியாய் அந்த வெளிறிய நீலநிறச் சூழல் கனவு மாதிரி மயக்குகிறது. இத்தனை நேரமாய் மழையின் குளிரில் நின்றிருந்த உடம்புக்கு, காருக்குள் நிலவிய வெப்பம் இதமாக இருக்கிறது. இந்தக் கார் தரையில் ஓடுகிறது மாதிரி தெரியவில்லை. பூமிக்கு ஓர் அடி உயரத்தில் நீந்துவதுபோல் இருக்கிறது.

'ஸீட்டெல்லாம் எவ்வளவு அகலமா இருக்கு! தாராளமா ஒருத்தர் படுத்துக்கலாம்' என்ற நினைப்பு வந்ததும் தான் ஒரு மூலையில் மார்போடு தழுவிய புத்தகக் கட்டுடன் ஒடுங்கி உட்கார்ந்திருப்பது அவளுக்கு ரொம்ப அநாகரிகமாகத் தோன்று கிறது. புத்தக அடுக்கையும் அந்தச் சிறிய டிபன் பாக்சையும் ஸீட்டிலேயே ஒரு பக்கம் வைத்த பின்னர் நன்றாகவே நகர்ந்து கம்பீரமாக உட்கார்ந்து கொள்கிறாள்.

'இந்தக் காரே ஒரு வீடு மாதிரி இருக்கு. இப்படி ஒரு கார் இருந்தா வீடே வேண்டாம். இவனுக்கும்– ஐயையோ– இவருக்கும் ஒரு வீடு இருக்கும்; இல்லையா?... காரே இப்படி இருந்தா இந்தக் காரின் சொந்தக்காரரோட வீடு எப்படி இருக்கும்! பெரிசா இருக்கும்! அரண்மனை மாதிரி இருக்கும்... அங்கே யாரெல் லாமோ இருப்பா. இவர் யாருன்னே எனக்குத் தெரியாதே? ஹை, இது என்ன நடுவிலே?... ரெண்டு ஸீட்டுக்கும் மத்தியிலே இழுத்தா மேஜை மாதிரி வரதே! இதுமேலே புஸ்தகத்தை வச்சுண்டு படிக்கலாம். எழுதலாம்– இல்லேன்னா இந்தப் பக்கம் ஒருத்தர் அந்தப் பக்கம் ஒருத்தர் தலையை வச்சுண்டு 'ஜம்'னு படுத்துக்க லாம். இந்தச் சின்ன விளக்கு எவ்வளவு அழகா இருக்கு, தாமரை மொட்டு மாதிரி! இருக்கு; ம்ஹூம், அல்லி மொட்டு மாதிரி! இதை எரிய விட்டுப் பார்க்கலாமா? சீ! இவர் கோபித்துக் கொண்டார்னா!'

– "அதுக்குக் கீழே இருக்கு பாரு ஸ்விட்சு" அவன் காரை ஓட்டியவாறு முன்புறமிருந்த சிறிய கண்ணாடியில் அவளைப் பார்த்து ஒரு புன்முறுவலோடு கூறுகிறான்.

அவள் அந்த ஸ்விட்சைப் போட்டு அந்த விளக்கு எரிகிற அழகை ரசித்துப் பார்க்கிறாள். பின்னர் 'பவரை வேஸ்ட் பண்ணப் படாது' என்ற சிக்கன உணர்வோடு விளக்கை நிறுத்துகிறாள்.

பிறகு தன்னையே ஒருமுறை பார்த்துத் தலையிலிருந்து வழிகின்ற நீரை இரண்டு கைகளினாலும் வழித்துவிட்டுக் கொள்கிறாள்.

'ஹூம்! இன்னிக்கின்னு போய் இந்தத் தரித்திரம் பிடிச்ச தாவணியைப் போட்டுண்டு வந்திருக்கேனே' என்று மனத்திற்குள் சலித்துக் கொண்டே, தாவணியின்தலைப்பைப் பிழிந்து கொண் டிருக்கையில்– அவன் இடது கையால் ஸ்டியரிங்கிற்குப் பக்கத்தில் இருந்த பெட்டி போன்ற அறையின் கதவைத் திறந்து... 'டப்' என்ற சப்தத்தில் அவள் தலை நிமிர்ந்து பார்க்கிறாள். 'அட! கதவைத் திறந்த உடனே உள்ளே இருந்து ஒரு சிவப்பு பல்ப் எரியறதே'– ஒரு சிறிய டர்க்கி டவலை எடுத்துப் பின்னால் அவளிடம் நீட்டுகிறான்.

"தாங்ஸ்!'– அந்த டவலை வாங்கித் தலையையும் முழங் கையையும் துடைத்துக் கொண்டு முகத்தைத் துடைக்கையில்– 'அப்பா, என்ன வாசனை!'– சுகமாக முகத்தை அதில் அழுந்தப் புதைத்துக் கொள்கிறாள்.

ஒரு திருப்பத்தில் அந்தக் கார் வளைந்து திரும்புகையில் அவள் ஒரு பக்கம் 'அம்மா' என்று கூவிச் சரிய ஸீட்டின் மீதிருந்த புத்தகங்களும் மற்றொரு பக்கம் சரிந்து, அந்த வட்ட வடிவமான சின்னஞ்சிறு எவர்சில்வர் டிபன் பாக்ஸூம் ஒரு பக்கம் உருளுகிறது.

"ஸாரி" என்று சிரித்தவாறே அவளை ஒருமுறை திரும்பிப் பார்த்தபின் காரை மெதுவாக ஓட்டுகிறான் அவன். தான் பயந்து போய் அலறியதற்காக வெட்கத்துடன் சிரித்தவாறே இறைந்து கிடக்கும் புத்தகங்களைச் சேகரித்துக் கொண்டு எழுந்து அமர்கிறாள் அவள்.

ஜன்னல் கண்ணாடியினூடே வெளியே பார்க்கையில் கண் களுக்கு ஒன்றுமே புலப்படவில்லை. கண்ணாடியின் மீது புகை படர்ந்ததுபோல் படிந்திருந்த நீர்த் திவலையை அவள் தனது தாவணியின் தலைப்பால் துடைத்து விட்டு வெளியே பார்க் கிறாள்.

தெருவெங்கும் விளக்குகள் எரிகின்றன. பிரகாசமாக அலங்கரிக்கப்பட்ட கடைகளின் நிழல்கள் தெருவிலுள்ள மழை

நீரில் பிரதிபலித்துக் கண்களைப் பறிக்கின்றன. பூலோகத்துக்குக் கீழே இன்னொரு உலகம் இருக்கிறதாமே, அது மாதிரி தெரிகிறது...!

'இதென்ன– கார் இந்தத் தெருவில் போகிறது?'

"ஓ! எங்க வீடு அங்கே இருக்கு" என்று அவள் உதடுகள் மெதுவாக முனகி அசைகின்றன.

"இருக்கட்டுமே, யார் இல்லேன்னா" என்று அவனும் முனகிக் கொண்டே அவளைப் பார்த்துச் சிரிக்கிறான்.

'என்னடி இது வம்பாப் போச்சு' என்று அவள் தன் கைகளைப் பிசைந்து கொண்ட போதிலும், அவன் தன்னைப் பார்க்கும்போது அவனது திருப்திக்காகப் புன்னகை பூக்கிறாள்.

கார் போய்க்கொண்டே இருக்கிறது.

நகரத்தின் ஜனநடமாட்டம் மிகுந்த பிரதான பஜாரைக் கடந்து, பெரிய பெரிய கட்டிடங்கள் நிறைந்த அகலமான சாலைகளைத் தாண்டி, அழகிய பங்களாக்களும் பூந்தோட்டங்களும் மிகுந்த அவென்யூக்களில் புகுந்து, நகரத்தின் சந்தடியே அடங்கிப் போன ஏதோ ஒரு டிரங்க் ரோடில் கார் போய்க் கொண்டிருக்கிறது.

இந்த மழையில் இப்படி ஒரு காரில் பிரயாணம் செய்து கொண்டிருப்பது அவளுக்கு ஒரு புதிய அனுபவமானபடியினால் அதில் ஒரு குதூகலம் இருந்த போதிலும், அந்தக் காரணம் பற்றியே அடிக்கடி ஏதோ ஒரு வகை பீதி உணர்ச்சி அவளது அடி வயிற்றில் மூண்டு எழுந்து மார்பில் என்னவோ செய்து கொண்டிருக்கிறது.

சின்னக் குழந்தை மாதிரி அடிக்கடி வீட்டுக்குப் போக வேண்டும் என்று அவனை நச்சரிக்கவும் பயமாயிருக்கிறது.

தன்னை அந்த பஸ் ஸ்டாண்டில் தனிமையில் விட்டு விட்டுப் போனாளே, அவளைப் பற்றிய நினைவும், அவள் தன் கன்னத்தைக் கிள்ளியவாறு சொல்லிவிட்டுப் போனாளே அந்த வார்த்தைகளும் இப்போது அவள் நினைவுக்கு வருகின்றன: 'சமத்தா ஜாக்கிரதையா வீட்டுக்குப் போ.'

'நான் இப்ப அசடாயிட்டேனா? இப்படி முன்பின் தெரியாத ஒருத்தரோட கார்லே ஏறிண்டு தனியாகப் போறது தப்பில்லையோ?... இவரைப் பார்த்தால் கெட்டவர் மாதிரித் தெரியலியே? என்ன இருந்தாலும் நான் வந்திருக்கக் கூடாது... இப்ப என்ன பண்றது? எனக்கு அழுகை வரதே. சீ! அழக் கூடாது... அழுதா இவர் கோபித்துக் கொண்டு 'அசடே! இங்கேயே கிட'ன்னு இறக்கி

விட்டுட்டுப் போயிட்டா? எப்படி வீட்டுக்குப் போறது? எனக்கு வழியே தெரியாதே... நாளைக்கு ஜுவாலஜி ரெக்கார்ட் வேற ஸப்மிட் பண்ணணுமே! வேலை நிறைய இருக்கு.'

அவளது பார்வை எதிர்ப்புறக் கண்ணாடியின்மீது கிடந்து அவளைப்போல் தத்தளித்துக் கொண்டிருக்கும் 'வய்ப்பரை'யே வெறித்துக் கொண்டிருக்கிறது. கடைசியில் தைரியமாக அவளை அறியாமலேயே அந்த வார்த்தைகளை அவள் கேட்டு விடுகிறாள்.

"இப்ப நாம எங்கே போறோம்?"– அவளது படபடப்பான கேள்விக்கு அவன் ரொம்ப சாதாரணமாகப் பதில் சொல்கிறான்:

"எங்கேயுமில்லை; சும்மா ஒரு டிரைவ்..."

"நேரம் ஆயிடுத்தே– வீட்டிலே அம்மா தேடுவா..."

"ஓ எஸ் திரும்பிடலாம்."

– கார் திரும்புகிறது. டிரங்க் ரோடை விட்டு விலகிப் பலைவனம் போன்ற ஒரு திடலுக்குள் பிரவேசித்து, அதிலும் வெகுதூரம் சென்று அதன் மத்தியில் நிற்கிறது கார். கண்ணுக் கெட்டிய தூரம் இருளும் மழையும் சேர்ந்து அரண் அமைத்திருக் கின்றன. அந்த அத்துவானக் காட்டில் தவளைகளின் கூக்குரல் பேரோலமாகக் கேட்கிறது. மழையும் காற்றும் முன்னைவிட மூர்க்கமாய்ச் சீறி விளையாடுகின்றன.

காருக்குள்ளேயே ஒருவர் முகம் ஒருவருக்குத் தெரியவில்லை.

திடீரென்று கார் நின்றுவிட்டதைக் கண்டு அவள் பயந்த குரலில் கேட்கிறாள்: "ஏன் கார் நின்னுடுத்து? பிரேக் டௌனா?"

அவன் அதற்குப் பதில் சொல்லாமல் இடிஇடிப்பது போல் சிரிக்கிறான். அவள் முகத்தைப் பார்ப்பதற்காகக் காரினுள் இருந்த ரேடியோவின் பொத்தானை அமுக்குகிறான். ரேடியோவில் இருந்து முதலில் லேசான வெளிச்சமும் அதைத் தொடர்ந்து இசையும் பிறக்கிறது.

அந்த மங்கிய வெளிச்சத்தில் அவள் அவனை என்னவோ கேட்பதுபோல் புருவங்களை நெறித்துப் பார்க்கிறாள். அவனோ ஒரு புன்னகையால் அவளிடம் யாசிப்பது போல் எதற்கோ கெஞ்சுகிறான்.

அப்போ ரேடியோவிலிருந்து ஒரு 'ட்ரம்ப்பட்'டின் எக்காள ஒலி நீண்டு விம்மி விம்மி வெறி மிகுந்து எழுந்து முழங்குகிறது. அதைத் தொடர்ந்து படபடவென்று நாடி துடிப்பதுபோல் அமுத்த லாக நடுங்கி அதிர்கின்ற காங்கோ 'ட்ரம்'களின் தாளம்... அவன்

விரல்களால் சொடுக்குப் போட்டு அந்த இசையின் சுதிக்கேற்பக் கழுத்தை வெட்டி இழுத்து ரசித்தவாறே அவள் பக்கம் திரும்பி, 'உனக்குப் பிடிக்கிறதா' என்று ஆங்கிலத்தில் கேட்கிறான். அவள் இதழ்கள் பிரியாத புன்னகையால் 'ஆம்' என்று சொல்லித் தலை அசைக்கிறாள்.

ரேடியோவுக்கு அருகே இருந்த பெட்டியைத் திறந்து இரண்டு 'காட்பரீஸ்' சாக்லெட்டுகளை எடுத்து ஒன்றை அவளிடம் தருகிறான் அவன். பின்னர் அந்தச் சாக்லெட்டின் மேலே சுற்றிய காகிதத்தை முழுக்கவும் பிரிக்காமல் ஓர் ஓரமாய்த் திறந்து ஒவ்வொரு துண்டாகக் கடித்து மென்றவாறு கால் மேல் கால் போட்டு அமர்ந்து ஒரு கையால் கார் ஸீட்டின் பின்புறம் ரேடியோவிலிருந்து ஒலிக்கும் இசைக்கேற்பத் தாளமிட்டுக் கொண்டு ஹாய்யாக உட்கார்ந்திருக்கும் அவனை, அவள் தீர்க்கமாக அளப்பது மாதிரிப் பார்க்கிறாள்.

அவன் அழகாகத்தான் இருக்கிறான். உடலை இறுகக் கவ்விய கபில நிற உடையோடு, 'ஓட்டு உசரமாய்' அந்த மங்கிய ஒளியில் அவனது நிறமே ஒரு பிரகாசமாய்த் திகழ்வதைப் பார்க்கையில், ஒரு கொடிய சர்ப்பத்தின் கம்பீர அழகே அவளுக்கு ஞாபகம் வருகிறது. பின்னாலிருந்து பார்க்கையில், அந்தக் கோணத்தில் ஓரளவே தெரியும் அவனது இடது கண்ணின் விழிக்கோணம் ஒளியுமிழ்ந்து பளபளக்கிறது. எவ்வளவு புயலடித்தாலும் கலைய முடியாத குறுகத் தரித்த கிராப்புச் சிகையும் காதோரத்தில் சற்று அதிகமாகவே நீண்டு இறங்கிய கரிய கிருதாவும்கூட அந்த மங்கிய வெளிச்சத்தில் மினுமினுக்கின்றன. பக்கவாட்டில் இருந்து பார்க்கும்போது அந்த ஒளி வீசும் முகத்தில் சின்னதாக ஒரு மீசை இருந்தால் நன்றாயிருக்குமே என்று ஒரு விநாடி தோன்றுகிறது. ஓ! அந்தப் புருவம்தான் எவ்வளவு தீர்மானமாய் அடர்ந்து செறிந்து வளைந்து இறங்கி, பார்க்கும்போதே பயத்தை ஏற்படுத்துகிறது! அவன் உட்கார்ந்திருக்கும் ஸீட்டின் மேல் நீண்டு கிடக்கும் அவனது இடது கரத்தில் கனத்த தங்கச் சங்கிலியில் பிணைக்கப் பட்ட கடிகாரத்தில் ஏழு மணி ஆவது மின்னி மின்னித் தெரிகிறது. அவனது நீளமான விரல்கள் இசைக்குத் தாளம் போடுகின்றன. அவனது புறங்கையில் மொசு மொசுவென்று அடர்ந்திருக்கும் இள மயிர் குளிர் காற்றில் சிலிர்த்தெழுகிறது.

"ஐயையோ! மணி ஏழாயிடுத்தே!" சாக்லெட்டைத் தின்ற வாறு அமைதியாய் அவனை வேடிக்கை பார்த்துக் கொண்டிருந்த அவள், திடீரென்று வாய்விட்டுக் கூவிய குரலைக் கேட்டு அவனும் ஒருமுறை கைக்கடிகாரத்தைப் பார்த்துக் கொள்கிறான்.

காரின் முன்புறக் கதவை அவன் லேசாகத் திறந்து பார்க்கும் போது, மழையின் ஓலம் பேரோசையாகக் கேட்கிறது. அவன் ஒரு நொடியில் கதவைத் திறந்து கீழே இறங்கிவிட்டான்.

"எங்கே?" என்று அவள் அவனிடம் பதற்றத்தோடு கேட்டது கதவை மூடிய பிறகே வெளியே நின்றிருக்கும் அவனது செவி களில் அமுங்கி ஒலிக்கிறது. "எங்கே போறீங்க?"

"எங்கேயும் போகலே... இங்கேதான் வரேன்" என்று ஆங்கிலத்தில் கூறியவாறு அந்தச் சிறுபோதில் தெப்பமாய் நனைந்துவிட்ட அவன் பின் ஸீட்டின் கதவைத் திறந்து கொண்டு உள்ளே வருகிறான்.

அவள் அருகே அமர்ந்து, ஸீட்டின்மீது கிடந்த– சற்று முன் ஈரத்தைத் துடைத்துக் கொள்வதற்காக அவளுக்கு அவன் தந்த டவலை எடுத்து முகத்தையும் பிடரியையும் துடைத்துக் கொண்ட பின், கையிலிருந்த சாக்லெட் காகிதத்தைக் கசக்கி எறிகிறான். அவள் இன்னும் அந்தச் சாக்லெட்டைக் கொஞ்சம் கொஞ்சமாகச் சுவைத்துக் கொண்டிருக்கிறாள். அவன் சட்டைப் பையிலிருந்து ஒரு சிறிய டப்பாவை எடுக்கிறான். அதனுள் அடுக்காக இருக்கும் மிட்டாய் போன்ற ஒன்றை எடுத்து வாயிலிட்டுக் கொண்டு அவளிடம் ஒன்றைத் தருகிறான்.

"என்ன அது?"

"சூயிங்கம்."

"ஐயோ, எனக்கு வேண்டாம்!"

"ட்ரை... யூவில் லைக் இட்."

அவள் கையிலிருந்த சாக்லெட்டை அவசர அவசரமாகத் தின்றுவிட்டு அவன் தருவதை மறுக்க மனமின்றி வாங்கக் கை நீட்டுகிறாள்.

"நோ!"– அவள் கையில் தர மறுத்து அவள் முகத்தருகே ஏந்தி அவள் உதட்டின்மீது அதைப் பொருத்தி லேசாக நெருடுகிறான்.

அவளுக்குத் தலை பற்றி எரிவது போல் உடம்பெங்கும் சுகமான ஒரு வெப்பம் காந்துகிறது. சற்றே பின்னால் விலகி, அவன் கையிலிருந்ததைத் தன் கையிலேயே வாங்கிக் கொள் கிறாள்: "தாங்க் யூ!"

அவனது இரண்டு விழிகளும் அவளது விழிகளில் செருகி இருக்கின்றன. அவனது கண்களை ஏறிட்டுப் பார்க்க இயலாத கூச்சத்தால் அவளது பலஹீனமான பார்வை அடிக்கடி தாழ்ந்து

தாழ்ந்து தவிக்கிறது. அவளது கவிழ்ந்த பார்வையில் அவனது முழந்தாள் இரண்டும் அந்த ஸீட்டில் மெள்ள மெள்ள நகர்ந்து தன்னை நெருங்கி வருவது தெரிகிறது.

அவள் கண்ணாடி வழியே பார்க்கிறாள். வெளியே மழையும் காற்றும் அந்த இருளில் மூர்க்கமாய்ச் சீறி விளையாடிக் கொண்டிருக்கின்றன. அவள் அந்தக் கதவோடு ஒண்டி உட்கார்ந்து கொள்கிறாள். அவனும் மார்பின்மீது கைகளைக் கட்டியவாறு மிகவும் கௌரவமாய் விலகி அமர்ந்து, அவள் உள்ளத்தைத் துருவி அறியும் ஆர்வத்தோடு அவளைப் பயில்கிறான்.

"டூ யூ லைக் திஸ் கார்?" "இந்தக் கார் உனக்குப் பிடித்திருக் கிறதா?" என்று ஆங்கிலத்தில் கேட்கிறான். அவனது குரல் மந்தரஸ்தாயியில் கரகரத்து அந்தரங்கமாய் அவளது செவி வழி புகுந்து அவளுள் எதையோ சலனப்படுத்துகிறது. தனது சலனத்தை வெளிக்காட்டிக் கொள்ளாமல் ஒரு புன்னகையுடன் சமாளித்து அவளும் பதில் சொல்கிறாள்: "ஓ! இட் இஸ் நைஸ்."

அவன் ஆழ்ந்த சிந்தனையோடு பெருமூச்செறிந்து தலை குனிந்தவாறு ஆங்கிலத்தில் சொல்கிறான்: "உனக்குத் தெரியுமா? இந்தக் கார் இரண்டு வருஷமாக ஒவ்வொரு நாளும் உன் பின்னாலேயே அலைஞ்சிண்டிருக்கு– டூ யூ நோ தட்?" என்ற கேள்வியோடு முகம் நிமிர்த்தி அவன் அவளைப் பார்க்கும் போது, தனக்கு அவன் கிரீடம் சூட்டிவிட்டது மாதிரி அவள் அந்த விநாடியில் மெய் மறந்து போகிறாள்:

"ரியலி...?"

"ரியலி!"

அவனது வெப்பமான சுவாசம் அவளது பிடரியில் லேசாக இழைகிறது. அவனது ரகசியக் குரல் அவளது இருதயத்தை உரசிச் சிலிர்க்கிறது; "டூ யூ லைக் மீ?" 'என்னை உனக்குப் பிடிச்சிருக்கா?'

"ம்" விலக இடமில்லாமல் அவள் தனக்குள்ளாகவே ஒடுங்கு வதைக் கண்டு அவன் மீண்டும் சற்றே விலகுகிறான்.

வெளியே மழை பெய்து கொண்டிருக்கிறது. ரேடியோ விலிருந்து அந்த 'ட்ரம்ப்பட்'டின் இசை புதிய புதிய லயவிந்நியா சங்களைப் பொழிந்து கொண்டிருக்கிறது.

"ரொம்ப நல்லா இருக்கு இல்லே?"– இந்தச் சூழ்நிலையைப் பற்றி, இந்த அனுபவத்தைக் குறித்து அவளது உணர்ச்சிகளை அறிய விழைந்து அவன் கேட்கிறான்.

"நல்லா இருக்கு... ஆனா பயம்மா இருக்கே..."

"பயமா? எதுக்கு. எதுக்குப் பயப்படணும்?" அவளைத் தேற்று கின்ற தோரணையில் தோளைப்பற்றி அவன் குலுக்கியபோது, தன் உடம்பில் இருந்து நயமிக்க பெண்மையே அந்தக் குலுக்கலில் உதிர்ந்தது போன்று அவள் நிலை குலைந்து போகிறாள்: "எனக்கு பயம்மா இருக்கு; எனக்கு இதெல்லாம் புதுசா இருக்கு..."

"எதுக்கு இந்த ஸர்டிபிகேட் எல்லாம்?" என்று தன்னுள் முனகியவாறே இந்த முறை பின்வாங்கப் போவதில்லை என்ற தீர்மானத்தோடு மீண்டும் அவளையே அவன் நெருங்கி வருகிறான்.

"மே ஐ கிஸ் யூ?"

அவளுக்கு என்ன பதில் சொல்வது என்று புரியவில்லை. நாக்கு புரள மறுக்கிறது. அந்தக் குளிரிலும் முகமெல்லாம் வியர்த்துத் தேகம் பதறுகிறது.

திடீரென்று அவள் காதோரத்திலும் கன்னங்களிலும் உதடு களிலும் தீயால் சுட்டுவிட்டதைப் போல் அவனது கரங்களில் கிடந்த அவள் துடிதுடித்து, "ப்ளீஸ் ப்ளீஸ்" என்று கதறக் கதற, அவன் அவளை வெறிகொண்டு தழுவித் தழுவி...

அவளது கதறல் மெலிந்து தேய்ந்து அடங்கிப் போகிறது, அவனைப் பழி தீர்ப்பது போல் இப்போது அவளது கரங்கள் அவனது கழுத்தை இறுக்ப் பின்னி இணைந்திருக்கின்றன.

வெளியே...

வானம் கிழிந்து அறுபட்டது! மின்னல்கள் சிதறித் தெறித்தன! இடியோசை முழங்கி வெடித்தது!

ஆ! அந்த இடி எங்கோ விழுந்திருக்க வேண்டும்.

●●●

"**நா**ன் வீட்டுக்குப் போகணும், ஐயோ! எங்க அம்மா தேடுவா..."

காரின் கதவைத் திறந்துகொண்டு பின் ஸீட்டிலிருந்து அவன் இறங்குகிறான். அந்த மைதானத்தில் குழம்பி இருந்த சேற்றில் அவனது ஷூஸ் அணிந்த பாதம் புதைகிறது. அவன் காலை உயர்த்தியபோது 'சளக்' என்று தெறித்த சேறு, காரின்மீது கறையாய்ப் படிகிறது. திறந்த கதவின் வழியே இரண்டொரு துளிகள் காருக்குள் இருந்த அவள் மீதும் தெறிக்கின்றன.

உடலிலோ மனத்திலோ உறுத்துகின்ற வேதனையால் தன்னை மீறிப் பொங்கிப் பொங்கி பிரவகிக்கும் கண்ணீரை அடக்க முடியாமல் அவனறியாதவாறு அவள் மௌனமாக அழுது கொண்டிருக்கிறாள்.

முன்புறக் கதவைத் திறந்து டிரைவர் ஸீட்டில் அமர்ந்து அவன் சேறு படிந்த காலணியைக் கழற்றி எறிகிறான். ரேடியோ வுக்கருகில் உள்ள அந்தப் பெட்டியைத் திறந்து அதிலிருந்து ஒரு சிகரெட்டை எடுத்துப் பற்ற வைத்துக் கொண்டு, மூசு மூசென்று புகை விட்டவாறு 'சூயிங்கம்'மை மென்று கொண்டிருக்கிறான்.

இந்த விநாடியே தான் வீட்டில் இருக்க வேண்டும். போலவும், அம்மாவின் மடியைக் கட்டிக் கொண்டு 'ஹோ' வென்று கதறி அழுது இந்தக் கொடுமைக்கு ஆறுதல் தேடிக் கொள்ள வேண்டும் போலவும் அவள் உள்ளே ஓர் அவசரம் மிகுந்து நெஞ்சும் நினைவும் உடலும் உணர்ச்சியும் நடுநடுங்குகின்றன.

அவனோ சாவதானமாக சிகரெட்டைப் புகைத்துக் கொண்டு உட்கார்ந்து கொண்டிருக்கிறான். அதைப் பார்க்கப் பார்க்க அவளுக்கு எரிச்சல் பற்றிக் கொண்டு வருகிறது. அந்தக் காருக்குள்ளே இருப்பது ஏதோ பாறைகளுக்கு இடையேயுள்ள ஒரு குகையில் அகப்பட்டது போல் ஒரு சமயம் பயமாகவும் மறு சமயம் அருவருப்பாகவும்– அந்த சிகரெட்டின் நெடி வேறு வயிற்றைக் குமட்ட– அந்த மைதானத்தில் உள்ள சேறு முழு வதும் அவள்மீது வாரிச் சொரியப்பட்டது போல அவள் உடலெல்லாம் பிசுபிசுக்கிறதே...

நரி ஊளைமாதிரி ரேடியோவிலிருந்து அந்த 'ட்ரம்ப்பட்' டின் ஓசை உடலையே இரு கூறாகப் பிளப்பது போல் வெறியேறிப் பிளிறுகிறதே...

அவள் தன்னை மீறிய ஓர் ஆத்திரத்தில் கிறீச்சிட்டு அழுகைக் குரலில் அலறுகிறாள்: "என்னை வீட்டிலே கொண்டுபோய் விடப் போறீங்களா, இல்லையா?"

அவனது கை 'டப்' என்று ரேடியோவை நிறுத்துகிறது.

"டோண்ட் ஷவ்ட் லைக் தட்!" அவன் எரிச்சல் மிகுந்த குரலில் அவளை எச்சரிக்கிறான்: 'கத்தாதே!'

அவனை நோக்கி இரண்டு கரங்களையும் கூப்பிப் பரிதாபமாக அழுதவாறு அவள் கெஞ்சுகிறாள்; "எங்க அம்மா தேடுவா; என்னைக் கொண்டுபோய் வீட்டிலே விட்டுட்டா உங்களுக்குக் கோடிப் புண்ணியம்" என்று வெளியே கூறினாலும் மனதிற்குள் 'என் புத்தியைச் செருப்பால் அடிக்கணும். நான் இப்படி வந்திருக்கவே கூடாது. ஐயோ! என்னென்னமோ ஆயிடுத்தே' என்ற புலப்பமும் எங்காவது தலையை மோதி உடைத்துக் கொண்டால் தேவலை என்ற ஆத்திரமும் மூண்டு

தகிக்கப் பற்களை நறநறவென்று கடிக்கிறாள். அந்த விநாடியில் அவள் தோற்றத்தைக் கண்டு அவன் நடுங்குகிறான்.

"ப்ளீஸ்... டோண்ட் க்ரியேட் ஸீன்ஸ்" என்று அவளைக் கெஞ்சி வேண்டிக் கொண்டு, சலிப்போடு காரைத் திருப்புகிறான்-

அந்த இருண்ட சாலையில் கண்களைக் கூச வைக்கும் ஒளியை வாரி இறைத்தவாறு உறுமி விரைந்து கொண்டிருக்கிறது கார்.

'சீ! என்ன கஷ்டம்! பிடிக்கல்லேன்னா அப்பவே சொல்லி இருக்கலாமே. ஒரு அருமையான சாயங்காலப் பொழுது பாழாகி விட்டது. பாவம்! இதெல்லாம் காலேஜிலே படிச்சு என்ன பண்ணப் போறதோ? இன்னும்கூட அழறாளே!' அவன் அவள் பக்கம் திரும்பி அவளிடம் மன்னிப்புக் கேட்டுக் கொள்கிறான். "ஐ ஆம் ஸாரி... உனது உணர்ச்சிகளை நான் புண்படுத்தி இருந்தால், தயவு செய்து மன்னித்துக்கொள்."

- அவளை அவளது இடத்தில் இறக்கிவிட்டுவிட்டு, இந்த நிகழ்ச்சியையே மறந்து நிம்மதி காண வேண்டும் என்கிற அவசரத்தில் அவன் காரை அதிவேகமாக ஓட்டுகிறான்.

இன்னும் மழை பெய்து கொண்டு இருக்கிறது.

சந்தடியே இல்லாத ட்ரங்க் ரோட்டைக் கடந்து, அழகிய பங்களாக்களும் பூந்தோட்டங்களும் மிகுந்த அவென்யூக்களில் புகுந்து, பெரிய பெரிய கட்டிடங்கள் மிகுந்த அந்தப் பிரதான பஜாரில் போய்க்கொண்டிருந்த கார் ஒரு குறுக்குத் தெருவில் திரும்பி அவளது வீட்டை நோக்கிப் போய்க் கொண்டிருக்கிறது.

'இங்கே நிறுத்துங்கள், நான் இறங்கிக் கொள்ளுகிறேன்' என்று அவளாகச் சொல்லுவாள் என்று அவளது தெரு நெருங்க நெருங்க அவன் யோசித்துக் காரை மெதுவாக ஓட்டுகிறான். அவள் அந்த அளவுக்குக்கூட விவரம் தெரியாத பேதை என்பதைப் புரிந்து கொண்டு அவனே ஓரிடத்தில் காரை நிறுத்திக் கூறுகிறான்: "வீடு வரைக்கும் கொண்டு வந்து நான் விடக்கூடாது. அதனாலே நீ இங்கேயே இறங்கிப் போய்டு...ம்" அவளைப் பார்க்க அவனுக்கே பரிதாபமாயும் வருத்தமாயும் இருக்கிறது. ஏதோ குற்ற உணர்வில், அல்லது கடன் பட்டுவிட்டது போன்ற நெஞ்சின் உறுத்தலில் அவனது கண்கள் கலங்கி விவஸ்தையற்ற கண்ணீர் பளபளக்கிறது. அவனே இறங்கி வந்து ஒரு பணியாள் மாதிரி அவளுக்காகக் காரின் கதவைத் திறந்து கொண்டு மழைத் தூறலில் நின்று கொண்டிருக்கிறான். உணர்ச்சிகள் மரத்துப் போன நிலையில்

அவள் தனது புத்தகங்களைச் சேகரித்துக் கொண்டு கீழே விழுந்திருந்த அந்தச் சிறிய வட்ட வடிவமான எவர்சில்வர் டிபன் பாக்ஸைத் தேடி எடுத்துக் கொண்டு தெருவில் இறங்கி, அவன் முகத்தைப் பார்க்க முடியாமல தலைகுனிந்து நிற்கிறாள்.

அந்தச் சிறிய தெருவில், மழை இரவானதால் ஜன நடமாட்டமே அற்றிருக்கிறது. தூரத்தில் எரிந்து கொண்டிருக்கும் தெரு விளக்கின் மங்கிய வெளிச்சத்தில் தன் அருகே குள்ளமாய்க் குழந்தை மாதிரி நின்றிருக்கும் அவளைப் பார்க்கும்போது அவன் தன்னுள்ளே தன்னையே நொந்து கொள்கிறான். தனக்கிருக்கும் அளவிறந்த சுதந்திரமே தன்னை எவ்வளவு கேவலமான அடிமை யாக்கி இருக்கிறது என்பதை அவன் எண்ணிப் பார்க்கிறான்.

'ஆம். அடிமை!– உணர்ச்சிகளின் அடிமை!' என்று அவன் உள்ளம் உணருகிறது. அவன் அவளிடம் ரகஸியம் போல் கூறுகிறான்: "ஐ ஆம் ஸாரி!"

அவள் அவனை முகம் நிமிர்த்திப் பார்க்கிறாள்... ஓ! அந்தப் பார்வை!

அவளிடம் என்னவோ கேட்க அவன் உதடுகள் துடிக்கின்றன. "என்ன..." என்று ஒரே வார்த்தையோடு அவனது குரல் கம்மி அடைத்துப் போகிறது.

"ஒண்ணுமில்லே" என்று கூறி அவள் நகர்கிறாள்.

அவளுக்கு முன்னால் அந்தக் கார் விரைந்து செல்கையில் காரின் பின்னால் உள்ள அந்தச் சிவப்பு வெளிச்சம் ஓடி ஓடி இருளில் கலந்து மறைகிறது.

●●●

கூடத்தில் தொங்கிய அரிக்கேன் விளக்கு காற்றில் அணைந்து போயிருந்தது. சமையலறையில் கை வேலையாக இருந்த அம்மா, கூடம் இருண்டு கிடப்பதைப் பார்த்து அணைந்த விளக்கை எடுத்துக்கொண்டு போய் ஏற்றிக் கொண்டு வந்து மாட்டியபோது, கூடத்துக் கடிகாரத்தில் மணி ஏழரை ஆகி விட்டதைக் கண்டு திடீரென்று மனசில் என்னவோ பதைக்கத் திரும்பிப் பார்த்தபோது, அவள் படியேறிக் கொண்டிருந்தாள்.

மழையில் நனைந்து, தலை ஒரு கோலம் துணி ஒரு கோலமாய் வருகின்ற மகளைப் பார்த்ததுமே வயிற்றில் என்னமோ செய்தது அவளுக்கு; "என்னடி இது, அலங்கோலம்?"

அவள் ஒரு சிலை அசைவது மாதிரிக் கூடத்துக்கு வந்தாள்; அரிக்கேன் விளக்கு வெளிச்சத்தில் ஒரு சிலை மாதிரியே

அசைவற்று நின்றாள். அவள் கண்களிலிருந்து கண்ணீர் பெருகிற்று; "அம்மா!" என்று குமுறி வந்த அழுகையைத் தாயின் தோள்மீது வாய் புதைத்து அடைத்துக் கொண்ட அவளை இறுகத் தழுவியவாறு குலுங்கிக் குலுங்கி அழுதாள்!

அம்மாவின் மனசுக்குள், ஏதோ விபரீதம் நடந்து விட்டது புரிவது போலவும் புரியாமலும் கிடந்து நெருடிற்று.

"என்னடி, என்ன நடந்தது, ஏன் இவ்வளவு நேரம்? அழாமல் சொல்லு?" தன்மீது விழுந்து தழுவிக் கொண்டு புழு மாதிரித் துடிக்கும் மகளின் வேதனைக்குக் காரணம் தெரியா விட்டாலும், அது வேதனை என்ற அளவில் உணர்ந்து, அந்த வேதனைக்குத் தானும் ஆட்பட்டு மனம் கலங்கி அழுது முந்தானையால் கண்களைத் துடைத்தவாறு மகளின் முதுகில் ஆதரவோடு தட்டிக் கொடுத்தாள்: "ஏன்டி, ஏன் இப்படி அழறே? சொல்லு."

தாயின் முகத்தைப் பார்க்க முடியாமல் அவள் தோளில் முகம் புதைத்தவாறு அவள் காதில் மட்டும் விழுகிற மாதிரி சொன்னாள். அழுகை அடங்கி மெதுவாக ஒலித்த குரலில் அவள் சொல்ல ஆரம்பித்த உடனேயே தன்மீது ஒட்டிக் கிடந்த அவளைப் பிரித்து நிறுத்தி, விலகி நின்று, சபிக்கப்பட்ட ஒரு நீசப் பெண்ணைப் பார்ப்பது போல் அருவருத்து நின்றாள் அம்மா.

அந்தப் பேதைப் பெண் சொல்லிக் கொண்டிருந்தாள்; "மழை கொட்டுக் கொட்டுனு கொட்டித்து! பஸ்ஸே வரல்லே. அதனால்தான் காரிலே ஏறினேன்– அப்புறம் எங்கேயோ காடு மாதிரி ஒரு இடம்... மனுஷாளே இல்லே... ஒரே இருட்டு, மழையா இருந்தாலும் எறங்கி ஓடி வந்துடலாம்னு பார்த்தா எனக்கோ வழியும் தெரியாது... நான் என்ன பண்ணுவேன்? அப்புறம் வந்து வந்து ஐயோ! அம்மா... அவன் என்னெ..."

–அவள் சொல்லி முடிப்பதற்குள் பார்வையில் மின்னல் பூச்சிகள் பறப்பது போல் அந்த அறை அவளது காதிலோ, நெற்றிப் பொருத்திலோ எங்கேயோ வசமாய் விழுந்தது. கூடத்து மூலையில் அவள் சுருண்டு விழ, கையில் இருந்த புத்தகங்கள் நாற்புறமும் சிதறி டிபன்பாக்ஸ் கீழே விழுந்து கணகணத்து உருண்டது.

"அடிப் பாவி! என் தலையிலே நெருப்பைக் கொட்டிட் டாயே...." என்று அலறத் திறந்த வாய், திறந்த நிலையில் அடைபட்டது.

அது நான்கு குடித்தனங்கள் உள்ள வீடு. சத்தம் கேட்டுப் பின் கட்டிலிருந்து சிலர் அங்கே ஓடி வந்தார்கள்.

“என்னடி, என்ன விஷயம்?” என்று ஈரக்கையை முந்தானையில் துடைத்துக் கொண்டு சுவாரசியமாய் விசாரித்த வண்ணம் கூடத்துக்கே வந்து விட்டாள் பின்கட்டு மாமி.

“ஒண்ணுமில்லை, இந்தக் கொட்டற மழையிலே அப்படி என்ன குடி முழுகிப் போச்சு? தெப்பமா நனைஞ்சுண்டு வந்திருக்காள். காசைப் பணத்தைக் கொட்டிப் படிக்க வெச்சு, பரீட்சைக்கு நாள் நெருங்கறப்போ படுத்துத் தொலைச்சா என்ன பண்றது? நல்ல வேளை, அவ அண்ணா இல்லே; இருந்தால் இந்நேரம் தோலை உரிச்சிருப்பான்” என்று பொய்யாக அங்கலாய்த்துக் கொண்டாள் அம்மா.

“சரி சரி, விடு. இதுக்குப் போய் குழந்தையே அடிப்பாளோ?” பின்கட்டு அம்மாளுக்கு விஷயம் அவ்வளவு சுரத்தாக இல்லை. போய்விட்டாள்.

வாசற் கதவையும் கூடத்து ஜன்னல்களையும் இழுத்து மூடினாள் அம்மா. ஓர் அறையில் பூனைக் குட்டி மாதிரிச் சுருண்டு விழுந்து– அந்த அடிக்காகக் கொஞ்சம்கூட வேதனைப் படாமல் இன்னும் பலமாய்த் தன்னை அடிக்க மாட்டாளா, உயிர் போகும்வரை தன்னை மிதித்துத் துவைக்க மாட்டாளா என்று எதிர்பார்த்து அசைவற்றுக் கிடந்த மகளை எரிப்பது போல் வெறித்து விழித்தாள் அம்மாள்...

‘இவளை என்ன செய்யலாம்?... ஒரு கௌரவமான குடும்பத்தையே கறைப்படுத்திட்டாளே?... தெய்வமே! நான் என்ன செய்வேன்?’ என்று திரும்பிப் பார்த்தாள்...

அம்மாவின் பின்னே சமையலறையிலே அடுப்பின் வாய்க்குள்ளே தீச்சுவாலைகள் சுழன்றெரியக் கங்குகள் கனன்று கொண்டிருந்தன...

‘அப்படியே ஒரு முறம் நெருப்பை அள்ளி வந்து இவள் தலையில் கொட்டினால் என்ன’ என்று தோன்றிற்று.

– அவள் கண் முன் தீயின் நடுவே கிடந்து புழுவைப் போல் நெளிந்து கருகிச் சாகும் மகளின் தோற்றம் தெரிந்தது...

‘அப்புறம்? அத்துடன் இந்தக் களங்கம் போய் விடுமா? ஐயோ! மகளே, உன்னை என் கையால் கொன்ற பின் நான் உயிர் வாழவா?... நானும் என் உயிரைப் போக்கிக் கொண்டால்?’

“ம்... அப்புறம்? அத்துடன் இந்தக் களங்கம் போயிடுமா?’ அம்மாவுக்கு ஒன்றும் புரியவில்லை. மகளின் கூந்தலைப் பற்றி முகத்தை நிமிர்த்தித் தூக்கி நிறுத்தினாள் அம்மா.

நடுக்கூடத்தில் தொங்கிய அரிக்கேனின் திரியை உயர்த்தி, ஒளி கூட்டி அதைக் கையில் எடுத்துக் கொண்டு மகளின் அருகே வந்து நின்று அவளைத் தலைமுதல் கால்வரை ஒவ்வோர் அங்குலமாக உற்று உற்றுப் பார்த்தாள். அந்தப் பார்வையைத் தாங்க மாட்டாமல் அவள் முகத்தை மூடிக் கொண்டு "ஐயோ அம்மா! என்னெப் பார்க்காதேயேன்" என்று முதுகுப் புறத்தைத் திருப்பிக் கொண்டு சுவரில் முகம் புதைத்து அழுதாள்...

'அட கடவுளே! அந்தப் பாவிக்கு நீதான் கூலி கொடுக்கணும்' என்று வாயைப் பொத்திக்கொண்டு அந்த முகம் தெரியாத அவனைக் குமுறிச் சபித்தாள் அம்மா. அவளைத் தொடுவதற்குத் தனது கைகள் கூசினாலும், அவளைத் தானே தீண்டுவதற்கு கூசி ஒதுக்கினால் அவள் வேறு எங்கே தஞ்சம் புகுவாள் என்று எண்ணிய கருணையினால் சகித்துக் கொண்டு தனது நடுங்கும் கைகளால் அவளைத் தொட்டவாறு, அவளைக் கோபிப்பதிலோ தண்டிப்பதிலோ இதற்குப் பரிகாரம் காண முடியாது என்று ஆழமாய் உணர்ந்து அவளைக் கைப்பிடியில் இழுத்துக் கொண்டு அரிக்கேன் விளக்குடன் பாத்ரூமை நோக்கி நடந்தாள்.

'இப்ப என்ன செய்யலாம்? அவனை யாருன்னுக் கண்டு பிடிச்சுட்டா?... அவன் தலையிலேயே இவளைக் கட்டிடறதோ? அட தெய்வமே... வாழ்க்கை முழுதும் அப்படிப்பட்ட ஒரு மிருகத்தோட இவளை வாழ வச்சுடறதா? அதுக்கு இவளைக் கொன்னுடலாமே? என்ன செய்யறது?' என்று அம்மாவின் மனம் கிடந்து அரற்றியது!...

பாத்ரூமில் தண்ணீர்த் தொட்டியின் அருகே அவளை நிறுத்தி மாடத்தில் விளக்கை வைத்துவிட்டு, தானறிந்த தெய்வங்களையெல்லாம் வழிபட்டு இந்த ஒன்றுமறியாப் பேதையின்மீது பட்டுவிட்ட கறையைக் கழுவிக் களங்கத்தைப் போக்குமாறு பிரார்த்தித்துக் கொண்டாள் அம்மா.

குளிரில் நடுங்குகிறவள் மாதிரி மார்பின்மீது குறுக்காகக் கைகளைக் கட்டிக் கொண்டு கூனிக் குறுகி நின்றிருந்தாள் அவள்.

கண்களை இறுக மூடிக்கொண்டு சிலை மாதிரி நிற்கும் மகளிடம் ஒரு வார்த்தை பேசாமல் அவளது ஆடைகளையெல்லாம் தானே களைந்தாள் அம்மா. இடுப்புக்குக் கீழே வரை பின்னித் தொங்கிய சடையைப் பிரித்து அவளது வெண்மையான முதுகை மறைத்துப் பரத்தி விட்டாள்.

முழங்கால்களைக் கட்டிக்கொண்டு ஒரு யந்திரம் மாதிரிக் குறுகி உட்கார்ந்த அவள் தலையில் குடம் குடமாய்த் தொட்டி

யிலிருந்த நீரை எடுத்துக் கொட்டினாள். அவள் தலையில் சீயக்காய்த் தூளைவைத்துத் தேய்த்தவாறு மெல்லிய குரலில் அம்மா விசாரித்தாள்; "உனக்கு அவனைத் தெரியுமோ!"

"ம்ஹூம்..."

"அழிஞ்சு போறவன். அவனை என்ன செய்தால் தேவலை!"

– பற்களைக் கடித்துக் கொண்டு சீயக்காய் தேய்த்த விரல்களைப் புலி மாதிரி விரித்துக் கொண்டு கண்களில் கொலை வெறி கொப்பளித்த பார்வையுடன் நிமிர்ந்து நின்றாள்.

'ம்... வாழை ஆடினாலும் வாழைக்குச் சேதம், முள் ஆடி னாலும் வாழைக்குத்தான் சேதம்'– என்று பொங்கி வந்த ஆவேசம் தணிந்து, பெண்ணினத்தின் தலை எழுத்தையே தேய்த்து அழிப்பது போல் இன்னும் ஒரு கை சீயக்காயை அவள் தலையில் வைத்துப் பரபரவென்று தேய்த்தாள்!

ஏனோ அந்தச் சமயம் இவளை இரண்டு வயசுக் குழந்தை யாக விட்டு இறந்து போன தன் கணவனை நினைத்துக் கொண்டு அழுதாள்; 'அவர் மட்டும் இருந்தாரென்றால்– மகராஜன், இந்தக் கொடுமை யெல்லாம் பார்க்காமல் போய்ச் சேர்ந்தாரே?'

"இது யாருக்கும் தெரியக் கூடாது கொழந்தே! தெரிஞ்சா அதோட ஒரு குடும்பமே அழிஞ்சு போகும். நம் வீட்டிலேயும் ஒரு பொண் இருக்கே! அவளுக்கு இப்படி ஆகி இருந்தா என்ன பண்ணுவோம்னு யோசிக்கவே மாட்டா. பரம்பரை துவேஷம் மாதிரி குலத்தையே பாழ் பண்ணிடுவா... மத்தவாளைச் சொல் றேனே; இன்னொருத்தருக்குன்னா என் நாக்கே இப்படிப் பேசுமா? வேற மாதிரித்தான் பேசும். எவ்வளவு பேசி இருக்கு!" என்று புலம்பிக் கொண்டே கொடியில் கிடந்த துண்டை எடுத்து அவள் தலையைத் துவட்டினாள். தலையைத் துவட்டியபின் அவளை முகம் நிமிர்த்திப் பார்த்தாள். கழுவித் துடைத்த பீங்கான் மாதிரி வாலிபத்தின் கறைகள் கூடப் படிவதற்கு வழியில்லாத அந்தக் குழந்தை முகத்தைச் சற்று நேரம் உற்றுப் பார்த்து மகளின் நெற்றியில் ஆதரவோடு முத்தமிட்டள்: "நீ சுத்தமாயிட்டேடி கொழந்தே. சுத்தமாயிட்டே. உன் மேலே கொட்டினேனே அது ஜலமில்லேடி, ஜலம் இல்லே. நெருப்புன்னு நெனைச்சுக்கோ. உன் மேலே இப்போ கறையே இல்லே. நீ பளிங்குடி, பளிங்கு. மனசிலே அழுக்கு இருந்தாத்தாண்டி அழுக்கு. உம் மனசு எனக்குத் தெரி யறது. உலகத்துக்குத் தெரியுமோ? அதுக்காகத்தான் சொல்றேன், இது உலகத்துக்குத் தெரியவே கூடாதுன்னு. என்னடி அப்படிப் பார்க்கறே? தெரிஞ்சுட்டா என்ன பண்றதுன்னு பாக்கறயா?

என்னடி தெரியப் போறது? எவனோடயோ நீ கார்லே வந்தேன்னுதானே தெரியப் போறது? அதுக்கு மேலே கண்ணாலே பார்க்காததெப் பேசினா அந்த வாயைக் கிழிக்க மாட்டாளா? ம்... ஒண்ணுமே நடக்கலேடி நடக்கலே! கார்லே ஏறிண்டு வந்ததை மட்டும் பார்த்துக் கதை கட்டுவாளோ? அப்பிடிப் பார்த்தா ஊர்லே எவ்வளவோ பேரு மேலே கதை கட்ட ஒரு கும்பல் இருக்கு. அவாளெ விடுடி... உன் நல்லதுக்குத்தான் சொல்றேன். உன் மனசிலே ஒரு கறையுமில்லே. நீ சுத்தமா இருக்கேன்னு நீயே நம்பணும்கிறதுக்குச் சொல்றேன்டி... நீ நம்பு... நீ சுத்தமாயிட்டே, நான் சொல்றது சத்யம்: நீ சுத்தமாயிட்டே...? ஆமா– தெருவிலே நடந்து வரும்போது எத்தனை தடவை அசிங்கத்தைக் காலிலே மிதிச்சுடறோம்... அதுக்காகக் காலையா வெட்டிப் போட்டுட றோம்? கழுவிட்டு பூஜை அறைக்குக்கூடப் போறோமே; சாமி வேண்டாம்னு வெரட்டவா செய்யறார்– எல்லாம் மனசுதான்டி... மனசு சுத்தமா இருக்கணும்... ஒனக்கு அகலிகை கதை தெரியுமோ? ராமரோட பாத தூளி பட்டு அவ புனிதமாயிட்டாள்னு சொல் லுவா, ஆனா அவ மனசாலே கெட்டுப் போகலை. அதனாலே தான் ராமரோட பாததூளி அவமேலே பட்டுது. எதுக்குச் சொல்றேன்னா... வீணா உன் மனசும் கெட்டுப் போயிடக் கூடாது பாரு.... கெட்ட கனவு மாதிரி இதெ மறந்துடு... உனக்கு ஒண்ணுமே நடக்கல்லே...."

கொடியில் துவைத்து உலர்த்திக் கிடந்த உடைகளை எடுத்துத் தந்து அவளை உடுத்திக் கொள்ளச் சொன்னாள் அம்மா.

"அதென்ன வாயிலே 'சவக் சவக்'ன்னு மெல்லறே?"

"சுயிங்கம்."

"கருமத்தைத் துப்பு... சீ! துப்புடி. ஒரு தடவை வாயைச் சுத்தமா அலம்பிக் கொப்புளிச்சுட்டு வா" என்று கூறி விட்டுப் பூஜை அறைக்குச் சென்றாள் அம்மா.

சுவாமி படத்தின் முன்னே மனம் கசிந்து உருகத் தன்னை மறந்து சில விநாடிகள் நின்றாள் அம்மா. பக்கத்தில் வந்து நின்ற மகளை "கொழந்தே, 'எனக்கு நல்ல வாழ்க்கையைக் கொடு'ன்னு கடவுளை வேண்டிக்கோ. இப்படி எல்லாம் ஆனதுக்கு நானுந் தான் காரணம். வயசுக்கு வந்த பொண்ணை வெளியே அனுப் பறமே, உலகம் கெட்டுக் கெடக்கேன்னு எனக்கும் தோணாமே போச்சே, என் கொழந்தே காலேஜுக்குப் போறாளேங்கிற பூரிப்பிலே எனக்கு ஒன்னுமே தோணல்லே. அதுவுமில்லாம எனக்கு நீ இன்னும் கொழந்தை தானே! ஆனா நீ இனிமே

உலகத்துக்குக் கொழந்தை இல்லேடி! இதை மறந்துடு; என்ன, மறந்துடுன்னா சொன்னேன்? இல்லே இதை மறக்காம இனிமே நடந்துக்கோ. யார்கிட்டேயும் இதைப் பத்திப் பேசாதே. இந்த ஒரு விஷயத்திலே மட்டும் வேண்டியவா, நெருக்கமானவான்னு கிடையாது. யார்கிட்டேயும் இதைச் சொல்லல்லேன்னு என் கையிலே அடிச்சு சத்தியம் பண்ணு!" ஏதோ தன்னுடைய ரகசியத்தைக் காப்பாற்றுவதற்கு வாக்குறுதி கேட்பதுபோல் தன் எதிரே கையேந்தி நிற்கும் தாயின் கைமீது கரத்தை வைத்து இறுகப் பற்றினாள் அவள்: "சத்தியமா யார்கிட்டேயும் சொல்ல மாட்டேன்..."

"பரீட்சையிலே நிறைய மார்க் வாங்கிண்டு வராளே... சமத்து சமத்துன்னு நினைச்சிண்டிருந்தேன், இப்பத்தான் நீ சமத்தா ஆயிருக்கே. எப்பவும் இனிமே சமத்தா இருந்துக்கோ" என்று மகளின் முகத்தை ஒரு கையில் ஏந்தி, இன்னொரு கையால் அவள் நெற்றியில் விபூதியை இட்டாள் அம்மா.

அந்தப் பேதையின் கண்களில் பூஜை அறையில் எரிந்த குத்துவிளக்குச் சுடரின் பிரபை மின்னிப் பிரகாசித்தது. அது வெறும் விளக்கின் நிழலாட்டம் மட்டும் அல்ல. அதிலே முழு வளர்ச்சியுற்ற பெண்மையின் நிறைய பிரகாசிப்பதை அந்தத் தாய் கண்டு கொண்டாள்.

●●●

அதோ, அவள் கல்லூரிக்குப் போய்க் கொண்டிருக்கிறாள். அவள் செல்லுகின்ற பாதையில் நூற்றுக்கணக்கான டாம்பீகமான கார்கள் குறுக்கிடத்தான் செய்கின்றன. ஒன்றையாவது அவள் ஏறிட்டுப் பார்க்க வேண்டுமே! சில சமயங்களில் பார்க்கிறாள். அந்தப் பார்வையில் தன் வழியில் அந்தக் காரோ அந்தக் காரின் வழியில் தானோ குறுக்கிட்டு மோதிக் கொள்ளக் கூடாதே என்கிற ஜாக்கிரதை உணர்ச்சி மட்டும் இருக்கிறது.

---

ஆனந்த விகடன், 1966

# இறந்த காலங்கள்

ஆனந்த சர்மா காரிலிருந்து கடற்கரைச் சாலையின் பேவ் மெண்ட்டில் இறங்கினார். பின்சீட்டில் அமர்ந்திருந்த அவரது பேரக் குழந்தைகள் சினிமாவுக்குப் போகிற குதூகலத்தில் தாத்தாவிடம் விடை பெற்றுக் கொள்வதற்காகக் கையசைத்தனர். அவர் இறங்குவதற்கு முன்னால், அவருக்குக் கதவைத் திறந்து விடுவதற்காகக் காரின் இடப்புறம் வந்து நின்ற டிரைவர், சர்மாவிடம் பணிவுடன் கேட்டான்:

“சினிமாவிலிருந்து கொழந்தைகளைக் கூட்டியாறப் போகும் போது வந்தாப் போதுங்களா?”

வேகமாக வீசுகின்ற கடற்காற்றினால் அவன் கேட்டது சர்மாவுக்குக் காதில் விழவில்லை. அதுவுமில்லாமல் அவருக்குக் கொஞ்ச நாட்களாகக் காதும் சரியாகக் கேட்பதில்லை.

“தாத்தா, மணி என்னமோ கேக்கறான்” என்று அவரது மகள் வயிற்றுப் பேரன் பாச்சா, வாயருகே கையமர்த்தி, காற்றின் வேகத்தையும் மீறிக் கொண்டு உரத்துக் கூவினான்.

சர்மாவின் செவிகளுக்கு அந்த அதிகபட்ச ஓசையையும் தாங்க முடியவில்லை. “அதுக்கு ஏண்டா இப்படிக் கத்தறே?” என்று சிடுசிடுத்துவிட்டு, டிரைவரின் பக்கம் திரும்பி “என்னப்பா வேண்டும்?” என்று மென்மையாகக் கேட்டார்.

“ஒண்ணுமில்லீங்க– கொழந்தைகளைக் கூட்டியாற ஒன்பது மணிக்குத் தியேட்டருக்குப் போகும்போது வந்தாப் போதுமா, மின்னாடியே வரணுங்களான்னு கேட்டேன்” என்றான்.

“வேணாம்... வேணாம்... தியேட்டரிலிருந்து கொழந்தைகளைக் கொண்டுபோயி ஆத்திலே விட்டுட்டு வேண்ணாலும் வாயேன். தியேட்டருக்கும் கடைத்தெருவுக்கும் என்னாலே ஊரெல்லாம் சுத்திண்டு இருக்க முடியாது.”

இவருக்காக ஒரு தடவை மாம்பலத்திலிருந்து இவ்வளவு தூரம் வரவேண்டி இருக்கே என்பதற்காகத்தான்– தன் சௌகரியத்தை உத்தேசித்து– மணி அப்படி ஒரு யோசனை கேட்டான். இவரோ அப்புறம் ஒரு தடவை வாடா என்கிறாரே

என்று நினைத்து முகம் சுளித்தான் மணி. சர்மாவுக்கு அது புரிந்தது.

"அப்போ ஒண்ணு செய். கொழந்தைகளைத் தியேட்டரிலிருந்து ஆத்துக்கு அழைச்சிண்டு போகச்சே இப்படி வந்துடேன்."

"மணி ஒன்பதரை ஆகுங்களே!"

"பரவாயில்லே. கூடியவரைக்கும், சீக்கிரம் வா: இந்தக் கோடை காலத்திலே கொஞ்சம் அதிக நேரம் காத்திலே இருந்தா ஒண்ணும் ஆயிடாது" என்று கூறியபின், 'இந்தக் கிழத்துக்காகத் தனியே ஒரு தடவை ஸ்பெஷலாக வந்துட்டுப் போறது ஒரு வீண் வேலைன்னு நெனைக்கறான்போல இருக்கு... ம்... நியாயந்தானே' என்று மனசில் நினைத்துக் கொண்டார் சர்மா.

கார் புறப்பட்டுச் சென்ற பிறகு, மெதுவாகவும் நிதானமாகவும் தனது பளபளக்கும் கைத்தடியை ஊன்றி நடக்கலானார். அவரது பாதங்கள் ஒரு குழந்தையின் பாதம் மாதிரி மிருதுவாகவும் சிவந்துமிருப்பதால், அவர் நடக்கும்போது செருப்புக்கும் பாதத்துக்கும் இடையே சிக்கிய ஒரு சிறு கூழாங்கல்லை மிதித்ததும் துடித்துப் போனார்.

'யூஸ்லெஸ் பெல்லோஸ், அந்தப் பக்கத்திலே போட்டிருக்கிற மாதிரி இங்கேயும் சிமெண்ட் ப்ளோரிங் போட்டால் என்ன? அப்படியே விட்டு வெச்சுட்டான்கள். நடக்க முடியல்லே...'— என்று கார்ப்பரேஷன்காரர்களை மனசில் கண்டித்துக் கொண்டார்.

அவர் அணிந்திருந்த மெல்லிய வேட்டி– ரொம்பப் பழசு; எட்டு முழவேட்டியிலிருந்து கிழித்த நான்கு முழவேட்டி அது. நடக்கும்போது அவரது இரண்டு கால்களுக்கிடையிலும் நீளமாய்த் தொங்கும் கௌபீனத்தின் வால், வேட்டியினூடே தெரிந்தது. அரைக்கையா முழுக்கையா என்று சொல்ல முடியாத தொளதொளத்த சட்டை. சட்டைப் பை நிறைய அடைத்துக் கொண்டிருக்கும் மூக்குத் துடைக்கும் பொடிக்கறை மலிந்த கர்ச்சீப்; கண்ணாடிக்கூடு; வெள்ளியினாலான பொடி டப்பி முதலியவை. பளபளக்கும் வழுக்கைத் தலை. பின்புறம் பிறை மாதிரி நரைத்த ஒருபார்டர், சட்டைக்கு மேலே போட்டுள்ள நல்ல உறுதியான அங்கவஸ்திரம். ஒருவேளை காற்று பலமாக வீசிக் குளிர ஆரம்பித்து விட்டால் போர்த்திக் கொள்வதற்கான முன் யோசனையுடன் கொண்டு வரப்பட்டது.

ஐந்து நிமிஷத்திற்கு மேலாகப் பேவ்மெண்டுக்கும் கடற்கரை மணல் வெளிக்குமுள்ள சிறிய இடைவெளியில் நடந்து கொண்டிருக்கிறார்.

புதிதாகப் போடப்பட்டிருக்கும் கடற்கரையின் உட்புறச் சாலையில் வந்து நின்ற பின்னர். தலையை உயர்த்திக் கூட்டமோ சந்தடியோ இல்லாத பகுதியைத் தேடிச் சென்று அமரப் பத்து நிமிடங்களுக்கு மேலாகிறது.

அதுதான் அவருடைய இடமாம். அதற்கு ஓர் அடையாளம், அந்த இடத்தோடு ஒரு சொந்தம். அங்கேதான்... அதே இடத்தில் தான் வந்து உட்காருவது வழக்கம். சில சமயங்களில் அவர் வரும் போது, வேறு யாராவது அங்கே தங்கள் போக்கில் உட்கார்ந்திருப்பதைக் கண்டால், சர்மாவுக்கு முகம் மாறிப் போகும். அர்த்தமில்லாமல் கோபம் வரும். அன்று மாலை முழுவதும் பாழாகிப் போய்விட்ட எரிச்சல் அவரை ரொம்பவும் பாதித்து விடும். நல்ல வேளை, இன்று அவரது இடத்தை யாரும் பிடித்துக் கொள்ளவில்லை.

மணலில் போய் உட்கார்ந்ததும், பார்த்துப் பார்த்துச் சலித்துப் போன அந்தப் பாழ்வெளி வானத்தை அண்ணாந்து பார்க்கிறார். தன்னைச் சுற்றிலும் தூரத்தில் ஓடித் திரிகின்ற சிறுவர்களையும், மணலில் வீடு கட்டி விளையாடும் சிறுமிகளையும், பெண்களைத் துரத்தியும் தொடர்ந்தும் அலைந்தும் ஓடுகின்ற இளம் பிள்ளை களையும், இருவராய் அமர்ந்து கும்பலின் நடுவே தனிமை காணுகின்ற ஜோடிகளையும்... ஒன்றும் புதிதில்லை... பார்த்துப் பார்த்துச் சலித்துப் போனவை; பழகிப் பழகிக் கழன்று போனவை. ஆனால், எவ்வளவோ காலமாக இது இப்படியே, இப்படியே தொடர்ந்து, தொடர்ந்து... சலிப்பே கிடையாதா? சலிப்பும் இப்படித்தான்... இவர்கள் எல்லோருக்குமே– தங்களை மறந்து லயம் கொண்டு கிடக்கிறார்களே– இது எல்லாமே இவர்களுக்கும் ஒரு நாள் சலித்துப் போகும். இவர்களும் ஒரு நாள் கழன்று போவார்கள் என்ற உண்மையை நினைத்துப் பார்ப்பதில் ஒரு மாதிரியான வரட்சி மிகுந்த சுகம். ஆனால், அப்போதுகூட இந்த விளையாட்டுக்கள், இந்த மயக்கங்கள், இந்தச் சுகங்கள், இந்தச் சோபனங்கள் இன்னொரு புதிய சந்ததியினால் இதே மாதிரி...

ஆமாம், வாழ்க்கைக்கு இது சலிப்பதேயில்லை. வாழ்கின்றவர் களுக்குத்தான் இது சலித்துப் போகிறது. வாழ்க்கை பழசே ஆவ தில்லை. அது ஒவ்வொரு விநாடியும் புதுசு புதுசாகப் பூக்கிறது! பூதான் காய்ந்து போகிறது. உலர்ந்து போகிறது. பழசாகப் போகிறது. ஆனால், பூப்பு காய்ந்து போவதில்லை. உலர்ந்து

போவதில்லை. பழசாகிப் போவதில்லை. மலர் உலரும், பழசாகும். மலர்ச்சி எப்பவும் பழசாகாது! உலராது.

இதுதான் ஜீவாத்மாவுக்கும், பரமாத்மாவுக்கும் உள்ள உறவு— அல்லது முரண். பூ ஜீவாத்மா! பூப்பு பரமாத்மா!

அதோ, அந்தக் குழந்தைக்கு மண்ணை அளைந்து அளைந்து விளையாடுவதில் சுகம். அந்தப் பெண்ணின் இச்சைக்காக ஏங்கி ஏங்கி வெட்கத்தை விட்டு இதோடு நாலு தடவை மோட்டார் பைக்கில் பயித்தியம் பிடித்த மாதிரி பீச்சு ரோடில் மேலும் கீழும் தனது அசட்டுத் தனத்தை 'ஓ'வென்று முழக்கி அறிவித்துத் திரிகின்றானே ஒரு கூலிங்கிளாஸ் பயல்— அவனுக்கு அதிலே சுகம். அதோ ரெண்டு பேர் எப்படி இவ்வளவு ஜனக்கூட்டத்தையும் மறந்து உறவாடிச் சிரிக்கிறார்கள்? அதிலே ஒரு சுகம்... அவர்களுக்கு, எல்லாம் எவ்வளவு பொய்! எல்லாம் எப்படி விலகி விலகிப் போய் விடுகின்றன. நினைத்துப் பார்க்கையில் ஒரு காலத்திலே இவர்களை மாதிரியெல்லாம் இருந்தது நான்தானா? என்று நினைக்கும்போது— சிறு வயதில் தாத்தா சொன்ன மாய மந்திரக் கதைகளை எவ்வளவு சந்தோஷத்தோடு நம்பமுயல்கிற குழந்தையின் மனோ நிலையில் இப்போது அவரது கிழ மனசு தவிக்கிறது!

சரி... எல்லாம் முடிஞ்சு போச்சு இப்போது வீடு நிறையப் பேரக் குழந்தைகள் இருக்கிறார்கள்! நான் விளையாடின மாதிரியே, என்னோட இறந்த காலம் மாதிரியே அவர்கள் இப்போ என் கண் முன்னால் திரியறா, பெண்கள், பிள்ளைகள் எல்லாரும் காதல் செய்யறா. கல்யாணம் பண்ணிக்கிறா; சண்டை போட்டுக்கறா. பண்டிகை கொண்டாடறா. எல்லாமே ரொம்பப் பழசு! இதையெல்லாம் பார்த்துப் பார்த்துப் பெருமூச்சு விட்டுண்டு நான் உட்கார்ந்திருக்கேன்.

அதோ; அந்தப் பெஞ்சு இருக்கே... சிமெண்ட் பெஞ்ச்— பீச் பேவ்மெண்ட்லேருந்து மணலில் இறங்கறதுக்கு உள்ள வழியிலே ரெண்டு பக்கமும் உள்ள பெஞ்ச்— அதிலே ரெண்டு வருஷத்துக்கு முன்னே வரைக்கும் நானும் வெங்கடாச்சாரியும் உட்கார்ந்திருந் தோம். தெனம்தெனம் வந்து உட்கார்ந்துப்போம்... அவருக்கு வீடு லஸ்லே. வர்ர வழியிலே 'பிக்–அப்' பண்ணினுடுவேன்... போகச்சே அவர் கார் வரும். அதிலே அவர் டிரைவர் என்னை டிராப் பண்ணுவான். ரெண்டு வருஷத்துக்கு முன்னாடி வரைக்கும் இது நடந்துண்டு இருந்தது. மொதல்லே அவரோட ஸன்தான்— அவன் பேரு... நல்ல பேரு... என்ன கஷ்டம் பேரு தெரிஞ்சவன் எல்லாம்

போயி சேர்ந்துட்டான்கள். இருக்கிறவன் பேரெல்லாம் கேக்கும் போதே மறந்து போயிடறது... மறதி மறதி... காதும் கேக்கலே... இருட்டிப் போயிட்டா, குருட்டுத்தனந்தான். ஞாபகமும் இந்தக் கதி! சீ! என்ன உசிர், வாழ்க்கை வேண்டி இருக்கு... ம்... வெங்கடாச்சாரியெப் பத்தின்னா நெனச்சிண்டிருந்தேன்... ஆமா, வெங்கடாச்சாரியும் நானும் வந்து அந்தப் பெஞ்சிலே உக்காந் துண்டுடுவோம். கோடை காலமானா நாலு நாலரைக்கு வந்து ஒம்பது மணி வரைக்கும் இருந்து பேசுவோம். எல்லாம் பழைய கதைதான்.

'ஓய்... உமக்கு ஞாபகம் இருக்கா, நைன்டீன் ட்வன்டி ஸிக்ஸ்லே..'ங்கிற மெத்தேட்லேதான் பேசுவோம்... இல்லாட்டா, எங்க குரூப்லே கடைசியா போய்ட்டவன் எவனைப் பத்தியாவது பேசிண்டிருப்போம். பல நாள் ஒண்ணுமே பேசாம– ஏதோ இது ஒரு கடமை மாதிரி– தாலி கட்டிண்ட பொண்டாட்டியும் புருஷ னும் காலம்போன காலத்திலேயும் பழக்க தோஷத்திலே ஒண்ணா இருந்துண்டு இருக்கிற மாதிரி மௌனமாக உட்காந்திண் டிருப்போம்.

'என்ன ஓய் போகலாமா?'ங்கறதுதான் அன்னிக்குப் பேச்சு, சில சமயத்திலே ரெண்டு பெருமூச்சு... சாவைப் பத்தின சுகமான ரெண்டு வார்த்தை. வயசானப்புறம் இருக்கப்படாதுங்கிற வேதாந்தம்... இந்த வயசுப் பிள்ளைகள் போடற ஆட்டத்தைப் பார்த்து, 'காலங்கெட்டுப் போச்சு'ங்கற வயத்தெரிச்சல்! சில நாள்லே, எங்களுக்குள்ளேயே முட்டிண்டிடும். ஆனா, அடுத்த நாள் சாயங்காலம் நான் அவர் ஆத்துக்கு வந்து நின்னுடுவேன்... ஒரு நாள் முட்டிண்டு அதுக்காக விட்டுட்டா– அப்புறம் இருக்கிற கொறை நாளைக்கு எங்கே போயி முட்டிண்டுடறது?...

ரெண்டு வருஷத்துக்கு முன்னே ஒரு நாள் ராத்திரி– காரைத் தெறந்து, மொதல்லே வாக்கிங் ஸ்டிக்கைத் தரையிலே ஊணி, இறங்கினப்பறம் என்னைப் பார்த்துண்டே சொன்னாரே வெங்கடாச்சாரி–

'சரி, நாளைக்கிப் பேசிக்கிறது'ன்னு. இதுதான் ஒவ்வொரு நாளும் கடைசி வார்த்தையா இருக்கும்...

அன்னிக்கே– ராத்திரி ரெண்டு மணிக்கு சடகோபன்– ஆமா... டக்னு ஞாபகம் வந்துடுத்தே... வெங்கடாச்சாரியோட சன்– பெரியவன் பேர் சடகோபன்... சார்ட்டர்ட் அக்கௌண்டன்ட்– அவன் போன் பண்ணினான்: 'அப்பா போய்ட்டார் ஸார்... ஒண்ணுமில்லே பன்னிரண்டு மணி வரைக்கும் தூங்காமப் படுத்

திண்டிருந்தார். திடீர்னு மார் வலிக்கறதுன்னார்... டாக்டருக்குப் போன் பண்ணினேன்... டாக்டர் வந்தார்... கொஞ்ச நேரத்துக் கெல்லாம் டுவல்வ் தர்ட்டிக்கிப் போய்ட்டார்...'

ரொம்ப மேட்டர் ஆஃப் ஃபேக்டா சொன்னான். அவ்வளவு தான்... ரெண்டு வருஷத்துக்கு முன்னே வெங்கடாச்சாரிக்கு அறுபத்தி எட்டு; என் வயசுதான்...

இப்ப தனியா வரேன் பீச்சுக்கு... தனியா மணல்லே வந்து படுத்துண்டுடறேன். உக்காந்திருந்தா முதுகு வலிக்கிறது. அந்த சிமெண்ட் பெஞ்ச்சு உறுத்தறது. மணல் கூடத்தான் உடம்பிலே அழுந்திண்டு, எழுந்தப்பறம் அழுந்தின இடமெல்லாம் அஞ்சு பத்து நிமிஷத்துக்கு எரியறது. அதுக்காகத்தான் துண்டெ விரிச்சு உக்காந்துக்கறேன்... கார்லேருந்து இன்னிக்கித் தலையணையெக் கொண்டு வந்து போடச் சொல்றத்துக்கு மறந்துட்டேன்– தலையணையிலே சாஞ்சிண்டு மல்லாக்க மணல்லே நீட்டிப் படுத்துண்டு வானத்தையே பாத்துண்டிருந்தா— மனுஷ வாழ்க்கை ரொம்ப அல்பமா தோணறது...

அதோ– அந்தப் பேவ்மெண்டிலே– இருபது வருஷத்துக்கு மின்னாலே, நாங்க அஞ்சு பேர்– நான், வெங்கடாச்சாரி, ரகோத்தம ராவ், சிவம், பட்டண்ணா– வரிசையா கையிலே வாக்கிங் ஸ்டிக்கோட நடப்போம்! அந்த செட்லேயே நானும் வெங்கடாச்சாரியும்தான் ரிடையர் ஆகாதவா. மத்தவா மூணு பேரும் ஸீனியர். ஒரு மைலுக்கு– சீரா ஒரே வேகமா நடப்போம். அப்பறம் வந்து இந்த பெஞ்ச்சிலே உக்காந்துண்டு பேசுவோம். பட்டண்ணா வாயைத் தெறந்தா எங்களுக்கு வயிறு வலிச்சுப் போகும். அவ்வளவு 'விட்டி!' போறவா வர்றவாளையும் சமயத்திலே இழுத்து ஏதாவது பரிகாசம் பண்ணுவார். சில சமயத்துலே கொஞ்சம் ரசக் கொறைவா கூடப் போயிடும், அவரோட தமாஷ்! உடம்பாலே முடியாதபோது மனசு சும்மா இருக்கா... சபலம்! பேசித் தீர்த்துக்கறது! அவரும் போய்ச் சேர்ந்துட்டார்.

எல்லாருமே 'நாளைக்கிப் பேசிக்கறது'ன்னு சொல்லிட்டுப் போனவாதான்... அஞ்சு நாலாகி... நாலு மூணாகி... ரெண்டாகி– இப்ப நான் தனியா வந்து இங்கே உக்காந்துண்டு... நாளை எண் ணிண்டு, வாலிபத்தை நெனச்சுப் பாத்து, ஏங்கிப் பெருமூச்சு விட்டுண்டு...

ஆமா, சும்மா சொல்லிக்கறதுதான்: மனசு சலிச்சுப் போச்சு, வெறுத்துப் போச்சுன்னு... அநுபவிச்சவனுக்கு எதுவும் வெறுக்கற

தில்லே. வெறுத்துடணும்னு ஓர் ஆசை, முடியறதா? இப்பவும் 'பளிச்'னு புடவை கட்டிண்டு யாராவது நடந்தா, புருவத்தை உயர்த்திண்டு வெறிக்கத் தோண்றதே...

உடனே சமாளிச்சிண்டு, 'யாரது? கொழந்தே... இன்னார் மகளா'ன்னு விசாரிச்சு... முடிஞ்சா நெருக்கமா போயித் தொட்டுப் பார்த்து... சே! மனசு இருக்கே அது ரொம்ப... பொறுக்கி!... ம் பொறுக்கித்தனம்தான்...

போறும்! இந்த அவமானம். இது பொறுக்க முடியாம தான்– போயிட்டா என்னன்னு தோண்றது!

நானும் போயிட்டா... ஒரு சேப்டர் குளோஸ் ஆன மாதிரி... யாரோ பக்கத்திலே வந்து நிக்கற மாதிரி...

– சட்டென்று திரும்பிப் பார்த்தார் ஆனந்த சர்மா.

சர்மாவின் வயசு இருக்கும். ஆனால், வயசுக்குத் தக்க– சர்மா மாதிரி தோற்றம் இல்லை. பெரிசு பெரிசாய்க் கலர்க் கலராய்க் கட்டமிட்ட– அந்த மோட்டார் பைக் கூலிங் கிளாஸ் பயல்... அவன் போட்டிருக்கிற மாதிரி— ஒரு அரைக் கை ஸ்லாக்கும், டெரிலின் பாண்ட்டும் அணிந்து சிகரெட்டைப் புகைத்துக் கொண்டு... சர்மாவுக்கு அந்த ஆளைப் பார்க்கவே அசூசையாக இருந்தது.

கொஞ்சம்கூட வயசுக்குத் தகுந்த புத்தி வேணாமா... பாக்கச் சகிக்கலை. குடத் தொந்தியும் அதன்மேல் இழுத்து இழுத்துவிட்டு மார்வரைக்கும் உயர்ந்துபோன பாண்ட்டும்... சிகரெட்டும்...

'நமக்கென்ன, எவனோ!' என்று சர்மா முகம் திரும்புகையில்...

'எக்ஸ்க்யூஸ் மீ... ஆர் யூ நாட் மிஸ்டர் ஆனந்த சர்மா...' என்று அவர் கேட்டபோது,

"யெஸ்... ஐ ஆம்.." என்று நிமிர்ந்து உட்கார்ந்தார் சர்மா.

"என்னைத் தெரியலையா?..." என்று பொய்ப் பல் வரிசை பளீரிடச் சிரித்தவாறு அந்த நபர் மணலில் சர்மாவின் பக்கத்தில் உட்கார்ந்தார்.

சர்மா உற்றுப் பார்த்தார். எப்படியாவது இந்த 'டெஸ்ட்'டிலே பாஸ் செய்துவிட வேண்டும் என்கிற துடிப்பில் அவரை யார் என்று கண்டுபிடிக்கப் படாதபாடு பட்டார்.

"யு ஸீ... இப்ப... சாயங்காலம் ஆயிட்டா, கொஞ்சம் பார்வை மங்கிடறது..." என்று சர்மா கூறியதைக் கேட்டு, வந்தவர் 'ஓ'வென்று பலமாக இரைந்து சிரித்தார்: நல்ல வேளை... எங்கே என்னைக்

கிழவனாகிவிட்டாய்— அடையாளம் தெரியவில்லை என்று சொல்வாயோன்னு நினைத்தேன்...” என்று ஆங்கிலத்தில் கூறினார்.

சர்மாவுக்குக் கொஞ்சம் எரிச்சலாயும் இருந்தது. என்ன இந்த வயசில் விளையாட்டு வேண்டியிருக்கிறது என்ற நினைப்பு!

“... நான்தான் ரங்கமணி...”

“ரங்... என்னடாது?... ஆச்சரியமா இருக்கே! ரங்கமணியா... அடே எத்தனை வருஷமாச்சு... எத்தனை வருஷம்... ஓ! மை குட்நஸ்... எக்ஸாக்ட்லி... ஃபார்ட்டி ஸிக்ஸ் இயர்ஸ்... ஜஸ்ட் நவ், நான் நெனச்சிண்டிருந்தேன்... என்னோட சம வயது பிரண்ட்ஸ் பூரா போயிட்டாளேன்னு. கடைசியா இருந்தவர் வெங்கடாச்சாரி... யூ டோண்ட் நோ ஹிம். நம்ப ஸெட் இல்லே... அப்பறம் பிரண்ட் ஆனவர், அஸ் எ கிளையண்ட்... எல்லோரும் போயிட்டாளேன்னு அவரைப் பத்தி நெனச்சிண்டிருந்தேன்... ஸீ... காட் இஸ் கிரேட்?... என்னை எப்படி நீ கண்டுபிடிச்சே?...” என்று சர்மா உணர்ச்சிப் பரவசத்துடன் பேசினார்.

ரங்கமணி சிகரெட்டை ஆழ்ந்து புகையுறிஞ்சி எறிந்தார். சர்மா சற்று முகம் சுளித்து ரங்கமணியிடம் கேட்டார்: “நீ கொஞ்சம்கூட மாறவே இல்லே போலிருக்கே... வயசு தெரியறது... ஆனா, நீ மாறவே இல்லை. கிராண்ட் சில்ரன் உண்டா... எத்தனை?...”

ரங்கமணி சிரித்தார். “நான்தான் மாறவே இல்லையேங்கறயே... கிராண்ட் சில்ரன் எங்கே இருந்து வரும்? நீ கடைசியா என்னை எப்படிப் பார்த்தாயோ, அப்படியே தான் இப்பவும் பார்க்கறே?”

“அப்படியா?...” என்று சர்மா ஆச்சரியப்படும்போது, அவரது திறந்த வாய் மூடாத நிலையில், அநேகமாக அவர் எல்லா பற்களையும் இழந்துவிட்டார் என்பதைப் பார்த்தார் ரங்கமணி.

“கல்யாணமே பண்ணிக்கலியா நீ?” என்று கேட்கும்போது தனது குரலில் இழைவது பாராட்டுணர்வா, அல்லது பரிதாப உணர்வா என்று சர்மாவாலேயே இனம் காண முடியவில்லை.

“ஸோ வாட்? ஐ ஹாவ் ஸீன் லைஃப்— கல்யாணம் பண்ணிக் காததனாலே நஷ்டம் இல்லே... வாழ்க்கையை அதனுடைய எல்லாப் பரிமாணங்கள்லேயும் ஆழம் அகலம் அத்தனையும் என் வாழ்க்கைக்கு எவ்வளவு பார்க்க முடியுமோ, அவ்வளவு பார்த்திருக்கேன்...” என்று ரங்கமணி சொல்லும்போது ஏதோ காற்றிலே மிதக்கிற தோரணை இருந்தது அவரிடம்.

நாற்பத்தைந்து வருடங்களுக்குப் பிறகு திடீரென்று சந்திக்க நேர்ந்த அந்த இரண்டு- இரு வேறுபட்ட முதியவர்களும் ஆதியோடு அந்தமாகத் தத்தமது வாழ்க்கையை ஒருவருக்கொருவர் சொல்லிக்கொள்ளும் வீண் முயற்சியை விட- அப்படியே இப்போது இருக்கும் நிலையிலேயே நட்புக் கொண்டு உரையாடு வதன் மூலம் புரிந்து கொள்ளவும், புரிய வைக்கவும் முடியும் என்கிற மாதிரி அவர்கள் பேசிக் கொண்டனர்.

"உனக்கு எத்தனை குழந்தைகள்? பேரக் குழந்தைகள்? கொள்ளுப் பேரக் குழந்தைகள்?" என்று கேட்டார் ரங்கமணி. "நாம கடைசியாச் சந்தித்தபோது உன் மனைவி- தலைப் பிரசவத்துக்காகத் தாய் வீடு போயிருந்தா... "

சர்மாவுக்கு ஏனோ நெஞ்சில் 'சுருக்'கென்றது. மனசில் ஏதாவது வைத்துக் கொண்டுதான் தன் மனைவி முதல் பிரசவத்திற்குப் போயிருந்ததைச் சுட்டிக் காட்டுகிறானோ என்று ஒரு பயம் வந்தது. இருந்தாலும் அதை வெளியில் காட்டிக் கொள்ளாமல்,

"ஆமா... என் கல்யாணத்துக்குப் பிறகுதான் நீ டெல்லிக்குப் போனே இல்லே?" என்று மனமறிந்து ஒரு பொய்யான சந்தேகத்தைக் கேள்வியாகக் கேட்டார்.

"ஏய்- அனந்து! உனக்கு வயசாயிடுத்து, சந்தேகமே இல்லை. கழண்டு போய்ட்டே! இல்லாட்டி, எப்படி மறக்க முடியும்- உன் கல்யாணத்தன்னிக்கு நானும் மத்தவாளும் சேந்து உன்னோட அடிச்ச கூத்தும், உன்னைப் படுத்தின பாடும்... நெஜமாவே நோக்கு ஞாபகம் இல்லையா?" என்று ஏக்கத்தோடு கேட்டார் ரங்கமணி.

"ஆமாமா- இப்ப நன்னா ஞாபகம் வரது... வயசாகறதே- மறதி வந்துடறது... "

"என்ன அப்படி வயசாயிடுத்து உனக்கு... ஸிக்ஸ்டி எய்ட்டா?... ப்பூ... இதெப் போயி வயசு வயசுன்னு சொல்லிண்டிருக்கே... எனக்கும் தான் வயசு ஆறது- ஸேம் ஏஜ்!... அனந்து! வயசாகற துங்கற நெனப்பிலேயே நம்மவா கழண்டு போயிடறா... வெஸ்டர்னர்ஸ் பாரு- இந்த வயசிலே போயி இருபத்தைஞ்சி வயசுப் பொண்ணைக் கலியாணம் பண்ணிண்டு- அடுத்த வருஷம் கொழந்தை பெத்துக்கிறான்... நோக்குத் தெரியுமோ? மோஸ்ட் ஆஃப் தி யங் கேர்ல்ஸ்- லைக் ஓல்டு பீப்பிள் லைக் அஸ்... ஹஹ் ஹஹ்ஹா!" என்று குரலைத் தாழ்த்திக் கண்களைச் சிமிட்டிக் கொண்டு கூறி, கடற்கரைக் கும்பலே தங்களைப் பார்க்கும் படியாகச் சிரித்தார் ரங்கமணி.

"ஸ்! மெதுவா... மெதுவாப் பேசு" என்று காதுகளைப் பொத்திக் கொண்டார் சர்மா. அதற்குக் காரணம்: மனசுள், இவனால் எப்படி இந்த வயசிலும் இப்படி இருக்க முடிகிறது என்ற வியப்பு பொங்கிப் பொங்கி எழுகிறது.

"அனந்து, நம்ப பட்டண்ணா இருக்காரா?" என்று விசாரித்தார் ரங்கமணி.

சர்மா உதட்டைப் பிதுங்கினார்: "பத்து வருஷத்துக்கு மேலே ஆச்சு!"

இருவரும் ஒருவரை ஒருவர் 'இது கனவா, நிஜமாகவே நாம் சந்திக்கிறோமா' என்கிற மாதிரி புன்னகையுடன் பார்த்துக் கொள் கின்றனர். ரங்கமணி சிகரெட் கேஸிலிருந்து ஒரு சிகரெட்டை எடுத்துப் பற்ற வைக்கும்போது சர்மாவிடமும் நீட்டுகிறார்.

"நோ. தேங்க்ஸ்" என்று சொல்லிச் சட்டைப் பையிலிருந்து பொடி டப்பியை எடுக்கிறார் சர்மா: "ஆஃப் லேட்– இது ஒரு கெட்ட பழக்கம் வந்துட்டுது... விட்டுடணும்... "

"எனக்கும் உன் வயசுதான் ஆச்சு. உனக்கு மறதி வந்துடுத்து. என்னாலே எதையும் மறக்க முடியலே... நான் உன்னைக் கண்டு பிடிக்கலே... நான் உன்னை எப்பிடி அடையாளம் கண்டேன் தெரி யுமா? நான் வந்து பேவ்மெண்ட்டு ஓரமா காரை நிறுத்தினேன். நான் மெட்றாஸ் வந்தே ஒரு வாரமாச்சு."

"இவ்வளவு நாள் எங்கிருந்தே?"

"எங்கெங்கேயோ– லாஸ்ட் டென் இயர்ஸா பெங்களூரிலே இருக்கேன்– நான் சொல்ல வந்ததைச் சொல்லிடறேன். நீ வந்து கார்லே இறங்கினே. பொதுவாவே நம்ம வயசான ஆம்பிளை களைப் பார்த்தா– எஸ்! ஆம்பிளைகளைத்தான் (என்று கண் சிமிட்டி) எனக்கொரு இன்ட்ரஸ்ட். நமக்குத் தெரிஞ்சவனா இருப்பானோன்னு. ஐ ஸா ஒன் ஆஃப் யுவர் கிராண்ட் ஸன்ஸ்! அப்படியே அந்தக் காலத்திலே உன்னைப் பாத்த மாதிரியே காருக்குள் இருந்த உன் பேரப் பிள்ளையைப் பார்த்ததும்– சரி இது நம்ப அனந்துதான்னு 'கன்ஃபர்ம்' பண்ணிண்டேன்... "

ஆனந்த சர்மாவுக்குத் தன்னை அப்படியே கொண்டு ஒரு பேரனிருப்பதைக் கேட்க உடம்பு புல்லரித்தது.

ஆனந்த சர்மா பெருமூச்செறிந்தார். "ம்!... இனிமே அவாளை வச்சிதான் நம்மை அடையாளம் காட்டமுடியும்... ரங்கமணி, உனக்கு எப்பிடி நன்றி சொல்றது... என்னோட பிரண்ட்ஸ் எல்

லாருமே போய்ட்டாளேன்னு நெனச்சிண்டிருந்த நேரத்திலே வந்து சேர்ந்தாயே... நவ் எ டேஸ் ஐ ஃபீல் வெரி லோன்லி... ”

“எதுக்கு இந்தக் கெழங்கட்டைகள்? போகட்டுமே... யங் ஃபிரண்ட்ஸா சேத்துண்டு ஜாலியாக இருக்கிறது. நான் அப்படித் தான். உன் வயசு பிரண்ட் நீ ஒருத்தன்தான் எனக்கு, அதுகூடப் போகப் போக இனிமேதான் தெரியும்– நாம எந்த அளவுக்கு பிரண்ட்ஸ்னு. சரி, ஒய் நாட் வி கோ டு மை பிளேஸ்!” என்று கைக்கடிகாரத்தைப் பார்த்தார் ரங்கமணி.

“யூ காட் எ கார்”...

“ஆமாம்... அதோ நிக்கறதே, அந்த அம்பாஸிடர்; என் டிரைவரும் இருக்கான். இன்னொண்ணுகூடச் செய்யலாம். ரூமுக்குப் போனதும் உங்காத்துக்குப் போன் பண்ணி– போன் இருக்கோல்லியோ– பீச்சுக்குக் கார் அனுப்ப வேண்டாம்னு சொல்லிட்டாப் போறது... ம். புறப்படு அனந்து... இட் இஸ் கெட்டிங் லேட்...” என்று ஏதோ ஒரு நிகழ்ச்சிக்குக் குறித்த நேரத்தில் கலந்துகொள்ள வேண்டிய நிர்ப்பந்தம் இருக்கிற மாதிரி அவசரப் பதற்றத்துடன் எழுந்தார் ரங்கமணி. “எனக்கு உன்கிட்டே கொஞ்சம் பெர்ஸனலாப் பேசணும்னு தோணறது... லெட் அஸ் ஹாவ் எ கபுள் ஆஃப் டிரிங்க்ஸ்... அதுக்கு மேலே பேசலாம்.”

“டிரிங்க்ஸ்?” என்று எழுந்து நின்ற ஆனந்த சர்மா ‘இவனோடு போகலாமா வேண்டாமா’ என்கிற மாதிரி பின்வாங்கினார். ‘ஆமாம் அந்தக் காலத்திலேயே இவன் குடிக்கறவனாச்சே...’ என்கிற நினைவு சர்மாவுக்கு எழுந்தது.

‘இந்த வயசில் இவனால் மட்டும் எப்படி அந்தக் காலத்தில் இருந்த மாதிரியே மனசாலும் உடலாலும் இளமையாக இருக்க முடிகிறது’ என்ற வியப்புடன் கைத்தடியை மணலில் வேகவேகமாக ஊன்றி ரங்கமணியின் பிடியிலும் இழுப்பிலும், தானும் நடந்து பார்ப்போமே என்று அவருக்கு இணையாக மூச்சைப் பிடித்துக் கொண்டு பாய்ந்து பாய்ந்து நடந்தார் ஆனந்த சர்மா.

●●●

**ந**வீன நாகரிகப் பாங்குடன் அமைந்த அந்த ஓட்டலில் தனியாக ஒரு ‘காட்டேஜ்’ஜில் ரங்கமணி தங்கி இருந்தார். மிகவும் வசதியான ஒரு வீடு மாதிரி எல்லாச் சௌகரியங்களுடனும் இருந்தது அது. ஏர் கண்டிஷண்ட்... பிரிஜிடேர், ஸோபா செட், பாத்டப், இரண்டு அறைகள், டபிள் பெட், ரேடியோ, டெலிபோன், இத்தியாதி.

ஆனந்த சர்மா அந்த அறைகளையும், அங்குள்ள பொருள்களையும் பரிசீலிக்கிறவர் மாதிரிச் சுற்றிச் சுற்றிப் பார்த்தார். நாலு புறமும் சிதறிக் கிடக்கப் போட்டிருக்கின்ற ரங்கமணியின் உயர்ந்த சூட்டுகளையும், அவர் உபயோகப்படுத்துகிற அலங்காரச் சாதனங்களையும் காலியாகிக் கிடக்கும் மதுப் புட்டிகளையும் ஒரு வகை விமர்சன நோக்கில் முகத்தைச் சுளித்துக் கொண்டு பார்த்தார் சர்மா.

ரங்கமணி ரூமுக்கு வந்தவுடன் உடை மாற்றிக் கொண்டு வருவதற்குள் அவரது டிரைவரும் துணையாளுமான அந்தக் கன்னடக்காரன், அவர் தேவையறிந்து மேஜையின் மீது மதுக் குப்பியும் இரண்டு கிளாசுகளும் கொண்டு வந்து வைத்து, அதற்கான ஏற்பாடுகளைச் செய்தான்.

ரங்கமணி உடை மாற்றிக் கொண்ட பின் பேஸினருகே சென்று முகம் கழுவினார். பின்னர் கண்ணாடி அருகே வந்து தலைவாரிக் கொண்டார். கொஞ்சம் பௌடர் போட்டுக் கொண்டார். பின்னர் ஒரு கைப் பெட்டியைத் திறந்து ஒரு சிரிஞ்சில் இன்ஜக்ஷன் மருந்தை ஏற்றி, விளக்கருகே ஒரு டாக்டர் மாதிரிப் பார்த்தபோது "ஏ! இது என்னப்பா, ஊசி போடப் போறயா?" என்றார் சர்மா.

"போட்டுக்கப் போறேன்" என்று அருகிலிருந்த நாற்காலியில் அமர்ந்து தானே தன் தொடையில் 'நறுக்'கென்று குத்தி இன்ஜக்ஷன் போட்டுக் கொண்டார்; "மத்தியானம் நல்லா இருந்த துன்னு கொஞ்சம் அதிகமா மாம்பழத்தைச் சாப்பிட்டுட்டேன் லேசா எனக்கு 'டயாபெடிக்ஸ்' உண்டு. அதற்காகத்தான் இன்ஸுலின் போட்டுண்டேன்.

சர்மா ஏதோ ஒரு ஆச்சரியத்தை அனுபவிக்கிற மாதிரிக் கைத்தடியை ஊன்றி வளைந்து நின்று ரங்கமணியை வெறித்துக் கொண்டிருந்தார். ஏதோ ஒரு சென்ட் பாட்டிலை எடுத்து உடம்பின்மேல் பம்ப் செய்து கொண்ட ரங்கமணி சர்மாவின் மேலும் அதனைத் திருப்பியபோது,

"நோ– நோ.." என்று விலகி ஓடிய சர்மா, ஆசாரம் கெட்டு விட்டது மாதிரி அருவருத்து உடம்பைத் தட்டிக் கொள்வதைக் கண்டு ரங்கமணி 'ஓ'வென்று சிரித்தார்; "இது ஒரு இம்ப்போர்ட்டட் சென்ட். எவ்வளவு மைல்டா இருக்கு பாரு."

"ரொம்ப நன்னா இருக்கு, சென்ட்டும் இதுவும் போட்டுண்டு நான் வீட்டுக்குப் போனா எல்லாரும் சிரிப்பா" என்றவாறு உடம்பைத் தூசி தட்டிக் கொண்டார் சர்மா.

“கமான்... நாம்ப அந்த முன்னறையிலே போயி உட்காரு வோம்...” என்று சர்மாவைக் கூட்டிக்கொண்டு மதுக்குப்பியும் தம்ளர்களும் வைத்துள்ள டீபாயினருகே ஸோபாவில் உட்கார்ந்தார் ரங்கமணி. சர்மா சற்றுத் தள்ளித் தூரமாகவே ஒடுங்கி உட்கார்ந்து கொண்டார்.

“ஆமா... இந்த ரூமுக்கு என்ன வாடகை?” என்று ஒரு ‘க்யூரியாஸிடி’யுடன் அண்ணாந்து கூரை முகட்டைப் பார்த்தவாறு கேட்டார் சர்மா.

“ஏனப்பா...” என்று தனது டிரைவரை அழைத்து, அந்த ரூமுக்கு என்ன வாடகை என்று அவனிடம் கன்னடத்தில் கேட்டார் ரங்கமணி.

“ஸெவண்ட்டி ஃபைவ், சார்.”

“எழுபத்தைந்து ரூபாயா? யூ மீன் ஒரு நாளைக்கு...” என்று சொல்லி முடிக்குமுன், சர்மாவின் உடம்பெல்லாம் வேர்த்து விட்டது. “டூ மச்! கிரிமினல் வேஸ்ட் ஆப் மணி... எத்தனை நாளா இங்கே இருக்கே... ”

“நைன் டேஸ் ஆச்சி... இன்னிக்குப் பத்தாவது நாளா...”

“எழுநூற்றி அம்பது ரூபாயா?”

அந்த டிரைவர் ரங்கமணிக்குக் கண்ணாடித் தம்ளரில் மது கலக்கி வைத்தான். அவன் அவருக்கு வெறும் டிரைவர் மட்டுமல்ல என்று தெரிந்தது சர்மாவுக்கு.

டிரைவர் ரங்கமணியின் காதில் குனிந்து ஏதோ ரகசியம் பேசினான்.

“அப்படியா? எட்டு மணிக்கா?” என்று கேட்ட பின் சர்மாவைப் பார்த்த ரங்கமணியின் முகத்தில் பாலியம் திரும்பியது மாதிரி ஒரு பாவம் தோன்றியது. கண்களைச் சிமிட்டிக் கொண்டே டிரைவரிடம் சொன்னார் ரங்கமணி; “வரட்டுமே... அந்த ரூம்லே இருக்கச் சொல்லு. இவர் நம்ப பழைய ஆள்– எல்லாம் தெரிஞ்சவர்தான்... வரட்டும் வரட்டும்– தாராளமா...” என்று கூறியபின் மதுவருந்தினார் ரங்கமணி.

சர்மாவுக்கு எல்லாமே புரிந்தது.

‘இவனால் எப்படி முடிகிறது’ என்பது ஒரு புதிராகவும், கொஞ்சம் அருவருப்பாகவும், ஆழமாக அவரே அறியாத பொறாமையாகவும், குழம்பிய உணர்ச்சிகளினால் அவரது பல வீனமான ஹிருதயம் படபடப்புக் கொண்டது. உடம்பில் ஒரு நடுக்கம் கண்டது.

“ஹாவ் ஸம் கூல் டிரிங்க்ஸ்...” என்று ரங்கமணி சொன்னதும்–

“ஆமாம்... ஏதாவது இருந்தாத் தேவலை...” என்றார் சர்மா.

ரங்கமணியின் டிரைவர், சர்மாவுக்கு ஒரு கிளாஸ் கூல் டிரிங்க் கொண்டு வந்தான். சர்மா அதை எடுத்து ஒரு தடவைக்கு இரண்டு தடவை முகர்ந்து பார்த்த பின்னரே அருந்த ஆரம்பித்தார்.

சர்மா கைத்தடியை லேசாக அந்த ‘மொஸாய்க்’ தரையில் தட்டிக் கொண்டே ரங்கமணியின் விசித்திரமான போக்குகளை எண்ணிப் பரிகாசமாக வாய்க்குள் சிரித்தார்.

“உனக்கு வாழ்க்கை சலிச்சுப் போயிடுத்துன்னு எனக்குப் புரியறது. ‘வயசாயிடுத்து வயசாயிடுத்து’ன்னு அதனாலே தான் நீ பொலம்பிண்டு இருக்கே. உன்னை மாதிரி வாழ்ந்தா அந்த வாழ்க்கை சலிக்காம என்ன செய்யும்? நான் குடும்ப வாழ்க்கையையே தப்புன்னு சொல்லலே. குடும்ப வாழ்க்கை நடத்தி இருக்கிற முறையை, வாழ்க்கையைப் பத்தின உன் கண்ணோட்டத்தைச் சொல்றேன். பொய்யான கட்டுப்பாடுகள், பயம்– பயத்திலேதான் எத்தனை விதம்: ஊர்ப் பயம், ஆத்துக்காரி பயம், சாமி பயம், சாஸ்திர பயம், நோய்ப் பயம், மரண பயம், தன்னைத் தானே கண்டு பயம், தன் நிழலைக் கண்டு பயம்... இப்படிப் பயந்து பயந்து வாழ்ந்தா அந்த வாழ்க்கை சலிக்காம– இனிக்குமா?” என்றார் ரங்கமணி.

சர்மா கண்களை இடுக்கிக் கொண்டு ரங்கமணியை நிமிர்ந்து பார்த்தார். ஆரம்பத்தில் அவர் நினைத்தது மாதிரி அந்தக் கருத்துகள் விசித்திரமாகப் படவில்லை. அவருக்குத் திடீரெனப் பயமாக இருந்தது. ‘இவன் தன்னை எங்கோ இழுக்கப் பார்க்கிறான். இவன் என்னைக் கெடுக்கப் பார்க்கிறான்...’

“சரி. ரங்கமணி இப்ப அதுக்கு என்ன? நடக்க வேண்டியதெல்லாம் நடந்து முடிஞ்சாச்சு. சரியானாலும் தப்பானாலும் இனிமே ஒண்ணும் பண்ண முடியாது. இருக்கிற நாளை எண்ணி முடிச்சுட்டுப் போக வேண்டியதுதான்!” என்று பெருமூச்செறிந்தார் சர்மா.

“அவ்வளவுதானா? வாட் எ பிட்டி! கடைசியிலே நாள் எண்றதுதானா?... ஓய் டேஸ்?... யூ ஹாவ் கவ்ண்டட் இயர்ஸ்... பாபா! இயர்ஸ்!” என்று சொல்லும்போது ரங்கமணியின் உதடுகள் உணர்ச்சியால் சிவந்து துடித்தன. “நடக்க வேண்டியதெல்லாம்

நடந்து முடிஞ்சாச்சுன்னா சொன்னே? எப்ப முடிஞ்சுது? சொல்லு பார்ப்போம். எப்போ? நீயே முடிச்சுண்டியா? நடக்கவுமில்லே; முடியவுமில்லே... காலமெல்லாம் நாளை எண்ணிண்டே முப்பது நாப்பது வருஷமா வாழ்ந்திண்டிருக்கே... நீ மட்டுமில்லே, எத்தனையோ பேர்... வாட் எல்ஸ் யூ ஹாவ் டன்?– வேற என்ன நீ அனுபவிச்சிருக்கே!"

"நோ... ரங்கமணி. நீ என்னமோ தப்பாப் புரிஞ்சிண்டேன்னு நினைக்கிறேன். நான் ஒண்ணுமே அனுபவிக்கலேன்னு யார் சொன்னது? நாற்பது வருஷமா வக்கீல் தொழில் செஞ்சு சம்பாதிச்சேன்... இரண்டு பையன்கள், ஒரு பெண் பெத்தேன். எல்லாருக்கும் படிப்பும், நல்ல வாழ்க்கையும் தேடி வெச்சேன். சஷ்டியப்த பூர்த்தி வரைக்கும் அவளும் இருந்தா. இப்பத்தான் அஞ்சு வருஷத்துக்கு முன்னே பொட்டோட, பூவோட போய்ச் சேர்ந்தா. ஒரு டஜன் பேரக் குழந்தைகள் இருக்கா... என்ன அனுபவிக்கலே நான்? சொல்லு..."

"ஆமா; அனுபவிச்சுக் கிழிச்சே..." என்று கூறி ரங்கமணி 'ஓ'வென்று சிரித்தார். அவர் தம்ளர் காலியாக இருந்தது.

"ஹாவ் யுவர் டிரிங்க்..." என்று முகத்தை எட்டி வைத்துக் கொண்டு ரங்கமணியின் கிளாசிலே தானே மதுவை ஊற்றினார் சர்மா.

"ஓ! தாங்க்யூ..." என்று பாராட்டியவாறு மதுவை அருந்திய ரங்கமணி "இன்னிக்கி நீ என்னோட டின்னர்லே கலந்துக்கிறாய்... என்ன?" என்று சர்மாவின் கைகளைப் பிடித்துக் கொண்டு வற்புறுத்தினார்.

"டின்னரா? நான் நைட்லே ரெண்டு பழம், பால்; அவ்வளவு தான் சாப்பிடறது..." என்று தயங்கினார் சர்மா.

"ஓ யெஸ். அதே மாதிரி லைட்டாவே சாப்பிடலாம். என்ன சாப்பிடறோம்கிறதா முக்கியம்? சேர்ந்து சாப்பிடணும்! ஓகே, நீ எத்தனை மணிக்கு வீட்டுக்குப் போகணும்– மணி இப்ப ஸெவன் தர்ட்டி!"

"வழக்கமா நைன்– நைன் தர்ட்டிக்குப் படுத்துடுவேன். தூக்கம் வர்ரதில்லே... இப்பல்லாம் படுத்துண்டு பொறண்டுண்டு– படுத்துப் படுத்தே முதுகு வலிக்கிறதா– எழுந்து உக்காந்துண்டு... எப் படாப்பா பொழுது விடியும்னு காத்துண்டு..."

"ஆமாம் இதெல்லாம் ஓல்டு பீப்பிள்ஸ் பிராப்ளம்தான்" என்று கூறி ஓர் இளைஞர் மாதிரிச் சிரித்தார் ரங்கமணி.

"சரி, நீ வீட்டுக்கு முதல்லே போன் பண்ணு. என் பழைய காலத்து பிரண்ட் ஒருத்தனைப் பார்த்தேன். அவன் வீட்டிலேருந்து தான் பேசறேன். நான் வர நாழியாகும்னு சொல்லு..."

"போன் எங்கே இருக்கு" என்று எழுந்தார் சர்மா.

"உட்காரு– போன் வரும்..."

ரங்கமணியின் டிரைவர் டெலிபோனைக் கொணர்ந்து சர்மாவின் முன் வைத்தான். சர்மா மகிழ்ச்சியோ உற்சாகமோ இன்றி ரங்கமணியின் வற்புறுத்தலுக்குப் பணிந்து செயல்படுகிற மாதிரி வீட்டுக்குப் போன் செய்தார்.

"யாரு... கீதாவா... ஓ! சுலோவா? குரல் வித்தியாசமே தெரியலே... ஒண்ணுமில்லே– ஆமா. டிரைவர் சினிமாவிலேருந்து கொழந்தைகளை அழைச்சிண்டு வரச்சே பீச்சுக்கு வரேன்னான். வாண்டாம்னு சொல்லிடு. இங்கே என் பழைய பிரண்ட் ஒருத்தன் ஆத்திலேருந்து பேசறேன். ஆமா... ஹிஹி... நாற்பது வருஷத்துக்கப் புறம் மீட் பண்ணி இருக்கோம். அவனோட டின்னர் சாப்பிடணு மாம். ஆமாமா, ஒண்ணும் ஹெவியா இல்லே. வழக்கம் போலத் தான். வரக் கொஞ்சம் நாழியாகும். பாலைப் பொறைக்குத்திடு... நம்மாத்துக்கா– சாப்பாட்டுக்கா? ஓ. எஸ்... கூப்பிடறேன்..." என்று டெலிபோனில் சொல்லிக் கொண்டே ரங்கமணியைப் பார்த்தார் சர்மா. ரங்கமணி சின்னக் குழந்தை மாதிரிக் குதூகலித்தவாறே எழுந்து வந்து சர்மாவிடமிருந்து டெலிபோன் ரிஸீவரைக் கேட்டார்.

"இதோ– அவனே பேசறான்... நீயே கூப்பிடு" என்று ரிஸீவரை ரங்கமணியிடம் கொடுத்தார் சர்மா.

"யாரம்மா— நீங்க சர்மாவோட மாட்டுப் பெண்ணா? பெரிய வனோட வய்ப்! ஆல் ரைட்! எத்தனை பேரன்கள்?... ஹஹ் ஹஹ்ஹா!... ஆமா எத்தனை கொழந்தைகள்னு கேக்கறது இப்ப டூ லேட்டில்லையா? பாத்தேன். கொழந்தைகளைப் பீச்சிலே பாத்து– பாச்சாவை வெச்சிதான் இவரை, உங்க மாமனாரைக் கண்டு பிடிச்சேன். ரொம்ப வருஷங்களாச்சு! நானா! உலகம் பூராச் சுத்திண்டிருந்தேன்... இப்ப பெங்களூரிலே ஸெட்டிலாயி இருக்கேன் ... ஓ! எஸ்... நாளைக்கி சில முக்கிய வேலைகள் இருக்கு... முடிஞ்சப்ப வர்ரேன்... நமஸ்காரம்..." என்று ரிஸீவரை வைத்தார்.

சர்மாவின் முகமே மாறி இருந்தது.

தான் இவனிடம் ரிஸீவரைத் தந்து, தன் குடும்பத்துப் பெண் களோடு இவன் பேசுகிற வாய்ப்பைத் தந்திருக்கலாகாது என்று

இப்போது தோன்றிற்று. 'பரவாயில்லை. இவன் எங்கே வீட்டுக்கு வரப்போகிறான்' என்று மனத்துள் சமாதானமுற்றார் சர்மா.

ரங்கமணியின் முகம் மதுவின் போதையால் சிவந்து மாற்றம் கண்டிருந்தது. அவர் தானாகவே ஏதோ முனகிக் கொள்கிற மாதிரி ஒரு ஆங்கிலக் கவிதையை முணுமுணுத்தார்:

"ஒவ்வொரு நாளும் எனக்காகப் புதிது புதிதாய் மலர்கிறது.
நானும் ஒவ்வொரு நாளும் உனக்காகப் புத்தம் புதிதாய் மலர்கிறேன்."

அப்போது வெளியிலே ஒரு டாக்ஸி வந்து நின்ற சப்தம் கேட்டது. ரங்கமணியின் டிரைவர் அறைக் கதவைத் திறக்க, நீலநிறப் பட்டுப் புடவையின் தலைப்பால் சிறு முக்காடிட்டுப் பாதித் தலை மறைத்த ஒருத்தி உள்ளே வந்தாள். அவளை உள் அறைக்கு டிரைவர் அழைத்துச் செல்கையில் கீழ்க்கண்ணால் ஓரப் பார்வை பார்த்தார் சர்மா.

அவருக்கு உடம்பு வியர்த்தது, கூசிற்று. 'இது என்ன தலை எழுத்து. இத்தனை வயசுக்கு மேலே இப்படி ஒரு சூழ்நிலையில் இருக்க என்ன விதியா?... '

"உனக்கு நினைவு இருக்கிறதா? நம்ப கடைசி சந்திப்பு" என்று ரங்கமணி கண்களைச் சிமிட்டியவாறே கேட்டார்.

"அவள் பெயர்... உனக்கு ஞாபகம் இருக்கா?" என்றார் ரங்கமணி.

'கோமதி'– என்ற பெயர் நெஞ்சிலே சர்மாவுக்குத் துடிக்கிறது– இருந்தாலும் அதைச் சொல்லுவதற்குப் பயம்... !

"கோமதி..." என்று கூறிய ரங்கமணி– அந்த இறந்த காலப் பொன்னான நேரங்களை நினைவில் கொணர்ந்து அவளது எழிலை ரசிக்கிறார்: "இப்ப கிழவியா இருக்காளோ, செத்துப்போய் விட்டாளோ? நம்ப ஜனங்களைப் பொறுத்த வரைக்கும் ரெண்டும் ஒண்ணுதானே!" என்று பெருமூச்சு விட்டுக் கொண்டார் ரங்கமணி. "நீ இன்னமும் அப்படியேதான் இருக்கிறாய்?"

"ரங்கமணி... நீ உலகமெல்லாம் சுத்தினவன்; என்னைவிட எவ்வளவோ விஷயம் தெரிஞ்சவன். ஆனாலும் ஒரு சின்ன அட்வைஸ்..." என்று ஏதோ சொல்ல சர்மா ஆரம்பித்தபோது–

ரங்கமணி 'ஓ'வென்று சிரித்தார்:

"அனந்து, அப்படியே இருக்கு. நாப்பத்தைஞ்சு வருஷத்துக்கு முன்னே சொன்னது மாதிரியே இருக்குடா– ஸாரி– 'டா'ன்னு

கூப்பிடறதுக்காக மன்னிக்கணும்– இந்த அட்வைஸ் பண்றதிலே மட்டும் உனக்கு இன்னும் சலிப்பு வரலியா?... சொல்லு!"

"நீ குடிக்கிறது... இஷ்டப்படி இருக்கறது எல்லாம் உன் பிரைவேட் மேட்டர்... அதைப் பற்றி ஒண்ணுமில்லை. ஆனா, உனக்கு வயசான காலத்திலே உதவியாகவும், உனக்குப் பின்னாலே உன் சொத்துக்களுக்கு வாரிசாகவும், யாருமில்லேங்கறதை நீ நெனச்சிப் பாக்கறது உண்டா?" என்று மனத்தைக் கரைக்கிற மாதிரிக் கேட்டார் சர்மா. அப்போது உள் அறையின் கதவைத் திறந்துகொண்டு வெளியே டிரைவர் வந்தான். சர்மா தம்மை யறியாமல் அந்தப் பக்கம் திரும்பி ஒரு நொடிப் பொழுதில் மீண்டும் அவளைக் கவனித்தார்.

"எனக்கு யாருமில்லைன்னு யாரு சொன்னா? நெறையப் பேர் இருக்கா! நீ சொல்ற மாதிரி எனக்குத் தாலி கட்டிண்டு அறுபதாம் வயசுக் கல்யாணம் கொண்டாடற உரிமையோட ஒருத்தி இல்லே; அவ்வளவுதான். அதையெல்லாம்விட இதமான உறவு உள்ளவா பலர் இருக்கா... எனக்குப் பின்னே என் சொத்துகளுக்கு நிச்சயமா அதிலே யாராவது இருப்பா... விடு" என்று ரொம்ப சாதாரணமாக அந்தப் பிரச்னையைத் தட்டிக் கழித்தார் ரங்கமணி.

சர்மா மேஜையின்மீது இருந்த அந்த மதுக் குப்பியைத் திருப்பி அதன் லேபிளின் மீதிருந்த பெயரைப் படித்தார்: "ஸ்காட்ச் விஸ்கி... ஸ்காட்ச்ன்னா ரொம்ப ஒசத்தியோ?"

"ம்... இது நல்ல ஸ்டஃப்! கொஞ்சம் ட்ரை பண்றயா?"

"நோ...நோ...நானே ஹார்ட் பேஷண்ட்... எதுக்குத் தொந்தரவு?"

"அடே! ஹார்ட் பேஷண்ட்னா இது ரொம்ப நல்லது, தெரியுமா? ஹார்ட் பேஷண்ட்டுகளுக்கு மருந்தே இதுதான். இப்படிக் குடிக்கறதுக்குப் பதிலா இன்ஜக்ஷன்லே போடறான்."

"ஒரே ஒரு தடவை– ஒரு பிரிட்டிஷ்கார பிரண்ட் வந்திருந் தான். அவனோட– கொஞ்சூண்டு– என்ன பேரோ? யாருக்குத் தெரியறது– இவ்வளூண்டுதான் டேஸ்ட் பண்ணிப் பார்த்தேன். கொஞ்சம் தலையைச் சுத்தித்து– வச்சுட்டேன்..."

"அப்பிடியா? நீ கொஞ்சம் மாறித்தான் இருக்கே. நான் பாத்தப்ப இருந்த மாதிரி இல்லே. அப்பிடியானா... இத்தனை வருஷம் கழிச்சிச் சந்திச்சிருக்கோமே இந்த நாளை... நான் மட்டும் தனியாகக் கொண்டாடறது சரியில்லே..." என்றார் ரங்கமணி.

"சரி, கொஞ்சுண்டு... லேசா விடேன்..." என்றதும் ரங்கமணி மற்றொரு தம்ளரில் மதுவை ஊற்றினார்.

"ம்... ம்... போதும், போதும்..." என்று தடுத்தார் சர்மா: "சும்மா... எனக்கும் முடியறதான்னு 'டெஸ்ட்' பண்ணிப் பார்த்துக்கறேன். அவ்வளவுதான்... ஹி ஹி..."

புது மணப்பெண் மாதிரி பயம், ஆர்வம், வெட்கம் ஆகிய உணர்ச்சிகளுடன் மதுவில் தலைகுனிந்தார் சர்மா.

மணி ஒன்பதாகி இருந்தது.

சர்மா மிகவும் நிதானமாகவும், ஜாக்ரதையுணர்ச்சியுடனும் முதலில் ஊற்றிய அளவு மதுவையே ருசி பார்த்துக் கொண்டிருந்தார். அதுவே அவருக்கு, கண்கள் இருள்வது போலவும் தலை கிறுகிறுப்பது போலவும் கற்பனைகளை மிகுதிப்படுத்தியது.

ரங்கமணி உற்சாக வெறியில் சிரித்துப் பேசிக் களித்தவாறு கட்டற்று இருந்தார். மேஜையின்மீது கேக்குகள், பிஸ்கட்டுகள், பழங்கள் முதலியன அவர்களது டின்னர் முடிவுற்றது என்பதற்கு அடையாளமாக நிறைந்தும் இறைந்தும் கிடந்தன.

சர்மா தன்னை மறந்த நிலையில் இல்லை. நிதானமாகத்தான் இருந்தார். இருந்தாலும் தானும் போதை கொண்டுவிட்டவர் மாதிரி– நடிப்பதில் மகிழ்ச்சி கண்டார்.

"ஓய்... ரங்கமணி! நீ நெனைச்ச மாதிரி நான் ஒண்ணும் பரம யோக்யன் இல்லே... ஆனா உன்னை மாதிரி கழுத்திலே போர்டு கட்டிண்டு திரிவாளாக்கும்!... நீ சுத்த மடையன்! வாழ்க்கையை வீணடிச்சுட்டு வந்து நிக்கறே! அந்த வருத்தம் தான்– அந்த ஏக்கம்தான்– அந்த ஏமாத்தம் தான் உன்னை இப்படிக் குடிச்சுக் கும்மாளம் போடச் சொல்றது!"

"யூ– ஆர் ரைட்! நான் சந்தோஷத்திலேயும் இதைத்தான் செய்யறேன். வருத்தத்திலேயும் இதைத்தான் செய்யறேன். அதனாலே நான் வருத்தமா இருக்கேனா, சந்தோஷமா இருக்கேனான்னே எனக்குத் தெரியலே... ஆனா நான் சுதந்திரமா இருக்கேன். அதுதான் ரொம்ப முக்கியம்... அதனாலேதான்– நீ சொல்றயே, அந்த போர்டை மத்தவா என் மேலே மாட்டறா... நான் ஒண்ணும் போர்டு மாட்டிக்கலே... போர்டு மாட்டறா– ஐ டோண்ட் கேர்...!" என்று தீக்குச்சியைச் 'சரக்'கென்று தட்டி ஒரு சிகரெட்டைப் பற்ற வைத்துக் கொண்டார் ரங்கமணி.

"ரங்கமணி– சத்தியமா சொல்லு... அந்தக் கோமதி அப்பறமா என்னைப் பத்தி உன்கிட்டே எதுவுமே சொல்லலியா?..." என்று திடீரென்று கேட்டார் சர்மா.

"என்னென்னமோ சொன்னா. என்னோடயே அவளும் லண்டனுக்கு வர்ரேன்னு சொன்னா... எல்லாத்தையும் விட்டுட்டு எனக்காக எங்கே வேண்ணாலும் வர்றதுதான் தனக்குச் சந்தோஷம்னு சொன்னா... அது உண்மைதான். ரியலி ஷீ வாஸ் இன் லவ்!...

"என்னைப் பத்தி ஒண்ணுமே சொல்லலியா?"

"என்ன சொல்றதுக்கு இருக்கு. சரியான அசடுன்னுதான் அப்பல்லாம் உன்னைப் பத்தி எல்லாருக்கும் தோணும்."

இப்போது சர்மா, ரங்கமணி சிரிக்கிற மாதிரி சிரிக்க வேண்டும் என்கிற ஆசையில் இயல்பற்ற முறையில் சற்று உரக்கச் சிரிக்க முயன்று பாதியில் அடக்கிக் கொண்டார்.

"ரங்கமணி, உனக்கு லைப்லே மறக்க முடியாத சோகம்கிற மாதிரி ஏதாவது உண்டா?..." என்று கேட்டார் சர்மா.

"ஏன்? ஏன் அப்பிடிக் கேட்கறே?"

"நீ அப்பிடி வருத்தப்பட வேண்டிய காரணம் ஒண்ணு இருக்கு. அதெப் பத்தின 'அவேர்னஸ்ஸா'வது உனக்கு இருக்கான்னு தெரிஞ்சிக்கத்தான் கேக்கறேன்..."

தொடர்ந்து ரங்கமணி, போதையினாலோ அல்லது வேறேதும் யோசனையினாலோ மௌனமுற்று அமைதியாக இருப்பதைக் கலைக்க விரும்பித் தொண்டையைச் செருமிக் கொண்டு சர்மா ஆரம்பித்தார்.

"ரொம்பப் பழைய விஷயம்... மனுஷ வாழ்க்கையிலே மறைஞ்சி தேஞ்சி போக வேண்டிய பெண் பிள்ளை சமாசாரம் தான்... ஆனா, நீ எப்பவும் இளமையா இருக்கிறதாக வேறே சொல்லிக்கறயே... ஒவ்வொரு நாளும் உனக்காகப் பூக்கறது; நீயும் ஒவ்வொரு நாளும் புதுசு புதுசா மலர்ச்சியடையறதாகக் கொஞ்ச நாழிக்கி மின்னே 'பொயட்ரி' படிச்சியே... அதனாலே கேக்கறேன்– அந்தக் கோமதிக்கு நீ செய்தது ஒரு மறக்க முடியாத துரோகம் இல்லே?... அப்படி இல்லேன்னா நீ பாடற கவிதை, நீ பேசற தத்துவம் எல்லாம் சுத்த ஹம்பக்னு அர்த்தம்" என்று ரங்கமணியின் நெஞ்சைக் குத்திக் கிளறுவதற்காகவே கடுமையான வார்த்தைகளைத் தேர்ந்தெடுத்துச் சொன்னார் சர்மா.

"எஸ்... நீ சொல்றது எனக்குப் புரியறது அனந்து... ஆனா, ஒண்ணு... அவ நெனச்ச மாதிரியோ, நீ நெனைக்கிற மாதிரியோ அவ பிறந்த குலம் மோசமானதுங்கிற காரணத்தினாலே நான்

அவளை விட்டுட்டுப் போகலே... நான் சுதந்தரமா இருக்க விரும்பினேன்... காதல்ங்கிற கட்டுக் கூட எனக்கு ஒரு தடைச் சுவரா இருக்கும்னு நான் நம்பினேன்... இப்பவும்கூட, இத்தனை வயசுக்கப்பறம்கூட என்னுடைய அந்தத் தீர்மானத்தை நான் மாத்திக்கவும் இல்லே... அதனாலேதான் நான் கல்யாணம் பண்ணிக்காததை நெனைச்சி இப்பவும் சந்தோஷப்படறேன். இது என் வரைக்கும் ரொம்ப சரியானதாகவே புரூவ் ஆகியிருக்கு... ஐ டோண்ட் ஹாவ் ஃபெய்த் இன் தி ஸோ கால்ட் லவ்!... நான் லவ்னு சொல்லும்போது சாதாரணமா ஒரு ஆணுக்கும் பெண்ணுக்கும் ஏற்படற 'லவ்'வை மட்டும் சொல்லலே... எல்லாத்தையும்தான் அர்த்தம் பண்றேன். ஒரு தந்தைக்கும் மகனுக்கும் உள்ள பாசத்திலிருந்து சகோதர பாசம், தாய்மை, இரக்கம், கருணை, தேசபக்தி எல்லாத்தையுமே சொல்றேன்... எதன் பேரிலும் என்னை இழக்க நான் சம்மதிக்க மாட்டேன்"- ரங்கமணி கண்களை மூடியவாறு கைகளை மட்டும் விஷயங்களை விளக்குகின்ற முறையில் சில சைகை பாவங்களில் அசைத்துப் பேசிக் கொண்டே இருந்தார்.

"அப்படின்னா- நீ உன்னைத்தான் எதையும்விட அதிகமாக நேசிப்பதாகச் சொல்லுகிறாய் என்று கொள்ளலாமா?... ஆர் யூ எ 'ஸெல்ஃப் லவ்வர்!"

"நோ! தட் இஸ் நாட் ரைட்!... நான் பாக்கற எல்லா மனித னும்.... நீ உட்பட அதுதான். 'ஸெல்ஃப் லவ்வர்ஸ்! உங்களுடைய ஸெல்ஃபை நீங்க எல்லாத்து மேலேயும் புரஜக்ட் பண்ணி அதை நேசிக்கிறீங்க... நான் அதுவல்ல. கோமதி விஷயத்தையே எடுத்துக்கு வமே... அவ எனக்காக எல்லாத்தையும் உதறிட்டு என்னோட வர... என்னோட வாழ்க்கையில் தன்னையும் பிணைச்சுக்க முன் வந் தாங்கிற காரணத்தை வெச்சுத்தானே நான் அவளை இழந்ததுக்கு வருத்தப்படணும்னு நீ சொல்றே?... அதே காரணத்துக்காகத்தான் அவளை விட்டு நான் விலகினதுக்குச் சந்தோஷப் படறேன். உனக்கு இது புரியாது. நீயெல்லாம் மனைவியை நேசிக்கறத்துக்கே பிரதிபலன் எதிர்பார்த்தவன்-'நீன்னு நான் சொல்றதே ஒரு வசதிக் காகத்தான்; நம்ப சமூகத்திலேயே அப்படித்தானே? 'நாம்'னு நான் சொல்றதும் எந்தப் பெரிய அளவுக்கும் பொருந்தும்... இந்த உலகத்திலே இருக்கிற மனுஷ ஜாதி அத்தனைக்கும் பொருந்தும். நான்-ஒருவேளை வளர்ந்த வளர்ப்போ, படிச்ச கல்வியோ, பழகின மனிதர்களோ... யார் காரணம்னு குறிப்பிட்டுச் சொல்ல முடியாது... வாழ்க்கைதான் காரணம்-நான் இந்த மாதிரி மற்றவர்களெல்லாம்

'உயர்ந்த குணம், பண்பு'ன்னு பாராட்டறதெல்லாம் பார்த்து அருவருப்படைஞ்சி இருக்கேன்... தெருவிலே புழுத்து நெளிகிற பிச்சைக்காரனுக்குப் பத்துக்காசு போட்டு அடைகிற திருப்தி மாதிரிதான் எல்லாம் இருக்கு. 'மகனே மகனே'ன்னு உருகுகிற தாய்மார்களைப் பாக்கறச்சே எனக்கு ரொம்ப ஆபாசமா இருக்கும் ... ஒருவேளை தாய்ப் பாசம்னா என்னன்னு தெரியறதுக்குமின்னே, நான் பொறந்த மூணாம் நாளே என் அம்மா செத்துப்போனது அதுக்கு ஒரு காரணமா இருக்கலாம். ஆனா, அதுக்காக நான் சந்தோஷப்படறேன்... எனக்கு ஒரு அம்மா இல்லையேன்னு நான் என் வயசின் எந்தப் பிராயத்திலேயும் வருத்தப்பட்டதில்லே. அதே மாதிரிதான் என் அப்பா... அவர் லண்டன்லேயே இருந்தார். எப்பவாவது வரும்போது ஊர்லேருந்து எந்த ஒரு விருந்தாளி நம் வீட்டுக்கு வந்தாலும் அதுலே என்ன சந்தோஷமோ– அதுக்கு மேலே ஸ்பெஷலா மெலோடிரமாடிக்கா–'ஆ! அப்பா, தந்தை... ஆயிரக் கணக்கான மைல்களுக்கப்பாலிருந்து ஒரு வருஷத்துக்குப் பிறகு வருகிறார்'... என்றெல்லாம் அருவருக்கத்தக்க உணர்ச்சிகள் எனக்கு ஏற்பட்டதே கெடையாது... எங்க எஸ்டேட் மானேஜர்... உனக்கு ஞாபகம் இருக்கா. மிஸ்டர் முரளிராவ்– அவர் எப்படி எனக்கு இருந்தார்னு உனக்குத் தெரியும்... நான் பிறந்ததிலிருந்து அநாவசியமான உணர்ச்சி நெரிசல்கள் எதிலேயும் நான் சிக்கித் தவிச்சதே இல்லே... ஒரு மனுஷ ஜீவன் வளர்றத்துக்கு என்ன உதவி வேணுமோ அதைவிட அதிக பட்சமான எந்தச் சுமையும் எதன் பேராலும் என் மேலே ஏறினதே இல்லே... நண்பர்கள்– அதிலே தான் எந்தனை தரங்கள்... ஆண்கள், பெண்கள், தொழில்துறையில், ரசனைத் துறையில்... அவ்வளவுதானே வாழ்க்கை... 'அக் வைண்டன்ஸ்!' அதில் கட்டுகளும் பந்தங்களும் கிடையாது... சுதந்திரம்தான் மனிதனது சுதர்மம்'' ரங்கமணி தன்னை மறந்து பேசிக்கொண்டே இருந்தார். அவர் பேசும்போது ஆங்கிலமும் சமயத்தில் பிரெஞ்சு மொழியும் அவரறியாமல் அவரது பேச்சு களில் கலந்து வந்ததிலிருந்து இது தன்னிடம் பேசுகிற பேச்சு மட்டுமல்ல; தானே பேசிக் கொள்ளும் உரத்த சிந்தனை இது என்று சர்மா சில நேரங்களில் புரிந்து கொண்டார்.

“ம்... உன் தந்தைக்கு இருந்த பெரிய எஸ்டேட்டும், அந்நிய நாட்டு வாசமும் அந்தக் காலத்தில் உனக்கு இவ்வளவு சுதந்திரத் தையும் சுயேச்சை வாழ்க்கையையும் தந்திருந்தன... எங்களை மாதிரி வீட்டுக்கு, பிறந்த குலத்துக்கு– ஆசாரங்களுக்குக் கட்டுப் பட்டு, கஷ்டப்பட்டுப் படித்துச் சம்பாதித்துக் குடும்பம் அமைத்து,

சம்சாரம் நடத்த விதிக்கப்பட்டவர்களுக்கு– இதெல்லாம் சாத்தியமில்லை” என்று தனக்குத்தானே பேசிக் கொண்டார் சர்மா.

“நீ நெனைக்கிற மாதிரி என் வாழ்க்கைக்கு அப்பாவோடெ எஸ்டேட்டோ அவர் பணமோ உதவினதே இல்லேன்னு சொன்னா உனக்கு ஆச்சரியமா இருக்கும். நான் லண்டனுக்குப் போன கொஞ்ச காலத்திலேயே என் அப்பா தன்னோட எஸ்டேட்டை யெல்லாம் இழந்துவிட்டார். அதன் பிறகு என் பராமரிப்பிலே– நான் அந்த நேவிகேஷன் கம்பெனிலே வேலை பார்த்துச் சம்பாதிச்ச பணத்திலே கொஞ்ச நாள் வாழ்ந்து செத்துப் போனார். அவர் செத்தபோது நான் ரொம்ப சந்தோஷப் பட்டேன். அந்தச் சந்தோஷம்தான் நான் அவருக்குக் காட்டின மரியாதை! அவ்வளவு பெரிய செல்வந்தன் என் சம்பாத்தியத்திலே வாழறது எனக்குப் பிடிக்கலை. சாகப் போகிறோம்கிற நம்பிக்கை தான்– ஜெயில்லேருந்து விடுதலையாகிற கைதிக்கு ஒரு சந்தோஷத்தைத் தருமே அது மாதிரி– அவருக்கு ஒரு பரவசத்தைத் தந்தது... அதுக்கப்பறம் நான் ஸ்டேட்ஸுக்குப் போனேன்... என்னுடைய சொத்துகளோ, நான் படித்த படிப்போ கூட எனக்கு உதவியாக இருக்கிறதை நான் விரும்பலே... எங்க மானேஜர் முரளிராவ் என்னை லண்டனுக்கே வந்து பார்த்து இந்தியாவுக்கு வருந்தி வருந்திக் கூப்பிட்டார். என் தகப்பனார் இழந்த சொத்துகளை வழக்காடி நான் திரும்பப் பெற முடியும்னு நாலு வக்கீல்களை என்னோட ரெண்டு நாள் வாதம் புரிய வெச்சார். எனக்குச் சம்மதமில்லை. இந்த உலகத்திலே எனக்கு–‘நான்’ என்கிற தனிப்பட்ட எனக்கு என்ன விலை, என்ன மதிப்பு என்று கண்டு பிடிக்கக் கிடைச்ச அருமையான சந்தர்ப்பத்தை நான் இழக்கத் தயாராயில்லே. நான் என் கைகளாலேயே என்னை உருவாக்கிக் கொண்டேன். துணி வெளுப்பவனாக, பெரிய மெஸ்களில் பாத்திரம் கழுவுகிறவனாக, டாக்ஸி ஓட்டுகிறவனாக உழைத்து, வாழ்வின் சந்தோஷங்களை அநுபவிக்கும் வாய்ப்புகள் அந்த நாடுகளில் எனக்கு ஆச்சரியப்படும் விதத்தில் கிட்டின. அதுக் கப்பறம் இருபது வருஷங்கள் ஹாங்காங்கில் ஒரு சிறு வியா பாரியாக வாழ்ந்த வாழ்க்கையை மறக்கவே முடியாது... இரண்டாவது உலக யுத்தத்துக்குப் பிறகு, என் தகப்பனார்– என் முன்னோர்கள் வழி வழியாகச் சேர்த்து வைத்திருந்த சொத்துக்குச் சொந்தம் கொண்டாடியபோது எந்த அளவு பணக்காரராக இருந்தாரோ– அதற்கு இணையான செல்வந்தனாக நானே சுயமாக என்னை உருவாக்கிக் கொண்டிருந்தேன். அப்போது வாழ்க்கை

யோடு விளையாடிப் பார்க்க வேண்டும் என்று தோன்றியது. ஹாங்காங் நகரத்திலே எனக்குச் சொந்தமான அரண்மனை மாதிரி பங்களாவும், கார்களும், பாங்க் பாலன்ஸும், எனது கடையும்– எல்லாம் நானே உருவாக்கிக் கொண்டவை தானே... இவற்றை நான்தான் என் முயற்சியால் உருவாக்கிக் கொண்டேன் என்பது உண்மையானால் இவற்றை இழந்து, முற்றாக ஒழித்து, மறுபடியும் 'பாப்ப'ராகி அதன் பிறகு மீண்டும் ஒரு முறை என்னால் இவற்றைச் சம்பாதிக்க முடிகிறதா என்று பார்க்க வேண்டும் என்று தோன்றியது... அதே மாதிரி நான் வாழ்க்கை யோடு விளையாடிப் பார்த்தேன்... ஓ! அது ரொம்ப ரசமான விளையாட்டு..."

●●●

"சில வருஷங்களிலே நான் பாப்பரானேன். அது எவ்வளவு நிம்மதியாக இருந்தது தெரியுமா?... சுக போகங்களிலே திளைத்து வாழ்க்கையின் செயற்கையான சந்தோஷங்களை அனுபவித்துக் கொண்டிருந்து விட்டு மீண்டும் தெருவிலே திரிகின்ற வாழ்க்கை நெரிசலில் சிக்கிக்கொண்டபோது என்ன சுகமாக இருந்தது தெரியுமா? ஆனால், அது நான் நினைத்ததுபோல அவ்வளவு சுலபமாக இல்லை. வாழ்க்கையின் விசித்திரத் தன்மையை அப்போதுதான் ரொம்ப ரசமாக நான் அனுபவிச்சேன். பாப்பரா இருக்கிற ஒருத்தன் சம்பாதித்து 'மிலிஹனர்' ஆகிறது எவ்வளவு கஷ்டமோ, அவ்வளவு கஷ்டம் கோடீஸ்வரனா இருக்கிற ஒருவன் பாப்பராகி விடறதும்... தானம் செஞ்சோ அல்லது கடலில் கொண்டு போய்க் கொட்டியோ ஆகறது தற்கொலை செய்து கொள்கிற மாதிரி... இழக்கணும்னு ஆசைப்பட்டு எந்த வியாபாரம் செய்தாலும் அதிலேயும் லாபமோ, இல்லாட்டி முதலோ திரும்பி வருகிறபோது பாப்பராகிறதும் சுலபமில்லே... எதிலே பணத்தை முடக்க எல்லோரும் பயந்து ஒதுங்குவாங்களோ அந்த நஷ்டம் தருகிற காரியத்தைச் செய்தபோதுகூட நான் லாபம் சம்பாதிச் சேன்...(எஸ்... வெல்த் அன்ட் விமன் ஆர் தி ஸேம்!) செல்வத்துக்கும் பெண்களுக்கும் அப்படி ஒரே மாதிரியான தன்மை உண்டு. நன்கு அனுபவிக்கத் தெரிகிறவனையே அவை தேடி வந்து போகின்றன... இப்படி ஒரு சீனப் பழமொழி உண்டு..." என்று கூறி ரங்கமணி சிரித்தார்.

பெண் என்று சொன்னதும் சர்மாவுக்கு அந்தக் 'காட்டேஜ்'ஜில் மற்றொரு அறையில் வந்து அமர்ந்திருக்கிற அவளின் நினைவு வரவே திரும்பிப் பார்த்தார். கதவை லேசாகத் திறந்து கொண்டு

தூரத்திலிருந்து இவர்களை வேடிக்கை பார்த்துக் கொண்டிருந்த அவள், சர்மா பார்ப்பதைக் கண்டு மூடுவது தெரியாமல் மெள்ள மெள்ளக் கதவைத் தள்ளி முற்றாக மூடும்வரை சர்மா பார்த்துக் கொண்டே இருந்ததை ரங்கமணி கவனித்தார்.

"யூ நோ– எனக்கு எல்லா நிறங்களிலும் குழந்தைகள் எத்தனையோ தேசங்களில் இருக்கிறார்கள் தெரியுமா?" என்று ஆங்கிலத்தில் சர்மாவிடம் கூறினார் ரங்கமணி. "ஆனால், நான் யாரையும் கல்யாணம் செய்து கொள்ளவில்லை. பொறுப்பேற்றுக் கொள்ளப் பயந்து நான் கல்யாணம் செய்து கொள்ளாமல் இருந்து விட்டதாக நீ நினைக்க மாட்டாய் என்று கருதுகிறேன். நான் அந்தக் குழந்தைகளுக்கும் சரி, அவர்களின் தாய்மார்களுக்கும் சரி அந்தந்த நாட்டில் நான் என்ன சம்பாதித்தேனோ அவை யனைத்தையும் தந்துவிட்டே வந்திருக்கிறேன். நான் போன எல்லா நாடுகளுக்கும் வெறுங்கையனாகவே போய் வெறுங்கையனாகவே வந்திருக்கிறேன். ஆமாம்; வெறுங்கைதான்! மனசு அல்ல, வாழ்க்கையே அதுதானே? வந்தோம், வந்தது மாதிரி போவோம். நடுவில்... ஓ! தட் இஸ் லைஃப்! எனக்கு அந்தக் குழந்தைகளின், அவர்கள் தாய்மாரின் நினைவோ, பிரிவோ எதுவும் சந்தோஷத்தைத் தவிர எதையும் தரவில்லை. அவர்களுக்கும் அப்படி இருப்பதுதான் நியாயம்! நான் செத்துப் போவேனே என்கிற பயமோ, என் வயதுள்ளவர்கள் எல்லாம் போய்விட் டார்களே என்ற ஏக்கமோ எனக்கு எப்போதும் வரவில்லை. இறந்தவர்களுக்காக அழுகிறார்களே அதைவிட வேடிக்கையான விஷயமே இல்லை. உனக்கு ஒன்று தெரியுமா? நான் எந்தக் காரணத்துக்காகவும் அழுததே இல்லை. நான் அழ விரும்பியது மில்லை. ரொம்பப் பேர் அழ ஆசைப்பட்டு, அதிலே சுகம் கண்டுதான் அழுகிறார்கள், தெரியுமா? ஆனால்... நான் வெட்கத் தோடு ஒரு விஷயத்தை ஒப்புக் கொள்கிறேன். இவ்வளவு காலத்துக்குப் பிறகு– அறுபது வயசுக்கு மேலே– இந்தியாவுக்குத் திரும்பி வந்து இங்கேயே தங்கி விடறதுன்னு முடிவு செய்த பிறகு, பெங்களூர்லே 'செட்டில்' ஆகறத்துக்கு முன்னே– பத்து வருஷத் துக்கு முன் நான் மெட்ராஸுக்கு வந்து– முன்னே நான் தங்கி இருந்தேனே... நம்ம தேரடித் தெரு வீடு, அந்த வீட்டைப் பார்த்து நான் ஏன் கண் கலங்கி அழுதேன்னு எனக்குத் தெரியவே இல்லே. நான் காரை விட்டுக்கூட இறங்கலே. இப்போ அந்தக் கட்ட டத்திலே ஏதோ ஒரு பாங்க் இருக்கு. டிரைவரை காரை நிறுத்தச் சொன்னேன். அதைப் பார்த்ததும் ஒரு அர்த்தமில்லாத வருத்தம்...

நெஞ்சை அடைச்சு... என்ன பையித்தியக்காரத்தனம்... அவ்வளவு தான்– வந்துட்டேன்...”

“அப்பவும் நீ கோமதியெ நெனைக்கலியா?” என்று சர்மா கேட்டார்.

“எக்ஸாக்ட்லி தட் இஸ் தி ரீஸன்! அதான் காரணம். நான் அவளை நெனைச்சேன். அவளுக்காக வருத்தப்பட்டோ நம்பின வளைக் கைவிட்டோம்னு நெனச்சோ– அந்த மாதிரி உணர்ச்சிகள் எதுவும் இல்லே... அது என்னன்னே சொல்லத் தெரியலே... ஐ வாஸ் மூவ்ட்.. அவ்வளவுதான் தெரியும்! அதிலே சோகம், ஏக்கம் இதெல்லாம் இல்லே... அனந்து, இன்னொரு ஸ்ட்ரேன்ஜ் திங்... நான் இவ்வளவும் பண்ணி, இவ்வளவு தேசங்கள் சுத்தி, இத்தனை உலக மனுஷாளோட பழகி இருக்கிறேன்கிறது வாஸ்தவம்தான். ஆனா நான் சந்திச்ச எல்லாப் பெண்களோடயும் நான் உறவு கொண்டபோதெல்லாம் ஒரு தடவையாவது கோமதியின் நெனப்பு என் மனசிலே தோணாமல் இருந்தது கிடையாது... அப்பிடியே என் இதயத்தைக் கவர்ந்து என் நெஞ்சிலே அவள் நீங்காத இடம் பெற்றிருந்தாள்னு இதுக்கு அர்த்தம் இல்லே. ஒரு நெனைப்பு ஓட்டம் மனசிலே ஓடும்... அவ்வளவுதான். அவள்தான் எனக்கு முதல் பெண்அனுபவத்தைத் தந்தவள்ங்கிறது ஒரு காரணமாக இருக்கலாம்... நாட் ஈவன் மை மதர்! அப்பல்லாம் எனக்குத் தோணும், ஒரு வேளை அவளும் இதே மாதிரி என்னை நெனச்சிக்குவாளா இருக்கும்னு...”

மணி பத்தாகி இருந்தது.

“டைம் ஆச்சு” என்று சர்மா தனக்குள் முனகிக் கொண்டார்.

ரங்கமணி கண்களைச் சிமிட்டியவாறு சர்மாவிடம் ஆங்கிலத் தில் கேட்டார். “நீ பிடிவாதமாக ஏகபத்தினி விரதத்தைக் கடைப் பிடித்தவன் என்றால் நான் உனக்கு வேறெதையும் சிபாரிசு செய்யமாட்டேன்–” என்று சிரித்தார்.

சர்மா பதில் ஒன்றும் கூறவில்லை.

“அனந்து... இன்ட்டிமேட்டா நான் ஒண்ணு கேக்கறேன்... மன்னிச்சுக்கணும்... ஆனாலும் ஒரு ‘க்யூரியாஸிட்டி’யிலே கேக் கறேன்... நீ நெஜமாகவே வாழ்க்கை பூரா ஏகபத்தினி விரதத்தைக் கடைப்பிடிச்சிருக்கியா?... எப்பவாவது லேசா... கொஞ்சம் விலகி– எக்ஸ்ட்ரா...” அவர் கேட்டு முடிக்குமுன் சர்மா தலையை நிமிர்த்தி ‘இது பொய்’ என்று புரிந்து கொண்டு விடக்கூடாது என்பதற்காகச் சற்று அதிகபட்ச உறுதியுடன் சொன்னார்.

"நெவர்!... அதற்காக நான் பெருமைப்படறேன்... !"

ரங்கமணி லேசான சிரிப்புடன் தலையசைத்தார்.

"ஏன்? உன்னாலே நம்ப முடியலே. இல்லே? உன்னாலே எப்படி நம்ப முடியும் சொல்லு... நீ வாழ்ந்த விதம் அப்பிடி" என்றார் சர்மா.

ரங்கமணி சிரித்தார். "நான் நம்பலேன்னு சொன்னேனா? நீ ஏன் அப்படி நினைக்கிறே? உனக்கு நாழியாச்சுன்னு நெனக்கிறேன். நீயும் அவசரப்படற மாதிரி தோணுது..."

"எஸ்... சரி. நான் புறப்படட்டா" என்று எழுந்தார் சர்மா.

"நான் டிரைவரைக் கூப்பிடறேன்" என்று திரும்பிப் பார்த்த ரங்கமணி "ஒரு வேளை தூங்கிட்டானோ என்னவோ, கொஞ்சம் பாரு" என்று அறை வாசலில் வந்து நின்ற அவளிடம் சொன்னார். அவள் டிரைவரைத் தேடிப் போனாள்.

திடீரென்று நினைவு வந்த மாதிரி சர்மா, ரங்கமணியிடம் சொன்னார். "அப்புறம் அந்தக் கோமதி என்னவானாள்னு உனக்குத் தெரியாதே?... அப்பிடியே உன் மேலே உயிரையே வெச்சி உனக்காக என்னவும் செய்யவும் எங்கேயும் வரவும் தயாராக இருந்ததாகச் சொன்னாளே– ஏன்? 'எனக்காகக் காத்திரு'ன்னு சொல்லிட்டு நீ சீமைக்குப் போறதானா சாகற வரைக்கும் காத்திருக்கறதாகச் சொன்னாளே, கடைசிலே அவள் என்னவானாள் தெரியுமா?..."

"சொல்லு."

"எந்த ஒரு கேவலமான வேசையும் எப்படியெல்லாம் நடந்து, எப்படியெல்லாம் சீரழிந்து, பிறரைச் சீரழித்துச் சாவாளோ அப்படித்தான் அவளும் ஆனாள். இதற்கெல்லாம் காரணம் நீதான். நீ மட்டும் அவளைப் புறக்கணித்துப் போகாமல் இருந் திருந்தால் அவள் ஒரு லட்சிய மனைவியாக இருந்திருப்பாள்" என்று ஆங்கிலத்தில் கூறினார் சர்மா.

ரங்கமணி தன்னுள்ளே லேசாகச் சிரித்தவாறு சற்றுத் தலைகுனிந்து யோசித்தார். பிறகு சொன்னார்.

"அவளும்கூட அப்படி நினைத்திருப்பாள். எனக்கு அது தெரியும். என் பேரில் கொண்ட கோபத்தினாலேயே, என்னைப் பழிவாங்கி விட்டதான ஒரு குரூர சந்தோஷம் கொள்ளுவதற்காக என்கிற நியாயத்துடனேகூட அந்த மாதிரியான ஒரு

வாழ்க்கைக்குத் தன்னை அவள் தயார்படுத்திக் கொண்டிருக்கக் கூடும். ஐ கெநாட் ஹெல்ப் இட்! அதுதான் அவள் வாழ்க்கை. அந்தக் கோபம், அந்த நியாயம், அந்தப் பழிவாங்கிய திருப்தி எல்லாம் உள்ளிட்டதுதான் அவள் வாழ்க்கை. எனக்கு வாழ்க்கையில் அவள் முதல் பெண் என்பதைத் தவிர பெரிய இடம் ஒன்றுமில்லை. அதனால் தானோ என்னவோ எந்த ஒரு பெண்ணைச் சந்திக்கிறபோதும் அவள் நினைவு எனக்கு வருகிறது. அதனால்தானோ என்னவோ, இரண்டாவது உலக மகா யுத்தத்தில் படுகோரமாக அழிந்துபோன ஹிரோஷிமாவை இடிபாடுகளுக்கிடையே பார்த்தபோதுகூடக் கண்கலங்காத நான், அந்தக் கோமதியின் வீட்டை முப்பத்தைந்து ஆண்டுகளுக்குப்பின் பார்த்தபோது அசட்டுத்தனமாகக் கண்கலங்கினேன். இந்த உணர்ச்சிகள் அர்த்தமற்றவை என்று அதற்கு ஆளாகும்போதே நான் அறிகிறேன்...”

“உன்னிடம் புனிதமாகத் தனது வாழ்க்கையை அர்ப்பணித்துக் கொள்ளச் சித்தமான ஒருத்தி– ஏன் அவளைப் பொறுத்தவரை அர்ப்பணித்துவிட்ட ஒருத்தி பிறகு மிகக் கேவலமான விலை பொருளாகிச் சீரழிந்து போனதைக் கேட்க உனக்கு வருத்தமாக இல்லையா?” என்றார் சர்மா.

“உண்மையைச் சொல்வதென்றால்– அந்த மாதிரியான வருத் தங்களோ உணர்ச்சியோ என்னை எவர் விஷயத்திலும் அணுகிய தில்லை. ஒரு பெண் ஒரு ஆணுக்குச் சந்தோஷம் தருகிறாள். அதே அளவு பெற்றுக் கொள்கிறாள். அதற்குமேல் ஒருவனோ அல்லது ஒருத்தியோ அந்தச் சந்தோஷ வெறியில் பிதற்றிக் கொள்வதற்கு எல்லாம் வாழ்க்கையையே பணயம் வைப்பதனால்தான் ரொம்பப் பேருடைய வாழ்க்கை அசட்டுத் தனமான சோகங்களாக மாறிப் போயிருக்கின்றன. அப்படிப்பட்ட வாழ்க்கையில் சலிப்பும், வெறுப்பும்தான் ஏற்படும். நீயே யோசித்துப் பார்... என் எதிர் காலத்தைப் பற்றிப் பேரம் பேச இன்னொருவர்க்கு– யாராய்த் தான் இருக்கட்டுமே அவளுக்கு– என்ன உரிமை? ‘உன்மீதுதான் உயிரையே வைத்திருக்கிறேன்... நீ இல்லா விட்டால் என் வாழ்க்கையே பாழாகிவிடும்’ என்று ஒருத்தியிடம் அனுபவித்த இன்பங்களுக்காக ஒருவன் பேத்துவதைவிட, அசிங்கமான, கேவலமான, அறியாமையை நான் கற்பனைகூடச் செய்ய முடிந்த தில்லை. கோமதி அப்படிப் பேச ஆரம்பித்தபோதே அவளிடம் எனக்கேற்பட்ட உறவும்– உணர்ச்சியும் முறிந்து போயிற்று...”

வெளியே ரங்கமணியின் டிரைவர், தூக்கத்திலிருந்து எழுந்து ஷெட்டிலிருந்து காரை எடுக்கின்ற சப்தம் கேட்டது.

“கார் ரெடி” என்று சொல்லிக் கொண்டே அவள் உள்ளே வந்தாள். தன்னை அங்கிருந்து அனுப்பி வைப்பதில் இவ்ள் ஏன் இவ்வளவு அவசரம் காட்டுகிறாள் என்று நினைத்து அவளைப் பார்த்தவாறே புறப்படத் தயாரானார் சர்மா. ரங்கமணி அவருக்கு விடை தருவதற்காக எழுந்தவர் நிற்க முடியாமல் ஆடினார்.

“ஐ ஆம் ஸாரி... ரொம்பக் குடிச்சுட்டேன்... இத்தனை வருஷத்துக்கப்புறம் உன்னைப் பார்த்துப் பேசின அனுபவம்... இன்னும் ஒருமுறை இறந்த கால அனுபவங்களைத் திரும்ப அனுபவிச்ச மாதிரி இருக்கு. நாளைக்குச் சந்திப்போமா? ஹவ் கேன் ஐ காண்டாக்ட் யூ?” என்று கேட்டு சர்மாவுடன் கை குலுக்கினார் ரங்கமணி.

“அதே இடம்தான். சாயங்காலம் நாலரை மணிக்கு பீச்சிலேயே மீட் பண்ணுவமே...” என்றார் சர்மா. “சரி நீ வீணா சிரமப் பட்டுண்டு என்னை வழியனுப்ப வரவேண்டாம். உட்காரு– குட் பை” என்று ரங்கமணியிடம் விடை பெற்றுக் கொண்டு சர்மா கதவை நோக்கி நடந்தார். இவர் போன பிறகு கதவைத் தாழிடு வதற்காக அவள் வாசலருகே நின்றிருந்தாள். சர்மா அவளையே பார்த்துக் கொண்டிருந்தார். தான் சென்ற பிறகு இந்த அறையில் ரங்கமணியோடு அவளிருக்கப் போகும் கோலத்தை அவர் மனம் கற்பனை செய்து ‘எப்படி முடிகிறது இவனால்?’ என்று மீண்டும் ஒரு முறை ஆச்சரியம் கொண்டார். அவளும் சிறிதே குடித் திருந்ததால் சர்மாவின் தோற்றத்தைக் கண்டு அவள் வாய்க்குள் சிரித்துக் கொண்டாள்.

“என்ன சிரிக்கிறே?” என்று தைரியமாகக் கேட்டு அவள் அருகே வந்து நின்ற சர்மாவுக்கு உடம்பில் என்னமோ ஒரு மாதிரியான விறுவிறுப்பு ஏற்பட்டது.

“ஒண்ணுமில்லீங்க...” என்று அவள் இன்னும் கொஞ்சம் சிரித்தாள்.

“சிரிப்பைப் பாரு சிரிப்பை...” என்று சொல்லிக் கொண்டே திரும்பி, ரங்கமணி தங்களைக் கவனிக்கிறாரா என்று பார்த்த போது– அவர் சோபாவில் சாய்ந்து ஒரு சிகரெட்டைச் சுவாரசிய மாகப் புகைபிடித்துக் கொண்டிருந்தார்.

“சிரிப்பைப் பாரு...” என்று மறுபடியும் சொல்லிக் கொண்டே அவள் கன்னத்தைப் பிடித்துத் தன் உடம்பு அவள் மேல் முழுசாக உரசுமாறு அருகே இழுத்துக் கிள்ளினார்.

“ஆ” என்று அவள் கொஞ்சலாகக் கத்தினாள்.

சட்டென்று அவளிடமிருந்து விலகி வெளியே வந்த சர்மா 'நான் இவளிடம் இப்படி நடந்து கொண்டிருக்க வேண்டாமே' என்ற நினைவில் தலை குனிந்து காரை நோக்கி நடந்தார்.

கதவை மூடிய பின் கன்னத்தைத் தடவிக் கொண்டே உள்ளே வந்த அவள் 'கெட்டுப் போறதுன்னாலும் சில பேர் ஓசியிலேதான் கெட்டுப் போவாங்க...' என்று முனகிக் கொண்டாள்.

●●●

இரவெல்லாம் சர்மாவுக்குத் தூக்கமில்லை.

அந்தக் காலத்திலேயே சர்மாவுக்கு ரங்கமணியைக் கண்டால் ஒருவித பயம் உண்டு; நட்பும் உண்டு. பயம் கலந்த நட்பு அது. அந்த நட்புக்காக அவரோடு வெளியுலகில் எவ்வளவுதான் கலந்து பழகினாலும் ரங்கமணியைத் தன் வீட்டுக்கு அழைத்து வருவதற்குத் தனக்கு இன்றும் ஏற்படுகிற பயத்தை எண்ணி மனம் குழம்பினார் சர்மா. ரங்கமணியைப் பற்றி அவரது பயமெல்லாம் 'இவன் பெண்கள் விஷயத்தில் ரொம்ப மோசமானவன்' என்பது தான். அவன் தன் வீட்டுப் பெண்களிடம் கூட ஏதாவது அபவாதம் எழுகிற மாதிரி பழகி விடுவானோ என்கிற அச்சம். அவனுக்கு அப்படி ஒரு ராசி. எந்தப் பெண்ணையும் அவன் கவர்ந்துவிடுவான் என்கிற மன அரிப்பு! அடுத்த விநாடி ரங்கமணியைப் பற்றி அப்படி நினைத்ததற்காக வெட்கம்... ஆழ்ந்த யோசனைகளுக்குப் பின்-பெண்கள் விஷயத்தில் மோசமானவன் ரங்கமணி அல்ல, தானே தான் என்கிற சுய உறுத்தல்-இது மாதிரி அவஸ்தைகளுக்கு அந்தக் காலத்தில் நிறையத் தடவை ஆளாகி இருக்கும் சர்மா, இத்தனை ஆண்டுகளுக்குப் பிறகு ரங்கமணியைச் சந்தித்து- அவர் எவ்விதம் மாறாமலிருப்பதைக் கண்டாரோ அதே மாதிரி அவர் விஷயத்தில் தனது உணர்ச்சியும் மாறாமல் அப்போது போலவே இருப்பதை உணர்ந்து குழம்பினார்.

அப்போது ரங்கமணி சர்மாவுடன் கல்லூரியில் படித்துக் கொண்டிருந்தார். ரங்கமணி பெருஞ் செல்வம் படைத்த குடும்பத்திலிருந்து வருகிறவர். இவ்வளவு செல்வத்துக்கும் வாரிசாக இருந்தும் பிறந்த மூன்றாம் நாளன்றே தாயை இழந்த ரங்கமணிக்கு எல்லாமாக அவரது எஸ்டேட் மானேஜர் முரளீராவ்தான் இருந்தார். என்னதான் தாயாகவும் தந்தையாகவும் தான் இருந்த போதிலும் எங்கோ இங்கிலாந்தில் தன்னிஷ்டப்படி வாழ்ந்து கொண்டு இருக்கின்ற ஒருவனின் சகல சம்பத்துக்கும் வாரிசான இந்த ரங்கமணி என்கிற கைக்குழந்தையைத் தனது எஜமான னாகவே பாவித்தார் முரளீராவ். எனவே, ரங்கமணி தனது

லௌகிக வளர்ச்சிக்கு எஸ்டேட்டின் வருமானத்தையும் தன்மீது எவ்விதமான ஆளுகையுமில்லாத முரளீராவின் பராமரிப்பையும் பெற்றுச் சுதந்திரமாக வளர்ந்தார். சித்தூருக்கு அடுத்த ஏதோ ஒரு கிராமத்தில் பத்து வயது வரை ஒரு ரிடையர்ட் பிரின்ஸிபாலிடம் ட்யூஷன் கல்வி கற்ற பின் சென்னையில் வந்து கான்வென்ட் வாழ்க்கையில் வளர்ந்து கல்லூரிக்குச் சென்ற பிறகுதான் அவர் ஆனந்த சர்மாவைச் சந்தித்தார். கட்டுக் குடுமியும், நெற்றியில் சந்தனக் கீற்றும், டர்பனும் அணிந்த சர்மாவின் அப்பாவித் தோற்றம் அவருக்கு அந்தக் காலத்தில் ரொம்பப் பிடித்திருந்தது.

எஸ்டேட் மானேஜர் தனது வைப்பாட்டியான தேவதாசி செல்லத்தம்மாளின் வீட்டு மாடிப் பகுதியில் ரங்கமணிக்குக் கல்லூரி வாழ்க்கையின்போது ஜாகை ஏற்பாடு செய்தார். செல்லத்தம்மாளின் மகள் கோமதி முரளீராவின் மகள்தானா என்பது நிச்சயமில்லை. இருப்பினும் அவள் தோற்றத்தில் ஒரு ராஜ கம்பீரம் இருந்தது. அவள் நடத்தையில் ஒரு பிரபுத்துவ நாகரிகம் தெரிந்தது. தனது பதினைந்தாவது வயதில் அவள் தன்னை ரங்கமணியின்பால் இழந்தாள். வெகு நாட்கள் வரை அதனைப் புரிந்து கொள்ளாத ரங்கமணி கல்வியிலும் அது தவிர நகரத்தின் கோலாகலத்திலும் தன்னைப் பறி கொடுத்திருந்தார். கோமதி இவர்பால் மோகமுற்றிருக்கின்ற ரகசியத்தை முதலில் கண்டு பிடித்தவர் ஆனந்த சர்மாதான். ஆனந்த சர்மாவுக்குப் பெண்களின் பலவீனம் மட்டும் நன்றாகத் தெரியும். அவருக்கு ஒன்பது வயதிலேயே கலியாணமாகியிருந்தது. சாஸ்திரோக்தமாக இரு குடும்பத்தினரும் இசைந்து சாந்திமுகூர்த்தக் கலியாணம் செய்வதற்கு முன்னால் கள்ளத்தனமாக மனைவியிடமே காதல் செய்தவர் சர்மா. பிற்காலத்தில் தன் மனைவிதானே என்பதனால் அந்த உறுத்தலுக்கு அவர் சமாதானம் கண்டார். சர்மாவின் வாழ்க்கையே உறுத்தல்களும் சமாதானங்களும்தான்! எப்படியோ சமாதானம் கண்டு மறந்துபோன அந்த உறுத்தல்தான் ரங்கமணி யின் சந்திப்பால் இப்போது மறுபடியும் கிளர்ந்து உறுத்துகையில் 'இவனை ஏன் சந்தித்தோம்?' என்றிருந்தது சர்மாவுக்கு.

'சந்தித்ததுகூடச் சரி. பீச்சிலேயே சித்தெப் பேசிண்டிருந்து விட்டு வந்திருக்க வேண்டியதுதானே!... அவனோட அந்த ஹோட் டலுக்குப் போயி, என்னத்தையோ குடிச்சு, எதெ எதெப் பத்தி யெல்லாமோ பேசி மனசைக் கெடுத்துண்டு– எல்லாத்துக்கும் மேலே அசட்டுத்தனமாப் போயி அவ கன்னத்தைக் கிள்ளி னேனே... அசத்து அசத்து!... அவ எவ்வளவு கேவலமா நெனைச்சுப்பா... கேவலமா நெனச்சுப்பாளா? சும்மா வயசானவா

குழந்தைகளைக் கன்னத்தெப் பிடிச்சி செல்லமா கிள்ளறது இல்லையா?... அந்த மாதிரி... அந்த மாதிரிதானா?"

– சர்மா உறக்கம் வராமல் படுக்கையில் எழுந்து உட்கார்ந்தார். நடு முதுகில் அரித்தது. எப்படி வளைந்து வளைந்து கையைக் கொண்டு போனாலும் எட்டவில்லை. இருட்டில் விசிறி மட்டையைத் தேடி எடுத்துச் சுவாரஸ்யமாய்ச் சொறிந்து கொண்டார்.

அடுத்த அறையில் ஏதோ 'கசமசவென்று சப்தம். காதைத் தீட்டிக்கொண்டு கவனிக்கிறார்... தன்னுடைய கற்பனைதான் என்று தோன்றுகிறது. அந்த ஹோட்டல் அறைக்கு மனம் சுதந்திரமாகப் பயணம் போய் சாவித் துவாரத்தின் வழியாகப் பார்த்துப் பார்த்துப் பொருமுகிறது.

"எவ்வளவு நறுக்குனு சொன்னேன்... நான் ஏகபத்தினி விரதன்னு. ஆமாம் ஏகபத்தினி விரதன்தான்... ரங்கமணி எவ்வளவு பொல்லாத்தனமாகக் கேட்டான். வேறு ஏதாவது எக்ஸட்ரா... ராஸ்கல்... ஏதாவது தெரிஞ்சி வெச்சிருப்பானோ? அந்தக் கோமதி அன்னிக்கு ஏதாவது சொல்லி வெச்சிருப்பாளோ? 'இவ்வளவு காலத்துக்குப் பிறகும் இவன் மறுக்கிறானே... இவன் எவ்வளவு பெரிய ஹிப்பகிரட்'ன்னு என்னைப்பத்தி நெனச்சுக்குவானோ? நெனச்சுக்கட்டுமே... என்னைக் கொண்டு போய் சித்திரபுத்திரன், யமன் எல்லாம் இருக்கிற சபையிலே நிறுத்திக் கேட்டாலும் அப்படித்தான் சொல்லுவேன். மங்களத்தைத் தவிர வேற யாரையும் நான் தொட்டதே இல்லைன்னு சத்தியம் பண்ணுவேன்...

"மங்களம் நாலு கொழந்தைகளையும் அவ பொறந்த வீட்டுக்குப் போய்த்தான் பெத்துண்டு வந்தாள்... ரொம்பச் செல்லப் பொண்ணு... ஏழாம் மாசமே அழைச்சிண்டு போயிடுவாளே, திரும்பி வரச்சே கொழந்தைக்கு மூணு மாசமாயிடும். இந்த நாலு தடவையும்... நான் வழி தவறி... மொதல் தடவைதான் கோமதி! நான் கனவிலே கூட அவளை நெனச்சதில்லே. அவ அந்தஸ்தும் அழகும் ரங்கமணியோட அவளுக்கிருந்த உறவும்... ஓ! ரொம்பப் பெரிய இடம் இல்லையோ? சும்மா அடிக்கடி ரங்கமணியைப் பார்க்கிற சாக்கிலே அங்கே போயி 'ஈ ஈ'ன்னு நிப்பேன்; 'என்ன ஓய் குடுமி'ன்னுதான் அவ என்னைக் கூப்பிடுவா... அப்புறம் கொஞ்சம் மரியாதையா 'மிஸ்டர் குடுமிநாதன்' என்று கூப்பிட ஆரம்பிச்சா. இந்த ரங்கமணி இப்ப என்னதான் பேசினாலும் அவளுக்கு இவன் செஞ்சது மகா துரோகம். 'எனக்காகக் காத்திண்டு இருன்னு ஒரு வார்த்தை சொல்லிவிட்டு நீங்க சீமைக்குப் போங்க... காலம் எத்தனை ஆனாலும் நான்

காத்திண்டிருப்பேன்'னு சொன்ன உத்தமிக்கு இந்தப் பாவி அந்த வார்த்தையைச் சொல்ல மாட்டேன்னுட்டானே! மறுநாள் காலையிலே கப்பலுக்குப் போறான்- ஒரு வாரமாகவே எங்கெங்கேயோ விருந்து-பார்ட்டின்னு அலைஞ்சிண்டிருந்தான். நானும் ஒட்டிண்டு கூடப் போவேன். 'தண்ணிப் பார்ட்டி'ன்னா வேடிக்கை பார்த்துண்டு நிற்பேன். ஊருக்குப் போற அன்னிக்கி மொத நாள் ராத்திரி கோமதி, தான் விருந்து கொடுக்கப் போறதா முன்னாடியே சொல்லி வைச்சிருந்தா. எக்ஸ்ட்ரா அழைப்பு எனக்கு மட்டும்தான். அந்த மாடி ஹாலை என்ன அருமையா அலங்காரம் பண்ணி வெச்சு- இப்ப மாதிரி எலக்ட்ரிஸிடி ஏது அப்போ? லாந்தர் வெளக்கும், சரமணியும்... நாற்காலியிலே உட்கார்ந்து டேபிள் மேலே கையை ஊணிண்டே மாலை மாலை யாகக் கண்ணீர் வடிச்சுண்டு விடிய விடிய காத்திண்டிருந்தா... இதோ வர்ரேன்னு போனானே இந்தப் பாவி ராத்திரி பூரா வரவே இல்லை! நானும் உக்காந்திண்டிருந்தா, பசிக்காதா? 'மிஸ்டர் குடுமி'... எதையாவது எடுத்து டேஸ்ட் பாருங்கன்னு நேரத்தோட சொல்லி வைச்சிருந்தாளே... டேஸ்ட் பார்த்தே பசி அடங்கிப் போச்சு... சோபாவிலே உக்காந்துண்டே நான் தூங்கிட்டேன். திடீர்னு முழிச்சுப் பார்த்தா- கோமதி கிளாசிலே என்னத்தையோ ஊத்தி ஊத்திக் குடிச்சிண்டு... கொஞ்ச நாழிக்கு முன்னே கனவுத் தேவதை மாதிரி இருந்தவ, வெறி கொண்டவ மாதிரிப் பார்க்கறா. அப்பிடியே எழுந்து என் மேலே தாவி வந்து...

'என்னாலே நம்பவே முடியலே... ஆனாலும்! ஓ! அது சொர்க்கம்! அதுக்கப்புறம் அந்த சொர்க்கம் எனக்குக் கெடைக் கல்லே. செல்வத்தையெல்லாம் மடியிலே கட்டிண்டு அவ வாசப் படியிலே எப்பேர்ப்பட்டவனெல்லாம் காத்திருக்கான்... நான் எம்மாத்திரம்?...

"அன்னிக்கி அங்கேருந்து பொறப்படறச்சே நானே போயி அவகிட்டே மெதுவாக் கேட்டுண்டேன்; "கோமதி இதைப்பத்தி ரங்கமணிகிட்டே- யாருகிட்டேயும்- எதுவும் சொல்லிடாதே! சொல்லமாட்டேன்னு சத்தியம் பண்ணு"ன்னு. கேட்டப்புறம்தான் என்ன அசட்டுத்தனம்னு தோணித்து. அவ சிரிச்சா: "ஓய்! சொன்னா எனக்குத்தானே ஐயா அவமானம்? சொல் வேனா"ன்னா. அவ அப்பிடித்தான் பேசுவா... அவ்வளவு கர்வம்... ஆனா அந்தக் கர்வம்தான் அவளுக்கு அழகு. அந்த அழகை மொகத்திலே அடிச்சுட்டுப் போயிட்டானே இந்த ரங்கமணி!"

தூக்கம் வர மாதிரி சர்மா இரண்டு தடவை கொட்டாவி விட்டபின் படுத்துப் புரண்டு திரும்புகிறார்.

"என்னப்பனே மகாதேவா..." என்று மூன்றாவது கொட்டாவி விடும்போது கடிகாரம் ஒன்று அடிக்கிறது.

"என்ன ஒண்ணுதானா? மூணரையா இருக்கும்... சரி- லைப்னா அப்பிடி இப்பிடி சமயத்திலே; புருஷாளா இருக்கிறவா கொஞ்சம் நகர்ந்து ஒதுங்கி வயசுக் கோளாறினாலே போறதுதான்- வந்துடறதுதான்- இதே தொழில்னு திரியறானே இந்த ரங்கமணி... எக்கேடும் கெட்டுப் போறான்... எனக்கென்ன இப்படித் தூங்காம... 'ஓவ்... மகாதேவா!'...

'அப்படித் தள்ளிட முடியுமா? அவன் பற்றே இல்லாமல் உலகத்தை அனுபவிச்சிருக்கான்? நம்ப இந்திய வேதாந்தம் சொல்றதே– அதுதான் ரங்கமணி கடைப்பிடிக்கற தத்துவமோ?... தாமரை இலைத் தண்ணீர்ம்பாளே?... அவன் எங்கே சுத்தினாலும் கடைசியிலே எதுக்கு இங்கே வந்து நின்னு அந்த வீட்டைப் பார்த்துக் கண் கலங்கணும்?...

'அவன் இந்த வாழ்க்கையிலே புரண்டு புரண்டு அறிவையும் மனசையும் சாணை பிடிச்சது மாதிரி கூர்மையா பளபளப்பா வெச்சுண்டு... ஓவ்! மகாதேவா...'

* * *

"இந்தாப்பா– இன்னிக்கி பீச்சுக்கு வாணாம்... கபாலீஸ்வரர் கோயிலுக்குப் போ..."

"சரிங்க..."

கார் புறப்பட்டுச் சென்றது.

மெதுவாகவும் நிதானமாகவும் தனது பளபளக்கும் கைத்தடியை ஊன்றி நடந்து கோயிலுக்குப் போகிறார் அந்தக் கிழவர்.

கோயிலின் பெரிய மணி பேரோசையாய் முழங்குகிறது. பட்டுப் புடவை சரசரக்க பெண்கள் கூட்டம் ஒன்று அவரைக் கடந்து வேகமாய் உள்ளே போகிறது. கிழவர் தலை நிமிர்த்தி, புருவத்திற்குமேல் கை மறைத்து அவர்களைப் பார்த்துக் கொண்டே பின் தொடர்கிறார்.

சர்மாதானா? அங்கே பீச்சிலே ரங்கமணி காத்திருப்பாரே!...

ஆனந்த விகடன், 1967

# பாவம், பக்தர்தானே!

**ஊ**ரின் நடுவே அந்தக் கோயில் இருந்தது. இருந்தாலும் சந்தடியின்றி அமைதியாக இருந்தது. கோயிலென்றால் ஒரு மைல் தூரத்துக்கு அப்பாலிருந்தே தரிசித்து 'உயர்ந்த சிகரக் கும்பம் தெரியுது' என்று பாடத்தகுந்த பெரிய கோபுரங்கள் ஏதும் கிடையாது. பார்த்துப் பிரமித்து நிற்காமல், சொந்தத்துடன் நம் வீட்டுக்குள் நுழைகிற உணர்வோடு அந்தக் கோயிலில் எவரும் பிரவேசிக்கலாம். பெரிய கதவுகள் அடைத்துத் தடுக்காது. கோயிலைச் சுற்றி நாலு அடி அகலத்துக்குப் பிராகாரமும் மதிலும் உண்டு. கருங்கல் தளவரிசை, பக்கத்தில் அடர்ந்து நிற்கும் புன்னை மரத்தின் பூக்களாலும் நிழலாலும் எந்த நேரத்தில் கால் வைத்தாலும் சில்லென்று இருக்கும். ஜிலுஜிலுவெனக் காற்றும் அடிக்கும். அங்கே பக்கத்தில் உள்ள இலுப்பைத் தோட்டத்தில் மாடுகளை மேயவிட்ட பின், அந்த மாட்டுக்காரச் சிறுவர்கள் விளையாடும் 'ஆடு- புலி' ஆட்டத்திற்குக் கிழித்த கோடுகள் நிரந்தரமாகி விட்டிருந்தன. பகல் வேளைகளில் அவர்கள் அங்கே விளையாடியோ, படுத்து உறங்கியோ பொழுதைக் கழிப்பார்கள். அதற்கெல்லாம் கோயிலில் ஒரு தடையும் இல்லை. இதன் நடுவே, அந்தக் கம்பிக் கதவினூடே கை நீட்டித் தொட்டுவிடும் தூரத்தில், ஓரடி உயரத்தில், கை ஏந்தி அழைத்தால் தாவி ஓடிவந்து இடுப்பில் உட்கார்ந்து கொள்ளுமோ என்கிற பாவனையில்- ஒரு பால கிருஷ்ணன் சிலை.

அந்தப் பகுதியில் உள்ள தெலுங்கு பேசும் ஒரு வகுப்பினரின் அபிமானத்துக்குரிய அந்தக் கோயிலுக்கு ஒரு தமிழ்ப் பிராமணரே அர்ச்சகராய் இருந்தார். கோயிலுக்குச் சுமாரான சொத்து வசதி இருந்ததால் அங்கு சதா நேரமும் விளக்கு எரிந்து கொண்டிருந்தது. காலையிலும் மாலையிலும் பூஜையும், வருஷத்துக்கு ஒருமுறை பத்து நாட்கள் சற்று ஆடம்பரமாகவே திருவிழாவும் நடந்தது. மாலை நேரங்களில் பெண்கள் வருவார்கள். அப்போது மாட்டுக் காரச் சிறுவர்கள் வீடு திரும்பியிருப்பார்கள். இலுப்பைத் தோப்பில் குயில்கள் கூவிக்கொண்டு இருக்கும். மத்தியானம் பூராவும் நிலவிய சூழ்நிலைக்கு முற்றிலும் மாறான ஒரு களை குடிகொள்ளும் அப்போது. இரவு எட்டு மணி வரைக்கும் அந்த அர்ச்சகர்

அப்பண்ணா கோயிலிலேயே இருந்து, சமயத்தில் ஒன்பது மணிக்கு மேலே பாலகிருஷ்ணனைச் சிறை வைத்தது மாதிரி அந்தக் கம்பிக் கதவுகளை இழுத்துப் பூட்டிக் கொண்டு செல்வார்.

இப்போதெல்லாம் சில கோயில்களில் பூசாரிகள் ஏதோ கடமைக்கு என்று செய்கிறார்களே– அது மாதிரியல்லாமல், உண்மையிலேயே ஒரு சிரத்தையும், அதில் ஒரு சுகானுபவமும் கொண்டு அந்த பாலகிருஷ்ணனுக்கு அவர் அலங்காரம் செய்வார். பார்த்துப் பார்த்து ரசித்து ரசித்துச் செய்வார். ஒரு குழந்தைக்கு அதன் தாய் சிங்காரம் செய்கிற மாதிரி செய்வார். அதிலே என்னவோ அவருக்கு அப்படி ஒரு சுகம். அப்பண்ணாவுக்குக் குழந்தை இல்லாத குறையைப் பாலகிருஷ்ணனிடம் தீர்த்துக் கொள்ளுகிறார் என்று சிலர் பரிகாசமாகச் சொல்லுவார்கள். அதற்காகக் குறைப்பட்டு, கவலைப்பட்டு, ஏக்கப்பட்டு, எதிர் பார்த்திருந்த காலமெல்லாம் தீர்ந்து போய்விட்டது, இப்போது, அவருக்கு ஐம்பது வயதுக்கு மேலேயும், அவர் மனைவிக்குக் கிட்டத்தட்ட ஐம்பது வயதும் ஆகிவிட்டதால் அந்தக் கவலைகூட அவர்கள் மனத்திலிருந்து கழன்று போய்விட்டது.

அவர் மனைவி பட்டம்மாளும் சில நாட்கள் கோயிலைச் சுற்றியுள்ள பூச்செடிகளில் பூப்பறிக்க வருவாள். அநேகமாக எல்லா நாட்களிலும், அப்பண்னாதான் காலையில் வந்து பூப்பறித்துக் கொண்டு போவார். அதை அவள் ரொம்பச் சிரத்தையோடு விதவிதமாகத் தொடுத்துத் தருவாள்... காலைப் பலகாரத்தைப் பாலகிருஷ்ணனுக்காகவே அவள் தயார் செய்வாள். அதனைக் கொண்டுவந்து அவர் நைவேத்யம் செய்து எடுத்துக் கொண்டு போன பிறகுதான் சாப்பிடுவார்கள்.

அவர்கள் வீட்டு வாசலில் ‘கோயில் பிரசாதம் கிடைக்கும்’ என்று தகரத்தில் சுண்ணாம்பால் எழுதிய போர்டு ஒன்று தொங்கும். அதுதான் அவர்களின் ஜீவனோபாயம் என்று கூடச் சொல்லலாம்; என்றாலும் அதனை ஜீவனோபாயம் கருதி ஆசார மில்லாமல் அவர்கள் தயாரிப்பதில்லை. அது உண்மையிலேயே நைவேத்யம் செய்யப்பட்ட பவித்திரமான பிரசாதம்தான் என்பதை அவ்வூர் மக்கள் அறிவர்.

கிருஷ்ணன் கோயில் பிரசாதம், கிருஷ்ணன் கோயில் அர்ச்சகர், கிருஷ்ணன் கோயில் அர்ச்சகரம்மாள் என்றெல்லாம் அந்தக் கோயிலோடு சம்பந்தப்பட்டு, பெயரேற்றிருக்கும் இவர் களைத் தவிர, கிருஷ்ணன் கோயிலோடு எவ்வித சம்பந்தமு மில்லாத இன்னொரு நபரும் உண்டு. அவளைக் கிருஷ்ணன்

கோயில் கிழவி என்று அழைப்பர். அவளது பூர்வோத்திரம் யாருக்கும் தெரியாது. சில வருஷங்களுக்கு முன்பு அவளை இந்தப் பிரதேசத்தில் மக்கள் கண்டனர். ஒரு கையில் ஊன்றுகோலும், மாற்றுப் புடவையைச் சுருட்டிய ஒரு கந்தல் மூட்டையுமாய் அவள் ஒரு நாளின் அந்திப் பொழுதில் இந்த இலுப்பைத் தோப்பில் பிரவேசித்தாள். வாழ்ந்த வாழ்க்கை போதும் போதும் என்று சொல்வது மாதிரி கழுத்துக்குமேல் அவள் தலை, சதா ஆடிக்கொண்டு இருக்கும்.

இந்த இடத்துக்கு வந்த பிறகு, ஏதோ இந்த இலக்கை நாடித்தான் அவள் இவ்வளவு காலம் நடந்து வந்தது மாதிரி இங்கே நிரந்தரம் கொண்டுவிட்டாள். அதிகாலை நேரத்திலேயே அங்கிருந்து அவள் புறப்பட்டு விடுவாள். உச்சிப் போதிலேயோ, பிற்பகலிலேயோ கந்தலில் முடிந்த அரிசியோடு அவள் திரும்பி வருவாள். வந்த உடனே பொங்கித் தின்றுவிட வேண்டுமென்ற அவசரமில்லாமல் சாவதானமாகப் படுத்துத் தூங்குவாள். இரவு ஒன்பது மணிக்குமேல் அர்ச்சகர் அப்பண்ணா, பால கிருஷ்ணனைச் சிறைவைத்துக் கம்பிக் கதவுகளைப் பூட்டிக் கொண்டு திரும்பும்போது அந்த இலுப்பை மரத்தடியில் மூன்று கற்களை வைத்துத் தீ மூட்டிய அடுப்பின்மீது அந்தக் கிழவி தனது ஒற்றை வயிற்றுக்கு உணவு சமைத்துக் கொண்டிருப்பதைப் பார்ப்பார். மறுநாள் காலை அவர் பூக்கொய்வதற்காக வரும்போது மரத்தடியில் அந்தக் கரி படிந்த மண் பாத்திரங்கள் கவிழ்த்து வைக்கப்பட்டிருக்கும். அவள் கோயிலுக்கும் வந்து போயிருக்கிறாள் என்பதற்கு அடையாளமாகக் கோயில் பிராகாரம் சுத்தம் செய்யப்பட்டு, நீர் தெளிக்கப்பட்டு, அவள் தலையாட்டம் மாதிரியே ஆடி நெளிந்து அலங்கோலமாகக் கோலமும் இடப் பட்டிருக்கும்.

அவளைக் கோயிலுக்குள்ளே அப்பண்ணாவோ அவருடைய மனைவியோ, மாட்டுக்காரச் சிறுவர்களோ யாரும் இதுநாள் வரை பார்த்ததில்லை.

ஆனாலும் அவளுக்குக் 'கிருஷ்ணன் கோயில் கிழவி' என்று பெயர் வந்துவிட்டது.

அவள் யாரிடமும் பேச முடியாத ஊமை என்பதால் அவள் பெயரும் யாருக்கும் தெரியாது. தனக்கு ஊர் இட்ட பெயரை அவள் ஒப்புக் கொண்டாளா இல்லையா என்பதும் யாருக்கும் தெரியாது.

ஒரு நாள் அப்பண்ணா பக்கத்து ஊருக்கு ஏதோ காரியமாகப் போயிருந்தார். திரும்பி வரும்போது நடுநிசி ஆகிவிட்டது. ரயில டியிலிருந்து இலுப்பைத் தோப்பின் வழியாகக் கிருஷ்ணன் கோயிலைக் கடந்து அவர் வந்தபொழுது– கோயிலினுள்ளிருந்து மனிதக் குரல் கேட்கவே, சற்று நின்றார். உள்ளே எட்டிப் பார்க்கையில் பாலகிருஷ்ணனின் சந்நிதியில் உட்கார்ந்திருக்கும் அந்தக் கிழவியின் முதுகுப்புறம் தெரிந்தது.

'இந்த நடுநிசியில் இவள் அங்கே என்ன செய்கிறாள்? வெளியே மழைகூட இல்லையே!' என்று வானத்தை அண்ணாந்து பார்த்து விட்டுச் சந்தடியின்றிக் கோயிலுக்குள் நுழைந்தார் அப்பண்ணா. இப்போது கிழவியின் முதுகுப்புறம் மட்டுமல்லாது அவளுக்கு முன்னால் பாலகிருஷ்ணனுக்கும் அவளுக்கும் நடுவே உள்ளே இடைவெளியில் உடைந்து மூளியாகிப் போன மண் சட்டியும் அதிலே உள்ள சோறும்கூட அந்தச் சிறிய எண்ணெய் விளக்கின் ஒளியில் தெரிந்தன.

கிழவி சட்டியிலிருந்து ஒரு கவளம் எடுத்துக் கம்பிக் கதவினூடே பாலகிருஷ்ணனின் முகத்துக்கு நேரே அதைக் காட்டித் தனது ஊமைப் பாஷையில் உருகி உருகிக் கெஞ்சிய பின், கிருஷ்ணன் அதை உண்டுவிட்ட பாவனையில் திருப்தி கொண்டு தான் புசிக்கலானாள். இப்படி ஒவ்வொரு கவளத்தையும் அவள் சாப்பிடுவதற்கு முன் அவனுக்கு ஊட்டிய பாவனையில் அவள் கொஞ்சிச் சிரித்து மகிழ்ந்து உண்டாள்.

அப்பண்ணாவுக்கு முதலில் கோபமும், பின்னர் இந்தப் பைத்தியக்காரக் கிழவியின் செய்கையிலே ஒருவிதப் பரிதாபமும் பிறந்தது. என்றாலும் அந்தத் தெய்வ சந்நிதானத்தை இவள் இவ்வாறு அசுத்தப்படுத்துவதைக் காண அவருக்கு மனம் பொறுக்கவில்லை... அவளது பேச்சை அவர் சற்று உற்றுக் கவனித்தார். அவளது செய்கையைப் புரிந்து கொள்ள முடியாதது போலவே அவளது மொழியும் அவருக்குப் புரியவில்லை. இதுவரை ஒரு கிழவியாக மட்டுமே அறிந்திருந்த அவளை இப்போது ஒரு நான்கு வயதுச் சிறுமி மாதிரி அவர் கண்டார்.

அந்தக் காரியம் நடக்கிற தினுசிலிருந்து இது ஏதோ இன்று மட்டும் நடக்கிற ஒரு திடீர் நிகழ்ச்சி அல்ல; கிழவி இந்தப் பிரதேசத்துக்கு வந்த நாள் தொட்டு, தினசரி நடக்கின்ற ஒரு வழக்கமான காரியம் என்று அவரால் புரிந்து கொள்ள முடிந்தது. தினசரி அவள் கோயில் சந்நிதானத்தைச் சுத்தம் செய்து, நீர்

தெளித்துக் கோலம் இட்டு வைப்பதற்கு இதுதான் காரணமா யிருக்க வேண்டும் என்று அவரால் ஊகிக்க முடிந்தது.

"ஏ கிழவி!" என்று அவர் அதட்டிய குரல், அவள் செவிகளில் விழவே இல்லை.

அவளது ஆனந்தமயமான அந்த அனுபவத்தில் தான் குறுக்கிட்டு இடையூறு செய்வதுகூட ஒரு பாபமாகிவிடுமோ என்று பயந்தார் அவர். சற்று நேரம் அங்கேயே நின்று அதைப் பார்த்த பின்னர், தான் வந்தது அவளுக்குத் தெரியாமல் தன் வழியே திரும்பி நடந்த அப்பண்ணாவுக்கு வீட்டுக்குச் சென்ற பிறகு கூடத் தூக்கம் வரவில்லை.

அந்தக் கோயிலின் அர்ச்சகர் என்ற முறையில் அவளைத் தான் அடித்துத் துரத்தாமல் வந்தது தவறே என்று அவர் மனம் குமைந்தது.

அவள் என்ன என்ன கர்மத்தை எல்லாம் சமைக்கிறாளோ? அதையெல்லாம் கொண்டு வந்து பகவானுடைய சந்நிதியில் இப்படி அசுத்தப்படுத்த அவளுக்கு எப்படித்தான் மனம் வருகிறது என்று பலவாறு எண்ணிக் குழம்பிய அப்பண்ணா, மறுநாள் முதல் அந்தக் கோயிலின் வெளிப்புற வாயிற் கதவுகளையும் தான் வரும் போது இழுத்துப் பூட்டிக் கொண்டு வந்துவிடுவது என்று முடிவு செய்தார்.

●●●

இப்பொழுதெல்லாம் கிருஷ்ணன் கோயிலுக்குள்ளே அதி காலையில் சில மணி நேரங்களிலும், மாலைப்போதின் சில மணி நேரங்களிலும் தவிர பிற சமயங்களில் யாரும் பிரவேசிக்க முடியாது. கோயிலின் முன்புறப் பிராகாரக் கதவுகளை– வெகு நாட்களாக அடையா நெடுங்கதவமாய்த் தரையோடு தரையாய் அழுந்தி, அருகம்புல் முளைத்து அழுந்திப் போன அந்த இரும்புக் கதவுகளை– ஒருநாள் பூராவும் பிரயாசைப்பட்டுப் புற்களிலிருந்தும், துருவிலிருந்தும் விடுதலை செய்து, கீல்களுக்கு எண்ணெய் போட்டுச் சென்ற வாரத்தில் ஒரு நாள் சாத்திக் கோயிலையே சிறை வைத்தார் அப்பண்ணா.

மாட்டுக்காரச் சிறுவர்கள் ஆடு–புலி ஆட்டத்திற்காக இப் போது கோயில் படிகளில் கோடு கிழிக்க ஆரம்பித்து விட்டனர். இலுப்பைத் தோப்பில், மாடுகள் மேய்வதும், குயில்கள் கூவுவதும் மட்டும் நிற்கவில்லை. அந்தக் கிழவி மட்டும் இப்போது எங்கும் போகாமல் அந்த மரத்தடியிலேயே உட்கார்ந்து கொண்டு மூடிய

கம்பிக் கதவுகளைப் பார்த்துப் பார்த்துப் பெருமூச்செறிந்து கொண்டு இருந்தாள். சில சமயங்களில் அங்கிருந்து எழுந்து சென்று எங்காவது போய் யாராவது தரும் எச்சிலைப் புசித்தாள். நேரம் காலம் வித்தியாசமில்லாமல் மரத்தடியிலேயே படுத்துத் தூங்கினாள். இலுப்பை மரத்தடியில் மூன்று கற்களுக்கிடையே மூண்டெரியும் அவளது அடுப்பு, இப்போதெல்லாம் சூனியமாகவே கிடக்கிறது.

பூஜை செய்வதற்கும், பூப்பறிப்பதற்கும் அப்பண்ணா கோயிலுக்கு வந்து போகும்போது, கிழவி அவரைப் பரிதாபமாக ஏறிட்டுப் பார்ப்பாள். ஏனோ அப்பண்ணாவுக்கு அவள் பக்கம் திரும்பிப் பார்க்கவே பயம். அவளைக் கவனிக்காதது மாதிரி வேகமாகப் போய்விடுவார். அன்று நள்ளிரவில் தான் கண்ட காட்சியைப் பற்றித் தன் மனைவியிடம் கூட இன்னும் அவர் சொல்லவில்லை.

●●●

**ப**த்து நாட்களுக்குப் பிறகு பாலகிருஷ்ணன் கோயிலுக்குத் திருவிழா வந்தது. கோயில் முன்னால் கொட்டகை போட்டார்கள்; கொடியேற்றினார்கள். சாதாரண நாட்களிலேயே பார்த்துப் பார்த்துப் பாலகிருஷ்ணனுக்கு சிங்காரம் செய்கின்ற அப்பண்ணாவோ திருவிழா நாளன்று அதிசிரத்தை கொண்டு அலங்காரம் செய்ய ஆரம்பித்தார்.

பாலகிருஷ்ணனுக்கு முன் கையில் கங்கணத்தை எடுத்துப் பூட்டினார்.

'அட பைத்யமே! இதென்ன கால் தண்டையை எடுத்துக் கையில் பூட்டி விட்டேன்? அதுதான் இவ்வளவு தொளதொள வென்று இருக்கிறது' என்று தன்னையே எண்ணிச் சிரித்தவாறு அதனைக் கழட்டிப் பார்த்தார்.

அது கால் தண்டையல்ல; கங்கணம்தான்!

'எப்படி இவ்வளவு பெரிதாகிவிட்டது? போன வருடம்– அவன் கைகளில் எவ்வளவு பதிவாய் அழகாக இருந்தது? எப்படிப் பெரிதாகி விட்டது' என்று மனத்துள் ஓர் அரிப்புடன் தண்டையை எடுத்து அணிவித்தார்.

அதுவும் காலில் சேராமல் தனி வளையமாய்ப் பாதத்தில் வீழ்ந்து கிடந்தது...

அரை வடத்தை எடுத்துக் கட்டினால் அதுவும் பெரிதாகி இருந்தது.

'என்ன சோதனை இது?' என்று ஏக்கத்துடன் அவர் பால கிருஷ்ணனின் முகத்தைப் பார்த்தார்.

ஓ! அந்த முகம்கூடச் சுண்டிச் சுருங்கி வாடி வதங்கிப் புன்முறுவல் இன்றித் தோன்றுவதைக் கண்டார். 'பால கிருஷ்ணன் இளைத்துப் போய் விட்டானா?'

ஆமாம்! பாலகிருஷ்ணன் இளைத்தேதான் போய்விட்டான்! இதைப் போய் யாரிடம் சொல்வது? பகுத்தறிவு வாதம் என்கிற பேரில் நாஸ்திகவாதம் பெருத்துப்போன இக்காலத்தில், என்னைப் பைத்தியக்காரன் என்று அல்லவா சிரிப்பார்கள்! நாத்திகர்கள் சிரிப்பது கிடக்கட்டும். இந்தக் கோயிலுக்கு வந்து பக்தியோடு பாலகிருஷ்ணனைத் தரிசித்துச் செல்லும் எந்த ஆஸ்திகனாவது நான் சொல்லுவதை நம்புவானா?'... என்று அப்பண்ணா ஒன்றும் புரியாமல் வெறிக்க வெறிக்க விழித்தவாறு வெகுநேரம் உட்கார்ந்திருந்தார்.

இரவு ஒன்பது மணிக்கு அவர் கோயிலுக்கு வெளியே வந்தபோது, அந்தக் கிழவியைப் பார்த்தார். திருவிழாக் கொட்டகையின் விளக்கு வெளிச்சத்தில் அக்கம் பக்கத்துக் குழந்தைகள் ஏக அமர்க்களம் செய்து விளையாடிக் கொண்டிருப்பதைத் தன்னை மறந்த லயத்தோடு பார்த்து மகிழ்ந்து கொண்டிருந்தாள் கிழவி.

அப்பண்ணா அவள் முகத்தை உற்றுப் பார்த்தார். அவள் வாய் பேசமுடியா ஊமை எனினும், அந்த முகத்தில் எத்தனை உணர்ச்சி வெளிப்பாடுகள்... எத்தனை அனுபவ ரேகைகள்! எத்தனை சோக முத்திரைகள்!...

அப்பண்ணா அந்தக் கிழவியைப் பற்றி யோசித்தார். 'இவள் இப்போ இங்கே ஒரு அநாதைக் கிழவியா தனிச்சுக் கிடந்தாலும் இவள் வயதுக்கு இவளும் பிள்ளைகள் பெற்றுப் பெருகி வாழ்ந் திருப்பாள், இல்லையோ? என்ன நடந்ததோ? யார் சொல்ல முடியும்? ஒருவேளைச் சாப்பாட்டைக் கூடத் தனியாகச் சாப்பிட்டு அவளுக்குப் பழக்கமில்லாதிருந்திருக்குமா? அதனாலே தான் பாலகிருஷ்ணனைத் துணைக்கு வச்சுண்டு சாப்பிட்டாளோ. இதைப் போயி இவளிடம் கேட்க முடியாது. ஊமைகள் பேசாது... உணர்த்தும். அப்படி எதையோ பாலகிருஷ்ணனுக்கு இவள் உணர்த்திவிட்டாளோ?— பாலகிருஷ்ணன் மட்டும் பேசறானா? அவனும் இப்ப எனக்கு எதையோ உணர்த்தறானோ?... இதை யெல்லாம் பேசி உணர்த்த முடியாது. அறிவு, பக்திக்குப் பகை! நைவேத்யம் பண்றதை பகவான் ஏத்துக்கிறார்னு நான் நம்பறதும்,

பகவான் பிரசாதம்னு ஊர் நம்பறதும் சரின்னா அந்தக் கிழவி அந்தரங்கமாயும், அன்பாயும் தர்றதை அவன் ஏத்துக்க மாட்டான்னு நினைக்க நான் யாரு? அதுக்காக அவன் காத்துண்டு இருக்கான். பத்து நாளா நான் பாலகிருஷ்ணனைப் பட்டினி போட்டுட்டேனோ?' என்றெல்லாம் அப்பண்ணாவின் மனம் குடைந்தது.

அன்று வீடு திரும்பும்போது அவர் கோயிலின் வெளிப் பிராகாரக் கதவுகளை இழுத்து மூடாமல்– நன்கு விரியத் திறந்து வைத்துவிட்டே போனார்.

●●●

சில நாட்களுக்குப் பிறகு இரவு ஒன்பது மணிக்கு மேல் இலுப்பைத் தோப்பில் ஒரு மரத்தடியில் அடுப்பு எரிந்து கொண்டிருந்ததை அப்பண்ணா பார்த்துக் கொண்டே வீட்டுக்குப் போனார். அதில் என்னமோ கொதிக்கிறது. அப்பண்ணா மேல் துண்டால் மூக்கைப் பிடித்துக் கொள்ளுகிறார்.

பாவம், அவர் பக்தர்தானே! பகவானா என்ன?

---

ஆனந்த விகடன், 1967

# அக்ரஹாரத்துப் பூனை

எங்கள் ஊர் ரொம்ப அழகான ஊர். எங்கள் அக்ரஹாரத் தெரு ரொம்ப அழகானது. எங்கள் அக்ரஹாரத்து மனிதர்களும் ரொம்ப அழகானவர்கள். அழகு என்றால் நீங்கள் என்னவென்று நினைத்துக் கொண்டிருக்கிறீர்களோ எனக்குத் தெரியாது. என்னைப் பொறுத்தவரை ஒன்றின் நினைவே சுகமளிக்கிறது என்றால் அது ரொம்ப அழகாகத்தான் இருக்க வேண்டும். முப்பத்தைந்து வருஷங்களுக்கு முன்னால் அங்கே அந்தத் தெருவில், ஓர் பழங்காலத்து வீட்டின் கர்ப்பக்கிருகம் மாதிரி இருளடைந்த அறையில் பிறந்து, அந்தத் தெருப் புழுதியிலே விளையாடி, அந்த மனிதர்களின் அன்புக்கும் ஆத்திரத்துக்கும் ஆளாகி வளர்ந்து, இப்போது பிரிந்து இருபத்தைந்து வருஷங்கள் ஆன பிறகும் அந்த நினைவுகள், அனுபவங்கள், நிகழ்ச்சிகள் யாவும் நினைப்பதற்கே சுகமாக இருக்கிறதென்றால், அவை யாவும் அழகான அனுபவங்களும், நினைவுகளும்தானே!

நான் பார்த்த ஊரும்—இவை என்றுமே புதிதாக இருந்திருக்க முடியாது என்ற உறுதியான எண்ணத்தை அளிக்கின்ற அளவுக்குப் பழசாகிப் போன அந்த அக்ரஹாரத்து வீடுகளும், இவர்கள் என்றைக்குமே புதுமையுறமாட்டார்கள் என்கிற மாதிரி தோற்ற மளிக்கும் அங்கு வாழ்ந்த மனிதர்களும் இப்போதும் அப்படியே தான் இருக்கிறார்கள் என்று என்னால் நிச்சயமாகச் சொல்ல முடியாது. எனினும், அவர்கள் அப்படியே இருக்கிறார்கள் என்று நினைத்துக் கொள்வதிலே ஒரு அழகு இருக்கிறது; சுகம் இருக்கிறது.

நான் இப்போது ரொம்பவும் வளர்ந்துவிட்டேன்; ரொம்பவும் விஷயங்கள் தெரிந்து கொண்டு விட்டேன். என்னிடமிருந்த குறும்புத்தனங்கள் எவ்வளவோ நீங்கிவிட்டன. ஆனாலும் கற்பனை யாக இத்தனை மைல்களுக்கப்பாலிருந்து அந்த ஊரின் தெருவுக்குள் பிரவேசிக்கும்போது—கற்பனையால் தூரத்தை மட்டும் தான் கடக்க முடியுமா?—காலத்தையும் கடந்து நான் ஒரு பத்து வயதுச் சிறுவனாகவே நுழைகிறேன்.

அந்தக் குளத்தங்கரை ஓரமாக நான் வரும்பொழுது, எனது பிரசன்னத்தைக் கொஞ்சம் கூடப் பொருட்படுத்தாமல் அந்தப்

பெண்கள் குளித்துக் கொண்டிருக்கும்போது, குளக்கரைப் படியிலே நான் சற்று உட்கார்ந்து கொள்கிறேன். அங்கு சுகமாகக் காற்று வரும். குளத்திலே தண்ணீருக்கு மேல் ஓர் அடி உயரத்துக்கு மீன்கள் துள்ளிக் குதிக்கும்– கூழாங்கற்களைப் பொறுக்கிக் குளத்துக்குள் எறிந்தவாறு எவ்வளவு காலம் வேண்டுமானாலும் உட்கார்ந்திருக்கலாமே–எங்கெங்கோ பரந்து என்ன வாரிக் கட்டிக் கொண்டோம்?–

வெங்கிட்டு, உத்தண்டம், சுந்தரம், தண்டபாணி எல்லாரும் பெண்கள் படித்துறைக்கும் ஆண்கள் படித்துறைக்குமிடையே உள்ள கட்டைச் சுவரின் மீது வரிசையாக வந்து நின்று, ஒவ்வொருவராக 'தொபுக்' 'தொபுக்' என்று குதித்த பின்னர், ஈரம் சொட்டச் சொட்ட ஒரு 'ரிப்பன்' கோவணத்தை இழுத்து இழுத்துச் செருகிக் கொண்டு மறுபடியும் சுவரின்மீது ஏறி வந்து வரிசை அமைக்கின்றனர்.

நான் எப்போதுமே தனி. என்னை அவர்கள் சேர்த்துக் கொள்ள மாட்டார்கள். நான் துஷ்டனாம்.

நான் அந்தச் சிறுவர்களுடன் சேராமல் அமைதியாக உட்கார்ந்திருப்பதைப் பார்க்கும் பெரியவர்கள் என்னை உதாரணம் காட்டிப் பேசுவார்கள். நான் விஷமம் செய்யாமல் 'தேமே'னென்றிருக்கிறேனாம். நான் அடக்கமான, பதிவிசான பையனாம்... 'சீ, பாவம்டா! அவனையும் சேத்துண்டு வெளை யாடுங்களேன். போனாப் போறது; நீ வாடா அம்பி. அவா உன்னைச் சேத்துண்டு வெளையாடலேன்னா ஒண்ணும் கொறைஞ்சி போயிட மாட்டே... நீ வாடா, நான் உனக்குப் பட்சணம் தரேன்... காப்பிப் பொடி அரைக்கலாம் வரயா?... ' என்றெல்லாம் என் மீது அன்பைச் சொரிகின்ற பெரியவர்களின் அரவணைப்பு எனக்கு மனசுக்கு இதமாக வெதுவெதுவென்றிருக் கும். நான் அவர்களுக்குக் காப்பிப்பொடி அரைத்துக் கொடுக்கிற திலிருந்து சில நேரங்களில் கால் அமுக்கி விடுவது வரை எல்லாக் காரியங்களும் செய்வேன். என் அம்மா சொன்னால் மட்டும் கேட்க மாட்டேன். 'போ! போ!' என்று ஓடுவேன்.

எனக்குப் பத்து வயசாகறதுக்குள்ளேயே என் அம்மாவுக்கு ஐந்து கொழந்தைகள். தாயின் அன்போ அரவணைப்போ எனக்கு நினைவுகூட இல்லை.

என் அம்மா என்னைக் கூப்பிடற பேரே 'ஏ! கடன்காரா' தான். ஊருக்கு, தெருவுக்கு, மற்றவர்களுக்குப் பதிவிசாகத்

'தேமே'னென்று தோற்றமளிக்கிற நான், வீட்டில் அவ்வளவு விஷமங்கள் செய்வேன்.

என்ன விஷமம்? ஏதாவது ஒரு குழந்தை ஓடி வரும்போது 'தேமே'னென்று உட்கார்ந்திருக்கும் நான் 'தேமே'னென்று குறுக்கே காலை நீட்டுவேன்... கீழே விழுந்து 'ஓ'வென்று அழும் குழந்தைக்குச் சில சமயங்களில் மோவாயிலிருந்தோ பல்லி லிருந்தோ ரத்தம் ஒழுகும். நான் 'தேமே'னென்று உட்கார்ந்திருப் பேன். அந்தச் சனிகள் பேசத் தெரியாவிட்டாலும் அழுது கொண்டே கையை நீட்டிச் சாடை காட்டி, தான் விழுந்ததுக்கு நான்தான் காரணம் என்று எப்படியோ சொல்லிக் காட்டிக் கொடுத்துவிடும்கள்.

"கடன்காரா! செய்யறதையும் செய்துட்டுப் பூனை மாதிரி உட்கார்ந்திருக்கியா?" என்று அம்மா வந்து முதுகில் அறைவாள். அறைந்துவிட்டுக் "கையெல்லாம் எரியறது... எருமை மாடே!" என்று நொந்து கொண்டு விரட்டுவாள்.

"ஏண்டி அவனை அடிக்கறே! பாவம், அவன் 'தேமே'ன்னு தானே இருக்கான்" என்று யாராவது அடுத்த வீட்டு-எதிர் வீட்டு மாமி வந்து- அவள் வந்த பிறகு அழ ஆரம்பித்த என்னைச் சமாதானப்படுத்தி அழைத்துக் கொண்டு போவார்கள். பட்சணம் கிடைத்த பிறகு நான் சமாதானம் அடைவேன். ஆனாலும் அங்கேயும் 'தேமே'னென்று இருந்து கொண்டே ஏதாவது செய்து விடுவேன். எப்படியோ பழியிலிருந்து மட்டும் தப்பித்துக் கொள் வேன்... காப்பிப் பொடி அரைக்கிற மிஷின்லே மண்ணைக் கொட்டி அரைக்கறது... திடீர்னு, "மாமி... இங்கே வந்து பாருங்கோ. யாரோ மிஷின்லே மண்ணெப் போட்டு அரைச்சிருக்கா"ன்னு கத்துவேன்.

"வேற யாரு எங்காத்துக் கடன்காரனாத்தான் இருக்கும்" என்று அவர்கள் வீட்டுக் கடன்காரனைத் தேடிப் பிடித்து நாலு அறை வாங்கி வைத்துப் பார்த்தால்தான் ஒரு சந்தோஷம், ஒரு நிம்மதி.

என் அம்மா மட்டும் என் மேல் அனுதாபம் காட்டுகிற மாமி களை எச்சரித்துக் கொண்டே இருப்பாள்: "அவனை நம்பா தீங்கோ... பார்த்தா 'மொசு மொசு'ன்னு பூனை மாதிரி இருந்துண்டு உடம்பே வெஷம்... என்னமோ சொல்லுவாளே, பூனை செய்யற தெல்லாம் வெஷமம்- அடிச்சா பாவம்னு- அந்த மாதிரி..."

அதைக் கேட்டு "ஏண்டா, அப்படியா?" என்று அந்த மாமி என்னைப் பார்ப்பாள். நான் தேமேனென்று அவளைப் பார்ப்பேன்.

"சீ, போடி! என்னத்துக்குக் கொழந்தையெ இப்படிக் கரிச்சுக் கொட்டறே! நீ வாடா..." என்கிற அந்த அணைப்பும் அன்பும் எவ்வளவு இதமாக, சுகமாக இருக்கும்! ஆனால் அந்த அனுதாபம் காட்டுகிற அவர்களுக்குக்கூட நான் உண்மையாக, வெள்ளையாக இல்லை என்பது எனக்கல்லவா தெரியும்!

சரி! நான் என்ன சொல்லிக் கொண்டிருக்கிறேன்! அந்த அக்ரஹாரத்துப் பூனையெப் பத்தி சொல்ல வந்து– அக்ரஹாரத்து மனுஷாளைப் பத்தியும் என்னைப் பத்தியும்னா சொல்லிக் கொண்டு இருக்கேன்? இருபத்தைந்து வருஷத்துக்கு முன்னே– பத்து வயசு வரைக்கும் வாழ்ந்திருந்த ஒரு கிராமத்தையும் ஒரு அக்ரஹாரத்தையும் அதிலே வாழ்ந்த மனுஷாளையும் பத்தி இன்னும் எவ்வளவு நாளைக்கி வேணும்னாலும் என்னால் சொல்லிக் கொண்டே இருக்க முடியும். எனக்கு அலுக்காது, சலிக்காது. பாக்கப் போனா, நான் சொல்லிக் கொண்டு, பேசிக் கொண்டு, எழுதிக் கொண்டு இருக்கிற எல்லாமே ஒரு ஊரை, ஒரு தெருவைச் சேர்ந்தவாளைப் பத்திதான். மீனா, ருக்கு, பட்டு, லலிதா, கௌரிப்பாட்டி, ஆனந்தசர்மா, வைத்தா, ராகவய்யர், கணபதி ஐயர், சங்கரசர்மா இவர்கள் எல்லோருக்குமே ஒருத்தரை ஒருத்தர்க்குத் தெரியும். இவா அப்ப இருந்தது, இப்ப எப்பிடி இருப்பான்னு நான் இப்பக் கற்பனை பண்றது, இவர்களிலே சில பேர் எக்கச்சக்கமா பட்டணத்தின் 'மெர்க்குரி லைட்' வெளிச் சத்திலே என்னிடம் வந்து சிக்கிக் கொண்டது, காலத்தினுடைய அடிகளினாலே இவர்கள் வளைஞ்சு போனது, உடைஞ்சு போனது, அடிபடாமல் ஒதுங்கி ஓடிப்போனது, அடிபட்டும் 'ஒண்ணுமில்லை'யேன்னு உடம்பெத் தொடச்சு விட்டுண்டது, எங்கேயோ பட்ட அடிக்கு எங்கேயோ போய் முட்டிண்டது, சமயத்திலே என்னண்டையே முட்டிக்கொண்டு குட்டு வாங்கிக் கொண்டது— இதைப் பத்தியெல்லாம் எழுதறதிலே எனக்குச் சலிப்பே கிடையாது; அலுப்பே கிடையாது. எனக்கு அவா மேலே அப்படி ஒரு பிரேமை. அவா சம்பந்தப்பட்ட எல்லாமே எனக்கு ரொம்ப ஒஸத்தி!

ஆனால், அவர்களிலே சிலருக்கு இது அலுத்துப் போச்சுப் போலே இருக்கு... ம்ஹூம்! பயமா இருக்குப் போலே இருக்கு... என்னமோ சங்கடப்பட்டுக்கிறா: 'என்ன ஸார். அக்ரஹாரத்து மனுஷாளைப் பத்தியே எழுதிண்டு'ன்னு.

நான் என்ன பண்ணுவேன்? எனக்குத் தெரிஞ்சதைத் தானே எழுதுவேன். சரி, இந்தத் தடவை ஒரு மாற்றத்துக்கு அந்த அக்ரஹாரத்து மனுஷாளை விட்டுட்டு எனக்குத் தெரிஞ்ச ஒரு

பூனையைப்பற்றி எழுதப் போறேன். பூனைகளுக்கு நிச்சயமாய் அலுப்போ, சலிப்போ, பயமோ, சங்கடமோ வராது. பூனைகள் கதை படிக்கிறதோ, கதை திருடறதோ இல்லே. பூனைகளைப் பார்த்தா நம் கண்ணுக்குத்தான் ஆஷாடபூதி மாதிரி இருக்குமே தவிர பாவம், அதுகளுக்கு அந்த மாதிரி குணமெல்லாம் நிச்சயம் கிடையாது.

எனக்குப் பூனைகளைக் கண்டால் கொஞ்சம்கூடப் பிடிக் கிறது இல்லை. ஒரு அவெர்ஷன்! சாதாரணமா எனக்கு எந்தச் செல்லப் பிராணிகளையும் பிடிக்காது; அருவருப்பா இருக்கும். சிங்கம், புலி இதெல்லாம் ரொம்பப் பிடிக்கும். அதெயெல்லாம் பார்த்ததில்லையல்லவா? அதனாலே பிடிக்கும். பார்த்துப் பழகிட்டா, எதுவுமே பிடிக்காமல் போறது மனுஷ இயல்பு தானே? அதுவும் பூனை, நாய், பெருச்சாளி இதையெல்லாம் யாருக்குத்தான் பிடிக்கும்? யாருக்குமே பெருச்சாளி பிடிக்காது... அப்போதெல்லாம் எனக்குப் பொழுது போக்கே கொலை பண்றதுதான்.

'தேமே'ன்னு உக்கார்ந்துண்டு ஒரு கட்டெறும்பைப் பிடிச்சு ரெண்டு காலைக் கிள்ளிட்டு அது ஆடற நடனத்தை ரசிக்கிறது... ஒரு குச்சியாலே அதன் நடு முதுகிலே அழுத்திக் குத்தி, அதெ ரெண்டாக்கி, அந்த ரெண்டு துண்டும் எப்படித் துடிக்கிறதுன்னு ஆராயறது... பல்லியை அடிச்சு, வால் துடிக்கிறதெப் பாக்கறது; தும்பியெப் பிடிச்சு, வாலிலே நூல் கட்டி, சங்கீதம் பாட வைக்கிறது, மரவட்டை, வளையல் பூச்சி, ஓணான் இதுக்கெல்லாம் அந்தக் காலத்திலே நான் ஒரு யமகிங்கரன்! எங்க தெருவிலே நுழையற எந்த நாயும் என்னைப் பார்த்துட்டா அதுக்கப்புறம் தைரியமா முன்னேறி வராது. அப்படியே வாபஸ்தான்!

ஜெயா மாமி வீட்டுத் திண்ணையிலே நான் பாட்டுக்குத் 'தேமே'ன்னு உக்காந்திண்டிருக்கேன். பக்கத்துலே ஒரு குவியல் கருங்கல். நானே செலக்ட் பண்ணி சேர்த்துப் பொறுக்கி வச்சது. அதோ! தூரத்திலே ஒரு நாய் வரது. இதுக்கு முன்னயே ஒரு தடவை அதை மூணு காலிலே ஓட வச்சிருக்கேன். உடனே நான் தூணிலே மறையறேன். அடிக்கிறவனுக்கே இவ்வளவு உஷார் உணர்ச்சி இருந்தா, அடிபடற அதுக்கு இருக்காதா? இரண்டு காதையும் குத்திட்டு நிமிர்த்திண்டு சட்டுனு என்னைப் பார்த் துடுத்து! 'டேய்! அடிப்பியா? நான் பாட்டுக்குப் போயிடறேண்டா' என்பதுபோல் ஒரு பார்வை. நான் உடனே அதைப் பாக்காத மாதிரி முகத்தைத் திருப்பிண்டுடறேன். அதுக்குக் கொஞ்சம் தைரியம். அந்த எதிர்வீட்டு வரிசை ஓரமா இரண்டு பின்னங் காலுக்கும் நடுவிலே வாலை இடுக்கிண்டு என் மேல் வச்ச

கண்ணை எடுக்காமலேயே நகர்ந்து வரது. என் கையெல்லாம் பரபரக்கறது. பல்லைக் கடிச்சுண்டு என்னை அடக்கிக்கிறேன். இதோ அது எனக்கு நேரே வந்துவிட்டது... சீ! அந்த வேக மெல்லாம் இப்ப வராது. நான் என்ன பண்ணினேன்னு யாருக்கும் தெரியாது. தெருவையே கூட்டற மாதிரி கத்திண்டு என்ன ஓட்டம் ஓடறது அது! தலையிலே குறி வச்சாத்தான் காலிலே படும். பட்டுடுத்து! நான் 'தேமே'ன்னு உக்கார்ந்திருக்கேன்.

சத்தம் கேட்டு ஜெயா மாமி உள்ளேருந்து வரா. 'சடக்'னு திண்ணையிலிருந்த கல்லையெல்லாம் கீழே தள்ளிடறேன்.

"ஏண்டா, நாயை யாரு அடிச்சது?"

"ஐயையோ, நான் இல்லே மாமி."

"சரி, யாரையாவது கூப்பிடு. வெந்நீர் உள்ளே ஒரு பெருச் சாளி வெளியே போக முடியாம நிக்கறது. யாரையாவது கூப்பிடுடா அம்பி."

அவ்வளவுதான். ஒரு விறகுக் கட்டையைத் தூக்கிண்டு நான் போறேன். மாமி கத்தறா: "வேண்டாண்டா, வேற யாரையாவது கூப்பிடு. அது உன் மேலே பாஞ்சுடும்."

வெந்நீர் உள் மூலையில் அதைக் 'கார்னர்' பண்ணிட்டேன் நான். பெருச்சாளி தலையைத் தூக்கி என்னைப் பார்த்துச் சீறிண்டு நிக்கறது. தலையைக் குறி பார்த்து 'நச்'னு ஒரு அடி. சனியன்! தன்னையே பிரதட்சிணம் பண்ணிக்கற மாதிரி சுத்திச் சுத்தி வெந் நீருள் பூரா ரத்தம் கக்கிச் செத்துடுத்து. ஜெயா மாமி பயந் துட்டாள். நானும் பயந்த மாதிரி "மாமி மாமி"ன்னு கத்தினேன். ஜெயா மாமி ஓடி வந்து என்னைக் கட்டிப் பிடிச்சிண்டா. "நோக்கு இந்த வேலை வேண்டாம்னு சொன்னேனோன்னோ... கருமத்தைப் பார்க்காதே... வா. ராக்காயி வந்தால், கழுவிவிடச் சொல்லலாம்."

பயந்து நின்னிண்டிருக்கிற என்னை ஆதரவா ஜெயா மாமி அணைச்சுக்கிறாள். பெரியவா அணைச்சிண்டா என்ன சுகமா இருக்கு!

அந்தப் பெருச்சாளி என்னைப் பார்த்துச் சீறலைன்னா எனக்கு அவ்வளவு கோபம் வந்திருக்காது. அது மட்டும் என்னைப் பார்த்துச் சீறிட்டுத் தப்பிச்சும் போயிருந்தால் நான் அழுதிருப்பேன்.

கொலை செய்றதைத் தவிர இன்னொரு பொழுதுபோக்கும் எனக்கு உண்டு. அது என்னன்னா, கொலை பண்றதையும், கூறு போட்டு விக்கறதையும் வேடிக்கை பார்க்கறது. அந்த அக்ர

ஹாரத்துக் கடைசீலே ஒரு திடல் உண்டு. அந்தத் திடல்லே இருக்கிறவாளெல்லாம் என்னமோ ஒரு பாஷை பேசுவா. ஆடு, மாடு, கோழி எல்லாம் வச்சிருப்பா. அங்கே ஒரு கடா மீசைக்காரன் இருப்பான். வெங்கிட்டு, சுந்தரம், உத்தண்டம் இவங்களுக்கெல்லாம் அவனைக் கண்டாலே 'டபிள்ஸ்'தான். எனக்கு அவனைக் கண்டா பயமே கிடையாது. அவன் எப்போடா நம்ம தெரு வழியா வருவான்னு காத்துண்டே இருப்பேன். அவன் சாயங்காலம் நாலு மணிக்கு எங்க தெரு வழியா அந்தத் திடலுக்குத் திரும்பிப் போவான். நான் அவனையே பாத்துண்டிருப்பேன். அவன் மீசை எனக்கு ரொம்பப் பிடிக்கும். ஒரு துருப்பிடிச்ச கறுப்பு சைக்கிளிலே அவன் வருவான். அந்தச் சைக்கிளிலே அவனைப் பார்த்தா ஆடு மேலே ஒரு ஆள் உக்காந்து சவாரி பண்றாப்பலே இருக்கும். சைக்கிள் ஹாண்ட்பார்லே ஒரு காக்கி பை இருக்கும். அதுலெ ரத்தக் கறையா இருக்கும்; ஈ மொய்க்கும்; அது உள்ளே இருக்கற கத்தியோட பிடி மட்டும் தெரியும். நான் பெரியவனானப்புறம் அவனை மாதிரியே மீசை வச்சிண்டுடுவேன். இன்னும் பெரிய கத்தியா வைச்சிக்குவேன். யாரானும் சண்டைக்கு வந்தால், வெட்டிடுவேன். பெரியவ னானால் நிச்சயமா மனுஷாளையும் வெட்டுவேன். என்னைக் கண்டு எல்லாரும் பயப்படணும். இல்லாட்டா, கத்தியாலே வெட்டுவேன்.

நான் என்ன சொல்லிக் கொண்டிருக்கிறேன்? அக்ரஹாரத்துப் பூனையைப் பத்தியல்லவா சொல்ல வந்தேன்? பரவாயில்லை. பூனையைப் பத்தி சொல்ல இடம் வந்தாச்சு. சொல்லிடறேன்.

●●●

எங்க அக்ரஹாரத்திலே ஒரு பூனையும் உண்டு. ரொம்ப 'நொட்டோரியஸ்!' பூனைன்னா ஒரு சின்னப் புலி மாதிரி இருக்கும். உடம்பெல்லாம் வரி வரியா இருக்கும். இந்தச் சனியனுக்கு அக்ரஹாரத்துலே என்ன வச்சிருக்கோ? பூனை மாமிச பட்சிணிதானே! இது மாமிசம் கிடைக்கிற இடத்தை யெல்லாம் விட்டுட்டு, இந்த அக்ரஹாரத்துலே இருக்கு. அதனாலே இந்த அக்ரஹாரத்துப் பூனை 'கம்பல்ஸரி'யா சைவப் பூனை ஆயிடுத்து. எனக்கும் அதுக்கும் ஓர் ஒத்துமை உண்டு. நானும் 'தேமே'ன்னு இருப்பேன். அதுவும் 'தேமே'ன்னு இருக்கும். நானும் விஷமம் பண்ணுவேன். அதுவும் விஷமம் பண்ணும். நானும் எல்லாராத்திலேயும் போய் விஷமம் பண்ணுவேன். அதுவும் எல்லார் ஆத்துலேயும் போய் விஷமம் பண்ணும்.

ஒரு நாள் ஜெயா மாமி 'ஓ'ன்னு அலறிண்டு சபிச்சா. "இந்தக் கட்டேல போற பூனை ஒரு படி பாலையும் சாச்சிக் கொட்டிடுத்தே...! அந்தப் பெருச்சாளியை அடிச்ச மாதிரி இதை யாராவது அடிச்சுக் கொன்னாக்கூடத் தேவலை."

ஊஞ்சல்லே படுத்துண்டு விசிறிண்டிருந்த மாமா சொன்னார்:

"வாயை அலம்புடி... பாவம்! பாவம்! பூனையைக் கொல்ற துன்னு நெனைச்சாலே மகாபாவம்!"– நான் 'தேமே'ன்னு நின்னுண்டு கேட்டுண்டிருந்தேன்.

பெருச்சாளியை அடிச்ச மாதிரி பூனையை அடிக்க முடியாதுன்னு எனக்கும் தெரியும். பெருச்சாளி சீறித்தே– ஆனா, பூனை பாஞ்சு கொதறிப்பிடும் கொதறி... பூனை மொதல்லே பயப்படும், கத்தும்; ஓடப் பார்க்கும்; ஒண்ணும் வழியில்லேன்னா ஸ்ட்ரெய்ட் அட்டாக்தான்!... எனக்கு ஞாபகம் இல்லாத வயசிலே ஒரு பூனை என் வயத்தைக் கீறின வடு இப்பவும் அரைஞாண் கட்டற எடத்துலே நீளமா இருக்கே... சின்னக் குழந்தையா தவழ்ந்துண்டு இருந்த பருவம்... பூனையைப் புடிச்சுண்டு சர்க்கஸ் பண்ணி இருக்கேன். எக்குத் தப்பா கழுத்தைப் புடிச்சிட்டேனாம்... சீறிக் கத்திண்டு அது என்னைப் பொறண்டறதாம். நான் 'ஓ'ன்னு அலறிண்டு அதன் கழுத்தை விடாம நெருக்கறேனாம்... அம்மா இப்பவும் சொல்லுவா... அந்த வடு இப்பவும் அடி வயத்திலே இருக்கு.

அன்னிக்கு சாயங்காலம் எங்க வீட்டுத் தோட்டத்திலே அந்தப் பூனையை நான் பார்த்தேன். எங்க வீட்டுக்கும் அடுத்த வீட்டுக்கும் நடுவே வேலியோரமாப் போய்க் கொண்டிருந்தது அந்தப் பூனை. போற போக்கிலே ஒரு தடவை திரும்பிப் பார்த்தது. நானும் பார்த்தேன். மொறைச்சிப் பார்த்தேன். உடனே அதுவும் கொஞ்சம் உஷாராகி நன்னா திரும்பிண்டு என்னையே மொறைச்சிப் பார்த்தது. நான் அதுமேலே பாய்கிற மாதிரி குதிச்சுப் பயம் காண்பிச்சேன். அது பயப்படலே. கொஞ்சம் தரையிலே பம்மி நிமிர்ந்தது; அவ்வளவு தான். இது என்ன பயப்படமாட்டேங்கறதேன்னு எனக்குக் கோவம். ஆத்திரத்தோட நானும் மொறைக்கறேன். அலட்சியமா அதுவும் மொறைக்கிறது... அது ஒரு மௌனமான சவால் மாதிரி இருந்தது. சிவப்பா வாயைத் தெறந்து என்னைப் பார்த்துண்டே... 'மியாவ்'... ன்னு அது கத்தினப்போ– அது தன் பாஷையிலே என்னை சவாலுக்கு அழைக்கிற மாதிரியே இருந்தது.

'அதெல்லாம் பெருச்சாளிக்கிட்டே வைச்சிக்கோ... நம்ம கையிலே நடக்காது.'

'இரு... இரு... ஒரு நாளைக்கு உன்னைப் புடிச்சுக் கோணியிலே அடைச்சுத் துவைக்கிற கல்லிலே அடிச்சுக்... '

'மியாவ்– சும்மா பூச்சி காட்டாதே; முதல்லே என்னைப் பிடிக்க முடியுமா உன்னாலே'– சட்டுன்னு வேலியைத் தாண்டிடுத்து. அடுத்தாத்துத் தோட்டத்துலெ நின்னுண்டு வேலி வழியா என்னைப் பார்த்து மொறைக்கிறது.

'எங்கே போயிடப் போறே? உன்னைப் பிடிக்கல்லேன்னா என் பேரை மாத்தி வெச்சிக்கோ'ன்னேன் நான்.

அதுக்குப் பதில் சொல்ற மாதிரி ஒரு சின்ன மியாவ்— 'பார்ப்போமா'ன்னு அதுக்கு அர்த்தம்.

'ம்... பார்க்கலாம்... 'ன்னேன். அன்னிக்கு ராத்திரி பூரா நான் தூங்கலை அந்தப் பூனையும் தூங்கலை. ராத்திரி பூரா குடு குடுன்னு ஓட்டு மேலே ஓடறது. இன்னொரு பூனையையும் ஜோடி சேர்த்துண்டு ஒரு ராட்சஸக் குழந்தை அழற மாதிரி இரண்டும் அலறிண்டு காச்சுமூச்சுன்னு கத்தி ஒண்ணு மேலே ஒண்ணு பாஞ்சு பிறாண்டிண்டு... எங்க வீட்டு ஓட்டுக் கூரை மேலே ஒரே ஹதம். எங்கேயோ ஒரு ஓடு வேறே சரிஞ்சு 'பொத்'துனு தரையிலே விழறது. திண்ணையிலே படுத்திண்டிருந்த தாத்தா, தடியை எடுத்துத் தரையிலே தட்டி 'சூசூ'ன்னு வெரட்டறார். ரெண்டும் ஒண்ணு பின்னாடி ஒண்ணு குதிச்சுத் தெருவிலே குறுக்கா ஓடி ஜெயா மாமி ஆத்துக் கூரையிலே ஏறினதை நிலா வெளிச்சத்திலே நான் நன்னாப் பார்த்தேன்.

அடுத்த நாள் அதை வேட்டையாடிடறதுன்னு தீர்மானம் பண்ணிட்டேன். ஜெயா மாமி ஆத்து வெந்நீருள்லே ஒரு தட்டு நிறையப் பாலை வெச்சேன். ஒரு கதவை மட்டும் திறந்து வெச்சுண்டேன். ஜன்னல் கதவை மூடிட்டேன். மத்தியானம் சாப்பிடக் கூட ஆத்துக்குப் போகாமே காத்திண்டிருந்தேன்... கடைசிலே மத்தியானம் மூணு மணிக்குப் 'பூனைப் பெரியவாள்' வந்தா... சொல்லி வச்ச மாதிரி வெந்நீர் உள்ளே போனா... நான் கிணற்றடியிலிருந்து இவ்வளவையும் பார்த்துண்டே இருக்கேன்... மெதுவா அடி மேலே அடி வச்சுப் பூனை மாதிரி போனேன். 'அவா' பின்னம் பக்கம் மட்டுந்தான் தெரியறது. ஒரு தட்டுப் பாலையும் புகுந்து விளாசிண்டிருக்கா. 'டப்'னு கதவை மூடிட் டேன்... உள்ளே சிக்கிண்ட உடனே பாலை மறந்துட்டுக் கதவைப் பிறாண்டறதே.

“மாமி... மாமி, ஓடி வாங்கோ ஓடி வாங்கோ. ‘பெரியவா’ இங்கே சிக்கிண்டா”ன்னு கத்தறேன். மாமி வந்து பாக்கறா... பூனை உள்ளேயே கத்திண்டிருக்கு.

“என்னடா, வெந்நீர் உள்ளே பூனையெ வெச்சு மூடிட்டா நாம எப்படி உள்ளே போறது? நாம உள்ளே போறச்சே அது வெளியே போயிடாதோ!”

“இப்பத்தான் முதல் கட்டம் முடிஞ்சிருக்கு மாமி. அதிலேயே ஜெயம். நீங்க உள்ளே போங்கோ... கடைசிக் கட்டத்திலே கூப்பிடறேன்.”

மாமி மனசிலே அந்தப் பெருச்சாளி வதம் ஞாபகம் வரதுபோல இருக்கு.

“அம்பி வேண்டாண்டா. அதை ஒண்ணும் பண்ணிடாதே. ஜன்மத்திற்கும் மகாபாவம், வேண்டாம்.”

“நான் அதைக் கொல்லலை மாமி. கோணியிலே போட்டுக் கொண்டு போய் வெரட்டி விட்டுடறேன்...”

“ஆமா... வெரட்டிட்டு நீ திரும்பி வரதுக்குள்ளே அது இங்கே வந்து நிற்கும்”– ஜெயா மாமி பரிகாசம் செய்து விட்டுப் போனாள். நான் மனத்திற்குள்ளே நெனச்சுண்டேன்: அதைத் ‘திரும்பி வராத ஊரு’க்கு அனுப்பிச்சுட்டுத் தானே வரப்போறேன்.

அக்ரஹாரத்திலே அன்னிக்கு நான்தான் ஹீரோ! விளையாடும்போது என்னைச் சேர்த்துக்காத பையன்களெல்லாம் அன்னிக்கு என் பின்னாடி வரான்கள். நான் பூனையைக் கோணியிலே கட்டிண்டு போறேன். ‘ஹோ’ன்னு கத்திண்டு என் பின்னாடி பையன்களெல்லாம் வரா. எங்கம்மா வாசல்லே வந்து நின்னுண்டு திட்டறா.

“ஏ கடன்காரா; கட்டேல போறவனே... அழிஞ்சு போகாதே. பூனை பாவத்தைக் கொட்டிக்காதே. ஒரு முடி விழுந்தாலும் எடைக்கு எடை தங்கம் தரணும்பா. உங்கப்பா வரட்டும்– சொல்லி, உன்னைக் கொன்னு குழியை வெட்டி...”

அதை நான் காதிலேயே வாங்கிக்கலை. கோணியைத் தூக்கிண்டு தெருக் கோடியிலே இருக்கற மண்டபத்திலே போய் உக்காந்துட்டோம் எல்லோரும்.

“கோணியிலேருந்து பூனையை எடுத்து ஒரு கயித்திலே கட்டிப் பிடிச்சுண்டா, வேடிக்கை காட்டலாம்டா”ன்னு உத்தண்டம் யோசனை சொல்றான். ஆனால், பூனைக்கு யார் கயிறு கட்டறது?

"அதெல்லாம் ஒண்ணும் வேண்டாம். அந்தக் கடா மீசைக்காரன் இப்போ வருவான். அவன்கிட்டே குடுத்தாப் போறும். அப்படியே கோணியோட வச்சு ஒரு 'சதக்'. ஆட்டம் குளோஸ்!"

"அவன் கிட்டே நீதான் கேக்கணும்" என்று அவன் வருவதற்கு முன்னேடியே பயப்பட ஆரம்பிச்சுட்டான் சுந்தரம். இந்தப் பையன்களை வெச்சுண்டு இந்தக் காரியம் செய்யறது சரின்னு தோணலை; பயந்துடுவான்கள்.

"டேய்! நீங்கள்ளாம் ஆத்துக்குப் போங்க. அவன் வெட்டறதைப் பாத்துப் பயப்படுவேள். அப்புறம் உங்கம்மா என்னை வைவா!"ன்னு பையன்களையெல்லாம் வெரட்டறேன்.

"அன்னிக்கு அங்கே ஆட்டை நறுக்கினாளே... நீ காட்டினியே... நான் பயந்தேனா?... நான் இருக்கேண்டா."

"ஆனா. ஒண்ணு... இந்த விஷயத்தை யாரும் ஆத்துலே போய்ச் சொல்லப்படாது. சத்தியம் பண்ணுங்கோ!"ன்னு கேட்டேன்.

"சத்தியமா சொல்ல மாட்டோம்."– எல்லாரும் சேர்ந்து ஒரு கோரஸ்.

கடாமீசைக்காரனை நாங்களெல்லாம் எதிர் பார்த்திண்டிருக்கோம்.

கடைசிலே சாயங்காலம் நாலு மணிக்கு ஆட்டுமேலே உட்கார்ந்து ஆள் சவாரி பண்ற மாதிரி தெருக் கோடியிலே அவன் வரது தெரியறது. பையன்களெல்லாம் மண்டபத்துலே ஆளுக்கொரு தூண் பின்னாலே ஒளிஞ்சிண்டான்கள். "நாங்களெல்லாம் இங்கேயே இருக்கோம். நீ போய்க் கேளுடா"ன்னு என்னைத் தள்ளிவிட்டான்கள். எனக்கென்ன பயம்?

கடா மீசைக்காரன் கிட்டக்கே வந்துட்டான். நான் ஒரு குட் மார்னிங் வச்சேன். அவனும் எனக்கு ஒரு சலாம் போட்டானே!

அவன் என் பக்கத்திலே வந்து இரண்டு காலையும் தரையிலே ஊணிண்டு சைக்கிள்லேருந்து எழுந்திருக்காமலே நிக்கறான். அம்மாடி... அவன் எவ்வளவு உசரம்! நான் அவனை அண்ணாந்து பார்த்துச் சொல்றேன்:

"ஒரு சின்ன உதவி..."

"அதென்ன கோணியிலே?"– அவன் குரல் கிருஷ்ண லீலாவிலே வர்ற கம்சன் குரல் மாதிரி இருந்தது.

"பூனை... ரொம்ப லூட்டி அடிக்கிறது. அதுக்காக அதைக் கொன்னுடறதுக்காகப் பிடிச்சுண்டு வந்திருக்கேன்."

"நீயேவா புடிச்சே?"- நான் பெருமையா தலையை ஆட்டறேன். அவன் மண்டபத்திலே ஒளிஞ்சிண்டிருக்கிற பையன்களை யெல்லாம் ஒரு தரம் பாக்கறான். என்னையும் பார்க்கறான். நான் அந்தக் காக்கிப் பைக்குள்ளே இருக்கிற கத்தியோட பிடியையே பார்க்கறேன்.

"வெட்டறதுக்குக் கத்தி வேணுமா?"ன்னு அவன் என்னைப் பார்த்துக் கேட்கறான்.

"ஊஹூம்... நீங்கதானே ஆடெல்லாம் வெட்டுவேள். அதனாலே நீங்களே இதை வெட்டணும்."

"ஓ!"ன்னு யோசிச்சிண்டே அந்தக் கத்தியை எடுக்கறான். பெரிய கத்தி! விளிம்பிலே கட்டை விரலை வெச்சு கூர் பார்த்துண்டே அவன் சொல்றான்:

"பூனையை இதுவரைக்கும் நான் வெட்டினதே இல்லே... ஏன்னா, நாங்க பூனையைச் சாப்பிடறதுமில்லே... நான் வெட்டித் தரேன். நீங்க சாப்பிடுவீங்களா?"

"உவ்வே!... வெட்டிக் குழியிலே புதைச்சுடலாம்."

"சாப்பிடணும். அப்பத்தான் பாவம் இல்லே. நான் எதுக்கு ஆட்டை வெட்டறேன்? எல்லாரும் அதைத் தின்றாங்க. அவங்க சாப்பிடலேன்னா நான் வெட்டவும் மாட்டேன். நான் ஆடு வெட்டறப்ப நீ பார்த்திருக்கிறியா?"

"ஓ, பார்த்திருக்கேனே. நீங்க ஏதோ மந்திரம் சொல்லி வெட்டுவீங்க. அதே மந்திரத்தைச் சொல்லி இதையும் வெட்டுங்க. அப்போ பாவமில்லே."

"மந்திரம் சொல்றது அதுக்கில்லே தம்பி. ஒரு தொளிலை ஆரம்பிக்கறப்ப ஆண்டவனைத் தொளுவறது இல்லையா? அதுதான். வெட்டறது விளையாட்டு இல்லே தம்பி. அதுதான் என் குடும்பத்துக்கெல்லாம் கஞ்சி ஊத்தற தொளில். அதுக்காவ உங்கிட்டே காசுகீசு கேக்கலே. நான் வெட்டறேன். யாராவது சாப்பிட்டா சரி. எதையும் வீணாக்கக் கூடாது. வீணாக்கினா அது கொலை; அது பாவம், என்னா சொல்றே?"

"இன்னிக்கு மட்டும் ஒரு தடவை விளையாட்டுக்காக இந்தப் பூனையை வெட்டுங்களேன்."

அவன் லேசாச் சிரிச்சு, என் மோவாயை நிமிர்த்தி, கையிலே ஏந்திண்டே சொன்னான்: (அவன் விரல் எல்லாம் பிசுபிசுன்னு இருந்தது.)

"வெளையாட்டுக்குக் கொலை பண்ணச் சொல்றியா. த்சு... த்சு... ! வெளையாட்டுக்கு வெட்ட ஆரம்பிச்சா, கத்தி பூனையோட நிக்காது தம்பி. நான் உன்னைக் கேக்கறேன்– வெளையாட்டுக்கு உன்னை வெட்டினா என்ன?..."

எனக்கு உடல் வெடவெடக்கிறது.

"ம்... அந்தப் பூனை விஷமம் பண்றதே?"

"நீ வெஷமம் பண்றது இல்லியா? பூனைன்னா வெஷமம் பண்ணும். வெஷமம் பண்ணாத்தான் பூனைன்னு பேரு. அதே மாதிரி நீயும் வெஷமம் பண்ணுவே. சின்னப் பிள்ளைங்கன்னா வெஷமம் பண்ணும்தான். பூனையும் வெஷமம் பண்ணட்டுமே! வீட்டிலே அடுப்பங்கரையைப் பூட்டி வெக்கச் சொல்லு"ன்னு சொல்லிண்டே என் கையிலே இருந்த கோணியைப் பிரிச்சு உதறினான். ஒரே ஜம்ப்! திரும்பிப் பார்க்காமே ஓடிட்டுது பூனை. பையன்களெல்லாம் சிரிச்சாங்க. கடா மீசைக்காரனும் சிரிச்சான். நானும் சிரிச்சேன்!

அன்னிக்கு ராத்திரியெல்லாம் நான் அழுதேன். பூனை தப்பிச்சுப் போயிடுத்தேன்னு இல்லே. நான் விளையாட்டா கொலை செய்த வளையல் பூச்சி, மரவட்டை, தும்பி, ஓணான், பெருச்சாளி, பாவம்! அந்த நாய்... எல்லாத்தையும் நெனைச்சுண்டு அழுதேன்...

நான் இப்ப அந்த அக்ரஹாரத்திலே இல்லை. இப்பவும் அந்த அக்ரஹாரத்திலே அந்த மாதிரி ஒரு பூனை இருக்கும், இல்லியா?

---

ஆனந்த விகடன், 1968

# கோடுகளைத் தாண்டாத கோலங்கள்

அந்த ஊர் மிகவும் அழகான ஊர். அந்த ஊருக்கே அழகு தருவது, அந்த அக்கிரகாரந்தான். ஏகதேசம் ஐம்பது வீடுகள் இருக்கும். பெரிய பெரிய திண்ணைகளும் ரேழிகளும் உள்ள வீடுகள். அவற்றில் சில சிறியவையாக இருந்தாலும் திண்ணைகளெல்லாம் பெரியனவாகவே இருக்கும். தெருவும் அதிக அகலமாயிருக்கும். தார் ரோடு கிடையாது. பல காலம் நடந்து நடந்து மிருதுவாகிப் போன, நடப்பதற்குச் சுகமான மண்சாலை. திருவிழாக் காலங்களில் இந்தத் தெரு வழியாகத் தேர் வரும். வருஷத்துக்கு ஒரு முறைதான் தேர் வரும் என்றாலும் தெரு நிரந்தரமாகவே அகலமாக இருந்தது. இரண்டு பக்கமும் வீடுகளை ஒட்டி வேப்பமரங்களும் பவள மல்லிகை மரங்களும் உயரம் குறைவான தென்னை மரங்களும் வரிசையாக நின்று நிழல் தந்து கொண்டிருக்கும்.

தெருக் கோடியில் ஒரு கோயில் உண்டு. அந்தக் கோயிலுக்கு மாலை நேரங்களில் பெண்கள் வருவார்கள். பகலில் மாட்டுக்காரச் சிறுவர்களும் நோயாளிப் பிச்சைக்காரர்களும் விளையாடிக் கொண்டோ தூங்கிக்கொண்டோ பொழுதைக் கழிப்பார்கள். கோயிலுக்குப் பின்னால் உள்ள, ஏகாந்தமான அந்தப் பெரிய குளத்தில், ஊரின் இதயத் துடிப்பு மாதிரி சதா துணி துவைக்கும் சப்தம் கேட்டுக் கொண்டிருக்கும். அந்த ஊருக்கு அந்தக் குளம் மிகவும் பெரிசு! அந்தக் குளத்தை நடுநாயகமாகக் கொண்டுதான் ஊர் அமைந்திருக்கிறது– குளத்தின் கீழண்டைப் புறந்தான் கோயிலும், அந்தக் கோயிலிலிருந்து தொடங்கும் அக்கிரகாரமும் அமைந்திருக்கின்றன.

குளத்தின் தென்பகுதியில் வேளாளர்களும், செட்டிமார்களும், அக்கிரகாரத்தில் இருப்பவர்களைக் காட்டிலும் சற்று வசதி படைத்த பிராமணர் அல்லாதாரும் வாழ்கின்றனர். வடவண்டைப் புறத்தில், ஒழுங்கும் சுத்தமும் இல்லாத முறையில் பல சிறு தெருக்களும் குடிசைகளும் நிறைந்த ஒரு பகுதியிலே எந்த நேரமும் செக்கு ஆடுகின்ற சப்தம் கேட்டுக் கொண்டேயிருக்கும். அந்தப் பகுதியில்தான் மீன் மார்க்கெட்டும் துலுக்கர் தெருவும் இருக்

கின்றன. அங்கேதான் ஜன நடமாட்டமும் இரைச்சலும் அதிகமாயிருக்கும். கடைத்தெரு, சினிமாக் கொட்டகை, கச்சேரி, ஆபீஸ்கள், பஸ் ஸ்டாண்டு எல்லாம் அந்தப் பக்கந்தான். அந்தப் பகுதியில் இட நெருக்கடி அதிகம் ஏற்பட்டதன் விளைவாக ஊரின் கீழண்டை எல்லையில் வேளாளர் தெருவும் அக்கிரகாரமும் இணைகின்ற ஊர்க்கோடியில் உள்ள திடலில் எங்கிருந்தோ வந்து அந்த ஊரில் குடியேறிய சில முஸ்லிம்கள் சிறிய குடிசைகளையும் கூடாரங்களையும் கட்டிக் கொண்டனர். அவர்களில் மருந்து விற்பவர்களும் மாந்திரிகம் செய்பவர்களும் ஒரு கசாப்புக் கடைக்காரனும் உண்டு. அங்கு வாழ்ந்த மனிதர்களைவிட, அவர்கள் வளர்த்த ஆடுகளின் தொகையே அதிகம்.

அக்கிரகாரத்தில் இருப்பவர்களுக்கு அவர்களைக் கண்டாலே பயம். அவர்கள் நாடோடிகளாய்த்தான் இருக்க வேண்டும் என்று ஒரு மூட நம்பிக்கை; அந்தப் பயம் கலந்த ஆர்வத்தோடு பள்ளிக் கூடம் இல்லாத லீவுநாட்களில் அக்கிரகாரத்துச் சிறுவர்கள் அந்தத் திடலுக்கு வந்து அவர்களை வேடிக்கை பார்த்துக் கொண்டிருப் பார்கள். திடலில் இருப்பவர்களும் வேடிக்கையாக அவர்களைப் பயமுறுத்துவார்கள். “ஆட்டுக்கறி வேண்டுமா, மாட்டுக்கறி வேண்டுமா?” என்று அந்தப் பிராமணப் பிள்ளைகளைக் கிண்டல் செய்து சிரிப்பார்கள். பகல் நேரத்தில் அங்கே ஆண்களே இருக்க மாட்டார்கள். குழந்தைகளை அழைத்துக் கூவியவாறும், தரையில் தேய்கிற மாதிரி மடி கனத்த ஆடுகளிடம் பால் கறந்தவாறும், மரத்தடியில் சமையல் செய்தவாறும் இருக்கின்ற பெண்களின் நடுவே கலகலப்பு மிகுந்திருக்கும். அவர்களின் கால்களில்—நடக்கும் போதெல்லாம் அதிர்ந்து அதிர்ந்து ஒலி எழுப்புகின்ற—விநோதமான பெரிய பளபளப்பான வெள்ளித் தண்டைகளும் அவர்களின் ஆடை அலங்காரங்களும் பார்க்க வேடிக்கையாகவும் இருக்கும்; அழகாகவும் இருக்கும். அந்த ஊருக்கே தனிக் கவர்ச்சி தருபவர்கள், இந்தத் திடலிலே இருக்கும் நாடோடிப் பெண்களும் அக்கிரகாரத்திலே இருக்கும் பிராமணப் பெண்களுமே.

இவ்வளவு கவர்ச்சி மிகுந்த அந்தத் திடல்வாசிகளைக் குறிப்பிட்டுத்தான், அக்கிரகாரத்தில் அழுகிற பிள்ளைகளைப் பயமுறுத்துவார்கள். சாப்பிடுவதற்கு அடம் பிடிக்கும் குழந்தையிடம் ‘கடா மீசைக்காரன் வருகிறான்’ என்று ஒரு வார்த்தை சொன்னால் போதும். ஒரு கிண்ணம் சாதத்தையும் முனகல் இல்லாமல் குழந்தை சாப்பிட்டு முடிக்கும்.

அந்தக் கடா மீசைக்காரன்தான் அந்தத் திடலிலே வசிக்கும் கசாப்புக்காரன்.

அக்கிரகாரத்துக் குழந்தைகளின் மத்தியில் அவனைப் பற்றிய பயம் கலந்த கற்பனைக் கதைகள் ஏராளம். அவர்களுக்கெல்லாம் அவனை அறிமுகம் செய்வித்தவர்கள் அந்தக் குழந்தைகளின் தாய்மார்களே ஆவர். அவனைப் பற்றி எதைச் சொன்னாலும் குழந்தைகள் நம்பும்படியாக அவனது தோற்றப் பொலிவு திகழ்ந்தது. அந்தக் குழந்தைகள் தினசரி பழகி வருகிற பெரியவர்கள் எல்லாரையும்விட அவன் உருவத்தில் பெரியவனாக இருந்தான். தெருக்கோடியில் தென்னங் கீற்றால் கூரை வேயப் பட்டு மண்ணில் அழுந்திக் கிடக்கின்ற– ஆண்டுக்கொரு முறை நூறு பேர் சேர்ந்து இழுக்கின்ற– அந்தத் தேரை அவன் ஒருவன் மட்டுமே இழுத்து விடுவான் என்று சொன்னால் அந்தக் குழந்தைகள் நம்புகின்ற அளவுக்கு அவன் பலாட்டியனாக இருந்தான்.

அவன் தினசரி காலையில் தனது துருப்பிடித்த பழைய சைக்கிளில் அந்த அக்கிரகாரத்தைக் கடந்து போவான். அக்கிர காரத்துக் கோடியில் கீழ்த்திசையில் மூங்கில் புதர்களுக்குப் பின்னால், வானம் சிவந்து சூரியன் உதயமாகின்ற நேரத்தில் அவனது சைக்கிள் அந்தத் திடலிலிருந்து அக்கிரகாரத்துக்குள் பிரவேசிக்கும். அக்கிரகாரத்துக்குள் நுழைவதற்கு முன்னால் அந்த முனையில் சற்று நிற்கும். அவனுடைய உயரத்துக்கு அந்தச் சைக்கிள் மிகவும் சின்னது. அவன் எந்தப் பக்கமும் கொஞ்சங் கூடச் சாயாமல் இரண்டு கால்களையும் அகற்றித் தரையில் பதித்தவாறே சைக்கிளில் நிற்பான். கையிலிருக்கின்ற பீடியை அவசர அவசரமாக ஆழ்ந்து இரண்டு முறை புகையுறிஞ்சி, தூக்கி எறிந்துவிட்டு அதற்குப் பின்புதான் அக்கிரகாரத்துக்குள் நுழைவான்.

அவன் வருகிற நேரத்தில் அக்கிரகாரத்துப் பெண்கள் வாசலுக்கு நீர் தெளித்துக் கொண்டும் கோலமிட்டுக் கொண்டும் இருப்பார்கள். அவர்களில் பல பேர், தங்கள் வீட்டுக் குழந்தை களைப் பயமுறுத்துவதற்காக, 'கடா மீசைக்காரன்' என்று அவன் பெயரைக் குறிப்பிடுவார்களே யொழிய அவனைப் பார்க்க வேண்டும் என்கிற அளவுக்குக்கூட அவனுக்கு முக்கியத்துவம் கொடுத்ததில்லை.

●●●

**அ**வ்விதம் ஒருநாள் காலை நேரத்தில் வாசலில் கோல மிட்டுக் கொண்டிருந்த வாத்தியார் சங்கரையர் மகள் மீனா சைக்கிள் சத்தம் கேட்டு, குனிந்த தலை நிமிராமல் புருவத்தை

மட்டும் உயர்த்திய பொழுது, அவனுடைய பாதங்களைப் பார்த்து அதன் பிறகு ஆளைப் பார்க்க வேண்டும் என்று நிமிர்ந்தே நின்றாள். சைக்கிளில் போகிறவன் யாரோ அக்கிரகாரத்தைச் சேர்ந்தவன் என்ற நினைப்பில் அவனைப் பார்க்கத் துணிந்த மீனாவுக்கு மாற்று மதத்தினன் என்பதனால் முகத்திலே லேசாகச் சுருக்கம் கண்டது. ஆனாலும், அந்த விநோதமான அந்நியனின் காம்பீரியம், அவன் தெருவின் கடைசியில் திரும்புகிறவரை அவளைப் பார்க்க வைத்தது.

திடலிலே வந்து குடியேறியிருக்கிற நாடோடிக் கூட்டத்தைப் பற்றி அவளுக்குத் தெரியாது. அவள் இவ்வளவு காலம் புக்ககத்தின் கொடுமைச் சிறையில் கட்டுண்டு கிடந்து, முதல்நாள் தான் பிறந்தகத்துக்கு நிரந்தரமாக விரட்டப்பட்டவள். அதிலே அவளுக்குக் கொஞ்சம் சந்தோஷமுங்கூட. அவளது பரிதாபகர மான அந்தரங்க வாழ்க்கையின் அவலம் நிறைந்த ஏமாற்றமும், அடிக்கடி புருஷர்களைப் பார்க்க வைத்தது. சில சமயங்களில் பார்த்துப் பார்த்துப் பெருமூச்செறிய வைத்தது.

பத்து வருஷம் வாழ்ந்து, எட்டு வயதுக்கு ஒரு பிள்ளைக்குத் தாயுமாகிவிட்ட அவளை, அவள் புருஷன் தள்ளி வைத்து விட்டான். வாத்தியார் சங்கரையரின் மனைவியும் அண்மையில் காலமாகிவிட்டதனால், அவருக்குப் பொங்கிப் போடுவதற்கு ஒரு துணையும் வேண்டியிருந்ததனால், தந்தைக்கு மகளாகவும் பிள்ளைக்குத் தாயாகவும் வாழ்க்கையின் ஒரு தொழுவத்திலிருந்து இன்னொரு தொழுவத்துக்கு மாற்றப்பட்ட அந்தப் பிரஷ்டம் அவளுக்கு ஒரு நிம்மதியை தந்திருந்தது. அதற்குக் காரணம் இந்தத் தொழுவம் பழகிய பழைய தொழுவம் என்பதே.

அதுவுமில்லாமல் மீனாவின் புக்ககம் தஞ்சாவூரில் இருந்தது. தஞ்சாவூர் சந்துகளுக்குப் பேர் போன ஊர். சின்னச் சந்தாக இருக்கும். அதற்குள் அரண்மனை மாதிரி வீடு இருக்கும். மீனாவோ கோலம் போடுவதை ஒரு வாழ்க்கையாகக் கொண்டவள். அவளது கோல நோட்டுகள் அந்த அக்கிரகாரம் முழுமையும் பிரசித்தம். சதா நேரமும் தன் மனத்தின் பூச்சிதறல் களை எல்லாம் புதுப் புதுக் கோலங்களாக நோட்டுப் புத்தகத்தில் வரைந்து கொண்டே இருப்பாள். வயது முதிர்ந்த கிழவிகளிலிருந்து சிறுமிகள்வரை மீனா வரையும் கோடுகளை வியந்து வியந்து பாராட்டுவார்கள்.

அந்த அக்கிரகாரத்தின் அகலமான தெருவிலேயே அவளுக்குக் கோலம் போடும் விஸ்தீரணம் போதாது. அடுத்த

வீட்டுக்கும் தன் வீட்டுக்கும் நடு வீதிக்கு எல்லை வகுப்பது மாதிரி கோலக் குழலால் முதலில் 'பார்டர்' கட்டிக் கொள்ளுவாள். இந்தப் பெரிய விஸ்தீரணத்தில் அவள் கோலமிட்டு முடித்துத் தலை நிமிரும்போது சில சமயங்களில் வெயில் குளக்கரையில் ஓரத்தின் உள்ள மூங்கில் புதரைத் தாண்டி மேலேறி வந்துவிடும்.

அப்படிப்பட்ட சுகானுபவத்துக்குத் தஞ்சாவூரின் சந்துகளில் வாய்ப்பில்லை.

பிறந்த வீட்டுக்கு வந்தவுடன் 'அப்பாடா! இனிமேல் கோலம் போடலாம்' என்று சந்தோஷப் பெருமூச்சு விட்டாள் மீனா.

சமைக்கின்ற நேரம் போக நாளெல்லாம் கூடத்து ஊஞ்சலில் உட்கார்ந்து கொண்டு கோலம் வரைவாள் மீனா. சில சமயங்களில் திண்ணையில் வந்து தூணைக் கட்டிக்கொண்டு தான் காலையில் தெருவில் வரைந்த கோலம் பலரின் பாதத்தால் மிதிபட்டுப் போயிருக்கிற சோகத்தை உணர்வது மாதிரி பார்த்துக் கொண்டிருப்பாள்.

கோலம் மட்டுமா மிதிபடுகிறது?

அக்கிரகாரத்தில், பாலியப் பருவத்தில் அவளோடு விளையாடிய, பழகிய, பரிகாசம் செய்த அந்தப் புருஷப் பிள்ளைகளில் ஒவ்வொருவரும் இன்றைக்கு ஒவ்வொருத்திக்கு எவ்வளவு நல்ல புருஷர்களாக மாறிவிட்டனர்! தன்னுடைய தலைவிதி தன்னை எப்படியெல்லாம் ஆக்கி, மறுபடியும் இங்கேயே கொண்டு வந்து தள்ளிவிட்டது என்று ஏக்கத்தோடு அவர்களை அவள் அடிக்கடி பார்த்துப் பெருமூச்செறிவாள். அந்தப் பெருமூச்சுதான் அந்தத் தனிமைத் தொழுவத்தில் அவளுக்கு நிம்மதி அளித்தது. அப்படி ஓர் உணர்வில்தான் அன்று தலை நிமிர்ந்து அந்த அந்நிய மதத்தானைப் பார்த்து, ஆனால் பெருமூச்சு ஏதும் இன்றி, ஒரு வேடிக்கையாகவே ரசித்து நின்றாள்.

முப்பது வயதிலேயே தாம்பத்திய வாழ்க்கை முடிந்துவிட்டது என்ற தீர்ப்பைச் சுமந்து பிறந்தகத்துக்கு வந்துவிட்டவளுக்கு, பிறரைப் பார்க்கக்கூடவா உரிமை இல்லை? ஆனால், பிராமண குலத்தில் பிறந்த ஒருத்தி, மாற்று மதத்தினனைப் பார்த்துப் பெருமூச்சு விடலாமா, என்ன? எனவே, அவளுக்கு அவனைப் பார்த்துப் பெருமூச்சுப் பிறந்ததே இல்லை. எனினும் அவனை அவள் பார்ப்பாள்.

அவள் குனிந்த தலை நிமிராமல் கோலமிட்டவாறே, சைக்கிள் பெடலை மிதிக்கின்ற, கனத்த பூட்ஸ் அணிந்த, முழங்காலுக்கு மேல் லுங்கியின் கரை ஏறிய, ரோமம் செறிந்த அவன் கால்களை

மட்டும் பார்ப்பாள். சில சமயங்களில் அவன் தன்னைக் கடந்த பிறகு நிமிர்ந்து நின்று, அந்தச் சின்னச் சைக்கிளில் ஆஜாநு பாகுவாகப் போகின்ற அவன் பின்புறத் தோற்றத்தைப் பார்ப்பாள். அவன் புகை நிறத்தில் ஒரு மஸ்லின் ஷர்ட் அணிந்திருப்பான். முதுகில், உள்ளே போட்டிருக்கும் வெள்ளைப் பனியன் அவனது புஜங்களின் அகலத்தை எடுத்துக்காட்டும். நாலு அங்குலத்துக்கு மேல் பட்டையான பெல்ட்டும் தெரியும். பெண்கள் கட்டுகிற புடைவை மாதிரி, ஒவ்வொரு நாளைக்கு ஒவ்வொரு வர்ணத்தில் அவன் லுங்கி கட்டுவான்.

சில சமயங்களில் குளத்தில் குளித்துவிட்டு வருகையில் எதிர்ப் படுகிறபோது அவன் தோற்றத்தை முழுமையாகவே அவள் பார்ப்பாள். ஏனெனில் அவன் அவளைப் பார்ப்பதில்லை; அதனால் அவள் அவனைப் பார்க்க முடிந்தது. அவன் மாற்று மதத்தினன் ஆனாலும், ஏதோ ஒரு கோயிலைக் கடந்து போவது போல, பவ்வியமாக அந்த அக்கிரகாரத்தைக் கடந்துபோவான். சைக்கிளுக்கு 'ஹாண்ட் பார்' மாதிரி அவன் முகத்தில் அந்த மீசை காதுவரைக்கும் குறுக்கே நீண்டிருக்கும். அவன் வயசு முப்பதுக்கு மேலே நாற்பதுக்குள் என்கிற இரகசியம் பிறருக்குப் பிடிபடாமல் அந்த மீசையின் பின்னால் ஒளிந்து கிடந்தது. தலை நிறையச் சுருண்டு வளர்ந்த முடி பிடரியில் வழியும். அவனுக்கு மீசை மாதிரியே புருவமும் அடர்த்தி. அவன் கண் பெரிதாகவே இருக்கும் என்று உணர்த்துகின்ற முறையில் விழிகளின்மீது படிந்து படர்ந்த இமைகள். பருத்த நரம்புகள் புடைத்த கழுத்தில், வெள்ளி யில் பிறை மாதிரியும் சிறிய காசுகளும் தாயத்தும் கோத்துக் கட்டிய கறுப்புக் கயிறு. அவனது அகன்ற நெஞ்சில் பிலுபிலு வென்று முளைத்த ரோமம். அவன் சிவப்பு நிறமோ கறுப்பு நிறமோ அல்ல; மஞ்சள். அவன் சைக்கிளில் வரும்போது எதிரே இருந்து பார்க்க விநோதமாயிருக்கும். அவனது நீண்ட முழந்தாள் கள் 'ஹாண்ட் பாரி'ல் இடிக்கும். எனவே அவன் கால்களைச் சற்று அகற்றியே சைக்கிளை மிதிப்பான்.

அந்தச் சைக்கிளின் ஹாண்ட் பாரில் ரத்தக் கறை படிந்த– சமயங்களில் ஈ மொய்க்கின்ற– ஒரு சிறிய காக்கி நிறப்பை தொங்கும். அதன் உள்ளிருந்து, பையின் விளிம்புக்கு மேலே அவனது கசாப்புக் கத்தியின் மரத்தாலான கைப்பிடி தெரியும். அந்தக் கைப்பிடியைப் பார்க்கும்போதே, அந்தக் கத்தியின் பயங்கரம் பார்ப்பவர்களின் கற்பனையிலே வரும்.

கோலம் போட்டுக் கொண்டிருக்கிற, குளத்தில் குளித்துவிட்டு வருகிற, காலை நேரத்து அக்கிரகாரத்துப் பெண்களைக் கடந்து,

தெருவின் மறுகோடிக்குப் போனதும், மீண்டும் அவன் எந்தப் பக்கமும் கொஞ்சங்கூடச் சாயாமல், இரண்டு கால்களையும் அகட்டித் தரையில் பதித்தவாறே சைக்கிளில் நிற்பான். நின்று, ஒரு பீடியைப் பற்றவைத்துக் கொண்ட பின் அக்கிரகாரத்தின் பார்வை யிலிருந்து மறைவான்.

மாலையில் அவன் வீடு திரும்புகிற நேரத்தில் அக்ரகாரத்துத் தெருவிலே சிறுவர்கள் விளையாடிக் கொண்டிருப்பார்கள். அங்கும் இங்கும் பெண்கள் தண்ணீர்க் குடத்துடன் தென்படுவார்கள். விளையாடிக் கொண்டிருக்கிற சிறுவர்கள், அவனைக் குறித்து ரகசியமான குரலில் அவனைப் பற்றிய தங்கள் கற்பனைகளைப் பரிமாறிக் கொள்வார்கள்.

அவன் ஆடுகளை எல்லாம் காதைப் பிடித்து ஒரு கையால் தூக்கிச் 'சரக்'கென்று கத்தியால் அறுத்துவிடுவானாம். அந்த ஆட்டின் உடல் அவன் காலடியில் விழுந்து துடிக்குமாம். அவன் வீசியெறிந்த ஆட்டுத் தலைகள் அம்பாரமாகக் குவிந்து போகுமாம். ஒரு நாளைக்கு ஆயிரம் ஆடுகளை வெட்டுகிறானாம். ஆடுகள் என்ன, அதே மாதிரி மாடுகளையும் வெட்டுவானாம். அவன் உடம்பு அந்த மாதிரி இருப்பதற்குக் காரணமே அவன் ஒரு நாளைக்கு மூன்று ஆடுகளைச் சாப்பிடுவதனால்தானாம். அவனை எதிர்த்துச் சண்டை போட்டு யாராலும் ஜெயிக்க முடியாதாம்.

இப்படியெல்லாம் தங்கள் கற்பனைச் சரட்டை அவர்கள் முறுக்கிக் கொள்வார்கள். அந்த அக்கிரகாரத்தைக் கடந்து போவதற்குள்ளாக ஒவ்வொரு நாளும் ஏதேனும் ஒரு வீட்டிலிருந்து, "ஏ சாயபு, இவனைப் புடிச்சிண்டு போ!" என்று குழந்தைகளை மிரட்டுகின்ற குரல் கேட்காமல் இருக்காது. சில சமயங்களில் ரேழித் தூணை இறுகக் கட்டிப் பிடித்துக் கொண்டு வரமாட்டேன் என்று அலறி அழுகின்ற குழந்தையைப் பற்றி இழுத்து, "இன்னைக்கு உன்னைச் சாயபுகிட்டே புடிச்சுக் குடுத்துடறேன். இந்தா சாயபு!" என்று பயமுறுத்துகின்ற தாய்மார்களையும் அவன் பார்ப்பான். பார்த்து மனத்தில் சிரித்துக் கொண்டே போவான். அவன் முகத்தில் மட்டும் அந்தச் சிரிப்புத் தெரியாது—

மீனாவின் பையன் பாபுவுக்குக் கடா மீசைக்காரன் பேரைக் கேட்டாலே குலை நடுக்கம். அவன் வருகிறபோது தெருவில் விளையாடிக் கொண்டிருந்தால்கூட, "அம்மா, கடா மீசைக்காரன் வரான்; கடா மீசைக்காரன் வரான்" என்று கூவிக் கொண்டே விட்டுக்குள் வந்துவிடுவான். அவனது பயத்தையும் அலறலையும் கண்டு சிரித்தவாறே, வெளியில் வந்து நின்று பார்ப்பாள் மீனா.

அப்பொழுது அந்தக் கடா மீசைக்காரனும் அவளைப் பார்ப்பான். ஆனால் அவளது சிரிப்பை அவன் அடிக்கடி சந்திக்க நேர்ந்த போதிலுங்கூடப் பதிலுக்கு அவன் சிரித்ததில்லை.

தங்கள் நாடோடிக் கும்பலில்தான் எப்பொழுதோ எங்கோ சந்தித்த ஒருத்தியின் முகச்சாயலை இவளில் அவன் அடையாளம் கண்டான். சம்பந்தமே இல்லாத அந்த ஒற்றுமையின் விசித்திரத்தை எண்ணி அவன் வியப்படைந்தான்.

தினசரி தங்கள் பிள்ளைகள் செய்யும் குறும்பையும் அடத்தையும் ஒரு வியாஜமாகக் கொண்டு, "ஏ சாயபு! ஏ சாயபு" என்று அவனுக்குப் பல வீடுகளிலிருந்து அழைப்புகள் வந்தபோதிலும், அப்பொழுதெல்லாம் திரும்பிக் கூடப் பார்க்காதவன், இப்போதெல்லாம் வாத்தியார் சங்கரையரின் வீட்டைக் கடக்கும்போது, எந்தவித அழைப்பும் இல்லாமலே லேசாகத் தலை திரும்பிப் பார்க்க ஆரம்பித்தான். அப்போதெல்லாம் அங்கே மீனா நின்றிருப்பாள்.

தங்கள் நாடோடிக் கும்பலில் தான் எப்பொழுதோ எங்கோ சந்தித்த ஒருத்தியின்...

அது வாத்தியார் சங்கரையரின் வீடு என்றெல்லாம் அவனுக்குத் தெரியாது. அந்த வீட்டின் அடையாளமே அவனுக்கு அவள்தான். ஏதோ ஒருநாள் அவன் அங்கே பார்க்கையில், என்ன காரணத்தினாலோ அவள் அங்கு இல்லாதபோது, அது எந்த வீடு என்றே தெரியாமல் அவன் குழம்பிப் போனான். பின்பு, அடுத்த முறை அந்த வீட்டில் அவளைப் பார்த்தபோதுதான் தூணிலே கட்டியிருக்கின்ற சிவப்புநிறத் தபால் பெட்டியை இன்னும் ஓர் அடையாளமாக அவன் தெரிந்து கொண்டான்.

சில சமயங்களில் மீனா நினைத்துக் கொள்வாள்! 'இவனைக் கண்டு பாபுவும் அக்கிரகாரத்துக் குழந்தைகளும் ஏன்தான் பயப்படுகிறார்களோ?'

அவனது பெரிய கடாமீசை நினைவுக்கு வந்து அவளுக்கு ஏற்படும் இந்த வியப்பை மாற்றி, குழந்தைகளுக்கு ஏற்படும் பயத்துக்கு நியாயம் சொல்லும்.

தொடர்ந்து அவள் நினைப்பாள்: 'அவனுக்கு அந்த மீசை இல்லாவிட்டால்...? யாராவது அவனுக்கு அந்த மீசையை எடுத்து விடச் சொல்லி யோசனை சொன்னால்... அநியாயமாகப் பயந்து சாகிற குழந்தைகளுக்கு எவ்வளவு ஆறுதலாக இருக்கும்! ஏதாவது ஒரு சந்தர்ப்பத்தில் இதை அவனுக்குச் சொல்லிவிட வேண்டும்!'

என்று பின்னிப் பின்னி வருகிற அவனது நினைவை, 'அட அசடே, எனக்கு இருக்கிற கவலையிலே இவன் மீசையைப் பற்றி என்ன இப்படி ஒரு யோசனை!' என்று தன்னையே நோக்கிச் சிரிப்பதன் மூலம் தவிர்த்துக் கொள்வாள்.

அக்கிரகாரத்துச் சிறுவர்கள் சிலபேர் கூடி, திடலுக்கு வேடிக்கை பார்க்க வந்தார்கள். அந்தக் கும்பலில் ஒருவனாகப் பாபுவும் அங்கு இருந்தான். ரசமான விஷயங்களிலும், விரசமான விஷயங்களிலும் ஈடுபாடு காட்டுவது மனித இயல்பு. முதிர்ந்தவர்கள், விரசத்தில் வருகிற ஈடுபாட்டை மறைத்துக் கொள்வதில் சமர்த்தர்கள். குழந்தைகளுக்கு அந்தச் சாமர்த்தியம் கிடையாது. எனவேதான், திடலின் நடுவே, ஓர் ஓலைப்பாயில் மாமிசத்தை மலைபோல் குவித்து, ஒரு கிழவன் அவற்றை வெட்டிக் கூறு போட்டு அங்கிருந்த குடும்பங்களுக்கு விநியோகம் செய்து கொண்டிருந்த காட்சியை வேடிக்கையாக அந்தப் பிராமணச் சிறுவர்கள் பார்த்தார்கள். அந்த அநுபவம் அவர்களுக்கு மிகவும் சுவாரசியமானதாகவும், உடம்பைக் கூசச் செய்யும் பரவசம் நிறைந்ததாகவும் இருந்தது.

அது ஆடா அல்லது மாடா என்கிற ரகசியமான சர்ச்சையும் அவர்களுக்குள் நடந்தது.

"இதை இப்படியே நெருப்பிலே போட்டுச் சுட்டுத் திம்பாளோ?"

"இல்லேடா, நம்ம ஆத்துல கறிகாயெல்லாம் சமைக்கிறாளே, அந்த மாதிரி சமைப்பா!"

"சீச்சீ! நான் பாத்திருக்கேனே, வத்தல் போடுவா!"

"நாத்தம் நாறாதோ?"

"என்னத்துக்கு இப்பிடிப் பண்றா?"

"இது பாவமில்லையோ?"

"ஒரு வேளை... தின்னா அவாளுக்கு நன்னாருக்கும் போல இருக்கு!"

"ஒனக்கு வேணும்னா, போய் வாங்கித் தின்னு, போ!"

"வ்வோ... ஓ!"

அப்போது பாபுவைத் தேடிக்கொண்டு மீனா அங்கே வந்தாள். இந்த அக்கிரகாரத்துச் சிறுவர்கள், அந்தக் கர்ம காண்டத்தை ரசித்து வேடிக்கை பார்ப்பதைக் கண்டதும் அவளுக்குக் கோபம் வந்தது.

"ஏ பீடைகளா! இங்கே வந்து நின்னுண்டு என்ன வேடிக்கை? ஓடுங்கோ ஆத்துக்கு! ஏண்டா மணி, அவாதான் கொழந்தை. உனக்கு வயசாகல்லே? இரு இரு. உங்க ஆத்துக்கு வந்து மாமி கிட்டே சொல்றேன்!" என்று அங்கிருந்த குழந்தைகளை விரட்டி விட்டுப் பாபுவின் காதைப் பிடித்துத் திருகினாள்.

"நல்ல வேளை, குளத்திலே கிளத்திலே போய் நிக்கறயோன்னு அங்கெல்லாம் போய்த் தேடிட்டு வரேன். மத்தியானம் ஆத்தை விட்டுப் போனவன், நன்னா ஊரைச் சுத்த ஆரம்பிச்சுட்டே, ஆத்துக்கு வா, சொல்றேன்!" என்று அவன் காதைப் பிடித்துத் திருகியபொழுது, பாபு அழ ஆரம்பித்தான்.

அந்தச் சமயம், ஒரு கூடாரத்திலிருந்து அவள் வெளியே வந்தாள்.

"நீங்கள்ளாம் ஐயம்மாரு வூட்டுப் புள்ளை... இதெல்லாம் பார்க்கப்படாதுன்னு நானும் எம்மா நாளியாச் சொல்லிக் கிட்டிருக்கேன்? கேக்க மாட்டேங்குதுங்க!" என்று சொல்லிக் கூர்ந்து பார்த்துக் கொண்டே மீனாவின் அருகே வந்தாள் அவள்.

மீனாவும் அவளைப் பார்த்தாள்.

மீனாவின் கண்களுக்கு அந்த மாற்று மதத்தைச் சேர்ந்த பெண்ணும் ஒரு வேடிக்கையாகத்தான் இருந்தாள். அந்த ஜாதியின் ஆண்களும் பெண்களும் எவ்வளவு அழகாயிருக்கிறார்கள் என்று மனத்துள் வியந்தாள்.

மீனா அவள்மீது வைத்த கண் வாங்காமல், பாதாதி கேசம் அளந்து பார்த்தாள்,

அவள் தலையில் இட்டிருந்த முக்காடு சிறிதே விலகியிருந்தது. அல்லி மலர்களின் இதழ்கள் போன்ற அவளது சிவந்த செவிமடல் முழுவதும் வரிசையாகச் சிறுசிறு பொன்வளையங்கள் அலங் கரித்தன. அவற்றில் சிலவற்றிலிருந்து பொன்மணிகள் தொங்கின. அவளது வட்ட வடிவமான அகன்ற முகத்தில் கீறிக் கிழித்தவை மாதிரி செவ்வரி படர்ந்த பெரிய விழிகள், கரிய புருவத்தினடியில் இவளைக் கனிவோடு சந்தித்தன. அந்தக் கடா மீசைக்காரன் மாதிரியே அவளும் பெரிய ஆகிருதியாயிருந்தாள். முழங்கை வரைக்கும் கண்ணாடி வளையல்களை அளவுக்கு மீறி அவள் அடுக்கியிருந்ததுகூட ஓர் அழகாய்த்தான் இருந்தது. மார்பை மட்டும் மறைக்கின்ற அளவுக்கு அவள் அணிந்திருந்த ரவிக்கையின் கைகள் மட்டும் முழங்கைவரை நீண்டிருந்தன. மஞ்சள் நிறமான பொன்னிற வயிற்றின் சரும மடிப்பும், நாபிக் குழியும் தெரிய, அவள் பாவாடை மட்டுமே அணிந்திருந்தாள்.

அவள் நடந்து வருகையில், அவளது இடையின் இரண்டு புறமும் ஏறி நெளிந்தபோது தேர் வருவது மாதிரி இருந்தது. அவள் நடக்கும்போது அவள் பாதங்களில் கிடந்த—பூமியிலும் படுகின்ற மாதிரி பெரிதாக அணிந்த அந்த வெள்ளித் தண்டையின் சப்தம் இனிமையாக ஒலித்தது.

'இவள் அணிந்திருக்கின்ற இந்த நகைகளெல்லாம் உண்மை யிலேயே தங்கந்தானா?' என்ற சந்தேகம் வந்தது மீனாவுக்கு. அதைக் கேட்டுவிடலாமா என்று துடித்த ஆசையை ஒரு விநாடித் தயக்கத்தில் அடக்கிக் கொண்டாள்.

மீனா எவ்விதம் அவளை ரசித்தாளோ, அதே மாதிரி அவளும் மீனாவை ரசித்திருக்கவேண்டும். மீனாவின் எளிய தோற்றமும், காதிலே எண்ணெய் இறங்கிக் கிடக்கும் கம்மலும், மூக்குத்திகளும் அவளைக் கவர்ந்ததைவிட, அவளது நெற்றியில் இருந்த வட்டவடிவமான பெரிய குங்குமத் திலகம், அவளைப் பேரழகியாக்கி மயக்கிற்று. கொடிபோல் மெலிந்த உடலில் அவள் அணிந்திருந்த பிராமணக்கட்டுப் புடவையை, அவள் எப்படி உடுத்திக் கொண்டிருக்கிறாள் என்று அறிய அவாவுற்ற இவளுடைய பெரிய விழிகள் அவள் மேல் மேய்ந்தன. அவர்கள் இருவரும், இரண்டு தொழுவத்துப் பசுக்கள் ஒன்றை ஒன்று நட்பின் துணை நாடித் தவிக்கிற மாதிரி பரஸ்பரம் நெருக்கமுற்று வந்தார்கள்.

அப்போது ஓர் ஆட்டுக்குட்டியைத் துரத்தியவாறு அவளுக்குப் பின் பாபுவின் வயதுடைய ஒரு சிறுவன் ஓடினான். அந்தச் சத்தத்தைக் கேட்டுத் திரும்பிய அவள், அவர்களது மொழியில் அவனைத் திட்டினாள். அவள் திரும்பியபோது, அவளது திறந்த முதுகைப் பார்த்த மீனாவுக்கு அவளது மேனியழகு முற்றாக மனத்துள் நிர்வாணமாகப் படிந்த குறுகுறுப்பு ஏற்பட்டது. மீனாவைத் திரும்பிப் பார்த்து அவள் சொன்னாள். "அம்மான்னா இந்தப் புள்ளைகளுக்குப் பயமே இல்லே! வாப்பான்னாதான் பயம்!"

அவள் பேசுகிற தமிழ் புரிந்தாலும் மீனாவுக்குச் சிரிப்பு வந்தது.

"ஆமாம்! இவன்கூட என் பேச்சைக் கேக்கறதேயில்லே" என்று மீனா சொன்னபோது, அவள் குறுக்கிட்டுச் சொன்னாள்: "நீங்க எதுக்கம்மா இவ்வளவு தூரம் வந்தீங்க? இவங்க வாப்பா கையிலே சொல்றதுதானே? பொம்பிளைங்க கையிலே புள்ளைங்க அடங்காது."

அவள் பேசுவதைக் கேட்டுக் கொண்டிருந்த மீனாவின் கண்களில் படர்ந்த சோகத்தை அவள் கண்டிருக்க வேண்டும்.

"அது உன் பையனா?" என்று ஆட்டுக்குட்டியைத் துரத்திக் கொண்டு ஓடின பையனைப் பார்த்துக் கேட்டாள் மீனா.

"ஆமாம். அவுக வாப்பாவோடு எனக்குத் தலாக் ஆய்ப் போச்சு" என்று சொல்லிக் கொண்டே திரும்பியபோது, வெளியே தன் மனைவி யாருடனோ பேசிக் கொண்டிருப்பது கேட்டு, அந்தக் கடாமீசைக்காரன் கூடாரத்தை விட்டு வெளியே வந்தான்.

அவனைக் கண்டதும் முக்காட்டைச் சற்று இழுத்துவிட்டுக் கொண்டு அவள், "அதுக்கப்புறந்தான் நான் இவரை நிக்கா பண்ணிக்கிட்டேன்" என்று பெருமையோடும் நாணத்தோடும் சொன்னாள்.

மீனாவுக்கு, இப்போது அவள் பேசிய பேச்சுப் புரிந்தாலும் சில வார்த்தைகளுக்குப் பொருள் புரியவில்லை.

"'தலாக்'குன்னா?" என்று கேட்டுக் கொண்டே, கூடாரத் திலிருந்து குனிந்து வெளியே வந்து உயரமாக நிமிர்ந்து நின்ற அவன் விழிகளைப் பார்த்தாள் மீனா.

ஐயோடி! அவன் கண்கள் என்னமாய்க் கூராக, ஆழமாக, பெரிசாக, இரைச்சலோடு பார்க்கின்றன!

அவன் லுங்கியும் பனியனும் மட்டுமே அணிந்திருந்தான். மீனாவைக் கண்டதும், வாயில் இருந்த பீடியை எடுத்துக் கீழே போட்டு மிதித்து அணைத்தான். ஏற்கனவே அறிமுகமானவன் போன்ற பாவத்தோடு அவளுக்குச் சலாம் செய்தவாறே அருகில் வந்தான்.

"அம்மா எங்கே இவ்ளோ தூரம் வந்துட்டீங்க?" என்ற அவனது கேள்விக்குப் பதில் ஏதும் சொல்லாமல் புன்னகை செய்தாள் மீனா.

அப்போது அவன் மனைவி 'தலாக்' என்றால் என்னவென்று விவரித்துக் கொண்டிருந்தாள். அதுவரையிலும், இந்த அக்கிர காரத்துக்கு வெளியேதான் மனிதர்களும் வாழ்க்கையும் எவ்வளவு அற்புதமாய் அழகாய் மாறியிருக்கிறார்கள் என்று நினைத்துக் கொண்டிருந்த மீனாவுக்கு, எல்லா வாழ்க்கையுமே பெண்களுக்கு ஒரு தொழுவந்தான் என்று தோன்றிற்று.

கடா மீசைக்காரனைக் கண்டதும், மீனாவுக்குப் பின்னால் வந்து ஒளிந்து கொண்டிருந்த பாபு, அவன் இன்னும் கொஞ்சம்

நெருங்கி வந்ததும், “அம்மா, ஆத்துக்குப் போலாண்டி!” என்று முன்றாணையைப் பிடித்து இழுத்து முனக ஆரம்பித்தான்.

பின்புறமாகக் கைநீட்டி அவனது தலையைத் தடவியவாறே, “இந்தச் சாயபுவைக் கண்டு உனக்கென்ன பயம்? இவாள்ளாம் நல்லவாளாத்தானே இருக்கா! ஒண்ணும் பண்ணமாட்டா!” என்று அவனுக்குச் சமாதானம் சொன்ன மீனா, கடா மீசைக்காரனைப் பார்த்துச் சொன்னாள்: “உன்னோட மீசையைக் கண்டுதான் கொழந்தைங்கள்ளாம் பயப்படறது. நீ அதை எடுத்துட்டேன்னா அக்ரகாரத்திலே இருக்கற கொழந்தைகளெல்லாம் உன் பின்னாடியே ஓடி வரும்” என்று சொன்னபோது அவளுக்கு முகமே சிவந்து குழம்பிப் போயிற்று.

“ஏம்மா, இந்த மீசை எனக்கு நல்லாயில்லையா?” என்று அவன் வெகுளித்தனமாய்க் கேட்டான்.

‘ஐயோ, என்ன இவன் இப்படிக் கேட்கிறானே! இதற்கு என்ன பதில் சொல்வது?’ என்று வெட்கத்தோடு மீனா தலை குனிந்தாள்: “நல்லா இல்லாம என்ன? கொழந்தைங்க பயப்படறதேன்னு சொன்னேன்.”

“இவ இந்த மீசைக்குத்தானே என்னை நிக்காப் பண்ணிக் கிட்டா?” என்று மனைவியின் தோளைத் தட்டி, பெண்மையின் உயிரைக் கொள்ளை கொள்வதுபோல் அவன் சிரித்தான். தன் தோளில் இருந்த அவன் கையைத் தள்ளி, தங்கள் மொழியில் என்னவோ சொல்லி அவனைக் கடிந்து கொண்டு, சற்று விலகி நின்றாள் அவள்.

‘ஏ சாயபு, நீ ரொம்பப் பொல்லாதவன்!’ என்று பார்வையிலே சொன்னாள் மீனா.

அந்தச் சந்திப்புக்குப் பிறகு அந்தச் சம்பாஷணையை, அந்த அநுபவத்தை நினைத்து நினைத்துப் பார்த்துச் சுகப்பட்டாள் மீனா. ஒருநாள் அந்தக் கடா மீசைக்காரனை அவள் கனவில்கூடக் கண்டாள். கனவில், அவன் மனைவி மாதிரி ஆடை அலங்காரத்தோடு தான் நிற்க, அவன் இந்த அக்கிரகாரத்து மனிதன் மாதிரி பூனூல் போட்டுக் கொண்டு, சரிகை வேஷ்டி கட்டிக்கொண்டு எதிர் வீட்டுத் திண்ணையில் உட்கார்ந்திருக்கிறான். ஆனால் அந்தக் கடா மீசை மட்டும் அப்படியே இருக்கிறது.

‘அட கிரகசாரமே! போயும் போயும் ஒரு பிராமணன் இப்படி மீசை வச்சுண்டுடுவானோ?’ என்று அவள் அதிசயித்த நேரம், அவன் வேஷம் கலைப்பது மாதிரி, முகத்திலிருந்து அந்த மீசையை எடுத்தெறிகிறான்.

அது மட்டுமல்ல; தன்னைத் தள்ளி வைத்துவிட்ட புருஷன் சந்தோஷமாக இருந்த நாட்களில் அழைத்தது மாதிரி, 'மீனு, மீனு' என்று அழைத்தவாறே இந்த வீட்டுப் படியேறி உள்ளே வருகிறான். அவனிடமிருந்து அவள் விலகி விலகிப் போகிறாள்.

அவன் 'மீனு, மீனு' என்று அழைத்தவாறு நடுக் கூடம் வரைக்கும் வந்து ஊஞ்சலில் விரித்திருந்த அவளது படுக்கையின் மீது உட்கார்ந்து கொள்கிறான். மிகவும் சொந்தமாக ஊஞ்சலில் உட்கார்ந்து உந்தி உந்தி ஆடியவாறு அவன் சொல்கிறான்: 'எல்லாம் வேஷம்டி மீனு, வேஷம்! நான் ஒரு வேஷம் போட்டுண்டு, நீ ஒரு வேஷம் போட்டுண்டு ஆளுக்கொரு நாடகம் ஆடறோம்!' என்று பெண்மையைக் கொள்ளை கொள்ளும் சிரிப்போடு அவன் சொல்லும்போது மீனாவுக்குக் கோபம் வருகிறது.

'நான் ஒண்ணும் வேஷம் போடல்லே! நீதான் வேஷம் போடறே! உன் வேஷத்தைப் போட்டுண்டு நீ தெருவிலே போயிண்டிரு. நான் வேடிக்கை பார்த்துண்டிருக்கேன். உள்ளே வராதே' என்று கடுமையாகச் சொன்னதும், அவன் ரோஷத்தோடு எழுந்து போகும்போது அவளுக்கு வேதனையாக இருந்தது.

தூக்கத்திலிருந்து விழித்த மீனா, எழுந்து, தண்ணீர் அருந்தி, சுவாமி படத்தின் முன்னால் போய் நின்று, "இந்த மாதிரி சொப்பனமெல்லாம் வராமல் காப்பாத்து, ஆண்டவனே!" என்று வேண்டிக் கொண்டாள்.

மறுநாள் காலை அவள் வாசலுக்குக் கோலம் போட்டுக் கொண்டிருந்தபோது, குனிந்த தலை நிமிராமல் புருவத்தை மட்டும் உயர்த்தி, சைக்கிள் பெடலை மிதிக்கின்ற கனத்த பூட்ஸ் அணிந்த, முழங்காலுக்கு மேல் லுங்கியின் கரை ஏறிய, ரோமம் செறிந்த அவன் கால்களை மட்டும் அவள் பார்த்தாள்.

பிறகு, அவன் தன்னைக் கடந்த பிறகு நிமிர்ந்து நின்று அந்தச் சின்னச் சைக்கிளில் ஆஜானுபாகுவாகப் போகின்ற அவன் பின்புறத் தோற்றத்தைப் பார்த்தாள்.

சில நாட்களுக்குப் பிறகு ஒருநாள் குளத்தில் குளித்துவிட்டு எதிர்ப்படுகிறபோது, அவன் தோற்றத்தை முழுமையாகப் பார்க்க முடியாமல் அவள் தலைகுனிந்து நடந்தாள்.

கலைமகள், 1969

# நான் ஜன்னலருகே உட்கார்ந்திருக்கிறேன்

ஆமாம்; நான் ஜன்னலண்டைதான் உக்காந்துண்டிருக்கேன்... அதுக்கென்னவாம்? உட்காரப்படாதோ?... அப்படித்தான் உட்காருவேன். இன்னிக்கி நேத்திக்கா நான் இப்படி உக்காத்துண்டிருக்கேன்... அடீ அம்மா! எவ்வளவோ காலமா உக்காந்துண்டுதான் இருக்கேன். இனிமேலும் உக்காந்துண்டுதான் இருப்பேன். என்ன தப்பு?... இல்லே. யாருக்கு என்ன நஷ்டம்? பெரீசா... எப்போ பார்த்தாலும் இதையே ஒரு வழக்கா பேசிண்டு இருக்கேளே... 'ஜன்னலண்டையே உக்காந்துண்டிருக்கா... உக்காந்துண்டிருக்கா'ன்னு. ஜன்னலண்டை உட்காரப்படாதோ? ஜன்னலாலே பார்க்கப்படாதோ? ஜன்னலண்டையே போகப்படாதோ? அப்படீன்னா வீட்டுக்கு ஜன்னல்னு ஒண்ணு எதுக்காக வெக்கணும்கறேன்! ஒண்ணா?... இந்த வீட்டுக்கு ரெண்டு ஜன்னல் இருக்கு; பாத்துக்கோங்கோ. தெருவிலே நின்னு பார்த்தா இந்த வீடு ரொம்ப லட்சணமா இருக்கோ இல்லியோ? அந்த லட்சணமே இந்த ஜன்னல் ரெண்டினாலேதான். ஜன்னல் இல்லேன்னா பார்க்கச் சகிக்குமோ? இந்த வீடு ரொம்பப் பழசுதான். பழசுன்னாலும் பழசு, அறதெப்பழசு... பழசானால் என்ன? அழகாகத்தானே இருக்கு! தாத்தாவோட தாத்தாவெல்லாம் இங்கேதான் பொறந்தாளாம். இப்போ இந்த வீட்டுக்கு ரெண்டு பக்கத்திலேயும் பெரிசு பெரிசா மாடி வீடு வந்துட்டுது. ரெண்டு பெரியவா கையைப் பிடிச்சுண்டு ஒரு சின்னக் கொழந்தை நிக்கறமாதிரி இந்த வீடுதான் குள்ளமா நடுவிலே நின்னுண்டு இருக்கு... சின்ன வீடு, ஓட்டு வீடு; வீட்டுக்கு முன்னே ரெண்டு பக்கமும் திண்ணை. நடுவிலே வாசற்படி; ரெண்டு திண்ணைக்கு நேராவும் ரெண்டு ஜன்னல்; இந்த வீடு ரெண்டு கண்ணையும் தெறந்துண்டு தெருவைப் பாக்கற மாதிரி இருக்கும். இந்த ரெண்டு ஜன்னலும் இந்த வீட்டுக்கு ரெண்டு கண் மாதிரி. ஜன்னல், வீட்டுக்குக் கண்தானே? யார் சொன்னா அப்படி?... யாரும் சொல்லலே... எனக்கே அப்படித் தோணறது... நான்தான் சொல்றேன்.

வீட்டுக்கு ஜன்னல் எதுக்கு வச்சாளாம்? காத்து வரதுக்கு; வீடு, தெருவைப் பாக்கறதுக்கு; வீட்டிலே இருக்கிறவா மூச்சு விடறதுக்கு; வீட்டிலே இருக்கிறவா தெருவிலே நடக்கிறதையெல்லாம் பாக்கறதுக்கு...

ஏன் பார்க்கணும்னா கேக்கறேள்? நன்னா கேட்டேள்! ஏன் பார்க்கப்படாதுன்னு நான் கேக்கறேன். அதுக்குப் பதில் சொல்லுங்கோ. ஏன் மூச்சு விடணும்? ஏன் காத்து வரணும்னுகூடக் கேப்பேளோ? இதெல்லாம் என்ன கேள்வி? ஜன்னலே இல்லாமக் கட்டினா அதுக்கு வீடுன்னா பேரு? அது சமாதிடீ அம்மா, சமாதி!

காலமெல்லாம் இது ஒரு பேச்சா?... 'ஜன்னலண்டே உக்காந்துண்டிருக்கா... ஜன்னலண்டே உக்காந்துண்டிருக்கா'ன்னு கரிக்கறேளே... .

எனக்கு ஜன்னலண்டேதான் சித்தே மூச்சுவிட முடியறது. இந்த வீட்டிலே வேறே எங்கே போனாலும் மூச்சு முட்டறது; புழுங்கறது; உடம்பு தகிக்கிறது. இந்த வீட்டிலேயே... ஏன்? இந்த லோகத்திலேயே இதைவிட சொகமான இடம் கிடையாது. அடீ அம்மா! இங்கேதான் என்னமா ஜிலுஜிலுன்னு காத்து வரது! நான் உக்காந்துண்டிருக்கேனே, இந்த ஜன்னல் கட்டைதான் என்னமா வழவழன்னு இருக்கு! சேப்புக் கலர் சிமிட்டி பூசி இருக்கா... என்னதான் வெய்யல் நாளா இருந்தாலும் இது மட்டும் தொட்டா ஜில்லுனு இருக்கும்! ஜன்னலுக்கு நேரா தெரியறதே ஒரு அரச மரம்... எப்பப் பார்த்தாலும் அது 'சலசல'ன்னு என்னமோ பேசிண்டே இருக்கு. இந்த ஜன்னல் கட்டையிலே ஏறி 'ஜம்'னு உட்காந்துண்டு இந்த அரச மரத்தைப் பார்த்துண்டே இருந்தா, நேரம் போறதே, காலம் போறதே தெரியறதில்லே... அப்படித்தான் நான் உக்காந்துண்டிருக்கேன்! இன்னிக்கி நேத்திக்கா உக்காந்துண்டிருக்கேன்? இதிலே உக்காந்துண்டா எனக்கு அது ஒரு பாந்தமாத்தான் இருக்கு. ஜன்னலுக்கு ரெண்டு பக்கமும் இருக்கிற சுவத்திலே ஒரு பக்கம் முதுகைச் சாச்சுண்டு இன்னொரு பக்கம் ரெண்டு பாதத்தையும் பதிய வச்சு உதைச்சுண்டா 'விண்'ணுனு எனக்கு ரொம்பக் கச்சிதமா இருக்கு. இதெ எனக்காகவே கட்டி வச்சிருக்கா. இது என்னோட ஜன்னல். நான், இந்த ஜன்னலோட நான்! எனக்காக இதைக் கட்டி வச்சு, இதுக்காக என்னைக் கட்டி வச்சுட்டா... யாரும் வெக்கல்லே; நானே வச்சுண்டேன்! எப்படிச் சொன்னாத்தான் என்னவாம், இப்போ?

இந்த மாதிரி ஒரு பக்கம் சாஞ்சுண்டு இன்னொரு பக்கம் காலை உதைச்சுண்டு உக்காரணும்னு எவ்வளவு காலம் பிரயாசைப்பட்டிருக்கேன் தெரியுமா, நான்? அப்போவெல்லாம் எனக்குக் காலே எட்டாது. கால் எட்டினா முதுகைச் சாச்சிக்க முடியாது! அப்பெல்லாம் ஜன்னல் கட்டையிலே ஏறி நின்னுண்டா எனக்கு உசரம் சரியாக இருக்கும்!

எப்படி நிக்கணும் தெரியுமா? ரெண்டு கம்பிக்கு நடுவே ஒரு காலை வச்சுக்கணும். வலது காலை வச்சுண்டா வலது கையாலே கம்பியை இழுத்துப் பிடிச்சுண்டுடணும்... அப்புறம் இந்தப் பக்கமா இடது கையையும் இடது காலையும் நீளமா வீசி வீசி அரை வட்டமா சுத்திச் சுத்தி ஆடணும்...

ரயில் போறதாம்!... வேக வேகமா போறதாம்; தந்திக் கம்பியெல்லாம் ஓடறதாம்; மரம் ஓடறதாம்; வானம் ஓடறதாம். எல்லாம் ஓடறதாம்! அப்பறம் கும்மாணம் வரதாம்;... தஞ்சாவூர்லே நிக்கறதாம்; மறுபடியும் போறதாம்; திரும்பி இங்கேயே வந்துடறதாம்...

அடீ அம்மா! இந்த ஜன்னல் கட்டையிலே உக்காந்துண்டே நான் எத்தனை பிரயாணம் பண்ணி இருக்கேன்!...

காலையும் கையையும் வீசி வீசிச் செஞ்ச பிரயாணம்; கண்ணையும் மனசையும் வெரட்டி வெரட்டிச் செஞ்ச பிரயாணம்; ஆடாமல் அசங்காமல் செஞ்ச பிரயாணம்; அழுதுண்டு செஞ்ச பிரயாணம்; சிரிச்சுண்டு செஞ்ச பிரயாணம்; ஆனந்தமான பிரயாணம்; பிரயாணத்தின் அலுப்பே இல்லாமல் செஞ்ச பிரயாணம்...

ஜன்னலுக்குப் பொருத்தமா பொருந்தி உக்காந்துண்டு நான் எவ்வளவு பிரயாணம் போயிருக்கேன்! பிரயாணம் போன வாளையும் பார்த்திருக்கேன்–எவ்வளவோ பேர் போறா... சும்மாப் போறவா, சொமந்துண்டு போறவா, தனியாப் போறவா, கூட்டமாப் போறவா, ஜோடியாப் போறவா...

இந்த ஜன்னல் வழியாக மொதல்லே யார் பார்த்திருப்பா? மொதல்லே என்னத்தைப் பார்த்திருப்பா?... யாரோ பார்த்திருப்பா... எதையோ பார்த்திருப்பா... நான் மொதல்லே என்ன பாத்தேன்? எனக்கு ஞாபகமிருக்கிற மொதல் நெனைவே இந்த ஜன்னல் வழியாப் பார்த்ததுதான்... என்னைப் பெத்தவளை நான் பார்த்த ஞாபகமே இல்லை... உயிரோட பார்த்த ஞாபகமில்லை... எனக்கு ஞாபகமிருக்கிற மொதல் விஷயமே அதுதான்...

அம்மாவைத் தூக்கிண்டு போனாளே அதுதான்!... யார் யாரோ அழுதுண்டே வாசல் வரைக்கும் ஓடிவந்தாளே... அவா அழ அழ அவசர அவசரமா அம்மாவைத் தூக்கிண்டு நாலு பேர் ஓடினாளே... நான் இந்த ஜன்னல் மேல் நின்னுண்டு, ஜன்னல் வழியாப் பார்த்துண்டிருந்தேனே!...

அதுக்கப்புறம் அந்த மாதிரி எத்தனையோ பார்த்திருக்கேன். சந்தடியில்லாமத் தூக்கிண்டு திடுதிடுன்னு ஓடுவா... சில பேர்

தாரை, தப்பட்டை, சங்கு எல்லாம் வச்சுத் தெருவையே அமக்களப்படுத்திண்டு போவா. சில சமயத்திலே அவா போனப் புறம் கூடத் தெருவெல்லாம் ரொம்ப நாழி ஊதுவத்தி மணக்கும்...

அதே மாதிரி, கல்யாண ஊர்கோலமும் பார்த்திருக்கேன்! அது ரொம்ப நன்னா இருக்கும். அதென்னமோ யாருக்குக் கல்யாணம் நடந்தாலும் நமக்குச் சந்தோஷமா இருக்கு. ஊர்கோலம் ஜன்னல்கிட்டே வர்றதுக்கு முன்னே ரொம்ப நாழிக்கி முன்னயே– திடும் திடும்னு மேளம் கொட்டற சத்தம் தூரத்திலே கேக்க ஆரம்பிச்சுடும். அதுவும் கல்யாண மேளச் சத்தம்னா அது மட்டும் தனியாத் தெரியறது. அது வந்து போறவரைக்கும் நான் ஜன்னலை விட்டு நகரவே மாட்டேன்...

இந்த ஜன்னல் வழியாத் தெரியற தெரு– அதோ, அந்த அரச மரத்தடி பிள்ளையார் தெரியறதே அங்கே ஆரம்பிச்சு இந்தப் பக்கம் சிவானந்தம் வீடு வரைக்கும் தான் தெரியும். அதுவும் இந்தக் கோடிக்கும் அந்தக் கோடிக்கும் தலையை நன்னாச் சாச்சுச் சாச்சுப் பார்த்தால்தான் இந்த அளவுக்குத் தெரியும். கல்யாண ஊர்கோலம் வரச்சே, அந்த லைட்டுத் தூக்கிண்டு வர ஒருத்தன் மொதல்லே அரச மரத்தடிக்கு வருவான். சில பேர் லைட்டை அங்கேயே எறக்கியும் வச்சுடுவான்கள். ஆயிரந்தான் எலக்டிரிக் லைட் இருக்கட்டுமே, கல்யாணம்னா அந்த லைட்தான் வேண்டி யிருக்கு. 'ஓ'ன்னு பாயிலர் எரியற மாதிரி... நாதசுர சப்தம் பக்கத்திலே கேக்கும். அதென்னமோ கல்யாண நாதசுரத்தைக் கேட்டா மட்டும் வயத்துக்குள்ளே என்னமோ குளு குளுங்கும். அப்புறம் நெறய பெட்ரோமாக்ஸ் லைட்... வரிசையா வந்துடும்... உடம்பெல்லாம் வேர்த்து நனைய நனைய அந்தத் தவுல்காரனும் நாதசுரக்காரனும் போட்டி போட்டுண்டு வாசிப்பா. எனக்கு ஒத்து ஊதறவனைப் பார்த்தாச் சிரிப்புச் சிரிப்பா வரும். பல்வலிக்காரன் மாதிரி அவன் வாயிலே துணியை வச்சுண்டு நிப்பான். அதுக்கப் பறம் கல்யாண ஊர்கோலத்துக்காகவே செஞ்சு வச்ச மாதிரி ஒரு கார்... அந்தக் காருக்கும் அன்னிக்குக் கல்யாணம்! மாலை யெல்லாம் போட்டிருக்கும். அந்தக் காரிலே யார் இருந்தாலும் இல்லாட்டாலும் வாண்டுப் படைகள் மட்டும் நிச்சயமா இருக்கும். சில சமயங்களிலே மாப்பிள்ளை மட்டும் தனியா– கொழந்தைகள் உண்டு; அதாவது பொண் இல்லாமல் வருவார். சில சமயத்திலே பொண்ணும் மாப்பிள்ளையும் ஜோடியா வருவா. பொண்ணு தலையைக் குனிஞ்சிண்டிருக்கும். ஆனா மனசுக்குள்ளே ஒரே சந்தோஷம்னு மொகத்திலேயே தெரியும். எல்லாப் பெண்களும் தலையைக் குனிஞ்சிண்டுதான் இருக்கும். ஆனா என்னோட

படிச்சாளே சுமதி... அவளுக்கு என்ன தைரியம்! ஊர்வலம் ஜன்னலண்டை வரும்போது என்னைப் பார்த்துச் சிரிச்சுண்டே கையை ஆட்டினாளே!... எனக்கு வெக்கமாப் போயிடுத்து... எல்லாரும் திரும்பி என்னை வேற பார்க்கறா. அப்போதான் நானும் பார்த்தேன். எல்லார் ஆத்து ஜன்னல்லேருந்தும் எல்லாருந் தான் பார்க்கறா... ஆமா, எல்லாருந்தான் பார்க்கறா... ஆனா என்னை மட்டும் பெரிசா சொல்றாளே... கல்யாண ஊர்கோலம் வந்தா, அவாளுந்தானே வேடிக்கை பார்க்கறா.. அவாளுக்கு கல்யாண ஊர்கோலம் மட்டும்தான் வேடிக்கை. எனக்கு எல்லாமே வேடிக்கை. நான் பார்க்கத்தான் பார்ப்பேன். காலத்துக்கும் இது ஒரு வழக்கா; இது ஒரு பேச்சா?

இந்த வீட்டிலேயே எத்தனையோ கல்யாணம் நடந்திருக்கு. எவ்வளவோ ஊர்கோலம் பொறப்பட்டிருக்கு. நான் அதை யெல்லாம்கூட இந்த ஜன்னல் வழியாத்தானே பார்த்திருக்கேன். எனக்குத் தெரிஞ்சு இந்த ஆத்திலே நடந்த மொதல் கல்யாணம் அப்பாவோட கல்யாணம். ஆனா, அதுக்கு ஏனோ ஊர்கோலம் இல்லை! சித்தி அப்போ ரொம்ப அழகாயிருந்தா... அப்போல்லாம் எனக்கு அவளைக் கண்டா பயமே இல்லை. மொத மொதல்லே இந்த வாசல்லே ஜட்கா வண்டி வந்து நின்னு, அதிலேருந்து சித்தி எறங்கினாளே, அப்போ நான் இந்த ஜன்னல் மேலே ஏறி நின்னுண்டுதான் பார்த்தேன். சித்தி ரொம்ப நன்னாயிருந்தா... அப்பறந்தான் போகப் போக... பாவம், சித்தி! என்னமோ மாதிரி ஆயிட்டா. அவ அடிக்கடி அவ அம்மா ஆத்துக்குப் போய்டுவா. அவ ஊரு வைத்தீஸ்வரன் கோயில். சில சமயம் அப்பாவும் கூடப் போவார். ஆனா அநேகமா சித்தி மட்டும் தனியாத்தான் போவா, தனியாத்தான் வருவா... தனியாவா? பிரசவத்துக்காகப் போய்ட்டு வரச்சே பொறந்த கொழந்தையையும் தூக்கிண்டு, துணைக்குப் பாட்டியையும் அழைச்சுண்டுதான் வருவா. பாபு பொறந்தப்பவும் நாணு பொறந்தப்பவும் அந்தப் பாட்டி வந்தா... அப்பறம் வரல்லை. ஒரு தடவை அவ செத்துப் போயிட்டான்னு அடிச்சுப் பொரண்டு அழுதுண்டு சித்திதான் போய்ட்டு வந்தா. அப்பறமெல்லாம் சித்தி மட்டும் தனியாப் போய்க் கொழந்தையைப் பெத்துண்டு வந்துடுவா. அப்பா, நான், மத்தக் கொழந்தைகள் எல்லாரும் இங்கேயேதான் இருப்போம். அப்பாதான் சமைப்பா... நான் கொழந்தைகளையெல்லாம் ஜன்னல்லே உக்காத்தி வச்சுண்டு வெளையாடிண்டிருப்பேன். கொழந்தைகளுக்கெல்லாம் நான்

சாதம் ஊட்டுவேன். அப்பா எனக்குச் சாதம் போடுவா. கொஞ்ச நாளக்கி அப்புறம் நானே சமைக்க ஆரம்பிச்சேன். நான் சமைச்சு, கொழந்தைகளுக்குப் போட்டு, அப்பாவுக்கும் போட்டு, எல்லாத்தையும் அழைச்சிண்டு ஸ்கூலுக்குப் போய்டுவேன். சித்திக்கு ஒண்ணுமே பண்ண முடியாது. வைத்தீஸ்வரன் கோயிலுக்குப் போவா. வந்து கூடத்திலே தூளியைக் கட்டிண்டு படுத்துண்டுடுவா; கொஞ்சம் எழுந்து கூடமாட ஒத்தாசை செஞ்சுண்டு வளைய வருவா; மறுபடியும் தலையைச் சுத்தறது, வாந்தி வரதுன்னு படுத்துண்டுடுவா. அதுக்கப்பறம்... வைத்தீஸ் வரன்கோயில்... ஜட்கா வண்டி... கூடத்தில் தூளியைக் கட்டிண்டு படுத்துண்டுடுவா...

நான் எட்டாங் கிளாஸ் படிச்சிண்டிருந்தப்போ என்னை ஸ்கூலை விட்டு நிறுத்திட்டா. சித்திதான் வேண்டாம்னுட்டா. அப்பறம் நாள் பூரா அடுக்களை வேலைதான். புகை, கரி, புழுக்கம் ... அடீ அம்மா! மொகத்தைத் துடைச்சுண்டு ஓடி வந்து சித்தெ இந்த ஜன்னலண்டை நின்னா, எவ்வளவு சொகமா இருக்கும்! ஸ்!... அப்பாடீ...

அப்படி நிக்கறச்சேதான் ஒரு தடவை என்னோட படிச்சாளே சுமதி, அவ கல்யாண ஊர்கோலம் வந்தது. அவளுக்கு என்ன தைரியம்! ஜன்னலண்டை வரச்சே என்னைப் பார்த்துச் சிரிச் சுண்டே கையை ஆட்டினாளே! எனக்கு வெக்கமாப் போய்டுத்து, நெஜமாகவே எனக்கு வெக்கமா இருந்தது, அவமானமா இருந்தது. நான் எட்டாவதோட நின்னுட்டேன்; அவ அதுக்கு மேலே படிச்சா. பத்தாவது பாஸ் பண்ணினா. பாட்டு கத்துண்டா, வீணை கத்துண்டா, கல்யாணமும் பண்ணிண்டா, ஊர்கோலம் வரா. இப்ப என்னைப் பார்த்துக் கையை ஆட்டறா. எனக்கு வெக்கமா இருக்காதா? அவமானமா இருக்காதா? ம்!... நான் என்ன பண்ணப் போறேன்?...

பாத்திரம் தேய்க்க வேண்டியது; தெனம் ஒரு மூட்டை துணி தோய்க்க வேண்டியது. அடுப்படியிலே உக்காந்து நானும் வெந் துண்டே எதையாவது வேக வைக்க வேண்டியது. வைத்தீஸ்வரன் கோயிலுக்குப் போய்ட்டுச் சித்தி கொண்டு வந்து தந்திருக்காளே அரை டஜன் தம்பிகள், அதையெல்லாம் வளர்க்க வேண்டியது. இதுக்கு இடையிலே ஏதாவது கொஞ்சம் அவகாசம் கெடச்சா ஜன்னலண்டை வந்து சித்தெ மூச்சுவிட வேண்டியது. வேற நான் என்ன செய்யப் போறேன்?

சுமதி கையை ஆட்டினாளே! அன்னிக்கிச் சித்தி வைத்தீஸ்வரன் கோயிலுக்குப் போயிருந்தா. அப்பாவும் நானும் மாத்திரம் தனியாயிருந்தோம். பசங்களைக் கூடக் காணோம்.

'என்னம்மா கண்ணெல்லாம் செவந்திருக்கு'ன்னு அப்பா கேட்டார். வழக்கமா நான் அழும்போது யாராவது பார்த்துட்டா, அம்மாவை நெனச்சிண்டேன்னு பொய் சொல்லுவேன். ஏன்னா எனக்குப் பேரே தாயில்லாப் பொண்ணுதானே! அதிலே எனக்கு ஒரு சௌகரியம். ஆனா அன்னிக்கி நான் அப்படிச் சொல்லலை. நம்ப அப்பாதானேன்னு கொஞ்சம் தைரியமா மனசை விட்டுக் கேட்டேன்: "அப்பா அப்பா... எனக்கு எப்போப்பா கல்யாணம் பண்ணப் போறேள்"னு கேட்டேன். என்ன தப்பு அதிலே?...

எனக்கு இன்னிக்கும் அது ஒரு தப்புன்னு தோணவேயில்லே. ஆனா, நான் கேட்டேனோ இல்லியோ... உடனே அப்பா மொகம் மாறிடுத்து. என்னத்தையோ அசிங்கத்தைப் பார்க்கற மாதிரி மொகத்தைச் சுளிச்சுண்டு என்னெ மொறைச்சுப் பார்த்தார். நான் பயந்து நடுங்கிட்டேன். அதுக்கப்புறம் நான் அப்பா மொகத்தைப் பார்த்ததே இல்லை. செத்துப் போனப்புறம் கூடப் பார்க்கலை.

நான் கேட்டேனே அதுக்குப் பதில் சொன்னாரோ மனுஷர்? கோவம் வந்துட்டாப் போறுமா? கோவம் இவருக்கு மட்டுந்தான் வருமோ? எனக்கு வராதோ? கேட்டதுக்குப் பதில் சொல்ல வக்கில்லே... பெரிசாப் பேசினா எல்லாரும்... நான் அப்பிடிக் கேட்டிருக்கப்படாதாம். நான் மானங்கெட்டவளாம். எனக்குக் கல்யாணப் பித்தாம். ஆம்பளைப் பயித்தியமாம். என்னென்னமோ அசிங்கம் அசிங்கமாப் பேசினா. எல்லாரும் கூடிக் கூடிப் பேசினா. எல்லாத்துக்கும் இந்த அப்பாதான் காரணம். சித்தி வந்ததும் வராததுமா அவ கிட்டெப் போய் இதெச் சொல்லி வச்சிருக்கார். எனக்கு வேணும். நன்னா வேணும். 'நம்ப அப்பாவாச்சே'ன்னு சொந்தமா நான் கேட்டேன் பாருங்கோ; அதுக்கு இதுவும் வேணும். இன்னமும் வேணும்! எனக்கு நன்னா வேணும். இந்த மனுஷன் எனக்கா அப்பா? சித்திக்கின்னா ஆம்படையான்! அதுக்கப்பறம் இவர்கிட்டே எனக்கென்ன பேச்சு? இவர் மொகத்தை என்ன பார்க்க வேண்டியிருக்கு? செத்தப்புறமும் நான் பார்க்கல்லே. இப்ப நெனச்சுப் பார்த்தாக்கூட அவர் மொகம் ஞாபகம் வரமாட்டேங்கறதே!...

அப்படி என் மனசை வெறுக்கப் பண்ணிப்பிட்டா... ம்!... என்னைக் கொஞ்சமாவா படுத்தி வச்சிருக்கா... அடீ அம்மா!

பொண்ணாப் பொறந்ததுக்கு எனக்கு ஒரு ஜன்மத்துக்கு இது போறுமே, போறுமே...

நான் ஜன்னலண்டை நின்னுண்டு யாரையோ பாக்கறேனாம். குளத்தங்கரை அரச மரத்தடி மேடையிலே யாரோ வந்து வந்து உக்காந்துக்கறானாம். அவனைப் பார்க்கறதுக்குத் தான் நான் போயிப் போயி நிக்கறேனாம். அங்கே யாரும் இல்லே. அரச மரத்தடியிலே தும்பிக்கையும் தொந்தியுமா ஒரு பிள்ளையார்தான் உக்காந்திருக்கார். பிள்ளையாரைப் பார்த்துண்டுதான் நானும் உக்காந்துண்டிருக்கேன், பிள்ளையார் மாதிரி. அவர் தெய்வப் பிள்ளையார். நான் மனுஷப் பிள்ளையார். அவர் ஆம்பிளைப் பிள்ளையார். நான் பொம்பிளைப் பிள்ளையார்.

அப்பறம் அங்கே சில சமயத்துலே நாய்கள் மேஞ்சுண்டு நிக்கும். சண்டை போட்டுண்டு நிக்கும். வெரட்டிண்டு திரியும். சரசமாடிண்டு வெளையாடும். குரைக்கும், அழும், மனுஷா மாதிரிப் படுத்துண்டு தூங்கும்... முன்னே ஒரு நாய் அந்த அரசமரத்து மேடையிலே, அதோ ஒரு மூலை மாதிரி இருக்கே– அங்கே குட்டி போட்டு வச்சிருந்தது.

இதையெல்லாம் பாத்துண்டு நான் உக்கார்ந்திருக்கேன். நேக்கு இதெல்லாம் பிடிக்கறது, பாக்கறேன். யாருக்கு என்னவாம்?

நான் ஜன்னலண்டை உக்காந்திருக்கறச்சே எனக்குத் தெரியாம பூனை மாதிரி அடிமேல் அடி வச்சு வந்து என் முதுகு மேலே எக்கிண்டு பார்ப்பா சித்தி. தெருவிலே யாராவது போனா அவனுக்காகத்தான் நான் அங்கே வந்து நிக்கறேன்னு நெனச்சுக்குவா. அரசமரத்தடியிலே எவனாவது ஒரு சோம்பேறி உக்காந்து பீடி குடிச்சிண்டிருப்பான். அவனைப் பார்த்துத்தான் நான் மயங்கிப் போறேன்னு இவ நெனச்சுக்குவா. யாராவது இருந்தா, அவனைப் பார்க்கறேனாம். யாருமே இல்லைன்னா யாருக் காகவோ காத்துண்டு இருக்கேனாம்! அப்படியெல்லாம் பேசிக்குவா.

எனக்கென்ன போச்சு? யார் வேணும்னாலும் எதை வேணும்னாலும் நெனச்சுண்டு போகட்டுமே! அவா அவா புத்தி; அவா அவா நெனப்பு; அவா அவா குணம்...

யாரோ என்னைப் பார்க்கறாளாம். பாக்கட்டுமே! பார்த்தா என்னவாம்? ஜன்னலும் பாக்கறதுக்குத்தான் இருக்கு; கண்ணும் பாக்கறதுக்குத்தான் இருக்கு. ஜன்னல்ங்கறது உள்ளே இருக்கிறவா

வெளியே பாக்கறதுக்குத்தான். வெளியே இருக்கிறவா உள்ளே பார்த்தா, அதுக்கு நான் என்ன செய்யறது? நெனைக்கறது சரியாயிருந்தா பாக்கறதிலே ஒண்ணும் தப்பேயில்லை.

போகப் போக எனக்கு மனசிலே பட்டது. யாரையோ நான் தேடிண்டுதான் இருக்கேனா? யார் அது? தேடினால் தப்பா? நான் தேடவே இல்லையே. சும்மா ஒரு பேச்சுக்குக் கேக்கறேன்... தேடினாக்கா தப்பா? நான் யாரைத் தேடறேன்? நான் யாரைத் தேடறேனோ அவனே வந்துட்டா, ஜன்னல் வழியாவா நான் அவனோடு ஓடிப் போக முடியும்? இவாள்ளாம் நெனைக் கறாளேன்னு நானும் வெளையாட்டா ஒரு நாளைக்கித் தேடிப் பார்த்தேன். எனக்கு ஒருத்தருமே தென்படலே, பாவம்! ஒவ்வொருத்தரும் அவாவா பாட்டுக்கு என்னவோ போறா; வரா; நிக்கறா; பேசறா; என்னை ஒருத்தரும் பார்க்கலை. இவாதான் தெருவிலே போறவன் வரவன் எல்லாரையும் என்னோட முடிச்சப் போட்டுக்கறா. சீ! எவ்வளவு அசிங்கமா நெனைக்கறா! இந்தச் சித்தி ஒரு நாள் என்னை என்னமோ அசிங்கமா கேட்டா... நேக்குக் கோபம் வந்துட்டுது.

"உனக்குப் புத்தி அப்படித்தான்... வருஷத்துக்கு ஒரு தடவை ஓடறியே வைத்தீஸ்வரன் கோயிலுக்கு"ன்னு என்னமோ நன்னாக் கேட்டுட்டேன்... பின்னே என்ன, இவ மட்டும் என்னெக் கேக்க லாமோ?

நான்தான் நெஜத்தைச் சொல்றேனே, எனக்கு மத்த இடத்தி லெல்லாம் மூச்சு முட்டறது. இங்கே வந்து நின்னாதான் சித்தெ மூச்சுவிட முடியறதுன்னு. நான்தான் வெளியிலேயே போக முடியாது. வெளியே போறவாளையாவது பாக்கப்படாதா?

ஐயோ! அதெ நெனைக்கவே எனக்குப் பயமாயிருக்கு! ஒருநாள், என் கழுத்தைப் புடிச்சு அமுக்கின மாதிரி, ஒரு பானையிலே போட்டு என்னைத் திணிச்சு அடச்ச மாதிரி... என்னைப் படுக்கவச்சு என் மேல ஒரு பாறங்கல்லை வச்சு அழுத்தின மாதிரி... இந்த ஜன்னலை மூடிட்டா!... நேக்குக் கண்ணே குருடாயிடுத்து. அதெவிட அவா என்னெக் கொன்னுருக் கலாம். அலறி, மோதி, அடிச்சுண்டு அழுதிருக்கேன் பாருங்கோ... இன்னும் கொஞ்ச நாழி ஜன்னலைத் தெறக்காம இருந்திருந்தா நான் நெஞ்சு வெடிச்சுச் செத்துப் போயிருப்பேன். அப்... பா! தெறந்துட்டா. அன்னிக்கி இந்த ஜன்னல் கட்டைலே ஏறி உக்காந்தவதான்! நான் ஏன் எறங்கறேன்? நான் அந்தப் பக்கம் போனா இந்தப் பக்கம் மூடிடுவாளே!...

ஜன்னலைத் தெறந்து விட்டுட்டா... அத்தோட போச்சா? திண்ணை நெறைய ஒரே வாண்டுப்பபடைகள்! எனக்கு ஒண்ணும் புரியலே. என்னை எதுக்கு எல்லாரும் இப்பிடி வேடிக்கை பாக்கறா? நானும் பொறுத்துப் பாத்து என்னால தாங்க முடியாம ஒருநாள் வெரட்டினேன். அடிக்கலே; வையலே... ‘என்னெ ஏண்டா இப்பிடி எல்லாருமாப் படுத்தறேள்’னு அழுதேன். அதெப் பாத்து எல்லாரும் ‘ஓ’ன்னு சிரிக்கறா...

அப்பா வந்தார். நான் அவர் மொகத்தைப் பார்க்கலே, ஆனா எங்கேயோ பாத்துண்டு ‘அப்பா’னு அழுதேன். அவரும் எங்கேயோ பாத்துண்டு பக்கத்திலே வந்து நிக்கறார்னு புரிஞ்சது. “அப்பா! நான் தெரியாமக் கேட்டுட்டேன். நேக்குக் கல்யாணமே வேண் டாம். இந்த ஜன்னலண்டையே நான் உக்காந்திண்டிருக்கேன். அது போறும்”னு சொன்னேன். “ஜன்னலை மட்டும் மூடவேண்டாம்னு சொல்லுங்கோ”ன்னு கெஞ்சினேன்.

“இனிமே நான் கல்யாணம் வேணும்னு கேக்கவே மாட்டேன்... ஏதோ எல்லார் மாதிரியும் இருக்கணும்ங்கிற ஆசையிலே, எனக்குத் தான் அம்மா கெடையாதே... அப்பாகிட்டே கேட்டா தப்பில் லைன்னு கேட்டுட்டேன்... அதுக்காக என்னை இப்பிடிப் படுத்தி வெக்கறேளே... ஜன்னலை மூட வேண்டாம்னு சொல்லுங் கோ”ன்னு அழுதேன்.

“உனக்கு ஜன்னல்தானே வேணும்? ஜன்னலையே கட்டிண்டு அழு”ன்னு அப்பா சொன்னப்போ எனக்கு எவ்வளவு ஆறுதலா இருந்தது!

அப்பறம் ஒருநாள்... “வாடீ என்னோட, வைத்தீஸ்வரன் கோயிலுக்குப் போயிட்டு வரலாம்”னு வாசல்லே வண்டியைக் கொண்டு வந்து வச்சுண்டு அப்பாவும் சித்தியும் என்னெ வேண்டி வேண்டி, உருகி உருகி அழைச்சா... நானா போவேன்? முடியா துன்னுட்டேன். ஜன்னல் கம்பியை இறுக்கமாகப் புடிச்சிண்டு வரவே மாட்டேன்னுட்டேன்.

‘நேக்கு வைத்தீஸ்வரன் கோவிலும் வேண்டாம்? இன்னொண் ணும் வேண்டாம். எனக்கு என்னோட ஜன்னல் போறும். இங்கேருந்தே நான் எல்லாத்தையும் பாத்துக்குவேன்... என்னெ சித்தெ நிம்மதியா மூச்சுவிட விட்டுட்டு, நீங்கள்ளாம் எங்கே வேணும்னாலும் போங்கோ’ன்னு இருந்துட்டேன்.

எனக்கு இந்த ஜன்னலே போறும்!

அப்பறம் திடீர்னு ஒரு நாள் என்னெச் சுத்தி ஒரே ஜன்னல்... பெரிய ஜன்னல்... சுவரே இல்லாம ஜன்னல்... ஐயையோ, இது

கூண்டுன்னா? தெய்வமே! நேக்கு கூண்டு வாண்டாமே? நான் என்ன புலியா? சிங்கமா? என்னெ எதுக்குக் கூண்டுலே போட்டேள்? எப்படிப் போட்டேள்? ஏன் போட்டேள்? எப்பப் போட்டு அடைச்சேள்?... நான் என்னடீ பண்ண?... அடீ அம்மா!...

வெறும் ஜன்னல் மட்டுந்தான் இருந்தது! அரச மரத்தைக் காணோம்; அதுக்குப் பின்னாலே இருக்கிற குளத்தைக் காணோம். சிவானந்தம் வீட்டைக் காணோம்... கல்யாணமும் இல்லே; சாவும் இல்லே... வெறும் ஜன்னல். அதுவும் நம்பாத்து ஜன்னல் மாதிரி அழகா, சின்னதா இல்லே. ஜன்னல் கட்டை இல்லே.. ஒரு பக்கம் சாஞ்சுண்டு இன்னொரு பக்கம் காலை உதைச்சுண்டு... ம்ஹூம்... ஒண்ணும் முடியாது.

அப்பிடி ஒரு இடமா? அப்பிடிக்கூட ஒரு இடம் இருக்குமா? கூண்டு மாதிரி, குகை மாதிரி, ஜெயில் மாதிரி. ஒரு வேளை அது பொய்யோ? கனவு கண்டிருப்பேனோ?... நேக்கு ஒண்ணும் தெளிவா சொல்லத் தெரியலை... விடுங்கோ... இப்பத்தான் ஜன்னலண்டையே, மறுபடியும் இங்கேயே வந்துட்டேனே!...

ஒரு சமயம் இந்த உள்ளே, ஜன்னல் வழியா ஒரு யானை வந்துட்டுது? ஸ்வாமி ஊர்வலம் போறச்சே அந்த யானையை நான் பார்த்திருக்கேன்... அதே யானை! அடீ அம்மா! எவ்வளவு பெரிய யானை! எவ்வளவு நைஸா மொதல்லே தும்பிக்கையை நீட்டி ஏந்தி என்னெக் கூப்படற மாதிரி வந்து நின்னுது. அசைஞ்சி அசைஞ்சி ரெண்டு கம்பிக்கும் நடுவிலே தும்பிக்கையை விட்டு என் கன்னத்துலே 'சில்'லுனு தொட்டப்போ நன்னாவும் இருந்தது... பயமாவும் இருந்தது.

ஜன்னல் கட்டையிலே உக்கார்ந்திருந்த நான் எறங்கி வந்து அறை நடுவிலே நின்னுண்டேன். அந்த யானை நீளமா தும்பிக்கை முழுசையும் அறைக்குள்ளே நீட்டிண்டு என்னெப் பிடிக்கறதுக்குத் துழாவறது... அப்பறம்...

அடீ அம்மா! இந்த அதிசயத்தைப் பாருங்கோளேன்... பார்க்கற வரைக்கும்தான் அதிசயம். இப்ப ரொம்ப சர்வ சாதாரணமா இருக்கு... அந்த யானையோட உடம்பு அப்பிடியே கொஞ்சம் கொஞ்சமா தட்டையாகி ஒரு கறுப்புத் துணி மாதிரி– யானை உருவத்துக்கு ஒரு படுதாவிலே கத்தரிச்சுப் பெரிசா தொங்க விட்டா எப்படி இருக்கும்– அந்த மாதிரி ஆடி ஆடி ஜன்னல் கம்பிக்கு நடுவே நொழஞ்சு முழுக்க உள்ளே வந்துட்டுதே! நடு அறையிலே கூரையிலே முதுகு இடிக்கற மாதிரி மறுபடியும்

முன்னே மாதிரியே யானையா நிக்கறதே... தும்பிக்கையாலே 'ஜில்'லுனு என்னெத் தொடறதே!...

அடீ அம்மா! என்ன சொகமா இருக்கு!... எவ்வளவு சந்தோஷமா இருக்கு!... பயமாவே இல்லே. கொஞ்சம் கூடப் பயமே இல்லே–

திடீர்ன சித்தி வந்துட்டாள்னா என்ன பண்றதுன்னு நெனச்சவுடனேதான் பயம் வந்துட்டுது.

"போ... போ"ன்னு நான் யானையை வெரட்டறேன். அது என் கழுத்தைத் தும்பிக்கையாலே வளைச்சுப் பிடிச்சுண்டு என்னையும் "வா வா"ன்னு இழுக்கறது.

ஐயையோ! எவனோடயோ ஓடிட்டாள்னு பழி வருமேன்னு நெனைக்கறச்சே வயத்துலே 'பகீர்'ங்கறது!...

'சனியனே! ஏன் வந்தே?... என்னெ எங்கே இழுக்கறே'ன்னு அந்த யானையோட நெத்தியிலே ரெண்டு கையாலேயும் குத்தறேன்... யானை என்னைத் தும்பிக்கையாலே வளைச்சுத் தூக்கிண்டு கொஞ்சம் கொஞ்சமா வந்த மாதிரியே பின்னம் பக்கத்திலே–துணி மாதிரி அலை அலையா மெதந்துண்டு ஜன்னல் கம்பிக்குள்ளே நுழைஞ்சு போயிண்டே இருக்கு. நான் ஜன்ன லண்டை வந்ததும் ஜன்னல் பக்கத்துலே நன்னா முதுகைச் சாச்சுண்டு, ரெண்டு பாதத்தையும் எதிர் சுவத்திலே உதைச்சுண்டு குறுக்கா நாதாங்கி போட்ட மாதிரி உக்காந்துண்டேன். யானை நொழைஞ்ச மாதிரி நான் நொழைய முடியுமா?...

பாவம்! அந்த யானை வெளியில நின்னுண்டு பரிதாபமாப் பார்த்தது. என்ன பண்றது? நானும்தான் அப்பிடிப் பார்த் துண்டிருக்கேன்... எவ்வளவோ பேர் அப்பிடித்தான் பார்க்கிறா. அதுக்கு நான்தான் என்ன பண்றது? அவாதான் என்ன பண்றது? பார்த்துண்டே இருக்க வேண்டியதுதான்...

அப்பிடியே என்னைப் பார்த்துண்டே அந்த யானை பின்னம் பக்கமாவே நடந்து போயி, அரச மரத்தடியிலே பிள்ளையாரா மாறிடுத்து...

அதிசயமாயிருக்கு இல்லே! எனக்கு இது சர்வ சாதாரணமா இருக்கு... ஏன்னா, இந்த மாதிரி அடிக்கடி நடக்கிறது. ஆனை மட்டும்தான் வரும், நான் போறதில்லே... முடியுமா என்ன?

இப்பல்லாம் எனக்கு ஜன்னலண்டையே சாப்பாடு வந்துடறது. எங்க பாபுவோட ஆம்படையாள் இருக்காளே குஞ்சு...

தங்கம்னா தங்கம்தான். எனக்கு அப்பிடி சிசுருஷை செய்யறா போங்கோ! நன்னா இருக்கணும்.

நாணுவும், அவன் பொண்டாட்டியும் நெய்வேலியிலே இருக்கா... பாபு எங்கே இருக்கானோ அங்கேதான் நானும் இருப் பேன். அவனும் என்னெ விடமாட்டான்.

இப்ப சித்தி இல்லை! அவ செத்துப் போயி ரொம்ப நாளாச்சு!

புதுசு புதுசாப் பொறக்கறாளே... அந்த மாதிரி மனுஷா பழசு பழசா செத்தும் போறா.

நான் மாத்திரம் எப்பவும் ஜன்னலண்டையே உக்காந் திருப்பேன்; உக்காந்துண்டே இருப்பேன். இந்த வீடெல்லாம் இடிஞ்சு போனாலும் இந்த ஜன்னல் மாத்திரம் இருக்கும். நான் இதிலே சாஞ்சிண்டு காலை உதைச்சிண்டு பார்த்துண்டே இருப்பேன். லோகத்தை ஜன்னலாலே பார்த்தா பிரயாணம் போற மாதிரி நன்னா இருக்கு.

இந்தப் பிரயாணம் நன்னா இருக்கு... இந்த வீடு ஒரு ரயில் மாதிரி ஓடிண்டே இருக்கும். ரயில் பெட்டி மாதிரி இந்த அறை ஜன்னல்லே உக்காந்துண்டு பார்த்துண்டே நான் பிரயாணம் போறேன்... எல்லாம் ஓடறது. மனுஷா, மரம், வீடு, பிள்ளையார், தெரு, நாய், சொந்தக்காரா– அந்நிய மனுஷா, செத்தவா, பொறந்தவா எல்லாரும் ஓடறா...

ரயில்லே போகச்சே நாம ஓடிண்டிருக்கோம். ஆனாக்க தந்திக் கம்பியும் மரமும் ஓடற மாதிரி இருக்கோன்னோ? அதே மாதிரி தான் இங்கே நான் உக்காந்திண்டிருந்தாலும் ஜன்னலுக்கு வெளியே எல்லாரும் ஓடறதனாலே நானே ஓடிண்டிருக்கிற மாதிரி இருக்கு... யாராவது ஒருத்தர் ஓடினா சரிதான். நாமே ஓடினாத்தானா?

இப்ப யாரும் என்னைப் பார்த்துச் சிரிக்கிறதில்லை; என்னெ வேடிக்கை பார்க்கறதில்லை. ஆனாலும் எனக்குச் சில சமயத்திலே அவா சிரிக்கிற மாதிரி இருக்கு. என்னைப் பத்தி அவா 'ஜன்னலண்டை உக்காந்திருக்கா, உக்காந்திருக்கா'ன்னு சொல் லிண்டிருக்கற மாதிரி இருக்கு. யாரு சொன்னா எனக்கு என்ன. எங்க குஞ்சு அப்பிடியெல்லாம் சொல்லவே மாட்டாள். அவ தங்கம்னா தங்கம்தான், குஞ்சு– அதான் பாபுவோட ஆம்படை யாள். கொழந்தைகளைக் கொண்டு வந்து எங்கிட்டேதான் விட்டுட்டு அடுக்களைக் காரியங்களைப் பார்ப்பா.

இப்பல்லாம் நான் ஒரு வேலையும் செய்யறதில்லே. என்னெ வேலை செய்ய விடவே மாட்டா குஞ்சு.

நான் கொழந்தைகளை வெச்சிண்டு ஜன்னல் வழியா வேடிக்கை காட்டிண்டு இருக்கேன்– இல்லே, வேடிக்கை பார்த்துண்டிருக்கேன்...

ஜன்னலுக்கு அன்னண்டை தெரியறதெல்லாமே வேடிக்கை யாகத்தான் இருக்கு!

"பாட்டி! ஜன்னலண்டை உக்காந்துண்டு என்ன பாக்கறே?"

அடீ அம்மா! இதென்ன வேடிக்கை? பாட்டியாமே நான்? "யார் அது... யாருடி நீ?"

"நான்தான் சரோவோட பொண்ணு... ஊர்லேருந்து நேத்து வந்தேனே"ன்னு என்ன வக்கணையாய்ப் பேசறது பாருங்கோ.

சரோவுக்குப் பொண்ணா? இவ்வளவு பெரியவளா? சரோ வந்து... பாபுவோட பொண்ணு... அப்போ நீ குஞ்சுவோட பேத்தியா?...

அடீ அம்மா! ஜன்னலுக்கு இந்தப் பக்கம் இவ்வளவு வேடிக்கையா நடந்திருக்கு, நான் கவனிக்கவே இல்லியே...

குஞ்சு! அடீ அம்மா! இங்கே வாயேன்! இந்த வேடிக்கையை சித்தெ வந்து பாரேன்... நான் பாட்டியாமே பாட்டி... உன் பேத்தி சொல்றாடி... குஞ்சு... குஞ்சு... !

---

ஆனந்த விகடன், 1969

# கண்ணாமூச்சி

அவள்தான் அவனைப் படத்துக்குக் கூப்பிட்டாள். இதொன்றும் முதல் தடவையல்ல; தேவகி, நடராஜனை எத்தனையோ தடவை சினிமாவுக்கு அழைத்துப் போயிருக்கிறாள். நடராஜனை மட்டுமா? அவனை அழைத்துக் கொண்டு போனது பிறர் கண்களை உறுத்துமோ என்கிற அச்சத்தில், தனது டிபார்ட்மெண்டில் வேலை பார்க்கும் கண்ணப்பனோடும், ரங்கசாமியோடும் தனித்தனியாகவும் சில சமயங்களில் கும்பலாகப் பலரோடு சேர்ந்தும் அவள் சினிமாவுக்குப் போவதுண்டு.

ஆனால் அதெல்லாம் வேறு. நடராஜனோடு சினிமரவுக்குப் போகும் அனுபவம் வேறு என்பது அவள் மனசுக்குத் தெரியும்; நடராஜனுக்கும் தெரியும். அதனை வெளிப்படையாக நடராஜனிடம் ஒப்புக்கொள்ள அவளுக்குத் தைரியமில்லை. இதற்கு என்ன தைரியம் வேண்டும்? என்னவோ ஒன்று அவளை உள்ளூரத் தடுக்கிறது. அவனும் அவள் மனத்தைத் திறந்து பார்த்துவிட என்னென்னவோ முயற்சிகள் செய்து பார்த்திருக்கிறான். எல்லாம் பரஸ்பர, சமத்காரப் பேச்சாகவும், வார்த்தைகளில் மூடி மறைத்துத் தேடிப் பிடிக்க, ஓடி ஒளியும் விளையாட்டுகளாய் வியர்த்தமானது தவிர, உண்மையான உணர்ச்சிகளை வார்த்தை மூலம் பரிவர்த்தனை செய்து கொள்ள ஒரு தைரியம் வேண்டுமே, அது அவளுக்குப் பிறந்ததே இல்லை.

நடராஜன் இன்றுகூட நினைத்தான். 'ஒரு வேளை பெண்களே இப்படித்தானோ? இதிலேயே அவர்கள் சுகம் கண்டு விடுகிறார்களோ! ஒரு வேளை தேவகி என்னை நம்பவில்லையோ? நம்பாவிட்டால் என்னோடு ஏன் பழக வேண்டும்? இந்த அளவு ஏன் நெருக்கம் கொள்ள வேண்டும்? இப்படி ஓர் ஆணை ஏங்க வைப்பதில் பல பெண்கள் தங்கள் பெண்மைக்கு அர்த்தம் காண்கிறார்களோ? இதற்கு நான்தானா கிடைத்தேன்? என்னைத்தான் சரியான அசடு; கைக்கேற்ற விளையாட்டுப் பொம்மை என்று நினைத்தாளோ?... இன்றைக்கு நான் அவளை நேரிடையாகவே கேட்டு விடட்டுமா? கேட்டால் மட்டும் என்ன? அதே கண்ணாமூச்சி விளையாட்டுப் பேச்சுத்தான்! உதடு கடிப்புத்தான்; முகச் சிவப்புத்தான்!– இன்னும் குழந்தைன்னு நினைப்புப் போல

இருக்கு! முப்பது வயசாகுது... தலையிலே நரைகூட ஆரம்பிச்சுடுத்து... எப்படியும் போறா... எனக்கென்ன? இவளுக்காக நான் ஏன் காத்துக் கிடக்கணும்? ஊருக்குப் போயி– அம்மா அழுது அழுது, மோவாயைப் புடிச்சிக்கிட்டுக் கெஞ்சினாங்களே, ஒவ்வொரு தடவையும்... அவங்க மனசாவது திருப்தியாகட்டுமே– அவளை, வத்சலாவோ, வள்ளியம்மாவோ? எவளையாவது கட்டிக்கிட்டு வந்துட்டா இவள் சள்ளையாவது விடும்! இன்னிக்கு என்கிட்டே ஏதாவது பேசவரட்டும்... ஆபீஸ் விஷயம் இருந்தா பேசுங்க, இல்லாட்டி வேலையைப் பார்த்துக்கிட்டுப் போங்கன்னு சொல்லிட வேண்டியதுதான்!' என்று ரொம்ப ரோசமாக முடிவு செய்து கொண்டுதான் நடராஜன் ஆபீசுக்கு வந்திருந்தான்.

அந்த முடிவு, ரோசம் எல்லாம் அவளைப் பார்த்தபோது மேலும் கொஞ்சம் உறுதிப்பட்டு, அவள் அவனிடம் "என்ன மிஸ்டர்! உங்களோட போகணும்னுதான் காத்துக்கிட்டிருக்கேன், ஒரு வாரமா. டைமே கிடைக்கலை... 'அனுபமா' பார்க்கலாம் வர்றீங்களா?" என்று அவள் அழைக்கும்போது, அவனது முடிவுகள் எல்லாம் உடைபட்டுப் போயின.

அவர்கள் இருவரும் சினிமாவுக்குப் போகிறார்கள் என்றால், படம் எதுவானாலும் முக்கியமில்லை; இருவரில் யாருமே படம் பார்க்கப் போவதில்லை என்று இருவருக்குமே தெரியும்.

அந்த மங்கிய வெளிச்சத்தில் இருவரும் பளபளக்கும் விழிகளை அடிக்கடி சந்தித்துக் கொள்வர். சில சமயங்களில் வெள்ளைப் பல் வரிசை பளீரிடும். அப்போதுகூட அவள் தன் கீழுதட்டை ஓரமாய் லேசாகக் கடித்துக் கொள்வது அவனுக்குத் தெரியும். அவன் பெருமூச்செறிவான்.

எவ்வளவு நாட்களுக்கு இந்த விளையாட்டு? எவ்வளவு நாட்களுக்கு இந்த ஏமாற்று?

ஒரு நாள் நடராஜன் "நீ என்னைக் காதலிக்கவில்லையா?" என்று அவளிடம் கேட்டான். "டோண்ட் யூ லவ் மீ"

அவள் ஏன் அதற்கு அப்படிச் சிரித்தாள்? அவனுக்கு அழுகை வருகிற மாதிரி அவள் சிரித்தாள்!

"இதெல்லாம் என்ன? சினிமாவிலே, டிராமாவிலே கேட்கிற மாதிரி கேட்டுக்கிட்டு... வெக்கமா இல்லே... ஐ லைக் யூ! அவ்வளவு தான் எனக்குச் சொல்லத் தெரியும்."

அதன்பிறகு நடராஜன் மனசுக்குள்ளே ரொம்ப வெட்கப் பட்டு விட்டாள். 'என்ன அசட்டுத்தனமாய் நான் அவளிடம்

கேட்டேன்' ஹைஸ்கூல் மாணவன் மாதிரி நடந்து கொண் டேனே!... இரண்டு நாட்கள் அவள் கண்ணில் பட்டாலும் அவளிடம் சிக்கிக் கொள்ளாமல் நழுவி ஓடினான்.

ஒருமுறை ஊர் சென்று வந்தபோது கல்யாணம் செய்து கொள்ள வேண்டுமென்று தன் தாய் ரொம்பவும் தன்னை வற்புறுத்துவதாகத் தேவகியிடம் வந்து அலுத்துக் கொண்டான் நடராஜன்.

"பாவம் வயசான காலத்திலே பெத்தவங்களுக்கு இருக்காதா ஆசை!" என்று ரொம்பச் சாதாரணமாக அவள் கூறினாள்.

நடராஜனுக்கு ஒன்றுமே புரியவில்லை. தானாக ஏதோ கற்பனை செய்து கொண்டு தவிக்கிறோம் என்று நினைத்து ஒதுக்கி விடும்படியாகவும் இல்லை அவளுடைய பழக்கம்!

ஏழு வருஷமாக இதே விதமான ஒளிந்து பிடிக்கும் விளை யாட்டு அவனுக்கு அலுத்துப் போய்விட்டது. அவளுக்கு அதுவே வாழ்க்கை என்றாகிவிட்டது போலும்!

மணிக்கணக்கில் தனித்திருந்து இவனோடு அவள் பேசுவாள். சினிமாவுக்கு, கடற்கரைக்கு, ஹோட்டலுக்கு எங்கும் எவருடனும் அவள் போவாள். அவளைத் தடுக்கவோ, அவள் போக்கில் குறுக்கிடவோ, அவளுக்கு யாருமில்லை. அவளுடைய தாய், மகளுக்கு மூன்று வேளை சமைத்துப் போடவும், எப்போதாவது வருஷத்துக்கு ஒரு மாசம் திருநெல்வேலியில் இருக்கும் மகன் வீட்டில் போய் இருந்துவிட்டு வரவுமே உரிமை பெற்றிருந்தாள்.

தேவகி கலியாணமே செய்து கொள்ளமாட்டாள் என்று திருநெல்வேலியில் இருக்கும் அவளது அண்ணன்–கலியாணம் செய்து கொண்டு, ஒரு டஜன் குழந்தைகள் பெற்று, ஏழு குழந்தைகளைப் பறிகொடுத்த பின் காசநோயோடு அவதியுறும் மனைவியுடன்– தாம்பத்திய வாழ்க்கையின் கோர முகங்களையே தரிசித்து மனம் கோணிப்போன அவளது அண்ணன்–மகிழ்ச்சி யோடு முடிவு செய்து கொண்டான்.

எனவே, தேவகி அவர்கள் கண்களில், அன்புள்ளம் கொண்ட, அவர்களின் எண்ணத்தில், மிகவும் கொடுத்து வைத்த பாக்கிய சாலியாக, மிகவும் மகிழ்ச்சியும் சுதந்திரமும் கொண்ட வாழ்க்கை நடத்துகிறவளாகவே உருவகம் கொண்டாள்.

அவளுக்கென்ன, பட்டதாரி! மாதம் அறுநூறு ரூபாய் சம்பாதிக்கிறவள். பிக்கலா, பிடுங்கலா? நம்முடைய வாழ்க்கைதான்

இப்படி ஆயிற்று. அவளாவது மகிழ்ச்சியாக இருக்கட்டும் என்று எண்ணிய போக்கினால், அவளுக்குத் திருமணம் என்கிற நினைப்பே அவளைத் துன்புறுத்தக் கூடிய சாத்தானின் வேலை என்று, அது பற்றிய பேச்சையே எவரும் எடுப்பதில்லை.

மேலும் கலியாணம் செய்து கொள்ளாமல் கன்னி வாழ்க்கை நடத்துவது அவளது மதத்தில் ரொம்பவும் அங்கீகரிக்கப்பட்ட, அதிகப் பரிச்சயமுள்ள ஒரு பழக்கம்.

ஆம், தேவகி கிறிஸ்தவ மதத்தைச் சேர்ந்தவள். அவளது முழுப் பெயர் தேவ இரக்கம்! கூப்பிட வசதியாக இருக்கவும், கொஞ்சம் லௌகிகமாக விளங்கவும், தேவகி என்று அவளே மாற்றிக் கொண்டாள்.

அப்படி அவளே ஒருவனை விரும்பினாலும், 'நான் அவனை மணந்து கொள்ளப் போகிறேன்' என்று சொல்லுகின்ற அளவுக்கு அவளது குடும்பத்தில் அவளுக்குச் சுதந்திரம் இருப்பதால் தேவகி யின் அண்ணனோ தாயோ அந்த முயற்சியில் இறங்கவில்லை.

அந்த அளவுக்குச் சுதந்திரமே அவளுக்குப் பெரிய தடையாகி நிற்கிறதோ!

அந்தச் சுதந்திரத்தை தேவகியால் இவ்வளவு தூரம்தான் பயன்படுத்திக் கொள்ள முடிந்தது. அதற்காக அவ்வளவுதான் அவளுக்குத் தேவையாயும் இருந்தது என்று முடிவு கட்டி விடலாமா?

அவள் இவ்வளவு தூரத்துக்குச் சுதந்திரமான, தன்னிச்சை யான, பழக்க வழக்கங்கள் கொண்டிருந்த ஒரு காரணத்தினாலேயே அவளோடு பழக நேர்ந்த ஆண்கள், இதற்கு மேலே அதிகமான உரிமை எடுத்துக் கொண்டு அவளைத் தம் வழியில் இழுக்க அஞ்சினர். 'அவளிடமிருந்தே முதல் சமிக்ஞை வரட்டும். இவளுடைய தன்மைக்கு வரவேண்டுமே' என்று காத்திருந்து, அது வராமல் போகவே, அது இல்லை என்பதாக மனம் மாறி அவர்கள் விலகினர். தேவகியின் முப்பது வயதில், நான்கு வருஷக் கல்லூரி வாழ்க்கையின் போதும், இந்த எட்டு வருஷ உத்தியோக வாழ்க்கையின் போதும் இந்த மாதிரி அவளை நெருங்கி வந்து, பின்னர் நீங்கிப் பிரிந்த நல்ல நண்பர்கள் எத்தனையோ பேர்.

அந்த நட்பே அவளுக்கு நிறைவாகவும் மகிழ்வாகவும் இருந்தது. எனினும், அந்தப் பிரிவுகள் எல்லாமே பெரும் சோகங்கள்தான். அந்தச் சோகங்களை மனம் எண்ணாத அளவு வேகத்தோடு புதிய நட்புகள் முளைத்து விடுகின்றன.

வாழ்க்கை ரொம்பவும் உல்லாசமான பிரயாணமாகவும், சில சமயங்களில் ஓடி மறைந்து விளையாடும் பொழுது போக்காகவும் போய்க் கொண்டிருந்தது.

அவள் சந்தித்த எத்தனையோ பேரில் இந்த நடராஜன் தான்— அவளுக்கு ஒத்த வயதோ அல்லது சிறிதே இளையவனாகவோ இருக்கலாம். இந்த ஒருவன்தான் ஏழு வருஷமாக இந்தக் கண்ணாமூச்சி விளையாட்டில் இதுவரை சலிப்பின்றி இவளோடு தொடர்ந்து ஈடுபட்டுக் கொண்டிருக்கிறான்.

முதலில் தேவகி இவனை இங்கே, தான் வேலைக்கு வந்த ஓராண்டுக்குப் பிறகே சந்தித்தாள். இவனுக்கு இந்த செக்ஷனில் வேலை சொல்லிக் கொடுத்தவளே தேவகிதான். முதலில் நடராஜன் அவளிடம் நடுங்குவான். ஒரு வார்த்தை பேசுமுன், வேர்த்து வேர்த்து நனைந்து போவான்.

அப்போது அவனுக்குச் சரியாக மீசைகூட முளைக்கவில்லை.

ஏழு வருஷங்களுக்குப் பிறகு— இவனைப் போலவே இவர்களில் ஒருவனாகப் பழகி, இவன் அளவுக்குத் தன்னிடம் மோகம் கொண்டு, பின்னர் பின்வாங்கி, வேறு யாரையோ கலியாணம் செய்து கொண்ட— இப்பவும்கூட மூங்கைத்தனமான அந்த மோகத்தை எப்போதாவது அசிங்கமாக உளறிக் கொண்டு, தன்னோடு பணியாற்றும் கண்ணப்பனையும் ரங்கசாமியையும் எண்ணிப் பார்த்த ஏளனத்தில்தான் அன்று நடராஜன் 'டோண்ட் யூ லவ் மீ?' என்று கேட்டபோது, அவ்வளவு அர்த்தத்தோடு, ஆண்களின் உருவில் தெரியும் இந்த ஆன்ம நபும்சகர்களை எண்ணி அவள் சிரித்தாள்.

அவள் முதன்முதலாக இந்த ஆபீசில் வந்து வேலை ஏற்றுக் கொண்டபோது அவளோடு மிக நெருக்கம் கொண்டு அவள் மனசைக் கவர்ந்திருந்தவன் கண்ணப்பன்தான்.

அதன் பின்னர் தேவகியிடம் தானும் மனத்தைப் பறி கொடுத்து, அதற்கு மேல் வரத் தைரியம் இல்லாமல் நின்றவன் ரங்கசாமி.

இப்போது இந்த நடராஜன்!

மனசைக் கவர ஒருவன், மனசைக் கவர்ந்ததும் தன்னிடம் மனம் பறி கொடுக்க ஒருவன், மனம் கவர்ந்து மனம் பறி கொடுத்து, 'நீ என்னைக் காதலிக்கவில்லையா?' என்று மனம் விட்டு, அதுவும் எதிர்மறையாகக் கேட்க ஒருவன்!

'இப்படியே ஒவ்வொருவனும் ஒவ்வொரு அங்குலமாக முன் வந்து முன் வந்து... என்னை எவனோ ஒருவன் முழுமையாக

அடைவதற்குள் நானே முழுமை கண்டு முடிந்து போய் விடமாட்டேனா?' என்ற நினைப்பில்தான் அவள் சிரித்தாள்.

'என்ன காதல் வேண்டியிருக்கிறது, காதல்! எதைக் காதல் என்று நானே நம்பிச் சொல்ல முடியும்?' என்று புதிர் புரியாத குழப்பத்தினாலும் அவளால் சிரிப்பதைத் தவிர வேறொன்றும் செய்ய முடியவில்லை.

முதன்முதலாகக் காதல் வசப்படுகின்ற எல்லோரும் நினைத்துக் கொள்கின்ற மாதிரி இதுவேதான் வாழ்க்கை என்ற நம்பிக்கையும், இனிமையான கனவுகள் பலவும் அவள் கன்னி மனத்தில் செழிக்கக் காரணமாயிருந்த அந்தக் கண்ணப்பனின் தொடர்பைக் காதல் என்பதா? அல்லது மனசின் கன்னித்தன்மை ஒருமுறை கண்ணப்பனுக்குப் பறி போனதால் கெட்டுப்போய் 'நட்பு' என்ற வசதியான சொற்றொடரில் விருப்பத்தோடு தன்னை ஏமாற்றிக் கொண்டு அது காதலாகவே கனியுமென்று காத்திருந்து, அது கனியாமலே வெம்பிப்போய், இப்போதும் அந்த வசதியான சொற்றொடரான 'நட்பு' என்கிற முடிவு பெறாத நாடகமாகவே நிலை பெற்றிருக்கிறதே அந்த ரங்கசாமியின் தொடர்பு, அதைக் காதல் என்பதா?

ஒரே ஒரு அம்சத்தில் மட்டும்– அதாவது இந்த உறவில் சலிப்புற்று இன்னொருத்தியைக் கலியாணம் செய்து கொள்ள முடிவு செய்து, அவளுக்கு ஓர் அழைப்பிதழைக் கொண்டு வந்து நீட்டுகின்ற அந்த ஒரு விஷயத்தில் மட்டும் இந்த நிமிஷம்வரை வேறுபட்டு இருக்கின்ற இந்த நடராஜன் 'நீ என்னைக் காதலிக்க வில்லையா?' என்று கேட்டும் அந்த எதிர்மறைக் கேள்விகூட ஒருநாள் 'மிஸ் தேவகிக்கு' என்று எழுதிக் கொண்டு வந்து நீட்டப் போகும் அந்தக் கலியாண அழைப்பிதழ் எங்கோ தயாராகிக் கொண்டு இருக்கிறது என்று உணர்த்துவதற்கான சமிக்ஞையோ என்று எண்ணியே அவள் சிரித்தாள்.

'ஐ லவ் யூ!' என்று தன் காதலைத் தைரியமாகத் தான் காதலிக்கும் ஒருத்தியிடம் சொல்வதே அவளுக்குத் தான் செய்யும் மரியாதை என்பதே இந்த ஆண்களுக்கு ஏன் தெரியவில்லை?

அவள் அதற்குச் சம்மதிக்காவிட்டால் தங்களுக்கு அது ஒரு அவமானமென்று ஆண்கள் கருதுவதே சரியென்றால், அவ்விதமே ஓர் 'அவள்' கருதுவது எவ்விதம் தவறாகும்? அந்த 'அவமான'த் திற்குத் தயாராகாத காதல் என்ன காதல்? அந்த அவமானத்திற்கு ஓர் 'அவனே' தயாராகாவிட்டால் ஓர் 'அவள்' எப்படித் தயாராக முடியும்?

உண்மையான காதல், சம்பந்தப்பட்ட இன்னொருவரின் சம்மதத்திற்குக் காத்திருக்காது. ஏனெனில் சம்பந்தப்பட்ட இன்னொருவரின் சம்மதம் பெறப்பட்ட பிறகே அது பிறக்கிறது. என் சம்மதத்தைத் தந்த பிறகும் அதைப் புரிந்து கொள்ள முடியாத அளவுக்கு எதிலேயோ உணர்ச்சிகள் இருண்டுபோன இவர்களுக்கு அதைச் சொல்லுவதன் மூலமாகவா வெளிச்சம் பிறந்துவிடப் போகிறது?– என்ற முடிவிலேயே எல்லாச் சந்தர்ப்பங்களிலும் தன் சம்மதத்தைத் தருவதற்கு அவள் மறுத்திருக்கிறாள். அதுகூடச் சரியில்லை; ஏற்கெனவே தந்திருந்த தன் சம்மதத்தை 'இல்லை' என்று மறுக்கிற மாதிரி அவள் திரும்பப் பெற்றிருக்கிறாள்.

ஆனால் நடராஜன் விஷயத்தில் அவள் இன்னும் அவ்விதம் செய்யவில்லை.

ஏனெனில் இவன் ஒருவன்தான் 'நீ என்னைக் காதலிக்கவில்லையா?' என்று எதிர்மறையாகக் கேட்கும் அளவுக்காவது நெருக்கமுற்றவன். அவ்விதம் கேட்கின்ற அளவுக்கு அவன் சந்தேகமும் கொண்டிருக்கிறானே என்பதனால்தான் தனது சம்மதத்தையும் சந்தேகிக்கின்ற முறையிலேயே ஒரு சிரிப்புடன், 'நான் உன்னை விரும்புகின்றேன்' என்று தன் விளையாட்டை வார்த்தையோடு நிறுத்திக் கொண்டுவிட்டாள் தேவகி.

ஆனால் அந்த வார்த்தை விளையாட்டிலேயே வடுப்பட்டு அவன் தன்னிடமிருந்து விலக முயலும் போக்கினைத் தடுப்பதற்காகவே அவனை அவளே இன்று வலிய அழைத்திருந்தாள் சினிமாவுக்கு.

திடீரெனத் திரையில் தோன்றிய தேசியக் கொடியைக் கண்டு படம் முடிந்துவிட்டதை உணர்ந்தார்கள் இருவரும்.

இரண்டு மணி நேரமாய்ப் படம் பார்க்கிறோம் என்ற பேரில் இருளில் ஒருவரை ஒருவர் பார்த்துக் கொள்வதிலும். ஒருவரைப் பற்றி ஒருவர் எண்ணமிடுவதிலும் படம் தொடர்பற்றுத் துண்டு துண்டாக மனசில் பதியாமல் பார்வையில் மட்டும் ஓடிக் கொண்டிருந்தது.

தியேட்டரிலிருந்து வெளியில் வரிசையாக நகர்ந்து கொண்டிருந்த கும்பலில் தேவகி முன் செல்ல, அவள் பின்னால் ஒட்டி வந்து கொண்டிருந்த நடராஜன், உயர்த்தி முடிந்த கொண்டைக்குக் கீழே மிருதுவான ரோமம் நிறைந்த வெண்மையான அவளது அழகிய கழுத்தில் முகம் புதைத்துக் கொள்வதாய்க் கற்பனை செய்து உடல் சிலிர்த்தான்.

அவளிடமிருந்து மிதந்த மணம் அவன் மனசைக் கிறுக்கிற்று.

தியேட்டரை விட்டு வெளியே வரும்போது லேசான மழைத் தூறல்கள் விழுந்து கொண்டிருந்தன. சில்லென்று வீசிய காற்றில் பறந்த தேவகியின் பட்டுப் புடவையின் தலைப்பு நடராஜனின் முகத்தில் விழுந்து மறைத்தபோது...

"ஓ! ஸாரி!" என்று தேவகி சிரித்து உடம்பைப் போர்த்திக் கொண்டபோது–

"எஸ், ஸாரிதான்!" என்றான் நடராஜன்.

"போதும், பெரிய 'விட்' தான்!" என்று அவனைக் கேலி செய்தாள் தேவகி.

"என்ன அசட்டுத்தனமாய் நடந்து கொண்டேன்?" என்று நாக்கைக் கடித்துக் கொண்டான் நடராஜன்.

வெளியில் வந்து டாக்சி பிடித்துக் கொண்டு புறப்பட்ட போது மணி ஒன்பதரை ஆகியிருந்ததைப் பார்த்தாள் தேவகி.

"ஹவ் வாஸ் தி பிலிம்?" என்று தேவகி தலை சாய்த்து அவனைக் கேட்டபோது–

"எஸ், குட்!" என்று சம்பிரதாயமாகச் சொன்னான்.

"நான் படத்தையே பார்க்க முடியலே!" என்று கொஞ்சலாக, முகத்தில் ஒரு வாட்டத்துடன் சொன்னாள் தேவகி.

"ஏன்?"

அவள் அவன் செவியருகே நெருங்கி வந்தாள்:

"ஏனா! கேள்வியைப் பார்க்கலே? படம் பார்க்க விட்டாத் தானே?– என்னையே நீங்க பார்த்துக்கிட்டிருந்தீங்க!... நான் மட்டும் எப்படிப் படம் பார்க்கிறது?" என்று அவள் டாக்சி டிரைவர் காதில் விழாமல் கூறினாள்.

நடராஜனுக்கு உடம்பெல்லாம் ஒரு நடுக்கம் பரவி, மனம் தவிக்க ஆரம்பித்தது.

"நோ நோ, நீங்க என்னவோ தப்பா நெனைச்சி... நான் சாதாரணமா நீங்க படத்தை எப்படி ரசிக்கிறீங்கன்னு பார்த்தேன்" என்று முகம் சிவந்து கூறினான் நடராஜன்.

சற்று முன் தன் செவியருகே குனிந்த அவளது கன்னத்தைத் தொடவேண்டுமென்று துடித்த அவனது விரல்கள் இப்போது நடுங்கித் தளர்ந்தன.

"திருவல்லிக்கேணியில் என்னை விட்டுட்டு நீங்க போகணும்... ஆமா, இந்நேரத்துக்கு உங்க மெஸ்ஸிலே மீல்ஸ் இருக்குமா? ஏன்? எங்க வீட்டிலேயே சாப்பிட்டுட்டுப் போயிடலாமே!... மணி ஒன்பதரைதானே ஆச்சு?... அப்புறம் பஸ்கூடக் கிடைக்கும்

உங்களுக்கு அங்கே இருந்து!" என்று மிகுந்த பரிவுடன் கூறினாள் தேவகி.

"அதனால் என்ன, பரவாயில்லை உங்க மதர் உங்களை மட்டும்தானே எதிர்பார்த்துச் சமைச்சி இருப்பாங்க?... நான் எப்படியும் மானேஜ் பண்ணிக்குவேன்!"

"எங்க மதர் எல்லாம் ரெடியா எடுத்து வந்து டைனிங் டேபிளில் வெச்சுட்டு இந்நேரம் தூங்கியிருப்பாங்க... என்ன இருக்கோ அதை ரெண்டு பேரும் 'ஷேர்' பண்ணிக்குவோம்... என்ன?" என்று அவள் மிகுந்த சொந்தத்தோடு சொன்னபோது அவனுக்கு மறுக்கத் தோன்றவில்லை. மனசுக்கு இதமாக இருந்தது அந்த அழைப்பு.

திடீரென அவன் உள்ளூறப் பயந்தான்: 'இவள் சாதாரண மாக, இயல்பாக, பெருந்தன்மையாக, சமத்துவமாகப் பழகுவதை நான் தவறாகப் புரிந்து கொள்கிறேனோ?' என்ற அச்சம் வரும் போது–

நடராஜனும் தேவகியும் நெருங்கிப் பழகுவதைக் கண்ட கண்ணப்பனும் ரங்கசாமியும், "போகப் போகத் தெரியும், அசட்டுப் பிசட்டுன்னு உளறி வைக்காதே!" என்று இவனை ஜாடை மாடை யாக எச்சரித்ததும் அவன் நினைவுக்கு வந்தன.

ஆபீசில் தன் டிபார்ட்மெண்டுக்கு சூப்பிரண்டான அவளை, அந்தப் பதவிக்குரிய நாற்காலியில் உட்காரவைத்து, மனசால் கண்டான் நடராஜன். அவளுக்கு ஆபீசிலிருக்கின்ற மரியாதை களும், அந்தஸ்தும், அவளை நெருங்க முடியாமல் நீங்கி வந்த கண்ணப்பன், ரங்கசாமி அனுபவங்களும் ஒன்றன்பின் ஒன்றாய் நடராஜனின் நினைவில் கவிந்து, அவளை நெருங்கவிடாமல் பின்னுக்கு இழுத்தன.

'அவர்களுக்கெல்லாம் இல்லாத தனிச் சிறப்பு எனக்கென்ன இருக்கிறது?' என்று எண்ணியபோது, டாக்சியில் இரண்டு முழங் கால்களையும் சேர்த்து வைத்துக் கொண்டு குறுகி உட்கார்ந்து, தன்னையறியாமல் ஓர் ஓரமாய் அவன் உடம்பு நகர்ந்தது.

"சௌகரியமாக உட்காருங்கள், மிஸ்டர் நடராஜன்!" என்று அவனுக்குத் தள்ளி நகர்ந்து, தன் அருகே வர வசதியாக இடம் தந்த தேவகி, கனிவாக அவனைப் பார்த்துச் சிரித்தாள். அந்தச் சிரிப்பு அவனுக்கு ஒரு தைரியத்தைத் தந்தது. இருந்தாலும் உள்ளூரப் பயமும் இருந்தது.

"அதோ... அந்த லைட் போஸ்ட்கிட்டே!" என்று டாக்சி டிரைவருக்கு வீட்டை அடையாளம் காட்டுவதற்காக அவள் ஒரு

பக்கமாகச் சாய்ந்தபோது, அவளது மிருதுவான தோள் அவன் மேல் உரசிற்று. அப்போது மிக நெருக்கமாக அவன் முகத்தை அவள் பார்த்தாள்.

அவன் அந்த ஸ்பரிசத்தை உணராதவன் மாதிரி பாவனை புரிந்தான்.

கீழே இறங்கியதும் டாக்சிக்கு அவன் பணம் கொடுக்கப் போனபோது, "நோ" என்று அவள் அவன் கரத்தைப் பிடித்தாள். பிடித்தபின் சற்று அழுத்திக் கூறினாள்: "நான்தான் தருவேன்!"

நடராஜனுக்கு ஒன்றும் புரியவில்லை. 'இது சோஷியலாகப் பழகுவதா? அல்லது காதலா? இந்தப் பெண்கள் திடீரென்று எப்படி வேண்டுமானாலும் மாறுவார்களே! அதனால் நாம் கொஞ்சம் ஜாக்கிரதையாகத்தான் இருக்க வேண்டும்' என்று நினைத்துக் கொண்டான்.

டாக்சிக்காரனை அனுப்பிவிட்டு நடராஜனின் பக்கம் திரும்பிக் கண்களைச் சிமிட்டியவாறே தேவகி சொன்னாள்: "அந்த டாக்சிக்காரன் நம்பளைப் பத்தி ஏதோ 'ஃபிஷ்ஷி'யாக நினைச் சிட்டுப் போறான்!" அதற்கு என்ன விதமாய்ப் பதில் கூறுவது என்று தெரியாமல் தூரத்தில் போகும் டாக்சியைப் பார்த்து ஒரு பொய்யான கோபத்துடன் முனகிக் கொண்டான் நடராஜன்: "ராஸ்கல்!"

தேவகி வீட்டின் கதவைத் தட்டியபின் பத்து வயதுள்ள அந்த வேலைக்காரச் சிறுமி கதவைத் திறந்தாள்.

"ஏண்டி, நீ இன்னிக்கி வீட்டுக்குப் போகலியா?"

"மழையா இருந்திச்சம்மா!... பெரியம்மா இங்கேயே படுத்துக்கச் சொன்னாங்க."

"சரி சரி, கடைக்குப் போய் நாலு மலைப்பழம் வாங்கிட்டு வா?" என்று கைப்பையிலிருந்து சில்லறையை எடுத்துச் சிறுமியிடம் தந்தாள் தேவகி.

அந்தத் தெருவில் எதிர்வரிசையில் உள்ள அந்த வெற்றிலை பாக்குக் கடையை நோக்கிச் சிறுமி நகர்ந்தாள்.

"உள்ளே வாங்க!" என்று நடராஜன் பின்தொடர, விளக் கில்லாத ஹாலுக்குள் இருவரும் நுழைந்தனர். அந்த நிமிஷம்—

நடராஜனுக்கு மின்னலடித்தது மாதிரி மனசில் ஒரு தைரியம் பிறந்தது. அந்தத் தைரியத்திற்குச் சாதகமாக இப்போது அவர்கள் பிரவேசித்திருக்கும் ஹாலின் இருட்டு, அந்தச் சிறுமியை அவள்

வாழைப்பழம் வாங்க அனுப்பியது, அந்த டாக்சிக்காரனைப் பற்றிக் கூறியது என்று ஒரு நூறு காரணங்கள் ஒரே சமயத்தில் சரசரவென வண்டியிலிருந்து மணல் சரிவது மாதிரி அவன் உள்ளே குவிந்த சுமையோடு, அவனுக்கு மிக நெருக்கமாய்ச் சுவரருகே நின்று விளக்கின் சுவிட்சைத் தேடிக் கொண்டிருந்த தேவகியின் தோளைப் பின்னாலிருந்து இறுகப் பற்றினான் அவன்.

அந்த ஹாலின் மங்கிய இருளில் உயர்த்தி முடிந்த கொண் டைக்குக் கீழே மிருதுவான ரோமம் நிறைந்த வெண்மையான அவளது அழகிய கழுத்து பளீரெனத் தெரிந்தது.

அதில் முகம் புதைத்துக் கொள்கிற கற்பனை, நடைமுறை அனுபவமாக...

அவளால் அந்த விநாடிகளைக்கூட எண்ணிக் கணக்கிட முடிந்தது. அவள் மனசும் நெஞ்சமும் அந்தத் திடீர் ஸ்பரிசத்தில் விம்மி விம்மிக் கனத்தபோது, அவளது ஹிருதயத்தின் தாள கதியில் அலை அலையாக எழுந்த துடிப்பையே தன்னையறியாமல் தன்னுள் அவள் கணக்கிடலானாள். ஒன்... டூ... திரீ– எப்போதோ ஒருமுறை சிறுவயதில் அவளுக்கு நடந்த டான்ஸில்ஸ் ஆப ரேஷனுக்கு முன் மயங்க வைப்பதற்காக 'ஈதர்' கொடுக்கும் பொழுது ஒன்... டூ... திரீ என்று எண்ணிக் கொண்டே தன்னை இழந்தாளே, அது மாதிரி...

அந்த மயக்கத்தில் என்னமோ குழறினாள். தன்னை இழந்த அந்தத் தவிப்பில் எப்படியோ திமிறினாள். அந்த உணர்ச்சியின் நெருப்புத் தீண்டிய சுகத்தில் அவள் எப்படியோ துடித்துப் போனாள்! அவளிடம் ஏற்பட்ட இந்தச் சலனங்களினால் பயந்து, தீப்பிடித்து ஆடையை உதறுவது மாதிரி, "ஐ யாம் ஸாரி" என்று விலகி நின்று உடல் நடுங்கினான் நடராஜன்.

கண்களை மூடிய இமைகள் பனிக்க, விளக்கின் சுவிட்சைப் பொருத்தி, உயர்ந்த கரம் தாழ்த்தாமல், விரல்களைக் கூட நீக்காத நிலையில் சுவரில் சாய்ந்து, உடல் முழுதும் வியர்க்க, உயர்த்தி முடிந்த கொண்டை அவிழ்ந்து கழுத்தில் சரிய உதட்டைக் கடித்துக் கொண்டு நின்றிருந்த அவளது கோலத்தைக் கண்டதும் நடராஜனுக்கு அழுகையே வந்துவிட்டது.

அவன் இரண்டாவது முறையாக "ஐ யாம் ஸாரி... என்னை மன்னிச்சுடுங்க!" என்று குரல் நடுங்கக் கூறியபோது தான் ஏதோ சம்பந்தமில்லாத உலகத்தின், அர்த்தமில்லாத பாஷையைக் கேட்டது மாதிரி அவள் இமை திறந்து அவனைப் பார்த்தாள். வெளிச்சத்தில் அவனைப் பார்க்கும் பொழுது தனது முழுச்

சம்மதத்தையும் வெளிப்படுத்த அவளது இதழ்களில் பிறந்த புன்னகை அவனது கோலத்தைக் கண்டதும் அரைகுறையாக வதங்கிச் செத்தது.

அந்த ஏழு விநாடியில் பெருகிய மயக்கம் ஒரே விநாடியில் தெளிந்தது– சரிந்த கூந்தலைச் சட்டென உயர்த்தி முடிந்து கொண்டாள்.

கையில் நாலு வாழைப்பழங்களுடன் வேலைக்காரச் சிறுமி உள்ளே வந்ததால் இருவருக்கும் வசதியாகப் போயிற்று.

ஒன்றுமே நடக்காதது மாதிரி, "வாங்க, உள்ளே வாங்க! உட்காருங்க!" என்று அவனை அழைத்தபின் தனது அறைக்குள் போனாள் தேவகி.

உள்ளேயிருந்து அவள் விம்முகிற மாதிரி நடராஜனுக்குத் தோன்றிற்று. அது உண்மைதானோ?

'அவள் வெளியே வருவதற்குள் பேசாமல் எழுந்துபோய் விடலாமா?' என்று ஒரு விநாடி யோசித்தான் நடராஜன். 'இல்லை, நான் செய்த தவறுக்கு என்ன தண்டனையோ, அதை அவளிடம் பெற்றுக் கொண்டு போவதுதான் அதற்குப் பிராயச்சித்தம். 'சீ! நான் எவ்வளவு மட்டமான மனிதன்! இப்போது பேசாமல் இருந்துவிட்டு, நாளைக்கு ஆபீசிலே என் மானத்தை வாங்கி விடுவாளோ?' என்று நினைக்க நினைக்க அவனுக்கு அழுகை நெஞ்சை அடைத்தது. 'எவ்வளவு ஆனந்தமான மாலை நேரத்தை அவள் எனக்குத் தந்தாள்! அதற்குத் தகுதியில்லாத நான், தர மில்லாத நான், எவ்வளவு அசிங்கமான இரவாக முறித்து விட்டேன்?' என்று அவன் தன்னைத்தானே மனத்தில் சபித்துக் கொண்டிருக்கும்போது அவள் வெளியே வந்தாள்.

மௌனமாக இருவரும் சாப்பிட அமர்ந்தனர். முதல் கவளத்தை வாயருகே கொண்டு போகும்போது அவளை ஒருமுறை கலங்கிய கண்களோடு ஏறிட்டு நோக்கினான் நடராஜன்: "ஐ யாம் ஸாரி!"

"ஷட் அப்!" என்று அடைத்த குரலில் அமைதியாகச் சொன்னாள் தேவகி. அவனது தவிப்பையும், இதற்காக அவன் வருந்துவதையும் பார்க்கும்போது அவளுக்கு வேதனையாக இருந்தது. அந்த ஏழு விநாடிகளில், எப்படிப்பட்ட ஒருவனுக்காக அவள் காத்திருந்தாளோ அவன் இவன் தானென்று திடம் கொண்டது எவ்வளவு பேதைமை என்று நிரூபித்துக் கொண்டிருக் கும் அவனைப் பார்க்கப் பார்க்க அவளுக்கு எரிச்சலாய் வந்தது.

'எனக்குச் சம்மதம், எனக்குச் சம்மதம்' என்று ஒருத்தி எழுந்து ஆடவா முடியும்? அப்படி ஒருத்தி ஆடினால் அதைத் தாங்கிக் கொள்ள எத்தனை ஆண்பிள்ளைகள் இருப்பார்கள்?' என்று எண்ணும்போது அவளுக்குச் சிரிப்பும் வந்தது.

அந்தச் சிரிப்பு, 'ஏ, அசடே! உனக்கு லவ் ஒரு கேடா?' என்று அவள் தன்னைப் பார்த்து இளிப்பது மாதிரி இருந்தது நடராஜனுக்கு.

அவள் ஒரு விநாடி யோசித்தாள். 'என் மனசைத் திறந்து காட்டி இதற்காக அவன் வருந்துவது எவ்வளவு அறிவீனம் என்று அவனுக்கு உணர்த்தித் தனக்கு இது இவ்வளவு மகிழ்ச்சி அளித்த அனுபவம் என்பதனை விளக்கி, இது இப்படியே நீடிக்க வேண்டும் என்ற தனது ஆசையைப் பரசியமாகப் போட்டு உடைத்தால்தான் என்ன? ம்... அப்போது மட்டும் இவன் அதைச் சரியாக விளங்கிக் கொள்வானாக்கும்! இது மாதிரி எத்தனை அனுபவமோ இவளுக்கு? அதனால்தான் இவளால் இதை இவ்வளவு சாதாரண மாக எடுத்துக் கொள்ள முடிகிறது என்று நினைப்பான். ஐயோ, எனது இந்த முதல் அனுபவத்தை இவன் அவ்விதம் நினைப்பது எவ்வளவு பெரிய கொடுமை! இவ்விதம் இவனை நான் நினைக்க விடுவது எவ்வளவு பெரிய மடமை! மனசின் பாஷைகளை வாய் வார்த்தைகளா மொழி பெயர்த்துவிட முடியும்? அதைப் புரிந்து கொள்ள முடியாதவர்களிடமே என் மனசு போய்ப் பேசிப் பேசித் தோற்கிறதே!' என்ற கசப்பையே உண்ணுகின்ற உணவோடு சேர்த்து விழுங்கினாள் தேவகி.

அவள் அவனிடம் சாப்பிட்டு முடியும்வரை எதுவுமே பேசவில்லை. அவனுக்கு அவளிடம் பேச இனி எதுவுமே இல்லை. அவன் விடைபெறும் பொழுது மட்டும் தெருவாசற்படியில் நின்று சற்றுத் தயங்கிய பின்னர் அவளிடம் எதையோ யாசிப்பது மாதிரிச் சொன்னாள்:

"நான் செய்த தப்பை மறந்துடுங்க!"

"ஓ, என்னால் அது முடியாது!" என்று தேவகி சொல்லும் போது அவளது மனசின் பாஷை அவனுக்கு இப்பொழுதும் புரியாததால், தன் தவற்றை இவள் மன்னிக்கவில்லை என்பதாக எண்ணி வருத்தம் தீராமலே விடை பெற்றுப் போனான்.

அவன் போகும் வரை அமைதியாகத் தெரு வாசலில் நின்றிருந்த தேவகி, புயல் மாதிரி உள்ளே போனாள். தெருக் கதவை அறைந்து தாழிட்டுவிட்டு ஓடிப் படுக்கையில் குப்புற விழுந்தாள்; அழுதாள்.

தன்னைத் தனது ஆண்மையால் சொந்தத்தோடு ஆளுகின்ற ஆண்மகன் வரவே மாட்டானோ என்ற ஏக்கத்தில் அவள் விழிகள் பரிதாபமாக, வறட்சியோடு வெகு நேரம் உறக்கமின்றிக் கூரை முகட்டை வெறித்தவாறிருந்தன.

அடுத்த இரண்டு நாட்கள் நடராஜன் ஆபீசுக்கு வரவில்லை. அவன் வரமாட்டான் என்பதைத் தேவகி எதிர்பார்த்தே இருந்தாள். இதைக்கூட எதிர்பார்க்கவில்லையென்றால் தேவகியின் அனுபவங்களுக்குத்தான் என்ன அர்த்தம்,

மூன்றாம் நாள் தேவகி சற்றுத் தாமதமாக ஆபீசுக்கு வந்தாள். அவளது டிபார்ட்மெண்டுக்குள் அவள் நுழைந்த போது, அவள் வருவதைக் கண்ட நடராஜன் தலையைக் குனிந்தவாறு தனது இருக்கையில் அமர்ந்திருந்தான். இருமருங்கிலும் வரிசையாகப் போடப்பட்டிருந்த மேஜைகளின் நடுவே நடந்து வந்த தேவகியின் பாதரட்சைகளின் சத்தத்தை நடராஜனின் செவிகள் துல்லியமாகக் கேட்டன. அந்தக் காலடி ஓசை தன்னை நெருங்கி நெருங்கி வருவதை அறிந்து, அது தன்னைக் கடந்து போகிற வரைக்கும் தலை நிமிரக் கூடாது என்ற தீர்மானத்துடன் ஒரு பெரிய லெட்ஜரில் அவன் முகம் கவிழ்ந்திருந்தான். ஆனால், அவன் எதிர்பார்த்தபடி அவள் காலடி ஓசை அவனைக் கடந்து போய்த் தேய்ந்து மடியாமல் அவன் அருகே வந்து உறுதியாக நின்றது.

“குட்மார்னிங், மிஸ்டர் நடராஜன்!”

“குட்மார்னிங், மேடம்!” என்று எழுந்தான் நடராஜன்.

“எங்கே இரண்டு நாளாகக் காணோம்?”

“சி.எல். ரிப்போர்ட் பண்ணியிருந்தேனே?” என்று ரொம்ப உத்தியோகத் தோரணையில் பதில் சொன்னான் நடராஜன்.

தேவகி சிரித்தாள்: “ஸிட் டவுன்!”

பாதரட்சைகள் சப்திக்கத் தனது இருக்கையை நோக்கி நடந்த தேவகி மனசுக்குள் நினைத்துக் கொண்டாள்:

‘மிஸ் தேவகிக்கு’– என்று விலாசம் எழுதிக் கொண்டு வந்து என்னிடம் இந்த நடராஜன் மிக விரைவிலேயே நீட்டப் போகின்ற அந்தக் கலியாண அழைப்பிதழ் எங்கேயோ தயாராகிக் கொண்டிருக்கிறது!

---

தினமணி கதிர், 1969

# நான் என்ன செய்யட்டும் சொல்லுங்கோ?

நாற்பது வருஷம் ஆச்சு... இந்தாத்துக்கு மாட்டுப் பொண்ணா வந்து... கை நெறைய ஒரு கூடைச் சொப்பை வச்சுண்டு... அப்பா தூக்கிண்டு வந்து விட்டாளே... அப்போ அம்மா– அவர்தான் எங்க மாமியார் இருந்தார்... மாமியாருக்கு மாமியாரா அம்மாவுக்கு அம்மாவா... பெத்த தாய்க்கு மகளாயிருந்தது அஞ்சு வருஷ காலந்தானே!... மிச்ச காலத்துக்கும் மாமியாருக்கு மாட்டுப் பொண்தானே... கூடத்துலே என்னை இறக்கி விட்டுட்டு மேல் துண்டாலே முகத்தை மூடிண்டு அப்பா என்னத்துக்கு அழுதார்னு இப்பவும் நேக்குப் புரியலை... இதோ இந்த முற்றத்துலே– அப்பவே அடத்துக்குக் குறைச்சலில்லே– அந்தச் செங்கல் தரையிலேதான் பம்பரம் விட்டாகணும்னு நாக்கைத் துருத்திக் கடிச்சுண்டு சொடுக்கிச் சொடுக்கிப் பம்பரம் விட்டுண்டு நிக்கறாரே, இவர் நேக்கு ஆத்துக்காரர்னு, புரியறதுக்கே ரொம்ப நாளாச்சே... அதுக்காக 'நறுக் நறுக்' குனு வந்து தலையிலே குட்டறதோ?... 'போடா'ன்னு ஒரு நாள் நன்னா வெசுட்டேன்... சமையலுள்ளே காரியமா இருந்த அவர், ஓடி வந்தார்: "ஐயையோ... என்னடீது? அவன்... இவன்னு... அவனை?" "அவன் மட்டும் என்னைக் குட்டலாமோ?"... அம்மாவுக்கு ஒரு பக்கம் சிரிப்பா வரது... என்னைக் கட்டி அணைச்சுண்டு எங்க உறவைப்பத்தி விளக்கிச் சொல்றார்... ஆனால், எல்லாம் புரியும் காலம் வரச்சதானே புரியறது... நெனைச்சுப் பார்த்தா, எல்லாமே ஆச்சரியமா இருக்கு... இவர் கிட்டே நேக்கு எப்படி இத்தனை பயம் வந்தது! பயம்னா, அது சந்தோஷமான பயம்... மரியாதையான பயம். பயம்ங்கறது கூடச் சரியில்லே... அது ஒரு பக்தின்னு தோணறது... எப்படியோ வந்துடுத்தே... ம் ம்!... நாற்பது வருஷத்துக்கு மேலே ஆச்சு...

'இந்த மனுசனைக் கட்டிண்டு நான் என்னத்தைக் கண்டேன். ஒரு அது உண்டா, ஒரு இது உண்டா'ன்னு குளத்தங்கரைலே யிருந்து கோயில் பிராகாரம் வரைக்கும் அலுத்துண்டு அழுதுண்டு சில பேர் அழிச்சாட்டியம் பண்ணிண்டு திரியறாளே, அவா ளெல்லாம் என்ன ஜன்மங்களோ அம்மா!

நேக்கு ஒரு குறையும் இல்லை... ஆமாம்... எந்தக் கோயிலிலே வந்து வேணாலும் நின்னு, ஈரத் துணியைக் கட்டிண்டு

சொல்வேன்— எனக்கு ஒரு குறையும் இல்லை... பாக்கறவா சொல்லுவா... நேக்கு குழந்தை இல்லைங்கறதைப் பெரிய குறையாச் சொல்லுவா... சொல்றா... நானே கேட்டிருக்கேன். எதுக்கு... பொய் சொல்லுவானேன்... நேக்கும் அப்படி ஒரு குறை கொஞ்ச நாள் இருந்திருக்கு. அது எவ்வளவு அஞ்ஞானம்னு அப்பறமாத்தான் புரிஞ்சது... நேக்கே சொந்தமா ஒண்ணும் புரிஞ்சுடலை... அவர் புரிய வச்சார். அவராலேதான் அது முடியும். பேச ஆரம்பிச் சார்னா எங்கேருந்துதான் அந்தச் சூத்திரங்களெல்லாம் கையைக் கட்டிண்டு வந்து நிக்குமோ! சாஸ்திரங்களிலேருந்தும் வேதங்களி லேருந்தும் நிரூபணங்கள் எடுத்துக் காட்டி... எப்பேர்ப்பட்ட சந்தேகங்களானாலும் சரி, என்ன மாதிரியான அஞ்ஞானக் கவலைகளானாலும் சரி, அவரோட பேச்சினாலேயே அடிச்சு ஓட்டற சாமர்த்தியம்... அப்படி ஒரு வாக்கு பலம்... அப்படி ஒரு ஞானம்... அது அவருக்கு மட்டுந்தான் வரும்... ஏதோ, எங்க ஆத்துக்காரர்ங்கறத்துக்காக ஓரேயடியாப் புகழ்ந்துடறேன்னு நெனைச்சுக்காதேங்கோ... அவரைப் புகழற அளவுக்கு நேக்கு ஞானம் போறாது. அப்பேர்ப்பட்ட வித்துவானுக்குச் சரியான நிரட்சரகுக்ஷி வந்து சகதர்மிணியா வாச்சிருக்கேன் பாருங்கோ. இதைப்பத்தி நானே ஒரு தடவை அவர் கிட்டே சொன்னேன். பெரிய பிரசங்கமே பண்ணிட்டார். அவருக்கு நான் சகதர்மிணியா இருக்கறது எவ்வளவு பாந்தம்கிறதைப் பத்தி... அவருக்கு... அதுலே எவ்வளவு சந்தோஷம்கிறதைப் பத்தி அவர் என் கிட்டே சொன்ன தெல்லாம் நான் எப்படிச் சொல்றது? அவருக்குச் சகதர்மிணியாக இருக்கறதுக்கு நேக்குத் தகுதி இருக்குங்கறது வாஸ்தவமாகவே இருக்கட்டுமே! அதனாலே அவரைப் புகழற தகுதி நேக்கு வந்துடுத்துன்னு அர்த்தமாயிடுமோ?

மகா வித்துவான் ஸ்ரீமான்...னு சொன்னா இந்த ராஜதானி பூராத் தெரியும். இவரோட பிரக்கியாதி சென்னைப் பட்டணம் என்ன, காசி வரைக்கும் பரவி இருந்தது...

இவர்கிட்டே படிச்சவாள், இந்தாத்துலே நேக்குக் கூடமாட வேலை செஞ்சவாள் எத்தனை பேர் கலெக்டராகவும் பெரிய பெரிய உத்தியோகத்திலேயும் இருக்கா தெரியுமோ?

நாமே பெத்து, நாமே வளத்து, நாயும் பூனையுமா நின்னிண்டிருந்தாத்தானா?

இதோ, இப்பவும் சங்கர மடத்துத் திண்ணையிலே, எதிரே வரிசையாக் குழந்தைகளை உட்கார்த்தி வச்சுண்டு அவர் வித்தியாப்பியாசம் பண்ணி வச்சிண்டிருக்கார்... அவர் குரல்

மட்டும் தனியா, ஓத்தையா, கனமா, நாபிலேருந்து கிளம்பி ஒலிக்கறதைக் கேக்கறச்சே, உடம்பெல்லாம் சிலிர்க்கறது. அப்பறம் இந்த வாண்டுப் 'படை'களெல்லாம் கூடச் சேர்ந்துண்டு முழங் கறதே... அந்தக் குழந்தைகள் அத்தனை சிரத்தையோட, பக்தியோட மெல்லீசுக் குரலிலே அவர் மாதிரியே சொல்லணும்னு பிரயாசைப் பட்டு, அந்தக் கனம் இல்லாம, அந்த ஸ்தாயியை மட்டும் எட்டறதுக்கு வயத்தை எக்கிண்டு, மார்மேலே கையையும் கண்டிண்டு உச்சாடனம் பண்றாளே... அது வந்து காதிலே விழறச்சே, வயத்தை என்னமோ செய்யறதே, அது பெத்தவாளுக்கு மட்டுந்தான் வருமோ?...

அவர்தான் சொல்லுவார்... 'குழந்தையைப் பெத்துக்கறது ஒண்ணும் பெரிய காரியமில்லை; அதுக்கு வயத்தை அடைச்சு வளத்துடறதும் ஒண்ணும் பெரிய காரியமில்லை. அறிவையும் ஒழுக்கத்தையும் தந்து அவனை ஞானஸ்தனாக்கறதுதான் பெரிய காரியம். நாமெல்லாம் சாதாரணக் குழந்தைகளைப் பெத்தவாள்ங் கற பெயரைவிட இந்த மாதிரி ஞானஸ்தர்களை உற்பத்தி பண்ணினவாள்ங்கற பேருதான் சிரேஷ்டமானது...' இன்னும் என்னென்னமோ சொல்லுவார். நேக்கு எங்கே அதெல்லாம் திருப்பிச் சொல்ல வரது?... ஆனா, அது எவ்வளவு சத்தியம்னு மனசுக்குப் புரியறது.

இவர்ட்டே படிச்சுட்டு இப்போ பட்டணத்துலே ஏதோ காலேஜிலே ஸம்ஸ்கிருத புரபசரா இருக்கானே சீமாச்சு... இப்போ பண்டித ஸ்ரீனிவாஸ ஸாஸ்திரிகள்னு பேராம்... கேக்கறச்சே என்னமா மனசுக்குக் குளிர்ச்சியா இருக்கு... பெத்தாத்தான் வருமோ?... பெத்தவள் இங்கேதான் இருக்காள்... தன் பிள்ளை தன்னைச் சரியாகக் கவனிக்கலேன்னு காலத்துக்கும் சபிச்சிண்டு...

ஒண்ணொண்ணும் அவர் சொல்றச்சே, என்னமோ சமத்காரமா தர்க்கம் பண்ணிச் சாதிக்கற மாதிரித் தோணும். திடீர்னு, அன்னிக்கே அவர் எவ்வளவு சரியாச் சொன்னார்னு நெனச்சு நெனச்சு ஆச்சர்யப்படற மாதிரி ஒண்ணொண்ணும் நடக்கும்.

அன்னிக்குக் கோயிலுக்குப் போயிட்டு வரச்சே சீமாச்சுவோட அம்மா, ஒரு நாழி நிறுத்தி வச்சு, அந்தச் சீமாச்சு இவளைத் திரும்பிக் கூடப் பார்க்காமே மாமியார் வீடே கதின்னு போய்ட்டதையும், அவனை வளக்கறதுக்கும் படிக்க வைக்கறதுக் கும் அவள் பட்ட கஷ்டத்தை யெல்லாம் கொஞ்சங்கூட நன்றியில்லாமல் அவன் மறந்துட்டதையும் சொல்லிப் புலம்பிண்டு,

அழுதுண்டு அவனைச் சபிச்சாளே... அப்போ நேக்குத் தோணித்து... இப்படிப் பெக்கவும் வேண்டாம், இப்படிச் சபிக்கவும் வேண்டாம்னு... ஏதோ அவள் மனசு சமாதானத்துக்காக நானும் தலையைத் தலையை ஆட்டிண்டிருந்தேனே ஒழிய, நேக்குப் புரிஞ்சது: இந்தக் கிழவி பொறாமையாலே கிடந்து எரிஞ்சுண்டி ருக்காள்னு... கிழவிக்கு இங்கே ஒரு குறைச்சலும் இல்லே... நன்னா சௌக்கியமாத்தான் இருக்காள்... இருந்தாலும் தான் பெத்த பிள்ளையினாலே மத்தவா இன்னும் சுகப்பட்டுடுவாளோங்கற ஆத்திரம், கிழவி மனசை அலக்கழிக்கிறது... பாத்யதை கொண்டாடறவாளாலே எப்படிப் பாசம் கொண்டாட முடியறதே இல்லேன்னு—

எல்லாம் இவர் சொல்லித்தான் நேக்கும் புரியறது... இல்லேன்னா இந்தக் கிழவியோட சேந்துண்டு நானும் சீமாச்சுவை ஒரு பாட்டம் பாடிட்டுத்தானே வந்திருப்பேன். இவர் எல்லாத்தை யும் எப்படித்தான் கறாரா, தீர்க்கமா அலசி அலசிப் பாத்துட றாரோ! தனக்கு அதனாலே நஷ்டமா லாபமானுகூட யோசிக்க மாட்டார். எத்தனை பேர் அதை ஒத்துக்கறா, எத்தனை பேர் ஒத்துக்கலேங்கறதெப் பத்தியும் கவலைப்பட மாட்டார். அவரோட சாஸ்திரத்துக்கு, தர்க்கத்துக்கு ஒத்து வராத ஒரு காரியத்தை லோகமே அவர் மேலே திணிச்சாலும், ‘தூ’னு தள்ளி எறிஞ்சுடு வார்— அப்படி அதைத் தூர எறிஞ்சது எவ்வளவு நியாயம்னு, லோகத்தையே இழுத்து வச்சுண்டு வாதம் பண்ணவும் தயாரா இருப்பார். நானும் இத்தனை காலமா பாத்துண்டிருக்கேனே... ஒத்தராவது, ‘அதென்னமோ, நீங்க சொல்றது சரியில்லை ஸ்வாமி’ன்னு சொல்லிண்டு போனதில்லை. அப்படிச் சொல்லிண்டு வருவா.

அவாளோடெல்லாம் திண்ணையிலெ உக்காந்து இவர் பேசிண்டிருக்கறச்சே, நான் அவர் முதுகுக்குப் பின்னாலே அறையிலே உட்கார்ந்து கேட்டுண்டிருப்பேன். அவர் பேசறதிலே ரொம்ப விஷயங்கள் எனக்குப் புரியறதே இல்லை. அவர் என்னமா இங்கிலீஷ் பேசறார்! நேக்குத் தெரிஞ்சு இருபது வயசுக்கு மேலே இவர் இங்கிலீஷ் படிச்சார். ஒத்தருக்கு ஸ்ம்ஸ்கிருத பாடம் சொல்லிக் கொடுத்துண்டு— அவருக்கு இவரைவிட வயசு கொஞ்சம் அதிகமாகவே இருக்கும்— அவர்கிட்டே இவர் இங்கிலீஷ் கத்துண்டார். இங்கேருந்து கும்பகோணத்துக்குப் போயிப் போயி என்னென்னமோ பரீட்சையெல்லாம் எழுதினார்.

இப்போ, இவர் எழுதின புஸ்தகங்களை அங்கெல்லாம் படிக்கறவாளுக்குப் பாடமா வெச்சிருக்காளாம்.

பத்து வருஷத்துக்கு முன்னே காசியிலே ஏதோ மகாநாடுனு இவர் போறச்சே, நானும் கூடப் போனேன். இவருக்கு என்னென்னமோ பட்டம் எல்லாம் குடுத்தா... நேக்கு ரொம்பப் பெருமையா இருந்தது. நான் வெள்ளிக் குடத்து நிறைய கங்கா தீர்த்தம் எடுத்துண்டு வந்து, ஊர்லே இருக்கிறவாளுக்கெல்லாம் குடுத்தேன். நேக்கென்ன குறைச்சல்?

அப்போதான் காசியிலேருந்து திரும்பி வரச்சே சென்னப் பட்டணத்துலே சீமாச்சு ஆத்திலே தங்கினோம். பட்டணத்துப் பெரிய ரயிலடிக்கு, சீமாச்சு மோட்டார் காரோட வந்திருந்தான். ரயிலடியிலேயே எங்களை நிறுத்தி வச்சு சாஷ்டாங்கமா நமஸ்காரம் பண்ணிண்டான். சமுத்திரக்கரையை எல்லாம் சுத்திக் காட்டினான். சென்னப் பட்டணத்துலெ மோட்டார்கார் இல்லாமே ஒண்ணும் முடியாதாம். அப்பவும் முன்னே மாதிரியே இவர் கிட்டே வந்து கையைக் கட்டிண்டு நின்னுண்டு ஏதேதோ சந்தேகமெல்லாம் கேட்டுண்டான். ஆனால் அவன் காலேஜுக்குப் போறச்சே அவனைப் பாக்கறதுக்கு நேக்கே பயமாயிருந்தது. துரை மாதிரி என்னென்னத்தையோ மாட்டிண்டிருக்கான். இவர் என்னடான்னா அதைப் பார்த்துட்டு 'ஓ'ன்னு சிரிக்கிறார்.

அதுக்கு அப்பறந்தான் ஒருநாள்... இந்தாத்துக்கு முன்னாடி பெரிய கார் வந்து நின்னது. யார் யாரோ பெரிய மனுஷாள்– சீமாச்சு புரபசரா இருக்கானே அந்தக் காலேஜைச் சேர்ந்தவாளாம் – எல்லாம் வந்து– இந்தாத்துத் திண்ணையிலேதான் உட்காந் துண்டா... சீமாச்சு மட்டும் சொந்தமா அடுக்களை வரைக்கும் வந்துட்டான். நான் அவன்ட்டே அடிக்கடி ஒரு நடை வந்து தாயாரைப் பார்த்துட்டுப் போகப்படாதோன்னு கேட்டேன்... 'எனக்கெங்கே முடியறது... என்னோட வந்துடுனு கூப்பிட்டாலும் வரமாட்டேங்கறாளே'ன்னு சொல்லி வருத்தப்பட்டுண்டான். அப்பறமா அவன் வந்திருக்கிற காரியத்தைச் சொன்னான்.

அவன் வேலை பாக்கற காலேஜிலே இவரை ஏதோ பெரிய உத்தியோகத்துலே வச்சுக்கறதுக்குத் தவம் கெடக்கறாளாம். ஆனால், இவரைக் கேக்கறதுக்குப் பயப்படறாளாம். 'நான் கேட்டு அவரைச் சம்மதிக்க வெக்கறேன்'னு தைரியம் குடுத்து இவன் அழைச்சிண்டு வந்திருக்கானாம்... இன்னும் என்னென்னமோ சொன்னான்... நேக்குக்கூட ரொம்ப ஆசையாத்தான் இருந்தது.

இவர் வந்ததும், எல்லாரும் திண்ணையிலே உக்காந்துண்டு பேசினா, பேசினா, அப்பிடிப் பேசினா. நான் அறைக்குள்ளே உக்காந்து கேட்டுண்டே இருந்தேன். நேக்கு அவர் பேசினது

ஒண்ணும் புரியலை. ஆனால், ஒண்ணு புரிஞ்சது... அவா ஜம்பம் இவர்கிட்டே சாயலைன்னு...

கடைசியிலே, அன்னிக்கு அவாள்ளாம் போனப்பறம் நானே கேட்டுட்டேன்:

"உங்களுக்கு இந்த உத்தியோகத்தெ ஒத்துண்டா என்ன? அங்கே படிக்கிறவாளும் மாணவர்கள்தானே? அங்கே சொல்லிக் கொடுத்தாலும் இதே பாடம்தானே?... உங்களுக்கு என்ன இப்படி ஒரு பிடிவாதம்? பாவம்! சீமாச்சு ரொம்ப ஆசை ஆசையா நம்பிக்கையோட வந்தான்!" நான் சொன்னதெக் கேட்டு அவர் சிரித்தார்.

இவருக்கு இது ஒண்ணு... உடம்போடயே பொறந்தது அந்தச் சிரிப்பு. அதுவும் இந்தச் சிரிப்பு இருக்கே என்கிட்டே மாத்திரம் தான்.

சிரிச்சுண்டே சொன்னார்:

"சீமாச்சு கட்டிண்டு திரியறானே அந்த மாதிரி என்னை வேஷம் கட்டிப் பாக்கணும்னு நோக்கு ஆசையா இருக்காக்கும்... வித்தியாப்பியாசம் பண்ணி வெக்கறதுக்கு கூலி வாங்கப் படாதுங்கறது உனக்குத் தெரியாதா? ஆசிரியனுக்குக் கூலி கொடுத்துட்டப்பறம் மாணாக்கனுக்கு அவர்கிட்டே என்ன மரியாதை இருக்கும்? எப்படி மரியாதை இருக்கும்? இவன் கூலி வாங்கறவன் ஆயிடறானே... கூலி பத்தாதுன்னு கொடி புடிச்சிண்டு கோஷம் போட்டுண்டு– என்னெக் கொடி புடிக்கவும் கோஷம் போடவும் கூப்பிட மாட்டான்னாலும்— அந்தக் கும்பலுக்குத் தலைவரா வாங்கோம்பா... எனக்கு இதெல்லாம் ஆகிற காரியமா? நீயே சொல்லு"ன்னார்.

நான் என்னத்தைச் சொல்றது?... பேசாம அவர் பேசிண்டிருந்ததெ வாயை மூடிண்டு கேட்டுண்டு இருந்தேன்.

இவர் உடம்பிலே ஒரு சட்டையெப் போட்டுண்டு நிக்கற மாதிரி நெனச்சுப் பாக்கறப்பவே நேக்குச் சிரிப்புச் சிரிப்பா வரது? அந்த நெனைப்பே ஒரு பாந்தமில்லாம இருக்கே... நானும் அவரோட சிரிச்சுட்டு, அந்த விஷயத்தை அதோட விட்டுட்டேன்.

அவரைப் பத்தி இவ்வளவு தெரிஞ்சிருந்தும் நான் போயி அவரைக் கேட்டதை நெனச்சித்தான் வெட்கப்பட்டேன். ஆனாலும் இந்த நாற்பது வருஷத்தில் அசடாவேதான் இருக்கேன்... புதுசு புதுசா ஏதாவது அசட்டுத்தனம் பண்ண வேண்டியது, அவர் சிரிக்க வேண்டியது– இப்படியே ஒரு ஜன்மமாயிட்டேன்.

ஒரு பத்து நாளைக்கி முன்னே பாருங்கோ... இப்படித்தான்– இவர்ட்டே படிக்கிற பையன் ஒருத்தன்... ஏதோ ஒரு சீட்டை எடுத்துண்டு வந்து, 'மாமி மாமி... இது கெவர்மண்ட் நடத்தற பரிசுச் சீட்டோ அதிர்ஷ்டச் சீட்டோ... என்னமோ சொல்லி ஒரு ரூபாதான்... வாங்கிக்கோங்கோ... கெடைக்கறதே கஷ்டம்... உங்களுக்காகச் சேத்து நான் வாங்கிண்டு வந்தேன்'னு தந்தான்... நானும் அதெப்பத்தி ஒண்ணும் பிரமாதமா நெனச்சுக்காம, ஏதோ கொழந்தை நம்மை நெனச்சிண்டு அக்கறையோட வாங்கி வந்திருக்கேன்னு ஒரு ரூபாயைக் கொடுத்து வாங்கிட்டேன்.

அந்தக் கொழந்தை அதெப்பத்திப் பெரிய பிரசங்கமே பண்ணினான்... எத்தனையோ பேர் அதிலே பிரைஸ் வந்து லட்சாதிபதியா ஆயிட்டாளாம்... ஏழைகளுக்குத்தான் அதுவும் விழறதாம்... இன்னும் என்னென்னவோ சொன்னான்... நான் சும்மா ஒரு வெளையாட்டுக்குத்தான் வாங்கினேன்... ஆனாக்க... அன்னிக்கி சாயந்திரமே இவர் திண்ணையிலே உக்காந்துண்டு ஒரு அஞ்சாறு பேர் கிட்டே இந்தப் பரிசுச் சீட்டைக் கிழிச்சுக் கட்டிண்டிருந்தாரே பார்க்கலாம்.

அறையிலே உக்காந்து கேட்டுண்டு இருக்கறப்ப– என்னை அப்படியே செவுள்லே 'பளார் பளார்'னு பிடிச்சிண்டு அறையற மாதிரி இருந்தது.

அதுவும் அன்னிக்கி அவர் பேசறச்சே, அது சாதாரணமா எப்பவுமே பண்ணுவாரே அந்த மாதிரி நிதானமா, வாதம் மாதிரி இல்லே, இந்த லோகத்தையே சபிக்கப் பொறப்பட்டுட்டவர் மாதிரி ஆவேசமா கத்தினார்.

என்னத்துக்கு இவருக்கு இதிலே இவ்வளவு கோபம்னு நேக்குப் புரியவே இல்லே.

"இந்தத் தேசத்திலே இது நடக்கலாமாங்காணும்... சூதாடி, சூதாடட்டும். சோரம் போறவா சோரம் போகட்டும்... ராஜரீகம் பண்றவா, லோக பரிபாலனம் பண்றவா இதைச் செய்யலாமாங் காணும்... கலி முத்தி, நாம அழியப் போறோம்ங்கறதுக்கு இதாங் காணும் அத்தாட்சி! நெறி தவறாம ராஜ்ய பரிபாலனம் பண்ணின தருமன் எப்பிடி அழிஞ்சான்?... யோசிச்சுப் பாரும்... தருமனே சூதினாலே தானே அழிஞ்சான்... சூதிலே ஜெயிச்சவனும் வாழற தில்லே, தோத்தவனும் வாழறதில்லேங்கற சத்யத்தைத்தானே ஐயா, மஹா பாரதம் பேசறது... சூதாட்டத்துக்கும் ஒரு தர்மம் இருக்கு, கேளும்... சம அந்தஸ்திலே இருக்கறவாதான் சூது ஆடலாம்... அதுவே பாவம்தான்... அந்தப் பாவத்துக்கும் ஓர் அத்து

வெச்சிருக்கா... ராஜரீகம் பண்றவா. ராஜ்ய பரிபாலனம் செய்யறவா பாமர மக்களை எல்லாம் இப்படி மாயாஜாலம் பண்ணி சூது ஆடறாளே, இது அடுக்குமா? போச்சு... எல்லாம் போச்சு. இனிமே இந்த ஜன சமூகத்திலே எந்த வியவஸ்தையும் இருக்காது... ஓய் வறுமையினாலே அழியறதைவிட சூதினாலேதான் ஜன சமூகமே அழிஞ்சு போயிடும். திருவள்ளுவருக்குத் தெருத் தெருவா சிலை வெச்சு பிரதிஷ்டை பண்ணாப் போறுமா... அவர் சூதுன்னு பொருள்பால்லே ஓர் அதிகாரமே எழுதி வெச்சிருக் காரே...''ன்னு அந்தப் பத்துப் பாட்டையும் எடுத்தெடுத்துச் சொன்னார். அர்த்தம் சொன்னார்... மகாபாரதத்திலேருந்து ஸ்லோகங்கள் பாடினார். 'உருப்பட மாட்டேள்... உருப்பட மாட்டேள்'னு தலையிலே அடிச்சிண்டார்...

எனக்கு வயத்திலே புளி கரைக்க ஆரம்பிச்சுடுத்து... ஏண்டா, இந்தச் சனியனை ஒரு ரூபா குடுத்து வாங்கினோம்னு இருந்தது. ஆனாலும் என்னத்துக்கு இவர் இதுக்காகப் போயி இவ்வளவு ஆவேசம் காட்டறார்னும் புரியலை. இவர் சட்டை போட்டுக் கறதில்லே; லோகமே அதுக்காக இவர் மாதிரி சட்டையில்லாம, குடுமியும் வெச்சுண்டு, பஞ்சாங்கம் பாத்து க்ஷவரம் பண்ணிண்டு இருக்கணும்னு சொல்வாரோன்னு–நான் பண்ணின காரியத்துக்கு வசதியா மனசுக்குள்ளே, எதிர் வாதம் பண்ணிண்டேன்.

அந்தச் சீட்டை வாங்கி வச்சுண்டதனாலே இப்ப என்ன கெட்டுப் போயிட்டுதுன்னு சமாதானப்பட்டுண்டாலும், திடீர்னு நம்ம போறாத வேளை ஒரு நூறு ரூபா விழுந்து வெக்கறதுன்னு வெச்சுக்கோங்கோ... ஊரு பூரா இதுன்னா ஒரே அக்கப் போராயிடும்!...

அதுவும் இவர் இந்த மாதிரிப் பேசிண்டு இருக்கறச்சே... நான் வாங்கி அது பரசியமா ஆயிடுத்துன்னா, இவரோட நாணயத் தைன்னா, எல்லாரும் சந்தேகப்படுவாள்னு நேக்கு மனசைக் கொழப்பிண்டே இருந்தது...

அந்தக் குழந்தை– அவன்தான் சீட்டுக் குடுத்தவன்– சொல் லித்து: பத்திரிகைக்காரா எல்லாம் போட்டோ பிடிக்கறவனையும் அழைச்சிண்டு எந்தப் பட்டிக்காடா இருந்தாலும் தேடிண்டு வந்துடறாளாம்... சென்னப் பட்டணத்திலே இதுக்காகப் பெரிய திருவிழா நடத்தி, ரொம்பப் பெரிய பெரிய மனுஷாள் கையாலே தான் இதெத் தருவாளாம்... அட கஷ்ட காலமே!...

சரி. என்னமோ வாங்கிட்டேன்; இதெல்லாம் என்ன வீண் கற்பனைன்னு அவர்ட்டே இது விஷயமா நான் ஒரு வார்த்தை கூடப் பேசிக்கலே...

வேணும்னே அன்னிக்கு அவருக்குச் சாதம் போடறச்சே நானே பேச்சைக் கிளப்பினேன்...

"என்ன அது? என்னமோ பிரைஸ் சீட்டாம்... ஒரு ரூபா கொடுத்து வாங்கினவாளுக்கு ஒரு லட்சம் ரூபாய் கெடைக் கறதாம்– கெவர்மெண்டாரே நடத்தறதனாலே பொய், மோசடி ஒண்ணும் கெடையாதாம். நாணயமா நடக்கறதாம். பக்கத்தாத்துப் பொண்ணு பத்து ரூபாய்க்கு ஒரேயடியா வாங்கி இருக்காளாம். அது என்ன அது?..." ன்னு கேட்டு வெச்சேன்.

"அது நம்மாத்து அடுக்களை வரைக்கும் வந்தாச்சா? அது ராஜாங்கம் நடத்தற சூதாட்டம்— அவ்வளவுதான். வாந்தி பேதி மாதிரி ஜனங்களை வெரட்டி வெரட்டிப் புடிக்கறது இது. வாந்தி பேதி வைசூரி வராமல் தடுக்கிற காரியத்தைச் செய்யற கெவர் மெண்டார் தான் இதையும் செய்யறா. அதனாலே அவாளுக்குப் பணம் கெடைக்கறதாம். ஏழைகள் லட்சாதிபதியாறாளாம்... எப்படியும் போகட்டும். நீயும் நானும் லட்சாதிபதியாகலேன்னா அழறோம்? நமக்கென்ன அதைப்பத்தி?..."ன்னார்.

"ஒரு லட்சத்தைக் கொண்டு வந்து உங்களண்ட கொடுத்தா, வேணாம்னு சொல்லிடுவேளா?"ன்னேன்.

இவர் என்னைப் பார்த்துச் சிரிச்சார். எனக்கு அவமானமா இருந்தது... உடம்பு கூசித்து.

'நாற்பது வருஷம் என்னோட வாழ்ந்த உனக்கா, இப்படி ஒரு சந்தேகம் வந்தது'ன்னு கேக்கற மாதிரி இருந்தது அந்தச் சிரிப்பு... நான் தலையைக் குனிஞ்சிண்டேன்.

"நீங்க வேணாம்-னு சொல்லுவேள்; அது எனக்குத் தெரியும். ஏன் அப்படிச் சொல்லணும்னு கேக்கறேன்?... உங்க கொள்ளுப் பாட்டனாருக்கு மானியமா கெடச்ச இந்த வீட்டுக்கு, இந்த மேற்கு மூலையிலே மூணுவருஷமா சுவத்திலே விரிசல் கண்டு, மழை பேயறச்சே ஒரே தெப்பமா ஆறதே– அதெ சரி பண்றதுக்கு வழி இல்லாம இருக்கோமே– நமக்கும் பணம் அவசியமாத்தானே இருக்கு... எதுக்கு அதிர்ஷ்ட லட்சுமியை அலட்சியம் பண்ண ணும்னு யோசிக்கிறேன். அது தப்பா?"ன்னு கேட்டேன்.

"ஓ! நீ பேசறதெப் பாத்தா உனக்கு அந்தச் சீட்டு வாங்க ஒரு ஆசை; அப்படித்தானே?"ன்னு கேட்டார்.

நான் பேசாம இருந்தேன்.

"அசடே... அசடே... ஆசைதான் மானத்துக்குச் சத்ரு. அதிலே பரிசு வராதுங்கறதினாலே நான் அது தப்புன்னு சொல்லலே.

வந்தாலும் அது அதர்மமா வந்த, பல பேரை வயிறெரிய வச்சு சம்பாதிக்கிற பணம்னு சொல்றேன். தரும வழியில் சம்பாதிக்காம வர்ற செல்வம், பாப மூட்டைன்னா... நீ சொன்னயே எங்க கொள்ளுப் பாட்டனாரைப் பத்தி... அவாள்ளாம் உஞ்சவிருத்தி பண்ணித்தான் மகா மேதைகளா இருந்தா... நேக்கு நன்னா ஞாபக மிருக்கு... அப்பா, இதே சங்கர மடத்திலே பகலெல்லாம் வித்தியாப் பியாசம் பண்ணி வைப்பார்... சாயங்காலம் காலக்ஷேபம் பண்ணு வார். காலையிலே உஞ்சவிருத்திக்குப் போவார்... மறுவேளைக்கு மீதி இல்லாம சேருகிற அளவுதான் அந்தப் பாத்திரம் இருக்கும். ஸ்லோகத்தெச் சொல்லிண்டு அவர் நடு வீதியிலேதான் நடப்பார்... வீட்டுக்குள்ளேயிருந்து அந்தாத்துக் கொழந்தை கையினாலே ஒரு பிடி அரிசி அளவா எடுத்துண்டு நடு வீதியிலே வந்து அவருக்குப் பிக்ஷை தருவா... எதுக்குத் தெரியுமா கொழந்தையின் கையை அளவா வெச்சா?... பெரியவா கை அளவானா நாலு வீட்டோட பாத்திரம் நெறைஞ்சு போயிடும்... மத்தவா வீட்டிலே வெச்சுண்டு காத்திருப்பாளே, அந்தப் பிக்ஷையைத் தடுத்த பாவம், அதிகமா போட்டவாளுக்கு வந்துடாதோ?... அதுக்காகத்தான். அந்த மாதிரிப் பாத்திரம் நெறைஞ்சப்புறமும் யாராவது கொண்டு வந்தா, அதெ வாங்க மாட்டார்— பிக்ஷை போட வந்தவா தலையிலே ரெண்டு அட்சதையை இவர் பாத்திரத்திலேருந்து போட்டு ஆசீர்வாதம் பண்ணிட்டு வருவார்... அந்த வம்சத்திலே வந்த புண்ணியம்தான் இந்த ஞானம் பிடிச்சிருக்கு. இதைவிட அதிர்ஷ்டம் என்னன்னு எனக்குத் தெரியலே... இந்த நிம்மதியை, இந்த மனஸ் ஆரோக்கியத்தை, எத்தனை லட்சம் தரும்?... சூதாட்டத்தாலே, பணத்தாலே லட்சாதிபதிகளை இந்த அரசாங்கம் உருவாக்கலாம். ஒரு ஞானஸ்தனை, ஒரு சதுர்வேத பண்டிதனை உருவாக்கச் சொல்லேன், பார்க்கலாம்''னு அன்னிக்குப் பூரா, போய் வந்து போய் வந்து என்னண்ட பேசிண்டிருந்தார்.

இதெல்லாம் நடந்து பத்து நாளைக்கு மேலே ஆயிடுத்து... அந்தச் சீட்டுச் சமாசாரத்தையே நான் மறந்துட்டேன்...

நேத்து அந்தக் கொழந்தை— சீட்டு கொண்டு வந்து குடுத் தானே— ஒரு பேப்பரை எடுத்திண்டு வந்து 'பரிசு கெடைச்சவா நம்பரெல்லாம் வந்திருக்கு... உங்க சீட்டைக் கொண்டு வாங்கோ பார்க்கலாம்'னு உற்சாகமாக் கத்திண்டு ஓடி வந்தான். நல்ல வேளை! அந்தச் சமயம் அவர் ஆத்துலே இல்லை.

எனக்கு வயத்தை என்னவோ பண்ணித்து. 'ஈஸ்வரா. என்னைக் காட்டிக் குடுத்துடாதேன்'னு வேண்டிண்டப்ப, ஒரு யுக்தி தோணித்து.

'அதெ எங்கே வெச்சேனோ காணோம்டா அப்பா'ன்னு அவனண்ட பொய் சொல்லிட்டேன்... அதிலே ஏதாவது நம்பர் வந்து தொலைஞ்சிருந்தா, ஊரே வந்து இங்கே கூடிடாதோ?

அந்தக் கொழந்தெக்கு அப்பிடியே மொகம் வாடிப் போயிடுத்து.

கோவிச்சுக்கற மாதிரி பாத்துட்டு அந்தப் பேப்பரையும் போட்டுட்டுப் போயிட்டான்.

அவன் போனப்பறம் நானே அந்தப் பேப்பரை எடுத்துண்டு அறைக்குள்ளே போயி, தனியா வெச்சிண்டு பார்த்தேன்.

நேக்குப் படிக்கத் தெரியாதுன்னாலும் எண்கள் தெரியும். அந்த எண்களுக்கு முன்னாலே ஏதோ எழுத்துப் போட்டிருக்கு... அது என்னன்னு தெரியலை. ஆனா, அதே மாதிரி இந்தச் சீட்டிலே இருக்கான்னு தேடிப் பார்த்தேன்...

தெய்வமே! எடுத்தவுடனே மொதல் மொதல்லே அதே மாதிரி ரெண்டு எழுத்து... அப்பறம் அதே மாதிரி மூணு... ஏழு, சுன்னம்... ஒண்ணு... ஒண்ணு... ஆறு!...

அப்பிடீன்னா, ஒரு லட்ச ரூபாய் எனக்கே அதிர்ஷ்டம் அடிச்சிருக்கா?... ஐயையோ... இப்ப நான் என்ன செய்வேன்?

மத்தியானம் அவர் வந்தப்ப, சீட்டைக் கொண்டுபோயி அவர் காலடியிலே வெச்சு 'என்னை மன்னிச்சுடுங்கோ'ன்னு அழுதேன்.

"நான் வெளையாட்டா அந்தக் கொழந்தை வற்புறுத்தினா னேன்னு வாங்கிட்டேன். இதெப்பத்தி நீங்க இவ்வளவு கோவமா இருக்கேள்ன்னு அப்பறம்தான் தெரிஞ்சது... நமக்கு எங்கே விழப் போறதுன்னு அசட்டையா இருந்துட்டேன்... பிரைஸ் விழப் படாதுன்னு ஸ்வாமியெ வேண்டிண்டேன்... இப்போ இப்படி ஆயிடுத்தே... மன்னிச்சு இதையும் என்னையும் ஏத்துண்டே ஆகணும்னு" அழுதேன்.

அவர் அதே மாதிரி சிரிச்சார். சிரிச்சிண்டே என்னெத் தூக்கி நிறுத்தினார். முகத்திலே அந்தச் சிரிப்பு மாறாமலே சொன்னார்:

"அடியே!... நீ இப்ப லட்சாதிபதியாய்ட்டே... சபாஷ்!... இது நான் சம்பந்தப்படாம நீயே தேடிண்ட சம்பத்து. என்னத்துக்கு என் காலண்டை கொண்டு வந்து வச்சு இந்தப் பாவத்தை என் தலையிலே கட்டப் பாக்கறே! நேக்கு லட்சம் வேண்டாம்னு சொன்னது வெளையாட்டுக்கு இல்லே... நெஜமாவே நேக்கு

வேண்டாம். நேக்கு இருக்கற கவலையெல்லாம் முன்னே மாதிரி— ஒரு இருபது வருஷத்துக்கு முந்தி இருந்த மாதிரி இல்லாம... இப்ப வரவர வேதாப்பியாசம் பண்றவா கொறைஞ்சிண்டு வராளேங் கறதுதான்... இன்னும் ஒரு பத்துப் பிள்ளைகள் இதுக்குக் கெடைச்சாப் போறும்... பணத்தாலே அவா வரப்படாது... பணத்துக்காகவும் வரப்படாது... இது உனக்குப் புரியாது. சரி, இது உன்னோட பிரச்னை. நான் எப்பவுமே உஞ்சவிருத்தி பிராமணன் தான். என் தோப்பன், பாட்டன்– எல்லோரும் வந்த வழி அது தான். லட்சாதிபதிக்குப் புருஷனா இருக்கற அந்தஸ்து, கொணம் எதுவும் எனக்குக் கெடையாது...''ன்னு பேசிண்டே போனாரே அவர்.

“ஏன் இப்படியெல்லாம் பிரிச்சுப் பிரிச்சுப் பேசறேள்?... இப்ப நான் இதுக்கு என்ன செய்யணும்னு சொல்லுங்கோ... நான் செய்யறேன்... நான் இப்படி ஆகும்னு எதிர்பார்க்காதது; நடந்துடுத்து... இனிமே நான் என்ன செய்யணும்''னு அவரைத் திரும்பத் திரும்ப நான் கேக்றேன்...

கொஞ்சம்கூட மனசிலே பசை இல்லாம என்னைப் பார்த்து அவர் சிரிக்கிறார்.

கடைசிலே அவருக்குப் பாடசாலைக்குப் போக நேரமா யிடுத்தாம்... போகும்போது அதே மாதிரி சிரிச்சுண்டே சொல் லிட்டுப் போனார்...

“இந்த அதிர்ஷ்டச் சீட்டைப் பயன்படுத்திக்கறதுன்னு முடிவு பண்ணினா அது உன் இஷ்டம். நேராப் போயி படம் புடிச்சுண்டு பத்திரிகையிலே போட்டோ போட்டுண்டு ஜம்னு நீ வாழலாம்... நான் இன்னார் சகதர்மிணின்னு சொல்லிக்கப் படாது... ம், உன் திருப்திக்கு அந்தப் பொய்யைச் சொல்லிண்டு காலம் தள்ளிக்கோ. இல்லேன்னா– இந்த மாயை வலையிலே நான் மாட்டிக்கலே; எனக்கு இது வேண்டாம்னு அந்தத் தரித்திரச் சீட்டைக் கிழிச்சு எறி. ஆமாம் கிழிச்சு எறிஞ்சுடு. வேறே யார் கிட்டேயாவது குடுத்து அதுக்கு வட்டி வாங்கிண்டாலும் ஒண்ணுதான், நன்றியை வாங் கிண்டாலும் ஒண்ணுதான். சூது மனசுக்கு அதெல்லாம் தோணும். அதுக்கெல்லாம் பலியாகாம எந்த விதத்திலயும் அந்தச் சூதுக்கு ஆட்படாமே அதைக் கிழிச்சு எறிஞ்சுடு. இரண்டும் உன்னோட இஷ்டம். அது பாவமா, பாக்கியமான்னு முடிவு பண்ண வேண்டியது நீ; எனக்கு நாழியாறது!''ன்னு சொல்லிட்டுப் போயிண்டே இருக்காரே!

இதுக்கு நான் என்ன செய்யலாம், சொல்லுங்கோ.

தெய்வமே! ஒரு லட்சம்! இந்த ஒரு லட்சத்தை, அதிர்ஷ்ட லட்சுமியை, நிர்த்தாட்சணியமா கிழிச்சு எறியறதா? அவர் கையிலே குடுத்தா, கிழிச்சு எறிஞ்சுடுவார், அவர் மாதிரி ஞானிகளுக்கு அது சுலபம்.

நம்பளை மாதிரி அஞ்ஞானிகளுக்கு அது ஆகற காரியமா, சொல்லுங்கோ?

எத்தனை லட்சத்தையும்விட இவர் உசந்தவர்தான். நான் இல்லேங்கலே. அந்த லட்சத்தைக் கால்தூசா மதிக்கிறாரே, இந்த மகா புருஷர் உஞ்சவிருத்தி பண்ணினார்னா இவருக்கு ஒரு குறையும் வந்துடாது. இப்பேர்ப்பட்டவரோட சம்சாரம் பண்ணினா, அந்த உஞ்சவிருத்தி வாழ்க்கையிலேயும் நேக்குப் பெருமை உண்டு.

பணம் பெரிசா, ஞானம் பெரிசாங்கறதெல்லாம் நேக்குத் தெரியாது. ஆனால், பணம்– அது எவ்வளவு அதிகம்னாலும் எப்படி நிலையில்லையோ அதே மாதிரி மனுஷாளும் எவ்வளவு பெரிய ஞானியாயிருந்தாலும் வாழ்க்கை சாசுவதமில்லையே!

இப்படி நினைக்கிறதோ சொல்றதோ மகா பாவம். ஆனால் இந்தக் காலத்திலே எப்பேர்ப்பட்ட பதிவிரதையும் உடன் கட்டை ஏறிடுறதில்லையே! இவருக்கு அப்பறம் ஒருவேளை நான் இருக்க வேண்டி வந்ததுன்னா... சிவ! சிவா!...

உஞ்சவிருத்தி பண்றதிலே எனக்கென்ன பெருமை! எல்லோரும் பிச்சைக்காரின்னு சொல்லுவா. 'கட்டினவளைப் பிச்சைக்காரியா விட்டுட்டான்'னு இந்த மகா ஞானியைப் பத்தியும் பேசுவா.

அவர் கிழிச்சு எறியலாம். நான் அதைச் செய்யலாமா? ஆனால், அவர் அப்படிச் சொல்லிட்டுப் போயிட்டார்.

நான் கையிலே சீட்டை வச்சுண்டு நிக்கறேன். கனக்கறது. இதுக்கு நான் என்ன செய்யட்டும்– சொல்லுங்கோ?

---

ஆனந்த விகடன், 1969

# ஆந்தரங்கம் புனிதமானது

"ஒரு நிமிஷம் இருங்கள்; கூப்பிடுகிறேன்... நீங்கள் யார் பேசறது?" என்ற கேள்வி வந்ததும் பல்லைக் கடித்துக் கொண்டு பதில் சொன்னான்: "நான்–அவர் மகன் வேணு!"

சற்றுக் கழிந்து அவனது தந்தையின் குரல் போனில் ஒலித்தது: "ஹலோ! நான் தான் சுந்தரம்..."

–அதுவரை இருந்த தைரியம், ஆத்திரம், வெறுப்பு யாவும் குழம்பி வேணுவுக்கு உதடுகளும் நெஞ்சும் துடியாய்த் துடித்தன. அவனது பேச்சு குழறிற்று; இருந்தாலும் சமாளித்துக் கொண்டு பேசினான்: "நான் வேணு பேசறேன்... நான் உங்களோடு கொஞ்சம் பேசணும்... ம்... தனியாப் பேசணும்."

"சரி... இன்னும் கொஞ்சம் நாழிலே நான் வீட்டுக்கு வந்துடுவேன்..."

"இல்லே... அதைப் பத்தி... வீட்டிலே பேச எனக்கு விருப்ப மல்லே... நீங்க அங்கேயே இருக்கிறதானா, இப்பவே பத்து நிமிஷத்திலே நான் அங்கே வரேன்..."

"ஓ ஐ ஸீ! சரி... வாயேன்..."

"தாங்க்ஸ்..."

– ரிஸீவரை வைத்துவிட்டு நெற்றியில் பொங்கி இருந்த வியர்வையைத் துடைத்து விட்டுக்கொண்டான் வேணு. இன்னும் கூட அவனுக்கு நெஞ்சு படபடத்துக் கொண்டிருந்தது. அவன் என்னென்னவோ பேசத் தன்னைத் தானே ஒரு மகத்தான காரியத்திற்குத் தயார் செய்து கொள்கிற தோரணையில் உள்ளங் கையில் குத்திக் கொண்டு செருமினான்.

'ம்... இது என்னோட கடமை! இந்தக் குடும்பம் சீர்குலை யாம பாதுகாக்க வேண்டியது என்னோட கடமை! ஒரு சின்னப்பையன்–தன் மகனே... தன்னைக் கண்டிக்கிற அளவு தான் நடத்தை கெட்டுப் போனதை அவர் உணர வேணாமா? மானக் கேடான விஷயம்தான்!... நான் ஆத்திரப்படாமல் நியாயத்தைப் பேசி, அவரோட கேடுகெட்ட ரகசியத்தை அவருக்கே மொதல்லே

அம்பலப்படுத்தணும்... ‘அதெல்லாம் இல்லை; அப்படி இப் படி’ன்னு அவர் மழுப்பப் பார்ப்பார்... ஹ்ம்! அவரோட மேஜை டிராயர்லே இருந்த அந்தக் கடுதாசியை... கர்மம்... காதல் கடிதம்– அதெ ஞாபகமா எடுத்துக்கறேன்... ‘என் மேஜை டிராயருக்குக் கள்ளச்சாவி போட்டாயோ’ன்னு அவர் ஆத்திரப்படலாம். இவர் கள்ளக் காதலைக் கண்டுபிடிக்க நான் செய்த இந்தக் கள்ளத்தனம் ஒன்றும் பெரிய தப்பில்லை... முந்தாநாள் ராத்திரிகூட அவளோட ரெண்டாவது ஷோவுக்கு சினிமாவுக்குப் போயிருந்ததைப் பார்த்த அப்புறம்தானே இந்தத் தொடர்பின் முழு உண்மையையும் கண்டு பிடிக்கணும்னு நான் அவர் அறையைச் சோதனை போட்டேன்!...

–வேணு அவசர அவசரமாக உடையணிந்து வெளியே புறப்படுகிற சமயத்தில், லேடீஸ் கிளப்புக்குக் கிளம்பிக் கொண்டிருந்த அவன் தாய் ரமணியம்மாள் எதிர்ப்பட்டாள்.

சில நாட்களாகவே அவனது போக்கும் பேச்சும் ஒரு மாதிரியாக இருப்பதை அவளது தாயுள்ளம் உணர்ந்தது.

இப்போது அவனைத் திடீரெனப் பார்த்ததும் அவனது தோற்றத்தைக் கண்டு அவள் கலவரமடைந்தாள்.

‘அவன் சரியாகச் சாப்பிடாமல் தூக்கம்கூட இல்லாமல் இருக்கிறானோ?’ என்று, அவனது சோர்ந்திருக்கும் தோற்றத்தைக் கண்டு சந்தேகம் கொண்டாள். அவன் இளைத்துக் கறுத்துப் போயிருந்தான். க்ஷவரம் செய்து கொள்ளாததால் ரோமம் அடர்ந்திருந்தது... அவன் எதைக் குறித்தோ மிகுந்த மனோவியா கூலத்திற்கு ஆளாகி இருக்கிறான் என்று அவன் கண்களில் கலங்கிய சோர்விலும், கீழ் இமைகளுக்கடியில் படிந்திருந்த கருமையிலும் அவள் கண்டு கொண்டாள்.

அவன் வயது வந்த ஆண்மகன்; அவனுக்கு ஏதேனும் அந்தரங்கமான பிரச்னைகள் இருக்கலாம். அதில் தான் தலை யிடுவது நாகரிகமாகாது என்ற கட்டுப்பாட்டுணர்வுடன் அவள் அவனை நெருங்கி வந்தாள்.

“என்னடா வேணு... எங்கே கிளம்பிட்டே?” என்று ஆதரவாக அவன் தோள்களைப் பற்றினாள். அவனுக்கு உடம்பு கூசிற்று.

“கொஞ்சம் வேலை இருக்கு” என்று அழுத்தலாக அவன் பதில் சொன்னான்.

“வாட் இஸ் ராங் வித் யூ? சரி... என்னவாக இருந்தாலும்– நான் உனக்கு உதவ முடியும்னா சொல்லு...” என்று ஆங்கிலத்தில் கூறினாள்.

"தாங்க்ஸ்" என்று அவளைக் கடந்து போக யத்தனிக்கையில் அவனை நிறுத்தினாள் அம்மா.

"போ... போயி... என்னவோ ஸ்பெஷலா டிபன் பண்ணி இருக்கா சமையற்காரப் பாட்டி... சாப்பிட்டுப் போயேன்" என்று கொஞ்சி உபசாரம் செய்துவிட்டு, தனக்கும் நாழியாவதைக் கைக்கடிகாரத்தில் பார்த்துவிட்டு அவள் வெளியேறினாள்.

வேணு ஒரு விநாடி தலை குனிந்து யோசித்து நின்றான்.

'இந்த அசட்டு அம்மாவை இந்த அப்பாதான் எப்படி ஏமாற்றித் துரோகம் புரிந்து கொண்டிருக்கிறார்' என்று தோன்றியது வேணுவுக்கு. அதன் பிறகு இந்த வயதிலும் இவள் செய்து கொள்ளுகிற அலங்காரமும், பவுடர் பூச்சும், உதட்டுச் சாயமும், கையுயர்ந்த ரவிக்கையும், கீச்சுக் குரலில் பேசுகிற இங்கிலீஷ் பேச்சும் காண வயிற்றைப் பீறிக் கொண்டு ஆத்திரமும் அருவருப்பும் பொங்கிற்று அவனுக்கு.

ஹாலில், அப்போதுதான் கான்வென்ட்டிலிருந்து வந்திருந்த அவனது இரண்டு தம்பிகளும் ஆறு வயதுத் தங்கையும் சோபாவில் அமர்ந்து ஷூவையும் ஸாக்சையும் கழற்றிக் கொண்டிருந்தனர். அவர்களைப் பார்க்கும்போது வேணுவின் நெஞ்சில் துக்கமும் பரிவும் பொங்கியடைத்தன.

'இந்தப் பொறுப்பற்ற தாயும் ஒழுக்கங்கெட்ட தந்தையும் இந்தக் குழந்தைகளின் எதிர்காலத்தைக் குட்டிச் சுவராக்கிவிடப் போகிறார்கள்' என்று நினைத்தபோது... இதற்குத் தான் என்ன செய்ய முடியும் என்று குழம்பினான் அவன்.

'இதற்கு நான் ஏதாவது செய்தாக வேண்டும்! அது என் கடமை... நான் என்ன இன்னும் சின்னக் குழந்தையா? எனக்கு இருபத்தியோரு வயதாகிறது... லீகலி, ஐ ஆம் அன் அடல்ட்!'

திடீரென்று அவன் தன்னை வளர்த்த தாத்தாவையும் பாட்டியையும் நினைத்துக் கொண்டான்.

'நல்லவேளை! இந்தக் கேடுகெட்ட சூழ்நிலையில் வளராமல் போனேனே நான்!'

●●●

வேணுவின் தந்தை சுந்தரமும் தாய் ரமணியும் இருபத்தைந்து வருடங்களுக்கு முன் கல்லூரியில் படித்துக் கொண்டிருந்த காலத்தில் காதலித்துத் திருமணம் செய்து கொண்டவர்கள்.

இருவரும் வெவ்வேறு ஜாதியினர் என்பதால் பெற்றோரை விரோதித்துக் கொண்டே அவளைக் கைப்பிடித்தார் சுந்தரம்.

ரமணியம்மாள் சிறு வயதில் கான்வென்ட்டில் படித்து வெள்ளைக்காரப் பாணியில் வளர்க்கப்பட்டவள். மேற்கத்திய கலாசாரத்தில் அவளது குடும்பமே திளைத்தது. அக்காலத்தில் சுந்தரத்திற்கு அவளிடம் ஏற்பட்ட ஈடுபாட்டிற்கு அதுவே கூடக் காரணமாக இருந்திருக்கலாம்.

அந்த ஈடுபாட்டின் காரணமாகப் பெற்றோரையும் விரோதித்துக் கொண்டு அவளைக் கலப்பு மணம் புரிந்துகொண்ட பின் இரண்டாண்டுக் காலம் பெற்றோருடன் தொடர்பே இல்லாதிருந்தார் சுந்தரம். இரண்டு வருஷங்களுக்குப் பின் வேணு பிறந்தான்.

புத்திர பாசத்தைத் துறந்திருந்த சுந்தரத்தின் தந்தை கணபதியாப் பிள்ளையும் அவர் மனைவி விசாலமும் பேரக் குழந்தையைப் பார்க்கக் கிராமத்திலிருந்து ரயிலேறிப் பட்டணத் துக்கு ஓடி வந்தார்கள்; கொஞ்சம் கொஞ்சமாய்ப் பகைமை விலகி சுந்தரத்திற்கும் அவன் பெற்றோருக்கும் உறவுப் பாலம் அமைத்தவன் வேணுதான்.

வேணுவுக்கு ஆறு வயதாகும்போது கணபதியாப் பிள்ளை பேரனைத் தான் அழைத்துச் செல்வதாகக் கூறினார். எவளோ ஒருத்திக்கு, ஏதோ ஒரு நாகரிகத்துக்குத் தாங்கள் ஆசாரமாக வளர்த்த பிள்ளையைப் பறிகொடுத்து விட்டோமே என்ற நிரந்தர ஏக்கத்திற்கு ஆளாகிப் போன கணபதியாப்பிள்ளை அதை ஈடு செய்து கொள்வதைப் போல் பேரனை ஸ்வீகரித்துக் கொண்டார். வேணு, தாத்தாவின் வீட்டிலேயே வளர்ந்து படித்துக் கொண் டிருந்தான். பெற்றோரின் வீடு என்பது அவனுக்கு எப்போதாகிலும் லீவிலே வந்து தங்கிச் செல்லும் உறவுக்காரர்களின் குடும்பம் போலாயிற்று.

சுந்தரத்தின் தந்தை கணபதியாப்பிள்ளை வீர சைவம்; தமிழ்ப் புலமையுடையவர். சிவ பக்தர். அவர் மனைவி விசாலம் சென்ற நூற்றாண்டுத் தமிழ்ப் பெண்மையின் கடைசிப் பிரதிநிதி. புருஷனின் முன்னே உட்கார்ந்து பேச மாட்டாள்.

வேணு எப்போதேனும் லீவுக்குத் தாய் தந்தையரிடம் வரும்போது அவர்களின் வாழ்க்கைமுறை, நடை உடை யாவும் ஓர் அந்நியத் தன்மை கொண்டு அவர்களே தனக்கு மிகவும் அந்நியமானவர்கள் போல் உணர்ந்தான். சிறு வயதில் எல்லாம் அந்த அநுபவம், தாத்தா–பாட்டியிடம் போய்ச் சிரிக்கச் சிரிக்க

விளக்கிச் சொல்லிப் பரிகசிக்கவே அவனுக்கு உதவிற்று. பின்னர் வயது ஏற ஏற அவன், தாத்தா– பாட்டியோடு, தாய் தந்தையரை ஒப்பிட்டுப் பார்க்க ஆரம்பித்தான். அவன் மனத்தில் தாத்தாவும் பாட்டியும் லட்சியத் தம்பதியாகவும், நமது பண்பாட்டின் ஆதர்சமாகவும் ஏற்றம் பெற்றனர்.

என்னதான் பாசமிருந்த போதிலும் அவனுக்குத் தன் தாய் தந்தையர்மீது உயரிய மதிப்புத் தோன்றவில்லை.

வேணு ஹைஸ்கூல் படிப்பை முடித்துவிட்டுப் பக்கத்து டவுனாகிய சிதம்பரத்தில் கல்லூரியிலும் சேர்ந்தான். அவன் கல்வி எவ்வளவுதான் நவீனமுற்றிருந்தபோதிலும் அவனது வாழ்க்கை நவீன முறைகளுக்கு இலக்காகவில்லை.

இப்போது கல்லூரிப் படிப்பு முடிந்த பின் அவன் சென்னைக்கு வந்து சில மாதங்கள்தான் ஆயின...

அவனால் தாத்தாவையும் பாட்டியையும் பிரிந்து வரவே முடியவில்லை.

"நான் ஒண்ணும் உத்தியோகம் பார்க்க வேணாம்... படிச்ச வங்க எல்லாம் நகரத்துக்கும் உத்தியோகத்துக்கும் போறதனாலே தான் நம்ப தேசம் இப்படி இருக்கு. நான் இங்கேயே இருந்து விவசாயத்தைப் பார்த்துக் கொள்கிறேனே" என்று அவன் தாத்தாவிடம் எவ்வளவோ சொல்லிப் பார்த்தான்; அவன் யோசனை பாட்டிக்கும் கூடப் பிடித்திருந்தது.

ஆனால், வெகு நேரம் கண்களை மூடிக் கொண்டு சாய்வு நாற்காலியில் உட்கார்ந்திருந்த தாத்தா பாட்டியிடம் பதில் சொன்னார்: "நீயும் என்ன அவனோட சேர்ந்து பேசறே, நம்ம பையனை விட்டுட்டு இருந்தப்போ உன் மனசு கேட்டுதா? அது மாதிரிதானே அவனைப் பெத்தவளுக்கும் இருக்கும். படிப்புன்னு ஒரு காரணத்தை வெச்சி இவ்வளவு காலம் இருந்தாச்சு. இப்ப அவன் பெத்தவங்களுக்குப் பிள்ளையா அங்கே போயி இருக் கறதுதான் நியாயம்."

"நான் வரலேன்னு அங்கே யாரும் அழலே!" என்று மறித்துச் சொன்னான் வேணு.

"வேணு! நீ எங்களோட இருக்கறதிலே உன்னைவிட எங்களுக்கு சந்தோஷம்னு நான் சொல்லணுமா? இப்ப நீ கொஞ்ச நாள் போய் இரு. அப்புறம் போகப் போகப் பாப்பம்... இவ்வளவு சொல்றேனே... நீ அந்தப் பக்கம் ரயிலேறிப் போனப்பறம் நானும் உன் பாட்டியும் எப்படி நாளைத் தள்ளப் போறமோ?...

அதுக்கென்ன, நீ லீவிலே போவியே அந்த மாதிரிப் போயி கொஞ்ச நாள் அங்கே இரு... என்ன நான் சொல்றது?'' என்று அவர் எவ்வளவோ சமாதானங்கள் கூறிய பின்னரே அவன் சென்னைக்கு வரச் சம்மதித்தான்.

முன்பெல்லாம் லீவு நாட்களில் வந்து முழுசாக இரண்டு மாதங்கள் தன் தாய் தந்தையோடு தங்கி இருந்தபோது ஏற்படாத சலிப்பு இப்போது இரண்டே வாரங்களில் ஏற்பட்டது! அவனுக்கு ஒன்றுமே பிடிக்கவில்லை.

தன் தாயும் தந்தையும் டைனிங் டேபிளில் எதிர் எதிரே உட்கார்ந்துகொண்டு சாப்பிடுவதும், காலையில் எட்டு மணி வரைக்கும் அவள் தூங்குவதும், தன் தந்தை ஓடி ஓடித் தாய்க்கு ஊழியம் செய்வதும் அவனுக்கு அருவருப்பாக இருந்தன.

அவன் மனதில், அறுபது வயதாகியும் அதிகாலையில் எழுந்து நீராடி மஞ்சளும் குங்குமமுமாய்த் திகழும் பாட்டியின் உருவமே அடிக்கடி எழுந்தது. அவள் தாத்தாவுக்கு இந்த வயதிலும் பணிவிடை புரியும் மகத்துவத்தை எண்ணி எண்ணி ஒவ்வொரு நிகழ்ச்சியாகக் கற்பனையில் கண்டு இவர்களின் நடைமுறையோடு அவன் பொருத்திப் பார்த்தான்.

'இந்த அப்பா சரியான பெண்டாட்டிதாசன்!' என்று தோன்றியது அவனுக்கு. இந்த அம்மா பாட்டுக்குச் சினிமாவுக்குப் போவதும் லேடீஸ் கிளப்புக்குப் போவதும், அதைப் பற்றி அவர் ஒன்றுமே கேட்காமலிருப்பதும், அதே மாதிரி அவரைப்பற்றி இவளும் அக்கறையில்லாமலிருப்பதும்– ஐயே! என்ன உறவு? என்ன வாழ்க்கை?' என்று மனசு சலித்தது.

'சரி! நமக்கென்ன போயிற்று. தாத்தாவின் வார்த்தைக்குக் கட்டுப்பட்டுக் கொஞ்ச நாள் இருந்துவிட்டுக் கிராமத்தோடு போய் விட வேண்டியதுதான்' என்றிருந்த வேணுவுக்கு மேலும் அதிர்ச்சியையும் ஆத்திரத்தையும் அருவருப்பையும் மூட்டத்தக்க அந்தச் சம்பவம் சென்ற வாரம் நடந்தது.

இரவு எட்டு மணி இருக்கும். டெலிபோன் மணி அடித்தது. சுந்தரம் அப்போது மாடியில் இருந்தார். வேணு ரிஸீவரை எடுத்தான்.

"ஹலோ!"– அவன் போன் நம்பரையும் சொன்னான்.

"நான்தான் வத்ஸலா பேசறேன்... காலேஜிலேயே மீட் பண்ணனும்னு வந்தேன்... நீங்க அதுக்குள்ளே போயிட்டீங்க... 'ஸவுண்ட் ஆப் ம்யூஸிக்' இன்னிக்கித்தான் கடைசியாம்... நைட் ஷோ போலாமா?... என்ன ஒண்ணும் சொல்ல மாட்டேங்கறீங்க!"

வேணுவுக்கு ஒன்றும் புரியவில்லை. அது ஒரு 'ராங் நெம்பர் கால்' என்று அவன் ஆரம்பத்தில் கொண்ட சந்தேகம், காலேஜில் மீட் பண்ண வந்ததாகக் கூறியதில் அடிபட்டுப் போயிற்று! எதுவும் செய்யத் தோன்றாமல் ரிஸீவரை டெலிபோன்மீது வைத்துவிட்டு, அந்த அறையைவிட்டே ஓடிப் போய்விட்டான் வேணு. பக்கத் தறைத் தனிமையில் போய் உட்கார்ந்து கொண்ட வேணுவின் மனம் அலைபாய்ந்தது.

'அப்பாவைத் தவிர வயது வந்த ஓர் ஆணின் குரல் வேறு யாருடையதாகவும் இருக்காது' என்ற தைரியத்தில் வழக்கமாகப் பேசுகின்ற ஒருத்தியாகத்தான் அவள்— அந்த வத்ஸலா— இருக்க வேண்டும் என்று அவன் உறுதியாக நம்பினான்.

சற்று நேரத்தில் மீண்டும் மணி அடித்தது. அடித்துக் கொண்டே இருந்தது! வேணு இருந்த இடத்தை விட்டு நகர வில்லை.

மாடியிலிருந்து இறங்கி வந்த சுந்தரம் தானே போய் ரிஸீவரை எடுத்தார்.

"ஹலோ?"– டெலிபோன் நம்பரைச் சொன்னார்.

வேணு மெள்ள எழுந்து சென்று டெலிபோன் இருக்கின்ற ஹாலுக்கும் அவன் இருந்த அறைக்கும் இடையேயுள்ள பலகையில் காதை வைத்துக் கொண்டு உரையாடலைக் கவனித்தாள்; ஆம்; ஒட்டுக் கேட்டான். அவன் தந்தை ஆங்கிலத்தில் சொல்லிக் கொண்டிருந்தார்.

"இல்லையே, நான் மாடியில் இருந்தேன்... ம்... த்சொ..."
"..."
"இட் இஸ் ஆல்ரைட்..."
"..."
"ஒரு வேளை என் மூத்த மகனாக இருக்கலாம்... ஆமா! அவன் ஊர்லேயே இருந்தான்... இப்பத்தான்... ஆமாம்..."
"..."
"வேறு யாரும் 'அடல்ட்' இல்லையே!"
"..."
"சரி... நான் சமாளித்துக் கொள்கிறேன்... ஓ.கே.!..."
"..."

"நைன் தர்ட்டி... எஸ்! ஓ.கே.!"

"..."

"டோண்ட் ஒரி!"

"..."

"ஓ... வாட் ஆர் யூ டாக்கிங்?..."

"..."

"பை..."

சம்பாஷணை முடிவடைகின்ற தருவாயில் வேணு அறையிலிருந்து நழுவி வெளியேறிவிட்டான்.

அந்தச் சம்பவத்துக்குப் பிறகு இன்றுவரை அவன் அவர் முகத்தில் விழிக்கவில்லை. ஒரே வீட்டில் இருந்தும் மிக சாமர்த்தியமாக அவர் கண்ணில் படாமல் அவன் தப்பித்துக் கொண்டிருந்தான்.

சில நாட்களுக்குமுன் வீட்டில் யாருமில்லாத நேரத்தில் அவன் மாடியில் உள்ள தன் தந்தையின் தனியறைக்குச் சென்றான். தனது ஐயத்தை உறுதிப்படுத்திக் கொள்ள அவனுக்கு மேலும் சில துப்புகள் தேவைப்பட்டன.

மாற்றுச் சாவிகள் போட்டு அவரது மேஜை, அலமாரி முதலியவற்றைத் திறந்து துருவினான். அவ்விதம் ஒரு திருடனைப் போல் நடந்து கொள்வதில் அவனுக்கு அவமானமேதும் ஏற்படவில்லை. அதனினும் பெருத்த அவமானத்துக்கு அவனை ஆளாக்கத்தக்க சில துப்புகள் கிடைத்ததால் அந்தத் தனது காரியம் சரியே என்று அவன் நினைத்தான்.

'நான் ஏன் பயப்பட வேண்டும்? தப்பு செய்கிற அப்பாவைக் கண்டு நான் ஏன் ஒளிய வேண்டும்... இதைப் பற்றி அவர் புத்தியில் உறைக்கிற மாதிரி நான் எடுத்துக் கூறி அவரைத் திருத்த வேண்டும்... இது என் கடமை... எப்படி எங்கே அவரிடம் இதைப் பற்றிப் பேசுவது?... வீட்டில் பேசினால் அம்மாவுக்கு விஷயம் தெரிந்து போகுமே!... அவரை வெளியில் எங்காவது சந்தித்துப் பேச வேண்டும்... என் பேச்சை அவர் ஏற்றுக் கொள்ளா விட்டால்?... அதைப் பற்றிப் பிறகு யோசிக்கலாம். முதலில் தைரியமா இது விஷயமாய் அவரிடம் உடைத்துப் பேசிவிட வேண்டும்...' என்று இரவு பகலாய் இந்த விவகாரம் குறித்து நெஞ்சு பொருமி, நினைவு குழம்பி இறுதியாக நேற்று அவன் ஒரு தீர்மானத்துக்கு வந்தான்.

'எப்படியும் நாளைக்கு அவரிடம் நேருக்கு நேர் உடைத்துப் பேசிவிடுவது. இதில் நான் பயப்பட என்ன இருக்கிறது? நான் என்ன குழந்தையா? ஐ ஆம் அன் அடல்ட்!'

●●●

கடற்கரையை ஒட்டிப் புதிதாகப் போடப்பட்டுள்ள உட்புறச் சாலையில் அந்த மோரீஸ் மைனர் காரை நிறுத்தினார் சுந்தரம். அவர் பக்கத்தில் உட்கார்ந்திருந்த வேணு முதலில் கதவைத் திறந்து கொண்டு கீழே இறங்கினான். அவன் பார்வை தூரத்துக் கடலை வெறித்தது... காற்றில் அலைபாய்ந்த வேட்டியை மடித்துக் கட்டிக் கொண்டு சற்றுத் தள்ளி மணலில் போய் நின்று கொண்டான் அவன். அவன் மனதில் கடந்த பத்து நிமிஷமாய் – தன் தந்தையைக் கல்லூரியில் சந்தித்து இங்கு வந்து சேர்ந்தது வரை – எப்படிப் பேச்சை ஆரம்பிப்பது என்ற குழப்பம்தான் குடி கொண்டிருந்தது. என்னதான் தப்பு செய்திருந்தாலும் ஒரு தந்தையிடம் மகன் பேசக்கூடாத முறையில், தான் ஆத்திரத்தில் அறிவை இழந்துவிடக் கூடாதே என்ற அச்சம் வேறு எழுந்தது.

காரிலிருந்து இறங்கிய சுந்தரம் தனது கோட்டைக் கழட்டிக் காருக்குள் மடித்து ஸீட்டின் மேல் போட்டுக் கண்ணாடிகளை உயர்த்திக் காரின் கதவுகளைப் பூட்டிவிட்டு வந்தார்.

அவன் பக்கத்தில் வந்து நின்று கைக்கடிகாரத்தைப் பார்த்து "மணி ஐந்துதான் ஆகிறது" என்று அவன் காதில் படுகிற மாதிரி தானே சொல்லிக் கொண்டார் சுந்தரம்.

"அதுதான் கூட்டத்தைக் காணோம்" என்று வலிந்த புன்னகையுடன் அவனும் கூறினான்.

கடற்கரை மணலில் இன்னும் நிழல் இறங்கவில்லை.

அவர்கள் இருவரும் திடீரென மௌனமாகிச் சற்று மணலில் கடலை நோக்கி நடந்தனர். அந்த இருவரையும் பார்க்கும் யாருக்கும் அவர்கள் தந்தையும் மகனும் என்று தோன்றாது. அண்ணனும் தம்பியும் போலவோ, ஆசிரியரும் மாணவனும் போலவோதான் அவர்கள் இருந்தனர். முகச்சாயலில் இருவருக்கும் நிறைய ஒற்றுமை இருந்தது. தந்தையின் அளவுக்கே உயரமிருந்தும் அவரைப்போல் சதைப் பற்றில்லாததால் அவனது உருவம் அவரை விடவும் நெடிதாய்த் தோன்றியது.

அவன் தலைகுனிந்து நடக்கையில் மணலில் அழுந்திப் புதையும் தனது பாதங்களையே பார்த்தான்.

மனசில் இருந்த கனம் விநாடி தோறும் மிகுந்தது; நெஞ்சில் குமுறுகிற ஆத்திரம் திடீரென்று தொண்டைக்கு வந்து அடைக்கிறது. முகம் சிவந்து சிவந்து குழம்புகிறது. உதட்டை இறுக இறுகக் கடித்துக் கொள்கிறான்...

அவன் தலை நிமிர்ந்து தூரத்துக் கடல் அலையை வெறித்த போது அவனது கண் இமைகளின் இரண்டு கடைக் கோடியிலும் கலங்கிய கண்ணீர் வீசியடித்த காற்றால் சில்லென இமைக் கடையில் பரந்து படர்கிறது...

அவர் அவனை மிகுந்த ஆதரவோடு பார்த்தார். ஒரு முறை செருமினார். அவன் அவரைத் திரும்பிப் பார்த்தபோது அவனைச் சாந்தப்படுத்தும் தோரணையில் அவர் புன்முறுவல் செய்தார். அவனது உதடுகள் துடித்தன.

"இங்கே உட்காரலாமா?" என்றார் அவர்.

அவன் பதில் சொல்லாமல் உட்கார்ந்து கொண்டான்.

– எப்படி ஆரம்பிப்பது?

அவன் அவர் முகத்தை வெறித்துப் பார்ப்பதும், பின்னந் தலை குனிந்து யோசிப்பதும், மணலில் கிறுக்குவதுமாகக் கொஞ்சம் நேரத்தைக் கழித்தான்...

அவன் எது குறித்துத் தன்னிடம் தனிமையில் பேச வந்திருக்கிறான் என்று சுந்தரம் அறிந்தே வைத்திருந்தார். அந்த 'டெலிபோன் கால்' சம்பவத்துக்குப் பிறகு இந்த ஒரு வாரமாய்த் தான் அவனைப் பார்க்கவேயில்லை என்ற பிரக்ஞை அவருக்கும் இருந்தது. எனினும் அவன் அதனால் பாதிக்கப்பட்டிருந்தும், வயது வந்த இளைஞன் என்ற காரணத்தால் நாகரிகமாக அது விஷயமாய் ஒரு சந்திப்பைத் தவிர்த்து வருகிறான் என்று அவர் கருதி இருந்தார்.

ஆனால், இப்போது அது சம்பந்தமாய் அவன் மிகவும் ஆழமாகப் பாதிக்கப்பட்டு அது குறித்துத் தன்னிடம் பேசவே தயா ராகி வந்திருக்கின்ற நிலைமை அவருக்கு அவ்வளவு திருப்திகரமாக இல்லை என்றாலும், ஒரு கோழைபோல் அந்தச் சந்திப்பைத் தவிர்க்க முயல்வது சரியல்ல என்பதனாலேயே அவனிடம் அவர் இப்போது எதிர்ப்பட்டு நிற்கிறார்.

எனினும் அவர் தானாகவே எதுவும் பேச விரும்பவில்லை.

அவன் திடீரென்று தனக்குத்தானே பேசிக் கொள்கிற மாதிரி முனகினான்: "ஐ ஆம் ஸாரி!— இது ரொம்பவும் வெட்கப்படத்

தக்க அவக்கேடான விஷயம்'' என்று ஆங்கிலத்தில் கூறினான். அதைத் தொடர்ந்து அவன் அவரிடம் கேட்டான்: "நான் எதைக் குறித்துச் சொல்கிறேன் என்று உங்களுக்குப் புரிகிறதா?"

அவர் கொஞ்சமும் பதற்றமில்லாமல் 'புரிகிறது' என்பதாகத் தலையை ஆட்டினார்.

அவரது பதற்றமின்மையைக் கண்டபோதுதான் அவனுக்கு ஓர் ஆவேசமே வந்துவிட்டது.

"நீங்கள் இப்படிப்பட்ட மனிதராக இருப்பீர்கள் என்று நான் கற்பனைகூடச் செய்ததில்லை..."– அவன் உணர்ச்சி மிகுதியால் முறுக்கேறிய தனது கைகளைப் பிசைந்து கொண்டான். காற்றில் தலை கலைந்து பரக்க, குமுறுகின்ற உள்ளத்து உணர்ச்சிகளை அடக்கிக் கொண்டு மார்பு பதை பதைக்க, சீறிச் சீறி மூச்சு விட்டான்.

"வேணு! டோண்ட் பி ஸில்லி... நீ என்ன சின்னக் குழந்தையா?... பொறுமையா யோசி'' என்று அவனது தோளில் தட்டிக் கொடுத்தார் சுந்தரம்.

"எஸ்... எஸ்... ஐ ஆம் அன் அடல்ட்'' என்று பல்லைக் கடித்தவாறு சொன்னான். பிறகு தொடர்ந்து ஆங்கிலத்திலேயே கூறினான்:

– அந்த அந்நியமொழியில்தான் ஒரு தகப்பனும் மகனும் இது போன்ற விஷயங்களை விவாதிக்க முடியும் என்று எண்ணினான் போலும்!

"உங்களுக்கு அந்த டெலிபோன் சம்பவம் நினைவிருக்கிறதா? அன்றிலிருந்து உங்களை நான் கவனித்தே வருகிறேன்... என்னுடைய தந்தை இப்படி ஒரு ஸ்திரீ லோலனாக இருப்பார் என்று நான் நினைத்ததே இல்லை. இது நம் குடும்பத்தைப் பற்றிய பிரச்னை அல்லவா?... உங்கள் வயதுக்கும் தரத்துக்கும் உகந்த செயலா இது?... இந்த அம்மா இருக்கே அது ஒரு அசடு! நீங்கள் அவங்களை வாழ்க்கை பூராவும் இப்படியே வஞ்சித்து வந்திருக்கிறீர்கள்!..." அவன் பேசும் போது குறுக்கிடாமல் சிகரெட்டைப் பற்ற வைத்துப் புகைத்துக் கொண்டிருந்த அவர், திடீரென இப்போது இடைமறித்துச் சொன்னார்:

"ப்ளீஸ்! உன் அம்மாவை இது சம்பந்தமாய் இழுக்காதே! உனது அபிப்பிராயங்கள்– அது எவ்வளவு வரைமுறையில்லா மலிருந்தாலும் நீ சொல்லு– நான் கேட்கிறேன்... உன் அம்மாவை இதில் கொண்டு வராதே! உன்னைவிட எனக்கு அவளைத்

தெரியும். உனக்கு என்னைத் தெரிந்திருக்கிறதே, அதற்கு மேலாக அவளுக்கு என்னைத் தெரியும்– நாங்கள் இருபத்தைந்து வருஷங்கள் தாம்பத்தியம் நடத்தியவர்கள்; எங்கள் இறுதிக்காலம் வரை ஒன்றாக வாழ்க்கை நடத்துவோம்... நீ மேலே சொல்லு!"

"நீங்கள் அம்மாவை வஞ்சித்து ஏமாற்றி ஒரு போலி வாழ்க்கை வாழ்ந்து கொண்டிருக்கிறீர்கள்! நீங்கள் என்னை ஏமாற்ற முடியாது..."

உன்னை ஏமாற்ற வேண்டிய அவசியமே எனக்கு இல்லை என்பது போல் அவர் சிரித்துக் கொண்டார்.

"அந்த போன் நிகழ்ச்சியை மட்டும் வைத்து உங்களைப் பற்றி இந்த முடிவுக்கு நான் வந்துவிடவில்லை... இரண்டாவது முறை நீங்கள் போனில் பேசினீர்களே அந்தப் பேச்சை நான் கேட்டுக் கொண்டுதானிருந்தேன்... அதன் பிறகு இரவு ஒன்பது மணிக்கு மேல் காரை எடுத்துக் கொண்டு ஓடினீர்களே... உங்கள் இருவரையும் நான் தியேட்டரிலும் பார்த்தேன். இதனால் மட்டும் ஒருவரைச் சந்தேகித்துவிட முடியுமா?... அதனால்தான் உங்கள் அறையில் புகுந்து உங்கள் மேஜை டிராயர், அலமாரி யாவற்றையும் நான் சோதித்துப் பார்த்தேன்... உங்களின் காதல் கடிதங்கள்– ஒரு ஃபைலே இருக்கிறதே... அதில் ஒன்று இதோ!" என்று அவன் ஆத்திரத்துடன் பாக்கெட்டிலிருந்து ஒரு காகிதத்தை எடுத்து அவர் மேல் விட்டெறிந்தான்...

பிறகு அவன் வேறு புறம் திரும்பிக் கொண்டு கண் கலங்கினான். தொண்டையில் அழுகை அடைத்தது.

கடற்கரைச் சாலையில் நீல விளக்குகள் எரிய ஆரம்பித்தன. மணல் வெளியில் ஜனக் கும்பல் குழுமி இருந்தது... ஒரு சிறு கும்பல் அவர்களை நோக்கி வந்து கொண்டிருந்தது. அந்தக் கும்பல் அவர்களைக் கடந்து செல்லும் வரை அவர்கள் மௌனமாக அமர்ந்திருந்தனர். பின்னர் வேணுதான் பேச்சை ஆரம்பித்தான்:

"நீங்கள் என்னைப் பெற்ற தகப்பன். உங்களுக்கு நான் இதையெல்லாம் சொல்ல வேண்டிய நிர்ப்பந்தம் ஏற்பட்டு விட்டதை எண்ணினால் எனக்கு வருத்தமாகத் தானிருக்கிறது... இனிமேலாவது நீங்கள் உங்கள் தவறுகளைத் திருத்திக் கொள்ள வேண்டும்... அதற்காகத்தான் சொல்கிறேன்..."

அதற்கு மேல் என்ன பேசுவதென்று புரியாமல் அவன் மௌனமானான். சுந்தரம் மௌனமாகப் பெருமூச்செறிந்தவாறு வானத்தைப் பார்த்தவாறிருந்தார்... இவனிடம் இது குறித்துத் தான்

என்ன பேசுவது என்பதைவிட, என்ன பேசக் கூடாது என்பதிலேயே அவர் கவனமாக இருந்தார்.

அவன் திடீரென அவரைப் பார்த்துக் கேட்டான்:

"தாத்தா சொல்லியிருக்கிறார்– நீங்களும் அம்மாவும் காதலித்துக் கலியாணம் செய்து கொண்டீர்கள் என்று... இந்தக் காதல் விவகாரங்கள் எல்லாம் கடைசியில் இப்படித்தான் ஆகுமோ?" என்று சிறிது குத்தலாகவும் கேலியாகவும் கேட்டு அவர் முகத்தைக் கூர்ந்து பார்த்தான்.

சுந்தரம் சிகரெட்டைப் புகைத்தவாறு சற்றுக் குனிந்த தலையுடன் யோசித்தவாறிருந்தார். ஒரு பெருமூச்சுடன் முகம் நிமிர்ந்து வேணுவைப் பார்த்தார். எதைப்பற்றியோ அவனிடம் விளக்கிப் பேச நினைத்து, 'வயது வேறு அனுபவம் வேறு; அனுபவம் வேறு; அதிலிருந்து பெறுகின்ற முதிர்ச்சி வேறு!' என்று அவருக்குத் தோன்றியதால், அவர் அவனுக்கு விளக்க நினைத்த விஷயத்தை விடுத்து வேறொன்றைப் பற்றிப் பேசினார்.

"சரி. இதுபற்றியெல்லாம் உன்னைப் பாதிக்கின்ற விஷயம் என்ன? அதைச் சொல்லு."

அவர் இப்படிக் கேட்டதும் அவனுக்கு ஒரு பக்கம் கோபமும் இன்னொரு பக்கம் 'இந்த மனிதர் என்னதானாகிவிட்டார்' என்ற பரிதாபமும் ஏற்பட ஒரு சிறு புன்னகையுடன் சொல்ல ஆரம்பித்தான்:

"அப்பா!... நீங்கள் ஒரு புரபசர்; கௌரவமான குடும்பத்தில் பிறந்தவர். நான்கு குழந்தைகளின் தந்தை. இத்தனை வயதுக்கு மேல் நீங்கள் ஒரு விடனைப்போல் திரிவதனால் உங்கள் குடும்ப அந்தஸ்து, சமூக அந்தஸ்து இவை யாவும் சீர்குலைந்து விடுகிறதே– என்று உங்களின் வயது வந்த மகன் கவலைப்படுவது தப்பு என்கிறீர்களா? அதில் அவனுக்குச் சம்பந்தமில்லை என் கிறீர்களா?"

அவன் பேசும்போது அவர் மகனின் முகத்தை நேருக்கு நேர் கூர்ந்து பார்த்தார். அவன் முகத்தில் ஒரு பக்கம் வெளிச்சமும் மறுபக்கம் இருளும் படிந்திருந்த போதிலும், தன் முகத்தை நேருக்கு நேர் பார்க்க முடியாமல் அவனுடைய பார்வை நாலு புறமும் அலைவதை அவரால் கவனிக்க முடிந்தது.

"வேணு... நீ வயது வந்தவன் என்று சொல்லுகிறாய். அது உண்மையும்கூட. ஆனால், வயது வந்த ஒரு மனிதனுக்குரிய வளர்ச்சியை உன்னிடம் காணோமே... முதலில் ஒரு தகப்பன் என்ற

முறையில் என்னுடைய 'பர்ஸனல்' விவகாரங்களை— அந்தரங்க விவகாரங்களை உன்னிடம் பரிமாறிக் கொள்வது அவசியம் என்று எனக்குத் தோன்றவில்லை. நீ எனது சமூக அந்தஸ்து, குடும்ப அந்தஸ்து முதலியவை பற்றிக் கவலைப்படுவதாகச் சொல்கிறாய். ரொம்ப நல்லது. அந்த எனது தகுதிகளுக்கு ஒரு குந்தகமும் வராது. அதனைக் காப்பாற்றிக் கொள்வதில் உன்னைவிட எனக்கு அக்கறை உண்டு. அவற்றுக்கு இழுக்கு வரும் பட்சத்தில் அதனை எதிர்த்துச் சமாளிக்கும் வலிமை எனக்கு உண்டு என்பதை உனக்கு நான் எப்படி நிரூபிப்பது? ஏன் நிரூபிக்க வேண்டும்?..."

– அவர் குரல் தீர்மானமானதாகவும் கனமானதாகவும் இருந்தது. அவர் கொஞ்சம்கூடப் பதட்டமோ குற்ற உணர்ச்சியின் குறுகுறுப்போ இல்லாமல் தன்னிடம் பேசுகிறதைக் கேட்கையில் வேணுவுக்குத் தான் செய்வதுதான் தப்போ என்ற சிறு பயம் நெஞ்சுள் துடித்தது. இருந்தாலும் 'இத்தனை வயதுக்குமேல் இவ்வளவு கேவலமாக ஒரு பெண்ணுடன் உறவு வைத்துக் கொண்டிருந்தும் என்ன தைரியத்துடன் தன்னிடம் வாய்ச் சாதுரியம் காட்டுகிறார் இவர்' என்ற நினைப்பு மேலோங்கி வர, அவன் கோபமுற்றான்.

"எனக்கு ஏன் நிரூபிக்க வேண்டும் என்றா கேட்கிறீர்கள்? நான் உங்கள் மனைவியின் மகன். நீங்கள் அவளுக்குத் துரோகம் செய்கிறீர்கள்" என்று பல்லைக் கடித்துக் கொண்டு ஆங்கிலத்தில் கூறினான்.

"ம்... அவள் என்னைப்பற்றி உன்னிடம் புகார் செய்தாளா, என்ன?" என்று அவர் அமைதியாகக் கேட்டார்.

"இல்லை..."

"பின் எதற்கு நீ அத்து மீறி எங்கள் தாம்பத்திய விவகாரத்தில் குறுக்கிடுகிறாய்?..."

"ஐ ஆம் யுவர் ஸன்!... நான் உங்கள் மகன் – இது என் கடமை."

"நோ ஸன்... இது உன் கடமை இல்லை! இதில் தலையிடும் அதிகாரம் ஒரு மகனுக்கு இல்லை, மகனே!"

வேணு உதட்டைக் கடித்துக் கொண்டான். அவனுக்கு அழுகை வந்தது... அவரை வாய்க்கு வந்தபடி வைது தீர்த்து விட்டு இனிமேல் அவர் முகத்திலேயே விழிக்கக்கூடாத அளவுக்கு உறவை முறித்துக் கொண்டு ஓடிவிடலாம் என்று தோன்றியது.

அவனுடைய தவிப்பையும் மனப் புழுக்கத்தையும் கண்டு அவருக்கு வருத்தமாக இருந்தது. தனக்குச் சம்பந்தமில்லாத, தன்னால் தாங்க முடியாத விஷயங்களை, பொருட்படுத்தாமல் ஒதுக்க முடியாத பலவீனத்தால் அந்த இளம் உள்ளம் இப்படி வதைபடுகிறதே என்ற கனிவுடன் அவன் கையைப் பற்றினார் அவர்.

"வேணு..."

சிறு குழந்தை மாதிரி பிணங்கிக்கொண்டு அவன் அவர் கையை உதறினான். இப்போது அவனுக்கு அழுகையே வந்து விட்டது. அழுகை அடைக்கும் குரலில் அவன் நெஞ்சு இளகக் கேட்டான்:

"அப்பா... எனக்கு இந்த விஷயம் ரொம்ப அவமானமா இருக்கே... நீங்க... என்னத்துக்கு... இப்படியெல்லாம் நடந்து கொள்ளணும்..."

அவர் தன்னுள் சிரித்துக் கொண்டார்.

"மை பாய்! வயது வந்த ஆண் பிள்ளை என்று மீசை முறுக்கற நீ இப்படிக் கேட்கலாமா? உன்னோட நல்ல உணர்ச்சி எனக்குப் புரியுது. என்னைப் பத்தித் தப்பாத் தோணினால், அதை மனசிலேயே அடக்கி வை... காலப் போக்கிலே எது சரி, எது தப்பு— எந்த அளவுக்கு எது தப்பு, எது சரின்னு உனக்குப் போகப் போகப் புரியும்... நீ செய்த காரியங்களை எல்லாம் உன் மேல் பாசமுள்ள ஒரு தகப்பன்கிற முறையிலே நான் மன்னிக்கிறேன். யோசித்துப் பார்... தகப்பனின் தனிப்பட்ட விஷயங்களைத் தெரிஞ்சுக்கறதுக்காக ஒரு மகனே அவனை உளவு பாக்கறதும், கள்ளத்தனமா அவனது அந்தரங்கங்களில் பிரவேசிக்கிறதும் ரொம்பவும் அவமானகரமானது இல்லையா?... நான் உன்னுடைய ஸ்தானத்திலே இருந்தா இந்தச் செயலுக்காக வாழ்க்கை முழுவதும் வெட்கப்படுவேன்..."

அவர் தன்னை மன்னித்து விட்டதாகவும், தான் செய்த குற்றத்துக்குத் தன்னை வெட்கப்படும் படியாகவும் கூறுவதை அவனால் புரிந்து கொள்ளவே முடியவில்லை. எனினும் தொடர்ந்து அவரிடம் தான் பேசி அவரைத் திருத்துவதோ, அவர் குற்றத்தை ஒப்புக் கொள்ளச் செய்வதோ தனது சக்திக்கு அப்பாற்பட்டது என்று அவன் உணர்ந்தான்.

●●●

"அம்மா!"

அவர்கள் பெற்ற பிள்ளைகளிலேயே ரமணியம்மாளை அம்மாவென்றும், சுந்தரத்தை அப்பாவென்றும் அழைப்பவன் வேணு ஒருவன்தான். மற்றவர்கள் அனைவரும் 'மம்மி' 'டாடி'தான்.

மாடி வராந்தாவில் வந்து நின்று வேணு "அம்மா" வென்று அழைத்தபோது, ரமணி அம்மாள் சாவகாசமாக ஈஸிசேரில் சாய்ந்து 'ஜூலியன் ஹக்ஸ்லி' எழுதிய ஒரு புத்தகத்தைப் புரட்டி சுவாரஸ்யமான ஒரு பாராவைப் படித்துக் கொண்டிருந்தாள்.

வேணு அந்தப் புத்தகத்தின் அட்டையைக் கூர்ந்து பார்த்து வாய்க்குள் படித்துக் கொண்டான்.

'நாலெட்ஜ், மொராலிட்டி அன்ட் டெஸ்டினி!'

"அம்மா! நீ படிக்கறதுக்கு இடைஞ்சலா வந்துட்டேனா?"

"சீ சீ! இதென்ன ஃபார்மாலிட்டி? வா... இப்படி உக்காரு..." என்று கனிவுடன் அழைத்தாள் ரமணி அம்மாள்.

வேணு வராந்தாவில் கிடந்த ஒரு நாற்காலியை இழுத்துப் போட்டு அமர்ந்தான்.

அவனுக்கு என்ன பேசுவதென்று தெரியவில்லை. ரமணியம்மாள் அவனை வாஞ்சையோடும், தனக்கு இவ்வளவு பெரிய பிள்ளை இருப்பதைத் திடீரென உணர்ந்த பெருமிதத்தோடும் பார்த்துக் கொண்டிருந்தாள். அவன் கை விரல்களின் நகத்தை பிய்த்தவாறு குனிந்த தலையோடு ஏதோ யோசித்துக் கொண்டிருந்தான்.

இத்தனை நாட்களுக்குப் பிறகு அவன் தன் மனத்தில் உறுத்திக்கொண்டிருக்கும் ஏதோ ஓர் அந்தரங்கமான அவனது பிரச்னை குறித்துத் தன்னோடு விவாதிக்கவோ யோசனை கேட்கவோ வந்திருக்கிறான் என்பதாக எண்ணி ஒருவகைப் பூரிப்புக்கு ஆளாகிவிட்டிருந்தாள் அவள்.

எனினும் அவன் பேசத் தயங்குவதைக் கண்டு அவளே ஆரம்பித்தாள்:

"என்ன வேணு... இங்கே உனக்கு லைஃப் ரொம்ப போர் அடிக்கிறதோ?"

"ம்..." என்று தலைநிமிர்ந்த வேணு "போர் அடிக்கறதுங்கறது இல்லே... எனக்கு இந்த லைஃப் பிடிக்கலே... நான் என்ன இருந்தாலும் ஒரு மொபசல் டைப்தானே? நீங்கள்ளாம் ரொம்ப நாகரிகமா– அல்ட்ரா நாகரிகமா– வாழற வாழ்க்கை எனக்குச்

சரிப்பட்டு வரலே...” என்று சொல்லிவிட்டு மீண்டும் தலைகுனிந்து உள்ளங்கையில் விரலால் சித்திரம் வரைய ஆரம்பித்தான்.

சற்று நேர மௌனத்துக்குப் பின் ரமணியம்மாள் சொன்னாள்:

“உன்னுடைய குழப்பம் என்னன்னு எனக்குச் சரியா புரிஞ்சுக்க முடியலே... நாங்க இத்தனை வருஷமா எப்படி வாழ்ந்து வரோமோ அப்பிடித்தான் இருக்கோம்னு நான் நினைக்கறேன். புதுசா பொருத்தமில்லாத ‘அல்ட்ரா’ நாகரிகம் ஏதும் வந்துட்டதா எனக்குத் தோணலே... உன் மனசிலே இருக்கிறதெ வெளிப்படையா சொன்னாத்தானே எனக்குப் புரியும்...” என்று அவனிடம் கேட்டுக் கொண்டிருக்கையிலேயே இவன் மனசில் என்னத்தை வைத்துக் கொண்டு இவ்விதம் குழம்புகிறான் என்றறிய அவளும் பிரயாசைப் பட்டாள்.

“எனக்கு இங்கே ஏண்டா வந்தோம்னு இருக்கு... யாரோ அந்நியர் வீட்டிலே இருக்கிற மாதிரி இருக்கு. இங்கேயுள்ள பழக்க வழக்கங்களும் எனக்கு ரொம்ப அந்நியமா இருக்கு... உங்க உறவுகளும் பாசமும்... எல்லாம் வெளிப்பூச்சா இருக்கு. நீங்க ரொம்பவும் பொய்யானதொரு வாழ்க்கை வாழறீங்க. நான் திரும்பவும் தாத்தா வீட்டுக்குப் போயிடலாம்னு நெனைக்கிறேன்...” அவன் நிறுத்தி நிறுத்தித் தெளிவாகக் கூறியவற்றை அவளும் பொறுமையாகக் கேட்டுக் கொண்டிருந்தாள்.

பிறகு இருவருமே சற்று அமைதியாக இருந்தனர். அப்போது மத்தியான நேரம். மணி பதினொன்றாகி இருந்ததால், வீடு அமைதியாக இருந்தது. கீழே சமையல் அறையில் சமையற்காரப் பாட்டிகூடத் தூங்கிக் கொண்டிருந்தாள். வீடும் வீதியும் ஓவென்று வெறிச்சோடிக் கிடந்தது.

“வேணு... திடீர்னு உனக்கு இப்போ இது ஒரு பிரச்னையாகிப் போன காரணம் என்ன?... தாத்தா வீட்டு வாழ்க்கைக்கும், நம்ப வீட்டுச் சூழ்நிலைக்கும் நெறைய வித்தியாசம் இருக்கும்னு எனக்கும் புரியுது. ஆனா உன் வயசுக்கு நியாயமா அந்த வாழ்க்கை தானே ‘போர’டிக்கணும்!– சரி, ருசிகள்ங்கறதே பழக்கத்தினால் படிகிற பயிற்சிதானே... ஆனாலும் இதுதானே உன் வீடு. உனக்குப் பிடிச்சமாதிரி நீ இங்கே வாழறதெ யாராவது தடுக்கிறார்களா என்ன? எது இருந்தாலும் இல்லேன்னாலும் இன்னொருத்தர் சுதந்திரத்திலே மற்றவர் தலையிடற, அதிகாரம் பண்ற, ஆட்டிப் படைக்கிற போக்கு மட்டும் நம்ப வீட்டிலே யாருக்கும் கெடையாது... உனக்கு ஞாபகம் இருக்குதோ, என்னமோ?... உங்க

பாட்டியும் தாத்தாவும் இங்கே வந்துட்டுப் பொறப்பட்டப்போ—
அவங்களோட போகணும்னு நீ அடம் பிடிச்சே!... அவங்களுக்கும்
உன்னைக் கூட்டிக்கிட்டுப் போயி வெச்சிக்கணும்னு ஆசை!... உன்
ஆசைக்காகவே தான் மனசொப்பி அனுப்பினேன்... அந்த
அளவுக்கு இந்த வீட்டிலே குழந்தைகளின் சுதந்திரத்துக்குக்கூட
அவ்வளவு மதிப்பு என்னிக்கும் உண்டு... உனக்கு இங்கே உன்
விருப்பப்படி இருக்கறதுலே என்ன தடை... ம்... சொல்லு வேணு!"
என்று அவன் முகத்தைப் பார்த்தபோது அவன் மௌனமாக
அவளை வெறித்துப் பார்த்தான்.

"அதனாலே— உனக்கு ஊருக்கே போகணுங்கறதுக்கு வேற
ஏதோ காரணம் இருக்கணும்னு எனக்குத் தோணுது... என்ன
சரிதானே?" என்று லேசான சிரிப்புடன் கேட்டாள் ரமணி
அம்மாள்.

"ஆமாம்... வேற காரணம் இருக்கு..." என்று கூறித் தன்
மனத்துள் கிடந்து அரிக்கும் தந்தையைப் பற்றிய உண்மைகளை
அவளிடம் கூறுவதற்கு வார்த்தைகள் கிடைக்காமல் அவன்
தவித்தான்.

"வேணு!... அதுவுமில்லாமல் நீ என்னென்னவோ சொல்றியே!
ஏதோ வெளிப்பூச்சுன்னும் பொய்யின்னும் இந்த வாழ்க்கையைப்
பத்தி ஏதோ சொன்னே... என்ன விஷயம்? நீ எப்படி எங்களைப்
பத்தி அப்படி அவசரப்பட்டு ஒரு முடிவுக்கு வரலாம்... நீ எதை
வெளிப்பூச்சுன்னு நெனைக்கிறே? எல்லார் வாழ்க்கையிலும் ஏதோ
ஒரு அளவுக்கு ஏதோ ஒருவிதமான வெளிப்பூச்சு இருக்கத்தான்
செய்யும் வேணு. நீ எதைப் பத்திச் சொல்றே? உன் மனசு ரொம்ப
ஆழமாக் காயப்பட்டுத்தான் இப்படி ஒரு வார்த்தை உன்
வாயிலிருந்து வருதுன்னு எனக்குத் தோணுது... என்ன நடந்தது
சொல்லேன்..."

இப்போது அவன் சட்டைப் பையிலிருந்து கர்சீப்பை எடுத்து
மூக்கையும் கண்களையும் அழுந்தத் துடைத்துக் கொண்டான்.
முகமே சிவந்து குழம்பியிருந்தது.

"அம்மா... எனக்கு அப்பாவின் நடத்தை புடிக்கலே..." என்று
வானத்தை வெறித்தவாறு முகம் திரும்பிக் கூறினான். அவளிட
மிருந்து பதிலில்லை. அந்தத் தைரியத்தில் அவள் முகத்தைத்
திரும்பிப் பாராமல் தொடர்ந்து சொன்னான்:

"உனக்கும் அப்பாவுக்கும் மனஸ்தாபம் வருமே, உங்கள்
குடும்பத்தில் அமைதி என்னாலே கெட்டுப் போகுமேன்னு
நெனச்சி நெனச்சித்தான் நான் இத்தனை நாளா குழம்பிக்கிட்டே

இருந்தேன். கெட்டுப்போகிற ஒரு குடும்பத்தின் அமைதி மட்டும் கெடாமலிருப்பது எத்தனை நாளைக்கு முடியும்?... அவர் உனக்குத் துரோகம் பண்றாரு அம்மா. இது எனக்குத் தெரிஞ்சும் நான் இதை உன்னிடம் மறைச்சு வெச்சா அந்தத் துரோகத்துக்கு நானும் உடந்தைன்னு அர்த்தம்... அதனால்தான் இந்த அவமானகரமான குடும்பத்திலே இருக்க எனக்குப் புடிக்கலே... அவரை நானா திருத்த முடியும்?... முடிஞ்சா நீ திருத்து... இது உங்க விஷயம்... நான் போறேன்" என்று படபடவென்று கூறிவிட்டு அதற்கு மேல் அந்தத் தாயின் முகத்தைப் பார்க்கத் தைரியமில்லாமல் அவன் அங்கிருந்து ஓடிவிடத் துடித்தான்.

அவன் மனசில்– அவள் அழுவாளோ? அழுது கொண்டே அவரைப் பற்றிக் குத்திக் குடைந்து எதையாவது கேட்பாளோ? ஆத்திரப்பட்டு அந்தத் துரோகமிழைத்த கணவனைச் சபிப்பாளோ? தான் பல காலம் சந்தேகப்பட்டு மனசில் வைத்துக் குமுறிக்கொண்டு மானத்துக்கு அஞ்சி மறைத்து வைத்திருந்த விஷயம் மகன் வரைக்கும் தெரிந்து விட்டதே என்று அவமானத்தால் சாம்பி விடுவாளோ?– என்று அஞ்சியே ஒரு குற்றவாளி மாதிரி அவன் அவளிடமிருந்து தப்பியோட யத்தனித்தான்.

"வேணு!" என்று அமைதியான, உணர்ச்சி மிகுதியால் சற்றுக் கனத்துவிட்ட அவனது தாயின் குரல் அவனைத் தடுத்தது.

அவள் முகத்தில் தான் எதிர்பார்த்த எந்தக் குறியுமில்லாமல் அவள் மிகுந்த கனிவுடன் புன்னகை காட்டி "உட்காரு" என்றதும் நாற்காலியிலிருந்து எழுந்த வேணு மீண்டும் உட்கார்ந்தான்.

"நீ ஏதோ உன் வாழ்க்கை சம்பந்தப்பட்ட பிரச்னை எதையோ பேசப் போறேன்னு நான் நெனைச்சேன். உன் அப்பாவைப் பத்திய பிரச்னையா அது!... நல்ல வேடிக்கை!" என்று அவள் கசிந்து சிரித்தாள்.

"அப்பிடின்னா உனக்கு ஏற்கெனவே அதெப் பத்தியெல்லாம் தெரியுமா?" என்று முனகுவதுபோல் கேட்டான் அவன்.

"நான் அதெப்பத்தியெல்லாம் தெரிஞ்சிக்க விரும்பினதில்லே வேணு"... என்று ஆழ்ந்த சிந்தனையுடன் கூறினாள் அவள்.

அவள் தொடர்ந்து சொன்னாள்:

"இதோ பார். அவர் உன் அப்பாங்கிறது எவ்வளவு உண்மையோ– என் புருஷன்ங்கிறது எவ்வளவு உண்மையோ– அவ்வளவு உண்மை அவர் ஒரு புரபசர்ங்கிறதும், அவர் ஒரு

பெரிய அறிவாளி, படிப்பாளி, சமூக அந்தஸ்து மிக்கவர்ங்கறதும்... இல்லியா?..."

அவன் ஒன்றும் பதில் சொல்லவில்லை.

அவளே சொன்னாள்:

"நீ எது எதுக்காகவெல்லாம் உன் அப்பாவை நினைச்சுப் பெருமைப்படலாமோ அதையெல்லாம் விட்டுட்டு, எதைப் பத்தி உனக்கு முழுசாத் தெரியாதோ, எது ரொம்பவும் அந்தரங்க மானதோ அதைக் குடைஞ்சு பார்த்து வருத்தப்படறதும் அவமானப்படறதும் சரின்னு தோணுதா உனக்கு?"

அவன் திடீரென்று கொதித்துப் போய்ச் சொன்னான்: "முழுசாத் தெரிஞ்சுதான் அம்மா பேசறேன். ஐ ஹாவ் புரூப்ஸ்! என்னால் நிரூபிக்க முடியும்... அவருக்கு வந்த போன் கால்... அவர் பேசறதை நான் என் காதாலே கேட்டேனே... அன்னிக்கி ராத்திரி தியேட்டர்லே அதுக்காகவே போயி இந்தக் கண்ணாலே பார்த் தேனே... அவர் ரூமில் இருக்கற டிராயர்லே அவருக்கு வந்த லவ் லெட்டர்ஸ் ஒரு பைலே இருக்கே... அவர் முகத்திலேயே அதை வீசி எறிஞ்சப்ப அவராலேயே அதை மறுக்க முடியலே... அம்மா!"

"ஓ! இட் இஸ் எ ஷேம் ஆன் யூ! புரூப்ஸ் இருக்காம் புரூப்ஸ்! வேணு. பெரிய மனிதர்களையும் பிரபலமானவங்களையும் அவதூறு செய்யறதே தொழிலாகக் கொண்டிருக்கே சில மஞ்சள் பத்திரிகைங்க.. அவங்ககிட்டேயும் அதுக்கெல்லாம் புரூப் இருக்கும். அதுக்கெல்லாம் புரூப் இருக்காதுன்னா அதை மஞ்சள் பத்திரிகைன்னு கௌரவமானவங்க ஒதுக்கறாங்க? அது ஒரு மனுஷனுடைய பெருமை திறமை எல்லாத்தையும் விட்டுட்டு, அவனுடைய அந்தரங்கமான பலவீனங்களைப் பத்திப் பேசறதை ஒரு பிழைப்பா வெச்சிருக்கிறதனாலே சமுதாயத்துக்கோ நாகரிகத்துக்கோ கேடுதானே ஒழிய, லாபமில்லே. அதனாலேதான் நாம மஞ்சள் பத்திரிகைகளைக் கண்டா அருவருத்து ஒதுக் கறோம்?... இப்ப நீ பண்ணி இருக்கியே இதுக்கும் அதுக்கும் என்ன வித்தியாசம் சொல்லு. நீயும் அவங்க மாதிரிதான் 'புரூப்' இருக்கு என்கிறே... வேணு... எனக்கு உன்னை நெனச்சி ரொம்ப வருத்தமா இருக்கு... ஷேம்! இட் இஸ் எ ஷேம் ஆன் யூ!" என்று ரமணி யம்மாள் காதுகளைப் பொத்திக்கொண்டாள்.

"நீ நெஜமா, இப்படியெல்லாம் செய்தாயா... வேணு... எவ்வளவு உயர்ந்த மனுஷனை எவ்வளவு கேவலமா நடத்திட்டே!" என்று கூறுகையில் உடலும் மனமும் அவளுக்குப் பதறின.

'இவள் என்ன மனுஷி?' இவள் என்ன மனைவி!' என்று புரியாமல் திகைத்தான் வேணு.

"அம்மா- உன்னுடைய நல்லதுக்கும் இந்தக் குடும்பத்தோட நன்மைக்கும்தான் தப்புன்னு தெரிஞ்சும் நான் அவர் விஷயத்திலே அப்படி நடந்துகிட்டேன்…" என்று அவளுடைய நிலையைப் பார்த்து அவன் சமாதானம் கூற முயன்றான்.

"வேணு… எனக்கு ரொம்ப வருத்தமா இருக்குடா… அவரை நெனச்சி இல்லே… உன்னைப் பாக்கறப்போ எனக்கு ரொம்ப வருத்தமா இருக்குடா… நீ அப்படி நடந்துக்கலாமா? ஒரு தகப்பன் கிட்டே ஒரு மகன்… ஐயோ! என்னாலே கற்பனை செய்து பார்க்கக்கூட முடியலே வேணு!"

"அவர் உனக்குத் துரோகம் செய்யறார்னு தெரிஞ்சும்…"

"இட் இஸ் மை பிராப்ளம்!" என்று அவள் இடை மறித்துக் கூறினாள்: "அது என் விவகாரம்!… உனக்கு எங்க தாம்பத்தியம் பற்றிய அந்தரங்கத்தில் தலையிட என்ன உரிமை?" என்று அருவருத்து உடல் சிலிர்த்தாள்:

"சொல்றேன் கேள்: நாங்க இருபத்தைஞ்சு வருஷம் அமைதியா வாழ்ந்திருக்கோம். கடைசி வரைக்கும் அப்படியே வாழ்வோம்… அதனால்தான் அந்த அமைதியை- அந்தச் சந்தோஷத்தைக் கெடுத்துக்கற எந்த விஷயத்திலேயும் நான் தலையிட விரும்பறது இல்லே… எனக்கும் லேசாத் தெரியும்… அதனால் என்ன?… என்னைவிட அவருக்கு இனிய துணை யாரும் இருக்க முடியாது… நீ சொல்றியே அதைப் பத்தி எனக்கு மனசுக்குள்ளே ஆழ்ந்த வருத்தம் உண்டுதான்." இதைச் சொல்லும் போது எவ்வளவு அடக்கியும் அடங்காமல், அவளது இதயத்தில் பாறையாய் ரகசியமாய்க் கனத்துக் கிடக்கும் ஓர் ஆழ்ந்த துயரம் உருகிற்று… கண்களில் தாரை தாரையாய் வடியும் கண்ணீரை- மூக்குக் கண்ணாடியைக் கழற்றித் துடைத்தவாறே அங்கிருந்து எழுந்து சென்று வராந்தாவில் ஒரு நிமிஷம் நின்று தன்னைத் திடப் படுத்திக் கொண்டு மீண்டும் மகனின் எதிரே அமர்ந்தாள்.

"வேணு! நீ நினைக்கிற மாதிரி வாழ்க்கை அவ்வளவு 'ஸிம்ப்பிள்' இல்லேடா… அது ரொம்ப சிக்கலானது. குழப்பமானது வேணு. அந்தச் சிக்கலிலும் அந்தக் குழப்பத்திலும் எப்படி ஒரு குடும்பத்தை அமைதியாகவும் சந்தோஷமாகவும் நடத்தறதுங்கறது தான் வாழ்க்கைக் கலை!… பொறுமையும் சகிப்புத் தன்மையும் இல்லேன்னா- அன்பு, காதல்ங்கறதுக் கெல்லாம் அர்த்தமே இல்லை.

உன்னை மாதிரி நான் நடந்துகிட்டிருந்தா... இந்தக் குடும்ப அமைதியும் அவரோட கௌரவமும் குலைஞ்சுபோறதுக்கு நானே காரணமாகிப் போயிருப்பேன்... என்னுடைய 'பொஸஸ்ஸிவ்னஸ்'காக– என்னுடைய பிடியில் அவர் இருக்கணும்கறதுக்காக இந்தக் குடும்பத்தோட அமைதியையும், அவரோட கௌரவத்தையும், என் குழந்தைகளின் எதிர்காலத்தையும் விலையாகக் கொடுக்கிற அளவு நான் சுயநலக்காரியாகறது எவ்வளவு கேவலமானது!... இப்படியெல்லாம் நான் சொல்றதைக் கேட்டு நான் ஏதோ ரகசியமான சோகத்தை அனுபவிச்சிக்கிட்டு வாழறேன்னு நீ கற்பனை செய்து கொள்ளாதே! ஆனால், என் மனசிலே ஒரு சின்னத் துயரம் இல்லாமல் இல்லை. முழுமையான ஆனந்தம் என்பது அவ்வளவு சுலபமானதா என்ன?...

"பேச எனக்கு உரிமை இருக்கா இல்லியாங்கறது பிரச்னையே இல்லே... அதனாலே என்ன பலன்னு யோசிக்க வேண்டாமா? இப்போ என்ன நஷ்டம்னு நான் யோசிச்சேன்... நான் அதைப்பத்தி பேசாதது ஒரு 'பண்பு' வேணு... ஆமாம் ஒருத்தரை நாம் மதிக்கிறோம்கறதுக்கு என்ன அர்த்தம்? அவங்களோட அந்தரங்கத்தை– பிரைவஸியை– தெரிஞ்சுக்கறதுக்குப் பலவந்தமா முயற்சி செய்யாமே இருக்கறதுதான். ஒருத்தர் மேலே அன்பு செலுத்தறதுன்னா என்ன, அவங்களோட அந்தரங்கமான ஒரு பலவீனம் நமக்குத் தெரிஞ்ச போதிலும், அதுக்காக அவங்களோட மத்த தகுதிகளையும், பெருமைகளையும் குலைக்காமல், அந்தப் பலவீனமும் சேர்ந்ததுதான் அவங்கன்னு புரிஞ்சு கொள்றதுதான்...

"ஓ! ஒருவரின் அந்தரங்கம் எவ்வளவு புனிதமானது! இட் இஸ் ஸம்திங் ஸேக்ரெட் வேணு! இதிலே இன்னொரு இரண்டாவது நபரின் பிரவேசம்– அது யாராயிருந்தாலும் ரொம்பக் காட்டுமிராண்டித்தனமானது... அசிங்கமானது..."

"அம்மா– நீ அவரோட மனைவி!"

"ஸோ வாட்? அந்த உரிமையை நான் துஷ்பிரயோகம் செஞ்சா அந்த உரிமையே எனக்கு மறுக்கப்படலாம் இல்லையா?"

"உன் விஷயத்தில் அவர் அப்படி இருப்பாரா?"

"இருப்பாரான்னா கேட்டே? இருக்கிறார் வேணு... ஒரு புருஷன் தன் மனைவியையோ, ஒரு மனைவி தன் புருஷனையோ சந்தேகப்படறதுக்கும், பரஸ்பரம் அந்தரங்கமான விவகாரங்களை எல்லை கடந்து ஆராயறதுக்கும் காரணமே கெடையாது. ஒரே ஒரு காரணம்தான்: அவங்க தங்களுக்கு அந்த உரிமை இருக்கிறதாக நினைச்சிக்கறதுதான் காரணம்...

"புருஷன்– மனைவி– மகன்– தாய்– தகப்பன் எல்லாருமே ஒரு உறவுக்கு உட்பட்டவங்கள்தான்– ஆனா ஒவ்வொருவரும்– ஒரு– ஸெபரேட் இண்டிவிஜுவல்– தனி யூனிட் இல்லியா? ஒவ்வொரு தனி மனுஷனுக்கும் ஒரு தனிப்பட்ட அந்தரங்கம் உண்டு. அதைக் கௌரவிக்கணும் வேணு... யார் மேலே நமக்கு ரொம்ப மதிப்போ அவங்க அந்தரங்கத்தை நாம் ரொம்ப ஜாக்கிரதையா கௌரவிக் கணும்... உன் அப்பாவை நீ என்னன்னு நெனச்சே?... என்னாலே நீ கேட்ட மாதிரி அவரைக் கேட்க முடியுமா? கற்பனை பண்ணக்கூடச் சக்தி இல்லேப்பா எனக்கு... ஓ! நீ என்ன செஞ்சுட்டே?

"பரவாயில்லை. உங்க அப்பா ரொம்ப ஸ்ட்ராங்மேன்! இதைத் தாங்கிக்குவார்... அவர் தனது பலவீனங்களையும் தாண்டி வருவார்... நிச்சயம் தாண்டி வந்துடுவார்... வாழ்க்கை ரொம்பச் சிக்கலானது வேணு. வாழ்க்கையைப் புரிஞ்சுக்கணும். இந்தப் புத்தகத்தைப் படிச்சுப் பார்– உனக்கு இது மாதிரி சிந்தனைகள் விசாலமான பார்வையைத் தரும்."

வேணுவுக்கு ஒரே குழப்பமாக இருந்தது. அவன் மனத்தில் தாத்தாவும் பாட்டியும் மட்டும்தான் லட்சியத் தம்பதியாய்த் தோன்றினர்.

அவனுக்குப் புரியவே இல்லை– அவர்கள் தாத்தாவும் பாட்டியுமாகவே கலியாணம் செய்து, தாத்தாவும் பாட்டியுமாகவே தாம்பத்யம் நடத்தி வாழ்ந்திருக்கவில்லை என்பது.

●●●

சில நாட்களுக்குப் பின் ஒரு நாள் மாலை. கல்லூரியிலிருந்து வந்த சுந்தரம் உடைகளைக் களைந்து கொண்டிருந்த போது, இரண்டு நாட்களுக்கு முன்பு சொல்லிக் கொள்ளாமல் வீட்டை விட்டுக் கிளம்பிப் போய்விட்ட வேணுவிடமிருந்து வந்த கடிதத்தைக் கொண்டு வந்து அவரிடம் தந்தாள் ரமணி அம்மாள்.

அதில் முக்கியமான கடைசி வரிகள் இவைதான்:

"நான் தாத்தாவின் பேரனாகத்தான் இருக்க லாயக்கானவன். வந்துவிட்டேன். உங்கள் வாழ்க்கை நெறிகள் புரியாமல் தவறு செய்திருந்தால் மன்னிக்கவும்.

இப்படிக்கு,

வேணு."

கடிதத்தைப் படித்து முடித்ததும் அவர்கள் இருவரும் ஒருவரை ஒருவர் அர்த்தத்தோடு பார்த்துக் கொண்டனர்...

"பழைமைவாதிகள் என்பவர்கள் எழுபது வயதுக்கு மேல்தான் இருக்கணும்கறது இல்லே... இருபது வயசிலேயும் இருக்கலாம்..." என்று அவர் சிரித்துக் கொண்டே சொன்னார்.

ரமணி அம்மாள் சற்று நேரம் அவர் முகத்தையே ஏக்கத்தோடு வெறித்து நோக்கினாள்... அவள் கண்கள் சிவந்து கலங்கின...

அவள் தனது ஆழ்ந்த துயரத்தையே ஒரு புன்முறுவலாக்கி அவரிடம் கேட்டாள்: "இன்னுமா... நீங்கள்... நீங்கள்..." என்று துடித்த அவள் உதடுகள் தனது கன்னத்தில் அழுந்தும்படி அவர் அவளைத் தழுவிக் கொண்டார்.

– அதன் பிறகு நடந்தவை, அவர்களின் அந்தரங்க விவகாரங்கள்!

ஆனந்த விகடன், 1969

# டீக்கடைச் சாமியாரும் டிராக்டர் சாமியாரும்

வேதகிரி முதலியார் தபால் பார்த்து வருவதற்காக பஸ்ஸை எதிர்நோக்கிப் போகிறார். காலை வெயில் சுரீர் என்று அடிக்கிறது. வீதியில் ஒரு நிழல் இல்லை. இன்னும் கொஞ்ச நாழியில் தெரு மண் பழுக்கிற மாதிரி காய ஆரம்பித்து விடும். இது ஒன்றும் கோடை இல்லை; என்றாலும் அப்படி ஒரு வெயில். தெருவில் ஒரு பக்கம் மட்டும் ஓர் ஆள் ஒண்டி நடக்கிற அகலத்துக்கு நிழல். சில உயரமான வீடுகளின் ஓரத்தில் கொஞ்சம் நின்று இன்னொருவரோடு பேசுவதற்கு ஏற்ற அகலமான நிழல். சில வீட்டின் முன்னால் எச்சில் இலை கிடக்கிறது. தெருவில் நடமாட்டமே இல்லை. பகலிலேயே இந்த அமைதி. தூரத்தில் செக்கு ஆடுகிற சத்தம் 'ஙொய்' யென்று ரீங்காரம் செய்தாலும் கிராமத்து அமைதிக்கு அது சுருதியே தவிர பங்கம் இல்லை. அதே மாதிரி குடியானத் தெருவில் 'மாக்கு மாக்'கென்று நெல்லோ மாவோ இடிக்கிற சத்தம் பூமி அதிர்கிற மாதிரி கேட்கிறது.

அதிலும் அமைதி கெடவில்லை. எதிரே ஆள் வரா விட்டாலும் இந்த நிழலில் போட்டிக்கு ஒரு நாய் வருகிறது. சாதாரண கிராமத்து நாட்டு நாய்தான். ஊர் வழக்கப்படி அதைச் சொன்னால் இப்பொதெல்லாம் சண்டைக்கு வந்து விடுகிறார்கள். 'பறை, பள்ளு' என்கிற வார்த்தைகள் மனசால் கூடத் தீண்டப் படாததாக மாறிவிட்ட பிறகு நாயைக் கூட அப்படிப் பட்டம் கட்டி அழைக்க முடிவதில்லை. ஆனால் இது சரியான ஹரிஜனப் பகுதி நாய்தான். நிழலை மறித்துக் கொண்டு அது நிற்கிறது. அது நிச்சயம் வழி விட்டு விலகாது. விலகப் போவதில்லை என்கிற தீர்மானம் அதன் திடீரென உயர்ந்த காதுகளிலும் 'உம்'மென்று வயிற்றுக்குள் அடங்கி ஒலிக்கும் பொருமலிலும் தெரிகிறது. காரணம், நடுவில் இலை கிடப்பதுதான்.

அப்போதுதான் நினைத்தார் வேதகிரி முதலியார்: பொறப்படும்போதே அந்தக் கெழம்– அம்மாதான்– சொல்லிச்சு, 'குடையை எடுத்துக்கிட்டுப் போடா, வெயில் கொளுத்துது'ன்னு...

பட்டணத்திலிருந்து கிராமத்துக்கு வந்திருக்கும் இந்த மூன்று மாத காலமாக வேதகிரி முதலியார் வெளியே போவதற்குப்

புறப்படுகிற போதெல்லாம் அவரது தாயார் செல்லத்தம்மாள் குடை எடுத்துச் செல்லுமாறும் வெயிலின் கொடுமை குறித்தும் ஒரு பாட்டுப் பாடாமலிருப்பதே இல்லை. சில சமயங்களில் அவளே கொண்டு வந்து அவரிடம் கொடுப்பாள். இருபத்தஞ்சு வருஷத்துக்கு முன்பு திருக்கோவிலூருக்குத் திருவிழாவுக்குப் போனபோது ஆறு ரூபாய்க்குத் தான் அந்தக் குடையை வாங்கினதையும், அதற்குப் பிறகு ஐந்து வருஷத்துக்கு முன்னால் ஒரு கம்பியும் புதிசாக மேலே வெள்ளைத் துணியும் போட்டுத் தைப்பதற்குத் தான் மூணுரூபாய் செலவழித்ததையும் குறைந்தது ஒரு பத்துத் தடவையாவது இதுவரை சொல்லி இருப்பாள்.

சரி, நாய்க்குப் பயந்து எத்தனை நாழி இப்படியே நிற்பது? ஒன்று இவர் வெயிலைப் பொருட்படுத்தாமல் ஒதுங்கிப் போக வேண்டும், அல்லது அதை விரட்டி விட்டு இவர் தன் வழியே தொடர்ந்து நடக்க வேண்டும். இரண்டையும் செய்யாமல் இவர் நின்றிருந்தால் அதுவும் நின்றிருக்குமா என்ன? அதுவோ நாய், அதுவும் காய்ந்து வறண்ட சேரி நாய்... எதிரே இலை, இவர் விரட்ட மாட்டார், தயங்குகிறார், பயப்படுகிறார்– என்று தெரிந்ததும் அது இவரை விரட்டுகிற தோரணையில் கொஞ்சம் குரலெடுத்து லேசாப் பற்களை வெளிக்காட்டி 'உர்'ரென்கிறது.

வேதகிரி முதலியாருக்கு நிஜமாகவே உதறல். மிகுந்த மரியாதையோடு பத்து அடி நிழலிலிருந்து விலகி வீதியின் நடுவே வெயிலில் வந்து அரை வட்டமாக ஒதுங்கி நாயைக் கடந்து மீண்டும் நிழலில் ஏறி நடந்தார். தான் நாய்க்குப் பயந்து இப்படி வந்ததை யாரும் பார்த்திருப்பார்களோ என்று திரும்பிப் பார்த்தார். ம்ஹூம். யாருமில்லை. அந்த நாய் கூடப் பார்க்க வில்லை. பார்த்தால் என்ன? 'பட்டணத்துக்காரன் நாயைக் கண்டு பயப்படறான்' என்று பரிகாசம் பண்ணுவார்களே என்கிற பயம் வேதகிரி முதலியாருக்கு.

அதிலும் அந்த சுப்புராம ஐயர் இருக்கிறாரே, சமயத்தில் அவர் பண்ணுகிற பரிகாசத்தில் முதலியாருக்குக் கோபம்கூட வந்து விடுகிறது. கோபத்தைக் காட்டிக் கொண்டால் இன்னும் மானக் கேடாகப் போகும். அவரோடு சேர்ந்து கொண்டு முதலியாரின் தாயாரும் சிரிக்கிறாள்.

யோசித்துப் பார்த்தால் கிராமத்து மனிதர்கள் பார்த்துச் சிரிக்கிற மாதிரிதான் இருக்கிறது பட்டணத்துப் பழக்கங்கள் என்று முதலியாரின் மனசுக்குப் புரிகிறது. இருந்தாலும், பழக்கம் எளிதில் போகிறதா?

கிராமத்துக்கு வந்து இந்த மூன்று மாதமாக முதலியார் சட்டையே போடவில்லை. அவருடைய 'புஷ்' ஷர்ட்டுகளும், ஸ்லாக்குகளும் கிராமத்துப் பெரிய மனிதர்கள்– கொஞ்சம் மரியாதையை எதிர்பார்க்கிற வயதுடையவர்கள்– போடுகிற பாஷனாக இல்லை. அது மட்டுமில்லாமல் ஷர்ட் போட வேண்டிய அவசியமும் அவருக்கு இங்கே நேரவில்லை.

காலையில் எழுந்து குளத்திலோ, கிணற்றடியிலோ குளிக்கிற போது, இவர் பிரஷால் பல் விளக்குவதைப் பக்கத்து வீட்டு வேலி யோரமாய் நின்று குழந்தைகள் வேடிக்கை பார்க்கிறார்கள். அந்த ஒரு பழக்கத்தை மட்டும் இவரால் விட முடியவில்லை. ஒரு நாள் பல்பொடி போட்டு விரலால் தேய்த்து ஏற்பட்ட கொப்புளம் ஆறித் தோல் உறிந்த வடு இப்போதும் தெரிகிறது. வெட்கக் கேட்டை எங்கே போய்ச் சொல்வது?

வந்த நாளிலிருந்து ஒவ்வொரு நாளும் பட்டணத்திலிருந்து அவர் வருகையைக் கோரி வரும் தனது மகனின் கடிதத்துக் காத்தான் தினசரி வீட்டிலிருந்து ஒரு மைல் தூரத்தில் கிராமத்துக்கு வடக்கே உள்ள டிரங்க்ரோடு வரை நடந்து வந்து காத்திருக்கிறார் முதலியார். அங்கேதான் பஸ் வரும். ஒரு டீக்கடை இருக்கிறது. பெரிய திண்ணை, பஸ்ஸில் தபாலும் பத்திரிகையும் வரும். நாள்தோறும் முதலியாருக்கு ஆங்கிலத் தினசரியும் மகனிட மிருந்து ஒரு கடிதமும் வரும்.

அவருக்குத் தினசரி கடிதம் வருவதை டீக்கடைச் சாமியாரும் தபால் ரங்கசாமியும் கேலியாகப் புகழ்வார்கள். நல்லவேளை, கடிதம் ஆங்கிலத்தில் எழுதப்படுவதால் இவர் இங்கே வந்து சிக்கிக் கொண்டிருப்பதற்கான ரகசியம் இன்றுவரைஅவர்கள் அறியாமல் பாதுகாக்கப்பட்டிருக்கிறது. இல்லாவிட்டால் இன்னொருவர்க்கு வருகிற கடிதமாயிற்றே அதை நாம் படிக்கலாகாது, 'என்ன எழுதியிருக்கிறது கடிதத்தில்?' என்று அநாவசியமாகத் துளைக்கக் கூடாது என்கிற 'பட்டணத்து மிதப்பு' எல்லாம் இவர்களுக்குத் தெரியாது.

ஒவ்வொரு நாளும் ஏதாவது கற்பனையான சமாசாரங்களைக் கடிதத்திலிருந்து 'மொழி பெயர்த்து' அவர்களை ஏமாற்றுவதற்குள் முதலியாருக்குப் போதும் போதும் என்றாகிவிடும்.

அவரும் எவ்வளவோ சொல்லிப் பார்த்தார்: "ஒண்ணும் முக்கியமான சமாசாரம் இல்லீங்க. நான் வரும்போது பையன் கிட்டே சொல்லிட்டு வந்தேன், 'தினம் எனக்கு ஒரு கடுதாசி

எழுதிப் போட்டுக்கிட்டு இருன்'னு. அதான், வேற ஒண்ணும் இல்லீங்க."

ஆனால், அவர்கள் இவரை அவ்வளவு சுளுவில் விடுவ தில்லை. "இருக்கட்டும் முதலியாரே– முக்கியமான விஷயமா இருந்துதான் தெரிஞ்சி நாங்க என்ன செய்யப் போகிறோம். என்னதான் எழுதி இருக்குதுன்னு சொல்லுங்க."

அதிலும் டீக்கடைச் சாமியார் இருக்கிறாரே– அவர் தான் மட்டுமில்லாமல் போகிற வருகிற ஆட்களையெல்லாம் கூப்பிட்டுக் கூட்டமும் சேர்த்துக் கொள்ளுவார். சாமியார் தஞ்சாவூர்ப் பக்கம். அவர் பேசுவதே பரிகாசம் போல் இருக்கும். "ஏலே, நின்னு கேட்டுட்டுப் போலே... பட்டணத்துச் சமாசாரம்... நீங்க படிங்க மொதலியாரே... அவுங்க அப்படித்தான்... பேசிக்கிறதே இங்கிலீசு தான்... ஏங்க– தம்பி பி.ஏ. வா? எம். ஏ. வா?"

அப்போது மட்டும் வேதகிரி முதலியாருக்கு ஏகப் பெருமையா இருக்கும்.

"பி. ஏ.!" என்பார்.

சாமியார் குரலை அடக்கிக் கேட்பார்:

"மொதலியாரே எது பெரிசு?. எம்.ஏ. வா? பி.ஏ. வா?"

"பெரிசு என்ன, பெரிசு! எல்லாம் ஒரு கழுதைதான். வேலை கெடச்சா மதிப்பு, இந்தப் படிப்புக்கு... நான் அந்தக் காலத்து இன்டர்தான்... இப்ப பி.ஏ. படிச்சுட்டு எத்தினி பேர் நம்மகிட்ட கிளர்க்காயிருக்கான்! அதுகூடக் கிடைக்காமல் பாவம், எத்தினி புள்ளைங்க கண்டக்டர் வேலை செய்யுதுங்க..." என்பார் முதலியார்.

"மொதலியாருக்குப் பட்டணத்திலே என்னாங்க உத்தி யோகம்?"

"ஒரு வெள்ளைக்காரக் கம்பெனியிலே மானேஜர் உத்தி யோகம்?"

இப்பவும் வெள்ளைக்காரங்க இருக்கிறாங்களா?"

"கம்பெனிங்க இருக்குது."

"என்னா சம்பளங்க?"

இதெல்லாம் கேட்பது நாகரிகக் குறைச்சல் என்று அவர் களுக்குத் தெரியாது. டீக்கடைச் சாமியாருக்குக் கொஞ்சம் கூடத் தெரியாது.

"எல்லாம் சேத்து ஆயிரத்து இருநூறு ரூபா..."

"அடி சக்கைன்னானாம்" என்று சாமியார் நாக்கைக் கடித்துத் துள்ளிக் குதிப்பார்.

அதன் பிறகு, முதலியார் இல்லாத சமயத்திலும் மற்றவர் களிடமும் பெருமையாகச் சொல்லுவார்: "இங்க வந்து நம்ம கடைத் திண்ணையிலே உக்காந்து டீ குடிச்சிட்டு பேப்பர் படிச்சிக்கிட்டு இருந்தாரே, மொதலியாரு... சாதாரண ஆளுன்னு நெனச்சிக்காதே; பட்டணத்திலே பெரிய ஆபீசரு. பங்களா என்னா, காரு என்னா... பையன்களும் அதே மாதிரிப் பெரிய பெரிய படிப்புப் படிச்சவங்க. வீடே வெள்ளைக்காரங்க பாஷன்லேதான். சும்மா– சொந்தக் கிராமங்கிற பாசம்– இப்படி வந்து சொக்காக்கூடப் போட்டுக்காம நம்ம டீக்கடையிலே உக்காந்து இருக்கறதிலே ஒரு சந்தோஷம் மொதலியாருக்கு. அவருக்கு எம்மாம் சம்பளம் தெரியுமா? சொல்லேன் பாப்பம்" என்று தாடியை நிமிண்டிக் கொள்வார்.

"ஐந்நூறு ரூபா இருக்குங்களா– சாமி?" என்று பெருந் தொகையாகக் கேட்பான் ஒருவன்.

சாமியார் 'ஓ' வென்று சிரித்து அவனை முட்டாளாக்குவார்! "அடப் போடா, அறிவு கெட்ட இவனே... ஆயிரம் ரூபாடா... ஆயிரம் ரூபா மாசா மாசம்– கால் காணி நெலம் வாங்கலாம். என்னலே, வாயைப் பொளக்கறே; ஆயிரம் ரூபா பார்த்திருக்கியா நீ? கலப்பெதான் பாத்திருப்பே, கலப்பே!" என்று சம்பந்த மில்லாமல் யாரையாவது சாக்கு வைத்துத் தன்னைத்தானே திட்டிக்கொள்வார் சாமியார்.

"உத்தியோகத்துக்கும் சம்பாதனைக்கும்தான் சாமியார் கிட்டே கூட மதிப்புபோல இருக்கு" என்பார் முதலியார்.

"பின்ன என்னங்க? இந்தச் சாமியார் பொழப்பு ஒரு பொழப்பா? உத்தியோகம் சம்பாதனை எதுவுமில்லாததனாலே தான் ஊருக்குக் கெவுருவமா இந்தத் தாடி, நம்ம மூஞ்சியெக் காப்பாத்துது. தாடி வெச்சவனுக்குப் பட்டணக் கரையிலே பிச்சைக்காரன்னு பேரு. இங்கே சாமியாருன்னு பேரு. வவுறுன்னு ஒண்ணு இருக்குதுங்களே, சாமியார்ன்னு பேரு வெச்சிக்கினு காட்டுக்கா பூட்டோம்? நமக்கும் அஸ்கா போட்ட டீ வேணும் னுதே!... டீ சாப்பிடுங்க" என்று பேசிக்கொண்டே கண்ணாடி கிளாஸ்களில் டீயை ஊற்றி எல்லோருக்கும் தந்து– முதலியாருக்கு மட்டும் 'தகதக'வென்று விளக்கிய வட்டா செட்டில் டீ கொண்டு வந்து வைப்பார்.

“ஆமா, மொதலியாரே, ஆயிரமும் இரண்டாயிரமுமா சம்பாதிச்சுக்கிட்டு மகன் நீங்க இருக்கிறீங்க. வயசான காலத்திலே உங்கள் தாயார் மட்டும் ஏன் இங்கே கெடந்து அவதிப்படணும்? இப்பப் பார்த்துக்கற சுப்புராம ஐயரு– அப்ப மட்டும் வெவசாயத்தைப் பார்த்துக்க மாட்டாரா?...”– இதுமாதிரி சில நாட்களுக்குமுன் சாமியார் ஏதோ சொல்லும் போது பக்கத்தில் நின்றிருந்த சுப்புராம ஐயர் திடீர் என்று ஒரு குண்டைத் தூக்கிப் போட்டார்.

“ஓய் சாமியாரே! நான் மட்டும் எவ்வளவு நாளைக்கு ஐயா காட்டையும் மேட்டையும் கட்டிண்டு நிப்பேன். என் பையன், அவளையும் அழைச்சுண்டு டில்லிக்கே வந்துடச் சொல்லி ஒவ் வொரு தடவையும் எழுதறான். நம் கோரை வாய்க்கால்கரை நஞ்சைக்கும்– நல்லாந்தோப்புக்கும் யாராவது நல்ல விலை குடுத்தா நாளை ரயிலுக்கே ஏறிடுவேன்... நீர்தான் பாருமே– இருபதினாயிர ரூபா– ஜாடா எல்லா அய்ட்டத்தையும் இப்பவே குடுத்துடறேன்.”

“இந்தாங்க ஐயரே, யாரும் ஆளு இல்லேன்னு நீங்க பாட்டுக்குப் பேசிக்கிட்டே போறீங்களே... நானே இருபதினா யிரத்துக்கு உங்க சொத்துகளையும் வாங்கிட்டுப் பேசாம கிராமத் திலேயே ‘டிக்கானா’ போட்டாலும் போட்டுடுவேன்..” என்று சொல்லி வைத்தார் முதலியார்.

“நான் இப்பவே ரெடி! சாமியாரே நீர் சாட்சி” என்று கையடித்துச் சொன்னார் சுப்புராம ஐயர்.

“என்னாங்க மொதலியாரே... ..ஏதாவது நடக்கிற காரியமா பேசுங்க. ஐயரு வேற யாருக்காவது தன் நிலத்தைக் குடுத்துட்டுப் போனாவே, உங்க நிலத்தெப் பாத்துக்க ஆள் வேணும்... இந்த லெச்சணத்திலே அவுரோட நிலத்தெயும் நீங்களே வாங்கிக்கினு ஆயிர ரூபா உத்தியோகத்தையும் உட்டுட்டு இந்தக் கிராமத்துலே நெரந்தரமா நீங்க இருக்கப் போறீங்களாக்கும்?” என்று சிரித்தார் சாமியார்.

தான் கிராமத்துக்கு வந்து இந்த மூன்று மாதமாய் அடைந்து கிடக்கிற ரகசியம் தெரியாத சாமியாரை நினைத்து முதலியார் சிரித்துக் கொண்டார்.

விஷயத்தைச் சொன்னால் சாமியார் மூச்சடைத்துச் செத்துப் போகமாட்டாரோ?

●●●

வேதகிரி முதலியாருக்கு வேலை போய்விட்டது. இப்போது உத்தியோகம் இல்லை. ஆறு மாசமாயிற்று. மேலிடத்தில் என்னமோ காரணம் கூறித் திடீரென இவருக்குச் சேரவேண்டிய தொகை இருபதினாயிரம் ரூபாயைக் கையிலே கொடுத்து வீட்டுக்கு அனுப்பிவிட்டார்கள்.

முதலில் இந்தச் செய்தியை முதலியார் தன் மனைவியின் காதில் மட்டும்தான் போட்டு வைத்தார். அவள் அப்படியே இடிந்து போனாள். பிறகுதான் முதலியாருக்கு அவள் சமாதானம் கூறினாள்.

"இப்ப என்ன கெட்டுப் போச்சு! விடுங்க. இதுவே பத்து வருஷத்துக்கு முன்னேன்னா ரொம்பக் கஷ்டப்பட்டுப் போயிருப் போம். இப்பதான் பெரியவனும் சம்பாதிக்கிறான். பொண்ணுக்குக் கல்யாணம் பண்ணியாச்சு. சின்னவங்க ரெண்டு பேருக்கும் இந்த வருஷம் காலேஜ் படிப்பைப் பல்லைக் கடிச்சிக்கிட்டு முடிச் சுட்டோம்னா நம்ப கவலை விட்டது..." என்று எவ்வளவோ கூறினாள் அவர் மனைவி மங்களம்.

"எத்தனைதான் பிள்ளைகள் சம்பாதிச்சாலும் அவனவன் சம்பாதிக்கிறவரைக்கும்தான் அவனுக்கும் அவன் பெண்டாட் டிக்கும் மதிப்பு இருக்கும்" என்று அவர் மனமொடிந்து போனார்.

தனக்கு வேலை போய்விட்ட செய்தியையும் அதனால் ஏற்பட்ட வருத்தத்தையும் அவர் மனைவியிடம் மட்டும் ஒரு ரகசி யம் போல் சொல்லி வைத்திருந்தார்.

ஆனாலும் மறுநாளிலிருந்து முதலியாரைப் போனிலும் நேரிலும் துக்கம் விசாரிக்கும் நண்பர்களின் தொல்லையால் அவரது பிள்ளைகளுக்கும் விஷயம் தெரிந்துவிட்டது. சிலபேர் வீட்டுக்கு வந்து– ஏதோ வேதகிரி முதலியாரை வேலை நீக்கம் செய்த அந்த முதலாளிமார்களே இந்த வீட்டில் இருப்பதாகப் பாவித்துக்கொண்டு 'ஓ' வென்று கூக்குரலிட்டனர்.

"இது என்னங்க நியாயம்! கேள்வி முறை கிடையாதா? இதை நீங்க சும்மா விடக்கூடாது, இது சட்ட விரோதமானது– நோட்டீஸ் விடுங்க" என்றெல்லாம் யோசனை கூறினார்கள்.

"ஆமாம்பா– அதெச் செய்யலாம்– சும்மாவிடக் கூடாது" என்று முதலியாரின் பெரிய மகனும் அப்பாவுக்கு அனுசரணை யாகப் பேசினான்.

வீட்டில் எல்லோருமே அவரவர்கள் சந்தோஷங்களைக் கூட அப்பாவுக்கு வேலை இல்லை என்ற காரணத்தை நினைத்து விலக்கி வைத்தனர்.

வீட்டில் நல்ல சாப்பாடுகூடச் சமைப்பதற்கு மங்களத்துக்கு நாட்டமில்லை: "என்ன வேண்டிக் கிடக்கு? அவருக்கோ வேலை இல்லை!"

ரேடியோவைச் சின்னவன் திருப்பினால், பெரியவன் வந்து நிறுத்திவிட்டு ரகசியமாய்ச் சொல்லுவான்: "ஸ்!... போடா... அப்பா பாவம், வேலை போச்சேன்னு வருத்தப்பட்டுக்கிட்டிருக்கிறார். மியூஸிக் என்ன மியூஸிக்?"

உள்ளூரிலேயே இருக்கிற பெண்ணை வீட்டுக்கு அழைப் பதற்குக்கூட 'அப்பாவுக்கு வேலை இல்லை' என்கிற காரணம் தடுத்து விட்டது.

நூறு ரூபாய் சம்பளத்துக்குப் பத்து வருஷமாய் இவர்கள் வீட்டில் எல்லா வேலையும் செய்த டிரைவர் லோகநாதனையும் நிறுத்தியாகி விட்டது.

நோயில் படுத்துவிட்டவனை வந்து பார்த்துச் செல்வது மாதிரி தினசரி மாலை நேரங்களில் ஆபீஸ் ஊழியர்கள் கோஷ்டி கோஷ்டியாக வந்து பார்க்கலாயினர்.

வீட்டில் சும்மா இருக்க முடியாமலும், தேக ஆரோக்கியம் கருதியும் அவர் தோட்ட வேலை செய்ய ஆரம்பித்தார். இரண்டு நாட்களில் தோட்டக்காரனும் நின்று விட்டான். காம்பவுண்டுக் குள் காய்கறிகளும், பூச்செடிகளும் காய்த்துப் பூக்கிற சீஸன் ஆன படியால் அக்கம் பக்கத்திலுள்ள பெண்கள் வழக்கமாக எட்டணா பத்தணாவுக்குத் தோட்டக்காரனிடம் பேரம் பேசி பூ வாங்கிச் செல்கிற மாதிரி இப்போதும் வந்தனர். அவர்களிடம் தமாஷாகவும் பொழுது போக்காகவும் பேரம் பேசிப் பூ விற்கவாரம்பித்த முதலியாரைத் தாங்கொணா வறுமையின் கொடுமையாகப் பார்ப்பவர்கள் சிந்திக்கவாரம்பித்தனர். அவர் மனைவி 'தலை குனிவாகப் போகிறது, உங்களுக்கு என்ன இப்படிப் புத்தி?' என்று ஒருநாள் அழுதாள். 'அப்பாவுக்கு வேலை போனதிலிருந்து தாழ்வு மனப்பான்மை வந்துவிட்டது, புத்தியே கெட்டுப் போய்விட்டது' என்று பிள்ளைகள் தலையிலடித்துக் கொண்டு பின்னால் வருத்தமாகவும் கேலியாகவும் பேச ஆரம்பித்தனர்.

வேதகிரி முதலியாருக்கு இந்தச் சூழ்நிலையில்தான் பயித்தியம் பிடித்து விடும்போல் வேதனைகள் பிடுங்கின.

கடைசியிலில்தான் முடிவு செய்தார்: பேசாமல் கிராமத் துக்குப் போய் அம்மாவோடு கொஞ்சநாள் இருந்து விட்டு வருவது என்று. அதற்குள் ஏதாவது செய்து அப்பாவுக்கு அந்த வேலையையே மீண்டும் வாங்கித் தருவதோ, அல்லது வேறு

வேலை பார்ப்பதோ தன் பொறுப்பு என்று பெரிய மகன் வாக்குறுதி தந்தான். அவர் கிராமத்துக்கு வந்து சேர்ந்தார். வருஷத்துக்கு ஒருமுறை எப்போதாவது காரில் குடும்ப சகிதமாகக் காலையில் வந்து தாயாரைப் பார்த்து மாலையில் போனதைத் தவிர சென்னைக்குப் போன இந்த முப்பது ஆண்டுகளில் ஒரு தடவைகூட இங்கு வந்து இரவு தங்கியதில்லை, அவர். அதற் குள்ளாக அவர் மனைவி மங்களம் "கிராமம் போரடிக்கிறது" என்று முணுமுணுக்க ஆரம்பித்துவிடுவாள்.

செல்லத்தம்மாள் கிராமத்தின் எல்லையைத் தாண்டிக் காலடி வைப்பதே அபூர்வம்.

பட்டணத்துக்கு வந்து ஒரு பத்து நாளைக்கி இருக்க அழைத்தால் கூட அவள் சம்மதிக்க மாட்டாள். இந்த எண்பது வயதில் ஒற்றைத் தனி மனுஷியாக அந்த வீட்டில் வாழ்ந்து எல்லாக் காரியங்களையும் நிர்வகித்து வருகிற அம்மாவை, உடன் இருந்து பார்க்கப் பார்க்க வேதகிரிக்கு ஆச்சரியமாக இருக்கிறது.

அவள் பொழுது விடியுமுன் எழுந்திருக்கிறாள். பச்சைத் தண்ணீரில் குளிக்கிறாள், பழையதும் தயிரும் சாப்பிடுகிறாள். கண்ணாடியில்லாமல் அரிசியில் கல் பொறுக்குகிறாள். நாள் முழுவதும் வேலை செய்கிறாள். அவளைப் பார்த்துத் தன் மனைவியையும் நினைப்பார். அவளுக்கு ஆஸ்துமா. பச்சைத் தண்ணீரை நினைத்தாலே உதறல். உட்கார்ந்த இடத்தில் காய்கறி நறுக்கிச் சமையல்காரிக்குக் கொடுப்பதற்குள் இடுப்புப் போய் விடுகிறதாம். மாதத்துக்கு இரண்டு தடவை டாக்டர் வரவேண்டும்; மூன்று வேளையும் மருந்து, டானிக். கண்ணாடி இல்லாமல் பூசணிக்காய் கூடத் தெரியாது. மன நிம்மதிக்காகச் சினிமா, சங்கீதம் எல்லாம் வேண்டும். தாயோடு மனைவியை ஒத்திட்டுப் பார்த்தால், தன் மனைவிக்குப் பிறகுகூட இவள் இருப்பாள் போல் தோன்றுகிறது அவருக்கு.

தனக்கு வேலை போய்விட்ட சமாசாரத்தை அவர் தாயிடம் கூடச் சொல்லவில்லை. சும்மா ரெண்டு மாசம் லீவு போட்டு விட்டுக் கிராமத்தில் தங்க வேண்டும் என்கிற விருப்பத்தில் வந்திருப்பதாகத்தான் கூறினார்... அதைக் கேட்டுக் கிழவிக்குச் சந்தோஷம் தாங்க முடியவில்லை. தன் மகன் வந்து தன்னோடு தங்கியிருக்கிற செய்தியை ஊர் முழுவதும் தமுக்கடித்து விட்டாள். டவுனுக்குப்போய் காப்பிக் கொட்டை வாங்கி வரச் சொல்லித் தினசரி மகனுக்காகக் காப்பி வேறு போடுகிறாள். மத்தியானத்தில் வகை வகையான டிபன் செய்கிறாள்.

வேதகிரி முதலியாருக்குத்தான் பொழுதே போகவில்லை. காலையில் காப்பி சாப்பிட்டபின் தபால் பார்க்கிற சாக்கில் புறப்பட்டுச் சாமியார் டீக்கடைக்கு வந்து மத்தியானம் வரைக்கும் பேப்பர் படித்துக்கொண்டு இருப்பார். மத்தியானம் சாப்பாட்டுக்குப் பின் தூங்கி எழுந்து கடிதம் எழுதுவார். சாயங்காலம் சுப்புராம ஐயருடன் தோப்பு துரவு சுற்றுவார். மாலையில் தாயாருடன் உட்கார்ந்து கொண்டு, பழைய கதைகளைப் பேசுவார். தப்பித் தவறிக் கூட வேலை போய்விட்ட சமாச்சாரம் வாயில் வந்துவிடாதபடி ஜாக்கிரதையாக இருப்பார்.

அவர் வந்திருக்கும் இந்த சீஸனில் கிராமத்திலேயே வேலை இல்லை. அடுத்த மாதம்தான் உழவு தொடங்கும். அதற்குப் பிறகு சில மாதங்கள் நல்ல வேலை இருக்குமாம். இப்போது கூடச் சில நாட்களில் தென்னந்தோப்பில் காய்பறிப்பும், வாழைத்தார் விலை பேசலும்- வேலைகள் நடக்கிறது. முதலியாருக்கு அதுபற்றி விவரங்கள் தெரியாததால் சுப்பராம ஐயருடன் 'அப்பரண்டிஸ்' மாதிரி வந்து நின்று கவனிப்பார்.

முதலியாருக்குச் சில சமயங்களில் வாழ்க்கை ரொம்ப நிறைவாக இருக்கிறது. தன் வீட்டில் நிலத்தில் விளைந்த அரிசியும், தோட்டத்துக் காயைச் சாப்பிடுவதும், சுத்தமான காற்றைச் சுவாசிப்பதும் சுதந்திரமாக இருக்கிறது. இந்த நிறைவில்தான் தன் தாய் கவலையற்று எண்பது வருஷச் சுமையோடு இவ்வளவு நிறைவுடன் இங்கே இருக்கிறாள் என்றும் தோன்றுகிறது.

முப்பது வருஷத்தில் ஊர் கொஞ்சம் மாறி இருப்பது உண்மை தான். 'எலெக்ட்ரிஸிடி' வந்திருக்கிறது. சில வீடுகளில் ரேடியோ பாடுகிறது. பம்ப்செட் தண்ணீர் இறைக்கிறது. பண்ணை வேலை செய்கிற சிலபேர் சட்டை போட்டுக்கொண்டு கண்ணில் தென் படுகிறார்கள். ஊரில் ஒரு ஹைஸ்கூல் ஏற்பட்டு இருக்கிறது. பெண் குழந்தைகள் அதிகம் படிக்கின்றன. பட்டணத்து நாகரிகம் சில வாத்திமார் உருவில் பஸ்ஸில் வந்து இறங்கி ஏறிச் செல்கிறது.

ஆனாலும் உலகம் ஓடுகிற வேகத்தில் அதன் கையைப் பிடித்துக் கொள்ளத் தவறி, அநாதையாய் நின்றுவிட்ட மாதிரிதான் இந்தக் கிராமம் இன்னமும் இருக்கிறது.

அதோ தபால் வருகிற பஸ் வந்துவிட்டது. வேதகிரி முதலியார் கொஞ்சம் நடையை எட்டிப் போட்டு தார் ரோட்டில் ஏறினார். செருப்பில் மண்டியிருந்த புழுதியைப் போக்குவதற்காகப் பாதங்களைத் 'தட்தட்'டென்று இரண்டு முறை தார் ரோட்டில் மிதித்தார். புழுதி பறந்தது.

"முதலியார் ஐயா, நமஸ்காரம்" என்று டீக்கடைச் சாமியாரின் குரல் ஒலித்தது.

ரங்கசாமி தபால்களைச் சரிபார்த்து அடுக்கிக் கொண்டே திரும்பி "ஐயா வாங்க" என்று வரவேற்றான்.

பஸ், பிரயாணிகளை ஏற்றிக்கொண்டு போயிற்று.

பஸ்ஸில் இருந்து இறங்கியவர்கள் அஞ்சாறு பேர். அதில் மூணுபேர்– இரண்டு ஆண்களும் ஒரு பெண்ணுமான ஹைஸ்கூல் டீச்சர்கள். ஊருக்குள் போகிற மண் சாலையில் இறங்கி நடந்தனர்.

ரங்கசாமி தந்த கடிதத்தையும் பத்திரிகையையும் வாங்கி முதலில் கடிதத்தைப் பிரித்தார் முதலியார்.

"பிள்ளை இன்னிக்கு என்ன எழுதியிருக்கார்– படியுங்க" என்று பாய்லரிலிருந்து டிக்காஷனுக்காகக் கொதிக்கிற தண் ணீரைத் திறந்து பிடித்த சாமியார்

"இருங்க, அதோ ஐயர் வராரு. வாங்க ஐயிரே– நமஸ்காரம்" என்று மீண்டும் கூவினார்.

முதலியார் கடிதத்தை ஒரு முறை மனசுக்குள் தாம் மட்டும் படித்துக் கொண்டார். அப்போதுதானே கற்பனை மொழி பெயர்ப்புக்கு வசதி.

கடிதத்தைப் படிக்கும்போது முதலியாரின் முகத்தில் ஏற்படுகிற மாற்றத்தை மூவரும் கவனித்தனர்.

"என்னமோ முக்கிய சமாசாரம்போல எனக்குத் தோணுது" என்றார் சாமியார்.

"ஒண்ணும் முக்கியம் இல்லே... நாளைக்கி எல்லோருமாய் பொறப்பட்டுக் காரிலேயே வராங்களாம்... உடனே நானும் அவங் களோட பொறப்படணுமாம். வேலை கெடச்சுட்டுதாம்" என்று உளறிய பின், அதற்காக நாக்கைக் கடித்துக் கொண்டார் முதலியார்.

"வேலை கெடச்சிருக்கா? யாருக்கு?" என்று பிடித்துக் கொண்டார் சாமியார். முதலியார் பாவம், ஒரு விநாடி திக்கு முக்காடிப் போனார். கடைசியில் ஒருவாறாகச் சமாளித்தார்.

"நம்ப கடைசிப் பயல்– ஒரு இடத்தில் ஏதோ மனு எழுதிப் போட்டான். அது கெடச்சிருக்கும் போல இருக்கு."

"அப்படியா! சந்தோஷம்– அந்தத் தம்பியும் வருதுங்களா?" என்றார் சாமியார்.

“அவன் எப்படிங்காணும் வருவான்? அவனுக்குத்தான் வேலை கெடைச்சிருக்கு இல்லே” என்று அகாரணமாய் அவர்மீது எரிந்து விழுந்தார் சுப்பராம ஐயர்.

“மொதலியாரே, வாரும் போகலாம். போயி, பெரியம்மா கிட்டே, விஷயத்தைச் சொன்னாத்தான் நாளைக்கே பொறப் படறதுக்கு ஏற்பாடு பண்ணுவாங்க” என்று முதலியாரை இழுத்தார் ஐயர்.

“அவங்க என்ன ஏற்பாடு பண்ண இருக்கு?” என்று தயங்கினார் முதலியார்.

“உமக்கு ஒண்ணும் தெரியாது– சரியான பட்டணம் நீர்!– மூணு மாசம் வந்து தங்கி இருக்கீர். நாளைக்கு வீட்லே எல்லாரும் வரா. உங்களை எல்லாரையும் பெரியம்மா வெறுங் கையோட அனுப்பிச்சுடுவாளா? ரெண்டு முறுக்குப் பிழிஞ்சு குடுத் தனுப்புவா... இப்பவே போய்ச் சொன்னா நனைச்சு வைப்பா. வாரும் வாரும்...”

“மொதலியார் ஐயா, இப்பவே சொல்லிட்டேன். பட்டணத் துக்குப் போயி எனக்கு ஏதாவது ஒரு பியூன் வேலை பார்த்துக் குடுங்கோ– தாடியெ எடுத்துட்டு ஓடி வந்துடறேன்” என்று சிரிப்பிடையே கூவிச் சொன்னார் சாமியார்.

●●●

**கா**லையிலே இருந்து வேதகிரி முதலியார் வீட்டின் முன் அந்தக் கறுப்புக் கார் நின்றிருந்தது. கால் சராயும் ஷர்ட்டும் அணிந்து கண்ணாடியுடன் நின்றிருக்கும் முதலியாரின் மூத்த மகனைத் தெருச் சிறுவர்கள் வேடிக்கையாகப் பார்த்துச் சிரிக்கிறார்கள்.

உள்ளே கூடத்தில் மாமியாருக்காக வாங்கி வந்திருக்கும் புடவையையும் ஒரு கம்பளிப் போர்வையையும் எடுத்துப் பிரித்துக் காண்பித்துக் கொண்டிருக்கிறாள் முதலியாரின் மனைவி மங்களம்.

“இரு. இதோ வந்துட்டேன். உலை கொதிச்சிருக்கும்” என்று கிழவி எழுந்தபோது மங்களம் இடைமறிக்கிறாள்:

“இன்னிக்கி ஒரு நாள் நீங்க இருங்க, நான் பார்த்துக்கறேன்.”

கிழவி சிரிக்கிறாள்: “ஐய, என் அருமை மருமகளே– போதும் போதும்! ‘இன்னிக்கு ஒரு நாளு’ன்னு ஜாக்கிரதையாச் சொல்லிக் கறியே! ஒரு நாளைக்கு நீ செய்தால் போதுமா? மீதி நாளைக்கு யார் செய்யறதாம்? நீயே இருந்து எப்பவும் பார்த்துக்

கறதானா உன் அதிகாரத்தை நான் பறிக்கல்லே. ஒரு நாளுன்னா வேண்டாண்டி அம்மா! நான் பார்த்துக்கறேன்...” என்று விளையாட்டாகவும் காரியமாகவும் சொல்லிக்கொண்டே எழுந்து போகிறாள் செல்லத்தம்மாள்.

“என்ன, அம்மா சொல்றமாதிரி இங்கேயே இருந்துடலாமா?” என்று கண்களைச் சிமிட்டியவாறு மங்களத்தைக் கேட்கிறார் வேதகிரி.

“ஐயோடி, என்னாலே ஆகாதம்மா” என்கிறாள் மங்களம்.

வேதகிரி விஷமமாய்ச் சிரித்துக் கொள்கிறார்.

அப்போது உள்ளே வந்த அவரது மகன் சொன்னான்:

“ரெண்டு மணி நேரத்துக்கு மேலே தொரைகிட்டே நான் விவாதம் பண்ணினேன். கொஞ்சத்திலே அவன் மசியல்லே அப்பா... என்னென்னமோ சொன்னான். ஒரு மாசத்துக்கு மேலே இழுத்தடிச்சான். ஆனா, எனக்குத் தெரியும், ‘ஹி வில் ரீகன்ஸிடர்னு.”

வேதகிரி மௌனமாகப் பெருமூச்செறிந்தார்.

அப்போது சுப்பராம ஐயர் வந்தார். “நமஸ்காரம் அம்மா! சௌக்கியமா?” என்று மங்களத்தம்மாளை விசாரித்தவாறே அங்கிருந்த பெஞ்சில் உட்கார்ந்தார். மங்களத்தம்மாள் எழுந்து நின்று கொண்டாள்.

“உடனே– பொறப்படணும்னு எழுதி இருந்தேள். எப்பவோ வர்றவா ரெண்டு நாளு இருந்துட்டுப் போகப் படாதோ?”

“இல்லே, அப்பாவுக்கு வேலை இருக்கு” என்றான் பையன்.

“ஆமா, பட்டணத்திலே இருக்கிறவங்க எல்லாரும் வேலை இருக்கறவங்க, இங்கே கிராமத்திலே இருக்கறவங்க எல்லாம் சும்மா வேலையத்து இருக்கிறவங்க. என்ன ஐயரே அப்படித்தானே? அதனாலேதான் நீங்களும் போகப் போறீங்க, இல்லே?”

எல்லோரும் முதலியாரைப் பார்த்தனர். முதலியார் சொன்னார்:

“நான் இனிமே இங்கேதான் இருக்கப் போறேன். கண்டவன் காலிலேயும் விழற மாதிரி பல்லிளிச்சி நிக்கிற உத்யோகப் பெருமை போதும்– எனக்கு அது வேணாம். அந்த ஆயிரம் ரூபாய்க்கு இங்கே சம்பாதிக்கிற நூறு ரூபாய் சமம். ஐயரே, இன்னிக்கே ரூபாய் இருபதினாயிரம் தர்றேன்... உம் கோரைவாய்க்கால்வரை

நஞ்சையையும் நல்லாந்தோப்பையும் என் பேருக்குக் கிரயம் பண்ணிவச்சிடும்... இனிமே எனக்கு இங்க நிறைய வேலை இருக்கு."

"அது முதலியாரே..." என்று இழுத்தார் ஐயர்.

"அதெல்லாம் சொல்லப்படாது– சாமியார் சாட்சி" என்று முதலியார் சொல்லிக் கொண்டிருக்கும்போது, "அம்மா, நமஸ் காரம் – சௌக்கியமா" என்று கேட்டவாறே படியேறிக் கொண்டி ருந்தார் டீக்கடைச் சாமியார். அவர் கையில் ஒரு சீப்பு பேயன் பழம் இருந்தது.

"சாமியாரே, நீர் சாட்சி" என்று முதலியார் சொன்னதும், சாமியார் சிரித்தார். பிறகு முதலியாரே சொன்னார்:

"நிச்சயம் சுப்பராம ஐயர் வாக்குத் தவற மாட்டார். அவர் இன்னும் பட்டணவாசி ஆகலியே!"

●●●

இப்போதெல்லாம் டீக்கடைச் சாமியார்– ஆயிரம் ரூபாய் தருகிற உத்தியோகத்தையும் பெண்டாட்டி பிள்ளைகளையும் பட்டண வாசத்தையும் உதறிவிட்டுத் தாய்க்கு உதவியாகக் கிராம வாசத்தைத் தேர்ந்தெடுத்து, சட்டை கூட அணியாமல் டிராக்டர் வைத்து உழுது விவசாயம் பார்க்கிற வேதகிரி முதலியாரை 'டிராக்டர் சாமியார்' என்று அழைத்துச் சிரித்துக்கொண்டிருக் கிறார்.

---

ஆனந்த விகடன், 1969

# ஒரு வீடு பூட்டிக் கிடக்கிறது

வேப்பமரத்தடியில் நிற்கும் பசுவின் பின்னங் கால்களைக் கட்டிவிட்டு மடியைக் கழுவுவதற்காகப் பக்கத்திலிருந்த தண்ணீர்ச் செம்பை எடுக்கத் திரும்பிய சுப்புக் கோனார்தான் முதலில் அவனைப் பார்த்தான். பார்த்த மாத்திரத்திலேயே கோனாருக்கு அவனை அடையாளம் தெரிந்துவிட்டது. அதே சமயம் அவன் மார்புக்குள் 'திக்'கென்று என்னமோ உடைந்து ஒரு பயமும் உண்டாயிற்று. அடையாளம் தெரிந்ததனால் தனக்கு அந்தப் பயம் உண்டாயிற்றா, அல்லது அவனைக் கண்ட மாத்திரத்திலேயே தன்னைக் கவ்விக்கொண்ட அந்தப் பயத்தினால் தான் அடை யாளம் கண்டுகொள்ள முடிந்ததா என்று நிச்சயிக்க முடியாத நிலையில் அவனை அடையாளம் கண்டதும் அச்சம் கொண்டதும் சுப்புக் கோனாருக்கு ஒரே சமயத்தில் நிகழ்ந்தன.

அது பனிக்காலம்தான். இன்னும் பனிமூட்டம் விலகாத மார்கழி மாதக் காலை நேரம்தான். அதற்காக உடம்பு திடீரென்று இப்படி உதறுமா என்ன? பாதத்தின் விரல்களை மட்டும் பூமியில் ஊன்றி, குத்திட்டு அமர்ந்திருந்த கோனாரின் இடது முழங்கால் ஏகமாய் நடுங்கிற்று. எழுந்து நின்று கொண்டான். உடம்பு நடுங்கினாலும் தலையில் கட்டியிருக்கும் மப்ளருக்குள்ளே திடீரென வேர்க்கிறதே!

முண்டாசை அவிழ்த்துத் தலையை நன்றாகச் சொறிந்து விட்டுக் கொண்டான் கோனார்.

காலனி காம்பவுண்டின் இரும்பாலான கதவுகளை ஓசை யிடத் திறந்து, பெரிய ஆகிருதியாய் உள்ளே வந்து கொண்டிருந்த அவன், தன்னையே குறி வைத்து முன்னேறி வருவது போலிருந்தது கோனாருக்கு.

அவன் கால் செருப்பு ரொம்ப அதிகமாகக் கிறீச்சிட்டது. அவன் கறுப்பு நிறத்தில் கட்டம் போட்ட லுங்கி அணிந்திருந்தான். உள்ளே போட்டிருக்கும் பனியனும், இடுப்பிலணிந்த நான்கு விரற்கடை அகலமுள்ள தோல் பெல்ட்டும், அந்த பெல்ட்டிலே தொங்குகின்ற அடர்ந்த சாவிக் கொத்தின் வளையத்தை இணைத்து இடுப்பில் சொருகி இருக்கும் பெரிய பேனாக் கத்தியும்

தெரிய அணிந்த மஸ்லின் ஜிப்பா. அதைப் பார்க்கும்போது சாவிக் கொத்திலே இணைந்த ஒரு பேனாக்கத்தி மாதிரித் தோன்றாமல் கத்தியின் பிடியிலே ஒரு சாவிக் கொத்தை இணைத்திருப்பது போல் தோன்றும் அளவுக்கு அந்தக் கத்தி பெரிதாக இருந்தது.

அவன் சுப்புக் கோனாரைச் சாதாரணமாகத்தான் பார்த்தான். தான் வருகிற வழியில் எதிரில் வருகிற எவரையும் பார்ப்பதுபோல்தான் பார்த்தான். போதாதா கோனாருக்கு? ஓடவும் முடியாமல், நிற்கவும் முடியாமல், பால் கறக்கவும் முடியாமல், பசுவின் காலை அவிழ்க்கவும் முடியாமல் தன்னைக் கடந்து செல்லும் அவனது முதுகைப் பார்த்தவாறு உறைந்து போய் நின்றிருக்கும் கோனாரைப் பார்த்து வேப்பமரத்தில் கட்டப்பட்டிருந்த அந்தக் கன்றுக் குட்டிக்கு என்ன மகிழ்ச்சியோ? ஒரு துள்ளுத் துள்ளிக் கட்டை அவிழ்த்துக் கொண்டு பசுவின் மடியில் வந்து முட்டியதைக்கூட அவன் பார்க்கவில்லை.

வழக்கம்போல் படுக்கையிலிருந்து எழுந்ததும் பசுவின் முகத்தில் விழிப்பதற்காக ஜன்னல் கதவைத் திறந்த முதல் வீட்டுக் குடித்தனக்காரரான குஞ்சுமணி இந்த மஸ்லின் ஜிப்பாக்காரனின் காக்கை கூடு கட்டிய மாதிரி உள்ள கிராப்பையும், கிருதாவையும் பார்த்து முகம் சுளித்துக் கண்களை மூடிக்கொண்டார். கண்ணை மூடிக்கொண்ட பிறகுதான் மூடிய கண்களுக்குள்ளே அவனை அவருக்கு அடையாளம் தெரிந்தது. மறுபடியும் கண்களைத் திறந்து பார்த்தார். அவனேதான்!

அவனைத் துரத்திக்கொண்டு யாராவது ஓடி வருகிறார்களா என்று பார்ப்பதற்காகக் குஞ்சுமணி வெளியில் ஓடி வந்தார்.

அப்போது அவன் அவரையும் கடந்து மேலே போய்க் கொண்டிருந்தான். வெளியில் வந்து பார்த்த குஞ்சுமணி, பசுவின் காலைக் கட்டிப் போட்டுவிட்டுத் தன் கால்களையும் பயத்தால் கட்டிப்போட்டுக்கொண்டு நின்றிருக்கும் சுப்புக் கோனாரைப் பார்த்தார். கோனாருக்குப் பின்னால் காம்பவுண்டு 'கேட்'டுக்கு வெளியே நின்றிருந்த அந்த ஜட்கா வண்டியிலிருந்துதான் அவன் இறங்கி வருகிறானா என்று குஞ்சுமணியால் தீர்மானிக்க முடியவில்லை.

ஏனெனில்– தெருவோடு போகிற வண்டி தானாகவே அதன் போக்கில் நின்றிருக்கலாமென்று தோன்றுகிற விதமாக அந்த ஜட்கா வண்டியின் குதிரை, பின்னங்கால்களை முழங்கால் வளையப் பூமியில் உந்தி விறைத்துக்கொண்டு புழுதி மண்ணில் நுரை கிளம்பச் சிறுநீர் கழித்த பின், கழுத்துச் சலங்கை அசைய

அப்போதுதான் நகர ஆரம்பித்திருந்தது. காலையில் தனக்கு வரிசையாக காணக் கிடைக்கின்ற தரிசனங்களை எண்ணிக் காறித் துப்பினார் குஞ்சுமணி. துப்பிய பிறகுதான் அவன் திரும்பிப் பார்த்து விடுவானோ என்று அவர் பயந்தார். அந்தப் பயத்தினால், தான் துப்பியது அவனைப் பார்த்து இல்லை என்று அவனுக்கு உணர்த்துவதற்காக "தூ! தூ! வாயிலே கொசு பூந்துட்டுது" என்று இரண்டு தடவை பொய்யாகத் துப்பினார் குஞ்சுமணி.

அவன் அந்தக் காலனியின் உள்ளே நுழைந்து இரண்டு பக்கமும் வரிசையாய் அமைந்த அந்தக் குடியிருப்பு வீடுகளை ஏறிட்டுக் கூடப் பார்க்காமல், அவற்றின் உள்ளே மனிதர்கள்தான் வாழுகிறார்களா என்று அறியக்கூடச் சிரத்தையற்றவனாய், தனது இந்த வருகையைக் கண்ட பின் இங்கே உள்ள அத்தனை பேருமே ஆச்சரியமும், அச்சமும், கவலையும், கலக்கமும் கொள்வார்கள் என்று தெரிந்தும், அவர்களின் அந்த உணர்ச்சிகளைத் தான் பொருட்படுத்தவில்லை என்று காட்டிக் கொள்கிற ஓர் அகந்தை மாதிரி, "இங்கே இருக்கும் எவனையும் போல் எனக்கும் இங்கு நடமாட உரிமை உண்டு" என்பதைத் தனது இந்தப் பிரசன்னத்தின் மூலம் ஒரு மௌனப் பிரகடனம் செய்கின்ற தோரணையில், பின்னங் கைகளைக் கட்டிக் கொண்டு, பின்புறம் கோத்த உள்ளங் கைகளைக் கோழி வால் மாதிரி ஆட்டிக் கொண்டு 'சரக் சரக்' என்று நிதானமாய், மெதுவாய், யோசனையில் குனிந்த தலையோடு மேலே நடந்து கொண்டிருந்தான்.

அந்த அகந்தையையும், அவனது மௌனமான இந்தப் பிரகடனத்தையும்தான் குஞ்சுமணியால் தாங்கிக்கொள்ள முடிய வில்லை. ஆனால், தாங்கிக் கொள்ளாமல் வேறென்ன செய்வது? ஏற்கனவே ஒரு பக்கம் பயத்தால் படபடத்துக் கொண்டிருக்கும் அவர் மனத்துள், அவனது இந்த நடையைப் பார்த்ததும் கோபமும் துடிதுடிக்க ஆரம்பித்தது. ஆனால், அறிவு நிதானமாக வேலை செய்தது அவருக்கு.

'இவன் எதற்கு இங்கு வந்திருப்பான்? இவன் நடையைப் பார்த்தால் திருடுவதற்கு வந்தவன் மாதிரி இல்லை! எதையோ கணக்குத் தீர்க்க வந்து அதற்காகக் காத்துக் கொண்டிருக்கிற நிதானம் இவன் நடையிலே இருக்கிறதே... ஆள் அப்போ இருந்ததைவிட இப்போ இன்னும் கொஞ்சம் சதை போட்டிருக் கான். அப்போ மட்டும் என்ன சுவரேறிக் குதிச்ச வேகத்திலே கீழே விழுந்து முழங்காலை ஒடிச்சிக்காம இருந்திருந்தான்னா அத்தனை பேரையும் அப்படியே அள்ளித் தூக்கித் தூர எறிஞ்சுட்டு

ஓடிப்போயிருப்பான்... அன்னிக்கி முழங்கால்லேருந்து கொட்டின ரத்தத்தையும், பட்டிருந்த அடியையும் பார்த்தப்போ, இவனுக்கு இனிமே காலே விளங்காதுன்னு தோணித்து எனக்கு. இப்போ என்னடான்னா நடை போட்டுக் காட்டறான் நடை! அது சரி! இப்போ இவன் இங்கே எதுக்கு வந்திருக்கான்?... என்ன பண்ணினாப் போவான்?... இவன் வந்திருக்கறது நல்லதுக் கில்லைன்னு தோணறதே. இன்னிக்கி யார் மொகத்திலே முழிச்சேனோ? சித்தமின்னெ இவன் மொகத்திலேதான் முழிச் சேனோ?' என்ற கலவரமான சிந்தனையோடு சுப்புக் கோனாரைப் பரிதாபமாகப் பார்த்தார், குஞ்சுமணி. அந்தப் பார்வையில் சுப்புக்கோனாரின் உடம்பையும், அந்த, அவனுடைய உடம்பையும் ஒப்பிட்டு அளந்தார்.

'கோனாருக்கு நல்ல உடம்புதான்... தயிர், பால், வெண்ணெய், நெய்யில் வளர்ந்த உடம்பாச்சே..." சரிதான்! ஆனால், அடி தாங்குமோ? அவனுக்கு அன்னிக்கி முழங்காலிலே அடி படாமல் இருந்திருந்தா, இந்த சுப்புக்கோனார், கீழே விழுந்திருந்த அவன் முதுகிலே அணைக்கயத்தாலே வீறு வீறுன்னு வீறி இருப்பானா! அந்தக் கயறே ரத்தத்திலே நனைஞ்சு போயிடுத்தே?... அடிபட்டு ரத்தம் கொட்டற அந்த முழங்காலிலே ஒண்ணு வச்சான். அவ்வளவுதான்! பயல் மூர்ச்சை ஆயிட்டான். அதுக்கப்புறம் பொணம் மாதிரின்னா அவனை இழுத்துண்டு வந்து, வேப்ப மரத்தோட தூக்கி வச்சுக் கட்டினா... அப்புறம் அவன் முழிச்சுப் பார்த்தப்போன்னா உயிர் இருக்கறது தெரிஞ்சது... "தண்ணி தண்ணி'ன்னு மொணகினான். நான்தான் பால் குவளையிலே தண்ணி கொண்டு போய்க் குடுத்தேன். குடுத்த பாவி அத்தோட சும்மா இருக்கப்படாதோ! 'திருட்டுப் பயலே! உனக்குப் பரிதாபப் பட்டாப் பாவமாச்சே'ன்னு பால் குவளையாலேயே கன்னத்திலே ஓங்கி இடிச்சேன்... தண்ணி குடிச்ச வாயிலேருந்து கொட கொடன்னு ரத்தம் கொட்டிடுத்து... அவன் கண்ணைத் திறந்து கறுப்பு முழியைச் சொருகிண்டு என்னைப் பார்த்தான். அதுக்கு அர்த்தம் இப்போன்னா புரியறது...

'எலே பாப்பான் இருடா வந்து பாத்துக்கறேன்'ங்கற மாதிரி அன்னிக்கே தோணித்து. இப்போ வந்திருக்கான்... நான் தண்ணி குடுத்தேனே... அதை மறந்திருப்பானா என்ன? எனக்கென்ன– மத்தவா மாதிரி ஒருத்தன் வகையா மாட்டிண்டானே, கெடைச்சது சான்ஸ்னு போட்டு அடிக்கிற ஆசையா? இப்படித் திருடிட்டு, ஓடி வந்து, இவா கையிலே மாட்டிண்டு, அடி வாங்கி தண்ணி தண்ணின்னு தவிக்கறயே... நோக்கென்னடா தலையெழுத்துன்னு

அடிச்சேன். இல்லேங்கல்லை... அடிச்சேன்... அவனுக்கு அடிச்சது மட்டும்தான் ஞாபகம் இருக்கும். இப்போ திருப்பி அடிக்கத்தான் அவன் வந்திருக்கான். எனக்கு நன்னாத் தெரியறது. அவன் நடையே சொல்றதே! நன்னா ஆறு மாசம் ஜெயில் சாப்பாட்டுலே உடம்பைத் தேத்திண்டு வந்திருக்கான். வஞ்சம் தீக்கறதுக்குத்தான் வந்திருக்கான்... பாவம்! இந்த சுப்புக்கோனாரைப் பார்க்கறச்சே தான் பாவமா இருக்கு... அப்படியே சிலைமாதிரி நின்னுட்டானே? இவன் கணக்குத்தான் அதிகம். என்னமா அடிச்சான்! அடிக்கறச்சே மட்டும் நன்னா இருந்ததோ?... இப்போ திருப்பித்தரப் போறான்... நேக்கும்தான்... என் கணக்கு ஒரு அடிதான்... ஆனால், அதை நான் தாங்கணுமே!... இந்தக் காலனிலே இருக்கிறவாள் எல்லாருமே ஆளுக்கு ஒரு தர்ம அடி போட்டா... அப்படி இவன் என்ன மகாசூரன்? எல்லாரையுமா இவன் அடிச்சுடுவான்?' என்ற எண்ணத்தோடு மறுபடியும் சுப்புக்கோனாரின் உடம்பை அளந்து பார்த்தார் குஞ்சுமணி. அவன் உடம்போடு தன் உடம்பையும்– ஏதோ இலங்கைக்குப் பாலம் போடும்போது அணில் செய்த உதவி மாதிரி தன் பலத்தையும் கூட்டி, அதன் பிறகு தானும் சுப்புக் கோனாரும் சேர்ந்து போடுகிற கூச்சலில் வந்து சேருவார்கள் என்று நம்புகிற கூட்டத்தின் பலத்தையும் சேர்த்துப் பெருக்கிக் கொண்ட தைரியத்தோடு குஞ்சுமணி பலமாக ஒருமுறை– இரு மினார்! அவர் என்னமோ அவனை மிரட்டுகிற தோரணையில் கனைத்து ஒரு குரல் கொடுக்கத்தான் நினைத்தார். அப்படி யெல்லாம் கனைத்துப் பழக்க மில்லாத காரணத்தினாலோ, அல்லது நாள் முழுவதும் அந்த நடராஜ விலாஸில் சரக்கு மாஸ்டராக அடுப்படிப் புகையில், கடலை எண்ணெயில் உருட்டிப் போட்ட புளி உருண்டை தீய்கிற கமறலில் இருமி இருமி நாள் கழிக்கிற பழக்கத்தினாலோ, கனைப்பதாக நினைத்துக் கொண்டு அவரால் இருமத்தான் முடிந்தது.

அவன், அவரையோ, அவர் இருமலையோ கொஞ்சம்கூட லட்சியம் செய்யாமல் பூட்டிக் கிடக்கும் அந்த வீட்டு வாசற் படிகளில் ஏறினான்.

'நல்ல இடம்தான் பார்த்திருக்கான்! திண்ணையிலே உக்காந்துக்கப் போறான். பக்கத்திலே இருக்கிற குழாயடிக்கு எப்படிப் பொம்மனாட்டிகள் வந்து தண்ணி பிடிப்பா?... இதோ! இன்னும் சித்த நாழியிலே எங்க அம்மா ரெண்டு குடத்தையும் கொண்டு வந்து திண்ணையிலே வச்சுட்டு 'குஞ்சுமணிக் கண்ணா! என் கண்ணோல்லியோ? ரெண்டே ரெண்டு குடம் தண்ணி கொண்டு வந்து குடுத்துடுடா'ன்னு கெஞ்சப் போறாள். பாவம்!

அவளுக்கு உக்காந்த இடத்திலே சமைச்சுப் போடத்தான் முடியும். தண்ணிக் குடம் தூக்க முடியுமா என்ன? ரெண்டு குடத்தையும் எடுத்துண்டு நான் குழாயடிக்குப் போகப் போறேன். அப்படியே அலாக்கா என்னைத் திண்ணை மேலே தூக்கி... சொல்லிடணும்... 'ஒரு அடிதாம்பா தாங்க முடியும்... அதோட விட்டுடணும்... அவ்வளவுதான் என் கணக்கு'ன்னு சொல்லிடணும். நியாயப்படி பார்த்தா அவன் முதல்லே சுப்புக் கோனாரைத் தானே அடிக் கணும்? இந்தக் கோனாருக்கு அவனை அடையாளம் தெரிய லியோ?...

"ஏய், சுப்பு! பாத்துண்டு நிக்கறியே... ஆளை உனக்கு அடை யாளம் தெரியலியா?" என்று குரலைத் தாழ்த்திச் சுப்புக் கோனாரை விசாரித்தார், குஞ்சுமணி.

"அடையாளம் எனக்குத் தெரியுது சாமி. என்னையும் அவனுக்குத் தெரிஞ்சிருக்குமேன்னுதான் யோசிக்கிறேன்" என்று முணுமுணுத்தான் சுப்புக் கோனார்.

அந்த நேரம், கையில் பால் செம்புடன் வெளியில் வந்த குஞ்சுமணியின் தாயார் சீதம்மாள், சுப்புக் கோனார் பாலைக் கறக்காமல் தன் பிள்ளையாண்டானுடன் பேசிக் கொண்டிருப் பதைப் பார்த்து, அதைத் தானும் அறிந்து கொள்ளும் ஆர்வத் துடன், காதை மறைத்திருந்த முக்காட்டை எடுத்துச் செவி மடலில் செருகிக் கொண்டு வேப்ப மரத்தடிக்கு வந்தாள்.

சாதாரணமாகக் குஞ்சுமணி யாருடனும் பேசமாட்டார். காலையில் எழுந்தவுடன் ஜன்னல் வழியாகப் பசுவைத் தரிசனம் செய்துவிட்டுத் திண்ணையில் வந்து உட்கார்ந்து கொண்டு வெற்றிலை சீவல் போட ஆரம்பிப்பார். சீதம்மாள் பால் வாங்கிக் கொண்டு போய், காபி கலந்து, அவரைக் கூப்பிடுவதற்கு முன் இரண்டு தடவையாவது வெற்றிலை போட்டு முடித்திருப்பார் குஞ்சுமணி. காப்பி குடித்த பிறகு இன்னொரு முறை போடுவார். வெற்றிலை சீவல், புகையிலை அடைத்த வாயுடன் இரண்டு குடங்களையும் தூக்கிக் கொண்டு குழாயடிக்கு வருவார். அவர் அதிகமாகப் பேசுகின்ற பாஷையே 'உம்' 'ம்ஹூம்' என்ற ஹூங் காரங்களும் கையசைப்பும்தான். அப்படிப்பட்ட குஞ்சுமணி, காலையில் எழுந்து வெற்றிலைகூடப் போடாமல் இந்தக் கோனா ரிடம் போய் ஏதோ பேசுகிறார் என்றால் அது ஏதோ மிக அவசியமான, சுவாரசியமான விஷயமாகத்தான் இருக்க வேண்டும் என்று ஊகித்த சீதம்மாள், மோப்பம் பிடிக்கிற மாதிரி முகத்தை வைத்துக்கொண்டு நாலு புறமும் திரும்பித் திரும்பிப் பார்த்துக்

கொண்டு வேப்ப மரத்தடிக்கு வந்தாள். அவ்விதம் அவள் பார்க்கும்போது அந்தப் பூட்டிக் கிடக்கும் வீட்டின் முன்னால் நின்றிருக்கும் அவன், இவர்கள் மூவரையும் திரும்பிப் பார்த்தான்.

"இங்கேதான் பார்க்கறான். அம்மா, நீ ஏன் அங்கே பார்க்கறே?" என்று பல்லைக் கடித்தார் குஞ்சுமணி.

"யார்ரா அவன்? பூட்டிக் கிடக்கிற வீட்டண்ட என்ன வேலை? கேள்வி முறை கிடையாதா? யாரு நீ?" என்று அவனைப் பார்த்த மாத்திரத்தில் குரலை உயர்த்திச் சத்தமிட்டவாறே பால் செம்புடன் கையை நீட்டி நீட்டிக் கேட்டுக் கொண்டு, அவனை நோக்கி நடந்த சீதம்மாளின் கையை பிடித்து இழுத்து நிறுத்தினார் குஞ்சுமணி.

"அவன் யாரு தெரியுமோ? முன்னே ஒரு நாள் காலையில் எங்கேயோ திருடிட்டு, அவா துரத்தறச்சே ஓடி வந்து நம் காம்பவுண்டுச் சுவரிலே ஏறிக் குதிச்சுக் காலை ஒடிச்சுண்டு, இந்தக் கோனார் கையிலே மாட்டிண்டு அடி பட்டானே.."

"சொல்லு..."

"பத்து மணிக்குப் போலீஸ்காரன் வரவரைக்கும் வேப்ப மரத்திலே கட்டி வச்சு, போறவா வரவா எல்லாரும் ஆளுக்கொரு தர்ம அடி போட்டாளே...".

"ஆமா..."

"நான் கூடப் பால் குவளையாலே கன்னத்திலே ஓங்கி இடிச்சேனே... அவன்தான்– அந்தத் திருடன்தான் வந்திருக்கான்... திருடறதுக்கு இல்லே; எல்லோருக்கும் திருப்பிக் குடுக்கிறதுக்கு..."

"குடுப்பான் குடுப்பான். மத்தவா கை பூப்பறிச்சுண்டிருக்கு மாக்கும். திருடனைக் கட்டிவச்சு அடிக்காம, கையைப் பிடிச்சு முத்தம் குடுப்பாளாக்கும்...? என்ன கோனாரே! இந்த அக்கிர மத்தைப் பாத்துண்டு நிக்கறீரே? மரியாதையா காம்பவுண்டை விட்டு வெளியே போகச் சொல்லும். வேற எங்கேயாவது சத்திரம் சாவடி பாத்துண்டு போகச் சொல்லும். இல்லேன்னா போலீஸைக் கூப்பிடுவேன்னு சொல்லும்" என்று அந்தக் காலனியையே கூட்டுகிற மாதிரி 'ஓ' வென்று கத்தினாள் சீதம்மாள்.

அவளுடைய கூக்குரல் கிளம்புவதற்கு முன்னாலேயே அந்தக காலனியில் ஓரிருவர் பால் வாங்குவதற்காகவும், குழாயடியில் முந்திக் கொள்வதற்காகப் பாத்திரம் வைக்கவும் அங்கொருவர், இங்கொருவராய்த் தென்படலாயினர்.

இப்போது சீதம்மாளின் குரல் கேட்டபிறகு, எல்லாருமே அந்தப் பூட்டி இருக்கும் வீட்டுத் திண்ணையின் மேல் வந்து உட்கார்ந்திருக்கும் அந்த அவனைப் பார்த்தனர்; பார்த்ததும் அடையாளம் கண்டனர். சுப்புக் கோனார் மாதிரியும் குஞ்சுமணி மாதிரியும் அவனது பிரசன்னத்தைக் கண்டு அவர்களும் அஞ்சினர்.

கூட்டம் சேர்ந்த பிறகு கோனாருக்கும் கொஞ்சம் தைரியம் வந்தது. “என்ன இவன்... பெரிய இவன்?... திருட்டுப் பயல்தானே? அன்னிக்கு வாங்கின அடி மறந்திருக்கும். என்ன உத்தேசத்தோட வந்திருப்பான்னுதான் யோசிச்சேன்...?”

மப்ளரை உதறித் தோளில் போட்டுக்கொண்ட கோனார் பலமாக ஒரு கனைப்பு கனைத்தான்.

“ம்...!” என்று குஞ்சுமணி அந்தக் கனைப்பை மனசுக்குள் சிலாகித்துக் கொண்டார்.

கோனார், தைரியமாக, கொஞ்சம் மிரட்டுகிற தோரணை யுடனேயே அவன் உட்கார்ந்திருந்த அந்தத் திண்ணையை நோக்கி நடந்தான். அவனுக்குத் துணையாக– ஏதாவது நடந்தால் விலக்கி விடவோ, அல்லது கூச்சலிடவோ ஒரு ஆள் வேண்டாமா? அதற்காக– குஞ்சுமணியும் கோனாரின் பின்னால் கம்பீரமாக நடந்து சென்றார்.

“எலே!... உன்னை யாருன்னு இங்கே எல்லாருக்கும் தெரியும்... இடம் தெரியாம வந்துட்டே போல இருக்கு. வேறே ஏதாவது தகராறு வரதுக்கு முன்னாடி இந்தக் காம்பவுண்டைவிட்டு வெளியே போயிடு” என்று கோனார் சொல்லும்போது...

“ஆமாம்பா... தகராறு பண்ணாம போயிடு... நோக்கு இடமா கிடைக்காது?” என்று குஞ்சுமணியும் குரல் கொடுத்தார்.

அவன் மௌனமாக ஜிப்பா பாக்கெட்டிலிருந்து ஒரு பீடியை எடுத்துப் பற்ற வைத்துக் கொண்டான். பின்னர் சாவதானமாய் இடுப்பை எக்கி பெல்ட்டோடு தைத்திருந்த பையைத் திறந்து, நான்காய் மடித்து வைத்திருந்த ஒரு காகிதத்தைக் கோனாரிடம் கொடுத்துவிட்டு அதிலிருந்து ஒரு சாவியைத் தேடி எடுத்து அந்தப் பூட்டிய வீட்டின் கதவைத் திறந்துகொண்டு உள்ளே போனான்.

கோனார் அந்தக் காகிதத்தைக் குஞ்சுமணியிடம் கொடுத்தான். குஞ்சுமணி அதை வாங்கிப் பார்த்ததும் வாயைப் பிளந்தார்.

“என்னய்யா கோனாரே... முதலியார் கிட்டே இரண்டு மாச அட்வான்ஸ் ஐம்பது ரூபாய் கட்டி, ரசீது வாங்கிண்டு வந்திருக்கானய்யா...” என்று ஏக்கத்தோடு பெருமூச்சு விட்டார்.

"நன்னா இருக்கே, நாயம்! சம்சாரிகள் இருக்கற எடத்துலே திருட்டுப்பயலைக் கொண்டு வந்து குடி வெக்கறதாவது? இந்த முதலியாருக்கென்ன புத்தி கெட்டா போயிடுத்து? ஏண்டா குஞ்சுமணி! நானும் இந்த வீடு காலியான பதினைஞ்சி நாளா சொல்லிண்டு இருக்கேனோன்னோ? நம்ப சுப்புணி பிள்ளை பட்டம்பி இங்கே ஏதோ 'கோப்ரேட்டி' பரீட்சை எழுத வரப் போறேன்னு கடிதாசி எழுதினப்பவே சொன்னேனே... அந்த முதலியார் மூஞ்சிலே அம்பது ரூபாக் காசை 'அடுமாசி'யா விட்டெறிஞ்சுட்டு இந்த இடத்தைப் பிடிடான்னு சொன்னே னோன்னோ... நேக்கு அப்பவே பயம்தான். வயசுப்பொண்கள் இருக்கற எடத்துலே எவனாவது கண்ட காவாலிப் பயல் வந்துடப் படாதேன்னு... பாரேன்... அவனும் அவன் தலையும்... கட்டால போறவன்... பீடி வேறே பிடிச்சுண்டு... என்ன கிரகசாரமோ?" என்று முடிவற்று முழங்கிக் கொண்டிருந்த சீதம்மாளை வாயைப் பொத்தி அடக்குவதா, கழுத்தை நெறித்து அடக்குவதா என்று புரியாத படபடப்பில் பல்லைக் கடித்துக்கொண்டு அவள் முகத்துக்கு நேரே இரண்டு கைகளையும் நீட்டி—

"அவன் காதுலே விழப் போறது, வாயை மூடு... அவன் கையால எனக்கு அடி வாங்கி வெக்கறதுன்னு கங்கணம் கட்டிண்டு நிக்கறயா? எவனும் எங்கேயும் வந்துட்டுப் போறான். நமக்கென்ன?" என்று கூறிச் சீதம்மாளின் கையைப் பிடித்து இழுத்துக்கொண்டு தன் வீட்டை நோக்கி நடந்தார் குஞ்சுமணி.

"நேக்கு என்னடா பயம்? நோக்கு பயமா இருந்தா, நீ ஆத்துக் குள்ளே இரு... புருஷாள்ளாம் வெளிலே போயிடுவேள்; நாங்க பொம்மனாட்டிகள்னா வயத்துலே நெருப்பைக் கட்டிண்டு இங்கே இருக்கணும்... இப்பவே குழாயடியிலிருந்து தவலையைக் காணோம்...

கொடியிலே உலர்த்தியிருந்த துணியைக் காணோம்... போறாக் குறைக்குத் திருடனையே கொண்டுவந்து குடிவச்சாச்சு... காதுலே மூக்குலே ரெண்டு திருகாணி போட்டிண்டிருக்கிற கொழந்தை களை எப்படித் தைரியமா வெளிலே அனுப்பறது? ஓய்... கோனாரே, பேசாமப் போய் போலீசுலே ஒரு 'கம்ப்ளேண்டு' குடும். இதே எடத்துலே இவனைப் பிடிச்சிக் குடுத்திருக்கோம்" என்று வழி நெடுக, வாயைப் பொத்துகிற மகனின் கையைத் தள்ளித் தள்ளிப் புலம்பியவாறு வீட்டுக்குள் சென்ற சீதம்மாள், உள்ளே இருந்தும் உரத்த குரலில் அந்தத் தெருவுக்கே அபாய அறிவிப்பு கொடுத்துக் கொண்டிருந்தாள்.

இதற்கிடையில், சுப்புக்கோனார், வேப்பமரத்தடியில் கட்டியிருந்த பசுவின் மடியில் பாலை ஊட்டிக் கொண்டிருந்த கன்றுக் குட்டியைப் பார்த்துவிட்டுக் கோபமாக வைதுகொண்டு ஓடி வந்தான். பசுவின் மடியில் கொஞ்சங்கூட மிச்சம் வைக்காமல், உறிஞ்சிவிட்ட எக்களிப்பில் வாயெல்லாம் பால் நுரை வழியத் துள்ளிக் கொண்டிருந்தது, கன்றுக்குட்டி. பசு, கோனாரைக் கள்ளத் தனமாகப் பார்த்தது. ஆத்திரமடைந்த கோனார் பசுவின் காலைக் கட்டியிருந்த அணைக்கயிற்றை அவிழ்த்துச் 'சுரீர்' என்று ஒன்று வைத்தான். அடுத்த இரண்டு அடி கன்றுக் குட்டிக்கு. பசுவும் கன்றும் ஒன்றை ஒன்று துரத்திக்கொண்டு காம்பவுண்டு கேட்டைத் தாண்டி ஓடின.

கையில் பால் செம்புடன் வெளியில் வந்த சீதம்மாளைப் பாத்துச் சுப்புக்கோனார் கத்தினான்: "பாலுமில்லை ஒண்ணு மில்லை, போங்கம்மா... கன்னுக்குட்டி ஊட்டிப்பிடுத்து... இந்தத் திருட்டுப் பய முகத்திலே முழிச்சதுதான்" என்று சொல்லிக் கொண்டே இதுதான் சந்தர்ப்பமென்று அவனும் அங்கிருந்து நழுவினான்.

திண்ணையில் உட்கார்ந்து வெற்றிலை சீவல் போட்டுக் கொண்டிருந்த குஞ்சுமணி, "மத்தியானத்துக்குக் கொஞ்சம் சீக்கிரமா வந்துடு" என்று குரல் கொடுத்தார். 'அதற்குள்ளே இங்க என்னென்ன நடக்கப் போகிறதோ' என்று எண்ணிப் பயந்தார்.

சற்று நேரத்திற்கெல்லாம் அந்தக் காலனி முழுவதும்– ஆறு மாதத்துக்கு முன் ஒருநாள் விடியற்காலையில், எங்கோ திருடி விட்டு, தப்பி ஓடிவந்து, சுவரேறிக் குதித்து இங்கே சிக்குண்டு, எல்லோரிடமும் தர்ம அடி வாங்கி, போலீசில் ஒப்படைக்கப்பட்டு, ஆறு மாதம் சிறைத் தண்டனையும் பெற்ற ஒரு பழைய கேடி, இங்குள்ள, இத்தனை நாள் காலியாக இருந்த– இதற்கு முன் ஒரு கல்லூரி மாணவன் தங்கிப் படித்துக் கொண்டிருந்த– அந்தக் கடைசிப் போர்ஷனில் குடி வந்திருக்கிறான் என்கிற செய்தி பரவிற்று.

திண்ணையில் உட்கார்ந்திருந்த குஞ்சுமணி, வெற்றிலையை மென்றுகொண்டே, அந்தத் திருடனைப் பற்றிய பயங்கரக் கற்பனைகளை வளர்த்துக் கொண்டிருந்தார். அந்தக் காலனியிலே திரிகின்ற ஒவ்வொரு மனிதரையும் அவர் அவனோடு சம்பந்தப் படுத்திப் பார்த்தார்... ஆமாம். அவர்கள் எல்லோருக்குமே அவனுடன் ஏதோ ஒரு விதத்தில் சம்பந்தம் இருந்திருக்கிறது. பால் குவளையால் அவன் கன்னத்தில் ஓங்கி இடித்ததன் மூலம்

அவனோடு குறைந்த அளவு சம்பந்தம் கொண்டவர் தான் மட்டுமே என்பதில் அவருக்குக் கொஞ்சம் ஆறுதல் இருந்தது. மற்றவர்களெல்லாம் அவனை எவ்வளவு ஆசை தீர, ஆத்திரம் தீர அடித்தனர் என்பதை அவர் தன் மனக்கண்ணால் கண்டு அந்த அடிகள் எல்லாம் அவர்களுக்கு வட்டியும் முதலுமாகத் திரும்பக் கிடைக்கப் போவதைக் கற்பனை செய்து அவர்களுக்காகப் பயந்து கொண்டிருந்தார்.

'அந்தப் பதினேழாம் நம்பர் வீட்டிலே குடி இருக்கானே, போஸ்டாபீஸ்லே வேலை செய்யற நாயுடு– சைக்கிளிலே வந்தவன் சைக்கிளிலே உக்காந்தபடியே, ஒரு காலை தரையிலே ஊணிண்டு எட்டி வயத்துலே உதைச்சானே… அப்படியே எருமை முக்கார மிடற மாதிரி அஞ்சு நிமிஷம் மூச்சு அடைச்சு, வாயைப் பிளந் துண்டு அவன் கத்தினப்போ, இதோட பிழைக்க மாட்டான்னு நெனைச்சேன்… இப்போ திரும்பி வந்திருக்கான்! அவனை இவன் சும்மாவா விடுவான்? இவன் வெறும் திருடனா மட்டுமா இருப்பான்? பெரிய கொலைகாரனாகவும் இருப்பான் போல இருக்கே…' என்ற அவரது எண்ணத்தை ஊர்ஜிதம் செய்வது மாதிரி, அவன் அந்தக் கடைசி வீட்டிலிருந்து கையில் கத்தியுடன் இறங்கி வந்தான். இப்போது மேலே அந்த மஸ்லின் ஜிப்பா கூட இல்லை. முன்டா பணியனுக்கு மேலே கழுத்து வரைக்கும் மார்பு ரோமம் 'பிலுபிலு'வென வளர்ந்திருக்கிறது. தோளும் கழுத்தும் காண்டா மிருகம் மாதிரி மதர்த்திருக்கின்றன!

'ஐயையோ… கத்தியை வேற எடுத்துண்டு வரானே… நான் வெறுமே பால் குவளையாலேதானே இடிச்சேன்… இங்கேதான் வரான்!' என்று எண்ணிய குஞ்சுமணி, திண்ணையிலிருந்து இறங்கி, ஏதோ காரியமாகப் போகிறவர் மாதிரி உள்ளே சென்று 'படா' ரென்று கதவைத் தாளிட்டுக் கொண்டார். அவர் மனம் அத்துடன் நிதானமடையவில்லை. அறைக்குள் ஓடி ஜன்னல் வழியாகப் பார்த்தார்.

அவன் வேப்ப மரத்துக்கு எதிரே வந்து நின்றிருந்தான். வேப்பமரம் குஞ்சுமணியின் வீட்டுக்கு எதிரே இருந்தது. எனவே, அவன் குஞ்சுமணி வீட்டின் எதிரிலும் நின்றிருந்தான்.

'ஏண்டாப்பா… எவன் எவனோ போட்டு மாட்டை அடிக்கிற மாதிரி உன்னை அடிச்சான். அவனையெல்லாம் விட்டுட்டு என்னையே சுத்திச் சுத்தி வரயே?… இந்த அம்மா கடன்காரி வேற உன் ஆத்திரத்தைக் கிளப்பி விட்டுட்டா… நேக்குப் புரியறது… மனுஷனுக்கு ரோஷம்னு வந்துட்டா பழிக்குப் பழி தீத்துக்காம

அடங்காது. அதுவும் உன்னை மாதிரி மனுஷனுக்கு ஒண்ணுக்கு ஒன்பதாத் தீத்துக்கத் தோணும். நான் வேணும்னா இப்பவே ஓடிப்போயி, இந்தக் கோனார்கிட்டே பால் குவளையை வாங்கிண்டு வந்து உன் கையிலே குடுக்கறேன். வேணும்னா அதே மாதிரி என் கன்னத்திலே 'லேசா' ஒரு இடி இடிச்சுடு. அத்தோட விடு... என்னத்துக்குக் கையிலே கத்தியையும் கபடாவையும் தூக்கிண்டு அலையறே?' என்று மானசீகமாக அவனிடம் கெஞ்சினார் குஞ்சுமணி.

அந்தச் சமயம் பார்த்து, போஸ்ட் ஆபீசில் வேலை செய்கிற அந்தப் பதினேழாம் நம்பர் வீட்டுக்காரன், சைக்கிளை எடுத்துக் கொண்டு வாசலில் இறங்குவதையும் பார்த்தார். 'அட போறாத காலமே! ஆத்துக்குள்ளே போயிடுடா. உன் காலை வெட்டப் போறான்' என்று கத்த வேண்டும் போல் இருந்தது குஞ்சுமணிக்கு.

'எந்த வீட்டுக்கு எவன் குடித்தனம் வந்தால் எனக்கென்ன?' என்கிற மாதிரி அசட்டையாய் சைக்கிளில் ஏறிய பதினேழாம் நம்பர் வீட்டுக்காரன், வேப்பமரத்தடியில் கையில் கத்தியோடு நிற்கும் இவனைப் பார்த்துப் பெடலைப் பின்புறமாகச் சுழற்றினான்– சைக்கிளின் வேகத்தை மட்டுப்படுத்தினான்; குஞ்சு மணியின் கண்கள் அவன் கையில் இருந்த கத்தியையே வெறித்தன. அவன் அந்தக் கத்தியில் எதையோ அழுத்த, 'படக்'கென்று அரை அடி நீளத்திற்கு 'பளபள'வென்று அதில் மடித்திருந்த எஃகுக் கத்தி வெளியில் வந்து மின்னிற்று. நடக்கப் போகிற கொலையைப் பார்க்க வேண்டாமென்று கண்களை மூடிக் கொண்டார் குஞ்சு மணி. அந்தப் பதினேழாம் நம்பர் வீட்டுக்காரன் சைக்கிளைத் திருப்பி ஒரு அரை வட்டம் அடித்து வீட்டுக்கே திரும்பினான்!

குஞ்சுமணி மெல்லக் கண்களைத் திறந்து, பதினேழாம் நம்பர் வீட்டுக்கார நாயுடு சைக்கிளோடு வீட்டுக்குள் போவதைக் கண்டார். 'நல்ல வேளை! தப்பிச்சே... ஆத்தை விட்டு வெளியே வராதே... பலி போட்டுடுவான், பலி!'

அவன் வேப்ப மரத்தடியில் நின்று கைகளால் ஒரு கிளையை இழுத்து வளைத்து ஒரு குச்சியை வெட்டினான். பின்னர் அதிலிருக்கும் இலையைக் கிழித்து, குச்சியை நறுக்கிக் கடைவாயில் மென்று, பல் துலக்கிக் கொண்டே திரும்பி நடந்தான். அவன் பார்வையிலிருந்து மறைந்ததும், குஞ்சுமணி தெருக் கதவைத் திறந்துகொண்டு திண்ணையில் அமர்ந்து வெற்றிலைப் போடத் தொடங்கினார்.

அவனும் தன் வீட்டுத் திண்ணையில் அமர்ந்து கொண்டு வெகுநேரம் பல் துலக்கினான். அவன் வேப்ப மரத்தடியில்

நின்றிருந்த சமயம், சில பெண்கள் அவசர அவசரமாக அந்தக் கடைசி வீட்டருகே இருந்த குழாயில் தண்ணீர் பிடித்துக் கொண்டு ஓடினார்கள். அவன் மறுபடியும் திண்ணையில் உட்கார்ந்து கொண்டதும் குழாயடியில் தண்ணீர் நிரம்பி வழிந்து கொண்டிருக்கும் குடத்தை எடுக்கக்கூட யாரும் வராததைக் கண்டு அவனே எழுந்து உள்ளே போனான்.

அங்குள்ள அத்தனை குடித்தனக்காரர்களும் தண்ணீர் பிடித்துக் கொண்டு குழாயடியைக் காலி செய்கிற வரைக்கும் அவன் வெளியே தலைகாட்டவே இல்லை.

அந்த நேரத்தில்தான் குஞ்சுமணி ஒவ்வொரு வீடாகச் சென்று எல்லோரையும் பேட்டி கண்டார். அவர்கள் எல்லோருமே, சிலர் தன்னைப்போலவும், சிலர் தன்னைவிட அதிகமாகவும், மற்றும் சிலர் கொஞ்சம் அசட்டுத்தனமான தைரியத்தோடும் பயந்து கொண்டிருப்பதைக் கண்டார். ஒவ்வொருவரையும், 'வீட்டில் பெண்டு, பிள்ளைகளைத் தனியே விட்டுவிட்டு வெளியில் போக வேண்டாம்' என்று கேட்டுக்கொண்டார் குஞ்சுமணி.

"ஆமாம் ஆமாம்" என்று அவர் கூறியதை அவர்கள் ஆமோதித்தார்கள். சிலர் தங்களுக்கு ஆபீசில் லீவு கிடைக்காது என்கிற கொடுமைக்காக மேலதிகாரிகளை வைது விட்டு, போகும் போது வீட்டுக்குள் பாதுகாப்பாக இருக்கும்படி வீட்டிலுள்ளவர்களிடம் சொல்லிவிட்டுப் பயந்து கொண்டே ஆபிசுக்குப் போனார்கள்.

அப்படிப் போனவர்களில் ஒருவரான தாசில்தார் ஆபீஸ் தலைமைக் குமாஸ்தா தெய்வசகாயம்பிள்ளை, தமது நண்பரொருவர் உள்ளூர்ப் போலீஸ் ஸ்டேஷனில் ரைட்டராக இருப்பது ஞாபகம் வரவே, ஆபீசுக்குப் போகிற வழியில் ஒரு புகாரும் கொடுத்துவிட்டுப் போனார்.

காலை பதினோரு மணிவரை அவன் வெளியே வரவில்லை. குழாயடி காலியாகி மற்றவர்களுக்கு அங்கு வேலை இல்லை என்று நிச்சயமாகத் தெரிந்த பிறகு, அவன் குளிப்பதற்காக வெளியே வந்தான்.

வீட்டைப் பூட்டாமலேயே திறந்து போட்டுவிட்டு, அந்தக் காலனி காம்பவுண்டுச் சுவரோரமாக உள்ள பெட்டிக் கடைக்குப் போய்த் துணி சோப்பும், ஒரு கட்டு பீடியும் வாங்கிக்கொண்டு வந்தான்.

இடுப்பில் துண்டைக் கட்டிக்கொண்டு, லுங்கி, பனியன், ஜிப்பா எல்லாவற்றையும் குழாயடி முழுவதும் சோப்புநுரை

பரப்பித் துவைத்தான். துவைத்த துணிகளை வேப்ப மரக்கிளைகளில் கட்டிக் காயப் போட்டான்.

காலனியில் ஆளரவமே இல்லை. எல்லோரும் அவரவர் வீடுகளுக்குள்ளே அடைந்து கிடந்தனர். துணிகளைக் காயப் போட்டுவிட்டு வந்த அவன், குழாயடியில் அமர்ந்து ‘தபதப’வென விழும் தண்ணீரில் நெடுநேரம் குளித்தான்.

திடீரென்று,

“மாமா... உங்க பனியன் மண்ணிலே விழுந்துடுத்து...” என்ற மழலைக் குரல் கேட்டுத் திரும்பிப் பார்க்கையில், நாலு வயதுப் பெண் குழந்தையொன்று அரையில் ஜட்டியோடு மண்ணில் கிடந்த அவனது பனியனைக் கையிலே ஏந்திக் கொண்டு நின்றிருந்தது.

அப்போதுதான் அவன் பயந்தான்.

தன்னோடு இவ்வளவு நெருக்கமாக உறவாடும் இந்தக் குழந்தையை யாராவது பார்த்து விட்டார்களோ என்று சுற்றும் முற்றும் திருடன் மாதிரிப் பார்த்தான்.

“நீதான் இங்கே திருட வந்திருக்கிற புது மாமாவா?... உன்னைப் பார்க்கக் கூடாதுன்னு அம்மா அறையிலே போட்டு மூடி வச்சிருந்தா... அம்மா கூடத்திலே படுத்துத் தூங்கிண்டிருக்கறச்சே நான் மெதுவா வந்துட்டேன். எனக்கு மிட்டாய் வாங்கித் தரயா? திருடிண்டு வந்துடு... அந்தப் பொட்டிக் கடையிலே நெறைய இருக்கு...”

அவன் சிரித்தான். அந்தக் குழந்தையின் கன்னத்தைத் தொட்டபொழுது அவனுக்கு அழுகை வந்தது– அவசர அவசரமாக உடம்பைத் துடைத்துக்கொண்டு இடுப்பில் கட்டிய துண்டோடு பெட்டிக் கடைக்குப் புறப்பட்டான்.

அவன் போகும்போது அவனது இடுப்புத் துண்டைப் பிடித்து இழுத்து ரகசியமாகச் சொல்லிற்று, குழந்தை: “அம்மா பாத்தா அடிப்பா... சுருக்கப் போய் அவனுக்குத் தெரியாம மிட்டாயை எடுத்துண்டு ஓடி வந்துடு! நான் உங்காத்திலே ஒளிஞ்சிண்டிருக்கேன்...”

அவனும் ஒரு குழந்தை மாதிரியே தலையை ஆட்டி விட்டுக் கடைக்கு ஓடினான்.

ஒரு நொடியில் ஓடிப்போய், கை கொள்ளாமல் சாக்லெட்டை மடியில் கட்டிக் கொண்டு அவன் வந்தான்.

திருடன் என்கிற தனது ரகசியத்தைப் பகிர்ந்து கொள்ள ஒரு துணை கிடைத்துவிட்ட சந்தோஷம் போலும் அவனுக்கு. ‘இது

உன் வீடு' என்ற உரிமையை இந்தச் சமூகமே அந்தக் குழந்தை உருவில் வந்து தந்துவிட்ட ஒரு குதூகலம் அவனுக்கு.

அந்த மகிழ்ச்சியில் ஓடிவந்த அவன், வீட்டுக்குள் குழந்தையைக் காணாமல் ஒரு நிமிஷம் திகைத்தான். யாராவது வந்து அடித்து இழுத்துக்கொண்டு போய் விட்டார்களோ என்ற நினைப்பில் அவன் நெஞ்சு துணுக்குற்றது.

"பாப்பா... பாப்பா..." என்று ஏக்கத்தோடு இரண்டு முறை அழைத்தான்,

"உஸ்" என்று உதட்டின் மீது ஆள்காட்டி விரலைப் பதித்து ஓசை எழுப்பியவாறு கதவுக்குப் பின்னால் ஒளிந்து, காத்துக் கொண்டிருந்த குழந்தை வெளியே வந்தது.

"இங்கேதான் இருக்கேன்...வேற யாரோ வந்துட்டாளாக்கும்னு நினைச்சிப் பயந்துட்டேன், உக்காச்சிக்கோ" என்று அவனை இழுத்து உட்கார வைத்துத் தானும் உட்கார்ந்து கொண்டது.

குழந்தையின் கை நிறைய வழிந்து, தலையெல்லாம் சிதறும்படி அவன் சாக்லெட்டை நிரப்பினான்.

"எல்லாம் எனக்கே எனக்கா?"

"ம்..."

இரண்டு மூன்று சாக்லெட்டுகளை ஒரே சமயத்தில் பிரித்து வாயில் திணித்துக் கொண்ட குழந்தையின் உதடுகளில் இனிப்பின் சாறு வழிந்தது.

"இந்தா! உனக்கும் ஒண்ணு" என்று ரொம்ப தாராளமாக ஒரு சாக்லெட்டை அவனுக்கும் தந்தபோது-

"ராஜி ராஜி" என்ற குரல் கேட்டதும் குழந்தை உஷாராக எழுந்து நின்று கொண்டது.

"அம்மா தேடறா.." என்று அவனிடம் சொல்லிவிட்டு "அம்மா இங்கேதான் இருக்கேன்" என்று உரத்துக் கூவினாள் குழந்தை.

"எங்கேடி இருக்கே?"

"இங்கதான்... திருட வந்திருக்காளே புதுமாமா! அவாத்திலே இருக்கேன்."

அவனுக்குச் சிரிப்பு வந்தது. சாக்லெட்டை அள்ளிக் குழந்தை கையிலே கொடுத்து, "அம்மா அடிப்பாங்க. இப்போ போயிட்டு அப்புறமா வா" என்று கூறினான் அவன்.

"மிட்டாயெ எடுத்துண்டு போனாதான் அடிப்பா... இதோ! மாடத்திலே எல்லாத்தையும் எடுத்து வச்சுடு. நான் அப்புறமா

வந்து எடுத்துக்கறேன். வேற யாருக்கும் குடுக்காதே. ரமேஷுக்குக் கூட...''

குழந்தை போன சற்று நேரத்துக்கெல்லாம் வேப்ப மரத்திலே கட்டி உலரப் போட்டிருந்த துணிகளை எடுத்து உடுத்திக் கொண்டு அவன் சாப்பிடுவதற்காக வெளியே போனான்.

மத்தியானம் இரண்டு மணிக்கு சாப்பிட்டுவிட்டு வந்த அவன் வாசற் கதவை விரியத் திறந்து வைத்துக் கொண்டு தலை மாட்டில் சாவிக்கொத்து, கத்தி, பீடிக்கட்டு, பணம் நிறைந்த தோல்வார் பெல்ட் முதலியவற்றை வைத்து விட்டுச் சற்று நேரம் படுத்து உறங்கினான்.

நான்கு மணி சுமாருக்கு யாரோ தன்னை ஒரு குச்சியினால் தட்டி எழுப்புவதை உணர்ந்து, சிவந்த விழிகளை உயர்த்திப் பார்த்தான். எதிரே போலீஸ்காரன் நிற்பதைக் கண்டதும் எழுந்து நின்று வணங்கினான்.

குழாயடிக்கு நேரே குஞ்சுமணி, கோனார், சீதம்மாள் ஆகியவர்கள் தலைமையில் ஒரு கூட்டமே நின்று கொண்டிருந்தது.

போலீஸ்காரரை வணங்கியபின் தன்னுடைய பெல்ட்டின் பர்ஸிலிருந்து அந்த ரசீதை எடுத்து நீட்டினான் அவன்.

"தெரியும்டா... பொல்லாத ரசீது... ஐம்பது ரூபாக் காசைக் கொடுத்து அட்வான்ஸ் கட்டினால் போதுமா? உடனே நீ யோக்கினாயிடுவியோ? மரியாதையா இன்னைக்கே இந்த இடத்தைக் காலி பண்ணணும், என்ன? நாளைக்கும் நீ இங்கே இருக்கறதா சேதி வந்ததோ, தொலைச்சுப்பிடுவேன், தொலைச்சு, என்னைக்கிடா ரிலீஸானே?" என்று மிரட்டினான் போலீஸ்காரன்.

"முந்தா நாளுங்க எஜமான்" என்று கையைக் கட்டிக் கொண்டு, பணிவாகப் பதில் சொன்ன அவனது கண்கள் கலங்கி இருந்தன.

அப்போது தெரு வழியே வண்டியில் போய்க் கொண்டிருந்த அந்தக் காலனியின் சொந்தக்காரர் சோமசுந்தரம் முதலியார், இங்கு கூடி இருக்கும் கூட்டத்தைப் பார்த்து வண்டியை நிறுத்தச் சொன்னார்.

முதலியாரைக் கண்டதும் குஞ்சுமணி ஓடோடி வந்தார்.

"உங்களுக்கே நன்னா இருக்கா? நாலு குடித்தனம் இருக்கிற எடத்துலே ஊரறிஞ்ச திருடனைக் கொண்டு வந்து குடி வைக்கலாமா?"

'வாக்கிங் ஸ்டிக்'கைத் தரையில் ஊன்றி, எங்கோ பார்த்தவாறு கையைத் தடவிக் கொண்டு நின்றார் முதலியார்.

"அட அசடே! அவனைப் பத்தி அவருக்கென்னடா தெரியும்? திருடன்னு தெரிஞ்சிருந்தா வீடு குடுப்பாரா? அதான் போலீஸ்காரன் வந்து இப்பவே காலி பண்ணணும்னு சொல் லிட்டானே. அதோட விடு... அவர்கிட்டே என்னத்துக்குப் புகார் பண்ணிண்டிருக்கே?" என்று குஞ்சுமணியைச் சீதம்மாள் அடக்கினாள்.

முதலியாருக்குக் கண்கள் சிவந்தன. அந்தக் கடைசி வீட்டை நோக்கி அவர் வேகமாய் நடந்தார். அவர் வருவதைக் கண்ட போலீஸ்காரன் வாசற்படியிலேயே அவரை எதிர் கொண்டழைத்து சலாம் செய்தான்.

"இங்கே உனக்கு என்ன வேலை?" என்று போலீஸ்காரனைப் பார்த்து உறுமினார் முதலியார்.

"இவன் ஒரு கேடி ஸார். ஸ்டேஷனுக்கு வந்து புகார் கொடுத் திருக்காங்க. அதனாலே காலி பண்ணும்படியா சொல்லிட்டுப் போறேன்." முதலியார் அவனையும் போலீஸ்காரனையும் மற்றவர் களையும் ஒருமுறை பார்த்தார்.

"என்னுடைய 'டெனன்டை'க் காலி பண்ணச் சொல்றதுக்கு நீ யார்? மொதல்லே 'யூ கெட் அவுட்!"

முதலியாரின் கோபத்தைக் கண்டதும் போலீஸ்காரன் நடு நடுங்கிப் போனான்.

"எஸ் ஸார்" என்று இன்னொரு முறை சலாம் வைத்தான்.

"அதிகாரம் இருக்குன்னா அதைத் துஷ்பிரயோகம் செய்யக் கூடாது. திருடினப்போ ஜெயிலுக்குப் போனான். அப்புறம் ஏன் வெளியிலே விட்டாங்க? திருடாதப்போ அவன் எங்கே போறது? அவன் திருடினா அப்போ வந்து பிடிச்சுக்கிட்டுப் போ" என்று கூறிப் போலீஸ்காரனை முதலியார் வெளியே அனுப்பி வைத்தார்.

"ஓய், குஞ்சுமணி! இங்கே வாரும். உம்ம மாதிரிதான் இவனும் எனக்கு ஒரு குடித்தனக்காரன். எனக்கு வேண்டியது வாடகை. எனக்கு நீர் திருடிக் குடுக்கிறீரா, சூதாடிக் குடுக்கிறீராங்கறதைப் பத்தி எனக்கு அக்கறை இல்லை. அதே மாதிரிதான், அவனைப் பத்தியும் எனக்குக் கவலை இல்லை? நீர் ஜெயிலுக்குப் போன ஒரு திருடனைக் கண்டு பயப்படறீர்? நான் ஜெயிலுக்குப் போகாத பல திருடன்களைப் பாத்துக்கிட்டிருக்கேன். அவன் இங்கே தான் இருப்பான். சும்மாக் கெடந்து அலட்டிக்காதீர்" என்று குஞ்சு மணியிடம் சொல்லிவிட்டுக் கோனாரின் பக்கம் திரும்பினார்:

"என்ன கோனாரே... நீயும் கூடச் சேர்ந்துகிட்டு யோக்கியன் மாதிரிப் பேசிறியா?... நாலு வருஷத்துக்கு முன்னே பால்லே

தண்ணி கலந்ததுக்கு பைன் கட்டின ஆளுதானே நீ...?" என்று கேட்டபோது கோனார் தலையைச் சொறிந்தான்.

கடைசியாகத் தனது புதுக்குடித்தனக்காரனிடத்தில் முதலியார் சொன்னார்: "இந்தாப்பா... உன்கிட்டே நான் கைநீட்டி ரெண்டு மாச அட்வான்ஸ் வாங்கி இருக்கேன். கை எழுத்துப் போட்டு ரசீது கொடுத்திருக்கேன். யாராவது வந்து உன்னை மிரட்டினா எங்கிட்டே சொல்லு. நான் பாத்துக்கறேன்..." என்று கூறிவிட்டு வண்டியை நோக்கி நடந்தார் முதலியார்.

அன்று நள்ளிரவுவரை அவன் அங்கேயே இருந்தான். அவன் எப்போது வீட்டைப் பூட்டிக்கொண்டு வெளியே போனான் என்று எவருக்கும் தெரியாது.

காலையில் பால் கறக்க வந்த கோனார், அவன் உள்ளே இருக்கிறான் என்ற பயத்துடனேயே கறந்தான்.

குஞ்சுமணி, இன்றைக்கும் அந்தத் திருட்டுப்பயலின் முகத்தில் விழித்துவிடக் கூடாதே என்ற அச்சத்தோடு ஜன்னலைத் திறந்து பசுவைத் திரிசனம் செய்தார்.

குழாயடிக்குத் தண்ணீர் பிடிக்க வந்த பெண்கள் மட்டும்– அந்த வீடு பூட்டிக் கிடப்பதைக் கண்டு தைரியமாக, அவனைப் பற்றியும் முதலியாரைப் பற்றியும் விமரிசனம் செய்து பேசிக் கொண்டார்கள். சீதம்மாளின் குரலே அதிலே மிகவும் எடுப்பாகக் கேட்டது.

அந்த வீடு பூட்டிக் கிடக்கிறது என்பதை அறிந்த கோனாரும், குஞ்சுமணியும், நேற்று இரவு அடித்த கொள்ளையோடு அவன் திரும்பி வரும் கோலத்தைப் பார்க்கக் காத்திருந்தார்கள்.

மத்தியானமாயிற்று; மாலையாயிற்று; மறுநாளும் ஆயிற்று.

இரண்டு நாட்களாக அவன் வராததைக் கண்டு கோனாரும் குஞ்சுமணியும், அவன் திருடப்போன இடத்தில் மாட்டிக் கொண்டிருக்கக் கூடுமென்று மிகுந்த சந்தோஷ ஆரவாரத்தோடு பேசிக்கொண்டார்கள்.

அந்த நான்கு வயதுக் குழந்தை மட்டும் ஒரு நாள் மத்தியானம் அந்தப் பூட்டி இருக்கும் வீட்டுத் திண்ணைமீது ஏறித் திறந்திருக்கும் ஜன்னல் வழியே உள்ளே பார்த்தது.

மாடம் நிறைய இருந்த சாக்லேட்டுகளைக் கலங்குகிற கண்களோடு பார்த்தது.

"ஏ, மிட்டாய் மாமா! நீ வரவே மாட்டியா?" என்று கண்களைக் கசக்கிக் கொண்டு தனிமையில் அழுதது குழந்தை.

---

ஆனந்த விகடன், 1969

# தவறுகள், குற்றங்கள் அல்ல!

தெரஸா கூறிய வார்த்தைகள் ஒன்றுகூடக் கடுமையான தல்ல. அவற்றைச் சொல்லும்போது அவள் குரல்கூடக் கடினமாக இல்லை.

மென்மையான சுபாவமுடைய தெரஸாவின் மிருதுவான குரலில் வெளிவந்த அந்த வார்த்தைகளில் இன்னும்கூட மரியாதை கலந்திருந்தது. அவரைப் பற்றி அவளுக்கு வருத்தம்தான் மிகுந்திருந் ததே தவிர, அவரை அவமதிக்க வேண்டுமென்ற எண்ணமோ, விரோதமோ அவள் முகபாவத்தில் தெரியவில்லை.

'சீ' என்று அவள் காறித் துப்பியோ அல்லது 'யூ டாமிட்' என்று கத்தியோ தன்னை அவமதித்திருந்தால் கூடத் தேவலாம் போலிருந்தது, நாகராஜனுக்கு. அவ்வித அனுபவங்கள் அவருக்கு ஏற்பட்டதுண்டு.

அது மாதிரி சந்தர்ப்பங்களில் தன்னை எப்படிக் காப்பாற்றிக் கொள்வது என்று நாகராஜனுக்குத் தெரியும். அவருடைய அதிகாரம், செல்வாக்கு, தோரணை, வயது, சமூக அந்தஸ்து இவை யெல்லாமோ, அல்லது இவற்றில் ஏதாவது ஒன்றோ அவருக்குத் துணை வந்து நிற்கும். 'என்ன நின்று என்ன? பட்ட அவமானம் பட்டதுதானே! எவ்வளவு பட்டும் எனக்குப் புத்தி வரவில்லையே!' என்று தன்னையே தன் மனத்துள் கடிந்து கொண்டபோது அவரது கண்கள் வெட்கமற்றுக் கலங்கின. அவர் அவமானத்தாலும் தன் மீதே ஏற்பட்ட அருவருப்பாலும் தலைகுனிந்து உட்கார்ந்து தன்னைப் பற்றிக் கசப்புடன் யோசித்தார்.

'சீ! நான் என்ன மனுஷன்! வயது ஐம்பது ஆகப் போகிறது. தலைக்கு உயர்ந்த பிள்ளையும், கல்லூரியில் படிக்கும் பெண்ணும்... அவர்களுக்குக் கல்யாணம் செய்து வைத்திருந்தால், இந்நேரம் நான்கு பேரக்குழந்தைகளுக்குத் தாத்தாவாகி இருப்பேன்! சீ! நான் என்ன மனுஷன்?' என்று பல்லைக் கடித்துக் கொண்டார். இரண்டு கைகளையும் கோட்டுப் பாக்கெட்டிற்குள் நுழைத்து விரல்களை நெறித்துக் கொண்டார். கண்களை இறுக மூடி, நாற்காலியில் அப்படியே சாய்ந்து, தன்னையறியாமல் "வாட் எ

ஷேம்!"... என்று முனகியவாறே தலையை இடமும் வலமும் உருட்டினார். அவருக்கு என்ன செய்வது என்று புரியவில்லை.

தெரஸாவின் அந்த முகமே அவர் நினைவில் வந்து வந்து நின்றது.

சற்று முன்...

ரத்தமாய்ச் சிவந்து, நெற்றியில் சிகை புரள, உதடுகள் தீப் பட்டவைபோல் சிவப்புச் சாயம் கலைந்து துடிதுடிக்க கண்களிலிருந்து கலங்கிச் சுரந்த கண்ணீருடன், "ப்ளீஸ்! லீவ் மீ!... ஐ ரிக்ரட்... ஃபார் எவ்ரிதிங்..." என்று அவரிடமிருந்து திமிறி விலகிச் சென்று உடல் முழுவதும் நடுநடுங்க அவள் நின்ற தோற்றம்...

அவள் கண்களிலிருந்து பெருகிய கண்ணீர்– அவள் தனது ஸ்கர்ட் பாக்கெட்டிலிருந்து கர்ச்சிப்பை எடுத்துத் துடைப்பதற்குள் 'பொட்'டென்று அவரது டேபிளின் மீது– இந்தக் கண்ணாடி விரிப்பின் மேல் விழுந்து, இதோ இன்னும் உலராமல் சிதறிக் கிடக்கிற இரண்டு நீர் முத்துக்கள்...

அவர் எதிரே நின்று தான் அழுதுவிட்ட, நாகரிகமற்ற செயலுக்கு வருந்தி, "... ஆம் ஸாரி" என்று தனக்குள்ளேயே விக்கிய வாறு கர்ச்சிப்பில் முகம் புதைத்துக்கொண்டு அங்கிருந்து தனது அறைக்கு ஓடினாளே– அதோ, அவளது ஸ்லிப்பர் சப்தம் இப்போதுதான் ஓய்ந்து 'பொத்'தென அவள் நாற்காலியில் விழுகிற ஓசை...

அவர் காதில் திரும்பத் திரும்ப அவளது வார்த்தைகளும்– அவர் நினைவில் அவமானமும் துயரமும் கொண்டு அவள் ஓடினாளே அந்தக் காட்சியும்தான் இந்தச் சில நிமிஷங்களில் திரும்பத் திரும்ப வந்து நிற்கின்றன.

அவள் எவ்வளவு பெருந்தன்மையானவள்! எவ்வளவு உயர்ந்த மென்மையான இயல்புகள் கொண்டவள் என்பதை உணர்கையில் அவருக்கு நெஞ்செல்லாம் வலிக்கிறது.

'நான் அவளிடம் இப்படி நடந்து கொள்வேன் என்று அவள் கனவு கூடக் கண்டிருக்க மாட்டாள்' என்பது புரிகையில் தன்னைத்தானே இரு கூறாகப் பிளந்து கொள்ளலாம் போலிருக் கிறது அவருக்கு.

ஒரு நிமிஷத்தில் தான் அடைந்துவிட்ட வீழ்ச்சியை எண்ணி எண்ணி அவர் நெஞ்சைப் பிசைந்து கொள்கிறார்.

'தெரஸாவுக்கு எப்படிச் சமாதானம் கூறுவது? இந்த மாசை எப்படித் துடைப்பது? மறுபடியும் அவள் மனதில் தனது பழைய கௌரவத்தை எவ்விதம் நிலைநிறுத்துவது?'

'ம்..! அவ்வளவுதான். எல்லாம் போச்சு! கொட்டிக் கவிழ்த் தாகி விட்டது! எவ்வளவு பெரிய நஷ்டம்?'– நாகராஜன் நினைத்து நினைத்துப் பெருமூச்சு விடுகிறார். நெற்றி வியர்க்க வியர்க்கத் துடைத்துக் கொள்கிறார். எங்காவது போய் அழலாம்போல் தோன்றுகிறது.

தான் சில நாட்களாகவே அவள்பால் கொண்ட சபலங் களுக்கு– அவளது நடவடிக்கைகள், புன்சிரிப்பு, உபசரிப்பு, எல்லா வற்றுக்கும் மேலாய்த் தனது வயதையும், தான்அவளிடம் காட்டு கிற பரிவையும் உத்தேசித்து ஒரு தகப்பனிடம் தெரிவிப்பது போல்அவள் தனது வாழ்க்கையின் அவலங்களையும் ஏமாற்றங் களையும் கூறி மனம் கலங்கியது முதலியவற்றைச் சாதகமாகக் கொண்டு, அவளுக்குத் தன் மீது நாட்டம் என்று நம்பிய தனது கேவலத்தை எண்ண எண்ண உள்ளமெல்லாம் குமட்டுகிறது அவருக்கு.

அப்படியோரு அசட்டு நம்பிக்கையில்தான், அவள் தடுக்க மாட்டாள் என்ற தைரியத்தில்தான் அவர் அவளிடம் அப்படி நடந்துகொண்டார்.

●●●

இந்தப் பத்து நாட்களாய் வழக்கமாகச் சாப்பாடு பரிமாற வருகிற அந்தக் கன்னையா சொல்லிக் கொள்ளாமல் ஓடிப் போனானே, அந்தத் தேதியிலிருந்து– ஒவ்வொரு நாளும் 'லஞ்ச்' டயத்தில் தெரஸாவும் நாகராஜனும் ஒன்றாகத்தான் உட்கார்ந்து சாப்பிடுகிறார்கள்.

மத்தியானத்தில் ஆபீஸிலேயே சாப்பிடுகிற வழக்கத்தை உண்டாக்கியவன் கன்னையாதான். அவன் அவர் வீட்டோடு வந்து சேருவதற்கு முன்– இரண்டு வருஷத்துக்கு முன்னால்வரை, அவர் லஞ்சுக்கு மத்தியானத்தில் வீட்டுக்குப் போய்த்தான் வருவார். ஆனால் வீட்டுக்குப் போனால் 'சாப்பிட்டோம் வந்தோம்...' என்று முடிகிறதா? கொஞ்சம் இளைப்பாற வேண்டும்; படுக்க வேண்டும்; சிறு தூக்கம் போட வேண்டும். திரும்ப ஆபீசுக்கு வர நாலு மணி ஆகிவிடுகிறது.

நாகராஜன் எத்தனை மணிக்கு வேண்டுமானாலும் ஆபிசுக்கு வரலாம்; போகலாம். அவரை யாரும் கேட்க மட்டார்கள். அந்தக் கம்பெனியின் முதலாளிக்கு அடுத்தபடி அதிகாரம் உள்ளவர் அவர்தான். என்றாலும் சில விஷயங்களில் முதலாளிக்கும் கொஞ் சம் மேலே என்று சொல்லுகிற அளவுக்குப் பொறுப்பும் உடை

யவர். இருபத்தைந்து வருஷ காலமாக இந்தத் தலைமை ஆபீசில் இருந்து கொண்டே மாகாணம் முழுவதும் பல கிளைகளைத் தோற்றுவித்து இன்றிருக்கும் நிலைக்கு இந்த ஸ்தாபனத்தை உயர்த்தியவர் நாகராஜன் என்றால் அவர் அந்த அளவுக்குப் பொறுப்பும் முதலாளிகளின் நம்பிக்கையும் பெற்றிருப்பதனால் தானே முடிந்திருக்கிறது.

கன்னையா தன் வீட்டோடு வந்த பிறகு ஆபீசுக்குச் சாப்பாடு கொண்டு வந்து தானே அவருக்குப் பரிமாறி விட்டுப் போக ஆரம்பித்தான். அவர் முக்கியமாக வீட்டுக்குப் போய்ச் சாப்பிடுவதற்கான காரணம், தானே போட்டுக்கொண்டு சாப்பிடப் பழகாததுதான். அது அவருக்குப் பிடிப்பதில்லை.

கன்னையா, நாகராஜன் வீட்டு வேலைக்காரனோ சமையற்காரனோ என்றுதான் எல்லோரும் நினைத்துக் கொண்டிருக்கிறார்கள். ஆனால், அவன் அவரது சொந்த அத்தை மகன் என்பதும் சம வயதுடைய பால்ய கால நண்பன் என்பதும் ரொம்ப பேருக்குத் தெரியாது. தெரியும்படி அவன் நடந்து கொள்ளவும் மாட்டான்.

அவனுக்குக் குடும்பம், கல்யாணம், வீடு, உறவு என்றெல்லாம் ஒன்றுமே ஏற்படவில்லை.

சொந்தக்காரர்கள் வீடுகளில்– அவனைச் சொந்தக்காரன் என ஏற்றுக்கொள்கிற வீடுகளில் வந்து கொஞ்சநாள் அவன் தங்குவான். தங்கி இருக்கிற காலத்தில் அந்த வீட்டுக்கு அவன் ஒரு பலமாக விளங்குவான். குழந்தைகளுக்குத் தாதி மாதிரியும், கூப்பிட்ட குரலுக்கு ஓடிவரும் சேவகனாகவும் இருப்பான். தோட்டங்கள் கொத்துவான்; துணி துவைப்பான்; கடைக்குப் போவான்; கட்டை பிளப்பான்; சுமை தூக்குவான்; சுவையாகப் பேசிக்கொண்டு மிருப்பான்.

'சொல்லிக் கொள்ளாமல்கூட ஓடிப்போனானே அந்த ராஸ்கல்...' என்று இப்போது பற்களைக் கடிக்கின்ற நாகராஜன் சற்று முன்னால் தான் செய்த காரியத்துக்குக் கூட அவன்தான் பொறுப்பு என்று சுற்றி வளைத்துப் பழியை அவன் தலையில் சுமத்த முயல்கிறார்.

'அந்தப் பயல் ஒழுங்காக வந்து மீல்ஸ் ஸெர்வ் பண்ணி இருந்தால் இவள் இவ்வளவு நெருக்கமாக வந்திருக்க மாட்டாளே!' என்று நினைத்தபோது கன்னையாவைப் பற்றிய நினைவுகள் அவருக்கு மிகுந்தன.

இரண்டு வருடங்களுக்கு முன்பு ஒருநாள் இரவு எட்டு மணிக்கு வீட்டுக்குத் திரும்பிய நாகராஜன் காரை ஷெட்டில் நிறுத்துவதற்காகத் திரும்பியபோது ஷெட்டின் ஒரு மூலையில், தாடியும் மீசையுமாய் ஒரு பரட்டைத் தலையன் எழுந்து நிற்பதைப் பார்த்து, கார் விளக்கை அணைக்காமல் வெளியே தலைநீட்டி–

"யாரது, அங்கே"–என்று மிரட்டுகிற தோரணையில் கேட்டார்.

அவன் அருகில் ஓடி வந்து– "நான்தான் கன்னையா... என்னைத் தெரியலியா மாப்பிளே?" என்று ரகசியம்போல் அறிமுகப்படுத்திக் கொண்டபோது, நாகராஜனுக்கு மனசை என்னவோ செய்தது.

"என்னடா இது கோலம்? வா வா" என்று அழைத்து வந்து வீட்டில் உள்ளவர்களுக்குப் பரிச்சயம் செய்து வைத்து அங்கேயே தங்கி இருக்கச் சொன்னார். கொஞ்ச நாட்களில் அவரது குடும்பத்துக்கு அவன் மிகவும் தேவைப்பட்ட மனிதனாக மாறியிருந்தான்.

ஆரம்பத்தில் அவனை வீட்டில் சேர்த்துக் கொண்டதற்காக மற்ற உறவினர்கள் எல்லாம் நாகராஜனையும் அவன் குடும்பத்தினரையும் மிகவும் எச்சரிக்கை செய்தவாறிருந்தனர்.

ஆனால் நாகராஜன் அவற்றைப் பொருட்படுத்தவில்லை. மேலும் அவனைச் சேர்த்துக் கொள்வது தனது கடமையென்று அவர் நினைத்தார். எனினும் அந்தக் காரணங்களை அவர் யாரிடத்தும் இதுவரை பகிரங்கப்படுத்திக் கொண்டதில்லை.

அந்தப் பழைய பால்ய அனுபவங்களின் நினைவுகளை எப்போதாவது தனியாக இருக்கையில் அவனோடு பகிர்ந்து கொண்டு மகிழ்வார் நாகராஜன்.

அந்தக் காலத்தில் இந்தக் கன்னையா ரொம்ப நல்ல பிள்ளையாக இருந்தான். ஒன்றுமே தெரியாத அவனை புகை பிடிக்கப் பழக்கியதும், மதுவருந்தச் செய்ததும்– அந்த மாதிரியான விளையாட்டுகளில் ஈடுபடுத்தியதும் நாகராஜன்தான். அவற்றை அவர் மறக்கவில்லை. அதன் பிறகு அவை யாவும் ஏதோ ஒரு பருவத்தின் கோளாறு என்று ஒதுக்கி– அல்லது உண்மையிலே ஒரு பருவத்தின் கோளாறுகளாக– அவை இவரிடமிருந்து நீங்கியபின், இவரால் பழக்கப்படுத்தப்பட்ட அந்தக் கன்னையன் அவற்றிலேயே வீழ்ந்து அழுந்தி மூழ்கிக் கொண்டிருப்பதாகக் கேள்விப்பட்ட காலங்களில், நாகராஜன் குற்ற உணர்வினால் உறுத்தப்பட்டிருக்கிறார்.

நாகராஜனைப் பொறுத்தவரை அந்தப் பழக்கங்கள் யாவும் மகாபாவங்கள் என்று கருதுகிற ஒழுக்கக் கண்ணோட்டம்

எதனாலும் அவனுக்காக அவர் வருந்தவில்லை. இந்தப் பழக்கங்களுக்கு அடிமையாகி ஒருவன் வாழ்க்கையின் சகல மரியாதைகளையும் இழப்பது பரிதாபகரமான வீழ்ச்சி என்பதனால் அவனிடம் அவர் அநுதாபம் கொண்டார்.

இப்போதும்கூட நாகராஜன் எப்போதாவது பார்ட்டிகளிலும் சில சமயங்களில் வீட்டிலேயேகூட மருவருந்துவது உண்டு. அது யாருக்கும் தெரியாது. நாகராஜனும் புகை பிடிக்கிறார்; பெண்களை இச்சையோடு பார்க்கிறார். எல்லாவற்றுக்கும் ஒரு அத்தும் அளவும் இல்லாதபோதுதானே மனிதன் தலைகுப்புற வீழ்ந்து விடுகிறான்.

அப்படி வீழ்ந்து விட்டவன் கன்னையா. அவன் அப்படி விழக்காரணம் ஏதோ ஒரு வகையில் தானே என்று நினைக்கையில் அவனைப் பார்த்துப் பெருமூச்செறிவார் நாகராஜன்.

பிறர் பார்வையிலும் சமூக அந்தஸ்திலும் அவன் வீழ்ந்து விட்டவன்தான் என்றாலும்கூட அவனைத் தனது அந்தரங்கத்தில் சமமாகவே பாவித்தார் நாகராஜன். அவனும் அதேமாதிரி அந்த எல்லை மீறாது அவரோடு சமத்துவம் கொண்டான்.

எப்போதாவது தான் மதுவருந்தும்போது அவனையும் அழைத்து அவனுக்கும் கொடுப்பார் அவர்; தனக்கு மகுடாபிஷேகம் நடந்த மாதிரி களி கொள்ளுவான் அவன். அப்போதும் கூட மிகவும் வெட்கத்தோடு கையில் தம்ளருடன் ஒரு மூலையில் போய்த் திரும்பி நின்று கொண்டு மறைவாகக் குடிப்பான். “போதும் போதும்” என்று சொல்லித் தம்ளரை வைத்துவிட்டு ஓடிவிடுவான.

கேட்டால், “நமக்கு இந்தச் சரக்கெல்லாம் சரிப்பட்டு வராது. ரெண்டு ரூபா பணம் குடு மாப்பிளே, எதுக்கு இதெ வேஸ்ட் பண்றே?” என்று பணத்தை வாங்கிக் கொண்டு போனால் இரவில் எந்நேரம் வந்து அவன் ஷெட்டில் படுத்துக் கொள்கிறான் என்று யாருக்கும் தெரியாது.

யாருக்கும் தெரியாமல் அந்தச் செலவுக்காக வாரத்தில் இரண்டொரு தடவை அவர் அவனுக்குப் பணமும் கொடுப்பார்.

அவன் சாப்பாடு பரிமாறிச் சாப்பிடுவது அவருக்கு எப்போதும் ரொம்பத் திருப்தியாக இருக்கும். வீட்டில் இருக்கும் போது கூடச் சில சமயங்களில் அவன்தான் அவருக்குப் பரிமாறுவான்.

நாகராஜனின் மனைவி ஸ்தூல சரீரி; அவளுக்கு உடம்புக்கு நோய் வந்துவிடும். ஈஸிசேரிலிருந்து அவளை எழுந்துவரச் செய்வதைக் கூடியவரை தவிர்க்கவே விரும்புவார் அவர்.

சில சமயங்களில் டிரைவர் இல்லாதபோது கன்னையாவோடு தனியே காரில் செல்கையில் அவனோடு தமாஷாகச் சமத்துவமாய் பழைய காலம் மாதிரிப் பேசி மகிழ்வார் நாகராஜன். அது மாதிரிச் சமயங்களில் அவனும் தன்னை மறந்து 'டா' போட்டுக்கூடப் பேசுவான். அது ரொம்ப இயல்பாக, சுருதி பிசகாமல் இருக்கும்.

"டேய், கன்னையா... நம் செக்ரட்டரி அம்மா எப்படி இருக்கா?"– புடவை கட்டாத அந்தச் சட்டைக்காரி எதிர்ப்படும் போது அவன் நாணிக்கோணி நிற்பதை அவர் பல தடவை கண்டிருக்கிறார். அதனால்தான் கேட்டார்.

அந்த மாதிரிச் சந்தர்ப்பங்களில் முதலில் அவன் சிரிப்பான்.

"சொல்லு... உனக்கு என்ன தோணுது அவளைப் பார்த்தா?"

"எனக்கு என்ன தோணுது?" மார்பில் முகவாய் படுகிற மாதிரித் தலை குனிந்து கொண்டான் கன்னையா. கொஞ்சம் நேரம் கழித்து ஒரு அசட்டுச் சிரிப்புடன் "நீ விட்டு வெச்சிருப்பியா மாப்பிள்ளே!... எனக்குத் தெரியும்டா" என்று முழங்கையால் இடித்துக் கொண்டு கிளுகிளுத்துச் சிரித்தான்.

"சீ! சீ! அதெல்லாம் இல்லை. நீ முன்ன மாதிரியே என்னை நெனைச்சிக்கிட்டு இருக்கியா? வயசாச்சே!" என்பார் நாகராஜன்.

"அப்படீன்னா... அவளுக்கு உம்மேலே ஒரு கண்ணு இருக்குது. அது தெரியுது!" என்று கண்களைச் சிமிட்டி அவரைக் குஷிப் படுத்தினான் அவன்.

"அந்தப் பாவிதான் இந்த எண்ணத்துக்கு முதல் பொறி வைத்தவனோ?"

இவ்வளவும் அந்தரங்கமாய்ப் பேசுவானே தவிர அவள் முன்னிலையில் இடுப்பில் கட்டிய துண்டை அவிழ்க்காமல், தலை நிமிர்ந்து பார்க்காமல் அவருக்குச் சாப்பாடு பரிமாறுவான்! தட்டைப் பார்த்து எது வாய்க்கு ருசிக்கிறது என்று அறிந்து கேட்குமுன் பரிமாறுவான்.

அவன் பரிமாறுவதையும் அவருக்குப் பணிவிடை புரிவதை யும் தெரஸா பார்த்திருக்கிறாள்.

அதனால்தான், அவன் வராமல் அன்று அந்த டிரைவரே அவருக்குப் பரிமாறத் தெரியாமல்... இவர் போட்ட சத்தத்தில்

பயந்து, கையிலுள்ளதைக் கீழே போட்டு– இவர் ஒன்றுமே சாப்பிடாமல் 'எடுத்துக்கொண்டு போ' என்று கத்திவிட்டு, அன்று ஓட்டலிலிருந்து டிபன் வரவழைத்துச் சாப்பிட்டதையெல்லாம் கவனித்த தெரஸா, அடுத்த நாள் மத்தியானம் அவர் தானே பரிமாறிக் கொள்ள முனைகையில்–

"உங்களுக்கு ஆட்சேபணை இல்லையென்றால் நான் பரிமாற லாமா?"... என்று விநயத்துடன் ஆங்கிலத்தில் கேட்டாள்.

அப்போது நாகராஜனுக்குக் கன்னையா நினைவு வந்தது. 'அவளுக்கு உம்மேலே ஒரு கண்ணு இருக்குது. அது எனக்குத் தெரியுது.'

நான்கு வருஷமாகத் தன்னிடம் ஸ்டெனோவாகப் பணி யாற்றும் தெரஸாவை அன்றுதான் அவர் அப்படி ஒரு பார்வை பார்த்தார். "யூ லுக் நைஸ் டுடே!" என்று அவள் அழகை அவர் புகழ்ந்தார்.

"தாங்க் யூ" என்று அவள் நன்றி கூறினாள்.

அன்று அவளையும் தன்னோடு அமர்ந்து சாப்பிடச் சொன்னார் அவர்.

முதலில் தான் டிபன் பாக்ஸில் கொண்டு வந்திருக்கும் எளிய உணவை அவரோடு உட்கார்ந்து சாப்பிட, அவள் தயங்கினாள். ஆனால் அவர் மிகவும் வற்புறுத்தவே அவளும் அவர் எதிரே அமர்ந்து ஒரே மேஜையில் சாப்பிட்டாள்.

சாப்பிடும்போது அவள் கன்னையாவைப் பற்றிக் கேட்டாள்.

"வேர் இஸ் தட் மேன்?"

"அந்த ராஸ்கல் ஐநூறு ரூபாய் பணத்தைத் திருடிக் கொண்டு, சொல்லாமல் கொள்ளாமல் ஓடிப் போய் விட்டான்" என்று ஆத்திரமாகக் கூறினார் நாகராஜன்.

"ஐநூறு ரூபாயா? பணத்தை அவ்வளவு அஜாக்கிரதையாக வேலைக்காரர்கள் கண்பட வைக்கலாமா?"

"அவன் வேலைக்காரன் அல்ல; அவன் என்னுடைய கஸின்!"

"ஓ! ஐ ஆம் ஸாரி!"

"பரவாயில்லை. திருட்டுப் பயலுக்கு வேலைக்காரன் பட்டமே கொஞ்சம் அதிகம்தான்..."

"புவர் மேன்!" என்று அவள் அவனுக்காக வருத்தப்படுவது அவருக்கு ஆச்சரியமாக இருந்தது. 'ஹி வாஸ் வெரி நைஸ்–அண்ட்– ஹெல்ப்ஃபுல்!..." என்று முனகிக் கொண்டாள்.

நாகராஜனும் பெமூச்செறிந்தார்.

நாகராஜன் தனக்கு வந்திருந்த உணவு வகைகளை அவளோடு பகிர்ந்து கொண்டார். அவள், அவர் அன்போடு தருவதை நன்றி யோடு ஏற்றுக் கொண்டாள். அவளும் கன்னையாவை மாதிரி மிகவும் பரிவோடும் ருசி அறிந்தும் அவருக்குப் பரிமாறினாள். மிகுந்த உரிமையோடு அவளது டிபன்பாக்ஸ் உணவையும் அவர் கேட்டு வாங்கிச் சாப்பிடுவார்.

ஆபீஸ் விஷயம் தவிர வேறெதுவும் பேசாத அவர்கள், இந்த 'லஞ்ச் அவரில்' பொது விஷயங்களையும், சொந்த விஷயங் களையும் பரிமாற்றம் செய்து கொள்ள ஆரம்பித்தனர்.

முன்பெல்லாம் அந்த 'ஏர் கண்டிஷண்ட்' அறையில் அவ ருக்காக உள்ள ஈஸிசேரில், சாப்பிட்ட பிறகு சற்றுப் படுத்துக் கண்ணயர்வார்– இந்தப் பத்து நாட்களாக ஈஸிசேரில் சாய்ந்து மேஜையருகே உட்கார்ந்திருக்கும் தெரஸாவுடன் ஏதாவது பேசிக் கொண்டே இருந்தார் நாகராஜன்.

அவள் தன்னைப் பற்றி எதையுமே மறைக்காமல், நம்பிக்கைக் குரிய ஒரு பெரிய மனிதரின் பரிவுக்குக் காட்டுகிற நன்றியுணர்ச்சி போலும், இத்தகைய ஒரு கனவான் தன்பால் காட்டுகிற ஈடு பாட்டுக்குக் கொள்ளும் பெருமிதம் போலும் மனம் விட்டுப் பேசினாள். குழந்தை மாதிரி சிரித்தாள். தனது சிரிப்பாலும் பேச்சாலும் அவர் மிகவும் மகிழ்ச்சியுறுகிறார் என்பதால், இவரை மகிழ்ச்சியூட்டவே அவள் சிரித்தும் கலகலப்பாகப் பேசியும் ஒரு நல்ல உடனிருப்பாய்த் திகழ்ந்தாள். அவர் அவளது பேச்சை மாத்திரம் அல்லாது அவளையே முழுமையாய் ரசித்தார். அவளது சிரிப்பையும், பரிவையும் கலகலப்பையும் மோகனமான சாகஸமாகக் கருதித் தன்னை ஒவ்வொரு நாளும் முழுமையாய் இழக்க முனைந்தார்.

சில தினங்களுக்கு முன் அவள் அடுத்த வாரம் வரப்போகும் தனது பிறந்த தினத்துக்கு வீட்டுக்கு வரவேண்டும் என்று அவரை அழைத்தாள். இந்த நான்கு ஆண்டுகளாக அவருக்கு ஒரு ஸ்வீட் தந்து ஆசி பெறுவதைத் தவிர, அவரை விருந்துக்கு அவள் அழைத்ததில்லை. அதற்குக் காரணம், இந்த நான்கு ஆண்டுகளாய் அவர் அவளுக்கு எஜமான் ஸ்தானத்தில் இருக்கிற ஒருவராக இருந்து இப்போதுதானே ஒரு நல்ல நண்பராகவும் மாறியிருக்கிறார் என்கிற இயல்பான காரணத்தை விடுத்து இல்லாத ஏதோ ஒன்றைக் கற்பித்துக் கொண்டார் நாகராஜன்.

"வில் இட் பி எ காக்டெயில் பார்ட்டி"– என்று கண்களைச் சிமிட்டியவாறு அவர் கேட்டபோது–

"அஃப்கோர்ஸ்! என் தந்தை– தாய் இருவருமே பர்மிட் ஹோல்டர்கள்" என்று அவள் கூறினாள்.

"நீ ஏன் ஒரு பர்மிட் வாங்கிக் கொள்ளக்கூடாது?" என்றார் நாகராஜன்.

"நோ! நான் குடிப்பதில்லை" என்றாள் தெரஸா.

"உன் பிறந்த தினத்தன்று நான் உன்னைக் குடிக்க வைக்கப் போகிறேன் பார்!"– என்றார் நாகராஜன்.

அவள் சிரித்துக்கொண்டே, "அது மாதிரியான விசேஷ சந்தர்ப்பங்களில் 'பார் கம்பெனி'ஸ் ஸேக்' கொஞ்சம் ருசி பார்க்கிறது உண்டு" என்று சொல்லித் தொடர்ந்து அவள் ஆங்கிலத்தில் எப்படிக் கிறிஸ்துமஸ்ஸின்போது அவளது தந்தை வீட்டிலிருக்கும் குழந்தைகளுக்கெல்லாம் ஒயின் தருவார் என்று விளக்கினாள்.

தங்களது கலாச்சாரப்படி குடிப்பதும், ஆண்களும் பெண் களும் இணையாக நடனமாடுவதும் எவ்வளவு பரவசமிக்கது என்பதைத் தன்னை மறந்த லயத்துடன் அவள் அவருக்குச் சொன்னாள். அவ்விதம் சொல்லிக் கொண்டிருக்கையில் அவள் தனது போன வருஷப் பிறந்த தின வைபவத்தின் நிகழ்ச்சிகளை நினைவில் கொண்டாள். அந்த நினைவில், அப்போது அவளது நம்பிக்கைக்கும் காதலுக்கும் பாத்திரமாய் இருந்து, பின்னர் அவளிடமிருந்து விலகிப்போன ஒரு பாய்ஃபிரண்டைப் பற்றியும் அவரிடம் விவரித்தாள். அப்போது அவள் சற்று உணர்ச்சி வயமானாள். பிறகு தானே சமாளித்துக்கொண்டு, புன்னகை செய்தாள்.

இவையெல்லாவற்றையுமே நாகராஜன் வேறு ஒரு கோணத்தி லிருந்து புரிந்து கொண்டார்.

அதன் விளைவுதான் சற்று நேரத்துக்கு முன் வழக்கம் போல் உல்லாசமாகச் சாப்பிட்டு முடிந்ததும் அவள் மேஜையருகே அமர்ந்து தனது கைப்பையிலிருந்து சிறு கண்ணாடியை எடுத்து உதட்டுச் சாயத்தைச் சரி செய்து கொண்டிருக்கையில் டவலில் கையைத் துடைத்துக்கொண்டே அவள் பின்னால் வந்து நின்ற நாகராஜன்...

சற்றுமுன்...

ரத்தமாய்ச் சிவந்த முகத்தில் சிகைபுரள, உதடுகள் தீப் பட்டவை போல் சிவப்புச் சாயம் கலைந்து துடிதுடிக்க, கண் களிலிருந்து கலங்கிச் சுரந்த கண்ணீருடன், "ப்ளீஸ்; லீவ் மீ! ஐ ரிக்ரட் ஃபார் எவ்ரிதிங்..." என்று அவரிடமிருந்து திமிறி விலகி, உடல் முழுவதும் நடுநடுங்க அவள் நின்ற தோற்றம்...

தெரஸாவின் அந்த முகமே அவர் நினைவில் வந்து நிற்கிறது.

மணி இரண்டு.

மத்தியான இடைவேளைக்குக் கலைந்து போன ஆபீஸ் ஊழியர்களின் நடமாட்டமும் டைப்ரைட்டர்களின் இயக்கமும் மந்தமாக அந்த ஏர்–கண்டிஷண்ட் அறைக்குள் கேட்கிறது.

நாகராஜன் ஒரு மணி நேரத்துக்குள் ஏழு எட்டு சிகரெட்டு களை ஊதித் தீர்த்திருந்தார்.

தெரஸாவை அழைக்கின்ற 'காலிங் பெல்'லின் பொத்தானை அழுத்தினார்.

அடுத்த விநாடி தெரஸா அவர் எதிரே வந்து நின்றாள். நாகராஜனால் தலை நிமிர்ந்து அவளைப் பார்க்க முடியவில்லை. அவர் தலை குனிந்தே இருந்தது.

"ஐ ஆம் ஸாரி– தெரஸா!"

அவள் என்ன பதில் கூறினாள் என்று அவருக்கு விளங்க வில்லை. அவள் இன்னும் அழுது கொண்டு அதே கோலத்தில் தான் நிற்கிறாளோ? தனது ராஜிநாமாக் கடிதத்தை முகத்தில் விட்டெறியப் போகிறாளோ? என்ற குழப்பத்துடன் அவர் தலை நிமிர்ந்து அவளைப் பார்த்தார்.

அவள் எப்போதும் போல எதுவுமே நடக்காதது போன்று, சற்றுமுன் கர்ச்சிப்பில் முகம் புதைத்துக்கொண்டு ஓடியது, தானல் லாதது போல ஒரு புன்முறுவலும், கையில் ஷார்ட்ஹாண்ட் நோட்ஸ் எடுக்கும் ஒரு சிறு புத்தகமும் பென்சிலுமாய் வந்து நின்றிருந்தாள்.

இவள் ராஜிநாமா செய்யப் போவதில்லை என்று அவருக்குப் புரிந்தது. அவள் வந்து நின்ற கோலம் தனது டிக்டேஷனை எடுத்துக் கொள்ளக் காத்திருப்பதுபோல் தோன்றியது. அன்று பல வேலைகள்– பல கடிதங்கள் எழுதவேண்டிய வேலைகள் இருப்பது அவளுக்குத் தெரியும். எல்லாவற்றுக்கும் முன்னால் ஒரு கடிதம் டிக்டேட் செய்ய வேண்டும் என்ற எண்ணம் திடீரென இந்த நிமிஷம்தான் அவருக்குத் தோன்றியது.

சில நேரங்களில் கடிதங்களை இவர் எழுந்து நடந்து கொண்டே டிக்டேட் செய்வார். அதுபோல அவர் எழுந்து தனது நாற்காலிக்குப் பின்னால் தலையைக் குனிந்த வண்ணம் நடந்தார். பிறகு அவளைப் பார்த்து, "ப்ளீஸ்– ஸிட் டௌன்" என்றதும் தெரஸா அவரது மேஜைக்கு முன்னால் இருந்த நாற்காலியில் அமர்ந்தாள்.

"டியர் மிஸ் தெரஸா" என்ற அவரது குரல் கேட்டு–

"எஸ் ஸார்" என்று நிமிர்ந்தாள் தெரஸா.

"புட் டவுன்! திஸ் இஸ் எ லெட்டர்"–'இது கடிதம், எழுதிக் கொள்' என்று அவர் சொல்லவும் அவள் மௌனமாகத் தனது கடமையென எழுத ஆரம்பித்தாள். அவர் முகம் திரும்பித் தன் முதுகு மட்டுமே அவளுக்குத் தெரிய நின்று கொண்டு ஆங்கிலத்தில் சொன்னார்.

"மிஸ் தெரஸா, ஒரு மகளைப்போல் கருதி அன்பு காட்ட வேண்டிய உன்னிடம் முறைகேடாக நடந்து கொண்டதற்காக, நான் வெட்கப்படுகிறேன். என்னை மன்னித்துவிடுவதும், அல்லது தண்டிப்பதும் உனது மனோபாவத்தைப் பொறுத்தது. நான் உன் கணிப்பில் இருந்து, தரத்திலிருந்து, உயரத்திலிருந்து ஒரு விநாடியில் வீழச்சியுற்று விட்டேனே, இதுதான் எனக்குத் தண்டனை.

"தெரஸா நான் ஏன் அப்படிச் செய்தேன் என்று எண்ணி எண்ணிப் பார்க்கிறேன்.

"இது– இப்படி நான் நடந்து கொள்வது இதுவே முதல் தடவை அல்ல. உன்னிடம் என் பலவீனத்தை ஒளிவின்றி ஒப்புக் கொள்வதன் மூலம், அப்படி ஒப்புக்கொள்கிற பக்குவம் இந்த நிமிஷம் எனக்கு ஏற்படுவதன் மூலம் என்னைப் பிடித்திருந்த ஒரு வியாதி, ஒரு விகாரம் என்னிடமிருந்து விலகுகிறது என்ற நம்பிக்கையோடு இதனை உன்னிடம் சொல்கிறேன். நீ வயதில் எவ்வளவு இளையவளாக இருப்பினும், பெருந்தன்மை மிகுந்தவள்; கண்ணியமானவள் என்று நான் உணர்ந்திருக்கிறேன். எனவேதான் பாவ மன்னிப்புபோல் உன்னிடம் 'கன்பெஷன்' செய்து கொள் கிறேன்.

"உன்னிடம் நடந்து கொண்டதுபோல் முறைகேடாக நான் பல சந்தர்ப்பங்களில் நடந்து கொண்டிருக்கிறேன்.

"பிரயாணங்களிலும் தியேட்டரிலும் ஏற்படுகிற நெருக்கத்தைப் பயன்படுத்திக் கொண்டு நான் முறைகேடாக நடந்ததுண்டு. அப் போது, அவர்கள் ஏதோ ஒரு அச்சத்தாலும், அவமானத்துக்கு

அஞ்சியும், நாகரிகம் கருதியும் அமைதியாய் இருப்பதை, நான் சம்மதம் எனக் கருதி ஏமாந்திருக்கிறேன். பின்னர் அதற்காக வருந்தியதும் உண்டு. நான் இப்போதுதான் அறிகிறேன், இது ஒரு நோய். இதிலிருந்து உனது பெருந்தன்மையால் நான் குணமடை கிறேன். நீ இதை மறந்து ஒரு தந்தை உங்கள் மரபுப்படி ஒரு மகளை அன்பு காரணமாய் முத்தமிட்டதாகக் கொள்ள வேண்டுகிறேன். அல்லது இந்தக் குற்றத்துக்காக எனது இந்த வீழ்ச்சி மாத்திரம் போதாது எனின் நீ தருகிற எந்தத் தண்டனையையும் ஏற்கச் சித்தமாயிருக்கிறேன்–" என்று கூறிச் சுமை இறக்கிய வழிப்போக்கன் மாதிரி ஆச்வாசத்துடன் அவளைப் பார்த்தார் நாகராஜன்.

தெரஸா கண்களைக் கர்ச்சிப்பால் இரண்டு முறை ஒத்திக் கொண்டாள். அவளது மூக்கும் கன்னங்களும் கன்றிச் சிவந் திருந்தன.

"அதை டைப் செய்து கொண்டு வா" என்று அவளை அனுப்பிய பின் ஒரு சிகரெட்டைப் பற்ற வைத்துக்கொண்டு தனது இருக்கையில் அமர்ந்தார் நாகராஜன். தெரஸாவின் அறையில் டைப்ரைட்டரின் ஓசை படபடத்தது.

தெரஸா டைப் செய்த காகிதங்களைக் கொணர்ந்து அவர் முன் மேஜை மீது வைத்து விட்டு அவர் முகத்தையே பார்த்தவாறு நின்றாள். அவர் கண்ணாடியை எடுத்து அணிந்து கடிதத்தின் முதல் வரியை "மரியாதைக்குரிய நண்பரே!" என்னும் ஆங்கில வார்த்தைகளை உச்சரித்தவாறே அவளைப் பார்த்தார்.

அவள் பணிவுடன் தலை கவிழ்ந்தாள்.

அவர் தொடர்ந்து அதைப் படிக்கலானார்: "நீங்க என்னிடம் டிக்டேட் செய்து, டைப் செய்து கொண்டுவரப் பணித்த உங்கள் கட்டளையை நிறைவேற்றாமல் வேறொரு கடிதத்தைக் கொண்டு வந்து உங்களிடம் தருகிற என் செயலை முதலில் மன்னிப்பீர் களாக. நீங்கள் மனம் திறந்து பேச ஒரு வாய்ப்பாகத்தான் அதை ஒரு கடிதமாக 'டிக்டேட்' செய்திருக்கிறீர்கள். என்னிடம் மன்னிப்புக் கோருகிற ஒரு கடிதத்தை என்னைக்கொண்டே எழுத வைத்தது உங்களுடைய வெள்ளை மனத்துக்கு மேலும் ஒரு சான்று. கடிதம் என்று சொல்லப்படுகிற உங்கள் மனம் திறந்த பேச்சில் மிகவும் சத்தான– என் எண்ணத்தை அப்படியே பிரதி பலித்த வாசகம், 'ஒரு தந்தை உங்கள் மரபுப்படி ஒரு மகளை அன்பு காரணமாய்' என்று கூறினீர்களே அதுதான். நான் அப்படிக் கருதிச் சமாதானமுற்ற பிறகு நீங்களும் அவ்விதம்

சொன்னது எனக்கு அளவில்லா ஆனந்தம் தருகிறது. இது உங்கள் வீழ்ச்சியல்ல, இது ஒரு சறுக்கல்...."

இந்த இடத்தில் அந்த ஆங்கிலச் சொற்களை அவளைப் பாராட்டுகிற தோரணையில் "ஜஸ்ட் எ ஸ்லிப், நாட் ஏ ஃபால்" என்று ஒருமுறை வாய் விட்டு உச்சரித்துக் கொண்டே அவளைப் பார்த்த பின் கடிதத்தைத் தொடர்ந்தார் நாகராஜன்.

"நீங்கள் கூறுகிற மாதிரி அது ஒரு வியாதியெனில் அதற்குத் தண்டனையல்ல, சிகிச்சையே தேவை. அப்படிப்பட்ட முறை கேடான நடத்தைகள் தவறுகள்தான்; ஆனால் குற்றங்கள் அல்ல. குற்றங்கள்தான் தண்டிக்கப்படுவன. தவறுகள் திருத்தப்படுவன; மன்னிக்கப்படுவன. நான் உண்மையான கிறிஸ்தவப் பெண். மன்னிக்கிறவர்களே மன்னிக்கவும் படுவார்கள். நான் உங்களை மன்றாடிக் கேட்டுக் கொள்கிறேன். இதனை மறந்து, இதற்காக வருந்துவதை விடுங்கள்.

"நமது ஒப்பந்தப்படி நீங்கள் என் பிறந்த தின விருந்துக்கு வருகிறீர்கள். உங்கள் நலனுக்காக நான் குடிப்பேன். உங்கள் உண்மையுள்ள– "

"தெரஸா! நீ எவ்வளவு உயர்வான ஆத்மா!"

●●●

இரவு எட்டு மணிக்கு வீடு திரும்பிய நாகராஜன் காரை ஷெட்டில் விடுவதற்காகத் திரும்பியபோது ஷெட்டின் ஒரு மூலையில், தாடியும் மீசையுமாய்ப் பரட்டைத் தலையுடன் உட்கார்ந்திருந்த கன்னையா எழுந்து நின்றான். சிறிது நேரம் விளக்கை அணைக்காமல் அவனைக் கூர்ந்து பார்த்தார். வெளிச் சத்தாலோ வெட்கத்தாலோ கூசிக் குறுகி முகத்தை மூடிக் கொண்டான் கன்னையா.

வராந்தாவில் நாகராஜனின் மகளும் மனைவியும் கன்னை யாவை உள்ளே வரவிடாமல் தடுப்பதற்காகத் துவார பாலிகை களாக நின்றிருந்தனர்.

"அவன் வந்தால் உள்ளே நுழைய விடாதீங்க" என்று நாக ராஜன்தான் உத்திரவிட்டிருந்தார்.

நாகராஜன் காரிலிருந்து இறங்கியதும் கன்னையா அவரருகே வந்து அழுதான்.

"மாப்பிளே, என்னமோ தெரியாம செஞ்சுட்டேன். ஏன் செஞ்சேன்னு தெரியல்லே. அதைச் செஞ்ச அடுத்த நிமிஷத்

திலேருந்து ஒவ்வொரு நிமிஷமும் வருத்தப்பட்டேனே ஒழிய சந்தோஷமாகவே இல்லே, மாப்பிளே... அறிவு கெட்டவன் நான்" என்று நெற்றியில் அடித்துக் கொண்டு அவன் அழுதான்.

நாகராஜன் மௌனமாக 'டை'யைத் தளர்த்திக் கொண்டு வராந்தாவில் கிடந்த பிரம்பு நாற்காலிகளில் ஒன்றில் அமர்ந்தார்.

அவர் மகளும், மனைவியும் உள்ளே போயினர். கன்னையா வெளிச்சத்தில் வந்து அவர் எதிரே நின்றான்.

அவன் மௌனமாகத் தலைகுனிந்து நின்றதைப் பார்க்க அவருக்குப் பரிதாபமாக இருந்தது. அவர் நினைத்தார்:

'இவன் வெறும் திருடன் என்றால், இப்போது ஏன் திரும்பி வரவேண்டும்? இந்த வீட்டில் உழைக்கிற உழைப்பை எங்கே தந்தாலும் இவன் வயிற்றுக்குச் சோறு கிடைத்து விடுமே– எனவே, பிழைப்புக்காக இவன் திரும்பி வந்திருக்கிறான் என்று நினைப்பது பேதமை. இதோ எதிரே நேற்றிலிருந்து பூக்க ஆரம்பித்திருக்கிறதே இந்த மல்லிகைச் செடி, இதைக் கொண்டு வந்து நட்டு, நீர் வார்த்த பாசம் அவனைத் திரும்பி வர இழுத்திருக்காதா?... ஒவ்வொரு வேளை சாப்பிடும்போதும், நான் அவளை நினைக்கிற மாதிரியே அவனும் என்னை நினைத்திருக்க மாட்டானா? பின் ஏன் அப்படி அந்தப் பணத்துக்கு ஆசைப்பட்டு அதை எடுத்துக்கொண்டு ஓடினான்...?

"ஏண்டா, என்னைக் கேட்டால், உனக்கு நான் பணம் தந்திருக்க மாட்டேனா? ஏன் திருடன் மாதிரி இப்படிச் செய்தே?"– வீட்டிலிருக்கும் மற்றவர்களின் திருப்திக்காகச் சற்று உரத்த குரலில் விசாரித்தார் அவர்.

"அதான் யோசிச்சு யோசிச்சுப் பார்க்கறேன். பணத்தை அந்த 'ஷெல்ப்'லே பார்த்தப்போ... வேறே யாருமே இல்லே. 'யாருமே இல்லாத இடத்தில் பணத்தைப் பார்த்தா எடுத்துக்கணும்கிற திருட்டுப் புத்தியிலே எடுத்திட்டேன். இது முதல்தடவையா?... எத்தனையோ தடவை இந்த மாதிரி, சீ!"– அவன் தன்னைத்தானே நொந்து கொண்டான்.

இன்று மத்தியானம் இதே நிலையில் தான் இருந்ததை நாகராஜன் எண்ணிப் பார்த்தார்.

"அது ஒரு வியாதிடா" என்றார்.

"ஆமாம். வியாதிதான்" என்று தலையில் அடித்துக் கொண் டான் கன்னையா. "நீ என்ன தண்டனை குடுத்தாலும் ஏத்துக்

கறேன், மாப்பிளே..." என்று கைகளைப் பிசைந்துகொண்டு கண்ணீர் உகுத்தான்.

நாகராஜன் நிர்மலமாய்ச் சிரித்தார்.

"வியாதிக்கு சிகிச்சைதான் தேவை, தண்டனை இல்லே" என்று சொல்லும்போது அவருக்கே கண் கலங்கிற்று.

"உன் வியாதி நீங்கிப் போச்சு... மனப்பூர்வமா மன்னிக்கறது தான் இதுக்குச் சிகிச்சை. இந்தச் சிகிச்சையை உனக்கு யாருமே இதுவரை செய்ததில்லே. இனிமே சரியாயிடும். போ, உள்ளே! நீ செய்தது தப்புத்தான்... .தண்டனை தர வேண்டிய குற்றமில்லே" என்று அவர் சொல்வதைக் கேட்டுக் கூடத்தில் உட்கார்ந்திருந்த அவரது மகளும் மனைவியும் "எவ்வளவு பெருந்தன்மை மிக்க மனிதர் இவர்!" என்று நாகராஜனைப் பற்றி எண்ணிப் பெருமிதம் கொண்டனர்.

அவர்களுக்கு என்ன தெரியும்?

மன்னிக்கப்பட்டவர்களே மன்னிக்கிறார்கள் என்பது.

ஆனந்த விகடன், 1969

# அந்த உயிலின் மரணம்

வேணுகோபாலன் அந்த வீட்டின் கூடத்தின் நடுவில் கூன் விழுந்த முதுகை வளைத்துக் கொண்டு தனியாக அமர்ந்திருந்தார். அவர் தலைக்கு மேலே ஒரு பக்கமாக அவர் சாய்ந்திருக்கிறாரே அந்தத் தூண், மிக உயரத்திலிருக்கும் மச்சு முகட்டை நோக்கி முடிவற்று நீண்டு செல்வதுபோல் அந்த மாடத்து விளக்கின் சுவர் தேய்க்கின்ற இருளிலே மாயம் காட்டுகிறது. அந்தக் கூடத்தில் அது மாதிரி எட்டுத் தூண்கள் இரண்டு வரிசையாக நிற்கின்றன. மாடத்து விளக்கு வெளிச்சத்தில் இரண்டு துண்கனே தெரிகின்றன.

அது ரொம்பப் பழைய வீடு. வேணுகோபாலனின் முப் பாட்டனார் கட்டிய வீடாம். கட்டியபொழுது இருந்த மாதிரியே இப்பொழுதும் அந்த வீட்டுக்கு மின்சார விளக்கு கிடையாது. வீட்டின் முன்புறமும் அந்தக் கூடத்துப் பகுதியும் தவிர பின்னம் பக்கத்தில் பெரும்பகுதி இடிந்து போயிருக்கிறது. அந்த இடிபாடு களிடையே, வேணுகோபாலன் கூப்பிட்ட குரலுக்கு வந்து ஏவல் செய்கிற சில ஏழைகள் பொங்கித் தின்றும், புழுதியைத் தட்டிச் சில நேரம் படுத்துக் கிடந்தும் அங்கே குடும்பம் நடத்துகிறார்கள்.

பின்கட்டு இருளிலிருந்து ஒரு சிறிய விளக்குச் சுடர், பூவின் இதழ் ஒன்று மிதந்து வருகிற மாதிரி கொஞ்சங் கொஞ்சமாக முன்னேறி வந்தது. வேணுகோபாலன் கூனல் முதுகை நிமிர்த்தாமல் தலையை மட்டும் திருப்பி அந்த வெளிச்சத்தைப் பார்த்தார். ஒரு பத்து வயதுச் சிறுமி கையில் ஏந்திய அம்மன் விளக்கு காற்றில் அணைந்து விடாமல் தனது சின்னக் கையால் மறைத்தவாறு பாவாடை தடுக்கிவிடாமல் மெதுவாய் நடந்து வந்தாள். கூடத்துச் சுவரில் மாட்டியிருந்த, நாற்பது வருஷத்திற்கு முன்பு எழுதிய– போன மாசம் செத்துப் போன– வேணுபோபாலனின் மனைவி வள்ளியம்மையின் படத்தருகே உள்ள மர ஸ்டாண்மல் விளக்கை வைத்தபின் விழுந்து நமஸ்கரித்து எழுந்த சிறுமியை யார் என்று அறிந்து கொள்வதற்காக–

“யாரது?... செங்கேணி மவளா?” என்று புருவத்தின்மீது மறைத்த கையோடு கேட்டார் கிழவர்.

“இல்லே தாத்தா. சுப்பு மவ ராசாத்தி நானு...”

இந்த ஒரு வார காலமாக வள்ளியம்மை வழி உறவுக்காரர்கள் சிலர் இங்கே வந்திருந்து, அந்த உறவும் தீர்ந்து போய்விட்டது என்ற தீர்மானத்திலே போய்விட்டார்கள். இப்போது அவரது தயவில் அந்த வீட்டின் பின்னம்பக்கம் இடிபாடுகளில் குடும்பம் நடத்திக் கொண்டிருக்கிற– உறவில்லாத அந்நியர்களான அந்த யாரோ சிலரின் தயவில்தான் தனது அனாதரவான அந்திம காலத்தை அவர் கழிக்க நேர்ந்திருக்கிறது. அவருக்கு வெந்நீர் கொடுக்கவும், இரண்டு வேளை எதையாவது பொங்கித் தரவும், இரவில் பால் காய்ச்சிக் கொடுக்கவும்...

வேணுபோபாலன் தனிமையில் தனக்குள் சிரித்துக் கொண்டார்.

அப்போது அவருக்கு அந்த வலி வந்தது.

"சீ! திருட்டு நாயே! உனக்கு இனிமே மரியாதை கிடையாது" என்று வாய்விட்டு முனகினார். அவர் வழக்கம் போல் தனது கையால் மார்பின் இடது புறத்தைப் பிசைந்து கொள்ளவில்லை. ஒரு வினாடி கண்களை மூடி ஆழ்ந்து சுவாசிப்பாரே அது மாதிரி சுவாசிக்கவில்லை. உதட்டைக் கடிக்கவில்லை. தட்டுத் தடுமாறி எழுந்து போய்த் தண்ணீர் குடிப்பாரே அது மாதிரி எழுந்து போக வில்லை. எந்தவிதச் சலனமும் இல்லாமல் அப்படியே உட்கார்ந் திருந்தார். ஆனால் அந்த வலிதான் என்ன மாதிரி அவர் இதயத்தைப் பிளக்கிறது! இடது புறத்திற்கு அருகாமையில், விலாவுக்கு மேலே, மார்பு எலும்புகளின் இடைவெளியில் அவர் இதயம்தான் என்னமாய் இடித்துத் துடிக்கிறது! அந்தச் சில வினாடிக்குள்ளே உடம்பெல்லாம் என்னமாய் வேர்த்து நனைகிறது.

அப்போது அந்த சுப்பு மகள் ராசாத்தி அவருக்குப் பால் கொணர்ந்தாள். வேணுகோபாலன் இப்போதெல்லாம் இரவில் பால் மட்டுமே சாப்பிடுகிறார். சில சமயங்களில் ஒரு வாழைப் பழமும் சாப்பிடுவார். கொண்டு வந்த பால் பாத்திரத்தை அந்த ஸ்டாண்டின் கீழே வைத்துவிட்டு, "தாத்தா பால் கொண்ணாந் திருக்கேன்... சூடா இருக்கு. கொஞ்சம் பொறுத்துக் குடிங்க" என்று சொல்லிவிட்டு அந்த சுப்பு மகள் ராசாத்தி ஒரு தூணிலிருந்து மறு தூணுக்கு அரை வட்டமாய்ச் சுற்றித் தாவி விளையாட ஆரம்பித் தாள். 'என்ன வேகமாகச் சுற்றுகிறாள்! ஒரு காரியமும் இல்லாமல் மூச்சு இளைக்க இளைக்க எப்படி உடம்பைப் போட்டு வருத்திக் கொள்கிறாள்! என்ன அப்படி ஒரு விளையாட்டு? விளையாட்டு என்றாலே அப்படித்தான்; ஒரு காரியமுமில்லாமல் உடலை வருத்திக் கொள்வது. அப்படி வருத்திக் கொள்வதன் மூலம்

மகிழ்ச்சி அடைவது. அடி பெண்ணே! அதெல்லாம் இப்போது தெரியாது' என்று அவள் விளையாட்டைப் பார்த்து மனசுக்குள் பேசிக் கொள்கிறார் வேணுகோபாலன்.

தூணுக்குத் தூண் தாவி விளையாடிக் கொண்டிருந்த சிறுமி, அந்த விளையாட்டிலே சலிப்புற்று இப்போது தாழ்வாரத்திலிருந்து முற்றத்தில் குதிக்கிறாள். ஒரு கையில் பாவாடையையும் தூக்கிப் பிடித்துக் கொண்டு, முற்றத்தில் குறுக்காக ஓடி எதிர்ப்புற தாழ் வாரத்தில் ஏறிய பின் கூடத்து இரண்டு தூண்களை ஓடி ஓடித் தொடுகிறாள். மறுபடியும் இந்தப் பக்கமாய் வந்து முற்றத்தில் குதித்து... மூச்சு இளைக்க இளைக்க... என்ன விளையாட்டோ?

எல்லா விளையாட்டும் அப்படித்தான். மூச்சு இளைக்கிறது என்பதற்காக யார் விளையாடாமல் இருந்தார்கள்? விளையாடி விளையாடி இளைக்கிற மூச்சு, விளையாடாமலே இளைக்க ஆரம்பித்தால், அதுதான் வியாதி.

தூணில் சாய்ந்திருந்த வேணுகோபாலன் லேசாகக் கண் களைத் திறந்து பார்த்தார். இருள் திரை கொஞ்சம் கொஞ்சமாய் விலகிக் கூடத்தின் இருட்டில் எதிரே நின்ற இரு தூண்கள் தெரிந்தன. குழந்தை குதித்து விளையாடுகிற சத்தமும் கேட்டது.

அந்தத் 'திருட்டு நாய்' கல் எடுத்த சிறுவனைக் கண்டு பம்மு கிற மாதிரிக் கொஞ்சம் கொஞ்சமாய்ப் பின் வாங்குகிறதோ...

வலி குறைந்து விட்டது.

வேணுகோபாலனுக்குத் தொண்டை காய்ந்திருந்தது; வழக்கம் போல் தானே சென்று தண்ணீர் குடிப்பதற்காக எழுந்தார்.

"ம்... போகட்டுமே!" என்று உதட்டைப் பிதுக்கிக் கொண்டு தூணில் சாய்ந்து உட்கார்ந்து "ஏ... பொண்ணே" என்று முற்றத்தில் குதித்துக் கொண்டிருந்த சிறுமியை அழைத்தார். அதற்குமேல் அவரால் பேச முடியவில்லை. 'தண்ணீர் வேண்டும்' என்று சைகை யினால் காட்டினார்.

"என்னா தாத்தா... கூப்பிட்டியா?" என்று அருகில் வந்தாள் அவள். அவரது சைகையைப் பார்த்து "பால் வேணுமா? தண்ணி வேணுமா?" என்று கேட்டாள்.

"தண்ணி" என்று முனகினார் வேணுகோபாலன்.

"வெந்நீரா, பச்சைத் தண்ணியா?" என்று கேட்டாள்.

வேணுகோபாலனால் பேச முடியவில்லை. இந்த நிலையின் பயங்கரம் தெரியாத அந்தச் சிறுமியின் பேதைமை அவருக்கும்

ரசனையாய் இருந்தது. விழிகளை உயர்த்தி அவள் முகத்தைப் பார்த்து லேசாகப் புன்முறுவல் காட்டினார். அவளுக்கும் அவரது நிலைமை ரசனையாய் இருந்தது போலும்.

"என்னா தாத்தா சிரிக்கிறே? பச்சைத் தண்ணியா வேணும்?" என்று அவள் கேட்டபோது கிழவர் தலையை ஆட்டினார். சிறுமி துள்ளி ஓடினாள். அவள் வருவதற்குள் தனது உடல்– கூட்டி லிருந்து உயிர் துள்ளிவிடக் கூடாதே என்று எண்ணினார் வேணுகோபாலன்.

முன்பெல்லாம் இந்த வலி வருகிறபோது எவ்வளவு தாகமாய் இருந்தாலும் அவர் யாரையும் தண்ணீர் கேட்க மாட்டார். தானே எழுந்து போய்த்தான் தண்ணீர் குடிப்பார். அதற்கு ஒரு நியாயமும் அவர் வைத்திருந்தார்.

மாரடைப்பால் இறந்து போன எல்லோருமே கடைசியாகத் தண்ணீர்தான் கேட்கிறார்களாம். தண்ணீர் வருவதற்குள்ளேயோ, அல்லது கொண்டு வந்த தண்ணீரை இரண்டு மிடறு குடிப்பதற் குள்ளேயே அவசரப்பட்டு அவர்கள் இறந்து போயிருக்கிறார் களாம். அந்தத் தாகம் வரும்போது அவருக்கு இந்த நினைவும் வரும். பல்லைக் கடித்துக் கொண்டு எழுந்து சென்று தானே தண்ணீர் எடுத்துக் குடிப்பார்.

சிறுமி தண்ணீர் கொண்டு வந்தாள். தண்ணீரைக் குடித்த பின் வலி முற்றாகக் குறைந்ததும் ஒரு நெடிய பெருமூச்சு விட்டார் கிழவர்.

●●●

**அ**ப்போது அவர் செயலோடு இருந்தார்; திமிரோடு இருந்தார். மாதத்துக்கு இருபது நாள் அவர் பிரயாணங்களிலேயே கழிப்பார். அவருடைய தொழில் அப்படி. பம்பாய் என்றும் அகமதாபாத் என்றும் சுற்றிக் கொண்டு இருப்பார். எல்லாப் பெரிய நகரங்களிலும் அவருக்குத் தொடர்பு இருந்தது. இன்ன வியாபாரம் என்று சொல்ல முடியாது. வெற்றிலையிலிருந்து இரும்புப் பெட்டி வரை விநியோகம் செய்கிற கமிஷன் ஏஜண்டாக அவர் அலைந்து கொண்டிருந்தார்.

அவருக்கு அப்படியொரு முகராசியும், வாக்குச் சாதுரியமும் உண்டு. எந்த ஊருக்குப் போனாலும் அந்த ஊர் பாஷையில் அவனைத் தூக்கியடிக்கிற விதமாகப் பேசுவார். ஆங்கிலம் தவிர அவருக்கு எல்லா முக்கிய இந்திய பாஷைகளும் சுத்தமாகவே தெரியும். அந்தந்தப் பகுதியின் விசேஷ முத்திரைகளோடு அவர்

களது பழமொழிகள் மரபுகளோடு தெரியும். இவ்வளவும் எப்படிக் கற்றார் என்று எவருக்கும் தெரியாது. அவர் பேச ஆரம்பித்தா ரானால் முக்கால்வாசிப் பாஷை அவரது சிரிப்புத்தான். அவருக்கு தொழிலின் பிரதான மூலதனமே அந்தச் சிரிப்புத்தான். அவருக்கு உடன்பாடு இல்லாத கொள்கையே கிடையாது. எதிராளி என்ன நினைத்துப் பேச ஆரம்பிக்கிறானோ அந்த நினைப்பையும், அதற்கு மேலும் அப்படியே பிரதிபலித்து அவன் நினைக்காத அளவுக்கு அந்தக் கொள்கையிலே உடன்பாடு காணுவதில் அவர் சமர்த்தர். அதே மாதிரி அந்தக் குறிப்பிட்ட ஒரு கொள்கைக்கு எதிரான ஒருவரிடமும் அவரால் உடன்பாடு காண முடியும். முரண்பட்ட கொள்கைகள் உள்ள இருவர் மோதிக் கொள்ளும் போதும் அந்த இருவருக்கும் தகுந்த விதமாய் இருவர் கொள்கையும் பழுது படாமல் நூலில் விழுந்த சிக்கைப் பிரிப்பது மாதிரி சிக்கெடுத்து இரண்டு பேருடைய பாராட்டுதலையும் பெற்று இடையிலே நுழைந்து நழுவி வந்து விடுகின்ற கலையிலே அவர் வல்லவர். ஏனெனில் அவருக்கு என்று பிடிவாதமான தனிக் கொள்கைகள் எதுவும் கிடையாது.

அவரை யாரும் துன்புறுத்தவோ, வருத்தவோ முடியாது. எல்லோருடைய சந்தோஷத்திலும், ஆனந்தத்திலும் தனக்குப் பங்கிருப்பதாக அவர் நினைத்துக்கொள்வார். எல்லோரையும் சந்தோஷப்படுத்துவது தன் கடமை என்றும் அவர் நம்பி இருந்தார். நாடகத்தில் சினிமாவில் வருகிற காமெடியன் எப்படிச் சிரிப்பு மூட்டுவதற்கு மட்டும் இருக்கிறானோ அது மாதிரி வாழ்க்கையில் அவர் இருந்து வந்தார். அப்படி இருப்பதை வாழ்வின் லட்சியம் போல் அவர் கடைப்பிடித்து வந்தார்.

இப்படிப்பட்ட சஞ்சாரங்களில் வீடு தங்காமல் நாடு முழு வதும் சுற்றி அப்படியொன்றும் பிரமாதமாக அவர் செல்வங் களைக் குவித்து விடவில்லை. அதற்காக அவர் முயன்றிருந்தால் எவ்வளவோ சேர்த்திருக்க முடியும். ஆனால் அவர் எல்லோருக்கும் நல்லவராக வாழ்க்கையை ஒரு சுவாரஸ்யமான சம்பாஷணை யாகக் கழிப்பதற்காக மனிதர்களைத் தேடிச் செல்கிற மாதிரித் திரிவதிலேயே திருப்தி கண்டார்.

வேணுகோபாலனுக்குக் குழந்தைகள் அதிகமில்லாவிட்டாலும் பொறுப்புகள் நிறைய இருந்தன. அக்காலத்தில் ஒரு விதவைத் தமக்கை, அவளது இரண்டு பெண் குழந்தைகள், பத்து வருஷத் துக்கு முன்னால் ஒரே வருஷத்தில் ஒருவர் பின் ஒருவராய் இறந்து போன அவரது தாய் தந்தையர், அவரது ஒரு பெண்ணும் பைய னும் வீடு நிறைந்து இருந்தார்கள்! அந்தத் தைரியத்தில் அந்தச்

சூழலில்– வீட்டைப் பற்றிக் கவலையே இல்லாமல் ஊர் சுற்றிக் கொண்டிருந்த வேணுகோபாலனைத் திடீரென்று சிறகை வெட்டிக் கூண்டில் அடைத்தது மாதிரி வீட்டைவிட்டு வெளியேறாதபடிப் படுக்கையில் முடக்கிப் போட்டு விட்டார்கள் டாக்டர்கள்.

பிரயாணம் போவதையும், கூட்டம் கூட்டமாய் ஜனங்களைப் பார்ப்பதையும், பல்வேறு பாஷை பேசக்கூடிய பல வேறுபட்ட மனிதர்களோடு தன்னை இணைத்துக்கொண்டு சொந்தம் கொண்டாடுவதையும் வாழ்க்கையின் பயனாக அனுபவித்துக் கொண்டிருந்த ஒரு மனிதனுக்கு அது எவ்வளவு கொடிய தண்டனை! எல்லோரையும் சிரிக்க வைப்பதையே தன் லட்சியமாய்க் கொண்டிருந்த வேணுகோபாலன் சிரிக்கவே தெரியாத மனிதராகி விட்டார்.

ஒவ்வொரு நாளையும் ஒரு திருவிழா மாதிரி அனுபவித்துக் கொண்டிருந்த வேணுகோபாலனுக்கு வாழ்க்கையின் மிக மிகத் துன்பகரமான ஓர் இறுதி உண்மை, யானை மாதிரி எதிரில் வந்து நின்று மிரட்டியது. தப்ப மார்க்கமில்லாமல் தனித்த பாதையின் வழியை அடைத்து அது நின்றது. துதிக்கையில் பிடித்துச் சுருட்டிய இறுக்கத்தில் அவர் விழி பிதுங்கக் காலடியில் போட்டு இறுதியாக ஒரே மிதியில் அவரது இருதயம் நசுங்கத் தேய்க்கப் போகிறது அது.

'ஓ! என்ன வலி!– நெஞ்சைப் பிசைந்து கொண்டு.'

அப்போது அவர் திருச்சூரில் இருந்தார். ஏதோ பாக்கு வியாபாரத்துக்குப் பேரம் பேச வந்திருந்தார். கோயிலுக்குப் போய் வரிசையாக நின்றிருந்த யானைகளைப் பார்த்துவிட்டு வந்தார். வருகிற வழியில் வெற்றிலை பாக்கு போட்டுக் கொண்டார். அந்தப் பச்சைப் பாக்கு அவருக்கு ரொம்பப் பிடிக்கும். துவர்ப்பு நெஞ்சில் அடைத்தது. பின் வலித்தது... வலி தாங்க முடியவில்லை. டாக்டரிடம் போனார்.

வேணுகோபாலனுக்கு வலி வந்தபோது அது இதயத்தில்தான் என்று முதலில் தெரியாது. மார்பிலே வலிப்பதாகத்தான் நினைத்துக் கொண்டார். அந்த டாக்டர் அவரைப் பரிசோதித்த பிறகு, அவருக்கு இதயம் பலவீனமுற்றிருப்பதாகச் சொன்ன பிறகு, அவர் இப்படித் தனிமையில் அலையக் கூடாதென்றும், அதிர நடக்கக் கூடாதென்றும், அவருக்கு ஆலோசனை கூறப்பட்ட பிறகுதான் அந்த வலி தனது இதயத்தில் என்பதை வேணு கோபாலன் அறிந்தார். அதன் பிறகு இந்த இருபத்தைந்து வருட காலமாய் எப்போதாவது வருகிற அந்த வலியையும் அந்த வலி இல்லாத சமயத்தில் தனது பலவீனமான இதயம் எந்த விநாடியும்

நின்றுவிடலாம் என்கிற நினைப்பையும் தவிர— அப்படி நின்று விட்டால், யார் யார் என்ன செய்யவேண்டுமென்பதை அவர வருக்குச் சொல்லமுடியாத பயத்துடன் ஒவ்வொருவரையும் பார்த்து ரகசியமாகச் சில சமயங்களில் கண் கலங்குகிறவராகவே வாழ்ந்திருக்கிறார்.

ஆரம்பத்தில், ரொம்ப காலம் வரைக்கும் அந்த இருதய வலியைப் பற்றிய பயம் யானை மாதிரிப் பூதாகாரமாக அவரைப் பயமுறுத்தி இருக்கிறது. நாளாக நாளாக அந்த வலி வந்து 'இத்தோடு உன் கதை முடியப் போகிறது... முடியப் போகிறது' என்று ஏச்சங்காட்டி ஓட ஓட, அந்தப் பூதாகாரமான யானை அவர் மனசில் 'ஒரு திருட்டு நாய்' மாதிரி உருவகம் கொண்டது.

ரொம்ப அசிங்கமாக, எச்சில் ஒழுகும் நாக்கை நீட்டிக் கொண்டு வெறி கலந்த கண்களை ஏறச் செருகியவாறு ஆள் அசர் கிற நேரம் பார்த்து அவரது கையளவு பரிமாணமுள்ள, மிருது வான, பூஞ்சையான, ஆனால் அவருக்கு ரொம்ப முக்கியமான, அவரது வாழ்க்கையின் உணர்ச்சிகள் எல்லாம், ரகசியங்களெல் லாம் துடித்துக் கொண்டிருக்கிற, ரொம்ப உயர்வான அந்த இதயத்தை, கேவலம் ஒரு கறித்துண்டு மாதிரிக் கவ்விக்கொண்டு ஓடுவதற்குக் காத்து நின்று, பம்மிப் பம்மி நெருங்கி வருகிற திருட்டு நாய் மாதிரி...

இருபத்தைந்து வருஷமாக அந்தத் திருட்டு நாயை விரட்டி விரட்டியே காலம் கழித்துக் கொண்டிருக்கிறார் என்றாலும் ஏதோ ஒரு நேரத்தில் அவர் அசரப் போவதும், அது அதைக் கவ்விக் கொண்டு ஓடப் போவதும் நடக்கப்போகிற காரியம்தான் என்று நினைக்கிறபோது அவருக்கு உடம்பெல்லாம் வியர்வையால் நனைந்து போகிறது.

கடைசியாக அந்தப் பெரிய டாக்டர் மேனன், வேணுகோபா லனின் மனைவி வள்ளியம்மையிடம் சொன்னதை— அவருக்குத் தெரியாது என்று ரகசியமாக அவளிடம் அவர் சொன்னதை— இவர் மறைவாக நின்று கேட்டார். அந்த டாக்டர் அவளிடம் இவருக்குத் தெரியாமல் ஏதோ சொல்லப் போகிறார் என்று தெரிந்து கொண்டு— அப்படிச் சொல்வதற்கு வசதியாக அவர் களுக்குத் தனிமை தந்து அறையிலிருந்து வெளியே போகிறவர் மாதிரி பாவனை காட்டி மூடிய கதவின் பின்னால் நின்று— அவர் சொன்னதை இவர் கேட்டார்.

அந்த டாக்டர் ரொம்பக் கறார் பேர்வழியாம். வீணான நம்பிக்கைகள் தந்து இழுத்தடித்துக் கொண்டிருப்பவர் அல்லவாம்.

தன்னைப் பற்றி அவருக்கே அப்படி ஒரு நம்பிக்கை. அவர் வெட்டொன்று துண்டிரண்டாகச் சொல்லி விட்டார்.

"அம்மா, வீணாய் மருந்துக்கும் டாக்டருக்கும் செலவு செஞ்சுக்கிட்டு அலையாதீங்க. இது முடிஞ்ச கேஸ்! அவரை சந்தோஷமா வெச்சுக்குங்க. இஷ்டப்பட்டதைச் செய்யுங்க. எந்த நிமிஷமும் அவர் கதை முடிஞ்சு போகும்... தைரியமா இதைத் தாங்கிக்கிட்டு அதுக்குத் தகுந்த மாதிரி நீங்க நடந்துக்கணும்னுதான் சொல்றேன்."

– அப்போது வேணுகோபாலனுக்கு ஐம்பத்தைந்து வயது.

வேணுகோபாலன் சாவதானமாக அந்தக் கதவைத் தள்ளித் திறந்துகொண்டு வந்தபோது எவ்வளவு பொய்யான புன்னகை யோடு அந்த டாக்டர் அவரைப் பார்த்தார். வேணுகோபாலன், வள்ளியம்மையின் முகத்தைக் கூடப் பார்க்கவில்லை.

வேணுகோபாலனை எல்லா டாக்டர்களும் கைவிட்டபின் அவரும் டாக்டர்களைக் கைவிட்டு விட்டார். வருகின்ற சாவை வலிமையுடன் சந்திப்பது என்று தீர்மானம் கொண்டார்; கூடியவரை அதை எதிர்த்து மனோதிடத்தோடு போராடி விடுவது என்று வாழ்வின் மீது கொண்ட காதலால் அவர் வைராக்கியம் கொண்டார். அவர் மனசுக்கு அந்தத் திருட்டு நாய் ஜெயித்து விடப்போகிறது என்று பட்டுவிட்டது.

மரணம் நெருங்கி வந்துவிட்டது என்று தெரிந்துவிட்ட பிறகு அவர் நிதானமாக யோசிக்க ஆரம்பித்தார். அதிகபட்சம் தான் இன்னும் ஓராண்டுக் காலம்தான் வாழமுடியும் என்ற முடிவுக்கு வந்தபின், தான் தன் வாழ்வில் நிறைவேற்ற வேண்டிய கடமை களையெல்லாம் எண்ணிப் பார்த்தார். வாழ்க்கையை ஒரு பிரயாணமாகக் கொண்டு காலமெல்லாம் ஊர் சுற்றித் திரிந்து கொண்டிருந்த வேணுகோபாலன் இப்போது முடங்கிக் கிடக்கும் வீட்டையும், இதில் நெருக்கமாகத் தன்னோடு பிணைந்துவிட்ட சுற்றத்தையும் பற்றிக் கண்கலங்க யோசித்தார். அவர்கள் அவரிடம் காட்டுகின்ற அதிகபட்சக் கனிவுகளிலும், அன்பான வார்த்தை களிலும் அவரிடம் அவர்கள் மறைத்து வைத்திருக்கிற அந்த ரகசியத்தை ஒரு கசந்த சிரிப்புடன் அவர் புரிந்து கொண்டார். தான் புரிந்து கொண்டதை அவர்கள் காணாதவண்ணம் தானும் ஒரு பொய்யில் ஒளிந்து கொண்டார்.

யார் ஒளிந்தென்ன; யார் மறைந்தென்ன? அது வரப்போகிறது என்று தீர்மானமாய் நினைக்கையில் இந்த வீட்டின் பெரிய தூண்கள் நிறைந்த அந்த விசாலமான கூடத்தில் தன்னை ரோஜா

மாலையிட்டுக் கிடத்தி வைத்திருக்கும் அந்தக் கோலத்தை ஒவ்வொரு அம்சமாய் நிதானமாகக் கண் முன்னால் கொணர்ந்து காட்சிகளாய்க் காண்பார் வேணுகோபாலன்...

வயதான தாயும், தந்தையும் இந்த வயதில் தங்களுக்கு வராத சாவு இவனுக்கு வந்ததே என்று கதறித் துடிப்பதைப் பார்ப்பார். வள்ளியம்மை முட்டி மோதி அழுவதைப் பார்ப்பார். தன் தமக்கை வாழ்க்கையில் தனக்கு ஏற்பட்ட இழப்புகளின் சோகங்களையெல்லாம் இதிலே இழைத்துக்கொண்டு அழுவதைப் பார்ப்பார்...

ஊரிலிருந்து பேரன், பேத்திகளோடு மகள் வருவாளே... மகனும், மருமகளும்– எல்லாம் வந்து நின்று துக்கம் கொண்டாடுவார்கள்– என்றெல்லாம் நினைத்துக் கொள்ளும்போது இத்தனை கும்பலின் நடுவே, இத்தனை சொந்தங்களின் நெரிசலில் வாய் விட்டு அழவோ, மார்மீது விழவோ சொந்தமில்லாமல், ரகசிய மாய்த் தன்னுள்ளேயே மறுகி, உரிமையற்று ஓர் ஓரமாய் ஒதுங்கி நிற்பாளே– அவள்!– அவளை நினைத்து நினைத்து அவர் உருகுவார்...

அவளுக்கும், அவருக்கும் என்ன உறவு?

உண்மையைச் சொல்வதென்றால்– அந்த டாக்டர் மேனன் இவர் உயிரின் மீது நம்பிக்கையில்லாத் தீர்மானம் நிறைவேற்றி நாள் எண்ணிக் கொள்ளும்படி வள்ளியம்மையிடம் சொன்னாரே, அப்போது வேணுகோபாலனுக்கு வந்த முதல் நினைவே அந்த 'அவளை'ப் பற்றித்தான். இந்த ரகசியம் அவளையும், இவரையும் தவிர இன்னொருவருக்குத் தெரியாது. இந்த உறவின் வயசு அப்போதே முப்பதைக் கடந்துவிட்டது. இவர் வெளியூர் போவதும் பெரும்பான்மை சமயங்களில் அவள் துணையோடுதான். அவளோடு போகாத சமயங்களில் ஒருநாள் முன்னதாகவே ஊர் வந்து சேர்ந்து அவள் வீட்டில் போய் ஒளிந்து கொள்ளுவார். அவள் உறவை விடவும் இனிமையானது வேறொன்று இல்லை என்று ஒப்புக்கொள்வது வள்ளியம்மைக்குத் தான் செய்யும் துரோகம் என்றெண்ணிய அச்சத்தால் தன்னைத்தானே அவர் ஏமாற்றிக் கொண்டிருந்தார்.

அவர் எந்த நேரத்திலும் செத்துப் போய்விடலாம் என்று டாக்டர் சொன்ன ரகசியத்தை அவர் ஓடோடிச் சென்று அவளிடம்தான் முதலில் சொன்னார். அவள் அழுதாள். அவருக்குத் தெரியாமல் அவரோடு ரத்த பந்தமுடையவர்களும், சுற்றத்தினரும் ஒருவருக்கொருவர் பரிமாறிக் கொள்ளும் அந்த

ரகசியத்தை அவளிடம் அவரைத் தவிர வேறு யார் போய்ச் சொல்லப் போகிறார்கள்? எனவேதான் மற்றவர்களிடம் தானறியாத ரகசியமாகப் பாவனை செய்து கொண்டிருக்கும் அந்தச் செய்தியை, அவரே ஓடிப்போய் அவளிடம் சொன்னார். ஐயோ! அவள் எப்படி அழுதாள்!

"இல்லீங்க!... ..உங்களுக்கு முன்னே நான் செத்துப் போயிடுவேன்" என்று அப்போதே அவள் தீர்மானமாகச் சொன்னாள்.

'இது இவள் ஆசை' என்று புரிந்து கொண்டார் வேணுகோபாலன். வெகுநேரம் அவள் அழுவதை மௌனமாகப் பார்த்துக் கொண்டிருந்தார்.

அவரது மரணத்துக்காக அவர் வருந்துவதைவிட, அந்த மரணத்துக்கான தன் துயரத்தைக்கூட அவள் பகிரங்கமாகக் காட்டிக்கொள்ள முடியாததற்கே வருந்துகிறாள் என்பதையும் அவர் உணர்ந்தார்.

வேணுகோபாலனின் வீட்டுக்கு அவள் எப்போதாவது வருவாள். இந்த வீட்டு மனிதர்களும், ஊராரும் அவள் மீது மிகுந்த மரியாதை வைத்திருந்தனர். எவ்வளவோ சொந்தமும், வசதிகளும் இருந்தும்கூட, வேணுகோபாலனை ரகசியமாகச் சந்திக்கிற இந்த ஓர் உறவின் பொருட்டே அவள் ஓர் ஏகாங்கி மாதிரி இங்கே தனிமையில் வசிக்கிறாள்! இவர்களின் ரகசியம் அம்பலமானால் அதனால் பாதிக்கப்படப் போவது வேணுகோபாலன், அல்லது அவள் என்ற அந்த இருவர் சம்பந்தப்பட்ட விஷயமாயிருப்பின் அவர்கள் இருவருமே அந்த ரகசியம் அம்பலமாவது குறித்துக் கவலை கொண்டிருக்க மாட்டார்கள். இதில் அவர்கள் இருவரும் சம்பந்தப்பட்ட இரண்டு குடும்பங்களின் கௌரவமே அடங்கி இருக்கிறபடியால் அது ரகசியமாகவே புதைக்கப்பட வேண்டிய விதி என்று அவர்கள் இருவருமே தீர்மானம் செய்தனர். அது மாதிரிச் சந்திப்புகளின் போது அவர்களில் யாருக்கேனும் திடீரெனத் தோன்றும்.

எந்த வேளையிலும் அந்த மரணம் வரலாம் என்றாரே டாக்டர்? இந்த ரகசியமான சந்திப்பு வேளையில் அதுவந்து இந்த மரணமே அந்த ரகசியத்தை அம்பலமாக்குகிற நிகழ்ச்சியாக அமைந்துவிட்டால்?...

அந்த நினைப்பு வந்த மாத்திரத்தில் அவர்கள் இருவரும் அவசர அவசரமாய்ப் பிரிந்து விடுவார்கள். அப்படிப் பிரிந்து விலகி ஓடிவந்து விட்ட பிறகு உயிர் சுமந்து நிற்கிற அவலத்தை நினைக்க நினைக்க வேணுகோபாலனுக்குச் சிரிப்பு வரும்.

கடைசியில் ஒரு சமயம் வேணுகோபாலன் ஒரு முடிவுக்கு வந்தார்.

'வள்ளியம்மை மட்டும் யார்? என் மனைவிதானே? என் வாழ்வில் சமபங்கு கொண்டவள்தானே? இவள் மீது அன்பு இல்லாததாலோ, இவளோடு வாழ்ந்த தாம்பத்தியத்தில் குறை கண்டதனாலோ இவளுக்குப் போட்டியாக ஏற்படுத்திக் கொண்ட உறவு அல்லவே இது? ஆனால் இதனை எப்படிப் புரிய வைப்பது? எவருக்கு இது புரியும்? ஆனால், எனது மரணம் வள்ளியம்மைக்கு மட்டுமாவது இதனைப் புரிய வைக்கவேண்டும்' என்றெல்லாம் யோசித்து இருபத்தைந்து வருஷங்களுக்கு முன்னால், கடுமையாக இருதயவலி வந்த ஒருநாள் இரவெல்லாம் உட்கார்ந்து ஒரு உயில் எழுதினார் வேணுகோபாலன்.

நாலைந்து பக்கங்கள்தான் எழுதினார். அதற்குள் பொழுது விடிந்து விட்டது. அவ்வளவு யோசித்து யோசித்து அந்த உயிலை அவர் எழுதினார். தன் இருதயத்தையே திறந்து பிளந்து காட்டிய மாதிரி எழுதிவிட வேண்டும் என்கிற ஆதங்கத்தோடு எழுதினார். தனக்குத் தெரிந்த அளவு இலக்கிய நயத்தோடு எழுதினார். உண்மையை எழுதினாலே பாஷைக்கு எவ்வளவு வலிவு வந்து விடும் என்று அவருக்குத் தெரியாததனால் வலிந்து வலிந்து பாஷையில் மெருகேற்றி அதை அவர் எழுதினார்.

வள்ளியம்மை அதை எங்கே வைத்திருப்பாள்? என்று இப்போது யோசித்தார் வேணுகோபாலன்.

இருபத்தைந்து வருஷங்களுக்கு முன்பு, 'நான் செத்துப் போய்ட்டேன்னா முதல் காரியமா இதைத் திறந்து படிச்சுப்பாரு; அழறது எல்லாம் அப்புறமா வச்சுக்க' என்று சொல்லி அதை அவள் வசம் கொடுத்தபோது– இந்த ரகசியம் அவருக்குத் தெரிந்து விட்டதே என்று அதிர்ந்து நின்றாள் வள்ளியம்மை.

"வள்ளி– நீ ரொம்ப தைரியசாலி! அழாதே... எல்லார் கதையும் முடிகிற கதைதானே?... நான் உயிரோட இருக்கிறபோது இதைத் திறந்து பார்க்கறதில்லேன்னு சத்தியம் பண்ணு" என்று சத்தியம் வாங்கிக் கொண்டார் வேணுகோபாலன்.

அவருக்குச் சத்தியம் செய்து கொடுத்தபோது வள்ளியம்மையும் 'அவள்' மாதிரியே சொன்னாள். "இதைத் தெறந்து பாக்கற நெலமை எனக்கு ஏற்படாம நான் சுமங்கலியா உங்களுக்கு முன்னாலே போயிடணும்..."

பின் கட்டிலிருந்து சிலபேர் பாய், தலைகாணிகளோடு கூடத்தைக் கடந்து திண்ணைக்குப் படுக்கப் போனார்கள். சுப்பு

மகள் ராசாத்தியும், வேறு இரு சிறுமிகளும் கூடத்தில் வேணு கோபாலனுக்கு எதிரே பாய் விரித்துப் படுத்துக் கொண்டார்கள்.

"தாத்தா... தாத்தா ஒரு கதை சொல்லுங்களேன்" என்றாள் சுப்பு மகள்.

"முடிஞ்ச கதையா? முடியாத கதையா?" என்று முனகிக் கொண்டார் கிழவர்.

வேணுகோபாலன் சில சமயங்களில் அவர்களுக்குக் கதை சொல்லுவார். மீதியை நாளைக்குச் சொல்வதாக ஒவ்வொரு நாளும் பாதியில் நிறுத்தி விடுவார்.

வள்ளியம்மை இறந்த ஒரு வார காலமாய் அந்தக் கதை சொல்லும் வழக்கம் நின்றிருந்தது.

"தாத்தா... சித்திரக்குள்ளன் கதை நீங்க முழுக்க சொல்லலியே... அதுக்குள்ளே பாட்டி செத்துப் போயிட்டாங்க..." என்று மற்றொரு சிறுமி, ஒரு வாரத்துக்கு முன்பு சொன்ன பாதிக் கதையை ஞாபகமூட்டினாள்.

"இன்னிக்கு ரொம்ப நாழி ஆயிடுச்சி. உசிரோட பொழச்சிக் கெடந்தா நாளைக்குச் சொல்றேன். இன்னிக்கிக் கொஞ்சம் வேலை இருக்கு" என்று சொல்லியவாறே தூணருகே மாட்டியிருந்த அரிக்கேன் விளக்கை எடுத்துக்கொண்டு கூனல் முதுகுடன் கூடத்து அறைக்குள் போனார் வேணுகோபாலன். அரிக்கேன் விளக்குடன் அவர் ஆடி நடக்கும்போது கூடத்துத் தூண்களின் நிழல்கள் பெரிதாய்க் குறுக்கும் மறுக்கும் விழுந்தன.

அறைக்குள் சென்று வெகுநேரம்வரை எதை எதையோ குடைந்து, கடைசியாக வள்ளியம்மையின் பெரிய மரப்பெட்டி ஒன்றைத் திறந்து அரிக்கேன் விளக்குடன் அதனுள் குனிந்து, அந்த கவர் இருக்கிறதா என்று தேடினார். பழைய, நைந்த சரிகைப் புடவை ஒன்றில் மூட்டை கட்டி வைத்த ஒரு சந்தனப் பேழைக்குள் வெகு பத்திரமாக அதை அவள் பாதுகாத்து வைத்திருப்பதை வெகு சிரமத்துக்குப் பின் கண்டெடுத்தார். பெட்டியை மூடிய பின் திரும்பி வந்து கூடத்துத் தூணருகே உட்கார்ந்து அந்த கவரைப் பிரிக்காமல் வெளிச்சத்தில் அதை வெறித்துப் பார்த்தார்.

'நான் எந்தச் சமயத்திலும் இறந்து விடலாம் என்று டாக்டர்கள் எல்லாரும் ஒருமுகமாகச் சொல்லிவிட்டார்கள். இந்த

ரகசியம் என்னிடம் மட்டும் மறைத்து வைக்கப்பட்டிருக்கிறது. இதைத் தெரிந்து கொண்ட பிறகு– இந்த ரகசியம் எனக்குத் தெரிந்துவிட்ட காரணத்தினாலேயே இதனை நான் எழுதுகிறேன்." என்ற வாசகங்களோடு அந்த உயிலை எழுத ஆரம்பித்ததாக அவருக்கு இப்போது நினைவு வருகிறது.

அதை எழுதி முடித்த பிறகு ஒருமுறை படித்துப் பார்க்கக்கூட அவருக்கு நேரமில்லை. அன்று அந்த அளவுக்கு அவரது நெஞ்சு வலி கடுமை கண்டிருந்தது. எனவே, அதை அவசர அவசரமாக ஒரு கவருக்குள் இட்டு மூடி ஒட்டினார். கவரின் மீது அவர் எழுதினார்.

"வள்ளியம்மைக்கு, நான் இறந்த உடனே, இறந்த பிறகுதான் இதைத் திறந்து படிக்கவேண்டும்" என்று எழுதி, அந்த வாசகங் களுக்குக் கீழே பலமாக, பட்டையாக இரண்டு கோடுகளை இழுத்திருந்தார்.

அப்போது அதிகாலை நேரம், வள்ளியம்மை தூங்கிக் கொண்டிருந்தாள். அந்த அறையில் அவள் பக்கத்தில் உட்கார்ந்து தான் இரவெல்லாம் அதை அவர் எழுதினார். அவர் எழுதிக் கொண்டிருக்கும்போது இரண்டொரு முறை அவள் தூக்கத் திலிருந்து விழித்து "நீங்க தூங்கலையா? நாளைக்கு எழுதப் படாதா?" என்று கேட்டாள்.

அவளுக்கென்ன தெரியும்? இதை எழுதி முடிப்பதற் குள்ளாகக்கூட அவர் கதை முடிந்து போகலாம் என்ற அச்சத் தோடே அவர் இதை எழுதினார் என்பது.

அந்த உயிலில் தன் மரணத்தைப்பற்றி மிகவும் துச்சமாக அவர் எழுதியிருந்தார். உண்மையில் சாவது குறித்து அவர் மிகவும் பயந்துதான் இருந்தார். ஆனால் அந்தப் பயத்துக்காக அவர் வெட்கப்பட்டார். எனவே, தான் பயப்படவில்லை என்றும், தைரியமாகவே தலை நிமிர்ந்து ஒரு வீரன் மாதிரி சாகப் போவதாகவும் அதில் அவர் எழுதியிருந்தார். சிரிக்கச் சிரிக்கப் பேசுகின்ற தனது சுபாவத்தை இழந்து விட்டதை ஈடுசெய்து கொள்கிற மாதிரி ஒரு நையாண்டியும் கேலியுமாக அவர் அதை எழுதியிருந்தார்.

"எந்த நிமிஷமும் இவன் கதை முடிஞ்சு போகலாம்– என்று சொல்லிவிட்டார் டாக்டர் மேனன். இதைச் சொல்ல டாக்டர் எதுக்கு? என் கதை முடியுமுன் இந்த டாக்டரின் கதைகூட முடிந்து போகலாம். மனுஷ ஜீவிதத்தின் கதையே அப்படித்தான். எவன் கதையும் எப்போதும் முடிந்து போகலாம். கதை முடிந்து

போவதைப் பற்றிக் கவலை எதற்கு? கதை நடந்து கொண்டிருக்கும் போதுதான் கவலையெல்லாம்..." என்று எந்த நேரத்தில் எழுதினாரோ?

அது வெறும் நையாண்டி அல்ல. அது எவ்வளவு சத்தியமான உண்மை! வேணுகோபாலனின் கதை முடிவுக்குக் காலம் கணித்த டாக்டர் மேனனின் பிரேத ஊர்வலம் இதே தெரு வழியாகப் போனதைத் திண்ணை மேலிருந்தவாறு அடுத்த வருஷமே இந்த வேணுகோபாலன் பார்த்தாரே...

அந்த உயிலை எழுதி யார் வசம் ஒப்புவித்தாரோ அந்த வள்ளியம்மையும், அந்த உயிலில் யார் யாரைப் பற்றியெல்லாம் எழுதியிருந்தாரோ அவர்கள் எல்லோருமே போய்விட்டபிறகு, தான் இறந்த பிறகு திறந்து பார்க்கும்படித் தன் கையால் எழுதி ஒட்டிய அந்தக் கவரைத் தானே திறந்து பார்க்க நேர்ந்துவிட்ட விதியின் வேடிக்கையை எண்ணிப் பார்த்து அவர் சிரித்துக் கொண்டார்.

அதைத் திறக்கலாமா, வேண்டாமா என்று ஒரு விநாடி யோசித்தார். வேறு யாரிடம் இதை ஒப்படைப்பது, அதற்குக் கூட ஒரு சொந்தமில்லாத அநாதையாகி விட்ட தனது வெறுமையை எண்ணிப் பெருமூச்சு விட்டார். பின் கட்டிலிருந்து ராசாத்தியின் தாய் சுப்பு கூடத்துக்கு வந்தாள். கூடத்துச் சுவரோரமாகச் சுருட்டி வைக்கப்பட்டிருந்த படுக்கையைக் கொண்டு வந்து தட்டி உதறி முற்றத்தின் ஓரமாய்த் தாழ்வாரத்தில்– காற்றுக்காக வேணு கோபாலன் கோடை காலத்தில் படுக்கிற இடத்தில்– விரித்தாள்.

வள்ளியம்மை உடம்பு சுகமில்லாமல் ஒரு மாசம் படுத்த படுக்கையாக இருந்தபோது அவளுக்கு உதவியாக ஆரம்பித்த பழக்கத்தைத் தொடர்ந்து செய்து வருகிறாள் சுப்பு.

கைத்தடியுடன் எழுந்து பின்பக்கம் போனார் வேணு கோபாலன். சுப்பு அவருக்கு உதவியாக அரிக்கேன் விளக்கை எடுத்துக் கொண்டு அவர் பின்னால் போனவள், பின்கட்டு வாசற் படியில் விளக்கை வைத்துவிட்டுத் திரும்பி வந்து முற்றத்திலிருந்த அண்டாவிலிருந்து ஒரு செம்பு தண்ணீரும் கொண்டுபோய் வாசற்படியண்டை வைத்தாள்.

அவர் கால் கழுவிக்கொண்டு வரும்போது அரிக்கேன் விளக்கின் வெளிச்சத்தில் அந்தப் பழைய காலத்து வீட்டின் இடிந்து போன அந்தப் பகுதியைப் பார்த்தார். 'தனக்குப் பின் இந்த வீட்டுக்கு உரிமை கொண்டாடப் போவது யார்?' என்று

யோசித்துப் பார்த்தார். மனத்துக்கு எட்டிய தூரத்தில் உறவுக் காரன் என்று எவரும் தோன்றவில்லை. 'பேசாமல் இந்த சுப்புவுக்கோ, அவள் மகளுக்கோ எழுதி வைத்துவிடலாமா?' என்று யோசனை வந்ததும் நாக்கைக் கடித்துக் கொண்டார்.

'வேண்டாம்' என்று மனசுள் தோன்றியது. 'உயில் எழுதினால் இவர்களும் கூட எனக்குமுன் போய்விடுவார்கள். என் ஜாதகம் அப்படி...'

கைத்தடியைச் சப்தமெழ ஊன்றியவாறு, உள்ளே வந்து முற்றத்துத் தாழ்வாரத்தில் விரித்திருந்த தனது படுக்கையில் உட்கார்ந்து கொண்டார்.

“சுப்பம்மா... பெட்ரூம் லைட்டை ஏத்தி இங்கே வச்சுட்டு அந்த அரிக்கன் விளக்கை நிறுத்திடு. அந்தப் பால் பாத்திரத்தையும் கொண்ணாந்து தலைமாட்டிலே வச்சுட்டு நீ போ...”

மணி பதினொன்றுக்கு மேல் ஆகியிருந்தது.

சுப்பு போன பிறகு அந்தப் பெட்ரூம் விளக்கு வெளிச்சத்தில் அந்தக் கவரைப் பிரித்து, உள்ளே இருந்த உயிலை எடுத்து விளக்கருகே பிடித்துப் பார்த்தார்.

பார்வை மங்கிவிட்டதால் எழுத்துகள் ஒன்றும் தெரிய வில்லை.

தன் மரணத்துக்குப் பின் ஆயிரம் சொந்தங்களின் பேரில் தன்மீது கவிந்து கிடக்கும் நெரிசலினால் மறைக்கப்பட்டு மனம் விட்டு அழவோ, மார்பின் மீது விழவோ உரிமையற்று ஓர் ஓரமாய் ஒதுங்கி நிற்பாளே 'அவள்', அவளுக்கும் எனக்கும் உள்ள உறவை வெறுப்போ, கோபமோ இல்லாமல் புரிந்துகொண்டு அவளையும் அருகே அழைத்துக்கொண்டு வரவேண்டும் என்று வள்ளி யம்மையை வேண்டிக்கொண்டு எழுதினாரே...

இரண்டு வருஷத்துக்குப் பின்– அவளது சொந்தங்கள் குழுமி இருந்த நெரிசலின் நடுவே அவளைக் கிடத்தி வைத்திருந்த போது இவர் போய் எந்த உரிமையும் இல்லாமல் எவனோ மாதிரி ஒரு பக்கம் ஒதுங்கி நின்று ரகசியமான கண்ணீரை மேல் துண்டினால் மறைத்துக்கொண்டு வந்தாரே...

அன்றைக்கு இரவுகூட அந்த மானங்கெட்ட மார்பு வலி வந்தது.

திடீரென்று அவருக்குத் தோன்றியது: 'இந்த இருபத்தைந்து வருஷங்களை நான் வீணடித்து விட்டேனே... சாகிறவன் எங்கே

செத்தால் என்ன? அதற்குப் பயந்து வீட்டுக்குள்ளேயே அடைந்து கிடந்து... சீ!'

'அவள்' இறந்த அன்று வேணுகோபாலன் இந்த உயிலை வள்ளியம்மையிடமிருந்து வாங்கிக் கொள்ளலாமா என்றுகூட நினைத்தார். 'இருக்கட்டுமே! நான் செத்த பிறகாவது வள்ளி யம்மைக்கு இந்த ரகசியம் தெரியட்டுமே' என்று விட்டுவிட்டார்.

தன் மகனைப் பற்றி, மகளைப் பற்றி எல்லாம் கூட அந்த உயிலில் எழுதி வைத்திருந்தார். அவரது மகள் ஆறாவது பிர சவத்திலும், அந்த அல்பாயுசு மகன் நாற்பத்தைந்து வயசில் ஏதோ ஒரு நோயினாலும்... அந்த உயிலில் யார் யாரைக் குறிப்பிட்டிருந் தாரோ எல்லாருமே காலமான பின் இந்த உயிலுக்கு மட்டும் என்ன உயிர் இருக்கிறது?

வேணுகோபாலன் அந்த உயிலின் கடைசிப் பக்கத்தைப் பார்த்துக் கொண்டிருந்தார்.

'நான் இறந்து போனால் யாரும் அழவேண்டாம். பாசம் கொண்டவர்களுக்கு இது கஷ்டம்தான். இருந்தாலும் இது எதிர் பார்த்த மரணம் என்பதால் அழுது அழுது பொய்யான உணர்ச்சி களை வளர்த்துக்கொள்ள வேண்டாம். வள்ளி, நீ ஒன்று செய்ய வேண்டும். நம்ப வீட்டுக் கிராமபோன் பெட்டியிலே ராஜரத்தினம் பிள்ளையோட நாதஸ்வரப் பிளேட்டை போட்டுக் கல்யாண ஊர்வலம் மாதிரி மங்களகரமாக என் பிணத்தை எடுத்துக் கொண்டு போக ஏற்பாடு செய்யணும்' என்று எழுதி இருந்த அந்த வரிகளைச் சிரமப்பட்டுப் படிக்கிற மாதிரி, அந்த காகிதங்களை வெறித்த பார்வையோடு நினைவு படுத்திக் கொண்டார்.

வேணுகோபாலன் பரிதாபமாகப் பெருமூச்செறிந்தார்.

இப்போது இவர் இறந்து போனால் அழுவதற்கு யார் இருக்கிறார்கள்?

'யாரும் அழவேண்டாம்' என்று எழுதி வைத்த இந்த உயில் அல்லவா இன்று பொருள் அற்று, அவசியமற்று இறந்து போய் விட்டது!

வேணுகோபாலனுக்குச் சிரிப்பு வந்தது. கூடத்தில் வள்ளி யம்மையின் படத்தருகே அம்மன் விளக்கு எரிந்து கொண்டிருந்தது.

வேணுகோபாலன் கொட்டாவி விட்டார். தூக்கம் வந்து விட்டது. பாலைக் குடிப்பதற்காகக் கைப்பிடி உள்ள அந்த 'வால் கப்'பை எடுத்தார். பால் ஆறிப் பச்சைத் தண்ணீர் மாதிரி இருந்தது.

கையிலிருந்த காகிதங்களைப் பெட்ரூம் லைட்டில் நீண்டு எரியும் சுடருக்கு மேலே பிடித்தார்.

காகிதம் சுருண்டு கரிந்து 'குபுக்'கென்று எரிந்தது. எரிகிற காகிதங்களை ஒரு கையிலும் மற்றொரு கையில் அந்த ஜ்வாலை மீது அந்த 'வால் கப்'பையும் ஏந்திப் பிடித்துப் பாலைச் சூடாக்கினார் வேணுகோபாலன்.

"தாத்தா என்ன செய்யறீங்க? நான்தான் பாலைச் சூடு பண்ணித் தர்ரேன்னு சொன்னேனே..." என்று சொல்லிக்கொண்டே சுப்பம்மாள் வந்தாள்.

வேணுகோபாலன் அவளைப் பார்த்துச் சிரித்தார்.

---

ஆனந்த விகடன், 1969

## விதியும் விபத்தும்

அந்த மாட்டுக்காரச் சிறுவன் ஓர் எருமையின் முதுகின் மீது கவிழ்ந்து படுத்துக் கொண்டு மாம்பழம் தின்று கொண்டிருந்தான். அந்த எருமை சாவதானமாக நடைபோட்டுக் கொண்டிருந்தது. அதன் முதுகில் குறுக்குவாட்டில் கவிழ்ந்து படுத்துத் தொங்கிய வண்ணம் அந்தச் சிறுவன் சுவாரசியமாய் மாங்கொட்டையைப் பல்லால் கறண்டிக் கொண்டிருந்தான்.

சுத்தமாக, கொஞ்சங்கூட மஞ்சள் பசை இல்லாமல் வெண்மையாகும்படி அந்த மாங்கொட்டையை நக்கிச் சுவைத்த பிறகு அதற்குமேல் அதை என்ன செய்வதென்று அவனுக்குத் தெரியவில்லை. சற்றுத் தொலைவில் மாந்தோப்பின் வேலி ஓரமாக ஓடுகிற சாக்கடைக்குப் பக்கத்தில் உள்ள காணிக்கல் மீது ஒரு மைனாக் குருவி பறந்து வந்து உட்கார்ந்தது. மாட்டுக்காரச் சிறுவன் மாட்டின் முதுகிலிருந்து இறங்கி நின்று, மாங்கொட்டை யால் மைனாக்குருவியைக் குறி பார்த்தான். அவனுக்குத் தன் சாமர்த்தியத்தில் நம்பிக்கை உண்டு. நிச்சயமாக அந்த இடத்தை அவனால் குறி பார்த்து அடிக்க முடியும்!

அவனுக்குக் குருவிகளின் சாமர்த்தியமும் தெரியும். எவ்வளவு தான் வேகமாக வீசி எறிந்தாலும் அந்தக் கல் இலக்கை அடை வதற்குள் எப்படியோ தெரிந்துகொண்டு, அந்தக் குருவி பறந்து போகும். என்ன நஷ்டம்– இலக்கில் மோதிய கல் சிதறும். அது மாதிரி இந்த மாங்கொட்டை சிதறப் போகிறது, அவ்வளவு தான்.

வெறும் கல் சிதறினால் பரவாயில்லை. ஆனால், இது ஒரு உயிருள்ள விதை. இதை நட்டால் மரம் முளைக்கும். அந்த மரம் பூக்கும்; காய்க்கும். தன் ஆயுட்காலத்தில் எத்தனையோ ஆயிரம் பழங்களை அந்த மரம் தரும். இந்த ஒரு விதை பல்லாயிரக்கணக் கான விதைகளுக்கு மூலாதாரமாகும். பல்லாயிரக்கணக்கான விதைகளிலிருந்து அனந்தகோடி விளைச்சல் வரும். உயிரின் தத்துவமே உயிர்ப்பெருக்கம்.

மாட்டுக்காரச் சிறுவனுக்கு மாம்பழத்தின் ருசிதான் தெரியும். அடுத்தபடியாக, மைனாக்குருவியை அடிக்கப் போகும் விளை யாட்டில்தான் அவனுக்குக் குறி– காற்றில் மாங்கொட்டை 'விர்'ரெனப் பறந்தது.

நல்லவேளை! குறியும் தப்பிற்று, குருவியும் தப்பிற்று. காணிக் கல்லின் தலைக்கு மேலே ஓர் அங்குல உயரத்தில் பறந்து சென்ற மாங்கொட்டை அந்த நாற்றச் சாக்கடையில் விழுந்து, சகதியில் அழுந்தி மூழ்கிற்று. மாங்கொட்டை அழுந்தியவுடன் அதனை மூடிக் கவிந்த சேற்றின் மீது குமிழிகள் கிளம்பின.

அந்தக் குமிழிகளினூடே ஏதோ ஒரு செடியின் வேர் மாதிரி, அந்த வேர் உயிர் பெற்று அசைவது மாதிரி, ஒரு அசட்டுத் தனமான சிவப்பு நிறத்தோடு ஒரு நீளமான புழு– இந்த மாங் கொட்டை வந்து விழுந்த வேகத்தில் விளைந்த அதிர்ச்சியினால்– தாமச நித்திரை கலைந்து, தனது தலையற்ற உடலை மேலும் கீழும் நெறித்து அந்த மாங்கொட்டையைத் தொடர்ந்து தானும் சேற்றில் அழுந்தி அதனை எட்டிப் பிடித்து அதன் மீது சுருண்டுகொண்டது.

மாங்கொட்டை மிக உறுதியாய் இருந்தது. அந்தக் காணிக் கல்லில் மோதிச் சிதறாமல் எந்த விதி அதனைக் காப்பாற்றியதோ அதே விதி இந்தப் புழுவின் அரிப்புக்கு இளகாத உறுதியை அதற்குத் தந்திருந்தது.

வெகுநேரம் அந்தப் புழு அந்த மாங்கொட்டையைத் துளைக்க முயன்று தோற்றுப் போனது.

அப்போது சாக்கடை நீரின் ஓட்டத்தில் உருண்டு கொண்டு வந்த ஒரு வெம்பிய பழம் அருகே வந்து ஒதுங்கிற்று. உறுதியான இந்த மாங்கொட்டையோடு மோதிக் கொண்டிருப்பதைக் காட்டி லும் அந்த வெம்பிய பழத்தோடு உறவு கொள்வது அந்தப் புழுவுக்குச் சுலபமாயிற்று.

மாங்கொட்டை பிழைத்தது.

தன்னைச் சுற்றி என்ன நிகழ்கிறது என்ற பிரக்ஞையே இல் லாத யோகத்தில் அந்த மாங்கொட்டை வெகுகாலமாக ஆழ்ந்து கிடக்கிறது. தனியாயிருந்த போதும், மாட்டுக்காரன் கையிலே அகப்பட்டபோதும், அவனால் வீசி எறியப்பட்டுக் காற்றிலே மிதந்தபோதும், அது உருவ மாற்றமும் இடமாற்றமும் பெற்றதே ஒழிய அந்த உயிரின் யோகம் கலையாதிருந்தது. பிரக்ஞைதான் இல்லாமல் இருந்ததே தவிர உயிர் இருந்தது.

மாங்கொட்டையாகட்டும், நெல்மணியாகட்டும்,மனித அறிவுக் கண்ணின் கணிப்புப்படி, ஓரறிவு படைத்த உயிர்களின் ஆதாரம் அனைத்துக்கும் வாழ்க்கை என்பதே பிரக்ஞை அற்றுக் கிடக்கும் ஒரு யோகம்தான்.

பிரக்ஞையற்றுக் கிடப்பது சாவு என்று நினைப்பது பேதைமை. பிரக்ஞையுமில்லாமல் வளர்ச்சியுமில்லாமல் கிடப்பதே மரணம். உயிரின் ரகசியமே பிரக்ஞையற்றுக் கிடக்கும் ஊமை நிலையில்தான் அடங்கிக் கிடக்கிறது. அந்த யோகத்தின் உள்ளே நிகழும் இயக்கம் நுட்பமானது, ஆரவாரமில்லாதது. புறச்சக்திகள் அந்த விதையை மோதி அழிக்காது ஒரு விதியினால் காப்பாற்றப் பட்டதன் விளைவாக அதன் உள்ளே இருந்து முளைத்த உயிர் அந்த விதையைக் கிழித்துக்கொண்டு வெளியே வந்தது சில நாட்களுக்குப் பிறகு.

அழிவும் ஆபத்தும் இதற்கு எந்த நிலையிலும் உண்டு; இந்த நிலையிலும் உண்டு. அழிவது விபத்து! அழியாமல் காப்பாற்றப் பட்டால் விதி.

இந்த மாங்கொட்டையைப் பொறுத்தவரைக்கும் இதுவரை ஒரு விபத்து மாதிரி விதி காப்பாற்றி வருகிறது. எல்லா உயிர் களுக்கும் இது பொது. விதி என்பது ஒரு விபத்தும், விபத்து என்பது ஒரு விதியுமாகும்.

சில பருவங்களுக்குப் பிறகு மாஞ்சோலைக்கு வெளியே அந்த வேலி ஓரத்தில் உள்ள சாக்கடையில் வேரூன்றி ஒரு பெரிய மாமரமே வளர்ந்திருக்கிறது!

அது துளிர்த்து, பூத்து, சூல்கொண்டு, காய்த்து, கனிந்து சோபிதம் கொண்டது,

இதிலிருந்து பறிக்கப்பட்ட கனிகள் கூடைகளில் குடியேறித் தலைச் சுமையாகவும், விரைந்து செல்லும் வாகனங்களிலும், விண்ணில் திரியும் விமானங்களிலும் வாழ்க்கைப் பயணத்தை மேற்கொண்டன.

ஏதேதோ நாடுகளில்—அது பிறந்த மண்ணிலிருந்து பல்லா யிரக்கணக்கான மைல்களுக்கப்பால் இருக்கின்ற நாடுகளிலும்- இந்த ஒரு மரத்தின் பழங்கள் ஒன்றிலிருந்து ஒன்று இவ்வளவு தூரம் விலகிய பிறகு- அழகிய காகிதங்களில் சுற்றப்பட்டுக் கடைகளில் அமர்ந்தன. சில மனிதர்களின் கைகளில் சில பட்டு அவர்களின் நாசி அருகே அன்போடு உறவாடின. சில கடவுள் சந்நிதானத்திலே அமர்ந்து ஆராதனை பெற்றன. சில கைபடா மலேயே நறுக்கப்பட்டு யந்திரங்களின் உதவியோடு வேறொரு உபபொருளைத் தயாரிக்க உதவின.

அதில் ஒன்று இதனுடைய மூல விதையைப் போலவே ஒரு மாட்டுக்காரச் சிறுவனின் கையிலே எச்சிற்பட்டு, கடிபட்டு உறிஞ்சப்பட்டு, வெறும் மாங்கொட்டையாக உருவம் பெற்று

அவன் விட்டெறிந்த வேகத்தில் காற்றிலே 'விர்' ரென்று சுழன்று, புழுத்து நெளிகின்ற ஒரு நாற்றச் சாக்கடையில் வந்து விழுந்து தன் பயணத்துக்கு முடிவு கண்டது.

ஜீவித நாடகத்தில் முடிவு என்பது ஏது? இதன் கூடப் பிறந்த கனிகளில் சில இப்போதும்கூட அந்தப் பயணத்தில் தொடர்ந்து போய்க்கொண்டோ அல்லது ஏதோ ஓர் இடத்தில் அமர்ந்து கொண்டோ இருக்கின்றன. கடையிலோ ஒரு கட்டில் அறையில் உள்ள தட்டிலோ, ஒரு குளிர்சாதனப் பெட்டியிலோ எங்கே இருந்தாலும் அதன் உள்ளே உள்ள உயிர் யோகம் கலையாமல் தான் இருக்கிறது. வெறும் மாங்கொட்டையாக விட்டு எறி கிறார்களே அது இந்த யாத்திரையின் முடிவு அல்ல. அது ஒரு முடிவு எனின் ஓர் 'ஆரம்பத்தின் முதல்நிலை' என்று அதற்குப் பொருள்.

மாங்கொட்டைக்கு இந்த ஞானம் இல்லை. ஞானமற்றிருப்பது அஞ்ஞானம் இல்லை. எனவே மாங்கொட்டை ஞானியும் அல்ல; அஞ்ஞானியும் அல்ல. மாங்கொட்டைக்கு ஞானமல்ல; உயிர்தான் முக்கியம்.

'மாங்கனியின் விதி மாங்கொட்டை ஆவதும், மாங்கொட்டை யின் விதி மரம் ஆவதும் இயற்கை' என்னும் ரகசியத்தைப் பற்றிய பிரக்ஞை இல்லை என்பதால் அந்த மாங்கொட்டை முளைக்கா மல் போய்விடுமா என்ன? விதி இருந்தால் முளைக்கும்; விபத்து நேர்ந்தால் அழியும்.

மாங்கொட்டை மட்டும்தான் விளையுமா? புழுவும் விளையும்.

அந்தப் புழு மாங்கொட்டையின் மீது ஊர்ந்தது. 'நீ எங்கே போனால் என்ன? இறுதியில் இங்கேதானே வரவேண்டும்?' என்பதுபோல அந்த மாங்கொட்டையை நெருடி நெருடி அதன் யோகத்தைக் கலைக்க முயன்றது புழு.

மாங்கொட்டையைவிடப் புழுவுக்கு அறிவு அதிகம். மாங் கொட்டையின் இந்த நிலையை அது வீழ்ச்சியாகக் கருதியது.

இது வீழ்ச்சி எனில் என்ன?

அந்தப் புழுவின் அரிப்புத் தாங்காமல் மாங்கொட்டை யோகம் கலைந்து விழிப்புற்றது.

ஓ! இந்த விழிப்புதான் மரணம்.

'இந்தப் புழுவின் உறவை மறுத்து, இறுக்கம் கொண்டு, யோகம் கலையாதிருந்து, முளைத்து, கிளைத்து, துளிர்த்து, பூத்து,

காய்த்து, பழுத்து என்ன ஆகி என்ன பயன்? இறுதியில் இந்த வீழ்ச்சிதானே!' என்று ஒரு குறிப்பிட்ட நிலையை மட்டும் தனித்துப் பிரித்துக் கோடு கிழித்துக்கொள்வது பேதைமை. இதை வீழ்ச்சி என்று கருதுகிற மாங்கொட்டையாகட்டும், புழுவாகட்டும், மனிதனே ஆகட்டும், வீழ்ந்து போகவேண்டிய விபத்துக்கு இரை யாக வேண்டியதுதான்.

மாங்கொட்டைக்கு விபத்து நேர்ந்துவிட்டது.

மாங்கொட்டை, மாங்கொட்டையாக இருத்தல் வேண்டும், மாங்கொட்டைப் பிறவி, புழுப் பிறவியோடு தன்னை ஒப்பிட்டுப் பார்க்கலாகாது. அவ்விதம் பார்க்கையில் புழுப் பிறவி மேலாகத் தோன்றுகிறது மாங்கொட்டைக்கு.

அந்தப் புழு, தனது வாழ்க்கையைச் சுதந்திரமாக அனுப விக்கிறது அல்லவா? மாங்கொட்டைக்கு அது சாத்தியமில்லை.

கொஞ்சங் கொஞ்சமாய் முன்பு ஒரு சமயம் ஒரு மாங் கொட்டையோடு உறவு கொள்ளத் துடியாய்த் துடித்துத் தோல்வி கண்ட புழு இப்போது உறுதியற்றிருந்த இந்த மாங்கொட்டையில் உள்ளே குடைந்து குடைந்து இடம் பிடித்துக்கொண்டது. மிகவும் நெருக்கமுற்ற பின் அதனுள் அந்தரங்கமாய் அது பெருமை கொண்டு துள்ளியது. "என்னால் என் இஷ்டப்படி அசைய முடிகிறது, என்னோடு சேர்ந்ததனால்தான் நீயும் அசைகிறாய்" என்று அந்த மாங்கொட்டையை அசைத்து அசைத்துக் காட்டிற்று புழு. அசையாதிருந்த யோகம் போய், அசைகின்ற மரணம் சம் பவித்தது அந்த மாங்கொட்டைக்கு. முன்பு உறுதியாயிருந்த மாங்கொட்டை அசையாது கிடந்த யோகத்தால் அழுந்தி, முழுகி வளர்ந்தது! இப்போது மாங்கொட்டையின் உள்ளே புகுந்து அதன் உயிரைத் தின்ற அந்தப் புழுவின் அசைவில் உயிரற்ற இந்த விதையின் சடலம் ஆடுகிறது.

அந்த மாங்கொட்டையின் யோகம் விதி!

இந்த மாங்கொட்டையின் மரணம் விபத்து!

---

சுதேசமித்திரன், 1969

# குருபீடம்

அவன் தெருவில் நடந்தபோது வீதியே நாற்றமடித்தது. அவன் பிச்சைக்காகவோ அல்லது வேடிக்கை பார்ப்பதற்காகவோ சந்தைத் திடலில் திரிந்து கொண்டிருந்தபோது அவனைப் பார்த்த மாத்திரத்தில் எல்லோருமே அருவருத்து விரட்டினார்கள். அவனை விரட்டுவதற்காகவே சிலபேர் ஏதோ பாவ காரியத்தைச் செய்கிற மாதிரி அவனுக்குப் பிச்சையிட்டார்கள்.

அவன் ஜெயிலிலிருந்து வந்திருப்பதாகச் சில பேர் பேசிக் கொண்டார்கள். அவன் பைத்தியக்கார ஆஸ்பத்திரியிலிருந்து வெளியேற்றப்பட்டவனென்றும் சிலர் சொன்னார்கள்.

ஆனால், இப்போது அவன் ஒரு நோயாளியோ பைத்தியக் காரனோ அல்ல என்று அவனைப் பார்த்த எல்லோரும் புரிந்து கொண்டார்கள். உண்மையும் அதுதான். சோம்பலும், சுய மரியாதை இல்லாமையும், இந்தக் கோலம் அசிங்கமென்று உணர முடியாத அளவுக்கு அவனிடம் ஊறி உறைந்துபோன தாமசத்தின் மதமதப்பினாலும் அவன் இவ்வாறு திரிகிறான். பசிக்கிறதோ இல்லையோ தன் கையில் கிடைத்ததையும் பிறர் கையில் இருப்பதையும் தின்ன வேண்டுமென்கிற வேட்கை அவன் கண்ணில் அலைந்தது. ஒரு குழந்தை சாப்பிடுவதைக்கூட ஒரு நாய் மாதிரி அவன் நின்று பார்த்தான். அவர்களும் அவனை நாயை விரட்டுவது மாதிரி விரட்டினார்கள். அவ்விதம் அவர்கள் விரட்டி அவன் விலகி வரும்போது அவன் தனது பார்வையால் பிறர் சாப்பிடும் பொருளை எச்சில் படுத்திவிட்டு வந்தான். அவன் எப்போதும் எதையாவது தின்றுகொண்டே இருந்தான். அவன் கடைவாயிலும் பல்லிலும் அவன் தின்றவை சிக்கிக் காய்ந்திருந்தது. யாராவது பீடியோ சுருட்டோ புகைத்துக் கொண்டிருந்தால் அதற்கும் அவன் கையேந்தினான். அவர்கள் புகைத்து எறிகிற வரைக்கும் காத்திருந்து, அதன் பிறகு அவற்றைப் பொறுக்கி அவர்களை அவமரியாதை செய்கிற மாதிரியான சந்தோஷத்துடன் அவன் புகைத்தான்.

சந்தைக்கு வந்திருக்கிற நாட்டுப்புறப் பெண்கள் குழந்தை களுக்குப் பால் கொடுக்கும்போதும், குனிந்து நிமிர்கையில் ஆடை

விலகும்போதும் இவன் காமாதுரம் கொண்டு வெட்கமில்லாமல் அவர்களை வெறித்துப் பார்த்து ரசித்தான்.

அவனுக்கு உடம்பில் நல்ல வலுவும் ஆரோக்கியமும் இருந்தது. எனினும் எப்போதும் ஒரு நோயாளியைப்போல் பாசாங்கு செய்வது அவனுக்குப் பழக்கமாகிப் போய் விட்டது. அவனுக்கு வயது நாற்பதுக்குள்தான் இருக்கும். கடுமையாக உழைக்காததாலும், கவலைகள் ஏதும் இல்லாததாலும் அவன் உடம்புவாகே ஒரு பொதிகாளை மாதிரி இருந்தது. இளமையும் உடல்வலுவும் ஆரோக்கியமும் இயற்கையால் அவனுக்கு அனுக்கிரகிக்கப்பட்டிருந்தும் அவன், தன்னைத்தானே சபித்துக் கொண்டது மாதிரி சேற்றில் மேய்கிற பன்றியாய்த் திரிந்தான்.

சந்தைத் திடலுக்கும் ரயிலடிக்கும் நடுவேயுள்ள குளக்கரையை அடுத்த சத்திரத்தில் உட்கார்ந்துகொண்டு அங்கே குளிக்கிற பெண்களை வேடிக்கை பார்ப்பது அவனுக்கு ஒரு பொழுதுபோக்கு. ஆனால் ஒரு நாளாவது தானும் குளிக்க வேண்டுமென்று அவனுக்குத் தோன்றியதே இல்லை. மற்ற நேரங்களில் அவன் அந்தத் திண்ணையில் அசிங்கமாகப் படுத்து உறங்கிக் கொண்டிருப்பான். சில சமயங்களில் பகல் நேரத்தில் கூட உறங்குவது மாதிரி பாவனையில் வேண்டுமென்றே ஆடைகளை விலக்கிப் போட்டுக் கொண்டு தெருவில் போவோர் வருவோரை அதிர்ச்சிக்கு உள்ளாக்கி ரகசியமாக மனத்திற்குள் மகிழ்ச்சி அடைவான்.

இரண்டு தினங்களுக்கு முன்பு லேசாக மழை பெய்து கொண்டிருந்த இரவில் ஒரு பிச்சைக்காரி இந்தச் சத்திரத்துத் திண்ணையில் வந்து படுக்க, அவளுக்கு ஏதேதோ ஆசை காட்டிக் கடைசியில் அவளை இவன் வலியச் சென்று சல்லாபித்தான். அதன் பிறகு இவனைப் பழி வாங்கிவிட்ட மகிழ்ச்சியில் தனது குறைபட்டுப்போன விரல்களைக் காட்டித் தான் ஒரு நோயாளி என்று அவள் சிரித்தாள். அதற்காக அருவருப்புக் கொள்கிற உணர்ச்சிகூட இல்லாமல் அவன் மழுங்கிப் போயிருந்தான். எனவே, அவள் இவனுக்குப் பயந்துகொண்டு இரண்டு நாட்களாக இந்தப் பக்கமே திரும்பவில்லை. இவன் அவளைத் தேடிக்கொண்டு நேற்று இரவெல்லாம் சினிமாக் கொட்டகை அருகேயும், கடைத் தெருவிலும், சந்தைப் பேட்டையிலும், ஊரின் தெருக்களிலும் கார்த்திகை மாதத்து நாய் மாதிரி அலைந்தான்.

மனித உருக்கொண்டும் அவனிடம் உறைந்துபோன தாமசத் தன்மையினால், சோம்பலைச் சுகமென்று சுமந்து கொள்கிற புத்தியின் மந்தத்தினால் அருவருக்கத்தக்க ஒரு புலை நாய் மாதிரி அவன் அங்கு அலைந்து கொண்டிருக்கிறான். வயிற்றுப்பசி உடற்

பசி என்கிற விகாரங்களிலும் உபாதைகளிலும் சிக்குண்டு அலைகின்ற நேரம் தவிர, பிற பொழுதுகளில் அந்தச் சத்திரத் திண்ணையில் அவன் தூங்கிக்கொண்டே இருப்பான்.

●●●

**கா**லை நேரம்; விடியற்காலை நேரம் அல்ல. சந்தைக்குப் போகிற ஜனங்களும், ரயிலேறிப் பக்கத்து ஊரில் படிப்பதற்காகப் போகும் பள்ளிக்கூடச் சிறுவர்களும் நிறைந்து அந்தத் தெருவே சுறுசுறுப்பாக இயங்குகின்ற– சுரீர் என்று வெயில் அடிக்கிற நேரத்தில், அழுக்கும் கந்தலுமான இடுப்பு வேட்டியை அவிழ்த்துத் தலையில் இருந்து கால் வரை போர்த்திக் கொண்டு அந்தப் போர்வைக்குள் கருப்பிண்டம் மாதிரி முழங்கால்களை மடக்கிக் கொண்டு கைகளிரண்டையும் காலிடையே இடுக்கியவாறு வாயிலிருந்து எச்சில் ஒழுக, ஈ மொய்ப்பது கூடத் தெரியாமல் அவன் தூங்கிக் கொண்டிருந்தான். தெருவிலே ஏற்படுகிற சந்தடியும் இரைச்சலும் ஏதோ ஒரு சமயத்தில் அவன் தூக்கத்தைக் கலைத்தது– எனினும் அவன் விழித்துக்கொள்ள விரும்பாததனால் தூங்கிக் கொண்டிருந்தான்.

– இதுதான் சோம்பல். உறக்கம் உடலுக்குத் தேவை. ஆனால், இந்தத் தேவையற்ற நிர்ப்பந்தத் தூக்கம்தான் சோம்பலாகும். இந்த மதமதப்பைச் சுகமென்று சகிக்கிற அறிவுதான் தாமசமாகும்.

விரைவாக ஏறி வந்த வெயில் அவன்மீது மெதுவாக ஊர்ந்தது. அவன் தெருவுக்கு முதுகைக் காட்டிக்கொண்டு சுவர் ஓரமாகப் படுத்திருந்தான். சத்திரத்துச் சுவரின் நிழல் கொஞ்சங் கொஞ்சமாகச் சுருங்க ஆரம்பித்தது. முதலில் வெயிலின் விளிம்பு அவனது விலாவுக்கும் தரைக்கும் இடையே மெள்ள மெள்ளப் புகுவதை அவனது மதர்த்த தேகம் ரொம்பத் தாமதமாக உணர்ந்தது. வெயிலின் உறைப்பை உணரக்கூடிய உணர்ச்சிக் குறுகுறுப்பு மழுங்கிப் போனதால் ஒரு மலைப் பாம்பு மாதிரி அவன் அசிங்கமாக நெளிந்தான். அந்த வெப்பத்திலிருந்து– அந்த வெயிலின் விளிம்பிலிருந்து ஒரு நூல் இழை விலகுவதற்கு எவ்வளவு குறைவான, மெதுவான முயற்சி எடுத்துக் கொள்ளலாமோ அவ்வளவே அவன் நகர்ந்து படுத்தான். சற்று நேரத்தில் மறுபடியும் வெயில் அவனைக் கடித்தது. அவனது அசமந்தம் எரிச்சலாகி அவன் தூக்கம் கலைந்தான். ஆனாலும் அவன் எழுந்திருக்கவில்லை. இன்னும் கொஞ்சம் நகர்ந்து சுவரோடு ஒட்டிக் கொண்டான்.

எதிரே இருந்த டீக்கடையிலிருந்து டீ அடிக்கிற சத்தம் கேட்டது. அந்தச் சத்தத்தில் அவன் டீ குடிப்பது மாதிரி கற்பனை செய்து;கொண்டான்!

மறுபடியும் வெயில் அவனை விடாமல் போய்க் கடித்தது. அதற்குமேல் நகர முடியாமல் சுவர் தடுத்தது. ஒரு பக்கம் சுவரும் ஒரு பக்கம் வெயிலும் நெருக்க அவன் எரிச்சலோடு எழுந்து உட்கார்ந்தான். அவனுக்குக் கண்கள் கூசின. ஒரு கண்ணைத் திறக்கவே முடியவில்லை; பீளை காய்ந்து இமைகள் ஒட்டிக் கொண்டிருந்தன.

அவன் ஒரு கையால் கண்ணைக் கசக்கிக் கொண்டே இன்னொரு கையால், தலை மாட்டில் சேகரித்து வைத்திருந்த துண்டு பீடிகளில் ஒன்றை எடுத்தான். பீடியைப் பற்ற வைத்து அவன் புகையை ஊதியபோது அவனது அரைக் கண் பார்வை யில் மிக அருகாமையில் யாரோ நின்றிருக்கிற மாதிரி முகம் மட்டும் தெரிந்தது. புகையை விலக்கிக் கண்களைத் திறந்து பார்த்தான்.

எதிரே ஒருவன் கைகளைக் கூப்பி, உடல் முழுவதும் குறுகி இவனை வணங்கி வழிபடுகிற மாதிரி நின்றிருந்தான். இவனுக்குச் சந்தேகமாகித் தனக்குப் பின்னால் ஏதேனும் சாமி சிலையோ, சித்திரமோ இந்தச் சுவரில் இருக்கிறதா என்று திரும்பிப் பார்த்து நகர்ந்து உட்கார்ந்தான். இவனது இந்தச் செய்கையில் ஏதோ அரிய பொருளைச் சங்கேதமாகப் புரிந்துகொண்டு, வந்தவன் மெய் சிலிர்த்து நெக்குருகி நின்றான்.

அவனுக்கு வயது இருபதுக்குள் இருக்கும். முகத்தில் லேசான தாடியும் மீசையும் அரும்பிப் பிடரியில் தலைமுடி வழிய, பெரிய ஒளி வீசும் கண்களும், வெற்றுடம்பும், இடையில் ஒரு துண்டும், விபூதிப் பூச்சுமாக ஓர் இளம் நாயன்மார் மாதிரி இருந்தான்.

'இவன் எதற்குத் தன்னை வந்து கும்பிட்டுக் கொண்டு நிற்கிறான்?– பைத்தியமோ?' என்று நினைத்து உள் சிரிப்புடன்–

"என்னாய்யா இங்கே வந்து கும்பிடறே? இது கோயிலு இல்லே– சத்தரம். என்னை சாமியார் கீமியார்னு நெனச்சுக் கிட்டியோ? நான் பிச்சைக்காரன்..." என்றான் திண்ணையிலிருந் தவன்.

"ஓ!... கோயிலென்று எதுவுமே இல்லை... எல்லாம் சத்திரங் களே! சாமியார்கள் என்று யாருமில்லை– எல்லோரும் பிச்சைக் காரர்களே!" என்று அவன் சொன்னதை உபதேச மொழிகள் மாதிரி இலக்கண அலங்காரத்தோடு திரும்பத் திரும்பச் சொல்லிப் புதிய புதிய அர்த்தங்கள் கண்டான் தெருவில் நின்றவன்.

'சரி, சரி! இவன் சரியான பைத்தியம்தான்' என்று நினைத்துக் கொண்டான் திண்ணையிலிருந்தவன்.

தெருவில் நின்றவன் இவனிடம் விண்ணப்பித்துக் கொள்கிற பவ்யத்துடன் ‘சுவாமி’ என்றழைத்தான்.

இவனுக்குச் சிரிப்புத் தாங்கவில்லை. வந்த சிரிப்பில் பெரும் பகுதியை அடங்கிக் கொண்டு புன்முறுவல் காட்டினான்.

“என்னைத் தங்களுடைய சிஷ்யனாக ஏற்றுக்கொள்ள வேண்டும்; தங்களுக்குப் பணிவிடை புரியவும், தாங்கள் அழைத்த குரலுக்கு ஓடி வரவும் எனக்கு அனுக்கிரகிக்க வேண்டும்.”

திண்ணையிலிருந்தவனுக்கு ஒன்றும் புரியவில்லை. “சரி, இப்போ எனக்கு ஒரு டீ வாங்கியாந்து குடு” என்றான்.

அந்தக் கட்டளையில் அவன் தன்னைச் சீடனாக ஏற்றுக் கொண்டுவிட்டான் என்று புரிந்துகொண்ட மகிழ்ச்சியுடன் இடுப்புத் துண்டிலிருந்த சில்லரையை அவிழ்த்துக் கொண்டு ஓடினான் வந்தவன். அவன் கையிலிருந்த காசைப் பார்வையால் அளந்த ‘குரு’ ஓடுகின்ற அவனைக் கைதட்டிக் கூப்பிட்டு “அப்படியே பீடியும் வாங்கியா” என்று குரல் கொடுத்தான்.

அவன் டீக் கடைக்குள் சென்று பார்வைக்கு மறைந்ததும் இவன் வந்து சீடனாக வாய்த்த அதிர்ஷ்டத்தை எண்ணிப் பெருங் குரலில் சிரித்தான் குரு. ‘சரியான பயல் கிடைத்திருக்கிறான். இவன் மயக்கம் தெளியாதபடி பார்த்துக்கணும். திண்ணையெ விட்டு எறங்காமல் சொகமா இங்கேயே இருக்கலாம். பிச்சைக்கு இனிமே நாம்ப அலைய வேணாம். அதான் சிஷ்யன் இருக்கானே... கொண்டாடான்னா கொண்டு வரான். முடிஞ்சா சம்பாரிச்சுக் குடுப்பான்... இல்லாட்டி பிச்சை எடுத்துக்கினு வரான்... என்னா அதிர்ஷ்டம் வந்து நமக்கு அடிச்சிருக்கு...’ என்று மகிழ்ந்தான் குரு.

சற்று நேரத்தில் சீடன் டீயும் பீடியும் வாங்கி வந்து நிவேதனம் மாதிரி இரண்டு கைகளிலும் ஏந்திக்கொண்டு குருவின் எதிரே நின்றான்.

குரு அவனைப் பார்த்துப் பொய்யாகச் சிரித்தான். அவன் கையிலிருந்த டீயையும் பீடியையும் தனக்குச் சொந்தமான ஒன்றை– இதனை யாசிக்கத் தேவையில்லை என்ற– உரிமை உணர்ச்சியோடு முதன்முறையாய்ப் பார்த்தான். அதனை வாங்கிக் கொள்வதிலே அவன் அவசரம் காட்டாமல் இருந்தான். தான் சீடனை ஏமாற்றுவதாக எண்ணிக்கொண்டு சாமர்த்தியமாக நடந்து கொள்வதற்காக அவன் பீடிகையாகச் சொன்னான்:

“என்னை நீ கண்டு பிடிச்சுட்டே. நீ உண்மையான சிஷ்யன் தான். என்னை நீ இன்னிக்குத்தான் கண்டுபிடிச்சே; ஆனால், நான்

உன்னை ரொம்ப நாளாப் பாத்துக்கினே இருக்கேன். நான் உன்னைக் கொஞ்சம் கேள்விங்கள்ளாம் கேப்பேன். அதுக்கெல் லாம் நீ பதில் சொல்லணும். அதுக்கோசரம் எனக்கு ஒண்ணும் தெரியாதுன்னு நினைச்சிக்காதே. எனக்கு எல்லாம் தெரியும்! தெரிஞ்சாலும் சிலதெல்லாம் கேட்டுத்தான் தெரிஞ்சுக்கணும்."

இந்த வார்த்தைகளைக் கேட்டு இரண்டு கையிலும் டீயையும் பீடியையும் ஏந்தி இருந்த சீடன் அவனைக் கரங்கூப்பி வணங்க முடியாமல் பார்வையாலும் முக பாவத்தாலும் தன் பணிவைக் காட்டினான்.

"நீ யாரு? எந்த ஊரு? பேரு என்ன? நீ எங்கே வந்தே? நான் தான் குருன்னு உனக்கு எப்படித் தெரிஞ்சது?... டீ ஆறிப் போச் சில்லே? குடு" என்று டீயை வாங்கிக் குடித்துக் கொண்டே சீடன் சொல்கிற பதிலை மெத்தனமாகத் தலையை ஆட்டியவாறே கேட்டான்.

"குருவே... நான் ஒரு அனாதை. அதோ இருக்கிறதே முருகன் கோயில், அங்கே ஒரு மடப்பள்ளி இருக்குது. அங்கே தண்ணி எறைச்சிக் கொண்டு வர்ற வேலை. மடப்பள்ளியிலே இருக்கிற ஐயிரு மூணு வேளையும் சாப்பாடு போட்டுச் செலவுக்கு நாலணா தினம் குடுக்கறாரு. எனக்கு வாழ்க்கை வெறுத்துப் போச்சு. இந்த வாழ்க்கைக்கு அர்த்தமில்லேன்னு தெரிஞ்சும் உடம்பைச் சுமந்துக் கிட்டுத் திரியற சுமையைத் தாங்க முடியலே... துன்பத்துக்கெல்லாம் பற்றுதான் காரணம்னு எல்லாரும் சொல்றாங்க. எனக்கு ஒருவிதப் பற்றும் இல்லே... ஆனாலும் நான் துன்பப்படறேன்... என்ன வழியிலே மீட்சின்னு எனக்குத் தெரியலே... நேத்து என் கனவிலே நீங்க பிரசன்னமாகி, 'இந்தச் சத்திரந்தான் குருபீடம், அங்கே வா'ன்னு எனக்குக் கட்டளை இட்டீங்க... குருவே! நீங்க இதெல்லாம் கேட்கறதனாலே சொல்றேன். தாங்கள் அறியாததா? விடியற்காலையிலேருந்து சந்நிதானத்திலே காத்துக்கிட்டிருந்தேன். என் பாக்கியம் தங்கள் கடாட்சம் கிட்டியது..."

"ம்... ம்..." என்று மீசையை நெருடிக்கொண்டே அவன் கூறு வதைக் கேட்ட குரு, காலியான தம்ளரை அவனிடம் நீட்டினான்.

சீடன் டீக்கடையில் காலித் தம்ளரைக் கொடுக்கப்போனான். கடவுள் இந்தப் பயலை நன்றாகச் சோதிக்கிறார் என்று நினைத்து அவனுக்காக அனுதாபப்பட்டுச் சிரித்தான் குரு. 'ம்... அதனால் நமக்கென்ன? நமக்கு ஒரு சிஷ்யன் கிடைத்திருக்கிறான்' என்று திருப்திப்பட்டுக் கொண்டான்.

சீடன் வந்த பிறகு அவன் பெயரைக் கேட்டான் குரு. அவன் பதில் சொல்வதற்குள் தனக்குத் தெரிந்த பலர் பெயர்களைக் கற்பனை செய்த குரு திடீரெனச் சிரித்தான். இவன் கூறுமுன் இவனது பெயரைத் தான் சொல்ல முடிந்தால் இந்த நாடகத்தில் அது எவ்வளவு அற்புதமான லீலையாக அமையும் என்று நினைத்தே அவன் சிரித்தான். அந்தச் சிரிப்பினால் சீடன் பதில் சொல்லச் சற்றுத் தயங்கி நின்றான்.

அப்போது குரு சொன்னான்: "பேரு என்னான்னு ஒரு கேள்வி கேட்டா– ஒவ்வொருத்தனும் ஒவ்வொரு பதில் சொல்றான் பாத்தியா? ஒரு கேள்விக்கு எம்மாம் பதில்!" என்று ஏதோ தத்துவ விசாரம் செய்கிற மாதிரிப் பிதற்றினான். சீடன் அதைக் கேட்டு மகா ஞானவாசகம் மாதிரி வியந்தான்.

"சரி, உன் பேரு என்னான்னு நீ சொல்ல வேணாம். நான் குரு. நீ சிஷ்யன்... எனக்குப் பேரு குரு; உனக்குப் பேரு சிஷ்யன். நீதான் என்னைக் 'குருவே குருவே'ன்னு கூப்பிட ஆரம்பிச்சிட்டே... நானும் உன்னை 'சிஷ்யா சிஷ்யா'ன்னு கூப்பிடறேன்... என்ன, சரிதானா?..." என்று பேசிக்கொண்டே இருந்தான் குரு.

"எல்லாமே ஒரு பெயர்தானா?" என்று அந்தப் பேச்சிலும் எதையோ புரிந்துகொண்ட சீடனின் விழிகள் பளபளத்தன.

'நான் என்ன இப்படியெல்லாம் பேசுகிறேன்...' என்று குரு தன்னையே எண்ணித் திடீரென வியந்தான். இப்படியே அவர்கள் பேசிக் கொண்டிருந்தனர்.

மத்தியானமும் இரவும் அந்தச் சீடன் மடப்பள்ளியிலிருந்து தனக்குக் கிடைக்கிற புளியோதரை, சர்க்கரைப் பொங்கல் ஆகியவற்றைப் பயபத்தியுடனும் அன்போடும் கொண்டு வந்து இந்தக் குருவுக்குப் படைத்தான். அவ்வளவு ருசியும் மணமும் புனிதமும் அன்பும் உபசரணையும் உடைய அமிர்தத்தை இவன் ஜென்மத்தில் ருசி பார்த்ததில்லை. ஆவல் மிகுதியினால் தனது நடிப்பைக்கூட மறந்து அவற்றை அள்ளி அள்ளி இவன் உண்பதை அன்பு கனியப் பார்த்துக் கொண்டிருந்தான் சீடன்.

குருவுக்கு எதனாலோ கண்கள் கலங்கின. சீடன் தண்ணீரை எடுத்துக் கொடுத்தான்.

மறுநாள் காலை அதே மாதிரி திண்ணைக்குக் கீழே வந்து காத்து நின்றிருந்தான் சீடன். அவனுக்கு டீயும் பீடியும் வாங்கி வந்தான். குருவை அழைத்துக் கொண்டு ஆற்றங்கரைக்குப் போய் அவனது ஆடைகளைத் துவைத்துக் கொடுத்தான். அவனைக் குளிக்க வைத்து அழைத்து வந்தான்.

உச்சியில் வெயில் வருகிறவரை– குருவுக்குப் பசி எடுக்கும் வரை– அவர்கள் ஆற்றில் நீந்திக் குளித்தார்கள்.

"குளிக்கிறது சொகமாகத்தான் இருக்கு. ஆனா, குளிச்சி என்னா பிரயோசனம்... குளிக்க குளிக்க அளுக்கு சேர்ந்துக்கிட்டுத் தானே இருக்கு?... அது அப்பிடித்தான், பசிக்குது... திங்கறோம்... அப்புறமும் பசிக்கத்தானே செய்யிது... குளிக்கக் குளிக்க அளுக் காகும். அழுக்கு ஆக ஆகக் குளிக்கணும். பசிக்கப் பசிக்கத் திங்கணும்... திங்கத்திங்கப் பசிக்கும்... என்ன வேடிக்கை!" என்று சொல்லிவிட்டு குரு சிரித்தான். சிரித்துக்கொண்டே இருக்கும் போது 'என்ன இது, நான் இப்படியெல்லாம் பேசுகிறேன்' என்று எண்ணிப் பயந்து போய்ச் சட்டென நிறுத்திக் கொண்டான்.

சீடன் கை கட்டிக் கொண்டு இவன் சொல்வதைக் கேட்டான்.

•••

அன்றும் அதற்கு மறுதினமும் அதன் பிறகு ஒவ்வொரு நாளும் இதே மாதிரி காலையில் டீயும் பீடியும் வாங்கித் தந்து, மத்தியானம் ஆற்றுக்கு அழைத்துச் சென்று துணி துவைத்துத் தந்து, குளிப்பாட்டி, மத்தியானம் உணவு படைத்து அவனைத் தனிமையில் விடாமலும், அவன் தெருவில் அலையாமலும் இந்தச் சீடன் எப்போதும் அவன் கூடவே இருந்தான்.

அவன் பேசுகிற எல்லா வார்த்தைகளிலும் அவனே புதிதாகப் புரிந்து கொள்ளுகிற மாதிரி பலவிதமான அர்த்தங்கள் கண்டு இந்தச் சீடன் புளகாங்கிதம் அடைவதைச் சந்தைக்கு வருகிற சிலர், சத்திரத்துத் திண்ணையில் ஓய்வுக்காகத் தங்கி இளைப்பாறும் போது வேடிக்கை பார்த்தார்கள்.

சிலர் குருவை அடையாளம் கண்டு கொண்டு இவன் யாரோ ஒரு சித்தன் என்று அப்போதே நினைத்ததாகவும், அப்படிப் பட்டவர்கள் இப்படியெல்லாம் கந்தலுடுத்தி, அழுக்கு சுமந்து, எச்சில் பொறுக்கித் திரிவார்கள் என்றும் தன்னைப் பற்றி இவனுக்கே தெரியாத ஒன்றைத் தெரிவித்தார்கள். அதைத் தெரிந்து கொள்வதற்கே ஒருவருக்குப் பக்குவம் வேண்டுமென்றும், அந்தப் பக்குவம் இந்தச் சீடனுக்கு இருப்பதாகவும் கூறிச் சீடனைப் புகழ்ந்தார்கள்.

அதில் சிலர், இப்படியெல்லாம் தெரியாமல் இந்தச் சித்த புருஷனை ஏசி விரட்டியடித்ததற்காக இப்போது பயமடைந்து இவனிடம் மானசீகமாகவும், கீழே விழுந்து பணிந்தும் மன்னிப்பு வேண்டினார்கள்.

இந்த ஒரு சீடனைத் தவிர குருவுக்குப் பக்தர்கள் நாள்தோறும் பெருக ஆரம்பித்தார்கள். சந்தைக்கு வருகிற வியாபாரிகளும் மற்றவர்களும் இவனை வேடிக்கை பார்த்து நின்றுவிட்டு இவனுக்கு டீயும், பீடியும், பழங்களும் வாங்கித் தந்தார்கள்.

இவன் அவற்றைச் சாப்பிடுகிற அழகையும், தோலை வீசி எறிகிற லாகவத்தையும், பீடி குடிக்கிற ஒய்யாரத்தையும், விழி திறந்து பார்க்கிற கோலத்தையும், விழி மூடிப் பாராமலிருக்கிற பாவத்தையும் அவர்கள் புகழ்ந்தும் வியந்தும் பேசினார்கள்.

குருவுக்கு முதலில் இது வசதியாகவும், சந்தோஷமாகவும், பின்னர் ஒன்றும் புரியாமலும் புதிராகவும் இருந்தது. கொஞ்ச நாட்களில் எல்லாம் புரியவும் புதிர்கள் விடுபடவும் தொடங்கின.

ஒரு நாள் இரவு குருவுக்குத் தூக்கம் வரவில்லை. அவன் எது எது பற்றியோ யோசித்துக் கொண்டிருந்தான். அதாவது அந்தச் சிஷ்யனோடு பேசுகிற மாதிரித் தனக்குள்ளே பேசிக்கொண் டிருந்தான்.

அவன் நட்சத்திரங்களைப் பற்றியும், தான் இந்த உலகத்தில் வருவதற்கு முன்னால் இருந்த காலத்தைப் பற்றியும், மரணத்தைப் பற்றியும், தனக்குப் பின்னால் உள்ள காலங்களைப் பற்றியும் எந்த முடிவிலும் மனம் நிற்க முடியாத விஷயங்களைப் பற்றியெல்லாம் யோசித்தான்.

அவன் தூங்காமலே கனவு மாதிரி ஏதோ ஒன்று கண்டான். அதில் தன் குரலோ, சீடனின் குரலோ அல்லது சந்தையில் திரிகிற இவனை வணங்கிச் செல்கிற யாருடைய குரலோ மிகவும் தெளிவாகப் பேசியதைக் கேட்டான்:

'உனக்கு சிஷ்யனாக வந்திருக்கிறானே, அவன்தான் உண்மை யிலே குரு... சிஷ்யனாக வந்து உனக்குக் கற்றுத் தந்திருக்கிறான்... அப்போதுதான் நீ வசப்படுவாய் என்று தெரிந்து சிஷ்யனாய் வந்திருக்கிறான். எந்தப் பீடத்தில் இருந்தால் என்ன? எவன் கற்றுத் தருகிறானோ அவன் குரு. கற்றுக் கொள்கிறவன் சீடன். பரம சிவனின் மடிமீது உட்கார்ந்துகொண்டு முருகன் அவனுக்குக் கற்றுத் தரவில்லையா? அங்கே சீடனின் மடியே குருபீடம். அவனை வணங்கு...'

பறவைகள் பாடிச் சிறகடித்துப் பறந்து, சந்தைத் திடலின் மரச் செறிவில் குதூகலிக்கிற காலைப் பொழுது புலர்கிற நேரத்தில் அதே மாதிரியான குதூகலத்துடன் கண் விழித்தெழுந்த குரு, சீடனை வணங்குவதற்காகக் காத்திருந்தான். மானசீகமாய்

வணங்கினான். அவன் வந்தவுடன் சாஷ்டாங்கமாய் அவன் பாதங்களில்தான் விழப்போவதை எண்ணி மெய்சிலிர்த்தான்.

ஆனால், அந்த சிஷ்யன் வரவே இல்லை. இந்தக் குரு அந்த மடப்பள்ளிக்கு– தன்னை ரசவாதம் செய்து மாற்றி விட்ட சீடனைத் தேடி ஓடினான்.

மடப்பள்ளியில் உள்ளவர்கள் இவனை வணங்கி வரவேற்று உட்கார வைத்து உபசரித்தார்கள்.

குருவுக்கு அப்போது சீடனின் பெயர் தெரியாத குழப்பத்தால் என்னவென்று கேட்பது என்று புரியாமல் "என் சிஷ்யன் எங்கே?" என்று விசாரித்தான்.

அவர்கள் விழித்தார்கள். குரு அடையாளம் சொன்னான். கடைசியில் அவர்கள் ரொம்ப அலட்சியமாக, "அவன் நேற்றே எங்கேயோ போய்விட்டானே" என்றார்கள்.

"அவன்தான் நமக்கெல்லாம் குரு!" என்றான் குரு.

"அப்படியா!" என்று அவர்கள் ஆச்சரியம் கொண்டனர்.

அதுபற்றி இவனது வேதாந்தமான விளக்கத்தை, அவர்கள் எதிர்பார்த்து நின்றனர். ஆனால், இவன் ஒன்றும் பேசவில்லை. அதன் பிறகு ஒன்றுமே பேசவில்லை. எழுந்து நடந்தான்.

சந்தைத் திடலிலும் ஊரின் தெருக்களிலும் சீடனாகி வந்த அந்தக் குருவைத் தேடித் திரிந்தான் இவன். சீடனைக் காணோம். இவன் சிரித்தான்; தேடுவதை விட்டு விட்டான்.

●●●

இப்போதெல்லாம் சந்தைத் திடலில் அழுக்கும் கந்தையும் உடுத்தி ஒவ்வொருவரிலும் எதையோ தேடுவது மாதிரியான கூர்த்த பார்வையுடன் இவன் திரிந்து கொண்டிருக்கிறான். இவனை யாரும் விரட்டுவதில்லை. குழந்தைகள் இவனைப் பார்த்துச் சிரித்து விளையாடுகின்றன. பெண்களும் ஆண்களும் இவனை வணங்கி இவனுக்கு எதையாவது வாங்கித் தந்து அன்புடன் உபசரிக்கிறார்கள்.

அந்தச் சீடனிடம் என்ன கற்றானோ அதனை இவன் எல்லாரிடத்தும் எல்லாவற்றிலும் காண்கிற மாதிரி நிறைவோடு சிரித்துச் சிரித்துத் திரிந்து கொண்டு இருக்கிறான்.

ஆனந்த விகடன், 1970

# நிக்கி

செம்படவக் குப்பம். இரண்டு நாளாக மழை வேறு. ஒரே சகதி, ஈரம்.

ஒரு தாழ்ந்த குடிசையின் பின்புறம். இரண்டு குடிசைகளின் நடுவேயுள்ள இடைவெளியில்– அவ்விரு கூரைகளின் ஓலைகளும் அந்த இடத்தில் சேர்ந்து ஒரு கூரையாகி– ஒரு சிறு திட்டில் ஈரம் படாமல் காய்ந்த மிருதுவான புழுதி மண்ணைக் குவித்து நடுவில் குழி பரத்தியது போன்ற இடத்தில், இரண்டு நாட்கள் வரை ஐந்து நாய்க்குட்டிகளைப் பிரசவித்த ஒரு குப்பத்து நாய் மடியைத் தரையில் தேய்த்துக்கொண்டு தாய்மைப் பெருமிதத்துடன் 'பாரா' கொடுத்துத் தன் குட்டிகளைப் பாதுகாவல் செய்தவாறு கிடந்தும் திரிந்தும் அலைந்து கொண்டிருந்தது. காலையிலிருந்து காணோம்!

இனிமேல் அந்த நாய் வராது என்ற செய்தியைக் குப்பத்துச் சிறுவன் ஒருவன் எல்லோருக்கும் அறிவித்தான்:

"ஐஸவுஸாண்டே பஸ்லே அடிபட்டு அந்த நாய் கூய்! கூயாப் பூட்ச்சி."

இந்த அறிவிப்புக்குப் பிறகு குப்பத்துச் சிறுவர்கள் தைரியமாக இந்தக் குட்டிகளைத் தேடி வந்தனர். ஆளுக்கு ஒரு குட்டியை எடுத்துக் கொண்டபின் கடைசியாக ஒன்றை மட்டும் எல்லோரும் நிராதரவாக விட்டுப் போய்விட்டார்கள். அதன் நிறம் கறுப்பு, இரண்டு காதுகளிலும் வாலிலும் மட்டும் வெள்ளைத் திட்டுகள்.

"சீ! அது பொட்டடா!" என்று அதனை அவர்கள் ஜாதிப் பிரஷ்டம் செய்வதுபோல் விட்டுச் சென்றனர்.

அந்தப் பெட்டை நாய்க்குட்டி ஒரு புழுமாதிரி நாளெல்லாம் சிணுங்கியவாறு– புழுதியிலும் சகதியிலும் நெளிந்து ஊர்ந்து கொண்டிருந்தது. கண்ணைத் திறந்து முதல் முறையாக உலகைப் பார்த்தது. பசியால் சிணுங்கிச் சிணுங்கி அழுதது. தான் கவனிக்க யாருமில்லாத அநாதை நாய் என்று புரிந்துகொண்டுவிட்டது மாதிரி, நடக்கக்கூடப் பயிலாத அந்த நாய்க்குட்டி கால்களைத் தரையில் இழுத்து இழுத்து நடை பழகியபோதே தனது ஜீவித யாத்திரையை மேற்கொண்டது.

அந்தத் தாழ்ந்த இரண்டு குடிசைகளின் நடுவே இருந்து வெளியே வந்து ஈரமும் சகதியுமான குப்பத்துத் தெருவில் அது புரண்டு புரண்டு நடந்த காட்சியைச் சிறுவர்கள் கூடி ரசித்தனர்.

அது தனக்கு ஓர் எஜமானனை அவர்கள் மத்தியில் யாசிப்பது மாதிரி அவலமாக அழுதது. அவர்களும் அதற்குப் பரிதாபப்பட்டனர். ஒரு குடிசையின் திண்ணையில் அதற்குப் புகலிடம் தந்து கஞ்சித் தண்ணீர், சோறு, டீ என்று படிப்படியாகத் தங்களின் தரித்திரத்தை அதற்கும் அறிமுகம் காட்டினர்.

இரண்டு நாட்களுக்குப் பிறகு சிறுவர்களுக்கு இந்த நாய் விளையாட்டுச் சலித்துப் போயிற்று. அந்தக் குடிசைக்குச் சொந்தக் காரி இந்த நாயைக் கண்டு, அதன்மீது பூசிக் கிடக்கும் சேறும் சகதியும் அதற்கே சொந்தம் போன்றும், அது அந்தத் திண்ணை யின் மூலையை அசுத்தப்படுத்துகிறது என்றும் கோபித்து, விளக்கு மாற்றால் குப்பையைக் கூட்ட வந்தவள் நாயையும் சேர்த்துக் கூட்டித் திண்ணையிலிருந்து தெருவுக்குத் தள்ளினாள். அது கத்தி அலறியவாறு தலைகீழாகப் புரண்டு திண்ணையிலிருந்து தெருவில் வீசி விழுந்தது.

விழுந்த வேகத்தில் வசமாக அடிபட்டது. நாய்க்குட்டி பெருங் குரலில் அழுதவாறு புரண்டு எழுந்து ஒரு காலை மட்டும் நொண்டி நொண்டி இழுத்தவாறு தனது பயணத்தைத் தொடர்ந்தது.

கொஞ்ச தூரம் நடந்ததும் கத்துவதை நிறுத்திக் கொண்டு, விதியை நொந்துகொண்டு போவது மாதிரி மௌனமாய்– காலை இழுத்துக் கொள்ளாமல் கொஞ்சம் சரியாகவே– நடக்க ஆரம் பித்தது. பயந்து பயந்து குடிசை மண் சுவரை ஆதாரமாகக் கொண்டு நடந்து, குப்பத்தின் எல்லைக்கும் மெயின் ரோட்டுக்கும் குறுக்கே உள்ள நாற்றச் சாக்கடைப் பாலத்தருகே வந்துவிட்டது. அதற்குமேல் திசை புரியாமல் அரைநாள் யோசனையில் அங்கேயே கிடந்து உறங்கி விழித்துக் கத்திக் கத்திக் குரல் தேய்ந்த பிறகு தைரியமாகப் பாலத்தைக் கடந்து மெயின் ரோட்டுக்கு வந்தது.

பெரிய கட்டிடங்கள் நிறைந்த வீதி. ராட்சஸத்தனமாய்ப் பஸ்களும் லாரிகளும் ஓடிக்கொண்டிருக்கின்றன. ஜன சந்தடி மிகுந்திருக்கிறது. அந்தச் சின்னப் பெட்டை நாய் தைரியமாக வீதியின் குறுக்கே நடந்தது. இவ்வளவு பெரிய பிரபஞ்சத்தில் மனிதன் என்ன என்ன சாகசங்களை எவ்வளவு ஆர்வத்தோடு நடத்திக் காட்டுகிறான்! இந்த நாய் இந்தத் தெருவில் நடக்கக்கூடக் கூடாதா என்ன? நடந்தது.

ஒரு மாடி பஸ் வந்தது. அந்த டிரைவர் நல்ல மனுஷன். இந்தச் சிறிய நாய்க்காக அந்தப் பெரிய பஸ்ஸையே சில விநாடி நிறுத்தினான். அது குறுக்கே நடந்து போன பிறகு 'எவ்வளவு சின்ன நாய்! அடிகிடி பட்டுச் சாகப்போகுது. நமக்கு ஏன் அந்தப் பாவம்!' என்று அதற்காக விசனம் கொண்டவன் மாதிரி அதைப் பார்த்துக்கொண்டே அந்தப் பெரிய பஸ்ஸைத் திருப்பினான்.

நாய் ரோட்டைக் கடந்துவிட்டது. பிறகு எங்கே போவது? எங்காவது போகவேண்டியதுதானே? போயிற்று.

மெயின் ரோட்டைக் கடந்து குப்பம் மாதிரி இல்லாத, ஆனால் குப்பத்துத் தெரு போன்றதேயான ஒரு குறுகிய தெருவில் நடக்கையில் அதன் எதிரே ஒரு இலை வந்து விழுந்தது. இலை விழுந்ததும் அதற்காகப் பாய்ந்தோடுவதற்கான அநுபவமோ அறிவோ அதற்கு இன்னும் வராததனால் 'பொத்'தென்ற சத்தத் துக்குப் பயந்து பின்னால் பதுங்கியது அது. பதுங்கியதோ, பிழைத்ததோ!

ஒரு பெரிய நாய் அந்த இலையை நோக்கி நாலு கால் பாய்ச்சலில் வந்து கொண்டிருந்தது. இந்தக் குட்டிக்கு அது தன் இனத்தைச் சேர்ந்தது என்று புரிந்துகொள்ள முடியாத அளவுக்கு அது பெரிதாகவும் மூர்க்கமாகவும் இருந்ததனால் இது பதுங்கிக் கொண்டு அதை அச்சத்தோடு பார்த்தது. அந்த இலையில் இருப்பது சாப்பிடத் தகுந்தது என்பதைச் சுவரோரமாகப் பதுங்கிக் கொண்டு பார்த்ததனால் இந்தக் குட்டி புரிந்து கொண்டது.

ஆனாலும் இந்தக் குட்டிக்குப் பசி வந்தபோது எதிரே இலை விழுந்தும், இலை விழுந்தபோதெல்லாம் போட்டிக்கு மூர்க்கமாக மோதிச் சாடிக்கொண்டு பெரிய நாய்கள் வந்ததனால், இலையில் இருப்பதைச் சாப்பிடலாம் என்று அறிவு வந்தும் அதை அநுபவ மாக்கிக் கொள்ள வாய்ப்பு வரவில்லை. ஆனால், பசி மட்டும் வந்துகொண்டே இருந்தது.

மழையிலும் குளிரிலும் முனகி அழுதவாறு தெரு ஓரங்களில் ஓடும் சாக்கடை அருகே போட்டிக்கு யாரும் இல்லாததனால் பொறுக்கித் தின்று உழன்றுகொண்டே அந்தக் குறுகிய தெருவில் சில நாட்கள் இந்த நாய் வாழ்ந்தது.

பின் ஒருநாள் வெயிலடித்தபோது உடம்பின் ஈரம் காய்ந்து, அழுகலையும் கழிவையும் தின்று உடம்பில் ஏறிய பலத்தால் கொஞ்சம் தெம்பும் வளர்ச்சியும் பெற்றிருந்த இந்தக் குட்டி அந்தக் குறுகிய தெருவிலிருந்து வேறொரு பெரிய தெருவுக்கு தனது யாத்திரையைத் தொடங்கிற்று.

அந்த நாளை இந்த நாய்க்கு ஒரு சோபன தினம் என்று சொல்லவேண்டும்.

அழுது அடம் பிடித்த ஒரு குழந்தையை அதன் தாய் மல்லுக் கட்டி எங்கேயோ தூக்கிக்கொண்டு போகிறாள்.

குழந்தை பிடிவாதமாய் அவள் பிடியில் அடங்காமல் திமிறித் திமிறித் தாயின் இடுப்பிலிருந்து நழுவி நழுவி வழிகிறது.

ஒரு கையில் சிலேட்டும் பையும் வைத்துக் கொண்ட அந்தத் தாய் அந்தக் குழந்தையை ஒரு கையால் சமாளிக்க முடியாமல் வைது அடிக்கிறாள். அடம் பிடித்த குழந்தை அலறி அழுகிறது. அழுகிற குழந்தையை அவள் சமாதானம் செய்து கொஞ்சுகின்ற வேளையில் இந்தக் குட்டி நாய் அங்கே போய்ச் சேர்ந்தது. இந்த நாயை வேடிக்கை காட்டி அந்தக் குழந்தையைத் தாய் சமாதானப் படுத்தினாள்.

இப்போது அந்தக் குழந்தை இந்த நாய் வேண்டுமென்று அடம் பிடித்தது.

அந்த மனித நேசத்தைப் புரிந்துகொண்ட இந்த அநாதை நாய் குழைந்து வாலை ஆட்டிற்று.

நல்லவேளை. மழையில் நனைந்தும் வெயிலில் உலர்ந்தும் இது சுத்தமாக இருந்தது. நேற்றுவரை இது தின்ற அழுகலும் கழிவும் மனிதர்களுடையது தானே!

நாய்க்குட்டியை எடுத்து முத்தம் கொடுத்துக் குழந்தையிடம் கொஞ்சி அதன் கையில் கொடுத்தாள் தாய்.

இந்த நாய் ஜன்ம சாபல்யம் அடைந்தது.

சில காலம் அந்த வீட்டின் திண்ணைத் தூணில் சணல் கயிற்றால் கட்டப்பட்டுக் குழந்தையின் காட்சிப் பொருளாகவும் விளையாட்டுச் சாமானாகவும் அது வளர்ந்தது. அதற்கு அந்தக் குழந்தை தன் மழலையில் 'பப்பி' என்றோ 'நிக்கி' என்றோ பேரிட்டது.

●●●

இப்போது பார்வைக்குப் பெரிய நாய் மாதிரி உருவம் கொண்டிருந்த அந்தப் பெட்டை நாய் நிக்கி, ஒருநாள் அந்த வீட்டு எஜமானி வெளியில் போனபோது நன்றியுணர்ச்சியுடன் அவளைத் தொடர்ந்து ஓடிற்று. அவள், "வீட்டுக்குப் போ!" என்று எத்தனையோ முறை விரட்டியும் குழந்தை மாதிரி போக்குக் காட்டியும் ஒளிந்து ஒளிந்தும் அவளைத் தொடர்ந்து வாலை

ஆட்டித் துள்ளித் துள்ளி ஓடிற்று. அப்படி அவள் தன்னை விரட்டுவதும், அவள் விரட்டியவுடன் சில அடிகள் ஓடிப் பின்பு திரும்பிப் பார்த்து, அவளைத் தொடர்ந்து ஓடிப் பிடிப்பதும் நிக்கிக்கு ஆனந்தமான விளையாட்டாக இருந்தது. அந்த அம்மாளுக்கு வேலை இல்லையா என்ன? கடைசியில் 'வீட்டுக்குப் போய்விடும்' என்ற நம்பிக்கையோடு அவள் பஸ்ஸில் ஏறிப் போய்விட்டாள்.

கொஞ்ச தூரம் பஸ்ஸைத் தொடர்ந்து நாலுகால் பாய்ச்சலில் ஓடிற்று நிக்கி. அந்த நெடிய சாலையில், பிடிக்க முடியாத, எட்ட முடியாத வேகத்தோடு விலகி விலகி எஜமானியோடு வெகு தூரத்தில் போய்– கடைசியில் அந்தத் திருப்பத்தில் பார்வைக்கும் மறைந்துவிட்டது பஸ். ஏதோ ஒரு குருட்டு நம்பிக்கையில் பஸ் மறைந்த பிறகும் அந்தத் திருப்பம் வரைக்கும் ஓடிற்று நிக்கி.

பஸ்ஸைக் காணோம்! வேறு வேறு பஸ்களும் கார்களும் மனிதர்களுமாகப் பெரும் சந்தடி நிறைந்திருந்தது அந்த வீதியில். வீட்டுக்குத் திரும்ப மனம் கொண்ட நிக்கி வந்த வழியே ஓடி வரலாயிற்று. வரும் வழியில் ஒரு சிறிய சந்து.

அங்கேயிருந்து மசால்வடை வாசனை எண்ணெய்க் கமற லுடன் வீசிற்று. நிக்கி சற்று நின்று காதுகளை உயர்த்தி, வேர்வையின் ஈரம் துளித்த நாசி விரிய வாடை பிடித்தது. மகிழ்ச்சியுடன் ஒரு துள்ளலில் சந்துக்குள் நுழைந்தது.

ஒரு கிழவி, மரத்தடியில் அடுப்பைச் சுற்றிலும் தகர அடைப்பு வைத்து வடை சுட்டுக் கொண்டிருக்கிறாள். பக்கத்திலுள்ள குப்பை மேட்டில் ஏறிப் படுத்துக்கொண்டு மிகுந்த சுவாரசியத்துடன் வடை வாசனையை வாயில் நீரொழுக அநுபவித்துக் கொண்டிருந்தது நிக்கி. எப்போதாவது ஒரு வடையில் கொஞ்சம் பிய்த்துத் தன்னிடம் எறிய மாட்டாளா என்ற கற்பனையோடு அவளையே தன் எஜமானியாகப் பாவித்து வாலாட்டிற்று.

ஏதோ ஒரு சமயம் அவளும் ஒரு சிறு துண்டு வடையை நிக்கியிடம் வீசி எறிந்தாள். சந்தோஷம் தாங்கவில்லை நிக்கிக்கு. ஒரு சுற்றுச் சுற்றிப் பரவச நடனம் ஆடிற்று. அந்த வடைத் துண்டைத் தின்னாமல் தரையில் போட்டு, இரண்டடி பின்னால் நகர்ந்து அதன் அழகை ரசிப்பது மாதிரி பார்த்துக் கொண்டிருந்தது. அதற்குள் யாரோ அந்த வடைத் துண்டை அபகரிக்க வந்துவிட்ட அவசரத்தோடு, அந்தக் கற்பனை எதிரியிடம் போட்டி போட்டுக் கொண்டு ஓடிவந்து தன்னுடைய பொருளை ஸ்வீகரிக்கும் அவசரத்தோடு அதைக் கவ்வியது.

மறுபடியும் போட்டியில் ஜயித்த ஆனந்தத்தில் வாயில் கவ்விய அந்த வடைத் துண்டைக் கீழே போட்டுச் சுற்றிச் சுற்றிப் பரசவ நடனமாடிச் சுழன்றது.

திடீரென மழை பெய்தது. கிழவி அடுப்பையும் பிற சாமான் களையும் அவசர அவசரமாகத் தூக்கிக் கொண்டு பக்கத்திலிருந்த வீட்டின் திண்ணைக்கு ஓடினாள். நிக்கியும் மழைக்காக அந்தத் திண்ணையோரமாக ஒதுங்கி நின்றது. நல்ல மழை சடசடத்துப் பெய்து சற்று நேரத்தில் ஓய்ந்தது. மழை நின்ற பின் தெருவில் ஜனங்கள் நடமாடினார்கள். பள்ளிக்கூடத்திலிருந்து பிள்ளைகள் திரும்பின.

நிக்கிக்குத் தன் எஜமானியும் தனக்குப் பேரிட்ட அந்தப் பாப்பாவும் நினைவுக்கு வந்தனர். பாப்பாவின் நினைவு வந்ததும் அதற்கு ஒரு விநாடி கூட அங்கே கால் தரிக்கவில்லை. பாய்ந்து பாய்ந்து ஓடிற்று. பாதைகள் பல திசைகளில் பிரிந்தன. வந்த வழி எதுவென்று அதற்குப் புரியவில்லை. எந்தத் திசையில் பாப்பாவின் வீடு இருக்கிறதென்று பிடிபடவில்லை. நாலு திசையும் ஓடிற்று. எஜமானியின் பின்னால் ஓடி வந்தபோது அந்த அவசரத்திலும் பல இடங்களில் உட்கார்ந்து திரும்பி வருவதற்கு வழி தெரியும் பொருட்டுச் சிறுநீர் கழித்திருந்தது நிக்கி. சற்று முன் பெய்த நல்ல மழையில் தெருவெல்லாம் சுத்தமாகியிருந்தது.

நிக்கி நம்பிக்கை இழக்காமல் ஓடிக்கொண்டிருந்தது. பொழுதும் இருட்டிப் போயிற்று. தெரு விளக்குகளெல்லாம் எரிய ஆரம்பித்தன. நிக்கிக்குப் பயம் பிறந்தது. தன் எஜமானியையோ பாப்பாவையோ பார்க்கவே முடியாதோ என்ற ஏக்கத்தில் அது வானத்தைப் பார்த்து அழுதது. இரவெல்லாம் அழுது அழுது ஏதோ ஒரு தெருவில் எங்கோ ஒரு மூலையில் படுத்து உறங்கி விழித்து, அடுத்த நாள் காலை மறுபடி அனாதையாயிற்று!

தெருவில் போகிறவர்களையெல்லாம் தன் எஜமானியோ என்று நினைத்து நினைத்து ஓடி அவர்களால் விரட்டியடிக்கப் பட்டுப் பரிதாபமாகத் திரும்பியது நிக்கி.

இப்போதெல்லாம் தெருவில் எச்சிலிலை விழுகிறபோது பெரிய நாய்களுக்குப் பயப்படாமல் பாய்ந்து அவற்றொடு சண்டையிட்டுத் தன் பங்கை எடுத்துக் கொள்ளுகிற அளவுக்கு நிக்கி வளர்ந்திருந்ததனால் அதன் வயிற்றுப் பிரச்சினை ஒருவாறு தீர்ந்துவிடுகிறது.

ஆனாலும் வாழ்க்கையின் பிரச்னை வயிறு மட்டுமா? அதற்கு மனிதநேசம் பசிக்கு உணவு மாதிரி ஓர் அவசியத் தேவையாயிற்று!

அந்தப் பாப்பாவையும் எஜமானியையும் எண்ணி எண்ணி எல்லா இரவுகளிலும் தனிமையில் 'ஓ'வென்று அழுதது நிக்கி.

ரோட்டில் சங்கிலியால் பிணித்துக் கையில் ஒய்யாரமாகப் பிடித்துக்கொண்டு நடக்கும் எஜமானர்களின் பின்னால் ஓடுகிற சிங்கார நாய்களையும், சங்கிலியால் பிணைப்புண்டு மதர்ப்போடு எஜமானர்களையே இழுத்துக்கொண்டு முன்னால் செல்கின்ற கம்பீர நாய்களையும், கார்களில் எஜமானர்களோடு சமதையாக வீற்றிருந்து வெளியே தலைநீட்டிப் பார்க்கிற செல்ல நாய்களையும் பொறாமையோடும் கவலையோடும் பார்த்து அழுதது நிக்கி.

சில சமயங்களில் அந்த நாய்கள் நிக்கி தங்களைப் பார்ப்பதைக் கண்டு, பற்கள் வெளித் தெரிய உறுமியவாறு பாய வரும். அப்போதெல்லாம் அந்த எஜமானர்கள் நிக்கியைத்தான் கல்லெடுத்து அடிக்கிற மாதிரி பாவனை காட்டி விரட்டுவார்கள்.

அப்போதெல்லாம் தொலைவில் வந்து திரும்பிப் பார்த்து ஒருமுறை குரைத்த பின் ஓடிப்போகும் நிக்கி.

●●●

ஒரு நாள் மத்தியானம். பங்களாக்கள் நிறைந்த ஒரு தெரு. ஜன சந்தடியே இல்லை. நல்ல வெயில். பகலெல்லாம் ஓடி ஓடி, ஊரெல்லாம் பொறுக்கித் தின்று வயிறு புடைத்துக் கொண்டிருக்கிறது நிக்கிக்கு. எங்காவது சுகமான இடம் தேடி, ஒரு நிழலில் படுத்துக் கிடக்கும் உத்தேசத்துடன் ஓடிக்கொண்டிருந்தது.

யாரோ தன்னைக் கூப்பிடுவது மாதிரி குரலோ சிணுங்கலோ கேட்டது, ஓடிக்கொண்டிருந்த நிக்கி நின்று திரும்பிக் காதுகளை உயர்த்திப் பார்த்தது.

ஒரு பங்களாவின் பூட்டிய கேட்டுக்குப் பின்னால் ஒரு நாய் முன்னங்கால்களைத் தூக்கி இரும்பாலான அந்தக் கேட்டின்மீது வைத்து எம்பி நின்றுகொண்டு நிக்கியை அழைத்தது.

அதன் உடம்புதான் என்ன வெள்ளை! சடை சடையாய் வெள்ளி மாதிரி சுருள் முடி வழிகின்றது. அது நின்ற நிலையில் ஆண்நாய் என்று தெரிகிறது. நிக்கி சற்று நின்றது. கம்பியைப் பிறாண்டிச் சிணுங்கிச் சிணுங்கி அது தன்னை அழைக்கும் தவிப்பை ரசித்துப் பார்த்தது. நிக்கியைப் பார்த்துக் குரைக்காமல், கூப்பிடுகிற முதல் நாயே இதுதான்.

நிக்கி லேசாக வாலை ஆட்டிற்று, நிக்கியின் சம்மதம் தெரிந்த அந்த ஜாதி நாய் முன்னிலும் மும்முரமாகக் கதவுகளைப் பிறாண்டித் தாவியது. தரைக்கும் கேட்டுக்கும் இடையே உள்ள

சந்தில் நுழைந்து வெளியில் வர முயன்றது. ம், நடக்கவில்லை! அந்தச் சந்தில் நுழைய முடியாத அளவு அது பருமனாக இருந்தது. ஜாதி நாய் பரிதாபமாகக் கெஞ்சியது.

நிக்கிக்கும் அதன் அருகில் போக வேண்டும் போலிருந்தது. அந்த ஜாதி நாய், தான் மனித நேசத்துக்காகத் தவிக்கிற மாதிரி, இன்னொரு நாயின் நேசத்துக்காகத் தவிப்பதை நிக்கி புரிந்து கொண்டது. அது தனக்காகத் தவிக்கிறது என்பதைப் புரிந்து கொண்டு மகிழ்ந்தது. அதுவும் இவ்வளவு பெரிய இடத்து உயர்ந்த ஜாதி நாயின் நேசம் கிடைக்கும்போது ஓர் ஆதரவுமின்றித் தெரு நாயாக அலையும் நிக்கியால் எப்படி இந்தக் காதல் மிகுந்த அழைப்பை மீறிப்போக முடியும்?

போயிற்று. கேட்டுக்குக் கீழே இருந்த இடைவெளி வழியாக அந்த ஜாதி நாய்தான் போக முடியவில்லை. எனினும் இந்தத் தெருநாய் நுழைந்து உள்ளே வரமுடியும் என்று கணக்கிட்டு வைத்ததுபோல் அந்த ஜாதி நாய் நிக்கியை 'இதன் வழியாக வா' என்று கூறுவது போல் நிக்கியின் முன்னங்கால்களில் ஒன்றைப் பிடித்து இழுத்தது.

நிக்கி பங்களாக் காம்பவுண்டுக்குள் ஓடிப்போய் விட்டது. இரண்டும் மகிழ்ச்சிப் பெருக்கில் ஒன்றின்மீது ஒன்று தாவிப் புரண்டு கவ்வி விளையாடின. நிக்கி அதன் பிடிகளிலிருந்து விலகித் திமிறி ஓடிஓடி ஆனந்த நடனம் ஆடியது. இதனுடைய ஆட்டத்தைச் சற்று விலகி இருந்து அநுபவித்த ஜாதி நாய் சமயம் பார்த்துக் கொண்டிருந்தது. திடீரென்று நிக்கியின்மீது தாவியது. அவ்வளவுதான்; அந்தப் பிடியிலிருந்து அசைய முடியாமல் கட்டுண்டு கண் கிறங்கியது.

பங்களா வீட்டினுள்ளிருந்து நாயைக் காணோமே என்று கதவைத் திறந்துகொண்டு வெளியே வந்த வீட்டு எஜமானி, 'ஏ... சீ! சர்தார்!... சர்தார்!' என்று இரண்டு தடவை கூப்பிட்டாள். அதற்குள் இந்தப் பிணைப்பு பிரிக்க முடியாததாகப் போகவே, தன்னை யாராவது கவனித்தார்களா என்று சுற்றுமுற்றும் பார்த்து விட்டு உள்ளே போய்க் கதவை மூடிக்கொண்டாள் எஜமானி.

இப்போதெல்லாம் நிக்கி எங்கே போனாலும் எல்லாருமே விரட்டுகிறார்கள். எந்த வீட்டின் அருகேயும் யாரும் அதனை நெருங்க விடமாட்டேனென்கிறார்களே!

எங்கேயாவது இந்தத் தெரு நாய், குட்டி போட்டு வைத்து விடுமோ என்ற அச்சத்தினாலேயே அவர்கள் விரட்டுகிறார்கள் என்று நிக்கிக்குப் புரியவே இல்லை. விரட்டுவதும் ஓடுவதும்

அதற்குப் புதிதா என்ன? ஆனாலும் இப்போதெல்லாம் ஓடுவது சிரமமாக இருக்கிறதே, இந்த அநுபவம்தான் அதற்குப் புதிதாக இருந்தது.

சுத்தமான திண்ணையிலும் காம்பவுண்டுகளிலும் இந்த அசுத்தம் பிடித்த நாய்க்கு இடம் தர மறுத்து விரட்டியபின் கடைசி யில் ஒருநாள் இரவில் மிகுந்த வேதனையோடும் விரக்தியோடும் அசுத்தம் பிடித்த ஒரு சேரிக்குள் நுழைந்தது நிக்கி.

அது பிறந்ததே, அந்த மாதிரி இன்னொரு குப்பம்.

ஈரம், சகதி. ஒரு குடிசையின் பின்னால் உள்ள மூலையில் சுகமான புழுதி மண்ணில் ஐந்து அழகிய நாய்க்குட்டிகளைப் பிரசவித்தது நிக்கி.

எல்லாரும் வந்து அந்தக் குட்டிகளின் அழகைப் புகழ்ந் தார்கள். ஏதோ ஜாதி நாயின் கலப்பு என்று பெருமையாகப் பேசிக்கொண்டார்கள். சில நாட்களில் அவை அனைத்தும் நிக்கியிடமிருந்து பறி போயின.

வாழ்வும் தாழ்வும், பெருமையும் வீழ்ச்சியும், மகிழ்ச்சியும் துயரமும் நாயின் வாழ்க்கையிலும் மாறி மாறித்தான் வரும் போலும்!

காரில் போகிற, சங்கிலியால் பிணித்துக் கையில் இழுத்துக் கொண்டு போகிற ஜாதி நாய்களைப் பார்த்து இப்போது நிக்கி ஓடுகிறது. ஒருவேளை தனது குட்டியை அது தேடுகிறதோ? நிக்கி பெற்றதாகவே இருந்தாலும் அவை நிக்கியின் ஜாதியாகிவிடுமா, என்ன?

அதோ, பங்களா நாயையோ அல்லது இன்னுமொரு குப்பத்து நாயையோ தேடித் தெரு நாயாக நிக்கி அலைந்து கொண்டிருக் கிறது. அதற்கு இப்போது ஒரு நாயின் தேவையை நாடுகிற ஸீஸன். தேவை என்று வந்துவிட்டால் ஜாதியையா பார்க்கத் தோன்றும்?

---

**கலைமகள், 1969**

# எங்கோ - யாரோ - யாருக்காகவோ...

**நா**னும் நண்பரும் 'பா'ரில்- கவுண்ட்டருக்கு அருகே போடப்பட்டிருந்த உயரமான முக்காலிகளில் ஏறி உட்கார்ந்து பீர் குடித்துக் கொண்டிருந்தோம். காலையிலிருந்து இதுவரை ஆளுக்கு மூன்று பாட்டில் பீர் குடித்திருக்கிறோம். கொஞ்சம் வெயிலில் போய் நின்று எதிரேயுள்ள சமுத்திரத்தை வேடிக்கை பார்ப்பது; வந்து பீர் குடிப்பது- இப்படியே இந்தக் கோடை வெப்பத்தைக் குதூகலமாய்ப் பயன்படுத்திக் கொள்ளத் திட்டம். நண்பருக்கு ஒன்றுக்குப் போக வேண்டும்போல இருக்கிறது. பீர் குடித்தாலே இப்படித்தான். சிரமப்பட்டு ஸ்டூலிலிருந்து இறங்கிப் பின்புறம் செல்கிறார். ஷூஸ் அணிந்த எங்கள் பாதங்கள் தரைக்கு மேலே இரண்டடி உயரத்தில் தொங்கத் தகுந்த உயரம் அந்த ஸ்டூல் களுக்கு. அவர் போனபின் நான் சுற்றும் முற்றும் பார்க்கிறேன். எங்கள் எதிரே பார்வெண்டருக்குப் பின்னால் முதுகுப் புறத்தில் வரிசை வரிசையாக வெளிநாட்டுத் தயாரிப்பும், உள்நாட்டு வடிப்புகளுமான, வகை வகையான மதுக்கலசங்கள் வரிசையாக அடுக்கி வைக்கப்பட்டிருக்கின்றன.

மத்தியான நேரம். பன்னிரண்டு மணி இருக்கும். நல்ல வெயில். கோடை. பாரில் அதிகக் கூட்டம் இல்லை. ஒரு மூலை யில் இரண்டு பச்சை நிறப் பிரம்பு நாற்காலிகளில் உட்கார்ந்து ஒரு வெள்ளைக்காரனும் வெள்ளைக்காரியும் நுரை வழிகிற பீர் தம்ளர்களை வேடிக்கை பார்த்துக் கொண்டு மெதுவான குரலில் சம்பாஷித்துக் கொண்டிருந்தனர். பிரெஞ்சுக்காரர்களோ, பிரிட்டிஷ்காரர்களோ, அமெரிக்கர்களோ, ரஷ்யர்களோ- ஒன்றும் தெரியவில்லை. இருவருமே தொடைக்குப் பாதிளயவு நெருக்கிப் பிடித்த அரைக்கால் சட்டை அணிந்திருந்தனர். இங்கே இருந்து பார்க்கிறபோது எங்களுக்கு அவள் தான் நேரே தெரிந்தாள். அவனுடைய முதுகுப்புறமும் கால்மேல் கால் போட்டு வலதுபுறம் நீண்ட இடது பாதமும் தெரிந்தது. காலில் ஒரு சாதாரண செருப்பு. அவளுக்கு உடம்பு அளவு பருமன் ஒவ்வொரு தொடையும்; ஒருவேளை உட்கார்ந்திருக்கும் நிலையில் அப்படித் தெரிந்ததோ என்னவோ! கழுத்தில் வைலட் கலரில் ஒரு குறத்தி மாலை; கறுப்பு நிறத்தில் அவள் அணிந்திருந்த கால் சட்டையில் பிதுங்கிக்

கொண்டு தெரியும் தொடைச் சதையையே நான் பார்த்துக் கொண்டிருந்தேன். அவள் கறுப்புக் கண்ணாடியைக் கழற்ற வில்லை. அதனால் அவள் என்னைப் பார்க்கிறாளா என்று நான் கவனிக்க முடியவில்லை. எதற்கு நான் இவர்களை இப்படி முறைத்துக் கொண்டிருக்கிறேன் என்று என்னையே மனத்துள் கண்டித்துக்கொண்டு 'டக்'கென்று வேறு புறம் திரும்பி வெளியே பார்த்தேன்.

வெளியே சாலையின் மறுபுறம் கடல் கொந்தளிக்கிற சப்தம். நீல ஆகாசம் தெரிந்தது. காற்று வீசுகையில் சற்று வெப்பம் அசைந்து கலைகிறது. எனக்குப் பின்னால் திடீரெனச் சிரிக்கும் அந்த வெள்ளைக்காரியின் பெண்மைக் குலுக்கல் கேட்டது. என்னைப் பற்றித்தான் எதுவும் சொல்லிச் சிரிக்கிறாளோ என்று நினைத்துக்கொண்டேன். சிரிக்கட்டுமே!

வெளியில் ஜன்னலுக்கு நேரே எங்கள் கார் வெகு நேரமாய் வெயிலில் பழுக்கக் காய்ந்து கொண்டிருந்தது. அதன் நிக்கல் பிளேட்டில் பட்ட வெளிச்சம் 'டால்' அடித்து முகத்தில் பட்டுக் கண்களைக் கூசச் செய்ததால் நான் சற்று நகர்ந்தேன். அப்போது கார் ஓரத்தில் சிவப்புப் புடவையின் முந்தானை காற்றில் பறக்கக் கண்டு எழுந்து வந்து வெளியே பார்த்தேன்.

சுவரோரமாக இருந்த அரை அடி நிழலில் ஒதுங்கி நின்று அவள் வேர்க்கடலை கொறித்துக்கொண்டிருந்தாள். தரையில்— சிமெண்ட் பிளாட்பாரத்தில் கிடந்த சுண்ணாம்புக் காரைக் கட்டியை வலது காலின் பெருவிரலால் அழுத்தி நொறுக்கி விரலாலேயே ஒரு சதுரம் வரைந்து அதன் நடுவே ஒரு பெருக்கல் குறி வரைந்து மீண்டும் மீண்டும் அதன்மேல் கால் பெருவிரலால் வரைந்தவாறு நின்றிருந்தாள். நான் அவளை நன்றாகப் பார்த்தேன். எடுத்த எடுப்பில் அவள் ஒரு கூலிக்காரியாகவோ, அல்லது தலைச்சுமையாகக் கூடையில் ஏதேனும் கொண்டு வந்து தெருவில் கூவி விற்பார்களே அது மாதிரி ஏதோ ஒரு தொழில் செய்கிற வளாகவோ அவளை நினைக்க, அது மாதிரியானவர்களின் நினைவு எனக்கு வந்தது. நல்ல கறுப்பாக இருந்தாள், குள்ளம். பதினெட்டுக்கு மேலே இருபத்திரண்டுக்குள் ஏதோ ஒரு வயது... அவள் கண்கள் எங்கோ சோம்பலுடன் வெறித்தவாறிருந்தன. அவள் விரலால் நிமிண்டி நிமிண்டித் தள்ளிய வேர்க்கடலையின் தோல் காற்றில் பறந்து வந்தது.

'இவள் ஒரு 'தொழில்காரி'யாக இருப்பாளோ?' என்று பீர் போதையில் வசதியாக யோசித்தேன்.

அப்போது பாத் ரூமுக்குள் போயிருந்த நண்பரும் வந்து என் பின்னால் நின்று என் பார்வை வழியே நின்று அவளைப் பார்த்து,

"என்ன 'ஸனகோட்டா'?" என்று கேட்டார். இந்த வார்த்தைக்கு என்ன அர்த்தம் என்று உலகத்துப் பாஷைகளில் எல்லாம் தேடினாலும் கிடைக்காது. என்னை அந்தரங்கமாகத் தெரிந்த எனது அத்யந்த நண்பர்களுடன் பகிரங்கமாக எங்கு வேண்டுமானாலும் உரையாடுவதற்காக நானே கண்டுபிடித்த பாஷை இது. வார்த்தையை உச்சரிக்க வேண்டிய முறை; ஸன 'Gote'ஆ– வினா; இதற்குப் பொருள் இடத்திற்கேற்ப மாறிவரும். இதுமாதிரி சந்தர்ப்பங்களில் இதற்குப் பொருள்: 'பிராஸ்டிட்யூட்டா?' என்பது.

"ஐ ஆம் நாட் ஷ்யுர்!" என்று சொல்லிவிட்டு நான் மறுபடியும் கவுன்ட்டர் ஸ்டூலுக்கு வந்து ஏறி உட்கார்ந்து கொண்டு பீர் தம்ளரில் ஒரு 'ஸிப்' பண்ணினேன். தம்ளரில் நுரை அடங்கி இருந்தது. பக்கத்தில் பாட்டிலில் மீதி இருந்த பீரை எடுத்து பார்வெண்டர் என் கிளாஸில் ஊற்றினான். நண்பர் ஒரு சிகரெட்டை எடுத்துப் பற்ற வைத்துக் கொள்ளும் முன்னர் என்னிடமும் நீட்டினார். நான் பொதுவாக சிகரெட் பிடிப்பதில்லை; குடிக்கிறதும் இல்லை. குடித்தால் குடிக்கிறபோது சிகரெட் பிடிக்கிறதும் உண்டு. இது மாதிரி முகமறியாத ஓர் ஊரில் வந்து ஓய்வாகச் சில நாட்களை இஷ்டப்படியெல்லாம் கழிப்பது என்கிற தீர்மானத்தில் பை நிறையப் பணத்தையும் நிரப்பிக்கொண்டு வந்திருக்கும்போது என்ன செய்தால்தான் என்ன? இதில் எல்லாம் ஏற்படுகிற 'எக்ஸைட்மென்ட்' தானே இன்பம்? ஒரு சிகரெட்டை நானும் பற்றவைத்துக் கொண்டேன்.

நண்பர் பாத்ரூமுக்குப் போவதற்கு முன்னால் என்னிடம் சொல்லிக்கொண்டிருந்த அவரது அமெரிக்க வாழ்க்கை அனுபவங்களைத் தொடர்ந்து சொல்ல ஆரம்பித்தார். என் கவனமெல்லாம் ஜன்னலுக்கு வெளியே காற்றில் பறக்கும் சிவப்புப் புடவையிலும், எங்கள் காரில் தெரிகிற அவளது விசித்திரமான பிம்பத்திலும்தான். நண்பர் அமெரிக்க நினைவுகளில் ஆழ்ந்து போயிருந்தார்.

அவர் அமெரிக்காவில் தனக்கிருந்த ஒரு நீக்ரோ சிநேகிதியைப் பற்றிச் சொல்லிக் கொண்டிருந்தார். சிகாகோ நகரிலும், வேறு பல தென் மாநிலங்களிலுமுள்ள நிறவேற்றுமையின் கண்மூடித் தனத்தைப் பற்றியும் மிகவும் உணர்ச்சி வசப்பட்டுச் சொல்லிக் கொண்டிருந்தார். முதன் முதலில் இவர் போய் அமெரிக்காவில் காலூன்றியவுடனே தனக்கு ஏற்பட்ட 'வரவேற்பு' குறித்து அவர் கூறியபோது கண் கலங்கிப் போனார் நண்பர்.

சிகாகோ நகரில் அமைதியான பார்க்கை ஒட்டிய அழகான பெரிய சாலையாம். அப்போது பனிக்காலம். ஆளரவமற்ற அமைதி யான நெடிய சாலையில் ஆங்காங்கே ஜோடி ஜோடியாகவும் தனித்தும் ஒரு சிலர் மெதுவாக நடந்துகொண்டுமிருக்கின்றனர். மேலங்கிகளையும் குல்லாய்களையும் வைத்து மனிதர்களை அடையாளம் காண முடியவில்லையாம்.

எதிரே ஓர் இளம் அமெரிக்க மாதும் அவள் கையைப் பற்றிக்கொண்டு இரண்டரை அல்லது மூன்று வயசுச் சிறுமியும் வருகிறார்களாம். அந்தக் குழந்தை பனிக் குல்லாயும் ஃபர் உடையும் அணிந்து, நீலக் கண்களை உருட்டி உருட்டிப் பார்த்த வாறு வருவது நண்பரை அதனிடம் மண்டியிட வைத்ததாம். குனிந்து 'குட்மார்னிங்...' என்று வாழ்த்தினாராம்.

பதிலுக்கு அந்தக் குழந்தை 'தூ'வென்று துப்பிவிட்டு வேறு புறம் திரும்பி நடந்ததாம். அந்தத் தாயும் அதற்காகக் குழந்தையைத் திருத்தவோ, அவரிடம் மன்னிப்புக் கேட்கவோ கூட இல்லையாம்.

"பல சமயங்களில் நான் ஒரு நீக்ரோ என்று கருதப்பட்டேன். 'நான் நீக்ரோ அல்ல' என்று மறுத்து ஓர் இந்தியனுக்குரிய மரி யாதையைக் கேட்டுப் பெற்றுக்கொள்ள நான் விரும்பவில்லை. நான் நீக்ரோக்களுடனே நெருக்கமாகப் பழகினேன். அவர்களைப் போன்ற உயர்ந்த ஜாதி மனிதர்கள் கிடையாது. நான் ஒரு நீக்ரோ வாக மதிக்கப்பட்டதால் பெருமையும் கொள்ள ஆரம்பித்தேன்..." என்று ஆங்கிலத்தில் என் காதில் மட்டும் விழுகிற மாதிரி மிகவும் உணர்ச்சி வசத்தோடு கூறினார் நண்பர்.

என் பார்வை ஜன்னலுக்கு வெளியே காற்றில் பறக்கும் சிவப்புப் புடவையில்...

நண்பர் ஓர் அமெரிக்கனின் கண்களுக்கு நீக்ரோ மாதிரித் தோன்றினால் ஆச்சரியப்படுவதற்கில்லை. இந்திய, தமிழ்நாட்டுத் தரத்தில் அவர் கறுப்பு அல்ல. மாநிறம்தான். மாநிறமான, இந்தியத் தரச் சிவப்பு நிறமான நீக்ரோக்களும் உண்டாம். இவரது கிராப்பு மிகவும் குறுகத் தரித்துச் சுருட்டையானதாகவும் இருக்கும். ஒரு அமெரிக்க நீக்ரோ என்று நினைத்துக்கொண்டு பார்க்கையில் என் கண்களுக்கு இவர் இப்போது ஒரு நீக்ரோ மாதிரிதான் தோன்றுகிறார்.

"ஸ்டேட்ஸில் நான் இருந்த பத்து வருஷங்களில் எத்தனையோ அமெரிக்க இளைஞர்களோடும் குடும்பத்தின ரோடும் பெண்களோடும் பழகி இருக்கிறேன் என்றாலும் எனக்குப் பிடித்தவர்கள், என் மனதைக் கொள்ளை கொண்டவர்கள்

நீக்ரோப் பெண்கள் தான்— எனக்குக் கறுப்பிகளைத்தான் பிடிக்கிறது...” என்றார் நண்பர்.

நண்பருக்குத் தமிழில் பேச வராது. தங்கு தடையின்றிப் பேசுவதற்கு அவரால் இங்கிலீஷில்தான் முடியும்.

“வெளியில் நிற்கிறாளே, அந்தக் கறுப்பியை உங்களுக்குப் பிடிக்கிறதா?” என்று கேட்டேன் நான்.

நண்பர் சிரித்தார்: “இப்பல்லாம் நோ ஸெலக்ஷன்ஸ்! இதென்ன ஸ்டேட்ஸா? கெடைக்கிறதே அபூர்வம். இதிலே தேர்வு என்ன? எனிதிங்! டார்க், பிரவுன், யெல்லோ, வய்ட்... ஒண்ணும் வித்தியாசம் பார்க்கறதில்லே. ஆனா கெடைக்கறதுதான் கஷ்டமா இருக்கு... நம்ம தேசத்திலே இது ரொம்ப பெரிய சிக்கலாகத்தான் இருக்கு. நான் ஒரு பெண்ணோட படுத்துக்கறதைப் பற்றிச் சொல்லலே. பேசறது கூட இங்கே பெரிய விஷயம். ஒரு ஆண் குடிக்கறதே ஒரு குற்றம். பெண் குடிக்கிறது பாவமும் குற்றமும்... ரெண்டு பேரும் சேர்ந்து குடிச்சுப் பேசறதை இங்கே யாரும் கற்பனைகூடப் பண்ண முடியாது...”

நண்பர் கலியாணமாகாதவர், நாற்பதைக் கடந்தவர். முப்பது வயதிலிருந்து நாற்பது வயதுவரை பத்து ஆண்டுகள் சுதந்திரமாக அமெரிக்காவில் இருந்தவர். அவருடைய அங்கலாய்ப்பு எனக்குப் புரிகிறது.

இங்கு நாங்கள் வந்து இரண்டு நாட்களாகிறது. இரண்டு நாட்களாய்க் குடிப்பதும் சினிமா பார்ப்பதும், தெருவை வேடிக்கை பார்த்துக்கொண்டு சைக்கிள் ரிக்ஷாவில் உட்கார்ந்து ஊர் சுற்றுவதும், சாயங்கால நேரத்தில் கடற்கரையில் அந்தச் சிமெண்ட் சுவரின்மீது உட்கார்ந்து கொண்டு அரைக்கால் சட்டை அணிந்து திரியும் ஆசிரமத்துப் பெண்களை வேடிக்கை பார்ப்பதையும் தவிர அவரது ‘தேவை’ பூர்த்தியாகிற காரியம் எதுவும் இதுவரை கைகூடவில்லை. எனக்கு அதில் நாட்டமில்லை. திட்டமிட்டதற்கு மேலே ஒரு நாளும் ஆகிவிட்டது. இன்று திங்கட்கிழமை. சாயங்காலமாவது புறப்பட்டு விடவேண்டும். நண்பருக்கு நாளை நிச்சயம் ஆபீசில் இருந்தாக வேண்டும். இவருக்கு எவளாவது கிடைத்தால் எனக்கும் சந்தோஷம்தான். இது என்ன கடையில் கிடைக்கிற சரக்கா?

எங்கள் இருவரின் கிளாசும் காலியாகிவிட்டன.

“ஒன் மோர் பாட்டீல் பீர்!”

“ஓ எஸ்! வேறு என்னதான் இருக்கிறது” என்றார் நண்பர்.

“இங்கே ‘ப்ரான்ஸ் ஃப்ரை’ ரொம்பப் பிரமாதமாக இருக்கும். ரெண்டு பிளேட்டு கொண்டு வா” என்றேன்.

வறுத்த இறால், எண்ணெய் மிளகாய் எதுவுமில்லாமல் 'டிரை'யாக இரண்டு பிளேட்டுகளில் கொண்டு வந்து வைக்கப் பட்டது. நண்பர் ரொம்பப் பிரியமாகச் சாப்பிட்டார்... எங்கள் தம்ளர்களில் நுரை வழிய பீரை நிரப்பினான் அந்த ஆள். நான் பீர் கிளாஸ் வழியாக ஜன்னலை, வெளியே தெரியும் காரை, பழுக்கக் காயும் வெயிலை, பக்கத்தில் காற்றில் பறந்து காரில் பிரதிபலிக்கிற சேலையை எல்லாவற்றையும் மஞ்சளாகப் பார்த்தேன்.

நாலைந்து பாட்டில்கள் குடித்திருந்ததால் வயிறும் கனத்து, போதையும் நன்கு தலைக்கேறி இருந்தது. காலை ஒன்பது மணிக்கு ஆரம்பித்தது; நாலரை மணி நேரமும் ஆகிவிட்டது. ஆனால், பசி இல்லை, காலை ஸெஷனை இத்துடன் முடித்துக் கொள்ளலாம் என்ற தீர்மானத்தோடு 'ப்ரான்ஸ் ஃப்ரை'யுடன் பீரை முடித்தோம்.

ஸ்டூலிலிருந்து இறங்கி நிற்கும்போது ரொம்ப சுகமாக இருந்தது. ஐம்பத்தி ஆறரை ரூபாய் 'பில்'லுமாகி இருந்தது. அறுபது ரூபாய் கொடுப்பதற்கு என்னிடம் சில்லரை இல்லை. நூறு ரூபாய்த் தாள் ஒன்றைத் தந்து ஒரு பாக்கெட் சிகரெட்டும் நான்கு பத்து ரூபாய் நோட்டுகளும் பெற்றுக்கொண்டு நானும் நண்பரும் வெளியே புறப்படுகிறபோது அவள் ஜன்னலுக்குக் குறுக்காக எங்களைப் பார்த்துக் கொண்டே நடந்தாள். அப்படி அவள் பார்த்துக்கொண்டே நடக்கிறபோது லேசாகச் சிரித்தாள். நானும் சிரித்தேன். நான் சிரித்த பிறகு அவள் சிரித்தாளா, அவள் சிரித்ததால் நான் சிரித்தேனா என்று நிதானிக்க முடியவில்லை.

இருவரும் அவசர அவசரமாக வெளியே வந்தோம். சற்றுத் தூரத்தில் கடலை வெறித்துப் பார்த்துக்கொண்டு எதிர்ப்புற பேவ் மென்ட்டில் போய் அவள் நின்று கொண்டு இருந்தாள். வீசியடிக் கிற காற்றில் அவள் சேலைத் தலைப்பும், தலைமுடியும் தாறு மாறாய்ப் பறந்து கொண்டிருந்தது. அவற்றைச் சரிசெய்து சுருட்டிக் கொண்டு எங்களைப் பார்த்தவள் வெள்ளைப் பற்கள் பளீரிடச் சிரித்தாள்.

நண்பரிடம் நான் சொன்னேன்: "நீங்களும் போய் அங்கே நில்லுங்கள்; நான் காரை எடுத்துக்கொண்டு வருகிறேன்."

நான் எப்போது இதைச் சொல்லுவேன் என்று காத்துக் கொண்டிருந்தவர் போல நண்பர் உடனே எதிர் பிளாட்பாரத் துக்கு ஓடி நடந்தார். இவர் வருவதைப் பார்த்ததும் அவள் மெல்ல அந்த பேவ்மெண்டில் கடலின் அலை வந்து மோதுகிற சிமெண்ட் சுவரோரமாகத் தெற்கு நோக்கி நடக்க ஆரம்பித்தாள். நண்பரும் அவளைப் பின் தொடர்ந்து சிகரெட்டைப் பிடித்தவண்ணம்

கூலிங்கிளாஸை மாட்டிக் கொண்டு பத்தடி பின் தங்கி நடக்க ஆரம்பித்தார்.

வடக்கு நோக்கி நிறுத்தி இருந்த காரை நான் 'ரிவர்ஸ்' எடுத்துத் திருப்பி மெள்ள, கலியாண ஊர்கோலம் போகிற மாதிரி அவர்களுக்குப் பின்னால் சென்று கொண்டிருந்தேன். அவள் திரும்பிப் பார்த்துப் பார்த்து நடக்கிறாள். நண்பர் நான் வருகிறேனா என்று பார்த்துக் கொள்கிறார். நானும் யாராவது நம்மைக் கவனிக்கிறார்களா என்று பார்த்துக் கொண்டேன்.

பீச் ரோடு முழுவதும் நெடுக ஆள் சந்தடியே இல்லை. தூரத்தில் இரண்டொரு குப்பத்துச் சிறுவர்கள் பீடி குடித்துக் கொண்டு இருக்கிறார்கள். ஒரே ஒரு சைக்கிள் ரிக்ஷா; அதில் இரண்டு பேர் குடித்துவிட்ட குதூகலத்தில் 'ஓ' வென்று இரைந்து கூவ, அவர்கள் அட்டகாசத்தை ரசித்துச் சிரித்தவாறே சைக்கிள் ரிக்ஷாக்காரன் மிதித்துக்கொண்டு வந்தான். என்னைப் பார்த்து தனது கேலிச் சிரிப்பைப் பகிர்ந்து கொண்டான். அப்புறம் அதுவும் எங்களைக் கடந்து போய்விட்டது.

தென்கோடி வரைக்கும் அவள் நடந்து– அங்கே பாதை முடிந்து வலதுபுறம் திரும்புகிறது. இனிமேல் கடலை ஒட்டின பாதை இல்லை– சுவரோரமாகப் போய் சாய்ந்து நின்று கொள் கிறாள். எங்கள் பக்கம் திரும்பாமல் கடலையே பார்த்துக்கொண்டு கொஞ்சம் 'பிகு' பண்ணுகிறாள்.

நான் பத்தடி தூத்தில் காரில் இருக்கிறேன். நண்பர் நல்ல வெயிலில், பாண்ட் பாக்கெட்டில் கையை நுழைத்துக் கொண்டு பத்தடி தூரத்தில் நின்று அவளையே வெறிக்கிறார். அவர் கொஞ்சம் நகர்ந்தார். நானும் நகர்ந்தேன். இன்னும் அவர் நெருங் கினார். நானும் காரிலிருந்து இறங்கிப் 'பேவ்மெண்டில்' நடந்தேன். அவளோடு வந்தவர் மாதிரி நெருக்கமாகப் போய் நின்று– இருவருக்குமிடையே நாலு அடி தூரம் இருந்தது– பேசத் தைரியம் இல்லாமல் ஒரு சிகரெட்டைப் பற்றவைத்துக் கொண்டு என் பக்கம் திரும்பி,

"சிகரெட் வேணுமா?" என்றார். இவர் முதுகுக்குப் பின்னால் அவள் என்னைப் பார்த்தாள்; சிரித்தாள். நண்பரின் அருகே சென்று ஒரு சிகரெட்டை வாங்கிப் பற்ற வைத்துக் கொள்ள நான் மிகச் சிரமப்பட்டேன். காற்றில் தீக்குச்சிகள் நான்கு ஐந்து அணைந்து போயின.

நான் நண்பருக்கும் அவளுக்கும் நடுவே போய் நின்று கொண்டேன். அவளைத் திரும்பி நான் பார்த்தபோது அவள்

என்னை நேருக்கு நேர் நன்றாகத் தெரிந்தவள் மாதிரி சொந்தத் தோடு பார்த்தாள்.

"எந்த வூரு?" என்று அந்த ஊர் தொனியில் நான் கேட்டேன்.

"இந்த ஊருதான்... இப்ப. நீங்க என்னா மெட்றாஸா?" என்று அவள் கேட்கும் போதுதான் நான் கணித்திருந்த வயசுக்கும் குறைவாகத்தான் இருப்பாள் இவள் என்று தோன்றுகிறது.

நான் தலையை ஆட்டினேன்.

"கார்லேயேவா வரீங்க!"

"ஆமாம்..." என்றேன் நான்.

"நீங்க ரெண்டு பேருதானா?" என்று இப்போதுதான் முதல் தடவையாக நண்பரையும் பார்த்துச் சிரித்து வைத்தாள்.

"ஆமாம்; ரெண்டு பேருதான். நீ வரியா?" என்று எடுத்த எடுப்பில் கேட்டார் நண்பர்.

"ஐயையே!... பாரேன் கேக்கறதே" என்று நாக்கைக் கடித்துக் கொண்டவள் சற்றுக் கழித்து என்னிடம் கேட்டாள்:

"நானு வந்தா இட்டுக்கினு போறீங்களா?"– நான் பதில் சொல்ல முடியாமல் இருந்தேன்.

"ஓ! எஸ்.." என்று உற்சாகமாய்ச் சொன்னார் நண்பர்.

"நான் அவரைக் கேக்கறேன்... வரேன். வந்தா கூட்டிக்கினு போறீங்களா?" என்று என்னிடம் திரும்பவும் கேட்டாள்.

" நீ அங்கே வந்து என்ன செய்வே?" என்றேன் நான்.

"நீங்க என்ன செய்யச் சொன்னாலும் செய்றேன்: இல்லே அஞ்சு ரூவா காசி குடுத்து 'ஓடுறி கழுதே'ன்னீங்கன்னா பஸ் ஏறி 'இதான் என் தலை எழுத்து'ன்னு திரியும் இங்கியே வந்துடறேன்" என்றாள்.

"கமான்! இப்ப கார்லே ஏறிக்க– பேசிக்கினே போகலாம்" என்று நண்பர் காரருகே வந்தார்.

அவளாகவே வந்து டிரைவிங் ஸீட்டுக்குப் பக்கத்துக் கதவை "எப்படித் தெறக்கறது?" என்று கேட்டுக் கொண்டே திறந்தாள்...

"ம்.. .உட்கார்ந்துக்கோ" என்றேன் நான்.

நண்பர் பின்ஸீட்டில் உட்கார்ந்து கொண்டார். அவளை என் பக்கத்தில் அமர்த்திக்கொண்டு நான் காரை ஸ்டார்ட் செய்தேன்.

"அந்தப் பக்கம் வாணாம்... இப்பிடித் திரும்பி ஓட்டுங்க..." என்று என் கையைத் தொட்டுச் சொன்னாள் அவள்.

"உன் பேரு என்ன?" என்று கேட்டவாறே நண்பர் அவள் கழுத்தை விரலால் தொட்டாற்போலிருக்கிறது...

"எல்லாம் இப்பவே சொல்லணுமா? கொஞ்ச தூரம் போங்க... இங்கே யாராவது தெரிஞ்சவங்க இருப்பாங்க" என்று காருக்குள் தலை வெளியே தெரியாமல் குனிந்து கொண்டாள் அவள்.

நகரத்தின் சந்தடிகளையெல்லாம் தாண்டுகிறவரைக்கும் அவள் தலை நிமிரவே இல்லை. தன் முழங்கால்களின் மீது முகத்தைப் புதைத்துக்கொண்டு வந்தவள்... அதே நிலையில் என் பக்கம் முகத்தைத் திருப்பிக் கண்களை விரித்து என்னைப் பார்த்தாள். அவள் பார்க்கிற தினுசிலிருந்து இவள் நம்மை ரசிக்கிறாள் என்று நான் தெரிந்து கொண்டேன்.

ஒரு பெண்ணினால் ரசிக்கப்படுவது ரொம்ப சுகம்தான். அதுவும் ஒரு ஆண், பெண்ணை ரசிக்கிற மாதிரி, ஒரு பெண் என்னை ரசிப்பது எனக்கு எப்போதுமே சுகமாகத்தான் இருக்கிறது. காரை ஓட்டிக்கொண்டே இருந்தவன் குறுக்கே ஒரு சைக்கிள் ரிக்ஷாக்காரன் புகவே திடீரென்னு 'பிரே'க்கை மிதித்தேன்.

"யம்மாடி" என்று கூவிக்கொண்டே அவள் முன்புறம் மோதிக் கைகளை ஊன்றிக் கொண்டு சிரித்தாள். அவள் சிரிக்கும்போது அந்தப் பற்களும் முகமும் ஒரு டூத்பேஸ்ட் விளம்பரக்காரியை நினைவூட்டியது.

நகரத்தின் எல்லையைத் தாண்டியதும் அதற்காகவே காத்துக் கொண்டிருந்த மாதிரி நண்பர் அவள் தோளைத் தொட்டுச் சொன்னார்:

"ஊரைத் தாண்டி வந்துட்டோம்..."

அவள் தலை நிமிர்ந்து பின் பக்கம் திரும்பி நண்பரைப் பார்த்துக் கலகலவெனச் சிரித்தாள்: "எப்படா ஊரு தாண்டு வோம்னு காத்துகினு இருந்தீங்களா?" என்றாள். நண்பர் சிரித்துக் கொண்டே சிகரெட் புகையை அவள் முகத்தில் ஊதினார் போலிருக்கிறது. 'ஐயோ... தூ' என்று கையால் புகையை வீசி முந்தானையால் மூக்கை மூடிக் கொண்டு இந்தப் பக்கம் திரும்பி உட்கார்ந்து கொண்டாள். நண்பர் பின்னாலிருந்து மோவாயைக் கையிலேந்தி மறுபடியும் அவள் எதிர்பாராதவிதமாய் அவள் முகத்தில் புகையை ஊதிவிட்டார்.

"பாருங்க... மூஞ்சியிலே புகை விடறதே?" என்று என்னிடம் புகார் செய்தாள்.

நண்பர் மறுபடியும் ஊதினார்.

"ஐயே... பாருங்க இவரை... சும்மா சும்மா அதே மாதிரி புகையை உடறாரு... எனக்கு வவுத்தப் பொரட்டுது... நான் வாயால் எடுத்துடுவேன்..." என்று சிணுங்கியவாறே சிரித்தாள்.

நண்பரைப் பார்த்தேன். அவர் பீர் போதை நன்கு ஏறி நல்ல குஷியில் இருக்கிறார் என்று தெரிந்தது.

"வேண்டாம். அவளைத் தொந்தரவு செய்து அவள் 'மூடை'க் கெடுத்து விடாதீர்கள்" என்று நண்பரிடம் நான் ஆங்கிலத்தில் சொன்னேன்.

"நீங்க– இப்ப பேசனது என்ன பாஷை? பிரான்ஸா, இங்கிலீஸா?" என்று கேட்டாள் அவள்.

"ஏன்– உனக்குப் 'பிரான்ஸ்' தெரியுமா?" என்று அவளை மாதிரி கேட்டேன்.

"எனக்குத் தெரியாது. எங்க வூட்லே தெரியும்– அந்த ஆளு இங்கே போலீஸ் வேலை செய்யிது" என்றாள்.

"உங்க வூட்லேன்னா உன் புருஷனா?" என்று கேட்டார் நண்பர்.

"இல்லை" என்று அவள் பலமாகத் தலையை ஆட்டினாள். "அவரு என்னை இட்டாந்துட்டாரு... எம் புருஷங்காரன் வேற... அவுரு நெல்லிக்குப்பத்திலே இருக்காரு."

"நெல்லிக்குப்பம்? எங்கே இருக்கு?" நண்பர் என்னைக் கேட்டார். அதுதான் எனக்கும் சொந்த ஊர். இருந்தாலும் அதை அவள் முன்னால் சொல்லுவதும் இந்த நேரத்தில் சொல்லுவதும் அவசியமில்லாதது என்று நினைத்துக் கொண்டேன்.

"இங்கேருந்து பன்னிரண்டு மைல் இருக்கும்" என்று நண்பருக்கு விளக்கினேன்.

"அப்ப உனக்கு நெல்லிக்குப்பத்துக்குப் போகணுமா? அங்கே கொண்டுபோயி உடறோம்" என்று அவளை உற்சாகப் படுத்துவது மாதிரி சொன்னார் நண்பர்.

"ஐயையோ... அந்தப் பக்கம் என்னெப் பார்த்தா கொடுவாக் கத்தியாலே வெட்டிப் போட்டுடுவான் எங்க மாமன்– மாமனுக்குத் தான் கட்டிக் குடுத்தாங்க என்னை... சாமி! உங்களுக்குப் புண்ணியம் உண்டு. அங்கே எங்கனாச்சும் கொண்டு உட்டுடாதீங்க; நானு இங்கேயே வேண்ணாலும் எறங்கிக்கறேன்" என்றாள் அவள்.

"சீ சீ! சும்மாதான்– உங்க ஊருன்னு சொன்னியேன்னு கேட்டோம். எங்களுக்கு என்ன ஆகணும், உன்னை அங்கே கொண்ட போயி உட்டு?"... என்றார் நண்பர்.

சரி, எங்கே என்று தெரியாமல் ஏதோ ரோட்டில் நாம் போய்க் கொண்டே இருந்தால்– இதற்கு என்ன முடிவு? இவளை வேறு கூட ஏற்றிக்கொண்டு... நண்பர் இதைப் பற்றியெல்லாம் யோசிக் கிறதாகவே தெரியவில்லை. ஏதோ நம்மோடு ஊரிலிருந்தே உடன் வந்து கூடவே திரும்புகிற ஒருத்தியுடன் பேசுகிற பாவனையில் தன்னை மறந்து சம்பாஷித்துக் கொண்டு வந்தார்.

ஆளரவம் இல்லாத ஒரு புளிய மரத்தடியில் நான் காரை நிறுத்தினேன்.

"என்ன கார் நின்னுட்டது" என்று கேட்டாள் அவள்.

"யாரும் பார்க்காத இடத்துக்கு வரணும்னு சொன்னே– கொண்டு வந்துட்டேன். இனிமே உன்பாடு, உன்னை இட்டாந் திருக்காரே இவுருபாடு" என்று கதவைத் திறந்துகொண்டு கொஞ்சம் காற்றாட சாலையில் இறங்கி நின்று நானும் ஒரு சிகரெட்டைப் பற்ற வைத்தேன்.

"ஹை! பேச்சைப் பாரேன் பேச்சை... இவுரு இட்டாந்தாராம்... இவுரு கொண்ணாந்து உட்டுட்டாராம். இப்படி சொன்னாக்கா, இவுரு சும்மா 'டைவர்' மாதிரின்னு நான் நெனைச்சுக்வேனாம்... இந்த வெள்ளாட்டு எல்லாம் எனக்குத் தெரியாதுன்னு நெனச்சுக் கினீங்களா?" என்று சொந்தமாக என்னை அவள் பரிகாசம் செய்தாள். நான் சற்று நடந்து மரத்தடியிலே போய் ஒன்றுக்குப் போனேன்.

தூரத்தில் ஒரு கள்ளுக்கடை தெரிந்தது. இரண்டு பக்கமும் கம்மங் கொல்லையோ, சோளக் கொல்லையோ? உள்ளே ஆள் நுழைந்தால் தெரியாமல் மறைக்கிற அளவுக்கு உயர்ந்தும் அடர்ந்தும் செழித்தும் வளர்ந்திருந்தது.

வெயிலின் அனல் காய்ந்தாலும் அடிக்கடி குளிர்ந்த காற்று வீசியது. பக்கத்து மாமரத்திலிருந்து ஒரு ஆண்குயில் மிகச் சோகமாய்க் கூவிற்று.

எங்கிருந்தோ மிக வேகமாக ஓடிவந்த– நெற்றியில் கண்களுக்கு மேல் இரண்டு புறமும் பழுப்பு நிறத்தில் பொட்டிட்டது மாதிரி வண்ணமுடைய– ஒரு கருப்பு நாட்டு நாய் காரின் பின்பக்க டயரில் காலைத் தூக்கிக்கொண்டு மூத்திரம் அடித்துக் கொண்டு பாதியில் என்னைப் பார்த்து, நான் விரட்டாமலே பயந்து கொண்டு வேகமாய் என்னைத் தாண்டி அரை வட்டமாக விலகி நடந்து மறுபடியும் வேகமாய் ஓடியது.

சற்றுத் தூரத்தில் போய் நின்று, தான் பயந்துவிட்டதைக் காரணமாகக் கொண்டு என்னைப் பழிக்கிற மாதிரி அது குரைத்தது.;

பீர் போதையினால் நான் இந்த அற்ப விஷயங்களைக் கூட இவ்வளவு கூர்ந்து கவனிக்கிறேனோ என்று நினைத்து எனக்கு நானே சிரித்துக் கொண்டேன்.

சீ! எவ்வளவு நாழி மரத்தடியிலேயே நின்று கொண்டு? பீர் குடித்தாலே இப்படித்தான்... சரி இருக்கட்டும். நண்பர் அங்கு அவளோடு என்னவாவது பேசுவார்... ஒரு சிகரெட் தீருகிற வரைக்கும் நான் இங்கேயே நின்று காற்று வாங்கிக் கொண்டிருந்தேன். நண்பர், என் பெயரில் உள்ள இரண்டு பதங்களின் முதல் ஆங்கில எழுத்துகளை உச்சரித்து என்னை அழைத்தார்.

"She wants you.. அவளுக்கு நீங்கள் வேணுமாம்." அவர் இங்கிலீஷில் கூறியது விளங்காமல் அவளும் இளித்துக் கொண்டு என்னைப் பார்த்தாள். நான் கூவிச் சிரித்துக்கொண்டே கார் அருகே போனேன். என் சிரிப்பிலிருந்து என்னவோ இவர்கள் குறும்பு செய்கிறார்கள் என்று புரிந்து கொண்டாள் அவள்.

"எதுக்கு சிரிக்கிறீங்க? இவுரு என்னா சொன்னாரு இங்கிலீஸ்லே" என்று என்னைக் கேட்டாள். திரும்பத் திரும்பக் கேட்டாள்.

"உனக்கு நான் வேணும்னு சொன்னியாமே.." என்று சிரித்துக் கொண்டே கேட்டேன்.

"ஐயோ"- இந்த 'ஐயோ'வைச் சொல்லாமலே அவள் வயிற்றை எக்கிக்கொண்டே தொண்டை வழியே காற்றை உள்ளுக்கு இழுத்து வாயைப் பொத்தி, எழுத முடியாத ஓர் ஓசை கிளப்பினாள். சில சமயம் அதன் பிறகோ, அதற்கு முன்போ 'ஐயோ'வென்று சொன்னாள்.

"பொய்யி- பொய்யி- அவுரு தனியா போயி நின்னுக்கினு இருக்காரே, எதனா நெனச்சிக்கப் போறாரு... கூப்பிடுங்கன்னு சொன்னதையா இப்படிச் சொல்றீங்க!- போங்க ம்ஹ்க்கும்..." என்று நண்பரின் கையைக் கிள்ளினாள் அவள்.

'ஆ ஆ' என்று நண்பரும் கத்தினார்.

நான் மரத்தடியில் போய் அந்தப் பக்கம் பார்த்துக் கொண்டிருந்த அந்தச் சின்ன நேரத்தில் அவர்களுக்குள் இந்த அன்னியோன்னியம் ஏற்பட்டுவிட்டது என்று நான் புரிந்து கொண்டு நண்பரின் கண்களை உற்றுப் பார்த்தேன். நண்பர் கண்களைச்

சிமிட்டிக் கொண்டே "ஷி இஸ் ரியலி ஸ்வீட்!" என்று உதட்டைக் கடித்தார்.

"தமிழ்லே பேசுங்க– நீங்க என்னெப் பத்தி என்னவோ பேசுறீங்களோனு பயம்மா இருக்குது. நீங்க பேசறதெ நான் தெரிஞ்சிக்கக் கூடாதுன்னுதானே மறைச்சி மறைச்சி இங்கிலீஸ்லே பேசுறீங்க.." என்று அவள் வெள்ளைச் சிரிப்புடன் பேதைமையோடு கேட்டது என்னவோ மாதிரி இருந்தது. இங்கிலீஷ் தெரியாத காலத்தில் நானும் இப்படிப்பட்ட உணர்ச்சியில் தவித்திருக்கிறேன். அதை நினைத்துக் கொண்டேன்.

"சீ சீ! அப்படியெல்லாம் இல்லை. எங்களுக்குப் பழக்கம் அப்பிடி– அதனாலேதான்" என்று அவளுக்கு நான் சமாதானம் கூறினேன்.

"அவுரு என்னா சொன்னாரா் தெரியுமா? நீ ரொம்ப இனிப்பா இருக்கியாம்!" என்று நான் சொன்னதும் அவள் கறுத்த முகத்திலும் நாணத்தின் கருஞ்சிவப்புப் படர முகத்தை மூடிக் கொண்டாள்.

நண்பர் தன்னை மறந்த லகரியில் சிரித்துக்கொண்டார்.

எனக்கு எல்லாமே ஒரு வேடிக்கை கலந்த சோகமாய் இருந்தது.

"என்ன பீர் 'எஃபக்ட்' கொறைஞ்சுட்டுதே" என்றார் நண்பர்.

"பரவாயில்லை. அதோ கள்ளுக்கடை இருக்கு" என்று நான் காட்டினேன்.

"ஆ! ட்டாடி" என்று நண்பர் துள்ளினார். "தென்னங் கள்ளா, பனங் கள்ளா?" என்று ஆவலுடன் விசாரித்தார்.

"பனங்கள்ளு கிடைக்குமோ என்னமோ... தென்னங்கள்ளு நிச்சயம் இருக்கும்" என்றேன் நான்.

"கள்ளு கூட சாப்பிடுவீங்களா?" என்று கேட்டாள் அவள்.

"ஏன்? சாப்பிட்டா என்னா?" என்று நான் கேட்டேன்.

"சாப்பிட்டா என்ன, ஒண்ணுமில்லே. கள்ளு ஒடம்புக்கு ரொம்ப நல்லது. ஜூட்டே தணிக்கும். ஆனா உங்களை மாதிரிப் பெரிய மனுஷாளுங்க கள்ளுன்னா கேவலம்னு பிராந்தி பீருன்னு குடிப்பீங்களேன்னு கேட்டேன்" என்றாள்.

இந்த விஷயங்களிலும் இப்படிப்பட்ட வர்க்க பேதங்கள் உண்டோ என்று நினைத்துச் சிரித்துக்கொண்டோம் நானும் நண்பரும்.

"நீ கள்ளு சாப்பிடுவியா?" என்று கேட்டேன் நான்.

"சாப்பிடாம என்ன. எப்பனாச்சும் கொஞ்சம் சாப்பிடறது தான். அது இன்னா செய்யப் போவுது" என்றாள்.

"சரி அப்ப வண்டியை எடுங்க– நேர வூடுங்க ஸார் 'டாடி ஷாப்'புக்கு என்றார் நண்பர்.

"கள்ளுக்கடைக்கா? ஐயோ" என்று அவள் வாயைப் பொத்திக் கொண்டு சொன்னாள்: "நீங்க போயி சாப்பிட்டு வாங்க– நானு இங்கேயே குந்திக்கினு இருக்கேன்."

நான் யோசித்தேன். வண்டியில் வாட்டர் ஜக் இருக்கிறது. காரைக்கூட இங்கேயே விட்டுவிடலாம். நண்பரும் அவளும் இங்கே இருக்கட்டும். நான் போய் ஜக் நிறைய கள்ளு வாங்கிக் கொண்டு, அப்படியே கள்ளுக்கடையில் சாப்பிடுவதற்கும் ஏதாவது "சாக்னா'க் கடைச் சமாசாரங்களைக் கட்டிக்கொண்டு வந்து விட்டால் சோளக்கொல்லையில் அருமையான 'பிக்னிக்' வைத்துக் கொள்ளலாமே!

இந்த யோசனையைச் சொன்னதும் நண்பர் மிகக் குதூ கலமாகச் சிரித்தார். ஆனால் ஒரு திருத்தம் செய்தார்.

நான் மட்டும் அவ்வளவு தூரம் தனியாகப் போய் 'வாட்டர் ஜக்'கோடு பொட்டலங்களையும் சுமந்து வரச் சிரமமாக இருக்குமாம். எனவே அவரும் கூட வருவாராம்.

அப்ப– இவளை என்ன செய்வது!

"நீ தனியா இங்கேயே இருப்பியா" என்று அவளிடம் நான் கேட்டேன்.

"அதுக்கென்னா? காருக்குள்ளே குந்திக்கினு இருந்தால்தான் பாக்கறவங்களுக்கு– யார்னாச்சும் பார்த்தா சந்தேகப்படுவாங்க– நான், தே, இப்பிடி இந்த மரத்தடியில் குந்திக்கினு காருக்குக் காவலா இருக்கேன். நீங்க போயிட்டு வாங்க..." என்று காரிலிருந்து இறங்கி மரத்தடியில் உட்காந்து கொண்டு ஒரு குச்சியை எடுத்து மண் தரையில் கோலம் வரைய ஆரம்பித்தாள்.

நாங்கள் வாட்டர் ஜக்கை எடுத்து அதிலிருந்த தண்ணீரை எல்லாம் கொட்டிவிட்டுக் கள்ளுக் கடையை நோக்கிப் புறப்பட ஆயத்தமானோம்.

"சீக்கிரம் வந்துடுங்க" என்று என்னிடம் அவள் சொன்னாள்.

'இரண்டு நாட்களுக்கு முன் வீட்டிலிருந்து புறப்படும்போது இப்படித்தான் சொல்லி அனுப்பினாள்– அவள்' என்று என் மனைவியை நினைத்துக்கொண்டேன் நான்.

இருவரும் கள்ளுக் கடையை நோக்கி நடந்தோம்.

●●●

அந்தக் கள்ளுக்கடை ஒரு தென்னந்தோப்பின் நடுவே மணற் பாங்கான பிரதேசத்தில் மிகவும் குளுமையான சூழ்நிலையில் இருந்தது. வெய்யிலே தெரியவில்லை, சுகமாகக் காற்று வீசிக் கொண்டிருந்தது.

சாலையிலிருந்து கடைக்குப் போகப் பிரிகிற பாதையில் ஒரு மரத்தடியில் ஒரு இளம் விதவை சிறிய கடை மாதிரி தென்னங் கீற்றுப் பந்தலுக்குக் கீழே வைத்திருந்தவள் நண்பரை விளித்துக் கேட்டாள்: 'சிகரெட்டா ஸார் வோணும்?..."

'என்ன சிகரெட் வெச்சிருக்கே?" என்று நண்பர் அவளிடம் பேச்சுக் கொடுத்தார்.

"கத்திரி – ஆனை – இஷ்டார் – சார்மன்" என்று வரிசையாக அவள் சொன்னாள். இந்தச் சிகரெட்டுகளில் விலை அதிகமா யுள்ள கத்திரியில் ஒரு பாக்கெட்டும் நெருப்புப் பெட்டியும் வாங்கிக் கொண்டார். அவளுக்குக் காசு கொடுக்கப் பர்ஸை எடுத்தபோது அவர் கையிலிருந்த 'வாட்டர் ஜக்'கை நான் வாங்கிக் கொண்டேன்.

பிறகு இருவரும் கள்ளுக் கடையின் உள்ளே நுழைகிற வரைக்கும் நண்பர் அந்தச் சூழலையே ஓர் அதிசயமாகச் சுற்றிச் சுற்றிப் பார்த்தவண்ணம் என்னோடு நடந்து வந்தார்.

நான் அவரிடம் ஆங்கிலத்தில் கேட்டேன்: "இதற்கு முன் எப்போதாவது இந்த மாதிரியான கள்ளுக் கடைக்குள்ளே நீங்கள் வந்ததுண்டா?"

"நெவர்!" என்று சுருக்கமாக எனக்குப் பதில் சொன்ன நண்பர் மொந்தையில் ஒருவன் கள் குடிக்கிற காட்சியில் லயித்து நின்றார்.

அவன் ஒரு தென்னை மரத்தடியில் குத்துக்காலிட்டு அமர்ந்து ஒரு கையில் கலயமும் இன்னொரு கையில் இலையில் வைத்த 'பக்கத் துணையு'மாக நண்பரையும் என்னையும் பார்த்தான். பார்த்து இணக்கமாகச் சிரித்துக் கொண்டே இலையைத் தரையில் வைத்துவிட்டு எங்களுக்குச் சலாம் வைத்தான்.

அவன் இடுப்பில் சாயவேட்டியும், மேலே ஒரு முண்டா பனியனும் அணிந்திருந்தான். சாய வேட்டியின் மேல் பை வைத்த பெல்ட் கட்டியிருந்தான். பெரிய மீசையில் சிறிது நரை.

நண்பர் அவனுக்குச் சலாம் வைத்தார். அங்கே மரத்தடியில் இவனை மாதிரிப் பல பேர் குடித்துவிட்டும் குடித்துக்கொண்டும் கும்பலாகவும் ஒற்றையாகவும் உட்கார்ந்திருந்தனர். எல்லாருமே சற்று உரத்த ஸ்தாயியில் பேசினர். ரொம்ப இரைச்சலாக இருந்தது. பரஸ்பரம் ஒருவனை ஒருவன் செவிடன் என்று நினைத்துக் கொண்டு பேசுவது மாதிரி 'ஓ' வென்று இரைந்து பேசிக் கொண்டனர்.

கள்ளுக்கடையின் உள்ளே நுழைந்ததும் சாக்னாக் கடையின் மசாலா நெடியும், கள்ளின் மணமும் கலந்து வீசின. தரையில் திட்டுத்திட்டாக ஈக்கள் மொய்த்துக் கொண்டிருந்தன.

பெஞ்சுகளின்மீது சிலர் உட்கார்ந்து நாகரிகமாகக் குடித்த வண்ணம் இலையில் என்னவோ வைத்துத் தொட்டு நக்கிச் சுவைத்துக் கொண்டிருந்தார்கள். எல்லோரும் எங்களை அதாவது எங்கள் உடையைக் காணச் சற்றே ஆச்சரியம் கொண்டாலும் இதுமாதிரி ஆசாமிகள் இங்கு அடிக்கடி வரக் கண்டவர்கள் மாதிரித் தங்கள் காரியத்தில் முனைந்திருந்தனர்.

ஒரு பக்கத்தில் வரிசையாகச் சாக்னாக்கடைச் சரக்குகளை வைத்துக்கொண்டு ஒரு அலி உட்கார்ந்திருந்தான்.

பெரிய சட்டியொன்றில் மீன் வருவல் துண்டுகள் எண்ணெய் மினுமினுக்க நான்கைந்து கிடந்தன. தீர்ந்து போய்விட்டது போலிருக்கிறது. அலுமினியத் தட்டில் பெரிய பெரிய வாத்து முட்டைகள் மசாலா தடவி நிரப்பி இருந்தது. அலுமினியக் கரண்டி இடப்பட்ட வாயகலமான தட்டில் ஏதோ குழம்பும் கறியு மாக இருந்தது. பூவரசன் இலைகளில் வறுத்த ரத்தம் வரிசையாகக் கூறுகட்டி வைத்திருந்தது.

அவற்றின்மீது ஈக்கள் வந்து மொய்க்காதபடி அந்த அலி கையில் ஒரு சவுக்குக் குச்சி வைத்து வீசிக்கொண்டே எங்களைப் பார்த்து நாணத்துடன் சிரித்து முகம் திருப்பிக் கொண்டான். முகம் திரும்பியவன் தனக்குப் பின்னாலுள்ள தட்டி ஓரமாய் வாயிலிருந்த புகையிலையைத் துப்பிவிட்டு, நண்பரிடம் கூறினான். "ரத்தம் ஜோடா வறுத்து வெச்சிருக்கு... தின்னு பாருங்க ஸார்..."

"ரத்தத்தை வறுக்கறதா?" என்று நண்பர் என்னிடம் கேட்டார்.

"ஆட்டை வெட்டுகிறபோது அந்த ரத்தத்தைக் கிண்ணத்தில் பிடித்து, அது உறைந்தபின் அந்தக் கட்டியை வேகவைத்து உதிர்த்து..."

அந்த அலி, நண்பருக்கு ஆட்டின் ரத்ததை எப்படி வறுப்பது என்பதை ரொம்ப விஸ்தாரமாக விளக்கிச் சொன்னான்.

"முதலில் கள்ளை வாங்கிக்கொண்டு, போகிறபோது இதில் நுழையலாம்" என்றேன் நான்.

கள்ளுக்கடையின் மூலஸ்தானம் மாதிரி அந்த மேடையின் மேல் பெரிய பீப்பாயும், பீப்பாய் மாதிரி ஒரு மனுஷனும், அவனுக்குப் பின்னால் சுவரில் அவனை மாதிரியே உருவம் கொண்ட பாவாடைராயன் என்னும் அவதார புருஷன் குதிரை யின்மீது ஆரோகணித்திருக்கும் ஒரு படமும்– இந்தக் கள்ளுக் கடைக் கலாசாரம் எவ்வளவு புராதனமானது என்று உணர்த்திற்று.

அந்த ஆள் எங்களை மரியாதையான புன்னகையோடு வரவேற்றான். நெற்றியில் விபூதியும் சந்தனப் பொட்டுமிட்டுக் கொண்டிருக்கும் அவன் இதை மிகவும் புனிதமான காரியமாகவும் உயர்வான தொழிலாகவும் கருதிச் செய்கிற பெரிய மனிதனாகவே தோன்றினான்.

"யோவ்–வானூராரே–" என்று யாரையோ அழைத்து "அந்த நாக்காலிங்களெ கொண்ணாந்து போடுய்யா" என்று உபசரித்தான்.

உட்கார்ந்தால் எங்கள் உடை மேலும் அழுக்காகிற மாதிரி இரண்டு மர நாற்காலிகளை– அதில் ஒன்றுக்குக் கை ஒடிந்திருந்தது –இன்னொன்றுக்குச் சாய்கிற சாய்வே இல்லாமல் இருண்டு பக்கமும் 'ப' மாதிரி சட்டங்கள் மட்டும் தூக்கிக் கொண்டு நின்றன– கொண்டுவந்து போட்டான் வானூரான் என்கிற அந்தக் கிழவன். அவன் எங்கள் அருகே வந்து குனிந்து நிமிர்கிறபோது விட்ட ஸ்வாசத்தில் கள்ளின் நாற்றம் புளித்துக்கொண்டு அடித்தது.

"டேய்– கிளாஸை நல்லா கழுவிக் கொண்டா" என்று யாரிடமோ கூறினான் கள்ளுக்கடைக்காரன்.

"வேணாம் ஐயா... இதிலே வாங்கிக்கிட்டுப் போகத்தான் வந்திருக்கோம். இந்த 'ஜக்'லே எவ்வளவு புடிக்குமோ அவ்வளவு ஊத்துங்க!" என்று வாட்டர் 'ஜக்'கை அவர் முன்னால் அந்த மேஜையின்மீது வைத்துத் திறந்தேன்.

"இருக்கட்டும் ஸார். வாங்கிக்கினு போங்க. நான் வாணாம்னா சொல்றேன். நான் பிரியமா என் கையாலே ரெண்டு கிளாஸ் தரேன். எப்பிடி இருக்குதுனு சாப்பிட்டுப் பார்த்தீங்கன்னா எனக்கு அதிலே ஒரு சந்தோசம்– டேய்ங் கொக்காளா... சீக்கிரம் கொண்டாடா" என்று அந்தப் பையனைச் செல்லமாகத் திட்டி அதட்டிக் கூவினான்.

இரண்டு கண்ணாடித் தம்ளர்களிலும் தெளிந்த கள்ளை வார்த்து,

"எடுத்துக் குடுடா– மச்சான்" என்றதும், அந்தக் கோவ ணாண்டிச் சிறுவன் பயபக்தியுடன் வலது கையில் கிளாசையும், இடது கையால் வலது முழங்கையையும் ஏந்தி ஒவ்வொன்றாக எடுத்து முதலில் நண்பருக்கும் பிறகு எனக்கும் கொடுத்தான்.

நண்பர் மூக்கருகே வைத்து மோந்து பார்த்தார்.

சாக்கனாக்கடை அலி நண்பரைப் பார்த்து சிரித்து ஒரு பெண் போன்ற கனிவுடன் கேட்டான்: "என்னா ஸார்... ரத்தம் கொண்டாரட்டா? பிரியமாகக் கேட்டீங்களே... சாப்பிட்டுப் பாருங்க... ஜோடா இருக்குது" என்று பூவரசன் இலைகளில் அதைக் கொஞ்சம் தாராளமாகவே அள்ளிக் கொண்டு வந்து எங்கள் கைகளில் வைத்தான். அவன் கை அப்போது என் கைகளில் பட்ட போது அருவருப்பால் என் உடம்பு கூசியதை அவன் அறியாமல் நான் மறைத்துக்கொண்டேன். இலையின் அடியில் கையில் சூடு இறங்கியது.

நண்பர் ஒரே மூச்சில் கிளாஸில் இருந்த கள்ளைக் குடித்து விட்டுக் கிளாஸை நாற்காலியின் ஓர் ஓரமாக வைத்துவிட்டு அந்த ரத்தம் வறுவலை ரசித்துச் சாப்பிட்டார்.

"இது நெறையான்னா நாலு பாட்டில் புடிக்கும்" என்று அளந்து ஜக்கை நிறைத்தான் கள்ளுக்கடைக்காரன்.

எங்கள் நாற்காலியைச் சுற்றி இரண்டு நாய்கள் வந்து காவல் காக்கிற மாதிரி நின்று கொண்டன.

பான்ட்டும் ஷர்ட்டும் அணிந்த– படித்துக் கெட்ட மாதிரி தோற்றம் கொண்ட– ஒரு இளைஞன், குடித்துச் சிவந்த கண்களும் பரட்டைத் தலையுமாய் எங்கள் எதிரில் வந்து மிலிட்டிரிக்காரன் மாதிரி சல்யூட் அடித்து ஏற்கெனவே அறிமுகம் உள்ளவன் போலச் சிரித்துக்கொண்டு நின்றான்.

"இந்தாப்பா– உன்னை உள்ளே வரக்கூடாதுன்னு சொன் னேன் இல்லே... போ... போ... நாளைக்கு வா..." என்று அவனை அதட்டி விரட்டினான் கள்ளுக்கடைக்காரன்.

அவன் சிரிப்பும் சல்யூட்டும் நண்பரைக் கவர்ந்துவிட்டன. என்னிடம் அவர் ஆங்கிலத்தில் சொன்னார்: "ஓ! அவன் முகத்தைப் பாருங்களேன்... எவ்வளவு ஆனந்தம் கொப்பளிக்கிறது! ஹீ இஸ் ஃபுல்! ஆனால் இன்னும் வேணும்போல் இருக்கிறது அவனுக்கு... ஆனந்தமே அப்படித்தான். நாம் அவனுக்குக் கொஞ்சம் 'டாடி' வாங்கிக் கொடுக்கலாமா?"

"எனக்கு ஆட்சேபணை இல்லை" என்றேன் நான்.

"வேணாம் சார். அந்த ஆளுக்கு இதே தொழில்... இன்னக்கி நெறையவே குடிச்சிருக்கான்..." என்று நாங்கள் பேசிக்கொள்ளுகிற விஷயத்தை, யூகித்த கடைக்காரன் தடுத்துக் கூறினான்.

"பரவாயில்லே குடிக்கட்டுமே... இந்தாப்பா போய் வாங்கிக்க..." என்றார் நண்பர். அவன் மறுபடியும் எங்களுக்கு ஒரு சல்யூட் வைத்துவிட்டு ஓடி ஒரு மொந்தையைத் தூக்கிக் கொண்டு வந்து கடைக்காரனிடம் மிகக் குதூகலமான சிரிப்புடன் கள்ளை வாங்கிக் கொண்டான்.

அவன் போட்டிருந்த கால் சட்டையின் பின்புறத்தில் குறுக்கே ஒரு நீளக் கிழிசலின் வழியே தெரியும் பிருஷ்டத்தைக்கூட மறைக்க வேண்டும் என்ற உணர்வில்லாமல் அவன் இருப்பதைப் பார்த்து, அப்போதுதான் நான் உணர்ந்தேன், நான் அறிந்ததை நண்பரிடமும் சொன்னேன். "இவன் புத்தி ஸ்வாதீனம் இல்லாதவன் போலிருக்கிறது."

நண்பர் மிகவும் அர்த்தத்தோடு சிரித்துக் கொண்டே சொன்னார்: "புத்தியுள்ள எவன் தான் ஸ்வாதீனத்தோடு இருக்கிறான்?"

அவன் குதூகலமாக மொந்தையிலிருந்து கள்ளைக் குடித்துக் கொண்டே ஒவ்வொரு மிடருக்கும் எங்களை ஒரு முறை பார்த்து நன்றியோடு சிரித்துக் கொண்டான்.

நண்பர் ஏனோ அவனைப் பார்த்து மிகவும் மனம் இளகிப் போனார்.

சாக்னாக்கடை அலியைப் பார்த்து அவனுக்கு ஏதாவது சாப்பிடக் கொடுக்கும்படி கூறினார்.

ஓர் இலையில் இரண்டு தோசைகளும் அதன்மீது மீன் குழம்பும் ஊற்றி அவனுக்குக் கொடுத்தான் அலி.

இத்தனைக்கும் அடிக்கடி சிரிக்கின்ற புன்முறுவல் மூலமல்லாது வேறு எந்தவிதமாகவும் அவன் பதில் சொல்லவில்லை.

அவன் சிரிப்பில் ஒரு சோகமும், அவன் தோற்றத்தில் ஒரு பெரிய 'டிராஜிக் லவ் எப்பிஸோடும்' இருப்பதாகத் தோன்றியது. நண்பர் அப்படி நம்பினார்.

நான் 'ஜக்'கில் நிறைத்த நாலு பாட்டில் கள்ளுக்கும், நாங்கள் குடித்த இரண்டு கிளாஸுக்கும், இப்போது இவனுக்குக் கொடுத்த ஒரு மொந்தைக்குமாகக் கணக்குப் பார்த்துக் காசு கொடுக்கும் போது கள்ளுக்கடைக்காரன் எங்களுக்குத் தந்த இரண்டு கிளாஸுக்குப் பணம் வாங்கிக்கொள்ள மறுத்துவிட்டான். ரொம்பக்

கண்டிப்பாக உரிமையுடன் ஒரு சொந்தத்தோடு அவன் காசு வாங்கிக் கொள்ள மறுத்தது நண்பருக்கு மிகவும் ஆச்சரியத்தை உண்டாக்கிற்று.

சாக்னாக் கடை அலியிடம் சென்று தோசைகளும் வறுத்த ரத்தமும், மீன் வறுவலும்—என்று வகைக்குக் கொஞ்சம் வாங்கி மூட்டை கட்டிக்கொண்டு புறப்படும்போது நான் மணியைப் பார்த்தேன்.

இங்கே வந்து அரைமணி நேரத்தை வீணாக்கிவிட்டதையும், அங்கே மரத்தடியில் 'சிவப்புச் சேலை' காத்துக்கொண்டு தரையில் சித்திரம் கீறியவாறு எங்கள் வருகையை எதிர்நோக்கி இருப்பதையும் எண்ணி நான் நிதானமிழந்து நண்பரை உடனே புறப்படுமாறு அவசரப்படுத்தினேன்.

நண்பர் இந்தக் கள்ளுக்கடைச் சூழ்நிலையின் வாழ்க்கை நெடியில், மனிதப் பண்புகளில் தன்னை மறந்து கிறங்கிய நிலையில் பிதற்றுகிற மாதிரி, என் தோளில் பதிந்து அழுத்திப் பிடித்துக் கொண்டு ஆங்கிலத்தில் சொன்னார்.

எனது பெயரின் இரண்டு வார்த்தைகளின் முதல் எழுத்துக் களைத் தொண்டை கரகரக்க அவர் உச்சரித்து என்னை அழைத்தார்.

"எஸ்!" என்றேன்.

"இதுதான் வாழ்க்கை! இவர்கள்தான் மனிதர்கள்! நாம் நகரத்தில் பார்க்கிற வாழ்க்கை இந்த நாட்டின் வாழ்க்கை அல்ல. நான் எனது நாட்டின் வாழ்க்கையை இங்கேதான் சுவாசிக்கிறேன்... ஸ்டேட்ஸில் நீக்ரோக்கள் மாதிரி—இங்கே இவர்கள் இருக்கிறார்கள்! இவர்கள்தான் இந்தத் தேசத்தின் ஆத்மா!"

"பகலெல்லாம் குடித்த பீரோடு கள்ளும் சேர்ந்து ரொம்பவும் தூக்குகிறதா?" என்று சிரித்துக்கொண்டே கேட்டேன் நான்.

நண்பர் வாய்விட்டுச் சிரித்தார். பிறகு தானேதான் அந்த 'ஜக்'கைத் தூக்கிக்கொண்டு வருவேன் என்று பிடிவாதம் பிடித்தார். எனக்கும் சௌகரியமாகப் போயிற்று.

பாதி வழியில் 'ஜக்'கை ஒரு மரத்தடியில் வைத்துவிட்டு இடுப்பிலிருந்து நழுவி இறங்கிப்போன 'பாண்ட்'டைத் தூக்கிப் பெல்டை இறுக்கிப் போட்டுக் கொண்டு 'ஜக்'கைத் தூக்க முடியாமல் தூக்கிக்கொண்டு வந்தார். நானும் உதவிக்கு ஒரு கை பிடித்துக்கொண்டு நடந்தேன்.

தூரத்தில் காரும், அதனருகே பளீரென்று சிவப்புப் புடவையும் தெரிந்தன.

ஆங்கிலத்தில் பேசிக்கொண்டே வந்தோம்.

"இந்த 'ஸனகோட்' எப்படி?" என்றார்.

"குட்! வெரிகுட்" என்றேன்.

"உங்களுக்குப் பிடிக்கிறதா?" என்றார்.

"ஏன் பிடிக்காமல்—"

"நீங்கள் முதலில்... ஐ வோன்ட் மைன்ட்" என்று சொல்லிச் சிரித்தார்.

நான் ஒன்றும் சொல்லவில்லை.

"நான் முதலில் போனால்—உங்களுக்கு வேண்டாம் என்று நீங்கள் ஒதுங்கிக் கொள்ளுவீர்கள். எனக்கு அந்த மாதிரி 'இன்ஹிபிஷன்ஸ்' கெடையாது. ஆனால் உங்களுக்கு உண்டு—எனக்குத் தெரியும், என்ன சரிதானே?..."

நான் ஒன்றும் சொல்லவில்லை. சற்று யோசித்தேன்.

எனக்குப் பிராஸ்டிட்டியூட்ஸ் என்றாலே இன்ஹிபிஷன்ஸ் உண்டு என்கிற விஷயத்தைச் சொல்ல வெட்கமாக இருந்தது. இவர் என்னையே தப்பாக நினைத்துக் கொள்வாரோ என்று தோன்றியது. இவர் என்னைத் தப்பாக நினைத்துக் கொண்டால் என்னவாம் என்று இப்போது தோன்றுவதுபோல் அப்போது தோணவில்லை.

"முதலில் போன உடன் ஆளுக்கு இரண்டு கிளாஸ் கள்ளு குடிப்போம். அவளுக்கு வேணும்கற வரைக்கும் குடுப்போம். அப்புறம் தோசை கறி எல்லாம் தின்போம். நான் கொஞ்சம் நாழி காத்தாடக் காரிலேயே படுத்திருக்கேன். யூ டேக் ஹர்... கொஞ்சம் தூரம் அந்த ஃபீல்டுக்குள்ளே போயிடுங்க.. ஹாவ் யுவர் ஃபன்! என்னா! அந்தப் பக்கத்திலே தண்ணி இருக்கு... இல்லாட்டிதான் என்ன? இட் இஸ் ஆல் ரைட்! அவ அங்கேயே இருக்கட்டும். அப்புறம் நீங்க கார்லே வந்து கொஞ்சம் ரெஸ்ட் எடுத்துக்குங்க... தன் ஐ'ல் ஃபினிஷ்!" என்று பிளான் போட்டுக் கொண்டே வந்தார் நண்பர்.

நான் ஒன்றும் சொல்லவில்லை. மௌனமாக வந்தேன்.

நாங்கள் காரருகே வந்ததும் மரத்தடியில் நான் நினைத்த மாதிரி ஒரே கோலங்களாய்க் கிறுக்கி வைத்திருந்த அவள் எழுந்து நின்றாள். என்னைப் பார்த்துச் சிரித்துக்கொண்டே கேட்டாள்:

"இதான் சீக்கிரம் வர்ரதா? எவ்வளவு நாழி?" என்று செல்லச் சிரிப்புடன் அவள் கேட்டபோது, திடீரென்று இடத்தை, தூரத்தை, எல்லாவற்றையும் அழித்துக் கொண்டு வீட்டிலிருந்து புறப்படும் போது "சீக்கிரம் வந்துடுங்க" என்று சொன்னாளே அந்த நினைவும்

அவள் உருவமும் என் எதிரே தோன்ற நான் சிரித்துக் கொண்டேன்.

●●●

நான் 'பிக்னிக் ஸ்பாட்' தேடினேன். கம்பங்கொல்லைக்கு அப்பால் சற்றுத் தள்ளி ஒரு மேடும் மேட்டின்மீது ஒரு புளிய மரமும் அதனடியில் வட்டமாய் நிழலும் தெரிந்தது.

"அங்கே போய்விடலாம்..." என்று நான் கூறிய யோசனையை நண்பரும் நினைத்தவர் போல் உடனே ஒப்புக் கொண்டார்.

காரிலிருந்து ஜமுக்காளத்தை நான் எடுத்துக்கொண்டேன். காரின் கண்ணாடிகளை உயர்த்திக் கதவுகளை அடைத்துக் காரைப் பூட்டிக் கொண்டு அவர்களின் பின்னால் தொடர்ந்தேன். வயலின் வரப்புகளில் நண்பர் முன்னாலும், அவருக்குப் பின்னே அவளும், கடைசியில் நானுமாக– போகிற காட்சியை நானே சற்றுத் தள்ளி நின்று பார்த்து மிகவும் விஷமமாய், ராமன் சீதை லட்சுமணன் மூவரும் கானகத்தில் நடக்கிற காட்சியைக் கற்பனை செய்து சிரித்துக் கொண்டேன். என்னுடைய குறும்புத் தனத்துக் காக நானே என்னைக் காதை முறுக்கித் தலையில் ஒரு குட்டு வைத்துக் கொள்ள வேண்டுமென்று தோன்றியது.

அவள் போகும்போது திரும்பித் திரும்பி என்னைப் பார்த்து சிரித்துக் கொண்டே நடந்தாள்.

"உங்க பேரு என்னான்னு கேட்டேனே– சொல்லவே இல்லை..." என்று அவள் பேச்சுக் கொடுத்தாள்.

நான் பொய்யாக ஒரு பேரைச் சொன்னேன். நண்பரைக் கேட்டாள். அவரும் அதே மாதிரி ஒரு பொய்யைச் சொன்னார்.

"உன் பேர் என்ன?" என்றார் நண்பர்.

"கமலா' என்றாள் அவள். அவளும் பொய்தான் சொல்லு கிறாளோ என்று எங்கள் புத்திக்குப் பட்டது; எனக்குப் பட்டது. நண்பருக்கும் அப்படித்தான் பட்டிருக்க வேண்டும். சரி எப்படி இருந்தால் என்ன? அவள் எதற்காகப் பொய் சொல்லப் போகிறாள்?... நாங்கள் ஏன் சொன்னோம்?...–

"ஆமா உன்னை அந்த ஆளு, அவந்தான் உன்னை இட்டாந் துட்டவன் வந்து எங்கே காணோமேன்னு தேட மாட்டானா?" என்று கேட்டேன் நான்.

"ம்... தேடட்டுமே. காத்தாலே என்னெப் போட்டு எப்பிடி மாட்டை அடிக்கிற மாதிரி அடிச்சான் தெரியுமா? அவங்கையிலே கட்டை வெக்க.. பாவி" என்று மனம் குமுறிச் சபித்தாள் அவள்.

"நீ எதனாச்சும் வம்பு பண்ணி இருப்பே... புருசன்னா அடிக்க மாட்டானா? அதுக்காக நீ இப்பிடித் திட்டலாமா?"

அவள் அங்கேயே– வரப்பில் எனக்கு முன்னால் நடந்து கொண்டிருந்தவள்– என் பக்கம் திரும்பி நின்று தனக்கு நடக்கிற கொடுமையை முறையிட ஆரம்பித்துவிட்டாள்.

"நீங்களே சொல்லுங்க... நா சண்டைக்காரியா, வம்புதும்பு பண்றவளான்னு எங்க தெருவுலே வந்து கேளுங்க... இந்த ஆம்பளையெ நம்பிப் புத்தி கெட்டுப்போயி ஓடியாந்துட்டவதான் நானு... எனக்கு யாருமில்லே... நானு ஒரு அநாதி... உன்னை நம்பி ஓடியாந்ததனாலே நானு அநாதி ஆயிட்டேன்... ஆருமில்லாத வளாப் பூட்டேன்... அப்பிடி வந்துட்ட ஒரு பொண்ணே நீ என்னா மாதிரி வெச்சிக்கினு இருக்கணும்... உனக்குப் பொண்டாட்டி இருக்கா.. புள்ளக் குட்டிங்க இருக்குது– மக்க மனுஷாளுங்க இருக்காங்க... இருக்கட்டும், நானு வேணாண்ணு சொல்லலே... உன்னோட ஓடி யாறப்போ நானு காதிலே ஒரு சோடி கம்மலு, கழுத்திலே ஸெயினு எல்லாம் போட்டுக்கினு இருந்தவ... தோ சம்பளம் வாங்கி மூட்டுத்தரேன்னு வாங்கிக்கினு போயி வட்டிக் கடையிலே வெச்சி வருஷம் ஒண்ணாச்சி– கடைசியிலே வாயிலே போட்டுக்கினே... தாலிகட்டிக்கின உன் பெண்டாட்டி தருவாளா? கேட்டிருக்கியா... தந்திருக்காளா?... ஊருக்கு வெளியிலே ஒரு குடிசை வூட்லே என்னைக் குடுத்தனம் வெச்சிருக்கே... ஒரு பித்தளைச் சாமான் கெடையாது... ரெண்டு நாளா பட்டினி கெடக்கறேன். செத்தாளா இருக்காளான்னுகூட உனக்கு நெனப்பு கிடையாது. ராத்திரியிலே எப்பனா பொம்பளை நெனப்பு எடுத்துக்கினா அதுக்கு மட்டும் ஓடியாறே– அப்ப மட்டும் நான் 'ஊங்' குடுக்கணும். இல்லேன்னா அடிக்கிறே. பொம்பளையாப் பொறந்துட்டவளுக்கு அவன் எப்ப வந்தாலும் ஆசையா பாஷமா இருக்க வேண்டியது தான்... நானு இல்லேன்லே... நீ ஒரு ஆம்பளை... என்னாடா அவ பொட்டச்சிதானே? சாப்பிட்டாளா? சோறாக்கனாளா? நாம்ப காசி குடுக்கலியேன்னு நெனைக்காட்டி அப்புறம் நீ என்னா ஆம்பளெ? ராத்திரி வந்தே– சத்தியமா சொல்றேன். நேத்துக் காத்தாலே ரெண்டு இட்லி வாங்கித் தின்னதுதான்... நீங்க, பீச்சாண்ட பாக்கறப்ப 'மல்லாட்ட பயிறு' தின்னுக்கினு இருந்தேனே, அவ்வளோதான். வவுறு எரியுது" என்று பசியினாலும் வாழ்வு முறிந்துபோன வருத்தத்தாலும் இதை யெல்லாம் ஒரு பிச்சைக்காரி மாதிரி சொல்ல நேர்ந்துவிட்ட அவமானத்தாலும் மனம் குமுறி அழுதாள் அவள். முகத்தை

முந்தானையால் மூடித் துடைத்துக் கொண்டாள். எனக்கு அவளைப் பார்க்க மிகவும் பரிதாபமாக இருந்தது.

"சரி சரி... அழாதே! வா. அங்கே போயி உக்கார்ந்து சாப்பிடலாம்" என்று சமாதானப்படுத்திக் கூப்பிட்டேன்.

நண்பர் அதற்குள் அந்தப் புளிய மர மேட்டு நிழலுக்குப் போய் ஒரு சிகரெட்டையும் புகைத்துக்கொண்டு ஜாலியாகக் காற்று வாங்கியவாறு நின்றிருந்தார்.

அவருக்கு நாங்கள் நடுவழியில் நின்று ஏதோ 'ரொமான்ஸ்' பண்ணுகிறோம் என்று நினைப்பு.

"அவுரைப் பாருங்களேன்... சாப்படறதுக்குத் தயாராப் போயி நிக்கிறாரு..." என்று கையை உயர்த்தி நண்பர் நின்றிருந்த இடத்தைக் காட்டி அவள் சிரித்தாள். இன்னும் இமைகளில் படிந்த கண்ணீர் உலரவில்லை என்பதை மட்டும் நான் கவனித்தேன். அதற்குள் இவளால் எப்படிச் சிரிக்க முடிகிறது!

தன்னைப் பற்றி ஒளிவு மறைவில்லாமல் எல்லா விஷயங் களையும்– தான் இரண்டு நாட்களாகப் பட்டினி கிடக்கிற விஷயத்தைச் கூடச் சொல்லிவிட்டதால் அவள் என்னிடம் மிகவும் சொந்தம் பாராட்டுகிற முறையில், அல்லது சொந்தம் ஏற்படுத்திக் கொள்கிற முயற்சியில் என்னைப் பற்றித் தெரிந்து கொள்ள வேண்டுமென்று கேட்டாள்.

"உங்களுக்கு வூடு மெட்ராஸ்தானா?"

"ம்..."

"கல்யாணம் ஆயிடுச்சா! ஆயிருக்கும்– கொழந்தெங்க இருக்கா? எம்மாம்..."

"மூணு கொழந்தைங்க இருக்கு... இரண்டு பொண்ணு ஒரு பையன்" என்றேன். "எனக்குக் கொழந்தேங்கன்னா ரொம்ப ஆசை. சின்னச் சின்னப் பசங்கதானே!... பள்ளிக்கூடம் போறதுங்கதானே? நா உங்ககூட வந்துடட்டா?" என்று பேசிக்கொண்டே நடந்தவள் மறுபடியும் திரும்பி என் பக்கம் முகம் பார்த்து நின்று கொண்டு கேட்டாள்.

அவள் முகம் மிகவும் அனாதரவாய், பரிதாபமாய் மாறிக் கண்கள் கெஞ்சின.

"நெசந்தான்... என்னை இட்டுக்கினு போங்க– பட்டணத்துக்கு வந்து உங்க வூட்லே நான் வேலை செய்யிறேன். கொழந்தெங்களெ பார்த்துக்கிறேன்– ரெண்டு வேளை வவுத்துக்கு உங்க வூட்லே

மீந்ததெப் போட்டீங்கன்னா போதும்– என்ன, நானும் உங்ககூட வரட்டா?" என்று கெஞ்சினாள்.

எனக்கு என்ன சொல்வதென்று புரியாமல் தர்ம சங்கடமாய் இருந்தது.

"அவருக்குத்தான் உன் மேலே ரொம்ப இஷ்டமா இருக்குது. அவுரையே கேளு. அவுருதான் கல்யாணமாகாத ஆளு. வூட்லே அவுங்க அம்மா மட்டும்தான் இருக்காங்க. வேலைக்கின்னு கொண்டு போயி வச்சுக்க முடியுமான்னு கேக்கறேன். எங்க வூட்லே சந்தேகப்படுவாங்க" என்று நான் விளக்கினேன்.

"நீங்க சொன்னீங்கனாத்தான் அவுரு கேப்பாரு..." என்று மிகவும் சாகசமாகச் சிரித்தாள் அவள்.

புளிய மரத்து மேட்டுக்கு வந்ததும் நான் கையிலிருந்த ஜமுக்காளத்தை விரிக்கப் போனபோது அவள் அதை என் கையிலிருந்து வாங்கித் தரையைத் தட்டிச் சத்தம் செய்து ஒழுங்காக விரித்து வாட்டர் ஜக்கை நடுவில் வைத்து, சாப்பிடுவதற்காகப் பொட்டலங்களையும் வைத்து எங்களை அழைத்தாள்.

"வாங்க... உட்காருங்க" என்று ஒரு குடும்பத் தலைவி விருந்தாளிகளை உபசரிப்பது மாதிரி அழைத்தாள்.

"நீயும் உக்காரு" என்று நண்பர் அவள் கையைப் பிடித்திழுத்துத் தன் பக்கத்தில் நெருக்கமாக அமர்த்திக் கொண்டார்.

"முதல்லே கள்ளு சாப்பிடுங்க" என்று பிளாஸ்க்கைத் திறந்து பிளாஸ்டிக் தம்ளரில் மொண்டு "கிளாஸ் ஒண்ணுதான் இருக்கு... ஆரு மொதல்லே சாப்பிடுறீங்க?" என்று கேட்டு இருவருக்கும் பொதுவாக நீட்டினாள்.

"எல்லாத்திலேயும் ஃபர்ஸ்ட் அவருக்குத்தான்" என்று நண்பர் கண்ணைச் சிமிட்டிக் கொண்டு அவளை என் பக்கம் தள்ளினார். அவள் வெட்கத்தோடு தலை குனிந்தவாறு பிளாஸ்டிக் தம்ளரை நீட்டினாள்; நான் அதை வாங்கி ஒரே மூச்சில் மடக்மடக்கென்று குடித்தேன். கள்ளின் நெடியும் புளிப்பும் நெஞ்சில் கரகரத்தது... அவள் அவசர அவசரமாய் உணவுப் பொட்டலங்களில் ஒன்றைப் பிரித்து ஒரு மீனை முள் நீக்கிக்கொஞ்சம் எடுத்து என் கையில் வைத்தாள். கள்ளின் புளிப்பு நெடிக்கு அந்தக் காரம் சுவையாய் இருந்தது.

"நீ சாப்பிடு... முதலில்" என்று பிரித்த பொட்டலத்தை அவளிடம் தள்ளி வைத்தேன்...

“கிவ் ஹர் டாடி” என்று நண்பர் அவளுக்கும் கள் தருமாறு என்னிடம் சொன்னார்.

நான் அவரிடம் ஆங்கிலத்தில “அவள் சாப்பிட்டு இரண்டு நாளாகிறதாம். முதலில் அவள் சாப்பிடட்டும்!” என்று சொன்னேன். நண்பரின் முகமே மாறிவிட்டது. ஆனால் என்னிடம் அவள் தனிமையில் ரகசியமாகச் சொன்னதைத் தான் அறிந்து கொண்டதாகக் காட்டிக்கொள்ளக் கூடாது என்ற பண்போடு நண்பர் அவளைச் சாப்பிடுமாறு மட்டும் சொன்னார்.

“ஏதாவது சாப்பிடும்மா உம்... இந்தா...” என்று இன்னொரு பொட்டணத்தையும் எடுத்துத் தந்தார்.

“இருக்கட்டும்... சாப்பிடுவோம்... எங்கே பூடுது... நீங்க இதெச் சாப்பிடுங்க... சாப்பிடத்தானே வந்திருக்கோம்” என்று மிகவும் கௌரவமாகச் சொல்லி அவருக்கும் கள்ளை மொண்டு கொடுத்தாள் அவள்.

நண்பர் அவளுக்கு அதை ‘டோஸ்ட்’ சொல்லி “ஒரு பெண்ணின் கரத்தால் கள் குடிக்கிற பாக்கியம் கிடைத்த இந்த நாளை நான் என்றும் மறக்கமாட்டேன்....” என்று கூறிக் குதூகலமாய்க் குடித்தார்.

எனக்கு இரண்டாவது தம்ளருக்கு மேலே கள் உள்ளே இறங்க மறுத்தது. அந்த உணவுகளும் காரம் அதிகமாக இருந்ததால் கள்ளின் துணையில்லாமல் அவற்றையோ, அவற்றின் துணையில்லாமல் கள்ளையோ சாப்பிடச் சிரமப்பட்டுக் கொண்டு என் சிரமத்தை வெளியில் காட்டிக் கொள்ளாமல் கொஞ்சம் குடிப்பதும், கொஞ்சம் தின்பதுமாக அவர்களுடன் உட்கார்ந்தேன்.

அவள் மிகவும் வெட்கத்துடன் ஒரு தம்ளர் கள் குடித்தாள். பிறகு ஒரு பொட்டணத்தைப் பிரித்து வைத்துக் கொண்டு சாப்பிட ஆரம்பித்தாள். எனக்கு அவளைப் பார்க்க மிகவும் பரிதாபமாய் இருந்தது. அவளை உபசரிக்கிற முறையில் நானே ஒரு தம்ளர் கள்ளை மொண்டு அவளிடம் கொடுத்தேன்.

“ஐயோ... எனுக்கா?” என்று வயிற்றை எக்கிக் கேவி அவளது ‘மானரிஸ’மான ஓசையை எழுப்பிக் கேட்டாள்:

“குடிச்சிட்டு இவ ஆடட்டும். வேடிக்கை பார்க்கலாம்னா?” என்று சிரித்தாள்.

“Yes, I want some fun... You know fun. Do you know what is fun?... fun..." என்று மிகவும் குதூகலமான வெறியுடன் அவளிடம் கேட்டார் நண்பர்.

"இவுரு என்னாங்க சொல்றாரு..." என்று என்னிடம் கேட் டாள் அவள்.

"அவருக்கு ஏதாவது வேடிக்கை செயயணுமாம்... வேடிக் கைன்னா என்னான்னு தெரியுமான்னு கேக்கறாரு" என்று விளக்கினேன்.

"வேடிக்கை சரி இல்லை. உங்க 'ட்ரான்ஸ்லேஷன்' இஸ் நாட் கரெக்ட்! fun ன்னா... ..விளையாட்டு... காதல் விளையாட்டு... Game of love... Let us play the game of love... என்று பாடினார். இரண்டு கிளாஸ் கள்ளில் மறுபடியும் நண்பர் 'அடி' வாங்கிவிட்டார் என்று புரிந்து கொண்டேன் நான்.

அவள் மேலும் இரண்டு தம்ளர் கள் குடித்தாள். காரமான அந்த உணவு வகைகளை ரசித்துச் சாப்பிட்டாள். மீன் துண்டி லிருந்து பதமாக முள்ளை நீக்கி அவள் சாப்பிட்ட விதம் ரசமாக இருந்தது. 'இது நல்லா இருக்கும்' என்று ஏதோ ஒரு பாகத்தை எடுத்து என்னிடம் நீட்டினாள். அவள் திருப்திக்காக வாங்கி அதை நான் சாப்பிட்டேன்.

"எனக்கு" என்று நண்பர் குழந்தை மாதிரிக் கையேந்தினார். அவருக்கும் சிரித்துக் கொண்டே தந்தாள்.

"See, didn't I say? She wants only you" என்று மறுபடியும் அவர் சொன் னதை அவர் சொன்ன விதத்திலேயே புரிந்து கொண்டு "ம்க்கும்! ஒடனே அவரு மேலேதான் ஆசைன்னு சொல்றீங்களா?" என்று அவள் கேலி செய்தபோது அவளது புத்திசாலித்தனத்தைப் பாராட்டுகிற மாதிரி இரண்டு பேரும் சிரித்தோம்.

"ஓ! இங்கிலீசிலே சொன்னா– எனுக்குத் தெரியாதா? உங்க கூட இருந்தா ரெண்டு நாள்லே நானும் இங்கிலீசு பேசுவேன்" என்று ஜம்பமாகச் சொன்னாள்.

நண்பர் நன்றாகச் சாப்பிட்டார். நிறையக் குடித்தார். நானும் குடித்தேன். கள் கொஞ்சம் மீதி இருந்தது. 'ஜக்'கைச் சாய்த்துப் பார்த்து 'எனக்குப் போதுமே– இனிமே முடியாது' என்றார் நண்பர். நானும் போதும் என்றேன்.

"நீ வேணும்னா கொஞ்சம் குடி... மீதியைக் கீழே கொட்டிட்டு அங்கே போய்த் தண்ணி கொண்டு வரேன்"– என்று சவுக்குத் தோப்புக்குப் பின்னால் தெரிந்த ஓடையைக் காட்டினார் நண்பர்.

"ஐயோ! இவ்வளவையும் கீழேயா ஊத்தச் சொல்றீங்க?" என்று அதை வீணாக்க மனமின்றிக் கேட்டாள் அவள்.

"அப்போ நீ குடி!"

"ஐயோ!... . என்னாலே முடியாதுங்க—போதும்... இப்பவே ஒரு மாதிரி இருக்குது. ஆனாலும் கீழே ஊத்த மனசு வரலியே' என்று சொல்லிக்கொண்டு மணலில் குழி பறித்து அதை மனமின்றி ஊற்றினாள். பின்னர் சாப்பிட்ட இலைகளையெல்லாம் பொறுக்கித் தூர எறிந்தாள். நண்பர் சிகரெட் பற்ற வைத்துக் கொண்டு எனக்கும் ஒன்று கொடுத்தார்.

"நான் போயித் தண்ணி கொண்டாறேன்" என்று அவள் புறப்பட்டாள்.

'You go with her - no hurry for water. Take your own time" என்று என்னை அவளுடன் போகுமாறு பிடித்துத் தள்ளினார் நண்பர். நான் தர்ம சங்கடமாக எழுந்து நின்றேன். அவளும் நான் அவளுடன் வருவதை விரும்பினாள் என்பதை நின்ற தயக்கத்திலும் உதட்டில் நெளிந்த சிரிப்பிலும் கண்டு கொண்டேன். அந்த நிலையை நீடிக்க விட விரும்பாமல் நானும் அவளுடன் நடந்தேன்.

கள்ளின் போதை நடக்கும்போதுதான் எனக்குத் தெரிந்தது. அவள் நன்றாகவே தள்ளாடினாள். இருவரும் மேட்டிலிருந்து இறங்கிச் சவுக்குத் தோப்புக்குப் பின்னாலுள்ள அந்த ஓடை யினருகே வந்து நின்றோம். அங்கிருந்து திரும்பிப் பார்த்தபோது நண்பர் இருக்குமிடம் தெரியக்கூட இல்லை. சுற்றிலும் ஆளரவமே இல்லை. சவுக்குத் தோப்பில் நுழைந்து புறப்படுகிற காற்றின் ஒலி 'கும்'மென்று இரைந்தது. பறவைகளின் சத்தம்கூட இல்லை. ஏதோ ஒரு பருந்து மட்டும் ஒற்றைக் குரலில் கூவிக்கொண்டு வானத்தில் வட்டமிட்டது.

அவள் ஓடை நீரில் இறங்கி நின்று 'ஜக்'கை அலம்பி அதை ஒரு தடவை மோந்து பார்த்தபின் அதில் தண்ணீர் நிறைத்துக் கரையில் வைத்தாள். இரண்டு கையிலும் நீரை அள்ளிக் குடித்துவிட்டு, "தண்ணீர் நல்லா இருக்குதுங்க" என்றாள். நானும் அவளுடன் சென்று தண்ணீரில் நின்றேன். கணுக்கால் அளவுக்கும் குறைவாகத் தெளிந்த அந்த ஓடை நீர் காலுக்குச் சுகமாக ஜில்லென்றிருந்தது.

"அவுரு பாக்கறாரா" என்று கேட்டுக்கொண்டே என் அருகே நகர்ந்து வந்து என் மேல் பட்டுக்கொண்டு நின்றாள். தனது இடக் கரத்தால் என் வலக்கை விரல்களைப் பிடித்து நெறித்தாள். நான் எங்கள் கைகளையும் அவளையும் பார்த்தேன். அவள் பார்வை எதிர்த்திசையில் சவுக்குத் தோப்பில் லயித்து, முகத்தில் வெட்கமும் சிரிப்பும் குழம்பி இருந்தது.

"யாராவது பாப்பாங்களா?" என்று கேட்டாள்.

"எனக்குத் தெரியாது..." என்றேன்.

"சவுக்குத் தோப்புக்குள்ளாறப் போயிட்டா தெரியாது" என்றாள்.

"எதுக்கு? இங்கே நிற்போமே..." என்றேன்.

"ஏன்? பயமா?" என்றாள்.

"ஆமாம்..."

"எதுக்குப் பயம்?

"எது எதுக்கோ?" என்று அவளிடம் நான் சொன்னேன். அப்புறம் நானே நினைத்துப் பார்த்தேன்: 'நான் ஏன் தயங்கு கிறேன்? இவள் ஒரு பிராஸ்ட்டிட்யூட் என்பதனாலா? அதனால் மட்டுமா?... இவள் அழகாகத்தானே இருக்கிறாள்? அழகாக இருந்தால்?... என்மீது இவளுக்கு ரொம்ப ஆசை இருக்கிறது... எனக்கு நிஜமாகவே பயம் ஒன்றும் கிடையாது... பிறகென்ன? ஏதோ ஒரு சுயமரியாதை தடுக்கிறதோ? இல்லாவிட்டால், 'அவ'ளுக்கு நான் துரோகம் செய்கிறேன் என்கிற நினைப்பா! அப்படியெல்லாம் ஒன்றுமில்லையே... பிறகென்ன? இதைச் செய்து பெறுகிற சந்தோஷத்தை விட, இதைத் தவிர்ப்பதில் ஏதோ பெரு மிதம் இருக்கிறது. இவள் என்மீது வைத்திருக்கிற மரியாதையை அது காப்பாற்றும்... இவள் பாவம்! வாழ்க்கையில் நொந்து கிடக் கிறாள்... இவளை இதற்குப் பயன்படுத்துவது எனக்கு நியாயமோ, அவசியமோ இல்லை..."

"என்ன பேசாம நிக்கிறீங்க; அவுரு காத்துக்கினு இருந்துட்டுப் பொறுக்க முடியாம நேரா வந்துடப் போறாரு" என்றாள்.

"வரட்டுமே..." என்றேன் அவளைப் பார்த்துச் சிரித்தவாறே.

"சிரிக்கறதைப் பாரேன்... உங்களுக்கு வேணாமா?" அவள் பார்வை பரிதாபமாக இருந்தது. சிறிய மௌனத்துக்குப் பிறகு அவள் என்னோடு ஒப்புக்கொள்ளுகிற தோரணையில் பேசினாள்: "ஆமா... நீங்கதான் என்னை உங்களோட இட்டுக்கினு போவப் போறீங்களே... இல்லே?"

நான் மௌனமாக நின்றிருந்தேன். "நானும் வரேங்க, பட் டணத்துக்கு. உங்களுக்கு ஒரு கஷ்டமும் தரமாட்டேன், உங்க தெருவுக்குள்ளே நொழைஞ்சவுடனே என்னெ இறக்கிவுட்டுடுங்க. உங்க வூட்டுக்கு நானா வந்து உங்கவூட்டு அம்மாகிட்டே பேசி நானாகவே எப்பிடியாவது சேந்துக்குவேன். சமையலுகூட நல்லா செய்வேன்... வூட்டு வேலைங்க பூரா செய்வேன்... கொழந்தெங்களே பாத்துக்குவேன். அவுங்க எதிரே உங்களை நிமிர்ந்துகூடப் பார்க்க மாட்டேன்... நீங்களா எப்பவாவது பிரியப்பட்டு எங்கயாவது ரக சியமா இட்டுக்கினு போனா வரேன். வூட்லே யாரும் இல்லா

தப்போ... இல்லே அவருகூட அனுப்பினாலும் சரி, இல்லே ரெண்டு பேருமா சேந்து எங்கயாவது என்னைத் தனியா வெச்சி இஷ்டப் பட்டப்ப வந்து போனாலும் சரித்தான்... இந்தப் பாவி கிட்ட அடி வாங்கிக்கினு, பட்டினி கெடந்துக்கினு சாவ முடியா துங்க... நானு ஒண்ணும் இந்த மாதிரியெல்லாம் போயிக்கினு இருக்கிறவ இல்லே... அவன் என்னை அடிச்சா நானு திருப்பி அடிக்கவா முடியும்? அந்த ஆத்திரத்தெத் தீத்துக்கற மாதிரி நானு யாருகூட வேண்ணாலும் போறேன்... அப்பதான் எனக்கு அவனை ரெண்டு ஆளை வெச்சி அடிச்ச மாதிரி இருக்குது..." என்று பல்லைக் கடித்துக் கொண்டு அழுதவாறே பேசினாள்.

அவள் பேசுவதையெல்லாம் அனுதாபமாகக் கேட்டுக் கொண்டிருந்தேன். அவள் சொன்னாள்: "நீங்க ரொம்பப் பெரிய மனுஷாளுங்க; உங்களைப் பார்த்தாவே தெரியுது. என்னை மதிச்சிக் கார்லே ஏத்திக்கினு வந்தீங்களே–நீங்க ரொம்ப நல்ல வங்க... இல்லாட்டி நான் எந்தக் காலத்திலே கார்லே ஏறப் போறேன்–கார் எம் மேலே ஏறினாத்தான் உண்டு..." என்று சொல்லி வருத்தமாகச் சிரித்தாள்.

அவள் பேசிக்கொண்டே இருக்கையில் நான் நண்பர் காத்துக் கொண்டிருப்பதை நினைத்தேன். ஓடை நீருக்கு வந்து நின்று கால் மணி நேரமாகி இருந்தது. நான் குனிந்து தண்ணீரில் முகம் கழுவினேன். கொஞ்சம் தண்ணீரை அள்ளிக் குடித்தேன். சவுக்குத் தோப்பின் நிழல் இன்னும் நீண்டு விழுந்திருந்தது.

"சரி, நீ இங்கேயே இரு. நான் போயி அவரை அனுப்பறேன்..." என்று 'ஜக்'கைத் தூக்கினேன்.

"நானு எடுத்துக்கினு வரேங்க–" என்று அவள் என் கையைப் பிடித்தாள்.

"பரவாயில்லே... நீ இங்கேயே நில்... அவரு வரணுமே..." என் றேன். அவள் என் இரு கைகளையும் பிடித்துக் கொண்டு "ஏங்க? நெசமா என்ன இட்டுக்கினு போறீங்களா?" என்று கேட்டாள்.

நேரடியாக அவள் முகத்தைப் பார்த்து 'முடியாது' என்று சொல்ல எனக்குச் சிரமமாக இருந்தது. "நான் அவுருகிட்டேயும் கலந்து பேசிச் சொல்றேன்" என்று கூறி 'ஜக்'கைத் தூக்கிக்கொண்டு நிமிர்ந்தபோது அவள் என்னைத் தழுவி என் கன்னத்தில் அழுந்த முத்தமிட்டாள். நான் அதற்காகச் சந்தோஷப்படுகிற மாதிரிச் சிரித்தேன். அவள் தன் கன்னத்தை என் முகத்தருகே திருப்பி "எனக்கு..." என்று கேட்டாள். நானும் லேசாக அவள் கன்னத்தில் முத்தமிட்டேன். அவள் கன்னம் ரொம்ப மிருதுவாக இருந்தது.

"அவரு கேட்டா... நான் ஒண்ணும் பண்ணலேன்னு சொல்லிடாதே– அப்புறம் அவரும் பேசாமப் போயிடுவாரு..." என்று அவளிடம் சொன்னேன்; அவள் தலையாட்டினாள்.

நான் ஓடையிலிருந்து சவுக்குத் தோப்பருகே மேட்டில் ஏறும்போது ஜமுக்காளத்தில் மல்லாந்து படுத்து சிகரெட் புகைத்துக் கொண்டிருக்கும் நண்பரைப் பார்த்தேன். நான் அருகில் சென்று 'ஜக்'கை வைத்த சப்தத்தில் என்னைப் பார்த்த அவர் 'So soon?' என்று கேட்டுக் கொண்டே எழுந்தார்.

"தண்ணி நல்லா இருக்கு.." என்று ஒரு தம்ளர் தண்ணீர் எடுத்துக் கொடுத்தேன். அவர் தண்ணீர் குடித்து விட்டு எழுந்தார். "Now... I am going" என்று என்னிடம் உத்தரவு கேட்கிற மாதிரி சொன்னார்.

"Go ahead" என்றேன்; "One second" என்று அவரை நிறுத்தி, "அவளிடம் எதையும் உறுதி பண்ணிக் கொள்ளாதீர்கள். அவள் பேசுவதையெல்லாம் கேட்டுக் கொள்ளுங்கள்– அவள் நம்மோடு வர விரும்புகிறாள்; ஜாக்கிரதை" என்று எச்சரித்து அனுப்பினேன். அதற்காக மனசில் வருத்தப்பட்டேன். அவர் போனதும் ஜமுக்காளத்தை உதறி மடித்தேன். ஜக்கைக் கொண்டுபோய்க் காரில் வைத்தேன். காரின் மீது வெயில் விழுந்தது இப்போது. எனவே நிழல் பார்த்து ஒதுக்கி நிறுத்தினேன். நன்றாகக் காற்று வந்தது. களைப்பாய் இருந்தது. அப்படியே ஸீட்டில் சாய்ந்து கண்களை மூடினேன்.

●●●

**கா**ரின் கதவை நண்பர் வந்து திறந்தபோதுதான் ஸீட்டில் சாய்ந்து நன்றாகத் தூங்கிவிட்டதை உணர்ந்தேன். அவள் தூரத்தில் சவுக்குத் தோப்பருகே நின்று முகத்தைத் தனது சிவப்புப் புடவையின் முந்தானையால் துடைத்தவாறு, வந்து கொண்டிருந்தாள்.

"உங்களிடம் ஏதாவது சொன்னாளா?" என்று கேட்டேன்.

"அவுரு உங்ககிட்ட என்னைப் பத்திப் பேசினாரான்னு கேட்டாள்... பேசினார்னு சொன்னேன். அதுக்கு மேலே நான் அவளைப் பேச விடலே... She was really fine"... என்று அவளைச் சிலாகித்த நண்பர், பின் ஸீட்டில் உட்கார்ந்து கொண்டார்.

அவள் என்னைப் பார்த்துச் சிரித்துக் கொண்டே வந்தாள். அவளாகவே வந்து முன் ஸீட்டின் கதவைத் திறந்தாள். அவள் உட்கார்ந்ததும் என் கையைப் பற்றி அழுத்தினாள். எனக்கு இப்போது கொஞ்சம் கஷ்டமாகவே இருந்தது. நண்பருக்குக் கார் ஓட்டத் தெரிந்தால் அவரை முன்னால் அவள் பக்கத்தில் விட்டு விடலாமே என்று நினைத்தேன். இவளாவது பின் ஸீட்டிலே

போய் உட்கார்ந்திருக்கலாமே என்று நினைத்தேன். நான் ஏன் இப்போது மட்டும் இப்படி நினைக்கிறேன் என்றும் நினைத்தேன்.

அவள் மௌனமாக ஆழ்ந்த சிந்தனையுடன், திடீரென முகத்தில் கவிந்த வருத்தத்துடன் தலை குனிந்து உட்கார்ந்திருந்தாள்.

"என்ன யோசனை?" என்று நானே பேச்சுக் கொடுத்தேன். 'ஒண்ணுமில்லே' என்று அவள் என்னைப் பார்க்காமலே சொன்னாள். நானாக அவள் மேவாயை அவள் சந்தோஷத்துக்காகத் தொட்டு நிமிர்த்தினேன். அவள் சிரித்தாள்.

நான் சொன்னேன், நிதானமாக அவள் மனசில் பதிகிற மாதிரிச் சொன்னேன்: "நாங்க உன்னை இட்டுக்கிட்டுப் போற தெப்பத்திப் பேசினோம். அவுரு இங்கே நிலையா இருக்கறவரு இல்லே. அதனாலே... நீ சொல்ற மாதிரி எங்க வூட்லே தான் உன்னே வெச்சிக்கணும். அதிலே ஒண்ணும் கஷ்டமில்லே... ஆனால் திடீர்னு போனா எப்படின்னுதான் யோசிச்சோம். நான் வீட்டுக்குப் போயிக் கிராமத்திலே இருக்கிற ஒரு... பிரண்டு வீட்டிலே உன்னைப் பார்த்து வெச்சிருக்கேன்னு சொல்லி, வீட்டிலே தயார் பண்ணி வெக்கறேன்... அடுத்த வாரம், இதே திங்கக்கிழமை மத்தியானம் நீ பீச்சுகிட்ட வந்து நில்லு. நான் வந்து உன்னை அழைச்சுக்கிட்டுப் போறேன்... நிச்சயமாக, என்ன சொல்றே?"... என்று கேட்டபோது, அவள் கலங்கும் கண்களோடு என்னைப் பார்த்து உதடுகள் துடிக்கச் சிரித்துக் கொண்டே சொன்னாள்:

"நான் உங்களைத்தாங்க நம்பி இருக்கேன்... நீங்க எதுக்குப் பொய் சொல்லி, ஏமாத்தப் போறீங்க?... எப்பிடியாவது பல்லைக் கடிச்சிக்கினு அடுத்த திங்கக்கிழமை வரைக்கும் ஓட்டிடறேன்... அதுக்குள்ளே என்னா என்னா படப் போறேனோ" என்று பெருமூச்சுவிட்டாள்: "சரிங்க.... அப்பிடியே செய்ங்க... திங்கக்கிழமை காத்தாலேயே வந்து பீச்சிலே, அதே எடத்திலே வந்து குந்திக்கினு இருப்பேன்..." என்று அந்த நாளை நினைத்த மகிழ்ச்சியில் குதூகலமாய்ச் சொன்னாள்.

எனக்கு நெஞ்சு கனத்தது. காரைத் திருப்பினேன். அவள் என் மீது படுகிறமாதிரி எனது ஆதரவில் ஒண்டிக்கொள்கிற குழந்தை மாதிரி நெருக்கமாக என்மீது பட்டுக் கொண்டு உட்கார்ந்தாள். நான் அவள் கைமீது தட்டிக் கொடுத்தேன்.

—'நான் எவ்வளவு பொய்யன்!'

காரை மறுபடியும் ஊருக்குத் திருப்பி ஓட்டினேன். நண்பர் பின்ஸீட்டில் நன்றாகச் சாய்ந்து தூங்க ஆரம்பித்தார்.

மௌனமாக நான் காரை ஓட்டினேன். அவள் மட்டும் என்னை அடிக்கடி பார்த்து ஏதேதோ கற்பனைகளில் மகிழ்ந்து கொண்டிருந்தாள் என்று எனக்குத் தெரிந்தது.

பீச் ரோடில் காரை மெதுவாக ஓட்டினேன். அந்த மறு கோடியில் காரை நிறுத்தி, அவள் இறங்குவதற்கு முன்னால் பர்ஸிலிருந்து இரண்டு பத்து ரூபாய் நோட்டுகளை எடுத்து அவளிடம் நீட்டினேன்.

"ஐயோ!... வேணாங்க... வேணவே வேணாம்... நீங்க திங்கக் கிழமை வாங்க..." என்று கதவைத் திறந்துகொண்டு இறங்கினாள். அதற்குமேல் வற்புறுத்தினால் அவள் மனம் உடைந்துவிடுவாள் என்ற அச்சத்தினால் வருத்தத்துடன் பணத்தைப் பையில் வைத்துக் கொண்டேன். எனக்குக் கண்கள் கலங்கின. அவள் மறுபடியும் என் கையைப் பிடித்துத் தனது கைகளில் வைத்துக்கொண்டு, "காத்துக்கிட்டு இருப்பேங்க... திங்கக்கிழமை..." என்றாள்.

நண்பர் விழித்தெழுந்தார். அவர் கையையும் பிடித்துக் கொண்டு "போயிட்டு வாங்க... மறந்துடாதீங்க" என்றாள் அவரிடம்.

நானும் நண்பரும் மத்தியானம் பார்க்கும்போது நின்றிருந் தாளே அதே இடத்தில் அதேமாதிரி எங்களோடு சம்பந்தமில்லாத யாரோ மாதிரி சிவப்புப் புடவையின் முந்தானை காற்றில் பறக்க நின்று கொண்டு பரிதாபமாகக் கடலை வெறித்துப் பார்த்துக் கொண்டிருந்தாள் அவள்.

நான் காரைத் திருப்பினேன். தெருமுனையில் திரும்புகிற போது மறுபடியும் ஒருமுறை தூரத்தில் நிற்கிற அவளைப் பார்த்தேன்.

அடுத்த திங்கட்கிழமையும் அதற்கடுத்த திங்கட்கிழமைகளிலும் அவள் அங்கே வந்து காத்திருப்பாள்!...

அந்த மாசமே நண்பர் அமெரிக்காவுக்குப் போய்விட்டார். நான் ஆறு மாதங்களுக்குப் பிறகு ஒரு தடவை அந்த 'பா'ருக்கு— அந்த இடத்துக்குப் போனேன்.

கடல் மட்டும் இரைந்து கொண்டிருக்கிறது. பீச் ரோடு 'வெறிச்' சென்றிருக்கிறது. என் கார் வெயிலில் பழுக்கக் காய்ந்து கொண்டிருக்கிறது. நான் போய் அவள் நின்றிருந்தாளே அந்த இடத்தில் அதே மாதிரி நின்று கடலை வெறித்துப் பார்க்கிறேன்...

---

ஞானரதம், 1970

## புதுச் செருப்புக் கடிக்கும்

அவள் முகத்தில் அறைகிற மாதிரி கதவைத் தன் முதுகுக்குப் பின்னால் அறைந்து மூடிவிட்டு வெளியில் வந்து நின்றான் நந்த கோபால். கதவை மூடுகிறவரை எங்கு போகவேண்டும் என்றோ, எங்காவது போக வேண்டுமா என்றோவெல்லாம் அவன் நினைக்கவே இல்லை. அவள்மீது கொண்ட கோபமும், தன்னை அவ மதிக்கிற மாதிரி, தனது உணர்ச்சிகளை அசட்டை செய்துவிட்டுச் சுவரோரமாகத் திரும்பிக் கொண்டு தூங்குகிற அவளுக்குத் துணையாக விழித்துக் கொண்டிருக்கிற – 'ஏன், படுக்கவில்லையா?' என்று அவள் கேட்கவேண்டும் என்று எதிர்பார்த்துக் காத்துக் கிடக்கிற – அவமானம் தாங்க மாட்டாமல்தான் அவன் வெளியில் வந்து கோபமாகக் கதவை அறைந்து மூடினான்.

அவள் நிஜமாகவே தூங்கியிருந்தால் இந்தச் சத்தத்தில் விழித் திருக்க வேண்டும். இந்தச் சத்தத்தில் பக்கத்துப் போர்ஷன்காரர்கள் யாரேனும் விழித்துக் கொண்டு விட்டார்களோ என்று தனது செய்கைக்காக அவன் அவமானத்தோடு அச்சம் கொண்டு இருள் அடர்ந்த அந்த முற்றத்தில் மூடியிருக்கும் எதிர் போர்ஷன் கதவு களைப் பார்த்தான். உள்ளே விடிவிளக்கு எரிவது கதவுக்கு மேலுள்ள 'வென்டிலேட்டர்' வழியாகத் தெரிந்தது. 'டேபிள் ஃபேன்' சுற்றுகிற சத்தம் 'கும்'மென்று ஒலித்தது. மணி பதி னொன்று இருக்கும். கைக்கடிகாரத்தைப் பார்த்தான். இருட்டில் தெரியவில்லை. எங்காவது போய்விட்டு விடிந்த பிறகு வந்தால் என்ன என்று அவனுக்குத் தோன்றியது. எப்படிக் கதவைத் திறந்து போட்டுவிட்டுத் தனிமையில் இவளைவிட்டுப் போவது என்ற தயக்கமும் ஏற்பட்டது. அவள் வேண்டுமென்றே அடமாகப் படுத்துக் கொண்டு அழும்பு செய்கிறாள் என்று மனத்துக்குப் புரிந்தது.

அவனுக்கு என்ன செய்வதென்று புரியவில்லை. தன் மீதே ஒரு பரிதாப உணர்ச்சி தோன்றியது. இதெல்லாம் தனக்கு வீண் தலைவிதிதானே என்று மனம் புழுங்கிற்று. தானுண்டு, தன் வேலையும் சம்பாத்தியமும் உண்டு என்று சுதந்திரமாகத் திரிகிற வாழ்க்கையின் சந்தோஷத்தை அல்லது வெறுமையை அனு பவித்துக் கொண்டிருந்தவனை, அப்படியே வாழ்ந்து விடுவது

எனத் தீர்மானித்திருந்தவனை இந்தக் கல்யாணம், பெண்டாட்டி, குடும்பம் என்றெல்லாம்– இதில் ஏதேதோ பெரிய சுகம் இருப்பதாகவும், மனுஷ வாழ்க்கையின் அர்த்தமே அதில் அடங்கி இருப்பதாகவும் கற்பித்துக் கொள்கிற பைத்தியக்காரத் தனத்தில் சிக்க வைத்த அந்தச் சைத்தானின் தூண்டுதலை எண்ணிப்பார்த்த பெருமூச்சுடன் வீட்டிற்குள்ளும் போகாமல் வெளியேயும் போகாமல் வாசற்படியில் அமர்ந்து ஒரு சிகரெட்டைப் பற்றவைத்துக் கொண்டு இருளும் நட்சத்திரமும் கவிந்த வானத்தைப் பார்த்தான்.

'அந்தச் சைத்தான்' என்ற முனகலில் அவனுக்குக் கிரிஜாவின் நினைவு வந்தது. அவள் எவ்வளவு இனியவள், இங்கிதம் தெரிந்தவள்– சைத்தானைக் கட்டிக் கொண்டு வந்து வீட்டில் வைத்துக்கொண்டு, அவளைப் போய்ச் சைத்தான் என்று நினைக்கிறேன்– என்று அந்த நினைவைக் கடிந்து கொண்டான் நந்த கோபால். ஆனாலும் தான் கல்யாணம் செய்து கொண்டு குடும்பம் நடத்தக் காரணமாக இருந்தவள் அந்த கிரிஜாதான் என்பதால் தனக்கு அவள்மீது வருகிற இந்தக் கோபத்துக்கு நியாயம் இருப்பதாக நினைத்தான் அவன்.

'இப்போது, இந்த நேரத்தில் அவளைப் போய்ப் பார்த்தால் என்ன ?' என்ற எண்ணம் வந்தது அவனுக்கு. அவளை எப்போது வேண்டுமானாலும் போய்ப் பார்க்கலாம். இந்த ஆறுமாத காலமாக– கல்யாணமாகி ஒவ்வொரு நாளும் இவளோடு மனஸ் தாபம் கொண்டு 'ஏன் இப்படி ஒரு வம்பில் மாட்டிக் கொண் டோம்' என்று மனம் சலிக்கிறபோதெல்லாம் அவன் கிரிஜாவை நினைத்துக்கொள்வது உண்டு; என்றாலும் அங்கே போகலாம் என்ற எண்ணம் இப்போதுதான் தோன்றியது.

தான் இவளைக் கல்யாணம் செய்துகொள்ளுவதற்கு முன்பு எப்படியெல்லாம் இருந்தபோதிலும், இப்போது இவளை இங்கு தனியே விட்டுவிட்டு, அங்கே போவது இவளுக்குச் செய்கிற துரோகமில்லையா?– என்று நினைத்துப் பார்த்தான். அவள் என்னதான் சண்டைக்காரியாக இருந்தாலும் இவள்மீது தனக்கு எவ்வளவுதான் கோபம் இருந்தபோதிலும், தன் மீதுள்ள வெறுப் பினால், அதற்கு ஆறுதலாக இருக்கும் பொருட்டு இவள் அந்த மாதிரி ஏதாவது செய்தால் அதைத் தன்னால் தாங்க முடியுமா என்று எண்ணி அந்த எண்ணத்தையே தாங்க முடியாமல் நெற்றியைத் தோய்த்துக் கொண்டான்.

கடிகாரத்தின் ஒற்றை மணியோசை கேட்டது. மணி இன்னும் ஒன்றாகி இருக்காது. மூடியிருந்த கதவை லேசாகத் திறந்து

கைக்கடிகாரத்தை உள்ளே இருந்து வீசும் வெளிச்சத்தின் ஒரு கீற்றில் பார்த்தான். இவனது வாட்சில் மணி பதினொன்றரை ஆகவில்லை. அடித்தது பதினொன்றரைதான் என்று தீர்மானம் கொண்டு கதவின் இடைவெளி வழியாக அவளைப் பார்த்தான். அவள் அசையாமல் புரண்டு படுக்காமல் முன் இருந்த நிலை யிலேயே முதுகைத் திருப்பிக் கொண்டு படுத்திருந்தாள். இவனுக்குக் கோபம் வந்தது. எழுந்து போய் முதுகிலே இரண்டு அறையோ, ஓர் உதையோ கொடுக்கலாமா என்று ஆங்காரம் வந்தது. 'சீ' என்று தன்னையே அப்போது அருவருத்துக் கொண் டான் அவன்.

அப்படிப்பட்ட குரூரமான ஆபாசமான சம்பவங்களை அவன் சிறு வயதில் அடிக்கடி சந்தித்திருக்கிறான்... திடீரென நள்ளிரவில் அவனுடைய தாயின் தீனமான அலறல் கேட்கும். விழித்தெழுந்து உடலும் உயிரும் நடுங்க இவன் நின்றிருப்பான். இவனுடைய தந்தை வெறி பிடித்தாற் போல் ஆவேசம் கொண்டு இவனுடைய தாயை முகத்திலும் உடலிலும், காலாலும் கையாலும் பாய்ந்து பாய்ந்து தாக்க, அவள் "ஐயோ பாவி... சண்டாளா..." என்று அழுதுகொண்டே ஆக்ரோஷமாகத் திட்டுவாள். இவள் திட்டத்திட்ட அவர் அடிப்பார்...

அந்த நாட்கள் மிகக் குரூரமானவை. மறுநாள் ஒன்றுமே நடவாத மாதிரி அவர்கள் இருவரும் நடந்து கொள்வது– அவள் அவருக்குப் பணிவிடை புரிவதும், அவர் அவளைப் பேர் சொல்லி அழைத்து விவகாரங்கள் பேசுவதும்— இவனுக்கு மிக ஆபாசமாக இருக்கும். இதெல்லாம் என்னவென்றே புரியாத அருவருப்பைத் தரும்.

பதினைந்து வயது வரைக்கும் இந்த வாழ்க்கையை அனுபவித் திருக்கிறான் அவன். அவர்களது சண்டையை விடவும் அந்தப் பெற்றோரின் சமாதானங்கள் அவன் மனசை மிகவும் அசிங்கப் படுத்தியிருக்கின்றன. அவன் தகப்பனாரை மனமார வெறுத்திருக் கிறான். 'குடும்ப வாழ்க்கையும் தாம்பத்தியம் என்பதும் மிகவும் அருவருப்பானவை' என்ற எண்ணம் இளவயதிலே அவனுக்கு ஏற்பட இந்த அனுபவங்கள் காரணமாயின போலும்!

இப்போது அவன் தகப்பனார் இல்லை. அவனுடைய விதவைத் தாய் வயோதிக காலத்தில் கிராமத்தில் வாழ்ந்து கொண் டிருக்கிறாள். தான் சாகுமுன் இவனுக்குக் கல்யாணம் செய்து பார்த்துவிட வேண்டும் என்ற தன் ஆசையை இவனிடம் தெரிவிக்கும்போதெல்லாம் அவளது வாழ்க்கையைச் சுட்டிக் காட்டித் தாயைப் பரிகாசம் செய்வான். அவளுக்கு அப்போது

வருத்தமாகவும் கோபமாகவும் கூட இருக்கும். விட்டுக் கொடுக்காமல், 'நான் வாழ்ந்ததற்கு என்ன குறை?' என்று பெருமை பேசுவாள். கடைசியில் 'கலியாணம் பண்ணிக்க முடியாது' என்று அவள் முகத்தில் அடித்துப் பேசிவிட்டு வந்துவிடுவான் நந்தகோபால்.

பட்டணத்தில் உத்தியோகம் பார்த்துக் கொண்டு தனி வாழ்க்கைக்குப் பழகி இப்படியே முப்பது வயது கடத்திவிட்ட அவனுக்குக் கல்யாண ஆசையையும் குடும்பத்தைப் பற்றிய சுய கற்பனைகளையும் வளர்த்து அதற்குத் தயாராக்கியது கிரிஜாவின் உறவுதான். கிரிஜாவுக்கு முன்னால் அவனுக்கு அது மாதிரியான உறவு வேறு எந்தப் பெண்ணோடும் ஏற்பட்டிருந்ததில்லை. அவளுக்கு இவன் மிகவும் புதியவனாக இருந்தான். ஆனால் அவள் அப்படியல்ல என்று இவனுக்கு மாத்திரமல்லாமல் வேறு பலருக்கும் பிரசித்தமாகி இருந்தது. அவளும் அதையெல்லாம் மறைக்கக்கூடிய நிலையில் இல்லை. எனினும் இவனோடு இருந்த நாட்களில் அவள் மிகவும் உண்மையாகவும் அன்பாகவும், ஒரு பெண்ணின் உடனிருப்பும் உறவும் ஓர் ஆணுக்கு எவ்வளவு இன்பமானது, வசதியானது என்பதை உணர்த்துகின்ற முறையிலும் வாழ்ந்தாள். 'அந்த இரண்டு மாதகாலம் மிக மேன்மையான இல்லறம்' என்று இந்த நிமிஷம்– இவனை அவமதித்தும் புறக்கணித்தும் வாசற்படிக்கு வெளியே இந்த நள்ளிரவில் நிறுத்தி வைத்துவிட்டு இறுமாப்போடு படுத்துக் கொண்டிருக்கிறாளே, அவள்மீது பற்றிக் கொண்டு வருகிற கோபத்தில்– நினைத்துப் பெருமூச்சும் கண்ணீருமாய்ப் பரிதாபமாக மறுபடியும் உள்ளே திரும்பிப் பார்த்தான் நந்தகோபால்.

நிச்சயம் அவள் எழுந்திருக்கவோ சமாதானமுறவோ போவதில்லை. இந்த ஆறு மாத அனுபவத்தில் இந்த மாதிரி நிகழ்ச்சிகள் அவனுக்குப் பழக்கமாகிப் போனதால் இதன் தொடக்கமும் இதன் போக்கும் இதன் முடிவும் அவனுக்கு ஒவ்வொரு தடவையும் முன்கூட்டியே தெரிகிறது என்றாலும் இதனைத் தவிர்க்கத்தான் முடியவில்லை. பிறகு யோசித்துப் பார்க்கையில் அவனது அறிவு பூர்வமான எந்த நியாயத்துக்கும் இந்தச் சச்சரவுகள் ஒத்து வருவதில்லை. நாளுக்கு நாள் இந்த வாழ்க்கை அவமானகரமானதாகவும் துன்பம் மிகுவதாகவும் மாறிக்கொண்டே இருப்பதை எப்படித் தாங்குவது என்று புரியவில்லை.

உங்ளே மங்கிய விளக்கொளியில், கொடிகளில் கிடக்கும் துணிகளும், நிழலில் தெரிகிற சமையலறையினுள் பாத்திரங்களின்

பளபளப்பில் அவை இறைந்து கிடக்கிற கோலமும் மிகச் சோகமாய் அவனுக்குத் தெரிந்தன.

ஒரே அறையும் அதைத் தொடர்ந்து கதவில்லாத ஒரு சுவரால் பிரிகிற சிறு சமையல்கட்டு, அதனுள்ளேயே அடங்கிய தொட்டி முற்றமாகிய பாத்ரூமும் உள்ள அந்தப் போர்ஷனுக்கு நாற்பத்தைந்து ரூபாய் வாடகை. குடும்பச் செலவுக்கென்று மாதம் நூற்றைம்பது ரூபாய் ஆகிறது. நந்தகோபாலுக்குச் சம்பளம் கிட்டத்தட்ட முந்நூறு ரூபாய். மனமொத்து வாழ்ந்தால் இந்த நெருக்கடி ஒரு துன்பமல்ல. ஆறேழு பேர் சேர்ந்து ஆளுக்கு நூறு ரூபாய் கொடுத்து எல்லா வசதிகளோடும் வாழ்ந்த அந்த 'மெஸ்' வாழ்க்கைக்கு இப்போது மனசு ஏங்க ஆரம்பிப்பதன் பரிதாபத்தை நினைத்து அவன் மனம் கசந்தான்.

ஒரு பெருமூச்சுடன் எழுந்தான். கிரிஜாவைப் போய்ப் பார்த்து விட்டு இரவை அவளுடன் கழிப்பது மனதுக்கு ஆறுதல் தரும் என்று தோன்றியது. 'வேறு எதற்காகவும் இல்லை' என்ற நினைப்பில் இதைப் பற்றிய உறுத்தலை உதறி 'அவளோடு பேசிக்கொண்டிருப்பது எனக்கு நிம்மதியைத் தரும்' என்கிற சமாதானத்தோடு புறப்பட்டான். உள்ளே போய்ச் சட்டையை எடுத்துப் போட்டுக் கொண்டான். நைட் லாம்ப் எரிந்து கொண்டிருந்த மங்கிய வெளிச்சத்துடன் நாற்பது வோல்ட் விளக்கையும் போட்டவுடன் வெளிச்சம் கண்ணைக் கூசிற்று.

"ஏய்!..." என்று அவளை மெல்லத் தட்டினான். அவள் அசையவில்லை.

"இப்ப உன்னைக் கொஞ்சறதுக்கு எழுப்பலே; நான் வெளியே போறேன். கதவைத் தாப்பாள் போட்டுக்க" என்று அவள் புஜத்தைக் கொஞ்சம் அழுத்தி வலிக்கிற மாதிரிப் பிடித்து முரட்டுத் தனமாகத் திருப்பினான்.

அவள் எழுந்து உட்கார்ந்து அவனை வெறுப்புடன் முகம் சுளித்த எரிச்சலுடன் பார்த்தாள்.

இவ்வளவு நேரம் எழுந்திருக்காதவள், தான் போகிறேன் என்றதும் கதவைத் தாழிடத் தயாராய் எழுந்து உட்கார்ந்திருப்பது அவனுக்குக் கோபத்தை உண்டாக்கியது.

'இந்த நேரத்தில் எங்கே போகிறீர்கள்' என்று கேட்பதுதானே நியாயம்? ஆனால் அவள் கேட்கவில்லை. 'போறதானால் தொலைய வேண்டியதுதானே... நான் நிம்மதியாகப் படுத்துக் கொள்ளுவேன்' என்கிற மாதிரி அவள், அவன் சட்டையை மாட்டிக் கொண்டு நிற்பதைப் பொருட்படுத்தாமல் எழுந்து எரிச்

சலுடன் கட்டிலில் உட்கார்ந்திருந்தாள். அவன் கட்டிலுக்கடியில் குனிந்து செருப்பைத் தேடினான். கட்டிலின் விளிம்பில் தொங்கிக் கொண்டிருக்கிற அவளது சேலையின் நிழலோ காலின் நிழலோ மறைத்தது. தான் கட்டிலுக்கடியில் குனிந்து செருப்பைத் தேடும் போது அவள் இப்படி மறைத்துக் கொண்டு– தான் மறைக்கிற விஷயம் அவளுக்குத் தெரியாது என்றும் அவனுக்குத் தெரிந்தது– கட்டிலின் மேல் உட்கார்ந்து கொண்டிருக்கிற காரியம் அவ மரியாதை என்று அவனுக்குத் தோன்றியது. அந்தக் கோபத்துடன் அவன் செருப்பைத் தேடி எடுத்துக் கொண்டு நிமிரும்போது கட்டிலின் விளிம்பில் தலையை இடித்துக்கொண்டான். கண்ணில் தண்ணீர் வருகிற மாதிரி வலித்தது. அவள் கொஞ்சம்கூடப் பதட்டம் காட்டாதிருந்தாள். இதே மாதிரி ஒரு சந்தர்ப்பத்தில் அவளுக்கு இப்படித் தலையில் ஓர் இடியோ, விரலில் ஒரு காயமோ ஏற்பட்டால் தன்னால் பதட்டமுறாமலிருக்க முடியாதே என்று எண்ணிய நினைப்பில் அவன் தன்னிரக்கத்தோடு முகம் திருப்பிக் காலில் செருப்பை மாட்டிக்கொண்டு புறப்பட்டான்.

திறந்த கதவை மூடாமல், நிதானமாக அவன் முற்றத்தில் நடந்து தாழ்வாரத்தில் தூணோரமாக நிறுத்தியிருந்த சைக்கிளின் 'லாக்'கைத் திறக்கையில் இருட்டில் நிற்கிற தன்னை அவள் பார்க்க முடியாது என்பதால் அவள் வெளியே தலை நீட்டிப் பார்க் கிறாளா என்று கவனித்தான். அவன் மனம் சோர்வு கொள்ளத் தக்க வண்ணம் அவள் கதவைப் பட்டென்று மூடித் தாழிட்டுக் கொண்டாள். அவள் வெளியே தலை நீட்டிப் பார்க்காதது மிகவும் வருத்தம் தந்தது இவனுக்கு. அறைக்குள் எரிந்த நாற்பது வோல்ட் வெளிச்சம் அணைந்து, நைட்லாம்பின் வெளிச்சம் வென்டி லேட்டர் வழியே தெரிந்தது.

நந்தகோபால் சைக்கிளைத் தள்ளிக் கொண்டு நடந்தான். வாசற்புறத்தில் முறைவாசல் செய்கிற கிழவி தன் படுக்கையில் உட்கார்ந்து இருமிக்கொண்டிருந்தவள், அவன் வெளியில் சென் றதும், 'திரும்பி எப்போ வருவே அப்பா' என்று கேட்டு, இவன் 'இல்லை' என்று சொன்ன பிறகு கதவைத் தாழிட்டாள். வெளியில் வந்து நின்று ஒரு சிகரெட்டைப் பற்ற வைத்துக் கொண்டபோது தெரு விளக்குகள் திடீரென அணைந்தது. டைனமோ வெளிச்சம் பளீரென்று வழிகாட்ட அவன் சைக்கிளில் ஏறி மிதித்தான்.

●●●

கிரிஜாவின் வீடு மேற்கு மாம்பலத்தில் குண்டும் குழியும் சாக்கடையும் எருமை மாடும் நிறைந்த ஒரு தெருவில் இருக்கிறது.

தெருப்புறம் மாடிப் படியுள்ள ஒரு வீட்டின் மேல் போர்ஷனில் அவள் சுதந்திரமாக வாழ்கிறாள். அவளுக்குத் தாய் இருக்கிறாள். அவள் எங்கோ ஒரு பணக்காரர் வீட்டில் ஆயாவாக வேலை செய்கிறாள். எப்போதாவது வந்து மகளைப் பார்த்துவிட்டு அசைவச் சாப்பாடு சாப்பிட்டுவிட்டுப் போவாள். அவள் வேலை செய்கிற வீட்டில் அது கிடைக்காதாம். கிரிஜாவுக்கு இருபத்தைந்து வயதான தம்பி ஒருவன் உண்டு. அவனுக்கு ஏதோ ஒரு சினிமாக் கம்பெனியில் வேலை. அவனும் எப்போதாவது தான் வருவான். அவள் பத்தாவதுவரை படித்திருக்கிறாள். நிரந்தரமாக இல்லா விட்டாலும் டெம்ப்ரரியாகவே அவள் ஒவ்வோரிடமாக வேலை செய்து கொண்டிருக்கிறாள். முப்பது வயதாகிறது. இப்படியொரு நிராதரவான நிலையற்ற வாழ்க்கையிலும் அவள் நிறைவோடும் மலர்ச்சியோடும் இருக்கிறாள்.

நந்தகோபால் வேலை செய்கிற காஸ்மெடிக்ஸ் கம்பெனியார் எக்ஸிபிஷனில் ஒரு ஸ்டால் போட்டிருந்தார்கள். அங்கு அவள் வேலை செய்து கொண்டிருந்தபோதுதான் போன வருஷம் டிசம்பரில் அவளை இவன் சந்திக்க நேர்ந்தது. அவளைப் பார்த்த வுடன் அவளை இதற்கு முன்பு எங்கோ பார்த்த மாதிரியான தொரு இணக்கம் அவள் முகத்தில் இவனுக்குத் தோன்றியது. இந்த ஸ்டாலின் விற்பனைப் பணிப் பெண்ணாக வேலை செய்வதற் காகக் கொண்ட முகபாவமோ அது என்றுதான் முதலில் அவன் நினைத்தான். பிறகுதான் தெரிந்தது: அவன் டெஸ்பாட்சிங் கிளார்க்காக வேலை செய்யும் அந்தக் காஸ்மெடிக்ஸ் கம்பெனியில் நாள்தோறும் பார்சல் பார்சல்களாக அனுப்பப்படுகிற அந்தப் பவுடர் டின்களின் மேல் இருக்கின்ற உருவமே அவளுடையதுதான் என்று. இரண்டு மாதகாலம் மாலை நேரத்தில் மட்டும் 'பார்ட் டய்'மாக அவனும் எக்ஸிபிஷனிலே வேலை செய்த காலத்தில் அவளுடன் ஏற்பட்ட நட்பின்போது அவளைப் பற்றி அவன் தெரிந்து கொண்டான். ஒரு கௌரவமான நிரந்தர உத்தி யோகத்துக்காக அவள் ஒவ்வொருவரிடமும் சிபாரிசு வேண்டிய போது இவன் அவளுக்காகப் பரிதாபப்பட்டான். ஆனாலும் அவளுக்கு உதவும் காரியம் தனது சக்திக்கு மீறியது என்று அவளைப் பற்றிய கவலையிலிருந்து ஒதுங்கியே நின்றான்.

அவள் எல்லோருடனும் கலகலவென்று பேசுவாள். இவனை அவள்தான் முதலில் டீ சாப்பிட அழைத்தாள். இவனோடு பேச்சுக் கொடுத்தாள். இரவு பதினோரு மணிக்கு வீடு திரும்பும் போது சில நாட்களில் அந்த ஸேல்ஸ் மானேஜர் தான் காரில் போகும் வழியில் இவளை இறக்கிவிடுவதாகக் கூறி அழைத்துச்

செல்வார். அவரைப் பற்றி ஆபீசில் ஒரு மாதிரி பேசிக் கொள்வார்கள். அவருடன் அவள் போவது இவனுக்கு என்னமோ மாதிரி இருக்கும். ஒரு நாள் மானேஜர் தன்னுடன் அவளை அழைத்தபோது அவள் நந்தகோபாலைக் காட்டி, "மிஸ்டர் நந்தகோபால் எங்க வீட்டுக்குப் போற வழியிலேதான் சார் இருக்காரு. நாங்க பேசிக்கிட்டே போயிடுவோம் சார்... என்னாங்கோ மிஸ்டர்?" என்று இவனைப் பார்த்துச் சிரித்தபோது இவனும் சம்மதித்தான்.

அவள் பேசுவது இவனுக்கு வேடிக்கையாக இருக்கும். 'என்னாங்கோ, சரீங்கோ... ஆமாங்கோ...' என்று அவள் கொஞ்சம் நீட்டி நீட்டிப் பேசுவாள். அவள் வீட்டில் பேசுகிற பாஷை தெலுங்கு என்று பின்னால் தெரிந்தது இவனுக்கு. படித்ததெல்லாம் தமிழ்தான். தெலுங்கு என்றால், மெட்ராஸ் தமிழ் மாதிரி மெட்ராஸ் தெலுங்காம்.

– அவள் எப்படிச் சிரிக்கச் சிரிக்கப் பேசுவாள்! என்று நினைத்துக் கொண்டு சைக்கிளை வேகமாய் மிதித்தான் நந்தகோபால்.

அவள் நிஜமாகவே சந்தோஷமாக இருக்கிறாள் என்று அவளோடு பழகிய பிறகுதான் இவன் தெரிந்து கொண்டான்.

எக்ஸிபிஷன் ஸ்டால் வேலை முடிந்த பிறகு டெலிபோன் சுத்தம் செய்து அதில் ஸென்ட் போடுகிற ஒரு கம்பெனியில் வேலைக்கு அமர்ந்து டெலிபோன் இருக்கிற வீடுகளிலும் கம்பெனி களிலும் ஏறி இறங்கி வருகையில் ஒருநாள் தெருவில் அவளை இவன் பார்த்தான். இப்படி ஏதாவதொரு கௌரவமான உத்தி யோகம் செய்து அவள் சம்பாதித்தாள். வயது முப்பது ஆவதால்– இதற்கிடையில் நம்பிக்கை, அல்லது தேவை காரணமாகச் சில ஆண்களோடு அவளுக்கு உறவு நேர்ந்திருக்கிறது என்றாலும் அதை ஒரு பிழைப்பாகக் கொள்ளும் இழி மனம் இவளுக்கு இல்லை என்று இவன் அறிந்தான்.

எப்போதாவது இவன் அவளைத் தேடிக்கொண்டு போவான். இருவரும் பேசிக்கொண்டு இருப்பார்கள். இவனுக்கு அவள் காபி மட்டும் தருவாள். அவள் சினிமாப் பத்திரிகைகள் எல்லாம் வாங்குவாள். கையில் காசு இருக்கும் போதெல்லாம் சினிமா வுக்குப் போவாள். நேரம் இருக்கும்போதெல்லாம் சினிமாக்களைப் பற்றியும் சினிமா சம்பந்தப்பட்டவர்கள் பற்றியும் ரொம்பத் தெரிந்தவள் மாதிரி சுவாரஸ்யமாக அரட்டை அடிப்பாள். சினிமா கம்பெனியில் வேலை செய்கிற அவளுடைய தம்பி 'நீ என்ன

வேணும்னாலும் செய்... ஆனா சினிமாவிலே சான்ஸு குடுக்கறேன்னு எவனாவது சொன்னா– அத்தெ நம்பிக்கினு மட்டும் போயிடாதே... நான் அங்கே இருக்கறதுனாலே என் மானத்தெக் காப்பாத்தறதுக்கோசரம் — அந்தப் பக்கம் வராதே' என்று எப்போதோ சொல்லி வைத்திருந்ததைத் தான் உறுதியாகக் கடைபிடிப்பதை இவனிடம் அவள் ஒரு முறை கூறினாள்.

– அவளோடு இவன் இரண்டு மாதம் வாழ்ந்திருக்கிறான். அதை நினைக்கையில் இப்போதும் மனசுக்குச் சுகமாக இருக்கிறது.

அருமையாக நேர்ந்த அந்த வாழ்க்கையை விடுத்து, வேறு வாழ்க்கைக்கு ஆசைப்பட்ட குற்றத்துக்கான தண்டனைதானோ இப்போது தான் அனுபவிக்கிற வேதனைகளும் அவமானங்களும் என்று எண்ணியவாறே அவன் சைக்கிளை மிதித்தான். இன்னும் ஒரு மைலாவது இருக்கும்.

தொடர்ந்து ஒரு வேலையும் கிடைக்காமல் இருந்த ஒரு சந்தர்ப்பத்தில் நந்தகோபால் வேலை செய்யும் இடத்துக்கு இவனைத் தேடி வந்தாள் கிரிஜா. ஆபீஸ் முடிகிற நேரமானதால் இவளைக் கொஞ்ச நேரம் காத்திருக்கச் செய்த பின் இவளுடனே அவனும் வெளியில் வந்தான். இருவரும் ஓட்டலுக்குப் போயினர். அவள் மிகவும் களைத்திருந்தாள். இவன் இரண்டு காபிதான் சொல்ல இருந்தான். அதை எப்படியோ புரிந்து கொண்டு அவள் சொன்னாள்: "எனக்கு வெறும் காபி மட்டும் போதாதுங்கோ... எதனாச்சும் சாப்பிடணுங்கோ..."

அவள் மனசின் வெண்மை இவனைக் கனிய வைத்தது. அன்று அவளை மிகுந்த அன்போடு இவன் உபசரித்தான். பகல் முழுவதும் அவள் சாப்பிடாதிருந்தாள் என்றும் இப்போது அவள் வேலை இல்லாமல் மிகவும் கஷ்டப்படுகிறாள் என்றும் தெரிந்த போது அவளுக்காக மனம் வருந்தினான். அவள் அவனிடம் ஏதாவது வேலைக்குச் சிபாரிசு செய்யச் சொன்னாள். நம்பிக்கை இல்லாமலே அவன் அவளுக்கு வாக்குறுதி தந்தான். மாலையில் அவளுடன் அவனும் அவள் வீடுவரை சென்று, சமையலுக்கான பொருள்களைக் கூட இருந்து வாங்கி, அதற்கு இவன் பணம் கொடுத்தான். அன்றிரவு இவனை அவள் தன்னுடன் வீட்டில் சாப்பிடச் சொன்னாள்.

அவள் சமையல் செய்கிற அழகைப் பக்கத்திலிருந்து அவன் பார்த்துக் கொண்டிருந்தான். இரவு அங்கு அவன் சாப்பிட்டான். அவனுக்குத் தன் தாயின் பரிவும் அவள் கைச் சமையலின் ருசியும் நினைவுக்கு வந்தது. அவள் தன் சமையல் அவன் ருசிக்கு

ஏற்கிறதா என்று மிகவும் பக்தி சிரத்தையுடன் வினவி வினவிப் பரிமாறினாள்.

அன்றிரவு இவன் அங்கே தங்க நேர்ந்தது. அந்த இரவில்தான் அவள் தன்னைப்பற்றியும் தன் தாய், தம்பி, வாழ்க்கை நிலைமைகளைப் பற்றியெல்லாம் இவனோடு மனம் விட்டுப் பேசினாள். திடீரென்று தோன்றிய ஒரு யோசனையை அவனிடம் அவள் வெளியிட்டாள். அவள் சொன்னாள்: "நீங்க மெஸ்ஸுக்குக் குடுக்கிற பணத்தை இங்கே கொடுத்தால் உங்களுக்கும் சமைச்சுப் போட்டு நானும் சாப்பிடுவேன்... என்னாங்கோ... உங்களுக்குச் சௌகரியப்படுமாங்கோ?..."

அவன் வெகுநேரம் யோசித்த பிறகு சம்மதித்தான். இதுவரை அவர்களிடையே வெறும் நட்பாக இருந்த உறவு அன்று அவனுக் கொரு புதிய அனுபவமாயிற்று. அது வாழ்க்கையிலேயே அவனுக்குப் புதிது. அதே மாதிரி ஒரு புதிய மனிதனைச் சந்திப்பது அவளுக்கும் முதலும் புதிதுமான அனுபவம்.

தான் எதனாலோ வெறுத்தும் பயந்தும் ஒதுக்கி வந்த குடும்ப வாழ்க்கை என்பது–ஒரு பெண்ணுடன் சேர்ந்து வாழ்தல் என்பது, எவ்வளவு சுகமான, சுவையான, அர்த்தமுள்ள அனுபவம் என்பதை அவன் கண்டு மயங்கினான்.

அந்த வீடும் அந்த வாழ்க்கையும் மிக மிக எளிமையானது. மாடியின்மீது கூரை போட்ட ஒரே அறையில்தான் சமையல், படுக்கை எல்லாம். குளிப்பதற்குக் கீழே வரவேண்டும். குண்டும் குழியுமான தரையில் பாய் விரித்துப் படுக்கவேண்டும். அவளுடைய அம்மாவோ தம்பியோ– அவர்கள் பகலில்தான் வருவார்கள்– அப்போது அங்கே இருக்க நேர்ந்தால்– இப்போது தான் வந்தது போல் நடிக்கவேண்டும். இதெல்லாம் அவனுக்கு மிகவும் பிடித்திருந்தது.

தான் கல்யாணமே வேண்டாம் என்று பயந்திருந்த காரணங்களை அவளிடம் சொன்னபோது அவள் சிரித்தாள்: "உங்க நைனா, அம்மாவைக் கொடுமைப்படுத்தினாருன்னா பயந்துகினு இருந்தீங்கோ? ஒரு பொண்ணுக்கு இந்தப் பயம் வந்தா நாயம்... ஆம்பளைக்கு இதிலே என்னாங்கோ பயம்? அவரை மாதிரி நீங்க உங்க பெண்சாதியே அடிக்காம இருந்தா சரியாப்பூடுது..."

அவன் அவளிடம் கல்யாணத்தைப் பற்றியும், ஊரிலிருந்து அம்மா எழுதுகிற கடிதங்களைப் பற்றியும் பேசினான். இருவரும் ஒன்றாக வாழ்ந்துகொண்டு தான் இன்னொருத்தியைக் கல்யாணம் செய்து கொள்கிற விஷயமாக அவன் அவளிடம் பேசுவதும்,

அதற்கு உடன்பாடாக அவளும் அவனை வற்புறுத்துவதும் முரண்பாடான விஷயமாகவோ பொருத்தமற்றதாகவோ இருவருக்குமே தோன்றவில்லை. தனித்தனியாக இருக்கிற நேரத்தில் மனசின் ஆழத்தில் ரகசியமாக அந்த முரண்பாடு தோன்றியதன் காரணமாகவே அவர்கள் அது குறித்து மிகச் சாதாரணமாகவும் அதிகமாகவும் பேசினார்கள் போலும்.

கடைசியில் ஒரு நாள் நந்தகோபால் தன் தாய் வற்புறுத்திச் சொல்கிற தனது சொந்தத்துப் பெண்ணும் பத்தாவது படித்தவளும் மிகச் செல்லமாக வளர்க்கப்பட்டவளும், இதற்கு முன்னால் இவனே பார்த்து அழகிதான் என்று ஒப்புக்கொள்ளப்பட்ட வளுமான வத்ஸலாவைக் கல்யாணம் செய்து கொள்ளச் சம்மதம் தெரிவித்துக் கடிதம் எழுதியபின் அந்தச் செய்தியை கிரிஜா விடமும் கூறினான்.

அவள் மனத்தினுள் அவளே உணராத வண்ணம் ரகசியமான ஏமாற்றமும் வருத்தமும் அடைந்தாலும், மனம் நிறைந்த சந்தோஷத்துடனும் சிரிப்புடனும் அவனைப் பாராட்டினாள். 'புது மாப்பிள்ளை புது மாப்பிள்ளை' என்று பரிகாசம் செய்தாள். என்னென்னவோ புத்திமதிகள் கூறினாள். அவனைவிட அனுபவமும் முதிர்ச்சியும் உடையவள் என்பதால் அவனுக்கு நிறையவும் கற்றுத் தந்தாள். அதற்காக அவன் அவளிடம் மிகுந்த நன்றி பாராட்டினான். பெண் என்றாலே பயந்தும் வெறுத்தும் ஓடிய தன்னைக் கல்யாணத்துக்கும், குடும்ப வாழ்க்கைக்கும் தயார்ப்படுத்திய பொறுப்பு அவளுடையதுதான் என்று அவன் நம்பியது மாத்திரமல்லாமல் அவளிடமே அதைத் தெரிவித்தான். அப்போதெல்லாம் என்னவென்று விளங்காத ஓர் உணர்ச்சியுடன் வாய்க்குள் அவள் சிரித்துக் கொள்வாள்.

அவளோடு சேர்ந்து இவன் இருந்த அந்த இரண்டு மாத காலத்தில், பக்கத்திலுள்ள ஒரு நர்சரி பள்ளியில் 'அன்ட்ரெயின்ட்' டீச்சராக, ஒரு டெம்பரரி வேலையும் அவள் சம்பாதித்துக் கொண்டிருந்தாள். மாலை நேரங்களில் தையல் கிளாசுக்குப் போனாள். ஏற்கனவே அவளுக்கு டெய்லரிங் கொஞ்சம் தெரியுமாம்.

அவனுடைய கல்யாணத்துக்குத் தேதி குறிக்கும்வரை அவன் அவளோடுதான் இருந்தான். பின்னர் அவளேதான் கூறினாள்: "நான் சொல்றேன்னு தப்பா நெனைச்சுக்காதீங்கோ. இன்னும் ஒரு மாசம்தான் இருக்கிறது கல்யாணத்துக்கு... நீங்க உங்க மெஸ் ஸுக்கே போயிடுங்கோ... உடம்பெ நல்லாப் பாத்துக்குங்கோ... நல்லாச் சாப்பிடுங்கோ... கல்யாணத்துக்கு அப்பாலே ஒரு

ஃபிரண்டு மாதிரி வந்து பாருங்கோ. எனக்குச் சந்தோஷமா இருக்கும்."

–அப்போது அவள் கண் கலங்கியதை எண்ணி இப்போதும் மனம் பொருமிய நந்தகோபால் அவள் வீட்டு வாசலில் சைக்கிளை நிறுத்திப் பூட்டிவிட்டு மாடியை அண்ணாந்து பார்த்தான். மாடி மீதுள்ள கூரையின் சிறிய ஓட்டைகளினூடே உள்ளே விளக்கு எரிவது தெரிந்தது. தீக்குச்சியைக் கிழித்து வாட்சில் மணி பார்த்தான்– பன்னிரண்டு.

திடீரென்று தன்னைப் பார்க்கும் அவளுடைய ஆச்சரியத்தை எண்ணிக்கொண்டு, அவளைப் பார்க்கப் போகிற ஆவலில் நெஞ்சு படபடக்க அவன் படியேறினான்.

மேல் படியிலிருந்து அவன் தலை தெரியும்போது காலடிச் சத்தம் கேட்டுத் தையல் மிஷின் அருகே ஸ்டூலில் உட்காந்து, எதையோ ஊசியால் பிரித்துக் கொண்டிருந்த கிரிஜா, "யாராது?" என்ற அதட்டல் குரலுடன் எழுந்தாள்.

"நான்தான்" என்று இவன் பேரைச் சொல்வதற்கு முன் அவள் சந்தோஷம் தாங்க முடியாமல் "ஹை! நீங்களா! வாங்கோ" என்று வரவேற்றாள். அவனைத் தழுவிக் கொள்ளப் பரபரத்த கைகளின் விரல்களைத் திருகித் திருகி நெட்டி முறித்துக் கொண்டே, "என்ன இந்த நேரத்திலே?... உக்காருங்கோ... சாப்பா டெல்லாம் ஆச்சா?" என்று பலவாறு கேட்டுக் கொண்டே பாயை எடுத்து விரித்து உட்காரச் சொன்னாள்.

"திடீர்னு உன்னைப் பார்க்கணும்னு தோணிச்சு– வந்தேன்" என்றான். அவள் கலவரமடைந்தாள். அது அவனுக்குத் தெரியாத வண்ணம் சமாளித்துச் சிரித்தாள். "தாகத்துக்குச் சாப்பிடுங்கோ" என்று தம்ளரில் தண்ணீர் எடுத்துக் கொடுத்தாள்.

இருவருக்குமே திகைப்பும் படபடப்பும் அடங்கச் சற்று நேரம் பிடித்தது. அவன் அந்தப் புதிய தையல் மிஷினைப் பார்த்து அதைப் பற்றி விசாரித்தான். அவள் தான் டெய்லரிங் பாஸ் பண்ணியதையும், இன்ஸ்டால்மெண்டில் இதை வாங்கி இருப் பதையும் இதில் நிறையச் சம்பாதிப்பதையும், இந்த மாதம் மூணு பவுனில் ஒரு செயின் வாங்கிப் போட்டுக் கொண்டதையும் காட்டி–"ஸ்கூல் வேலையை விட்டுடலீங்கோ" என்று கூறித் தனது நல்ல நிலைமையை விளக்கி அவனைச் சந்தோஷப்படுத்தினாள். அவன் மனசுக்கு அவள் கூறியவை மிகவும் இதமாக இருந்தன. அவன் ரொம்ப மகிழ்ச்சியடைந்தான்.

"நீங்க எப்படி இருக்கிறீங்கோ?... உங்க 'வய்ப்' நல்லா இருக்காங்களாங்கோ?" என்று குதூகலமாய் அவள் விசாரித்த

போது அவன் பெருமூச்சுடன் அவளைப் பார்த்து வருத்தமாகச் சிரித்தான்.

அவள் தையல் மிஷின் மீது குவிந்து கிடந்த தைத்த, தைக்க வேண்டிய, வெட்டிய, வெட்டவேண்டிய புதுத்துணிகளை யெல்லாம் எடுத்துப் பிரித்து ஒவ்வொன்றாக ஒரு பெட்டியினுள் மடித்து வைத்து இவனோடு பேசிக்கொண்டிருப்பதற்காக வேலை களை 'ஏறக் கட்டி'க் கொண்டிருந்தாள். அவன் ஏதோ வருத்தத்தில் இருக்கிறான் என்று அவளுக்குப் புரிந்தது. அதற்காகத்தான் அவன் சந்தோஷப் படத்தக்க விஷயங்களை முந்திக்கொண்டு அவள் சொன்னாள். இதனைப் புத்திசாலித்தனத்தால் செய்யவில்லை; நல்லியல்பால் செய்தாள். எனவே இப்போது அவன் வருத்தம் அறிவுக்குப் புரிய, தானும் வருந்தினாள்.

அவன், ஒரு சிகரெட்டைப் பற்ற வைத்துக்கொண்டு நெஞ்சு நிறையப் புகையிழுத்துக் கூரையை நோக்கி நீளமாக ஊதி விட்டான். சிகரெட்டின் சாம்பலை மிகக் கவனமாக விரலிடுக்கில் உருட்டித் தட்டிக்கொண்டே அவள் முகத்தைப் பாராமல் வருத்தம் தோய்ந்த குரலில் சொன்னான்: "நான் உனக்குச் செஞ்ச பாவத் துக்கு இப்ப அனுபவிக்கிறேன். நான் உன்னையே கல்யாணம் பண்ணிக் கிட்டிருக்கலாம். ஓ! இப்ப என்ன பண்றது?" என்று புலம்பிக் கொண்டிருந்தவனின் அருகே வந்து உட்கார்ந்து கொண்டாள் கிரிஜா.

கல்யாணம் முடிந்து தன்னோடு புறப்பட்டபோது அவள் ஆரம்பித்த அழுகையை இன்னும் நிறுத்தவில்லை என்றும், அவளுக்குத் தன்னோடு வாழ்வதில் சந்தோஷமில்லை என்றும், தன்னை அவள் அவமதிப்பதையும், இன்று கூடத் தலையில் அடித்துக் கொண்டதையும்... அவன் வாய் ஓயாமல் வத்ஸலாவைப் பற்றிப் பேசித் துயரத்தை அதிகப்படுத்திக் கொண்டிருந்தான்.

தையல் மிஷினுக்குப் பக்கத்திலிருந்து எண்ணெய் போடுகிற 'ஆயில் கேனை' எடுத்துக் கால் பெருவிரலுக்கும் அடுத்த விர லுக்கும் இடையேயுள்ள புண்ணுக்கு எண்ணெய் விட்டுக் கொண்டே, அவன் புலம்புவதையெல்லாம் மௌனமாகக் கேட்டுக் கொண்டிருந்தாள் கிரிஜா.

"பாவங்கோ– அது அறியாப் பொண்ணு தானேங்கோ?" என்று அவள் சொன்னதைக் கேட்டு அவன் ஒன்றும் புரியாமல் தலை நிமிர்ந்து அவளைப் பார்த்தான்.

"உங்களைக் கல்யாணம் பண்ணிக்கினதுனாலேயே உங்களுக்குச் சமமா ஆயிடுவாங்களாங்கோ அவுங்க?... அப்பா

அம்மாவுக்கு ரொம்பச் செல்லப் பொண்ணுன்னு நீங்க தானேங்கோ சொல்லி யிருக்கீங்கோ? எல்லாரையும் விட்டுட்டு வேற ஒரு ஊரிலே தனியா உங்களோட வந்து வாழறப்ப அந்தக் கொழந்தை மனசு எப்படிங்கோ இருக்கும்? அதெப் புரிஞ்சு நீங்கதான்– அட்ஜஸ்ட் பண்ணி நடக்கணும். நீங்க 'டிரெய்ன்ட்' இல்லீங்களா? ஒரு ஆம்பளைங்கறதே அவுங்களுக்குப் புதுசு இல்லீங்களா? பயமா இருக்கும்ங்கோ; அருவருப்பாக்கூட இருக் கும்ங்கோ... நான் உங்ககிட்ட அப்படியெல்லாம் இருந்தேன்னா அதுக்குக் காரணம் என்னாங்கோ? நான் 'எக்ஸ்பீரியன்ஸ்ட்' இல்லீங்களா?... யாருங்கோ 'வய்ஃபா' இருக்கிறதுக்கு டிரெயின்ட் ஹாண்ட் கேக்கறாங்கோ? இப்ப சொல்றீங்களே– என்னையே கல்யாணம் பண்ணி இருக்கலாம்னு– அப்ப ஏங்கோ அது தோணலே? நான் ஏற்கெனவே 'டிரெய்ன்ட்'ங்கற 'டிஸ்குவாலிஃபி கேஷன்' தாங்கோ அதுக்குக் காரணம்! அதனாலே, உங்க வய்ஃபைவிட நீங்க அனுபவஸ்தர்ங்கிறதை நெனப்பிலே வெச்சிக் கணும். அவங்க கொழந்தைன்னு புரிஞ்சுக்கணும். நான் உங்ககிட்டே இருந்த மாதிரி நீங்க அவுங்ககிட்டே இருக்கணும். அப்படித்தான்... போகப் போக எல்லாம் சரியாப் போயிடுங்கோ..." என்று அவள் எல்லாவற்றையும் லேசாக்கி விட்டதை நினைத்து அவன் ஆச்சரியப்பட்டான்; இவளிடம் வர வேண்டுமென்று தான் நினைத்தது எவ்வளவு சரியானது என்று எண்ணினான்.

அவள் இவ்வளவு நேரம் பேசிக்கொண்டிருந்ததால் நிறுத்தி யிருந்த– கால் விரலிடுக்கில் எண்ணெய் விடுகிற– காரியத்தில் மறுபடியும் முனைந்தாள்.

"என்ன காலிலே?" என்று அவள் அருகே நகர்ந்து குனிந்து பார்த்தான் அவன்.

"போன வாரம் புதுசா செருப்பு வாங்கினேன். கடிச்சிடுச் சுங்கோ... மிஷின் தைக்கறதிலே விரல் அசையறதினாலே சீக்கிரம் ஆற மாட்டேங்குது" என்று சொல்லிக் கொண்டே இருந்தவள் அவன் முகத்தை நிமிர்ந்து பார்த்து ஒரு சிரிப்புடன் சொன்னாள்: "பார்த்தீங்களாங்கோ... செருப்புக் கூடப் புதுசா இருந்தா கடிக்கு துங்கோ... அதுக்காகப் பழஞ்செருப்பை யாராவது வாங்கு வாங்களாங்கோ?"

அவள் சிரித்துக் கொண்டுதான் சொன்னாள். அவன் அவள் கைகளைப் பிடித்துக் கொண்டு அழுதுவிட்டான்.

---

ஆனந்த விகடன், 1971

# சீசர்

நிலைமை ரொம்பவும் ரசாபாசமாகிவிட்டது. கீழேயிருந்து கிளம்பிய திடீர்ச் சந்தடியில்– அப்பாவின் உரத்த குரலைக் கேட்டு, மாடியில் தூங்கிக் கொண்டிருந்தவன் திடுக்கிட்டு விழித்து, எழுந்திருக்கப் பயந்து கொண்டு, இந்தச் சமயத்தில் அப்பாவின் கண்ணில் பட்டுவிடக் கூடாதே என்று– எழுந்து பார்க்காமலே எல்லாவற்றையும் புரிந்து கொண்டு, கீழே கும்பல் கூடி நிற்கிற அவர்கள் முகத்தில் விழிக்க விரும்பாத தர்மசங்கடத்தில் கால்மணி நேரமாய் நான் படுத்துக் கொண்டேயிருக்கிறேன். இதோ, என் தலைமாட்டிலிருக்கிற ஜன்னல் வழியாகப் பார்த்தால் எல்லாமே தெரியும்.

அபவாதத்துக்கு ஆளாகி நிற்கிற மங்களம்– சீதாராமய்யரின் மனைவி– பரிதாபகரமான அழுகைக் குரலில் தெய்வத்திடம் முறையிடுகிற மாதிரி எல்லோரையும் சபித்து அலறுகிற குரல் கேட்கிறது:

“நீங்களெல்லாம் நன்னா இருப்பேளா?...இப்படி அபாண்டமா சொல்றேளே... அவர் வரட்டும்... கைநெறய நெருப்பை அள்ளிண்டு நான் சத்தியம் பண்றேன்...”

அவள் அலறியபோது வார்த்தைகள் தெளிவாகக் கேட்காமல் ஆங்காரமும் கோபமும் கிறீச்சிட்டு அழுகையில் குழம்புகிறது.

ஏதோ கைகலப்பு மாதிரி, யாரையோ யாரோ பிடித்து இழுக்கிற மாதிரி, கொண்டுபோய்ச் சுவரோரமாகத் தள்ளுகிற மாதிரியெல்லாம் சத்தங்கள் கேட்கின்றன.

“ராஸ்கல்! எங்கேடா ஓடப் பாக்கறே? சீதாராமய்யர் வரட்டும். அவர் கையிலே செருப்பைக் குடுத்து உன்னை அடிக்கச் சொல்லலேன்னா என் பேரை மாததி வச்சுக்கோ. அவர் வீட்டிலே தண்டச்சோறு திங்கறதுமில்லாமல்... துரோகிப் பயலே! நானானா வெட்டிப் போட்டுடுவேன் உன்னை, இப்போவே”– அப்பா, சாமி வந்த மாதிரி குதிக்கிறார். அப்பாவுக்குத் தான் சாமி வருமே அடிக்கடி. காலையிலிருந்து இது மூணாவது தடவை. இப்போ அம்மாவும் கூடச் சேர்ந்து கொண்டாள்.

"ஐயோ! உங்களுக்கு ஏன்னா தலையெழுத்து? அந்தப் பிராமணர் மொகத்தைப் பார்த்து நாம்ப இடம் கொடுத்தோம். கண்ட செனிகளையும் இழுத்துண்டு வந்து ஆத்திலே விட்டுட்டு அவரானா கார்த்தாலே போய்ட்டு ராத்திரி வரார். இங்கே நடக்கற கண்றாவியெல்லாம் நாம்பன்னா பார்க்க வேண்டி இருக்கு... அவர்கிட்டே சொல்லி இதுக்கு ஒரு வழி பண்ணுங் கோன்னு சொன்னா... உங்களை யார் இப்படி வந்து நிக்கச் சொன்னா? கர்மம்! வாங்கோ உள்ளே."

"நீ போடி உள்ளே"–இந்த உறுமல் போறும். அம்மா இத்தனை நேரம் உள்ளே போயிருப்பாள்.

"ஸார், நீங்க கொஞ்சம் பொறுமையா இருங்கோ; சீதா ராமய்யர் வரட்டும். அவா எப்படிப் போனா நமக்கென்ன?..." எதிர்ப் போர்ஷன் நாராயணன் அப்பாவைச் சமாதானம் பண்றார்போல இருக்கு.

"நமக்கென்னவா? நாலு சம்சாரிகள் குடி இருக்கிற இடத்தில் இந்த அக்கிரமம் அடுக்குமாங்காணும்? பசுமாதிரி அந்த மனு ஷனுக்கு இவா பண்ற துரோகத்துக்கு நாமும் துணை போற மாதிரின்னா ஆயிடும்?" வீடே இடிந்து போகிற மாதிரி அப்பா கத்துகிறார். வீட்டுக்காரர் இல்லையா! எல்லாக் குடித்தனக்காரர் களும் வாசலில் கும்பல் கூடி நிற்கிறார்கள் போல் இருக்கிறது. நல்ல வேளை! சின்னப் பசங்கள் யாரும் இல்லை. எல்லாம் பள்ளிக்கூடம் போயிருக்கும். இந்த அப்பாவுக்குக் கொஞ்சம்கூடப் புத்தி கிடையாது. சீ! மனுஷன் சுத்த அல்பம். காலையிலேயே எனக்குத் தெரியும், இப்படி என்னமோ நடக்கப் போறதுன்னு. கொஞ்ச நாளாகவே பொம்மனாட்டிகள் எல்லாம் ஒத்துமையாக் கூடிண்டு– இதிலே மங்களத்தை மட்டும் சேர்த்துக்காமல்– ரகசியம் பேசினா. அப்புறம் காலையிலே அம்மா போயிப் போயி அப்பாவோட ரகசியம் பேசினா. அப்பா மூக்கை வெடச்சிண்டு, செருமிச் செருமி உறுமிண்டு, முற்றத்தில் போய் நின்னுண்டு சீதா ராமய்யர் வீட்டை மொறைச்சுப் பார்த்தார். அப்பவே எனக்குத் தெரியும், என்னமோ ரகளை நடக்கப் போறதுன்னு. நான் ஒரு மடையன். பத்து மணிக்கிச் சாப்பாடானதும் வழக்கம் போல எங்கேயாவது வெளியில் போய்த் தொலைந்திருந்தால் இந்தக் கர்மத்தையெல்லாம் காது கொடுத்துக் கேட்க நேர்ந்திருக்காது. பேப்பரிலே 'வான்டட் காலம்' பார்த்துண்டே தூங்கித் தொலைந்தேன்.

காலையிலே நான் சாப்பிடும்போதே தட்டிலே சாதத்தைப் போட்டுட்டு அம்மா அப்பாகிட்டே ஒரு தடவை ஓடி என்னவோ கையையும் காலையும் ஆட்டிண்டு ரகசியக் குரலிலே பேசிண்டிருந்தாள். அப்போவே, அவா ரகசியம் அசிங்கமா இருந்தது; அல்பமா இருந்தது.

நான் சாதத்தைத் தட்டில் பிசைந்து கொண்டே மோருக்காகக் காத்திருந்தேன், யார் எப்படிப் போனால் இவாளுக்கென்னவாம்? எதுக்காக யாரைப் பத்தியாவது அபாண்டமா ஏதாவது சொல்லணும்? இதிலே இவாளுக்கு ஒரு சந்தோஷம் இருக்குன்னு தெரிஞ்சப்போ இவாளுக்குப் பிள்ளையாய்ப் பிறந்ததுக்காகச் சுவத்திலே முட்டிக்கலாம் போலிருந்தது.

"அம்மா..."ன்னு பல்லைக் கடிச்சிண்டு கத்தினேன். "எனக்கு மோரை ஊத்தித் தொலைச்சுட்டு அப்பறமாப் போயி ஊர்வம்பு அளக்கலாம்."

அவ்வளவுதான்; அப்பாவுக்கு சாமி வந்துடுத்து; "துரைக்கு ஆபீசுக்கு நேரமாயிடுத்தோ?"ன்னு ஆரம்பிச்சவர் நான் சாப்பிட்டு எழுந்திருக்கிறத்துக்குள்ளே நூறு 'தண்டச் சோறு' போட்டுட்டார். நான் தலையைக் குனிஞ்சிண்டு, இன்னும் நன்னா தட்டிலே கவிழ்ந்துண்டு– கண்ணிலேருந்து தண்ணி முட்டிண்டு வந்து சாதத்திலே விழறது– எல்லாத்தையும் சேர்த்துக் கரைச்சுக் குடிச்சுட்டு மாடிக்கு வந்து விழுந்தது தான்.

'தண்டச்சோறு, தண்டச்சோறு'ன்னு வார்த்தை கேட்டுண்டே வயத்தை நிரப்பிக்கிறது எனக்கு வழக்கமாப் போச்சு. எங்கேயாவது ஓடிடலாமான்னு தோண்றது; எங்கே ஓடறது? எவ்வளவு அப்ளிகேஷன் போடறது? எத்தனை பேரைத்தான் பார்த்துப் பல்லைக் காட்டறது? உடம்பாவது வாட்ட சாட்டமா இருக்கா? மிலிட்டிரிக்குப் போகலாம்னு போனா 'வெய்ட்' இல்லேன்னு அனுப்பிச்சுட்டான். எஸ்.எஸ்.எல்.சி. படிச்சவனுக்கு என்ன உத்தியோகம் கிடைக்கும். இந்தக் காலத்திலே. பிஏ., எம்.ஏ., எல்லாம் திண்டாடறான். என்ன வேலையானாலும் நான் செய்யத் தயார் தான். நம்ம சீதாராமய்யர் கிட்டே கூடத்தான், 'உங்க கான்டீன்லே வந்து சர்வர் வேலை செய்றேன்'னு சொல்லி வச்சிருந்தேன். ஆனால் அவா காண்டீன்லே போன வாரம் 'ரிட்ரெஞ்ச்மெண்ட்' ஆயித்தானே அந்த மணி வந்து இவாத்திலே உட்கார்ந்துண்டு இப்போ இவ்வளவு ரகளையும் ரசாபாசமும் ஆகி இருக்கு.

'சீதாராமய்யர் ஆத்திலே மணி தண்டச்சோறு தின்னால் இந்த அப்பாவுக்கு என்னவாம்? என்னை இவர் 'தண்டச்சோறு'ன்னு

சொல்றபோதெல்லாம் அந்த மணியையும் சேர்த்துக்கறார்னு எனக்குத் தெரியும். இவர் மட்டும் என்னவாம்! உடம்பு வளைஞ்சு எங்கேயாவது ஒரு மாசம் வேலை செய்திருக்கிறாரா? தாத்தா கட்டிப்போட்ட வீடு. அஞ்சறைப் பெட்டி மாதிரித் தடுத்து நானூத்தி எண்பது ரூபாய் வாடகை வரது. சீட்டாடிண்டே இவர் காலத்தைத் தள்றார். இவரே சம்பாதிச்சு இந்த வீட்டைக் கட்டி இருந்தார்னா, ஒருவேளை கூட இந்த வீட்டிலே நான் சாப்பிட மாட்டேன். இதெல்லாம் கேக்கறதுக்கு ரொம்ப நாழியாகுமா? சில சமயங்களில் கேட்டே விடலாமானு கூடத் தோன்றது. கேட்டுடறது ஒண்ணும் கஷ்டமில்லே. கேட்டுட்டு அப்புறம் என்ன பண்றது? அப்புறமும் இங்கேயே உட்கார்ந்து தண்டச்சோறு தானே திங்கணும்? நான் தண்டச் சோறு திங்கறது உண்மை தானே? இதுக்கு 'நீங்க திங்கறதும் தண்டச்சோறுதான்'னு சொல்றது பதில் ஆயிடுமா? இந்த வீட்டைத் தாத்தா கட்டி இருந்தால் என்ன, முப் பாட்டன் கட்டி இருந்தால் என்ன? இப்போது இந்தக் குடும்பத்துக்கு அதிகாரி அப்பாதானே! அவர் எவ்வளவு முரடனாக இருந்தாலும், முன்கோபியாக இருந்தாலும், அல்பமாக இருந்தாலும் அவருக்கு மரியாதை கொடுக்க வேண்டும். அவரை நேரில் முகத்துக்கு முகம் பார்த்துட்டா 'ஆகட்டும்' 'சரி' 'உண்டு' 'இல்லே'ன்னு ஒவ்வொரு வார்த்தைதான் பேச முடியறது. அவர் சத்தம் போட்டுட்டால் அது கூட வரமாட்டேனென்கிறது. இப்போ கொஞ்ச நாளாத்தான் அப்பா என்னை அடிக்கிறதில்லை. ஆனால் அடிச்சுடுவாரோ என்கிற பயம் இப்போதும் இருக்கு. அப்பா இருக்கிற வரைக்கும் அந்தப் பயம் இருக்கும் போல இருக்கு.

அதோ, அப்பா கூப்பிடறார்.

"இதோ வந்துட்டேன்... இங்கேதான் இருக்கேன்"... வேஷ்டியை இழுத்துச் செருகிண்டு படபடன்னு மாடிப் படியிலே இறங்கி ஓடறேன்.

நான் நினைச்சது போலவே விஷயம் ரொம்ப முற்றித்தான் போய்விட்டது. முற்றத்திலே எல்லாரும் கூட்டமா நிக்கறா. மங்களம் என்னைப் பார்த்துட்டு முறையிடற மாதிரி உதடு பிதுங்க அழறாள். மணி பயந்துபோய் முழங்காலைக் கட்டிண்டு குனிந்த தலையுடன் உட்கார்ந்திருந்தான். யாரோ பிடிச்சு உலுக்கின மாதிரி அவன் தலைமயிர் கலைந்திருக்கு; சட்டைகூட காலர்கிட்டே கொஞ்சம் கிழிந்திருக்கு. தன் உடம்பு பலத்தாலே அவனை ஒரு பக்கம் அடக்கி உட்கார வைத்துவிட்ட திமிரில் அப்பா மடித்துக்

கட்டிய வேஷ்டியோடு காலை அகட்டிக் கொண்டு இடுப்பிலே ஒரு கையை வைத்து நெப்போலியன் மாதிரி நிற்கிறார். அவருக்குப் பின்னால் ஒரு பீரங்கிப் படை வரிசை இல்லை. அவ்வளவு தான். அப்பாவின் அட்டகாசத்தில் எல்லாரும் கிலியடித்துப் போயிருக் கிறார்கள் என்று தெரிகிறது. யார் என்ன பேசினாலும் இப்போது அவர் எடுத் தெறிந்து பேசிவிடுவார் என்கிற பயத்தால் நியாய அநியாயம் தெரிந்தவர்கள் கூட– பயம் வந்துவிட்டால் நியாய அநியாயம் எங்கே தெரிவது?– என்னை மாதிரியே அப்பாவைச் சார்ந்தவர்கள் மாதிரி அடங்கி இருக்கிறார்கள்.

மங்களம் அழுவது ரொம்பப் பாவமாக இருக்கிறது. மணியை அடித்தோ இழுத்தோ அவன் மீது கைநீட்டி இருக்கிற அப்பாவின் செய்கை, அவர் எவ்வளவு ரவுடித்தனமானவர் என்று கண் ணெதிரே நிரூபணமாகிறதுபோது அவமானம் என்னைப் பிடுங்கித் தின்கிறது.

இவருடைய கோபத்துக்கும் இந்தக் காரியங்களுக்கும் உண்மை யிலேயே நியாயமிருந்தாலும் இவரே தன் வாயால் பசு என்றும், நல்லவர் என்றும் யோக்கியர் என்றும் சொல்லுகிற அந்த சீதா ராமய்யருக்கு இவரது இந்தச் செய்கையால் ஏற்பட்டுவிட்ட அவமானம் புரியாத இவரது அறியாமை எனக்கு இன்னும் வருத்தமாக இருக்கிறது. இந்த அப்பாவின் குணம் எனக்குத் தெரியும். இவர் வெட்டிவிட்டுக் கட்டிக்கொண்டு அழுவார்.

மாடியிலிருந்து இறங்கி வருவதற்குள் ஆத்திரம் தாங்காத அப்பா என்னை மேலும் இரண்டு தரம் கூப்பிட்டு விட்டார். முதல் குரல் 'டே அம்பி' இரண்டாவது என் பெயரைச் சொல்லி; மூன்றாவது பல்லைக் கடித்துக் கொண்டு 'ஏ, தடியா?

நான் எதிரே வந்து நிற்கிறேன். உள்ளுக்குள் என்னமோ நடுங்குகிறது.

"அந்தக் கேன்டீனுக்குப் போய்க் கையோட சீதாராமய்யரை இழுத்துண்டு வா... போடா"

அவ்வளவுதான்; 'அந்த அளவுக்குத் தப்பித்தேன்' என்று நான் வெளியே ஓடுகிறேன். தெருவுக்கு வந்த பிறகு மெதுவாக நடக்க ஆரம்பித்து நிதானமாக யோசிக்க ஆரம்பிக்கிறேன்.

எவ்வளவு பயங்கரமான, சிக்கலான, 'ஸென்ஸிடி'வான, இன்னொருவர் பெண்டாட்டி சம்பந்தமான விஷயத்தில் முன் யோசனை இல்லாமல் முரட்டுத்தனமான இந்த அப்பா தலையிட்டு விட்டாரே! இது எங்கே போய் நிற்கும், என்ன ஆகும்? என்று எனக்குப் பயமாக இருக்கிறது.

சீதாராமய்யர் ரொம்ப சாது; நல்லவர். நான் சின்னக் குழந்தையாக இருக்கிற போதிலிருந்தே அவரைத் தெரியும். அவருக்குக் கோபம் வந்து நான் ஒரு நாள் கூடப் பார்த்ததில்லை. எப்போதும் சிரிச்சிண்டே இருப்பார். இல்லேன்னா யாரையாவது சிரிக்க வச்சுட்டு வாயை மூடிண்டு பேசாமல் இருப்பார். அவர் 'ஜோக்' அடிச்சு யாரும் சிரிக்கலேன்னா அவரே சத்தம் போட்டுச் சிரிச்சுடுவார். ரெண்டு வருஷத்துக்கு முன்னாலே வரைக்கும், இப்போ நான் இருக்கேனே இந்த மாடி ரூமிலேதான் அவர் ஒண்டிக்கட்டையா இருந்தார். 'வெயிட் லிப்ட்' பண்றமாதிரி, கர்லாக்கட்டை சுத்தற மாதிரியெல்லாம் போட்டோ பிடிச்சு ரூம் நிறைய மாட்டி வச்சிருப்பார். நான் சின்னப் பையனா இருக்கிற போது அந்த விவேகானந்தா உடற்பயிற்சிக் கழகத்துக்கு என்னையும்கூட அழைச்சிண்டு போவார். ஊற வைத்த பச்சைக் கடலையை எனக்கும் ஒரு பிடி அள்ளித் தருவார். அவருக்கு கல்யாணம் ஆன பிறகு அதையெல்லாம் விட்டுட்டார்.

நாற்பது வயது வரைக்கும் பிரம்மச்சரியம் ரொம்ப உசத்தி என்று கடைபிடித்துக்கொண்டு வந்தவர் திடீரென்று ஒரு நாள் கலியாணம் செய்து கொண்டு மங்களத்தோடு வந்து நின்றார். அந்தக் கல்யாணம் எப்படி நடந்தது என்பதைக் கதை மாதிரி எல்லாரும் பேசிப் பேசி எல்லாருக்கும் அது தெரியும். அவரே சில சமயம் முற்றத்திலே வந்து நின்று கொண்டு குழாயடியிலே தண்ணி பிடிக்கிறவாகிட்டே சிரிக்கச் சிரிக்கச் சொல்லுவார். மங்களம் வீட்டுக்கு உள்ளே இருந்தே சிரிச்சுக்குவாள்.

கான்டீனுக்கு இன்னும் ஒரு பர்லாங்கு இருக்கு. அது ஒரு ட்யூடோரியல் காலேஜ்லே இருக்கிற கான்டீன். அந்தப் பிரின்ஸிபால் இவரோட கூடப் படிச்சாராம். அதனாலே இவருக்கு இங்கே ரொம்பச் சலுகை. ஆனாலும் சலுகை தருகிறார்கள் என்பதற்காகப் பெற்றுக் கொள்ளக்கூடாது என்பார் இவர்.

இப்போது அவர்கிட்டே போய் நான் என்னன்னு சொல்லி அழைச்சிண்டு வரது? என் வாயாலே நான் ஒண்ணும் சொல்லப் போறதில்லை. நான் சின்னப் பையன் தானே... 'மாமா, அப்பா உங்களைக் கையோட அழைச்சிண்டு வரச் சொன்னார். ஏதோ அவசரமாம்'னு சொல்லப் போறேன்.

சீதாராமய்யரை நான் நேரிலே பார்க்கும்போது 'மாமா'ன்னு தான் கூப்பிடுவேன். ஆனால் மனசிலே நினைச்சுக்கறது 'சீதாராமய்யர்'தான்.

சீதாராமய்யர் இரண்டு வருஷத்துக்கு முன்னே பாலக் காட்டுக்குப் போனார். அவர் அக்கா பெண்ணுக்குக் கல்யாணம்னு பத்திரிகை வந்தது. அந்த அக்காவுக்கு இவர் மாசாமாசம் ஐம்பது ரூபாய் மணி ஆர்டர் பண்ணுவார். கலியாணத்தன்னிக்கு மாப்பிள்ளை வீட்டுக்காராளோட ஏதோ தகராறாம். தாலி கட்டப் போற நேரத்திலே, ‘கட்டப்படாது’ன்னு தடுத்து அந்த மாப்பிள்ளையோட அப்பா அவனை இழுத்துக் கொண்டு போயிட்டாராம். அந்த மாப்பிள்ளை என்னை மாதிரி ஒரு சோப்ளாங்கியாக இருப்பான் போலிருக்கு... என்ன பண்றது? இவரோட அக்கா வந்து ‘என் மானத்தைக் காப்பாத்துடா தம்பி’ன்னு இவர் கிட்டே அழுதாளாம். உடனே அதுவரைக்கும் எல்லாரையும் உபசாரம் பண்ணிண்டிருந்த பெண்வீட்டுக்காரரான சீதாராமய்யர் ‘கெட்டி மேளம் கெட்டிமேளம்’னு கத்திண்டே ஓடிப்போய் மணையிலே உட்கார்ந்து மங்களத்தின் கழுத்திலே தாலியைக் கட்டிட்டாராம்.. இதை அவர் சொல்லும்போது எல்லாரும் விழுந்து விழுந்து சிரிப்பார்கள். அவர் வீட்டிலே இருக்கிறபோது இந்த மாதிரி எதையாவது சொல்லி மங்களத்தையும் மற்றப் பேர்களையும் சிரிக்க வைத்துக் கொண்டிருப்பார். அவர் கிட்டே ஒளிவு மறைவே கிடையாது. அன்னிக்கு ஒருநாள் எல்லார் எதிரிலேயும் மங்களத்தைக் கேட்டார்:

“சுயம்வரத்திலே யாரையோ நினைச்சுண்டு யார் கழுத் திலேயோ மாலையைப் போட்ட மாதிரி, தாலி கட்டற முதல் நிமிஷம் வரைக்கும் யாரையோ புருஷன்னு நினைச்சுண்டு இருந்துட்டு, நீ எனக்குப் பெண்டாட்டி ஆய்ட்டே.” அப்போ மங் களம் குழாயடியில் தண்ணீர் பிடிச்சிண்டிருந்தாள். இவர் விளையாட்டாக அப்படிச் சொன்னது அவளுக்குச் ‘சுருக்’னு தைத்து விட்டது போலிருந்தது. ஆனாலும் அவள் சிரிச்சுண்டே சொன்னாள்:

“நான் யாரையும் நினைச்சுண்டு இல்லே. ‘எனக்கு ஒரு நல்ல வாழ்க்கையைக் குடு’ன்னு பகவானைத்தான் நினைச்சுண்டு இருந்தேன். எனக்கு எது நல்லதோ அதை பகவான் நடத்தி வச்சுட்டார்னு நான் சந்தோஷமா இருக்கேன்.”

இதோ, அந்த ட்யூடோரியல் காலேஜ் வந்தாச்சு, கான்டீன் பின்னாலே இருக்கு. கான்டீன் உள்ளே நுழைகிறபோது அவர் அந்தச் சுவர் மூலையிலே மாட்டி இருக்கிற கண்ணாடி முன்னாலே நின்னு தலை வாரிக்கறார். ஆணியிலே தொங்குகிற

அரைக் கை சட்டையை எடுத்துச் சட்டைப் பையைக் காலி பண்ணிட்டு, இரண்டு தடவை உதறுகிறார். மணிபர்ஸ், வெத்தலை சீவல் பொட்டலம், தலை வாரிக் கொண்டாரே அந்தச் சீப்பு எல்லாத்தையும் பாக்கெட்டிலே வச்சுண்டு மறுபடியும் கண்ணாடியிலே பார்த்துக்கிறபோது பின்னாடி நிற்கிற என்னைப் பார்த்துவிட்டார். திரும்பி என்னைப் பார்த்துச் சிரிக்கிறார்; சிரிச்சிண்டே கேட்கிறார்:

"வா, காபி சாப்பிடறயா?"

"வேண்டாம். உங்களை அப்பா அவசரமா கையோட அழைச்சிண்டு வரச் சொன்னார்."

"உங்கப்பாவுக்கு எப்போதான் அவசரம் இல்லே? நீ ஆத்திலே காபி சாப்பிட்டியோ?"

"இல்லே. தூங்கிண்டு இருந்தேன். என்னை எழுப்பி உங்களை அழைச்சிண்டு வரச் சொன்னார், அப்பா"–

"சரி, சரி, உக்காரு"–என்னை உட்கார வைத்துவிட்டு உள்ளே போய் ஒரு தட்டிலே ஒரு கரண்டி கேஸரியும். காராபூந்தியும் கொண்டு வந்து வைத்துவிட்டு, "குண்டு மணி, ஒரு காபி கொண்டு வா" என்று குறுக்கே போகிற யாரிடமோ சொல்கிறார். கேஸரி நன்றாக இருந்தது. சாப்பிட்டுக் கொண்டிருக்கிறபோதே வயிற்றுக்குள் என்னமோ 'திக்திக்' என்று ஒரு பயம். குண்டுமணி காபி கொண்டு வந்து வைக்கிறான். இவர் கல்லா அருகே போய் ஒரு நீளமான நோட்டுப் புத்தகத்தை எடுத்துத் தனது பக்கத்தைப் புரட்டி ஏதோ கணக்கு எழுதுகிறார். இப்போது நான் சாப்பிடுகிற கணக்கோ? திரும்பி வந்து நான் உட்கார்ந்திருக்கிற பெஞ்சியில் பக்கத்திலே உட்கார்ந்து வெற்றிலை போடுகிறார். நான் அவசரம் அவசரமாகக் காபியை விழுங்குகிறேன்.

அங்கே வீட்டிலே இருக்கிற பதட்ட நிலையும், அப்பாவின் சாமியாட்டமும், மங்களத்தின் பரிதாபகரமான அலறலும், மணியின் அவமானமும், மற்றவர்களின் லஜ்ஜை கெட்ட மௌனமும், அப்பாவுக்காகப் பரிந்து கொண்டு பேசுகிற அம்மாவின் புலம்பலும் ஒரு பக்கம் மனசில் வந்து குவிகிறது. இன்னொரு பக்கம் இதெல்லாம் தெரியாத சீதாராமய்யரின் நிதானமும், என்னிடம் அவர் காட்டுகிற அன்பும், இன்னும் சற்று நேரத்தில் நடக்கப் போகிற களேபரமும் மனத்தில் படர்கிறபோது இவர் காட்டுகிற நிதானத்தில் நானும் பங்கு கொண்டு, இவர் அன்போடு தருகிற இவற்றையெல்லாம் சாப்பிடுவது ஒரு குற்றமோ, ஒரு

துரோகமோ என்ற நினைக்கும்போது எனக்கு நெஞ்சில் அடைக்கிறது.

நான் அவசரமாக ஓடிக் கை கழுவிக் கொண்டு வந்து "வாங்கோ மாமா... போகலாம்"னு பறக்கறேன்.

"இரேண்டா... ஒண்ணும் அவசரமிருக்காது... சீட்டாட்டத்திற்கு ஒரு கை குறையுமாயிருக்கும். நானும் ஆத்துக்குத்தான் புறப் பட்டுண்டு இருக்கேன். அது போகட்டும்... நீ என்னமோ மிலிட்டிரி யிலே சேரப் போனாயாமே? ஏண்டா அசடே! உன்னை மாதிரி ஆளையெல்லாம் மிலிட்டிரியிலே எடுத்தால் தேசம் உருப்பட்டாற் போலத்தான். ஒரு துப்பாக்கியை உன்னாலே தூக்க முடியுமா? எக்ஸர்ஸைஸ் பண்ணுடா, பண்ணுடான்னு அடிச்சிண்டேனே, கேட்டாயோ..." என்று சொல்லிக் கொண்டே தன் முண்டாவைத் திருகிக் கொள்கிறார். சீதாராமய்யர் இப்போதெல்லாம் 'எக்ஸர் ஸைஸ்' செய்வதில்லை என்றாலும் அந்த உடம்பு வாகு அப்படியே இருக்கிறது.

"புறப்படுங்கோ மாமா. அப்புறம் அப்பா என்னைத் திட்டு வார்..." என்று நான் கெஞ்சுகிறேன். செருப்பை மாட்டிக் கொண்டு புறப்பட்டவர் அந்தக் காலேஜ் காம்பவுண்டைத் தாண்டுவதற்குள் ஒரு நாலைந்து பேரிடம் நின்று நின்று ஏதேதோ பேசி, எல்லோரும் இவரைத் திரும்பிப் பார்க்கிற மாதிரி அவுட்டுச் சிரிப்புச் சிரித்து வெளியே வருவதற்குள், இந்த நல்ல மனிதருக்கு வீட்டிலே காத்துக் கொண்டிருக்கிற அதிர்ச்சியை எண்ணி எண்ணி எனக்கு அடிக்கடி வயிற்றிலே என்னவோ செய்கிறது. அங்கே படிக்கிற பையன்களுக் கெல்லாம் இவர் மேல் ரொம்பப் பிரியம் போலிருக்கிறது. காம் பவுண்டுக்கு வெளியிலே வந்த பிறகு, "மாமா! ஆத்துக்குக் கிளம்பி யாச்சா?" என்று ஒரு குரல் கேட்கிறது. திரும்பிப் பார்த்தால் மாடி வராந்தாவில் நாலு பையன்கள் நின்று கொண்டு நோட்டுப் புத்தகத்தோடு கை ஆட்டுகிறார்கள். இவரும் திரும்பிப் பார்த்து "ஆறு மணிக்கு வந்துடுவேன்" என்று சொல்லிக் கை ஆட்டுகிறார்.

வருகிற வழியில் அந்த மாணவர்களைப் பற்றி ஒரேயடியாகப் புகழ்கிறார்: "எல்லாம் பெயிலான பசங்கள்... இந்தக் குழந்தை களெல்லாம் ஏன் பெயிலாயிடறது தெரியுமா? அவாளெல்லாம் உன்னை மாதிரி மண்டு இல்லை; மகா புத்திசாலிகள்; அதனாலே தான் பெயிலாயிடறதுகள். நீ ஒரு கிளாஸ்லே கூட பெயிலாகாமத் தான் படிச்சே, என்ன புண்ணியம் சொல்லு? படிச்சுப் பாஸாகிற ஒரு காரியத்தைத் தவிர மத்த எல்லாக் காரியத்திலேயும் மகா கெட்டிக்காரன்கள் இந்தப் பசங்கள். ஆமா, நிஜத்துக்குச் சொல்

றேண்டா, மறந்துட்டேனே... அந்தப் பிரின்ஸிபால்கிட்டே உன்னைப் பத்திச் சொல்லியிருக்கேன். 'நல்ல பையன்... கான்டீனிலே சர்வர் பணிக்காவது வரேன்ங்கிறான். நம்ம ஆபீஸ்ல ஏதாவது வேகன்ஸி இருந்தால் மறந்துடப்படாது'ன்னு சொல்லி வச்சிருக்கேன் பார்க்கலாம்" என்று என்னென்னமோ பேசிக் கொண்டே வருகிறார். எனக்கு எதுவும் மனசில் தங்கவில்லை.

அதோ வீடு தெரிகிறது.

"எதுக்காக்கும் உங்க அப்பா இவ்வளவு அவசரமா என்னை அழைச்சிண்டு வரச் சொன்னாராம்? என்ன விஷயம்?" என்று கண்ணைச் சிமிட்டிக் கொண்டு கேட்கிறார். நான் அழுதே விடுவேன் போல் இருக்கிறது.

"என்னை ஒண்ணும் கேட்காதேங்கோ. நான் தூங்கிண்டு இருந்தேன். எனக்கு ஒண்ணுமே தெரியாது." நான் இப்படிச் சொன்னது எதனால் என்று அவருக்கு விளங்கவில்லை. சிரித்துக் கொள்கிறார். எல்லாத்துக்கும் எப்போதும் இந்தச் சிரிப்புத்தான்.

'அம்மா சொன்னதும், அப்பா கண்டுபிடித்ததும் ஒரு வேளை நிஜமாகவே இருக்கலாமோ என்று இப்போதுதான் நானும் முதல் தடவையாக நினைக்கிறேன். இதுவரை இந்த விஷயத்தில் சம்பந்தப்படாதவனாய் இதற்கு வெளியே நின்று பார்த்த அனுபவம் நீங்கி நானும் இதற்குள் சிக்கிக்கொண்ட மாதிரி எனக்கும் மனசில் ஓர் ஆவேசம் வந்தது. மங்களம் இவருக்குத் துரோகம் செய்வாளா? இந்த மணி ஒரு காலிப்பயலா? அப்படியானால் அவனை அப்பா அடிச்சது ரொம்ப சரிதானே? அப்பா சொன்ன மாதிரி இந்த மாமா கையிலே செருப்பைக் கொடுத்து அவனை அடிக்க வச்சா அதுவும் நியாயம் தானே?... சரி, மங்களத்தை என்ன பண்றது? இந்த மாமாவுக்கும் அவளுக்கும் இருபது வயசு வித்தியாசம்னா... அதுக்காக ஒரு பெண் தப்புப் பண்ணுவாளோ?... என்னதான் இருந்தாலும் இப்படி ஒரு துரோகத்தை இந்த மாமாவாலே தாங்கிக்க முடியுமோ... சாது மிரண்டால் காடு கொள்ளாதும்பாளே... அது மாதிரி ஏதாவது நடக்கப் போறதோ...' என்றெல்லாம் நினைத்துக் கொண்டு குனிந்த தலையுடன் நான் வேகமாக நடக்கிறேன். என் வேகத்தால் மாமாவின் நடைவேகம் அதிகரிக்கிறது.

'மணியும் மங்களமும் மத்தியானமெல்லாம் தாயம் விளையாடுவார்கள். மணி நன்றாகப் பாடுவான். மாமா கூட அவனைப் பாடச் சொல்லிக் கேட்பார். மங்களத்திற்கு ஒத்தாசையாக எல்லா

வேலைகளும் செய்வான். அவனுக்கும் பாலக்காடுதான் சொந்த ஊராம். மங்களத்திற்கு அவனை அங்கேயே தெரியுமாம். ஒருவேளை அங்கேயே அவர்களுக்குள்?... இந்த நல்ல மனுஷர் இந்தத் துரோகத்தை எப்படித் தாங்கிக் கொள்வார்? இவருக்கு இப்படி நடந்திருக்க வேண்டாமே...'

வீடு வந்தாச்சு.

இவரைக் கண்டவுடனேயே இவர் பார்வையிலே படறதுக்கு முன்னே ஒளிஞ்சிக்கணும்னு பயந்து ஓடுகிற மாதிரி, இந்நேரம் வரைக்கும் முற்றத்திலே கூடி நின்று வேடிக்கை பார்த்திண்டிருந்தவா எல்லாரும் அவாவா வளைக்குள்ளே சரசரன்னு நுழையறா. அப்பாதான் தைரியமா அங்கேயே நின்னுண்டு திரும்பிப் பார்க்கிறார். அப்பாவோட அந்தத் தைரியம் எனக்கு ஒரு நிமிஷம் பெருமையாக்கூட இருக்கு.

"வாரும்... வாரும்"னு என்னமோ சொல்ல வரார் அவர். அதுக்குள்ளே மங்களம் அலறி அழுதுகொண்டு ஓடி வந்து சீதாராமய்யர் காலில் விழறாள். அவள் அழுது கொண்டே என்னென்னமோ சொல்வது ஒன்றுமே புரியவில்லை. மணி வெடவெட என்று நடுங்கிக்கொண்டு எழுந்து நின்றான். அப்பாதான் பெரிய குரலில்,

"நாலு குடித்தனம் இருக்கிற இடத்திலே..." என்று சொல்வதற்குள் சீதாராமய்யர், "சித்த வாயை மூடிண்டு இருங்கோ" என்று கொஞ்சம் கடுமையாகச் சொன்னவுடன் அப்பாவுக்கு வாயடைத்துப் போகிறது. ஆனால் கோபத்தால் பல்லைக் கடிக்கிறார். சீதாராமய்யர் அதைக் கவனிக்காமல் மங்களத்தை ஒரு குழந்தையைத் தூக்குவது மாதிரித் தூக்கி நிறுத்தி, "என்னத்துக்கு இப்படி அழறாய்? அழாமல் சொல்லு... என்ன நடந்தது" என்றார். மங்களத்துக்கோ அழ முடிகிற மாதிரி எதையும் சொல்ல முடியவில்லை. அதையும் கேட்க விடாமல் இந்த அப்பா கத்த ஆரம்பித்துவிட்டார்.

"எனக்கு என்னங்காணும் போச்சு? உம்ம நல்ல மனசுக்கு இவா பண்ற துரோகம் தாங்க முடியாமல் நான் ஓடி வந்தேன். நான் பொய் சொல்றேனான்னு இந்த ஆத்திலே இருக்கிறவாளையெல்லாம் கேளும். எங்கே யாரையும் காணோம்? இப்படி ஒரு பொய் சொல்லி எனக்கென்ன ஆகணும்? உம்மை எனக்கு இருபது வருஷமாத் தெரியும்... உமக்குப் பண்ற துரோகம் எனக்கு பண்ற மாதிரி இருக்கு... வயிறு எரியறது..."

இந்தச் சமயத்தில் அம்மாவும் சேர்ந்து கொள்கிறாள்; "உங்களுக்கு என்ன தலையிலே எழுத்துன்னு அடிச்சிண்டேனே, கேட்டேளா...?" என்று அலறுகிறாள் அம்மா. இரண்டு பேருக்கும் தாங்கள் பொய் சொல்லி விட்டோமா என்ற பயம் வந்து விட்டது. சீதாராமய்யர் கொஞ்சம் கூடப் பதட்டப்படாமல்,

"ராஜாமணி அய்யர்வாள்– நீங்க என் மேலே வெச்சிருக்கிற மரியாதை எனக்குத் தெரியாதா? மாமியை அழைச்சிண்டு உள்ளே போங்கோ.." என்று சொல்லி, அப்பாவுக்கு அது காதில் ஏறாமல் போகவே, "மாமி, நீங்களாவது அவரை அழைச்சிண்டு போங்கோ" என்று அம்மாவிடம் சொல்லிவிட்டு, மங்களத்தைத் தோளில் தட்டிக்கொண்டே கேட்கிறார்: "அழாமல் சொல்லு, இங்க என்ன நடந்தது?" மங்களம் பொங்கிப் பொங்கி இப்பொழுது அதிக மாகவே அழுகிறாள். அழுது அழுது தேம்பிக்கொண்டே சொல்கிறாள்.

"நானும்– நம்ப மணியும்... இதோ அங்க உட்கார்ந்துண்டு–" வீட்டுக்குள் கூடத்தைக் காட்டிக் கொண்டு அதற்கு மேல் சொல்ல முடியாமல்– கூடத்தைக் காட்டிய கை அப்படியே நிற்கிறது; குரல் விம்மி அடைக்கிறது. அந்த இடத்தில் சற்று முன் நிகழ்ந்த காட்சி அவள் மனசில் வர மறுபடியும் ஒரு பெரிய அழுகை.

"ஸ்... அழப்படாது. அழாமல் சொல்லு" என்று ஒரு குழந்தையைத் தேற்றுவது மாதிரித் தேற்றுகிறார் சீதாராமய்யர்.

"அங்கே உட்கார்ந்துண்டு தாயம் விளையாடிண்டிருந்தோம்... நேரா வெய்யில் அடிக்கிறதேன்னு நான் தான் வாசக் கதவைச் சாத்தினேன். ஜன்னல் கதவெல்லாம் திறந்துதான் இருக்கு... மணி, தலையை வலிக்கிறதுன்னு படுத்துண்டான். நான் காயெல்லாம் எடுத்து டப்பாவிலே வைக்கிறச்சே... இந்த வீட்டுக்கார மாமா... மாமா... வந்து... வந்து..."

அதற்கு மேல் அவளால் சொல்ல முடியவில்லை. அந்தச் சமயம் சுவரோரமாக நின்று கொண்டிருந்த மணியும் அழுகிறான்.

"மண்டு மண்டு! நீ எதுக்காக்கும் அழறாய்? போறும்! நம் ராஜாமணி ஐயருக்கு என் மேலே இருக்கிற அன்பு உன்மேலே இன்னும் வரலே... நான் இருபது வருஷம் அவாளோட பழகி இருக்கேன். நீ இப்பத்தானே வந்திருக்காய்..." என்று ஏதோ சொல்லிக் கொண்டிருக்கிறார். மங்களம் ஓய்வதாக இல்லை. தொடர்ந்து சொல்லுகிறாள்: "மணியைப் பிடிச்சுத் தரதரன்னு இழுத்துண்டு

வந்து... என்னைப் பத்தி அநியாயமா என்னென்னமோ சொல்றா... நான் கையிலே நெருப்பை அள்ளிண்டு வேணாலும் சத்தியம் பண்றேன்" என்று அவள் அழுது அழுது சொல்லிக் கொண்டிருக்கும்போது சீதாராமய்யர் சிரிக்கிறார்.

"போறுமே... நெருப்பைப் போய் அள்றாளாம், நெருப்பை; ராஜாமணி அய்யர்வாள், இதெல்லாம் என்ன கூத்து? மங்களம் என் பெண்டாட்டி... மணி எங்க ஆத்துப் பையன். எனக்கு அவாளையும் தெரியும், என்னையும் தெரியும், உங்களையும் தெரியும். மங்களம் இன்னிக்கு வந்தவள் தானே! நான் இருபது வருஷமா இங்கே இருந்து நீங்க சம்சாரம் நடத்தும் அழகை எல்லாம் பார்த்துண்டு இருக்கேனே... எவன் தன் பெண்டாட்டியை நம்பறானோ அவனாலேதான் ஊரிலே இருக்கிறவன் பெண்டாட்டிகளையும் நம்ப முடியும். மாமி, சாயங்காலம் சாயங்காலம் கதை கேட்கப் போறேளே... மகாபாரதம் சொல்றாளாமே... துரியோதனன் பெண்டாட்டியும் கர்ணனும் சொக்கட்டான் விளையாடிண்டிருந்தாளாமே... பாதி ஆட்டத்திலே அவள் எழுந்திருக்கறச்சே கர்ணன் அவள் மேகலையைப் பிடிச்சு இழுத்துட்டான்... அதெல்லாம் கேட்டு இருப்பேளே– துரியோதனன் ரொம்பக் கெட்டவன்னு பேர்.. ஆனாலும் அவன், ஆம்பளை... அதனாலேதான் பெண்டாட்டி மேலே சந்தேகம் வரலே. பெண்டாட்டியை நம்பாதவன் என்ன பெரிய ஆம்பளை? ராஜாமணி அய்யர்வாள்! இந்த ஆத்திலே இருக்கிறவாளையெல்லாம் வேற கூப்பிட்டுக் கேட்கச் சொல்றேள். என் பெண்டாட்டியைப் பத்தி... ரொம்ப நன்னாயிருக்கு என்னைப் பத்தி நீங்க வச்சிருக்கிற அபிப்பிராயம்!" என்று சொல்லி 'ஓ' வென்று சிரிக்கிறார். சிரித்துவிட்டுச் சொல்கிறார்: "இந்த ஆத்திலே இருக்கிறவாளுக்கெல்லாம் நான் சொல்றேன்; அவனவன், அவனவன் பெண்டாட்டியை நம்பினால் போறும். அதைச் செய்யுங்கோ."

"ஏண்டா, அழுதுண்டு இருக்கே நீ? நீ போய் முகத்தை அலம்பிக்கோ" என்றதும் மணி குழாயடிக்குப் போகிறான். ஆனால் மங்களம் இன்னும் நின்று அழுது கொண்டிருக்கிறாள்.

"இதோ பார். இவாளெல்லாம் உன்னை நம்பி உனக்கு என்ன ஆகணும் சொல்லு? நான் நம்பறேன்; உள்ளே வா" என்று மறுபடியும் சமாதானம் சொல்லிக் கைத்தாங்கலாக மங்களத்தை அழைத்துக்கொண்டு போகிறார்.

"நேக்கு இந்த ஆத்திலே பயமா இருக்கு. வேற ஏதாவது வீடு பார்த்துண்டு நாம் போயிடலாமே" என்று மங்களம் உள்ளே போகையில் அவரிடம் சொல்லி இருப்பாள் போலிருக்கிறது. சீதாராமய்யர் சொன்ன பதில் மட்டும் தான் எனக்குக் கேட்டது,

"அடி அசடே, எங்கே போனாலும் லோகம் இப்படித்தான் இருக்கும்" என்று அவர் உரக்கச் சிரித்தார்.

'சீசரின் மனைவி சந்தேகங்களுக்கு அப்பாற்பட்டவள்' என்று படித்தது என் நினைவுக்கு வந்தது. மங்களம் எப்படிப்பட்டவளா யிருந்தால் என்ன, சீதாராமய்யர் சீசர் தான் என்று நினைத்துக்கொண்டேன்.

ஆனந்த விகடன், 1972

# அரைகுறைகள்

**ரா**ஜத்தை அந்த ஸைக்யாட்டிரிஸ்ட் நண்பரிடம் அழைத்துச் செல்ல வேண்டுமென்று கண்ணன் தீர்மானம் செய்து பத்து நாட்களுக்கு மேலாகிறது. அவளை அதற்குச் சம்மதிக்க வைப்பது எப்படி என்ற குழப்பத்திலேயே நாட்களைக் கடத்திக் கொண்டிருக்கிறான் அவன்.

ஒன்றும் தெரியாதவள் என்றால் வேறு ஏதாவது காரணம் கூறி அழைத்துச் சென்றுவிடலாம். ராஜம் படித்தவள். இந்த மாதிரி விஷயங்கள் எல்லாம் கொஞ்சம் தெரிந்தவள். "எனக்கு என்ன, பைத்தியம்னு பட்டம் கட்டப் பார்க்கிறீங்களா?" என்று முறுக்கிக் கொண்டாளானால் நிலைமை இன்னும் மோசமாகிவிடும். மன நோயின் முதல் அறிகுறியே டாக்டரிடம் வர மறுப்பதுதான் என்று யாரோ சொல்லியோ படித்தோ அறிந்திருந்தான் கண்ணன்.

எப்படியாவது அவளுடைய சம்மதத்துடன் அவளை அழைத்துச் செல்லவேண்டும் என்று தீர்மானித்தபோதே– பத்து நாட்களுக்கு முன்பே — தனக்கு ஒரு டாக்டர் நண்பர் இருக்கிறார் என்றும், அவரைப் போய் நட்பு முறையில் ஒரு தடவை சந்திக்க வேண்டும் என்றும், 'டாக்டர் என்றால் சாதாரண டாக்டர் இல்லை, அவர் ஸைக்யாட்டிரிஸ்ட்' என்று போகிற போக்கில் அவளிடம் சொல்லி வைத்த கண்ணன், ரகசியமாக அவள் முகபாவத்தைக் கவனித்தான்; குறிப்பிடத்தக்க மாறுதல் ஏது மில்லை. 'சரி, இன்றைக்கு இவ்வளவு போதும்' என்று விட்டு விட்டான்.

ஆனால் ஒவ்வொரு நாளும் ஏதாவதொரு சந்தர்ப்பத்தில் அவன் அவளிடம் அந்த டாக்டரைப் பற்றிப் பேசினான்; வேண்டு மென்றே பேசினான்; அவள் மனத்தைப் பக்குவப்படுத்து வதற்கு அப்படிப் பேசுவது அவசியம் என்று கருதி அவன் பேசினான்.

ராஜம் அந்தப் பேச்சை அதிகம் பொருட்படுத்தவில்லை. அவனுடைய எந்தப் பேச்சையுமே, எப்போதுமே அவள் அதிகம் பொருட்படுத்துவதில்லை. ஏதோ ஒரு 'மூடி'ல் மிகவும் உற்சாகமாக அவன் எதையாவது சொல்லி வைப்பான். அது மாதிரி ராஜத்திற்கு

ஆசை காட்டி. வாக்குத் தந்து, இதுவரை நிறைவேற்றாத எத்தனையோ வாக்குறுதிகளை இந்த ஐந்து வருட மண வாழ்க்கையில் அவள் மனசில் முடிச்சிட்டு வைத்திருக்கிறாள். ஆரம்ப காலத்தில் அவற்றுக்காக அவனோடு பேசி, அழுது, சண்டை போட்டிருக்கிறாள். ஆனால் காரியம் சாதித்தது இல்லை.

அந்த மாதிரி ஒரு விஷயமாகத்தான் அந்த டாக்டர் நண்பரைச் சந்திக்கச் செல்வதையும் அவள் நினைக்கிறாள் என்று கண்ணனுக்குத் தெரிந்தது. ஒரு வகையில் அதுவும் நல்லதே என்று அவன் நினைத்துக் கொண்டான். ஆனால் இந்தப் பத்து நாட்களாக அவன் ராஜத்தைப் பற்றியே நினைத்துக் கொண் டிருந்தான்.

உடனே அழைத்துச் செல்ல வேண்டும் என்கிற அபாய நிலையை அவள் எட்டவில்லை என்கிற தைரியமும் அவனுக்கு இருந்தது. அவளுக்குத் தேவை மிகவும் சாதாரண சிகிச்சையும் சில 'டிரான்க்விலைஸர்' மாத்திரைகளும் என்று அவன் கணித் திருந்தான். அவளுடன் பேசி, தானே கூட அவள் மனநிலையைச் சரிசெய்துவிட முடியும். எனினும் ஒரு டாக்டர் மூலம் அதைச் செய்வதே நல்லது என்று அவன் யோசித்தான். ஆனால் அவளிடம் ஏற்படுகின்ற மாற்றங்களையும் நோயின் கூறுகளையும் ஒரு டாக்டரை விடவும் நுணுக்கமாக அவன் கண்காணித்தான். அவன் இதுபற்றியெல்லாம் கொஞ்சம் படித்திருக்கிறான். இவளிடம் கண்டறிந்த அந்தக் கூறுகளைச் சில புத்தகங்களின் உதவியோடு மிகவும் ரகசியமாக அவன் ஆராய்ந்தான். இது மிகவும் ஆரம்ப நிலை என்று அவன் கண்டுபிடித்தான்.

இந்தப் பத்து நாட்களாக ஓர் இரவு கூட அவள் உறங்க வில்லை என்பதை இவனும் உறங்காமலேயே விழித்திருந்து கண் காணித்தான். இதில் அவனைக் கலக்கமடையச் செய்த விஷயம், அவன் விசாரிக்கும்போதெல்லாம் அவள், தான் நன்றாகத் தூங்கியதாக அவனிடம் பொய் சொல்வதுதான்.

அவள் தூங்குகிறாளா இல்லையா என்று அறிய உண்மை யாகத் தூங்குகிறவர்கள் கேட்டுத் தூக்கம் கலையமுடியாத-மெல்லிய ஓசையை ஒரு தம்ளரினால் தரையில் தட்டியோ, கட்டில் விளிம்பில் விரலால் சுண்டியோ அவன் எழுப்புவான். சொல்லி வைத்தாற் போல் அவளும் கண் விழித்து, 'நீங்க தூங்கலியா?' என்று கேட்பாள். அவனும் அதையே கேட்பான். 'தூங்குகிறவளை எழுப்பி இதென்ன கேள்வி' என்று சிடுசிடுத்துக் கொண்டு அவள்

படுத்துக் கொள்வாள். ஒவ்வொரு நாளும் இந்தப் பரிசோதனையைச் செய்து அதைப் பற்றித் தனது முடிவுகளையும் தன் மனத்துள் குறித்துக் கொள்வான் கண்ணன்.

அவள் மனத்தில் ஆழமான கவலை ஒன்று உறுத்திக் கொண்டு இருக்கிறது என்று அவன் நம்பினான். ஐந்து வருடமாகியும் குழந்தை இல்லாதது அவளுடைய மன உளைச்சலுக்குக் காரணமாயிருக்கலாம். 'இருக்கலாமென்ன, அதுதான் காரணம்' என்று அவன் தீர்மானித்தான். அவளது மனோநிலையைப் பற்றிய முதல் சந்தேகமே குழந்தை விஷயமாக அவளுடன் பேசிக் கொண்டிருந்த போதுதான் அவனுக்கு எழுந்தது. அப்போது—

ஹாஸ்யமாகவோ, சிரிப்புக்கு உகந்த விஷயமாகவோ இவன் ஏதும் சொல்லாதபோதே, சாதாரணமாகப் பேசிக் கொண்டிருக்கையில் அவள் திடீரென்று சிரித்தாள். அந்தச் சிரிப்பு அசாதாரணமாக இருந்தது. கொஞ்சம் 'ஹிஸ்டிரிகலா'க இருந்தது. அவளுடைய கட்டுக்கு மீறி, நிறுத்த முடியாமல் அவள் சிரித்துக் கொண்டிருக்கிறாள் என்று புரிந்து, தனது கலவரத்தை வெளியிலே காட்டாமல் அவளது சிரிப்பை நிறுத்திச் சமாதானம் செய்ய அவன் மிகுந்த பிரயாசை எடுத்துக் கொண்டான். இன்னொரு முறை அவள் இவ்வாறு சிரிக்காமல் பார்த்துக் கொள்ள வேண்டும் என்று அவன் அப்போதே தீர்மானம் செய்தான்.

அதன் பிறகு ஒரு நாள் கண்ணன் ஆபீசிலிருந்து வரும்போது வீட்டுக்குள் பேச்சுக் குரல் கேட்டு அவன் நிதானித்து சுவரில் ஒண்டி நின்று அவள் தனக்குத் தானே வாய் விட்டுப் பேசிக் கொள்வதையும் கவனித்தான். சில சமயங்களில் அவள் அவனிடம் காரணமில்லாமலே மிகையாகக் கோபித்துக் கொள்வதும், நியாயமில்லாமல் சிடு சிடுப்பதும், ஏதாவது சொல்லிவிட்டால் மறுகி மறுகி அழுவதும், ஏதோ சிந்தனையோடு— பேசுவது காதில் விழாமல் மௌனமுற்றிருப்பதும், அவளது மனோ நிலைக்குகந்த சிகிச்சை அவசியம் என்ற நிலையை மேலும் உறுதிப்படுத்தின. மிகவும் பக்குவமாகவும் அன்பாகவும் அவளிடம் கண்ணன் நடந்து கொண்டான். பத்து நாளாக மிகவும் சமத்காரத்துடன் பேசியதால் இன்று மாலை அவளே கண்ணனிடம் கேட்டாள்.

"டாக்டர்... ஃபிரெண்டு... போய்ப் பார்க்கணும்னு சொல்லிக்கிட்டே இருக்கீங்களே... நீங்க ஆபீசிலேருந்து வந்ததும் இன்னைக்கு உங்களைக் கூட்டிக்கிட்டு நானே போறதுன்னு முடிவு பண்ணிட்டேன்" என்று சொன்னது மட்டுமில்லாமல் வெளியில் புறப்படுவதற்குத் தயார் நிலையில் இருந்தாள் ராஜம்.

கண்ணன் இதை எதிர்பார்க்கவில்லை. ஆனாலும் இந்தப் பத்து நாட்களாகத் தான் கையாண்ட முறை நல்ல பலனளித் திருக்கிறது என்று மனசில் நினைத்து மகிழ்ந்தான். இந்தச் சமயத்திலும் தயக்கம் காட்டினால் அவள் மனம் மாறி அந்த டாக்டர் வீட்டுக்குப் போகிற எண்ணத்தை மறுத்து விடுவாள் என்று அவனுக்குத் தோன்றியது.

ராஜம் அப்போது கண்ணாடியில் முகம் பார்த்துப் பொட்டு வைத்துக் கொண்டிருந்தாள். கண்ணன் கையிலிருந்த பையை வைத்து விட்டுத் தான் போய் உடனே டாக்ஸி கொண்டு வருவதாக ஆபீஸிலிருந்து வந்த கோலத்திலேயே திரும்பினான். அவள் கண்ணாடி வழியாக அவனைப் பார்த்துச் சிரித்தாள். அன்றைக்கு ஒரு நாள் கண்ணன் பயந்தானே அதே மாதிரிச் சிரிப்பு. இன்னொரு முறை அவள் அந்த மாதிரிச் சிரிப்பதற்குள் அவளை டாக்டரிடம் அழைத்துச் சென்று விட வேண்டும் என்ற அவனது திட்டத்தில் ஒரு சிறு குறை ஏற்பட, அவன் சற்றே கலவர மடைந்தான். அவள் இன்னும்கூட, கண்ணாடி வழியாக அவனைப் பார்த்துச் சிரித்துக் கொண்டே இருந்தாள். அவள் அழும்போதோ அல்லது கோபித்துக் கொண்டு, சண்டை போட்டு அலறும் போதோ சமாதானம் செய்கிற பதட்டத்துடன் அவள் அருகே ஓடி அவள் சிரிப்பை அடக்குவதற்காகப் 'பிளீஸ் பிளீஸ்' என்று கெஞ்சினான்.

'ஏன் இப்படிச் சிரிக்கிறாய்?' என்று கேட்க அவனுக்குத் தைரியம் வரவில்லை; அவனுக்குத்தான் தெரியுமே!

ஆனால் ராஜம் சொன்னாள்: "அந்த நண்பர் வீட்டுக்கு நான் மட்டுமா போகப் போகிறேன்? நீங்களும் தானே வரவேண்டும்!"

"ஆமாம்! ஆமாம். நான் இல்லாமலா?... அது சரி, ஏன் அப்படிக் கேட்டே?" என்று கேட்டு அவள் கண்களுக்குள் ஆழ மாகப் பார்த்தான் கண்ணன். அந்தப் பார்வையைச் சந்திக்க முடியாமல் அவள் தன் பார்வையைத் திருப்பிக் கொள்வதையும் அவன் கவனித்தான். அவன் விடாமல் அவளைக் கேட்டான். "ஏன் அப்படிக் கேட்டே?"

அந்தக் கேள்வியை அவ்வளவு முக்கியமாகக் கருதிக் கேட்டதற்குக் காரணம், அதைப் பொருத்தமில்லாததாகவும், புத்தி சுவாதீனத்தோடு கேட்கத் தகாத ஒன்றாகவும் அவன் கருதியது தான். ஏனெனில், அந்த டாக்டர் நண்பரை அவளுக்குத் தெரியாது. விலாசமும் அவளுக்குத் தெரியாது. அப்படியிருக்க 'நீங்களும் என்னுடன் வருகிறீர்களா' என்று கேட்டதிலிருந்து

இதுநாள் வரை இருந்த நிலையைக் காட்டிலும் அவள் அபாய நிலையை எட்டி இருக்கிறாள் என்று புரிந்துகொண்டு அவன் புறப்பட அவசரமானான்.

"நீங்க அவசரப்படறதைப் பாத்தால் எனக்குச் சிரிப்பு வருது. நீங்க வர்றதுக்குள்ளே டிரஸ் பண்ணிக்கிட்டு ரெடியா இருந்தால் உங்களைக் காக்க வைக்க வேண்டாமேன்னு நெனைச்சேன். நீங்க என்னடான்னா வந்ததும் வராததுமா தலை ஒரு கோலம் துணி யொரு கோலமா டாக்ஸி கொண்டு வர ஓடறீங்களே... நீங்களும் தானே வரணும்... முகத்தைக் கூட அலம்பிக்காமல்... நீங்க ஷேவ் பண்ணிக்கிட்டு ரெண்டு மூணுநாளு இருக்கும் போல இருக்கே. இப்படியேவா வரப் போறீங்க" என்று மேலும் சிரித்துத் தன் கையிலிருந்த கண்ணாடியை அவன் முகத்தருகே ஏந்தி அவன் இருக்கும் லட்சணத்தை அவனுக்குக் காட்டினாள்.

அவன், கண்ணாடியில் தன் முகத்தைப் பார்த்தான். இரண்டு நாட்களாக அவன் க்ஷவரம் செய்து கொள்ளாதது உண்மைதான். அவன் மோவாயைச் சொறிந்து கன்னங்களைத் தடவி விட்டுக் கொண்டான். கலைந்திருந்த கிராப்பை ஒதுக்கி விட்டுக் கொண்டான்.

"சரி, சரி. மொகத்தை அலம்பிக்கிறேன். இப்போ ஷேவ் செய்து கொள்ள நேரமில்லை. நான் ஆறு மணிக்கு டாக்டரிடம் அப்பாயிண்ட்மெண்ட் ஏற்பாடு பண்ணியிருக்கேன்" என்று ஒரு பொய்யைச் சொல்லிவிட்டுக் கைக் கடிகாரத்தைப் பார்த்து அதைக் கழற்றி அவள் கையில் கொடுத்துவிட்டு முகம் அலம்ப ஓடினான்.

அவள் இரண்டு விரல்களால் அந்த ரிஸ்ட் வாட்சைப் பிடித்து முகத்துக்கு நேரே தொங்க விட்டு ஆட்டியவாறே பார்த்து மனத்துள் சிரித்துக் கொண்டே நின்றிருந்தாள். முகம் அலம்பிய வாறே அவன் அவளை, அந்த விளையாட்டைக் கவனித்து அதில் ஏதோ அசாதாரணம் கண்டான்.

டாக்டரிடம் தான் அப்பாயிண்ட்மென்ட் ஏற்பாடு செய் திருப்பதாகக் கூறிய பொய்யை அவள் புரிந்து கொண்டிருப் பாளோ என்று எண்ணினான் அவன். அப்படி ஏற்பாடு செய்துகொள்ள வேண்டும் என்று பல முறை அவன் எண்ணியது உண்டு. ஆனால் அப்படி ஏற்பாடு செய்து, பின்னர் இவளை அழைத்துக் கொண்டு போக முடியாமலாகிவிட்டால் என்ன செய்வது என்ற எண்ணத் தினால்தான் அவ்விதம் செய்யவில்லை. மேலும் இவன், ராஜத்திடம் சொல்லி இருப்பது போல் அந்த

டாக்டர் இவனுக்கு நேரிடையான நண்பர் அல்ல; கண்ணனுடைய ஆபீசில் வேலை செய்யும் ராகவனுக்கு நண்பர். அதனாலேயே 'பரவாயில்லை. ராகவனின் பேரைச் சொன்னால் போதுமே' என்று நினைத்துக் கொண்டான்.

முகம் அலம்பி, லேசாகப் பவுடர் போட்டுக் கொண்ட பின், இன்னும் கூட அவள் முகத்துக்கு நேரே இரண்டு விரல்களால் பிடித்துத் தொங்கவிட்டு ரசித்துக் கொண்டிருந்த ரிஸ்ட் வாட்சை வாங்கிக் கட்டிக் கொண்டு, அணிந்திருக்கிற உடையே போதும் என்கிற திருப்தியுடன் ஒரு தடவை கண்ணாடியில் பார்த்த பிறகு டாக்ஸி கொண்டு வர ஓடினான் கண்ணன்.

டாக்ஸி கொண்டு வந்த போது, அவன் டாக்ஸியிலிருந்து இறங்கி வருவதற்குக் கூட அவசியம் இல்லாமல் ராஜம் தயாராக வீட்டுக் கதவைப் பூட்டிக் கொண்டு கையில் சாவியுடன் நின்றிருந்தாள். ஒரு கல்யாண ரிஸப்ஷனுக்கோ, சினிமாவுக்கோ அல்லது அவன் சொல்லியிருந்தது போல் ஒரு நண்பரின் வீட்டுக்கோ போகிறவள் மாதிரி அவள் டிரஸ் செய்து கொண்டிருந்தாள்.

டாக்ஸியில் வந்து உட்கார்ந்து வண்டி புறப்பட்ட பிறகு வீட்டுச் சாவியைக் கைப்பையில் வைத்துக்கொண்டே அவனிடம் சொன்னாள்: "போகும் போது எங்கேயாவது நிறுத்திப் பழம், பூ ஏதாவது வாங்கிக்குவோம். அவங்க வீட்டிலே குழந்தைகள் இருக்கா?... இருந்தா, ஏதாவது பிஸ்கட் கூட வாங்கிக்கலாம்" என்று குதூகலமாகச் சொன்னாள் ராஜம்.

கண்ணனுக்குத் தர்மசங்கடமாக இருந்தது. 'அந்த டாக்டருக்குக் குழந்தைகள் உண்டா? மனைவி இருக்கிறாளா? அதுவும் இப்போது ஊரில் இருக்கிறார்களா? வீடு அதுவேதானா? அது நர்ஸிங்ஹோம் போலிருக்கிறதே...' என்று குழம்பினான்.

"அதெல்லாம் ஒண்ணும் அவசியமில்லை.. அவர் நண்பர் மட்டுமல்ல; டாக்டரும் கூட... டாக்டரைப் பார்த்துப் பேச வந்த வங்க மாதிரி நாம்ப போகலாமே" என்றான் கண்ணன். இதைச் சொல்லியதில் மிகவும் சாமர்த்தியமாக எதையோ உணர்த்தி அதற்கு அவளைத் தயார்ப்படுத்தி விட்டதாக நினைத்துக் கொண்டான் கண்ணன்.

ராஜம் சற்று மௌனமாக இருந்து விட்டுக் கேட்டாள். "அப்படின்னா நாம் அவருக்கு ஃபீஸ் கொடுக்கணும் இல்லே?"

"அதனாலென்ன, கொடுத்துட்டாப் போகுது" என்றான் கண்ணன். ராஜம் மௌனமாக யோசித்தாள். அவள் கலவரப்

படுகிறாளோ என்று எண்ணி ஆதரவோடு அவள் கையைத் தொட்டு அன்போடு அழுத்தியவாறே அவன் ஆதரவாகச் சொன்னான்: "நோயாளிகள் தான் டாக்டர்கிட்டே போகணும்னு இல்லே, ஆரோக்கியமானவர்களும் கூட யோசனை கேட்கிறதுக்கு டாக்டர் கிட்ட போகலாம். உடம்பு மாதிரிதானே, மனசும்? உன் மனசில இருக்கிறது எதுவானாலும், கவலை– பயம்– ஏக்கம்– என்னென்னே தெரியாத பிரச்சினை எதுவா இருந்தாலும் இது மாதிரியான டாக்டருங்ககிட்ட கலந்து பேசினால் போதும். அதிலேயே ஒரு தெளிவு வந்துடும்" என்று அவளைத் தயார்ப் படுத்தினான். அவள் ஒன்றும் பேசவில்லை. ஆழ்ந்த சிந்தனையுடன் அவன் கூறுவதற் கெல்லாம் இணக்கம் தெரிவிக்கிறவளாய்த் தலை ஆட்டினாள்.

அந்த நர்ஸிங்ஹோம் அமைதியான சூழ்நிலையில் மரங் களடர்ந்த ஒரு விசாலமான தோட்டத்தின் நடுவே இருந்தது. சந்தடி மிகுந்த நகரத்துச் சாலையிலிருந்து ஒரு சிறிது திரும்பினால் இவ்வளவு மாற்றமுள்ள சூழ்நிலைக்கு வந்து விட முடிகிற ஆச் சரியத்தை எண்ணியவாறே மரங்களையும் நிழலையும் குளிர்ச்சியை யும் அனுபவித்த ராஜம், மிகவும் புதுமைக் களையோடு டாக்ஸி யிலிருந்து இறங்கினாள்.

கண்ணன் டாக்ஸிக்குப் பணம் கொடுப்பதற்காகப் பர்ஸை சட்டைப் பையிலும் பாண்ட் பைகளிலும் தேடினான்.

"என்கிட்ட பணம் இருக்கு; நான்– தர்றேன்" என்று கைப் பையிலிருந்து பணத்தை எடுத்து ராஜமே டாக்ஸி டிரைவரிடம் தந்தாள்.

அப்போது யாரோ ஒரு வேலையாளை ஐம்பது வ்யதான அந்த டாக்டர் ஏதோ தவறுக்காக மிகக் கோபமாகத் திட்டிக் "கெட் அவுட்" என்று பெரிதாக இரைந்து கொண்டு வெளியே வந்தவர், இவர்களைப் பார்த்தார்.

கண்ணன் இதற்கு முன்னால் அவரைப் பார்த்தது இல்லை. அவர் தோற்றமும் சத்தமும் அவனுக்குப் பயமாக இருந்தது. "போ வெளியே" என்று மறுபடியும் அவனை வெளியே விரட்டிக் கொண்டு வந்த டாக்டர், இவர்களைப் பார்த்த சமயத்தில் கண்ணன் ஒரு புன்னகையுடன் அவருக்கு வணக்கம் தெரிவித்தான். ராஜமும் வணங்கினாள். டாக்டரும் உடனே முகபாவத்தை மாற்றிக் கொண்டு இவர்களுக்கு வணக்கம் தெரிவித்து விட்டு ராஜத்திடம் "கொஞ்சம் உட்காருங்கள்" என்று வரவேற்பு அறையிலிருந்த சோபாக்களைக் காட்டி விட்டு உள்ளே போனார்.

"நாம் வந்த நேரம் சரியில்லை போலிருக்கு" என்று ராஜத்திடம் ரகசியமாகச் சொன்னான் கண்ணன். ராஜம் சிரித்துக் கொண்டே அவனிடம் சொன்னாள்: "டாக்டரும் மனுஷன்தானே? பரவாயில்லை. நம்பகிட்ட நல்லபடியாகத் தானே பேசினார்!"

"நாம்ப போயிட்டு இன்னொரு சமயம் வருவோமா?" என்று ராஜத்திடம் கேட்டான் கண்ணன்.

"ரொம்ப நல்லா இருக்கு, இவ்வளவு தூரம் வந்துட்டு... அவர் உங்க நண்பர்னு சொன்னீங்களே?"

"ஆமாம்... நண்பர்னா... நம்ப ராகவன் இல்லே?..."

"எந்த ராகவன்?"

"ஓ! உனக்குத் தெரியாதா ராகவனை?... எங்க ஆபீஸ்லே அஸிஸ்டண்ட் என்ஜினியரா இருக்கான். அவனுக்கு இவர் ஃப்பிரண்ட்... அவன்தான் சொன்னான்..." என்று மெதுவான குரலில் விழுங்குவது மாதிரிப் பேசினான் கண்ணன்.

"அதனால் என்ன! வந்துட்டோம். பார்த்துட்டே போவோமே" என்றாள் ராஜம்.

அப்போது இவர்களை உள்ளே வரச்சொல்லி ஒரு நர்ஸ் வந்து அழைத்தாள். இருவரும் அவள் காட்டிய டாக்டர் இருக்கும் அறைக்குள் சென்றனர்.

"கம்-இன், டேக் யுவர் ஸீட்ஸ் பிளீஸ்" என்று மிகுந்த நட்புணர்வோடு அவர்களை அழைத்து உட்காரச் சொன்னார் டாக்டர். "நான் உங்களுக்கு என்ன செய்யட்டும்?"

"டாக்டர் யூ நோ... மிஸ்டர் ராகவன்... அவர் என் நண்பர்... அவர் கிட்டே கேட்டு ஐ மீன்- அவன் யோசனையின் பேரிலே தான் வந்தேன். முன்னாலே அப்பாயிண்ட்மெண்ட் ஃபிக்ஸ் பண்ணிக்கணும்னுதான் நெனைச்சேன். ஆனா.. ஆனால்..." கண்ணன், ராஜத்திடம் ஏற்கெனவே அப்பாயிண்ட்மெண்ட ஏற்படுத்திக் கொண்டதாகச் சொன்ன பொய்யை மறந்து, இப்போது அது நினைவுக்கு வரவே சிறிது தடுமாறினான். ராஜம் அவனைக் கொஞ்சம் ஒரு மாதிரியாகப் பார்த்தாள்; எனினும் குறுக்கிட வில்லை. அவன் தொடர்ந்து சொன்னான்:

"எனி ஹவ்... வந்தப்பறம்.. இட் இஸ் ஆல் ரைட் மீட் மை வய்ஃப் ராஜம். பிராப்ளம் என்னன்னா..." எப்படி ஆரம்பித்து விஷயத்தை விளக்குவது என்கிற முயற்சியில் அவன் சுற்றி

வளைத்துக் கொண்டிருந்த சமயத்தில் சற்றும் எதிர்பாராதவிதமாக ராஜம் குறுக்கிட்டாள்:

"உஷ்"– தனது உதட்டின் மீது ஆள்காட்டி விரலைப் பதித்து ஒரு குழந்தையை அடக்குவது மாதிரி அவனைத் தடுத்து, அவன் பேச்சை நிறுத்திவிட்டு டாக்டரிடம் திரும்பினாள்.

"டாக்டர்! ஐ வில் எக்ஸ்ப்ளைன் தி ஹோல் பிராப்ளம்" என்று தெளிவான குரலில் ஆங்கிலத்தில் சொன்னாள் ராஜம். கண்ணன் ஒரு விநாடி ஒன்றும் புரியாமல் திகைத்தான்.

"எஸ்... கோ அஹெட்" என்றார் டாக்டர்: "எந்த ராகவன்? யாரோ சொன்னாரே..."

"ஹி வர்க்ஸ் இன் டெலிஃபோன்ஸ். அங்கே அவர் ஏ. இ. யாம்" என்று ராஜமே விளக்கினாள்.

"ஓ! யுமீன் ரகு... நாங்க அவனை ரகுன்னுதான் கூப்பிடுவோம். இட் இஸ் ஆல் ரைட்... இப்ப நீங்கதான் முக்கியம். சொல்லுங்க"... என்று ராஜம் சொல்லுவதைக் கேட்கச் சித்தமானார் டாக்டர். அவர் பார்வை மிகவும் கனிவாக இருந்தது. எனினும் அவரது அடர்ந்த புருவம் பார்க்கப் பயமாக இருந்தது ராஜத்துக்கு.

ராஜம் தெளிவாகவும் அமைதியாகவும் ஆங்கிலத்தில் சொன் னாள்: "என் கணவர் சில தினங்களாகச் சரியாக இல்லை. மிகவும் கலவரமடைந்திருக்கிறார். வருத்தமாக இருக்கிறார். அதிகம் பேசுவது கூட இல்லை. அவர் தூங்குவதே இல்லை. அது மட்டு மில்லை டாக்டர், என்னைத் தூங்க விடாமல் ஏதாவது சத்தம் செய்து எழுப்பிக் கொண்டே இருக்கிறார்..."

"டாக்டர் லிஸன் டு மீ... காரணம் என்னன்னா?" என்று ஏதோ சொல்லக் குறுக்கிட்ட கண்ணனைத் தடுத்தார் டாக்டர்.

"நீங்க சொல்றதை அப்புறம் கேக்கறேன், மிஸ்டர்... அந்த அம்மா சொல்லட்டுமே... இப்ப இங்கே ஒண்ணும் நடக்கலே; நாம் ஃபிரண்ட்லியாப் பேசிக்கிட்டிருக்கோம்; நான் ஒரு டாக்டர்னு நெனைக்காம ஒரு ஃபிரண்ட்னு நெனைச்சுக்குங்க. நீங்களும் ராகவனும் ஃபிரண்ட்ஸ்; அதே மாதிரி நானும் ஃபிரண்ட்; ஓ கே! சரி, அவர் தூங்கறதில்லேன்னு உங்களுக்கு எப்படித் தெரியும் அம்மா?"

"அதைத்தான் சொல்லிக்கிட்டு இருக்கேன்; நான் அசந்து தூங்குகிறபோது வேணும்னே ஒரு தம்ளரைத் தட்டியோ, கட்டில்லே விரலாலே சுண்டியோ என்னைத் தூங்க விடாமல்

எழுப்பறார்; தினசரி இப்படிச் செய்யறார். சில சமயங்களிலே ஒரு நாள்ளே பல தடவை இந்த மாதிரி செய்றார். சத்தம் போடாமல் வந்து என்னை 'ஸ்பை' பண்ற மாதிரி வாட்ச் பண்றார்; என் கண்ணுக்குள்ளே துழாவற மாதிரிப் பார்க்கிறார். இது பயமா இருக்கு. ஐ டோண்ட் ஸே ஹி இஸ் மென்ட்டலி ஸிக்... எதைப் பற்றியோ அவர் மனம் குழம்பி இருக்கார். அவ்வளவுதான், வேறு ஒண்ணும் ஸீரியஸா இல்லேன்னாலும்..."

"எஸ். எஸ். நத்திங் ஸீரியஸ்... இதெல்லாம் நார்மலா யாருக்கும் இருக்கும்" என்று புன்னகையுடன் கண்ணனின் தோளில் தட்டினார் டாக்டர். கண்ணனுக்கு முதலில் எரிச்சலாகவும் பிறகு மனத்தினுள் சிறிது பயமாகவும் இருந்தது. இருந்தாலும் தைரிய மாகவும் சாதாரணமாகவும் இருக்கவேண்டும் என்ற முயற்சியோடு வாய்க்குள் சிரித்துக் கொண்டு டாக்டரைப் பார்த்தான். அந்தச் சிரிப்பும் பார்வையும் ரொம்பவும் அசம்பாவிதமாக இருந்தது.

"நீங்கள் ஏதோ சொல்ல விரும்பினீர்களே...?" என்று டாக்டர் அவனிடம் கேட்டார்.

"எஸ்! நான் உங்ககிட்டே சொல்லணும்..." என்று சொல்லி விட்டுப் பக்கத்தில் உட்கார்ந்த ராஜத்தை ஒரு முறை பார்த்தான்.

"நான் தனியே உங்களிடம் பேசினால் நல்லது என்று நினைக்கிறேன்" என்று ஆங்கிலத்தில் சொன்னான் கண்ணன்.

"ஷ்யூர்! அம்மா, தயவு செய்து கொஞ்சம் வெளியே இருக் கீங்களா? உங்களுக்கு ஆட்சேபணை இல்லையென்றால்"– மிகுந்த விநயத்துடன் ராஜத்திடம் வேண்டினார் டாக்டர்.

"ஓ! எஸ்."

கண்ணன் ஒரு முறை திரும்பிப் பார்த்துவிட்டுத் தாழ்ந்த குரலில் ஓர் இணக்கமான சிரிப்புடன் சொன்னான்: "டாக்டர் ஐ ஆம் நாட் தி பேஷண்ட்; ஷி இஸ் தி பேஷண்ட்."

"யாருமே பேஷண்ட் இல்லே மிஸ்டர்... வாட் இஸ் யுவர் பிராப்ளம்? உங்களுக்குத் தனியா இருக்கப் பயமா இருக்கா? அதனாலே தான் தூங்கறவங்களை அடிக்கடி எழுப்பறீங்களா? அப்படியே இருந்தாலும் அதிலே ஒண்ணும் தப்பில்லையே... நேரிடையாகவே நீங்க உங்க வய்ஃபை எழுப்பலாமே.." என்று மிகுந்த கனிவுடன் விளக்கினார்.

"இவர் என்னைச் சந்தேகப்பட்டு எனக்குச் சமாதானம் கூறு கிறார்" என்று எண்ணிய கண்ணன், அவரிடம் கெஞ்சுகிற மாதிரிக் கூறினான். "டாக்டர்... என்னைப் புரிந்து கொள்ளுங்கள். நான் நார்மலாகத்தான் இருக்கிறேன்– அவள் தான்..."

"மேலே சொல்லுங்கள்" என்று அவனைப் பார்த்துப் புன்னகை செய்தார் டாக்டர். அவனுக்கு அந்தச் சிரிப்பு எரிச்சலைத் தந்தது, ஆத்திரத்தை அடக்கிக் கொண்டு-

"ஒன்றுமில்லை டாக்டர்... சொல்வதற்கு ஒன்றுமில்லை. அவள் மனோநிலை சரியில்லை என்பதற்காக அவளைத்தான் அழைத்துக் கொண்டு வந்தேன். ஏதாவது பேசுவதானால் நீங்கள் அவளிடம் பேசுங்கள். எனக்கு எந்தச் சிகிச்சையும் தேவையில்லை" என்று எழுந்து போய்த் தானே கதவைத் திறந்து ராஜத்தை உள்ளே கூப்பிட்டான். அவள் மிகவும் சீரியஸாக முகத்தை வைத்துக் கொண்டு உள்ளே வந்தாள். சில நிமிஷங்கள் யாரும் எதுவும் பேசவில்லை.

ராஜம் அவன் பக்கத்தில் வந்து உட்கார்ந்து ஆதரவாக அவனது கைகளைத் தொட்டாள்: "ஏன்? என்னவோ மாதிரி இருக்கீங்க?"

"நான் போறேன். நீ வரியா, இல்லையா?" என்று ராஜத்திடம் கொஞ்சம் அதட்டலாகக் கேட்டான். டாக்டர் அவனைக் கூர்ந்து பார்த்துக் கொண்டிருந்தார். அவரது புருவங்கள் ராஜத்திற்கு இப்போது இன்னும் பயம் தந்தன; அவள் டாக்டரைப் பரிதாபமாகப் பார்த்தாள்

"மிஸ்டர்... நீங்கள் தயவு செய்து சற்று உட்காருகிறீர்களா?" என்று சிறிது கடுமையுடன் கேட்டார், டாக்டர்.

"நோ-ஐ வோண்ட்" என்று கடுமையாகச் சொல்லிவிட்டுக் கதவைத் திறந்து கொண்டு வெளியே போனான் கண்ணன். ராஜத்திடம் மெதுவான குரலில் சொன்னார் டாக்டர்: "அம்மா, நீங்கள் சம்மதித்தால் நான் அவருக்குச் சிகிச்சை அளிக்கிறேன்... ."

"டாக்டர்" என்ற ராஜம் கண் கலங்கி அழ ஆரம்பித்தாள்.

"தைரியமாக இருங்கள். அவருக்கு ஒன்றுமில்லை. எல்லாம் சரியாகிவிடும்... ஒரு நிமிஷம்" என்று டாக்டரும் வெளியே வந்தார். ராஜம் தனிமையில் உட்கார்ந்து கைப்பையிலிருந்து கர்சிப்பை எடுத்துக் கண்ணீரைத் துடைத்துக் கொண்டாள். எனினும் அழுகை அடங்கவில்லை.

வெளியில் வந்த டாக்டர், காம்பவுண்ட் கேட்டை நோக்கிக் கோபத்தோடு வேகமாய் நடந்து கொண்டிருந்த கண்ணனை அங்கு நின்றிருந்த- சற்று முன் திட்டி விரட்டப்பட்ட- அந்த பணியாளிடம் காட்டி "கெட் ஹிம்... நல்ல தனமாகவே முடிஞ்ச வரைக்கும் பேசிக் கொண்டு வா..." என்று சொல்லிவிட்டு

மறுபடியும் உள்ளே வந்து அழுது கொண்டிருந்த ராஜத்தைப் பார்த்து-

"ஒண்ணுமில்லே அம்மா, ரெண்டு நாள்லே- அவரோட பேசி, ரெஸ்ட்லே இருக்க வைச்சா அவர் சரியாயிடுவார். மத்தபடி ஹி இஸ் ஆல் ரைட்!" என்று சமாதானம் கூறினார்.

வெளியில் ஒரே சத்தமாக இருந்தது. கண்ணன் வர மறுத்து, நர்ஸிங் ஹோம் பணியாட்கள், அவனை வற்புறுத்தி விடாப் பிடியாக இழுத்து வந்தனர். கண்ணன் மிகவும் கோபமாகக் கத்தினான். ஆங்கிலத்தில் அவன் கூறுவது டாக்டரின் காது களிலும் விழுந்தது.

"நான் ஒண்ணும் பைத்தியமில்லை. உங்க டாக்டர் தான் பைத்தியம். இவன் ஒரு அரைவேக்காடு டாக்டர் என்று தெரி யாமல் வந்தேன். வருமானத்திற்காக நல்லா இருக்கிறவங்களைக் கூட இவன் பைத்தியமாக்குவான்... ராஜம்! அவனை நம்பாதே! நீ வா... நாம் போகலாம். ராஜம்! என்னைக் காப்பாத்து. இவன் கிட்டே விட்டுட்டுப் போயிடாதே... ராஜம்! பிளீஸ்... ஐ ஆம் ஆல் ரைட்.... ஐ ஆம் நாட் ஸிக்! ஓ! ராஜம்..." என்று அவன் அந்தப் பணியாட்களின் பிடியில் சிக்கிக்கொண்டு அலறிக் கூவினான்.

ராஜத்துக்குப் பொறுக்க முடியவில்லை. அழுது கொண்டே வெளியே ஓடி வந்தாள். இவனை இந்த நிலையில் அழைத்துக் கொண்டு போகலாமா, கூடாதா என்று அவள் தவிப்பது டாக் டருக்குப் புரிந்தது.

"இதோ பாருங்க அம்மா. இது ஒரு ஃபிரண்ட் வீடுன்னு நெனைச்சுக்குங்க. எனக்கு நீங்க ஃபீஸ் கூடத் தரவேணாம். அவருக்கு ஒண்ணும் கஷ்டம் ஏற்படாது. நீங்க பயப்படாமல் போயிட்டு நாளைக்கு வாங்க.." என்று தைரியம் கூறினார்.

ராஜம், கண்ணனின் அருகே வந்ததும் அவன் பரிதாபமாக "நாம் வீட்டுக்குப் போகலாம்" என்று அந்தப் பணியாட்களின் பிடியில் சிக்கிக்கொண்டு கெஞ்சினான்.

"போகலாம்... உங்களை இங்கேயே விட்டுட்டு நான் மட்டும் எப்படி நிம்மதியாக இருப்பேன்! ஆனா, டாக்டர் சொல்றார்... ஒரு நாளைக்கு அவர் ஃபிரண்டா நீங்க இங்கே தங்கிப் பேசிக்கிட்டு இருந்தால் போதும்னு. பயப்படாதீங்க. தைரியமா இருங்க..." என்று அவனுக்குச் சமாதானம் சொன்னாள்.

அவன் மௌனமாக அவளை வெறித்துப் பார்த்தான்: "சரி, நானே வர்றேன்" என்று தன்னைப் பிடித்துக் கொண்டிருந்தவர் களை உதறித் தள்ளிவிட்டு டாக்டரிடம் ஓடினான்...

டாக்டர் அவனை மறுபடியும் முகமலர்ந்து வரவேற்று அவனுக்குத் தைரியமும் சமாதானமும் தந்து பேசிக் கொண் டிருந்தார். அவன் ஒன்றுமே பேசவில்லை.

ராஜம் அவன் தலையைக் கோதி நெற்றியில் முத்தமிட்டு, தான் போய்விட்டு வருவதாகக் கூறியபோது, அவன் அழுதான். அவளும் கூட அழுதாள்.

அவள் தனக்கு ஒரு டாக்ஸி கொண்டு வருமாறு அந்தப் பணி யாட்கள் ஒருவனிடம் சொல்லி அனுப்பினாள். கண்ணன் ஒரு குழந்தை மாதிரி அவளிடம் ஒட்டி உட்கார்ந்து கொண்டு,

"நாளைக்கு வந்து என்னைக் கூட்டிக்கிட்டுப் போயிடு. எனக்கு ஒண்ணுமில்லை. ஐ ஆம் ஆல் ரைட். என்னை நம்பு..." என்று டாக்டர் காதில் விழாமல் அவளிடம் சொன்னான். "உங்களுக்கு ஒண்ணுமில்லே கண்ணா... நாளைக்குக் காலையிலே நான் ஓடிவந்து விடுவேன்... தைரியமாய் இருங்க..." என்று அவள் அவனுக்கு ஆறுதல் கூறினாள்.

டாக்ஸி வந்தது. அவள் புறப்படும்போது குழந்தை மாதிரி "ராஜம்!" என்று விம்மினான் கண்ணன். டாக்டர் அவனைத் தட்டிக் கொடுத்தார். மறுபடியும் அவன் கையைப் பிடித்துக் கொண்டு தைரியம் கூறியபின் ராஜம் டாக்ஸியில் போய் ஏறிக்கொண்டு கர்ச்சீப்பால் கண்களைத் துடைத்துக் கொண்டாள்.

டாக்ஸி காம்பவுண்ட் கேட்டைத் தாண்டியபோது, எல்லாவற்றையும் பார்த்திருந்த டாக்ஸி டிரைவர் அவளிடம் கேட்டான்: "பாவம் நல்லா இருக்காரே... என்னம்மா அவருக்கு?"

ராஜம் சிரித்தாள்... அதே சிரிப்பு! டாக்ஸிக்காரன் பயந்து போய் பிரேக்கை அழுத்தினான். அதைக் கூடக் கவனிக்காமல் அவள் சிரித்துக்கொண்டே இருந்தாள்.

---

ஆனந்த விகடன், 1972

# குருக்கள் ஆத்துப் பையன்

ஒட்டுத் திண்ணையின் சாய்ப்பில் சாய்ந்து தலைக்கு மேல் இரண்டு கைகளையும் பிடரியில் சேர்த்துக் கொண்டு அம்மாவின் புலம்பலை எல்லாம் கண்ணை மூடியவாறு கேட்டுக் கொண்டிருப் பான் பையன். சில சமயங்களில் பெருமூச்செறிவான். பேசிக் கொண்டே, புலம்பிக் கொண்டே அம்மா தூங்கி விடுவாள். அதன் பிறகு அவனும் பெரிய திண்ணையில் ஏறிப் படுத்துக் கொள்வான்...

அம்மாவை நினைக்கையில் அவனுக்குப் பாவமாக இருக்கும். சில சமயம் தாங்க முடியாத வயிற்று வலியால் துடிப்பாள். அவன் இரவெல்லாம் கண் விழித்துக் கொண்டு அவளுக்கு வெந்நீர் வைத்து ஒத்தடத்துக்குத் தருவான். அவள், கை பொறுக்காத சூட்டுடன் அந்த வெந்நீர்ச் செம்பை வயிற்றில் வைத்து உருட்டிக் கொண்டே, ‘என்னை அழைச்சிண்டு போயிடுங்கோளேன்... ’ என்று அப்பாவை நினைத்துக் கொண்டு அழுவாள்.

எப்போதுமா அப்படி? இதே திண்ணையில் உட்கார்ந்து கொண்டு நிலாவில் அவள் சொல்லிய திவ்யமான கதைகள் எத்தனை! எவ்வளவு அழகாக அம்மா பாடுவாள்! தெளிவாக அபிராமி அந்தாதி நூறு பாடலையும் ஒரே மூச்சில் அம்மா பாடுவாளே!

அவள் தூங்கி விட்டாள் என்று தெரிந்த பிறகு அவன் நிம்மதியாகத் தூங்குவான். அவள் எழுந்திருக்கும் முன் எழுந்து, குளித்து, வெண்கலப் பானையில் சோறு பொங்கிக் கொண்டு, வெண்கலப் பானைச் சோற்றுடன் ஓடிப் பிள்ளையார் கோயிலைத் திறந்து, அவருக்கு இரண்டு குடம் கிணற்று நீரை அபிஷேகம் செய்து பக்கத்தில் தாமரைக் குளம் இருக்கிறது. கிணற்று நீர்தான் விசேஷம் என்று அவன் அப்பா சொல்லி இருக்கிறார்– நைவேத்யம் செய்து பூஜை முடித்த பின் வெண்கலப் பானையில் உள்ள பிரசாதத்துடன் வீட்டுக்கு வந்து– அதற்குள் அம்மா ஒருவாறு சமாளித்து எழுந்து நடமாடிக் கொண்டிருப்பாள்– அவள் கையால் தானும் அவளும் அந்தப் பிரசாதத்தைப் பகிர்ந்து கொண்டு...

இதுவரைக்கும் இப்படித்தான் நடந்திருக்கிறது. நாளைக்கு?

"அம்மா, நேக்கு ஒரு யோசனை தோண்றதே, நான் பட்டணத்துக்குப் போயி..."– அவள் தூங்கிவிட்டாள். இல்லா விட்டால் இந்நேரம் மறுபடியும் புலம்பத் தொடங்கி இருப்பாள். 'பட்டணத்துக்குப் போயி? பட்டணம் எப்படி இருக்குமோ? பட்டணத்துக்கெல்லாம் போக வேண்டாம்; மாயவரம், சீர்காழி, சிதம்பரம்... எங்காவது போயி ஏதாவது!'– அந்த ஏதாவதுக்கு மேல் அவனால் எதையும் தொடர முடியவில்லை; 'என்னவானாலும் சரி, இனி ஒரு நாள் இந்த அன்னவயலிலே இருக்கப்படாது' என்ற தீர்மானத்துடன், பிடரியில் கோத்த கைகளின் மேல் அவிழ்ந்து கிடந்த குடுமியை உதறி முடிந்து கொண்டு எழுந்தான். மேல் துண்டால் உடம்பைப் போர்த்திக் கொண்டு நிலா வெளிச்சத்தில் சற்று உலாவினான். 'கோயில் பக்கம் போய் வரலாமே' என்று தெருவில் இறங்கி நடந்தான்...

அக்ரஹாரத்திலிருந்து திரும்பியதும் தாமரைக்குளமும், பிள்ளையார் கோயிலும், ஆலமரத்தடியும் தெரிகிறது. அந்த ஆல மரத்தடியில் பகலில் சிறு கும்பல் இருக்கும். சிறுவர்கள் கோலி விளையாடுவதற்காகப் பறித்த குழிகளும், கிழித்த கோடுகளும் நிரந்தரமாய் இருப்பதை, அவன் நடந்து வந்தபோது வெறும் பாதங்களால் உணர்ந்தான். அவன் கூட எப்போதாவது சில பெரியவர்களுடன் அங்கு 'ஆடு புலி' விளையாடுவான்.

பிள்ளைமார் தெருவிலிருந்து பெரியவர்களும், லீவுக்கு வந்திருக்கிற வாலிபர்களும் ஆல மரத்தடியில்தான் வந்து பொழுது கழிப்பார்கள். சிலர் ரகசியமாகச் சீட்டு விளையாடுவார்கள். பத்திரிகை படிப்பார்கள். அரசியல், சினிமா பற்றியெல்லாம் அவரவர்க்குத் தெரிந்ததை வைத்துக் கொண்டு மிகுந்த சத்தத்துடன் விவாதிப்பார்கள். அதைப் பார்த்து ரசித்துக் கொண்டிருக்கிற இந்தப் பையனுக்கு அதனால் ஏற்பட்ட 'கேள்வி ஞானம்' நிறைய உண்டு. அவர்கள் இவனையும் சில சமயங்களில் வம்புக்கிழுப்பார்கள். இவனது குடுமியையும், ஜாதியையும், பிள்ளையாரையும் கூட அந்தப் பையன்கள் பரிகாசம் செய் வார்கள். எல்லாவற்றுக்கும் எப்போதும்போல் அவன் சிரித்துக் கொண்டே இருப்பான்.

அவனை விசுவநாதன் என்று யாரும் பெயரை நினைப்பதே இல்லை. பன்னிரண்டு வயதில் அந்தப் பிள்ளையார் கோயிலுக்குக் குருக்களாகவே மாறியிருந்தும் கூட– இப்போது அவனுக்கு

இருபத்தைந்து வயதாகியும்–இன்னும் அவனைக் குருக்களாத்துப் பையன் என்றே அந்தக் கிராமம் அழைக்கிறது.

அப்பா இருந்தபோது அவருக்கு ரொம்ப மரியாதை. கோயிலும் அதனைச் சார்ந்து வாழ்கிற வாழ்க்கையும் அர்த்த முடையது என்று அவர் தன்னளவில் நம்பி இருந்தார். இந்தப் பிள்ளையார் கோயிலுக்கு குருக்கள் பாத்தியதை உடைய குடும்பத்தைச் சேர்ந்தவர் சாமிநாத ஐயர் என்பவர். அப்பாவுக்கு ஒன்றுவிட்ட தம்பி அவர்; அவர் பட்டணத்துக்கு உத்தியோகம் பார்க்கப் போய்விட்டார். ஆனாலும் அந்தப் பாத்தியதைப் பெருமையை விட மனமில்லாமல் கோயில் மானிய வீட்டை அவரே வைத்துக் கொண்டு எப்போதாகிலும் வந்து பூட்டித் திறந்து கொண்டு போகிறார். கிராமத்திற்கு வந்து தங்கியிருக்கிற நாட்களில் கோயிலுக்கு வந்து அதிகாரம் செய்வார். அப்பாதான் எப்போதும் குருக்கள் வேலை பார்த்து வந்தார்.

அப்பா திடீரென ஒருநாள் மத்தியானம் இறந்துவிட்ட போது இவன் ஆலமரத் தடியில் மாட்டுக்காரப் பையன்களோடு கோலி விளையாடிக் கொண்டிருந்தான். அதன் பிறகு இவன் கோலி விளையாடியதே இல்லை. 'குருக்களானப்புறம் அதெல்லாம் படாது' என்று அம்மா சொல்லியிருந்தாள்.

நிராதரவாகிவிட்ட இவனையும், நோயாளித் தாயாரையும் ஆதரிப்பதற்காக ஊர் கூடி இவனைக் குருக்களாக நியமிப்பது என்று தீர்மானம் செய்தார்கள். சாமிநாத ஐயர்தான் அதற்கு முன் நின்றார். நல்ல வேளையாகப் பையனுக்கு ஏற்கெனவே பூணூல் போட்டிருந்தார்கள்.

அப்போது உத்திராபதிப் பிள்ளை–இப்போது இருக்கிறானே நாகபூஷணம் இவன் தகப்பனார்– தர்மகர்த்தாவாக இருந்தார். அவர் நல்ல சிவ பக்தர். அவருடைய தகப்பனார் காலத்தில் ஏற்பட்ட பிள்ளையார் கோயிலைப் பரிபாலிப்பதில் பிதுர்க்கடன் செய்த நிறைவை அனுபவித்தார் உத்திராபதிப்பிள்ளை.

அவர்தான் விசுவநாதனைக் கேட்டார்: "என்ன ஐயரே உங்கப்பாரு கூட இருந்து எல்லாம் பாத்திருப்பீரே... ஒழுங்கா செய்வீரா, இல்லையா?" என்று கேட்டபோது அப்பாவை நினைத்துக் கண்கலங்கத் தலையாட்டினான் பையன். அப்போது ஊருக்கு வந்திருந்த சாமிநாத ஐயர் இவனிடம் தமிழில் எழுதிய சில ஸம்ஸ்கிருத ஸ்லோகப் புத்தகங்களைக் கொடுத்து இரண்டு மூன்று நாட்கள் அதை மனப்பாடம் செய்யச் சொல்லி இவனை

'வதையாய் வதைத்து' விட்டுப் போனபின் இவன் குருக்கள் பணியை மேற்கொண்டான்.

வருஷத்துக்கு இவ்வளவு நெல், இவ்வளவு தேங்காய், இவ்வளவு எண்ணெய், இவ்வளவு ரூபாய் என்று ஏதோ ஒரு காலத்து நிலைமைக்கேற்ப எழுதி வைத்தபடி, ஒரு கடமைக்காகக் 'கடவுள் நம்பிக்கை தனக்கில்லை' என்று சொல்லிக் கொண்டே தருகிறான் நாகபூஷணம். சிறு வயதிலிருந்தே ஆலமரத்தடியில் உட்கார்ந்து கொண்டு இவனைக் கேலி செய்து பழகியவன் அவன்.

அவன் பஞ்சாயத்துத் தேர்தலில் நின்று ஜெயித்தபோது அவன் மனைவியும் குழந்தைகளும் பிள்ளையார் கோயிலுக்கு வந்து அபிஷேகம் நடத்தினார்கள். அவன் மனைவி நூற்றியெட்டுத் தேங்காய்களை இந்தக் குருக்கள் பையன் மூலமே உடைக்க வைத்தாள். இன்னும் மிக உற்சாகமாகத் தேங்காய்களை உடைத்தான். 'பிள்ளையாரையே உடைக்க வேண்டும்' என்கிற நாகபூஷணம் அங்கு வந்து தேங்காய் உடைக்கிற குருக்களைப் பார்த்துப் பரிகாசம் செய்துதான் தனது பகுத்தறிவுக் கொள்கையைக் காப்பாற்றிக் கொள்ள முடிந்தது. குருக்கள் பையன் இதையெல்லாம் ரசித்துச் சிரிக்காமல் வேறு என்ன செய்வான்?— இப்படி எதையெதையோ நினைத்துக் கொண்டு நிலா வெளிச் சத்தில், ஆலமரத்தடியில் கிடந்த– உடைந்து போய்ப் பாதி மண்ணில் புதையுண்டிருந்த சிவலிங்கத்தின்மீது வந்து உட் கார்ந்தான் குருக்கள் பையன். என்னதான் குருக்களாத்துப் பையனாக இருந்தாலும் ஒருவன் எப்போதும் சிவலிங்கத்தையே நினைத்துக் கொண்டிருக்கவா முடியும்? அந்தச் சிவலிங்கம் உடைந்து போயிருந்ததாலும், ஒரு பக்கம் சாய்ந்து மண்ணில் புதையுண்டிருந்ததாலும் 'அது சிவலிங்கம்' என்கிற விஷயத்தையே எல்லாரும் மறந்திருந்தார்கள். அதன் மீது உட்காருவது ஓர் அபசாரமாக எவருக்குமே பட்டதில்லை. ஆனால் இவனுக்குப் படும். இவன் அதன்மீது உட்கார்ந்ததே இல்லை. அப்போதுள்ள மனக்குழப்பதில்...

அம்மா ரொம்பப் பாவம்... எட்டு வயசிலே கலியாணம் செய்து கொண்டவள். முப்பது வயதிலே ஒரு பிள்ளை பெற்று அதிலேயிருந்து தீராத நோயாளி...' அவளுக்கு என்ன வியாதி என்று யாரும் சொல்ல முடியாது. வயிற்றில் கட்டி என்று வைத்தியர் சொன்னார். ஆப்ரேஷனுக்கோ, ஆஸ்பத்திரிக்கோ அவளைச் சம்மதிக்க வைக்க முடியாது.

இந்த அன்னவயல் கிராமத்தை எட்டு வயதில் வந்து மிதித் தாளாம். அதன் பிறகு இந்த ஊரின் எல்லையை அவள் தாண்டியதேயில்லையாம்; அது இந்த ஜென்மத்தில் கிடையாதாம். அவளது புலம்பலுக்கிடையே இப்படிப்பட்ட வைராக்கிய வாசகங்கள் நிறைய வரும். பையன் அதையும் ரசிப்பான்.

இந்த ஊரைத் தாண்டிப் போய்விடுவது நிச்சயமாக அவளுக்குச் சாத்தியமில்லை. பஸ்ஸைப் பிடிப்பது என்றாலே வண்டி இருப்பவர்கள் ஐந்து மைல் வண்டிப் பாதையிலும், நடந்து போகிறவர்கள் மூன்று மைல் ஒற்றையடிப் பாதையிலும் பயணம் போகவேண்டும். ரயிலடி என்பதே இருபது மைல்களுக்கு அப்பாலுள்ள ஒரு செய்தி என்றே அவர்களுக்குத் தெரியும். அவள் ரயில் சத்தத்தைக்கூடக் கேட்டதில்லை.

ஒரு காலத்தில் இந்த அக்ரஹாரம் களையோடும் பொலிவோடும் இருந்தது. ஆனால் இப்போது பெரும்பான்மையான வீடுகள் நமது புராதன வாழ்க்கைப் பெருமைகள் போலவே இடி பாடுகளாகிவிட்டன. நிராதரவான சில விதவைக் கிழவிகளும், பிள்ளைகளையெல்லாம் எங்கோ பறிகொடுத்து விட்டது மாதிரிப் பிரிந்து வாழ்கிற இரண்டு வயதான தம்பதிகளும், பிள்ளை இல்லாத ஒரு குடும்பமும் குருக்களாத்து அம்மாவும், பையனும்... இவ்வளவுதான் குழியில் தேங்கிய வெள்ளத்து நீர் மாதிரி இப்போது அங்கே தங்கியிருந்தார்கள்.

அக்ரஹாரத்தைச் சேர்ந்த இவனுடைய விளையாட்டுத் தோழர்கள் குறைய ஆரம்பித்த பிறகுதான் இவன் மாட்டுக்காரச் சிறுவர்களுடன் கோலி விளையாடத் தொடங்கினான். அந்த அக்ரஹாரத்துப் பையன்களெல்லாம் இப்போது எங்கெங்கோ இருக்கிறார்கள். எப்போதாவது சிலர் நேரிலும் பலர் நினைவிலும் வருகிறார்கள். அவர்களில் யாரும் இவனோடு தோழமை கொண்டாடுவதில்லை. அவனும் அதற்காகவெல்லாம் ஏங்கியதும் இல்லை. இந்த வாழ்க்கை— காலையிலும் மாலையிலும் குளித்து ஜெபம் செய்வதும், பிள்ளையாருக்கு அபிஷேகம் செய்து விளக் கேற்றுவதும், தெரிந்த பாடல்களைச் சுதந்திரமாகப் பாடி மலர்களை அர்ச்சிப்பதும், கோயிலுக்கு வந்தவர்களின் முன் கற்பூரத் தட்டை ஏந்தி விபூதி கொடுப்பதும்—ஒரு தொழில் என்று போன வாரம் வரை அவனுக்குத் தோன்றியதே இல்லை.

ஆரம்பத்தில் சாமிநாத ஐயர் கொடுத்த அந்தப் புத்தகங் களைப் படிக்குமாறு அம்மா அவனை நச்சரிப்பாள். அப்போதே ஒருநாள் அவளிடம் அவன் சொல்லிவிட்டான்: "அம்மா, நான்

அங்கே என்ன சொல்றேன்னு யாருமே கவனிக்கறதில்லை; நேக்குத் தெரிஞ்சதையெல்லாம் நான் எந்தப் பாஷையில் பிள்ளையார் கிட்டே முணுமுணுத்தா யாருக்கு என்ன? நீ பாடிண்டிருக்கியே அதையெல்லாம் கேட்டு நான் பாடறேன்; அதைவிட என்ன மந்திரம் வேணும்? நான் பிள்ளையாரை ஒவ்வொரு தடவையும் மனப்பூர்வமா நமஸ்காரம் பண்றேன். அர்ச்சனைத் தட்டத்தை என் கையிலே தரச்சே என் மனசு நடுங்கறது. தீபாராதனை காட்டறச்சே நான் என்ன பிரார்த்தனை பண்றேன் தெரியுமோ; விக்னேஸ்வரா, இவாள்ளாம் இந்தக் குழந்தையைக் குருக்கள்னு நம்பறா; நான் உன்னை நம்பறேன். இவா நன்னா இருந்தா நேக்கு ஒரு கொறையும் வராது. எல்லாரும் நன்னா இருக்கணும்... ஸர்வேஜனா: ஸுகினோபவந்து'ன்னு நெனைச்சுக்கறேன். அதுக்கு மேலே எந்த ஸ்லோகமும் நேக்கு முழுக்க வரலே? உடனே 'வாக்குண்டாம் நல்ல மனமுண்டாம்' சொல்லிடுவேன், போறாதா?"

– எல்லாரிடமும் சாதுவாக இருந்துகொண்டு, தன்னிடம் மட்டும் இப்படி விதண்டாவாதம் செய்கிறானே என்று அம்மா நினைத்துக் கொள்ளுவாள்.

இப்போது கொஞ்ச காலமாய் அம்மாவின் கவலை அதிக மாகி விட்டது. பையனுக்குக் கல்யாணம் செய்து வைத்துப் பார்க்க முடியவில்லையாம். அதைச் சீக்கிரமாகச் செய்து பார்த்துவிட்டுத் தானும் சீக்கிரமாகக் கண்ணை மூடிவிட வேண்டுமாம். ரெண்டுத்துக்கும் நேரம் வரவில்லையாம். இந்தக் குக்கிராமத்தில் குருக்களாக இருக்கிற பையனுக்குப் பெண் கிடைக்கமாட்டேன் என்கிறதாம்; இப்போதே இவனுக்கு வயதாகி விட்டதாம்... இப்படிப்பட்ட மன உளைச்சலினால் சில சமயங்களில் 'இந்த வெண்கலப் பானைச் சாதத்துக்காக என் பிள்ளையின் வாழ்க்கையை நான்தான் பாழ்படுத்திட்டேனோ?' என்று சொல்லி அப்படி நினைத்த அபசாரத்துக்காகக் கன்னத்தில் போட்டுக் கொள்ளுகிறாள் அம்மா.

"அம்மா அம்மா, பகவானை நம்பறவா இப்படியெல்லாம் அஞ்ஞானமா அவஸ்தைப்படலாமோ? இதே கோயில்லே குருக்களாயிருந்த அப்பாவுக்கு நீ வரலியா?"

"ஆமா; நான் வந்து வாழ்ந்தேனே! அவர் என்ன பாவம் பண்ணினாரோ! அவர் பிள்ளைக்கும் அப்படி ஆக வேண்டாம். நேக்கு லட்சுமி மாதிரி ஒருத்தி வருவா, பாரேன்" என்று அந்தக் கற்பனையிலே மகிழ்ந்து போவாள்.

"வரலேன்னாதான் என்னவாம்; பிள்ளையார் ஒரு ஒண்டிக் கட்டை; நானும் ஒரு ஒண்டிக்கட்டை; அவருக்கு அபிஷேகம் பண்ணிண்டு ஆனந்தமா இருப்பேன். வெண்கலப்பானை சாதம்னு அவ்வளவு அலட்சியமா சொல்லிட்டா ஆச்சா? அந்த சாதத்துக் காகத்தான் பட்டணத்திலே ஏகக் கலவரமாம்; பேப்பர்லே கூடப் போட்டிருக்கான்" என்று தன்னைப் பார்த்துச் சிரிக்கிற இந்த உலகத்தையே அம்மாவின் முன்னால் மட்டும் பரிகசித்துச் சிரிப்பான். வெளியே இது மாதிரியெல்லாம் அவன் பேசுவானா என்ன?

'ஐயோ! இதென்ன, சிவலிங்கத்தின் மீது உட்கார்ந்திருக்கிறோம்' என்று பதறி எழுந்தான். அதைத் தொட்டு வணங்கி விட்டு இன்னும் கொஞ்சம் நடந்து ஆலமரத்து நிழலுக்கு வெளியே நிலா வெளிச்சத்திலிருந்த சுமைதாங்கிக் கல்லுக்குப் போய் உட்கார்ந்தான். மேல் துண்டையெடுத்துத் தலைப்பாகையாகக் கட்டினான். ஆலமரத்தையும் தாமரைக் குளத்தையும் பார்த்து 'அன்னவயல் அழகாய்த்தான் இருக்கிறது' என்று நினைத்துக் கொண்டான்.

தற்கால வாழ்க்கை சம்பந்தப்பட்ட எல்லாப் பிரச்னைகளையும் ஒரு வேடிக்கையாகவே பார்த்துக் கொண்டு வாழ்ந்திருந்த இந்தக் குருக்களாத்துப் பையனுக்கு இந்த வாழ்க்கைக்கும் ஒரு பிரச்னை உண்டு என்று போனவாரம் தெரிந்தது. சாமிநாத ஐயர் எழுதிய கடிதத்தைக் கையில் வைத்துக் கொண்டு நாகபூஷணம் இவனிடம் ஒரு நாள் சொன்னான்.

"உங்க சித்தப்பா ரிடையர் ஆகிட்டாராம்... சம்சாரம் போன துக்கப்புறம் பையனோட இருக்கப் பிடிக்கலையாம். கடைசிக் காலத்தில் இங்கே வந்து கோயில் திருப்பணி செய்யறதுன்னு முடிவு பண்ணிட்டாராம். 'விசுவநாதன்தான் பெரிய பையனா வளர்ந்துட்டானே. இனிமேலாவது வேற ஏதாவது வேலை செய்து தாயாரைக் காப்பாத்த வேணாமா'ன்னு அவர் கேக்றார்... சரிதானே?" என்று நாகபூஷணம் இவனிடம் கேட்டபோது, 'சரிதான்' என்று தலையாட்டினான்: "அதுக்கு நான் என்ன செய்யணும்னு சொல்லுங்கோ."

"உங்க சித்தப்பா வந்த உடனே கோயிலை அவர் கையில் ஒப்படைக்கணும்..."

"ஓ, பேஷா!" என்று சொல்லிவிட்டு வந்தான்.

"நீ என்னடா சொன்னே?" என்று வாசற்படியில் தலை சாய்த்துப் படுத்திருந்த அம்மா, இருட்டில் எழுந்து உட்கார்ந்து

கேட்டாள். ஒட்டுத்திண்ணையில் நிலா வெளிச்சத்தில் உட்கார்ந்து வானத்தைப் பார்த்துக் கொண்டிருந்த விசு சொன்னான்: "சரி, அப்படியே ஆகட்டும்னேன்."

'அசடே அசடே' என்று அம்மா முணகிக் கொண்டாள்: 'வேறே என்ன செய்யறதா யோசனை? நீ என்னடா கொழந்தை செய்வே?" என்று இருட்டில் இரண்டு உள்ளங்கைகளையும் ஏந்திய வாறே கேட்டாள் அம்மா. அவன் அவளைத் திரும்பிப் பார்த்த பொழுது இருட்டில் கவிழ்த்து வைத்திருந்த வெண்கலப் பானை பளபளத்தது.

"என்ன செய்றது? மொதல்லே அதோ இருக்கே அந்த வெண் கலப் பானையையும், இரும்புச் சாவியையும் கொண்டு போயி அவாகிட்ட குடுத்துட வேண்டியது தான்."

"அப்பறம்? நோக்குப் படிப்பும் கிடையாது: விதரணையும் கிடையாது; நோக்கு வேற ஒண்ணும் தெரியாதேடா?"

அவன் சிரித்துக்கொண்டே சொன்னான்: "என்னத்தைத் தெரிஞ்சுண்டு அம்மா நாம இவ்வளவு காலம் வாழ்ந்தோம்? கடவுள் காப்பாத்துவார்" என்று சொல்லிவிட்டு யோசித்தான்: "என்னடா இவன் வேதாந்தம் பேசறானேன்னு நோக்குத் தோண்றதா? இந்தக் காலத்திலே இப்படி வாழ்ந்திண்டிருக்கிற நாம தாம்மா வேதாந்தத்தைப் பேசவாவது முடியும்."

"நோக்கு என்னடா கொழந்தை, நீ ரெக்கை முளைச்ச பறவை; என் கனத்தையும் கழுத்திலே கட்டிண்டு உன்னாலே பறக்க முடியுமோ? என்னை இப்படி ஒரு ஜென்மமா பகவான் இன்னம் வெச்சிண்டிருக்க வேண்டாம். நேக்கு உடம்பு மண்ணாகவும் உசிரு கல்லாகவும் ஆயிடுத்து. பெத்தவளை இப்படி விட்டுட்டுப் போனா அந்தப் பாவம் உன்னை விடுமோன்னு நீ தவிக்கறே! பொழுது விடியறதுக்குள்ளே நேக்கு உயிர் போயி என்னை இழுத்துப் போட்டுட்டு நீ போகணும்னு நான் தவிக்கிறேன். அதுக்கும் ஆகாம அனாதைப் பொணமாப் போயிடுவேனோ?... ."

"அப்படியெல்லாம் பேசாதே அம்மா. எங்கே இருந்தாலும் ஆதிசங்கரர் வந்த மாதிரி நான் வந்துட மாட்டேனா?" என்று அவளை உற்சாகப்படுத்துவதற்காகச் சிரித்தான். அவன் வார்த்தை அவளுக்கும் இதமாக இருந்தது... அந்த இதத்தில் சற்று அமைதி அடைந்து நம்பிக்கையுடன் சொன்னாள்: "கொழந்தை! ஒரு காரியம் செய்யறயா? நாகபூஷணம் நல்ல பையன். நீ அவன்ட்ட போயி நல்லதனமா சொல்லு. எங்கம்மா இப்படி இருக்கா... அவளை விட்டுட்டு நான் ஒரெடத்துக்கும் போறத்துக்கில்லே... அது

மகா பாவம்... அவ இன்னும் ரொம்ப நாளைக்கி உசிரோடு இருக்க மாட்டா... அவ உடம்பிலே உசிர் இருக்கிறதரியும் நானே கோயிலைப் பார்த்துண்டிருக்கேன்னு கேட்டுக்கோ... அவனையே விட்டு அந்தப் பிராமணனுக்கு ஒரு கடுதாசி எழுதிப் போட்டுடச் சொல்லு..."

விசுவநாதனுக்கு இந்த யோசனை சரியெனப்பட்டது. ஆனாலும் அவளது சாவை ஒரு கெடுவாக வைத்துக் கொண்டு இதை ஒரு வேலையாகக் கேட்பது அவனது மனத்திற்கு மிகுந்த வெட்கத்தைத் தந்தது. ஏதேதோ நினைத்துக் கொண்டு நாக பூஷணத்தின் எதிரே ஒருவாறு போய் நின்றான்.

நாகபூஷணத்திற்கு இவனைப் பார்த்தாலே ஒரு கேலி உணர்ச்சி வந்துவிடும். இப்போதும் 'கடவுள் உண்டா இல்லையா?' என்பது மாதிரி விளையாட்டாக ஏதோ பேச ஆரம்பித்தான்.

"இதோ பாரும். கடவுள் உண்டா, இல்லையான்னெல்லாம் நேக்கு வாதம் பண்ணத் தெரியாது; நேக்கும் எங்கம்மாவுக்கும் சுவாசம் விடற மாதிரி அது ஒரு அவசியம்; உமக்கு எவ்வளவோ ஐசுவரியம் இருக்கு; எவ்வளவோ தொல்லையும் இருக்கு. நேக்கு ஒரு தொல்லையும் கிடையாது... ஐசுவரியம்னாலே ஈஸ்வர அனுக்ரகம்னு பேரு... ஈசுவர என்கிற வார்த்தையிலிருந்து தான் ஐசுவரியம்னு வரது... இதெல்லாம் பெரியவா சொன்னது... நீ கல்லுன்னு நெனைக்கறதை இத்தனை வயசு வரையும் பிள்ளை யார்னு நம்பிண்டு புஷ்பம் போட்டுண்டு விச்ராந்தியா நான் இருக்கேன்... நோக்குப் புரியற மாதிரி சொல்றேன்: ஒரு வெண்கலப் பானை சோத்தை நம்பிண்டு அந்தப் பிள்ளையாருக்குச் சாட்சியா என் தாயாருக்குச் செய்ய வேண்டிய கடமையை நான் செய்திண்டிருக்கேன்... உங்க தாத்தா காலத்திலே ஆரம்பிச்ச இந்தப் புண்ணியத்திலே– நீர் நம்பினாலும் நம்பலேன்னாலும் உமக்கும் ஒரு பங்கு உண்டுன்னு அம்மா உம்மகிட்ட சொல்லச் சொன்னா... 'அன்ன தாதா சுகீபவ' ன்னு பெரியவா சொல்லியிருக்கா... அம்மா உயிர் இருக்கறவரைக்கும் நானே கோயிலைப் பாத்துக்கறதுக்கு நீர் தான் பெரிய மனசு பண்ணனும்... ."

"என்னப்பா இது தர்மசங்கடமாப் போச்சு... அப்பவே நீ சொல்லியிருந்தா நான் அவருக்கு எழுதியிருப்பேன் இல்லே? நீ சரின்னதுனாலே நானும் அவரை வரச்சொல்லி எழுதிட்டேனே" என்று யோசித்தான் நாகபூஷணம்.

●●●

இன்று காலை சாமிநாத ஐயரே அன்னவயலுக்கு வந்து விட்டார். வயது காரணமாகவோ, இவ்வளவு நாள் பட்டணத்தில் வாழ்ந்த காரணத்தினாலோ சாமிநாத ஐயர், நாகபூஷணம் தெரிவித்த தகவலைத் தவறாகப் புரிந்து கொண்டு விட்டார்.

நாகபூஷணம் கூப்பிட்டனுப்பியதாகக் குருக்களாத்துக்கு ஆள் வந்து சொன்னான்.

பிள்ளையார் கோயிலுக்கு முன்னால் ஆலமரத்தடியில் ஆட்கள் நாற்காலிகள் கொண்டு வந்து போட, சித்தப்பாவும் நாகபூஷணமும் வந்து உட்கார்ந்தார்கள்.

"நீ என்ன ரொம்ப பெரியவாளா ஆயிட்டதாக நினைப்போ?" என்று பையனை மிரட்டினார் சித்தப்பா.

"சிவசிவா; பெரியவா என்னை மன்னிக்கணும்... அம்மா சொன்னா; அதை அவர்கிட்ட சொல்லிண்டிருந்தேன்" என்று வாய் மீது கைபொத்திச் சொன்னான் பையன்.

"அம்மா சொன்னா, ஆட்டுக்குட்டி சொன்னா! நோக்கு வயசாகலே? உடம்பை வளைச்சு வேலை செய்யச் சோம்பலா? நான்தான் பார்த்திண்டிருக்கேனே, நீ அர்ச்சனை பண்ற லட்சணத்தை!" என்று அவர் எப்போதும்போல் அவனைக் கண்டித்தார். நாகபூஷணம் அந்தச் சமயத்தில் சிரித்தது அனாவசியம்.

"சித்தப்பா, நீங்க ரொம்பப் பெரியவர்... அதுக்காக நான் ஆண்டவனுக்குச் செய்யறதைக் குறைச்சுச் சொல்றது உங்களுக்கே நன்னாயில்லை... நான் எப்படி அர்ச்சனை பண்றேன்னு அந்த விக்னேஸ்வரர்க்குத் தெரியும். நீங்க என்னை இவ்வளவு அவமதிப்பா பேசறதனாலே உங்களுக்கு ஒன்னு சொல்றேன்... அறுபது வயசுக்கப்புறம்தான் உங்களுக்கு இந்தப் பிள்ளையார் மகிமை தெரிஞ்சிருக்கு; நேக்கு இருபது வயசுக்குள்ளே தெரிஞ் சுடுத்து... அதனால் தான் அவர்கிட்ட அப்படிச் சொன்னேன்... வேண்டாம்னா போயிடறேன்"- மேல் துண்டையும் பூணூலையும் சேர்த்து அவன் மார்போடு கைகளை இறுகக் கட்டியிருந்தான்.

சாமிநாத ஐயர் சம்பந்தமில்லாமல் ஏதேதோ பேசிக் கொண் டிருந்தார்.

'இவனுக்கோ இவன் அப்பனுக்கோ கூட இதிலே ஒண்ணும் பாத்தியதை இல்லையாம். இவன் சோம்பேறியாம். துப்புக் கெட்ட வனாம். இந்த வேலையைக் கூட இவன் சரியா செய்யறதில்லை யாம். இவர் எவ்வளவோ தலைப்பாடா அடிச்சிண்டும் இவன் அர்ச்சனை மந்திரம் கூடச் சரியாய்ச் சொல்றதில்லையாம்.

'இவர் ஏன் நாகபூஷணத்தையும் வைத்துக் கொண்டு இப்படி யெல்லாம் பேசுகிறார்' என்று குழம்பினான் விசுவநாதன்.

நாகபூஷணம் மிகவும் இளக்காரத்துடன் இவனுக்கு ஆறுதல் சொன்னான். உமக்குத் தகுந்த மாதிரி ஏதாவது வேலை பார்த்து வைக்கலாம்... எதுக்கு அரையும் குறையுமா இந்த வேலையைக் கட்டிக்கிட்டு அழறீர்? விடும்" என்று சொல்லிச் சிரித்து மறுபடியும் சொன்னான்: "நீர் எப்பவாவது வந்து சூறைத் தேங்காய் ஓடையும்... இத்தனை காலமா மந்திரம் தெரியாமலா நீ அர்ச்சனை பண்றே! மந்திரம் தெரியாம பூசை பண்றதைவிட..." என்று அவன் சொல்ல வந்ததை முடிக்குமுன் ஒரு நம்பிக்கையின் ஆவேசமாய்ச் சீறினான் குருக்கள் பையன்: "நாகபூஷணம்பிள்ளை, நாக்கை அடக்கிப் பேசும்.." அதைச் சொன்ன பிறகு மேலே வார்த்தைகள் வராமல் அவன் உதடுகள் துடித்தன. உடனே தனது கோபத்துக்காக வருந்து கிறவன் மாதிரி குரல் இறங்கிப் பேசினான்: "அவர் என்னைக் கண்டிக்கலாம்; நீங்க அப்படியெல்லாம் பேசப்படாது பிள்ளை. உங்க அப்பா ரொம்பப் பெரிய மனுஷர்... அவர்தான் எனக்கு இந்தப் பிள்ளையார்கிட்ட கைகாட்டி விட்டார். உம்மையுந்தான் படிக்க வெச்சார்... உமக்குப் படிப்பு ஏறலே... அதுக்காக உம்மை என்ன வேணும்னாலும் செய்யச் சொல்லலாமோ? நமக்கு அது மட்டும் சுத்தமா செய்யத் தெரியுமாக்கும்... அப்படியெல்லாம் எந்தத் தொழிலையும் கேவலமாப் பேசப்படாது பிள்ளை..." என்றெல்லாம் தனது கோபத்தினால் தானே பயந்து நாக பூஷணத்திற்குப் புத்திமதியும் சமாதானமும் கூறினான்.

"நான் தெரியாத்தனமா ஏதாவது செஞ்சிருந்தா பெரியவா மன்னிச்சுக்கணும்– இதோ இப்போ எல்லாத்தையும் கொண்டு வந்து ஒப்படைச்சுடறேன்" என்று சித்தப்பாவிடம் உத்தரவு வாங்கிக் கொண்டு வீட்டிற்குப் போய் வெண்கலப்பானையையும் கோயில் சாவியையும் கொண்டு வந்தான். வீட்டிற்குப் போன போது, "என்னடா கொழந்தை சொன்னா" என்று அம்மா விசாரித்ததை அவன் காதில் போட்டுக் கொள்ளவே இல்லை.

சாவியைச் சித்தப்பாவின் கையிலும், பானையை அவர் அருகிலும் வைத்துவிட்டு, அவரை அவன் நமஸ்காரம் செய்து கொண்ட போதுதான், 'இந்த அன்ன வயலில் இனி ஒரு நாள் இருக்கப்படாது' என்று மனத்துள் முனகியவாறு எழுந்தான்.

அம்மா இன்று கொஞ்சம் அதிகமாகவே புலம்பினாள். எல்லாவற்றையும் கேட்டுக் கொண்டிருந்துவிட்டு இத்தனை நாள்

தூங்குவது மாதிரி இன்றைக்கு அவனால் தூங்க முடியவில்லை. தூங்கினால் ஒரு நாள் ஆகிவிடுமே.

அவளிடம் சொல்லாமலே போய் விடுவதுதான் உசிதம் என்ற முடிவுடன் சுமைதாங்கியிலிருந்து இறங்கி வீட்டிற்குத் திரும்பினான்.

'ஆத்திலே அரிசி இருக்கு; அம்மாவுக்கு மட்டும்தானே? ஒரு மாசத்துக்குத் தாராளமா வரும்: பக்கத்திலே உதவிக்கு அவளை மாதிரியே மனுஷா இருக்கா. பட்டணத்துக்கெல்லாம் ரொம்ப தூரம் போகாம மாயவரம், சீயாழி எங்கேயாவது போயி ஏதாவது' என்று அவன் எண்ணம் தேய்ந்தபோது, 'ஏதாவதென்ன? ஒரு காபி கிளப்பிலே போயி, மாவாட்டிப் பிழைக்கிறது' என்று தெம்புடன் நினைத்துக் கொண்டான்.

வீட்டிற்கு வந்து தூங்கிக் கொண்டிருந்த அம்மாவின் பாதங்களைத் தொடாமல் நமஸ்காரம் செய்து கொண்டபோது, 'எங்கே இருந்தாலும் ஆதிசங்கரர் மாதிரி வந்துடமாட்டேனா?' என்று சற்றுமுன் அவளிடம் வேடிக்கை மாதிரி சொன்னதை மனப்பூர்வமாகச் சொல்லிக் கொண்டான்.

●●●

**சா**மிநாத ஐயர், பிள்ளையாருக்கு நைவேத்தியம் முடித்து வெண்கலப்பானை மீது ஈரத் துணி போட்டு எடுத்துக் கொண்டு வருகையில் அக்ரஹாரத்துக் கிழவியொருத்தி சொன்னாள்:

'இந்தக் குருக்களாத்துப் பையன் எங்கேயோ போயிட்டான் போல இருக்கு... அவன் அம்மா அழறா... பாவமா இருக்கு."

சாமிநாத ஐயருக்கு மனம் சங்கடப்பட்டது. நேற்று அவன் சொன்ன வார்த்தைகள்—'உங்களுக்கு அறுபது வயசில் தெரியற மகிமை எனக்கு இருபது வயசுலே'... என்று சொன்னானே அந்த வார்த்தைகள்... அவருக்கு நன்றாக தைத்திருந்தது. அதற்கும் மேலே அந்த நாகபூஷணப் பயல் கொஞ்சம் மரியாதை தவறிப் பேசிய போது அவனை நம்பாத்துப் பையன் சரியாகக் கொடுத்து அடக்கினானே என்று பாராட்டுணர்வும் இருந்தது.

விசுவநாதன் வீட்டு வாசற்படியில் வந்து நின்று உள்ளே தலை நீட்டி, "மன்னி மன்னி" என்று அழைத்தார் சாமிநாத ஐயர். படுத்துக் கிடந்த அம்மா, முக்காட்டை இழுத்து விட்டுக் கொண்டு, "ஆரது?" என்று எழுந்தாள்.

"நான்தான்" என்று சொல்லிக் கொண்டு அந்தத் திண்ணை யில் உட்கார்ந்தார் ஐயர்.

"இந்தக் கொழந்தை எங்கே போயி நிக்கும்? அவனுக்கு லோகமே தெரியாதே" என்று புலம்பிக்கொண்டே எழுந்து வந்தாள் அம்மா.

"நீங்க ஒண்ணும் கவலைப்படாதேங்கோ... நானும் அவனை அப்படித்தான் நெனைச்சேன். ஆனா அவன் மகா சமர்த்து. அவன் குழந்தையாயிருக்கிறது ஒண்ணும் குத்தமில்லே... வாக்கும் மனமும் சுத்தமா இருக்கே, போறாதோ? நீங்க வேணுமானா பாருங்கோ, அவன் சௌக்கியமா சீக்கிரமா வருவான். சித்தமின்ன அவனை நெனைச்சுண்டே நான் பிள்ளையாருக்கு அபிஷேகம் பண்ணினேன். எப்படி அவனை நெனைக்காமலிருக்க முடியும்? பத்து வயசிலேருந்து தன் பிஞ்சு விரலால் அவரைத் தொட்டு அபிஷேகம் பண்ணிண்டிருந்திருக்கானே, அது மாதிரி– என்னென்னவோ செய்துட்டுக் கடைசிக் காலத்திலே என் பாவத்தைப் பிள்ளையார் தலையிலே கழுவ வந்திருக்கிற– என் கையாலே பண்ற அபிஷேகம் விநாயகருக்கு உகக்குமோ? அந்தக் கையாகுமோ என் கை?" என்று அவனைப் புகழ்ந்து பேசிக் கொண்டே பேச்சுவாக்கில், "இந்தாருங்கோ மன்னி, பிரசாதத்தை உள்ளே எடுத்து வைங்கோ?" என்று மறக்காமல் சொன்னார் சாமிநாத ஐயர்.

---

ஆனந்த விகடன், 1973

## இந்த இடத்தில் இருந்து

**வீ**டுகளின் முன்னால் போட்டிருக்கும் கோலங்களை அழித்துக்கொண்டு குழந்தைகள் விளையாடிக் கொண்டிருக் கிறார்கள்.

இந்த இடத்திலிருந்து பார்ப்பதற்கு அந்தக் குழந்தைகளின் விளையாட்டு உயிரும் வண்ணங்களுமுடைய கோலங்களாய் மாறிச் சுழல்வதுபோல் தெரிகிறது.

இந்த இடம் கொஞ்சம் உயரமான இடம். ஒரு மாநகரத்தின் ஜனசந்தடி மிகுந்த சாலையை ஓர் அரசமரம் முளைத்துப் பிளக்கிறது. அரசமரத்திற்கு முன்னாலுள்ள ஒரு சிறிய பிள்ளையார் கோயில் தனது வலக் கரத்தால், ஒரு கிராமத்துப் பிள்ளைமார் தெரு மாதிரி தோன்றுகிற– நாட்டு ஓடுகள் வேய்ந்த வீடுகளும், நாட்டுப்புறத்தோடு இப்போதும் சொந்தமுடைய தொழிலாளர் குடும்பங்களும் வாழ்கிற– இந்த எளிய சந்தை அணைத்துக் கொண்டிருக்கிற மாதிரி...

அந்தப் பிள்ளையார் கோயிலின் பின்னால்தான் இந்த மாடி. இந்த இடத்திலிருந்து பார்த்தால் சுழியிட்டு ஓடுகிற நாகரிக வெள்ளமும், அமைதியாய்ச் சலசலத்து நிரந்தரமாகப் பாய்கின்ற வாய்க்கால் போன்ற இந்தச் சந்தில் நிலைத்துவிட்ட எளிய வாழ்க்கையும் சங்கமிக்கிற முகத்துவாரத்தைப் பார்க்கிறமாதிரி...

முக்கோண வடிவமாய் அமைந்த இந்த மாடியின் வலப் புறமுள்ள வராந்தாவில் நின்று பார்த்தால் இந்தச் சந்து தெரிகிறது; சம்சாரிகள் தெரிகின்றனர். ஓடுகளுக்குப் பின்னால் சில வீடுகளின் மொட்டை மாடிகளும், அங்கு வத்தல் பிழிவதற்கும், வரட்டி காய வைப்பதற்கும், துணி உலர்த்துவதற்கும், முருங்கைக்காய் பறிப் பதற்கும் வருகிற பெண்களும் தெரிகிறார்கள். அவர்களுக்குப் பின்னால் தென்னைமரச் சோலையின் பின்னணி தெரிவது ஒரு சிற்றூரில் இருக்கிற உணர்வை ஏற்படுத்துகிறது. இந்தச் சிறிய சந்தின் தரை புழுதியும் தூசுமில்லாமல் முழுக்கவும் கான்கிரீட் போடப்பட்டிருக்கிறது. தெரு முழுவதும் கோலம் நிறைந்து குழந்தைகளும் விளையாடிக் கொண்டிருப்பதால் அவர்களுக்குப் பயந்து பெரிய வாகனாதிகளும் இங்கு நுழையத் தயங்குகின்றன.

இடது பக்க வராந்தாவில் நின்று பார்த்தால் பஸ்களும் லாரிகளும், கல்லூரி செல்லும் மாணவர்களும் சஞ்சரிக்கிற மெயின் ரோடு காட்சிகள். இந்த மாடியின் எந்தப் பகுதியில் இருந்தாலும் மெயின்ரோடு இரைச்சலுக்குத் தப்ப முடியாது.

மெயின் ரோடுக்கு அப்பால், வான்வழித் தூரமாய் நூறு அடிகள் தள்ளி ஒரு பெரிய காம்பவுண்ட் தெரிகிறது. அந்த இடத்தில் புதிதாய் ஒரு கட்டடம் எழுந்து கொண்டிருக்கிறது. மூன்று நான்கு மாடி கட்டும் உத்தேசம் என்று இப்போது இருக்கிற நிலையில் தோன்றுகிறது...

பிள்ளையார் கோயிலுக்குப் பின்னாலுள்ள இந்த மாடிக்குப் பல மாதிரியான அடையாளங்கள் சொல்லுகிறார்கள். ஒவ்வொரு அடையாளமும் இன்னொன்றோடு முரண்படாத அளவுக்கு அதனதன் அளவில் சரியானதே...

இது ஓர் ஆபீஸ். கல்யாணமாகாத கல்யாணச் சமையற்காரர், தலை நரைத்த பிறகும் சான்ஸுக்காக அலைகிற ஒரு சினிமா அஸிஸ்டெண்ட் டைரக்டர்(தெலுங்குக்காரர்), ஒரு பெரிய வீட்டில் சமையல் செய்வதால் காலையில் போய் இரவில் திரும்பி வருகிற ஒரு பெண்ணும் அவளது கணவனும் மூன்று குழந்தைகளுமாகக் குடித்தனம் நடத்துகிற இன்னொரு பகுதியும் மாடியில் சேர்ந்திருப்பதால் இந்த இடத்திற்கு ஒரு குடும்பம் என்ற பெயரும் உண்டு.

பகல் நேரத்தில் இரண்டு மூன்று பேர் ஒரு வேலையும் இல்லாமல் உட்கார்ந்து கொண்டு புகை பிடித்தவாறு பக்திப் பாடல்களுடன் கூச்சலும் கூத்துமாய்ப் பொழுது கழிப்பதால் இதற்கு மடம் என்ற பெயரும் பொருந்தும்.

இந்த இடத்திற்கு எல்லாவிதமான, பலதரத்து மனிதர்களும் வந்து செல்கிறார்கள், பகலில் மட்டும்தான்.

அந்த அரச மரத்துப் பிள்ளையார் கோயிலை ஒட்டிப் பல சமயங்களில் நிறையக் கார்கள் வந்து நிற்கின்றன. இந்த நடுத்தெருப் பிள்ளையாருக்குக் கார்களில் பக்தர்கள் வந்து தரிசிக்கிற அளவுக்குச் செல்வாக்கு உண்டு. அந்தப் பிள்ளையாருக்குப் பின்னாலிருக்கிற இந்த மாடி இடத்துக்கும் அது மாதிரி நிறையப் பேர் காரிலும் வந்து செல்கிறார்கள். எவ்வளவு பெரிய மனிதர்கள் வந்தாலும் வராந்தாவில் கிடக்கின்ற பிய்ந்து போன மோடாக்களிலும் சுவர் சாய்மானத்திலிருந்து சற்று நகர்த்தினால் கூட ஆளைப் புரட்டி அடிக்கிற இந்த அதிசய நாற்காலியிலும், 'பார்த்து உட்காருங்கள், ஆணி கிழிக்கும்' என்று எழுதிப் போட வேண்டிய-

தரையிலிருந்து ஓரடி உயர்வான அந்த விசிப்பலகையிலும் எல்லாரும் தெருவில் போகிற எல்லாருக்கும் தெரிகிற மாதிரி உட்கார்ந்திருக்கிறார்கள்.

இந்த மாடி வராந்தா கைப்பிடி சுவரில் மெயின் ரோடுக்குத் தெரிகிறமாதிரி, ஓர் எழுத்தாளனின் பெயரோடு, அவன் எழுதிய 'புத்தகங்கள் இங்கே கிடைக்கும்' என்று அறிவிக்கிற போர்டு கொஞ்சகாலத்திற்கு முன்புவரை தொங்கிக் கொண்டிருந்தது. இப்போது அவனே இங்கு அடிக்கடி வந்து போகிறவனாக இந்த இடத்தோடு சொந்தம் ஏற்படுத்திக் கொண்ட காரணத்தினால் அதற்கு இந்த போர்டு இடைஞ்சல் தருவதால், அது இப்போது உள்ளே எடுத்து வைக்கப்பட்டிருக்கிறது. இந்த இடத்தில் வாழ்ந்து கொண்டிருப்பவர்களை விடவும் வந்து போகிறவர்களின் தொகைதான் அதிகம். நாலைந்து பேர் நிச்சயம், அனேகமாக எல்லா மாலை நேரங்களிலும் தவறாமல் வருகிறார்கள். இதில் விசேஷமாகக் குறிப்பிட வேண்டியவர் ஒரு ஸம்ஸ்கிருத பண்டிதர்.

ஸம்ஸ்கிருத பண்டிதர் தினசரி வந்து போகிற ரகத்தைச் சேர்ந்தவரல்ல; அப்படி வர முடியவில்லையே என்ற ஆதங்கமும், இங்கேயே வந்து, அந்தக் கல்யாணமாகாத கல்யாணச் சமையற்காரர் போலவோ, அஸிஸ்டெண்ட் டைரக்டர் போலவோ குடியிருந்து விட மாட்டோமா என்ற ஆசையும் அவருக்கு உண்டு. ஒரு ஹைஸ்கூலில் மேற்கொண்ட உத்தியோகத்தையும், நோயாளி யான மனைவி, வயது வந்த மூன்று பெண்கள் ஆகியோரைக் காப்பாற்றிக் கரை சேர்க்க வேண்டிய புருஷலட்சணங்களையும் உத்தேசித்து, அவர் நகரத்திலிருந்து பதினைந்து மைல் தள்ளி இருக்கிற ஓர் இடத்தில் வாழ்ந்து கொண்டிருக்கிறார். வெள்ளிக் கிழமை மாலை– தவறினால் சனிக்கிழமை காலையில்– இங்கு ஆஜராகி விடுவார். திங்கட்கிழமை காலைதான் புறப்படுவார். நீண்ட விடுமுறைகளின் போது பரீட்சைப் பேப்பர்களைத் திருத்து வதற்காகக் கட்டி எடுத்துக்கொண்டு வந்து வார, மாதக் கணக்கில் தங்கிவிடுவார். பகலில் அந்த வேலைகளைச் செய்ய அவருக்கு இங்கு நேரமே வாய்க்காது. இந்த இடத்தின் விருந்தாளிகள் கலைந்து செல்ல அநேகமாய் இரவு மணி பத்தாகிவிடுகிறது. அதன் பிறகுதான் இவருக்குப் பேப்பர் திருத்த மனம் வரும். விடியவிடிய பேப்பர் திருத்தி விட்டு, மறுநாள் காலையில் இங்கு வருபவர் களிடம் "ராத்திரியே நம் வேலையெல்லாம் முடிஞ்சுடுத்து, ஒரு வழியா... இனிமே நம்ம இஷ்டத்துக்குக் கூத்தடிக்கலாம்" என்று தம் வயதுக்குப் பொருந்தாத குதூகலத்துடன் கூறுவார். இங்கிருக்கிற

நாட்களில் காலையிலும் மாலையிலும் அந்தப் பிள்ளையார் கோயிலை வலம் வந்து வணங்கி விபூதி கொண்டு வந்து மாடியிலிருக்கும் எல்லோருக்கும் விநியோகிப்பார்.

ஒரு வழியில் பார்த்தால் அந்தப் பிள்ளையார் கோயிலுக்கும் இந்த இடத்துக்கும் பல உறவுகள் பொருந்தி வருகின்றன. ஆர்ஜித உரிமைப்படி அந்தப் பிள்ளையார் கோயிலே இந்த இடத்துக்குச் சொந்தம். பின் என்ன, பிள்ளையாருக்கா சொந்தம்? வீட்டுக் காரருக்கு மாடியிலிருப்பவர்கள், வாடகை கொடுக்கிறார்கள். பிள்ளையார் வசூலித்துக் கொடுக்கிறார்; இல்லாவிட்டால் வரமாகக் கொடுப்பார். பிள்ளையார் கோயிலுக்கும் பண்டிதரி லிருந்து பாமரர்கள் வரை வருகிறார்கள். இங்கும் அப்படியே... இந்த மாடியிலிருப்பவர்கள் கூட வாடகை வசூலித்துத்தான் தருகிறார்களாம். வசூல்தான் உண்டே தவிர வலுக்கட்டாய மில்லையாம். கோயிலுக்கு முன்னால் உள்ள உண்டியில் காணிக்கை செலுத்தியும் கும்பிடுகிறார்கள், செலுத்தாமலும் கும்பிடுகிறார்கள் அல்லவா?

இதை ஒரு ஆபீஸ் என்று பலர் நினைக்கக் காரணம் அந்த எழுத்தாளன்- முன்பு இங்கு விற்பனை ஆகிக் கொண்டிருந்த அந்தப் புத்தகங்களின் உள்ளே இருக்கும்- சரக்கை உற்பத்தி செய்கிற இடமாக இந்த இடத்தைச் சுவீகரித்துக் கொண்டதும், அச்சகங்களிலிருந்து புரூப் கொண்டு வந்து வாங்கிச் செல்கிற சைக்கிள் பையன்களின் நடமாட்டமும், அவனைத் தேடிப் பலர் இங்கு வந்து போவதும் தான். பெயர் சொன்னால் தமிழ் தெரிந்த நாலு பேருக்குத் தெரிகிற மாதிரி அவன் 'பிரபல' மாகவும் இருந்தான்.

இந்த இடத்துக்குக் கீழே மெயின் ரோடுக்கு முகமும், சின்னச் சந்துக்கு முதுகும் காட்டிக்கொண்டு, ஒலி ஒளி அமைப்பு அலங்காரக்கடை, ஒரு சலவைக் கடை, ஒரு டீக்கடை, ஒரு சவரக் கடை ஆகிய ஸ்தாபனங்கள் சமூகப் பணி ஆற்றுவதால், சின்னச் சந்துப் பக்கத்தில் இந்தக் கட்டிடத்தின் கீழ் குடியிருப்புகளோ வாசலோ இல்லாமல் வெறும் சுவராக இருக்கிறது. டீக்கடைக் குள்ளிருந்து முதுகுச் சுவரைத் துளைத்துக் கொண்டு ஒரு முருங்கை மரம் மட்டுமே வளர்ந்து மாடியை எட்டிப் பார்க்கிறது. எதிர்ப் புறத்தில் வரிசையாக வீடுகள் உண்டு.

மெயின் ரோடு பக்கம்...

கீழேயுள்ள டீக்கடைக்கு முன்னால் முண்டாசு கட்டிய கை வண்டிக்காரன் பாரவண்டியை ஒரு கையால் தாங்கிக் கொண்டு

இன்னொரு கையில் உள்ள டீயை ஓர் ஊதலும் ஓர் உறிஞ்சலு மாய்க் குடிக்கையில் மேலேயிருந்து அவன் முகம் தெரியா விடினும் கிளாஸில் சுழல்கிற டீ தெரிகிறது. வண்டியைப் பின்னாலிருந்து தள்ளிக்கொண்டு வந்த அந்தப் பெண்ணும் டீ குடிக்கிறாள். அவன் மனைவியோ? ஏன் அவள் அவன் மனைவி யாக இருக்க வேண்டும்? ஒரு ஆண் ஒரு பெண் என்றால் வேறு உறவுகள், அல்லது சொந்த உறவேயில்லாத தொழில் உறவாக இருக்கலாகாதா? இருக்கும். அவர்கள் அப்படித்தான். அவள் கழுத்தில் தாலிகூட இல்லையே; இந்த மாதிரி உடல் உழைப் பாளர்களிடையே அப்படிப்பட்ட நல்லுறவுகள் சாத்தியம்தான்.

அழுக்குப் பனியனும், காக்கி நிஜாரும் அணிந்த டீக்கடைப் பையன் கீழேயிருந்து வெளிப்படுகிறான். அவன் கையில் ஏந்தி யிருக்கிற அலுமினிய டிரேயில் ஆறு சிங்கிள் டீயை சாஸரால் மூடியிருப்பது வட்ட வட்டமாய்த் தெரிகிறது. அவன் நாள் முழு வதும் இதே மாதிரி, டீக் கடையை நடுநாயகமாகக் கொண்டு எல்லாத் திசைகளுக்கும் கோடு கிழித்தது மாதிரி போய்ப் போய் வந்து இந்த இடத்துக்குக் கீழே மறைகிறான். ஒரு நாளைக்கு ஆறேழு தடவை இந்த மாடி வராந்தாவிலும் யாரேனும் வந்து 'டீக்கடைக் காரரே' என்று அழைக்கிற குரலுக்கு இந்தப் பையனே உத்தாரமாக வந்து நிற்கிறான். இந்த இடத்துக்கு விஜயம் செய்திருப்பவர்களின் எண்ணிக்கைக்கு ஏற்ப ஆறு என்றும் எட்டு என்றும் ஆர்டர் செய்து அந்த சிங்கிள் டீயை– கட்டிட வேலை செய்கிறவர்களும், பெட்டிக்கடைக்காரர்களும், கைவண்டிக்காரர் களும் உறிஞ்சி உறிஞ்சிக்குடிக்கிற அதே பாத்திரங்களில் வருகிற டீயைத்தான்– இங்கு வருகிற சகல கன தனவான்வளும் பருகுகிறார்கள். அதனாலென்ன? கொதிக்கிற நீரில் ஒவ்வொரு தடவையும் சுத்தம் செய்கிறார்களே.

இப்போது அந்தப் பையன் கட்டிட வேலை செய்கிறவர் களுக்கு டீ கொண்டு போகிறான். அவனையே பார்வையால் பின் தொடர்ந்தால், இரண்டு பக்கமும் அலறி வருகிற வாகனாதிகளுக்கு வழிவிட்டு, சாலையின் குறுக்காகச் சந்தர்ப்பம் பார்த்துப் பாய்ந்து, அந்தக் காம்பவுண்டுச் சுவரிலும் செங்கல் அடுக்குகளின் இடை யிலும், மறைந்தும் தோன்றியும் அந்த ஆறு சிங்கிள் டீ படியேறி, ஏணியேறிக் கட்டிடத்தின் முகட்டுக்குப் போவது தெரிகிறது. மேலே, இன்னும் கட்டி முடிக்கப்படாத கான்க்ரீட் தூண்களும் அவற்றின் மேல் நாணற்புற்கள் முளைத்ததுபோல் குத்துக் குத்தாய் தெரிகிற இரும்புக் கம்பி நுனிகளும், பின்னால் ஆகாயமும் தெரிகிற

அந்தக் காட்சியை அப்படியே ஃபிரேம் பண்ணி வைக்கலாம். அப்படியொரு கோணம் கிடைக்கிறது இங்கிருந்து...

வரிசையாக உட்கார்ந்திருக்கிற மூன்று கொத்தனார்கள்; அதில் ஒருவன் பச்சைச் சட்டை அணிந்து, இன்னொருவன் சிவப்பு முண்டாசு கட்டி, மற்றொருவன் காக்கி அரை நிஜாரோடு... ஒரு சித்தாள்–சிவப்புப் புடவையும், மஞ்சள் ரவிக்கையும் அணிந்து தலையில் சும்மாட்டுடன். இரண்டு சிறு பெண்கள்... ஒருத்தி பூப் போட்ட தாவணியும், இன்னொருத்தி நீலப் பாவாடையோடு; இரண்டு சிறு பையன்கள்— அழுக்கு நிஜாருடன் ஒருவன், வெறும் கோவணத்துடன் ஒருவனுமாக நீல ஆகாசப் பின்னணியில்... அற்புதமான ஒரு தூரக் காட்சிதான்!

கீழே சிலர் மணல் அள்ளிக் கொட்டுகிறார்கள். கட்டிடத்தின் பக்கவாட்டில் பெரிய சவுக்குக் கம்புகளைக் குறுக்காகவும் நெடுக்காகவும் இணைத்து நடுவில் பலகை போட்டுக் கட்டிய சாரங்களில் நின்று சிலர் சிமெண்ட் பூசுகிறார்கள்; இரண்டாவது தளத்தில் தச்சர்கள் அந்தரத்தில் தொத்திக்கொண்டு ஜன்னல்களை வைத்து முடுக்குகிறார்கள். மணற்கூடையொன்று வரிசையாகப் பல உயரங்களில் நின்றிருப்பவர்களின் கை மாறி மாறி மேலே ஏறு கிறது. அறுபதடி உயரத்தில் தூரமாகத் தெரிகிற அவர்கள், கோபுர பொம்மைகள் மாதிரிக் காட்சியளிக்கிறார்கள். ஆனால் இந்தப் பொம்மைகள் அசைகின்றன. அசைகின்றனவா? அசைக்கமுடியாத இந்தக் கோபுரங்களை, இந்தப் பொம்மைகள் அல்லவா எழுப்பு கின்றன.

நவீனமான இந்தக் கட்டிடத்தை, நவீன யந்திரங்களின் உதவிகள் எதுவுமில்லாமலே–லாரிகள் வந்து மண் கொட்டுவது தவிர–ஓர் அரசிலைக் காம்பில் பிடி வைத்தது போல் இருக்கும் கொல்லுரும், மட்டப்பலகையையும், ஒரு நூல் கட்டிய கல்லும், மண்வெட்டியும், மரப்பலகைச் சட்டங்களையும் வைத்துக் கொண்டு இந்தச் சங்க கால மனிதர்கள் என்ன நவீனமாகக் கட்டுகிறார்கள்!

பார்வையும் மனமும் அங்கே போய்விட்டால் சில சமயங் களில் ஒரு பகலே கழிந்து விடுகிறது. அங்கே நடக்கிற ஒவ்வொரு காரியமும், கூர்த்த மதியுடன் பாக்கிறபோது இந்த மண்ணின், வாழ்க்கையின் பொருளையே உணர்த்துவது போல் விரிகிறது...

அந்தத் தூரத்துக் காட்சியை ஆழ்ந்து ஆழ்ந்து பார்க்கையில் பார்வை கொஞ்சம் கொஞ்சமாய்ச் சுழி முனைப்பாகி, தூர

தரிசினிபோல் விழிமையம் சுழன்று மிக மிகத் துரிதமாய் அந்தத் தூரத்தை அருகாமையாக்கி...

இதோ, கையெட்டும் தூரத்தில் அந்தக் கட்டிட முகட்டில் நின்று டீ குடிக்கிறவர்கள் பெரிது பெரிதாய்த் தெரிகிறார்கள். அவர்கள் என்னமோ பேசிக்கொள்கிறார்கள். டீக்கடைப் பையன் பற்கள் பளிச்சிடச் சிரிக்கிறான். ஆனால், அவர்கள் பேச்சும் சிரிப்பொலியும், காட்சி அருகானதுபோல் சப்தங்கள் அண்மைப் படாததால் கேட்கவில்லை. மெயின் ரோட்டில் போகிற பஸ்ஸோ லாரியோ இந்த இடத்தையும் காதுகளையும் அதிர வைக்கிறது...

கட்டிட முகட்டில் மறுபுற எல்லை விளிம்பிலிருந்து ஒரு செங்கல் அடுக்கு சந்திரோதயம் மாதிரி சிவப்பாய் முளைத்து மேலேறி வர வர அவள் உயர்ந்து எழுகிறாள்– ருக்கு! ஒரு நாள் அவள் இரும்புச் சட்டியில்( அவர்கள் அதைப் 'பாண்டு' என்று சொல்லுகிறார்கள்) சிமிட்டி குழைத்துக் கொண்டிருக்கையில் அந்த மேஸ்திரி மேலேயிருந்து கையில் கொல்லுருடன் அவளை அவசரப் படுத்திக் கூப்பிட்டு ஏதோ சொன்னபோது தெரிந்தது– இவள் பெயர் ருக்கு...

இப்போது அந்த ருக்குவின் முகம், அவள் உருவத்தை முழுமையாகப் பார்க்க முடியாத அளவு நெருக்கமாகத் தெரிகிறது. கருமை மினுமினுக்கும் முக விலாசத்தில் வெள்ளை வெளேரெனப் பிரகாசித்துக் கருமை ஜொலிக்கும் கண்கள்... காதிலும் மூக்கிலும் துவாரம் தவிர வேறேதுமில்லை. கழுத்தில் கருமை கலந்த ஒரு காக்கிக் கயிறு.

இவளைப் பற்றி இன்னும் என்ன? இவளுக்கு மொத்தம் மூன்று புடவைகள் இருக்கின்றன. மத்தியானத்தில் சாப்பிட்டு ஒரு மணி நேரம் கிடைக்கிற நிழலில் ஒதுங்கிப் படுத்துத் தூங்குவாள். இரண்டு முறை டீ குடிப்பாள். அடிக்கடி ஓர் அரை வெற்றிலையைப் பாக்குடன் மெல்லுவாள். விரல் நுனியில் உள்ள சுண்ணாம்பைப் போகிறபோது எங்காவது தடவிவிட்டு, மண் கொட்டி விட்டுத் திரும்பி வருகிறபோது ஞாபகமாக அதிலிருந்து கொஞ்சம் எடுத்துக் கொள்ளுவாள். இவளுடைய புருஷனோ மகனோ– வயசு தெரியவில்லை– சாயங்காலத்தில் இவளைத் தேடி சைக்கிளில் வருவான். அவனோடு இவள் சண்டை போடுகிற மாதிரிப் பேசுவாள்; ஆனாலும் காசு கொடுப்பாள்; இந்த மெயின் ரோடில் நீளமாய் நடந்து கோடியிலிருக்கும் மளிகைக் கடையில் சாமான் வாங்கிக் கொள்வாள்; அப்புறம் இன்னொரு தெருவில்

திரும்பி ஒரு மைல் நடந்து, நகரத்தின் பிரதான சாலையொன்றைக் கடந்து ஒரு பள்ளத்தில் இறங்கி அங்கிருக்கும் தாழ்ந்த குடிசை களினூடே...

ருக்குவுக்கு வயது ஐம்பதுக்கு மேலிருக்கலாம். தலை முழுமை யும் முக்காடிட்டுச் சும்மாடு கட்டியிருப்பதால்— இந்தக் கான்க்ரீட் தூணுக்கும் அதன் மீது சாத்தியிருக்கும் ஏணிக்கும் இடையே முக் கோணத்தினூடே தெரியும்—இவள் முகத்தில் முதுமையும் தலையில் நரையும் தெரியவில்லை.

●●●

"ஸார் போஸ்ட்"

இந்த இடம் ரொம்பப் பேருக்கு மேல்விலாசமாக இருப்பதால் தபால்காரர்கள் பெயர்களைப் பற்றியே விசாரிக்காமல் ஒரு கத்தை தபாலைப் போட்டுவிட்டு போவார்கள். அதில் பெரும்பான்மை யாய் இனாமாக அனுப்பப்படுகிற பத்திரிகைகளே இருக்கும். கடிதங்களை உரியவர்கள் தேடி எடுத்துக் கொள்வார்கள். பத்திரிகைகள் உறை நீக்கப்படாமல் கூடப் பல நாட்கள் கிடக்கும். கல்யாணமாகாத கல்யாணச் சமையற்காரர் பல நாட்கள் வேலைகள் நிமித்தம் வெளியூர் போய்விடுவார். அவர் இருந்தால் பத்திரிகைகளுக்கு அந்தப் பாராமுக நிலை ஏற்படாது. அவருக்குக் கையில்— படித்தாலும் படிக்காவிட்டாலும் ஒரு பத்திரிகை— ஏதாவது ஒரு குப்பை எப்போதும் வேண்டும்.

கல்யாணச் சமையற்காரர் தபாலில் வந்த ஒரு பத் திரிகையைப் பிரிக்கிறார். இங்கிருக்கும் இந்த எழுத்தாளன் என்னமோ எழுதி அதற்குச் சூடான பதில் வந்திருக்கிறது போலிருக்கிறது. சமையற்காரர் மூக்கு நுனி சிவக்கும் பரபரப்புடன் படிக்கிறார்.

'ஓ! பெரிசா பதில் சொல்லிவிட்டான்... பதில்!' என்று எரிச் சலுடன் அந்தப் பத்திரிகையை விட்டெறிந்துவிட்டு மறுபடியும் போய் அதை எடுத்துப் புரட்டுகிறார்.

"என்ன ஐயா, என்ன விஷயம்?" என்று புகைக்குழாயைச் சுத்தம் செய்து கொண்டிருந்த அந்த எழுத்தாளன் அவரைக் கேட்கிறான்.

சமையற்காரர் கோபத்தோடு பத்திரிகையை அவனிடம் நீட்டுகிறார்.

சில வாரங்களுக்கு முன் கூந்தல் அலங்காரம் செய்து கொள்கிற வழி முறைகளை விளக்கிப் பல நிலைகளில் ஒருத்தியின்

படத்தை நடுப் பக்கத்தில் கவர்ச்சியாய்ப் பிரசுரித்திருந்தார்களே அவளுடைய படமும் 'சிக்கலா? பின்னலா?' என்று தலைப்பிட்டு அவள் எழுதிய ஒரு பெட்டி விஷயமும் பிரசுரிக்கப்பட்டிருக்கிறது.

இவனுக்கு வேண்டியதுதான்! அந்தக் கூந்தல் அலங்காரப் படங்களை எந்தப் பத்திரிகையில் எவர் பிரசுரித்தால் இவனுக் கென்ன? "இது என்ன மாதர் பத்திரிகையா? அப்படியெல்லாம் விவஸ்தை வேண்டாமா? இதில் என்ன கவர்ச்சியும், கற்க வேண்டிய கல்வியும் இருக்கிறது? கூந்தலை வளர்க்கிறவர்களுக்குக் கொண்டையிடக் கற்றுத் தரவேண்டுமா?"– என்றெல்லாம் சும்மா யிருக்க முடியாமல் ஏதோ கிறுக்கி இருப்பான் போலிருக்கிறது. அதுவும் பிரபலமான ஒருவன் இப்படியெல்லாம் எழுதினால் விடு வார்களா? சரியாக மட்டம் தட்டியிருக்கிறார்கள். அதுவும் அந்தக் கூந்தல் அலங்கார மாடல் பெண்ணின் மூலமாகவே தட்டி விட்டார்கள்.

"எல்லாரும் மகிழச்சியாயிருப்பதே எங்கள் நோக்கம்" என்று இந்தப் பத்திரிகையின் லட்சிய வாசகமாகப் பத்திரிகையின் தலைப்பிலேயே போட்டிருப்பதை இந்த எழுத்தாளர் பார்க்க வில்லை போலும்' என்று ஆரம்பித்து, 'மாதரோடு சமமாய் ஆண் களும் முடி வளர்க்க ஆரம்பித்து விட்ட பிறகு கொண்டை போடுவது எப்படி என்று ஒரு பெண் எல்லாருக்கும் கற்றுத் தர முன் வந்தது தவறோ? அப்படியானால் இப்போது கொஞ்ச காலமாய் இலக்கியம் வளர்ப்பதை விடவும் முடி வளர்ப்பதில் முனைந்திருக்கிற இந்த எழுத்தாளர் கொண்டை போடக் கற்றுத் தர முனையலாமே' என்று அந்த மாது ஆவேசமாக எழுதியிருந்த பதிலைப் பார்த்து அவன் நன்றாகச் சத்தம் போட்டு 'ஒக்கச் சிரித்தால் வெட்கமில்லை' என்பார்களே அது மாதிரிச் சிரித்தான்.

"என்ன சிரிக்கிறீங்க? இந்தச் 'சவாலு'க்கு நீங்க சூடா பதில் குடுக்கணும்" என்று கண்டிப்பாகச் சொன்னார் சமையல்.

"ஒரு நாடோடிப் பாட்டு ஞாபகம் வந்தது... அதுக்குத்தான் சிரிச்சேன்" என்று சொல்லி அந்தப் பாடலை எல்லாருக்கும் பாடிக் காட்டினான் அவன்.

> "பெட்டை குரல் எழுப்பிப்
> பெருஞ்சேவல் மிரள்வதில்லை - நீ
> முட்டையிட முனகுவதால் -
> மோசம் எனக்கு ஏதுமில்லை..."

என்று அவன் பாட, எல்லாரும் சேர்ந்து சிரிக்கிறார்கள்.

சற்று நேரத்தில் சமையற்காரர் பத்திரிகை படிக்கும் சுவாரஸ்யத்தில் ஆழ்ந்து விடுகிறார்.

அப்போது பகல் சாப்பாட்டுக்குப் பிறகு வேலைக்குத் தயாராகிற ருக்கு, சும்மாடு கட்டிக் கொள்கிறாள்.

இந்தக் தலையலங்காரத்தை இவள் எவ்வளவு ஒயிலாகச் செய்து கொள்ளுகிறாள்! இவளைப் பல நிலைகளில் படமெடுத்து ஒரு புகைப்படக் கலைஞனின் திறனையெல்லாம் இவள்மீது செலுத்தி நிழலும் ஒளியுமாகப் பிரசுரித்தால் அது எவ்வளவு அழகாய், எவ்வளவு அர்த்தமுடையதாய் இருக்கும்! 'உழைப்பின் மகுடம்' என்று தலைப்பிட்டு நடுப்பக்கத்தில் பிரசுரித்தால்?...

இந்தத் தலையலங்காரம் எல்லோருக்கும் வருமா? அதற்கு ஒரு தலையெழுத்துமல்லவோ வேண்டும்? அந்தப் படங்களின் பக்கத்தில் இப்படியெல்லாம் விளக்கங்கள் வேண்டும்:

முதல் நிலை: ஏற்கெனவே கூந்தல் முடிச்சாக இறுகியிருக்கும் தலையைச் சுற்றிலும் ஒரு பெரிய துணியால் முக்காடிட்டுக் கொள்க. பின்புறம் கூந்தல் மாதிரியே இந்தத் துணியைக் கொண்டையோடு சேர்த்து முறுக்கிக் கொள்ளவேண்டும்.

இரண்டாம் நிலை: நன்றாக முறுக்கிய அத்துணியின் அடிப் பாகத்தைக் கொண்டை முடிச்சோடு சேர்த்து இறுகப் பிடித்துக் கொண்டு, துணி முறுக்கை இடப்புறத் தோள் வழியே (பின்னிக் கொள்வதற்கு எடுத்துவிட்ட கூந்தல் மாதிரி) மார்பின்மீது கொண்டு வந்து முன்புறம் போட்டு நன்றாகப் பிரித்து (பிரிக்கிற போது கொண்டையோடு சேர்த்த பிடி நெகிழக்கூடாது) மடியில் ஏற்கெனவே இருக்கிற இன்னொரு கந்தல் சுருணையை உள்ளே வைத்துப் பந்து மாதிரிச் சுருட்டிக் கொள்ள வேண்டும்.

மூன்றாம் நிலை: முனையில் பந்து மாதிரி ஆக்கிய கருணை யின் மீது மீதி இருக்கும் துணியைப் பிரிமணை மாதிரி சுற்ற வேண்டியது; ஓர் அரை அடி நீளம் விட்டுச் சுற்ற வேண்டும். மீதி இருப்பதைக் கொண்டைக்கு அடியில் இருக்கிற அளவு முறுக் கேற்றி S-வடிவில் தலைக்கு மேல் கொண்டு வந்து அந்தப் பிரிமணையைப் பதித்துக் கொள்ள வேண்டும்.

அதற்கு மேல் அவரவர் பலத்துக்கேற்ப செங்கல் அடுக்கோ, மணல் சட்டியோ, சிமெண்ட் கலவைத் தொட்டியையோ வைத்துக் கொண்டால்– 'உழைப்பின் மகுடம்' அலங்காரம் முழுமை பெறுகிறது.

– ருக்குவின் இந்த ரூபத்தைக் கலர் பிளேட்டில் போட்டால்...

இரும்பினாலான அந்தப் 'பாண்டு சட்டி'யில் மண்ணோ சிமெண்டோ கோபுரம் மாதிரி நிரப்பிக் கொண்டால் எவ்வளவு கனமிருக்கும்? மண் எப்படிக் கனக்கும்... புதைக்கிற போதுதான் ரொம்பப் பேருக்கு அதன் கனம் தெரியும்; இந்தக் கிழவியால் இதைத் தூக்க முடியுமா?

இரண்டு கால்களை அகட்டி வைத்து, கால் நடுவில் வைத்த இரும்புச் சட்டியில் மண்வெட்டியால் வாரிவாரிக் குவிக்கிறாள். அதே மூச்சில், ஒரு பளு தூக்கும் வீரன் மாதிரி, சற்று முழங் கால்கள் மட்டும் வளைய 'ம்ஹும்' என்று ஓர் எம்பு எம்பி, உள்ளங்கையில் ஏந்திய அந்தப் பூமியின் கனத்தை விலாவெலும்பு களின் மேல் ஊன்றிய முழங்கையில் தாங்கி– முழங்கால்களில் ஒரு வளைவும் இடுப்பில் ஒரு நொடிப்புமாய்ப் பற்களில் கீழுதடு பதியக் கடித்து– ஆ! இந்தக் கோலத்தை அப்படியே ஒரு பொறி வெளிச்சத்தில் பார்த்துப் படமாகப் பதித்துவிடலாகாதா?...

அதன் பிறகு ருக்குவின் உடம்பே ஒரு விகாஸம் கொள்கிறது.

தலையில் அந்தப் பாரத்தை ஏற்றிக்கொண்டு என்ன அனா யாசமாக, தலைச் சுமையைப் பிடித்துக் கொள்ளாமல் இரண்டு கைகளையும் வீசி நடக்கிறாள் அவள்!

ஐம்பது அடிகள் காம்பவுண்ட் தரையில் நடந்து, அறுபது அடிகள் படிகளிலும் ஏணியிலும் ஏறி, நாற்பது அடிகள் பலகை வைத்துக் கட்டிய சாரத்தில் நடந்து கட்டிடத்தின் உச்சி முகட் டிற்குப் போய்த் தலைக் கனத்தைச் சரித்து அவள் நிமிர்கிறபோது, ருக்குவின் தோற்றத்தில் பத்து வயது குறைகிறது.

உடம்பிலோ நெற்றியிலோ ஒரு துளி வியர்வை கூடக் கசிய வில்லை. அந்த உடம்பில் கசிய என்ன இருக்கிறது! காய்ந்து போன அவளது கருத்த மேனியில் சருமம் வெயிலில் தீய்கிறதோ? இல்லை; வெயிலின் ஒளிபட்டு அவள் மரகதமாய் ஜொலிக்கிறாள்! ஏணியில் இறங்கி வருகிறபோது வீண் பாரமாய் இதைச் சுமக்க வேண்டா மென்று இரும்புச் சட்டியைக் கீழே எறிகிறாள். என்ன லாகவமாய் அந்த இரும்புச் சட்டி காயம் படாமல் சுழன்று வந்து தரையில் கவிழ்ந்து விழுகிறது! கீழே வந்து மண்ணில் கிடக்கிற இரும்புச் சட்டியை எடுத்து இடுப்பில் வைத்து நடக்கிறபோது நடையில் என்ன ஒய்யாரம்! அவள் வயதில் இப்போது இன்னும் பத்து குறைகிறது.

அவளும் இந்தப் பக்கம் பாக்கிறாள். யாரையோ அண்ணாந்து பார்த்து– சூரியனைத் தானோ? முகம் சுளித்துச் சிரிக்கிறாள். அவள் நெற்றிக் குங்குமம் ரத்தினம் போல் சுடர்கிறது. இவளது தலையலங்காரத்தில் வைரமா வைத்து இழைத்திருக்கிறது! கழுத்திலும் கைகளிலும் ஜொலிப்பது நவரத்தினங்களா?

உழைப்பும் சக்தியும் இளமையாய், பருவச் செழிப்பாய்ப் பொங்குகிறதோ!

“பாஹிமாம் ஸ்ரீராஜராஜேஸ்வரி
கிருபாகரி சங்கரி-பாஹிமாம் ஸ்ரீ...”

என்று பாடியவாறே ஸம்ஸ்கிருத பண்டிதர் வருகிறார். அவர் சாதாரணமாக வருவதே இல்லை.. பாடிக் கொண்டோ, ராக ஆலாபனை செய்து கொண்டோ, ஸ்லோகங்களை முழக்கிக் கொண்டோதான் படியேறுவார். இவரைப் பார்க்கிறபோது திருலோக சீதாராமின் நினைவு வருகிறது. திருலோக சீதாராமைத் தெரிந்தவர்களுக்கு இப்படித் தோன்றுவதன் மேன்மை புரியும். மற்றவர்களுக்கு ஓர் அசட்டுப் பிராமணனாகத்தான் இவர் தோற்றம் தருவார். தன் மீதே தனக்கிருக்கும் வாத்ஸல்யத்தோடு மொட்டைத் தலையைத் தடவி விட்டுக் கொண்டேயிருப்பார். சராசரி உயரத்துக்குக் குறைவான குள்ளம். முழங்கால் வரை மட்டும் வருகிற இவ்வளவு சின்ன வேட்டி எங்கிருந்து இவருக்குக் கிடைக்கிறதோ? நெற்றியில் எப்போதும் துலங்கும் திருநீறு. பேசுகிறபோது குரலே சங்கீதமாய் இருக்கிறது. பாடினாரென்றால் ஸாமகானம் பொழிகிறது; இந்தப் பக்கத்துச் சந்தில் இருக்கிறவர்கள் வாசற்படியில் வந்து நின்று கேட்கிறார்கள்.

“ஏஹி ஸுகம் தேஹி ஸிம்ஹ
வாகினீ தயா ப்ரவாகினீ மோகினீ பாஹிமாம்...”

என்று பாடியவாறே மாடிக்கு வந்து இங்கு உட்கார்ந்திருக்கிற எல்லாருக்கும் நமஸ்காரம் செய்து ஒரு மோடாவில் அமர்கிறார்.

ஒரு வருஷத்துக்கு முன்– இங்கு வந்து நாள் முழுவதும் எழுதுவதாகப் பேர் பண்ணிக் கொண்டு, சில சமயங்களில் ஏதாவது எழுதியும் கொண்டிருக்கிற– அந்த எழுத்தாளனைத் தேடியே அவர் இங்கு வந்தார். அவர் வந்தபோது இந்த இடத்தின் வலது பக்க வராந்தாவில் நாலைந்து பேர் உட்கார்ந்து, நடுவில் ஒரு நியூஸ் பேப்பர் நிறைய வேர்க்கடலையைக் குவித்து வைத்துக் கொண்டு உரித்துத் தின்றவண்ணம் நாலு பக்கமும் குப்பை பரப்பிக் கொண்டு, அரசியல் விவாதத்தில் ஈடுபட்டிருந்தனர்.

இங்கு உட்கார்ந்திருந்த அத்தனை பேருக்கும் ஒரு தகப்பனைப் போல் வயது மூத்த இந்தப் பண்டிதரைக் கண்டதும் அவர்களில் சிலர் மரியாதையாக எழுந்து நின்று அவருக்கு இருக்கை தந்தனர். அவன் அவரை வணங்கி வரவேற்றான். அப்போது அவன் கையில் புகைக் குழாய் இருந்தது. அவர் எல்லோரையும் ஆசீர்வதித்தார்.

"நான் என் சிரஞ்சீவியாகிய உம்மைத் தேடி வந்திருக்கிறேன், உம்மைப் பார்த்த மாத்திரத்தில், பார்க்க வந்த உத்தேசம் மறந்து விட்டது. உத்தேசமும் உம்மைப் பார்ப்பதுதான். அது நிறை வேறியதில் எனக்குப் பரமானந்தமாக இருக்கிறது" என்று அன்பு ததும்பக் கூறினார்.

"உமக்கு மங்களம் உண்டாகட்டும், என்னைப் பற்றி அதிகம் தெரிவிக்கிற உத்தேசம் ஏதும் என்னுடன் வரவில்லை. ஆனாலும் அறிமுகம் ஒன்று செய்து கொள்ள வேண்டுமே– அபிவாதயே சொன்னால் இப்போதெல்லாம் ஆளைத்தெரியாது..." என்று அவர் சொல்ல, அவன் கம்பீரமாக வெடித்துச் சிரித்தான். அவரும் அவனைச் சந்தோஷப்படுத்திவிட்ட குதூகலத்தில் ஆனந்தப் பட்டார். சந்திப்பு நன்றாகக் களைக் கட்டிக் கொண்டது.

"நான் ஒரு ஸம்ஸ்கிருத ஆசிரியன். அதாவது மாதக்கூலிக்கு மனம் ஒப்பி இந்த தேவ பாஷையை மரியாதை இல்லாத இந்தக் கல்வி விடுதிகளில் அடகு வைத்துக் குடும்பம் வளர்க்கிறவன்; கும்பி வளர்க்கிறவன் என்று சொன்னாலும் பொருந்தும். என்னைப்பற்றி இவ்வளவு போதுமே..." என்றார்.

"இப்போது இவ்வளவு போதும்" என்று திருத்தினான் அவன்.

"எப்போதும் இவ்வளவு போதும்" என்று கோடு கிழித்து முடித்தார் பண்டிதர். அவன் விவாதத்தில் இறங்காமல் இணக்க மாய்ச் சிரித்தான்.

"உமக்கு ஸம்ஸ்கிருதத்தின் பால் ஒரு தாகம் ஏற்பட்டிருப்பதை உமது எழுத்துகளின் மூலம் நான் உணர்ந்தேன். உமது தாகம் மேலானது. தாய்ப்பாலுக்கு ஏங்கி அழுகிற ஆரோக்யமான உயிர்த் தாகம் இது. நான் தாயல்ல; மலடிதான். மலடி ஸ்தன்ய பானம் தான் தர முடியாது; கையிலுள்ளதைப் புட்டிப் பாலாகவாவது புகட்டிவிடலாகாதா என்று ஓடி வந்திருக்கிறேன். பேராசையோடு வந்திருக்கிறேன். குழந்தை முகத்தைச் சுளிக்கிறதோ, மாட்டேன் என்று முறுக்கிக் கொண்டு போகிறதோ என்றெல்லாம் அஞ் ஞானத்தினால் ஏற்படுகிற அச்சமும் உடன் வந்திருக்கிறது.." என்று அவர் சொன்னதை நினைக்கிறபோது அதில் ஒரு நாடகப் பாங்கு

தோன்றினாலும், அப்போது அவர் சொன்ன சூழ்நிலையில் அது மிகவும் சுபாவிகமாகவே இருந்தது.

பிறகு தன் பெயரையும் தன்னைப் பற்றியும் அவர் மிகவும் சுருக்கமாக விலாசம் தருகிற மாதிரிக் கூறிக்கொண்டார்.

"வேர்க்கடலை சாப்பிடுங்கள்—அவித்தது பரவாயில்லையோ?" என்று அவரை உபசரித்தான்.

"அவிச்சதுதான் ருசியாக இருக்கும்... நீர் என்ன கொடுத் தாலும் நான் மறுப்பதாக இல்லை. உம்ம நட்புதான் வேண்டியது; உம்மோடு சேர்ந்து குழந்தையாக ஆயிடலாம் என்று எனக்கு ஒரு நண்பர் சொல்லியிருக்கிறார். உம்மைப் பத்தி எனக்கு ரொம்பவும் தெரியும்" என்று கண்களைச் சிமிட்டினார் பண்டிதர்.

தெருவில் 'ஐஸ் கிரீம்' சத்தம் கேட்டது.

"ஐஸ் கிரீம் சாப்பிடலாமா?"

"எனக்குப் பல் கூசுமே..." என்ற பண்டிதர் தலையில் குட்டிக் கொண்டார்:

"இப்பத்தானே சொன்னேன்... நீர் சாப்பிட்டால் எனக்கும் வாங்கிக் கொடுக்கலாம்"–வெகு காலம் பிரிந்திருந்து சந்திக்கிற– விருதும் பெருமையுமாய் வந்து நிற்கிற, சான்றோனுமான தன் மகனைச் சந்திக்கிற புத்திர வாஞ்சையுடன் அவர் பரவசமா யிருந்தார். அவன் உடனிருப்பு அவருக்கு நம்பக் கூடாத உண்மை மாதிரி மனம் சிலிர்க்க வைத்துக் கொண்டிருந்தது. அவர் எழுதுகிற நடையில் தெளிவாகத் தங்கு தடையின்றிப் பேசினார்:

"நமது ஆசைகள்—சின்னதானாலும் மேன்மையானதானாலும் நிறைவேறுவதும், பயனுறுவதும் ஈசுவர கிருபையைச் சார்ந்ததாகும். உம்மைப் பார்த்து ஒரு முறை எனது வேதோக்த ஆசீர்வாதங்களை உம் செவிபடச் சொல்லிப் போவதில் கூட நான் திருப்தியுறுவேன். எனக்குச் சில உணர்ச்சிகளின் பிரயோகங்கள் வடமொழியில்தான் வருகிறது. நீர் பிரதிபாவான்! பிரதிபை என்பது வெறும் மேதா விலாசம் அன்று. அது புதிது புதிதாய்ப் பளீர் பளீரென்று ஸ்புரித் துப் பிரகாசிக்கிற பிரக்ஞை! பிரக்ஞா நவ நவோன் மேஷ சாலினீ... விசுவரூப மெடுக்க நின்ற வாமன!" என்று இரண்டு கரங்களையும் அவனது சிரத்தின் மேல் உயர்த்தி அவன் பொருட்டு அவர் கடவுளை ஸ்தோத்திரம் செய்தார்.

அவன் தன் கையிலிருந்த புகைக் குழாயைப் பக்கத்தில் தள்ளி வைத்துக் 'குரவே நமஹ' என்று அவரை நமஸ்காரம் செய்து கொண்டான்.

“தீர்க்காயுஷ்மான் பவ! உபநிஷத்துகளின்—கிருஹ்ய சூத்திரங்களின் அர்த்தமும் அனுபவமும் உமக்கு உண்டாகட்டும்! பெருமைக்குரிய நமது முற்காலத்தில் ஆசார வாசலின் பொற்கதவுகள் உமக்காகத் திறக்கப்படட்டும். அதன் திறவுகோல் என்னிடமும், என்னைவிடக் கையாலாகாத கபோதிகளிடமும் சிக்கி எங்கள் குப்பை கூளங்களோடு இருள் மூடிக்கிடக்கிறதே” என்று அவர் பெருமூச்செறிகையில் அவரது கண்கள் பனித்தன.

பிறகு எல்லோருமாக வேர்க்கடலை தின்றார்கள். பண்டிதர் உரித்து உரித்து எல்லோருக்கும் கொடுத்துக் கொண்டே தானும் சிறிது கொறித்தார்.

இவர்களோடு உட்கார்ந்திருந்த கல்யாணச் சமையற்காரர் மனத்துள் எழுந்த ஆசையை அடக்க முடியாமல் கைகளைக் கூப்பிய பவ்யத்துடன் பண்டிதரிடம் சொன்னார்: “எனக்கும் கொஞ்சம் ஸம்ஸ்கிருத எழுத்துகள் தெரியும்; கூட்டிப் படிப்பேன்... என் தகப்பனாருக்கு நல்ல பாண்டித்யம் உண்டு... நம் தலை எழுத்து இப்படி ஆகணும்னு இருக்கே.”

ஸம்ஸ்கிருத பண்டிதர் அங்கிருந்த எல்லாருடைய முகத்தையும் ஒருமுறை பார்த்தார். மேலான ஒரு விஷயத்தைச் சுலபமாகக் கற்றுக் கொள்ளலாம் என்கிற ஒரு நல்லாசை அவர்கள் முகத்தில் தெரிவதைக் கண்டார். “நல்லது” என்று முணகிக் கண்களை மூடிக் கொண்டார்.

இப்போது தாம் சொல்வதை எவர் கேட்டபோதிலும், அலட்சியமாய்க் கேளாது விட்டபோதிலும் மந்திர உச்சாடனம் செய்பவர் போல் ஒரு கடமையாகக் கருதிக் கூறினார்: “எதையும் கற்றுக்கொள்வதை விடவும் கண்டு கொள்வது மேன்மை. காண்டல் என்பது கட்புலனால் அறிவதன்று, கற்றலின் கேட்டல் நன்று என்கிறது தமிழ் மொழி. மொழியின் உருவம் வரி வடிவம் அல்ல; ஸம்ஸ்கிருதம் மட்டுமல்லாமல் எல்லா மொழியும் ஒலி வடிவமேயாம். வேதம் என்பது ஓதப்படுவது; அனுசரிக்கப்படுவது. வேதாந்த வாழ்க்கைக்கு ஓர் அரிய உபகரணமே ஸம்ஸ்கிருத மொழி. அதன் சாரத்தை ஒரு துளியேனும் சுவைக்க விரும்புகிற ஆவல் தெய்வீகமானது. உங்களுக்கு அவ்விருப்பம் உள்ளமையால் நானறிந்ததை உங்களுக்குச் சொல்ல நட்பினால் என்னை அனுமதியுங்கள்” என்று சொன்ன பிறகே அவர் கண்களைத் திறந்து அவர்களைப் பார்த்தார்.

“எதையும் பயிற்சியாய்க் கொள்ளாதீர்கள். எழுதுகோலும் காகிதங்களும் நம்மிடையே வேண்டாம். உபகரணங்களை முற்றாக

இப்போது விலக்கி வையுங்கள். எழுதுவதை வாழ்க்கையாகக் கொண்டுவிட்ட உமக்குச் சொல்கிறேன் இப்போது" என்று அவன் பால் அவர் திரும்பியபோது புகைக்குழாயைக் கொளுத்திக் கொள்ளச் சித்தமாயிருந்த அவன், அவரிடம் அதைக் காட்டிச் சொன்னான்:

"நீங்கள் வந்தபோது நான் புகை குடித்துக் கொண்டிருந்தேன். இந்த இடம் எனக்கு மிகவும் சுதந்திரமானது. நான் உங்களுக்குத் தருகிற மரியாதை ஒரு போலி அடக்கமாய் மாறி, ' இவர் வருவது நமது சுதந்திரத்தைப் பாதிக்கிறதே' என்று உங்களை நான் சகித்துக் கொண்டிருப்பது உங்களுக்குச் சம்மதமாயிருக்குமோ?"

"ஒரு போதுமிராது... நீங்கள் எவ்வாறு இருக்கிறீர்களோ, அப்படி இருக்க வேண்டுமென்பது எனது வேண்டுகோள். நானே அது குறித்துச் சொல்ல வேண்டுமென்றிருந்தேன். நமது உறவு ஒரு பாவனையாகிவிடக்கூடாது. நீர் எப்படி இருந்தபோதிலும் அதனை அங்கீகரித்துக் கொள்வது என்ற முடிவுடனே நான் வந்தேன்... 'யத்ர வத்ஸ கச்சதி தத்ரதேனு அனுஸரதி'– எங்கே இந்த ஸம்ஸ்கிருத சொற்றொடரை நீங்கள் சொல்லுங்கள் பார்ப்போம்" என்று ஒவ்வொருவரையும் கேட்டார். யாரும் சொல்லவில்லை. சமையல் காரர் முயன்று தோற்றுச் சிரித்து விழுந்து எழுந்தார். அந்த எழுத்தாளன் மட்டும் பாடம் சொல்வதுபோல் பண்டிதர் கேட்டுப் பாராட்டி இருக்கையிலிருந்து துள்ளிக் குதிக்கிற மாதிரியாக ஸ்பஷ்டமான உச்சரிப்புடன் நாபியிலிருந்து ஓசை வரச் சொன்னான்.

"சபாஷ்– இதன் பொருளைச் சொல்லுகிறேன். இதன் பொருள் என்னவென்று கேட்டாலும் நீர் சொல்லிவிடுவீர் என்று எனக்குத் தோன்றுகிறது. ஒரு நல்லாசிரியன் தனது சிறந்த மாணவனைச் சோதித்தல் கிடையாது. சோதனை சுயமாகச் செய்துகொள்ள வேண்டியது" என்று உபதேசித்த பின்னர் அந்த ஸம்ஸ்கிருத வாக்கியத்துக்குக் 'கன்று எங்கே போகிறதோ அங்கு பசுவும் பின் தொடர்கிறது' என்று பொருள் கூறினார்.

"உமக்கு ஏற்பட்டிருக்கிற, அல்லது ஏற்படப்போகிற வேதாந்த பரிச்சயம் உம்மையொரு பண்டிதனாக்காமல் இருக்கட்டும். உமது எழுதுகோல் ஸமஸ்கிருதத்தில் எதையும் எழுதாதிருக்கட்டும். அந்த மொழியில் நீரும் நானும் எழுதுவதற்கு ஒன்றுமில்லை என்றறி யாதார் பாமரராய் இருந்தென்ன? பண்டிதராய் இருந்தென்ன?"

இவ்வாறாக வந்த அன்றே தமது பாடத்தைச் சொல்லித்தர ஆரம்பித்தார். எவர் கற்கிறார், எவ்விதம் கற்கிறார் என்றெல்லாம்

அவருக்கு எதுவும் தெரியாது. இன்றைக்குப் பாடம் இவ்வாறு தொடங்கியது.

“அஸ்மாகம்... ஸகுடும்பானாம்..” நான் நிறுத்துகிற இடத்தில், சொன்னதை எல்லாரும் சேர்ந்து சொல்லணும் தவறான உச்சரிப்பு வந்தால் திருத்துகிறவரை திருப்பித் திருப்பிச் சொல்லுவேன். நீங்களும் சொல்லணும்...”

**‘அஸ்மாகம் ஸகுடும்பானாம்..**
**க்ஷேமஸ்தைர்ய வீர்ய விஜய**
**ஆயுராரோக்யாணாம் அபிவிருத்யர்த்தம்**
**தர்மார்த்த காம மோக்ஷ**
**சதுர் வித பல புருஷார்த்த ஸித்யர்த்தம்..**
**இதம் கர்ம கரிஷ்யே!...’**

எல்லாரும் சரியாகவே அவருடன் சொன்னார்கள். பின்னர்ப் பண்டிதர் தமிழில் விளக்கினார்!

இல்லற வாழ்வினராகிய எங்களுக்கு க்ஷேமமும், ஸ்திரமும், எடுத்த காரியங்களில் வெற்றியும், ஆயுளும் மேம்படும் பொருட்டு, அறம் பொருள் இன்பம் வீடு என்னும் நால்வகையான பயனும் தருகிற, ஆண்மையாளரால் வேண்டப்படுகிற அனைத்தும் கை கூடுவான் வேண்டி நான் இந்தக் கர்மாவைச் செய்கிறேன்– இந்த வரிகளை ஒவ்வொரு நாளும் சொல்லச் சொல்லுவார்; பொருளும் சொல்லுவார்.

அவர் இந்த இடத்துக்கு வருகிறபோதெல்லாம் இங்கு ஒரு சன்மார்க்க மணம் கமழ்கிறது.

‘பண்ட சண்ட கண்ட முண்டனீ மஹிஷ
பஞ்சனீ ஜனரஞ்சனீ.. நிரஞ்சனீ
பண்டித ஸ்ரீ குஹ தாஸ போஷிணீ’

என்று அவர் இப்போது ஏக உற்சாகமாய்க் குரலெடுத்துப் பாடிக் கொண்டு உட்கார்ந்திருக்கையில் ருக்குவும் இங்கே பார்க்கிறாள். அவர் பாடி முடித்துக் கைகளைக் கூப்பி வணங்குகிறபோது அவளையே பார்க்கிறார். இவரைப் பதிலுக்கு வணங்க முடியாத நிலையில் அவள் தலையில் செங்கல் அடுக்குடன் படியேறிக் கொண்டிருக்கிறாள்.

அந்தச் செங்கல் ஒவ்வொன்றும் மூன்று அங்குல கனமும் முக்கால் அடி நீளமும் உள்ளவை. ஒரு கல்லின் எடை இரண்டு கிலோவுக்குக் குறையாது. முதலில் ஒரு கல்லை எடுத்துக் குறுக்காகத் தலையில் வைக்கிறாள். அதன்மீது ஆறு கற்களை

மூன்று மூன்றாய் இரண்டு வரிசைகளில் நீளவாட்டில் அடுக்கிக் கொள்கிறாள். நாள் பூராவும் சில சமயங்களிலே செங்கல் மட்டுமே சுமக்கிறாள். 'விரல் நுனிகள் என்னமாய் எரியும்!' அத்துடன் அவ்வளவு உயரத்தில் போய் நிற்பதை நினைக்கிறபோது பண்டிதருக்குத் தலை சுற்றுகிறது.

'எல்லாக் கட்டிடங்களும் அவற்றின் ஒவ்வொரு செங்கல்லும் இந்த எளிய மனிதர்களின்– உழைப்பையே யோகமாய்க் கொண்டவர்களின் கைகளால் அடுக்கப்பட்டவை தானே? ஸம்ஸ்கிருத மொழியெனும் பெருங்கோயிலும் இப்படித்தான் எளிய வாழ்க்கை வாழ்ந்த யோகிகளால் ஒவ்வொரு கல்லாய் எழுப்பி நிர்மாணம் செய்யப்பட்டது...

'இவளுக்குச் சாயங்காலம் கூலி கிடைக்கும். எவ்வளவு கிடைக்கும்?...அந்தக் காலத்தில் இரண்டரையோ மூணு ரூபாயோ? இப்போது? ஐம்பது ரூபாய்தான் கிடைக்கட்டுமே, இந்த இவளுடைய வாழ்க்கைக்கே எட்டியும் எட்டாமலும்தான் இருக்க அது உதவும்.'

மறுபடியும் ஸம்ஸ்கிருதம் பாடம் தொடங்குகிறது:

"ஸம்ஸ்கிருதத்தில் எல்லாச் சொற்களுக்கும் பால் வேற்றுமை உண்டு. அவை பும் லிங்கம், ஸ்திரீ லிங்கம், நபும்ஸக லிங்கம் எனப்படும். ந– பும்=நபும்=புருஷ அல்லாதது. தமிழும் சரி, ஸம்ஸ் கிருதமும் சரி, இவற்றின் இலக்கணமே ஒரு தத்துவம் என்றறிகிறேன். கி.பி.ஏழாம் நூற்றாண்டினன் என்று கணிக்கப்படுகிற பாணினி வெறும் மொழியியல் பண்டிதன் அல்லன். அவன் பரம ஞானி; வேத வித்து. ஸம்ஸ்கிருத சொற்களின் பால்வேற்றுமை, சொற்களின் ஸ்தூல, அல்லது பொருள்களின் இயல்பான பால் தன்மைகளை மட்டும் கொண்டு கணிக்கப்படுவதில்லை. இலக் கணத்தாலும், இதற்கு முன்னர் ஞானிகளின் பிரயோகத்தாலும் அவை அறியப்பட்டன.

அவர் நடத்துகிற இந்தப் பாடத்தை இங்குள்ளவர்களில் யாரும் எழுதிக் கொள்ளவில்லை; புத்தகங்களையும் பார்க்க வில்லை; மனத்தில் பதித்துக் கொண்டு யோசிக்கிறார்கள்; பதித்துக் கொள்ளாவிடினும் பாதகமில்லை. அந்த ஆசான்தான் யாரையும் சோதிப்பவர் அல்லவே.

"ஞானம் என்பது நபும்ஸக லிங்கமாகவும், புத்தி என்பது ஸ்திரீ லிங்கமாகவும், க்ரது(யாகம்) என்பது புருஷலிங்கமாகவும் இருப்பது குறித்து நான் யோசிக்கிறேன். ஆனால் இவை

யெல்லாவற்றையும் தழுவி, த்ரிஷு லிங்கே ஸமஹ' என்பதற் கிணையான சொற்களும் உண்டு. 'அஹம்' எனும் சொல்லுக்கு ஸ்திரீ பும்லிங்க வேற்றுமை இல்லை. பாணினியின் ஞான மேன்மையில் வியாகரணத்திலிருந்து இங்குதான் எனக்கு வேதாந்தம் புலப்படுகிறது..."

அவர் பாடத்தை நிறுத்தி விட்டார். குழந்தை மாதிரி கைகளைத் தட்டிக் கொண்டு கட்டிட வேலை நடக்கிற இடத்தைக் காட்டிக் குதூகலிக்கிறார். எல்லாம் அவரைத் தொடர்ந்து அங்கே பார்க்க—

ருக்கு, கீழத்தளத்தில் நின்றுகொண்டு மேலே இருக்கும் கொத்தனாரிடம் நான்கு செங்கற்களை ஓர் அடுக்காக வீசி மேலே எறிய, அந்தக் கொத்தனார் அலக்காக அதைப் பிடித்து வாங்கி வைக்கிறார். அது பார்க்க மிகவும் நேர்த்தியாய் இருக்கிறது. இங்கிருக்கிற எல்லாரும் அதைப் பார்த்து ரசிக்கிறார்கள்.

"இவர்கள் எவ்வளவு கடினமாக உழைக்கிறார்கள்! அந்தப் பெண் எப்படிக் கடுமையான வேலைகளைச் செய்கிறாள்! இந்த வயதில் இந்த உடம்போடு நமக்கெல்லாம் ஆகுமோ?" என்று சொன்ன பண்டிதர் மீதியை மனத்துள் அடைக்கிறார். மனம் வீட்டுக்குப் போகிறது. அங்கே அந்த நோயாளி மனைவி...

"நான் இவளாக இருக்கக் கூடாதா? எனக்கிருக்கிற ஞான மெல்லாம் இவளது சிரமத்தையும், இவளுக்கு இதனால் பலன் இல்லாமையையும் ஆராய்கிறது! எனக்கிருக்கும் புத்தி இவளாக நான் இருக்கலாகாதா என்று ஏங்குகிறது. இவள் தனது உழைப்பை, ஞானமும் புத்தியும் நீங்கிய யாகம் போலல்லவா ஆகுதி செய்கிறாள்! இவள் அல்லவோ புருஷலிங்கம்" என்று மனம் புழுங்கிய பின் அவர் ஒரு ஸம்ஸ்கிருத ஸ்லோகத்தைப் பாடுகிறார்:

'சுகத்தை விரும்பினால் பயில்வதை விடு. பயில விரும்பி னால் சுகத்தை விடு. சுகத்தை விரும்புகிறவனுக்குப் படிப்பு எங்ஙனம் வரும்? படிக்க விரும்புகிறவனுக்கு சுகம் ஏது!" என்று பொருள் உள்ள ஸ்லோகத்தை மனம் கசிந்து அவர் பாடிக் கொண் டிருக்கையில் மாடிப் படியேறி வந்த எழுத்தாளன் இவர் பாடி முடிக்கிறவரை படிகளிலேயே நின்று கேட்கிறான்.

அப்போது படிகளில் உட்கார்ந்து விளையாடிக் கொண்டிருந்த குழந்தைகளை அந்தத் தெருப் பெரியவர் ஒருவர் 'ஏன் எப்பப் பார்த்தாலும் அவங்களுக்குத் தொந்தரவா படியிலே வந்து விஷமம் பண்றீங்க' என்று விரட்டுகிறார்.

அவர் பாடி முடித்ததும் அவன் அவர்களோடு வந்து உட்கார்ந்தான். பண்டிதரைப் பார்த்து அவரிடம் சொன்னான்: "கல்வி என்றால் என்ன வென்றும் சுகம் என்றால் என்னவென்றும் கறாராகக் கணிக்காதவரை, இதெல்லாம் கைத்துப் போன மனங்களின் கதறல்தான். கல்வியை விட்டவர்களுக்கெல்லாம் சுகம் வந்துவிடுகிறதா? என்ன புலம்பல்!"

பண்டிதர் ஒன்றும் பதில் சொல்லவில்லை. 'மனிதர்கள் அனைவரும் தத்தம் நிலைக்கேற்பத்தான் சிந்திக்க விரும்புகிறார்களேயல்லாமல் சரியாகச் சிந்திப்பதற்கா விரும்புகிறார்கள்? ஒருவர் எப்படி சிந்தித்தால் என்ன?'

"எப்படியும் சிந்திக்கலாம்; அதுதான் சிந்திக்கும் சுதந்திரம். ஆனால் அதை எப்படி வெளியிடுவது என்பது சிந்திக்கிறவனின் சுதந்திரம் மட்டும் சம்பந்தப்பட்டதா? அது சிந்திக்க வேண்டியவர்களின் சுதந்திரத்தை மறுப்பதும் கட்டுப்படுத்துவதும் ஆகலாமா?" என்று சிரித்துக் கொண்டே கற்றதைத் திரும்பக் கூறுவது போல் சொன்னான் அவன்.

"இகலோகே ஸுகம் நாஸ்தி என்பது வசனம்.!" என்றார் பண்டிதர்.

"வசனங்களும் ஸ்லோகங்களும் விருதாவாய் மனனம் பண்ணப்படுவதன் விளைவே இது. வசனம் என்பது ஏக வசனமாகவும், த்விவசனமாகவும், பஹுவசனமாகவும் இருக்கும் அல்லவா? நான் என்பது ஒன்று. நாமிருவரும் சேர்ந்தால் இரண்டு 'நான்'கள். இது த்விவசனம் என்று சொல்லியிருக்கிறீர்கள். இந்த 'நான்'களோடு பல நான்களும் சேர்வதே பஹுவசனம் அல்லவா? வசனங்கள் எல்லாம் ஏதோ ஒரு நிலையில் பொருத்தமாகச் சொல்லப்பட்டதே அல்லாமல் எங்கும் பூரண வசனங்களாகுமா? இங்கு சுகமில்லை யென்றால் வேறு எங்கு உண்டு? கற்கிறவனுக்குச் சுகமில்லை யென்றால் சுகத்துக்கு என்ன பொருள்? என்றெல்லாம் யோசனைகள் பெருகுகின்றன ஸ்வாமி..." அவரிடம் கற்றதைத்தான் அவன் பேசுகிறான், இது ஒரு பரீட்சையே ஆகும்.

●●●

கீழே பிள்ளையார் கோயிலின் முன்னால் ஒரு கார் வந்து நிற்கிறது. அதிலிருந்து இரண்டு பெண்கள் இறங்கி, இந்த இடத்தின் விலாசத்தை விசாரித்துக்கொண்டு சந்தில் மறைந்திருக்கிற மாடிப் படியைத் தேடி வருகிறார்கள். கொலு பொம்மை அடுக்கி வைக்கிற மாதிரி மாடிப்படி நிறையக் குழந்தைகள் உட்கார்ந்து விளையாடிக் கொண்டிருக்கிறார்கள். இந்த நவநாகரிகப் பெண்கள் படிக்கட்டில்

விளையாடிக் கொண்டிருக்கும் குழந்தைகளைப் பார்த்துத் தவறான விலாசத்துக்கு வந்து விட்டோமா என்று தயங்குகிறார்கள். வழக்கம்போல் எதிர்வீட்டு அம்மாள் அந்தக் குழந்தைகளை அதட்டி விரட்டுகிறாள். குழந்தைகள் எல்லாம் இறங்கிப் போன பின்னால்கூட, வந்த பெண்களுக்குப் படியில் கால் வைக்க இடம் இல்லாமல் செங்கல்பொடியும் தண்ணீரும் மண்ணும் தழைகளும் ஓட்டாஞ்சல்லிகளும் நிறைந்து... 'என்ன இந்த மனிதர் இந்த மாதிரி இடத்தில் இருக்கிறாரே' என்று சொல்லிக் கொள்ளாத பார்வையைப் பரிமாறிக் கொண்டு படியேறி வருகிறார்கள்.

பொதுவாக– அந்த மாடியில் குடித்தனம் இருக்கிற, யார் வீட்டிலோ சமையல் வேலைக்குப் பகலில் போய் இரவில் திரும்புகிற அந்த ஒரு பெண்ணைத் தவிர பெண்கள் இங்கு வருவதில்லை. எப்போதோ சில பேர் இது மாதிரி வந்து உடனே போய் விடுவதுண்டு. இங்கு வருகிறவர்கள். அதுவும் காரில் வருகிறவர்கள் அநேகமாய் அந்தப் 'பிரபல'த்தையே தேடி வருகிறார்கள். ஆனபடியால் இந்தப் பெண்களைக் கண்டதும் அங்கு கும்பலாய் அமர்ந்திருந்த பண்டிதரும் மற்றவர்களும், 'உங்களைத் தேடி யாரோ வருகிறார்கள்' என்று அவனிடம் சொல்லி மெயின் ரோடு பக்கம் இருக்கும் வராந்தாவில் போய் நிற்க ஆயத்தமானார்கள்.

"நீங்கள் இருங்கள்... பரவாயில்லை" என்று பண்டிதரை மட்டும் அவன் தடுத்தான்.

அந்தக் கல்யாணம் ஆகாத கல்யாண சமையல்காரன் இரண்டு மோடாக்களைக் கொண்டு வந்து போட்டபின், வெட்கத்துடன் போய் ஒளிந்து கொண்டவன் மாதிரி கையில் ஒரு புத்தகத்துடன் தன் முகத்தை மறைத்துக் கொண்டு அவர்கள் பார்வை விழுகிற இடம் பார்த்து நின்று கொண்டான்.

பண்டிதர் அவனை ரசித்துக்கொண்டே அவன் பக்கம் வந்தார். நாற்பதுக்கு மேல் வயதாகிற அவனை எல்லோருமே ஒரு சின்னப் பையன் மாதிரி நடத்தினார்கள். பண்டிதர்தான் அவனைக் குறைவாகக் கேலி செய்பவர்–

"பெண் பார்க்கப் போவதாகச் சொன்னீர்களே, என்ன ஆச்சு?" என்று மெதுவான குரலில் அவனிடம் வந்து கேட்டார் பண்டிதர்.

"அது ஒண்ணும் சரிப்பட்டு வரலே!" என்று அலட்சியத்துடன் சொன்னான் அவன். இது எல்லோருக்கும் மாமூலான பிறகும் அவனுக்குப் புதுமை மாறாமல் இருக்கிறது. ஒவ்வொரு தடவையும்

கல்யாணச் சமையலுக்குப் போய்வருகிற பொழுதெல்லாம் தானும் ஒரு கல்யாணம் செய்து கொள்ள வேண்டும் என்கிற எண்ணம் அவனுக்கு ஓங்கி நிற்கும்; கல்யாணச் சாப்பாடு ஜீரணமாவதற்குள் அதுவும் கரைந்து போகும்.

வந்த பெண்கள், தங்களை மாதர் நலம் இன்னும் ஏதேதோ நலன்கள் சம்பந்தப்பட்டவர்கள் என்று அறிமுகம் செய்து கொண் டிருந்தனர். பண்டிதர், கட்டிடம் கட்டும் இடத்தை வேடிக்கை பார்க்கிறவராக, இவர்களுக்கு முதுகைக் காட்டியவாறு நன்றாகத் திரும்பி உட்கார்ந்து கொண்டார்.

வேலை முடிந்து ருக்கு தன் தலையலங்காரத்தைக் கலைத்துக் கொள்கிறாள். ஒரு பெரிய டிரம்மில் இருக்கும் தண்ணீரில் முகம், கை, கால்களைக் கழுவிக்கொள்கிறாள்.

இன்று பூராவும் இவள் செங்கல்லே சுமந்திருக்கிறாள். இன்று ஒரு மணி நேரம் சாப்பாடு வேளை போக இந்த ஒன்பது மணி நேரத்தில் எத்தனை ஏழு நிமிடங்கள் உண்டோ அத்தனை ஏழு செங்கற்கள் தரையிலிருந்து உச்சிமுகட்டுக்குப் போயிருக்கின்றன.

"நமது சமூகத்தில் பெண்களின் உரிமை பற்றி உங்கள் கருத் தென்ன?" என்று வந்திருந்தவர்களில் ஒருத்தி கேட்டதும் பண்டிதர் அவள் முகத்தை ஒரு தரம் நன்றாகப் பார்த்து விட்டு எழுந்து போய் வராந்தாவில் நின்று கொள்கிறார். அவன் ஏதோ இலக்கிய பூர்வமாக அவர்களுக்குப் பதில் சொல்லிக் கொண்டிருக்கிறான். "பேசுவதற்குப் பெண்கள் கிடைத்து விட்டால் எல்லா அசட்டுத் தனங்களிலும் இவன் கவிதை கண்டு கொண்டிருப்பான்" என்று பண்டிதர் முனகிக் கொள்கிறார்.

"நான் ரஷ்யாவுக்குப் போயிருந்தபோது..." என்று ஒருத்தி ஆரம்பிக்கிறாள். அதைத் தொடர்ந்து சிங்கப்பூர் தெருக்களின் சுகாதாரம் பற்றிப் பேச்சு திரும்புகிறது. இவர்களின் கண்களில் கூடப் படாத அளவுக்குத் தூரத்தில் போய் வராந்தாவில் நின்றுகொண்டு ருக்குவைத் தேடுகிறார் பண்டிதர்.

ருக்குவும் மற்ற கொத்தனார்களும் ஒரு மேஸ்திரியைச் சுற்றி நின்று கொண்டிருக்கின்றனர். கூலி வாங்கிக் கொண்டு சோற்றுப் பாத்திரத்துடன் காம்பவுண்டு கேட்டருகே ருக்கு வருகையில் அவனும் சைக்கிளில் வந்து நின்றான்; கையில் வாட்ச் கட்டி யிருக்கிறான். காக்கி அரை நிஜார் தெரிகிற மாதிரி வேஷ்டியை மடித்துக் கட்டியிருக்கிறான். புருஷனோ? மகனோ? அவர் களிடையே வாக்கு வாதம் தடிக்கிறது. அவள் குரல்தான் உரத்து ஒலிக்கிறது; ஒன்றும் புரியவில்லை. பண்டிதரிடம் திரும்பி

737 ● இந்த இடத்தில் இருந்து

முறையிடுகிற மாதிரி அவள் முகத்தை இந்தப் பக்கம் திருப்புகையில் வார்த்தைகள் கேட்கின்றன...

"நீ சொல்றதெல்லாம் பொய்யி. இன்னிக்கி நீ குடிச்சிட்டு வா, பேசிக்கிறேன்!" என்று பலமாக எச்சரித்தபின் பணமும் கொடுக்கிறாள். அதை வாங்கிக் கொண்டவுடன் அவன் சைக்கிளில் பறந்து போகிறான்.

"துட்டு கெடைச்ச உடனே போற வேகத்தைப் பாரு. அப்பிடி 'சிவ்'வுணு சாராயக்கடை இஸுக்குது!" என்று அவள் சொல்வதில் சந்தோஷமா சலிப்பா என்று புரியவில்லை. கையில் மீதியிருக்கிற காசை எண்ணிக்கொண்டு "இத வச்சிக்கிணு நான் இன்னாடி செய்வேன்? அரிசி வாங்குவனா? மொளகா செலவு வாங்குவனா? வெறுவு வாங்குவனா?" என்று பக்கத்தில் வந்து நிற்கும் குட்டியிடம் பொருளாதாரம் பேசிப் புலம்பியவாறே அந்தக் கிழவி நடை மெலிந்து– பத்து வயதிலிருந்தே பாரங்கள் சுமப்பதால் வளைந்து போன தொட்டிக் கால்களுடன்– மெயின் ரோட்டைக் கடந்து போகிறபோது இந்த இடத்துக்கு மிக அருகாமையில் இதோ இங்கேயே வருகிறாள். பார்வையால் மட்டும் ஏற்பட்ட பரிச்சயத்தில் பண்டிதரை நிமிர்ந்து பர்க்கிறாள். பண்டிதர் அவளுக்கு நமஸ்காரம் செய்கிறார். அவளும் அவரை மனத்துள் 'கும்பிடறேன் சாமி' என்று முனகிக் கொள்கிறாள்.

ஈயத்தாலான மெட்டி, கருப்பு சிவப்பு அரைஞாண் கயிறு, குங்குமம், மணி மாலைகள் விற்கிற ஒருவன் அவளை எதிர்ப்பட ஏதோ ஒரு நினைவில் ஒரு பவளமணி மாலையைப் பார்த்து 'இது என்னாப்பா வெலை?" என்று கேட்டு விடுகிறாள் ருக்கு. அவன் விலை சொன்ன பிறகு தான், தன் கையில் அதற்கெல்லாம் காசில்லாததை நினைக்கிறாள். விலை அதிகமாகத் தோன்றுகிறது. "நாளைக்கு இந்தப் பக்கம் வருவியா?" என்று கேட்டு, அவன் பதிலை எதிர்பார்க்காமல் மேலே போகிறாள்.

"இதோ வந்துட்டேன்... ஒரு நிமிஷம்" என்று பண்டிதர் அங்கிருப்பவர்களிடம் சொல்லிவிட்டு அவசர அவசரமாய்ப் படியிறங்கிக் கீழே போகிறார். ஏழைப் பெண்களுக்கு அலங்காரப் பொருட்கள் விற்கிற அந்த வியாபாரியைப் பிள்ளையார் கோயிலுக்கு முன்னால் மடக்கி நிறுத்துகிறார். 'அதோ, அந்த மாலையை எடு– என்ன விலை?"

"எட்டணா சாமி?"

பையிலிருந்த சில்லறையில் பெருந்தொகையைக் கொடுத்து அதை வாங்கிக் கொண்டு திரும்பிப் பார்க்கிற பொழுது, ருக்கு

தெருக்கோடியில் போய்க் கொண்டிருக்கிறாள். அந்தக் கோடியில் தான் மளிகைக் கடை... அரிசி... மொளகா செலவு... போய்ப் பிடித்து விடலாம்.

அந்தக் கடையருகே அவர் நெருங்குகிறபொழுது அவர் நினைத்தது போலவே சாமான் வாங்கிக் கொண்டு முன்பு இவருக்கும் அவளுக்கும் எவ்வளவு தூரம் இருந்ததோ அதே தூரத்தில் வேறொரு தெருவில் ருக்கு நடந்து கொண்டிருக்கிறாள்.

'பெயரைச் சொல்லிக் கூப்பிடலாமா?' என்று ஒரு கணம் நினைத்து, 'அது மரியாதையில்லை' என்று உணர்ந்து, மறுபடியும் ஓட்டமும் நடையுமாய் அவளைத் தொடர்கிறார். அந்தத் தெருவைக் கடந்தால் நகரத்தின் பிரதான சாலை. அதையும் அவள் கடந்துவிட்டாளானால், இவரால் அவளைப் பிடிக்க முடியாது. நல்லவேளையாக அந்தச் சாலையில் தொடர்ந்து கார்களும் லாரிகளும் போய்க் கொண்ருந்ததால் அவள் சற்று நின்றாள். பண்டிதர் அவளை நெருங்கிய நேரத்தில் வழி கிடைக்கவே நடந்தாள். குழந்தை மாதிரி இவர் அவள் பின்னால் ஓடினார். மறுபக்க நடை மேடையில் ஏறிய பிறகுதான் அவர்கள் சந்தித்துக் கொண்டனர். இவரைப் பார்த்ததும், "எங்கே சாமி இம்மாந் தொலவு" என்று சிரித்தவாறே கேட்டாள் ருக்கு.

பதில் ஒன்றும் சொல்லாமல் பண்டிதர் 'இந்தா' என்று இரு கையிலும் அந்த மாலையை ஏந்தி நின்றார்: "நீ வாங்கணும்னு ஆசைப்பட்டியே!"

அவள் வாயைப் பொத்திக் கொண்டு சிங்காரமாய்ச் சிரித்தாள்: "இந்த மாலை இல்லாமதான் என் கழுத்து இப்ப கோணிக்கிது... பேத்தி ஒண்ணு இருக்குது. அதுக்கு வாங்க லாம்னுதான்!... நீ எட்டணா குடுத்தா சாமி வாங்கினே?" என்று விசாரித்து, மிகுந்த பெருமித உணர்வோடு அதை வாங்கிக் கொண்டாள்.

அந்த மணிமாலையை அவள் வாங்கிக் கொண்டதில் அவருக்கு ஏக உற்சாகம்! தெருவெல்லாம் பாடிக்கொண்டே திரும்பி வந்தார்.

இந்த இடத்துக்குப் பண்டிதர் திரும்பி வருகிறபோது தெரு விளக்குகள் எரிகின்றன. அந்தக் கார் இப்பொழுது இல்லை. 'நல சேவகி'கள் போய் விட்டார்கள். பண்டிதர் மாடிக்கு வருகிற பொழுது மாலை நேரத்துச் சபை சற்று பெரிதாகவே கூடி யிருக்கிறது. சில புதுமுகங்களும் தெரிகின்றன. சபையில் வந்து உட்கார்ந்து கொண்டவுடன் பண்டிதர் அந்த எழுத்தாளனைக்

கேட்கிறார்: "என்ன, மாதர் நல உரிமைகளுக்காகப் போராடுவதாக நீரும் ஒப்புக் கொண்டீரோ?"

"ஏதோ மரியாதைக்குக் கூப்பிடுகிறார்கள். நானும் போய் மனத்தில் பட்டதைப் பேசுகிறேன். பாரதியார் ஓர் இடத்தில்..."

"நிறுத்தும்... அந்தக் காலத்தில் அவர் மீசை வைத்துக் கொண்டு பெண்களின் உரிமைக்காகப் பேசினார். இங்கு வந்த இந்த மாதிரிப் பெண்களின் உரிமைக்காக நீர் பேசுவதென்றால் புடவை கட்டிக் கொண்டு போய்ப் பேசும்..." என்றதும் எல்லாரும்–அவனும்–சேர்ந்து சிரித்தார்கள்.

"பெண்ணுக்கு உரிமையோ?... எந்தப் பெண்ணுக்கு, என்ன உரிமை– என்றெல்லாம் ஒண்ணும் விவஸ்தை கிடையாதோ?" என்று ஆக்ரோஷமாகக் கேட்டார் பண்டிதர்.

சற்று நேரமாய் அங்கு விழாவில் போய் என்ன பேசுவது என்று குழம்பிக் கொண்டிருந்த அவனுக்கு இவரது ஆக்ரோஷம் அர்த் தமுள்ள ஒரு போதனையாயிற்று.

'குரவே நமஹ!'

●●●

**க**ண்ணெதிரிலேயே அந்த வெற்றுத் திடலில் இந்த மூன்றடுக்கு நவநாகரிகக் கட்டிடம் திடீரென்று எழுந்து நிற்கிறது. மூன்றாவது மாடியில் ஒரு வெள்ளைக்காரக் குடும்பம், நடுத் தளத்தில் ஒரு வடநாட்டுக் குடும்பம், கீழே ஒரு ஆபீஸர் குடும்பம். அதற்குக் கீழே என்னவோ தெரியவில்லை– ஒரு குடும்பம். காம்பவுண்டில் கார்கள் நிற்கின்றன. விதேசி பாஷையில் பேசித் திரியும் விசித்திரமான பெண்களும் ஆண்களும்...

கொஞ்ச நாட்களாகப் பண்டிதரைக் காணவில்லை. ஒரு நாள் இந்த விலாசத்துக்கு அவரிடமிருந்து ஒரு தபால் கார்டு வந்தது. அதில்,

"மன்னிக்க வேணும், பொருளாதார நெருக்கடியின் காரண மாக எங்கேயும் நகர முடியாத நிலை. இன்னும், பல வாழ்க்கைச் சிக்கல்களும் உண்டு. உங்களையெல்லாம் சந்திக்கிற அந்த இடம் புலம்பலுக்கும் பொருமலுக்கும் ஏற்றதல்ல. வாழ்க்கையின் அழகை யும் அர்த்தத்தையும் பார்க்கிற, பாதுகாக்கிற ஒரு காவல் கேந்திரம் அது. அந்த இடத்தில் எனது அபத்தங்களை வந்து கொட்டி அளப்பது இங்கிதமும் நன்றியுமற்ற செயலாகும். விரைவில் மீண்டும் சந்திப்போம். எல்லோருக்கும் எனது வேதோக்த ஆசீர்வாதங்கள்."

அந்தக் கடிதத்தை ஒருவர் உரத்துப் படிக்க, எல்லோரும் கேட்டார்கள். பிறகு ஒவ்வொருவரும் மௌனமாக ஒரு சுற்று அதைப் படித்தார்கள். வேறு எதுவும் பேசவில்லை. காரணம், அவர்கள் அவரைப்பற்றி யோசித்துக் கொண்டிருந்தார்கள்.

"நாளைக்கு நாம் யாராவது அவரைப் போய்ப் பார்த்து வரலாமே!" என்று ஒருவர் சொல்ல, "எல்லோரும் போகலாமே!" என்று இன்னொருவர் சொல்ல, உடனே அவ்விதமே ஏகமனதாகத் தீர்மானம் ஆயிற்று.

●●●

இன்றைக்கு இந்த இடத்தின் மாடிக் கதவுகள் பூட்டிக் கிடக்கின்றன. மாடிப்படி நிறையக் குழந்தைகள் சுதந்திரமாக விளையாடிக் கொண்டிருக்கிறார்கள். இந்த இடமாகட்டும் அல்லது அந்த நவீன நாகரீக மூன்று மாடிக் கட்டிடமாகட்டும், எந்த வீட்டை எவர் கட்டிய போதிலும், வேறு எவர் வந்து குடியிருப்பினும், வேறு எவரோ வந்து குடிக்கூலி பெறினும் எல்லா வீடுகளின் முன்னாலும் பெண்கள் கோலம் போட்டு வைக் கிறார்கள். அதை அழித்துக் குழந்தைகள் விளையாடிக் கொண்டிருக்கிறார்கள்.

ஸம்ஸ்கிருத மொழியைப்பற்றிப் பண்டிதர் சொல்வது நினைவுக்கு வருகிறது...

இந்த இடத்திலிருந்து பார்த்தால் அந்தக் குழந்தைகளின் விளையாட்டு உயிரும் வண்ணங்களும் உள்ள கோலங்களாய் மாறிச் சுழல்வதுபோல் தெரிகிறது.

ஆனந்த விகடன், 1972

# சக்கரம் நிற்பதில்லை

**சக்கரம்**– இது ஒரு ஸம்ஸ்கிருதச் சொல், திரிந்து தமிழில் சக்கிரம் என்றும் உண்டு; anything circular வட்ட வடிவமானவை; இரண்டாவதாக a wheel – சகடம்– இதுவும் ஸம்ஸ்கிருதச் சொல் உருளை; மூன்றாவதாக a circular missile weapon– வட்ட வடிவமான ஏவுகணை...

**கை**யிலிருந்த அகராதிப் புத்தகத்துடன் எழுந்து நின்று புத்தகத்தை மூடுவது போல் இரண்டு கைகளையும் கூப்பி ஸம்ஸ்கிருத பண்டிதர் விஷ்ணு ஸ்தோத்திரமே செய்து கொண்டிருந்தார். பல முறை சிந்தனைச் சிலிர்ப்புக்கு ஆளாகி இருந்த படியால் விபூதி துலங்கும் நெற்றி முழுவதும் முத்து முத்தாய் வியர்த்திருந்தது. வழக்கமாய்ச் சபை கூடுகிற இடத்தில் எல்லாரும் உட்கார்ந்திருக்கிறார்கள். சிம்மாசனம் காலியாக இருக்கிறது. ஸிம்ஹம் என்பது. இங்கு வந்து எழுதுவதாகப் பேர் பண்ணிக் கொண்டு என்னென்னவோ பேர் எடுத்துக் கொண்டிருக்கிற அந்த எழுத்தாளனின் புனை பெயர்.

இப்பொழுது கொஞ்ச நாளாய்ப் பண்டிதர் மேல் வருமானம் கருதி மற்றும் ஒரு மகாபண்டிதரிடம் தமிழ் - ஆங்கில அகராதி தயாரிக்கும் பணியில் உதவி புரிந்து கொண்டிருக்கிறார். அதனால் நாள் பூராவும் உறங்கும் முன்னரும் விழிக்கும் போதும் எந்தச் சொல்லுக்கு எது ஆதாரம் என்று ஆராய்ந்து கொண்டே இருக்கிறார் அவர். இப்படி ஓர் ஆளை உதவியாளராகப் பெற்றிருக்கும் அந்த யாரோ ஒருவர் மகா பண்டிதராகத்தான் இருக்க வேண்டும்.

...மாதம் நூறு ரூபாயாம்; அதற்குமேல் பஸ் சார்ஜாம்... காப்பியாம். டிபனாம்... அந்தாத்து மாமி மகாலட்சுமி மாதிரியாம். இவர் மேலே ரொம்பப் பிரீதியாம்...

"அதை மொதல்ல செல்லுங்கோ" என்று யாரோ சொல்ல, "அதைச் சொன்னாத்தானே உமக்குப் புரியும்" என்று பண்டிதர் பதில் சொன்ன கையோடு, ஒரு கௌரவமான ஸ்திரீக்கு ஏதோ அபசாரம் செய்துவிட்ட மாதிரி கன்னத்திலும் போட்டுக் கொண்டார். மொத்தத்தில் பண்டிதருக்கு இந்த அகராதித்

தயாரிப்பு உத்தியோகம் கிடைத்த சந்தோஷம் சொல்லி மாள வில்லை. அதற்குமேல் பள்ளிக்கூடம் வேறு அவருக்கு லீவு விட்டாகி விட்டது. இந்த இடத்தில்தான் வாசம். முன்பெல்லாம் வாரத்துக்கொரு முறை இங்கு வருகிறவர் இப்போது வாரத்துக் கொரு முறை வீட்டுக்குப் போய் வருகிறார்.

இந்த இடத்தைப் பற்றி மறுபடியும் சொல்லியாக வேண்டும்.

இந்த இடம் கொஞ்சம் உயரமான இடம். அந்தப் பிள்ளையார் கோயிலின் பின்னால்... முக்கோண வடிவாய் அமைந்த இந்த மாடியின் வலப்புறமுள்ள வராந்தாவில் நின்று பார்த்தால் ஒரு சந்தும் சம்சாரிகளும் தெரிகின்றனர். ஓடுகளுக்குப் பின்னால் சில வீடுகளின் மொட்டை மாடிகளும், அங்கு வற்றல் பிழிவதற்கும், வரட்டி காய வைப்பதற்கும் துணி உலர்த்துவதற்கும், முருங்கைக்காய் பறிப்பதற்கும் வருகிற பெண்கள், அவர்களுக்குப் பின்னால் தென்னை மரச் சோலையின் பின்னணி ஒரு சிற்றூரில் இருக்கிற உணர்வை ஏற்படுத்துகிறது..

முன்னைவிட இப்போது கொஞ்ச நாளாய் இந்த இடம் சௌகர்யமாகி விட்டது. முன்பு இங்கிருந்த சினிமா அஸிஸ் டெண்ட் டைரக்டர் (தெலுங்குக்காரர்) இப்போது இல்லை. மூன்று குழந்தைகளோடு இன்னொரு போர்ஷனில் குடும்பம் நடத்திக் கொண்டிருந்த அந்தக் கணவனும் மனைவியும், எலி வளை யானாலும் தனி வளை வேண்டும் என்று தீர்மானித்துப் பக்கத்துத் தெருவில் ஒரு சரியான எலி வளைக்கே போய்ச் சேர்ந்து விட் டார்கள். அந்தப் 'புருஷன் எலி' மட்டும் காலையிலிருந்து சாயங் காலம் வரை இந்த மடத்தில் தான் வந்து தங்கும். அப்பா எலியை அழைப்பதற்காகச் சில சமயம் சுண்டெலிகள் வருவதுண்டு. முன்பெல்லாம் உள்ளே ஒரு ஸ்திரீ இருக்கிறாள் என்ற மரியாதை உணர்வில் மந்தரஸ்தாயியிலேயே பல விஷயங்களைப் பேசிக் கொண்டிருந்த இந்த மனிதர்கள் இப்போது தாரஸ்தாயியிலேயே சஞ்சரிக்க ஆரம்பித்து விட்டார்கள். பண்டிதருக்கு உயர்ந்த பீடமும் உரத்த குரலும் வகுப்பறை தந்த வரப்பிரசாதம். மாணவர்கள் இருந்தாலும் சரி இல்லாவிட்டாலும் சரி, கேட்டாலும் சரி கேட்கா விட்டாலும் சரி பண்டிதர் வகுப்பைத் தொடங்கி விடுவார்.

"அண்டசராசரங்களையும் ஒரு தேவனைப்போல் மனிதன் சுழன்று வர ஆரம்பித்து விட்டான். இதற்கு அடிப்படைக் காரணம் மனிதனும் தேவேந்திரனைப் போலச் சக்ராயுதனாக மாறியதுதான். மனிதனின் சகல சாதனைகளுக்கும் இந்தச் சக்கர வட்டமே அடிப்படை. ஒரு மையப் புள்ளியிலிருந்து தொடர்ந்து

சுழன்று எல்லையற்றுப் போகும் கோடு, ஆகாச வெளி கடந்த அனைத்து உலகையும் இணைத்துவிடும். பூஜ்யமான ஒரு நடு வட்டத்திலிருந்து கிரணங்கள் மாதிரி எல்லாத் திசைகளையும் நோக்கி எறிப்படும் கோடுகளின் எல்லைகளை ஒரு வட்டத்தின் மூலம் இணைப்பதனால் தோன்றுவதே சக்கரப் பரப்பு. அதன் சக்தியும் சாதனையும் எல்லையற்றது; மகத்தானது; சக்கரம் சுழல அச்சு அடிப்படை; அச்சுதனான விஷ்ணுவின் சக்கரத்துக்கு அச்சு ஏது?– அதுவும் விஷ்ணுவே! ஸர்வம் விஷ்ணுமயம் ஜகத்'' என்று கூறி முடித்து சூரியனை நோக்கிச் சிரந்தாழ்த்திப் பண்டிதர் வணங்குகையில் பக்கத்திலிருந்த இருவரும் அவரது உணர்ச்சிகளை உத்தேசித்துத் தாமும் சூரியனை வணங்கினர். அவர்களில் ஒருவன் கலியாண மாகாத கலியாண சமையற்காரன். மற்றொருவன் அந்தப் 'புருஷ எலி'... ஒரு நாள் அந்தப் 'புருஷ எலி' தன்னை ஒரு புலி என்று வருணித்துக் கொண்டார். அதற்குக் காரணம் நமது பண்டிதர் தமது காவிய நாயகனான, இங்கு வந்து போகிற அந்த எழுத்தாளனை ஒரு சிங்கம் என்று வருணித்ததே. அவனைப் போல் தானும் கதை எழுதுகிற காரணத்தை மட்டும் வைத்து அவனுக்கு அடுத்தபடியான ஸ்தானத்தை இந்த இடத்தில் பெறத் தகுதியுடையவன் தானே என்பதால் தன்னைப் புலி என்று வருணித்துக் கொண்டார் இவர். நல்லவேளை, அதையே புனை பெயராக வைத்துக்கொள்ளவில்லை! அப்போதே பண்டிதரால் அவர் எலியாக்கப்பட்டார். எல்லாமே ஒரு விளையாட்டுக்குத் தான்! எலியானாலும், புருஷ எலி அல்லவா! — என்ற சமா தானத்தில் எல்லாரும், அன்று சிரித்தார்கள். இது மாதிரி ஒவ்வொருவருக்கும் பெயர் வைக்கிற சடங்கு அங்கு அடிக்கடி நடக்கும். அந்த எழுத்தாளனுக்குத் தாங்கள் சிங்கம் என்று பெயர் வைத்திருப்பதை அவனிடம் தெரிவித்தபோது 'சிங்கம் தான்... சில சமயங்களில் ரொம்ப அசிங்கம்' என்று அவன் தன்னைத் தானே பரிகாசம் செய்து கொண்டான்.

இப்போது மூவரும் ஏதோ ஊருக்குப் பயணப்படுகிறவர் களாகப் பிரயாணத்திற்குத் தயாராகிக் காத்துக் கொண்டிருக் கின்றனர். அந்தச் சிங்கம் அடிக்கடி பிரயாணம் போவான். அவ னோடு யாரேனும் ஒருவர் செல்வதே வழக்கம். அநேகமாய் 'புருஷ எலி' தான் கூடப் போவார். இந்தத் தடவை பண்டிதரும் வரு வதற்கு ஆசைப்பட்டார். காலை ஒன்பதரை மணிக்கு ரயில். மணி எட்டு ஆகிறது. இன்னும் அவனைக் காணோம். எந்த ஊர், என்ன மார்க்கம் என்பதெல்லாம் அவன் வந்த பிறகுதான் தீர்மானமாகும். பண்டிதர் சக்கர மகாத்மியத்தில் தன்னை மறந்து லயித்திருக்கிறார்.

"எதற்கு எல்லையும் ஆரம்பமும் இல்லையோ அதுவே சக்கரம்" என்று அவர் சொல்லிக் கொண்டிருக்கையில் அவன் வந்தான். அவனது உடையலங்காரம் வழக்கம் போல் விநோதமாக இருந்தது. இன்று ஒரு சிறு வித்தியாசம் — தலையில் ஒரு காவித் துணியால் முண்டாசு கட்டியிருந்தான். மாடிப் படியில் வருகிற பொழுதே அவசரம் தெரிகிறது.

"ஸ்வாமிகளே! புறப்படணும். நாழியாச்சு.. நேத்திக்கு ஆரம்பிச்ச சக்கர வியாக்கியானம் இன்னும் முடியலை போல இருக்கு; ஓய் புலி! நீர் ரெடியா? என்ன ஸ்வாமிகளே! மசமசன்னு...? அகராதியை மூடுங்கோ. தண்டவாளத்துக்கு மேலே நம்ம சக்கரம் ஓடிடும்... மணி எட்டரை" என்று கைக்கடிகாரத்தைப் பார்த்து,

"ஒரு டீ சாப்பிட்டுடலாமா?" என்று யோசனையைக் கூறிய வாறே தானும் தன் சிம்மாசனத்தில் உட்கார்ந்து கொண்டான். கலியாண சமையற்காரர் மாடிக் கைப்பிடிச் சுவரை பிடித்துக் கவிழ்ந்தவாறே டீக்கடைக்காரரைக் கூப்பிட்டார். புலியும் பண்டி தரும் ஒருவரை ஒருவர் அர்த்தத்துடன் பார்த்துக் கொண்டனர்: 'இன்னிக்கு ரயில் தண்டவாளத்தின் மேலே ஓடிட்டுதுன்னா அதுக்கு இவனேதான் பொறுப்பு!'

"ஏங்காணும் நீக்கிறீர்! புகைக்குழாயைச் சித்தம் செய்யுமேன்" என்று நாற்காலியில் சுகாசனமிட்டு உட்கார்ந்தான் சிங்கம். 'விடிஞ்சுது' என்று மனசுக்குள் முனகிக்கொண்ட பண்டிதர், "நான் ரெடி" என்று தொங்கு பையை எடுத்துத் தோளில் மாட்டிக் கொண்டு புறப்படத் தயாரானார்.

"கையிலே இருக்கிற அகராதியை மூடிப் பைக்குள்ளே வச்சுக்கறது– அதுதான் நீங்க நிஜமாப் புறப்பட்டதுக்கு அடை யாளம்"

"நீர் புகை போட்டு, டீ குடிச்சு, அந்தப்பக்கம் போயி கொஞ்ச நாழி நின்னு, அப்புறம் இந்தப் பக்கம் வந்து உம்ம பொடியன் பிரண்ட்ஸையெல்லாம் பார்த்து 'டாடா' சொல்லிவிட்டுப் புறப் படறதுக்குள்ளே நான் அகராதியை மூடி வச்சுக்குவேன்... எனக்கு ஒண்ணு தோணறதே!... பஸ்லே போகலாமா?" என்று அவனது அசமந்தத்தை உத்தேசித்து மாற்று யோசனை கூறினார் பண்டிதர். சிங்கம் கண்களைச் சிமிட்டிக் கொண்டு சிரித்தான்:

"எங்கே போறோம்னே உங்களுக்குத் தெரியாது! இதிலே உங்களுக்கு என்ன இவ்வளவு அவசரம்"– அப்பொழுது டீ வந்தது.

அந்த டீக்கடை குழந்தை கம்பித் தூக்கிலிருந்த கிளாஸை ஒவ்வொன்றாக எடுத்து ஒவ்வொருவரிடமும் தந்தான். அவன் அணிந்திருந்த டிராயர் உட்காருமிடத்தில் இரண்டு கண்கள் வரைந்த மாதிரி கிழிந்திருந்தது.

அதைக் கவனித்த சிங்கம் மனதில் முனகிக் கொண்டான்: 'இவனுக்கு ஒரு நிஜாரும் சட்டையும் வாங்கித் தரதாகச் சொன்ன வாக்குறுதி இன்னும் நிறைவேற்றப் படாமல் இருக்கு... மறதிதான்! சோம்பல்தான்... ஐயோ! செய்ய வேண்டிய காரியங்கள் இந்த மாதிரி எவ்வளவோ இருக்கே!'

பண்டிதர் எழுந்து நின்றவர் மறுபடியும் உட்கார்ந்து கொண்டார். ஒரு கையில் டீ கிளாசுடன் மடியில் விரித்த அகராதியை இன்னொரு கையால் புரட்டியவாறு,

"சக்கரம்– a wheel– சகடம்" என்று முணுமுணுத்தார். எல்லாரும் டீ குடித்துக் கொண்டிருக்கையில், பண்டிதருக்குப் பக்கத்திலிருந்த ஒரு பத்திரிகையை எடுத்துச் சிங்கம் புரட்டினான். அவன் கண்களில் அந்த வரிகள் பட்டன: "ஒரு சக்கரத்தை என்னால் நகர்த்த முடியாது. ஆனால் என்னால் அதை நிறுத்த முடியும்" என்று ஓர் அகில இந்தியத் தொழிற்சங்கவாதி அறைகூவல் விடுத்திருந்தார். அதைப் பண்டிதருக்கு அவன் படித்துக் காட்டினான்.

"ம்... இவன் கிழிச்சான்" என்ற பதிலுடன் பண்டிதர் எழுந்தார்: "முடியுமா? நெவர்! யூ டெவில்ஸ்... யூ கெந்நாட்" என்று உதடுகள் துடிக்கப் பண்டிதர் முனகினார்.

"ஸ்வாமிகளே! நீங்கள் பண்டிதர்னாலும் பல விஷயத்திலே பாமரர்தான். இந்த சமாசாரமே வேறே... ரயில்வே ஸ்டிரைக் வரப் போகிறது. தொழிலாளர்களின் தலைவர் ஒருத்தர் அரசாங்கத்தை எச்சரிக்கிறார். இது ஒண்ணும் தேவாசுர யுத்தமில்லை" என்று சிரித்தான் சிங்கம்.

"தொழிலாளர் தலைவர் பேசற பேச்சா இது? ஒரு சக்கரத்தை நகர்த்த முடியாத தொழிலாளியும் உண்டோ? 'சக்கரத்தை நகர்த்த முடியாது, நிறுத்த முடியும்'னு சொன்னால் அது அசுரர்களின் பேச்சுத்தான். சரி, சரி ஸ்டிரைக் வரும்போது வரட்டும். இப்போ நாம்ப புறப்படலாம், மணி ஒன்பதாகப் போகிறது."

எல்லாரும் புறப்பட ஆயத்தமாகிற பொழுது கல்யாண சமையல்காரர் சொன்னார்: "நான் வரவில்லை. நாளைக்கி ஒரு வேலை வந்தாலும் வரும்."

"சரி, நீர் வரவேண்டாம்; உமக்கு வேலை வரட்டும். எங்களுக்கு ஒரு டாக்ஸி கொண்டு வரலாமோ?"

இன்னும் கால்மணி நேரம் தான் இருக்கிறது. நிச்சயம் போய் ரயிலைப் பிடித்துவிட முடியுமென்று அவன் நம்புகிறான். ஒவ்வொரு முறையும் இப்படியே ரயிலைப் பிடிக்கும் அனுபவத்தை இவனோடு பயின்று தேர்ந்த பரிச்சயத்தால் 'புலி' மட்டும் கவலை யற்றுப் பண்டிதரின் படபடப்பை ரசிக்கிறான். புலியும் பண்டிதரும் பின்ஸீட்டில் அமர்ந்திருந்தனர். சிங்கம் டிரைவருக்குப் பக்கத்தில் முன்ஸீட்டில் இருந்தான்.

"டிரைவர்! கொஞ்சம் சீக்கிரம் போப்பா. ஒன்பதரை மணிக்கு ரயில்..."

"இந்த நேரத்திலே டிராபிக் அதிகம் சார். வரிசையா வண்டிங்க போய்க்கினே இருக்குது. பொசுக்னு டிராபிக்லே நிறுத்திடுவான். அப்பறம் அந்தக் கைக்கா வண்டிங்களை விட்டான்னா கால் மணி நேரம் தீந்துச்சு. ரயிலுக்குப் போறவங்க கொஞ்சம் முன்னாலேயே புறப்படணும் ஸார்..." என்று டாக்ஸிக்காரன் சொன்ன புத்திமதியைப் பண்டிதரும் புலியும் சேர்ந்து சிங்கத்திற்குச் சமர்ப்பணம் செய்தனர்.

நல்ல வேளை! அந்த நாற்சந்தியைக் கடக்கிற வரை பச்சை விளக்கு எரிந்து கொண்டிருந்தது.

"இனிமே கவலை இல்லே ஸார்! நீங்க ரயிலெப் புடிச்சிட லாம்" என்று உற்சாகமாக வண்டியை ஓட்டினான் டாக்ஸி டிரைவர்.

"இன்ஷா அல்லாஹ்" என்றார் புலி. அந்த டிரைவர் புலியைத் திரும்பிப் பார்த்துப் புன்னகையுடன் சலாம் செய்தான்.

டிரைவரின் கையில் உள்ள ஸ்டியரிங் சக்கரம்... காரின் அடியில் நான்கு சக்கரங்கள், எதிரிலும், பக்கத்திலும் பெரிதும் சிறிதுமாய்ச் சுழல்கிற எண்ணற்ற சக்கரங்கள்... பஸ்களின், லாரிகளின், வண்டிகளின், சைக்கிள்களின் சக்கரங்கள்... அதி வேகமாய், மிதமாய், எரிபொருள்களின் சக்தியால் சுழல்கிற சக்கரங்கள்... வயிற்றில் எரிகிற தீயுடன் உடல் முழுவதும் வியர்வை வழிய மனித முயற்சியால் பாரந்தள்ளப்பட்டு மந்த கதியில் கிறீச்சிடும் சக்கரங்கள்... எல்லாம் சிங்கத்தின் பார்வையிலும் சித்தத்திலும் சுழன்று, பண்டிதர் சக்கரம் பற்றிக் கூறிய வார்த்தைகள் மேலானவை என்று எண்ண வைத்தன! டாக்ஸி நின்றது...

●●●

“இந்த வண்டி எந்த இடத்திலும் நிற்காதாமே” என்று ரயிலைப் பார்த்த குதூகலத்துடன் கேட்டார் பண்டிதர்.

“ஓடுகிற வண்டி எங்காவது நிக்க வேண்டியதுதானே ஸ்வாமி” என்றார் புலி.

“ஒரு வண்டி நிற்பதற்கும் ஒரு மரம் நிற்பதற்கும்...” என்று பண்டிதர் விளக்கும் போது சிங்கம் குறுக்கிட்டான்: “இந்த வார்த்தை ஜால விளையாட்டை வண்டியிலே ஏறி ஓர் இடத்தைப் பிடிச்சப்பறம் வச்சுண்டா பொழுது சுகமா போகும்... இப்பவே ஆரம்பிச்சா எப்படி?... ஓய் புலி! போய் இடத்தைப் பிடியும்” என்று அவசரப் படுத்தினான்.

மூவரும் பிளாட்பாரம் நெரிசலிடையே ஓடினார்கள். மூவரில் சிங்கம்தான் முன்னால் ஓடினான். பண்டிதர் ஓட முடியாமல் வேகமாய்ப் பின் தங்கி நடந்தார். புலி மிகவும் பொறுப்புடன், ஓடிக்கொண்டுமட்டுமிராமல் வண்டிக்குள் இடமிருக்கிறதா என்றும் கவனித்தான். ஒரு கம்பார்ட்மென்ட்டில் இடம் பார்த்து, ஏதோ ஓடுவதற்காகவே ஓடுவது போல் முன்னால் போய்க்கொண்டிருந்த சிங்கத்தைப் பெயர் சொல்லிக் கூப்பிட்டு அழைத்தான்.

அந்தக் காலை எக்ஸ்பிரஸ் ரயில் புறப்பட இன்னும் கொஞ்ச நேரம்தான் இருக்கிறது. முதல் மணி அடித்தாகிவிட்டது. பிளாட் பாரத்தில் போலீஸ் நடமாட்டம் அதிகமாக இருந்தது. அந்த முதல் வகுப்புப் பெட்டியின் முன்னால் கூட்டம். அதை அடுத்த ஒரு அன்ரிஸர்வ்ட் மூன்றாம் வகுப்புப் பெட்டியில் பண்டிதரைத் தூக்கி உள்ளே தள்ளிய பிறகு மற்ற இருவரும் புட்போர்டில் தோளில் மாட்டிய பைகளுடன் ஏறிக்கொள்ள, வண்டி நகர்கிறது.

அதுவரையில் பிளாட்பாரத்தில் நின்று சிகரெட் குடித்துக் கொண்டிருந்த– பார்வைக்குத் தொழிலாளர்கள் மாதிரியும் மாணவர்கள் மாதிரியும் தோற்றமளிக்கிற– மூன்று இளைஞர்கள் ஒருவரை ஒருவர் அழைத்தவாறே இவர்கள் மேல் மோதிக் கொண்டு ஏறினர். உள்ளே போக முடியாத அளவுக்கு நெருக்கம். வழியில் அந்தத் தொழிலாளர்களோ மாணவர்களோ தங்கள் பெட்டிகளையும் பைகளையும் நிரப்பி வைத்திருந்தனர். வண்டியில் கூட்டம் நிறைந்திருப்பது இரைச்சலில் தெரிகிறது.

மணி ஒன்பதரை ஆகியும் வெயில் வரவில்லை; மழையும் வராது போல் இருக்கிறது. கரிய மூட்டத்தில் இந்தக் கோடைக் காலமே குளிர்காலமாகி விட்டது போல் ஒரு பிரமை; அப்படி ஒரு மூட்டம்.

அந்த இளைஞர்கள் மூவரும் சிகரெட் பிடித்துக் கொண்டிருந் தனர். ஒருவன் பிடித்த சிகரெட் காற்றின் வேகத்தில் ஓர் ஓரமாய்ப் பற்றிக் கொண்டு வந்து பாதி சிகரெட் நெருப்புடன் கழன்று கொண்டது. சிங்கத்தின் கண்களில் சாம்பல் விழுந்தது போலும். அவன் எரிச்சலுடன் முகம் சுளித்தான். அந்த இளைஞர்களில் ஒருவன் இவனுக்காகப் பரிந்துகொண்டு தனது நண்பனைத் திட்டினான். அவனும் மரியாதையாக இவனிடம் மன்னிப்புக் கேட்டான். இவனும் ரொம்பப் பெருந்தன்மையாகப் பதில் சொன்னான்: "இந்த நெருக்கத்திலே அதெல்லாம் பார்த்தால் முடியுமா? இதுவே எலக்டிரிஸிடியிலே ஓடாமல் கரி இஞ்சினாக இருந்தால் நம்ப முகமெல்லாம் கரியும் சாம்பலுமா ஆயிருக்கும் இந்நேரம்."

இந்த வண்டி வேகமாகத்தான் போகிறது.

பெட்டிக்குள் ஒருவாறு சந்தடி குறைந்து எல்லாரும் ஏதோ ஒரு இடத்தில் இருக்கை கொண்டிருந்தனர். வழியில் நிறைந்திருந்த பெட்டிகளில் மரப்பெட்டி ஒன்றைப் பார்த்து அதற்குரியவரின் உபசரிப்புடன் அதன் மீது உட்கார்ந்து கொண்டார் பண்டிதர். தான் கைப்பிடியைப் பிடித்துத் தொங்கிக் கொண்டிருப்பதால்தான் இந்த ரயில் ஓடுகிறது என்கிற தோரணையில் அந்தச் சிங்கம் கம்பீரமாகவும் மகிழ்ச்சியாகவும் நின்றிருந்தான். கைப்பிடியில் ஒரு கையும் வண்டியில் ஒரு பாதமுமாய் நின்று அவன் சீட்டியடித்துக் கொண்டிருந்தான். முண்டாசு குஞ்சம் காற்றில் அழகாகப் படபடத்தது. அவன் சீட்டி ஒலி சில சமயங்களில் பெட்டிக்குள் மிதந்து வந்தது. ஸஹானா ராகத்தில் ஒரு பல்லவி. அனுபல்லவியின் ஸ்தாயியை எட்டுவதற்கான முயற்சியில் ஈடுபடாமல் திரும்பத் திரும்ப அதையே இசைத்து அதிலேயே ஒரு லயம்...

ரயிலின் சத்தம் ஒரு சீரான ஒத்திசைவோடு ஒலித்ததால் அது ஒரு சுருதிபோல் அமைந்தது. அதிர்ச்சியோ குலுங்கலோ இல்லாமல் ரயிலின் ஓட்டம் மந்தகாசமாயிற்று. ஜன்னல் வழியாக வந்த காற்று ஸஹானாவைப் பெட்டி முழுதும் நிறைத்துக் கொண்டிருந்தது. உள்ளே இருப்பவர்களுக்கு அந்த ஒலி எங்கிருந்து வருகிறது என்று பார்க்க முடியாது. ஒரு மூலையில் உட் கார்ந்திருந்த பிராமணப் பெண் ஒருத்தி மடியில் கிடந்த குழந்தையின் பிருஷ்டத்தில் தாளமிட்டவாறு ரசிக்கிறாள். பெட்டியின் மீது உட்கார்ந்து தனக்கு இடது புறம் இவனது சீட்டி அடிக்கும் கோலத்தையும், வலது புறம் பால் கொடுத்துக்கொண்டே

பாட்டை ரசிக்கும் அந்தப் பெண்ணையும் பண்டிதரால் பார்க்க முடிந்தது. பால்குடித்துக் கொண்டிருந்த குழந்தை திடீரென மேலாடையை உதறித்தள்ளி வெளியே முகம் காட்டிப் பக்கத்தில் அமர்ந்திருந்த தகப்பனை நோக்கிச் சிரிக்கிறது. தாய் வலியுடன் முகம் சுளித்துக் குழந்தையின் பிருஷ்டத்தில் அடித்தாள். பண்டிதர் மனத்துள் ஒரு சுலோகம் எழுந்தது:

"குந்தப் பிரஸூன விசதை: தசனை சதுர்பி..."

அவர் தன் காதில் விழுகிற ஸ்தாயியில்தான் பாடிக் கொண்டார். அது எப்படியோ அவன் காதில் விழ, ஸஹானா நின்றது. 'இதன் பொருள் என்ன?' என்று கேட்பது போல் அவன் அவரைப் பார்த்தான். அவருக்கும் அதன் அர்த்தத்தை இவனுக்குச் சொல்லிச் சுலோகத்தை அனுபவிக்க வேண்டும் என்ற ஆசை பொங்கியது.

பண்டிதர் அவனைக் கண்கள் குறுகுறுக்கப் பார்த்து, 'உமக்கு விளக்கம் வேறு சொல்லணுமா? வேரும் மண்ணுமா மனசிலே இருக்கிறதைப் பிடுங்கிடுவீரே– வேணும்னா' என்று மனசுக்குள் முனகிக் கொண்டார். பிறகு அந்தச் சுலோகத்தின் பொருளை எப்படிச் சொல்லலாம் என்று மனசுள் ஒரு ஒத்திகை நடத்திக் கொண்டார்.

"குந்தம்– தும்பை... அல்ல... தும்பையன்று; சிறிய இதழ் களுடைய ஒரு வகை மல்லிகை மலர். மல்லிகை மலரின் வெண்மையான இதழ்கள் போன்ற நான்கே பற்களால் தாயின் முலைக்காம்பின் நுனியை நறுக்கெனக் கடித்துவிட்டு நந்த கோபனின் முகத்தைப் பார்க்கும் முராரியின் நமுட்டுப் புன்சிரிப்பு எனது விருப்பங்களை நிறைவேற்றட்டும்..."

அந்தத் தொழிலாளிகள் அல்லது மாணவர்கள் மாதிரி தோன்றுகிற மூவரும் இவர்களுக்கு இடைஞ்சலாக வழியில் அடைத்துக் கொண்டு நிற்பது மாதிரி தோன்றியது பண்டிதருக்கு. அவர்கள் இல்லாவிட்டால் தான் போய் அவன் பக்கத்தில் நிற்கலாம் என்கிற ஆசையினாலே அப்படித் தோன்றியது. ஏனோ அந்த மூன்று பையன்களையும் அவருக்குக் கொஞ்சங்கூடப் பிடிக்கவில்லை. பிரயாண ரம்யத்தையே அவர்கள் கெடுப்பது மாதிரி இருந்தது. ஆனாலும் அந்த மூவரும் அநாவசியமாகவும் அமிதமாகவும் சிகரெட்டுப் பிடிக்கிறார்கள்... ..

'நாத்தம் வேறே அடிக்கிறது. பக்கத்தில் கக்கூஸ் இருப்ப தனாலா? இல்லை; இல்லை... இந்தப் பையன்கள் இருப்பதனால்

தான். இதுகள் பேச்சும், சிரிப்பும், புகையும், தலையும், துணியும் எல்லாமே அழுக்கு...'

'இவனும்தான் புகை பிடிக்கிறான். இவனுக்கும்தான் தலை நிறைய முடி வழிகிறது. ஆனால் இவன் எல்லாரையும் மாதிரி இல்லை. இவன் சம்பந்தப்பட்ட எதுவுமே அழுக்காக இல்லை. இவன் எந்த விஷயத்திலும் ஆரோக்கியமற்று இல்லை; வண்டியிலே ஏறி நின்றானே... இவ்வளவு நாழி, இவ்வளவு நெருக்கத்திலேயும் ஒருத்தர் மேல் படாமல் இவனால் நிற்க முடியறதே! யாரோடவும் ஈஷிக்காமல் எந்தக் கூட்டத்திலேயும் இவனால் பழக முடியறதே!'

பக்கத்தில் ஒரு எலெக்டிரிக் டிரெயின் இதன் மீது உரசுவது மாதிரி விரைந்து கடந்து சென்றது!

'அப்பா! மலை புரள்கிற மாதிரி சத்தம்! மலை புரள்கிற சத்தத்தை எப்போது நான் கேட்டேன்?' என்ற நினைப்பில் பண்டி தரின் முகத்தில் ஒரு சிரிப்பு. 'இவனைப் பற்றி எனக்கு ஏற்கெனவே தெரிந்திருப்பதால் இவன் சம்பந்தப்பட்ட எல்லாம் எனக்கு உயர்வாகத் தோன்றுகிறதோ?... இந்தப் பையன்களிடமும் பழகிப் பார்த்தால் அதே மாதிரி நல்லெண்ணம் ஏற்படலாமோ—ஐயோ, வருஷம் பூராவும் இந்த வானரப் படைகளுடன்தானே பழகு கிறேன்...'

எலெக்டிரிக் டிரெய்ன் கடந்ததும் பக்கத்துச் சுவர்களில் வரைந்துள்ள, போராடும் தொழிலாளர்களின் கோஷங்கள் வரிசை வரிசையாய்ப் பல வண்ணங்களில் தெரிகின்றன. சில இடங்களில் நிறைய எழுதப்பட்டிருக்கிற வாசகங்களைப் படித்துத் தீர்ப்பதற்குள் ரயில் கடந்து விடுகிறது; எனினும் பெரிது பெரிதாய் வரைந்துள்ள அரிவாளும் சுத்தியலும் வெகுதூரம் வரைக்கும் சிவப்பாய் ஒளி வீசித் தெரிகின்றன.

அந்தக் கோரிக்கைகளையும் கோஷங்களையும் ஏற்கெனவே நிறைய அறிந்தவன் என்பதால் அவற்றைப் பார்த்த மாத்திரத் திலேயே முற்றிலும் படிக்காமலேயே மனசில் பதித்துக் கொள் கிறான் சிங்கம். ஓர் இடத்தில் பெரிய அரிவாளும் சுத்தியலும் நீட்டி அதன் அடியில் இவ்வாறு எழுதியிருந்தது: 'புரட்சியில்லாமல் வளர்ச்சி இல்லை.'

என்ன நோக்கத்தில் இது எழுதப்பட்டது என்று அவன் யோசித்தான்.

"இதுவரை நேர்ந்துள்ள வளர்ச்சிக்கெல்லாம் என்ன காரணம்? எந்தக் காலத்தில் வளர்ச்சி இல்லாமல் இருந்தது?" என்கிற

கேள்வியை அவன் வாய்விட்டுக் காற்றில் உச்சரித்தான்: "நம்மைச் சுற்றிலும் ஒவ்வொரு கணமும் நிகழ்கின்ற வளர்ச்சியிலிருந்து நாம் அறிந்து கொள்ள வேண்டியதே, இடையறாது நம்மைச் சுற்றிலும் ஒரு புரட்சி இயங்கிக் கொண்டிருக்கிறது என்பதைத்தானே!"

சில இடங்களில் எழுதியிருந்த வாசகங்களின் தரத்தைப் பார்த்து அவன் முகம் சுளித்தான். பிறகு அவற்றைப் படிக்க விரும்பாமல் இந்தப் பக்கம் முகம் திருப்பிக் கொண்டான்: 'தொழிலாளி என்றால் நாகரிகமற்றவர்கள் என்று அவர்கள் நினைத்துக் கொண்டிருக்கிறார்கள். அவனே புதிய நாகரிகத்தை உருவாக்குகிறவன். ஆனால் நம் மக்கள் லக்ஷணம் இப்படி ஆனது யாரால்?'...

'இன்றைக்குத் தேதி– மூன்று?'

எல்லா இடங்களிலும் பொதுவாக எழுதப்பட்டிருந்த அந்த ஸ்டிரைக் எச்சரிக்கை இந்த ரயிலின் சத்தம் போல் அவன் காதுகளில் கேட்டவாறிருந்தது. ஆங்கிலத்திலும் தமிழிலும் வரையப் பட்டிருந்த அந்த எழுத்துகளின் நடுவே ஸ்டிரைக் தேதியைக் குறிக்கும் எட்டாவது இலக்கம் இரண்டு நாகசர்ப்பம் மாதிரி எங்கும் பின்னி நெளிவதாய் அவனது கற்பனையில் தோற்றம் காட்டியது.

ஒரு ஸ்டேஷனை ரயில் கடந்தபோது ஸ்டேஷனுக்குப் பின்னால் உள்ள ரயில்வே தொழிலாளர்களின் குடியிருப்புப் பிரதேசத்தை அவன் பார்த்தான். எங்கேயும் போல் அந்த வீடுகளின் முன்பும் கோலங்கள் இடப்பட்டிருந்தன; குழந்தைகள் விளையாடிக் கொண்டிருந்தன. ரயில்வே லைனுக்கும் குடியிருப்புப் பிரதேசத்துக்கும் இடையே சில இடங்களில் கம்பிகள் பெயர்க்கப் பட்டுக் குறுக்கே புகுவதற்குச் சௌகரியமும் செய்யப்பட்டிருந்தது. இவர்களின் வாழ்க்கை, தண்டவாளத்தையும் ரயிலையும் மட்டும் நம்பி இல்லை என்பதற்கு அடையாளமாக வரிசையாக, இந்தியக் கிராமங்களின் தேசியச் சின்னமான எருமை மாடுகள் கட்டப் பட்டிருந்தன. கோரிக்கைகள் எழுதும் ரயில்வே தொழிலாளியின் வீட்டுத் தலைவிமார்கள் அதே வீட்டுச் சுவர்களில் சாணம் தட்டி வைத்திருந்தார்கள். இவர்கள் பார்க்கிற நேரத்தில் ஒரு கிழவி ஒரு கை சாணியை உருட்டி ஓர் அரிவாள் சுத்தி சின்னத்தின் மீது அறைந்தாள். அதற்கென்ன? வரட்டி காய்ந்தால் விழத்தானே போகிறது! பண்டிதரும் அதைப் பார்க்க நேர்ந்ததால் அதில் ஓர் அர்த்த பாவம் கண்டு ஏளனமாய்ச் சிரித்தார். அந்த ஏளன உணர்ச்சியை சிங்கம் ரசிக்கவில்லை.

'கண்ட இடத்திலேயும் உயர்வான விஷயங்களைப் பரத்திப போட்டால் மரியாதை இவ்வளவுதான் கிடைக்கும்' என்று அவர் நினைப்பது இவனுக்குப் புரிந்தது.

"கண்ட இடத்திலும் கிடக்கிற சாதாரணப் பொருள்களைத் தான் மகத்துவமான சின்னமாக மனிதர்கள் கொள்ளுகின்றனர். ஒரு மேலான ஹிந்துவான பண்டிதரே, உமக்குமா இந்த அஞ் ஞானம்? சக்கரம், சக்கரமாய் இருப்பதால் மேன்மையா? விஷ்ணுவின் கையில் செருகி வைத்திருப்பதால் மேன்மையா? அதனுடைய மேன்மையை உணர்ந்தல்லவா விஷ்ணுவின் விரலே அதற்கு அச்சாய் ஆயிற்று! அந்தச் சக்கரம் எங்கு சுழன்ற போதிலும்– மண்ணிலும் புழுதியிலும் உயிர்கள் நடந்த பாத தூளியிலும் சுழல்கிற சக்கரங்களினால் அல்லவா மனித வாழ்க்கை இயங்குகிறது! மனிதனால் அல்லவோ உமது கடவுளுக்கே மகத்துவம்...!" என்று அவன் உதடு பிரியாமல் பேசிக்கொண்டான்.

கதவோரத்தில் இவனோடு நெருக்கி அடித்துத் தொங்கிக் கொண்டு வருகிற அந்த மூன்று பையன்களும் அளவு கடந்த உற்சாகத்தில் பிறரது கவனத்தை ஈர்க்கிற மாதிரி வயல்வெளிகளில் வேலை செய்கிறவர்களைப் பரிகாசம் செய்து அவர்களைக் கூவு கிறார்கள். கோவணமும் முண்டாசுமாய், முழங்கால்வரை வழித்த சேலையும் முதுகு தெரிய விலகிய மேலாடையுமாய் மண்ணைக் கிளறிக் கொண்டிருக்கிற அந்த எளிய கருப்பு மனிதர்கள் தங்களை இவர்கள் கேலி செய்கிறார்கள் என்று தெரியாமல் பதிலுக்கு வெள்ளையாய்ச் சிரிக்கிறார்கள். 'ரயிலில் போய்க் கொண்டிருக் கிறோம் என்ற தைரியத்தில், தரையில் நின்றால் தரவேண்டிய மரியாதையை இவர்கள் ஏன் அவர்களுக்கு மறுக்க வேண்டும்' என்ற தனது எண்ணத்தைப் பண்டிதரோடு மௌனமாக சிங்கம் பகிர்ந்து கொண்டபோது 'சிறு பிள்ளைத்தனம்தான்' என்பது போல் பண்டிதர் சிரித்தார்.

"கொழுப்பு" என்று புலி உறுமிக்கொண்டே அந்த மூன்று பையன்களில் ஒருவனை வலிந்து தள்ளியவாறு வெளியே தலை நீட்டிப் பார்த்தார்.

அப்போது நாலு மாட்டுக்காரச் சிறுவர்கள் ஒரு மேட்டின் மீது நின்று அந்தப் பையன்களின் கலாட்டாவுக்குப் பதிலாகக் கோவணத்தை அவிழ்த்துக் காட்டினர்.

புலி சத்தம் போட்டுச் சிரித்தார். பண்டிதரையும் கூப்பிட்டு காட்டினார். ஒன்றும் முகம் சுளிக்கிற மாதிரி இல்லை. கிருஷ்ண விக்கிரகம் மாதிரி கருப்புக் குழந்தைகள்! கஷ்டம்... ஏதோ கெட்ட

வார்த்தை வேறு சொல்கிறார்கள். ஆனால் பண்டிதர் காதில் அது படவில்லை. அந்தக் கோலத்தில் அந்த மாட்டுக்காரச் சிறுவர்கள் தலையில் மயிற்பீலியும் கையில் குழலுமாக அவருக்குத் தரிசன மாயினர். "ஸர்வம் விஷ்ணுமயம் ஜகத்!"

"ரயில்லே போகிறோம்கிற தைரியம் நமக்கு மட்டுந்தானா?"

"இந்த மாதிரி சமயத்திலே ரயில் நின்னா எப்படி இருக்கும்..."

"இதுதான் எங்கேயும் நிக்காதாமே!" என்ற பண்டிதர் பிளாட் பாரத்தில் நுழைந்த ரயிலைப் பார்த்ததும் கேட்ட கேள்வியை நினைவுறுத்துதுபோல் கூறினார்.

"ஓடற வண்டி எங்காவது நிற்கவேண்டியதுதானே ஸ்வாமி" என்று புலியும் அதே பதிலைத் திரும்பவும் சொன்னார்.

–இருவரும் சிங்கத்தைப் பார்த்தனர்.

"ஓ!... இங்கே நீங்க பேஷா ஆரம்பிக்கலாம்" என்று தலை அசைத்தான் சிங்கம். பண்டிதர் ஆரம்பித்தார்:

"அதாவது நிற்றல்– நிறுத்துதல் என்றாலே காலை ஊன்றுவது, கால் கோள்வது என்று பொருள். கால் இல்லாதனவும் சக்கரங்கள் உள்ளவையும் நிற்பதில்லை. அவை நிற்பது போல் தோற்றம் காட்டினாலும் நிலை கொள்ளுவன அல்ல. அவை ஊர்வன; உருள்வன; மிதப்பன. நடப்பதும், ஊர்வதும், நிற்பதும் ஒன்றின் இச்சை பூர்வமான செயலாகும். இதற்கு இடைஞ்சலும் உண்டு. உருள்வது அவ்வாறு அல்ல. ஒன்றின் இச்சையற்று அதன் மீது நிகழ்கிற இயக்கமே உருளுதல்..." அவர் அந்த இரைச்சலின் நடுவேயும் அந்தக் கும்பலின் மத்தியில் நின்று, மனம் ஒன்றிக் கேட்பவர்களுக்கு மட்டுமே பதிகிற ஸ்தாயியில் நிதானமாகப் பேசிக்கொண்டிருந்தார். குரு உபதேசம் பெற்றுக் கொள்கிற பவ்யத்துடன் திறந்திருந்த கதவின் ஜன்னல் விளிம்பின்மீது சாய்ந்து உட்கார்ந்து சிரம் தாழ்த்திக் கேட்டுக் கொண்டிருந்தார் புலி.

"எந்த இடத்திலும் நில்லாமல் எந்த இடமும் அல்லாத பிரபஞ்ச வெளியில் அனிச்சையாய்ச் சுழல்கிற ஒரு சக்கரத்தின் மீதுதான் நமது இச்சையின் விளைவாய் நாம் நிற்க முயன்று கொண்டிருக்கிறோம்; நிற்பதாகப் பாவனை செய்கிறோம்; நிற்கிறோம்..." என்று ஓடுகிற வண்டியில் பிடிமானத்தையும் விட்டு விட்டுப் பண்டிதர் விறைத்து நின்றார். பண்டிதரின் நிமிர்ந்த மோவாயும் பின்புறம் அவிழ்ந்த குடுமியும் சபதம் செய்கிற சாணக்கியன் மாதிரி இருந்தது.

பையன்களுக்கு நின்று நின்று கால் அலுத்துப் போயிற்றோ? ஒருவர் பின் ஒருவராய் மூவரும் உள்ளே வந்து பெட்டிகளின் மீது உட்கார்ந்தனர். ஒருவன் இரண்டு பெட்டிகளுக்கு நடுவில் உட்கார்ந்து சீட்டுக் கட்டைக் கலைக்க ஆரம்பித்தான். இதுதான் சமயமென்று பண்டிதர் கதவோரம் ஓடி அவனோடு நின்று கொண்டார். புலி ஜன்னல் விளிம்பில் சாய்ந்து நின்று கொண்டு புகைக் குழாயைச் சுத்தம் செய்தார். இவர்கள் புகை பிடிக்கிற சாதனையை வியக்கிற மாதிரி புலியின் முதுகில் தட்டிக் கொடுத்தார் பண்டிதர்.

"சொல்லுங்கள் ஸ்வாமி... கேட்டுக் கொண்டுதானே இருக்கோம்."

"என்னத்தைச் சொல்றது? எதையாவது சொன்னால் இவர் வார்த்தை ஜாலம் என்கிறார்" என்று சிங்கத்தை வம்புக்கு இழுத்தார் பண்டிதர்.

"புரியாததெல்லாம் ஜாலம் தானே!"

ரயில் பெட்டிகளின் கீழே தண்டவாளங்களின் மேல் உருள்கிற சக்கரங்கள் லைன்கள் மாறுவதால் பெட்டியே மோதிச் சிதறுவது மாதிரி ஓசையுடன் வண்டி அதிர்ந்தது. அந்த அதிர்ச்சியில் ஒரு சத்தமும் புரியவில்லை. சில விநாடிகளில் மறுபடியும் பழைய அமைதியுடன் வண்டி ஓடிக் கொண்டிருந்தது.

பண்டிதரைச் சிங்கம் கேட்டான்: "என்னமோ, நன்னா யோசிச்சிண்டிருக்கேள்– சொல்லப்படாதா?"

பண்டிதர் சிரித்தார்: "வார்த்தைகள் பண்ற ஜாலத்தைப் பத்தி யோசிக்கிறேன். அதுவும் இந்த அகராதி வேலையிலே இறங்கினப் பறம் மனசுக்குள்ளே ஒரே தொண தொணப்பாய்ப் போச்சு. அதனாலே ஒண்ணும் கஷ்டமில்லே. பிரியமுள்ள பத்தினியோட தொண தொணப்பு மாதிரிதான்..."

"அது சரி, அவாளுக்கு– ஆத்திலே உடம்பு எப்படி இருக்கு?"

"எப்படி இருக்கும்... அவா... இருக்கிற மாதிரிதான் இருக்கும்" என்று சுவாரசியமில்லாமல் சொல்லிவிட்டுப் பண்டிதர் மேலும் தொடர்ந்தார்: "வார்த்தைகள் தான் என்னமாய் ஜாலம் பண்றது! அதனால் வார்த்தையே ஒரு ஜாலமாயிடுமா? ஜாலம்னா– என்ன? தோற்ற மயக்கம் தானே! அதாவது ஓர் உண்மையின் நிழல்தானே! நிழல் பொய்யா? கடவுளும், மனிதனும், மனுஷ்யனின் கற்பனைகளும், அவனது சாதனைகளும், இதோ காற்றைச் சாடிப்போய்க்

கொண்டிருக்கிறதே இந்த ரயிலும், இதையெல்லாம் இயக்குகிற எலக்ட்ரிஸிடியும் ஒரு ஜாலம் இல்லையா?"

சீட்டு விளையாடிய பையன்களில் ஒருவன் தப்பாட்டம் ஆடிவிட ஒருவன் இன்னொருவனைக் கோபமாக உரத்த குரலில் கெட்ட வார்த்தை சொல்லித் திட்டினான். மூவரின் கவனமும் அங்கு சென்று, தாங்கள் இதைக் கவனிக்கலாகாது என்ற உணர்வில் மீண்டன. பண்டிதர் சற்று முகத்தைச் சுளித்துக் கொண்டார்.

'நான் நேத்தே சொன்னேனே— நீங்க வேண்டாம்னு' என்று நினைவூட்டுவது போல் சிரித்தான் சிங்கம்.

'இப்ப வந்ததுக்கு என்ன? எனக்கு சந்தோஷமாத்தான் இருக்கு. உம்மோட பிரயாணம் செய்யறதுன்னா மூணாம் வகுப்பென்ன, முப்பதாம் வகுப்பிலேயும் வரலாம்' என்று சொல்கிறவர் மாதிரி முகச் சுளிப்பு மாறி முறுவல் காட்டினார் பண்டிதர்.

"செங்கல்பட்டு வருது டோய்"

"செங்கல்பட்டு வரலேடா?... நம்ம ரயில் செங்கல்பட்டுக்கு வருது" என்று அந்தப் பையன்கள் ஹாஸ்யம் பேசிக் கொள்வதைக் கேட்டு 'வழியறது' என்று முனகிக் கொண்டார் பண்டிதர். புலி சத்தம் போட்டுச் சிரித்தார்.

●●●

ஸ்டேஷனில் ரயில் நின்றது. தாம்பரத்தில் ரயில் நின்றதா இல்லையா என்ற சந்தேகம் வர, மூவரும் சந்தேகத்தையே பகிர்ந்து கொண்டனர்.

"நின்றிருக்கும். பிளாட்பாரம் அந்தப் பக்கத்தில் வந்ததோ என்னவோ? பேச்சு சுவாரசியத்தில் நாம்தான் கவனிக்கவில்லை" என்று சிங்கம் சொன்னபோது, காபி குடிப்பதற்காக வந்த ஒரு கோட்டுக்கார ஆசாமி தவறைத் திருத்துகிற ஆசிரியர் மாதிரி சொன்னார்: " திஸ் டிரெய்ன் டஸ் நாட் ஸ்டாப் அட் தாம்பரம்!" புலி அதற்காக அவருக்கு ஒரு தாங்க்ஸும் சொன்னார். போவோர் வருவோர்க்கு இடைஞ்சல் இல்லாமல் இருக்கும் பொருட்டு மூவரும் இறங்கி பிளாட்பாரத்தில் நின்றனர். அப்போது ஒரு ரயில்வே உத்தியோகஸ்தர் பண்டிதர் அருகே வந்து "நமஸ்காரம்" என்று பணிந்து வணங்கினார்.

"என்ன சேஷாத்ரி... இந்த டிரெயின்லேதான் ட்யூடியா? இப்போ எந்த ஊர்லே இருக்கே?" பண்டிதர் வாத்ஸல்யமாய் விசாரித்தார்.

"ரயில்வேக்காரனுக்கு ஊர் ஏது ஸார்? எங்கெங்கேயோ இருந்துட்டு இப்போ விழுப்புரத்திலே இருக்கேன்."

"அதைத் தானே கேட்டேன்" என்று முனகிக் கொண்டார் பண்டிதர்.

'மனிதர்கள் பேசுவதே அவசியமற்றதுதான். இதில் அநாவ சியப் பேச்சு வேறு' என்று நினைத்துக் கொண்டபோது சிங்கத்திடம் பண்டிதர் அவனை அறிமுகம் செய்வித்தார்.

"மீட் வி. சேஷாத்ரி. ஒரு காலத்திலே என்னோட ஸ்டூடண்ட் – ஆமா அந்த கே. சேஷாத்ரி என்ன ஆனான்?"

"எந்த கே. சேஷாத்ரி?"

"அவன்தான்..." என்று அவர் என்னமோ விளக்க ஆரம்பிக்கிற பொழுது...

'மனிதர்கள் அவசியம் என்று கருதியும் அநாவசியம் என்று விலக்கியுமா பேசுகிறார்கள்? தத்தம் மனசைக் கொஞ்சிக் கொள் வதற்காகவே பேசுகிறார்கள்' என்று சற்றுமுன் மனசுக்குள் ரிகார்ட் செய்ததை அவன் பரிசீலித்துக் கொண்டிருந்த நேரத்தில் அவர்கள் என்ன பேசினார்களோ கவனிக்கவில்லை. கவனித்த போது,

"எந்தக் கம்பார்ட்மெண்டிலே இருக்கேள்?... வசதியா இருக்கோ?" ரயில்வே அதிகாரி அல்லவா! தனது செல்வாக்கில் குருவுக்குப் பணிவிடை செய்யத் துடிக்கிறார்.

"ரொம்ப சௌகரியமா இருக்கு. சந்தோஷமா வந்துண்டிருக் கோம்... இந்தப் பெட்டியிலேதான்..." என்று அந்த 'அன்ரிஸர்வ்ட்' மூன்றாம் வகுப்புப் பெட்டியைக் காட்டி "பகல் நேரம்தானேன்னு 'தர்ட் கிளாஸ்' பெட்டியிலேயே ஏறிட்டோம்" என்றார்.

"இப்போல்லாம் 'தர்ட் கிளாஸ்' இல்லே ஸார்... 'ஸெகண்ட் கிளாஸ்'னு பேர்" என்று மறுபடியும் கையில் காபியுடன் அந்தப் பக்கம் வந்த கோட்டுக்காரர் திருத்தினார். புலி இதற்கும் அவருக்கு ஒரு தாங்க்ஸ் சொன்னார். சிங்கம் இப்போது அவரைக் கொஞ்சம் நன்றாகவே பார்த்தான்.

அறுபது வயதுக்கு மேற்பட்ட ஓர் ஆஜானுபாகு, முகத்தில் ஓர் அம்மாமிக் களை. காரணம், காதில் இருக்கும் கடுக்கன். பய பக்தியோடு இரண்டு வட்டாவில் காபியை ஏந்திக் கொண்டு வந்து ஜன்னல் வழியாக அம்மாமியிடம் ஒன்று கொடுத்துவிட்டுத் தானும் குடிக்கிறார். அம்மாமியின் கை மட்டும் கனமாக வெளியில் தெரிகிறது.

"நீங்க எத்தனை பேர்? ஸீட் ரிஸர்வேஷன் பார்க்கட்டுமா?" என்று இவர்கள் மூவரிடமும் பரிவுடன் விசாரித்தார் சேஷாத்ரி.

"இல்லை. இல்லை, இவாளுக்கு இதுதான் பிடிக்கும். இவாளோடதான் நான் வந்திருக்கேன். இவாளைத் தெரியுமோ?" என்று சிங்கத்தைக் காட்டினார் பண்டிதர். 'தெரியும்' என்பதற்கு அடையாளமாக சேஷாத்ரி அவனுடன் கை குலுக்கினார்: "இவாளைத் தெரியாதவா யாரும் இருக்க மாட்டா இந்தக் காலத்திலே... ஆனால் தெரியும்னு காட்டிக்கிறதுக்கே' ஒரு பயம். பரிச்சயமில்லாமல் எப்படிக் கேக்கறதுன்னுதான் நானும் யோசிச் சிண்டிருந்தேன்" என்று சந்தோஷமாக அவனையும் சேர்த்து அழைத்தார் சேஷாத்ரி. "நீங்களும் வாங்க ஸார், நம்ம ரயில்வேலே உங்களுக்கு ஸீட் இல்லாமலா"

"நீங்க சிரமப்பட வேண்டாம். இங்கேயே செளகரியமா இருக்கு?"

"இதிலே என்ன சார் சிரமம்?"

'– ஏதேது விடமாட்டான் போல இருக்கே மனுஷன்' என்ற முனகலுடன் சிங்கத்தின் முகம் மாறுகிறது:

"இன்னிக்குக் காலை நேரம் மிகவும் அற்புதமாக இருக்கிறது! ஆனந்தத்தை அனுபவிக்கிறதுன்னாலே எவருடைய தயவு மில்லாமல் சுதந்திரமா அனுபவிக்கிறது தான். ப்ளீஸ் டோண்ட் டிஸ்டர்ப் திஸ்" என்று ஆங்கிலத்தில் கண்ணியமாகச் சொன்னான்.

சேஷாத்ரி சரணாகதியுற்றவர் மாதிரி பண்டிதரிடம் கேட் டார்: "நான் உங்களோடு வரலா மோன்னோ? ஏதோ சந்தோஷமா இருக்கிறவா பக்கத்திலேயாவது இருக்கலாம். ரொம்ப நாள் கழிச்சு என் குருவைப் பார்த்திருக்கேன்" என்று பேசிக் கொண்டிருந்த பொழுது ரயில் நகர்ந்தது.

ரயில் நகர ஆரம்பிப்பதற்கு முன்னாலேயே பண்டிதர் ரயிலில் இருந்தார்; அவரைத் தொடர்ந்து மூவரும் ரயிலில் ஏறினர். கை நிறையப் பொட்டலங்களை வாங்கிக் கொண்டு எங்கிருந்தோ ஓடி வந்து கொண்டிருந்தார் கோட்டுக்காரர். மிகவும் நிதானமாக மிகவும் அலட்சியமாகப் பிளாட்பாரத்தில் தனது கம்பார்ட் மெண்ட் தன் அருகே வரும் வரை நின்று 'எனக்கு இது ரொம்ப வும் பழக்கம்" என்கிற மாதிரி தாவி ஏறிக்கொண்டார். சேஷாத்ரி பெட்டிக்குள்ளே போய்ப் பிரயாணிகளிடம் டிக்கட் பரிசோதனை செய்தார்.

சேஷாத்ரியின் கோட்டுப் பாக்கெட்டுக்குமேல் சிவப்பு வண்ணத்தில் வேலைநிறுத்த பாட்ஜ் ஜொலித்ததைச் சிங்கம் கூர்ந்து பார்த்தான். அதைக் கவனித்த சேஷாத்ரி, “இந்த ரயில்வே ஸ்டிரைக்கைப் பத்தி நீங்க எழுதணும் ஸார்” என்று அரசியல் பிரசாரம் செய்ய ஆரம்பித்தார்.

“ஆமாம், நான் நிச்சயம் எழுதுவேன்” என்று அவன் கண்களை மூடியவாறு சொன்னான். ஆனால் ஒன்று, “உங்களது நோக்கம் சக்கரத்தை நிறுத்துவதுதான் எனில் நீங்கள் அதில் ஒருபோதும் வெற்றி பெற முடியாது. தி மைட்டி வீல் நெவர் ஸ்டாப்ஸ்!”

“கிருஷ்ணா, நீ ராத்திரி தூங்கினாயோ?” என்று யாரையோ யாரோ கேட்கும் குரல். பண்டிதர் உள்ளே தலையை நுழைத்துப் பார்க்கிறார். சாமான்களுக்காக ஒதுக்கப்பட்டிருக்கும் மேல் இடத்தில் ஒரு கிருஷ்ணன் படுத்திருக்கிறான். பண்டிதர் மனத்துக்குள் சொல்லிக் கொண்டார். ‘கிருஷ்ணன் தூங்குவதே இல்லை. அவன் சக்கரம் நிற்பதில்லை.”

எதிரில் இன்னொரு ரயில் வருகிறது போலிருக்கிறது. இந்த ரயில் வேகம் குறைந்து கொஞ்சங் கொஞ்சமாக நிற்க ஆரம்பித்து ஒரு பெரிய சத்தத்துடன் நின்றே விடுகிறது! எல்லோரும் வெளியே தலையை நீட்டிப் பார்க்கிறார்கள்.

“கை இறங்கலை போல இருக்கு” என்று யாரோ சொல்ல “இப்பல்லாம் கை இறங்கறதில்லை; ஏர்றது தான்” என்று யாரோ திருத்துகிறார்கள். வேறு யார்? பார்க்காமலே சொல்லலாம்.

சேஷாத்ரிக்கு எதிர்பார்த்த மாதிரி ஒன்றும் சுவாரஸ்யமாக இல்லை; ‘இந்த ஸிம்ஹம் சரியான சிடுமூஞ்சி. இந்த எழுதறவன்களே இப்படித்தான். எழுத்துக்கும் ஆளுக்கும் கொஞ்சமும் சம்பந்தமிருக்காது...”

“அப்போ நான் என் ட்யூட்டியைப் போய்ப் பார்க்கறேன் ஸார். நீங்க விழுப்புரம் வந்தால் எங்க வீட்டுக்கு அவசியம் வரணும். எனக்கு ஒண்ணும் உங்ககிட்டே பேசத் தெரியலை. எங்க வீட்டிலே ஒரு கொள்ளுப்பாட்டி இருக்கா; எண்பது வயசு. உங்க புஸ்தகம் ஒண்ணு எப்பவும் அவ பூஜை அறையிலே இருக்கும். அதுக்காகத் தப்பா நினைச்சுக்கப் படாது. எல்லா வயசிலேயும் உங்களுக்கு ரஸிகாள் இருக்காங்கறதுக்குச் சொல்றேன். ஹை ஸ்கூலுக்குப் போற குட்டி ஒண்ணு இருக்கு. உங்க கதையைத் தவிர வேற கதையே அவளுக்குப் படிக்க முடியறதில்லையாம். ஆனா இப்பல்லாம் நீங்க கதையே எழுதறதில்லையாமே!... உங்களைப்

பார்த்தேன்னு அவாகிட்ட சொன்னா, அதுவும் இந்த மாதிரி தர்ட் கிளாஸ்லே, ஐ மீன் செகண்ட் கிளாஸ்லே... நீங்க பிரயாணம் பண்ணிண்டு வந்தேள்னு சொன்னா... நான் பொய் சொல்றதா நினைச்சுக்குவா. அதுக்காகவாவது நீங்க ஒரு தடவை வரணும்" என்று பேசிக் கொண்டே சேஷாத்ரி இறங்கினார். பிறகு மிகவும் அந்யோன்யமாய்க் குரலைத் தாழ்த்திக் கொண்டு ஸிம்ஹத்திடம் நெருங்கி வந்து கேட்டார்: "ஏன் ஸார், இதைப்பற்றி எழுதறதுக்குத் தானே இந்த டிராவல்?"

"எதைப் பத்தி?"

"சமத்து! போய் ட்யூட்டியைப் பாரு"– பண்டிதருக்கு இவனோடு யாராவது பேசினால் எப்போதும் ஒரு பயம், இவன் எந்தமாதிரி பதில் சொல்லிவிடுவானோ என்று... .. 'ஆனா பேச வர வாளும் ஒண்ணும் குறைச்சலில்லை. எனக்கே பத்திண்டு வரதே...'

"நான் பிறந்ததே எழுதறதுக்காகத்தான்னு சொன்னால்கூட நான் என்ன செய்ய முடியும்?" என்று அவன் சிரித்தான்.

"Thank God... ஏதோ நல்ல மூட்லே இருக்கான்."

இந்த ரயில்வே அதிகாரி இங்கே நின்று பேசிக் கொண் டிருப்பதால் அந்தச் சிறிய ஸ்டேஷன் பிளாட்பாரத்தில் நிற்கிற கூடைக்காரியும் ஒரு நொண்டிப் பிச்சைக்காரனும் இவன் தலை மறையட்டும் என்று காத்திருக்கிறார்கள். இந்த ரயிலை அவர்கள் எதிர்பார்த்திருக்க மாட்டார்கள். எதிர்பாராமல் வந்த வாய்ப்பு நழுவிப் போகுமோ என்ற பதைப்பு முகத்தில் தெரிகிறது. அதை உணர்ந்த ஸிம்ஹம், சேஷாத்ரிக்கு இரண்டு கரங்களையும் கூப்பி விடை கொடுத்தான். சேஷாத்ரி விடைபெற்றுக் கொண்டு கடைசியாக ஒருமுறை வேண்டிக்கொண்டார்! "நீங்க அவசியம் இந்த ரயில்வே ஸ்டிரைக்கைப் பத்தி எழுதுங்கோ ஸார். நாங்களும் சென்ட்ரல் கவர்மெண்ட எம்ப்ளாயீஸ்தானே? சோஷலிஸம் பேசற ஒரு கவர்ன்மெண்ட் தன்னுடைய எம்ப்ளாயீஸ் விஷயத்திலேயே இவ்வளவு பட்சபாதமா இருக்கிறது எப்படி சரியாகும்? இந்த சோஷலிஸம்ங்கறதே ஹம்பக்! உங்களுக்குத் தெரியாதா... வரேன்" என்று அவசர அவசரமாய்ச் சில பாயிண்ட்களையும் தந்துவிட்டு விடைபெற்றுக் கொண்டார்.

"என்ன ஸ்வாமி, என்னமோ இந்தக் காலத்திலே உமக்குக் கிடைச்ச ஸ்டூடண்ட்கள்தான் ரொம்ப மோசம்னு அலுத்துக் கறேளே, எல்லாக் காலத்திலேயும் உங்களுக்கு வாய்க்கிற ஸ்டூடண்ட் கள்ளாம் சரியான 'குடாக்கு'கள் தானா?" என்றார் புலி.

"குடாக்னா என்ன?"

"இப்பக் கேட்டேளே... இதே மாதிரி எல்லாத்தைப் பத்தியும், எல்லார்க்கிட்டேயும் கேட்டுண்டிருக்கறவர்களுக்குப் பேரு... .."

"இல்லே... இல்லே, 'ரூட்' என்னன்னு கேட்டேன்."

"ரூட் என்ன?... மடத்தனம்தான்" என்று எரிச்சலாய்ச் சொன்னான் சிங்கம். அப்போது ரயிலின் சங்கு முழங்கிற்று. அவசர அவசரமாய் அந்தக் கொய்யாப் பழக்காரியும் சப்பாணியும் இந்தப் பெட்டியை நோக்கி வந்தனர்.

அந்தச் சப்பாணிக்குக் கால்கள் இரண்டும் ஒரு குழந்தையின் கால்களைப் போல் சூம்பி, வதங்கிப் போய் வாழைத்தண்டுகளாய் வசமிழந்து தரையில் தேய்ந்து இழுபட்டன.

"முதல்லே நீ ஏறும்மா... நான் ஏறிக்குவேன்... நீ ஏறு" என்று கொய்யாப் பழக்காரியை அவசரப்படுத்திப் பெட்டியுள் ஏற்றி விட்டபின், நகர்ந்து விரைய ஆரம்பித்த ரயிலின் கைப்பிடியை இரண்டு கைகளாலும் பற்றி ஒரே தாவலில் பெட்டிக்குள் வந்து கம்பீரமாக உட்கார்ந்து கொண்டான். சப்பாணி. சிங்கம் அவனது திறமையைப் பாராட்டி ரசித்துச் சிரித்தான்.

சப்பாணிக்குக் கால்கள்தான் சூம்பிக் கிடந்தனவே ஒழிய தோளும் புஜமும் சராசரி மனிதர்களை விடவும் பலாட்டியமாய் இருந்தன. அவனது வலுவான கைகள் மதர்த்துத் தசைகள் உருள நீண்டு கிடந்தன. அவன் உடம்பில் யானை பலமும் கைகளிரண்டும் துதிக்கைகள் போலும் இருந்தன. தலைநிறைய முடியும் பெரிய மீசையுமாய் உட்கார்ந்திருக்கையில், அவன் ஒரு சப்பாணி என்று யாருக்கும் தோன்றாது. அவனது அகன்ற முகம் ஒரு சிங்கம் மாதிரியும், ஸ்ரீகிருஷ்ண தேவராயர் போலவும், கார்ல்மார்க்ஸ் ஜாடையாகவும் முறையே புலிக்கும் பண்டிதருக்கும் ஸிம்ஹத்துக்கும் தோன்றிற்று!

கிருஷ்ண தேவராயரைப் பற்றி ஒன்றும் விவரிக்காமல் அதையே நினைத்துக் கொண்டிருந்த பண்டிதர், "அவாள்ளாம் ராஜாவா இருந்தாலும் பெரிய மகான்கள் இல்லையோ?" என்று திடீரென்று சொன்னார். அவர் பேசுகிற முறையே அப்படித்தான்! அது பழக்கமாகி இருந்தபடியால் சிங்கத்துக்கு அவரது சிந்தனைகளோடும் சேர்ந்து கொள்ள முடிகிறது.

"இந்த தேசத்திலிருந்த ராஜாக்கள் எல்லாம் மகான்கள்தான். அசோகன் என்ன பெரிய யுத்தம் நடத்திவிட்டான்? ஆனால் அதிலேயே அவன் எவ்வளவு ஆத்ம விமோசனம் பெற்று

விட்டான்! இரண்டு உலக யுத்தம் நடந்த பிறகும் இந்த நவீன ஏகாதிபத்தியங்களுக்கு ஒரு விமோசனமும் வரக் காணோமே...”

“அதுதான் ஸர்வாதிகாரிக்கும் ஏகாதிபத்தியத்துக்கும் உள்ள வித்தியாசம். ஒரு ஸர்வாதிகாரிக்கு ஆத்மா உண்டு. ஆத்மாவே இல்லாததுதான் ஏகாதிபத்யம்; வெகுஜன பலாத்காரம்கூடத் தேவலை. சிலஜன பலாத்காரமே ஏகாதிபத்யம்” என்று பண்டிதர் திடீரென ஒரு வகுப்பறைக் கதவைத் திறந்து மூடிய மாதிரி பாடத்தைத் தொடங்கிச் சூழ்நிலையை உணர்ந்து அமைதியானார்.

“கிருஷ்ணா, நீ பேகனே பாரோ” என்று தவழ்ந்து தவழ்ந்து பாடியவாறே ஒவ்வொருவரிடத்திலும் கையேந்தினான் சப்பாணி.

“பேகன பாரோ”வை நல்ல சங்கீத ஞானத்துடன் ஆலாபனை செய்து பாடிய சப்பாணி கையிலுள்ள சில்லறைகளின் ஓசையையே தாளமாக்கிக் குலுக்கினான். கம்பீரமும் ஆண்மையும் மிகுந்த அந்த மனிதன் கால்கள் இல்லாத ஒரே குறையினால் எல்லாருடைய பாதங்களின் அருகேயும் சென்று ஒரு குழந்தை போல் யாசிக்கிறான். தனது பெரிய விழிகளாலும் கைகளாலும் காலுடைய மனிதர்களை யெல்லாம் கடவுள் என்று வணங்கு கிறான். ஸிம்ஹம் ஒரு நாலணாவை அவன் கைகளில் வைத்தான். அவனும் இவன் பாதங்களைத் தொட்டு வணங்கினான். தன்னை இவன் ரொம்பவும் ரசிக்கிறான் என்று புரிந்து கொண்ட சப்பாணி உற்சாகமாகப் பாடினான். ‘இதோ ஒரு சுற்று எல்லோரிடமும் போய்விட்டு வருகிறேன்’ என்று சொல்லிப் போவது போல் இவனை வணங்கிவிட்டுக் கூட்டத்தின் நெரிசலிடையே வழி யமைத்துக் கொண்டு கிருஷ்ணனைக் கூவி அழைத்தவாறு அவன் தவழ்ந்தான்.

பண்டிதரும் அவனால் தூண்டப்பட்டு அந்தப் பாடலை சன்னமான குரலில் பாடிக் கொண்டார். பெட்டியின் இன்னொரு மூலையிலிருந்து, “கொய்யாப் பழம் கொய்யாப் பழம்–ரூபாய்க்குப் பத்து... ரூபாய்க்குப் பத்து” என்ற குரல் வாசனையுடன் வருகிறது...

கோட்டுக்காரருக்குச் சப்பாணியிடம் பிரமாதமாகக் கோபம் வந்து விட்டது: “போடா! டிக்கட்டு வாங்கினவாள்ளாம் நெருக்கி அடிச்சுண்டு நிக்க இடமில்லாமல் வரோம். இதிலே பிச்சைக்காரன் வேறே... இந்தப் பக்கம் வழி இல்லே. இங்கே யாரும் பிச்சை போடறதுக்கும் இல்லே, போ.”

சப்பாணி தலையை அண்ணாந்து அவர் முகத்தைப் பார்த்தபோது அவன் யாரை நொந்து கொள்கிறான் என்று

சரியாகப் புரியவில்லை. அவன் முகத்தில் ஒரு புன்னகையே நெளிந்தது. அது ரொம்பப் பரிதாபமாய், வேதாந்தமாய் இருந்தது.

ரயில் உற்சாகமாக ஓடிக்கொண்டிருந்தது.

பிச்சை எடுப்பதை விடவும், பாதங்களில் நிற்கிற இந்தப் பாக்யவான்கள் நடுவே பேசியும் சிரித்தும், தவழ்வதிலே நிறைவு காணுகிற அந்த மனிதன் கோட்டுக்காரரோடு ஒரு சொற் போருக்கே தயாரானான்: "டிக்கட்டு வாங்கிட்டா என்னா சாமி? நீங்கதான் எல்லாருக்கும் அதிகாரியோ? அடுத்த பெட்டிக்குப் போடான்றீங்களே... அங்கே இருக்கிறவங்க மட்டும் டிக்கட் வாங்கலியா? உங்க இடத்திலே நீங்க இருக்கிறதை நானா வேணாமின்னேன்? பிச்சைக்கி வந்தவன் நீங்க வேண்டி வேண்டிக் கூப்பிட்டாக்கூட ஒரே இடத்திலே குந்திக்க மாட்டான் சாமி... யாருமே குடுக்க மாட்டாங்களாம்! என் பின்னாலே வர்றீங்களா? எவ்வளவு பேர் தருமவானுங்க இருக்காங்கன்னு காமிக்கிறேன். எல்லாம் படிச்சவங்களா தான் இருக்கீங்க" என்று சொல்லிக் கொண்டே பண்டிதர் பக்கம் திரும்பினான்: "ஈவது விலக்கேல்-அந்த ஐயாவுக்கு அர்த்தம் சொல்லுங்க சாமி" என்று பண்டிதரை இழுத்துக் கறுப்புக் கோட்டுக்காரருடன் மோதவிட்டான். "பண்டிதரே இந்த வேலைக்குப் பொருத்தமானவர் என்பதை இவன் எப்படிக் கண்டு கொண்டான்" என்று நினைத்துப் புலியும், சிங்கமும் சிரித்தனர்.

"இந்த நாய்ப் பொழைப்பிலேயே வாய் எப்படிக் கிழியறது" என்று கோட்டுக்காரர் கோபமாய் உறுமினார்.

"சாமி அப்படியெல்லாம் சொல்லாதீங்க" எனக் கோட்டுக் காரரை மன்னிப்பது போல் சப்பாணி கும்பிட்டான்: "சீ, இன்னைக்கு என்ன பொழுது இப்பிடி விடிஞ்சிது?" என்று மனத்தில் முனகியவாறு ஜன்னலுக்கு வெளியே தலை நீட்டிப் பார்த்தான். யாரையும் பார்க்காமல் கோபித்துக்கொண்ட குழந்தை மாதிரி கொஞ்ச நேரம் உட்கார்ந்திருந்தான். பிறகு தன்னைத்தானே சமாதானம் செய்து கொண்டு நடந்ததை மறந்து பாட ஆரம்பித்தான்: "கிருஷ்ணா, நீ வேகமாய் வாராய்."

● ● ●

இப்போது கோட்டுக்காரர் அவனுக்கு விலகி வழிவிட்டார். கோட்டுக்காரருக்குத் தங்கள் ஆதரவு இல்லை என்று அந்தப் பிரயாணிகள் அனைவரும் சொல்லுவது அங்கு நிலவிய மௌனத் திலும் சப்பாணியின் பாட்டுக்குச் சிலர் தலையாட்டி ரசித்ததிலும்,

அநேகமாக ஒவ்வொருவரும் அவனுக்கிட்ட பிச்சையிலும் தெரிந்தது. பெட்டி முழுவதும் தவழ்ந்து திரும்பி வருகிறபொழுது சப்பாணி கோட்டுக்காரரிடமும் கையேந்தினான்; "கிருஷ்ணா நீ..." அவரும் பத்துப் பைசா கொடுத்தார்.

மேலே படுத்திருந்த கிருஷ்ணனும் தன்னை அழைத்தது போல் விழித்து இவன் கையில் ஒரு நாணயத்தைப் போட்டான். சப்பாணி கடைசியாக, பெட்டியின் கதவருகே நிற்கிற இவர்களோடு வந்து உட்கார்ந்து கொண்டான். அவனுக்கு எதிர்ப்புறத்திலிருந்து கொய்யாப் பழக்காரி கூடையின் கனம் குறையாமல் வந்து உட்கார்ந்தாள். "கலுக்கண்டு லவாலட்டு" என்றெல்லாம் சொல்லி யும் ஒன்றும் கதை நடக்கவில்லை. சப்பாணி அவளைப் பார்த்துச் சிரித்தான்.

"அம்மா... ராமாவரத்தம்மா... இன்னைக்கின்னு பாத்து என்னா கொய்யாப் பழம் கொண்டாந்தே? குளிர்லே யார் வாங்கு வாங்க? மல்லாக்கொட்டைப் பயிறு கொண்ணாந்திருந்தின்னா இந்நேரம் பறந்து போயிருக்கும், அது அதுக்கு ஒரு நேர மில்லையா?"

நல்லறிஞன் சாலமன் சொன்னது போல எல்லாவற்றுக்கும் ஒரு நேரம் உண்டு... 'விதைக்க ஒரு நேரம்; அறுக்க ஒரு நேரம்' என்ற விவிலிய வரிகள் புலியின் நினைவில் ஓடிக்கொண்டிருந்தன.

"ரூபாய்க்கு ஒரு டஜன்னு தருவியா?" என்று சப்பாணி கொய்யா பழக்காரியிடம் பேரம் பேசினான். ஒரு பழத்தை எடுத்து ஒரு பூவை முகர்ந்து பார்ப்பது போல் ரசித்தான். அதற்குள் கொய்யாப் பழக்காரி எரிச்சலுடன் அவன் கையிலிருந்ததைப் பிடுங்கி வைத்தாள்: "நானே போணியாவலியேன்னு இருக்கேன். உனக்குக் கிண்டலா இருக்குதா?"

சப்பாணியின் முகம் மறுபடியும் ஒருமுறை பரிதாபமாய் மாறிற்று. தன் கையிலிருந்த சில்லறைகளில் ஒரு ரூபாயைச் சேகரித்து, "போணி பண்றேன்.. ஒரு டஜன் குடு, அநாவசியமா பேசிக்கினு போவாதே" என்று சொந்தத்தோடு அவளைக் கண்டித்தான்.

"இப்போ நீ வீம்புக்குத்தானே வாங்கறே? உனக்கு ஏன்..." என்று பழக்காரியும் தனது எரிச்சலை மாற்றிக் கொண்டு சமா தானமாய்ப் பேசினாள். அவன் நல்ல பழங்களாகப் பன் னிரண்டைப் பொறுக்கி எடுத்துக் கொண்டிருந்தான். ஒன்றை எடுத்துப் பண்டிதரிடம் நீட்டினான்: "புடிங்க சாமி!"

பண்டிதர் நன்றியுடன் வாங்கிக் கொண்டார். பிறகு சிங்கத்திடம் ஒன்றைத் தந்தான்.

"ம்.. இது வேணாம் தோ, அது" என்று சிங்கம் மஞ்சளாய் இருந்த பழத்தைக் கேட்டு வாங்கிக் கொண்டான்.

அப்புறம் அந்தப் பையன்களுக்கு ஒவ்வொன்று, கோட்டுக் காரர்கூட ஒன்று வாங்கிக் கொண்டார். இந்தப் பக்கம் நின்று கொண்டிருந்தவர்கள் எல்லாருமே ஆளுக்கொரு கொய்யாப்பழம் சாப்பிட்டனர். சப்பாணியும் ஒரு பழத்தைச் சுவைத்துத் தின்றபின் சட்டையின் முன்புறத்தால் உதடுகளைத் துடைத்து, மீசையை நீவிக் கொண்டு உல்லாசமாகக் கண்களைச் சிமிட்டியவாறு பேச ஆரம்பித்தான்:

"யம்மா... ராமாவரத்தம்மா, எனக்கு ஒரு கொய்யாப் பழம் சும்மா கேட்டா நீ தர மாட்டியா?"

"ஏன், உனக்கு நான் தந்ததில்லையா?" என்று அவளும் கண்கள் சிரிக்கக் கேட்டாள்.

"விக்கிறதுக்கு வந்துட்டுத் தருமம் பண்ணினா யாபாரம் என்ன ஆவும்? இப்ப பாத்தியா... யாபாரமும் ஆச்சு. தருமமும் ஆச்சு. யாபாரம் பண்ணினது நீ. நான் தருமம் பண்ணினவனா ஆயிடுவேனா? சொல்லுங்களேன் சார் படிச்சவங்க. இப்ப தர்மம் யார் பண்ணினது, எதுக்கு சிரிக்கிறீங்க சாமி? நான் தான் பிச்சைக் கார நாயி... நாயிகிட்ட கூட எவ்வளவு பிரியமா இருக்கிறீங்க... நாயும் பிரியமாத்தான் இருக்குது. புது மனுஷாளைக் கண்டா குலைக்குது. பழகனப்புறம்தான் நாய்க்கும் பிரியம் தெரியுது... மனுஷாளுக்கும் அப்பிடித்தானா? என்னடா நம்பளை 'நாயி'ன்னு சொல்லிட்டாரேன்னு மொதல்ல சுருக்குனு வந்திருச்சி. அப்புறம் நெசத்தைத்தானே சொல்றாருன்னு நெனைச்சிக்கிட்டேன். ஆனா ஒன்னு சொல்றேன் சாமி... நான் பிச்சை எடுக்கறனே தவிர எச்சிப் பொறுக்கலை. பசியோட ரயில்லே வரவங்க சோத்துப் பொட லத்தைப் பிரிச்ச ஒடனே 'சாமி'ன்னு வந்து நிக்கறானுங்களே, அத்தெப் பார்த்தாதான் நாயிங்களே தேவலாமேனு தோணுது. சர்த்தான். பெரிய மனுஷாளுங்கள்ளேயே யாரு யோக்யன், யாரு அயோக்கியன்னு, கண்டு புடிக்கிறது கஸ்டம். பிச்சைக்காரன்லே எப்பிடிக் கண்டுக்கிறது, அதான் ஐயிரு என்னை நாயின்னுட்டாரு... அதனால என்ன சாமி? வுடு. என்னைப் பார்த்தா நாய்ப் பொழைப்பு மாதிரிதான் தெரியும்; உங்க பொழைப்பு அந்த மாதிரி தெரியாது; நீங்கள்ளாம் பெரியவங்க, சொல்றேன்னு கோவிச் சிக்காதீங்க. நாயிங்கள்ளேயும் நாயிங்க, கேடு கெட்ட நாயிங்களா

ஆயிட்டாங்க சனங்க. ராசா மாதிரி வாழ்ந்துக்கினு இருக்கிறேன் சாமி... ராசாமாதிரி.. உங்க புண்ணியத்திலே" என்று முனகலுடன் அவன் கடவுளை வணங்கினான்.

●●●

**அ**வன் கண் திறந்து பார்த்தபோது எல்லார் கவனமும் தன் மீதிருப்பதை உணர்ந்தான். "ஆனா சாமி... எனக்கு வாய் கொஞ்சம் நீளம்தான். நாக்கும் கரி நாக்கு. சந்தோஷமாப் பேசலாம் சாமி. கதையாப் பேசலாம்; பாடலாம். ஆனா என்னை மாதிரி கரி நாக்குக்காரனுங்க கோவத்துல வாயை 'கம்'னு மூடிக்கணும். நான் பிச்சை எடுக்கறதுக்கா ரயில்லே வர்ரேன்? ரயில்லே வரத்துக்காத் தான் சாமி பிச்சை எடுக்கிறேன்" என்று சிறு குழந்தை மாதிரி முகத்தை வெட்கத்துடன் மூடிக்கொண்டான்.

'இவன் என்ன சொல்லுகிறான்' என்பதுபோல் பண்டிதரைப் பார்த்தார் புலி.

'கவனி– இந்தக் கதாநாயகனை' என்று புருவத்தால் பேசினார் பண்டிதர்.

"நம்ம கதை பூரா ரயில்லேதான் சாமி. நம் 'ரேஞ்சு' விழுப் புரத்துக்குத் தெற்கே, கொள்ளிடத்துக்கு வடக்கே; ரயில்லே வேலை செய்யற யாரை வேணாலும் கேளுங்க, இல்லேன்னா இந்த மாதிரி பழம் விக்கிறவங்க, மோரு விக்கிறவங்க யாரை வேணாலும் கேளுங்க, 'செம்மண்டலத்தானை உனக்கு எம்மா நாளா தெரியும், ஆளு எப்படி'ன்னு. பெத்தவங்க எனக்கு வெச்ச பேரு சாமி. படிச்சுச் சொல்லுங்க" என்று தனது 'துதிக்கை'களில் ஒன்றை நீட்டினான். 'பாவாடை சாமி' என்று பச்சை குத்தியிருந்தது.

"என்ன நெனச்சு வெச்சாங்களோ? அந்தப் பேரே வழங்காமப் பூட்டுது. 'செம்மண்டலத்தான்' தான்... செம்மண்டலம்னா– செம்மண் பூமி, ஆனா கரிசல் காடும் உண்டு" என்று சொல்லி, யாரையோ நினைத்துக் கொண்டு, யாரோ சொன்னதை நினைவு படுத்திக் கொள்வதுபோல் பண்டிதரிடம் சொன்னான்: "உங்களை மாதிரி பெரியவரு ஒருத்தரு என்னை வளர்த்தாரு. அவுரு காலடி யிலே நான் வளர்ந்தேன். அவரு சொல்லுவாரு: 'செம்மைன்னா செவப்புன்னு மட்டுமாடா அர்த்தம்? உங்க ஊரு மனுஷாளுங்க குணமே அப்பிடிடா. விளம்பரம் கிடையாது. ஆனா ரொம்பப் பெரிய மனுசங்க வாழ்ந்த ஊரு'ன்னு... எங்க ஊரைப்பத்தி அவரு சொல்லிக் கேக்கணும்."

ஏதோ ஒரு சிறிய ஸ்டேஷன் குறுக்கிட்டது. சப்பாணி வெளியே தலை நீட்டிப் பார்த்தான்.

"தொழுப்பேடு. திண்டிவனத்திலே நிக்காது இந்த வண்டி... செங்கல்பட்டு வுட்டா விழுப்புரம், கடலூர்... செதம்பரம்!"

பண்டிதரும் சிங்கமும் அவன் பாதியில் நிறுத்திய கதையை எப்போது தொடர்வான் என்று எதிர்பார்த்தனர்.

"நான் தாயைக் கண்டேனா, தகப்பனைக் கண்டேனா?" என்று சொல்லிக் கொண்டே பண்டிதரைப் பார்த்துக் கும் பிட்டான் சப்பாணி:

"சாமி, உங்களைப் பார்த்தா எனக்கு அவரு ஞாபகமே வருது. அவரு போய் ஆச்சு இருவது வருசத்துக்கு மேலே... அப்பவே உங்க வயசு இருக்கும். சாதியிலே கொசவர்; ஆனா பாத்தா ஐயிரு மாதிரி இருப்பாரு. பூணூலு, குடுமி, உங்களை மாதிரி தார்ப்பாச்சிக் கட்டு... அவரை 'ஐயிரே'ன்னு தான் கூப்பிடுவாங்க. நல்ல சோசியம் பாப்பாரு. வைத்தியமும் செய்வாரு. பெரிய படிப்பாளி. புலவர்னும் சொல்லுவாங்க– வாயைத் தெறந் தாருன்னா பாட்டுத்தான். ராமாயணந்தான். அவரும் எவ்வளவோ கஷ்டப்பட்டுப் பாத்தாரு எனக்கு நாலெழுத்துக் கத்துக் குடுக்கணும்னு.. நமக்கு வரலே; வரலேன்னா யாரையும் வற்புறுத்த மாட்டாரு; நான் பொழுதினிக்கும் அவரோடயே கெடந்தனா... நல்லா என் வாயை வளர்த்து வுட்டுப்புட்டு அந்தப் புண்ணியவான் போய்ச் சேர்ந்தாரு...

"...ஆனா அவரு சொன்னது ஒண்ணு ஒண்ணும் நெனச்சிக் கினா இப்பகூடப் பக்கத்திலே வந்து நின்னு சொல்ற மாதிரி இருக்குது. 'உன் ஜாதகத்துக்கு உனக்குக் கால் மட்டும் ஒழுங்கா இருந்திச்சுன்னா உன் பாதம் பட்ட எட்மெல்லாம் பத்தி எரிஞ்சி போயிருக்கும்டா, நிர்மூலம் பண்ணிடுவே'ன்னு சொல்லு வாருங்க. நான் வயத்திலே தரிச்சப்பவே எங்கப்பன் போயிட்டா னாம்... எனக்கு ஒரு வயசாகும் போது அம்மாவும் போயிடிச்சாம்... அவருகிட்டத்தான் வந்து மருந்து சாப்பிட்டுச்சாம்.

"... உன் ஜாதகத்துக்கு என் மருந்து என்னடா பண்ணும்? மவனே, வந்தியே என் வூட்டுக்கு, ஆறு மாசத்திலே என் சம்சாரம் பூட்டாளே! யாரு பண்ணின புண்ணியமோ, செம்மண்டலம் பொழைச்சிது! உன் இருபதாவது வயசிலே நீ எனக்குக் கருமம் பண்ணுவே... போடா போடா முண்டம், சோசியம் சொன்னா கேட்டுக்குவானா? அழுவுறான்'னு சிரிப்பாரு... அவரு எப்பவுமே சிரிச்சிக்கினுதாங்க இருப்பாரு. இவ்வளவு சொல்றனே... எனக்கு சோசியத்திலே யெல்லாம் நம்பிக்கை இல்லீங்க... ஆனா அவரு சொன்னா நம்புவேன்.

“அவரு இன்னொண்ணும் சொல்லுவாருங்க: ‘பயலே, காலில்லையேன்னு ஒரு பக்கம் கெடக்கற ஜாதகமாடா உனக்கு? எனக்கப்புறம் ஒரு எடமா நிக்கமாட்டே, உன் கால்லே சக்கரம்டா, சக்கரம்...”

“ஐயையோ...” என்று மூவரும் ஒருவரை ஒருவர் பார்த்துக் கொண்டனர்.

அவன் தொடர்ந்து, “வாய் காப்பாத்தும்; ஆனால் புத்தியை ஒழுங்கா வெச்சுக்கடா; அப்பதாண்டா வாய் காப்பாத்தும், இல்லாட்டி உன் வாயே உன்னை அழிக்கும்டா’னு சொல்லு வாருங்க. அதனால்தான் வாயைத் தெறந்தா கிருஷ்ணா, ராமான்னு பாடிடறது. அவரு சொன்னதுக்கென்னா, இப்ப நடக்கறதுக்கென்னாங்க? காலுங் கீழே சக்கரம்தாங்க சுத்துது” என்று சிரித்தான் சப்பாணி.

ஒரு நதியின் மீதுள்ள பாலத்தில் அந்தரத்தில் பறப்பது மாதிரி ரயில் விரைந்தது. தங்கள் பாதங்களுக்குக் கீழே நூற்றுக்கணக்கான சக்கரங்கள் சுழல்வதை நால்வரும் உணர்ந்தனர்—

“ஒருவன் தன்னைப்பற்றி என்ன நினைத்துக்கொள்கிறான் என்பதற்கும் அவன் உண்மையில் என்னவாக இருக்கிறான் என்பதற்கும் சம்பந்தமே இல்லை’ என்கிறான் மார்க்ஸ். இவர் தன்னைப் பிச்சைக்காரன் என்று அழைத்துக் கொண்டாலும் தான் ராஜாவாக இருப்பதை உணர்கிறார்” என்று பண்டிதரிடம் கூறினார் புலி.

‘கார்ல் மார்க்ஸ் தன்னை ஒரு நாஸ்திகர் என்று கூறிக் கொண்டார்; ஆனால் அவர் அப்படி இல்லை என்பதை அவர் கூற்றை வைத்தே புரிந்து கொள்ளலாம் போலிருக்கிறது’ என்று எண்ணிய பண்டிதர், “இந்த ஸ்டிரைக்கைப் பற்றி நீர் எழுதணும்னு தான் எனக்கும் தோணறது” என்றார்.

சிங்கம் சப்பாணியைப் பார்த்தான்: “ஸ்டிரைக் வரப் போகிறதாமே? நீ என்ன பண்ணுவே?”

“ஆமாம், ஸ்டிரைக் வரும்போல்தான் இருக்கு. என்னா ஆகுமோ? ஆனா ஒண்ணு... எல்லா வேலையும் ஒண்ணு இல்லீங்க. ஒரு மணி நேரம் சம்மட்டி அடிக்கிறவன் கடைசி கால் மணி நேரத்திலே தளர்ந்து பூடறான். ஒரு மணி நேரம் டான்சு ஆடறவன் கடைசிக் கால் மணி நேரத்தில்தான் உற்சாகமாக ஆடறான். அது மாதிரிங்க இந்த வேலை. ஆபீஸ்லே போயி பேப்பர் கட்டுங்களோட குந்திக்கினு இருக்கறாங்களே அவங்களுக்கு

ஸ்டிரைக் சந்தோஷமா இருக்குமோ, என்னமோ... ஆனா எங்க ரயில் வேலைக்காரங்களுக்கு அது சந்தோஷமா இருக்காதுங்க.

"ராத்திரிலே ஒரு பன்னண்டு மணிக்கி ஜங்ஷன் பிரிட்ஜ் மேலே உட்கார்ந்து பாக்கணும். வரிசை வரிசையா தண்டவாளங்க மின்னும். பெரிசு பெரிசா இஞ்சினுங்க நின்னுக்கிட்டிருக்கும். பச்சையும் செகப்புமா இருட்டிலே விளக்குங்க தெரியும். சாரி சாரியா இந்தப் பக்கமும் அந்தப் பக்கமும் ரயிலுங்க போவும், லைன் மாறும். அங்கே பாயிண்ட் அடிக்கிற சத்தம் இங்கே நம்ப பக்கத்துலே ஓடற கம்பியிலே தெரியும். வண்டிக்குக் கீழே சுத்தற சக்கரத்தை விட எத்தனையோ சக்கரம் எங்கே பார்த்தாலும் சுத்தும். நீங்க இஞ்சின்லே ஏறிப் பார்த்திருக்கீங்களா? கரி அள்ளிக் கொட்டறத்துக்குத் தெறந்த ஒடனே பாயிலர்லேருந்து செவேல்னு வெளிச்சம் அடிக்கும். கரி அள்ளிக்கொட்டறவன் மொகத்தைப் பார்த்தா ஏதோ கடவுள் மாதிரி சொலிக்கும். அவுங்கள்ளாம் ஏதோ கூலிக்கு வேலை செய்யறவங்கமாதிரி இல்லீங்க... அது ஒரு பெரிய சாதனைங்க... அந்தச் சக்கரம் நின்னுட்டா நல்லா யிருக்குமா? ரயில்வேத் தொழிலாளிங்க மனசிலே சூனியம் புடிச்சுடாதா?... எனக்கு என்னவோ இந்த ஸ்டிரைக் புடிக்கலீங்க... ஆனா நாம்ப சொல்ல முடியுமா? ஏதோ என் பிச்சைக்காரப் பொழைப்புக் கெட்டுப் பூடும்னு நான் சொல்றேன்னு நெனைச்சிக்குவீங்க" என்று சொல்லிக் கவலையோடு யோசனை யிலாழ்ந்தான் சப்பாணி.

"ஆனாலும் ஏதாவது ரெண்டு மூணு ரயிலுங்க ஓடும். எங்கேயாவது ரெண்டு கூடுசு வண்டி கவிழும்... அதுக்கு ரெண்டு காரணம். நாச வேலையாவும் இருக்கலாம்; வேலை தெரியாதவங்க செஞ்ச வேலையாகவும் இருக்கலாம்... நாசம், நாசம்தானுங்களே?"

"ஸ்டிரைக் நடக்கறப்போ ஏதாவது ரெண்டு மூணு ரயில் ஓடும்கிறியே அதிலே நீ பாட்டுப் பாடிக்கினு வருவியா?" என்று கேட்டார் புலி.

"மாட்டேன் சாமி, மாட்டேன்" என்று கும்பிட்டான். "ஸ்டிரைக் சரியா– தப்பான்னு சொல்றது வேறே; ஸ்டிரைக்கை உடைக்கிற கருங்காலித்தனம் வேறே. ஸ்டிரைக் முடியற வரைக்கும் டேசனுக்குள்ளே கூட நுழைய மாட்டேன்" என்று உறுதியாகச் சொன்னான் சப்பாணி. சிங்கம் அதுவே சரியென்று தலை யாட்டினான்.

"முன்னெல்லாம் கடலூருக்கும் விழுப்புரத்துக்கும் ஓடற பாசஞ்சர் வண்டியிலேதான் இதுக்கும் அதுக்கும் போய்க்கினு

இருப்பேன்" என்று சொல்லி ஏதோ ரசமான நினைவு ஒன்றில் ஆழந்து தனக்குள் சிரித்துக் கொண்டான் சப்பாணி.

"இப்படி ரயில்லேயே போய்க்கிட்டு இருந்தாலும் உனக்குன்னு ஒரு இடம் இருக்குமில்லே?" என்று விசாரித்தார் பண்டிதர்.

"குடும்பம், குழந்தை குட்டிங்க எல்லாம் இருக்குங்க இவருக்கு" என்று குறுக்கிட்டுச் சொன்னாள் கொய்யாப் பழக்காரி. சப்பாணி பெருமையோடு சிரித்துக் கொண்டான்.

"குடும்பமும் கொழந்தையும் தனக்குன்னு இருந்தாத் தானுங்களா? ஏதோ ஒரு குடும்பத்தோடயும் கொழந்தைங் களோடயும் ஒட்டிக்கினு இருக்கிறேன்" என்று தன் சட்டைப் பையிலிருந்து ஒரு கிலுகிலுப்பை, மிட்டாய், பென்சில் முதலிய வற்றை எடுத்துத் தானே சரிபார்த்து வைத்துக் கொண்டான்.

"விழுப்புரம் போய்ச் சேர இன்னும் ஒரு மணி நேரம் ஆகும்' என்ற நினைப்பில் தன் கதையைச் சொல்ல நினைத்துச் சுற்றிலும் பார்த்தான். ரயிலின் ஆட்டத்தில் பலர் மயங்கிய நிலையில் உட் கார்ந்து கொண்டும் சிலர் தூங்கிக் கொண்டுமிருந்தனர். பண்டிதர் மேலே பார்த்தார். கிருஷ்ணன் கூட நன்றாகத் தூங்கிக் கொண் டிருந்தான். கொய்யாப் பழக்காரி, இவன் சொல்லப்போகிற கதையின் பொய்க் கோலத்தை அழிப்பதற்குத் தயாரானவள் மாதிரி காத்திருந்தாள்.

"அது ஆவுது... இருவது வருசத்துக்கு மேலே. நம்ம கதை எப்பவுமே ரயில்லே பாட்டுப் பாடறதுதான். பாசஞ்சர் வண்டி யிலே பள்ளிக்கூடம் போற புள்ளைங்க நெறைய வருவாங்க. அவுங்க கூடத் தமாஸா பேசிக்கினு வருவேன். அப்போ நானும் சின்னப் பையன். பட்டாம்பாக்கம் டேசன் கிட்ட நெதம் ஒரு பொண்ணைப் பார்ப்பேன். அவுங்க அப்பா டேசனுக்கு வெளியே சர்பத் கடை வெச்சிருந்தாரு. அந்தப் பொண்ணு டேசன்லே வந்து சர்பத் விக்கும். நான் 'ஜம்'னு ரயில்லே உக்காந்துக்கினு தெனம் ஒரு சர்பத் வாங்கிக் குடிப்பேன். ஸ்டூடண்ட்ஸ்களும் குடிப்பாங்க. நான் உள்ளே குந்திக்கினு இருக்கேனா?... நமக்குக் கால் இப்பிடினு சமா சாரம்னு அந்தப் பொண்ணுக்குத் தெரியாது. அந்தப் பொண்ணு என்னை உக்காந்தே பாத்து பழகிடுச்சி. என்னைக் கண்டா சர்பத்தைக் கொண்ணாந்து குடுத்துடும். ஒரு நாளு லீவு மாதிரி இருக்குது— வண்டியிலே கும்பல் இல்லை. நான் மட்டும் குந்தி கினு இருக்கேன். வண்டி நவுரும்போது அந்தப் பொண்ணு 'எறங்கி வா'ன்னு கையைக் காட்டிச்சு. நானும் 'நீ தான் வந்து ஏறிக் கியேன்'னு கையைக் காமிச்சேன். சும்மா ஒரு வெளையாட்டுக்குத்

தான்– இல்லாட்டி ஒரு மரியாதிக்கின்னுதான் வெச்சுக்குங்களேன். ‘எங்க வூட்டுக்கு வாங்க’ன்னு கூப்பிட்டா. பதிலுக்கு ‘நீங்க வாங்க’ன்னு கூப்பிடறதில்லையா? அந்த மாதிரி... ஆனா உடனே நாக்கை கடிச்சிக்கினேன்... ..

“அன்னிக்குச் சாயங்காலமே திரும்பி வரும்போது அந்தப் பொண்ணு சீவி சிங்காரிச்சிக்கினு டேசனுக்கு வந்து ஒவ்வொரு பொட்டியா தேடுது. எனக்கு என்னா பண்றதுன்னு தெரியலை. என்னைப் பார்த்துட்டு நான் இருக்கிற பொட்டியிலேயே ஓடியாந்து ஏறிக்கிச்சு. இதோ பாருங்களேன். நான் இப்பிடி குந்திக்கினு இருக்கிறேன்” என்று தனது சூம்பிய கால்கள் தெரியாமல் மறைந்து மண்டியிட்டுக் கம்பீரமாய் நிமிர்ந்து உட்கார்ந்து காட்டினான் சப்பாணி.

இந்த நிலையில் இவன் ஒரு நொண்டி என்று யாரும் கண்டு பிடிக்க முடியாது. பக்கத்திலிருக்கும் எல்லாரையும் விடவும் அவனே முழுமையான மனிதனாய்த் தோன்றினான்; கொஞ்ச நேரம் மௌனமானான். என்றோ தான் அடைய இருந்த அவமானத்திற்கு இப்போது வருந்துகிறவன் மாதிரி அவன் முகம் மாறியது. பையிலிருந்து ஒரு பீடியை எடுத்து மறைத்து மரியாதையாகப் பற்றவைத்துக் கொண்டான். இரண்டு ‘தம்’ புகை இழுத்த பிறகு ஒரு வேதாந்தி போல் சிரித்துக் கொண்டான். இன்னும் கொஞ்ச நாழி அவன் மௌனமாய் இருந்தால் ‘அப்புறம் என்ன ஆச்சு?’ என்று பண்டிதர் கேட்டிருப்பார். புலியையும் பண்டிதரையும்விட அதிக நாட்டத்தோடு சிங்கம் இவனது கதையைக் கேட்ட போதிலும் பார்வையை ரயிலுக்கு வெளியே வைத்திருந்ததால் அவன் தன்னைக் கவனிக்கவில்லை என்று சப்பாணி நினைத்துக் கொண்டான். சப்பாணியின் அந்த மௌனத்தையும் தயக்கத்தையும் கண்டு ‘கதை பண்ணுகிறான்’ என்று நினைத்த கொய்யாப் பழக்காரி அவனைக் கறுவுவது போல் தலையை ஆட்டிக் கொண்டாள். சாப்பாணி தொடர்ந்தான்:

“எனக்குக் காலு இப்பிடி இருக்கிறதைப் பத்தி நான் எப்புமே கவலைப்பட்டவன் இல்லீங்க. ஆனா அன்னக்கி ‘என்னாத்துக்கு இப்பிடி ஒரு நொண்டி சென்மமா நாம பொறந்தோம்’னு நெனச்சேன். அந்தப் பொண்ணு வந்து சந்தோஷமா என் எதிரிலே குந்திக்கினு இருக்கு. என்னான்னமோ பேசுது; விழுப்புரத்துக்குப் போவுதாம்... அங்கே யாரு வூட்லேயோ கல்யாணமாம். அப்பனும் சித்தாத்தாக்காரியும் காத்தாலேயே பூட்டாங்களாம். கடையைப் பாத்துக்கறதா சொல்லி, அவங்களை அனுப்பிச்சு வெச்சுட்டு,

காத்தாலேயிருந்து எனக்கோசரம் காத்துக்கினு இருந்திச்சாம். என்னான்னமோ பேசுதுங்க. எனக்கு ஒண்ணுலேயும் புத்தி செல்லலே. நானு திடீர்னு பாட்டுப் பாடினேன். ஏதோ சாமி பாட்டு... பாடிக்கினே அழுதுட்டேன். பாவம், அந்தப் பொண்ணுக்கு ஒண்ணும் புரியலை. 'என்னா, என்னா'ன்னு கேக்குது. 'நீ எனக்குக் கையைக் காமிச்சுக் கூப்பிட்டியே... நான் எதுக்கோசரம் வரலே தெரியுமா? பொம்பளை கூப்பிட்டா ஏறிக் குதிச்சுப் போற ஆளா நானு? பதிலுக்கு நானும் கையைத்தான் காமிக்க முடியும்'னு இதோ இப்படி காலை மாத்தி உட்கார்ந்தேன். நான் நெனச்ச மாதிரி ஒண்ணும் பதட்டமில்லாம அந்தப் பொண்ணு என் காலைப் பத்தி விசாரிச்சுது. 'பொறவியே அப்படித்தான்'னு சொன்னேன்.

"அதுக்கு என்னா? நான் கூப்பிட்டு நீ வந்தா என்னா? நீ கூப்பிட்டு நான் வந்தா என்னான்னிச்சு அந்தப் பொண்ணு. ரொம்ப வெக்கப்பட்டுக்கினு உடம்பே கூசிக்கினு என் காலைக் காண்பிச்சேன். அந்தப் பொண்ணு தொட்டுத் தொட்டுப் பாத்திச்சி.

"அதனாலே என்னா? காலு இருக்கிறவனுங்க வுட்டுட்டு ஓடிடுவானுங்க. அதைப்பத்தி ஒண்ணுமில்லே'ன்னு சொல்லிச்சி. ஆனா என் மனசு ஒத்துக்கலிங்க. 'பின்னாலே சரியா இருக்காது. அதெல்லாம் நல்லாயிருக்காது'ன்னு சொல்லிட்டேன்...

"அப்படியே அந்த விசயம் இழுத்துக்கிட்டு கெடந்ததுங்க ஒரு வருசம். அவங்க அப்பா, சின்னம்மா எல்லாரும் எனக்கு சிநேகிதம் ஆய்ட்டாங்க. அப்பறம் என் சிநேகிதக்காரன் ஒருத்தன் அந்தப் பொண்ணைக் கண்ணாலம் கட்டிக்கிட்டான். இப்போ அதுக்கும் ரெண்டு மூணு புள்ளைங்களாச்சு... பெரிய பொண்ணைக் கட்டியும் குடுத்தாச்சு. அந்தச் சிநேகிதக்காரனும் பூட்டான். மவங்காரன் சர்பத் கடையைச் சைக்கிள் கடை ஆக்கிட்டான். ரெண்டு சைக்கிளுங்க... ஒரு டீக்கடை.... இதை வச்சிக்கினு புள்ளைங்களோட அந்தப் பொண்ணு காலந்தள்ளுது. பொழுது போனா அங்கே பூடுவேன். ராத்திரிலே ஒரு வேளைச் சோறு அங்கேதான். புள்ளைங்க கையிலே நான் நெதம் கெடைக்கிறதைக் குடுத்துடுவேன். அந்தப் பையன்– அதான் அந்தப் பொண்ணோட மவங்காரன் எனக்கு ஒரு சக்கரவண்டி செஞ்சிக் குடுத்திருக்கிறான். ஒரு பலகை– அதுங்கீழே நாலு சக்கரம். பலகை மேலே ஏறிக் குந்திக்கினு உந்தி உட்டா ஓடும். தமாஸா இருக்கும்! ரொம்ப சௌகரியமுங்க– நடந்து போறவங்களைவிட வேகமாய்ப் போயிட

லாம். ஜங்ஷன் டேசன் வாசல்லே நாயர் கடையாண்ட நம்ப வண்டி நமக்காகக் காத்துக்கினு இருக்கும்" என்று சிரித்தான் சப்பாணி.

"சிரிக்கிறதைப் பாரு. நீதான் இப்படி கெவுரவமா சொல்லிக் கினு இருக்கிறே... யாரு நம்பறா? கட்டிக்கினு வாயறதுக்குக் கையாலாகாதவன், வேற ஒருத்தனுக்குக் கட்டி வச்சிட்டு, அந்தச் செங்கேணிப் பொண்ணை, நீ தான் வெச்சிக்கினு இருந்தேன்னு ஊர்லே எல்லாம் பேசிக்கிறாங்களே... அதையும் சொல்லு" என்று ஆக்ரோஷமாய் இளித்துக் காட்டினாள் கொய்யாப் பழக்காரி. சப்பாணியும் அண்ணாந்து சிரம் உலுப்பி உரக்கச் சிரித்தான்.

சிங்கம் கொய்யாப் பழக்காரியை எரித்துவிடுவது மாதிரி பார்த்தான்: 'சனியனே! மூஞ்சியைப் பாரு. உனக்கே சொல்றதுக்கு தைரியமில்லே. ஊர்லே சொல்றதாச் சொல்றியா?' என்று சப்பாணியின் ஆத்மா மாதிரி சிங்கம் முனகினான். அவள் முகத்தைப் பார்க்க அவனுக்கு அவளைப் பற்றி இன்னும் கேவலமான எண்ணங்கள் தோன்றின. இந்தச் சப்பாணியை அவள் பார்க்கிற பார்வையே ரொம்ப ஆபாசமாக இருந்தது. ஆனால் சப்பாணி ஒரு வேதாந்திபோல் சிரித்தவாறு சொன்னான்:

"நல்ல வேளை, நான் கண்ணாலம் கட்டிக்கினு எவன் கிட்டயோ வுட்டுட்டு வாழறேன்னு பேரு வராம இருந்திச்சே, அதுவரைக்கும் சந்தோசம். ஆனா யம்மா, ராமாவரத்தம்மா! நல்லவங்க காதிலே இதெல்லாம் விழக்கூடாது. ஊரு யாரைப் பத்தித்தான் பேசாது? நல்லவங்களுக்கு எதை நம்பறது, எதை நம்பக்கூடாதுன்னு தெரியும்" என்று அவன் மனம் பொரு மிப் பேசிக் கொண்டே இருந்ததைக் கண்டு பண்டிதர் பிரகடனம் செய்தார்: "மானங்காத்த மதுசூதனுக்கும் சோரன் என்று பெயர் உண்டு!"

–மறுபடியும் அவர் தோற்றம் சபதம் செய்கிற சாணக்கியன் போலிருந்தது.

●●●

"கிருஷ்ணன் தூங்குவதில்லை என்றா நீங்கள் சொன் னீர்கள்?" என்று பண்டிதரைப் பார்த்தான் சிங்கம். "ஒருமுறை அவன் பகலிலேயே தூங்கிக்கொண்டிருக்கும்போதுதானே அவர்கள் இருவரும் அவனைத் தேடி வந்து, ஒருவன் தலைப் பக்கத்திலும் இன்னொருவன் கால் பக்கத்திலும் உட்கார்ந்து காத்திருந்தனர்; இல்லையா?"

773 ● சக்கரம் நிற்பதில்லை

பண்டிதர் ரயிலின் குலுக்கலில் கொஞ்சம் சுதாரித்தே நின்றார். அவர் முகம் மிகுந்த சோகமாய் மாறிற்று. "ஓ! அந்தக் கிருஷ்ணன் தான் என்ன பாடுகள் பட்டிருக்கிறான்!"

"கடைசியில் ராஜசூய யாகத்தில் அவனுக்கு ஒரு கௌரவம் கிடைக்க இருந்தது. அதுவும் அவனது சக்கரத்தாலே கறை பட்டு விட்ட உறுத்தலில் சக்கரத்தைத் தூக்கி ஒரு பக்கம் எறிந்து விட்டு அவன் தனிமையில் சோகம் கொண்டிருந்தான். தன்னால் உயிரும் உருவும் பெற்ற சிறுவன் சிசுபாலனைத் தானே சக்கராயுதத்தால் ராஜசூயயாக சபையின் நடுவே அறுத்தெறிந்த விதிக்குக் கிருஷ்ணன் ஒரு மனிதனைப் போல மனம் குன்றிப் போயிருந் தான். அவனுக்கு ராஜகிரீடம் இல்லை, பரிபாலன ஆசையும் இல்லை, மதுராவைப் பலராமனே ஆண்டு வந்தான். அவனது பாலிய நண்பர்களின் பட்டாளம் ஒன்று அன்பினால் அவனைச் சூழ்ந்திருந்தது. எல்லாரையும் விடுத்துத் தனிமையில் அவன் சற்றுத் தலைசாய்த்திருந்தான். 'இனி சக்ராயுதத்தைத் தொடுவதில்லை' என்ற விரதத்துடன். அவனைத் தூங்க விடுமா விதி! அப்போது தான் அவனை எழுப்புவதற்காக அவர்கள் இருவரும் வந்தனர்!"

பண்டிதரின் மனத்துள் மகாபாரத ஸ்லோகங்கள் ரீங்காரம் செய்து கொண்டிருந்தன... .. சிங்கம் இதற்குச் சம்பந்தமில்லாத ஒரு கதைக் குறிப்புடன் எதையோ யோசித்துக் கொண்டிருந்தவன், திடீ ரென்று கேட்டான்: "கிருஷ்ணனுக்கு மீசையுண்டோ?"

"உண்டு! தேரோட்டியாக வந்தபோது... தேரோட்டியின் மகன் என்பதற்காக எல்லா வல்லமையும் பெற்றிருந்த கர்ணன், தானே தன் பிறவி குறித்து அவமானப்பட்டான். அது குறித்தே பகவான் அவனை எதிர்த்துத் தாமே தேரோட்டியானார்...

"துரியோதனனே யுத்தத்தை விரும்பினான். பாண்டவர்களை விடப் பராக்கிரமம் பொருந்திய கர்ணன் தன் பக்கமிருப்பதால் அவர்களை வென்றுவிட முடியும் என்று அவன் நம்பினான். யுத்தத்தை விரும்பிய துரியோதனன் படைகளையும் கலன்களை யுமே அதிகம் நம்பினான். கிருஷ்ணனின் யாதவப் படையின் உதவியைக் கோரியே அவன் வந்தான். அர்ஜுனன் கிருஷ்ணனின் உறவுக்காக மட்டுமே அவனை நாடி வந்தான்...

"பாவம், கிருஷ்ணனுக்குத்தான் எத்தனை சோதனை! யாதவப் படைகளைத் துரியோதனனுக்குத் தந்து அவனுக்கு விசுவாசமாகத் தனது அணியை எதிர்த்துப் போரிடுமாறு அவர்களைப் பணித்தான்; இனி சக்கரத்தைத் தொடுவதில்லை என்னும் தனது

விரதத்தையும் காப்பாற்றினான். எனவே ஒற்றைச் சக்கரத்தை உதறி இரண்டு சக்கரங்களை ஓட்டினான். ஆஹா! அவன் எவ்வளவு உத்தமத் தேர்ப்பாகனாக இருந்தான் தெரியுமா? வீரர்கள் எல்லாம் இரவில் குடித்தும் உண்டும் களித்தும் இருக்கையில் கிருஷ்ணன் மட்டும் தனியனாய் இரவெல்லாம் குதிரை தேய்த்துக் கொண் டிருந்தானே...

"ஆனால் கர்ணனுக்கு ஒரு துரோகி தேர்ப்பாகனாய் வந்தான். அவன் தனது தேரைக் கூடச் சரியாகக் கவனிக்கவில்லை. நெருக் கடியான நேரத்தில் அவன் ஓடிப்போனான்... கர்ணனின் தேர்ச் சக்கரம் ஒடிந்தது. தேரோட்டியின் ஒத்துழையாமையாலேயே கர்ணன் இறுதியில் தோற்றான்... இன்றைய பாரதத்தில் நமது தேரோட்டிகள் கிருஷ்ணனைப் போலிருக்கப் போகிறார்களா? அல்லது அந்தச் சல்லியனைப் போல்..."

"பார்த்தீரா பண்டிதரை! சுற்றி வளைத்து ரயில்வே ஸ்டிரைக்குக்கு வந்து விட்டார்" என்றான் சிங்கம்.

விழுப்புரம் ஜங்ஷனை ரயில் நெருங்கியபோது சப்பாணி எல்லாரிடமும் சொல்லிக் கொள்வது மாதிரி புன்னகை செய்தான். ஆனால் 'ஏதோ விபரீதம்' என்று உணர்த்துகிற மாதிரி பிளாட் பாரத்தில் பெருத்த கோஷங்கள் முழங்கின.

'இன்று இரவு முதல் ரயில்கள் ஓடாது' என்று பெரிய பெரிய எழுத்துகளில் எங்கும் எழுதி வைக்கப்பட்டிருந்தது.

●●●

**பி**ளாட்பாரத்தில் வண்டி நின்றதும் 'என்ன அநியாயம் இது!' என்ற கொதிப்புடன் கீழிறங்கினார் பண்டிதர். தோரணங்களும் கொடிகளுமாய்த் தொழிலாளர்களின் நடுவே தொழிற்சங்கவாதி ஒருவர் மிகவும் ஆக்ரோஷமாகப் பேசிக் கொண்டிருந்தார். அவரது ஆக்ரோஷம் புரிந்த அளவுக்கு அவரது பேச்சுப் புரியவில்லை பண்டிதருக்கு.

"இதெல்லாம் சினிமாவிலே வர்ரதெப் பார்த்து இவா கத்துண்டது" என்று பல்லைக் கடித்தவாறு அவர் முனகினார்.

"அவர்களின் அகில இந்தியத் தலைவரைக் கைது செய்து விட்டார்களாம், அதற்காக எட்டாம் தேதி குறிப்பிட்ட வேலை நிறுத்தத்தை நாலாம் தேதியாகிய இன்றிரவே நடத்துகிறார்களாம்" என்று புலி பொறுமையாகப் பண்டிதரிடம் விளக்கினார்.

"யார்– அந்த அவன்தானே? சக்கரத்தை நகர்த்த முடியாதவன்; நிறுத்துவேன் என்றானே? அவனைக் கைது பண்ணாம வேற

என்ன பண்ணுவாளாம்?'' என்று மறுபடியும் பண்டிதர் முகம் சிவந்தார்.

"ஸ்வாமி, நம்மை யாரும் நியாயம் கேட்டு அழைக்கலே, அதோ அடுத்த பிளாட்பாரத்திலே மெட்ராஸ் ரயில் நிக்கறது. ராத்திரிக்குள்ளே நாமும் ஊர் திரும்பிடுவோம்" என்றான் சிங்கம்: "ஸ்டிரைக் நடக்கிறபோது கருங்காலிகள் ஓட்டும் ரயிலில் நான் பிரயாணம் செய்வதற்கில்லை. திஸ் இஸ் மை பிரின்ஸிபிள்!"

"சிங்கம்தான்; சில சமயங்களில் நான் அசிங்கம்னு சொன்னீரே, அதிலே இது ஒரு சமயம்'' என்று கோபமாகவே சொன்னார் பண்டிதர்: "நம்மை நியாயம் கேட்கலேன்னா வேற என்னத்துக்கு அங்கே ஒருத்தன் தவளை மாதிரி கத்தறான்? தெருவெல்லாம் எட்டாம் தேதி ஸ்டிரைக்னு எழுதி வச்சிருக்கானே எதுக்கு? நம்ப கல்யாணம், கருமாதி எல்லாத்தையும் முடிச்சுக்கத் தானே? ஸ்டிரைக்கை ஆதரிக்கிற நீர்கூட அதனாலேதானே இப்பப் புறப்பட்டீர்? திடீர்னு ராத்திரியிலேயிருந்து ரயில் ஓடாதுடான்னா என்ன யோக்கியதை? கர்ணன் நம்பின தேர்ப்பாகனா இவா மாறிட்டாங்கறதுதானே...? இந்த ஸ்டிரைக் அநியாயமா தோத்துப் போகப் போறது. தொழிலாளிகள் ரொம்பக் கஷ்டப்படப்போறா?" என்று சாபம் தருவது போல் கூறினார் பண்டிதர்: "உமக்கு என்ன பிரின்ஸிபிளோ? தேவடியாள் விடுதியிலேருந்து திருடன் குகை வரை புகுந்து வந்திருக்கறவர் நீர், உமக்குப் பழைய பாசம்... இந்தக் கோழைத்தனத்துக்குக் கொள்கைச் சாயம் பூசறீரே..."

"ஸ்வாமீ! நீங்கள் கிருஷ்ணாவதாரமே எடுத்து விஸ்வரூபம் காட்டி எனக்குக் கீதோபதேசம் செய்வதானாலும் சரி– ஆனால் இந்த இடம் அதுக்குச் சரியில்லை. நம்ப இடத்துக்குப் போயிடலாம். நம்ப உபதேசங்களை அந்த க்ஷேத்திரம் தாங்கும்" என்று சிங்கம் நடந்தான். பண்டிதரும் புலியும் தொடர்ந்தனர்.

சிங்கமும் புலியும் பண்டிதரின் கோபத்தை ரசித்தனர்.

புலி சொன்னார்: "இந்தப் பிரயாணமே நிறைவா இருக்கு. இந்தச் சப்பாணி ஒரு அற்புதமான கேரக்டர். நீங்கள் அவனை வைத்து ஒரு கதை எழுதிவிடுவீர்கள்."

"ஹ்ம்! கதை! நீர் எழுதும் கதை! நான் ஸ்டிரைக்கைப் பத்தி ஒரு கட்டுரையே எழுதறேன்" என்று எரிச்சலுடன் சொன்னான் சிங்கம்.

மூவரும் மேம்பாலத்தில் வந்து கொண்டிருந்தபோது, தூரத்தில் வெளியே உயர்ந்து செல்லும் ஒரு பாலத்தின் மீது சப்பாணி தனது

சக்கர வண்டியில் போய்க்கொண்டிருப்பதைப் பார்த்த புலி இவர்கள் இருவருக்கும் அந்தக் காட்சியைக் காண்பித்தார். அந்தச் சக்கர வண்டியில் சப்பாணி ஒரு தேசியக் கொடியைச் செருகிக் கொண்டிருந்தான்.

புலி, "அந்தக் கொடியைப் பார்த்தீர்களா?" என்றார்.

"ஆமாம்; அதிலும் சக்கரச் சின்னம் இருக்கிறதல்லவா" என்றார் பண்டிதர்.

இவர்கள் சற்று முன் பிரயாணம் செய்து வந்த அந்தப் பகல் நேர எக்ஸ்பிரஸ் தனது சங்கை முழக்கிற்று. அதன் சக்கரங்கள் சுழல ஆரம்பித்தன...

தங்கள் வண்டிதான் புறப்படுகிறதோ என்று மூவரும் மேம்பாலத்தின் மீது ஓடிக் கொண்டிருந்தனர்.

---

தினமணி கதிர், 1974

# புகை நடுவினிலே...

இந்தப் பெருநகரின் மேட்டுக்குடியினர் வாழ்கிற மதிப்பு வாய்ந்த அந்தப் பிரதேசத்தின் நடுநாயகமாகத் திகழும்... மரங்கள் அடர்ந்த, வசந்த காலத்தில் வீதியெங்கும் மஞ்சள் பூக்கள் சொரிகிற- அகலமான சாலையில் பிரதானமாகத் தோற்றம் காட்டி நிற்கிறது அந்தப் பங்களா. ஓர் அரண்மனையின் வாயில் போல் தோற்றமளிக்கிற முகப்பில் சலவைக் கல்லில் ‘கௌதம்’ என்ற பெயர் பொறிக்கப்பட்டிருக்கிறது.

இந்தப் பெயருக்கும் இம் மாளிகைக்கும் உரியவனான கௌதம் இந்த வீட்டு மேல் மாடியில் அமைந்த ஓவியக் கூடத்தில் வைகறைப் போதில் உதய காலத்தின் வானத்து வண்ணக் கோலங்களை ஒரு திரைச்சீலையில் தீட்டிக் கொண்டிருக்கிறான். சற்றுமுன் வேலைக்காரன் கொண்டு வந்து வைத்த காலைக் காபியும் தினசரியும்- வைகறைக் காட்சிக்குப் பிறகு பொழுது விடிந்து வாழ்க்கை இயங்கத் தொடங்கிவிடும் என்ற நியதியை அவனுக்கு நினைவூட்டின. இதற்காக நள்ளிரவுக்குப் பிறகு விடி வெள்ளி முளைக்கும் வரை அவன் விழித்துக் கொண்டு காத்திருந்தான்.

அந்த வீட்டில் இருப்பவர்கள் கௌதம், அவன் தகப்பனார் சிவா, தாயார் உமா; இந்த மூவருக்கும் பணி விடை செய்ய ஒரு தோட்டக்காரத் தம்பதிகள். டிரைவர், சமையற்காரர், வாட்ச் மேன்கள் என்று அரை டஜனுக்குக் குறையாத மாதச் சம்பளக் காரர்களும் அவர்கள் பரிபாலிப்பில் வாழ்கிற பசுமாடு, கன்று, ஒரு அல்சேஷியன் நாய், அம்மா கூண்டில் வைத்து வளர்க்கிற பறவைகள் என்று வேறுவகைப்பட்ட ஜீவன்களும் இந்தக் குடும்பத்துள் அடக்கம்.

அந்த வீட்டின் ஆடம்பரமான வரவேற்பறையில் இவற்றுக் கெல்லாம் மூலகாரணர்களான பரமேசுவர ஐயர் தம்பதிகளின் படம் நினைவுச் சின்னம்போல் அலங்கரிக்கிறது.

ஒருகாலத்தில் பெரிய நிலக்கிழாராகவும் பின்னர் நகர்ப்புற வணிகராகவும் மாறிய போதிலும் எப்போதும் மாறாத ஆசார சீலராக அவர் வாழ்ந்தார் என்பதற்கு அந்தப்படத்தில் தெரியும் அந்தத் தம்பதிகளின் தோற்றமே சாட்சி.

ஆனால் கௌதமின் தந்தையும் பரமேசுவர ஐயரின் புத்திரருமான சிவானந்த ஐயர் என்று திருநாமம் சூட்டப் பெற்று வளர்ந்த மிஸ்டர் சிவா, கல்லூரிப் பருவத்திலேயே சுதந்திரமான நவீன மனிதராக மாறிவிட்டவர். நடை உடை உணவு விஷயங்களில் ஐரோப்பிய மரபுகளை அக்காலத்திலேயே கடைபிடிக்கத் தொடங்கியதனால் பெற்றோரின் சம்மதமின்றி வேற்று மொழியையும் மாநிலத்தையும் சேர்ந்த கௌதமின் தாய் உமாவை மணந்து கொண்டு தனியாகத்தான் வாழ ஆரம்பித்தார்.

கௌதம் பிறந்த பிறகு பரமேசுவர ஐயருக்கு அந்திமக் காலமும் நெருங்கி வந்த நேரத்தில்– அந்தப் பேரனுக்காகவே பரமேசுவர ஐயர் தம் மனத்தை மாற்றிக் கொண்டு சிவாவையும் அவரது மனைவியையும் தம் குடும்பத்தோடு சேர்த்துக் கொண்டார். என்ன பெரிய வேற்று மாநிலம், வேற்று மொழி?... பக்கத்திலுள்ள பாலக்காட்டைச் சேர்ந்த உமா, சிவாவோடு கல்லூரியில் படித்தவள். அவர் தாமே வரித்துக் கொண்டார் என்பதைத் தவிர அதில் வேறு தவறேதும் இல்லை என்று கடைசிக் காலத்தில் உணர்ந்து கொண்டார் கிழவர் பரமேசுவர ஐயர்.

சிவாவுக்கு நண்பர் மத்தியில் 'காப்டன்' என்று பெயர். அவர் ஏதாவது படைப்பிரிவிலோ ராணுவத்திலோ பணியாற்றினாரா என்பது யாருக்கும் தெரியாத விஷயம். கொஞ்ச நாள் அங்கேயும் இங்கேயுமாகத் தமது ஐம்பத்தைந்து வயதுக் காலத்தில் சுதந்திரமாக என்னென்னமோ செய்திருக்கிறார். எல்லாவற்றுக்கும் பலன் காப்டன் பட்டம்தான்; காப்டனாக இருந்தாரோ இல்லையோ... பட்டத்துக்குப் பொருத்தமான தோற்றமும் உடல்வாகும் இருந்தது அவருக்கு. ஏதோ ஒரு காலத்தில் ஏதோ ஒரு பந்தய அணியில் காப்டனாக இருந்ததனால் தம்மை அவர் ஒரு காப்டனாகவே மதித்து நடந்து கொண்டார். எப்போதும் 'டீக்'காக உடையணிந்து, கையில் வாக்கிங் ஸ்டிக்கும் முறுக்கிய மீசையுமாக– குளிர்காலமானால் அவர் ஒரு ஆஸ்த்மா நோயாளி என்பதால் கழுத்தைச் சுற்றி மப்ளரும் தலையில் குல்லாயும் அணிந்து கொண்டு கையில் அல்சேஷியன் நாயையும் பிடித்துக் கொண்டு அவர் காலையிலும் மாலையிலும் உலாப் போகும்போது பார்ப்பவர்கள், 'இவர் நிச்சயம் ஏதோ ஒரு படைப்பிரிவுக்குக் காப்டனாகப் பணியாற்றி ஓய்வு பெற்றவர்தான்' என்று சந்தேகமில்லாமல் முடிவு செய்து கொள்வார்கள். ஆனால் அந்த விஷயம் சந்தேகத்துக்குரியதுதான்!

பரமேசுவர ஐயர் பழமைவாதியாக இருந்த போதிலும் கடவுள் தமக்குச் சமமாக அளித்துள்ள ஒரே மகனையும் ஒரே

மகளையும் சமமாகப் பாவித்து நடத்தியதால், பெண்களுக்குச் சொத்தில் சம உரிமை என்ற சட்டம் வராத அக்காலத்திலேயே தமது சொத்துக்களைச் சமமாகப் பிரித்து அளித்திருந்தார். அதாவது 'கௌதம்' என்ற பெயர் சூட்டியிருக்கிறதே இதற்கு இணையாக இன்னொரு மாளிகை இதே நகரில் இன்னொரு பிரதேசத்தில் கௌதமின் அத்தை மாயாவுக்குச் சொந்தமாக இருக்கிறது என்று பொருள். சில வருஷங்களுக்கு முன்னால் அவள் விதவையாகி விட்டாள். அவள் புருஷன் பேராசையோடு ஏதோ வியாபாரம் செய்ய முற்பட்டு அந்த வீட்டைத் தவிர மாயாவின் சீதனத்தின் பெரும்பகுதியை அழித்துவிட்டான். அதனாலென்ன? யானை படுத்தால் குதிரை மட்டம்! எப்போதும் போல் தானே கார் ஓட்டிக்கொண்டு சமூகசேவை, பெண்கள் நல உரிமை, ஊன முற்றோர் மறுவாழ்வு, பெண்களை அவமதிக்கிற ஆபாச போஸ்டர் ஒழிப்புப் போராட்டம், போதைப் பழக்கத்திலிருந்து இளைஞர் மீட்பு இயக்கம் என்று கணக்கற்ற பொதுப்பணிகளில் ஈடுபட்டுப் பேரும் புகழும் ஈட்டிக் கொண்டிருக்கும் தன் தங்கையைக் குறித்துக் காப்டன் சிவாவுக்கு ஏகப் பெருமை!

மாயாவுக்கு மாலா என்றொரு மகளும் உண்டு. அவளும் அம்மாவைப் போல் சுதந்திரமானவள்தான் என்றாலும் பிராபல்யம் அடைவதிலும் பேரெடுப்பதிலும் ஆர்வம் இல்லாதவள். பார்ப்பதற்கு எல்லா நாகரிகப் பெண்களையும் போல் தோற்றம் அளித்தாலும் இயல்பாகவே அடக்க சுபாவம் உடையவள். வீட்டில் தவிர வேறெங்கும் அவளை அம்மாவோடு பார்க்க முடியாது. கல்லூரிக்கோ நண்பர்களைக் காண்பதற்கோ போவதென்றால் கூடத் தனது இரண்டு சக்கர வாகனத்தில் தனியாகவே போவாள். மாமா வீடான இங்கும் எப்போதாவது வருவாள்.

கௌதமுக்கு அவளைக் கட்டி வைத்து, இரண்டாகப் பிரிந்த பரமேசுவர ஐயரின் சொத்துக்களை மீண்டும் ஒன்றாக்கிவிட வேண்டுமென்ற ஆசை - சம்பந்தப்பட்ட அந்த இருவரைத் தவிர - அந்தக் குடும்பத்தில் உள்ள மற்ற எல்லாருக்குமே உள்ளூர இருந்தது.

மாலாவும் கௌதமும் ஒருசேர அந்த எண்ணத்தை இந்தப் பெரியவர்கள் மனத்திலிருந்து போன வருஷம் துடைத்து எறிந்து விட்டனர். நவீன மனிதர்கள் போல் வேஷம் தரித்துக் கொண்டிருக்கும் காப்டன் சிவாவும் மாயாவும் 'விஞ்ஞான பூர்வமாக-நெருங்கிய சொந்தத்தில் திருமண உறவு எவ்வளவு மோசமான பிற்காலச் சந்ததிகளை உருவாக்கும்' என்று விளக்கிய பிறகு

அவர்களது முடிவை மறுக்க முடியாமற் போயிற்று. தங்களை இவர்கள் இப்படி மடக்கி விட்டதில் தங்கள் குழந்தைகளின் மீது அவர்களுக்கு உள்ளூற சிறிது மனத்தாங்கல் உண்டு.

'சொந்தத்தில் கல்யாணம் வேண்டாம் என்பது சரி தான்; ஆனால் இந்த கௌதம் கல்யாணமே வேண்டாம் என்று தீர் மானித்து விட்டான் போலிருக்கிறதே... வயது இருபத்தைந்துக்கு மேலாகிறது...' என்கிற கவலை காப்டனின் மனத்தைத் தின்று கொண்டுதான் இருக்கிறது. 'வர வர– இல்லை. எப்போதுமே– இவன் போக்கு ஒரு மாதிரியாகத்தானிருக்கிறது' என்று கௌதமைப் பற்றி அவர்கள் நினைக்கலாயினர்.

ஒரு காலத்தில் தன் தந்தையிடமிருந்து சுதந்திரம் பெறுவதைத் தாம் அவாவியதை அவர் இன்னும் மறந்து விடவில்லை. அத்தகைய சுதந்திரங்களை மட்டுமே அடுத்த தலைமுறை யினருக்குத் தாராளமாக வழங்க முன்வருகிற ஒரு தந்தையின் மனம், தற்காலப் புதிய தலைமுறையினரின் சுதந்திரத்துக்கான அளவுகோல் இன்னதென்று தெரியாமல் தவிக்கிறது போலும்! சநாதனப் பெற்றோரின் விருப்பத்துக்கு மாறாகத் தமது வாழ்க்கையை மேற்கத்திய பாணியில் மாற்றிக் கொண்டதுபோல்– புலால் போஜனம், மது அருந்துதல், புகை பிடித்தல், காதல் புரிதல்– ஆகியவையே எக்காலத்திய இளைஞருக்கும் சுதந்திரத்துக் கான அளவு கோல் என்ற கருத்தில் தமது மகனுக்கு அத்தகைய உரிமைகளை எல்லாம் அவர் அனுமதித்தே இருந்தார். ஆனால் கௌதம்தான் இவற்றிலெல்லாம் அதிக ஈடுபாடு இல்லாதவனாக இருந்தான்.

கௌதம்– ஓர் நல்லிளைஞன். அம்மாவைப் போல் அடக்க மும் அனைவரிடத்தும் அன்பும் வேலைக்காரர்களிடம் கூடச் சொந்தக்காரர்களைப் போல் உறவு வைத்து அழைக்கிற பண்பும் அவனது வளர்ப்பிலேயே குடிகொண்டிருந்தன. அம்மா உமா, கணவரைத் தெய்வமாகக் கருதுபவள். அவள் கல்லூரியில் படித்ததும் முதன்மையாகத் தேறியதும் எல்லாம் இந்த அப்பாவின் மனைவியாக ஆவதற்கே என்பது போல் திருமணத்திற்குப் பிறகு வாழ்வில் நிறைவு கண்டு இல்லத்தரசியாக ஒடுங்கிவிட்டவள்.

அப்பாவுக்குப் பக்கத்தில், அலங்காரம் செய்து கொண்டு நிற்பதிலும் அவரது கருத்துக்களை ஆமோதித்துச் சிலாகிப்பதிலும் சிறிதும் அடிமைத்தனம் இராது. அப்பா ராஜா என்றால் அவள் ராணி என்பது போல் இருக்கும்; அதிகம் பேசமாட்டாள். பிறரைப்

பார்த்து ஆசைப்படுவதற்கோ தனக்கு வேண்டும் என்று ஏங்கு வதற்கோ அவள் வாழ்க்கையில் ஏதும் நேர்ந்ததில்லை. சங்கீதத் திலும், இலக்கியத்திலும்- ஆங்கிலம், தமிழ், மலையாளம், ஸம்ஸ்கிருதம் ஆகிய மொழிகளில்- ஆழ்ந்த, அடக்கமான ஈடுபாடு உடையவள். விவாதங்களில் கலந்து கொள்ளமாட்டாள். ஆனால் அடிக்கடி அந்த வீட்டின் சாப்பாட்டு மேஜையைச் சுற்றி அமர்ந்து கொண்டும், வரவேற்பறையில் கையில் மதுக் கிண்ணங்களை ஏந்திக் கொண்டும் அறிவார்ந்த விவாதங்கள் நிகழ்வதுண்டு. அப்போதெல்லாம் அம்மா ஒரு நீதிபதியைப் போல் எல்லாருடைய கருத்துகளையும் ஊன்றிக் கவனிப்பாள்; சிலாகிப்பாள்; சில சமயங்களில் ஓசையெழாமல் கை தட்டுவாள். புருஷனிடம் மட்டும் அப்படிச் சிலாகிக்கிற சமயங்களில் கை குலுக்குவாள்.

கௌதம் இத்தகைய குணநலன்களில் ஓர் இளைஞனுக்குரிய கம்பீரத்துடன் தாயையே ஒத்திருந்தான். உதாரணமாக யாருடைய பேச்சையாவது சிலாகித்து அவன் கை தட்டினால் கனத்த ஓசை எழும்; சிரித்தாலும் அப்படித்தான். அம்மா, கௌதமோடு கை குலுக்கவே மாட்டாள்... அவளுக்கு விரல்கள் வலித்து விடும். படிப் பிலும் விளையாட்டிலும் ஒரு சராசரி மாணவனாக இருப்பதைத் தவிர, அதை ஒரு போட்டிக் களமாக்கிக் கொண்டு, முன்னால் வந்துவிட வேண்டும் என்கிற பந்தயக் குதிரைப் புத்தி அவனுக்கு எப்போதும் இருந்ததில்லை. அவன் எல்லாவற்றிலும் மிதமாகவே இருக்க விரும்பினான். படிப்பைக்கூட இளங்கலைப் பட்டப் படிப்புடன் முடித்துக் கொண்டுவிட்டான். சங்கீதம் கேட்பதிலும் விளையாட்டுக்களைப் பார்ப்பதிலும் இருந்த ஈடுபாடு, சங்கீதம் கற்றுக் கொள்ள வேண்டுமென்பதிலும் விளையாட்டில் பங்கு பெற வேண்டுமென்பதிலும் அவனுக்கு இல்லை. ஒரு 'ஹாபி'யாக ஓவியக் கலையில் அவனுக்கு நாட்டம் இருந்தது. அவனிடம் உள்ள சிறப்பு அம்சமே அவனது நண்பர்கள்தான். அவர்கள் பல தரப் பட்டவர்கள்! ஆண்கள், பெண்கள் கௌதமைப் போன்றே வசதி படைத்தவர்கள், நடுத்தரத்தினர். அனைவரும் இருபதிலிருந்து முப்பது வயதுக்குட்பட்டவர்கள்... கௌதமின் அத்தை மகள் மாலாகூட அந்தக் கூட்டத்தில் ஒருத்திதான். தாத்தா சேர்த்து வைத்த இந்த எல்லாச் செல்வங்களுக்கும் கௌதம்தான் வாரிசு என்கிற யதார்த்த விஷயம் அவனுக்கு மட்டும் உறைத்ததே இல்லை. அவன் தனது நண்பர்களுக்கு ஏற்பச் சாமானிய மனிதனாகவே வாழ விரும்பினான்.

மாலா ஓர் இரண்டு சக்கரப் பெட்ரோல் வாகனம் வைத்திருக்கிறாள். கௌதம் வீட்டிலுள்ள காரை உபயோகிப்பதே இல்லை. ஒரு சாதாரண சைக்கிளில் பிரயாணம் செய்து கொண்டு பைஜாமாவும் ஜிப்பாவும் அணிந்து, தோளில் ஒரு பையும், கலைந்த தலையும், குறுந்தாடியுமாகக் காட்சி தரும் அவனது தோற்றம், எப்போதுமே அவன் ஒரு மாதிரியாகத்தான் இருக்கிறான் என்று மற்றவர்களை எண்ண வைத்தது.

அவனது நண்பர்கள் மத்தியிலும் அவனது சமூக உறவுகளிலும் அவன் மிகவும் கௌரவமாக மதிக்கப்பட்டான். அவனது 'ஹாபி'யான ஓவியக்கலை ஒரு வாரப் பத்திரிகையில் தொடர்ந்து கார்ட்டூன் வரைகிற ஃபிரீலான்ஸ் ஆர்ட்டிஸ்டாகவும் அவனை மாற்றியிருக்கிறது.

அவன் எங்கேயும் மாதச் சம்பள உத்தியோகத்துக்குப் போக மாட்டான். அப்படிச் செய்வது, அதற்காகக் காத்திருக்கும் பொருளாதார வசதி குறைந்த பிற இளைஞர்களுக்குச் செய்கிற துரோகம் என்று அவன் நினைக்கிறான். வேலை இல்லாமை என்னும் ஒரு பெரிய சமுதாயப் பிரச்னையை எதிர் கொண்டு போராடுகிற ஒரு தேசத்தில் சகட்டு மேனிக்கு எல்லாரும் மாதச் சம்பள உத்தியோகத்துக்குப் போட்டியிடலாகாது என்ற கொள்கையோடு அவனைச் சேர்ந்த நண்பர்கள் கூட்டமே இயங்கி வருகிறது. அவர்கள் சம்பளத்துக்கு அடிமைப்படுகிற உத்தயோகங்களைத்தான் மறுக்கிறார்களே தவிர மேன்மை தருகிற உழைப்பை மறுப்பதில்லை. அவர்கள் ஒன்றுகூடி சமூக முன்னேற்றத்துக்காக நிறையவே பணியாற்றுகிறார்கள்.

காலையில் காபி குடித்த பிறகு சைக்கிளை எடுத்துக் கொண்டு அந்த நண்பர்கள் சந்திக்கும் ஆசிரமம் போன்றதோர் இடத்துக்கு நாள்தோறும் போய் அங்கு 'யோகா' செய்துவிட்டு, ஒன்பது மணிக்குத் திரும்பி வருவது கௌதமின் வழக்கம். பின்னர் அங்கு நடக்கும் விசேஷக் கூட்டங்களுக்கும் கருத்தரங்குகளுக்கும் 'முஷைரா'க்களுக்கும் போய்க் கலந்து கொள்வதற்குக் காலம் நேரம் என்ற வரையறை கிடையாது. அவர்கள் அனைவரும் ஆராய்ச்சியாளர்கள், கலைஞர்கள் என்று பல பிரிவுகளில் பணியாற்றிய போதிலும் அடிப்படையில் சுதந்திரப் பறவைகள்; சுயகட்டுப்பாடு மிக்கவர்கள்!

காலைக் காபியைக் குடித்த பிறகு, தினசரிப் பத்திரிகையை ஒரு நோட்டம் விட்டபின், சிகரெட்டைப் பற்ற வைத்தவாறே வெளியில் புறப்பட ஆயத்தமானான் கௌதம். காலைக் காபிக்குப்

பிறகு ஒரு சிகரெட் பிடிக்கிற பழக்கம் தவிர அவன் ஒன்றும் சிகரெட் குடிப்பவன் அல்லன். ஓவியக் கூடத்திலிருந்து மாடி ஹாலுக்கு வந்தபோது ஹால் கதவு வழக்கத்துக்கு மாறாக வெளிப்புறம் தாழிட்டுச் சாத்தப்பட்டிருந்தது.

காபி கொண்டு வந்த வேலைக்காரன், தான் உள்ளே இருப்பதை மறந்து ஞாபகமறதியாய் வழக்கம் போல் தாழிட்டுக் கொண்டு போயிருப்பான் என்று நினைத்த கௌதம் கதவை லேசாகத் தட்டி, அந்த வேலைக்காரனைப் பெயர் சொல்லிக் கூப்பிட்டான். கதவுக்கு அப்புறம் இருந்த வேலைக்காரனின் குரல் மெதுவாக ஒலித்தது.

"ஐயா சொல்லியிருக்காங்க... உங்களை வெளியிலே விட வேண்டாம்னு..."

அவனது பதிலைக் கேட்ட கௌதமுக்கு விசித்திரமாக இருந்தது.

"ஏனாம்?..." என்று கேட்டவாறு திரும்பி ஹாலுக்கே நடந்தான். அங்கிருந்த ஜன்னல் வழியே பார்த்தால் தோட்டத்தில் உலாவிக் கொண்டிருக்கும் அப்பா தெரிகிறார்! அவரும்கூட இன்று வாக்கிங் போகவில்லை போலிருக்கிறது. ஆனால் அந்தக் கோலத்தோடு கையில் வாக்கிங் ஸ்டிக்கைச் சுழற்றிக் கொண்டு யார் வரவையோ அவர் எதிர்பார்க்கிறார் போலிருக்கிறது.

வேலைக்காரனின் முகம் கதவுக்குப் பக்கத்திலிருந்த ஜன்னல் வழியாகத் தெரிந்தது.

"உங்கள் உடம்பு சரி இல்லீங்களாம்... அத்தையம்மாவும் அப்பாவும் நேத்து ரொம்ப நாழி பேசிக்கிட்டிருந்தாங்க. இப்போ டாக்டர் வருவார் போல இருக்குது..."

"ஐ... ஸீ..." என்று ஒரு மெல்லிய சிரிப்பில் மிதந்தவாறே அந்த ஹால் சோபாவில் கையில் பத்திரிகையோடு அமர்ந்தான் கௌதம். தோட்டத்தில் உலாவிக் கொண்டிருக்கும் அப்பா தெரிகிறார். 'என்ன நடந்திருக்கிறது?' என்று ஒரு நொடியில் அவனால் யோசிக்க முடிந்தது.

●●●

சில தினங்களுக்கு முன் ஒருநாள் காலை வேளையில் இதே மாதிரி கௌதம் யோகாஸ்ரமத்துக்குப் புறப்பட்ட நேரத்தில், இங்கிருந்து பார்த்தால் தெரிகிற, இப்போது கௌதமின் அப்பா வாக்கிங் ஸ்டிக்கோடு உலாவிக் கொண்டிருக்கிறாரே இதே இடத்தில் அவருடன் அத்தை மாயாவும் நின்றிருந்தாள்.

அப்பாவின் குரல் சற்று வழக்கத்துக்கு மாறான கடுமையுடன் ஒலித்தது: "கௌதம்... ஏ! கௌதம்..."

"எஸ் பப்பா! கமிங்!" என்று பதில் குரல் கொடுத்தவாறு மாடிப்படிகளில் இறங்கி வந்தான் கௌதம். அப்பாவும் அம்மாவும் அத்தையும் மாலாவும் எல்லாரும் தமக்கிடையே ஆங்கிலத்திலேயே பேசுவது அந்தக் குடும்பத்து வழக்கமாகி விட்டபடியால்— அது குறித்து அவனது கருத்து மாறுபட்டதாக இருப்பினும்— அவர்களுடன் பேசும்போது ஆங்கிலமே கௌதமின் தாய்மொழி போல் பழக்கத்தில் வந்துவிட்டது.

கௌதம் தோட்டத்துக்கு ஓடி வந்ததும் மாயாவைப்பார்த்து "குட்மார்னிங் ஆன்ட்டி" என்றான்.

அவளும் பதிலுக்கு 'குட்மார்னிங்' சொன்னாள்.

"குட்மார்னிங் பப்பா!" என்ற அவனது காலை வணக்கத்துக்குப் பதில் கூடக் கூறாமல், அங்கே தொட்டியில் புதிதாக முளை விட்டு, அவற்றில் ஒன்று சற்றுப் பெரிய செடியாகவே வளர்ந்துள்ள ஒரு தாவரத்தையே வெறித்துப் பார்த்துக் கொண்டிருந்த அப்பா வாக்கிங் ஸ்டிக்கினால் அதைச் சுட்டிக் காட்டி ஆங்கிலத்தில் கௌதமிடம் கேட்டார்: "இந்தத் தாவரம் என்னவென்று தெரியுமா?"

கௌதம் அதைக் குறிப்பாகப் பார்த்தான். சின்னக் குழந்தை தனது ஐந்து பிஞ்சு விரல்களை அகல விரியத் திறந்து ஏந்திக் கொண்டிருக்கும் கைபோல், ஒளிவீசும் வெளிர் பச்சை நிறத்தில் பார்க்க மிகவும் அழகாக இருந்தன அந்தச் செடியும், தொட்டியில் அதைச் சுற்றிலும் முளைவிட்டிருந்த நாற்றுகளும்...

"நான் ஒன்றும் தாவர இயல் மாணவன் இல்லையே! ஆனாலும் பார்க்க அழகாக இருக்கிறது" என்று சொல்லி வைத்தான் கௌதம்.

அப்பா கௌதமைத் திரும்பிப் பார்த்தார். கண்ணாடிக்குள் அவரது பெரிய விழிகள் சிவந்து ஜொலித்தன. சில சமயங்களில் ஆஸ்த்மா இருமல் வந்து தாக்கிவிட்டால் சற்று நேரம் பலமாக இருமி விழி பிதுங்கப் பார்க்கும்போது அவரது கண்கள் அவ்விதம் சிவந்திருக்க அவன் கண்டிருக்கிறான். ஆனால் அவர் "பொய்" என்று ஒரு சீற்றத்துடன் "நீ பொய் சொல்லுகிறாய்... உனக்குத் தெரியும் இது என்ன தாவரம் என்று" என்று மீண்டும் ஆங்கிலத்தில் கூறியபோதுதான் அப்பா கோபமாக இருக்கிறார்

என்று புரிய வந்தது அவனுக்கு. ஒருவருக்குக் காரணம் இல்லாமல் கோபம் வந்தால் அவர்கள் மீது மரியாதையுள்ள இன்னொரு வருக்கு வரும் இயல்பான குழப்பத்துடன் அவன் மாயா அத்தையைப் பார்த்தான். அவள் என்னவோ கூறவந்தபோது அப்பா அவளைத் தடுத்தார்:

"தயவு செய்து நீ சும்மா இரு. நானே சொல்லுகிறேன்." அவன் தமது மகனை எப்போதும் ஆங்கிலத்தில் 'ஸன்னி' என்றுதான் அழைப்பார். "மகனே... என்னிடம் பொய் சொல்லாதே. இது கஞ்சா செடி. நீ எப்போதாவது சிகரெட் பிடிப்பது எனக்குத் தெரியும். உன்னையறியாமல் இந்தச் செடி இங்கு வருவதற்கில்லை. பார்... நேராக– உன் மாடியறை ஜன்னலுக்கு நேராக இந்தத் தொட்டி இருப்பதை..."

"வாட் டூ யூ மீன்?" என்று எரிச்சலுடன் அப்பாவையும் அத்தையையும் பார்த்தான் கௌதம்.

அவனுக்குப் புரிந்தது. இந்த அத்தைதான் இந்த மாதிரி விஷயங்களில் நிபுணி. கஞ்சா, அபினி, பிரவுன்ஷுகர், ஹெராயின் இவையெல்லாம் எப்படி இருக்கும்? அது எங்கெங்கே எப்படி யெல்லாம் விற்பனையாகிறது? அவற்றின் குணங்கள் எத்தகையன? அதற்கு அடிமையான இளைஞர்கள் எப்படியெல்லாம் நடந்து கொள்வார்கள் என்பனவற்றையெல்லாம் தொகுத்து எழுதிக் கட்டுரையாகக்கூடப் பிரசுரம் செய்திருக்கிறாளே...

"ஆச்சரியமாக இருக்கே! இதுதான் கஞ்சாவா? ஹவ் டூ யூ நோ பப்பா" என்று ஆங்கிலத்தில் ஒரு குழந்தை போல் கொஞ்சலாகக் கேட்டான் கௌதம். அவன் கேட்ட விதம் ஒரு நடிப்பு போலவும் தன்னை அவன் கிண்டல் செய்வது போலவும் இருந்தது அப்பாவுக்கு. மேலும் மெய்யாக இது அந்தச் செடிதானா என்று அவருக்கும் நிச்சயமாகத் தெரியாது.

"நீ ஒன்றும் தெரியாதவன் போல் நடிக்கிறாய். மாயா இந்த விஷயத்தில் ஒரு எக்ஸ்பர்ட் தெரியும் அல்லவா?" என்று அத்தை தான் எல்லாவற்றுக்கும் காரணம் என்பதையும் அவர் வெளிப் படையாக ஒப்புக் கொண்டார்.

"சரி, அப்படியே இருக்கட்டும்... அதற்காக ஒரு புல் உங்களை இவ்வளவு சந்தேகங்களுக்கும் பயத்துக்கும் ஆளாக்குவானேன்? கேவலம் இது ஒரு தாவரம்... புல்... ஜஸ்ட் எ க்ராஸ்..." என்று விஷயத்தை லேசாக்கினான் கௌதம். ஆனால் அத்தை விட வில்லை.

"ஓ! அப்படிச் சொன்னால் எப்படி? இது ஒரு சாதாரண புல் இல்லை. நச்சுப் புல்... தற்கால இளைஞர்களைப் பாழாக்குகிற மிகவும் அபாயகரமான தாவரம்..." என்று படபடத்தாள் மாயா.

அத்தையின் படபடப்பிலிருந்து 'இவர்கள் என்னைக் கஞ்சாப் புகைக்கிறவன் என்றும், இந்தச் செடியின் தோற்றத்துக்கு நானே மூல காரணம் என்றும் திடமாகச் சந்தேகிக்கிறார்கள்' என்று அப்போதே புரிந்தது. அதற்காக அவர்கள் மீது அவனுக்குக் கோபமே ஏற்படவில்லை. அவர்கள் நிலைமை அவனுக்கு ஒரு வேடிக்கையாகவே இருந்தது. மேலும் இந்த வீட்டில் வேலைக் காரர்கள். தோட்டக்காரர்கள், சமையற்காரன் என்று பலரும் இருக்க, இளைஞர் சமுதாயத்தின் மீதே இந்தப் பெரியவர்களுக்கு உள்ள இயல்பான சந்தேகத்துக்கு என்னை ஆளாக்கிப் பார்க்கிறார்கள் என்று புரிகையில் அவர்கள் மீது அவனுக்கு ஒருவகை அநுதாபமே ஏற்பட்டது.

தனக்கும் இந்தச் செடி இங்கு முளைத்ததற்கும் சம்பந்தம் உண்டா இல்லையா என்று இவர்களிடம் விளக்குவது அவசியம் அற்றது என்று அவன் எண்ணினான். பிறர் சந்தேகங்களுக்கு அஞ்சுவது பெண்களுக்குக் கூட அழகல்ல என்று அவன் யோசித்தான். அந்த நியாயத்தின் பேரில்தானே இந்த மாயாவைப் பற்றி இளைஞர்கள் சொல்லுவதையெல்லாம் பொருட்படுத்தாமல் சமூக சேவை என்ற பெயரில் இவள் எல்லாருடைய அந்தரங்கத் திலும் மூக்கை விட்டுப் பார்ப்பது தனது சமூக உரிமை என்று அலைந்து திரிகிறாள் என்று எதிரே நிற்கும் அத்தையைப் பற்றியும் யோசித்தான். இவர்களின் சாபத்துக்கும் வெறுப்புக்கும் இலக்காகி இருக்கும் அந்தத் தாவரத்தை அவன் கனிவோடு பார்த்தான்.

"நீங்கள் இவ்வளவு தூரம் வெறுக்கிற இந்தத் தாவரம் எவ்வளவு அழகாக இருக்கிறது! எனக்கென்னவோ பூமியில் முளைக்கிற எல்லாத் தாவரங்களும், புல்லும் முள்ளும், காடும் புதரும் காண்பதற்கு அழகாகத்தானிருக்கின்றன. சில தாவரங் களைத் தொடாமல் தூரத்திலிருந்து பார்க்க வேண்டும்... நஞ்சாகத் தான் இருக்கட்டுமே... நம்மை அதுவாக வந்து என்ன செய்யப் போகிறது? வளர்ந்துவிட்டுப் போகட்டுமே. எனக்கொன்றும் புல்லையும், பூச்சியையும் கண்டு பயம் இல்லை" என்று அவன் தர்க்க நியாயம் பேசியது பொய்யான வாதம் போல் தோன்றியது அப்பாவுக்கு.

"நான் நேரடியாகவே கேட்கிறேன்; நீ grass உபயோகிப்பது உண்டா இல்லையா?" அவர் கேள்வியை அவன் நேரடியாக

சந்திப்பதே போல் அவரை விழி உயர்த்திப் பார்த்த போது கௌதமின் கண்கள் அழகாகச் சிவந்திருந்தன. ஒரு புன்னகையுடன் அவரைப் போலவே அவன் ஆங்கிலத்தில் அத்தையையும் பார்த்துக் கேட்டான்:

"சரியோ தப்போ, நான் சந்தோஷம் என்று விரும்புவதைச் செய்ய எனக்குச் சுதந்திரம் உண்டா, இல்லையா?"

"கௌதம் டார்லிங்... இது அப்படிப்பட்ட விஷயம் இல்லை. இந்தச் செடியை வளர்ப்பது சட்டப்படிக் கூடக் குற்றம்" என்று இணக்கமான குரலில் விளக்கினாள் மாயா.

"இதை யாரும் வளர்க்கவில்லை. நம் வீட்டுக் குப்பை மேட்டில்கூடப் பத்து நெற்பயிர்கள் முளைத்து விடலாம். இதற்காக நாம் விவசாயம் செய்கிறோம் என்று யாரும் சொல்ல முடியாது."

இவன் இத்தனை தூரம் இந்தத் தாவரத்துக்காகப் பரிந்து வாதாடுவது அவர்களின் சந்தேகத்தை உறுதிப்படுத்தியது. அதற்கும் மேல் வயது வந்த வாலிபன், இந்தச் சொத்துக்களுக்கெல்லாம், வாரிசு, 'என் சுதந்திரம். என் உரிமை' என்று பேசும்போது நாம் ஒன்றும் செய்ய முடியாது என்று ஒருவகை கையாலாகாத்தனமும் காப்டனின் மனத்தில் சினத்தை எழுப்பியது.

இதுவரை தன்னை எதிர்த்தோ மறுத்தோ பேசாத இந்த நல்ல பையன் இந்தப் போதை பழக்கத்தால் தான் இப்படிக் குணம் கெட்டுப் போயிருப்பான்... எல்லாவற்றுக்கும் இந்த நாசமாய்ப் போன 'கிராஸ்' தான் காரணம் என்று கோபத்துடன், "நோ... நான் இதை அனுமதிக்க மாட்டேன்" என்று கூறிக்கொண்டே பூட்ஸ் அணிந்த காலால் அந்தத் தொட்டியை உதைத்து உருட்டித் தரையில் கிடந்த அந்தச் செடியை அதே பாதத்தால் நசுக்கித் துவைத்து விட்டு அங்கிருந்து வேகமாய் நடந்து ஹாலுக்குப் போய் சோபாவில் அமர்ந்து கொண்டார் காப்டன்.

அவரது செய்கையால் கௌதம் அதிர்ந்து போனான். நசுங்கிக் கிடக்கும் அந்தச் செடியைப் பார்த்துப் பதறிப் போய் ஓர் அடி பட்ட பறவைக்கு உயிர் தரும் முயற்சியே போல் அந்தத் தொட்டியை நிமிர்த்தி அந்தச் செடிகளை நீவிச் சரி செய்தவாறே "தாத்தா தாத்தா" என்று தோட்டக்காரக் கிழவரை அழைத்தான் கௌதம்.

"தாவரங்கள் பூமியில் நிலை பெற்ற மனிதர்கள்; மனிதர்கள் நடமாடும் தாவரங்கள் என்று ஜகதீச சந்திர போஸ் சொல்லியிருக் கிறார் தெரியுமா, அத்தை" என்று மாயாவிடம் சொன்னான் கௌதம்.

தான் கூப்பிட்டதும் ஓடி வந்த தோட்டக்காரக் கிழவரிடம் "தாத்தா. இந்தச் செடிக்கு ஒரு சிம்பு வச்சுக் கட்டித் தண்ணி, ஊத்துங்க... இந்தத் தாவரம் எனக்குச் சொந்தமானது" என்று பிரகடனம் செய்வது மாதிரி ஆங்கிலத்தில் கூறிவிட்டு வழக்கம் போல் சைக்கிளை எடுத்துக் கொண்டு வெளியில் புறப்பட்டான் கௌதம்.

அப்பா கோபம் தணிந்து ஹால் சோபாவில் அமர்ந்து சிகரெட் புகைத்துக் கொண்டிருந்தார். ஆஸ்த்மா நோயாளியான அவருக்கு டாக்டர் எவ்வளவோ தடவை கூறினாலும் புகைக்கும் பழக்கத்தைக் கைவிட முடியவில்லை. அம்மாவின் அன்புக் கண்டிப்பினால் முன்பு போல் அதிகம் சிகரெட் புகைப்பதில்லை என்று சொல்லும் அளவுக்கு மெய்யாகவே அதைக் குறைத்திருக் கிறார் என்ற விஷயம் கௌதமுக்கும் தெரியும்.

"அண்ணா, நீ எப்ப இந்தப் பழக்கத்தை விடப் போறயோ? இதோ பார் அந்தப் பாக்கட்டின் மேலேயே எழுதி இருக்கு... இதைப் படிக்கிறது கிடையாதா?" என்று வயதுக்குப் பொருத்த மற்றக் குழந்தைத்தனமாக மாயா அண்ணனிடம் கொஞ்சினாள்.

"உடல் நலனுக்குக் கேடு என்று எழுதி வைத்து வியாபாரம் செய்கிற இந்தப் புகையிலையை ஏன் இவர்களால் ஒழிக்க முடியாது? புகையிலையை ஒழிக்கறதுன்னா சில நாடுகளின் பொருளாதாரமே சீர்கெட்டுடுமே! புகையிலையைப் பத்தி வைத்திய சாஸ்திரம் சொல்றதைக் கேட்டு எல்லாரும் அந்தப் பழக்கத்தைக் கைவிடணும்னு நிஜமா இவங்க விரும்பக்கூட முடியாது. அப்புறம் வியாபாரம் என்னாகும்? இந்த வெறும் பிரச்சாரம், வியாபார உத்தி தவிர வேறில்லை... உங்களுக்குத் தெரியுமா, இது மாதிரி 'எச்சரிக்கை அறிவிப்புகள்' இல்லாத நாடுகளில்கூட இந்த அறிவிப்பைச் சிகரெட் பெட்டிகளின் மேல் அச்சிட்ட பிறகு சிகரெட் வியாபாரம் அதிகரித்துள்ளதாம்..." என்று சொல்லிக் கொண்டே சைக்கிளுடன் வெளியேறினான் கௌதம்.

"இவன் காரை எடுத்துக் கொண்டு ஏன் போகக் கூடாது?" என்று அப்போதுதான் பூஜை அறையிலிருந்து வந்த மனைவியிடம் கேட்டார் சிவா.

"இதை நீங்கள் ஏன் அவனிடமே கேட்கக் கூடாது?" என்று அவருக்குப் பதில் சொல்லிவிட்டு மாயாவுக்குக் காலை வணக்கம் கூறியவாறே அவளருகில் வந்து உட்கார்ந்தாள் உமா.

"என்ன விஷயம்? காலை நேரத்திலேயே கௌதமோடு என்னவோ விவாதம்போல் இருக்கே?" என்று கேட்டாள் உமா.

“இது வெறும் விவாதம் மட்டும் இல்லே மன்னி. கொஞ்சம் சீரியஸாகக் கவனிக்க வேண்டிய விஷயம்கூட, நம்ப கௌதமுக்கு ‘கிராஸ்’ ஸ்மோக் பண்ற கெட்ட பழக்கம் இருக்குதுன்னு சந்தேகப் படறோம்... என்ன அண்ணா?” என்று சந்தேகத்துக்கு வலுக்கூட்ட அண்ணனை அழைத்தாள் மாயா.

“சந்தேகம் என்ன? கேட்டேனே... அது அவன் சுதந்திரம் என்று சொல்கிறான். “காரில் போ” என்று சொன்னாலும் “சைக்கிளில் போவது என் சுதந்திரம்னு” சொல்லுவான்... வரவர அவன் போக்கே சரியில்லை” எனறு அலுத்துக் கொண்டார் சிவா.

“அவனை நாம் ஒரு குற்றவாளியைப் போல் நினைத்துக் கடுமையாக நடந்து கொள்ளக் கூடாது. பார்க்கப் போனால் இது ஒரு வியாதி. ஒரு நோயாளியிடம் நடந்து கொள்வது போல் கனிவாக நடந்து கொள்ள வேண்டும். பெற்றோர்களான நீங்கள் முன்கூட்டியே கவனமாக இந்தக் கால இளைஞர்களைக் கண் காணித்திருந்தால் இவ்வளவு தூரம் இந்தத் தீய பழக்கம் அவனிடம் வளராமல் தடுத்திருக்கலாம்... என்ன மன்னி, அவன் சரியாக வேளா வேளைக்குச் சாப்பிடுகிறானா?” என்று மிகுந்த பொறுப்புணர்ச்சியோடு உமாவை வினவினாள் மாயா.

“குழந்தையா என்ன? அவரவர் பசிக்கு அவரவர்களுக்குச் சாப்பிடக் கூடவா சொல்லித் தர வேண்டும்?” என்றாள் உமா.

“அப்படியில்லை மன்னி... இந்தப் புகைப் பழக்கத்துக்கு ஆளானவங்க சரியாகச் சாப்பிட மாட்டாங்க... எப்பவும் தனிமை யிலே இருப்பாங்க... அடிக்கடி சிடுசிடுப்பாங்க... கண் ரெண்டும் சிவந்து இருக்கும். எதிலேயும் இன்டரஸ்ட் இருக்காது. தூங்கக் கூட மாட்டாங்க...” என்று அடுக்கிக் கொண்டே போனாள் மாயா. அந்த அடையாளங்கள் கௌதமிடம் காணப்பட்டனவா என்று யோசித்தனர் தம்பதிகள் இருவரும். அம்மாவுக்குத் தன் மகன் மீது நம்பிக்கை இருந்தது. அவன் எப்போதும் போல் தனது சில தனிப்பட்ட இயல்புகளுக்கு ஏற்பவே நடந்து கொள்வது போல் தான் இருக்கிறது...

“நான் அப்படியெல்லாம் நினைக்கவில்லை. அவன் நன்றாகத் தான் இருக்கிறான்” என்றாள் அம்மா,

“நேற்றிரவு கூட அவன் நள்ளிரவில் வெகுநேரம் விழித்துக் கொண்டிருந்தான்... மாடியில் விளக்கு எரிந்ததே...” என்று அப்பா தனது சந்தேகத்துக்கு அநுசரணையாக எதையோ தொடர்பு படுத்திக் கொண்டார்: “இந்த வயதில் ஒரு ஸ்போர்ட்ஸ்மேனா

இருந்தால் உடம்பு வாகு எப்படி இருக்கும்!... இவன் இளைத்து நோஞ்சான் மாதிரிதானே இருக்கிறான்!" என்று குறைபட்டுக் கொண்டார் அப்பா.

"அதற்குக் காரணம் அவன் யோகாசனம் செய்வது தான். மற்றபடி அவன் ஆரோக்கியமாகத்தான் இருக்கிறான்" என்று தன் மகனின் அழகிய வடிவத்தை எண்ணிச் சிலாகித்தாள் அம்மா.

"ஆரோக்கியமான வாலிபன் என்றால் ஏன் கல்யாணம் செய்துகொள்ள மறுக்க வேண்டும்?"

"ஒருவேளை அதுதான் ஆரோக்கியமான வாலிபனுக்கு அழகு என்று நினைக்கிறானோ என்னவோ?" என்றாள் அம்மா.

"நீயே அவன் சார்பில் இப்படிப் பேசிக் கொண்டிருந்தால் அவன் இப்படியேதான் இருப்பான்" என்று சற்றுக் கண்டிப்புடன் சொன்னார் அப்பா.

"கரெக்ட்... அவன் சார்பில்தான் சொன்னேன். நானே அப்படிச் சொல்வேனா? கல்யாணத்தைப் பற்றி நான் அவனிடம் பேசிப் பார்க்கிறேன்" என்று அப்பாவைச் சமாதானப்படுத்தினாள் அம்மா.

"அவனுக்கு நிறைய கேர்ல் ஃபிரண்ட்ஸ் இருக்காங்க. யாரையாவது காதலிக்கிறானோ என்னவோ?" என்றாள் அத்தை.

"அதனால் என்ன? அப்படி ஏதாவது இருந்தால் எனக்கு இரட்டிப்புச் சந்தோஷம்... ஜாதி மதம் மொழி எதுவாக இருந் தாலும் காதல்னா எனக்கு சம்மதம்தான்..." என்று உற்சாகமாகக் கூவினார் அப்பா.

●●●

**அ**ன்று மாலை கௌதம் வெளியிலிருந்து வந்தபோது காப்டன் வரவேற்பரையில் அமர்ந்து மதுவருந்திக் கொண் டிருந்தார். அம்மா தொலைக்காட்சிப் பெட்டியில் ஒரு நாட்டிய நிகழ்ச்சியை ரசித்துக் கொண்டிருந்தாள். அவர்களைக் கடந்து சென்ற கௌதமைப் பார்த்து "குட் ஈவினிங் ஸன்னி... ஹவ் அபௌட் எ டிரிங்க்" என்று நட்புணர்வுடன் கேட்டார் அப்பா.

"வெறும்... ஒரு கிளாஸ் பீர் என்றால் நான் பொருட்படுத்த மாட்டேன்..." என்று மரியாதையுடன் ஆங்கிலத்தில் மறுமொழி கூறியவாறு அவர்களுடன் வந்து உட்கார்ந்தான் கௌதம்.

"ஹெல்ப் யுவர் ஸெல்ப்" என்றார் அப்பா.

"இல்லை... நான் உங்களுக்கு உதவி செய்கிறேன்" என்று அம்மா எழுந்து போய் இரண்டு பெரிய கண்ணாடிக் குவளைகளில் பீரை நிரப்பி கௌதமிடம் ஒன்றைத் தந்து 'சியர்ஸ்' என்று தான் ஒன்றை உறிஞ்சியவாறு வந்து அமர்ந்தாள்.

அப்பா தாம் ஒரு சிகரட்டைப் பற்ற வைத்துக் கொண்டு மகனிடம் அந்தப் பாக்கெட்டை நீட்டினார்.

"நோ... தாங்க்ஸ்" என்று மறுத்துவிட்டான் கௌதம்.

அவன் எப்போதாவது தனக்கு இதில் எல்லாம் வெறுப்பேதும் இல்லை என்று காட்டிக் கொள்வதற்காகத்தான் பீர் குடிப்பான்; அல்லது ஒரு சிகரட்டைப் புகைப்பான். அவனுக்கு இவற்றில் விசேஷ நாட்டம் கிடையாது.

"நாங்க உன் கல்யாணம் பற்றிப் பேசிக் கொண்டிருந்தோம். உன் வயசில் உன் அப்பாவுக்குக் கல்யாணம் ஆகி ஐந்து வருஷங்கள் ஆகிவிட்டன. நீதான் பத்து வருஷத்துக்குப் பிறகு பிறந்தாய்..." என்று தெரிந்த விஷயத்தைச் சொன்னாள் அம்மா.

"நீ யாரையாவது முடிவு பண்ணி வைத்திருந்தாலும் எங்களுக்குச் சந்தோஷமே" என்றார் அப்பா.

தன் பெற்றோர்களின் ஆர்வம் அவனுக்கு ரசிக்கத் தக்கதாய் இருந்தது. அவன் ஒரு மென்முறுவலுடன் பீரை உறிஞ்சிய பின்னர் சொன்னான்:

"உங்கள் காலத்தில் இந்த நாட்டின் ஜனத்தொகை ஒரு பிரச்னையாக இல்லாதிருந்தது. ஆனால் இந்தக் காலத்தில் ஜனப் பெருக்கம் அதிகமாகி விட்டது. எங்களைச் சுற்றி நாலு திசைகளிலிருந்தும் அது பற்றிய கூக்குரல் கேட்ட வண்ணமிருக்கிறது. தாங்கள் பிறந்ததே அதிகபட்சம் என்று, சிந்திக்கிற இளைஞர்கள் உணராமல் இருக்க முடியுமா? வீண் பாரமாக வந்து பிறந்துவிட்ட நாங்கள் எங்கள் பங்குக்கு இந்தப் பூமிக்குப் பாரம் ஏற்படுத்தலாமா என்று நான் நினைக்கிறேன். நான் சொல்லுவதை எனது நண்பர்கள் பலர் ஏற்றுக் கொண்டிருக்கிறார்கள். காதல் என்ன, கல்யாணம் என்ன வேண்டிக்கிடக்கிறது" என்று தான் யோசிப்பதைப் பேசினான் கௌதம்.

'கஞ்சி பறித்தார் எழும் காதல் பறித்தார் வஞ்சகம் சேர் சின்ன மானிடச் சாதிக்கு வாய்த்த நிலை இதுவோ?' என்று படித்த கவிதை வரிகள் அவன் நினைவில் ரீங்கரித்தன.

"ஏன்? குழந்தைப் பேற்றைத் தவிர்க்கவும் தள்ளிப் போடவும் இந்த நவீன காலத்தில் வழியா இல்லை?" என்று கேட்டார் அப்பா.

"குழந்தைப் பேற்றைத் தவிர்க்க முடிவு செய்து கொண்டவர்களுக்குக் கல்யாணம் எதற்கு?" என்று கேட்டான் கௌதம். அவன் கேட்பது ஒரு வகையில் சரியென்றுபட்டது அம்மாவுக்கு. எனினும் கணவரின் முக பாவத்தைப் பார்த்துத் தன் உணர்ச்சிகளை வெளிக்காட்டாமலிருந்தாள் அம்மா.

அப்பா கௌதமை உற்று நோக்கினார். அவன் கண்களில் ஊடுருவிப் பார்த்த வண்ணம் யோசித்தார்.

'இவன் ரொம்பவும் மாறிய மனிதனாக இருக்கிறான். என்னவோ விதண்டாவாதமாகச் சிந்திக்கிறான். மாயா சொன்னாளே இந்த போதைப் பழக்கம் இளைஞர்களை எதிலும் நாட்டமில்லாத, பொறுப்பில்லாத பரதேசிகளைப் போல் ஆக்கிவிடும் என்று. அப்படி ஆகிக் கொண்டிருக்கிறானோ இவன்? இதனால் தான் இளைத்து மெலிந்து போயிருக்கிறான். இரவில் கூட சரியாகத் தூங்குவதில்லை' என்று சுற்றிச் சுற்றிக் காலையில் மாயா கூறிய நோய்க் கூறுகளைப் பொருத்திப் பார்த்துக் கொண்டிருந்த அப்பா: "ஸன்னி... தயவு செய்து 'கிராஸ்' பழக்கத்தை விட்டுவிடு, பிறகுதான் உன் உடம்பும் மனமும் சரியான நிலைக்கு வரும். நீ இரவில் சரியாகத் தூங்குவதில்லை என்று நான் சொன்னால் நீ மறுக்க முடியுமா?"

அப்பாவின் புத்திதான் பேதலித்து வருகிறது என்று தோன்றிய கௌதமுக்குச் சற்று எரிச்சலும் வந்தது.

"ஆமாம். அதற்கு இரண்டு காரணங்கள். ஒன்று: நான் புதிதாக ஒரு பெரிய பெயிண்டிங் வரைய ஆரம்பித்திருப்பது. இன்னொன்று: நீங்கள் இரவெல்லாம் என் அறைக்கு நேரே இருமி இருமி என் தூக்கத்தைக் கெடுப்பது. மற்றபடி என் உடம்பு நன்றாகத்தான் இருக்கிறது. உங்களைப் போல் தொப்பையும் தொந்தியுமாக ஒருவன் இந்த வயதில் ஆவது ஆரோக்கியம் அல்ல. இந்த மாதிரி விஷயங் களில் பிறரைப் பற்றி கவலைப்படுவதைவிட ஒருவர் தன்னளவில் கட்டுப்பாடுகளைக் கடைப்பிடிப்பதுதான் பலன் தரும்..." என்று நீளமாகப் பேசிவிட்டு அவர்களது பிரதிபலிப்புகளுக்குக் காத்திராமலும் அவர்களின் முகபாவத்தைக் கவனிக்காமலும் காலியான பீர் கிளாஸை வைத்து விட்டு மாடிக்குப் போனான் கௌதம்.

அப்பா அத்தை மாயாவுக்குப் போன் செய்து கௌதமைப் பற்றிப் பேசினார். அவள் அவருக்குச் சமாதானம் கூறினாள். அவனைச் சரியாக்கி விடலாம் என்றும் தனக்குத் தெரிந்த மனோவைத்தியரை அழைத்துக் கொண்டு வருவதாகவும், இந்த

விஷயம் கௌதமுக்குத் தெரிய வேண்டாம் என்றும், சாதாரண மாக ஒரு நண்பர்போல் முதலில் அந்த டாக்டர் வருவார் என்றும் ஆலோசனைகள் தெரிவித்தாள் அத்தை.

•••

இதற்கிடையில் மெய்யாக இதற்கு யார் காரணமாக இருக்க முடியும்? நம்மில், நமது நண்பர்களில் யார் கஞ்சா புகைக்கிறவர்கள் என்று நண்பர்களிடம் விசாரித்தறிந்தான் கௌதம்.

மாலாதான் சொன்னாள்: "வேறு யார்? நம்ம குருவாகத்தான் இருக்கும். அவன்தான் 'பைப் ஸ்மோக்'கர்... பைப்பில் அவன் நிரப்பிக் கொள்வது என்ன என்று நமக்கெப்படித் தெரியும்?" என்றாள்.

"ரொம்பவும் சரி. நம்ம குரு அன்னிக்கு நம் வீட்டில் லானில் நடந்த கூட்டத்துக்கு வந்திருந்தான். அதற்குப் பிறகு இரண்டு நாட்கள் நல்ல மழை... போட்ட விதை முளைத்துவிட்டது..." என்று கண்டுபிடித்த விஷயத்தைச் சொல்லிவிட்டுத் தான் சொன்னது சரிதானா என்று உறுதி செய்து கொள்ள குருவுக்குப் போன் செய்தான் கௌதம்.

நண்பர்களால் குரு என்று பட்டம் சூட்டி அழைக்கப்படும் அவனது இயற்பெயர் சுரேஷ். இந்த நண்பர்கள் கூட்டத்தில், அவன் ஒரு டைனமிக் நபர். கௌதமைவிட ஐந்து வயது மூத்தவன். கௌதமுக்கு ஓவியக் கலையில் ஈடுபாடு ஏற்படத் தூண்டுகோலாக இருந்தவன். இப்போது சித்த மருத்துவம் பயின்று மூலிகை ஆராய்ச்சிகள் நடத்திக் கொண்டிருக்கிறான்.

நகரத்தின் எல்லையில் கடற்கரையோரமாகக் குருவின் மூலிகைப் பண்ணை அமைந்திருந்தது. கௌதமோடு போனில் பேசிய குரு, தன்னால் நேர்ந்துவிட்ட விபரீதத்துக்காக முதலில் மன்னிப்புக் கேட்டுக் கொண்டான். அந்தச் செடிகள் முளைத்த சேதி கேட்டு உரத்த குரலில் சிரித்தான். அதை அப்பா பூட்ஸ் காலால் மிதித்ததையும் கௌதம் அதை வாரி எடுத்து உயிர்ப்பித்து இது எனக்குச் சொந்தம் என்று கூறித் தோட்டக்காரனின் பாதுகாப்பில் வளர்த்து வருவதையும் கேட்டு அவன் கௌதமை, கௌதம புத்தரோடு ஒப்பிட்டுப் போனில் புகழ்ந்தான்: "ஆமாம்; தேவதத்தன் அம்பு எய்து, அடிபட்டு விழுந்து துடித்த பறவையை இப்படித்தான் சித்தார்த்தன் அன்பின் மிகுதியால் 'தனது' என்று சொந்தம் கொண்டாடினார். பறவையின் மாமிசத்துக்கு ஆசைப் பட்டா சொந்தம் கொண்டாடினார்?" என்று போனில் கேட்ட

குரு, அது தனக்குச் சொந்தம் என்றும் பிரச்னைக்குரிய அந்தத் தாவரத்தைத் தொட்டியோடு கொண்டு வந்து தன் மூலிகைப் பண்ணையில் சேர்த்துவிடுமாறும் கௌதமிடம் கேட்டுக் கொண்டான்.

தோட்டக்காரன் மூலம் குருவின் பண்ணை விலாசத்தைத் தந்து அந்தத் தொட்டியை அனுப்பி வைக்கலாம் என்று முதலில் யோசித்தான் கௌதம். நேற்று அப்பா அவனிடம் அவன் காரை உபயோகப்படுத்துவதில்லை என்று குறைபட்டுக் கொண்டது நினைவுக்கு வர இன்று காரிலேயே அதை ஏற்றிக் கொண்டு குருவின் பண்ணைக்குப் போய்வரலாம் என்று அவன் புறப்பட்ட நேரத்தில்தான் மாடியறைக் கதவு வெளியில் தாழிடப்பட்டிருந்தது...

'அவனுக்கு உடம்பு சரியில்லையென்று டாக்டர் வரப் போகிறார்' எனும் செய்தி வேலைக்காரன் மூலம் தெரிவிக்கப் பட்டது.

தன்னை எவ்வளவு மோசமாகச் சந்தேகித்து எத்தகைய கொடுமையான நிலைக்குத் தள்ளும் நிலைக்கு இந்தப் பெரியவர்கள் போய்விட்டார்கள் என்று நினைத்த போது கௌதமுக்கு உடம்பு ஒரு முறை நடுங்கிற்று.

சாதாரணமாய் எந்த ஓர் இளைஞனும் இவ்விதம் அவமதிக்கப்பட்டால் இந்த ஆத்திர மூட்டலில் முரட்டுத்தனமாக நடந்து கொள்ளுவான். தன்னை வெளியில் விடுமாறு கத்துவான். கதவை உடைக்க முயலுவான். டாக்டரை விரட்டுவான்... போதாதா? பதிலுக்கு இவர்கள் அவன் மீது பலப் பிரயோகம் செய்வார்கள்; கடைசியில் பைத்தியக்காரனாகவே ஆக்கி விடுவார்கள்!

'ஒரு புல்லுக்கு அஞ்சி இப்படிப் புத்தி பேதலிப்பாரும் உண்டோ' என்று உள்ளூர வியப்பாக இருந்தது அவனுக்கு. என்ன தான் நடக்கிறது பார்ப்போம் என்று எப்போதும் போல் அந்தப் பூட்டிய மாடிப் பகுதியில் அவனுக்கென்று அமைந்த ஓவியக் கூடத்திற்குள் இந்த வாரத்துக்கான கார்ட்டூன் ஒன்றைப் பாதியில் விட்டுவைத்ததை முடிக்கலாம் என்று எண்ணியவாறே போனான்.

அப்போது கீழேயிருந்து ஆக்ரோஷமான குரல் ஒன்று கேட்டது; மாலா வந்திருக்கிறாள் போலிருக்கிறது. வீட்டு முன் புறத்தில் அவளது இரு சக்கர வாகனம் நிற்பது தெரிகிறது.

"வாட் நான்ஸென்ஸ்! அவனைப் பூட்டி வைப்பதாவது? உங்களுக்கெல்லாம்தான் என்னமோ பைத்தியம் பிடித்து ஆட்டு

கிறது! ஸாரி அங்கிள்... இப்படிச் சொல்வதற்காக என்னை மன்னிக்கணும். எங்கம்மா பைத்தியம் உங்களையும் பிடிச்சிருக்கு... மொதல்லே போயி மாடிக் கதவைத் திறந்து விடுங்க... எங்கே சாவி? நானே போய்த் திறக்கிறேன்" மாடிப்படியேறி கதவைத் திறந்து "ஐ ஆம் ஸாரி கௌதம்" என்று சொல்லிக் கொண்டே ஓடி வந்தாள் மாலா.

"இப்ப ஒண்ணும் நடக்கலியே! நான் இனிமேதான் வெளியே புறப்படணும்..." என்று கையிலிருந்த தூரிகையை வைத்துவிட்டு வந்தான் கௌதம்.

"அது சரி கௌதம்... நீ ஏன் அவங்களை இப்படி குழப்பி அடிக்கிறே? எனக்கும் அதுக்கும் சம்பந்தமில்லேன்னு உண்மையைச் சொல்லிடேன்."

கௌதம் சிரித்தான்: "சொல்றதுக்கான நேரம் வரட்டும்னு காத்துக் கொண்டிருந்தேன். நான் நினைத்ததை விட ஒரு நல்ல நேரத்தை உருவாக்கி இருக்காங்க அத்தையும் அப்பாவும் சேர்ந்து. இப்ப கொஞ்ச நாழிக்கெல்லாம் ஒரு பைத்தியக்கார டாக்டரும் வரப் போகிறார்... நாடகத்தைத் தொடர்ந்து நடத்திடுவோம்..." என்று கூறி மேலும் சிரித்தான் கௌதம்.

மாலாவும் கௌதமும் சிரித்துப் பேசியவாறே மாடியிலிருந்து இறங்கி வந்ததைப் பார்த்த அப்பா, "அவன் இன்னிக்கு வெளியில் போக வேண்டாம்; பார்த்துக்கோன்னுதான் அந்த மடையனிடம் சொன்னேன்! அவன் கதவைப் பூட்டி வச்சுட்டான் போலிருக்கு" என்று என்னவோ மாதிரி சமாளித்து நெளிவதை ரசித்தான் கௌதம்.

அப்பா எதிர்பார்த்தபடி மாயா அத்தை டாக்டரை அழைத்துக் கொண்டு வந்து காரில் இறங்கினாள். மாலாவும் கௌதமும் ஒருவரை ஒருவர் பொருட்செறிவுடன் பார்த்துக் கொண்டனர்.

"மீட் மை பிரதர் காப்டன் சிவா... மிஸஸ் சிவா... கௌதம்... யூ நோ மை டாட்டர்" என்று அந்த டாக்டருக்கு எல்லாரையும் அறிமுகம் செய்து வைத்த பின் "டாக்டர் சேகர், உட்காருங்கள்" என்று உபசரித்தாள் அத்தை.

"போதை மருந்துக்கு ஆட்பட்டவர்களுக்கான மறுவாழ்வு மையம் ஒன்று புதிதாக ஆரம்பிக்கப்பட்டிருக்கிறது—அதன் டைரக்டர்களில் மிஸஸ் மாயா ஒருவர்; உங்களுக்குத் தெரிந்திருக்கும்—

நான் அங்கே ஒரு டாக்டர்" என்று தன்னைப் பற்றிச் சொல்லிக் கொண்டே கௌதமின் முகத்தில் ஏதேனும் மாற்றம் ஏற்படுகிறதா என்று திருட்டுத்தனமாக அவர் கவனிப்பதைக் கண்ட மாலாவுக்கு அடக்க முடியாமல் சிரிப்பு வந்தது.

"டாக்டர் எங்களுக்கு ஒரு சந்தேகம். நீங்க தீர்த்து வைக்க முடியுமா பாருங்கள்... பிளீஸ்... கொஞ்சம் எழுந்து வாருங்கள்... என்று அவரை அழைத்து வந்து அந்தப் பிரச்னைக்குரிய தாவரத்தைக் காட்டி "இது என்ன செடி?" என்று கேட்டான் கௌதம். அவருக்குத் தெரியாதது கண்டு, வந்த சிரிப்பை அடக்கிக் கொண்டு, "அத்தை சொல்றாங்க; இது தான் கஞ்சாச் செடின்னுட்டு."

"மிஸஸ் மாயா சொன்னாங்கன்னா சரியாய்த்தான் இருக்கும்" என்றார் டாக்டர்.

"இது எப்படி வந்திருக்கும் இங்கே?..."

"யாராவது இதை உபயோகப்படுத்தறவங்க இங்கே இருக்கலாம். அதிலே இருக்கிற விதையை நீக்கிட்டுத்தான் உபயோகப்படுத்துவாங்க... அப்படி தவறியோ தெரிஞ்சோ அந்த விதைகளை இந்தத் தொட்டியிலே போட்டிருக்கலாம்" என்றார் டாக்டர்.

"எனக்குக் கவலை 'இது என்ன செடி, இது எப்படி இங்கே வந்தது'ங்கறது இல்லே. கௌதம் இதை உபயோகப் படுத்தறானா இல்லையாங்கறதுதான். அது அப்படித்தான் என்றால் அவனை அதிலிருந்து மீட்க வேணும்" என்றார் அப்பா.

"அது அப்படித்தான் என்றால்னு ஏன் ஒரு கற்பனையை உண்டாக்கிக் கொள்கிறீர்கள்? எனக்கு ஒரு விருப்பம், அல்லது ஆராய்ச்சியின் பொருட்டு நான் நினைத்ததைச் செய்யும் சுதந்திரம் உண்டா இல்லையா என்றுதான் நான் கேட்டேன். சாப்பிடுதல், புகை பிடித்தல், குடித்தல் போன்ற மனிதர்களின் தனிப்பட்ட அந்தரங்க உரிமைகளில் முரட்டுத்தனமாகத் தலையிடுவதை நான் அநாகரிகமாகக் கருதுகிறேன். நீங்கள் என்ன சொல்லுகிறீர்கள் டாக்டர்?" என்று உறுதியுடன் கேட்டான் கௌதம்.

"முரட்டுத்தனமாகத் தலையிடுவது அநாகரிகம்தான்" என்று ஒப்புக் கொண்டார் டாக்டர்.

"பெற்றோர்கள் குழந்தைகளை நம்ப வேண்டும். நீங்கள் அவர்களைச் சந்தேகிக்கக் கற்றுத் தருகிறீர்கள். விழிப்புணர்ச்சி ஏற்படுத்துகிறோம் என்ற பெயரில் யாருக்கும் தெரியாத

தீமைகளை அரைகுறையாகத் தெரிந்து கொண்டு, அதை விளம்பரப்படுத்தி, விரிவான விளக்கங்கள் தந்து பெற்றோர்களுக்கு அச்சத்தையும் இளைஞர்களுக்கு அதில் ஆர்வத்தையும் எதிர் மறையாகத் தூண்டி விடுகிறீர்கள். இதன்மீது சர்வதேச அளவில் கடத்தலும் வியாபாரமும் பெருகி ஒன்றுமில்லாத புல்லுக்கும் பொடித்தூளுக்கும் விலையேற்றமும், சந்தையும் ஏற்பட்டு வசதி படைத்தோர் வாழ்க்கையில் இதைத் தீயொழுக்கமாகப் பரப்பி, அதற்குச் சிகிச்சை தரும் வியாபாரத்தையும் தொடங்கிவிட்டீர்கள்... 'குடி குடியைக் கெடுக்கும், உடல் நலத்தைக் கெடுக்கும்' என்ற உபதேச மொழியுடன் அந்தக் குடிகெடுக்கும் பொருளை வியாபாரம் செய்து மக்களைக் கொள்ளையடிப்பதில் இங்கே யாருக்கும் வெட்கமிருப்பதாகத் தெரியவில்லை. உங்கள் மறுவாழ்வு மையங்கள் அவர்களை மீட்குமா? அவர்களை நாளுக்கு நாள் பெருகவைத்து உங்கள் மையங்கள் பெரும் பணம் குவிக்குமா? என்று நான் சந்தேகிக்கிறேன்... பதில் சொல்லுங்கள் டாக்டர்" என்று அவன் பேசுவதைக் கேட்கக் கேட்க அப்பாவுக்குச் சிறிது வெளிச்சம் பிறந்தது. மாலா, கௌதமின் கருத்துக்களைப் பாராட்டிக் கை தட்டுவது அவளுடைய அம்மாவுக்கு எரிச்சலாய் இருந்தது.

"மிஸ்டர் கௌதம்... நாங்கள் புரொஃபஷனல்ஸ். நீங்கள் இதற்கெல்லாம் அப்பாற்பட்டவர். உங்களுக்கு இந்தப் பழக்கம் அறவே கிடையாது என்று நீங்கள் மறுத்தாலும் நான் சொல்லுவேன்" என்று கௌதமின் அறிவாற்றலைக் கண்டு நற்சான்று பகர்ந்தார் டாக்டர்! இப்போதுதான் அம்மா டாக்டரைப் பாராட்டிக் கை தட்டித் தன் மகிழ்ச்சியைத் தெரிவித்துக் கொண்டாள்.

"குறும்புக்காரப் பயலே" என்று கண்களைச் சிமிட்டிக் கொண்டு சிரித்தார் அப்பா.

"குறும்பு முடியவில்லை. இன்னும் கொஞ்சம் இருக்கு. இந்தப் பிரச்னைக்குரிய தாவரத்தை இதற்கு உரியவரிடம் கொண்டு சேர்க்கப் போகிறேன். அவரும் ஒரு வைத்தியர் தான். அப்பா நீங்களும் என்னுடன் வரவேண்டும்" என்றான் கௌதம்.

"நானும் வருவேன்" என்று கூவினாள் மாலா. காற்றுப் போய் விட்ட பலூன் மாதிரி முகம் சுண்டிச் சுருங்க விடை பெற்றுக் கொண்டு டாக்டருடன் போய்ச் சேர்ந்தாள் மாயா அத்தை.

தோட்டக்காரன் காரில் ஏற்றிய அந்தப் பிரச்னைக்குரிய தாவரத்தை எடுத்துக் கொண்டு காப்டன் சிவா, கௌதம், மாலா

மூவரும் ஊருக்கு வெளியே கடற்கரையோரமாக அமைந்திருந்த குருவின் மூலிகைப் பண்ணைக்குப் புறப்பட்டனர்.

●●●

குரு என்றும் சித்த வைத்திய சிரோமணி என்றும் வர்ணிக்கப்பட்ட அந்த சுரேஷ் நேரில் பார்க்கத் தமது மகன் கௌதமைப் போன்ற இளைஞனாக இருந்ததில் அப்பாவுக்கு ஆச்சரியமாயிருந்தது. இக்கால இளைஞர்களைப் போல் முரட்டுத் துணியிலான ஜீன்சும் காலரில்லாத பனியனும் அணிந்திருந்தான் அவன். தலை முடியும் தாடியும்தான் சாமியார் மாதிரி அடர்ந்து வளர்ந்து கிடந்தது.

அரசு அங்கீகாரம் பெற்ற அந்த மூலிகைப் பண்ணை நந்தவனம் போல் இருந்தது. இவர்கள் வந்த நேரத்தில் அவன் பூமிக்குள் புடத்தில் வைத்திருந்த மண் சட்டிகளை எடுத்துப் பரிசோதித்துக் கொண்டிருந்தான். ஒரு மேடையின் மீது ஒரு பையன் மருந்தரைக்கும் கலுவத்தில் ஏதோ அரைத்துக் கொண்டிருந்தான். புகை நடுவில்தான் குருவின் தரிசனம் அவர்களுக்குக் கிட்டியது. பக்கத்திலிருந்தவர்களிடம் மீதி வேலையை விட்டுவிட்டு இவர்களை வரவேற்பதற்காக அவன் டவலில் கைகளைத் துடைத்துக் கொண்டு காப்டனைக் கைகூப்பி வரவேற்றான்.

மரத்தடியில் உட்காருவதற்கு வசதியாக சிமெண்ட்டால் கட்டிய மேடைகள் ஆங்காங்கே இருந்தன. அவர்கள் அனைவரும் அங்கு வந்தமர்ந்தபின் கார் டிரைவரும் பண்ணையிலிருந்த ஓர் ஆளுமாகச் சேர்ந்து அந்தத் தொட்டியைக் காரிலிருந்து இறக்கினார்கள்.

"அதை அந்த மூலையிலிருக்கிற தொட்டிகளோடு கொண்டு வை" என்று அவர்களிடம் உத்தரவிட்டபின் "உங்களையெல்லாம் ரொம்ப பிரச்னைக்கு ஆளாக்கிவிட்டதற்கு மன்னிக்கவும்" என்று அந்தச் செடி விஷயமாகப் பேச ஆரம்பித்தான் சுரேஷ்.

"இதையே நீங்கள் மருந்தாக உபயோகப்படுத்துகிறீர்களா, மருந்துகளிலும் பயன்படுத்துகிறீர்களா?" என்று ஆர்வத்துடன் கேட்டார் அப்பா.

"இரண்டுமாகத்தான்... இவ்வளவு தூரம் ஆன பிறகு இது பற்றி நான் சொல்லத்தான் வேண்டும்" என்று யோசித்தான் சுரேஷ்: "நீங்கள் சிகரட் புகைக்கும் பழக்கம் உடையவர் என்று நினைக்கிறேன்..." என்று சற்று நேரம் கழித்து அவன் கேட்டதும் ஏதோ

நினைவு வந்தவர் போல், "ஆமாம்..." என்று சிகரட் பாக்கட்டை சட்டைப் பையிலிருந்து, எடுத்து அவனிடம் நீட்டினார். அவன் 'நன்றி' என்று மறுத்ததும் தாம் மட்டும் சிகரட்டைப் பற்றவைத்துக் கொண்டார் அப்பா.

"ஒரு வைத்தியர் மாதிரி கேட்கிறேன். நாளொன்றுக்கு எத்தனை சிகரட் குடிக்கிறீர்கள்? எவ்வளவு அதிகம் வரை?... எவ்வளவு குறைவாக என்று சொல்ல வேண்டும்."

"ஒரு நாளைக்கு நாலு பாக்கட் வரை அதிகம், இப்போது இரண்டு பாக்கட் வரை குறைவாக..."

"ஏன் குறைத்தீர்கள்? உடல் நலம் கருதித்தானே? அறவே விட முயற்சியாவது செய்ததுண்டா?"

"முடியாத விஷயத்தில் எதற்கு முயற்சி?" என்று சிரித்தார் அப்பா: "நாற்பது வருஷப் பழக்கம்" என்று முனகிக் கொண்டார்.

"இப்படித்தான் இருபது வயதுக்குள்ளாக நான் சங்கிலித் தொடர்போல் நாள் முழுவதும் புகைக்கிறவனாக இருந்தேன். அதனால் உடல் நலம் கெட்டது உண்மையே. பசியின்மை, அஜீரணம், உடல் மெலிதல், தொடர்ந்து இருமல், நுரையீரல் ரொம்பவும் பாதிக்கப்பட்ட நிலையில் இங்கிருந்த எங்கள் குடும்ப வைத்தியர் எனக்கு இதை ஒரு மருந்தாகவே கொடுத்தார். முதலில் காகிதத்தாலான சிகரட்டை முற்றிலும் தவிர்க்கச் சொன்னார்" என்று சொல்லி மெய்யாகவே தனக்கு இந்த வைத்திய சாஸ்திரத்தில் குருவாக இருந்து மறைந்த அவரது நினைவில் சில வினாடிகள் லயித்தான் சுரேஷ்.

"அவர் சொல்லுவார்: 'மனுஷா வாழ்க்கையிலே வேண்டாத, தீய, உடல் நலத்தை கெடுக்கிற எவ்வளவோ விஷயங்கள் நூற்றாண்டுகளாக, கலாசாரம், பண்பாடு, பழக்கம் என்ற பேரில் ஒட்டிக் கொண்டிருக்கின்றன. அதில் ஒன்று தான் புகையிலையும் புகை பிடித்தலும்... புகையிலையை விடவும் கெடுதி அதன் மேலே சுற்றியிருக்கிற காகிதம்தான். அதுதான் தீமை. நீ ஒரு புகைக் குழாயில் புகையிலை நிரப்பிப் புகையேன்' என்றார் முதலில். அதன் பிறகு இந்த கஞ்சாத் தூள் கலந்த புகையிலையைத் தந்து மருந்து போல் காலை, மாலை, இரவு சாப்பாட்டுக்குப் பிறகு வழக்கமாகப் புகைபிடிக்கச் சொன்னார். ஒன்றும் பெரிய மாற்றம் தெரியவில்லையாயினும் சிகரட் பிடித்த நிறைவு இருந்தது. அதன் பின்னர் வெறும் புகையிலையோ சிகரட்டோ பிடிக்க வெறுப்பாக இருந்தது. சிகரட்டால் முழுதும் கெட்டிருந்த என் உடம்புக்கு

சிகரட்டே ஒத்துவராமல் ஒதுக்க நேர்ந்தது. அந்த விஷயத்தில் இது ஒரு மருந்துபோல் செயல்பட்டது. இப்போது நான் சிகரெட் புகைப்பதே இல்லை. இதில் கலக்குகிற புகையிலையை முன்பு சிகரட்டாகப் புகைத்ததோடு ஒப்பிட்டால் பத்து மடங்கு குறைவே" என்றான் சுரேஷ். அதைக்கேட்டு அப்பாவுக்கு ஆச்சரியமாக இருந்தது. 'அந்த மருந்தை தாமும் உபயோகித்து இந்தச் சிகரட் பிடிக்கும் பழக்கத்தை விட்டுவிடலாமா?' என்று அவர் கேட்க விரும்புகிறார் என்று அவர் முகபாவத்திலிருந்து கண்டு கொண்டான் சுரேஷ்.

அப்போது பண்ணையைச் சேர்ந்த ஒரு வேலையாள் இளநீர்க் காய்களை வெட்டித் துளையிட்டு அதில் ஸ்ட்ராக்களைச் செருகி எடுத்துக் கொண்டு வந்து எல்லாருக்கும் தந்து உபசாரம் செய்தான்.

"எனக்கு ஆஸ்த்துமா தொந்தரவும் உண்டு. பனிக்காலத்தில் ரொம்பவும் கஷ்டப்படுகிறேன்" என்றார் அப்பா.

"நீங்கள் புகைப்பதற்கு வேறு ஒரு மருந்து இருக்கிறது. தருகிறேன். புகைப்பதும் புகைப் பிரயோகமும் ஒரு வைத்திய சிகிச்சை முறை ஆகும். இந்தப் பண்ணையில் அருகம் புல்லிலிருந்து அமுக்கணாங் கிழங்குவரை பல திவ்ய—மூலிகைகள் இருக்கின்றன... நம்மைச் சுற்றி வளர்கிற தாவரங்களையும் மூலிகைகளையும் கண்டு நாம் பயப்படலாமா? அவற்றின் தன்மையறிந்து அளவு அறிந்து பயன்படுத்திக் கொண்டனர் நமது முன்னோர். ஓர் ஐரோப்பியப் பார்வையில் பார்த்தால் நமது மிளகாய் கூடக் கொடிய விஷமாகி விடும். ரசாயனச் சேர்க்கை, சிந்தடிக்ஸ், ஊசிமூலம் ஏற்றிக் கொள்ளுதல் போன்ற பழக்கங்கள் மேல் நாட்டில் அண்மையில் நேர்ந்த வர்த்தகச் சூதாட்டத்தில் உருவான வக்கிரங்களாகும். புகையிலையும் கஞ்சாவும் அத்தகையதல்ல.. நான் இதை ஆதரித்தோ இதைச் சிபாரிசு செய்யவோ இப்படிச் சொல்ல வில்லை. நமது மக்களோடு தொன்று தொட்டு வந்திருக்கிற பழக்கங்களை ஓர் ஐரோப்பியக் கண் கொண்டு பார்ப்பதால் ஏற்படும் விபரீதங்கள் குறித்து எச்சரிக்கையாக இருத்தல் வேண்டும். எங்கள் குருநாதர் சொல்லுவார்: "உனக்குப் புரியாதது குறித்து அஞ்சாதே; தைரியமாக அதை அணுகிப்பார். பயப்படுகிற மனிதன் எறும்பை விடவும் சிறியவனாகி விடுவான்..." என்பார் அவர்.

'அளவுக்கு மிஞ்சினால் அமிர்தமும் விஷம்' என்றொரு வாசகம் உண்டு. அதன் இன்னொரு பக்கம் 'அளவோடு இருந்தால் விஷமும் அமிர்தம் ஆகும்' என்பதல்லவா? குரு மகராஜின்

மறைவுக்குப் பிறகு– நான் சொல்லுவது ராமகிருஷ்ண பரம ஹம்சரைப் பத்தி–மடத்தின் பொறுப்பிலிருந்த சாரதா தேவியிடம் பக்தர்கள் வந்து, மடத்துச் சாமியார்கள் கஞ்சாவுக்காகவும், புகை யிலைக்காகவும் காசு கேட்டு நச்சரிக்கிறார்கள் என்று புகார் செய்தார்களாம்...

அதற்கு அம்மா சொன்னாராம்: "நீங்கள் உலக இன்பங்களை யெல்லாம் அனுபவிக்கிறீர்கள்... உலக இன்பங்களையெல்லாம் துறந்துவிட்ட என் குழந்தைகளின் இந்த இன்பத்துக்காக நீங்கள் ஏதாவது தருவது அவ்வளவு சிரமமாயிருக்கிறதா?" என்று கேட்டார்களாம்... மக்களுக்கு எதில் பழக்கம் நேர்ந்தாலும் அது பரம்பரையானதா என்று முதலில் பார்க்க வேண்டும். அப்படிப் பார்த்தால் மகாகவி பாரதியார், விவேகானந்தரோடு எல்லாம் தொடர்பு கொண்ட ஒரு மூலிகை இது... கொஞ்சம் இருங்கள் வருகிறேன்" என்று எழுந்து போய் அந்தத் தோட்டத்தின் நடுவில் இருந்த குடிசைக்குள் சென்று கையில் சிறு டப்பியுடன் வந்தான் சுரேஷ்.

"நீங்கள் முதலில் காகிதத்தாலான சிகரட்டை விடுங்கள். புகைக் குழாயில் இந்தத் தூளை நிரப்பிப் புகைக்க வேண்டும். புகைக்க வேண்டும் என்ற விருப்பம் வருகிற போதெல்லாம் இதையே புகைக்க வேண்டும்" என்று சொல்லி அந்த டப்பாவைக் காப்டனிடம் தந்தான் சுரேஷ். அவர் அதை வாங்கி முகர்ந்து விட்டு, "போகும்போது ஒரு பைப் வாங்கிக் கொள்ளுகிறேன்" என்றார்.

"என்னிடம் மண்ணாலான புகைக்குழாய் இருக்கிறது. இது மரத்தாலான குழாயைவிட விசேஷம். இதற்குத் தமிழில் 'சிமிழ்' என்று பெயராம். தமிழ் சிறப்பு உச்சரிப்பான 'ழ' வராமல் 'சிமிள்' ஆகி 'சிலிம்' என்று வடதேசத்தில் ஏழை எளிய மக்களால் சாதாரணமாகப் புழங்கப்படுவது. பார்க்கத்தான் சாமியார்த் தனமாக இருக்கும்..." என்ற சுரேஷ் அந்த மண்ணாலான புகைக் குழாயில் புகை பிடிக்கக் கற்றுத் தந்தான் அவருக்கு.

"இந்த மூலிகைக்குத் தமிழில் ஆடுதொடா இலை என்று பெயர். அதோ வேலிபூராவும் அதுதான். ஆடு தின்னாத ஒருதழை இதுதான். இன்னொன்று ஆடு தின்னாப்பாலை என்பது. ஆங்கிலத்தில் இதற்கு 'வசாகா' என்று பேர். ஆஸ்துமாக்காரர் களுக்கு இதன் புகை அருமருந்து. அதேபோல் ஊமத்தை..." என்று பல மூலிகைகளைப் பற்றி வகுப்பு எடுத்துக் கொண்டிருந்தான் குரு.

காப்டன் சிவாவுக்கு எல்லாம் புதிய வெளிச்சம் தருகிற விஷயமாக இருந்தன.

சற்று நேரத்துக்குப் பிறகு அந்த மண்ணாலான சிலும்பிக் குழாயில் நிறைந்த மருந்துப் புகையை நெஞ்சு நிறைய இழுத்து சுகமாக இதமாகப் புகையை ஊதிவிட்டார் அப்பா.

"சில பேருக்குப் புகைதான் தெரிகிறது. புகை நடுவில் தீ இருப்பது தெரியவில்லை. புகை மாறும்; மறையும்... காற்று வெளியில் மறையும் யதார்த்தங்களைப்போல. நடுவில் இருக்கும் நெருப்பு மாறாத சாசுவதமான சத்தியம் போன்றது" என்று வேதாந்தமாக அப்பா பேசுவது கௌதமுக்கு வியப்பையும் சிரிப்பையும் ஏற்படுத்தியது.

● ● ●

இப்போதெல்லாம் வரவேற்பறையில் அமர்ந்து அந்த மண் சிமிழில் மருந்துப் புகை உபயோகிப்பது தவிர சிகரட்டைக் கையாலும் தொடுவதில்லை காப்டன். அவருக்கு ஆஸ்துமா தொந்தரவு வெகுவாகக் குறைந்து வருவதில் காயகல்பம் செய்து கொண்டதுபோல் உற்சாகமும் தெம்பும் ஏற்பட்டிருக்கிறது.

முன்பு எப்போதேனும் ஒருமுறை கௌதம் வீட்டுப் புல் வெளியில் கூடுகிற அவனது நண்பர்கள் இப்போதெல்லாம் அடிக்கடி கூடுகிறார்கள். அவர்களுடன் அப்பா, அத்தை, அம்மா எல்லோரும் கலந்து கொள்ளுகிறார்கள்.

இளைஞர்களைப் பெற்றோர்கள் நம்பவேண்டும் என்ற மாலாவின் வாதத்தை முற்றாக ஏற்றுக்கொண்டாலும், மாயா அத்தையால் சமூக சேவை ஏதாகிலும் ஒன்றில் தீவிர ஈடுபாடு செலுத்தாமல் இருக்க முடியாது என்று கண்டு கொண்டு கௌதமும் அவளோடு ஒரு புதிய திட்டம் குறித்து விவாதிக்கிறான்.

"சிகரட் பாக்கெட்டின் மீது 'அளவாகப் புகைக்கவும்' என்றும் மதுக்குப்பிகளின் மீது 'அளவுக்கு மீறினால் விஷம்' என்றும் மாற்றி எழுதவேண்டும் என்று நீங்கள் ஒரு போராட்டம் நடத்துவது நல்லதாக இருக்கும்... இதைப் பற்றி யோசியுங்கள் அத்தை" என்று மாயாவிடம் சொல்லிக் கொண்டிருந்த கௌதமின் காதைப் பிடித்துத் திருகுகிறார் பின்னால் புகைக் குழாயுடன் வந்து நின்ற அப்பா.

"இளமை என்றால் குறும்பு என்று பொருள் அண்ணா" என்று கூறிச் சிரிக்கிறாள் மாயா அத்தை.

"இளமையில் குறும்பு இருப்பது நியாயம். ஆனால் முதுமை என்றால் குழப்பம் என்று ஆகிவிடக்கூடாது" என்று கௌதமைப் பார்த்து கண்களைச் சிமிட்டுகிறார் காப்டன். அம்மா ஓசை யெழாமல் கைதட்டி அவரது தெளிவுக்காகப் பாராட்டுகிறாள்.

கையில் தனது புகைக் குழாயுடன் அவர்களை நெருங்கி வந்த குரு, "ஒரு விஷயத்தை நீங்கள் மறுக்க முடியாது. அந்தப் பிரச்னைக்குரிய தாவரம் நம்மைப் பொறுத்தவரை இரண்டு தலைமுறைகளிடையே ஒரு நட்புப் பாலத்தை ஏற்படுத்திவிட்டது இல்லையா?" என்றான்.

"என்ன இருந்தாலும் புகைப் பழக்கம் உடல் நலனுக்குக் கேடு தானே?" என்று குருவிடம் ஒரு வாதத்துக்குத் தயாரானாள் மாயா.

"மாயா... என் அன்புத் தங்கையே... நீ புகையை மட்டுமே பார்க்கிறாய்.. அதன் நடுவிலே இருக்கும் நெருப்பையும் பார்... இது எனக்கு மருந்தாக்கும்" என்று புகையை ஊதிச் சிரித்தார் காப்டன்.

மாயா அத்தைக்கு அதன் பொருள் புரியவில்லை. புகை மட்டும் கண்களை மறைத்தது.

சோவியத் நாடு, 1990

# பாவம் அந்தப் பசு

முன்னால் வழுக்கை விழுந்து வாகாய் அமைந்த அவரது அகன்ற நெற்றியின் நடுவே–முட்டாள்கள் வைத்த திலகம் போல்–அந்த அழுகல் முட்டை 'சொத்'தென்று வந்து மோதிய போது மெய்யாகவே தமக்கு ஞானம் பிறந்ததைப் பளிச்சென்று பொறி தட்டினாற்போல் உணர்ந்தார் சிங்காரம்.

'சிங்கம்' என்ற புனைபெயரில் எழுத்தாளராக, மேடைப் பேச்சாளராக, பட்டிமன்ற நடுவராக, இன்னும் பலப்பலத் துறைகளில் சமன்செய்து சீர்தூக்கும் பண்பில் சான்றோராகப் பிரபலமாக விளங்கிவரும் நமது எண்ணற்ற சமூகப் பெரியவர்களில் தாமும் ஒருவர் என்ற எண்ணத்தால் இறும்பூதெய்தி எப்போதும் தலைநிமிர்ந்து ஏறு நடை போடுவது அவர் இயல்பு. அந்த நம்பிக்கை ஓர் அழுகிய முட்டையின் மூலம் இவ்விதம் தகர்ந்து போகும் என்று அறிந்ததே அவருக்கு இந்த நொடியில் ஏற்பட்ட ஞானம்!

அந்த ஞானோதயத்தில் அவர் திருஷ்டியில் கோடி சூரியப் பிரகாசம்போல் வெளிச்சம் தெரிந்ததே தவிர, வேறொன்றும் புலப்படவில்லை. அவர் முன்னே நிறைந்திருந்த பெருங்கூட்டமும், இந்த முட்டை வீச்சு நிகழ்ச்சிக்குப் பின் பார்வையாளரிடையே நேர்ந்த கலவரங்களும் ஒன்றும் கட்புலனுக்குத் தெளிவாகவில்லை. செவிப்புலனும் கூட அவரைச் சுற்றி நிகழும் எந்த இரைச்சலையும் கேளாமல், திக்குகளிலெல்லாம் மோதி எதிரொலிக்கும் கோடிக்கணக்கான கெக்கலிச் சிரிப்பொலிகளையே கேட்டது.

ஞானம் என்பது ஒருவரின் உள்ளே விளைவதுதானே! அவரது உள்ளே வெளிச்சமும் சிரிப்புமாக இருந்தபோதிலும் நாசிப் புலன் இந்த அழுகிய முட்டையின் நாற்றத்தைத் தாங்க மாட்டாமல் குமட்டலை ஏற்படுத்தியது.

பாவம், சிங்காரம்! புனை பெயராகத்தான் 'சிங்கம்' என்று வைத்துக் கொண்டாரே தவிர, நடைமுறை வாழ்வில் அவர் ஒரு சாதுப் பசு! சாகபட்சிணி! சுத்த சைவம். முட்டையை விரலால் கூடத் தொட்டுப் பார்த்தவரில்லை. முகத்தில் வழிந்த முட்டையின்

அழுகலைச் சற்று முன்னர் 'பொன்னாடை' என்று புனைபெயர் சூட்டப்பட்டுப் போர்த்திய கதராடையால் அழுந்தத் துடைத்துக் கொண்டபோது குடலைப் புரட்டிக் கொண்டு வாந்தியும் வந்தது...

அதன்பின்னர் அந்தக் கூட்டத்தில் என்னென்னவெல்லாமோ நடந்தனவாம்... பாவம். அந்தப் பசுவுக்கு அதெல்லாம் தெரியாது. அவரைத் தகுந்த பாதுகாப்போடு காரில் ஏற்றி வீட்டுக்குக் கொண்டு போனார்கள்... துணையாக அவருடன் சென்றவர்களும் கூட அவருக்கு உடம்பு ஏதோ சரியில்லை என்று நினைத்துக் கொண்டார்கள். அவரும் அதை மறுத்துரைக்கவில்லை. 'எல்லாரும் உடம்பைத்தானே பார்க்கிறார்கள்; மனசு ஒன்று இருப்பது யாருக்குத் தெரிகிறது?' என்ற யோசனையிலேயே அவர் ஆழ்ந் திருந்தார்...

வழக்கமாக மலர் மாலைகள், பொன்னாடைகள், அன்பளிப்பு கள் சகிதம் பொது நிகழ்ச்சிகளிலிருந்து வீட்டுக்கு வரும் சிங்கம் இன்று அசிங்கமாகி, அழுகல் நாற்றமும் அவமானத்தால் குனிந்த தலையுமாக, வழக்கத்துக்கு மாறாக வீடு திரும்புவதை வீட்டிலுள்ள யாரும் கவனிக்கவில்லை. ஆனால் அவருக்கோ, தன்னை நோக்கி எல்லோரும் சிரிப்பது போல அந்த உள்ளொலி பேரிரைச்சலிட்டுக் கொண்டிருந்தது.

நேராகக் குளியலறைக்குச் சென்று எல்லாவற்றுக்குமாகத் தலைமுழுகினார். அது கண்டு அவரது சகதர்மிணி— பொது நிகழ்ச்சிகள் என்றால் எத்தனையோ விதமான நிகழ்ச்சிகள் உண்டே—எந்தப் பிரமுகரின் இறுதிச் சடங்குக்குப் போய்விட்டு வருகிறாரோ என்று நினைத்துக் கொண்டாள். சற்று நேரத்துக்குப் பிறகு குளியலறைப் பக்கம் போனபோது, குடலைப் பிடுங்கும் நாற்றமும், ஒரு மூலையில் குவித்து வைக்கப்பட்டிருக்கும் துணி களையும் பார்த்து இவருக்குத்தான் உடம்பு சரியில்லையோ என்று எண்ணி, 'காலையிலிருந்து வயிறு சரியில்லை' என்று அவர் சொன்னதையும் நினைத்துக் கொண்டு பதைபதைப்புடன் கணவர் இருக்கும் அறைக்கு வந்து கவலையோடு விசாரித்தாள்:

'என்ன ஆச்சு?... வெளியிலிருந்து வந்ததும் வராததுமா குளி யலறைக்குள்ளே போறீங்களேன்னு நினைச்சேன்... துணியெல்லாம் வேற நனைச்சு வச்சிருக்கீங்க. நாத்தம் வேற குடலைப் புரட்டுது... என்ன ஆச்சு உங்களுக்கு?"

மனைவியின் கேள்வியிலிருந்து தன்னைப் பற்றிய அவளது விபரீத சந்தேகம் அவருக்குப் புரிந்தது. 'அட கஷ்டமே! என்மீது

இப்படி ஒரு அவமானமா?' என்ற நினைவில் உள்ளுக்குள்ளேயே குமுறிக் கொண்டிருந்த அந்தச் சிரிப்பு வெளியே வெடித்துப் பிரவகித்தது. வேறென்ன, அழவா முடியும்! சிரித்துக் கொண்டே மாலையில் நிகழ்ந்த பொதுக்கூட்ட நிகழ்ச்சியை முகத்தில் முட்டை வந்து விழுந்ததுவரை விவரித்தார். அவர் மனைவி பதைத்துப் போய், "ஐயோ, உங்களுக்கு ஒண்ணும் ஆகலியே" என்று அவரது நெற்றியைத் தடவிப் பார்த்தாள்.

"முட்டையாலே அடிச்சால் நமக்கு ஒண்ணும் ஆகாது; முட்டைதான் உடைஞ்சு போகும். இது அழுகின முட்டை போல இருக்கு... ஒரே நாத்தம்!..."

அவர் என்னதான் நகைச்சுவையாகச் சிரித்துக் கொண்டே சொன்ன போதிலும் அவரது மனைவி பயத்துடன் அவரது கைகளைப் பிடித்துக் கொண்டு சொன்னாள்: "நான் சொல்லறதைக் கேளுங்கோ... இனிமே இந்தக் கூட்டத்துக்கெல்லாம் போக வேண்டாம்... ஊர் ரொம்பக் கெட்டுக் கிடக்கு..."

"பெண் பிள்ளைகள் மாதிரி இதற்கெல்லாம் பயந்தால் ஆகுமா? எனக்கு இருக்கிற வருத்தமெல்லாம் என்னை எதிர்க்கிறவங்களும், என் பேச்சைக்கேட்கப் பிடிக்காதவர்களும் இருக்க முடியும்னு இதுவரையில் எனக்குத் தோணாததுதான்... வருந்தி வருந்திக் கூப்பிடறாங்களேன்னு போனேன்; வாயைப் பிளந்து கொண்டு கேட்கிறாங்களேன்னு பேசினேன். என்னுடைய கருத்துக்கள் இவங்களுக்குத் தேவைன்னு நம்பினேன். மாலைகள், பொன்னாடைகள், அன்பளிப்புகள் இதெல்லாம் கிடைச்சபோது உனக்கும் சந்தோஷமாத்தானே இருந்தது! இப்பத்தான் இப்படியும் நடக்கும்ங்கிறதுக்கு ஒரு அனுபவம் கிடைச்சிருக்கு. இது ஒரு அறிவுதானே?" என்று சிரித்தார் சிங்காரம்.

அடுத்த நாள் காலைப் பத்திரிகையில் படித்துத்தான் அந்தப் பொது நிகழ்ச்சியில் நடந்த கலவரங்களையும் திட்டமிட்ட பயங்கரச் சதிகளையும் படித்து அறிந்தனர் சிங்காரமும் அவரது மனைவியும். ஏதோ நல்விதியால் சிங்காரத்தின் முகத்தில் அழுகிய முட்டை வீசப்பட்டிருக்கிறது. அக்கினித் திராவகம் நிரம்பிய முட்டைகள் அங்கே வீசப்பட்டனவாம். அதை அறிந்தபோது சிங்காரத்தின் மனைவி மெய்யாகவே அச்சத்தால் அதிர்ந்து போனாள்.

"இனிமேல் மேடையில் பேசுவதென்றால் 'ஹெல்மெட்' அணிந்துகொள்ள வேண்டும்... இல்லாவிட்டால் பாதுகாப்புக்கு

என்ன வழி?" என்று அவர் கேட்டது கிண்டல் மட்டுமல்ல... அர்த்தமுடையதும் கூட என்று தோன்றியது அம்மணிக்கு.

"நமக்கேன் வம்பு? இதுக்கெல்லாம் இனிமேல் போக வேண்டாம்" என்று தீர்மானமாகக் கூறினாள் அவள்.

"சீ... சீ... அது கோழைத்தனம்" என்று கூறியவாறே பத்திரிகை யில் பார்வையை ஓடவிட்டுக் கொண்டிருந்த அவர் கண்களில் அந்தச் செய்தி பளிச்சென்று பட்டது. 'இந்தியப் பிரமுகர்களைக் கொலை செய்யத் தற்கொலைப் படை' என்ற தலைப்பைப் பார்த்து அந்தப் பட்டியலில் தனது பெயர் இருக்கிறதா என்று தேடினார் சிங்காரம். தெளிவாக இருந்தது: "சிங்கம் என்ற புனைபெயரில் எழுதி வரும் பிரபல எழுத்தாளரும் அரசியல் விமர்சகருமான சிங்காரம்'– ஆம், வேறு எந்தச் சிங்காரமோ என்று சொல்லித் தப்பித்துக் கொள்ள முடியாது.

"ஐயையோ, என்னங்க இது? எனக்குப் பயமா இருக்கே" என்று அலறினாள் அம்மாள்.

●●●

"எனக்கு மட்டும் என்ன, பயம் இல்லாமலா இருக்கு?" என்று மெல்லிய குரலில் முனகிக் கொண்ட சிங்காரம், தன் உயிருக்குப் பாதுகாப்புத் தரும்படி யாரிடம் கேட்பது என்று யோசித்தார். 'அரசாங்கத்திடமா? அரசாங்கமென்றால் எந்த அரசாங்கம்? மத்திய அரசாங்கமா, மாநில அரசாங்கமா? எல்லா அரசாங்கத்தையும் இவர் சகட்டு மேனிக்கு விமர்சித்து விளாசி வருகிறாரே! அதனால் என்ன? தன்னைப் போன்ற சமூகத்தின் மதிப்புக்குரிய ஓர் அறிவு ஜீவியின் உயிருக்குப் பாதுகாப்புத் தரவேண்டியது எல்லோருடைய கடமையும்தானே?' என்று யோசித்துக் கொண்டிருக்கும்போது டெலிபோன் மணி அடித்தது.

அந்தத் திடீர் ஓசையைக் கேட்டு அவரது மனைவி பேயறைந் ததுபோல் விழித்தாள். "ஒன்றுமில்லை... நம்ப வீட்டு டெலிபோன் தான்" என்று கூறியபடி ரிஸீவரை எடுத்தார்.

"ஹலோ... யாரு?... போலீஸ் கமிஷனர் ஆபீஸிலேருந்தா... சொல்லுங்க... நானே டெலிபோன் பண்ணனும்னு இருந்தேன்... ஆமாம்... பத்திரிகையிலே படிச்சேன்... ரொம்ப நன்றி!... உங்க கடமையை நீங்க செய்ய வேண்டாமா?... அனுப்பி வையுங்க... அட்ரஸ் வேணுமா?... சொல்றேன் எழுதிக்குங்க..." என்று தனது முழு விலாசத்தையும் டெலிபோனில் சொல்லிக் கொண்டிருந்

தைப் பார்த்து அவரது மனைவி நினைத்துக் கொண்டாள்: 'எங்கோ இருந்து நம்மைக் கொல்ல வருகிற எதிராளிக்குத் தெரிகிற நமது விலாசம் இங்கே இருந்து நம்மைக் காப்பாத்த வர்ற போலீஸுக்குத் தெரியாதாமே! என்ன கூத்தோ?' என்று மோவாயில் கைவைத்துக் கொண்டாள்.

சிங்காரத்தின் வீட்டு வாசலில் ஒரு போலீஸ் ஜீப் வந்து நின்றது. ஆயுதம் தரித்த இரண்டு காவலர்கள் அந்த வீட்டின் முன்புறத்தில் நிறுத்தப்பட்டார்கள். தனது உயிரைக் காப்பாற்றுவதற்காக ஆயுதம் தரித்த இரண்டு காவலர்கள் தன் வீட்டு வாசலில் நிற்பது சிங்காரத்துக்குத் தைரியத்துடன் கூடச் சற்று பெருமிதமாகவும் இருந்தது. சிங்காரத்தின் கார் வெளியில் புறப்பட்டால் அவரது காருக்கு முன்னால் காவல் துறை ஜீப் ஒன்று பாதுகாப்புக்காகக் கூடவே சென்றது. அவர் பேசும் கூட்டங்களுக்கு பலத்த போலீஸ் பந்தோபஸ்து தரப்பட்டது, கூட்டத்துக்கு வருகிற மக்களையெல்லாம் 'மெட்டல் டிடக்டர்' வைத்துச் சோதித்த பின் போலீஸார் அனுமதித்தார்கள். 'அது சரி... மெட்டல் டிடக்டர், முட்டையைக் கண்டு பிடிக்குமோ?' என்ற சந்தேகமும் அவருக்கு எழுந்தது. அவர் வீட்டில் இல்லாத போது கூட அவர் வீட்டைப் பாதுகாத்து போலீஸ்காரர்கள் நின்றிருந்தனர். 'அது ஏன்?' என்று அவர் மனைவி விசாரித்தபோது அவர் ஆழ்ந்து யோசித்துப் பதில் சொன்னார்: "பின் என்ன? என் உயிருக்கு ஆபத்து என்றால் உன் உயிருக்கும்தான். நீ என் இனிய பாதியாயிற்றே! இது கூடவா போலீஸ்காரர்களுக்குத் தெரியாது?"

"ஒவ்வொரு தடவையும் நம்ப தோட்டத்து வாழை மரம் குலை தள்றதைத்தான் பார்த்திருக்கோம். ஆனால் ஒவ்வொரு தடவையும் அது திருடு போயிடறது. இந்தத் தடவை வாழை குலை தள்ளியிருக்கு. ஆனால், நிச்சயம் திருடு போகாது. உங்களுக்கும் எனக்கும் மட்டுமில்லே, நம்ப வாழைமரத்துக்கும் காவல்தான்" என்று திருப்திப் பட்டுக் கொண்டாள் அவரது மனைவி.

"அது சரி.. தற்கொலைப் படைவர்றதாகச் சொன்னாங்களே, அது என்ன ஆச்சாம்?" என்று ஒரு நாள் திடீரென்று புருஷனிடம் கேட்டாள் மனைவி. அது குறித்து ஆழ்ந்து யோசித்துச் சிங்காரம் பதில் சொன்னார். "அவங்க கொலை பண்ணத்தான் வருவாங்க; அது முடியலைன்னா தற்கொலை பண்ணிக்குவாங்க. அந்தச் செய்தி வர்றவரைக்கும் நமக்குக் காவல் உண்டு; கவலைப்படாதே!"

நாட்கள் ஆயின. வாழைக் குலையையும் வெட்டி, பூவாக, காயாக, தண்டாக எல்லாம் கறி சமைத்து உண்டதற்குச் சிங்காரம் தம்பதியினர் காவல் துறைக்கு ஆத்மார்த்தமாகப் பெரும் நன்றி தெரிவித்துக் கொண்டனர். ஆனால், அந்தத் தற்கொலைப் படையினர் வந்தது பற்றியோ, வராதது பற்றியோ, தற்கொலை செய்து கொண்டது பற்றியோ செய்திகள் ஏதும் வராததால், சிங்காரத்துக்கும் அவரது வீட்டுக்கும் போலீஸ் காவல் தொடர்ந்து நீடித்தது.

போலீஸ்காரர்களும் வீட்டுக்கு ரொம்பவும் பழக்கமாகி விட்டார்கள். சிங்காரத்தின் சகதர்மிணி அவர்களுக்குக் காபி தந்து ரொம்பவும் மனிதாபிமானத்தோடு நடந்து கொண்டாள். அவர்களும் தெருவில் காய்கறி வண்டி போனால் கூப்பிடுவதற்கும், தபால் வந்தால் வாங்கி வைப்பதற்கும் வீட்டுக்கு ரொம்பவும் வேண்டியவர்களாகி விட்டார்கள். ஏற்கனவே அதற்கென்று அவர் வீட்டில் நியமிக்கப்பட்டிருந்த ஒரு வேலையாள் இப்போது ஆயுதம் தரித்த போலீஸ் காவலர்களின் பாதுகாவலுடன் இரவிலும் பகலிலும் நிம்மதியாகத் தூங்கிக் கொண்டிருந்தான்; அல்லது போலீஸ்காரர்கள்தான் இருக்கிறார்களே என்ற தைரியத்தில் எங்காவது ஊர் சுற்றிக் கொண்டிருந்தான்.

அப்படித்தான்... அன்று நாள் முழுவதும் வீட்டு வேலைக்காரனைக் காணோம். காலையிலிருந்து மழை பெய்து கொண்டிருக்கிறது. மாலை ஏழு மணியாகியும் வேலைக்காரனைக் காணவில்லை. மழைக்குப் பயந்து போலீஸ்காரர்கள் கார்ஷெட் மூலையில் அமர்ந்திருந்தனர். அவர்களின் நிலையைப் பார்த்துப் பரிதாபப்பட்ட சிங்காரம், தனக்குக் காபி கொடுக்க வந்த மனைவியிடம் அவர்களுக்கும் தரும்படிக் கூறினார்.

"அதுக்குத்தான் பார்த்தால் இந்தத் தடியனைக் காணோமே..." என்று வேலைக்காரனைத் தேடினாள் அம்மா. "அதனாலென்ன... நானே கொடுத்துவிட்டு வருகிறேன்" என்று காபியைக் குடித்து விட்டுத் தானே போய் போலீஸ்காரர்களுக்குக் காபி கொடுத்து விட்டு வந்தார் சிங்காரம்.

தோட்டத்து மாட்டுக் கொட்டிலிலிருந்து பசுமாடு குரலெடுத்துக் கத்தியது. மறுபடியும் 'அந்தத் தடியனை'க் காணாததற்கு ஒருமுறை வைது தீர்த்தாள் அம்மாள். "பசுவுக்குத் தீனி வைக்க வேண்டும்... இடம் மாற்றிக்கட்ட வேண்டும்... இதுக்குமா போலீஸ் காரர்களைக் கூப்பிட முடியும்" என்று மனைவி அலுத்துக் கொண்

டதும், 'அதற்கென்ன?... வீட்டில் சும்மாதானே இருக்கிறேன்" என்று தாமே குடையையும் ராந்தல் விளக்கையும் எடுத்துக் கொண்டு மழையில் புறப்பட்டார் சிங்காரம்.

அவர் போனதைக் கவனிக்காத அவரது மனைவி அடுக்களையில் வேலையில் ஆழ்ந்து போனாள்.

சற்று நேரத்துக்கெல்லாம் மாட்டுக் கொட்டிலிலிருந்து மரண ஓலம் போல் ஒரு பயங்கர அலறல் கேட்டது. வீட்டு முன்புறத்தில் குந்தியிருந்த காவலர்கள் ஆயுதங்களை ஏந்தியவாறு 'டார்ச்' லைட்டை அடித்துக் கொண்டு பின்புறத் தோட்டத்துக்குள் ஓடினர்; நான்கு புறமும் தேடிப் பார்த்தனர். மனிதர்கள் யாரையும் காணோம்...

மாட்டுத் தொழுவத்தில் குடையும் ராந்தலும் ஒரு புறமும், குடல் சரிய ரத்த வெள்ளத்தில் வீழ்ந்து கிடக்கும் திரு. சிங்காரம் அவர்களை இன்னொரு புறமும், மிரண்டு போய் மறுபடியும் பாய்வதற்குத் தயாராகச் சீறி நிற்கும் அந்தப் பசுவை மறுபுறமும் கண்டு, 'இதில் சதிவேலையோ, எதிரிகளின் தாக்குதலோ ஏதும் இல்லை' என்று ஒரு நொடியில் போலீஸார் உணர்ந்தனர். ஆனாலும் தங்கள் பாதுகாப்பில் இருந்த அவர் உயிருக்கு ஆபத்து நேர்ந்து விட்டதல்லவா! எனவே அரைப் பாதுகாக்க வேண்டிய பொறுப்பும் தங்களுக்கு உண்டு அல்லவா!– என்று கடமை யுணர்வோடு யோசித்துச் செயல்பட்டனர்.

ரத்தம் சொட்டச் சொட்ட இரண்டு காவலர்களும் அவரைத் தூக்கிக் கொண்டு உள்ளே வந்தபோது அந்தக் கோலத்தைப் பார்த்த அவரது மனைவி அலறினாள்: "அந்தத் தற்கொலைப் படைப் பாவிகள் இவ்வளவு காவலையும் மீறி வந்து இப்படிப் பண்ணிட்டாங்களே!"

"அப்படியெல்லாம் ஒன்றும் நடக்கவில்லை: இந்த வீட்டுப் பசுமாடுதான் அவரை முட்டிவிட்டது" என்று அவளுக்கு உணர்த்துவதற்குப் போலீஸ்காரர்கள் அரும்பாடு பட்டனர். கடமை உணர்ச்சிப்படி ஒரு காவலரை அவரது உடலுக்குக் காவலாக வைத்துவிட்டு, இன்னொரு காவலர் டாக்டரை அழைத்து வர ஓடினார்.

"வளர்த்த கடாதான் மார்பில் பாயும்னு சொல்லுவாங்க; இந்த நாசமாய்ப் போன பசு..." என்று அந்தப் பசுவைச் சபித்துக் கொண்டு புலம்பி அழுதாள் அவர் மனைவி,

வயிற்றிலிருந்த ரத்தம் மட்டுமல்ல, உடலிலிருந்து உயிரும் போய்க் கொண்டிருப்பதை சிங்காரம் உணர்ந்தார்.

"ஐயா போலீஸ்காரரே! நீங்களும் கேட்டுக்குங்க. எந்த உயிரும்—கோழி முட்டை கூட... அதுவும் உயிர் தானே?—எல்லா உயிரும் வருவதற்கு ஒரே ஒரு வழி தான் உண்டு; போவதற்கு இன்ன வழிதானென்று சொல்ல முடியுமா? எத்தனையோ வழிகள்! அந்த நேரம் வந்தால், புலிதான் கொல்லணும்ங் கிறதில்லே; ஒரு பசுகூட உயிருக்கு எமனாகி விடும்! அது ஒரு கருவி தானே!" என்று கூறிச் சிரித்தார்.

மெய்யாகவே அவரது வார்த்தைகள் அந்த போலீஸ்காரருக்கு ஞானவாசகங்களாகப் பட்டன. அதே நேரத்தில் அவரது திறந்திருந்த கண்களின் முன்னால் வெளிச்சம் மங்கி மெள்ள மெள்ள இருள் படர ஆரம்பித்தது...

அவரது உடலுக்குக் காவலாக அந்தக் காவலர் நின்றிருந்தார்.

மனைவி கதறி அழுது கொண்டிருந்தாள்.

மாட்டுக் கொட்டிலில் பாவம், அந்தப் பசு சாவதானமாக அசை போட்டவாறு நின்றிருந்தது

இந்தியா டுடே, 1990

## பால் வடியும் முகம்

"கிருஷ்ணா... கிருஷ்ணா... கிருஷ்ணா..." என்ற கூவியவாறு பிரயாணிகள் கூட்டத்தில் முண்டியடித்துக் கொண்டு, அந்த பஸ் பூராவும் தேடி, கிருஷ்ணனைக் காணாமல், பஸ்ஸின் முன்புற வழியாகக் கீழே இறங்கி நின்று, அந்த பஸ் ஸ்டாண்டு நெரிசலில் எங்கேயாவது கிருஷ்ணன் இருக்கிறானா என்று நாலுபுறமும் பார்வையால் துழாவினார் அம்பலவாணர்.

கிருஷ்ணனை எங்கே காணோம்!

'எங்கே போயிருப்பான்? பஸ்ஸில் இருக்கை பிடித்து வைப்பதாக இந்த பஸ்ஸில்தானே ஏறினான்?... ஒருவேளை இடம் பிடித்து ஏதாவது ஒரு இருக்கையில் சற்றுமுன் அவரிடமிருந்து வாங்கிய அந்தக் கைப் பையை வைத்துவிட்டுத் தன்னை எங்கே யாவது தேடிக்கொண்டு நிற்கிறானோ' என்று ஊர்ஜிதம் செய்து கொள்வதற்காக அந்த பஸ்ஸில் மறுபடி ஏறித் தமது கைப்பை எங்கேயாவது இருக்கிறதா என்று இன்னொரு முறையும் தேடிப் பார்த்தார்; கைப் பையையும் காணோம்!... கிருஷ்ணனையும் காணோம்.

பஸ் புறப்படத் தயாராகிவிட்டது. அம்பலவாணருக்குப் பஸ்ஸை விட்டு இறங்குவதா? பயணத்தைத் தொடருவதா? என்று தீர்மானிக்க முடியவில்லை. பாவம், ஒருவேளை அந்தப் பையன் கைப்பையோடு தனக்காகக் காத்திருந்தால்...? என்ற எண்ணம் வந்ததும் பால்வடியும் அவன் முகம் அவர் நினைவில் வந்து, 'இங்கேதான் இருப்பான்' என்ற நம்பிக்கையோடு பஸ்ஸிலிருந்து அவரை இறங்க வைத்தது.

அந்தப் பாண்டிச்சேரி பஸ் புறப்பட்டு விட்டது. அடுத்த பஸ்ஸுக்கு இன்னும் ஒரு மணி நேரமாவது ஆகும்.

'கிருஷ்ணா கிருஷ்ணா' என்று மனத்தில் ஜபித்தவாறு சற்று முன்னர்தான் அந்தப் பஸ் ஸ்டாண்டில் பரிச்சயமான கிருஷ்ணனை– பார்த்த மாத்திரத்தில் தன் மனத்தைக் கவர்ந்த அந்தப் பால்வடியும் முகம் ஒன்றையே அடையாளமாகக் கொண்டு தேடித் தேடி ஓய்ந்து, 'ஒருவேளை ஓடிவிட்டானோ?...

ஏமாற்றிவிட்டானோ?... பையை நான் பறிகொடுத்து விட்டேனோ?... ஐயோ, அதில் நாலாயிரம் ரூபாய் பணம் இருந்ததே... சீசீ... அவன் முகத்தைப் பார்த்தபோது அப்படித் தோன்றவில்லையே!...' என்று பலவாறு யோசித்து, 'ஆம்; ஏமாந்துதான் விட்டோம்!... ' என்று தீர்மானமான ஒரு முடிவுக்கு வந்தவுடன் அவர் உடல் ஒருமுறை வியர்த்தது. மேல் துண்டால் வியர்வையைத் துடைத்துவிட்டுக் கொண்டார். சற்றுத் தள்ளி ஒரு மர நிழலில் இருந்த சிமெண்ட் பெஞ்சில் போய்த் தன்னந்தனியாய் அமர்ந்து கொண்டார். அவர் கண்முன் அந்தப் பால் வடியும் முகத்தின் நினைவுத் தோற்றம் தெரிந்து கொண்டே இருந்தது.

'நல்ல பையன்... என்னுடைய வாசகன்... என்று நம்பினேனே' என்று மனத்துள் சொல்லிக் கொண்ட போது அவருக்குத் தன் மீது ஒரு பரிதாப உணர்ச்சி தோன்றியது; அவமானமாக இருந்தது; அழுகைகூட வந்தது...

தமது இந்த நிலைமையை, தம்மைப் பற்றி யோசித்து, 'சீ, நான் அழக்கூடாது' என்று சமாளித்துக் கொண்டார். அவரது உணர்ச்சி, ஏதோ நாலாயிரம் ரூபாய் பணம் போய் விட்டதே என்பது குறித்து அல்ல; பெரிதாயினும் சிறிதாயினும் ஒரு நம்பிக்கை சிதறுகிறபோது மனிதருக்கு ஏற்படும் அந்த உணர்ச்சிக்கு வார்த்தை இல்லை. சிலருக்கு அந்த அனுபவத்தில் ஞானமே சித்தித்துவிடும். நல்ல வேளை, அம்பலவாணர் அதனால் மனம் பேதலித்து விடவில்லை... 'இனி, என்ன செய்வது?' என்று யோசிக்கலானார்...

'அழகிய சிங்கன்' என்ற புனை பெயரில் எழுத்தாளராக, மேடைப் பேச்சாளராக, பட்டி மன்ற நடுவராக, இன்னும் பலப்பல துறைகளில் சமன் செய்து சீர்தூக்கும் பண்பிற் சான்றோராகப் பிரபலமாக விளங்கியவரும் நமது எண்ணற்ற சமூகப் பெரியார் களில் தானும் ஒருவர் என்ற எண்ணத்தால் இரும்பூதெய்தி, எப்போதும் தலைநிமிர்ந்து ஏறுநடை போடுவது அவர் இயல்பு. தமிழகமெங்கும் அவர் பெயர் சொன்னால் 'எங்கே?' என்று விழி யுயர்த்தி ஆர்வத்தோடு அவரைப் பார்க்க விரும்புகிற கூட்டத்தினர் மட்டுமல்லாது, அவரை வரவேற்கவும் உபசரிக்கவும், ஒரு பொழுதேனும் அவரோடு உரையாடி உடனிருக்கவும், தவம்கிடக்கிற இலக்கிய அபிமானிகளும் ஏராளமானோர் உண்டு. எப்போதும் அவரோடு சீட கோடிகள் போல் நண்பர்கள் சூழ்ந்திருப்பர். அவரது கைப்பையை அவர் சுமப்பது அபூர்வம்! அதைச் சுமந்து வருவதே தனது பாக்கியம் என்று எண்ணுகிற பண்பார்ந்த சீடர்களும் அவருக்கு உண்டு.

அத்தகு அவரது இலக்கிய நண்பர்கள் முன்கூட்டிய திட்டத்தோடு தமிழகத்தின் பல்வேறு இடங்களிலும் அடிக்கடி கூடி இலக்கிய சந்திப்பு நிகழ்த்துவர். அநேகமாக ஒவ்வொரு மாதமும் பௌர்ணமியன்று அந்தச் சந்திப்பு நிகழும். அப்படி ஒரு சந்திப்பு பாண்டிச்சேரி கடற்கரை நிலவொளியில் இன்று நிகழ்வதாக ஏற்பாடு. நண்பர்கள் அனைவரும் முன்கூட்டியே சென்று காத்துக் கொண்டிருப்பர். அம்பலவாணருக்குப் பாண்டிச்சேரியில் ஒரு சொந்தக் காரியமும் இருந்தது. ஒரு பாண்டிச்சேரி நண்பரிடம் கைமாற்றாகப் பெற்றிருந்த மூவாயிரம் ரூபாயையும் இந்தச் சந்தர்ப்பத்தில் கொண்டு போய்க் கொடுத்துவிடலாமே என்ற தீர்மானத்தில் வங்கிக்குப் போய்ப் பணம் எடுத்துக் கொண்டுவர நேரமாயிற்று. வழக்கமாக உடன் வருகிற நண்பர்கள் முன் பஸ்ஸில் போயிருக்கிறார்கள். 'என்ன... சில மணிநேரப் பிரயாணம்தானே... தனியாகவே இன்னொரு பஸ்ஸில் போய்ச் சேர்ந்து கொள்ளலாமே' என்ற எண்ணத்தில் பஸ் ஸ்டாண்டுக்கு வந்தபோது, "ஐயா, வணக்கம்" என்றவாறு சற்றுமுன்தான் அவரை எதிர்ப்பட்டான் அந்தக் கிருஷ்ணன். அம்பலவாணருக்குத்தான் எல்லாரையும் தெரிந்திருக்க முடியாது; அவரைத் தெரியாதவர்கள் உண்டோ? அவனுக்கு அவரைத் தெரிந்திருந்தது. அவரது எழுத்தின் மீதும் அவரது கருத்துக்களின் மீதும் பேரபிமானம் உடையவன் என்று அவன் தன்னை அறிமுகப்படுத்திக் கொண்டான். அவனது இளமையும், தீட்சண்யமும், பால் வடியும் அந்த முகமும் பார்த்த மாத்திரத்தில் அவனைத் தமது பரமார்த்த ரசிகர்களில் ஒருவனாக ஏற்றுக் கொள்ளுமாறு அவரைப் பணித்தன போலும்!

பாண்டிச்சேரி- இலக்கிய சந்திப்பு நண்பர்கள் கூட்டம் என்றெல்லாம் அறிந்து கொண்ட பின்னர்தான், தனக்கும் சொந்த ஊர் பாண்டிச்சேரி என்று அவன் கூறியிருக்க வேண்டும் என்று இப்போது தோன்றியது அம்பலவாணருக்கு.

"தன் பெயர் கிருஷ்ணன் என்று அவன் கூறிக் கொண்டது கூட ஒரு பொய்யோ? என்றும் தோன்றியது. அவன் பாண்டிச்சேரியிலிருந்து ஏதோ காரியமாக இங்கு வந்ததாகவும் திரும்பிச் செல்வதற்கு டிக்கட் பணத்தில் கொஞ்சம் குறைவதாகவும் தனக்கும் சேர்த்துப் பாண்டிச்சேரி வரை ஒரு டிக்கட் எடுத்தால் அங்கு சென்றவுடன் நன்றியுடன் அதைத் திரும்பத் தருவதாகவும் அவன் வேண்டிக் கொண்டவிதத்தில் மனம் நெகிழ்ந்து போனார் அம்பல வாணர். "அதற்கென்ன தம்பி... நானே இரண்டு டிக்கட் எடுத்துவிடுகிறேன்..." துணைக்கும் கைப்பையைத் தூக்கிக் கொள்

வதற்கும் எதிர்பாராமல் ஓர் ஆள் கிடைத்த மகிழ்ச்சி அவருக்கு! கற்றோருக்குச் சென்ற இடமெல்லாம் சிறப்பில்லையா!...

"டிக்கட் எங்கே வாங்கணும்?"

"பஸ்ஸிலேதான் டிக்கட் தருவாங்க... கூட்டத்திலே முண்டி யடிச்சு ஏறி இடத்தைப் பிடிச்சுக்கணும் முதல்லே... இங்கேதான் பஸ் வந்து நிற்கும்" என்று அம்பலவாணரைச் சற்றுத் தள்ளி அழைத்துக் கொண்டு போனான் கிருஷ்ணன். அங்கிருந்த ஒரு பெஞ்சின் மீது கைப்பையை வைத்துத் திறந்து, அதனுள்ளிருந்த கவரில் இருந்த கரன்ஸி நோட்டுகளில் ஒன்றை உருவிச் சட்டைப் பையில் வைத்துக் கொண்டு கைப்பையை மூடிக் கிருஷ்ணனிடம் கொடுத்தார் அம்பலவாணர்.

சற்று நேரத்தில் பஸ் வந்தது. எல்லாரும் முண்டியடித்து ஏறினார்கள்.

"ஐயா தாங்கள் இப்படி உட்கார்ந்திருங்கள். நான் போய் இடம் பிடித்து வைத்துக் கொண்டு உங்களை அழைக்கிறேன்" என்று அம்பலவாணரைச் சிமெண்ட் பெஞ்சில் உட்கார வைத்து விட்டுக் கையில் இருந்த பையுடன் கூட்டத்தில் முண்டியடித்துக் கொண்டு பஸ்ஸில் இடம் பிடிக்க ஏறினான் கிருஷ்ணன்.

'நல்லவேளை, உதவிக்கு ஓர் ஆள் கிடைத்தான். இல்லா விட்டால் இந்தக் கூட்டத்தைச் சமாளித்து, பஸ்ஸில் ஏறி இடம் பிடிக்க நம்மால் முடியுமா?' என்று கிருஷ்ணனின் எதிர்பாராத உதவிக்காக மனநிறைவு கொண்டார் அம்பலவாணர்.

அந்தப் பால் வடியும் முகத்தைக் கடைசியாகப் பார்த்தது அப்போதுதான்...

அரைமணி நேரமாகச் சிமெண்ட் பெஞ்சில் உட்கார்ந்திருந் தார். நல்லவேளையாக டிக்கெட்டுக்காக எடுத்து வைத்திருந்த நூறுரூபாய் நோட்டு பாக்கெட்டில் இருந்தது. கைப்பையில் பணம் தவிர மாற்றுத் துணிமணிகளும் இருந்தன. இப்போது ஒன்றும் குடி முழுகிப் போய்விடவில்லை. அடுத்த பஸ் வந்தவுடன் திட்ட மிட்டபடி பாண்டிச்சேரிக்குப் போக வேண்டியதுதான்.

'என்னமோ தோணித்து... திடீரென்று புறப்பட்டு வந்து விட்டேன்' என்று சொல்லிவிடலாம். இந்த அவமானத்தை, அசட்டுத்தனத்தை யாரிடமும் சொல்லிச் சிரிப்புக்கு ஆளாகிவிடக் கூடாது' என்றெல்லாம் ஒரு தீர்மானத்துக்கு வந்தாலும் அவர் மனக்கண்ணில் அடிக்கடி அந்தப் பால் வடியும் முகம் தோன்றித்

தோன்றி, அந்த நம்பிக்கைத் துரோகத்தை நினைவுபடுத்தி அடிக்கடி அவரைப் பெருமூச்செறிய வைத்தது.

பஸ் வந்தது. துண்டை உதறித் தோளில் போட்டுக் கொண்டு புறப்பட்டார் அம்பலவாணர்.

• • •

**இ**ந்த முறை இலக்கிய சந்திப்பு, நிலவொளியில் கடற்கரையில் மிக உற்சாகமாக நிகழ்ந்தேறியது. அவற்றின் நடுநாயகமாக விளங்கிய அம்பலவாணர் அந்த உல்லாசத்திலும் உற்சாகத்திலும் என்னதான் மிகுந்த ஈடுபாட்டோடு கலந்து கொள்ள முயன்றாலும் அந்த நண்பர்கள் அவரை வானளாவப் புகழ்ந்து பாராட்டுகிற போதெல்லாம் இன்று பகற்பொழுதில் நிகழ்ந்த தமது இளிச்ச வாய்த் தனத்தை எண்ணியெண்ணி அவர் மனம் குமைந்து கொண்டே இருந்தது. ஏதோ ஒப்புக்காக மகிழ்ந்து இருப்பது போல் காட்டிக் கொண்டார் என்பதுதான் உண்மை.

ஊர் திரும்பி வீட்டுக்கு வந்த அம்பலவாணர், "பை எங்கே?" என்று கேட்ட சகதர்மிணியிடம் 'ஊரில் மறந்து வைத்து விட்டதாகவும் பிறகு வருகிற நண்பர்கள் யாராவது கொண்டு வருவார்கள்' என்றும் அசட்டையாகச் சொல்லித் தப்பித்துக் கொண்டார். அவருள் அடிக்கடி தோன்றிச் சிரிக்கும் அந்தக் கிருஷ்ணனின் பால் வடியும் முகத்தை அவரால் மறக்க முடிய வில்லை; அவர் மறக்க முயலவும் இல்லை.

ஒருநாள் அம்பலவாணருக்குக் கிருஷ்ணனிடமிருந்து ஒரு கடிதம் வந்தது.

'அன்புள்ள ஐயா,

உங்கள் உயரிய நம்பிக்கைக்கு இழைத்த துரோகத்துக்கு மன்னிக்கவும். நான் உங்களைக் கண்டதில் பெருமிதம் கொண்டதும் உங்கள் உதவியோடு– மனம் வெறுத்து நான் உதறிவிட்டு வந்த என் பெற்றோர்களிடம் திரும்பிச் செல்லுவதென்று தீர்மானித்ததும் சத்தியம். ஆனால் நீங்கள் எதற்காகவோ கைப்பையைத் திறந்தபோது அதில் இருந்த பணம் ஒரு நொடியில் என் மனத்தைச் சலனப்படுத்தி விட்டது. ஒருவரின் நம்பிக்கைக்குப் புறம்பாக நடந்து கொள்பவர்களெல்லாம் துரோகம் செய்பவர்கள் அல்ல என்பதைப் பணிவோடு தெரிவித்துக் கொள்கிறேன். உங்களிடமிருந்து நான் அபகரித்துக் கொண்டு வந்த அந்தப் பெரும் தொகை என் எதிர்கால வாழ்க்கைக்கு ஒரு அஸ்திவாரமாகும்.

உங்கள் உடமைகளை உங்கள் நினைவாகப் பயபக்தியோடு என் வசம் பாதுகாத்து வைத்திருக்கிறேன். என் பெற்றோரின் உழைப்பையும் ஊதியத்தையும் தின்று வளர்ந்து என்னை உருவாக்கிக் கொண்டிருக்கிற நான், அவர்களுக்குப் பயன்பட முடியாமல் வாழ்வது குறித்த விரக்தியினால் அவர்களிடம் கோபித்துக் கொண்டதாகப் பேர் பண்ணிவிட்டு ஓடிவந்து விட்டேன். அவர்களும் என்னை ஒரு நம்பிக்கைத் துரோகி என்றே கருதிச் சபிப்பர். ஆனால் நான் அவர்களை நன்றி யோடு நினைத்தே வணங்குகிறேன். அந்த வணங்கத் தகுந்த வரிசையில் உங்களுக்கு முதலிடம் தந்துள்ளேன். என்னை ஆசீர்வதியுங்கள். என்றேனும் ஒருநாள் உங்கள் கைப் பையோடு உங்களிடம் நான்பட்ட கடனைப் பன்மடங்காய்த் திரும்பவும் கொண்டு வந்து தருவேன் என்று நம்புங்கள். இப்படியெல்லாம் எழுதினால் என் பெற்றோருக்குப் புரியாது. உங்கள் பேருள்ளத்துக்குப் புரியுமென்று நம்புகிறேன். இந் நேரம் என்னை நீங்கள் மன்னித்திருப்பீர்கள். எனினும் பையும், நீங்கள் நம்பிய அந்தப் பையனும் பறிபோய்விட்டதை உணர்ந்த அந்த வினாடியில் உங்கள் மனம் என்ன பாடு பட்டிருக்கும்! என்பதை எண்ணி நான் படும் பாட்டை யார் அறிவார்?

என்றும் மறவாத நன்றியுடன்,<br>
கிருஷ்ணன்

அம்பலவாணரின் கண்கள் குளமாயின... முகத்தில் மகிழ்ச்சி யும் பிரகாசமும் பொலிந்தது. தன்னை மறந்த லயத்தில் நாட்டைக் குறிஞ்சி ராகத்தில் குரலெடுத்துப் பாடினார்; "பால் வடியும் முகம் நினைந்து நினைந்தென் உள்ளம் பரவசம் மிகுவாகுதே... கண்ணா!"

அம்பலவாணருக்குக் குஷி பிறந்து விட்டது! இருக்காதா பின்னே?... அவர் மனத்தில் ஒரு கதை பிறந்து விட்டதே!

---

மங்களம், 1990

# ரிஷிபத்தினி

"மாசம் ஆயிரம் ரூபாயாம்... தேசம் பூரா சுத்தி வரதுக்கு ஃப்ரீ ரயில் பாஸாம்... முதல் வகுப்பாம்... கூட உதவிக்கு ஒருத்தரையும் கூட்டிக்கிட்டுப் போகலாமாம்... இந்தச் சலுகை ஆயுள் பரியந்தம் உண்டாம். ஆயுள் பரியந்தம் என்ன? சம்சாரம் இருந்தால் அவருக்கு அப்புறம் அவங்க ஆயுள் பரியந்தம் உண்டாம். அதுக்கும் மேலே தியாகிங்கிற பெருமை எல்லாருக்கும் தெரிய வருமாம்...

"பைத்தியக்காரத்தனமா, 'இதெல்லாம் எதிர்பார்த்து நான் அந்தக் காலத்திலே ஜெயிலுக்குப் போகலை'ன்னு சொல்லாதீர்... நாங்களெல்லாம் மட்டும் என்ன? இதையெல்லாம் எதிர்பார்த்தா செஞ்சோம்? தியாகத்தையும் தியாகிகளையும் மறந்துட்டால் தேசம் என்னய்யா ஆகறது? திங்கட்கிழமை யன்னிக்குத் தியாகிகள் சங்கக் கூட்டம் இருக்கு. நானே வந்து உம்மைக் கையோட இழுத்துக் கிட்டுப் போறேன். நீர் ஒண்ணும் பண்ண வேண்டாம்... வந்து அந்தப் பத்திரங்களிலே கையெழுத்துப் போட்டுட்டு வந்துடும்... போதும். திங்கட்கிழமை காலையிலே பத்து மணிக்குத் தயாரா இரும்" என்று கட்டளையிடுகிற தோரணையில் சொல்லிவிட்டுப் புறப்பட்டார் வந்தேமாதரம் ஐயர். அதுவரை அவரது யோசனையை மறுத்து எதிர்வாதம் பண்ணிக் கொண்டிருந்த சைக்கிள் கடை சாமியார், தாடியை நெருடியவாறு மௌனமானார். மௌனம் சம்மதத்துக்கு அடையாளம்தானே?

கடந்த அரை மணி நேரமாக ஐயருக்கும் சாமிக்கும் நடந்த சம்பாஷணையை அவர்களை விடவும் ஆர்வத்தோடு கவனித்த வாறே வழக்கமான தன் பணிகளில் ஈடுபட்டிருந்த வேலைக்காரி பொன்னம்மாள் கடைசியில் நிலவிய மௌனம் அவரது சம்மதம் என்று புரிந்துகொண்டு மகிழ்ச்சியோடு அடுப்படியில் இருந்தவாறே குடிசை வாசலில் அமர்ந்திருந்த சாமியாரைப் பார்த்தாள். இப்போதும்கூட அவரது மௌனம் தனது சம்மதத்தை மறுபரிசீலனை செய்வது போல்தான் இருந்தது.

'மாசம் ஆயிரம் ரூபா! ஒரு கையெழுத்துப் போட்டு வாங்கிக் கறதுக்கு என்ன கசக்குதா? இதுதான் சாமியார்த்தனம்ங்கறதா?

சாமியாருக்கு மட்டும் வயிறு கிடையாதா? எவ்வளவு நாளைக்குக் காயலாங் கடைக்குப் போகவேண்டிய இந்த சைக்கிளுங்களை ரிப்பேர் பண்ணிக்கிட்டே காலந்தள்ளறது?' என்று அவரைப்பற்றி யோசித்தவாறே குடிசைக்கு வெளியே வந்த பொன்னம்மாள் சாமி யாரிடம் சொன்னாள்:

"சாமி... நீங்களும் ஐயரும் பேசிக்கிட்டு இருந்ததைக் கேட்டுக் கிட்டுத்தான் இருந்தேன். நீங்க ரொம்பப் பெரியவரு... சாமியாரு... நான் உங்களுக்கு யோசனை சொல்லக் கூடாது... மாசம் ஆயிரம் ரூபா சாமி! விட்டுடாதீங்க..."

"எனக்கு எதுக்குப் பொன்னம்மா ஆயிரம் ரூபா? ஒரு வேளைச் சாப்பாட்டுக்கு உழைச்சுச் சம்பாதிக்க இந்தக் கைகால் போறாது? எனக்கு அதெல்லாம் வேணாம்!" என்று அவர் சொல்லிக் கொண்டிருக்கும் போதே இடைமறித்துச் சொன்னாள் பொன்னம்மா. "உங்களுக்கு வேணாம்... எனக்கு வேணும்" என்று விளையாட்டுப் போல் சொன்னவாறு ஈரக் கைகளைச் சேலைத் தலைப்பால் துடைத்தவாறே, இன்னும் பேச ஏதோ இருப்பது போல அவர் எதிரே வந்து உட்கார்ந்தாள் பொன்னம்மா.

அப்போது வாடகைக்குச் சைக்கிள் எடுப்பதற்காக யாரோ ஓர் ஆள் வந்தான். திண்ணையோரமாய் வரிசையாக நிறுத்தியிருந்த நான்கு சைக்கிள்களில் ஒன்றைக் காட்டி, "அந்தப் பச்சை வண்டியை எடுத்துக்குங்க!' என்று கூறியவாறே எழுந்துபோய் ஒரு நோட்டுப் புத்தகத்தில் அவன் பெயர், வண்டியை எடுத்துக் கொண்டு போன நேரம் ஆகியவற்றைக் குறித்த பின் அவனிடம் கையெழுத்து வாங்கிக் கொண்டார். அவன் போனபின் வழக்கம் போல்– அந்தச் சைக்கிள் கடையாகிய குடிசையின் இன்னொரு திண்ணையில் உட்கார்ந்து கொண்டார்.

சிறிது நேர யோசனைக்குப் பிறகு மறுபடியும், பொன்னம் மாளே அவரிடம் பேச்சுக் கொடுத்தாள்: "என்ன சாமி... நான் சொன்னேனே... பணம் உங்களுக்கு வேண்டாட்டியும் எனக்கு வேணும்னு..."

"இன்னும் நீ போகலியா?" என்பதுபோல் பொன்னம்மாளை ஏறிட்டுப் பார்த்த சாமியார், "அந்தப் பணம் உனக்கு வேணும்னா நீ என்னைக் கல்யாணம் கட்டிக்கிட்டாத்தான் முடியும்" என்று விளையாட்டாகக் கூறிச் சிரித்தார்.

இதில் விளையாட்டென்ன, சிரிப்பென்ன, – என்பது போல் பதிலுக்குச் சிரிக்காமல், நாணாமல், கோணாமல், அவர்மீது வைத்த

கண் மாறாமல், அவரையே பார்த்துக் கொண்டிருந்தாள் பொன் னம்மாள்.

அந்த நேரம் சைக்கிள் எடுத்துக் கொண்டு போன ஆள் திரும்பி வந்தான்: "என்ன சாமி! காத்து எறங்கற வண்டியைக் குடுத்துட்டீங்களே?" என்றவாறே அவன் நிறுத்திய சைக்கிளைப் பார்த்தார். முன்சக்கர வால்விலிருந்து 'புஸ்'ஸென்று காற்று போய்க் கொண்டிருந்தது.

"ட்யூப் பழசாப் போயிடுச்சு. மாத்தணும். இந்த வண்டியை எடுத்துக் கொண்டு போங்க" என்று இன்னொரு வண்டியை மாற்றிக் கொடுத்துவிட்டு, அந்தச் சைக்கிளின் டியூபைக் கழற்றிப் பழுது பார்க்கும் பணியில் ஈடுபட்டார் சாமியார். அந்த டியூபைக் கழற்றி, வேறொரு புதிய டியூபை மாட்டி, காற்றடித்து அந்த வேலைகளையெல்லாம் செய்து முடிக்கிறவரை அவரையே பார்த்தவாறு எண்ணாத எண்ணங்களெல்லாம் எண்ணிக் கொண் டிருந்தாள் பொன்னம்மா.

இந்தச் சாமியார் ஒரு அநாதை. இவளும் ஒரு அநாதை!

பொன்னம்மாளுக்கு முப்பத்தைந்து வயதாகிறது. இதே தெரு வில் கடைசி வீடு. ஒரு குடிசைப் பகுதியில் தனியே இட்டிலி சுட்டு வியாபாரம் செய்து வாழ்க்கை நடத்துகிறவள். அவளுக்குக் கல்யாணமெல்லாம் ஆகவில்லை. ஆனாலும் அவளுக்குப் பத்து வயதில் ஒரு பெண் குழந்தை இருப்பதும், அந்தக் குழந்தையை அவள் யார் தயவிலோ ஏதோ ஒரு விடுதியில் சேர்த்துப் படிக்க வைத்துக் கொண்டிருப்பதும் அவளை அறிந்த நெருக்கமான அனைவருக்கும் தெரியும். சாமியார் எப்போதாவது அந்தக் குழந்தையைப் பற்றி விசாரிக்கவும் செய்வார். இவளும் எப்போ தாவது மகளைப் பார்க்கப் போய்விட்டு வந்தால் சாமியாரிடம் அந்தக் குழந்தையைப் பற்றிப் பெருமையாகப் பேசுவாள்.

அந்தப் பகுதியிலுள்ள எல்லா மனிதர்களும் சாமியாரிடம் நட்புக் கொண்டவர்கள். அப்படியொரு நட்பில்தான் பொன்னம்மா சாமியாரின் கடையைச் சுத்தம் செய்யவும், காலையில் தினந்தோறும் அந்தக் குடிசையின் முன்னே சாணம் தெளித்துக் கோலம் போடவும் வந்தவள், நாளடைவில் அவரது ஒருவேளைச் சாப்பாட்டைச் சமைத்து வைத்துவிட்டுப் போகிற வேலையையும் ஏற்றுக் கொண்டாள். காலையில் இட்லிக் கடையை முடித்துவிட்டு இங்கு வருவாள். மத்தியானச் சமையலை முடித்துவைத்துவிட்டு சாயங் காலம் மாவரைப்பதற்கு வீட்டுக்குப் போனால், மறுநாள் காலையில்தான் வருவாள்.

சாமியார், எப்படிச் சாமியார் ஆனார்? என்ன சாமியார்? என்றெல்லாம், அவருக்கே தெரியாது. அவர் பெயர் சாமிநாதப் பிள்ளை. 'சாமி' என்ற பெயரால் சாமியார் ஆனாரோ, முகத்தில் தாடி இருப்பதால் சாமியார் ஆனாரோ...? தனக்கென எதுவும் இல்லாதவர்கள் சாமியார்தானே என்பதால் எல்லோரும் தன்னைச் சாமியார் ஆக்கியதை அவர் ஏற்றுக் கொண்டுவிட்டார். மற்றபடி வைராக்கியமோ, வாழ்க்கையில் விரக்தியோ அவர் சாமி யார் ஆனதற்குக் காரணம் இல்லை.

அந்தக் காலத்திலேயே பெற்றோர், குடும்பம், உறவு என்கிற பந்தங்களெல்லாம் இல்லாததால் அவர் பொது வாழ்வில் ஈடுபட்டு, இருபது வயதுக்குள்ளாக இரண்டாண்டுகள் சிறைத் தண்டனை பெற்று, வந்தேமாதரம் ஐயரோடு வேலூர் சிறையில் இருக்க நேர்ந்தது. அதை அவர் பெரிய தியாகமென்றோ, தேசத் திற்காகச் செய்த பணி என்றோ நினைத்ததே இல்லை. அதை யெல்லாம் எல்லாரும் மறந்துவிட்டதால் அவரும்கூட ஏறத்தாழ மறந்தேவிட்டார்.

சாமிநாதப் பிள்ளைக்கு வயது அறுபத்தைந்து ஆகிவிட்டது. வாழ்வின் பெரும் பகுதியைச் சாமியாராகவே கழித்துவிட்ட அவருக்குச் சாதாரண ஆசைகளோ, திட்டங்களோ எதுவுமில்லாத தால், தியாகத்துக்கு வெகுமதியாக ஜீவனாம்சத் தொகை பெற்றுக் கொள்ள வேண்டியது அவசியம்தானா என்ற தயக்கம் எழுந்தது இயல்புதானே!

பொன்னம்மாள் வெகு நேரம் அந்த இடத்திலேயே உட் கார்ந்திருந்தாள். வழக்கம் போல் புறப்படும்போது சாமியாரிடம் வந்து நின்று, தலையைக் குனிந்துகொண்டு மெதுவான குரலில் சொன்னாள்:

"சாமி, என்னைத் தப்பா நினைச்சிக்காதீங்க. உங்களுக்கும் யாருமில்லை... எனக்கும் யாருமில்லை... நீங்க யாரோ... நான் யாரோ... ஆனாலும் நான் அடிக்கடி நினைச்சுக்குவேன்– உங்க ஆதரவுகூட இல்லேன்னா எனக்கும் என் பொண்ணுக்கும் யார் இருக்கான்னு. அதனாலே கொஞ்ச நாழிக்கு முன்னாலே நீங்க பரிகாசமாச் சொன்னீங்களே, அது மாதிரி நெசமாவே நான் உங்களுக்குப் பத்தினியாயிட்டா, எங்க வாழ்க்கை நல்லாயிருக்கும் சாமி! நீங்க எப்பவும் போல் சாமியாராவோ, ரிஷியாவோ இருங்க. ரிஷிங்களுக்குக் கூடப் பத்தினிங்க இருந்தாங்களாமே! அது மாதிரி உங்களுக்கு நான் பணிவிடை செஞ்சிக்கினு இருப்பேன். இதைவிட இந்த ஜன்மத்துக்கு வேற என்ன பாக்கியம் வேணும். சாமி!

அதனாலே, திங்கட்கிழமை வந்தேமாதரம் ஐயரு வருவாரு. அவரோடு போயி அந்தப் பத்திரத்திலே கையெழுத்துப் போடும் போது, பொண்டாட்டின்னு இந்தப் பொன்னம்மா பெயரை எழுதிக்குங்க சாமி..." என்று சொல்லி முடித்த பிறகு, குனிந்த தலையை நிமிர்த்தி அவரைப் பார்த்தபோது, அவள் பார்வை பரிதாபமாக யாசித்தது.

●●●

திங்கட்கிழமை வந்தது. வந்தே மாதரம் ஐயரும் வந்தார். கடைக்குக் காவலாகப் பொன்னம்மாளை உட்கார வைத்துவிட்டு ஐயருடன் சாமியார் புறப்பட்டார். போகும் வழியில் ஆப்த நண்பரான ஐயரிடம் பொன்னம்மாளின் யோசனையைச் சொன் னார் சாமியார். அவளைப் பற்றியும் அவள் குணங்களைப் பற்றியும் தான் அறிந்தவரை சிலாக்கியமாக அவர் பேசியதிலிருந்து ஐயரும் சாமியாரின் மனத்தைப் புரிந்து கொண்டார்.

"அப்புறமென்ன? நீர் ரிஷியாக இருந்தாலும் உமக்குப் பத்தினியாக இருப்பேன்னு சொல்ற பொண்ணு கிடைக்கணுமே. நீர் அப்போ செய்தது ஒரு தியாகம்னா, இது அதைவிடப் பெரிய தியாகம்!" என்று பாராட்டிய ஐயர், தமது ஆசிகளைத் தெரிவித்து வாழ்த்தினார்.

தியாகிகள் பென்ஷன் பாரத்தில் கையெழுத்திட்டதோடு தமது மனைவியின் பெயர் குறிக்குமிடத்தில் 'பொன்னம்மாள்' என்றும் எழுதிக் கொடுத்துவிட்டு வந்தார் சாமியார்.

அக்கம் பக்கத்திலுள்ள தெரிந்தவர்களையெல்லாம் அழைத்துத் தனக்கு மாதம் தோறும் தியாகி பென்ஷனாகப் பணம் வரப் போகிறதென்றும், தனக்குப் பிறகு அதைப் பெற்றுக் கொள்ளவும், தனக்கு அநாவசியமான அந்தப் பணம், பொன்னம் மாளுக்கும், அவள் குழந்தைக்கும் உதவியாக இருக்கட்டும் என்ற முடிவில், பொன்னம்மாளைத் தனக்கு மனைவியாக்கிக் கொண் டதையும் அவரே தெரிவித்தபோது, சிலர் அவரைப் பரிகாசம் செய்த போதிலும் அவரது ரிஷித்தன்மை குறித்துச் சந்தேகப்பட வில்லை. அவர்கள் எல்லோரும் சேர்ந்து ஒருமித்த குரலில், பக்கத்திலுள்ள பெருமாள் கோயிலுக்குப் போய்ப் பொன்னம் மாளுக்கு அவர் தாலி கட்டி வைக்க வேண்டுமென்று மட்டும் யோசனை கூறினார்கள்.

"அதற்கென்ன, செய்தால் போச்சு!" என்றார் சாமியார்.

அவ்வாறே ஒரு நாள் வந்தேமாதரம் ஐயரும் அக்கம் பக்கத் தாரும் சேர்ந்து அவர்களைக் கோவிலுக்கு அழைத்துச் சென்றனர்...

சாமியார் குடிசைக்கு வந்து பொன்னம்மாள் தயார் செய்திருந்த எளிய விருந்தை ஏற்றுக் கொண்டனர்.

சில மாதங்களுக்குப் பிறகு ஒரு நாள் கை நிறையப் பெற்ற பென்ஷன் தொகையைப் பொன்னம்மாளிடம் அப்படியே சமர்ப்பித்தார் சாமியார்.

பொன்னம்மா இட்டிலிக் கடையை மூடி, அந்தக் குடிசையையும் காலி செய்துவிட்டுச் சாமியார் குடிசைக்கே வந்து விட்டாள். வாரத்துக்கு ஒரு முறை துணிமணிகளும், தின்பண்டங்களும் எடுத்துக் கொண்டு போய் மகளைப் பார்த்து விட்டு வரும் பொன்னம்மாள், நெற்றியில் குங்குமப் பொட்டும், வண்ண வண்ணச் சேலைகளும் அணிந்து புதுச் சோபையுடன் திகழ ஆரம்பித்தாள்.

ஒருநாள் வந்தேமாதரம் ஐயர், சாமியாரைப் பார்த்து விட்டு வரலாமென்ற உத்தேசத்துடன் வந்த போது, சாமி குடிசை பூட்டி இருந்தது. சைக்கிள் கடைத் திண்ணையில் வேறொரு இளைஞன் உட்கார்ந்திருந்தான். ஐயரிடம் அவன் சொன்னான்: "சாமியாரும் பொன்னம்மாளும் காஷ்மீருக்குப் போயிருக்கிறார்கள்."

"ஆமாம், இனாமாக ரயில் பாஸ் இருக்கிறதே! தேசம் பூரா சுத்தினாலும் நஷ்டமில்லை. எனக்கும் கூட அந்தப் பாஸ் இருக்கு. துணைக்குத்தான் ஆளில்லை" என்று கூறியவாறே திரும்பினார் ஐயர்.

• • •

இன்னும் சில மாதங்களுக்குப் பிறகு வந்தேமாதரம் ஐயருக்குச் சாமியாரிடமிருந்து ஒரு கடிதம் வந்தது. அதில், "வந்தே மாதரம் ஐயர் அவர்களுக்கு நமஸ்காரம்! ஒரு சுபச்செய்தி. ரிஷிபத்தினிக்கு இன்று ஒரு ரிஷிகுமாரன் பிறந்திருக்கிறான். நேரில் வரவும், சாமியார்" என்று கண்டிருந்தது.

குமுதம், 1990

# ரிஷி குமாரன்

ரிஷிகுமாரன் பிறந்திருப்பதாகச் சாமியாரிடமிருந்து கடிதம் வந்து ஒரு மாதம் ஆன பிறகுதான் அவரைப் பார்த்து வருவதற்கு ஒரு ஞாயிற்றுக் கிழமையில் வந்தே மாதரம் ஐயருக்குப் புறப்பட முடிந்தது.

ஐயர் இருப்பது தாம்பரம்; சாமியார் இருப்பது திருவொற்றியூர்.

இந்த ஒரு வார காலத்தில் ஐயர் அடிக்கடி சாமியாரைப் பற்றி நினைத்தார். சாமியார் சம்சாரியாகி ஒரு குழந்தைக்கும் தகப்பனாகி விட்டார் என்ற செய்தி அறிந்த பிறகும்கூட அவரைப் பற்றி நினைக்கும் போது 'சாமியார்' என்று தான் நினைக்க முடிகிறது ஐயருக்கு! ஆமாம்... பதினெட்டு– பத்தொன்பது வயதில் தன்னோடு வேலூர் சிறையிலிருந்த காலத்திலிருந்தே அந்தச் சாமி நாதன் முகத்தில் அப்படி ஒரு சாமியார்த்தனம்!

தேசம், அரசியல், சிறை வாழ்க்கை இதிலெல்லாம் சம்பந்தப் பட்ட ஒரு மனிதனாகக்கூடத் தன்னைக் கருதிக் கொள்ளாமல், காட்டிக் கொள்ளாமல் ஒதுங்கி, சாதாரண மனிதர்களோடு கலந்து சைக்கிள் கடை சாமியாராக வாழ்ந்து கொண்டிருந்த அந்தத் துறவியை இந்தத் 'தியாகிகள் பென்ஷன்' என்ற லௌகிக வலையில் சிக்க வைத்து வேடிக்கை காட்டிவிட்ட 'வினை' தாம் செய்தது தானோ?— என்றும் சில நேரங்களில் சிந்தனை வயப்பட்ட ஐயர் பஸ் நெரிசலுக்கிடையே பிரயாணம் செய்தவாறு ஒரு பெருமூச்சுடன் 'வந்தேமாதரம்' என்று வாய்விட்டுச் சொல்லிக் கொண்டார்– அது ஒரு வழக்கம். அவர் கையில் ஒரு பையும் அதில் 'பிறந்த குழந்தையின் அளவு' என்று கடைக்காரனிடம் கேட்டு வாங்கிய ரெடிமேட் உடைப் பெட்டியும் ஒரு கிலு கிலுப்பையும் கொஞ்சம் பழங்களும் இருப்பது– இந்தச் சாமி யாரைப் பற்றிப் பலவாறு யோசித்துக் கடைசியில் ஐயருக்கு ஏற்பட்ட திருப்திக்கும் சந்தோஷத்துக்குமான அடையாளம்

சாமியார் ஐயரை விடப் பத்து வயது குறைந்தவர். இப்போதும் கட்டுடலும் ஆரோக்கியமும் குன்றாதவர். இவ்வளவு

கால பிரம்மச்சரிய வாழ்க்கை முடிந்து இல்லறம் தொடங்குவதும் ஒரு சிறப்புத்தான்– பாரதியாரின் 'சந்திரிகை' நாவலில் வருகிற விசுவநாத சர்மா மாதிரி! அறங்களில் சிறந்தது இல்லறம்தானே... என்றெல்லாம் ஐயரின் ஆழ்ந்த ஞானம், சாமியாருக்கு நேர்ந்த சம்சார பந்தம் குறித்துப் பலவாறு நியாயங்களையும் தேடிற்று.

ஏதோ தியாகிகள் சங்கத்துக்குத் தாம் சேவை செய்யப் போய், சாமியார் போர்வையில் ஒளிந்து கொண்டிருக்கும் சாமிநாதனைத் தேடிப் பிடித்து ஒரு உபாயம் சொல்லப் போக– அதை வேண்டா மென்று மறுத்து விவாதம் செய்து கொண்டிருந்த சாமியாரைப் பார்த்து வியப்படைந்த அந்த வேலைக்காரப் பெண் யோசனை சொல்ல– அதற்கு இந்தச் சாமியார் பரிகாசமாக, நீ எனக்குத் தாலி கட்டிக்கொண்டால்தான் அது முடியும் என்று கூற– அந்த விளையாட்டு வினையாகி– அதுவும் திருவினையாகித் திருமணத் தில் முடிய– எந்த ரிஷியை விட்டு வைத்தது அந்த மானுட இயற்கை?– ரிஷிபத்தினிக்கு ஒரு ரிஷிகுமாரன் பிறக்க...

கதை மாதிரி நடந்தவற்றையெல்லாம் ஒரு நமுட்டுச் சிரிப்புடன் யோசித்தவாறே வந்த ஐயர், தூரத்திலிருந்தே– அடர்ந்து வழியும் தாடியும், மடியில் குழந்தையுமாய் உட்கார்ந்திருக்கும்– சாமியாரைப் பார்த்து உரத்த குரலில் சிரித்தார். ஏனோ அவருக்குச் சாமியாரைப் பரிகாசம் பண்ண வேண்டுமென்று தோன்றியது.

"பரிகாசமாகவே கடித்த பாம்பு... பலபேர் அறியவே மெத்த வீங்கிப் பரிகாரம் ஒரு மாது பார்த்தபோது பையோடு கழன்றது என்றாடு பாம்பே!" என்று ஐயர் பாடத் துவங்கியதும் சாமியாரும் அவரோடு சேர்ந்து சிரித்தார்.

சாமியாரின் தாடியை விடாமல் இறுகப் பற்றிக் கொண்டிருந்த குழந்தையின் பிஞ்சு விரல்களைப் பிரித்து, தாடியை விடுவித்து, சிணுங்கிய குழந்தையைப் பூப்போல் எடுத்துக் கொண்டு உள்ளே போனாள் பொன்னம்மாள்.

"ஐயரே... பண்றதெல்லாம் பண்ணி வெச்சுட்டு உங்களுக்குப் பரிகாசமா வேற இருக்கா... இருக்காது பின்னே?" என்று ஐயரை செல்லமாகக் கடிந்து கொண்டார் சாமியார்; தொடர்ந்து சொன் னார்: "எல்லாரும் எங்கிட்டே வந்து பரிகாசம் பண்றாங்க ஐயரே... இந்தக் கடையிலே வேலை செய்யறானே அவன் கேக்கறான்: 'இன்னும் உனக்கு என்னாத்துக்கு சாமி தாடி?'ன்னு... நான் சொன்னேன்: பிறந்திருக்கிறானே ஒரு ரிஷிகுமாரன், அவனுக்குப்

பிடிச்சு இழுக்கிறதுக்கு வேண்டாமாடான்னு... ஆமா, ஐயரே... தாடியைப் பிடிச்சுக்கிட்டாவிட மாட்டேங்கறான்!" என்று மறுபடியும் சிரித்தார் சாமியார்.

"இந்தாம்மா... இந்த ரிஷிகுமாரனுக்கு" என்று கையிலிருந்த பையை அவளிடம் கொடுத்துவிட்டுத் தரையில் கிடத்தியிருந்த குழந்தையைக் குனிந்து, கூர்ந்து பார்த்து ரசித்த ஐயர்,

"ம்... குழந்தைக்கு என்ன பேர் வெச்சிருக்கே?" என்று பொன் னம்மாளிடம் கேட்டார்.

"சாமிதான் 'ரிஷிகுமார்'னு வெச்சாங்க.." என்றாள் பொன் னம்மாள்.

மத்தியானம் வந்த ஐயர் மாலை வருகிறவரை சாமியாருடன் பொழுது கழிக்கிற உத்தேசத்தோடு உலக நடப்புகள் குறித்து மணிக்கணக்கில் பேசிக் கொண்டிருந்தார். சாமியார் அதிகம் பேசா விட்டாலும் உற்சாகமாகச் சிரித்தவாறு ஐயரின் கருத்துகளைச் சிலாகித்துக் கொண்டிருந்தார். யார் என்ன பேசினாலும் அவரவர் கருத்தையும் சிலாகித்துச் சிரிப்பது சாமியாரின் பொதுக்குணம். அவர் அடிக்கடி கூறுகிற ஒரே வார்த்தை, "நல்லா சொன்னீங்க..." என்பதுதான்.

பொன்னம்மாள் இருவருக்கும் மாலைப் பலகாரமும், காபியும் தயார் பண்ணித் தந்தாள். பொன்னம்மாளைப் பாராட்டி ஆசிர் வதித்து விடைபெற்றுக் கொண்டு ஐயர் புறப்பட்டபோது தாமும் பஸ் ஸ்டாண்டுவரை கூட வருவதாகச் சாமியாரும் புறப்பட்டார்.

போகிற வழியில் ஐயர் ஆத்மார்த்தமாகச் சாமியாரிடம் பேசலானார்: "என்னமோ ஐயா, உமக்கும் ஒரு குடும்பம்னு அமைஞ்சு பெண்டாட்டியும் குழந்தையுமா பார்த்ததிலே எனக்குப் பரம சந்தோஷம்."

"நல்லா சொன்னீங்க ஐயிரே... என்னமோ சித்தம் போக்கு நம்ப வாழ்க்கை... நமக்கு ஒரு பெண்ணும் பிறந்து அதும் வயத்திலே ஒரு பேரக் குழந்தை பிறந்தால் என்ன சந்தோஷமோ, அந்த சந்தோஷம் எனக்கு... இந்தச் சாமியார்ப் பயலுக்கு இந்த வயசில இதெல்லாம் கிடைச்சது கடவுளின் லீலை ஐயிரே... லீலை! நம்ப கையில என்ன இருக்கு?" என்றார் சாமியார்.

"கடவுள் லீலை இருக்கட்டும்... இப்போ உமக்குக் கல்யாணம் ஆகிப் பத்து மாசத்துல ஒரு குழந்தையும் பிறந்திருக்கு. அடுத்த குழந்தைக்கு அவசரப்பட்டுடாதீர்" என்று கண்களைச் சிமிட்டினார் ஐயர்.

அதைக்கேட்டு, சாமியார் அந்த ஜனசந்தடியின் நடுவே சத்தம் போட்டுச் சிரித்தார்... அது அவர் பழக்கம்தானே என்று நினைத்துக் கொண்டார் ஐயர். சிரிப்பு அடங்கிய பிறகு சாமியார் சொன்னார்:

"நான் எவ்வளவோ சொன்னேன் ஐயிரே... அந்தப் பொண்ணு, 'இனிமே இந்த மாதிரியெல்லாம் ஆகாது'ன்னு அழுதிச்சு. ஆபரேஷன் பண்ணிக்கிறேன்னுச்சு... 'இனிமே ஆகாதுன்னா ஆகாது தானே?... அதெல்லாம் எதுக்கு?'ன்னுட் டேன்... ஐயரே, பரிகாசம் விளையாட்டெல்லாம் இருக்கட்டும்... ஏதோ நம்மாலே, நமக்கு, நமக்கு அப்புறம் இன்னொருத்தருக்கு உதவியா இருக்கட்டுமேன்னு தான் இவ்வளவும் செஞ்சது... அந்தப் பொண்ணும் கவலையில்லாமல் சந்தோஷமாத்தான் இருந்திச்சு... பொன்னம்மாளைப் பத்திதான் ஏற்கனவே உங்ககிட்டே சொல்லி யிருக்கேனே... திடீர்னு ஒருநாள் என் காலில் வந்து விழுந்து அழுதுச்சு... எனக்கு ஒண்ணும் புரியலே... 'சாமி, நான் எப்படி எப்படியோ இருந்தவ... உங்களுக்குப் பத்தினின்னு பேர் எடுத்தப்பறம் ஒரு தப்பும் பண்ணினதில்லே... அதுக்கு முன்னாலே பண்ணின பாவம்... வயித்திலே வளருது... நான் கலைச்சிடலாம்னு இருக்கிறேன்'னு புலம்பிச்சு... இது என்னடா பாவம்னு எனக்குத் தோணிச்சு. 'அதெல்லாம் ஒண்ணும் வேண்டாம்... ரிஷிக்கு ஒரு பத்தினி வேணும்னா... ஒரு குமாரன் வேண்டாமா'ன்னு கேட்டேன்... என்ன சரிதானே?' என்று சாமியார் கேட்டதும் அவரது பக்கவாட்டில் நடந்து வந்து கொண்டிருந்த ஐயர் எதிரே திரும்பி அவரது இரு தோள்களையும் பிடித்துக் கொண்டார்.

"ஓய் சாமியாரே, மன்னிச்சுடும். நான் கூட ரொம்பப் பாமரத் தனமா நினைச்சுட்டேன் உம்மைப் பத்தி... என்னை மன்னிச்சுடும்... வந்தே மாதரம்!" என்று இரண்டு கைகளையும் கூப்பித் தொழுது நின்றார் ஐயர்.

"நல்லா சொன்னீங்க!... வந்தே மாதரம்!" என்று சாமியாரும் சிரித்தார்.

---

குமுதம், 1990

# இன்னும் ஒரு வரம்

குடிசைக்கு முன்னால் கயிற்றுக் கட்டிலில் விரித்த ஜமக்காளத்தின் மீது சம்மணமிட்டு அமர்ந்து மடியிலிருந்த ரிஷி குமாரனுக்கு நிலா காட்டிக் கொஞ்சிக் கொண்டிருந்தார் சாமியார்.

"தாடியை விடுடா..." என்று தமது தாடியை இறுகப் பிடித்திருந்த குழந்தையின் விரல்களை விலக்கி, நிலாவைக் காட்டி, "வா... வா... சொல்லு" என்று குழந்தையின் கையைப் பிடித்து நிலாவுக்கு நேரே 'வா வா' என்று சைகை காட்டக் கற்பித்தார்; அதுவும் கற்றுக் கொண்டு 'வா, வா' என்று நிலாவை அழைத்தது.

நிலாவையும் குழந்தையையும் அதைக் கொஞ்சி விளையாடிக் கொண்டிருக்கும் சாமியாரையும் வெகு நேரமாக வெறித்துப் பார்த்தவாறு யோசனையில் ஆழ்ந்திருந்த பொன்னம்மாள் பெரு மூச்செறிந்தாள். கொஞ்சிச் சிரித்து விளையாடிக் கொண்டிருந்த குழந்தை சிறிது நேரத்தில் கண்ணயர்ந்தான். சாமியார் கொட்டாவி விட்டார்.

"சாமி.." என்று தெய்வ சந்நிதானத்தின் முன் நின்று அழைப் பது போன்ற பவ்யத்துடன் கட்டில் காலருகே நகர்ந்து வந்து அமர்ந்தாள் பொன்னம்மாள்.

"எனக்கு நீங்கதான் கண்கண்ட சாமி! நான் கேட்டதெல்லாம் நிறைவேத்தி வெச்சிருக்கீங்க, இந்தப் பாவிக்கு இன்னும் ஒரு வரம் வேணும் சாமி" என்று கேட்டபோது அழுகை அவள் நெஞ்சில் அடைத்தது.

"அதென்ன... இன்னும் ஒரு வரம்? ஏற்கனவே என்னென்ன வரம் கொடுத்திருக்கேன்னு தெரிய வேண்டாமா?" என்று அவள் வாயைக் கிளறினார் சாமியார்.

"ஒண்ணு ஒண்ணும் ஒரு வரம் தான் சாமி. மாசம் ஆயிரம் ரூபா அப்படியே கையெழுத்துப் போட்டு வாங்கி எங்கிட்டதானே கொடுக்கறீங்க. உங்களுக்கு அது வேண்டாம்னு சொன்னீங்க. அப்படியேதான் நடந்துக்கிட்டிருக்கீங்க. எனக்கு அது வேணும் னேன். அப்படியே வாங்கிக் குடுத்துக்கிட்டிருக்கீங்க. நீங்க அந்தக் காலத்திலே ஜெயிலுக்குப் போய்த் தியாகம் பண்ணினதுக்காகத்

தராங்க. அது எனக்கு எப்பிடிக் கெடைக்குது? நீங்க குடுக்கற வரம்தானே! அப்பாலே நீங்க சாமியாரா இருந்தாலும் உங்களுக்குப் பணிவிடை புரியற பத்தினியா வாழணும்னு முடிவு பண்ணி வாழ்ந்துக் கிட்டிருந்த எனக்கு, போன ஜன்மத்துப் பாவம் மாதிரி இந்தப் பிள்ளை வந்து பொறந்தது. அதைப் புத்திரனா ஒத்துக்கிட்டிருக்கீங்க. இந்த வரம் எந்தத் தெய்வம் குடுக்கும்சாமி!" என்று அவள் அவரை ஸ்துதி செய்வதைக் கேட்டுப் பரிகாசமாகச் சிரித்த சாமியார், "சரி, இப்ப கேக்க வந்த வரம் என்னவோ?" என்று அவள் கேட்பதற்கு முன்னாலேயே தருவதற்குச் சித்த மானார்.

பொன்னம்மா துயரத்தோடும் அவமானத்தோடும் தலை குனிந்து மௌனமாய் யோசித்தாள். 'இவரிடம் எப்படிச் சொல்வது?'– என்ற தயக்கமும் 'இவரிடம் சொல்லாமல் யாரிடம் சொல்வது'– என்ற தெளிவும் ஒரு விநாடியில் ஏற்பட்டன. "கார்த்தாலே மார்க்கெட்டுக்குப் போற வழியிலே அந்த ஆளைப் பார்த்தேன்..." என்று சொல்லிச் சாமியாரின் முகத்தைப் பார்த் தாள் பொன்னம்மாள்.

'எந்த ஆளு'– என்று அவர் கேட்கவில்லை. அவளே சொன் னாள். "இந்தப் புள்ளைக்கு அப்பன்காரன்... ஆனா அந்த ஆளு அத்தெப் பத்திக் கேட்டப்போ, 'சீ, வாயை மூடு'ன்னேன். 'நீ பூட்டே... சாராயக் கேஸிலே மாட்டி ஜெயிலுக்கு. நீ மட்டுந்தானா இருந்தே அப்போ... எத்தினியோ பேரு'ன்னு சொன்னாலும் என் மனசுக்குத் தெரியும்: இது அந்த ஆளு புள்ளை தான். இருந்தாலும் அதை எதுக்கு அவங்கிட்டே சொல்லிக்கணும்? ஆனா அந்த ஆளுக்கு எல்லாம் தெரிஞ்சிருக்கு. நீங்க சாமியார்தானாம். ஏதோ உங்க பென்ஷன் பணம் உங்களுக்குப் பின்னாலே கிடைக்கட்டு மேன்னு பாவப்பட்டு சும்மா என்னைப் பொஞ்சாதின்னு சொல்லிக்கிறீங்களாம். அதனால புள்ளயைப் பாக்கறதுக்கு ஒருநாள் வரானாம். என்னென்னமோ சொல்லி இளிச்சிட்டுப் போயிருக்கான். எங்கே வந்து ஒரு நாள் நிப்பானோன்னு பயமாயிருக்குது சாமி."

"எதுக்குப் பயப்படணும்?" என்று கேட்டார் சாமியார்.

அதே கேள்வியைத் தனக்குள் ஒருமுறை பொன்னம்மாளும் கேட்டுக் கொண்டாள்.

"அவங்கள்ளாம் நல்லவங்க இல்லே, சாமி... இவனுங்களை மனசுக்குப் புடிச்சா இவங்களோட இருந்தோம்? ஆதரவு இல்லாம தான் இவனுங்களை நம்பிக் கெட்டது. நாளைக்கி எம் புள்ளைங்க

கௌரவமா வாழணுமே சாமி... இனிமேல் பட்டாவது நான் நல்லவளா இருந்தாத்தான் என் புள்ளைங்க நல்லா இருக்கும். கண் கண்ட தெய்வமா இருந்து எங்களைக் காப்பாத்தற உங்களுக்கும் கௌரவமா இருக்கும். இந்தப் பாவிங்களுக்கு எடம் குடுத்தா அதையெல்லாம் கெடுத்துடுவானுங்க சாமி. அப்பறம் ஏழேழு ஜன் மத்துக்கும் எங்களுக்கு நரகம்தான். அதனாலே..." என்று தயங்கினாள் பொன்னம்மாள்.

"ம்... கேளு... என்ன வரம் வேணும்?" என்று பரிகாசமாகவே கேட்டார் சாமியார்.

அந்த ஆளு வரேன்னு சொல்லிட்டுப் போனப்போ நான் தீர்மானமா சொல்லிட்டேன். 'நீ வந்தா வா, வராட்டி போ. முன்னே மாதிரி நெனப்பெல்லாம் வெச்சிக்கிட்டு வராதே. எவனோ பேரு தெரியாதவனுக்கு ஒரு பொண்ணைப் பெத்தேன். அப்பிடியே இன்னொரு புள்ளையும் பெத்தேன். இனிமே ஒரு புள்ளை பொறந்தா அந்தச் சாமிக்குப் பொறந்த புள்ளையாகத் தாண்டா இருக்கும்'னு..."

"சிவ... சிவா..." என்றார் சாமியார்.

"சாமி. தப்புன்னா மன்னிச்சிடுங்க... அதனாலே..."

"என்ன அதனாலே?" என்று சற்றுப் பொறுமையிழந்தவர் போல் கேட்டார் சாமியார்.

"அதனாலே... வந்து... நீங்க உங்க தாடி, முடியெல்லாம் எடுத்துட்டு, எல்லார் மாதிரியும் வேட்டி, சட்டை போட்டு கிட்டு நானும் நீங்களும் நம்ப ரிஷிகுமாரை மடியிலே வெச்சிக்கிட்டு ஒரு போட்டோ எடுத்து அதைப் பெரிசா, நம்ப வூட்டு முன்னாலே... எல்லாரும் பாக்கற மாதிரி மாட்டி வெக்கணும் சாமி..."

நிலாவைப் பார்த்துக் கொண்டு சாமியார் கடகடவென்று சிரித்தார். "கடைசில இதுக்கும் வந்ததா ஆபத்து! அடடே... நம்ப ரிஷிகுமாரனுக்கு ரொம்பப் பிடிச்ச விஷயமாச்சே, நம்ப தாடி..." என்று தாடியை இரண்டு முறை உருவிவிட்டுக் கொண்டார்... "அதற்கென்ன செய்தால் போச்சு!" என்றார்.

●●●

அடுத்த நாள் மத்தியானம் ஒரு சலூனுக்குள் நுழைந்த சாமியார் அரைமணி நேரத்தில் சாமிநாதனாக வெளியே வந்தார். முற்றாக மழித்தலோ நீட்டலோ இல்லாத ஸம்மர் கிராப். புருஷ லட்சணம் என்பதுபோல் ஒரு மீசை. முழுக்கைக் கதர்ச் சட்டை. மேலே ஒரு துண்டு சகிதம் பொன்னம்மாளையும் அழைத்துக் கொண்டு போய் அன்று மாலையே பக்கத்துப் போட்டோ

ஸ்டூடியோவில் படம் பிடித்துக் கொண்டார். என்னதான் செய்து கொண்ட போதிலும் அவர் முகத்தில் குடிகொண்டிருந்த சாமி யார்த்தனம் ஒன்றும் மாறிவிடவில்லை.

அப்படித்தான் தோன்றியது வந்தே மாதரம் ஐயருக்கு.

வழக்கம்போல் சாமியாரைப் பார்க்கவந்த ஐயர் சாமியாரின் இந்தக் கோலத்தைக் கண்டு வயிற்றைப் பிடித்துக் கொண்டு சிரித்தார்.

"நீர் என்ன கோலம் காட்டினாலும் முன்னே மாதிரி நம்பி இன்னொரு தரம் பாமரன் என்கிற பட்டம் வாங்கிக் கட்டிக் கொள்ள நான் தயாராக இல்லை சுவாமி" என்று கும்பிட்டுக் கொண்டே அவர் பக்கத்தில் வந்து உட்கார்ந்தார் ஐயர்.

சாமியார் மடியில் படுத்திருந்த குழந்தை, வழக்கம் போல் பிடித்துக் கொள்ளத் தாடி கையில் கிடைக்காததாலும் தன் மீது, பழகிய பழைய குரலோடு ஒரு புதிய முகம் கவிழ்வதையும் கண்டு அடிக்கடி உதட்டைப் பிதுக்கிக் கொண்டு அழுதது.

"கொஞ்ச நாள்லே எல்லாம் பழகிடும்டா" என்று குழந்தையை ஒரு சாதாரண மனிதனின் தோற்றத்தில் கொஞ்சிக் கொண்டிருக்கும் சாமியாரைப் பார்க்கும் போது ஐயருக்கு ஒரு பழைய பாடல் நினைவில் வந்தது. சுவரில் பெரிதாக மாட்டப்பட்டிருந்த, தம்பதி சமேதராய்க் காட்சி தரும் அந்தப் படத்தைப் பார்த்து ஐயர் பாடினார்!

> "மாத்தாண வத்தையும் மாயாபுரியின் மயக்கத்தையும்
> நீத்தார் தமக்கொரு நிட்டையில்லை... நித்தம்
> வேர்த்தால் குளித்துப் பசித்தால் புசித்துப்
> பார்த்தால் எவரையும் போலிருப்பார் பற்றற்றவரே!"

அவரது பாடலைக் கேட்டு, "நல்லாச் சொன்னீங்க ஐயிரே" என்று சிலாகித்தார் சாமியார்.

வந்தேமாதரம் ஐயர் ஒரு புன்னகையுடன் தம்பதி சமேதராய்க் கையில் குழந்தையுடன் காட்சி தரும் அந்தப் படத்தையே ஒரு புதிர் போல் பார்த்துக் கொண்டிருந்தார்.

உள்ளே அடுப்படியில் சோறு பொங்கிக் கொண்டிருந்த பொன்னம்மாளுக்கல்லவோ தெரியும் அந்தப் படத்தின் மகிமை– அவள் வாழ்க்கையை மீண்டும் கவ்வ வந்த ஒரு காரிருளை நெருங்கவொட்டாமல் விரட்டிய வெளிச்சம் அதுவென்று!

---

குமுதம், 1990

# இப்படித்தான் நடக்கிறது...

அந்தத் தனியார் மருத்துவமனைக்குக் கொண்டுவரப்பட்ட போது அவன் மெய்யாகவே மனநோய்க்கு ஆளாகித்தான் இருந்தான். அவனோடு அவனது தந்தையைப் பெற்ற பாட்டியும் அவனது தாயும் தந்தையும் வந்திருந்தனர். அவர்களும்கூட அவனைப் போலவே பதட்டத்துக்கும் பயத்துக்கும் ஆளாகியிருந்தது டாக்டர் மூர்த்திக்கு அப்போதே தெரிந்தது. முதலில் அந்த நால்வரில் யாரை மருத்துவமனையில் சேர்க்க மீதி மூன்று பேரும் வந்திருக்கிறார்கள் என்று கண்டுபிடிப்பது டாக்டருக்குச் சற்று சிரமமாகத்தானிருந்தது. அந்த யூகத்துக்கு அதிக நேரம் இடம் கொடாமல் அவரது ஜூனியர் கொண்டுவந்து மேஜையின் மேல் வைத்த நோயாளி பற்றிய பைலைப் புரட்டினார்.

வழக்கமாகப் பல பேஷண்டுகளை அந்த மருத்துவமனைக்குச் சிபாரிசு செய்து அனுப்பும் சமூக சேவகி மிஸஸ் மாயாதான் இந்தக் கேஸையும் சேர்த்துக் கொள்ள சிபாரிசு செய்து அனுப்பியிருந்தாள். மிஸஸ் மாயாவின் பெயரைப் பார்த்த உடனே கேஸ் என்ன என்பது அநேகமாக டாக்டர் மூர்த்திக்குப் புரிந்துவிட்டது. எஸ். சித்தார்த்தன் என்று பேஷண்ட்டின் பெயரைப் படித்து, தன்னெதிரே பாட்டியும் தாயுமான இரண்டு கிழவிகளின் நடுவிலே அமர்ந்திருக்கும் இருபத்திரண்டு வயதுடைய அந்த இளைஞனின் முகத்தைப் பார்த்தார் டாக்டர். அவன் தலைகுனிந்திருந்தான். முகம் பார்க்க முடியாத அளவுக்கு முன்சிகை அவனது நெற்றியில் விழுந்து மறைந்திருந்தது. ஐம்பதைக் கடந்துவிட்ட அந்தத் தந்தை, டாக்டரின் பக்கத்தில் நின்றிருந்தார். அவனது தாய், பல்செட் அணிந்தும் ஒட்டிய கன்னங்களால் பொக்கைவாய் போல் தோற்றமளித்தாள். பெரிய கண்களும் கூரிய மூக்கும் தங்க பிரேம் கண்ணாடியும் சிவந்த மேனியும் கொண்ட அவள் ஒரு வட நாட்டுப் பெண்மணி போல் தோற்றமளித்தாலும் தமிழ் நாட்டைப் பூர்விகமாய்க் கொண்டிருந்தவள்தான். பாட்டி, குள்ளமாய்ச் சிவப்பாய் வட்டவடிவ முகமும் சிறிய பொக்கை வாயுமாய்ப் பார்த்த மாத்திரத்தில் தமிழ்நாட்டுப் பிராமண விதவை என்று தெரிந்தது.

அந்த மருத்துவமனையில் சித்தார்த்தனைச் சேர்ப்பதற்கான சடங்குகள் முடிந்து, பெரியவர்கள் மூவரும் டாக்டரிடம் விடை பெற்றுச் செல்லும் வரை யாருமே எதுவுமே பேசவில்லை. எனினும் அந்த நால்வரையும் ஏதோ ஒரே விதமான ஆவி சூழ்ந்திருப்பது போல்– அந்த ஆவி வட்டத்துக்குள் வெளி யுலகத்துக்குக் கேட்காத பேரிரைச்சலோடு அவர்கள் முட்டி மோதிச் சஞ்சரிப்பதுபோல் டாக்டருக்குத் தோன்றியது. அந்த நால்வரையுமே அந்த மருத்துவமனையில் சேர்க்க மிஸஸ் மாயா சிபாரிசு செய்திருந்தால் பொருத்தமாக இருந்திருக்குமே என்று நினைத்துக் கொண்டார் டாக்டர் மூர்த்தி.

தாயும் பாட்டியும் தனித்தனியே அவனிடம் சென்று கட்டித் தழுவி, உச்சி மோந்து, கண்ணீர்சிந்தி, "நீ சீக்கிரம் சரியாயிடுவே, கண்ணா..." என்று கூறி அவன் கன்னத்தில் முத்தமிட்டனர். அவனோ ஒருவிதப் பிரதிபலிப்பு உணர்ச்சியும் இல்லாமல் ஆழமாக நெஞ்சத்தில் வடுப்பட்ட வருத்தத்தோடு சிலை மாதிரி உட்கார்ந்திருந்தான். அப்பா சற்றுத் தூரத்திலிருந்தே அவனை உற்றுப் பார்த்தார். 'இவனிடம் பேசிப் பயனில்லை' என்பதுபோல் தலையாட்டிச் சூள்கொட்டிக் கொண்டார். அவர் முகத்தில் கடுமையும் கோபமும் தெரிந்தது. டாக்டர் மூர்த்தியிடம் சென்று அவர் கைகளைப் பிடித்துக் கொண்டு, "எனக்குக் கடவுள் நம்பிக்கையெல்லாம் கிடையாது; ஆனாலும் டாக்டர்! நான் உங்களை நம்புகிறேன்" என்று ஆங்கிலத்தில் கூறிமுடிப்பதற்குமுன் குலுங்கி அழ ஆரம்பித்துவிட்டார். தலைநரைத்த, கம்பீரமான ஒரு தந்தை தன் மகனின் பொருட்டுக் குழந்தை மாதிரி அழுவதைக் கண்டு டாக்டருக்குப் பரிதாபமாக இருந்தது. அவர் தோளைத் தட்டிக் கொடுத்து, "தைரியமாக இருங்கள்... முடிந்தால் கடவுளை நம்புங்கள்" என்று கூறித் தன்னை விடவும் பத்து வயதுக்குமேல் மூத்தவரான அவருக்குப் புத்திமதி சொன்னார் டாக்டர்.

அவர்கள் விடைபெற்றுச் சென்றவுடன் சித்தார்த்தனுக்கு ஒதுக்கப்பட்டிருந்த தனியறைக்குச் சென்றார் டாக்டர்.

மொத்தத்திலே அந்த மருத்துவமனை ஓர் ஆஸ்பத்திரி மாதிரி இல்லை. நவீன வசதிகள் படைத்த ஆடம்பரமான பங்களா வாழ்க்கை போல்தானிருந்ததெனினும் சித்தார்த்தனின் தனியறை அவனது சொந்த வீட்டின் அறை போலவே மேசை, நாற்காலி, வரவேற்பறை என்று எல்லா வசதிகளோடும் உள்ள ஒரு அபார்ட்மெண்ட் மாதிரி இருந்தது. அவனைக் கவனித்துக்கொள்ள வெள்ளுடை தரித்த வேலையாளும் இருந்தான்.

"மிஸ்டர். சித்தார்த்தன்! ஹவ் டூ யூ லைக் திஸ் பிளேஸ்?..." என்று கேட்டவாறு அறைக்குள் வந்த டாக்டர், அவனோடு ஓர் அமர்வுக்குத் தயாரானவராய் மேசையருகே இருந்த நாற்காலியை இழுத்துப்போட்டு அமர்ந்தார்.

"பெட்டர் தேன் மை ஹவ்ஸ்" என்று இதழோரம் துடிக்கும் புன்னகையோடு சொன்னான் சித்தார்த்தன். இன்னும் தெளியாத கலக்கம் அவன் விழிகளில் தேங்கியிருந்தது. அப்போது அவன் அந்தப் பெரிய சன்னலின் திரைச் சீலைகளுக்கு ஊடாகத்தெரியும், சோலை போல் மரங்களடர்ந்த தோட்டத்தைப் பார்த்தான்.

"என் தாத்தா தாவர சாஸ்திரத்தில் நிபுணர்" என்று சொல்லி விட்டு, 'தான் சம்பந்தமில்லாத ஒன்றைப் பற்றிப் பேசுகிறோமோ' என்ற திகைப்புடன் மௌனமாகி, டாக்டரை, 'தன்னை இவர் சந்தேகிக்கிறாரோ?' என்ற சந்தேகத்துடன் பார்த்தான்.

வெளியில் தெரிந்த பசுமை கொழிக்கும் தோட்டத்தைப் பார்த்ததன் விளைவாக, தோட்டக் கலையில் நாட்டமுடைய தன் தாத்தாவைப் பற்றி இவன் நினைக்கிறான் என்று புரிந்த கொண்ட தெளிவோடு டாக்டர், "ஓ! அப்படியா..." என்றார், இணக்கமாக. எனவே மறுபடியும் அவன் தாத்தாவைப் பற்றிப் பேசினான்.

"அவர் உயிரோடு இருந்திருந்தால் எனக்கு இதெல்லாம் ஏற்பட்டிருக்காது" என்று அவன் சொன்னதும், 'எதெல்லாம்?' என்று முதலில் கேட்கத் தோன்றியும் அப்படிக் கேட்காமல், "உங்கள் தாத்தா எப்போது இறந்து போனார்?" என்று கேட்டார் டாக்டர்.

"நான் இறுதி வருஷம் காலேஜில் படிக்கும் போது..."

"அவர் என்னவாக இருந்தார்?"

"அவர் மத்திய அரசாங்கத்தில் ஒரு உயர் அதிகாரியாக டெல்லியிலே பல வருஷம் வாழ்ந்தவர்... அல்லாமலும் இங்கே அவருக்குப் பூர்வீக நிலபுலன்கள் உண்டு... அவர் எங்கே இருந்த போதிலும் அதிகாரம், ஆடம்பரம் எல்லாம் எவ்வளவு இருந்த போதிலும் அடிப்படையில் ஒரு விவசாயியாகவே இருந்தார்... அந்த அளவுக்குத் தாவரங்களிடம்– அருகம் புல்லிலிருந்து ஆலமரம் வரை– அவருக்கு ஈடுபாடு உண்டு– தாவர சாஸ்திரத்தில் பட்டம் பெற்றவர்.

"உங்கள் தந்தையைப் பற்றிச் சொல்லுங்கள்..."

"அவர் தன் அப்பாவுக்கு நல்ல மகன்... தாத்தா காலத்தில் அவர்கிட்டே எல்லாருக்குமே ஏனோ ஒரு பயம் இருந்தது... அதை நான் மரியாதைன்னு நினைச்சுக்கிட்டேன்..."

"உங்களுக்கு கூடவா அவரிடம் பயம்?"

"நெவர்!... தாத்தாவுக்குப் பயமும் பிடிக்காது; பயப்படுகிறவர் களையும் பிடிக்காது... 'பயத்தினால் சந்தேகமும், சந்தேகத்தினால் அவநம்பிக்கையும், அவநம்பிக்கையினால் சகல குணக்கேடுகளும் உண்டாகும்'னு தாத்தா சொல்லுவார்."

"அந்த வாதத்தில் உங்களுக்கு முழுக்க உடன்பாடு உண்டா?"

"உண்டு. அதுக்காக நான் பயமே இல்லாதவன்னு சொல்ல மாட்டேன்... பயமற்று வாழணும்ங்கிற ஆசை உண்டு."

சித்தார்த்தன் சிறிது நேரம் ஆழ்ந்த யோசனையுடன் மௌன மாக இருந்தான். 'அஞ்சுவது அஞ்சல் அறிவார் தொழில்' என்ற ஏதோ ஒரு குறளின் பாதிவரிகள் நினைவுக்கு வந்தன. சற்றுக் கழித்து, அந்தக் குறள் அடிகள் முற்றும் நினைவுக்கு வந்தன.

"அஞ்சுவது அறிவாக இருக்க வேண்டும்; அது அறியாமை யால் ஏற்பட்ட அச்சமாக இருந்தால் பேதைமைதானே? People have fear of unknown... என்னவென்றே தெரியாதது குறித்து, வீண் வதந்திகளை நம்பிப் பைத்தியக்காரத்தனமான எண்ணங்களை— அதை நான் கற்பனை என்று கூடச் சொல்லமாட்டேன்— அப வாதங்களை வளர்த்துக் கொண்டு, அஞ்சி அஞ்சிச் சாகிறவர்களை யும் பிறரை அச்சுறுத்திக் கொல்பவர்களையும் கண்டுதான் நான் அஞ்சுகிறேன்..."

அவனது அறிவு பூர்வமான பேச்சு, டாக்டரின் மனத்தில் பாராட்டுணர்வினை ஏற்படுத்தியது. அத்தகைய அறிவு பூர்வமான பேச்சுக்களைப் பல நோயாளிகளிடம் அவர் கேட்டிருக்கிறார். அவ் விதம் அவர்கள் பேச ஆரம்பிப்பது தம்மை அல்லது தமது செயல் களை நியாயப்படுத்துவதற்கன்று; ஒரு நல்ல டாக்டர் இத்தகு நோயாளிகளின் அத்தகைய அறிவார்ந்த வாதங்களின் மூலம் அந்த நோயிலிருந்து அவர்கள் விடுபடத் தொடங்கியிருக்கிறார்கள் என்ற நம்பிக்கையைப் பெறமுடியும். அத்தகு நம்பிக்கையைச் சித்தார்த் தனிடம் டாக்டர் மூர்த்தி பெற்றார். அவர் முகத்தில் ஒரு பிரகாசம் தோன்ற, "இங்கு தங்கியிருப்பதில் உங்களுக்குச் சந்தோஷம்தானே?" என்று கேட்டார்.

"உடனிருப்பவாகள் அன்பாகவும் இணக்கமாகவும் இருந்தால் என்னால் எங்குமே சந்தோஷமாக இருக்கமுடியும்... அன்பும் இங்கிதமும் உடைய ஒரு நல்ல நண்பராக உங்களைக் கருதுகிறேன்" என்று அவன் சொன்னதைக் கேட்டு டாக்டர் மன நிறைவுடன் சிரித்தார்:

"நன்றாகச் சொன்னீர்கள், மிஸ்டர் சித்தார்த்தன்! நான் ஒரு டாக்டரோ, நீங்கள் ஒரு நோயாளியோ அல்லர்; நாம் நல்ல நண்பர்களாக இருப்போம்" என்று மேஜைக்குக் குறுக்காகக் கையை நீட்டினார் டாக்டர். சித்தார்த்தன் அவரது கையை நட்போடு குலுக்கினான். பிறகு டாக்டர் தமது கைக்கடிகாரத்தைப் பார்த்தார். முதல் அமர்வில் இவ்வளவு போதும் என்று நினைத்துக் கொண்டார்: "ஒரு நண்பன் என்ற முறையில் உங்கள் உடல் நலத்தைப் பற்றியும் எனக்கு அக்கறை உண்டு... நன்றாகப் பசிக்கிறதா?... நேரா நேரத்துக்குச் சாப்பிடுகிறீர்களா? இரவில் நன்கு தூங்குகிறீர்களா?" என்று கேட்டார்.

டாக்டரின் கேள்விகளுக்குப் பதில் சொல்வதற்கு முன்னால், கடந்த சில தினங்களாக அனுபவித்த கசப்பான அனுபவங்களின் நினைவால் அவன் முகத்தில் சற்று வருத்தம் படிந்தது. தொண்டையைச் செருமி அந்த உணர்ச்சிகளைச் சமாளித்துக் கொண்டு சொன்னான்: "ஒரு மனிதனை ஒரு அறையில் அடைத்து வைத்து, அவமதித்துத் துன்புறுத்தினால் அவனுக்குப் பசிக்குமா? பசித்தாலும் தன்னை இப்படி நடத்துவதற்கு எதிர்ப்புத் தெரிவிக்கும் வகையில் அவன் சாப்பிட மறுக்கலாம் தானே?... இப்படி ஒரு நிலைமைக்குக் காரணமாகிவிட்டோமே என்கிற மன உறுத்தலினால் அவனுக்குத் தூக்கம் கெடும்தானே?... இந்த அடையாளங்களை எல்லாம் வைத்துப் பார்த்தால், நான் சிகிச்சைக்கு உட்பட வேண்டிய நோயாளியே என்று ஒப்புக் கொண்டுதான் இங்கு வருவதற்குச் சம்மதித்தேன்... இனிமேல் எல்லாம் சரியாகி விடும்... அம்மாவும் பாட்டியும் அதைத்தான் சொல்லிவிட்டுப் போனார்கள்..." என்று அவன் தங்குதடையில்லாமல் ஆங்கிலத்தில் சொன்னதைப் பரிபூரண சம்மதத்தோடு ஏற்றுக் கொண்டார் டாக்டர்.

"ஒருவேளை உங்களுக்குத் தூக்கம் வராவிட்டால் நர்ஸிடம் சொல்லுங்க. அவள் உங்களுக்குச் சில மாத்திரைகளைக் கொடுத்து உதுவுவாள்." என்றார்.

சித்தார்த்தன் சிரித்தான்: "இல்லை டாக்டர்... நிச்சயமாய் என்னால் தூங்க முடியும்... என் மனம் அமைதியாக இருக்கிறது..."

"நாளை சந்திப்போம்" என்று கூறி மீண்டும் அவனிடம் கை குலுக்கி விடைபெற்றார் டாக்டர். அவர் போனபிறகு வெகுநேரம் அந்த மாடி அறையின் 'பால்கனி'யில் வந்து நின்று அங்குள்ள அழகிய சோலையையும், மரங்களையும் வானத்தையும் பார்த்துக் கொண்டிருந்தான். மாலை நேரம் போய் இருள் கவிந்தபோது அறைக்குள் வந்து விளக்குகளைப் போட்டான். மேஜைமீது ஒரு

### இப்படித்தான் நடக்கிறது...

டேபிள் லாம்ப்பும் எழுதுவதற்கான பேடும் ஒரு நோட்டுப் புத்தகமும் இருந்தது. இரவு சாப்பாட்டு நேரம்வரை ஏதாவது எழுதலாமென்று தோன்றியது... அதற்குப் பின்னர் எழுதினால் தூக்கம் கெட்டுவிடும்... தான் பல நாட்களாகத் தூங்கவில்லை என்ற எண்ணமும் ஏற்பட்டது அவனுக்கு. அவன் எழுத ஆரம்பித்தான்...

•••

'சிலமணி நேரங்களுக்கு முன்னால் நான் ஒரு மனநோயாளி யாகத்தான் இருந்தேன். இந்த மனநல மருத்துவமனைக்கு வந்த மாத்திரத்தில் நான் மனநலம் பெற்றேன். நலம் கெடுதல் ஒரு நோய்தானே? ஒருவன் தன்னைப்பற்றி இவ்வாறு உணர்ந்து அதற்குப் பரிகாரம் காணும் முயற்சிக்குச் சம்மதம் தந்திருப்பது இந்த டாக்டர் நண்பர் மூர்த்திக்கு ஆச்சரியமாகத்தான் இருந் திருக்கும். சற்றுமுன் என்னிடம் விடைபெற்றுச் செல்கின்றபோது, "நீங்களும் நானும் நோயாளி-டாக்டர் என்ற முறையில் அல்ல; நல்ல நண்பர்கள்" என்று அவர் கூறிச்சென்ற வார்த்தைகள் அவர் ஒரு நல்ல டாக்டர் என்றும் நல்ல நண்பர் என்னும் நம்பிக்கையை யும் ஏற்படுத்திவிட்டன...

'இன்றைய எங்கள் சந்திப்பு ஒரு முதல் அமர்வுதான். இன்னும் பல அமர்வுகளில் நான் அவரிடம் நிறையப் பேச வேண்டி யிருக்கும். அடுத்த அமர்வுக்கு முன்னால் நான் இங்கே எழுது கின்றவற்றை அவர் படிக்க நேரலாம். நான் என்ன பேசுகிறேன் என்பதை விடவும் நான் என்ன நினைக்கிறேன், நான் எது பற்றி யெல்லாம் சிந்திக்கிறேன், என்னையும் நான் சார்ந்துள்ள மனிதர் களையும் வாழ்க்கையையும் குறித்து என்னென்ன கருத்துக்களை வைத்திருக்கிறேன், அந்தக் கருத்துக்களும் தீர்மானங்களும் எவ்வாறு என்னுள் உருவாக்கப்பட்டன என்பதையெல்லாம் இந்த டாக்டர் தெரிந்து கொள்ள வேண்டும். அதன் மூலம், ஒரு மன நோயாளியோ என்று தன்னையே சந்தேகித்துக் கொண்ட எனக்கு இவர் சிறந்த முறையில் சிகிச்சை அளிக்க நானே உதவ முடியும்!... என்ற நம்பிக்கையில் இதை எழுதுகிறேன்.

'எங்கள் சம்பாஷணை சரியான இடத்தில்தான் துவங்கியது என்று தோன்றுகிறது. நானும் டாக்டர் நண்பரும் என் பெற் றோரைப் பற்றியோ, அவர்கள் அஞ்சி வெறுக்கிற எனது நண்பர் களைப் பற்றியோ பேசத் தொடங்கவில்லை. மாறாக, இப்போது உயிரோடு இல்லாத என் தாத்தாவைப் பற்றிப் பேசத் தொடங் கினோம். அது ரொம்பப் பொருத்தமானதே...

'தாத்தாவைப் பற்றி...

'எனக்கு நினைவு தெரிந்த காலத்திலேயே அவர் உத்தி யோகத்திலிருந்து ஓய்வு பெற்றுவிட்டார். அதற்கு முன்னர் நான் உள்ளிட்ட அவரது குடும்பத்தோடு டெல்லியில் பல காலம் வாழ்ந்தவர். இங்குள்ள பூர்வீக வீட்டையும் கிராமத்திலுள்ள நிலபுலன்களையும் காரியஸ்தர் நாணுவையர் பராமரித்துக் கொண்டிருந்தார். தாத்தாவை விடப் பத்து வயது குறைவான நாணுவையர் அவரது பால்யகால நண்பர். இப்போதும் அவர் தான் எல்லாவற்றையும் நிர்வாகம் செய்கிறார். இப்போது கிராமத்தில் இருந்தவாறே செய்கிற காரியத்தை முன்பு இங்கே நகரத்தின் நடுவே அமைந்த, தோப்பும் தோட்டமும் நிறைந்த எங்கள் பங்களாவில் இருந்துகொண்டு செய்தார். தாத்தாவிடம் தேவதா விசுவாசம் கொண்டிருந்த நாணுவையர் இந்தக் குடும்ப நிர்வாகம் அனைத்துக்கும் பொறுப்பு என்றாலும் எங்கள் குடும்ப விவகாரத்தில் அநாவசியமாகத் தலையிடமாட்டார்.

'தாத்தா தோற்றத்தில் பழமைவாதியாக இருந்த போதிலும் எண்ணங்களினால் எல்லாக் காலத்திலும் முற்போக்கானவராக இருந்தவர்; இருக்கக் கூடியவர். அதனால் தான் அப்பா விரும்பிய ஒரு பெண்ணை– அதாவது என் தாயை– தமிழோ, தமிழர் கலாச்சாரமோ ஏதுமே தெரியாதவள் என்று தெரிந்தும்– அப்பாவின் விருப்பத்தை மதித்து வரவேற்று மகிழ்ச்சியோடு மருமகளாக்கிக் கொண்டார். இரண்டு தலைமுறைகளுக்கு மேல் வடநாட்டிலேயே வாழ்ந்து அதையே சொந்தமாகக் கொண்டு விட்ட குடும்பத்தில் பிறந்தவள் அம்மா... அவளுக்கு ஆங்கிலம் தான் தாய் மொழிபோல் வீட்டில் புழங்கிய மொழி... அவள் இன்னமும்கூட– இவ்வளவு வருடங்களுக்குப் பிறகும்கூட முழுக்க முழுக்க ஒரு தமிழச்சியாக ஆகவில்லை; முடியாதோ என்னமோ! அம்மாவுக்கு ஓரளவு தமிழ் பேசமட்டும்தான் தெரியும்; அது போதாது. ஒரு மொழியைப் பேசத் தெரிந்திருந்தால் மட்டும்– என்னதான் இன்னொருவர் கண்டு பிடிக்க முடியாத அளவுக்குக் கலந்து பழகிப் பேசினாலும்– அந்த மொழியின், அந்த மண்ணின் தன்மைகளைத் தனதாக்கிக் கொள்வதற்குச் சிலர் இன்னுமொரு ஜன்மம் எடுக்க வேண்டும். தமிழே தெரியாத ஒரு தாயின் மகனான எனக்குத் தமிழை அறியும் வாய்ப்புக் கிடைத்ததற்குத் தாத்தாவே முழுப்பொறுப்பு. தந்தை மொழியான தமிழைப் பள்ளியிலும் அந்த மொழியைப் பற்றித் தாத்தாவிடமும் கற்றவன் நான்...

'தாத்தா உயிரோடு இருந்தபோது வீட்டுக்குப் பின்னால் சோலைக்கு நடுவே அமைந்த அவுட் ஹவுஸில் எல்லா வசதிகளோடும் தனியாகவே வாழ்ந்தார். தாத்தாவுக்குப் பொதுவாகவே இயற்கையோடு இயைந்த எளிய வாழ்க்கை தான் பிடிக்கும். ஆனால் பெரிய நகரத்தின் செயற்கையான நவீன வாழ்க்கைக்கு அவர் வகித்த உத்தியோகத்தின் காரணமாகப் பழக்கப்பட்டு விட்டவர்கள் அவர் குடும்பத்தினர். தாத்தா, பிறரது சுதந்திரத்தில் தலையிடுவதை அநாகரிகமாகக் கருதுபவர்; தனது விருப்பத்தைப் பிறர்மீது திணிப்பது காட்டுமிராண்டித்தனம் என்று கருதுபவர். எனவே குடும்பத்திலுள்ள மற்றவர்கள் போக்குக்கு அவர் விலகி நின்று உறுதுணையாகவே இருந்தார்...

'எத்தனை ஆண்டுகள் செயற்கையான ஒரு வாழ்க்கை முறையில் அவர் வாழ நேர்ந்திருப்பினும், முற்றிலும் அதற்கும் பலியாகி விடாத அளவுக்கு அவரது தனித்துவம் வலுவானதாக இருந்தது. அதற்காகவே காத்திருந்தவர் போன்று, ரிடையர் ஆனதும் தமது பூர்வீக இயற்கைச் சூழலுக்கு வந்து முன்பு போலவே மிக இயல்பாகத் தன்னைப் பொருத்திக் கொள்ள அவரால் முடிந்தது...

'அவர் மத்திய அரசில் கணக்குத் தணிக்கையாளராக உத்தியோகம் பார்த்த போதிலும் அவர் மேற்படிப்பில் தாவர சாஸ்திரத்தில் பட்டம் பெற்றவர். கணக்கு இல்லாமல் கல்வி இல்லை என்பார் தாத்தா. கணிதத்தின் மீது அவருக்கிருந்த தனிப்பற்றின் காரணமாக அதிலும் அவர் தேர்ச்சி அடைந்தார் போலும். உத்தியோக வாழ்க்கையிலிருந்து ஓய்வு பெற்றபின் அவர் தோட்டக் கலையில் பெரிதும் நாட்டம் கொண்டார்...

'நகரத்தில் இரண்டு பெரிய சாலைகளுக்கு நடுவே ஒரு சதுர கிலோ மீட்டர் விஸ்தீரணத்தில் அமைந்த, சோலைகளும் தோட்டமும் நிறைந்த இயற்கை வனம் போன்ற பிரதேசத்தின் நடுவே அமைந்திருப்பது எங்கள் வீடு. இதில் உள்ள ஒவ்வொரு மரத்தையும் செடியையும் கொடியையும் புல்லையும் தன் குழந்தைகளை நேசிப்பதுபோல் நேசித்தவர் தாத்தா. 'தாவர மூலிகைகளும் அதன் தன்மைகளும்' என்று ஒரு புத்தகமும் எழுதி இருக்கிறார். 'வாழையும் தமிழர் வாழ்வும்' என்று ஓர் ஆராய்ச்சி நூலும் எழுதி இருக்கிறார். அவரது அவுட் ஹவுஸில் ஒரு தனி நூலகமே உண்டு. இந்தத் தோட்டத்தைப் பரிபாலிப்பதற்கும், தோட்டவேலை செய்வதற்கும் அவரோடு எப்போதுமே துணை இருக்கிற மனிதர்கள் ஒரு கூட்டமாகவே இருப்பர். பலதரப்பட்ட நண்பர்கள் அவரைத்

தேடி வருவார்கள். ஆனால், பாட்டியோ அம்மாவோ அப்பாவோ அந்தப் பக்கம் வரவே மாட்டார்கள். தாத்தாவுக்குத் தாங்கள் தருகிற மரியாதை அது என்று அவர்கள் எண்ணினார்கள். பின்னால்தான் எனக்குப் புரிந்தது– தாத்தாவிடம் அவர்கள் மூவருக்கும் பயம் என்று... தாத்தாவுக்குப் பிடிக்காததும் அவரிடம் இல்லாததுமான ஒரே குணம்! பயம்!...

'ஆரம்பகாலத்தில் சாப்பிடும் நேரத்துக்கு மட்டும் தாத்தா இந்தப் பிரதான வீட்டுக்கு வருவதுண்டு. பின்னர் என்ன காரணத்தினாலோ பிரதான வீட்டிலிருந்து அவுட் ஹவுஸுக்குச் சாப்பாடு அனுப்பப்பட்டது. பிறகு அதுவே பழக்கமாயிற்று. ஆனால் நிச்சயமாக ஒரு நாளைக்கு ஒரு முறை– அந்தக் குடும்பத்தின் தலைவர் வருகிறார் என்று அவரது வாக்கிங் ஸ்டிக் கட்டியம் கூற அவர் பிரதான வீட்டுக்கு வந்து பார்வையிடுவார். சமையற்காரர்கள் வேலைக்காரர்கள் அனைவரிடமும் போய் நலம் விசாரிப்பார்; குறை கேட்பார். இறுதி நாட்களில் அவருக்கு அதுவும் முடியாது போயிற்று. தாத்தா, நோய் வாய்ப்பட்டதோ படுக்கையில் விழுந்ததோ இல்லை. வயது காரணமாக அவர் தளர்ந்து போனார். எந்தத் தளர்ச்சியிலும் நண்பர்கள் புடைசூழ அவர் உற்சாகமாகப் பேசிக் கொண்டும் உன்னதமான தமிழ்க் கீர்த்தனங்களைப் பாடிக்கொண்டுமிருப்பார். அவர் குரலெடுத்துப் பாடினால் இந்தப் பிரதான வீட்டில் முடங்கிக் கிடக்கிற மற்றவர்களுக்கும் அதைக் கேட்டு இன்புறும் பாக்கியம் கிடைக்கும். அவரிடம் பயம் இருந்தாலும் அவர்களுக்கு அவரைக் குறித்த பெருமித உணர்வும் அன்பும் இருந்தது. தாத்தாவை அறிந்த எவரும் அவரை அன்பு செய்யாமல் இருக்க முடியாது. அந்த வீட்டிலும் தோட்டத்திலும் நான் சிட்டுக்குருவி போல ஆனந்தமாகப் பறந்து, திரிந்து வளர்ந்தேன்...

"பாட்டி, அப்பா, அம்மா ஆகியோரது வாழ்க்கை முறையும் தாத்தாவின் வாழ்க்கை நெறியும் எனக்கு ஒரே காலத்தில் புரிந்தன. அம்மா வழியில் யாரும் சொந்தக்காரர்கள் இல்லை. அம்மா ஒரு லட்சிய மருமகள் என்றால், பாட்டி ஒரு லட்சிய மாமியார். அவர்கள் இருவரும் மாமியார்– மருமகளாக அல்ல; தாயும்– மகளும் போல ஒருவர்மீது ஒருவர் பாசம் கொண்டவர்கள். மாமியாரை, அப்பா கூப்பிடுகிற மாதிரி 'அம்மா' என்றும், தாத்தாவை 'அப்பா' என்றுமே அழைப்பாள் அம்மா. அதுபோலவே அப்பாவும் அம்மாவும் கணவன்– மனைவி மாதிரி அல்லாமல் சகோதரன்– சகோதரி போல் மதித்து நண்பர்களாகவே நடந்து கொண்டனர். என்னையும்கூடச் சமத்துவமாகவே நடத்துவார்கள்.

பிற பெற்றோர் மாதிரி என்னை அவர்கள் வைததோ, அதட்டியதோ, கண்டித்ததோ, கட்டுப்பாடுகள் விதித்ததோ கிடையாது. இவ்வளவு ஆனந்தமயமான குடும்பத்தில் ஒரே குழந்தையாகப் பிறந்து வளர்ந்த எனக்குச் சித்தார்த்தன் என்று பெயரிட்டது எவ்வளவு பொருத்தம்!...

'எனக்கு நினைவு தெரிந்த நாளிலிருந்து தாத்தா புகை பிடிப்பதைப் பார்த்திருக்கிறேன். அவர் பலவிதமான பைப்புகள், ஹூக்காக்கள், சிலும்பிகளில் புகைப்பார். அவரது நரைத்த, கம்பீரமான மீசையின் ஓரங்கள் புகையின் கறைபடிந்து பொன் னிறமாய் மின்னும். அந்தப் புகை பிடிக்கும் கருவிகள் கண்ணாடி பீரோவில் கலைப்பொருட்கள் மாதிரி அலங்காரமாய்க் காட்சி தரும்...

'தாத்தா என்றால் கையில் ஒரு பைப்புடன்தான் காட்சி தருவார். தாத்தாவை இப்போது நினைக்கும்போது கூட எனது கவனத்தில் வருவது அவரது புகைக் குழாய்கள்தாம்...

'அப்பா சிகரட் மட்டுமே பிடிப்பார். அது குறித்துப் பாட்டியும் அம்மாவும் அவரைக் கண்டித்துக் கொண்டே இருப்பார்கள். நான் வளர வளரப் பாட்டிக்கும் அம்மாவுக்கும் எனக்கு இந்தப் பழக்கம் வந்துவிடக் கூடாதே என்று ஏற்பட்ட பயம் அவசியமற்றதாகவே பட்டது எனக்கு. ஹைஸ்கூலில் படித்துக் கொண்டிருந்த பொழுதுதான் தாத்தா கஞ்சா புகைக்கிறவர் என்கிற விஷயம் எனக்குத் தெரிந்தது. அந்தக் காலத்தில் அவர் தமது இறுதி நாட்களைக் கழித்துக் கொண்டிருந்தார். ஒரு நாள் அவர் தனிமையில் அமர்ந்து ஹூக்கா பிடித்துக் கொண்டிருந்த பொழுது அவரைப் பார்ப்பதற்காக நான் போனேன். ஒரு நாளைக்கு எத்தனை முறை அவரை நான் பார்க்கப் போனாலும் ஒவ்வொரு முறையும் அப்போதுதான் வருகிறவனை வரவேற்பது போல், "வா... வா... உட்காரு" என்று அன்பு ததும்ப அழைத்து மரியாதையாக உபசரிப்பார் தாத்தா. அவர் பேசினால் கேட்டுக் கொண்டே இருக்கலாம். அவரது அனுபவங்களை அவர் வாயால் சொல்லக் கேட்கும்போது கதை கேட்பதுபோல இருக்கும்... என் வயது, என் பருவம், என் விருப்பம், என் சந்தேகம் ஆகியவற்றுக்கு ஏற்ப நான் அறிய வேண்டிய உலக விஷயங்களையெல்லாம் கதைகள் மாதிரி சொல்லுவதில் தாத்தாவுக்கு இணை யாரு மில்லை...

'தாத்தா, தமது நூல் நிலையத்திலிருந்து, என் எல்லாப் பருவத்திலும் என் அறிவு வளர்ச்சிக்கு வேண்டிய புத்தகங்களைத்

தேர்ந்தெடுத்துத் தந்து படிக்கச் சொல்வார். ஒவ்வொரு புத்தகத்தை யும் என்னிடம் தருவதற்கு முன்னால், சாய்வு நாற்காலியில் அமர்ந்து, என்னையும் எதிரில் உட்கார வைத்துக் கொண்டு, அந்தப் புத்தகத்தைப் பற்றி, 'இதைப் படித்தே தீரவேண்டு'மென்ற ஆவலை உருவாக்குகிற மாதிரி விதந்தோதுவார். அந்தப் புத்தகம் தனக்கு எப்படிக் கிடைத்தது என்பதையும் அதில் தான் ரசித்த பகுதிகளையும் எடுத்து விளக்கிக் கூறுவார். அவர் கடைசியாக எனக்குத் தந்த புத்தகத்தின் பெயர் ``Fear of unknown" நூலாசிரி யரின் பெயர் ஜெ. கிருஷ்ணமூர்த்தி...

'அம்மா, வெளியுலக ஈடுபாடுகள் அதிகம் ஏதுமில்லா விட் டாலும் லேடீஸ் கிளப்பு நடவடிக்கைகளில் மட்டும் பங்கெடுத்துக் கொள்வாள். அங்கேதான் மிஸஸ் மாயா என்ற சமூக சேவகி அம்மாவுக்குச் சிநேகிதி ஆனாள். வெகு நாட்களாக அந்தப் பழக்கம் நீடித்த படியால் இப்போது அந்தச் சங்கத்துக்கு அம்மா தலைவியாகத் தேர்ந்தெடுக்கப்பட்டிருக்கிறாள். சில வருஷங்களுக்கு முன்னால் திடீரென்று பத்திரிகைகளிலும் இன்னபிற பொதுஜனத் தொடர்பு சாதனங்களின் மூலமும் போதை மருந்துக்கு எதிரான இயக்கம் ஒன்று பரவி அம்மா தலைவியாக இருக்கிற மாதர் சங்கம் வரை வந்துவிட்டது. அதில், தாத்தா உபயோகிக்கிற பொருளின் பெயர் சேர்க்கப்பட்டிருப்பதைக் கண்டு நான் மனம் துணுக்குற் றேன். இது குறித்துப் பாட்டியோடோ, அப்பாவோடோ, அம்மா வோடோ பேசுவதை விடத் தாத்தாவிடமே பேசிவிடுவது என்று ஒருநாள் முடிவு செய்தேன்...

'அவரது அறைக்குள் நுழைகிற போதே இதுவரை நான் உணராத அந்தப் புகைநெடியை உணர்ந்தேன். அப்படி உணர்வது எனக்கே ஆச்சரியமாக இருந்தது! ஆம்; முன்பெல்லாம் அது தாத்தாவோடு சம்பந்தப்பட்ட தனிப்பட்ட விஷயமென்று நினைத் தேன். இப்போது அது ஒரு பொது விஷயமாகவும் பொல்லாத காரியமாகவும் சம்பந்தமே இல்லாதவர்களால் பேசப்பட்டுப் புழுதிவாரி இறைக்கப்படும்போது, என் அன்பான தாத்தாவை எல்லோரும் அவதூறு செய்வது போல் ஓர் உறுத்தலும், அதற்கு ஆளாகி இருக்கிற அவர்பால் ஓர் அனுதாபமும் தோன்றியது. வழக்கம்போல் தாத்தா என்னை வரவேற்று உட்காரச் சொன்னார்...

'அம்மாவின் லேடீஸ் கிளப்பில் விநியோகிக்கப்பட்ட அந்த போதைப் பொருள் எதிர்ப்புப் பிரச்சாரப் பிரசுரத்தை அவரிடம் நீட்டினேன். தாத்தா அதைப் பொறுமையாகப் படித்தார்; பின்னர்

ஒரு புன்னகையுடன், 'கஞ்சா' என்ற எழுத்துக்களைத் தன் விரலால் கோடிட்டுக் காட்டி, "இதை, இந்தப் பட்டியலில் சேர்த்திருக்கக் கூடாது"... என்றார்.

"ஏன்? நீங்கள் உபயோகிப்பதாலா?" என்று நானும் புன்னகையோடு கேட்டேன்.

"அந்த ஷெல்பில் வெஜிடபிள் செக்ஷனில் மெட்டீரியா மெடிகா என்று ஒரு புத்தகம் இருக்கிறது... அதை எடுத்துக் கொண்டு வா" என்றார் தாத்தா. நான் கொண்டு வந்ததும். நஞ்சு என்றும் நாசகாரி என்றும் அந்தப் போதைப் பொருள் எதிர்ப்புப் பிரசுரத்தில் குறிப்பிடப்பட்டிருந்த– 'கஞ்சா' என்ற பகுதியைப் பிரித்துப் படிக்கச் சொன்னார். அதன் வேறு பெயர்கள் என்று அதில் குறிக்கப்பட்டிருந்தவை: ஆனந்தமூலி, கற்பமூலி, கோரக்கர் மூலி, சிவமூலி, பங்கி, மதமத்தகம், மூதண்டம், சித்தபத்ரி... அதன் தாவர சாஸ்திரப்பெயர் Cannabis Sativa என்றெல்லாம் இருந்ததே தவிர, அது நஞ்சு என்றும் ஒழிக்கப்பட வேண்டிய தாவரமென்றும் ஓரிடத்திலும் இல்லை...

தாத்தா சொன்னார்: "இந்த மருத்துவ மூலிகை ஒரு லாகிரிப் பொருளும் கூட. லாகிரி என்றால் இன்பம் உண்டாக்கும் என்று அர்த்தம். இன்பத்திலேயே ஒருவன் மூழ்கிவிடுவானானால் துன்பம் அடைவான்... அதற்காக இன்பத்தையும் இன்பம் தருகிற விஷயங் களையும் பகைக்க வேண்டுவதில்லை... இது ஒரு ரசாயனச் சேர்க்கைப் பொருள் அல்ல... இயற்கையின் அருளால் நாம் பயிரி டாமலேயே மலைப் பகுதிகளில், மலைச்சாரலில் பனிப்பொழிவில் பசுமை கொழிக்க மண்டிப்படரும் மருத்துவ மூலிகை இது"...

"எல்லா ரசாயனமும் ஏதாவதொரு மூலிகையிலிருந்து தான் கிடைக்கிறது" என்று நான் சொன்னதும் தாத்தா என்னை உரிமை யோடு செல்லமாகக் கடிந்து கொண்டார்: "ஒரு முட்டாளைப் போல் பேசாதே... தெளிவு பெற வேண்டுமென்றால் இன்னும் தெரிந்து கொள், சொல்கிறேன்... ஒரு மூலிகையிலிருந்து ரசாயனப் பொருள் தயாரிக்கப்படுவதனால் அந்த மூலிகையே ரசாயனப் பொருள் ஆகிவிடாது. இங்கே ரசாயனம் சம்பந்தமான புத்தகங் களும் உள்ளன... அதில் போய்த் தேடினால் இந்தப் பெயரே இருக்காது. கஞ்சா என்பது ஒரு By-Product அல்ல. இது பற்றி இவ்வளவும் நான் உனக்குச் சொல்வது, இதைச் சிபாரிசு செய்வதற்கு அல்ல. உனக்கும் உன்னைப் போன்ற இளைஞர் களுக்கும் நான் சொல்லித் தரவேண்டியது இதுதான்!

"பொய் பேசாதே... பயந்து ஒளிந்து எதையும் செய்யாதே... பிறர் உழைப்பில் வாழாதே... யாரையும் வஞ்சிக்காதே... பயமுறுத் தலுக்குப் பணிந்துவிடாதே... உன் அறிவைக் கொண்டு யோசி... உன் அனுபவம் என்னும் உரை கல்லில் உரைத்து உரைத்துச் சோதித்து எதையும் அறிந்து கொள்... உண்மையாக இரு... ஒரு சுதந்திர மனிதனாக உன்னை உருவாக்கிக் கொள்! புகைபிடிப்பதும், பிடிக்காமல் இருப்பதும், உனக்கென்று சிறப்பான ஒழுக்கங்களை உருவாக்கி கொள்வதும், உன் சொந்த விஷயங்களாகும். இதில் தலையிட உன் தாத்தாவுக்குக்கூட உரிமை கிடையாது" என்று சிரித்தவாறே கூறிச் செல்லமாக என் கன்னத்திலும் தோளிலும் தட்டிக் கொடுத்தார்...

'அன்று அவர் வெகுநேரம் என்னுடன் பேசிக் கொண்டிருந் தார். வழக்கம்போல் அவரிடம் கதை கேட்கும் சுவாரஸ்யத்திலும் புதிய புதிய கருத்துக்களின் மின்னல் வீச்சுப் போன்ற பிரகாசத் திலும் நான் கட்டுண்டு வாயடைத்து உட்கார்ந்திருந்தேன்...'

— சித்தார்த்தன் இரவு ஒன்பது மணிவரை எழுதிக் கொண் டிருந்தான். எழுதியதை மூடிவைத்துவிட்டு ஒன்பது மணிக்கு இரவு உணவு அருந்தினான். சாப்பிட்ட பிறகு வழக்கம்போல் புகை பிடித்தால் நன்றாக இருக்குமே என்று நினைத்துக் கொண்டான். அங்கு வந்த ஒரு ஆண் நர்ஸிடம், "எனக்கு ஒரு சிகரெட் கிடைக்குமா?" என்று கேட்டான்.

"ஓ! எஸ்... நிச்சயமாக!" என்று கூறி அந்த நர்ஸ் தன் பாக் கெட்டில் இருந்து சிகரெட்டும் நெருப்புப் பெட்டியும் தந்தான். சிகரெட்டைப் பற்றவைத்து இரண்டு முறை உறிஞ்சியபிறகு அந்த வெறும் புகையிலை நெடி அவ்வளவு இதமாக இல்லை. அங்கு ஆஷ்-டிரே எதுவும் இல்லாததால் சிகரெட் துண்டை பாத் ரூமுக்குள் எறிந்துவிட்டு வந்தான். இதுவரை பலநாள் தூங்காத தால் இரவு படுக்கைக்குப் போகுமுன் தான் செய்கிற தியானத்தையும் செய்யவில்லை என்று நினைவு வந்தது. பிரதான விளக்கை அணைத்து விட்டு, மங்கிய இரவு விளக்கின் வெளிச்சத்தில் படுக்கை விரிப்பின்மீது சுகாசனமிட்டு அமர்ந்து தியானம் செய்யலானான் சித்தார்த்தன்.

∎∎∎

விடிந்த பொழுது அந்தப் புதிய சூழ்நிலையில் வாழ்க்கையே புது விடிவு கண்டதுபோல் இருந்தது. சோலையும் மரங்களும் அடர்ந்த அந்தச் சூழ்நிலையில் பறவைகளின் இடைவிடாத இரைச்சல் ஏகமாய் இருந்தபோதிலும் இனிமையாக இருந்தது.

வெகு நாட்களுக்குப் பிறகு மீண்டும் வழக்கம்போல் அவன் யோகாப்பியாசம் செய்தான். செய்திப் பத்திரிகை படித்தான்...

எட்டுமணிக்கு டாக்டர் மூர்த்தி, "குட் மார்னிங்!" என்ற குரலோடு அவனது அறைக்குள் வந்தார். பதிலுக்கு வணக்கம் சொல்லி எழுந்து மரியாதை தந்து அவரை வரவேற்றான் சித்தார்த்தன்.

"பரவாயில்லை... உட்காருங்கள். நான் இப்போது உங்களோடு அதிக நேரம் அமர்ந்து பேசப் போவதில்லை. தினசரி காலையில் ஒரு சுற்று வந்து நமது நண்பர்களைப் பார்த்துவிட்டுப் போவது வழக்கம்... நான் சாயங்காலம் வருகிறேன்... ஐ ஹோப் எவ்ரிதிங் இஸ் ஆல்ரைட்..."

"எஸ்... வெரிமச்" என்று சொன்ன சித்தார்த்தன், "நேற்று நீங்கள் போன பிறகு நான் இங்கு வந்து சேர்ந்த கதையை ஒரு சுயசரிதம் போல் எழுதத் தொடங்கினேன். எழுதியவரைக்கும் உங்களிடம் தருகிறேன்... நமது அடுத்த சந்திப்புக்கு முன் நீங்களும் அதைப் படித்தால் நலமாக இருக்கும் என்று நம்புகிறேன்" என்று ஆங்கிலத்தில் கூறி அந்த நாற்பது பக்க நோட்டுப் புத்தகத்தை அவரிடம் தந்தான்.

ஆங்கிலத்தில் பேசியபடியே அவன் தந்ததால் அது ஆங்கிலத்தில் எழுதப்பட்டிருக்கும் என்ற நினைப்போடு முதல் பக்கத்தைப் பிரித்த டாக்டர், அவர் எண்ணியதற்கு மாறாக மணி மணியான தமிழ் எழுத்துக்களைக் கண்டு வியப்பும் மகிழ்ச்சியும் அடைந்தவராக, நின்ற நிலையிலேயே முதல் பக்கம் முழுவதும் படித்து முடித்தார்.

"ரொம்ப அற்புதமாக இருக்கிறது எழுத்து!... ஆர் யூ எ ரைட்டர்?" என்று அவர் கேட்டதும் சித்தார்த்தனுக்குச் சற்றுப் பெருமிதமாகவே இருந்தது.

"பெயர் சொன்னால் எல்லாருக்கும் தெரிகிறமாதிரி பிரபல எழுத்தாளர் இல்லை... சில கதைகள் எழுதி இருக்கேன்... அதெல்லாம் பத்திரிகையிலே கூட வந்திருக்கு..."

"ஓ! நீங்கள்தான் அந்த சித்தார்த்தனா? உங்கள் பெயரைப் பார்த்திருக்கிற ஞாபகம் வருது-அவசியம் இதை நான் படிப்பேன்... சாயங்காலம் நாலு மணிக்குச் சந்திப்போம்..." என்று டாக்டர் விடைபெற்றார்.

சற்று நேரத்துக்குப் பிறகு அவன் மேஜையின் முன்னால் அமர்ந்து எழுதிக் கொண்டிருந்தான். நடுவில் ஒருமுறை

புகைபிடிக்க வேண்டுமென்ற உணர்வு அவனுக்குத் தோன்றியது. எனினும் மாலையில் சந்திக்கிறபோது அந்த டாக்டரிடம் கேட்டு அனுமதி பெற்றுக் கொண்டு அதைச் செய்வதுதான் முறை என்று நினைத்துச் சமாதானம் அடைந்தான். 'நேற்று இரவு அந்த ஆண் நர்ஸிடம் சிகரெட் கேட்டதையும் அவன் மறுக்காது சிகரெட் தந்து உதவிய சலுகையையும் டாக்டரிடம் சொல்லி இருக்க வேண்டும். சலுகைகளைப் பயன்படுத்திக் கொள்வது நல்லதல்ல. அதற்கான உரிமையைப் பெற்றுக்கொள்ள வேண்டும். உரிமைகளை உதாசீன மாகப் பயன்படுத்தி விடலாகாது. உரிமைகளைப் பாதுகாத்துக் கொள்வதன் மூலமே உரிமைகளுக்கு, உரியவர்களாக இருக்க முடியும்'– என்றெல்லாம் தாத்தா சொல்லுகிற மாதிரி தனக்குள் பேசிக் கொண்டான். தாத்தாவைப் பற்றிய நினைவு வரவே தொடர்ந்து எழுதலானான்:

'ஒரு நாள் லேடீஸ் கிளப்புக்குப் போய்விட்டு வந்த அம்மா, வீட்டுக்கு வந்ததும் குழந்தைபோல் முகம் சிவந்து, கர்சீப்பால் மூக்கைத் துடைத்துக் கொண்டு, அழுகிறவள் மாதிரி பாட்டியிடம் சொல்லிக் கொண்டிருந்தாள்... அதுவும் ஆங்கிலத்தில்! அவள் முறையிட்டு அழுவது, ஏதோ நர்ஸரி குழந்தை தன் தாயிடம் வந்து கொஞ்சுவது போல் இருந்தது.

"நான் இந்த லேடீஸ் கிளப் தலைமைப் பதவியை ராஜிநாமா பண்ணிடப் போறேன்... அதற்கெல்லாம் ஒரு தகுதி வேண்டாம்?... தர்மசேவை வீட்டிலிருந்து தொடங்கணும்னு ஒரு பழமொழி இருக்கு... மிஸஸ் மாயாவும் மற்றவர்களும் என்னைச் சொல்லிக் காட்டுகிற பொழுது எனக்கு அவமானமாக இருக்கிறது... இத்தனை வயசுக்குப் பிறகாவது ஒருத்தருக்குப் புத்தி வரவேண்டாம்?... வீட்டுக்குள்ளே ஒரு 'டிரக் அடிக்ட்'டை வச்சுக்கிட்டு, ஊரைத் திருத்தறேன்னு சொன்னால் யார் நம்புவார்கள்?"...

அந்தக் காட்சியைப் பார்த்து, அம்மாவின் வசனத்தைக் கேட்டு எனக்கு ஒரு பக்கம் சிரிப்பாகவும் இன்னொரு பக்கம் எரிச்சலாகவும் இருந்தது. பாட்டி என்ன சொல்கிறாள், பார்ப்போம் என்று தூரத்திலிருந்தே கவனித்தேன்...

தாத்தாவைப் பற்றி அம்மா அவமரியாதையாகப் பேசுவது வேறு யார் காதிலாவது விழுந்துவிடப் போகிறதோ என்று பயந்து, சுற்றுமுற்றும் பார்த்தாள் பாட்டி. பிறகு அம்மாவிடம் சொன் னாள்: "அவரைப் போய் நாம்ப கட்டுப்படுத்த முடியுமா? நீ சொன்னதுபோல் வயசானால் இதை எல்லாம் விட்டுடுவார்னு

நானும் அந்தக் காலத்திலேருந்து நினைச்சிண்டிருந்தேன்... வயசுதான் ஆகிறது. அந்த லாகிரிப் பழக்கத்தை அவர் விட லேன்னாலும், நம்மைவிட்டு விலகி இருக்காரே, அந்த வரைக்கும் எனக்குச் சந்தோஷம். உங்க லேடீஸ் கிளப்லே சொல்லு... 'என் மாமனாரையும் என் புருஷனையும் காப்பாத்தறது என் கையில் இல்லே; என் மகனை நான் இந்தத் தீயபழக்கத்துக்கு ஆளாக விட மாட்டேன்... அதுதானே முக்கியம்'னு சொல்லு..." என்று பாட்டி தமிழிலும் ஆங்கிலத்திலுமாகச் சொன்னாள்.

"அம்மா! அதுதான் இப்போ பிரச்னை. சித்தார்த்தன் சிகரெட் குடிச்சதை மாயா பார்த்திருக்கிறாள்... அந்தக் கிழவனார் இங்கே வரலைன்னா என்ன?... இவன் சதா, நாள் பூரா அங்கே தானே இருக்கான்! உங்களுக்குத் தெரியுமா, அம்மா? ஸ்மோக்கர்ஸ்னு சிலபேர் இருக்கிறமாதிரி 'பாஸிவ் ஸ்மோக் கர்ஸ்'னு சில பேர் உண்டாம்..."

"அப்படீன்னா?..." என்று பாட்டி கேட்டதும், "ஸ்மோக் பண்ற வங்க புகையை இன்ஹேல் பண்ணி வெளியே விடறா ளோன்னோ... அதைக் கூட இருக்கறவங்க, ப்ரீத் பண்றா ளோன்னோ... அதுக்குப் பழக்கமாயிடறது... ஸ்மோக் பண்றவாளுக் குக்கூடப் பரவா இல்லே; பாதகமில்லே... ஏன்னா, அவா தான் இழுக்கற புகையை மட்டும்தான் சுவாசிக்கிறா... ஆனால், இந்த ஸ்மோக் பண்ணாதவா எல்லார் விடற புகையையும் சுவாசிக்கிறா... அதனாலே, மாயா சொன்னாள், 'ஸ்மோக்கிங்கை தடை பண்ணினால் மட்டும் போதாது, ஸ்மோக் பண்றவாளைச் சமூக பகிஷ்காரம் பண்ணனும்னு... ' அம்மா, உங்களுக்குத் தெரியுமோ? அவள் பெரிய நாவலாசிரியை... ஸ்மோக் பழக்கத்துக்கு அடிமை ஆயிட்ட ஒரு புருஷனை அவனோட ஓய்ஃப் டைவர்ஸ் பண்றதைப்பத்தி ஒரு கதை எழுதி இருக்காள்... நீங்க சொன்ன மாதிரி, இந்தத் தாத்தாக்களும் அப்பாக்களும் எக்கேடும் கெடட்டும்! நம்ப குழந்தைகளை நாம் காப்பாத்த வேண்டாம்?..." என்று கூறி அம்மா திரும்பிப் பார்த்தபோது அவள் கண்ணில் நான் பட்டேன்...

"சித்தூ! இங்கே வா..." என்று அவள் அழைத்த தோரணை யில்– அவள் கையில் ஒரு பிரம்பு இல்லாத குறைதான்! "நீ என்னமோ ஸ்மோக் பண்றயாமே?... மாயா சொன்னாள்... 'சும்மா விளையாட்டுக்குக் குடிச்சிருப்பான்... நான் அவனுக்குப் புத்தி சொல்றேன்'னு சொன்னேன்... வேண்டாண்டா அந்தப் பழக்க மெல்லாம்..." என்றாள்.

"அதுதான் நீயே சொல்லிட்டாயே, அம்மா... சும்மா ஒரு விளையாட்டுக்குத்தான்னு..."

"விளையாட்டுத்தாண்டா விபரீதமாயிடும்!..."

"அம்மா, நீ கவலைப்படாதே... எதுக்கும் நான் அடிமை ஆயிடமாட்டேன்"

"இப்படியெல்லாம் சொன்னால் போறாது... என் கையிலே அடிச்சு சத்தியம் பண்ணிக்குடு... 'நான் இனிமேல் புகை பிடிக்க மாட்டேன்'னு... ம்' ஸ்வேர்!..." என்று அவள் காட்டிய பிடிவாதம் என்னை யோசிக்க வைத்தது. அம்மாவும்கூட 'ஒரு எலும்புக் கை புகையும் சிகரெட்டோடு ஆஷ்ட்ரேயில் சாம்பலைத் தட்டுகிற டி.வி. விளம்பரத்தைக் கண்ணெதிரே காண்பவள் போல், ஹிஸ்டிரிகலாக என் கையைப் பற்றிக் கொண்டு திரும்பத் திரும்பக் கேட்டாள்: "பிராமிஸ்!... 'இனிமேல் புகை பிடிக்க மாட்டேன்'னு பிராமிஸ் பண்ணு..."

'அவளது நிலையைச் சமாளிப்பதற்காக நான் சிரித்தவாறு சொன்னேன்: "அம்மா, உன்னிடம் 'இனிமே சிகரெட் பிடிக்கிற தில்லை'ன்னு அப்பா எத்தனைதரம் பிராமிஸ் பண்ணி இருக்கார்... இன்னமுமா நீ இந்த விஷயத்திலே பிராமிஸ்களை நம்பறே!..." என்றேன்.

"அநாவசியமாக என்னை இழுக்கக்கூடாது... நான் அளவோடு தான் ஸ்மோக் பண்ணுகிறேன். பொது இடங்களில் நான் ஸ்மோக் பண்றதில்லை... அப்பாவோ அம்மாவோ நான் சிகரெட் குடித் ததைப் பார்த்தே இருக்கமாட்டாங்க..." என்று சொல்லிக் கொண்டே எங்கிருந்தோ திடீரென்று உள்ளே நுழைந்த அப்பா, இந்தத் தனது தன்நிலை விளக்கத்துடன் திருப்தி அடைந்தவராக மாடிப்படி ஏறிப்போனார்.

"அப்புறம், முக்கியமான இன்னொரு விஷயம்... தாத்தா இருக்கிற அவுட்ஹவுஸுக்கு நீ இனிமேல் போகக்கூடாது..." என்று அம்மா கூறவும், "அதைச்சொல்லு.. தேர் யூ ஆர் ரைட்" என்று மாடிப்படியில் நின்று திரும்பிப் பார்த்துச் சொன்னார் அப்பா...

பாட்டியும் சேர்ந்து கொண்டாள்: "அங்கே என்னத்துக்கு போகணும்? அங்கே யார் யாரோ வரா... அவருக்கு எப்பவுமே தராதரம் தெரியாது... எல்லோரோடயும் சமமா உட்கார்ந்து புகை போட்டுண்டு... நீ அங்கெல்லாம் போகப் படாது... அந்தப் புகை வாசனையே உன் மேலே படப்படாது..."

“புகை அங்கேயே உட்கார்ந்திண்டு இருக்காது... இவ்வளவு காலமா உங்களுக்குத் தெரிஞ்ச ஒரு விஷயத்தை, யாரோ எதுவோ சொன்னான்னு கேட்டுண்டு, பயப்படறதும் தாத்தாவைச் சந்தேகப் படறதும் அழகாக இல்லை... தாத்தாவை நான் அடிக்கடி பார்க்கப் போறதுக்கும் இதுக்கும் ஒரு சம்பந்தமுமில்லை... சும்மா அலட்டிக் காதீங்கோ’’ என்று நிதானமாகச் சொல்லிவிட்டு அப்போதே தாத்தாவைப் பார்க்கப் போனேன்...

‘வழக்கம் போல் கையில் புகைக்குழாயுடன் தாத்தா என்னை வரவேற்றார். அவர் எப்போதுமே போல் ஆனந்தத்தில் மிதந்து கொண்டிருந்தார். அவரது கள்ளமில்லாத புன்னகையையும் கனிவான பார்வையையும் சந்தித்த போது, இவர் இந்தப் புகைக் குழாயின் பொருட்டு வீட்டிலுள்ள மற்றவர்களின் தப்பெண் ணத்துக்கு ஆளாகியிருப்பதை எண்ணி, அவர்பால் எனக்கொரு அனுதாபம் பிறந்தது. இவரால் இந்தப் பழக்கத்தைவிட முடியாதா? பிறரது திருப்திக்காகவாவது இவர் இந்தப் பழக்கத்தை விட்டு விட்டால் என்ன?– என்று எனக்குத் தோன்றியது. நான் தாத்தாவிடம் முறையிடுவது போல் சொன்னேன்:

“தாத்தா! நான் இனிமேல் இங்கே வரப்படாதுன்னு அம்மாவும் பாட்டியும் சொல்றா... நீங்க இந்தப் புகை பிடிக் கிறதனாலே.. அந்தப் புகை என்னைப் பாதிச்சுடுமாம்... ரொம்ப பயப்படறாங்க...”

தாத்தா இளநகை புரிந்தவாறு என்னைக் கேட்டார்... “இப்படிப்பட்ட பயம் உனக்கு வந்துவிடவில்லியே?... அதுக்காகப் பயந்து நீ வரமாட்டேன்னா, நீ வரும்போது இந்தப் புகைபிடிக் கிறதை நான் நிறுத்திவிடுகிறேன்... சொல்லு...” என்று அவர் என்னைக் கேட்டபோது, என்னால் அவரிடம் பொய் சொல்ல முடியவில்லை.

“இல்லை, தாத்தா... எனக்கு ஒண்ணும் பயமில்லை. அன்னிக்கு ஒருநாள் நீங்க இந்த மூலிகையைப் பற்றி விளக்கமாகச் சொன் னீங்களே, அதுக்கப்பறம் எனக்கு இதைப்பத்தி எந்தச் சந்தேகமும் இல்லை. ஆனாலும் இந்தப் பழக்கம் உங்களுக்கு எப்படி ஏற் பட்டது? இதை ஏன் நீங்க இப்போ விட்டுடக் கூடாது?” என்று கேட்டேன்...

தாத்தா சற்று நேரம் கண்களை மூடி யோசித்தார். அவர் யோசித்துக் கொண்டு இருக்கும்போது நான் சொன்னேன்:

“அந்த மிஸஸ், மாயா சொன்னாங்களாம்: “ஸ்மோக்கர்ஸ்’னும் ‘பாஸிவ் ஸ்மோக்கர்ஸ்’னும் இரண்டு வகை உண்டாம். தாங்களே

புகை பிடிக்கலைன்னாலும் அந்தப் புகை நிறைந்த சூழ்நிலையிலே இருக்கிறதே சில பேருக்குப் பிடிக்குமாம். புகைபிடிக்கிறதைவிட இதுதான் ரொம்பக் கெடுதலாம்...”

தாத்தா சிரித்துக் கொண்டே கண்களைத் திறந்தார்: “ஆமாம்... அப்படி ஒரு சூழ்நிலையிலேதான் இந்தப் பழக்கம் எனக்கும் வந்தது. யோசிச்சுப் பார்த்தால் இந்த வாழ்க்கை கூட ஒரு பழக்கமே... மனிதர்களோடு மனிதர்கள் பழகுகிறோம். அவர்கள் நல்லவர்களாகவும் இருக்கிறார்கள்; கெட்டவர்களாகவும் இருக் கிறார்கள். சிலர் ஆரம்பத்தில் நல்லவர்களாக இருந்து, பிறகு கெட்டவர்களாகி விடுகிறார்கள். அதற்காக அவர்களை நாம் வெறுத்து ஒதுக்கிவிட முடிவதில்லை. அவர்கள் எப்படியிருந்தாலும் நாம் அவர்களிடம் நல்லவிதமாகப் பழகிப் கொள்கிறோம். அது தானே நல்லவர்களுக்கு அடையாளம்? அதுபோல் எனக்கு இந்த மூலிகையினுடன் ஏற்பட்டுவிட்ட பழக்கத்தை எழுபது வயது வரை நான் நல்ல விதமாகக் காப்பாற்றி வருகிறேன். இந்தப் பழக்கம் எனக்கு எப்படி ஏற்பட்டது என்று கேட்டாயே,... உன்னை விடவும் எனக்கு அப்போது சின்ன வயசு... கிராமத்தில் இருந்தேன்... அங்கே ஊருக்கு வெளியே ஒரு பெரிய ஆலமரத்தின் அடியில் ஒரு பைராகி வாழ்ந்து வந்தார்... அவரைத் தரிசிக்கப் பல்வேறு விதமான மனிதர்கள் வருவார்கள்... அந்தப் பைராகியின் சிரிப்பும் பேச்சும் பலபேர்களை நாட் கணக்கில் அவரோடு இருத்திவிடும். அவரும் அவரது பக்தர்களும் சேர்ந்து இதை உபயோகிப்பதை நான் பார்த்திருக்கிறேன். அது ஒரு லாகிரி என்றும் துர்ப்பழக்கம் என்றும் யாரும் சொன்னதில்லை... சாம்பிராணி, ஊதுபத்தி, அகிற்புகை இவற்றில் ஒன்றுபோல் அது அங்கு புனிதமாகக் கருதப்பட்டது. நான் அங்கு அடிக்கடி போவேன்... சில சமயத்தில் என்னைத் தேடிக் கொண்டு வீட்டிலிருந்து வந்து அங்கிருந்து அழைத்துப் போவார்கள். அப்படி அழைத்துப் போகாவிட்டால் நான் அங்கேயே நாட்கணக்கில் இருந்துவிடுவேன். அந்த பைராகியும் அவர் பக்தர்களும் இன்னார் இனியார் என்று பாராமல் எல்லார் மீதும் அன்பைப் பொழிவார்கள். அந்த பைராகி, குழந்தைகளோடு குழந்தையாய் விளையாடுவார்... கலைஞர்களோடு கலைஞராகி இன்னிசை பொழிவார்... அறிஞர் களும், ஞானவான்களும் வந்தால் அவர்களோடு சமதையாக அமர்ந்து சம்வாதம் புரிவார். அதை உடனிருந்து அனு பவித்தவர்கள் பாக்கியம் செய்தவர்கள், ஆனால் என் தகப் பனாருக்கு நான் அங்கு அடிக்கடி போவது அவர்களோடு சேர்ந்து

கஞ்சா புகைப்பதற்குத்தான் என்ற தவறான எண்ணம் ஏற்பட்டுவிட்டது. என்னை, அங்கே போகக்கூடாது என்று அவர் கண்டிக்க ஆரம்பித்தார். அன்பு, பாசம், மரியாதை என்ற பெயரில் அறிவுக்குப் புறம்பான அடக்குமுறைகளுக்கு மசிகிற பண்பு எனக்கு எப்போதும் கிடையாது. ஆனால் என் அப்பாவின் அன்பு– அதை நான் ஒரு போதும் சந்தேகிக்க முடியாது– நான் எங்கே அந்தக் கூட்டத்தோடு சேர்ந்து, கஞ்சா குடிக்கிற பரதேசிப் பயல் ஆகிவிடுவேனோ என்ற சந்தேகத்துக்கும் பயத்துக்கும் ஆட்பட்டு என்மேல் அடக்குமுறையைப் பிரயோகிக்க துணிந்தது போலும்!...

“ஒரு குற்றமும் செய்யாத என்னை, ‘அங்கு போவேன்’ என்று சொன்னதற்காகத் தூணில் கட்டி வைத்துச் சவுக்கால் அடித்தார் என் அப்பா. என் அன்புக் குழந்தையே! அதுவரை நான் எந்தப் புகைப் பழக்கத்துக்கும் ஆளானதில்லை...” என்று சொல்லுகிற பொழுது அவர் கண்கள் குளமாகியிருந்தன.

“உங்களை வருத்தப்படுத்தி விட்டேனா?” என்று நான் அவரைத் தழுவிக் கொண்டேன். தாத்தா அன்போடு என் உச்சியில் முத்தமிட்டார். பின்னர் கதையைத் தொடர்ந்தார்:

“...ஆனாலும் நான் மறுபடியும் அங்கு போனேன்... என் அப்பா அடித்த தழும்புகூட என் முதுகில் இருக்கிறது... அவர் எதற்காக என்னை அடித்தாரோ அந்த— அன்று எனக்கு இல்லாத பழக்கம் பிறகு என் சொந்த விருப்பத்தில் சுதந்திரமாக எனக்கு ஏற்பட்டது. நான் எங்கு, எந்த நிலையில் வாழ்ந்த போதிலும் ஆன்மீகமான மனிதர்களோடு தொடர்பு கொள்ள இது உதவி செய்து வருகிறது. ஓரிடத்தில் ராமகிருஷ்ண பரமஹம்ஸர் சொல்லுகிறார்: “கஞ்சா புகைபிடிக்கும் பழக்கம் உடையவர்கள் ஒருவரையொருவர் கண்டவுடன் பெறுகிற நட்பு உணர்ச்சியை, நெற்றியில் திருமண் அணிந்த வைணவர்கள் ஒருவரையொருவர் காணும்போது பெறுவார்கள்” என்று. அத்தகைய ஆன்ம நேயம் எனக்குப் பிறர்பால் ஏற்பட இதுவே துணையாயிற்று. ஓர் ஆராய்ச்சி மாணவன்போல் நான் சொல்வதை நீ புரிந்து கொள்ள வேண்டும். இது நமது மண்ணில் ஏராளமாக, நெடுங்காலமாக விளைந்து, பயன்பட்டுவரும் ஒரு தெய்வீக மூலிகை– என் றெல்லாம் சொல்லப் பட்டாலும் இதன் குணங்களில் ஒன்று உபயோகிப்போருக்கு மன மகிழ்ச்சி தருவதாகும். அந்த மன மகிழ்ச்சிக்கு லஹரி என்று பெயர்... ஆதிசங்கரர் ‘சௌந்தர்ய லஹரி’ என்று எழுதியிருக்கிறார் அல்லவா?... அந்த ‘லஹரி’ என்ற

சொல்தான் மருவி 'லாகிரி' என்றாயிற்று... 'போதை' என்பது வேறு... லாகிரி என்பது வேறு. போதை என்பது மயக்க நிலை; புலன்கள் செயலற்றுப் போகும்... போதையில் இருப்பவனையும் மயக்கத்தில் ஆழ்ந்தவனையும் எழுப்புவதும் விழிப்புறச் செய்வதும் சிரமம். இந்த லஹரி அத்தகையதல்ல. ஒருவன் ஆழ்ந்த மயக்கத்திலோ உறக்கத் திலோ இருப்பதுபோல் தோன்றுவான்... ஆனால் ஒரு சிறு சலனம்கூட அவனை விழித்து எழச் செய்துவிடும்..." என்று கூறி மறுபடியும் கண்களை மூடிக் கொண்டு தாத்தா சொன்னார்: "அந்த ஷெல்பில் குணபாட நூல் என்று ஒன்று இருக்கும்... அதை எடுத்து வா..." என்று என்னை ஏவினார்.

நான் ஷெல்பருகே போய், அட்டவணையில் பார்த்து அவர் கேட்ட புத்தகத்தைக் கொண்டு வந்தேன். அந்தப் புத்தகத்தில் ஒரு பகுதியைப் படித்துக் காட்டினார்; "இது மனக் களிப்பையும், தூக்கத்தையும், பசியையும் கண்களுக்குத் தோன்றாதவற்றைத் தோன்றுவது போன்ற நினைப்பையும் உண்டுபண்ணும்..."

–இந்த இடத்தில் படிப்பதை நிறுத்தி, "இத்தகைய தரிசனத் தினால் தானே சில மகான்கள் கடவுளைக் கண்டுவிடுகிறார்கள்!... ஆமாம்... சித்து... மகான்களும் மனிதர்கள்தான் என்பதனால் அவர்களுக்கு மனம் என்று ஒன்று உண்டு. அதைப் பழக்கத்தால் ஏற்படும் உறவுகளின் மூலமே நல்ல நிலையில் வைத்துக் கொள்ள முடியும்... ஒவ்வொருவருக்கு ஒவ்வொரு பழக்கம்... உனக்கு விரோதி யாக, வேண்டாதவனாக இருக்கும் ஒருவன், எனக்கு உயிர்த் துணைவனாக இருக்க முடியும். உங்களுக்கு வேண்டாதவற்றை விட்டு விலகுவது உங்களுக்கு நல்லது. அதைவிடுத்து வேண்டா ததை, பழக்கம் இல்லாததை, உங்களிடமிருந்து விலகி இருப்பதை, உங்களுக்குத் தெரியாததை, வெறுத்தும் விரோதித்தும் அஞ்சியும் அதை அழித்துவிடப் போவதாகப் போர் முரசு கொட்டுவது எத்தகைய அறியாமை...!

"ஒரு மனிதனைப் பற்றியோ, ஒரு பொருளைப் பற்றியோ எதிர் மறையான பண்புகளை மட்டும் பேசுவது நல்லவர்களின் இயல்பு அல்ல. அது போலவே ஒரு பொருளுக்கும் ஒரு மனிதனுக் கும் ஆக்கபூர்வமான பண்புகளும் உண்டு! அவற்றைப் பற்றிப் பேசாமல் எதிர்மறைப் பண்புகளைப் பற்றி மட்டுமே பேசுவது பொய் பேசுவதற்கு இணையாகும். அந்தப் பொருளின் ஆக்க பூர்வமான பண்பினைப் பற்றிப் பேசினால் இந்த எதிர்மறைப் பிரசாரகர்கள் அவர்களை அவமதிப்பதும், அவதூறு செய்வதும், ஏது காரணம் பற்றியோ இவர்களிடம் ஒளிந்து கொண்டிருக்கிற பயத்தையும் பகைமையையும் காட்டுகிறது. என் அன்புப்

பேரனாகிய உன்னை, இதைக் காரணம் காட்டி என்னிடமிருந்து பிரிக்க முயல்வது என் தந்தை அக்காலத்தில் எனக்குச் செய்த கொடுமையைக் காட்டிலும் கொடுமையானது. காலமெல்லாம் இவர்களின் மீது அன்பு காட்டி, இவர்களுக்காக உழைத்து, இவர் களின் கௌரவத்தைக் காப்பாற்றி, நேர்மையோடும் ஒழுக்கத் தோடும் வாழ்ந்து வருகிற ஒரு கிழவனைப் பகைப்பதற்கு இந்த சமூகச் சீமாட்டிகளுக்கு இந்தப் புகை ஒரு காரணமாகிவிட்டது போலும்" என்று தாத்தா மிகவும் உணர்ச்சி வசப்பட்டுப் படபடத்துப் பேசினார்.

"தாத்தா! யார் என்ன சொன்னாலும் நான் உங்களைப் பிரிய மாட்டேன்" என்று உணர்ச்சிவசப்பட்டு நான் தாத்தாவின் கைகளை பற்றிக் கொண்டேன். தாத்தா என் கைகளை வருடிய வாறு சொன்னார்: "நாம் எல்லோரும் ஒருநாள் பிரிந்துதான் ஆக வேண்டும். ஆனால் நான் சொன்ன வார்த்தைகளை மறந்து விடாதே! எதற்கும் பயப்படாதே... எதையும் சந்தேகிக்காதே... நம்பிக்கையோடு எல்லாவற்றையும் ஆராய்ந்துபார். பல நவீன விஷயங்களில் நாம் மேல்நாட்டாரிடமிருந்து நிறையக் கற்றுக் கொள்ள வேண்டியதுதான். அதுபோலவே பல தொன்மையான விஷயங்களைப் பற்றி நாம் அவர்களுக்குக் கற்றுத்தர வேண்டும். நம்மைக் குறித்து அவர்களுக்கு இருக்கிற அச்சத்தையும் அரு வருப்பையும்... ஏதோ நாம் வளர்ந்தவர்கள் என்ற நினைப்பில்— அதை அவர்களிடமிருந்து கற்றுக் கொண்டு, நம்மை நாமே கண்டு அஞ்சுகின்ற ஒரு நோய்க்கு அடிமைப்பட்டுவிடுகிற அபாயம் நேர்ந்திருக்கிறது... உன் அம்மாவையும் அவள் தலைமைவகிக்கிற அந்த 'கிளப்'பையும் ஜாக்கிரதையாக இருக்கச் சொல்... மெய் யாலும் தெரிந்துகொள்ள வேண்டுமென்றால் உன்னை மாதிரி அவர்கள் என்னிடம் வந்து பேசட்டும். அவர்களுக்கு என்னிடம் நம்பிக்கை இல்லை... எனவே, என்னை அவர்கள் எதிர் கொள்ள மாட்டார்கள். அவர்கள் நோயைப் பரப்பவும், நோயாளிகளை உருவாக்கவுமே பலரைத் தேடிப் போவார்கள். அத்தகைய ஒரு மாயை நம் வீட்டில் நுழைந்திருக்கிறது... அவர்களிடம் சொல்லு: இப்போது நான் இந்த மண்ணாலான சிலும்பியில் குடிப்பது கஞ்சா அல்ல; ஆடா தொடை இலை என்று. இது கபத்துக்கு மருந்து" என்று அவர் சொன்னார்.

—எழுதிக் கொண்டிருந்த சித்தார்த்தன் தலைநிமிர்ந்து பார்த்த போது எதிரே சாப்பாட்டு மேசையில் மதிய உணவு கொண்டு வந்து வைத்து வெள்ளுடை தரித்த பணியாள் ஒருவன் காத் திருப்பதைப் பார்த்தான்... 'சரியான இடத்தில்தான் நிறுத்தி

இருக்கிறோம்' என்ற நிறைவுடன் நோட்டுப் புத்தகத்தை மூடி வைத்தான்.

●●●

**அன்று** மாலை அவனைச் சந்திக்க வந்த டாக்டர் அவனை நன்கு புரிந்து தெளிவோடு காணப்பட்டார்.

"உங்கள் கதைகள் எதையும் நான் படித்ததில்லை. நீங்கள் எழுதி இருக்கும் இந்தச் சுயசரிதையைப் படித்தபிறகு உங்கள் கதைகளைப் படிக்க வேண்டுமென்ற ஆசை எனக்கு வந்துவிட்டது. பொதுவாக நீங்கள் கதைகளுக்கு எடுத்துக் கொள்கிற 'தீம்' என்ன" என்று கேட்டவாறே நாற்காலியில் வந்து அமர்ந்தார் டாக்டர்.

அவரது கேள்விக்குப் பதில் சொல்வதற்கு முன் சித்தார்த் தனுக்குச் சற்று யோசிக்க வேண்டியிருந்தது. அந்த விஷயத்திலும் தாத்தாவே அவனது வழிகாட்டி என்று தோன்றியது. இவன் ஏதோ கதை எழுதுவதாகக் கேள்விப்பட்ட தாத்தா புளகாங்கிதம் அடைந்தார். தாத்தா அப்போது சொன்னது நினைவுக்கு வந்தது:

'எழுதுவது மிக உன்னதமான பணி. அதற்கு உள்ளத்தில் உண்மை ஒளி வேண்டும். அப்போது உன் வாக்கிலும் எழுத்திலும் ஒளி பிறந்து பிறருக்கும் வெளிச்சம் காட்டும். மேட்டுக்குடியினரின் சூழலில் பிறந்து வளர்ந்திருக்கும் நீ, பள்ளத்தில் விழுந்திருக்கும் மனிதர்களைப் போய்ப்பார்... ஒவ்வொரு வேளை சோற்றுக்கும் உழைத்துப் பிழைக்கின்ற எளிய மனிதர்களைப் பற்றியும் யோசித்து ... அவமதிக்கப்பட்டு, பகிஷ்கரிக்கப்படுபவர்கள் பால் பரிவு கொள்... அப்போது உன் எழுத்துக்கும் வாழ்க்கைக்கும் ஒரு Purpose ஏற்பட்டுவிடும்"

சித்தார்த்தன் தாத்தா சொன்னவற்றை நினைவு கூர்ந்து, டாக்டருக்காக அதை ஆங்கிலத்தில் மொழி பெயர்த்துச் சொன் னான். டாக்டர் அவனோடு உடன்பாடு கொண்டவர் போல் அவனைத் தோளில் தட்டிப் பாராட்டினார்.

"டாக்டர்! நேற்று இரவு உங்கள் அனுமதி இல்லாமல் நான் ஒரு சிகரெட் பிடித்தேன்..."

"ஆர் யூ எ செய்ன் ஸ்மோக்கர்!"

"இல்லை.. இல்லை... எப்போதாவது– ஒரு பூவை முகர்கிற மாதிரி சிகரெட் பிடிப்பதுண்டு. எழுதுகிறபோது கொஞ்சம் இடை வேளை தேவைப்படும். அப்போது எழுந்து போய் வெளியில் காற்றாட நின்று வானத்தையும் மேகங்களையும் பார்க்கிறபோது புகை பிடிக்கத் தோன்றும்... மேகம் கூட ஒரு மாதிரி புகைதானே?

அவை பொதி பொதியாய் வானில் நிறைந்து சில சமயங்களில் சரசரத்து வேகமாய்ப் பரவி ஓடுவதைப் பார்க்கிறபொழுது உலகமே ஒரு கனவு போல் தோன்றுகிறதல்லவா? அது மாதிரி புகை உறிஞ்சி ஊதி அது வளையம் வளையமாக மிதப்பதைப் பார்த்து மகிழ்வது எனக்கு ஒரு வேடிக்கை. எல்லாரும் பயப்படுகிற மாதிரி என் நுரையீரலைப் பாதித்துவிடும் அளவுக்கு நான் புகைபிடிப்பதில்லை. என்னுடைய நண்பர்களில் பலர் புகை பிடிக்கிறவர்கள், எளிய தொழிலாளி நண்பர்கள் பீடி பிடிப்பார்கள். ஒரு நாள் மழை இரவில் அவர்களோடு சேர்ந்து இருந்தபோது அந்தக் குளிரின் நடுக்கத்தில் ஒரு சிங்கிள் டீயைக் குடித்துவிட்டு, ஈரத்தில் நனைந்த ஒரு பீடியை படபடக்கும் சத்தத்தோடு பற்ற வைத்து எனக்கு ஒரு நண்பன் தந்தபோது அதில் அன்பு தவிர எந்தத் துர்ப்பழக்கத்துக்கான தூண்டுதலையும் நான் காணவில்லை. புகை குறித்து எனக்கு 'அவர்ஷன்' இல்லை என்பது தவிர நான் புகைக்கோ போதைக்கோ அடிமையானவன் அல்லன்..."

டாக்டர் நெற்றியைச் சொறிந்து கொண்டார். "புகை பிடிப்பது உடம்புக்குக் கேடு என்பதையாவது ஒப்புக் கொள்கிறீர்களா?"

"இல்லை... நெடுநாட்களாக மனிதனுக்கு– சிலருக்கு அல்லது பலருக்கு– பழக்கமாகிவிட்ட ஒரு வழக்கத்தை சம்மட்டி அடித் தனமாக, 'இது கேடு... உயிருக்கு ஆபத்து' என்றெல்லாம் பய முறுத்துவதும் பிரகடனம் செய்வதும் ஒரு பலனும் தராது. அதன் தோற்றுவாய் என்ன?... அது எப்படித் தீமையாய் மாறுகிறது? என்றெல்லாம் யோசனை சொல்வதே நல்லது... அப்புறம் இந்தச் சாதாரணப் பழக்க வழக்கங்களால் ஒருவன் தன்னையே இழந்து விடுவான் எனப் பயமுறுத்தாமல் இதைப் பற்றி விருப்பு– வெறுப் பற்று ஆராய்வது நல்லது..." என்றான் சித்தார்த்தன். அவனுக்கு இன்னும் என்னவோ சொல்ல வேண்டும் போல இருந்தது. அவன் முடித்துவிட்டான் என்று கருதி டாக்டர் பேசினார்:

"நானும் ஆராய்ச்சி பண்ணிதான் சொல்லுகிறேன் புகை பிடிக்கிறவர்கள் ஒவ்வொரு முறையும் அவர்கள் வெளிவிடுகிற புகையால் சுற்றுப்புறச் சூழலை மாசு படுத்துகிறார்கள். அதைச் சுவாசிக்கும் மற்றவர்களுக்கும் அந்தக் கேடு பரவக் காரணமாகிறது, இல்லையா?"

சித்தார்த்தன் சிரித்தான். சிரிப்பிடையே அவன் சொன்னான்: "சூழ்நிலை மாசு அடைவதால் சில குறிப்பிட்ட இடங்களில் புகை பிடிக்காமல் இருக்க வேண்டும் என்பது புரிகிறது. பிற இடங்களில் சூழ்நிலை மாசுபடுவது புகை பிடிப்பவர்களால் மட்டுமல்ல.

தும்முகிறவர்களும் கொட்டாவி விடுகிறவர்களும், ஏன் சுவாசிப்பவர்கள் அனைவரும் சூழ்நிலையை மாசுபடுத்திக் கொண்டுதான் இருக்கிறோம். மேலும் எந்திரங்களாலும் புகை போக்கிகளாலும் வாகனாதிகளாலும் மனிதர்தம் கழிவின் சேகரிப்புகளாலும் மனிதர்கள் எங்கெங்கு வாழ்கிறார்களோ அங்கெல்லாம் சூழ்நிலை மாசுபட்டுக் கொண்டுதான் இருக்கிறது. அத்துடன் ஒப்பிட்டுப் பார்த்தால் புகைபிடிப்பவர்களினால் ஏற்படுகிற பாதிப்பு, கணக்கில் எடுத்துக் கொள்ளத் தகாதது. இன்னும் சொல்லப் போனால்.. நான் பார்த்திருக்கிறேன்... அசுத்தமும் நாற்றமும் பிடித்த சேரிகளில் வாழ்கிற மக்கள் ஏதோ ஒரு புகையின் மூலமே தங்களைக் காப்பாற்றிக் கொள்கிறார்கள். அவர்கள் கழிப்பறைகளுக்குப் போகும்போது மட்டுமே புகைபிடிப்பதை நான் பார்த்திருக்கிறேன். ஏன்? ஏற்கனவே மாசு பட்டிருக்கும் சூழ்நிலையிலிருந்து தங்களைக் காப்பாற்றிக் கொள்வதற்குத்தான்... நெருப்பு இல்லாமல் மனிதன் வாழ முடியாது என்று தெரிந்தவர்கள் புகையை வெறுப்பது வியப்பாக இல்லை? மேலும் சிலவகைப் புகைகள் கிருமி நாசினிகள். நெருப்போடும் புகையோடும் அகலாது அணுகாது தீக்காய்வதல்லவா வாழ்க்கை? நெருப்பினால் ஏற்படுகின்ற விபத்துக்களையும் புகையினால் ஏற்படுகிற ஆபத்துக்களையும் பற்றி கூப்பாடு போடுவது ஏன்?– என்று எனக்குப் புரியவில்லை..."

இப்போது டாக்டர் சிரித்தார்: "கூப்பாடு அதிகமாகத்தான் இருக்கிறது. அதற்குக் காரணம் எனக்குப் புரியும்..." என்று கண்களைச் சிமிட்டினார்.

"சொல்லுங்கள் டாக்டர்... எனக்குப் புரியவில்லையே..." என்று குழந்தைபோல் கேட்டான் சித்தார்த்தன்.

'கூலி கொடுத்தால் கூப்பாடு போடுவதற்குக் கூட்டமா இல்லை?' என்று நினைத்துக் கொண்ட டாக்டர், கௌரவமான முறையில் விளக்கம் தந்தார்: "புகைபிடிப்பதை எதிர்ப்பதற்கும் போதைப் பழக்கத்தை எதிர்ப்பதற்கும் சுற்றுப்புறச் சூழல் மாசு அடைவதைத் தடுப்பதற்கும் மக்கள் தொகைப் பெருக்கத்தைக் கட்டுப்படுத்துவதற்கும் நம் தேசத்தில் பிரச்சாரம் செய்வதற்காகப் பணம் படைத்த பெரிய நாடுகள் பல நிறுவனங்களை உருவாக்கிக் கோடி கோடியாக அதற்குப் பணமும் ஒதுக்கி இருக்கிறார்கள். அவர்களிடம் உத்தியோகம் பார்க்கிறவர்களிடம் ஒருவன்தான் நானும், அதில் இருக்கும் திருப்தி என்னவென்றால்– 'நாங்கள் செய்வது நல்ல காரியம்தானே' என்பதுதான்...

"இதற்காக ஒரு நிறுவனம், ஒரு பட்ஜெட், உத்தியோகஸ்தர்கள் என்றெல்லாம் ஆகிவிட்ட பிறகு அதில் சம்பந்தப்பட்டவர்களைப் பழிப்பது என் நோக்கமில்லை. டாக்டர்... இந்தப் பிரச்சாரங்கள் பெரும்பாலும் நம்பிக்கை இல்லாமல், பொய்யாக ஒரு கௌரவத்துக்காகவும், சமூகப் பெரியோர்களின் தொடர்புக் காகவும், நமது மக்களைச் சீர்திருத்தப் பேருள்ளம் கொண்டு உதவி செய்கிற அந்தப் பெரிய நாடுகளோடு தொடர்பு கொள்ளவும் பயன்படுவதோடு நிற்கட்டும்... மக்களை நிரந்தர பயத்துக்கு ஆட்படுத்துவதற்கும் இளைஞர்களைச் சந்தேகிப்பதற்கும் குடும்ப உறவுகளைச் சீர்குலைப்பதற்குமான எல்லைகளைத் தொட்டதன் விளைவே நான் இங்கு இருப்பதற்குக் காரணம் டாக்டர்" என்று உணர்ச்சி வசப்பட்டுக் குரலெடுத்துக் கூறினான் சித்தார்த்தன்.

"ரிலாக்ஸ்" என்று அவன் தோளில் மென்மையாய்த் தட்டிக் கொடுத்தார் டாக்டர். உணர்ச்சி வசப்பட்டுப் பேசியதால் சித்தார்த்தனின் உடம்பு நடுங்கிக் கொண்டு இருந்தது. அப்போது, எதற்கோ அந்த ஆண் நர்ஸ் உள்ளே வந்தான். அவனைப் பார்த்ததும் "மே ஐ ஹாவ் எ சிகரெட்?" என்று கேட்டவன், டாக்டரிடம் திரும்பி, "மே ஐ?" என்று அனுமதி கேட்டதற்குப் பதில் சொல்வதுபோல் "பிரிங் அன் ஆஷ்ட்ரே... இந்த ரூமில் ஒரு ஆஷ்-ட்ரே கொண்டு வந்து வை" என்று அந்த நர்ஸைப் பணித்தார் டாக்டர்.

"நீங்கள் நேற்றுத் தந்த நோட்டுப் புத்தகத்தைப் படித்து விட்டேன். இன்றைக்கும் எழுதி வைத்திருக்கிறீர்கள் என்று தெரிகிறது... இட் இஸ் கொய்ட் இன்ட்டரஸ்டிங். இதையும் நான் படிக்கலாம்தானே?..." என்று மேஜைமீது இருந்த அந்த இரண்டா வது நோட்டுப் புத்தகத்தைக் காட்டினார் டாக்டர்.

"ஷ்யூர் ஷ்யூர்... உங்களுக்காகத்தானே எழுதுகிறேன்... என்று கூறி அந்த நோட்டுப் புத்தகத்தை அவரிடம் தந்தான் சித்தார்த்தன். டாக்டர் அதை வாங்கிக் கொண்டு விடை பெற்றுச் சென்றார்.

வராந்தாவிலும் தோட்டத்திலும் மாலை விளக்குகள் எரிந்தன.

●●●

**டா**க்டரிடம் பேசிக் கொண்டிருந்த போது, தான் சற்று உணர்ச்சி வசப்பட்டுவிட்டதாக நினைத்து, சிறிதே வருத்தம் கொண்டான் சித்தார்த்தன். 'உணர்ச்சிகளைக் கட்டுப் படுத்திக் கொள்ளும்போது வருகிற மேன்மை உணர்வு, அதற்கு வசப்படுகிற பொழுது ஏற்படுவதில்லை. மாறாக, ஒரு வெட்க உணர்ச்சியே

ஏற்படுகிறது; சில சமயங்களில் வருத்த உணர்ச்சி மேலிடுகிறது... ஆனால் நம்மை இவ்வாறு உணர்ச்சிவசப்படுத்தி விடுகிறவர்களுக்கு இது பற்றிய சொரணையே இருப்பதில்லை... அதற்கும் மேல் தாம் செய்த காரியம் ரொம்ப சரியென்றே நினைக்கிறார்களே!'- என்று யோசித்தபோது அவன் தன் தந்தையையும் தாயையும் பாட்டியையும் எண்ணி வருந்தினான். ஒரு பெருமூச்சுடன் அந்த இடத்தை விட்டு நகர்ந்து மேசையருகே போய் உட்கார்ந்து எழுத ஆரம்பித்தான் சித்தார்த்தன்.

'எனது கல்லூரிப் படிப்பு முடிகிற தருவாயில் எனது ஞானத் தந்தையான தாத்தா... அமரரானார். அவர் நோய்வாய்ப்பட வில்லை. தனது நாட்கள் நெருங்கி வருகின்றன என்பதை அவரது உள்ளுணர்வு அறிந்து கொண்டது. முதல்நாள் மாலை வழக்கம் போல் தமது பலதரப்பட்ட நண்பர்களோடு பேசிமகிழ்ந்து, அவர்களுக்கு விடைதரும்பொழுது, "இன்று நான் கண்ட சூரியோதயம் தான் நான் இறுதியாகக் கண்ட சூரியோதயமாக இருக்கும்" என்று கவிதை போல் சொன்னாராம்!...

'வழக்கம் போல் உறங்கச் சென்றவர் மறுநாள் காலையில் எழுந்திருக்கவில்லை... தாத்தாவின் பிரிவு வருத்தம் தந்த போதிலும் மரணம் குறித்த அவரது கருத்துக்களை நான் கேட்டிருந்த காரணத் தினால் எனக்கு அழுகை வரவில்லை. பாட்டியும், அம்மாவும் சிறிது நேரம் அழுதார்கள். அதைப்பார்த்து அப்பாவும் மேல் துண்டால் கண்களைத் துடைத்துக் கொண்டார். செய்தி அறிந்து கிராமத்திலிருந்து ஓடிவந்த காரியஸ்தர் நாணுவையர்தான் தாத்தாவின் பாதங்களைப் பற்றிக் கொண்டு கதறி அழுதார். மற்றக் காரியங்கள் அனைத்தும் யாந்திரீகமாக நிகழ்ந்தேறின.

'தாத்தா குடியிருந்த அந்த அவுட் ஹவுஸில் இப்போது நான் குடியேறினேன். பாட்டியும் அம்மாவும் அதைத் தடுத்தார்கள். அப்பாவும் சேர்ந்து கொண்டார். தாத்தாவின் மறைவுக்குப் பிறகு இவர்களிடம் ஒரு தன்மை மாற்றம் ஏற்படுவதை நான் உணர்ந்தேன்.

"தாத்தா உயிரோடிருக்கும் பொழுது அவர் வாழ்ந்த இடம் எவ்வளவு உயிரோட்டத்துடன் இருந்ததோ, அதே மாதிரி இருக்க வேண்டும். அவரது நூல் நிலையம் அவர் உபயோகித்த பொருட்கள் எல்லாவற்றையும் அவரது நினைவைப் போற்றுகிற வகையில் நான் வைத்துக் காப்பாற்றுவேன். இது, தாத்தாவுக்கு நான் கொடுத்த வாக்கு.." என்று அவர்களிடம் சொல்லிவிட்டு நான் அங்கு குடியேறினேன்.

'தாத்தாவின் பழைய நண்பர்கள் அவரது நினைவால் எப்போதேனும் வந்து என்னைக் கண்டு செல்வார்கள். அவர்களில் ஒருவர்தான் தாத்தாவின் உருவப்படம் ஒன்று இங்கே இருந்தால் நன்றாக இருக்குமென்ற யோசனையைச் சொன்னார். எனது நண்பனும் ஓவியனுமான கௌதமின் நினைவு எனக்கு வந்தது. தாத்தாவை அவன் பார்த்திருப்பது மட்டுமல்ல; சந்தித்துப் பழகியும் இருக்கிறான். இந்த யோசனையை அவனிடம் சொன்ன போது, என்னதான் பார்த்துப் பழகியிருந்தபோதிலும் ஒரு சிறிய போட்டோ பிரதியாவது இருந்தால்தான் ஓவியம் வரைய முடியும் என்றான் கௌதம். எப்படியோ தேடி, அறுபதாம் கல்யாணத்தில் பாட்டியோடு மணக் கோலத்தில் நிற்கும் படத்தைக் கண்டுபிடித்து கௌதமிடம் கொடுத்தேன். கௌதம் மறுநாளே இங்கு வந்து தாத்தாவின் படத்தை வரைய ஆரம்பித்தான். அவனைத் தேடி இன்னும் பல நண்பர்கள் இங்கு வர ஆரம்பித்தனர். அவர்களில் ஒருவன் குரு என்கிற சுரேஷ். இளம் வயதிலேயே தாத்தாவுக்கு நிகரான குணமும் கோட்பாடுகளும் உடையவன் என்பதால் நாங் களெல்லாம் அவனக்குச் சூட்டிய பெயர்தான் 'குரு'. அவன் ஒரு சித்த மருத்துவன். பெரிய மூலிகைப் பண்ணை வைத்திருக்கிறான். கௌதம்மை ஓவியனாக்கியவன் அவனே! பல கலைகளில் தேர்ந்தவன். ஆங்கிலத்தில் கவிதைகள் எழுதுவான். தாத்தாவைப் போலவே புகைக் குழாயில் புகை பிடிப்பான்.

'கௌதம் எப்போதாவது சிகரெட் பிடிப்பான். ஒரு நாள் தாத்தா சேகரித்து வைத்திருக்கிற பலவிதமான புகைக் குழாய் களைப் பார்த்து ரசித்துக் கொண்டிருந்தான் குரு. "இந்தக் குழாய் களை நீ கூட உபயோகிக்கலாம், ஒன்றும் தோஷமில்லை'' என்றேன் நான். அதற்காகவே காத்திருந்தவன் போல, சிவ லிங்கத்தின் வடிவில் இருந்த ஒரு சிலும்பிக் குழாயை எடுத்து, அதில் அவர்கள் பாஷையில் சொல்வதென்றால்– மருந்து கலந்த புகையிலையை நிரப்பி, சுகாசனமிட்டு அமர்ந்து, "குரு மகராஜ் கீ ஜெய்'' என்று வணங்கி அவன் புகைபிடித்தபோது அங்கு சுகந்தத்தோடு பரவிய புகைநடுவினில் தாத்தாவின் சொரூபம் தெரிந்தது எனக்கு. "குருவே நமஹ'' என்று வணங்கி அவன் என் முன் நீட்டிய சிவலிங்கத்தில் இதழ் சேர்த்து நானும் புகை குடித்தேன்... அவ்வளவுதான்... எப்போதோ ஒரு முறை குரு வருகிற பொழுது அவனுடன் நான் இதைக் கொண்டாடி மகிழ்ந்தது தவிர, இதன் தேவை என்னை ஒன்றும் ஆட்டிப் படைக்கவில்லை; தெருவில் அலைய வைக்கவில்லை...

'எப்படியோ இந்த விஷயத்தை மோப்பம் பிடித்துக் கண்டு பிடித்த பாட்டி, அம்மாவிடம் சொல்ல... அம்மா, அப்பாவிடம் சொல்ல... மூவரும் சேர்ந்து தாத்தாவைக் கரித்துக் கொட்ட ஆரம்பித்தார்கள். தாத்தா இருந்த பொழுது இவர்கள் தந்த மரியாதையும் காட்டிய அன்பும் அவர் மூர்த்திகரத்தில் ஏற்பட்ட பயத்தினால் விளைந்தது என்று அவர்களது இந்த வெறுப்பிலிருந்து நான் கண்டு கொண்டேன்.

தாத்தாவே உயிர்த்து வந்தது போல் அவரது ஓவியத்தைப் பல நாட்கள் இரவும் பகலும் பாடுபட்டு அற்புதமாகத் தீட்டியிருந்தான் கௌதம்! மின்னிச் சிரிக்கும் அவரது கண்களும் புகையின் பழுப்பேறிய அவரது நரைத்த மீசையும் சாந்தம் தவழும் அவரது முகமும்... ஓ! அவர் உயிர் பெற்றிருப்பதுபோல் மட்டுமல்ல; அந்தச் சித்திரம். அவரது உணர்ச்சிகளையும் பேசிற்று... நான் கௌதமை ஆரத் தழுவிக்கொண்டேன். குரு, கௌதமுக்காகப் பெருமைப் பட்டான். தாத்தாவின் பழைய நண்பர்களும் எனது நண்பர்களும் அந்த ஓவியத்தைப் பாராட்டித் தாத்தாவை வணங்கிச் சென்றனர். ஆனால் அப்பாவோ, பாட்டியோ, அம்மாவோ— நான் எவ்வளவோ அழைத்தும்- ஏதோ பகைமை கொண்டவர்களைப் போல- தாத்தாவின் படத்தைப் பார்க்கக்கூட அங்கே வர மறுத்தார்கள்...

'என் அப்பா என்னையும் எனது நண்பர்களையும் கேவலமாகக் 'கஞ்சாக் குடியர்கள்' என்று அவமதித்து இரைந்து கத்தியதோடு மட்டுமல்லாமல் "இவ்வளவுக்கும் காரணம் அந்தக் கிழவன்தான்... அவன் சாவோடு இதெல்லாம் ஒழியும் என்றிருந் தேன்... அந்தக் கிழவனின் பிசாசு உங்களையெல்லாம் பிடித்து ஆட்டுகிறது" என்று வெறிபிடித்தவர்போல் என் முன்னே நின்று கூவினார்...

'அந்தக் கணம் தாத்தா என்மீது சன்னதமானார்... '

'அவர் முன்னால் நின்று இவ்வாறு இவர் பேசியிருந்தால் அவர் என்ன செய்திருப்பார் அல்லது செய்திருக்க வேண்டும் என்று நான் நினைத்தேனோ அதைச் செய்துவிட்டேன்... ஓ! ஐயோ... என்ன காரியம் செய்துவிட்டேன்!...

- அப்பாவின் கன்னத்தில் ஓங்கி ஓர் அறை விழுந்தது. அந்த அறை அதனினும் பலமாக என் நெஞ்சிலேயே விழுந்தது. பெற்ற தந்தையைத் தொட்டு அடித்த அந்தக் கரத்தை வெட்டிப் போட்டுவிட மனம் பதைத்தது. பக்கத்திலிருந்த மேஜையிலும் தூணிலும்- என் கை நொறுங்கிப் போகுமாறு நானே வெறி

பிடித்ததுபோல் அடித்து மோதிக் கொண்டதைக் கண்டு அம்மாவும் பாட்டியும் அலறிப் புடைத்துக் கொண்டு வந்து என்னை அணைத்துக் கொண்டு கட்டுப்படுத்தினார்கள். நான் ஒரு பைத்தியக்காரனைப் போல நடந்து கொண்டேன். வீட்டில் உள்ள வேலைக்காரர்களெல்லாம் நான் அப்பாவை அடித்துவிட்ட செய்திகேட்டு அதிர்ச்சியுடன் ஓடிவந்து என்னை வேடிக்கை பார்த்தனர்...

"அப்பா! என்னை மன்னித்து விடுங்கள்" என்று கூறி அழுதவாறே ஓடிப்போய்த் தாத்தாவின் மடியில் விழுவது போல் அவுட்ஹவுஸில் இருந்த அவரது படுக்கையில் விழுந்து கதறினேன்...

'என் முதுகுக்குப் பின்னால் அவுட்ஹவுஸின் வாசற்கதவுகள் சாத்தி மூடப்பட்டு, பூட்டப்படும் ஓசை கேட்டது...

'ஒருவேளை நான் பைத்தியமாகிவிட்டேனோ? என்ற அச்சம் எனக்கே ஏற்பட்டது... இருக்கலாம்!... ஆனால் அதற்குக் காரணம் இவர்கள் நினைப்பதுபோல் எந்தப் புகைப் பழக்கமும் அல்ல... என்பது கடவுளுக்கு வெளிச்சம்.

'எனினும் நான் உணர்ச்சி வசப்பட்டதற்காக வெட்கப் பட்டேன்; வருத்தப்பட்டேன், எந்தத் தண்டனையையும் ஏற்கத் தயாரானேன். எனது நிலைமை முழுக்கவும் ஒரு மனநோயாளியின் நிலைமையே ஆயிற்று. நான் அதை மறுக்கவில்லை. 'என்னை ஒரு டாக்டரிடம் கொண்டு செல்லுங்கள்' என்று யோசனையை நானேதான் முதலில் தெரிவித்தேன். அதன் பின்னர் மிஸஸ். மாயாவின் ஆலோசனைப்படி இங்கு வந்து மனநலம் பெற்ற தெளிவோடு இதை எழுதுகிறேன்'

இதுபற்றி சொல்லவேண்டியதனைத்தும் சொல்லியாகி விட்டது என்ற திருப்தியுடன் அடியில் இரண்டு கோடுகளிட்டு எழுதி முடித்தான் சித்தார்த்தன்.

●●●

**அ**ந்த மூன்று நோட்டுப் புத்தகங்களையும் படித்து முடித்தார் டாக்டர். பயமும் சந்தேகமும் அரைகுறை அறிவும் எவ்வளவு சிக்கல்களை ஏற்படுத்தி விடுகின்றன என்பதைச் சித்தார்த்தன் எழுதிய சுயசரிதம் அவருக்குத் தெளிவாக எடுத்துக் காட்டியது.

போதைப் பழக்கத்துக்கு அடிமையானவர்கள் என்ற பெயரில் தமது மருத்துவமனையில் சேர்க்கப்பட்டிருக்கும் நோயாளி இளைஞர் பலரைப் பற்றி அவர் யோசித்துப் பார்த்தார். அவர்கள் மனநோய்க்கு ஆளாகி இருப்பது உண்மைதான். அவர்கள்

புகைப்பழக்கத்துக்கும் போதைப் பழக்கத்துக்கும் இன்னபிற வக்கிரச் செயல்களுக்கும் ஆட்பட்டிருப்பதும் உண்மைதான். ஆனால் அதற்குக் காரணம் இவை அனைத்துக்கும் சம்பந்த மில்லாத வேறு ஏதோ ஒன்று... அது என்ன? 'அன்பு இல்லாமை!...'

அத்தகு அன்பில்லாத சூழ்நிலையை எதிர்த்து ஏதோ ஒரு வழியில் அவர்கள் கலகம் செய்ய வேண்டி இருக்கிறது... பிற நிர்ப் பந்தங்களுக்கும் பெற்றோரின் அடக்கு முறைக்கும் அடிமை யாவதைவிட இதற்கு அடிமையாகிவிட அவர்கள் விரும்பு கிறார்கள். அவர்கள் செய்யும் கலகத்துக்கு இவையெல்லாம் ஒரு கருவியே தவிர ஒருபோதும் காரணம் இல்லை—என்ற தெளிவினை அவனது சொந்தக் கதையின் மூலம் தனக்கு ஏற்படுத்திய சித்தார்த்தனை மனம் திறந்து பாராட்டிய டாக்டர், "நீங்கள் ஒருபோதும் இங்கு ஒரு பேஷண்ட்டாக இருக்க வேண்டியவர் அல்ல. மெய்யாலும் சிகிச்சை அளிக்கப்பட வேண்டியவர்கள் உங்கள் பெற்றோர்தான். எல்லாவற்றையும் விளக்கி, நானே உங்களை அழைத்துக் கொண்டுபோய் உங்கள் வீட்டில் சேர்த்து விடுகிறேன்" என்றார் டாக்டர்.

சித்தார்த்தன் இரண்டு கைகளையும் கூப்பிக்கொண்டு, "ப்ளீஸ் டாக்டர்! அதை மட்டும் செய்துவிடாதீர்கள்..." என்று வேண்டிக் கொண்டு மேலும் தொடர்ந்து சொன்னான்: "நான் வீட்டுக்குப் போனால் அவர்களது மனநோயை மேலும் வளர்த்துவிடுவேன் என்று பயப்படுகிறேன். என்னை நீங்கள் இங்கு சுதந்திரமாக இருக்க அனுமதித்தால் போதுமானது. எப்போதாவது நான் வீட்டுக்குச் சென்று என் பெற்றோரையும் எனது தாத்தாவின் நினைவாலயத்தையும் என் நண்பர்களையும் பார்த்து வருவேன். உங்களையும் இங்கிருக்கும் நண்பர்களையும் விட்டுப் பிரிந்து செல்லக் காரணமாக எனக்கு ஒரு பந்தமும் அந்த வீட்டில் இல்லை. நான் எங்கிருந்தாலும் அந்த வீட்டுக்கும் அதைச் சார்ந்த சொத்துக்களுக்கும் நான்தான் சொந்தக்காரன். மாதா மாதம் உங்களுக்கு வேண்டிய "பில்"லை அனுப்பி வையுங்கள்..." என்ற அவனது யோசனையை டாக்டர் "நல்லது" என்று அங்கீகரித்தார்.

"உங்கள் நண்பர்கள் தாராளமாக இங்கே வந்து உங்களைச் சந்திக்கலாம். யூ ஆர் அப்ஸல்யூட்லி ஃபிரீ..." என்று இரண்டு கைகளையும் அகல விரித்துக் கொண்டு பிரகடனம் செய்தார் டாக்டர்.

"தாங்க் யூ டாக்டர்" என்று அவருக்கு விடை தந்தான் சித்தார்த்தன்.

## 863 ● இப்படித்தான் நடக்கிறது...

இரண்டு தினங்களுக்குப் பிறகு அவனது தாயும் தந்தையும் மிஸஸ் மாயாவின் துணையோடு அவனைப் பார்க்க வந்தபோது, அவன் ஒரு நோயாளி மாதிரி நோய்ப் படுக்கையில் உட்கார்ந்து கொண்டான். மிஸஸ் மாயா தனியாகப் பேசுவதற்காக டாக்டரைக் கூப்பிட்டாள். அவளோடு தனியறைக்குள் நுழைவதற்கு முன்னால் டாக்டர் சித்தார்த்தனைப் பார்த்து ஒரு கண்ணைச் சிமிட்டி விட்டுப் போனார்.

அம்மாவும் பாட்டியும் வழக்கம் போல், தனித்தனியே வந்து, "நீ சீக்கிரம் குணமாயிடுவேடா கண்ணா" என்று கண்ணீர் பெருக்கி, முத்தமிட்டுத் தேறுதல் கூறிவிட்டுப் போனார்கள். அப்பா, புறப்படும்போது சித்தார்த்தனின் பக்கத்தில் அமர்ந்து, மோவாயை நிமிர்த்தி, "ஹவ் டூ யூ ஃபீல் நவ்?" என்று கேட்டார். "பெட்டர்" என்றான் சித்தார்த்தன்.

"நீ வீட்டில் இருப்பதுபோல் இங்கே இருக்கலாம். சாப்பாடு கூட இனிமேல் வீட்டிலிருந்து வரும். அதுக்கு ஏற்பாடு பண்ணி இருக்கேன்... வீட்டிலிருந்து என்ன வேண்டுமானாலும் போன் பண்ணு... நீ வெளியிலே கூடப் போய் வரலாம்னு சொல்லி இருக்கார் டாக்டர்... போன் பண்ணு... கார் அனுப்பறேன்" என்றெல்லாம் அன்பு ததும்பச் சொல்லிக் கொண்டிருந்தார் அப்பா...

நாட்களும் மாதங்களும் ஓடிக்கொண்டிருந்தன. சித்தார்த்தனின் பாட்டியும் தாயும் தகப்பனும் அடிக்கடி ஒருவர் மாற்றி ஒருவர் இந்தப் பெரிய வீட்டின் இந்தத் திரண்ட செல்வத்தின் ஒரே வாரிசான தங்கள் புதல்வன் போதை மருந்துக்கு அடிமையாகி, மனநோய் வயப்பட்டு, மனநல மருத்துவமனையில் ஒரு டாக்டரின் நேரடிக் கண்காணிப்பில் இருக்க நேர்ந்துவிட்டது குறித்து அடிக்கடி வருந்திச் சோக வயப்படுகிறார்கள். விருப்பமான உணவை உண்கிற பொழுதெல்லாம் அந்த அன்புக் குழந்தையின் நினைவு வந்து நெஞ்சை அடைக்கிறது. அதை அவனுக்குக் கொடுப்பதற்காகக் காரில் எடுத்துக் கொண்டு ஓடுகிறார்கள். பாட்டி, பேரனின் கவலையால் படுத்த படுக்கையாகிவிட்டாள். சாவுதான் வரமாட்டேன் என்கிறதாம்... புலம்புகிறாள். அம்மா, மிஸஸ் மாயாவோடு சேர்ந்து கொண்டு 'போதைப் பழக்கத்தை ஒழித்துக் கட்டி விடுவது' என்று துவஜம் கட்டி நிற்கிறாள். அந்தப் பழக்கத்துக்குத் தன் மகனைப் பலிகொடுத்துவிட்ட அம்மாவின் துயரக் கதையை மிஸஸ் மாயா தொலைக்காட்சியில் பேட்டி கண்டு ஒளிபரப்பினாள். டாக்டரும் சித்தார்த்தனும் நண்பர்களுடன் அதை ரசித்துப் பார்த்துச் சிரித்தார்கள். வாரத்துக்கு ஒருமுறை சித்தார்த்தன் வீட்டுக்கு வந்து எல்லாரையும்

பார்த்துவிட்டு, தாத்தாவின் நினைவாலயத்தில் ஒரு பொழுது கழித்துவிட்டு மீண்டும் 'மனநல மருத்துவமனைக்கே' போய் விடுகிறான். இன்னும் சில புதிய இளைஞர்களை அம்மாவும் மிஸஸ் மாயாவும் சிபாரிசு செய்து இதே மனநல மருத்துவ மனையில் சேர்த்திருக்கிறார்கள். மாதா மாதம் ஒரு பெருந் தொகைக்கான செக் சித்தார்த்தனின் அப்பாவிடமிருந்து மனநல மருத்துவமனைக்கு வந்துகொண்டிருக்கிறது...

பிறகென்ன? ஒரு பக்கம் போதைப் பழக்க ஒழிப்பு இயக்கமும் இன்னொரு பக்கம் மனநல மருத்துவமனைகளும் நாளொரு மேனியும் பொழுதொரு வண்ணமுமாகப் பெருகி வளர்ந்து கொண்டிருக்கின்றன!

எல்லாரும் இன்புற்றிருக்கிறார்கள்! வேறென்ன வேண்டும்?– பராபரமே! ஜெய்! குருமகராஜ்!